INSIGHT PUBLICA®

INSIGHT PUBLICA®

Nadakkavu, Kozhikode, Kerala 673011
Tel:0495-4020666
www. insightpublica.com
e-mail: insightpublica@gmail.com

Gandharvalokam

(Malayalam)

Madhu Vaippana

First Edition: March 2016
This Edition: November 2019

ISBN 978-93-85899-05-8
Printed and Published by
InsightinPublica Printers & Publishers Pvt Ltd.

ഗന്ധർവ്വലോകം

സിനിമാ സ്മരണകൾ

മധു വൈപ്പന

INSIGHT PUBLICA®

സമർപ്പണം:

കൽക്കത്തയിലായിരിക്കുമ്പോൾ
എനിക്ക് വാരിക്കോരി സ്നേഹം നൽകിയ
രാജഗോപാല കൈമൾക്ക്.

പാലായിലെ വൈപ്പന കുടുംബത്തിൽ ജനിച്ചു. വിദ്യാഭ്യാസാനന്തരം കൽക്കത്തയിൽ കഴിഞ്ഞ അഞ്ചുവർഷക്കാലം കേരളശബ്ദത്തിൽ ബംഗാൾ രാഷ്ട്രീയവും സിനിരമയിൽ ബംഗാളി-ഇംഗ്ലീഷ് സിനിമകളെ കുറിച്ചും എഴുതിക്കൊണ്ട് പത്രപ്രവർത്തനമാരംഭിച്ചു.

തുടർന്ന് മദ്രാസിൽ കഴിഞ്ഞ രണ്ടുവർഷം നാനയുടെ ആദ്യത്തെ മദ്രാസ് ലേഖകനായും, ആറുമാസത്തെ ഇടവേള വീണ്ടും കൽക്കത്തയിൽ ചെലവഴിച്ച ശേഷം തിരുവനന്തപുരത്തുവന്ന് എഡിറ്ററായും പ്രവർത്തിച്ചു.

സ്വന്തമായി ആരംഭിച്ച 'രംഗം' നഷ്ടത്തിൽ കലാശിച്ചതുകൊണ്ട് കേരള സാഹിത്യ അക്കാദമി പ്രസിദ്ധീകരണങ്ങളായ സാഹിത്യലോകം, സാഹിത്യ ചക്രവാളം എന്നിവ ഉൾപ്പെടെ പല പ്രസിദ്ധീകരണങ്ങളിലും മാറി മാറി പേരുവച്ചും അല്ലാതെയും പത്രാധിപ ചുമതല വഹിക്കേണ്ടി വന്നു. അങ്ങനെ മംഗളത്തിലെത്തി സിനിമാ മംഗളത്തിന്റെ സ്ഥാപക പത്രാധിപരായി.

നാന വാരികയുടെ മദ്രാസ് ലേഖകനായി പ്രവർത്തിച്ചിരുന്ന കാലത്ത് ഉണ്ടായ അനുഭവങ്ങളാണ് ഈ പുസ്തകത്തിൽ ചേർത്തിരിക്കുന്നത്.

ഭാര്യ: പ്രമീള, മകൻ: ദീപക്

വിലാസം:
ടി.സി 6/550(10)
അറപ്പുര ലെയിൻ
വട്ടിയൂർക്കാവ് പി.ഒ
തിരുവനന്തപുരം- 13

മധു വൈപ്പന

നാന വാരികയുടെ ആദ്യത്തെ മദ്രാസ് ലേഖകനായി പ്രവർത്തിച്ചിരുന്ന കാലത്ത് ഉണ്ടായ അനുഭവങ്ങളാണ് ഈ പുസ്തകത്തിൽ ചേർത്തിരിക്കുന്നത്. സിനിമാ മംഗളത്തിൽ ഇത് പരമ്പരയായി പ്രസിദ്ധീകരിച്ചിരുന്ന കാലത്ത് സിനിമാരംഗത്തെ പ്രമാണിമാരും സംഘടനകളും ശക്തിയായി പ്രതിഷേധിച്ചിരുന്നു.

സ്വന്തം അനുഭവങ്ങൾ തുറന്നു പറയാൻ ആരുടെയും അനുവാദം ആവശ്യമില്ലാത്തതുകൊണ്ട് എതിർപ്പുകളെ അവഗണിക്കുകയായിരുന്നു.

സത്യത്തിന്റെ മുഖം വികൃതമായി തോന്നിയാൽ അതിന്റെ കുറ്റം ലേഖകന്റേതല്ല, സിനിമാ രംഗത്തിന്റേതാണ്.

മധു വൈപ്പന

ഉള്ളടക്കം

വിജയശ്രീയുടെ മരണം....11
മരണമില്ലാത്ത വയലാർ....58
അസംബന്ധ നാടകത്തിലെ താന്തോന്നി കഥാനായകൻ.69
അഗ്നിസ്നാനം....85
ആയിരത്തിലൊരുവൻ....100
കത്തിക്കരിഞ്ഞ തീപ്പന്തം....110
നിഷേധിയുടെ അവസരങ്ങൾ....115
ഒരാത്മാർത്ഥ സുഹൃത്ത്....125
ആമസോൺ വനിത....135
യാരോ ഒരാൾ....140
നീലക്കുറിഞ്ഞി....146
ഉച്ചയ്ക്ക് വിടർന്ന നാലുമണിപ്പൂ....157
നേരത്തേ പുറപ്പെട്ട സഞ്ചാരി....162
സൂപ്പർ നായിക....172
കോവൈ ഭാരതിയുടെ അഹങ്കാരം....194
ജീവിക്കാൻ മറന്നുപോയ സ്ത്രീ....209
ആകാശം നിഴലിക്കുന്ന മഞ്ഞുതുള്ളി....218
കവിയൂരമ്മ....235
ഉർവശി ശോഭയുടെ മരണം....243
ആദ്യം കണ്ട ഷൂട്ടിംഗ്....256
ലക്ഷ്മികാന്തൻ കൊലക്കേസ്....265
ലഹരിയിൽ മുങ്ങിപ്പോയ പ്രതിഭകൾ....270
ഹിറ്റ്മേക്കർ....275

ആന്റി സിനിമ..280
'മിസ'യും ബഹദൂറും..289
ടെക്നീഷ്യൻമാർക്കുവേണ്ടി..294
ജയലളിത..299
ഗോഡ്മാൻ..304
അലസിപ്പോയ വിപ്ലവം..309
ബിഗ് ഫൈറ്റ്..314
ആക്ഷൻ ഹീറോ..319
അടവറിയാത്ത പോരാളികൾ..328
സകലകലാവല്ലഭൻ..333
കാലിടറിയ നായികമാർ..339
യേശുദാസിന്റെ പ്രസക്തി..344
ദു:ഖപുത്രി..363
അവിടെയും ഇവിടെയും..368
ലക്ഷ്മീമോഹനം..373
മലയാളത്തിന്റെ ഏക ക്ലാസിക് സംവിധായകൻ..378
സിനിമയ്ക്കുള്ളിലെ സിനിമ..392
ആൻണിപ്പാടിന്റെ സംവിധാനം..396
ഉർവ്വശി ഭാരതി..400
ചുഴിയിൽപ്പെട്ട സലാം..404
ആദ്യത്തെ സമ്മാനം..408
പരിണാമഗുപ്തി..414

വിജയശ്രീയുടെ മരണം

മുട്ട് കേട്ട് വാതിൽ തുറന്നു. ആജാനുബാഹുവായ ഒരു ഇരുണ്ട മധ്യവയസ്കൻ, കാക്കി പാന്റും വെള്ള സ്ലാക്ക് ഷർട്ടും കൈയിലൊരു ഡയറിയും.

''ഞാൻ ക്രൈംബ്രാഞ്ച് സി.ഐ.ഡിയാണ്. ഡി.വൈ.എസ്.പി. വി.എൻ. പാർത്ഥസാരഥി'' - എന്റെ ഹൃദയമിടിപ്പിന്റെ താളം തെറ്റി എന്നത് സത്യം എങ്കിലും അത് മുഖത്ത് കാണിക്കാതിരിക്കാൻ ശ്രദ്ധിച്ചു.

1974 ഏപ്രിൽ 25 വ്യാഴാഴ്ച ഉച്ചതിരിഞ്ഞ് മൂന്നുമണിയായിക്കാണും.

മദ്രാസിലെ എഗ്മൂറിലുള്ള നാന ഓഫീസാണ്. പോലീസ് കമ്മീഷണേഴ്സ് ഓഫീസ് റോഡിൽ, ഉടുപ്പി ഹോം എന്ന വൻകിട ഹോട്ടലിന് തൊട്ടടുത്ത് 12 എ നമ്പരിലുള്ള കെട്ടിടത്തിന്റെ മുകളിലത്തെ നില. മുൻവശത്ത് കുങ്കുമം, കേരളശബ്ദം, നാന എന്നീ വാരികകളുടെയും മരന്നു നിർമ്മാണക്കമ്പനിയായ എസ്മാലിയോ പെർഫ്യൂമറി എന്റർപ്രൈസസിന്റെയും ബോർഡുകൾ ഉണ്ടായിരുന്നു.

ആഗതനെ ഞാൻ അകത്തേക്ക് ക്ഷണിച്ചു. ഞാനപ്പോൾ അവിടെ ഒറ്റയ്ക്കായിരുന്നില്ല. എന്റെ ഫോട്ടോഗ്രാഫർ ധർമ്മൻ കൊടുങ്ങല്ലൂരും കൽക്കത്ത സുഹൃത്ത് ശത്രുഘ്നനും കൂടാതെ ഓഫീസ് മാനേജർ രാമസ്വാമിയും ഒരു പ്യൂണും അവിടെയുണ്ടായിരുന്നു. അതായിരിക്കാം എനിക്ക് ധൈര്യം നൽകിയത്. എന്നെ പോലീസ് വിളിച്ചുകൊണ്ടു പോയാൽ ബാക്കി കാര്യങ്ങൾ നോക്കാൻ ആളുണ്ടല്ലോ.

ഞാൻ നൽകിയ കസേരയിലിരുന്നിട്ട് അദ്ദേഹം ഡയറി മേശപ്പുറത്ത് വെച്ചു. യൂണിഫോം ധരിച്ചിരുന്നില്ലെങ്കിലും ഒരു പോലീസ് ഓഫീസറുടെ ആകാരവും ഗൗരവഭാവവുമെല്ലാം അദ്ദേഹത്തിനുണ്ടായിരുന്നു.

ധർമ്മനും ശത്രുഘ്നനും ഞങ്ങളുടെ അടുത്തുവന്ന് നിന്നു. ആ

സമയത്ത് എവിടെനിന്നോ എനിക്ക് ധൈര്യം കിട്ടി. യാതൊരു കുറ്റവും ചെയ്തിട്ടില്ലാത്ത ഞാനെന്തിന് പോലീസിനെ പേടിക്കണം. പത്രപ്രവർത്തകൻ അപകടങ്ങളിലൂടെ സഞ്ചരിക്കേണ്ട ആളാണ്. അയാൾ ലോകത്തിലൊരു ശക്തിക്കും കീഴടങ്ങിക്കൂടാ. ഏതു ഉന്നതന്റെയും മുമ്പിൽ തലയുയർത്തിനിന്ന് ചോദ്യങ്ങളെറിഞ്ഞ് അവരെ കീഴ്പ്പെടുത്തേണ്ട ജോലിയാണ് അവന്റേത്. താൻ കണ്ടെത്തുന്ന വാർത്താ പ്രാധാന്യമുള്ള എന്തും സത്യസന്ധമായി എഴുതണം. അയാൾക്ക് പല പ്രതിബന്ധങ്ങളെയും അഭിമുഖീകരിക്കേണ്ടതായി വരും, ധാരാളം ആരാധകരോടൊപ്പം കുറേ ശത്രുക്കളും ഉണ്ടാകാതിരിക്കില്ല, പോലീസിനെയും കൂലിഗുണ്ടകളെയും നേരിടേണ്ടതായി വന്നേക്കാം, ഇതൊക്കെയാണല്ലോ ഈ ജോലിയുടെ ത്രിൽ.

അദ്ദേഹം നാന വാരികയുടെ ഒരു കോപ്പി എടുത്ത് മേശപ്പുറത്ത് വച്ചു. അതു തുറന്ന് ഞാനെഴുതിയ ഒരു ലേഖനം എന്നെ കാണിച്ചു. വിജയശ്രീയുടെ മരണത്തെക്കുറിച്ച് ഞാനെഴുതിയ സചിത്രലേഖനമായിരുന്നു അത്.

''ഈ ഫോട്ടോ എങ്ങനെ എടുത്തു?'' അദ്ദേഹം ചോദിച്ചു.

''പോസ്റ്റുമോർട്ടം തിയേറ്ററിൽ കയറി എടുത്തതാണ്'' - ഞാൻ പറഞ്ഞു.

''എന്തിന് എടുത്തു?'' അടുത്ത ചോദ്യം.

''ഈ വാരികയിലടിക്കാൻ'' - ഞാൻ

''ആരാണിതെടുത്തത്?'' വീണ്ടും ചോദ്യം.

അടുത്തു നിന്നിരുന്ന ധർമ്മനെ ചൂണ്ടിക്കാട്ടി ഞാൻ പറഞ്ഞു: ''ഇതാ ഇയാളാണ് ഈ പടങ്ങൾ എടുത്തത്.''

''ഇക്കാര്യത്തിൽ നിങ്ങൾ ഇത്ര വലിയ താൽപര്യം കാണിക്കുന്നത് എന്തിനാണ്?'' ചോദ്യം.

''മറ്റൊരു വാരികയ്ക്കും കിട്ടാത്ത വാർത്തകളും ചിത്രങ്ങളും പ്രസിദ്ധീകരിച്ചാലേ ഞങ്ങളുടെ വാരികയ്ക്ക് പ്രചാരം ലഭിക്കൂ''.

അദ്ദേഹം ആ മറുപടി അംഗീകരിച്ച മട്ടിൽ തലകുലുക്കിയെങ്കിലും കൂടുതൽ ഗൗരവപൂർണ്ണായ ഒരു ചോദ്യം എടുത്തിട്ടു. ''മോർച്ചറിയിൽ നിന്ന് ശവം ഏറ്റെടുക്കുമ്പോൾ നിങ്ങൾ ഒപ്പിട്ടുകൊടുത്തോ?''

''ഒപ്പിട്ടു'' - ഞാൻ

''നിങ്ങൾ എന്തിന് ഒപ്പിട്ടു'' - ചോദ്യം.

''ഒപ്പിടാൻ ഉത്തരവാദിത്വമുള്ള ആരും അവിടെ ഉണ്ടായിരുന്നില്ല. ഉണ്ടായിരുന്നവർ മടി കാണിക്കുകയും ചെയ്തു. ആരെങ്കിലും ഒപ്പിട്ട് ഏറ്റെടുക്കാതെ ശവം കിട്ടുകയില്ലല്ലോ. അതുകൊണ്ട് ഞാനും മറ്റൊരു പത്രപ്രവർത്തകനായ നടരാജനും ഒപ്പിട്ടു.''

കുറച്ചുനേരം അദ്ദേഹം എന്തോ ആലോചിച്ചിരുന്നു. ഈ സമയത്ത് ഞാൻ കൂടുതൽ ധൈര്യം സമ്പാദിച്ചു.

''ഈ മരണം എങ്ങനെയാണെന്ന് തോന്നുന്നു?'' അദ്ദേഹം ചോദിച്ചു.

''ആത്മഹത്യയാണെന്ന് തോന്നുന്നു'' - ഞാൻ.

''എനിക്കും അങ്ങനെയാ തോന്നുന്നത്. പത്രങ്ങളിൽ കൊലപാതകമാണെന്നും മറ്റുമുള്ള വാർത്തകൾ വരുന്നതുകൊണ്ട് കൂടുതൽ അന്വേഷിക്കുന്നുവെന്ന് മാത്രം'' - അദ്ദേഹം.

ഞാൻ പറഞ്ഞു: ''സാർ നമ്മൾ രണ്ടും ചെയ്യുന്നത് ഒരേ ജോലിയാണ്, സത്യം അന്വേഷിക്കുന്നു. താങ്കൾക്ക് യൂണിഫോമുണ്ട്, എനിക്ക്

അതില്ല. താങ്കൾക്ക് അറസ്റ്റ് ചെയ്യാനുള്ള അധികാരമുണ്ട്, എനിക്ക് അതില്ല. പക്ഷേ, ഈ രംഗത്ത് കൂടുതൽ കാര്യങ്ങൾ അറിയും. ആവശ്യമെങ്കിൽ കൂടുതൽ അന്വേഷിച്ച് എനിക്ക് കിട്ടുന്ന വിവരങ്ങൾ താങ്കളെ അറിയിക്കാം.'' - ഞാൻ വളച്ചുകെട്ടാതെ പറഞ്ഞു.

''ആവശ്യം വന്നാൽ ഇനിയും വരാ''മെന്നു പറഞ്ഞിട്ട് അദ്ദേഹം ഡയറി എടുത്ത് എണീറ്റു. ഞാനദ്ദേഹത്തെ വാതിൽക്കൽവരെ അനുഗമിച്ചു.

സത്യത്തിൽ എന്റെ ഹൃദയമിടിപ്പ് ക്രമത്തിലായത് അപ്പോഴാണ്.

എനിക്ക് എങ്ങനെ ഇത്രയും ധൈര്യം കിട്ടിയെന്ന് സ്വയം അത്ഭുതപ്പെട്ടുപോയി. എന്റെ കൂട്ടുകാർ അവിടെ ഉണ്ടായിരുന്നതാണോ കാരണം; അതോ ഒന്നും മറച്ചുവയ്ക്കേണ്ട ആവശ്യം ഇല്ലാത്തതോ? ഞാൻ കുറ്റമൊന്നും ചെയ്തിട്ടില്ലെന്ന ഉത്തമവിശ്വാസവും പ്രധാന കാരണമായിരുന്നു.

അന്നുതന്നെ ഞാൻ നടരാജന്റെ വീട്ടിലെത്തി.

''നടരാജാ, എന്നെ അന്വേഷിച്ച് പോലീസ് വന്നു, നടരാജനെ അനേഷിച്ചും വന്നേക്കും'' ഞാൻ മുന്നറിയിപ്പ് നൽകി.

എന്തിനാണ് ഞാൻ ഇതൊക്കെ ചെയ്തത്? പത്രപ്രവർത്തനത്തിന്റെ ത്രിൽ അതിലെ റിസ്കാണ്.

*****

1974 മാർച്ച് 17-ാം തീയതി വൈകുന്നേരം വിജയശ്രീ മരിച്ചു. പിറ്റേന്ന് വെളുപ്പാൻകാലത്ത് എന്നെ വന്ന് വിളിച്ചുണർത്തി ഈ വാർത്ത അറിയിച്ചത് സിനിമാ മാസിക ലേഖകൻ നടരാജനാണ്. മദ്രാസിൽ എന്റെ ഏറ്റവും ആത്മാർത്ഥയുള്ള സുഹൃത്ത്. ദക്ഷിണേന്ത്യൻ സിനിമയുമായി ഏറ്റവും അടുപ്പമുള്ള വ്യക്തി. എം.ജി.ആറും ശിവാജി ഗണേശനും ഉൾപ്പെടെ ഏതു പ്രമാണിയുടെ വീട്ടിലും കടന്നുചെല്ലാൻ സ്വാതന്ത്ര്യമുള്ള പത്രപ്രവർത്തകൻ. സിനിമാരംഗത്ത് നടരാജൻ അറിയാത്ത ഉള്ളുകളികളില്ല. തന്റെ സുഹൃത്തുക്കളെയെല്ലാം നടരാജൻ എനിക്ക് പരിചയപ്പെടുത്തിത്തന്നിരുന്നു. എന്റെ ജോലിയിൽ എനിക്ക് ആദ്യം മുതലേ തുണയും അദ്ദേഹമായിരുന്നു.

ധീരനായ നടരാജനാണ് അന്ധാളിച്ചുനിൽക്കുന്നത്.

''വിജയശ്രീ മരിച്ചു, ശവം ജനറൽ ആശുപത്രിയിലുണ്ട്''- നടരാജൻ പറഞ്ഞു.

വേഗം ഡ്രസ്സ് മാറി ഞാനും ഇറങ്ങി.

നടരാജന് ബൈക്കുണ്ടായിരുന്നു. അതിൽ ഞങ്ങൾ ഒന്നിച്ചാണ് മദ്രാസിലെ യാത്ര അത്രയും....

സെൻട്രൽ സ്റ്റേഷനിൽനിന്നും വാങ്ങിയ പത്രത്തിൽ ആ വാർത്തയുണ്ടായിരുന്നു. ഇന്നലെ സ്വന്തം വീട്ടിൽവച്ച് വിജയശ്രീ വിഷം കഴിച്ചെന്നും ആശുപത്രിയിലേക്ക് കൊണ്ടുപോകുന്ന വഴിക്ക് മരിച്ചെന്നുമായിരുന്നു വാർത്ത.

സതേൺ റെയിൽവേ ഹെഡ് ക്വാർട്ടേഴ്സിന് എതിർവശത്തുള്ള ജനറൽ ആശുപത്രിയിലെ മോർച്ചറിയുടെ വാതിൽക്കൽ ഞങ്ങളെത്തി. അവിടെയുള്ള ബഞ്ചിൽ ചെറുപ്പക്കാരനായ ഒരു തമിഴൻ ദു:ഖിതനായി ഇരിക്കുന്നു. നടരാജന് ആളെ അറിയാം.

കർപ്പകം സ്റ്റുഡിയോ ഉടമയും തമിഴിലെ പ്രശസ്ത സംവിധായക

നുമായ കെ.എസ്. ഗോപാലകൃഷ്ണന്റെ അനുജൻ കാശി ആയിരുന്നു അത്. കെ.ആർ. വിജയ, വിജയശ്രീ മുതലായവർക്ക് ആദ്യമായി അഭിനയിക്കാൻ അവസരം നൽകിയ കെ.എസ്.ജിയുടെ അനുജൻ.

കാശി സുന്ദരനല്ല, ഭാര്യയും കുട്ടികളും ഉള്ള ആളാണ്, എങ്കിലും വിജയശ്രീയെ ആത്മാർത്ഥമായി പ്രേമിച്ചിരുന്നു.

വിജയശ്രീയുടെ അച്ഛനമ്മമാരോ സഹോദരങ്ങളോ അവിടെ ഉണ്ടായിരുന്നില്ല. ശവം മോർച്ചറിയിലാക്കിയിട്ട് അവരെല്ലാം സ്ഥലം വിട്ടിരിക്കുന്നു.

പോസ്റ്റുമോർട്ടത്തിനായി തലയോടും ശരീരവും വെട്ടിപ്പിളർക്കുന്ന അറ്റൻഡർ അറുമുഖത്തെ ഞങ്ങൾക്ക് നേരത്തേ തന്നെ പരിചയമുണ്ടായിരുന്നു. കേരളത്തിൽ വന്നിട്ട് ഡൽഹിയിലേക്ക് മടങ്ങുന്ന കേണൽ ബാലചന്ദ്രൻ നായർ മദ്രാസ് സെൻട്രൽ സ്റ്റേഷനിൽ വച്ച് ഹൃദയസ്തംഭനം മൂലം മരിച്ചപ്പോൾ ഞാനും നടരാജനും കൂടിയാണ് ഈ മോർച്ചറിയിലെത്തിയത്. അന്നത്തെ വലിയ തുകയായ അഞ്ചു രൂപയുടെ ഒരു പച്ചനോട്ട് അറുമുഖത്തിന് കൊടുത്തിട്ടാണ് ഞങ്ങളന്ന് മോർച്ചറിയിൽ കയറി കേണലിന്റെ ശവശരീരം കണ്ടത്. അതേ തുക വാങ്ങി അയാൾ ഞങ്ങളെ മോർച്ചറിക്കകത്തുകയറ്റി.

കച്ചത്തുണിയിൽ പൊതിഞ്ഞ കുറെ ശവശരീരങ്ങൾ തട്ടുകളിലും കുറേയെണ്ണം തറയിലും കിടപ്പുണ്ടായിരുന്നു. തറയിൽ കിടന്ന ഒരു ശവം അയാൾ വലിച്ച് ഞങ്ങളുടെ മുമ്പിൽ കൊണ്ടുവന്ന് മുഖത്തുനിന്നും തുണി മാറ്റി. അത് വിജയശ്രീയായിരുന്നു.

കേരളത്തിലെ ലക്ഷക്കണക്കിന് സിനിമാപ്രേമികളുടെ ആരാധനാപാത്രമായ വിജയശ്രീ ഇതാ ഇവിടെ ഈ തറയിൽ വെറുങ്ങലിച്ചുകിടക്കുന്നു.

മുഖത്ത് തീരെ രക്തമയമില്ല, അൽപം കരുവാളിച്ചിട്ടുണ്ട്. മുഖക്കുരുക്കൾ കൂടുതൽ കറുത്ത് തെളിഞ്ഞുകിടക്കുന്നു. വായുടെ വലത്തെ കോണിൽനിന്ന് ചെറിയൊരു രക്തച്ചാൽ.

ഇതാണോ വിജയശ്രീ? യുവലക്ഷങ്ങളുടെ ഉറക്കം കെടുത്തിയിരുന്ന മാദകസുന്ദരി. അനാഥമായി, പല ദിവസങ്ങളായി ചീഞ്ഞുനാറുന്ന പല ശവങ്ങളുടെയിടയിൽ വെറും സിമന്റു തറയിൽ. ഇവിടെ എന്തൊരു നാറ്റം. ഞങ്ങൾ വേഗം പുറത്തുകടന്നു. വാതിൽ അടച്ചിട്ട് അറുമുഖവും ഞങ്ങളുടെ അടുത്തെത്തി.

മുമ്പ് കേണലിന്റെ കാര്യത്തിൽ പറഞ്ഞത് ഞങ്ങൾ ആവർത്തിച്ചു. ''തല പിളർക്കുമ്പോൾ മുഖം വൃത്തികേടാകരുത്. ആ വിധത്തിൽ തുന്നിക്കെട്ടണം.''

അയാൾ സമ്മതിച്ചു. ''എല്ലാം ഞാനേറ്റിരിക്കുന്നു. നിങ്ങൾ ഒരു ശവപ്പെട്ടി കൊണ്ടുവരണം. അക്കൂടെ കുറേ ബാന്റേജും ക്ലോത്തും പഞ്ഞിയും ഉപ്പും കർപ്പൂരവും സെന്റും കൊണ്ടുപോരെ.''

കാശിയുടെ കാറിൽ ഞങ്ങൾ ശവപ്പെട്ടിക്കടയിൽ പോയി നല്ലൊരു പെട്ടി വെള്ളത്തുണി കൊണ്ടു പൊതിഞ്ഞ് തയ്യാറാക്കാൻ ഏർപ്പാട് ചെയ്തു. പെട്ടിയുടെ വിലയായി നൂറുരൂപ കാശിയാണ് കൊടുത്തത്. വേഗം മറ്റു സാധനങ്ങളും മോർച്ചറിയിലെത്തിച്ചു. ഇത്രയൊക്കെ ആയപ്പോഴേക്കും ഉച്ചയായി.

അപ്പോഴും വിജയശ്രീയുടെ ബന്ധുക്കളാരും എത്തിയിരുന്നില്ല. നടി ഖദീജയും നടൻ സുധീറുമാണ് ആദ്യമെത്തിയത്. അവർക്ക് പിറകെ

നടൻ രവികുമാറിന്റെ അമ്മ ഭാരതി മേനോനും ജയഭാരതിയുടെ അമ്മ ശാരദാമ്മയും വന്നു. ശവശരീരത്തിൽ ധരിപ്പിക്കാനുള്ള വെള്ളസാരിയും വെള്ള ബ്ലൗസും അവർ കൊണ്ടുവന്നിരുന്നു.

ചില പോലീസുകാർ അവിടെ നിൽപ്പുണ്ടായിരുന്നു. ഈ സമയത്ത് എത്തിയ തമിഴ് പത്രപ്രവർത്തകരായ പാണ്ഡ്യനോടും ഡയലിനോടും ഞാൻ വിജയശ്രീയുടെ കഥകളെല്ലാം പറഞ്ഞുകൊടുത്തു.

അറുമുഖം വന്ന് എന്നെയും നടരാജനെയും പോസ്റ്റുമോർട്ടം നടത്തുന്നതിന്റെ അടുത്തുള്ള മുറിയിലേക്ക് ക്ഷണിച്ചു. അവിടെ മാർബിൾ സ്ലാബുള്ള മേശയിൽ വിജയശ്രീയുടെ പൂർണനഗ്നമായ ശരീരം കിടക്കുന്നു, കാറ്റുപോയ ബലൂൺ പോലെ. അടുത്തൊരു മേശയിൽ മൂന്നുനാലു കുപ്പികളിലായി ആ ശരീരത്തിൽനിന്നും മുറിച്ചെടുത്ത അവയവ സാമ്പിളുകൾ ഇരിക്കുന്നു.

മൃതദേഹത്തിൽ വസ്ത്രം ധരിപ്പിക്കാൻ ഭാരതിമേനോനും ശാരദാമ്മയും അകത്തേക്ക് വന്നപ്പോൾ ഞങ്ങൾ പുറത്തിറങ്ങി. ഈ സമയത്ത് ഒരു എയർബാഗിൽ ഒളിപ്പിച്ച ക്യാമറയുമായി എന്റെ ഫോട്ടോഗ്രാഫർ ധർമ്മൻ കൊടുങ്ങല്ലൂരും എത്തി.

ശവശരീരത്തിൽ വസ്ത്രം ധരിപ്പിച്ചു കഴിഞ്ഞ ഉടൻ ഞാനും ധർമ്മനും അകത്തുകടന്ന് കതക് കുറ്റിയിട്ടു. എയർബാഗിൽ ഒളിപ്പിച്ചിരുന്ന ക്യാമറ പുറത്തെടുത്ത് മൂന്ന് വിവിധ ആങ്കിളുകളിൽ ചിത്രങ്ങളെടുത്തു. ക്യാമറ ബാഗിൽ ഒളിപ്പിച്ച് വേഗം കുറ്റിയെടുത്ത് പുറത്തിറങ്ങുകയും ചെയ്തു.

ഇത്രയുമായപ്പോൾ മലയാള ചലച്ചിത്ര പരിഷത്ത് സെക്രട്ടറിയും വിജയശ്രീയെ നായികയാക്കി അനേകം ചിത്രങ്ങൾ സംവിധാനം ചെയ്തിട്ടുള്ള എ.ബി. രാജും നടൻ ബഹദൂറും ഡോ. രാമൻകുട്ടിയും എത്തി. ശവം ഏറ്റുവാങ്ങേണ്ട ബന്ധുക്കളാരും എത്തിയിട്ടില്ല. പരിഷത്ത് സെക്രട്ടറിയും ദൂരെ മാറിനിൽക്കുകയാണ്. ഞാൻ അദ്ദേഹത്തിന്റെ അടുത്തു ചെന്ന് ചോദിച്ചു:

''നിങ്ങളൊക്കെ സിനിമാക്കാരുടെ നേതാക്കന്മാരാണെന്ന് പറഞ്ഞു നടക്കുന്നല്ലോ. ഇതുവരെ എവിടെയായിരുന്നു?''

അദ്ദേഹം ഒപ്പിടാൻ മുന്നോട്ടുവന്നില്ല.

ഞാൻ നടരാജനോട് പറഞ്ഞു: ''ഒപ്പിടാനാരുമില്ലല്ലോ, ശവം പുറത്തെടുക്കുകയും വേണം, നമുക്ക് ഒപ്പിടാം. കോടതി കയറേണ്ടിവന്നാൽ കയറണമെന്നല്ലേയുള്ളൂ.''

ആദ്യം നടരാജൻ ഒപ്പിട്ടു, രണ്ടാമത് ഞാനും. ഞങ്ങളെ തുടർന്ന് എ.ബി. രാജും രാമൻകുട്ടിയും വന്ന് ഒപ്പിട്ടു. വെള്ള വസ്ത്രങ്ങളണിഞ്ഞ വിജയശ്രീയെ വെള്ള ശവപ്പെട്ടിയിൽ എടുത്ത് ആംബുലൻസിൽ കയറ്റി. പരിഷത്ത് സെക്രട്ടറിയും കാറുള്ള മറ്റുള്ളവരും അനുഗമിച്ചു, ഏറ്റവും പിറകിലായി ബൈക്കിൽ ഞാനും നടരാജനും.

വിജയശ്രീയുടെ വീട്ടിൽ ധാരാളം സിനിമാക്കാർ തടിച്ചുകൂടിയിട്ടുണ്ടായിരുന്നു. അകത്ത് ഹാളിൽ ഷീല ഉൾപ്പെടെയുള്ള സ്ത്രീകൾ വട്ടമിട്ടിരിക്കുന്നു. വിജയശ്രീയുടെ അമ്മ വിജയമ്മ ഭിത്തിയിൽ ചാരിയിരുന്നു കരയുന്നുണ്ട്. പെട്ടിയുടെ പിറകെ നടരാജനും അകത്തേക്ക് കയറി. നടരാജനെ കണ്ട വിജയമ്മ - ''ദാ നടരാജൻ. ഈ പത്രക്കാരൊക്കെ കൂടെയാണേ എന്റെ മകളെ കൊന്നത്'' എന്ന് അലറിവിളിച്ചു.

അകത്തേക്കു വച്ച കാൽ നടരാജൻ പിൻവലിച്ചു. ഞാൻ പിറകി

ൽനിന്ന് നടരാജനെ വലിച്ചു. നടരാജന്റെ മുഖം വിളറിയിരുന്നു. മുറ്റത്ത് ഞങ്ങളങ്ങനെ നിൽക്കുമ്പോൾ ചില എതിരാളികൾ ഞങ്ങളെ തുറിച്ചു നോക്കുന്നുണ്ടായിരുന്നു.

'മലയാളനാട്' വാരികയുടെ ഉടമസ്ഥനും സിനിമാ നിർമ്മാതാവുമായ എസ്.കെ. നായർ എന്റെ ചെവിയിൽ രഹസ്യമായി പറഞ്ഞു: "മധു, ആ തള്ള പത്രക്കാരെയാ ചീത്ത പറയുന്നത്".

ഞാൻ നടരാജന്റെ ചെവിയിൽ പറഞ്ഞു: "നടരാജാ, നമ്മുടെ ജോലി കഴിഞ്ഞു, ഇനി പ്രസ്താവനകളുമായി ഓരോരുത്തർ എത്തും, നമുക്ക് അതു വേണ്ട, വേഗം സ്ഥലംവിടാം."

ഞങ്ങൾ പിന്നെ അവിടെ നിന്നില്ല. നാനയുടെ തിരുവനന്തപുരം ഓഫീസിലേക്ക് ഒരു ടെലിഗ്രാം അടിച്ചു: "പത്തു പേജ് മാറ്റിയിടുക, മാറ്റർ പ്ലെയിനിൽ അയക്കുന്നു". ധർമ്മൻ ചിത്രങ്ങൾ കൊണ്ടുവന്നു. നടരാജന്റെ വീട്ടിലിരുന്ന് ഞാൻ നാനയ്ക്ക് രണ്ട് റിപ്പോർട്ടുകൾ എഴുതി, മീനമ്പാക്കം വിമാനത്താവളത്തിലെത്തി അന്നുതന്നെ പോസ്റ്റു ചെയ്തു.

രാത്രിയായി, അതുവരെ ഒന്നും കഴിച്ചിട്ടില്ല. ഹോട്ടലിൽ കയറിയെങ്കിലും ഒന്നും കഴിക്കാൻ തോന്നിയില്ല.

ഈ സമയത്ത് നാനയുടെ വില 90 പൈസയായിരുന്നു. എന്നാൽ അടുത്ത ലക്കം പലരും ബ്ലാക്കിൽ 5 രൂപയ്ക്കാണ് വാങ്ങിയത്.

*****

റാണിചന്ദ്രയാണ് വിജയശ്രീയുടെ അമ്മ എന്നെ അന്വേഷിക്കുന്നുവെന്ന് പറഞ്ഞത്.

നാനയുടെ മദ്രാസ് ഓഫീസിൽ ടെലിഫോൺ ഇല്ലായിരുന്നു.

തന്റെ മകളെ പത്രക്കാരാണ് കൊന്നതെന്ന് ആരോപിച്ച അവരെന്തിന് എന്നെ അന്വേഷിക്കണം എന്ന് ഞാൻ അത്ഭുതപ്പെട്ടു. മകൾ മരിച്ച് ഒരാഴ്ച തികയുന്നതിനുമുമ്പേ അവർ റാണിയെ വിളിച്ചുതുടങ്ങി.

റാണി സിനിമയിൽ ഉദിച്ചുയരുന്ന നായികയാണ്. വിജയശ്രീയുടെ അടുത്ത കൂട്ടുകാരിയുമാണ്. പത്രപ്രവർത്തകനെന്ന നിലയിൽ ഞാൻ മദ്രാസിൽ നേരിട്ടുകൊണ്ടിരുന്ന എതിർപ്പുകൾ പലതും റാണിക്ക് അറിയാമായിരുന്നു. റാണി തന്നെ എനിക്ക് ചില സൂചനകൾ തന്നിട്ടുള്ളതുമാണ്.

എന്നെ കാണണമെന്ന് പറഞ്ഞ് ആ സ്ത്രീ എന്നും റാണിയെ വിളിക്കും, അതുപറയാൻ റാണി എന്നും നാന ഓഫീസിൽ വരും. പക്ഷേ റാണി വന്നപ്പോഴൊന്നും ഞാനവിടെ ഇല്ലായിരുന്നു. എനിക്ക് എന്തെങ്കിലും അപകടം പറ്റിയിരിക്കുമോ എന്ന് റാണി ഉൽകണ്ഠപ്പെട്ടിരിക്കുമ്പോഴാണ് ഞാൻ അങ്ങോട്ടുവിളിച്ചത്. അത് മാർച്ച് 30-ാം തീയതിയായിരുന്നു.

"വിജയശ്രീയുടെ അമ്മ മധുവിനെ അത്യാവശ്യമായി കാണണമെന്നു പറഞ്ഞ് എന്നെ എന്നും വിളിക്കുന്നു"- റാണി പറഞ്ഞു.

"ശരി കണ്ടോളാം"- എന്ന് ഞാൻ സമ്മതിച്ചു.

പക്ഷെ എന്റെ മനസ്സിൽ പല സംശയങ്ങളും ഉദിച്ചു.

വിജയശ്രീ മരിച്ചിട്ട് രണ്ടാഴ്ച പോലും തികഞ്ഞിട്ടില്ല. അവരുടെ അമ്മയും ഞാനും തമ്മിൽ മുമ്പ് രണ്ടോ മൂന്നോ പ്രാവശ്യമേ കണ്ടിട്ടുള്ളൂ. വിജയശ്രീയേയും നാന വാരികയേയും പ്രതിയാക്കി ഉദയാ

സ്റ്റുഡിയോ ഉടമസ്ഥനും സിനിമാ നിർമ്മാതാവുമായ കുഞ്ചാക്കോ ഫയൽ ചെയ്ത രണ്ടാമത്തെ കേസ് കോടതിയിലുണ്ട്.

ഇതൊരു കെണി ആയിരിക്കുമോ?

പ്രശസ്തയായ ഒരു നടി മരിച്ച വീടാണ്. അവിടെ ധാരാളം സന്ദർശകർ വരും. മാത്രമല്ല ആ വീട് പോലീസ് നിരീക്ഷണത്തിലും ആയിരിക്കാം.

ഒറ്റയ്ക്ക് അവിടെ പോകുന്നതിൽ റിസ്ക്കുണ്ട്.

*****

അസ്വാഭാവികമായ മരണമായി ഒരു കേസ് രജിസ്റ്റർ ചെയ്തതിനു ശേഷമാണ് പോലീസ് ശവശരീരം പോസ്റ്റുമോർട്ടം പരിശോധനയ്ക്ക് അയച്ചത്.

അടുത്ത ദിവസത്തെ മലയാളത്തിലും തമിഴിലുമുള്ള പത്രങ്ങൾ വിജയശ്രീയുടെ മരണവാർത്ത വളരെ പ്രാധാന്യത്തോടെ പ്രസിദ്ധീകരിച്ചു.

നടരാജൻ വഴിക്ക് എനിക്കു ലഭിച്ച തമിഴ് പത്രസുഹൃത്തുക്കളായ അലങ്കാശൈ മണി, ചിത്രാലയ ഡയൽ, പാണ്ഡ്യൻ മുതലായവർ ഞാൻ പറഞ്ഞുകൊടുത്ത കഥകൾ പൊടിപ്പും തൊങ്ങലും ചേർത്ത് സസ്പെൻസ് ത്രില്ലറായി എഴുതിവിട്ടു. അതിന്റെ ചുരുക്കം ഇതായിരുന്നു:

മാർച്ച് 17-ാം തീയതി ഉച്ചയ്ക്ക് മെരിലാന്റ് സ്റ്റുഡിയോ ഉടമയും നിർമ്മാതാവും സംവിധായകനുമായ പി. സുബ്രഹ്മണ്യം വിജയശ്രീക്കും കുടുംബാംഗങ്ങൾക്കും ഒരു വിരുന്നു നിൽകി. അതോടൊപ്പം അദ്ദേഹം വിജയശ്രീയെ തന്റെ അടുത്ത ചിത്രത്തിലെ നായികയാക്കി കരാർ ഒപ്പിടുവിച്ച് അഡ്വാൻസായി 7000 രൂപയും കൊടുത്തു. വീട്ടിൽ മടങ്ങിയെത്തിയ വിജയശ്രീ വളരെ സന്തോഷവതിയായിരുന്നു.

തന്റെ വീട്ടിൽ അതിഥികളായി താമസിക്കുന്ന കാസിം സേട്ടിന്റെയും ഭാര്യ നസീമയുടെയും ആറുവയസ്സായ കുട്ടിയുമായി വിജയശ്രീ കളിച്ചുകൊണ്ടിരിക്കുമ്പോൾ ഒരു ഫോൺകാൾ വന്നു. വിജയശ്രീക്ക് സ്വയം ഫോൺ അറ്റന്റ് ചെയ്യാൻ അനുവാദമില്ലായിരുന്നു. അമ്മയാണ് രണ്ടുതവണ അത് എടുത്തത്. പക്ഷെ രണ്ടുതവണയും കട്ടായിപ്പോയി. മൂന്നാമത്തെ തവണ വിജയശ്രീ തന്നെ ഫോൺ എടുത്തു സംസാരിച്ചു. അതിനുശേഷമാണ് മൂട്ടവിഷം കുടിച്ചത്. ഓക്കാനിക്കുന്ന ശബ്ദംകേട്ട് അമ്മ പടി കയറി ചെല്ലുമ്പോൾ അവൾ കുഴഞ്ഞുകുഴഞ്ഞ് പടിയിറങ്ങി വരുന്നുണ്ടായിരുന്നു.

''നീ പിന്നെയും ചതിച്ചോടി'' - എന്നു ചോദിച്ചുകൊണ്ട് വിജയശ്രീയുടെ വായിൽ അമ്മ തന്റെ വിരലിട്ട് ഛർദ്ദിപ്പിക്കാൻ ശ്രമിച്ചു, പക്ഷേ അവൾ ഛർദ്ദിച്ചില്ല.

രണ്ടാനച്ഛൻ വാസുപിള്ള പി.സുബ്രഹ്മണ്യത്തെ ഏഴുമണിക്കുള്ള കൊല്ലം ട്രെയിനിൽ കയറ്റിവിടാൻ കാറുമായി എഗ്മൂർ സ്റ്റേഷനിൽ പോയിരിക്കുകയായിരുന്നു. അടുത്ത വീട്ടിലെ ശ്രീനിവാസൻ എന്ന ആളിന്റെ കാർ ചോദിച്ചുവാങ്ങി ഒരു നഴ്സിങ്ങ് ഹോമിൽ ചെന്നപ്പോൾ അന്ന് ഞായറാഴ്ച ആയതുകൊണ്ട് അവിടെ ഡോക്ടർ ഇല്ലായിരുന്നു. അതുകൊണ്ട് നേരേ ജനറൽ ആശുപത്രിയിലേക്ക് കൊണ്ടുപോവുകയായിരുന്നു. അങ്ങനെ അരമണിക്കൂർ പോയി. മൗണ്ട് റോഡിൽ രാജാ

ജി ഹാളിനുമുമ്പിൽ എത്തിയപ്പോൾ വണ്ടി ട്രാഫിക് ജാമിൽപ്പെട്ട് വീണ്ടും അരമണിക്കൂർ കിടന്നു. ആ സമയത്ത് മരണം സംഭവിച്ചു. ആശുപത്രിയിലെത്തിച്ചത് ശവശരീരമായിരുന്നു.

ഒരു തമിഴ്പത്രം വിജയശ്രീയുടെ മരണത്തിന് അവർക്കന്നു വിരുന്നു നൽകിയ പി സുബ്രഹ്മണ്യത്തെ ഉത്തരവാദിയായി ചിത്രീകരിക്കുക മാത്രമല്ല, പിറ്റേന്നു രാവിലെ തിരുവനന്തപുരത്തുവെച്ച് അദ്ദേഹത്തെ അറസ്റ്റു ചെയ്തുവെന്നും എഴുതി.

പി. സുബ്രഹ്മണ്യം നൽകിയ ഉച്ചവിരുന്നിൽ വിജയശ്രീയും അവളുടെ കുടുംബാംഗങ്ങളും മാത്രമല്ല, അവരുടെ വീട്ടിൽ അതിഥികളായി താമസിക്കുന്ന കാസിം സേട്ടും അയാളുടെ ഭാര്യ നസീമയും പങ്കെടുത്തിരുന്നുവെന്നും അന്ന് വൈകുന്നേരം വിജയശ്രീക്ക് നസീമയാണ് ചായ കൊടുത്തതെന്നും അതിൽ വിഷം കലർത്തിയിരിക്കാൻ ഇടയുണ്ടെന്നും മറ്റൊരു പത്രം ആരോപിച്ചു.

ഈ കാസിം സേട്ടിനെ ഞാൻ മുമ്പ് നടൻ സുധീറിന്റെ വീട്ടിൽവച്ച് കണ്ടിട്ടുണ്ടായിരുന്നു. വിജയശ്രീ മരിച്ച് രണ്ടുദിവസം കഴിഞ്ഞ് കാസിം സേട്ടിന്റെ ഭാര്യ നസീമയും മൂട്ടവിഷം കഴിച്ചെന്നും തക്കസമയത്ത് വൈദ്യസഹായം ലഭിച്ചതുകൊണ്ട് അവർ രക്ഷപ്പെട്ടുവെന്നും ഒരു തമിഴ്പത്രത്തിൽ റിപ്പോർട്ട് വന്നു.

വിജയശ്രീയുടെ മരണത്തിൽ പങ്കില്ലെങ്കിൽ പിന്നെയെന്തിന് നസീമ വിഷം കഴിക്കണമെന്ന് അവർ ചോദിച്ചു.

ഇനിയൊരു പത്രം നസീമയെ അറസ്റ്റു ചെയ്തുവെന്നും എഴുതി.

ഇതിനിടെ വിജയശ്രീയുടെ തിരുവനന്തപുരത്ത് മണക്കാട്ട് താമസിക്കുന്ന മുത്തച്ഛൻ മാധവപ്പണിക്കരും മുത്തശ്ശി കമലമ്മയും ചേർന്ന് കേരള മുഖ്യമന്ത്രി അച്യുതമേനോന് നൽകിയ പരാതിയിൽ ഇതൊരു കൊലപാതകമാണെന്ന് ആരോപിച്ചു. മരിക്കുന്നതിനുമുമ്പ് വിജയശ്രീ തന്റെ മരണകാരണം കാണിക്കുന്ന കത്തൊന്നും എഴുതിവയ്ക്കാതിരുന്നത് ഈ ആരോപണത്തിന് കാരണമായി അവർ പറഞ്ഞു.

ഇതേത്തുടർന്ന് മുസ്ലീം ലീഗിന്റെ അന്നത്തെ കൊല്ലം ജില്ലാ സെക്രട്ടറി വി.എസ്. തങ്ങൾ ഒരു 'ബോംബ്' പൊട്ടിച്ചു.

വിജയശ്രീയുടെ മരണം ആത്മഹത്യയല്ല, കൊലപാതകമാണെന്നും അതേക്കുറിച്ച് അന്വേഷണം നടത്തണമെന്നും അദ്ദേഹം തമിഴ്നാട് മുഖ്യമന്ത്രി എം. കരുണാനിധിക്കും അവിടുത്തെ ഐ.ജിക്കും പോലീസ് കമ്മീഷണർക്കും പരാതി നൽകി.

തങ്ങൾ അതോടൊപ്പം വിജയശ്രീയുടെ അമ്മ വിജയകുമാരി തന്റെ രണ്ടാം ഭാര്യ സുബൈദയാണെന്നും വിജയശ്രീ തനിക്ക് അവരിലുണ്ടായ മകൾ നസീമയാണെന്നും ഇവരെ രണ്ടുപേരെയും തന്റെ കാർ ഡ്രൈവറായിരുന്ന വാസുപിള്ള തട്ടിക്കൊണ്ടു മദ്രാസ്സിൽ പോയതാണെന്നും പറഞ്ഞിരുന്നു. മരണദിവസം വൈകിട്ട് നസീമയും സുബൈദയും തമ്മിൽ കലഹമുണ്ടായെന്നും അപ്പോൾ തന്റെ മകളുടെ മുതുകിൽ രണ്ടാനച്ഛൻ വാസുപിള്ള ആഞ്ഞിടിച്ച് കിഡ്നിക്ക് പരിക്കേൽപ്പിച്ചുവെന്നും അവളെക്കൊണ്ട് ബലമായി മൂട്ടവിഷം കഴിപ്പിച്ചുവെന്നുമായിരുന്നു തങ്ങളുടെ പരാതി. ശവശരീരത്തിൽ ഉണ്ടായിരുന്ന വിഷവും ഗ്ലാസിൽ മിച്ചമിരുന്ന വിഷവും വ്യത്യസ്തമായിരുന്നുവെന്ന് തങ്ങൾ കൂട്ടിച്ചേർത്തിരുന്നു.

കാർ അപകടത്തിൽപ്പെട്ട് വലതുകാൽ നഷ്ടപ്പെട്ട വികലാംഗനാ

യിരുന്നു തങ്ങൾ. അദ്ദേഹം പത്രങ്ങൾക്ക് നൽകിയ ഒരു ഗ്രൂപ്പ് ഫോട്ടോയിൽ തങ്ങളും അദ്ദേഹത്തിന്റെ കുടുംബാംഗങ്ങളും അവരോടൊപ്പം വിജയശ്രീയും അമ്മ വിജയമ്മയും ഉണ്ടായിരുന്നു.

ഇതിനിടെ അമേരിക്കയിലെ ഫിലാഡൽഫിയായിലുള്ള ഒരു അഭിഭാഷകനും അന്വേഷണം ആവശ്യപ്പെട്ടു രംഗത്തുവന്നു. വിജയശ്രീയെ വിവാഹം കഴിക്കാൻ ഇയാൾ ആലോചിക്കുന്നുണ്ടായിരുന്നു.

ഇതെല്ലാം കാരണം പലവിധത്തിലുള്ള അഭ്യൂഹങ്ങൾ പ്രചരിച്ചു. ഉദയാസ്റ്റുഡിയോ ഉടമ കുഞ്ചാക്കോയും മെരിലാന്റ് സ്റ്റുഡിയോ ഉടമ പി. സുബ്രഹ്മണ്യവും തമ്മിലുള്ള ബിസിനസ്സ് വൈരമാണ് ഈ മരണത്തിന് പിന്നിലുള്ളതെന്നും ചില പത്രങ്ങൾ എഴുതിവിട്ടു.

ഈ മരണം ഇത്ര വലിയ വാർത്താപ്രാധാന്യം നേടിയതുകൊണ്ട് തമിഴ്നാട് സർക്കാർ ഈ കേസ് അന്വേഷിക്കാൻ അവിടുത്തെ ക്രൈംബ്രാഞ്ചിനെ ഏൽപ്പിക്കുകയായിരുന്നു.

*****

വിജയശ്രീയുടെ അമ്മ എന്നെ കാണാൻ ആഗ്രഹിക്കുന്ന കാര്യം ഞാൻ നടരാജനോട് പറഞ്ഞു. ഈ സമയത്ത് ടൈംസ് ഓഫ് ഇന്ത്യയുടെ അപ്പോഴത്തെ സിംഗപ്പൂർ പ്രതിനിധി വി.കെ.ജി. നായർ അവിടെ ഒരു താരനിശ നടത്തുന്നതിനുവേണ്ടി മദ്രാസ്സിൽ എത്തിയിട്ടുണ്ടായിരുന്നു.

ഞാനും നടരാജനും വി.കെ.ജി. നായരും ഒന്നിച്ചാണ് മാർച്ച് 31-ാം തീയതി ഞായറാഴ്ച രാവിലെ പത്തുമണിയോടുകൂടി ഗ്രീൻവേസ് റോഡിലെ ബിഷപ്സ് ഗാർഡനിലുള്ള വിജയശ്രീയുടെ രണ്ടുനില വീട്ടിലെത്തിയത്.

വാസുപിള്ളയാണ് വാതിൽ തുറന്നത്. വിജയമ്മ ക്ഷീണിതയായി ഒരു സെറ്റിയിൽ കിടക്കുകയായിരുന്നു. ഞങ്ങളെ കണ്ടപാടെ അവർ ഏണീറ്റിരുന്നുകൊണ്ട് പറഞ്ഞു: ''മധുവിനെ മാത്രമേ എനിക്ക് വിശ്വാസമുള്ളു, സത്യം എഴുതുന്നത് മധു മാത്രമാണ്.''

ഞാൻ നടരാജന്റെ മുഖത്ത് നോക്കി, നടരാജൻ ചിരിച്ചു.

മുമ്പൊക്കെ പരുക്കനായി തോന്നിച്ചിരുന്ന വാസുപിള്ള ആ സമയത്ത് കുഞ്ഞാടിനെപ്പോലെ മര്യാദക്കാരനായി കാണപ്പെട്ടു.

അവിടെ മറ്റാരും ഉണ്ടായിരുന്നില്ല.

വിജയമ്മ പറഞ്ഞുതുടങ്ങി.

''കൊല്ലത്തെ തങ്ങൾ പറയുന്നതെല്ലാം കള്ളമാണ്. തനിക്കിങ്ങനെ ഒരു മകളുണ്ടെന്ന് അയാൾ മുമ്പൊരിക്കലും ആരോടും പറഞ്ഞിട്ടില്ലല്ലോ. അയാൾ പത്രങ്ങൾക്ക് കൊടുത്ത ഗ്രൂപ്പ് ഫോട്ടോയും കൃത്രിമമാണ്''.

അവർ തന്റെ കഥ വിവരിക്കാൻ തുടങ്ങി:

''എന്റെ പേര് വിജയകുമാരി എന്നാണ്. ഞാൻ ചെറുപ്പത്തിൽ ഒരു നർത്തകിയായിരുന്നു. 23-9-1948ൽ തിരുവനന്തപുരത്തെ വിക്ടോറിയാ ടൗൺഹാളിൽവെച്ച് എന്റെ ഒരു നൃത്തപരിപാടി നടന്നു.''

തെളിവിനായി അവർ ഒരു കത്ത് കാണിച്ചു. അന്നത്തെ ട്രാൻസ്പോർട്ട് - പൊതുമരാമത്ത് മന്ത്രിയുടെ പ്രൈവറ്റ് സെക്രട്ടറി തിരുവനന്തപുരത്തെ ട്രെയിനിംഗ് കോളേജിലെ ലൈബ്രേറിയൻ മാധവപ്പണിക്കർ ബി.എക്ക് അയച്ച കത്തായിരുന്നു അത്.

അവർ തുടർന്നു:

''ഒരിക്കൽ താൻ നിർമ്മിക്കാൻ പോകുന്ന ഒരു സിനിമയിൽ നായികയായി ഞാൻ അഭിനയിക്കണമെന്നും പറഞ്ഞ് തങ്ങൾ ചില ബന്ധുക്കളുമായി തിരുവനന്തപുരത്ത് വന്നു. ഞാൻ അവരോടൊപ്പം ഒരു സ്റ്റുഡിയോയിൽ പോയി എടുത്ത ചിത്രമാണ് ഇപ്പോൾ പത്രക്കാർക്ക് നൽകിയത്. ആ ഫോട്ടോയിൽ തങ്ങളും ഭാര്യയുമില്ല. തങ്ങൾക്ക് ഊന്നുവടിയുണ്ട്. ഞാനന്ന് സാരിയാണ് ഉടുത്തിരുന്നത്. തലയിലെ തട്ടം അവർ വരച്ചുചേർത്തതാണ്. മുഴുക്കൈ ബ്ലൗസിട്ടുനിൽക്കുന്ന കുട്ടി വിജയശ്രീയല്ല, തങ്ങളുടെ മകൾ നിസയാണ്. കൂടുതൽ ആളുകളുള്ള ഒരു ഫോട്ടോ ആയിരുന്നു അത്. അതിന്റെ നടുഭാഗം മുറിച്ചു വേറെ ആൾക്കാരെ ചേർത്തിരിക്കുകയാണ്.''

മലയാളസിനിമയിലെ അന്നത്തെ നിത്യഹരിതനായകൻ പ്രേംനസീറും രണ്ടാം സ്ഥാനക്കാരനായ ഉമ്മറും ചേർന്നാണ് തങ്ങളെ നിർബന്ധിച്ച് കൊല്ലം കോടതിയിൽ പരാതി നൽകിച്ചതെന്നും ഉമ്മർ കൊല്ലത്തെ ഒരു സ്നേഹിതന് എഴുതി ഈ ഫോട്ടോയുടെ കോപ്പി എടുപ്പിച്ച് പത്രങ്ങൾക്ക് നൽകിയതാണെന്നും വിജയമ്മ പറഞ്ഞു.

വാസുപിള്ള മറ്റൊരു ഗ്രൂപ്പ് ഫോട്ടോ എന്നെ ഏൽപിച്ചു. അത് 1959-ൽ തിരുവനന്തപുരത്ത് വച്ചെടുത്തതാണെന്നു പറഞ്ഞു. അതിൽ വാസുപിള്ള, വിജയമ്മ, വിജയശ്രീ, ഇളയകുട്ടികളായ രാജശേഖരൻ, സുധാകരൻ എന്നിവരും ഒരു വേലക്കാരിയുമാണ് ഉണ്ടായിരുന്നത്.

വാസുപിള്ള പറഞ്ഞു: ''ഞങ്ങൾ പൂജപ്പുരയിലെ മാണിക്യവിലാസം ബംഗ്ലാവിലാണ് താമസിച്ചിരുന്നത്. വിജയശ്രീയുടെ യഥാർത്ഥ പേര് വി. സ്നേഹലത എന്നാണ്. 'വി' എന്നത് വാസുപിള്ളയുടെ ചുരുക്കമാണ്. സ്നേഹലതയെ പൂജപ്പുര ജയിൽ സ്കൂളിലാണ് ആദ്യം ചേർത്തത്. പിന്നീട് വഴുതക്കാട്ടെ കോട്ടൺഹിൽ സ്കൂളിലേക്ക് മാറ്റി. വിജയമ്മയ്ക്ക് സിനിമയിൽ അഭിനയിക്കാൻ വേണ്ടിയാണ് ഞങ്ങൾ മദ്രാസ്സിലെത്തിയത്. തിക്കുറിശ്ശിയുടെ നായികയായി അഭിനയിക്കാനുള്ള ഒരു ചാൻസ് വന്നതുമാണ്.''

രണ്ടുമാസം മുമ്പ് വിജയശ്രീക്ക് കിട്ടിയ ഒരു വക്കീൽനോട്ടീസും അവർ എടുത്തുകൊണ്ടുവന്നു. 9-7-74-ൽ കോഴിക്കോട്ടെ ഒരു അഡ്വക്കേറ്റ് അയച്ച നോട്ടീസാണ് --

''മുസ്ലീംലീഗ് കൊല്ലം ജില്ലാസെക്രട്ടറി വി.എസ്.തങ്ങളുടെ മകൾ നസീമ ആയ നീ ഇപ്പോൾ സിനിമാനിർമ്മാതാവായ മുഹമ്മദ് അസീം എന്ന ആളുമായി പ്രേമത്തിലാണെന്നുള്ളതിന് ധാരാളം സാക്ഷികളുണ്ട്.

തങ്ങൾ ഇതുവരെ ഡൈവോഴ്സ് ചെയ്തിട്ടില്ലാത്തതുകൊണ്ട് നിന്റെ അമ്മ സുബൈദ ഇപ്പോഴും അദ്ദേഹത്തിന്റെ ഭാര്യയാണ്. അമുസ്ലീമായ വാസുപിള്ള അവരെ വിവാഹം കഴിച്ചിരിക്കുന്നതുകൊണ്ട് ഞാൻ അയാളുടെ പേരിൽ ഒരു ക്രിമിനൽകേസ് ഫയൽ ചെയ്തിരിക്കുകയാണ്.

നീ തങ്ങളുടെ മകളാണെന്ന് തെളിയിക്കാൻ കൊല്ലത്തുനിന്ന് നിന്റെ ജനനസർട്ടിഫിക്കറ്റ് എടുത്തിട്ടുണ്ട്.

നിന്റെ കൂടെ അഭിനയിക്കുന്ന നടന്മാരെ അപമാനിച്ചുകൊണ്ട് സംസാരിച്ചതിന്റെപേരിൽ അഞ്ചുലക്ഷം രൂപ നഷ്ടപരിഹാരം ആവശ്യപ്പെട്ടുകൊണ്ട് നിന്റെയും നിന്റെ അമ്മയുടെയും പേരിൽ മാനനഷ്ടക്കേസ് കൊടുത്തിരിക്കുന്നു.''

ഇതൊക്കെ ആയിരുന്നു നോട്ടീസിലെ ഉള്ളടക്കം. അപകീർത്തിയുടെ DEFAMATION എന്ന വാക്ക് DEFERMATION എന്നാണ് ഒന്നിലധികം തവണ തെറ്റി എഴുതിയിരുന്നത്. അതുകൊണ്ടുതന്നെ ഇതൊരു വക്കീലയച്ച കത്തല്ലെന്ന് ഞാൻ അവരോട് ഉറപ്പിച്ചുപറഞ്ഞു.

വാസുപിള്ളയേയും വിജയമ്മയേയും ഭയപ്പെടുത്തിയത് ഈ കത്തായിരുന്നു.

വിജയശ്രീ ആദ്യമായി അഭിനയിച്ച ചിത്രം തമിഴിലെ 'ശിത്തി' ആയിരുന്നു. അവസാനത്തേത് മലയാളത്തിലെ 'ജീവിക്കാൻ മറന്നുപോയ സ്ത്രീ'യും. അഞ്ചാറുവർഷത്തിനിടയിൽ അവർ വളരെയേറേ ചിത്രങ്ങളിലൊന്നും അഭിയനിച്ചിരുന്നില്ലെങ്കിലും തിരുവനന്തപുരത്തും മദ്രാസ്സിലുമായി മൂന്ന് വൻസൗധങ്ങൾ സമ്പാദിച്ചിരുന്നു. തങ്ങൾ അവളുടെ അച്ഛനാണെന്ന അവകാശവാദവുമായി വന്നപ്പോൾ ഈ സ്വത്തെല്ലാം കൈവിട്ടുപോകുമോ എന്ന് വാസുപിള്ളയും വിജയമ്മയും ഭയന്നു. വിജയശ്രീ വാസുപിള്ളയുടെ സ്വന്തം മകളാണെന്ന് ഒരു വാർത്ത വരണമെന്നായിരുന്നു അവരുടെ ഉദ്ദേശം. (ഈ തന്ത്രം എനിക്ക് പിടികിട്ടുകയും ചെയ്തു.)

വിജയമ്മ ഞങ്ങളെ മുകളിലത്തെ നിലയിലേക്ക് കൊണ്ടുപോയി വിജയശ്രീയുടെ കിടപ്പുമുറി കാണിച്ചുതന്നു. വാർഡ്രോബിലുള്ള നൂറു കണക്കിന് വിലപിടിപ്പുള്ള സാരികൾ കാണിച്ചുകൊണ്ട് 'ഇതൊക്കെ ഇനി ആരുടുക്കും' എന്നുപറഞ്ഞ് വിജയമ്മ കരഞ്ഞു.

പി.സുബ്രഹ്മണ്യം അഡ്വാൻസായി കൊടുത്ത പത്തുരൂപയുടെ ഏഴു ബണ്ടിലുകളും അവർ കാണിച്ചുതന്നു.

സ്വർണ്ണഡിസൈനുള്ള പച്ചവിരിപ്പിട്ട ഡബിൾ കട്ടിലിൽ കണ്ട ഒരു കൊച്ചുകുട്ടിയുടെ എൻലാർജ് ചെയ്ത ചിത്രമാണ് ഞാൻ കൂടുതൽ ശ്രദ്ധിച്ചത്. വിജയശ്രീയുടെ കുട്ടിയാണോ അതെന്ന് ഞാൻ സംശയിച്ചു.

''വിജിക്ക് കൊച്ചുകുട്ടികളെ വലിയ ഇഷ്ടമായിരുന്നു, ഈ പടം എപ്പോഴും നോക്കിക്കൊണ്ടിരിക്കും'' വിജയമ്മ പറഞ്ഞു.

ഈ മുറിയോടു ചേർന്നുള്ള ഇടനാഴിക്ക് അപ്പുറത്തെ മുറിയിലാണ് കുടുംബസുഹൃത്ത് (?) കാസിംസേട്ടും ഭാര്യ നസീമയും താമസിച്ചിരുന്നത്. സുബ്രഹ്മണ്യത്തിന്റെ വിരുന്നുണ്ടിട്ടു മടങ്ങിയെത്തിയ വിജയശ്രീ ഇവരുടെ മകളെ കളിപ്പിച്ചു കൊണ്ടിരിക്കുകയായിരുന്നുവെന്ന് വേലക്കാരി പോലീസുകാരോട് പറഞ്ഞിരുന്നു. അവർ താമസിക്കാൻ വന്നിട്ട് ഒരാഴ്ചയേ ആയിരുന്നുള്ളു. വിജയശ്രീ മരിച്ചതിന്റെ അടുത്ത ദിവസം തന്നെ അവർ നുങ്കംപാക്കത്തെ ഒരു വാടകവീട്ടിലേക്ക് അവർ മാറുകയും ചെയ്തു.

വിജയമ്മയും വാസുപിള്ളയും പറഞ്ഞ കഥകളെല്ലാം കള്ളമായിരുന്നു എന്നെനിക്കു തോന്നി.

*****

1971-ലെ ലോക വിഡ്ഢിദിനത്തിൽ - ഏപ്രിൽ - 1നാണ് തിക്കുറിശ്ശി സുകുമാരൻനായർക്ക് പത്മശ്രീ ബഹുമതി ലഭിച്ച വാർത്ത വന്നത് - മലയാളസിനിമയിലെ ആദ്യത്തെ പത്മശ്രീ. ഈ സന്തോഷം പങ്കിടുന്നതിന് ജയഭാരതി, വിജയശ്രീ, പ്രേംനസീർ എന്നിവരുടെ വീടുകളിൽവച്ച് അദ്ദേഹത്തിന് വിരുന്നുനൽകി. വിജയശ്രീയുടെ വീട്ടിലെ

വിരുന്നിൽവെച്ചാണ് ഞാനാദ്യമായി ആ നടിയെ നേരിട്ടുകാണുന്നത്.

തിക്കുറിശ്ശി സംവിധാനം ചെയ്ത 'പൂജാപുഷ്പം' എന്ന ചിത്രത്തിലൂടെ 1969-ൽ മലയാള സിനിമയിലേക്ക് വന്ന വിജയശ്രീ അതിനുമുമ്പ് തമിഴ്-കന്നട ചിത്രങ്ങളിൽ ചെറിയ റോളുകളിൽ, അധികവും മാദക നൃത്തം, അഭിനയിച്ചിരുന്നു.

കെ.പി.കൊട്ടാരക്കര നിർമ്മിച്ച 'രക്തപുഷ്പ'മായിരുന്നു അവർ ആദ്യമായി നായികയായി അഭിനയിച്ച മലയാളചിത്രം. അതോടെയാണ് അവർക്ക് മലയാളസിനിമയിലെ 'സെക്സ് ബോംബ്' എന്ന വിശേഷണം ലഭിച്ചത്.

അന്നത്തെ മറ്റൊരു നടിക്കും ഇല്ലാത്തത്ര മാദകത്വമുണ്ടായിരുന്ന വിജയശ്രീയെ യുവലോകം എത്രമാത്രം ഇഷ്ടപ്പെട്ടിരുന്നുവെന്നുള്ളതിന്റെ തെളിവാണ് അവരുടെ ചിത്രങ്ങൾ നേടിയ സാമ്പത്തിക വിജയം.

എന്നാൽ 1968ൽ വിപിൻദാസ് സംവിധാനവും ഛായാഗ്രഹണവും നിർവഹിച്ച് തമിഴിൽ നിർമ്മിച്ച 'താലാട്ട്' എന്നൊരു ചിത്രത്തിൽ വിജയശ്രീ ഒരു അന്ധബാലികയായി അത്ഭുതകരമായ അഭിനയം കാഴ്ച വെച്ചിരുന്നു. ആ ചിത്രം അധികമാരും കണ്ടില്ലെന്നുമാത്രം.

മലയാളത്തിലെ നിർമ്മാതാക്കൾ ഈ നടിയെ വെറുമൊരു സെക്സ് ബോംബാക്കി തരംതാഴ്ത്തിക്കളഞ്ഞു. 'സംഭവാമി യുഗേ യുഗേ' എന്ന ചിത്രത്തിന്റെ പോസ്റ്ററിൽ ഒരു കൊച്ചുടുപ്പിട്ട് ചാഞ്ഞിരിക്കുന്ന വിജയശ്രീയുടെ അമിതവണ്ണമുള്ള തുടകൾ നഗ്നമായി പ്രദർശിപ്പിച്ചിരുന്നു. അത് കണ്ടവരുടെയൊക്കെ നെറ്റിചുളിഞ്ഞു എന്നുപറയട്ടെ.

വിജയശ്രീയുടെ വീട്ടിലെ വിരുന്നിനെക്കുറിച്ച് വിശദീകരിക്കാം. സന്ധ്യക്കുശേഷമായിരുന്നു പാർട്ടി. നടരാജന്റെ ബൈക്കിലാണ് വിജയശ്രീയുടെ ഗാന്ധിനഗറിലെ രണ്ടാം ക്രസന്റ് പാർക്ക് റോഡിലുള്ള നാലാംനമ്പർ വീട്ടിൽ ഞങ്ങളെത്തിയത്. അവിടെ ഫുൾസാരി ഉടുത്ത വിജയശ്രീയും അവരുടെ അമ്മ വിജയമ്മയും 'അച്ഛൻ' വാസുപിള്ളയും ആതിഥേയരായി തയ്യാറെടുത്തുനിന്നിരുന്നു. അതിഥികളായി തിക്കുറിശ്ശി, പ്രേംനസീർ, ഉമ്മർ, അടൂർഭാസി എന്നീ നടന്മാരും രാഗിണി, ശ്രീലത, ആറന്മുള പൊന്നമ്മ, ടി.ആർ. ഓമന എന്നീ നടികളും ഗാനരചയിതാവ് പി. ഭാസ്കരനും ഉണ്ടായിരുന്നു.

മുറ്റത്തു കൂടിയ അനുമോദനയോഗത്തിൽ വച്ച് വിജയമ്മ താൻ പണ്ട് തിക്കുറിശ്ശിയുടെ നായികയായി അഭിനയിക്കാൻ പോയ കാര്യം പറഞ്ഞു.

അപ്പോൾ തിക്കുറിശ്ശി - ''ഇപ്പോഴും തയ്യാർ, എന്റെ കൂടെ പോരെ, വാസുപിള്ള സമ്മതിക്കുമോ'' - എന്ന് ചോദിക്കുന്നതുകേട്ട് ഞങ്ങളൊക്കെ ചിരിച്ചെങ്കിലും വാസുപിള്ളയുടെ മുഖം വിവർണ്ണമായി.

ആ സ്ത്രീയുടെ മകളെ തിക്കുറിശ്ശി തന്നെ മലയാളസിനിമയിലേക്ക് കൊണ്ടുവരികയും ചെയ്തു.

വിജയശ്രീക്ക് അഞ്ചടി ആറിഞ്ച് ഉയരവും 70 കിലോഗ്രാമിലധികം തൂക്കവും ഉണ്ടായിരുന്നു, എന്നിട്ടാണവിടെ ഒരു കൊച്ചുകുട്ടിയെപ്പോലെ ഓടിച്ചാടി നടന്നത്. അവളുടെ അസാധാരണമായി ഉയർന്നുനിൽക്കുന്ന നിതംബങ്ങളിൽ തലോടാൻ ഉമ്മർ അവിടെയെല്ലാം ഇട്ടോടിച്ചുകൊണ്ടിരുന്നു. ഇടയ്ക്കിടെ കാൽ മടക്കി പിൻഭാഗത്ത് അടിക്കുന്നുമുണ്ടായിരുന്നു.

ഇതെല്ലാം ശ്രദ്ധിച്ചുകൊണ്ട് ദൂരെ മാറിനിന്നിരുന്ന എന്റെ അടുത്തു

വന്ന് പരിഭവത്തോടെ വിജയശ്രീ ഇംഗ്ലീഷിൽ ചോദിച്ചു: ''എന്താ ഒന്നും കഴിക്കാത്തത്, വൈ ആർ യൂ ബിഹേവിംഗ് ലൈക് ദിസ്?''

അന്നത്തെ സഹഗ്ലാമർ നടി ശ്രീലത കുറച്ചുകഴിഞ്ഞ് ഞങ്ങളുടെ അടുത്തുവന്ന് അടൂർഭാസി തന്നെ കാറിൽ കയറ്റിക്കൊണ്ടുപോകാൻ നിർബന്ധിക്കുന്നുവെന്നും, നടരാജന്റെ ബൈക്കിൽ അവരെ വീട്ടിൽ കൊണ്ടുവിടാമോ എന്നും ചോദിച്ചു. ബൈക്കിൽ കയറാൻ ഞാനുള്ള തുകൊണ്ട് ശ്രീലതയെ കൊണ്ടുപോകാൻ ടി.ആർ.ഓമനയെ ഏർപ്പാടാക്കി.

സിനിമകളിൽ മാദകറാണിയായി അഭിനയിക്കുന്ന വിജയശ്രീ പക്വത നേടാത്ത ഒരു പെൺകുട്ടിയായിട്ടാണ് എനിക്ക് തോന്നിയത്. അവളെ വച്ച് എങ്ങനെയും പണമുണ്ടാക്കുക എന്നൊരു ലക്ഷ്യം മാത്രമേ അച്ഛനും അമ്മയ്ക്കും ഉണ്ടായിരുന്നുള്ളു. അവൾ സമ്പാദിക്കുന്ന പണമധികവും ആദ്യമായി 'ശിത്തി' എന്ന തമിഴ്പടത്തിൽ അഭിനയിക്കാൻ ചാൻസ് നൽകിയ കെ.എസ്. ഗോപാലകൃഷ്ണൻ തന്നെ കടമായി വാങ്ങുകയായിരുന്നു. അക്കാലത്ത് വിജയശ്രീയുടെ മാനേജരെപ്പോലെ പ്രവർത്തിച്ചിരുന്ന അന്തിക്കാട് മണി എന്ന ഡബ്ബിങ്ങ് ആർട്ടിസ്റ്റ് അവൾ വാങ്ങിക്കൊടുത്ത കാറിലാണ് സഞ്ചരിച്ചിരുന്നത്. നസീർ അഭിനയിക്കുന്ന ചിത്രങ്ങളിൽ നസീറിനുവേണ്ടി ശബ്ദം നൽകിയിരുന്നതും ഈ മണിയാണ്.

*****

കൃഷ്ണസ്വാമി റെഡ്യാരുടെ മരുന്നുനിർമ്മാണശാലയിൽ മുഖക്കുരുവിനുള്ള 'പിംക്യുവർ' എന്നൊരു ലേപനം നിർമ്മിച്ചിരുന്നു. അതിന്റെ പരസ്യത്തിന് ഉപയോഗിക്കാൻ വിജയശ്രീ മരുന്നുകുപ്പിയും പിടിച്ചുനിൽക്കുന്ന ഒരു ചിത്രം മെരിലാന്റിൽവെച്ച് എടുത്തിരുന്നു.

ഇങ്ങനെ പരസ്യം പ്രസിദ്ധീകരിക്കുന്നതിനുമുമ്പ് ഒരു സമ്മതപത്രം വിജയശ്രീയോട് വാങ്ങിക്കണമെന്ന് റെഡ്യാർ എന്നോട് ആവശ്യപ്പെട്ടു.

ഞാൻ വിജയശ്രീയുടെ വീട്ടിൽ ചെല്ലുമ്പോൾ അവരുടെ അമ്മ മാത്രമേ അവിടെ ഉണ്ടായിരുന്നുള്ളു.

വിജയശ്രീയെ ഒരിടത്തും ഒപ്പിടാൻ താൻ അനുവദിക്കാറില്ലെന്നും അവൾക്കുവേണ്ടി എല്ലായിടത്തും താനാണ് ഒപ്പിടുന്നതെന്നും അവർ പറഞ്ഞു. വിജയശ്രീയുടെ ലെറ്റർ ഹെഡിൽ ഞാനെഴുതിക്കൊടുത്ത വാചകങ്ങൾക്കടിയിൽ ഒപ്പിട്ടുതന്നത് അവരാണ്.

ഈ അവസരത്തിൽ അവരെന്നോട് കുറേ സ്വകാര്യങ്ങൾ പറഞ്ഞു:

വാസുപിള്ള ഒരു ഗുസ്തിക്കാരനാണ്. വിജയമ്മയും മകൾ വിജയശ്രീയും ഒന്നിച്ച് വാസുപിള്ള 20 വർഷം മുമ്പാണ് മദ്രാസിലെത്തിയത്. വിജയമ്മയ്ക്ക് സിനിമയിൽ അഭിനയിക്കുക എന്നുള്ളതായിരുന്നു ഉദ്ദേശം, പക്ഷെ അതു നടന്നില്ല. വാസുപിള്ള തേയിലക്കച്ചവടം നടത്തിയാണ് കുടുംബം പുലർത്തിയിരുന്നത്.

ഈ കുടുംബം മദ്രാസിൽ വന്നശേഷമാണ് രാജശേഖരനും ഏറ്റവും ഇളയ മകൻ സുധാകരനും ജനിച്ചത്. വിജയശ്രീയെ സ്കൂളിൽ ചേർത്തത് വി. സ്നേഹലത എന്ന പേരിലാണ്. ചെറുപ്പം മുതലേ അവളെ ശാസ്ത്രീയനൃത്തവും അഭ്യസിപ്പിച്ചിരുന്നു. അവളെ എങ്ങനെയും സിനിമയിൽ കയറ്റണമെന്ന് അവർ അന്നേ തീരുമാനമെടുത്തിരുന്നതാണ്.

അവർ തുടർന്നു: ''ഇപ്പോൾ ഞങ്ങൾക്ക് ആവശ്യത്തിന് പണമായി. ഗ്രീൻവേസ് റോഡിൽ പുതിയതായി വാങ്ങിയ മാളികയ്ക്ക് ഒന്നേകാൽ ലക്ഷം കൂടി കടമുണ്ട്. അത് കൊടുത്തുതീർക്കാൻ ഒരുവർഷം കൂടി അഭിനയിക്കേണ്ടിവരും. അതിനുശേഷം അവളെ കല്യാണം കഴിപ്പിച്ചു വിടാനാണ് ഉദ്ദേശിക്കുന്നത്.'' അതിനായി അമേരിക്കയിൽ നല്ലൊരു ചെറുപ്പക്കാരനെ കണ്ടുവച്ചിട്ടുണ്ടെന്നും അവർ പറഞ്ഞു.

*****

ഞാൻ പ്രതിനിധാനം ചെയ്തിരുന്ന നാന വാരികയും ആലപ്പുഴയിലെ ഉദയാ സ്റ്റുഡിയോ ഉടമസ്ഥൻ കുഞ്ചാക്കോയുമായി ഇതിനിടെ ചില പ്രശ്നങ്ങളുണ്ടായി.

കുഞ്ചാക്കോ ആദ്യകാലത്ത് ഒരു കമ്മ്യൂണിസ്റ്റ് അനുഭാവിയായിരുന്നു. കമ്മ്യൂണിസ്റ്റ് നേതാക്കന്മാരും പിന്നീട് മന്ത്രിമാരുമായ ടി.വി. തോമസ്, എം.എൻ. ഗോവിന്ദൻനായർ മുതലായവരുമായി നല്ല സൗഹൃദം പുലർത്തിയിരുന്നു. എം.എൻ.ഗോവിന്ദൻനായരുടെ അനുജൻ എം.എൻ രാമചന്ദ്രൻനായരായിരുന്നു അന്ന് കുങ്കുമം പബ്ലിക്കേഷൻസിന്റെ മാനേജർ. നാന വാരികയുടെ എഡിറ്റർ കെ.വി.എസ്. ഇളയത് മുമ്പ് സ്വന്തമായി കേരളദേശം എന്ന ഈവനിംഗ് പത്രം നടത്തുമ്പോൾ പരസ്യത്തിനും മറ്റുമായി ഉദയാ സ്റ്റുഡിയോയിലും ചെല്ലാറുണ്ടായിരുന്നു.

കുഞ്ചാക്കോയും തിരുവനന്തപുരത്തെ മെരിലാന്റ് സ്റ്റുഡിയോ ഉടമയും നിർമ്മാതാവുമായ പി. സുബ്രഹ്മണ്യവും തമ്മിൽ വലിയ ശത്രുതയിലായിരുന്നു. ഇവരുടെ സ്വാധീനത്തിൽപ്പെട്ട് ചില അഭിനേതാക്കളും ചേരിതിരിഞ്ഞുനിന്നിരുന്നു.

പഴയ തമിഴ്-തെലുങ്ക് ചിത്രങ്ങളെ അനുസ്മരിപ്പിക്കുന്ന പുണ്യപുരാണ ചിത്രങ്ങളും ടാർസൻ കഥകളെ അനുകരിക്കുന്ന ഘോരവന സാഹസിക ചിത്രങ്ങളുമാണ് സുബ്രഹ്മണ്യം അധികമായി നിർമ്മിച്ചിരുന്നത്. അദ്ദേഹത്തിന് തിരുവനന്തപുരത്ത് സ്വന്തമായി അഞ്ച് തിയേറ്ററുകളുമുണ്ടായിരുന്നു.

കുഞ്ചാക്കോ സിനിമയ്ക്ക് അധികവും വടക്കൻപാട്ടുകളെയാണ് ആശ്രയിച്ചിരുന്നത്.

രണ്ടുപേർക്കും സ്വന്തമായി റിലീസിംഗ് കമ്പനികളും ഉണ്ടായിരുന്നു. അമിതമായ ശരീരപുഷ്ടിയുള്ള വിജയശ്രീയെ ഇവർ രണ്ടുപേരും പ്രധാനമായി മാംസപ്രദർശനത്തിനാണ് ഉപയോഗിച്ചത്. സുബ്രഹ്മണ്യം വനകന്യകയുടെ രൂപത്തിലും കുഞ്ചാക്കോ ബലാൽസംഗ സീനുകളിലും വിജയശ്രീയെ അല്പവസ്ത്രധാരിണിയായി അവതരിപ്പിച്ചു.

എതിർകമ്പനിയിൽനിന്നും അകറ്റി വിജയശ്രീയെ സ്വന്തം കമ്പനിയുടെ കുത്തകയാക്കിവയ്ക്കാൻ ഇരുകൂട്ടരും വളരെ ഉത്സാഹിച്ചു.

നാന വാരിക അന്ന് തിരുവനന്തപുരത്തുനിന്ന് പ്രസിദ്ധീകരിച്ചിരുന്നതുകൊണ്ടും അതിന്റെ ഉടമസ്ഥൻ സുബ്രഹ്മണ്യത്തിന്റെ അടുത്ത സുഹൃത്തായിരുന്നതുകൊണ്ടും മെരിലാന്റ് ചിത്രങ്ങൾക്ക് അമിത പ്രാധാന്യം നൽകുകയും ഉദയാചിത്രങ്ങളെ കൂടെക്കൂടെ വിമർശിക്കുകയും ചെയ്തുകൊണ്ടിരുന്നു.

ഉദയാ 'പോസ്റ്റുമാനെ കാണാനില്ല' എന്ന ചിത്രം റിലീസ് ചെയ്തപ്പോൾ വയലാർ തയ്യാറാക്കിയ ഒരു നിരൂപണം ചിത്രത്തിന്റെ പരസ്യ

ത്തോടൊപ്പം വാരികയ്ക്ക് അയച്ചു. എന്നാൽ ആ നിരൂപണം പ്രസിദ്ധീകരിക്കാമെന്ന വ്യവസ്ഥയിൽ പരസ്യം വേണ്ടാ എന്നുകാണിച്ച് പരസ്യവും നിരൂപണവും വാരിക തിരിച്ചയക്കുകയാണുണ്ടായത്.

മറ്റെല്ലാ പത്രങ്ങളും ഇങ്ങനെ നിരൂപണം കൊടുക്കാറുണ്ടല്ലോ- പിന്നെ എന്തുകൊണ്ട് നിങ്ങൾ മാത്രം അത് പ്രസിദ്ധീകരിക്കുന്നില്ല എന്നു ചോദിച്ചുകൊണ്ട് ഉദയാ അയച്ച കത്ത് വാരികയുടെ ഫയലിൽ സൂക്ഷിച്ചിരുന്നു.

ഉദയായുടെ ആദ്യത്തെ കളർചിത്രം ആരോമലുണ്ണി വൻപ്രദർശന വിജയം നേടിയിരുന്നു. അതുകൊണ്ട് വീണ്ടുമൊരു വടക്കൻപാട്ട് കളറിൽതന്നെ നിർമ്മിച്ചു - 'പൊന്നാപുരം കോട്ട' എന്ന ഈ ചിത്രത്തിൽ വിജയശ്രീ ആയിരുന്നു നായിക. അവർ വെള്ളച്ചാട്ടത്തിനടിയിൽനിന്ന് കുളിക്കുന്ന ഒരു സീനുണ്ടായിരുന്നു. വെറുമൊരു ടവ്വൽ ചുറ്റി കുളിക്കുമ്പോൾ ടവ്വൽ അഴിഞ്ഞുപോയി. അപ്പോഴും ക്യാമറ പ്രവർത്തിച്ചുകൊണ്ടു തന്നെയിരുന്നു. ഇതും ചിത്രത്തിൽ ചേർത്തു. ഈ ചിത്രത്തെക്കുറിച്ച് വാരികയുടെ 1973 ഏപ്രിൽ 22 ലക്കത്തിൽ പ്രസിദ്ധീകരിച്ച നിരൂപണം ഇങ്ങനെയായിരുന്നു -

"ബലാൽസംഗം മൂന്ന്, കുളിസീൻ ഒന്ന്.

ഒന്നാം ബലാൽസംഗം സ്ത്രീയുടെ മരണത്തിൽ കലാശിക്കുന്നു, രണ്ടാമത്തേത് പുരുഷന്റെയും. മൂന്നാമത്തെ ബലാൽസംഗമാണ് ഉഗ്രം. ഒരു മനുഷ്യക്കുരങ്ങാണിതിലെ വില്ലൻ.

ബലാൽസംഗത്തിന് വിധേയരാകുന്ന നടികളുടെ നഗ്നമായ തുടകളും മാറും പ്രദർശിപ്പിക്കാൻ ചിത്രം സിനിമാസ്കോപ്പിലായിരുന്നെങ്കിൽ കൂടുതൽ നന്നാകുമായിരുന്നു.

നീർച്ചാലിൽ കുളിക്കുന്ന വിജയശ്രീയെ ചെറുപ്പക്കാർ മറക്കുന്നതെങ്ങനെ? നനഞ്ഞ ഉടുവസ്ത്രം ഉയർത്തിക്കാട്ടി, ചെരിഞ്ഞും മലർന്നും കിടന്ന് ശരീരത്തിലെ കൊഴുത്ത ഭാഗങ്ങളെ വർണത്തിൽ കാണിച്ചുകൊടുത്തതിൽ കുഞ്ചാക്കോ വിജയിച്ചിരിക്കുന്നു, വിജയശ്രീയും വിജയിച്ചിരിക്കുന്നു.

ഒരു കാര്യം മാത്രം. നടികളുടെ തടിച്ചുകൊഴുത്ത മുലകളും തുടകളും താൽക്കാലിക വികാരമുണ്ടാക്കിയേക്കാം. പക്ഷെ, സ്ഥായിയായി പ്രക്ഷേകരിൽ അറപ്പാണുണ്ടാക്കുക.

കുഞ്ചാക്കോയെ സംബന്ധിച്ചിടത്തോളം സിനിമ കലയല്ല, കാശുണ്ടാക്കാനുള്ള മാർഗം മാത്രമായിരിക്കുന്നു."

ഇതിന്റെ കൂടെ ഇങ്ങനെയും കൂട്ടിച്ചേർത്തു- "പി സുബ്രഹ്മണ്യം മലയാള സിനിമയിലെ മാന്യനാണ്, കുഞ്ചാക്കോയെപ്പറ്റി എന്തു പറയാനാണ്?"

ഇതും പോരാഞ്ഞ് മുഖപ്രസംഗവും ഈ ചിത്രത്തെ വിമർശിച്ചുകൊണ്ടായിരുന്നു.

ഒരുമാസത്തിനുള്ളിൽ വാരികയിൽ പി. സുബ്രഹ്മണ്യത്തിന്റെ ഒരു ഇന്റർവ്യൂ പ്രസിദ്ധീകരിച്ചതിലും കുഞ്ചാക്കോ ചിത്രങ്ങളെ വിമർശിച്ചിരുന്നു. കുഞ്ചാക്കോയുടെ പഞ്ചവടി, പോസ്റ്റുമാനെ കാണാനില്ല, പൊന്നാപുരം കോട്ട തുടങ്ങിയ ചിത്രങ്ങളിലെ അശ്ലീലരംഗങ്ങളെ എടുത്തുകാണിച്ചുകൊണ്ട് സുബ്രഹ്മണ്യം പറഞ്ഞു:

"ഇത്തരം രംഗങ്ങൾ പ്രദർശിപ്പിക്കാൻ സെൻസർ ബോർഡ് അനുവദിക്കുന്നതിൽ എനിക്ക് എതിർപ്പുണ്ട്. ബലാൽസംഗവും നഗ്നതയും

പ്രദർശിപ്പിക്കുന്ന ചിത്രങ്ങൾക്ക് നൽകുന്ന പ്രദർശനാനുമതി മറ്റു സംവിധായകരെയും നിർമ്മാതാക്കളെയും ഈ വഴിക്ക് നീങ്ങാൻ പ്രേരിപ്പിക്കും''.

അടുത്ത ലക്കത്തിൽത്തന്നെ വിജയശ്രീയുടെ മെരിലാന്റ് സ്റ്റുഡിയോയിൽ വച്ചെടുത്ത ഒരു ഇന്റർവ്യൂവും പ്രസിദ്ധീകരിച്ചു. അഭിമുഖത്തിൽ അവർ പറഞ്ഞു:

''ഞാൻ ഇഷ്ടപ്പെട്ടിട്ടല്ല ഇത്തരം വേഷങ്ങൾ അണിഞ്ഞാടുന്നത്, സംവിധായകൻ നിർദ്ദേശിക്കുന്നതു കൊണ്ടാണ്. എഡിറ്റിംഗ് സമയത്ത് എന്റെ വേഷം കണ്ടിട്ട് എനിക്കുതന്നെ ലജ്ജ തോന്നിയിട്ടുണ്ട്. അതു മാറ്റണേ എന്ന് കിഴിഞ്ഞ് അപേക്ഷിച്ചിട്ടും അവരു മാറ്റുന്നില്ല.''

നാന വാരികയുടെ മാനേജരും കുഞ്ചാക്കോയും അടുത്ത സുഹൃത്തുക്കളായിരുന്നുവെന്ന് നേരത്തെ പറഞ്ഞിട്ടുണ്ടല്ലോ. അവിടെ നടക്കുന്ന എല്ലാ ചലനങ്ങളും അപ്പോഴപ്പോൾ ഇദ്ദേഹം വഴി കുഞ്ചാക്കോ മനസ്സിലാക്കിക്കൊണ്ടിരുന്നു.

വിമർശനം രൂക്ഷമായപ്പോൾ കുഞ്ചാക്കോ നാനയ്ക്കെതിരെ ഒരു വക്കീൽ നോട്ടീസയച്ചു.

വാരികയ്ക്ക് പരസ്യം നൽകാത്തതുകൊണ്ടും റെഡ്യാരുടെ കൊല്ലത്തുള്ള തിയേറ്ററിൽ പ്രദർശിപ്പിക്കാൻ തന്റെ സിനിമ നൽകാത്തതു കൊണ്ടുമാണ് ഇങ്ങനെ വിമർശിക്കുന്നതെന്ന് അതിൽ കുറ്റപ്പെടുത്തിയിരുന്നു. കുഞ്ചാക്കോയ്ക്കും അദ്ദേഹത്തിന്റെ എക്സൽ പ്രൊഡക്ഷൻ എന്ന കമ്പനിക്കും ഓരോ ലക്ഷം രൂപ നഷ്ടപരിഹാരം ചോദിച്ചുകൊണ്ടായിരുന്നു നോട്ടീസ്.

അതിന് നാന കൊടുത്ത മറുപടിയിൽ വാദിയെ പ്രതിസ്ഥാനത്തു പിടിച്ചുനിർത്തി.

വാരികയ്ക്ക് നോട്ടീസ് അയക്കുന്നതിനുമുമ്പേ തന്നെ അതിന്റെ ഉള്ളടക്കം മറ്റു പത്രങ്ങളിൽ പ്രസിദ്ധീകരിച്ച് വാരികയേയും അതിന്റെ ഉടമസ്ഥനേയും അപകീർത്തിപ്പെടുത്തിയതിന് കുഞ്ചാക്കോയുടെ പേരിൽ നിയമനടപടി എടുക്കുമെന്നായിരുന്നു മറുപടി.

ഏതായാലും കുഞ്ചാക്കോ കോടതിയിൽ പോയില്ല.

എന്നാൽ കൂടുതൽ ശക്തിയോടെ ആഞ്ഞടിക്കാൻ മറ്റൊരു അവസരത്തിന് കാത്തുകഴിയുകയായിരുന്നു.

അദ്ദേഹം നാനയ്ക്കെതിരെ കോടതിയിൽ ഫയൽ ചെയ്ത രണ്ടാമത്തെ കേസിൽ വിജയശ്രീയേയും പ്രതിയാക്കി.

*****

പ്രേംനസീർ എന്നോട് ആ വാർത്ത വിവരിക്കാൻ അത്യുത്സാഹം കാണിച്ചു. വിജയശ്രീയെ പ്രേമിക്കുന്ന നിർമ്മാതാവ് ആസംഭായിയുടെ കാമുകചാപല്യങ്ങളെക്കുറിച്ചാണ് പ്രേംനസീർ വിവരിച്ചത്.

എം.ജി.ആറിന്റെ സത്യ സ്റ്റുഡിയോയിൽ കവിയൂർ പൊന്നമ്മയുടെ ഭർത്താവ് മണിസ്വാമി നിർമ്മിക്കുന്ന ധർമ്മയുദ്ധം എന്ന ചിത്രത്തിന്റെ ഷൂട്ടിംഗ് നടക്കുകയായിരുന്നു. വിൻസന്റായിരുന്നു സംവിധായകൻ. ഭരതൻ കലാസംവിധായകനും.

പ്രേംനസീറിനെ വിമർശിക്കുന്നവരോട് കേരളീയർ പൊറുക്കുകയില്ലെന്ന നല്ല ബോധ്യത്തോടുകൂടിത്തന്നെ പറയട്ടെ - ഞാനിവിടെ വായ

നക്കാർക്ക് രഹസ്യങ്ങൾ അറിയാനുള്ള അവകാശം സാധിച്ചുകൊടുക്കുകയാണ്.

1973 ഓഗസ്റ്റ് 27 - അന്ന് നസീർ 'അങ്കത്തട്ട്' എന്ന ചിത്രത്തിന്റെ ലൊക്കേഷനിൽ നിന്നാണ് സത്യാ സ്റ്റുഡിയോയിൽ എത്തിയിരിക്കുന്നത്. അദ്ദേഹം എനിക്കാ 'വാർത്ത' എക്സ്ക്ലൂസിവ് ആയി തരികയായിരുന്നു.

അതിങ്ങനെയായിരുന്നു: അസീം കമ്പനിയുടെ ബാനറിൽ ആസംഭായി നിർമ്മിക്കുന്ന 'അങ്കത്തട്ട്' എന്ന ഈസ്റ്റ്മാൻ കളർചിത്രത്തിൽ നസീർ നായകനും വിജയശ്രീ നായികയുമാണ്. ഗോവിന്ദൻകുട്ടി വടക്കൻപാട്ടിൽനിന്ന് എടുത്തതാണ് കഥ. തിക്കുറിശ്ശി, ഉമ്മർ, അടൂർ ഭാസി, ശങ്കരാടി, ജോസ് പ്രകാശ്, പറവൂർ ഭരതൻ, മുത്തയ്യ, ജി.കെ.പിള്ള, സാധന, ശശികല, കവിയൂർ പൊന്നമ്മ മുതലായവരാണ് മറ്റു നടീനടന്മാർ.

സംവിധായകൻ ആർ.രഘുനാഥും ക്യാമറാമാൻ ദുരൈ രാജേന്ദ്രനും ഇവരോടൊപ്പം പെരിങ്ങൽകുത്തിലെ ലൊക്കേഷനിലേക്ക് പുറപ്പെട്ടത് ട്രെയിനിലാണ്. സെൻട്രൽ സ്റ്റേഷനിലെ പ്ലാറ്റ്ഫോമിൽക്കൂടി ഒരു ഫർലോംഗ് നടന്നാലേ ഫസ്റ്റ് ക്ലാസ് കംപാർട്ടുമെന്റിൽ കയറിപ്പറ്റാനൊക്കു. വിജയശ്രീയുടെ പെട്ടി ചുമക്കാൻ മടിച്ച് പ്രൊഡക്ഷൻ ബോയിമാരെല്ലാം ഒളിച്ചുനടന്നു. നിർമ്മാതാവായ ആസംഭായിയാണ് ആ പെട്ടി എടുത്തത്.

ലൊക്കേഷനിൽ മഴ ആയതുകൊണ്ട് മൂന്നുനാലുദിവസം ഷൂട്ടിംഗ് നടന്നില്ല. ഈ ദിവസങ്ങളിൽ വിജയശ്രീയും നിർമ്മാതാവും പ്രത്യേകമൊരു ബംഗ്ലാവിൽ 'മഴക്കാലം' ആഘോഷിക്കുകയായിരുന്നു. പ്രൊഡക്ഷൻ യൂണിറ്റ് അവരുടെ വഴിക്കും നടന്നു.

കുന്നുകളും പാറക്കൂട്ടങ്ങളും കയറി വേണമായിരുന്നു ലൊക്കേഷനിലെത്താൻ. വിജയശ്രീയുടെ കൈ പിടിച്ച് സഹായിക്കാൻ പ്രൊഡക്ഷൻ ബോയ്സ് തയ്യാറാകാത്തതിനാൽ അവൾ പലതവണ തെന്നി നിലത്തുവീണു. ചെളിയിൽ ചവുട്ടി അഴുക്കു നിറഞ്ഞ ചെരിപ്പുകൾ കഴുകിക്കൊടുത്തുതുപോലും ആസംഭായിയാണ്.

ലൈറ്റ് ബോയ്സ് ഷൂട്ടിംഗ് സമയത്ത് തന്റെ നേർക്ക് വെളിച്ചം അടിച്ചുതരുന്നില്ലെന്ന് വിജയശ്രീ നിർമ്മാതാവിനോട് പരാതി പറഞ്ഞു. അതിന് അദ്ദേഹം ലൈറ്റ്ബോയ്സിനെ ശകാരിച്ചു. ഇതേത്തുടർന്ന് അവർ ഒരേസമയം 24 റിഫ്ളക്ടറുകൾ വിജയശ്രീയുടെ നേർക്ക് തിരിച്ചുവന്നു. റിഫ്ളക്ടർ വെളിച്ചം മാത്രമല്ല ചൂടും പ്രതിഫലിപ്പിക്കും. അങ്ങനെയുണ്ടായ ചൂടുകാരണം ശരീരം പൊള്ളിയപ്പോൾ വിജയശ്രീ വെള്ളത്തിൽ ചാടി. അതിനുശേഷം അവർ മൂന്നുദിവസം പനിപിടിച്ചു കിടപ്പിലായി -

നസീർ പറഞ്ഞതെല്ലാം രസമുള്ള കാര്യങ്ങളായതുകൊണ്ട് ഞാനിതെല്ലാം 'സിനിമയ്ക്കുള്ളിലെ സിനിമ' എന്ന കോളത്തിൽ തമാശ കലർത്തി എഴുതിവിട്ടു.

മദ്രാസിലെ കൂവംകനാലിൽ 'പട്ടാഭിഷേകം' എന്ന ചിത്രത്തിന്റെ ഷൂട്ടിംഗ് നടക്കുമ്പോൾ അവിടെയെത്തിയ എന്നെ നസീർ ബോട്ട് ക്ലബ്ബിന് മുകളിലുള്ള ബുഹാരി സ്നാക് ബാറിൽ കൊണ്ടുപോയി. അദ്ദേഹത്തിന് കണ്ണാടി കൂടാതെ വായിക്കാൻ പറ്റാത്തതുകൊണ്ട് ഞാൻ തന്നെ ആ ലേഖനം വായിച്ചുകേൾപ്പിച്ചു. അപ്പോൾ ആ മുഖത്ത് എന്തൊരു

സന്തോഷമായിരുന്നുവെന്നോ.

ഷീല എന്നോടു നസീറിനെ കുറ്റപ്പെടുത്തി പലതും പറഞ്ഞിട്ടുണ്ടായിരുന്നു. ''നസീർ നേരിട്ടുകാണുമ്പോൾ ഒരുവിധത്തിലും, മാറിക്കഴിഞ്ഞാൽ വേറെവിധത്തിലും പറയുകയും പെരുമാറുകയും ചെയ്യും. എന്നാൽ സത്യന് ഇത്തരം തട്ടിപ്പൊന്നുമില്ലായിരുന്നു. സത്യൻ പുറത്തു പഞ്ചാരവാക്കും അകത്ത് വിഷവുമായി ആരോടും പെരുമാറിയിട്ടില്ല''.

പ്രേംനസീർ വളരെക്കാലം സിനിമാരംഗത്ത് പിടിച്ചുനിന്നത് കൂടെ അഭിനയിക്കുന്ന നായികമാരുടെ സഹായം കൊണ്ടായിരുന്നു. അദ്ദേഹത്തിന് എപ്പോഴും ഒരു സ്ഥിരം നായിക വേണം. അവരെ തേടിവരുന്ന നിർമ്മാതാക്കളോട് നായകന്റെ സ്ഥാനത്ത് നസീറിന്റെ പേര് പറയണമെന്നും നിർദ്ദേശിച്ചിരുന്നു.

മാദകത്വവും അഭിനയശേഷിയും ഒരുപോലെ ഉണ്ടായിരുന്ന ഷീലയെ വിവാഹം കഴിച്ചോളാമെന്ന വാഗ്ദാനം നൽകി നസീർ വളരെക്കാലം തന്റെ കൈപ്പിടിയിൽ ഒതുക്കിനിർത്തി. അങ്ങനെ അവരൊന്നിച്ച് തൊണ്ണൂറോളം ചിത്രങ്ങളിൽ നായികാനായകന്മാരായി അഭിനയിക്കുകയും ചെയ്തു.

ഷീല തെറ്റിപ്പിരിഞ്ഞതോടെ ജോഡി നഷ്ടപ്പെട്ട നസീറിന് വിജയശ്രീയുടെ വരവ് വലിയ ആശ്വാസമായിരുന്നു. കെ.പി. കൊട്ടാരക്കര, ശശികുമാർ മുതലായ തിരക്കുള്ളവരുടെയൊക്കെ ചിത്രങ്ങളിൽ ഈ ജോഡി അഭിനയിച്ചു. വിജയശ്രീക്ക് അമിതമായ മാദകത്വമുണ്ടെങ്കിലും ഷീലയുടെ അഭിനയശേഷി ഇല്ലായിരുന്നു. ഇതു മനസ്സിലാക്കിയ ജയഭാരതി നസീറിനെ വശത്താക്കാൻ എന്നും ഉച്ചയ്ക്ക് തന്റെ വീട്ടിൽനിന്ന് സെറ്റിൽ ബിരിയാണി കൊണ്ടുവരുമായിരുന്നു.

മെരിലാന്റിന്റെ ആദ്യകാല നായകനായിരുന്ന നസീർ അവരുടെ അവകാശികൾ, മന്ത്രവാദി, പാടാത്ത പൈങ്കിളി മുതലായ ചിത്രങ്ങളിൽ അഭിനയിച്ചിട്ടുണ്ട്. എന്നാൽ കുഞ്ചാക്കോയുടെ ചിത്രങ്ങളിലെ നായകനായതോടെ പി. സുബ്രഹ്മണ്യത്തെ കളിയാക്കി നസീർ എപ്പോഴും സംസാരിക്കുമായിരുന്നു.

മേരിലാന്റുമായുള്ള ബന്ധം ഉപേക്ഷിച്ച് ഉദയായുമായി സ്ഥിരമായ കരാറുണ്ടാക്കാൻ നസീർ വിജയശ്രീയുടെമേൽ സമ്മർദ്ദം ചെലുത്താനാരംഭിച്ചു. ഇങ്ങനെ അവൾ വിഷമിച്ചിരിക്കുമ്പോഴാണ് ആസംഭായിയുടെ വരവ്.

ആസംഭായി പാകിസ്ഥാൻ സ്വദേശിയായ ഒരു മധ്യവയസ്കനായിരുന്നു. കുടവയറും കഷണ്ടിയുമൊക്കെ ഉണ്ടായിരുന്നുവെങ്കിലും അദ്ദേഹം സുന്ദരനും നല്ല ആരോഗ്യവാനുമായിരുന്നു. സിനിമാനിർമ്മാണത്തിന് അസീം കമ്പനി ഉള്ളതു കൂടാതെ ഷൂട്ടിംഗിന് ആവശ്യമായ ഉപകരണങ്ങൾ വാടകയ്ക്ക് കൊടുക്കുന്ന 'സിനി ഡക്കേഴ്സ്' എന്നൊരു സ്ഥാപനവും അദ്ദേഹത്തിന് ഉണ്ടായിരുന്നു.

കോട്ടയത്തെ ചിത്രരമ വാരികയിൽ ആസംഭായിയേയും വിജയശ്രീയേയും വിമർശിച്ചുകൊണ്ട് പ്രേംനസീറിന്റെ ടീമിൽപ്പെട്ട ഉമ്മറും ശങ്കരാടിയും പ്രസ്താവനകൾ പ്രസിദ്ധീകരിച്ചു. ആസമിനെയേ വിവാഹം കഴിക്കൂ എന്ന് വിജയശ്രീ തങ്ങളുടെ ഉള്ളംകൈയിൽ അടിച്ചു സത്യം ചെയ്തിട്ടുണ്ടെന്ന് അവർ ആരോപിച്ചു. തങ്ങളിനി വിജയശ്രീയോടൊത്ത് ഒരു ചിത്രത്തിലും അഭിനയിക്കുകയില്ലെന്ന് അവർ പ്രഖ്യാപിക്കുകയും ചെയ്തു.

ചിത്രരമ പ്രതിനിധി നടരാജനോട് വിജയശ്രീയും താനിനിമേൽ ഉദയാ ചിത്രങ്ങളിലോ പ്രേംനസീറിന്റെ കൂടെയോ അഭിനയിക്കുകയി ല്ലെന്നു പറഞ്ഞു. നടരാജൻ അയച്ച ഈ വാർത്ത ചിത്രരമ മുൻപേജിൽതന്നെ വലിയ പ്രാധാന്യത്തോടെ പ്രസിദ്ധീകരിക്കുകയും ചെയ്തു.

പ്രേംനസീറും സഹനടന്മാരും തനിക്കുണ്ടാക്കുന്ന ബുദ്ധിമുട്ടുകൾ വിജയശ്രീ ആസമിനോട് പറഞ്ഞ് തേങ്ങിക്കരഞ്ഞു. മനസ്സലിഞ്ഞ ആസം മൂന്നുനാലുപേരെക്കൂട്ടി പാതിരാത്രിക്ക് ടിസ്റ്റ്പുരത്തെ നടരാജന്റെ വീട്ടി ലെത്തി ഇനിയങ്ങിനെ വാർത്ത കൊടുത്താൽ അടിക്കുമെന്ന് ഭീഷണി പ്പെടുത്തി. ഈ സംഭവമെല്ലാം നടരാജൻ സ്വന്തം വാരികയിലേക്ക് എഴുതി അയച്ചെങ്കിലും ഉടമസ്ഥൻ ശങ്കരൻനായർ പ്രസിദ്ധീകരിക്കാൻ കൂട്ടാക്കിയില്ല. അതേസമയം ഈ വാർത്ത ഞാനയച്ചത് നാനയിൽ അച്ചടിച്ചുവരികയും ചെയ്തു.

ഈ വാർത്ത എന്നോടു പറഞ്ഞത് നടി ഉഷാറാണിയാണെന്ന് ആരോ പറഞ്ഞുകേട്ട ആസം ഉഷയേയും ഭീഷണിപ്പെടുത്തുകയുണ്ടായി.

ഇത്രയുമൊക്കെ ആയപ്പോൾ ഇനിമേലിൽ താൻ വിജയശ്രീയുടെ കൂടെ അഭിനയിക്കുകയേ ഇല്ലെന്ന് നസീറും നടരാജനോട് പറഞ്ഞു. ആ വാർത്ത ചിത്രരമ പ്രസിദ്ധീകരിക്കുകയും ചെയ്തു.

ഇതേച്ചൊല്ലി അങ്കത്തട്ടിന്റെ സെറ്റിൽവെച്ച് പ്രേംനസീറും ആസം ഭായിയും തമ്മിൽ വഴക്കുണ്ടാവുകയും ആസംഭായി നസീറിനെ അടി ക്കുകയും ചെയ്തു. സിനിമയിൽ ഡസൻകണക്കിന് ശത്രുക്കളെ ഒറ്റയ്ക്കുനിന്ന് അടിച്ചു നിലംപരിശാക്കുന്ന നസീറിന് ആസമിനെ തിരി ച്ചടിക്കാൻ ധൈര്യമില്ലായിരുന്നു. അതേസമയത്ത് ഇതെല്ലാം കണ്ടു കൊണ്ട് ദൂരെ നിൽക്കുകയായിരുന്ന ശങ്കരാടി ഓടിച്ചെന്ന് ആസമിനെ ചാടി അടിച്ചു.

ഇങ്ങനെ അവിടം ശരിക്കുമൊരു അങ്കത്തട്ടായി മാറുകയായിരുന്നു. ഇതേക്കുറിച്ച് ഞാൻ നാനയിൽ 'പുത്തരിയങ്കം' എന്നൊരു ലേഖനമെ ഴുതി.

ഇതോടുകൂടി പ്രേംനസീറും വിജയശ്രീയും ഒന്നിച്ച് അഭിനയി ക്കാതെയായി. അതിന്റെ പ്രയോജനം ജയഭാരതിക്ക് ലഭിച്ചു. താരത മ്യേന ഗ്ലാമർ കുറവുള്ള ജയഭാരതിക്ക് ഇതോടെ നസീറിന്റെ കൂടെ അഭിനയിക്കാൻ ധാരാളം ചാൻസുകൾ ലഭിച്ചുതുടങ്ങി.

മുമ്പേതന്നെ നസീറും സംഘവും ബഹിഷ്ക്കരിച്ചിരിക്കുകയായി രുന്ന ഷീലയ്ക്ക് തീരെ ചാൻസില്ലാത്ത സമയമായിരുന്നു ഇത്.

ദേഹക്കൂറുള്ള ഷീലയോ വിജയശ്രീയോ ഇല്ലാതെ വടക്കൻപാട്ടു കൾ സിനിമയാക്കാൻ വിഷമിച്ചിരിക്കുകയായിരുന്ന കുഞ്ചാക്കോ ഷീ ലയെ സമീപിച്ച് നസീറിനു കൊടുക്കുന്ന മുപ്പതിനായിരം രൂപയേക്കാൾ അയ്യായിരം രൂപ കൂടുതൽ നൽകാമെന്ന വ്യവസ്ഥയിൽ തന്റെ അടുത്ത വടക്കൻപാട്ട് സിനിമയായ 'തുമ്പോലാർച്ച'യിൽ നസീറിന്റെ കൂടെ അഭിനയിക്കാമെന്ന് സമ്മതിപ്പിച്ചു.

ഷീല മലക്കം മറിഞ്ഞു.

''അഭിനയം വേറെ, വ്യക്തിജീവിതം വേറെ. മേക്കപ്പിട്ടാൽ പിന്നെ ഞാനൊരു നടി മാത്രമാണ്'' അവർ എന്നോടു പറഞ്ഞു.

അങ്ങനെ അന്ന് തമിഴ്നടൻ രവിചന്ദ്രന്റെ ഭാര്യയും മുരളിരാജ് സതീ ഷ് എന്ന ആൺകുട്ടിയുടെ അമ്മയുമായി കഴിഞ്ഞിരുന്ന ഷീല വീണ്ടും

നസീറിന്റെ ജോഡിയായി അഭിനയിക്കാൻ മേക്കപ്പിട്ടു.

ഇതിനിടെ ഫിലിം ഫെയറിന്റെ പ്രതിനിധിയുടെ ചോദ്യത്തിന് ഉത്തരമായി നസീർ ഇങ്ങനെ പറഞ്ഞു:

''ഷീല എന്നെ വിവാഹം കഴിക്കാൻ ആഗ്രഹിച്ചിരുന്നു. എന്നാൽ എന്റെ ഭാര്യ അതിന് സമ്മതിച്ചില്ല. എന്റെ കുടുംബഭദ്രതക്കു വേണ്ടിയാണ് ഞാൻ ഷീലയുമായുള്ള ബന്ധം ഉപേക്ഷിച്ചത്.''

ഈ ഇന്റർവ്യൂ നാനയിൽ എടുത്ത് ഉദ്ധരിച്ചു. അതിൽ പരിഭവിച്ച് നസീർ നാനയ്ക്ക് കത്തയച്ചു.

വിജയശ്രീ മരിച്ച ദിവസം മലയാള സിനിമയിലെ പ്രാമാണികരായ മിക്ക നടീനടന്മാരും ഹരിഹൻ സംവിധാനം ചെയ്യുന്ന 'അയലത്തെ സുന്ദരി' എന്ന ചിത്രത്തിൽ അഭിനയിച്ചുകൊണ്ട് ബാംഗ്ലൂരിലായിരുന്നു. മരണവാർത്ത കേട്ട ഉടൻതന്നെ ഹരിഹരൻ ഷൂട്ടിംഗ് നിർത്തിവെച്ചു. നടൻ രാഘവൻ മാത്രമാണ് ഉടനെ മദ്രാസിലേക്ക് തിരിച്ചത്. വിജയശ്രീയുടെ കൂടെ അനവധി ചിത്രങ്ങളിൽ അഭിനയിച്ചിട്ടുള്ള പ്രേംനസീറും ഭാസിയും മറ്റും രാഘവനെ അതിൽനിന്ന് പിന്തിരിപ്പിക്കാൻ ശ്രമിക്കുകയായിരുന്നു. അവരന്ന് വൈകുന്നേരം ബാംഗ്ലൂരിൽ നടന്ന ഒരു സൽക്കാരത്തിൽ പങ്കെടുക്കുകപോലും ചെയ്തു.

ഇതിനെത്തുടർന്ന് അവർ രാഘവനെ സിനിമാരംഗത്ത് ഒറ്റപ്പെടുത്താനുള്ള നീക്കങ്ങളാരംഭിച്ചു.

*****

മകൾ മരിച്ചതിന് താനല്ല ഉത്തരവാദിയെന്ന് ബോധ്യപ്പെടുത്താൻ പാടുപെട്ടുകൊണ്ടിരുന്ന വിജയമ്മ അതിന് ആരെ പഴിപറഞ്ഞാലാണെന്ന് നിശ്ചയമില്ലാതെ പല രഹസ്യങ്ങളും എന്നോട് തുറന്നുപറയാൻ തയ്യാറായി.

നസീർ മുമ്പ് വിജയശ്രീയുടെ വീട്ടിൽ നിത്യസന്ദർശനായിരുന്നുവെന്നും ആസംഭായി ആ പതിവ് ഏറ്റെടുത്തതോടെയാണ് തന്റെ വരവ് നിർത്തിയതെന്നും വിജയമ്മ എന്നോട് പറഞ്ഞിരുന്നു. ഒരു ദിവസം ആസമും വാസുപിള്ളയും തമ്മിൽ വഴക്കുണ്ടായെന്നും വാസുപിള്ള ആസമിനെ അടിക്കാൻ കസേര ഉയർത്തിയപ്പോൾ അതു തട്ടി സ്വിച്ച് ബോർഡ് പൊട്ടിപ്പോയെന്നു വാസുപിള്ളയും എന്നോടു പറഞ്ഞിരുന്നു. പൊളിഞ്ഞ സ്വിച്ച് ബോർഡ് എന്നെ കാണിച്ചുതരികയും ചെയ്തതാണ്.

ഒരിക്കൽ ആലപ്പുഴയിലെ ഉദയാ സ്ററുഡിയോവിൽവച്ച് ഒരു മഴസമയത്ത് അടൂർ ഭാസി വിജയശ്രീയുടെ മുറിയിൽ കയറിച്ചെന്നുവെന്നും അവൾ ഭാസിയെ ചെരുപ്പൂരി അടിച്ച് മഴയത്ത് പിടിച്ചുതള്ളിയെന്നും വിജയമ്മ തുറന്നുപറഞ്ഞു.

തേക്കടിയിൽ ഷൂട്ടിംഗ് നടക്കുമ്പോൾ ഉമ്മർ മദ്യപിച്ചതായി അഭിനയിച്ച് വിജയശ്രീയുടെ കട്ടിലിൽ കയറിക്കിടന്നുവെന്നും വിജയമ്മ കുടിക്കാൻ മോര് കൊടുത്തപ്പോൾ അയാൾ ചിരിച്ചുകൊണ്ട് ഏണീറ്റ് തൊട്ടടുത്തുള്ള അമ്മത്താരത്തിന്റെ മുറിയിലേക്ക് പോയെന്നു പറയാനും അവർ ഒട്ടും മടിച്ചില്ല. ഞാൻ ഇതൊന്നും എന്റെ വാരികയ്ക്ക് എഴുതി അയച്ചുകൊടുത്തില്ല. പകരം 'തമിഴ് മുരശ്' ലേഖകൻ ഡയലിനോട് പറഞ്ഞു. അവരിത് നാലുകോളം ഹെഡ്ഡിംഗ് ഇട്ട് പ്രസിദ്ധീകരിക്കുകയും ചെയ്തു.

വിവാഹിതനും കല്യാണപ്രായമായ മക്കളുടെ പിതാവുമായ ആസമിന് വിജയശ്രീയെ കല്യാണം കഴിച്ച് സ്വന്തമാക്കണമെന്ന ആഗ്രഹമുണ്ടായിരുന്നു. എന്നാൽ അവളെ ഈ ഘട്ടത്തിൽ കൈവിട്ടുകളയാൻ അമ്മ ഒരുക്കമല്ലായിരുന്നു. അതുകൊണ്ടാണ് അമേരിക്കയിൽ നിന്നൊരാൾ വരനായി വരുന്നുണ്ടെന്ന് കള്ളം പറഞ്ഞത്.

ഇതുകേട്ട് ഇച്ഛാഭംഗം വന്ന ആസംഭായി ഈ കുടുംബത്തെ ഭീഷണിപ്പെടുത്തി തന്റെ വരുതിക്ക് നിർത്താൻ സ്വന്തമായി എഴുതി അയച്ച 'വക്കീൽ നോട്ടീസ്' ആണ് ഞാൻ മുമ്പ് പരാമർശിച്ചത്.

വിജയശ്രീയുടെ മരണസമയത്ത് ബാംഗ്ലൂരിലായിരുന്ന പ്രേംനസീറിനെ ഏപ്രിൽ 13-ാം തീയതി ശനിയാഴ്ച രാത്രി 9 മണിക്ക് പോലീസ് മദ്രാസിലെ മൈലാപ്പൂർ സ്റ്റേഷനിൽ വിളിച്ച് ചോദ്യം ചെയ്തു. അടുത്ത ദിവസം (അന്ന് വിഷുവായിരുന്നു) രാവിലെ 9 മണിക്ക് അടൂർ ഭാസിയേയും അതേ പോലീസ് സ്റ്റേഷനിൽ വിളിച്ച് ചോദ്യം ചെയ്യുകയുണ്ടായി.

അതിനടുത്ത ദിവസത്തെ തമിഴ് പത്രങ്ങളിലെല്ലാം വലിയ പ്രാധാന്യത്തോടെ നസീറിനെയും ഭാസിയേയും പോലീസ് ചോദ്യം ചെയ്ത വാർത്ത പ്രസിദ്ധീകരിച്ചിരുന്നു.

*****

വിജയശ്രീ മരിച്ച സമയത്ത് ഞാനും നടരാജനും ആസം ഭായിയോടൊപ്പം അദ്ദേഹത്തിന്റെ 'സിനിഡിക്കർ' എന്ന സ്ഥാപനത്തിൽ ഇരിക്കുകയായിരുന്നു. അപ്പോഴവിടെ 'അങ്കത്തട്ട്' എന്ന ചിത്രം വിതരണത്തിനെടുത്ത ജിയോ കുട്ടപ്പനും (എൻ.ജി.ജോൺ) ഉണ്ടായിരുന്നു.

ഞങ്ങൾ അവിടെച്ചെന്നത് നടരാജൻ സ്വന്തമായി നിർമ്മിക്കുന്ന 'പട്ടാഭിഷേകം' എന്ന ചിത്രത്തിന് ആവശ്യമായ സെറ്റ് പ്രോപ്പർട്ടികൾ അന്വേഷിച്ചാണ്.

ഒരുമാസം മുമ്പ് നടരാജന്റെ വീട്ടിൽ തല്ലാൻ ചെന്ന ആസം അന്ന് വളരെ സൗഹാർദ്ദപൂർവമാണ് പെരുമാറിയത്.

രാത്രി എട്ടുമണിവരെ ഞങ്ങൾ ആസമിനോട് സംസാരിച്ചിരുന്നതാണ്. അതുകൊണ്ട് വിജയശ്രീയുടെ മരണത്തിൽ ആസമിന് നേരിട്ട് യാതൊരു പങ്കുമില്ലെന്ന് ഞങ്ങൾക്ക് ഉറപ്പുണ്ടായിരുന്നു.

എങ്കിലും വിജയശ്രീയുമായി അടുപ്പമുള്ളവരെയെല്ലാം പോലീസ് ചോദ്യം ചെയ്യുന്നതായി അറിഞ്ഞ ആസം പരിഭ്രാന്തനായിരുന്നു. അങ്ങനെയിരിക്കുമ്പോഴാണ് 1974 ഏപ്രിൽ 16-ന് ഉച്ചകഴിഞ്ഞ് വീണ്ടും അദ്ദേഹത്തെ അന്വേഷിച്ച് ഞങ്ങൾ വീട്ടിൽ ചെന്നത്.

അദ്ദേഹം ഞങ്ങളെ സംസാരിക്കാൻ ബെഡ്റൂമിലേക്കാണ് കൊണ്ടുപോയത്. അവിടുത്തെ കട്ടിലിൽ വിജയശ്രീയുടെ കട്ടിലിൽ വിരിച്ചിരുന്ന അതേ രീതിയിൽ സ്വർണ്ണ ഡിസൈനിലുള്ള ഒരു പച്ച വിരിപ്പുണ്ടായിരുന്നു (രണ്ടും ആസം ഒന്നിച്ചുവാങ്ങിയതാണ്.)

വിജയശ്രീയുടെ മരണത്തിന്റെ പേരിൽ ആസം ഒട്ടും ഭയക്കേണ്ടതില്ലെന്നും അദ്ദേഹത്തിന്റെ പേരിൽ കേസ് വന്നാൽ ഞങ്ങൾ സാക്ഷി പറയാനെത്തിക്കൊള്ളാമെന്നും അറിയിച്ചപ്പോൾ ആസം ഒരു കൊച്ചുകുട്ടിയെപ്പോലെ അനുസരണയുള്ളവനായി, കഥകളെല്ലാം തുറന്നുപറയാനും തയ്യാറായി.

പ്രേംനസീറാണ് വിജയശ്രീയെ ആസമിന് പരിചയപ്പെടുത്തിക്കൊടുത്തത്. അങ്ങനെ ആസം നിർമ്മിക്കുന്ന 'അങ്കത്തട്ട്' എന്ന ചിത്രത്തിൽ

അവളെ നായികയാക്കി. നസീറായിരുന്നു നായകൻ. ആനയും കുതിരയുമൊക്കെയുള്ള ഈ ചിത്രം വാസു സ്റ്റുഡിയോയിൽ വച്ചാണ് ചിത്രീകരിച്ചത്.

ചിത്രത്തിന്റെ റിലീസിംഗിന് കാസിം സേട്ടിനോടും ജിയോ കുട്ടപ്പനോടുമൊപ്പം കേരളത്തിൽ പോയപ്പോൾ ആസം നാനാ ഓഫീസും സന്ദർശിച്ചിരുന്നു. 'സിനിമയ്ക്കുള്ളിലെ സിനിമ' എന്ന പംക്തിയിൽ തന്നെ കളിയാക്കി എഴുതിയ എന്നെക്കുറിച്ചും അദ്ദേഹം അന്വേഷിച്ചു. ''നാനയുടെ ആ ലേഖകൻ എനിക്ക് നല്ല പബ്ലിസിറ്റിയാണ് തന്നത്. അയാൾക്ക് ഒരു സമ്മാനം കൊടുക്കേണ്ടതാണ്'' എന്നു പറഞ്ഞു. എനിക്ക് മദ്രാസിൽ എന്തെങ്കിലും പ്രയാസങ്ങൾ ഉണ്ടായാൽ ആസം സഹായിച്ചുകൊള്ളാമെന്നും ഏറ്റു.

വിജയശ്രീ കുഞ്ചാക്കോയുമായി പിണങ്ങിയതോടെ ഉദയയുമായി നല്ല ബന്ധമുള്ള പ്രേംനസീറും മറ്റു നടന്മാരും അവളെ ഒറ്റപ്പെടുത്താനുള്ള തീവ്രശ്രമം ആരംഭിച്ചു. ജയഭാരതിയും അവരുടെ അന്നത്തെ ഭർത്താവ് ഹരിപോത്തനും അതിനുവേണ്ട എല്ലാ കരുനീക്കങ്ങളും നടത്തിക്കൊണ്ടിരുന്നു.

ഈ സമയത്ത് വിജയശ്രീക്ക് സ്വന്തം വീട്ടിലും യാതൊരു മനസ്സമാധാനവും ലഭിച്ചിരുന്നില്ല. തനിക്ക് വരുന്ന ഫോൺകോളുകൾ അറ്റന്റ് ചെയ്യാൻ പോലും അച്ഛനും അമ്മയും അനുവദിച്ചിരുന്നില്ല. തന്നെയും തന്റെ സ്വന്തം അനുജൻ രാജശേഖരനെയും അവഗണിച്ച് വാസുപിള്ള അയാളുടെ മകൻ സുധാകരന് കൂടുതൽ പരിഗണനന നൽകുന്നു എന്ന് അവൾക്ക് പരാതി ഉണ്ടായിരുന്നു. അവളും അമ്മയും തമ്മിൽ നിരന്തരം വഴക്കടിച്ചുകൊണ്ടിരുന്നു.

ഈ സാഹചര്യത്തിൽ വിജയശ്രീക്ക് ശക്തനായ ഒരു പുരുഷന്റെ പിന്തുണ അത്യാവശ്യമായിരുന്നു. വാസു സ്റ്റുഡിയോയിൽ ഷൂട്ടിംഗ് നടക്കുമ്പോൾ അവൾ തന്റെ പ്രയാസങ്ങളെല്ലാം ആസമിനോട് വിവരിച്ചു. അത് ക്ഷമയോടെ കേട്ട ആസം അന്ന് വിജയശ്രീയോടൊപ്പം അവളുടെ വീട്ടിൽ പോയി. അന്നുമുതൽ അവർ തമ്മിൽ കൂടുതൽ അടുത്തു. ആ വീട്ടിൽ വിജയശ്രീയുടെ അച്ഛന്റെ പ്രായമുള്ള ആസം നിത്യസന്ദർശകനായി. ഈ അവസ്ഥയിൽ അവളെ വിവാഹം കഴിച്ച് തന്റെ രണ്ടാംഭാര്യ ആക്കാനും ആസം തീരുമാനിച്ചു.

മദ്രാസിന്റെ പ്രാന്തപ്രദേശത്തുള്ള കരിമാരിയമ്മൻ കോവിലിൽ വെച്ച് കെ.എസ്. ഗോപാലകൃഷ്ണന്റെ അനുജൻ കാശി വിജയശ്രീയെ വളരെ ചെറുപ്പത്തിലേതന്നെ വിവാഹം കഴിച്ചിരുന്നു. എന്നാൽ സാമ്പത്തികമായി തകർന്നുപോയ അയാളെ സൗന്ദര്യമില്ലെന്നും ആരോഗ്യം പോരെന്നുമൊക്കെ പറഞ്ഞ് വാസുപിള്ളയും ഭാര്യയും അകറ്റിനിർത്തിയിരിക്കുകയായിരുന്നു.

ഇക്കാലത്ത് ആസം വിജശ്രീയെ വിവാഹം കഴിക്കാൻ പോകുന്നുവെന്ന് പല പത്രങ്ങളിലും വാർത്ത വന്നു. തന്റെ മകളെ ആസം തട്ടിക്കൊണ്ടുപോകുമെന്നു ഭയന്ന അമ്മ അമേരിക്കയിലുള്ള ഒരാളുമായി മകൾക്ക് കല്യാണാലോചന നടത്താൻ ശ്രമിച്ചു.

ഒരുദിവസം രാത്രിയിൽ അമ്മയുമായി വഴക്കിട്ട വിജയശ്രീ ആസമിനോടൊപ്പം നേരം വെളുക്കുന്നതുവരെ അഡയാർ റോഡിൽക്കൂടി അങ്ങോട്ടുമിങ്ങോട്ടും നടന്നു.

ഇതിനിടെ ഒന്നുരണ്ടുതവണ വിജയശ്രീ വിഷം കഴിച്ചെങ്കിലും അപ്പോ

ഴൊക്കെ അമ്മ തൊണ്ടയിൽ വിരലിട്ട് ഛർദ്ദിപ്പിക്കുകയായിരുന്നു. മറ്റൊരിക്കൽ അവൾ ടെറസ്സിൽനിന്ന് ചാടുമെന്നു പറഞ്ഞ് അമ്മയെ ഭീഷണിപ്പെടുത്തിയിട്ടുമുണ്ട്.

വിജയശ്രീയുടെ വീട്ടിൽവച്ച് ഒരിക്കൽ ആസമും വാസുപിള്ളയും തമ്മിൽ അടിപിടിയുണ്ടായി. ആസം വയലാർ രാമവർമ്മയുടെ അടുത്തെത്തി ഇക്കാര്യം പറഞ്ഞ് കുറെ കരഞ്ഞു.

*****

ആസമും കാസിം സേട്ടും ഏറ്റവും അടുത്ത സുഹൃത്തുക്കളായിരുന്നു. അവർ ചേർന്ന് പാർട്ണർഷിപ്പിൽ സിനിമ നിർമ്മിക്കാൻ ഉദ്ദേശിച്ചിട്ടുമുണ്ടായിരുന്നു. ചെമ്മീൻ കയറ്റുമതിക്കാരനായ കാസിം ഇടയ്ക്കിടെ ആസമിനോട് രൂപ കടം വാങ്ങാറുമുണ്ടായിരുന്നു.

ആസം വഴി കാസിം വിജയശ്രീയുടെ അമ്മയെ പരിചയപ്പെട്ടു. ഇതോടെ അയാളും വാസുപിള്ളയും ചേർന്ന് പലയിടത്തും സർക്കീട്ട് നടത്തിത്തുടങ്ങി.

പട്ടാണിയായ ആസമിന്റെ വീട്ടിൽവച്ച് ഇടയ്ക്കിടെ കഥക് നൃത്തം നടത്താറുണ്ടായിരുന്നു. ചുറ്റും കാണാനിരിക്കുന്നവർക്ക് വാഹ്, വാഹ് എന്നുപറഞ്ഞ് നർത്തകിയെ പ്രോത്സാഹിപ്പിക്കുകയും കറൻസി നോട്ട് എറിഞ്ഞുകൊടുക്കുകയും ചെയ്യാമെങ്കിലും നൃത്തം നടക്കുന്നതിനിടയ്ക്ക് അവളെ സ്പർശിക്കാനുള്ള അവകാശമില്ല.

ആസമിന്റെ വീട്ടിലെ നൃത്തപരിപാടി കാണാൻ കാസിമും ഭാര്യ നസീമയും ചെല്ലാറുണ്ടായിരുന്നു. ഒരുദിവസം മദ്യപിച്ചെത്തിയ കാസിം നർത്തകിയെ കടന്നുപിടിക്കാൻ ശ്രമിച്ചതിന്റെ പേരിൽ ആസമുമായി വഴക്കിട്ടു. കാസിമിന്റെ ഭാര്യ പിണങ്ങി ഏണീറ്റു പോവുകയും ചെയ്തു.

വിജയശ്രീ മരിക്കുന്നതിന് ഏതാനും ദിവസംമുമ്പ് മാത്രമാണ് ആ വീട്ടിൽ കാസിമും ഭാര്യയും അവരുടെ ആറുവയസുള്ള മകളുമായി താമസിക്കാനെത്തിയത്.

ഇക്കാലത്ത് 'സിനിരമ' വാരികയുടെ ലേഖകൻ എ.സി. സാബു ശ്രീലതയേയും സുധീറിനേയും നായികാനായകന്മാരാക്കി 'മുക്കുവനും ഭൂതവും' എന്നൊരു സിനിമ കുറേ ഷൂട്ടുചെയ്തുവച്ചിരുന്നു. ശ്രീലതയെ മാറ്റി പകരം വിജയശ്രീയെ നായികയാക്കി ഇത് പൂർത്തിയാക്കാനുള്ള ഉദ്ദേശം കാസിമിന് ഉണ്ടായിരുന്നു. അതിന്റെ കാര്യത്തിന് സുധീറും കദീജയും ഒന്നിച്ചു താമസിക്കുന്ന വീട്ടിലെത്തിയ കാസിമിനെ ഞാൻ അവിടെ വച്ചാണ് മുമ്പ് കണ്ടിട്ടുള്ളത്.

വിജയശ്രീ മരിച്ച് രണ്ടുമാസത്തോളം കഴിഞ്ഞ് മദ്രാസ് സെൻട്രലിൽനിന്ന് പുറപ്പെട്ട കൊച്ചിൻ എക്സ്പ്രസ് ട്രെയിനിൽ ഞാൻ സഞ്ചരിക്കുമ്പോൾ കാസിം സേട്ടും പ്രൊഡക്ഷൻ മാനേജരായ ആർ.ബി. എസ്. മണിയും എന്റെ അടുത്തു വന്നിരുന്നു. ആ യാത്രയ്ക്കിടയിലാണ് കാസിം എന്നോട് വിജയശ്രീയുടെ മരണത്തിനു പിന്നിലെ കൂടുതൽ കാര്യങ്ങൾ വെളിപ്പെടുത്തിയത്.

അന്നത്തെ കാൾ ഷീറ്റ് ക്യാൻസൽ ആയതുകൊണ്ട് വിജയശ്രീ ഷൂട്ടിംഗിന് പോയില്ല. അവൾ അന്ന് തന്റെ അനുജനെ നന്നായി പഠിക്കാൻ ഉപദേശിക്കുകയും സ്വന്തം വാച്ച് അവന് സമ്മാനിക്കുകയും ചെയ്തു. അന്നുച്ചയ്ക്ക് പി. സുബ്രഹ്മണ്യത്തിന്റെ വിരുന്നിൽ പങ്കെടുക്കാൻ വിജയശ്രീ അമ്മയോടും വാസുപിള്ളയോടുമൊപ്പം പോയപ്പോൾ

കാസിമിനെയും ഭാര്യയേയും കൂടെ കൊണ്ടുപോയി. വൈകിട്ട് വീട്ടിൽ മടങ്ങി എത്തിയശേഷം വിജയശ്രീ മുകളിലത്തെ തന്റെ മുറിയിൽ കാസിമിന്റെ മകളുമായി കളിച്ചുകൊണ്ടിരുന്നു. വാസുപിള്ള സുബ്രഹ്മണ്യത്തെ യാത്ര അയക്കാൻ കാറുമായി എഗ്മൂർ സ്റ്റേഷനിലേക്ക് പോയിരിക്കുകയായിരുന്നു. സഹോദരൻ കളിക്കാൻ പുറത്തുപോയിരുന്നു.

വൈകിട്ട് വിജയശ്രീക്ക് ചായ കൊണ്ടുകൊടുത്തത് നസീമയാണ് രണ്ടുമിനിട്ട് കഴിഞ്ഞ് കുട്ടി ഓടിവന്ന് വിജയശ്രീ ഛർദ്ദിക്കുന്നതായി അറിയിച്ചു. വിജയമ്മയോടൊപ്പം കാസിമും നസീമയും മുകളിൽ ഓടിച്ചെന്നപ്പോൾ അവൾ അവശനിലയിൽ വരാന്തയിൽ കിടക്കുകയായിരുന്നു. ''നീ പിന്നെയും ചതിച്ചോടി'' എന്നു ചോദിച്ച് അമ്മ തൊണ്ടയിൽ വിരൽ കടത്തിനോക്കി. അപ്പോൾ അവൾ തീർത്തും അവശയായിക്കഴിഞ്ഞിരുന്നു. അധികം വൈകാതെ അവളെ ഒരു പ്രൈവറ്റ് നഴ്സിംഗ് ഹോമിൽ കൊണ്ടുപോയി.

ഒരു ലേഡിഡോക്ടർ 'കൊറാമീൻ' കുത്തിവയ്ക്കുകയും നെഞ്ച് തിരുമ്മിക്കൊടുക്കുകയും ചെയ്തെങ്കിലും അവർക്ക് വലിയ പ്രതീക്ഷയൊന്നും തോന്നിയില്ല. അതുകൊണ്ടാണ് ജനറൽ ആശുപത്രിയിൽ കൊണ്ടുപോകാൻ ഉപദേശിച്ചത്. അവിടെ എത്തുന്നതിനുമുമ്പേ മരണം സംഭവിച്ചു. ഭയന്നുപോയ വിജയമ്മയും കാസിമും ചേർന്ന് ശവം മോർച്ചറിയിലേക്ക് വിട്ടുകൊടുത്തിട്ട് സ്ഥലംവിട്ടു. വീട്ടിൽ മടങ്ങിയെത്തിയ ഉടൻ അവർ ഛർദ്ദി കഴുകിക്കളയുകയായിരുന്നു എന്നാണ് പിന്നീട് ഞാനറിഞ്ഞത്. ശവത്തിന് കൂട്ടിരിക്കാൻ പോലും ആർക്കും സന്മനസ്സുണ്ടായില്ല.

*****

'പൊന്നാപുരം കോട്ട' എന്ന ചിത്രത്തിനെ നാന നിശിതമായി നിരൂപണം ചെയ്തതിന്റെ പേരിൽ മുമ്പ് കുഞ്ചാക്കോ ഒരു വക്കീൽ നോട്ടീസ് അയച്ചിരുന്നെങ്കിലും അന്ന് കോടതിയിൽ കേസ് ഫയൽ ചെയ്തില്ല.

എന്നാൽ വീണ്ടുമൊരു മാനനഷ്ടക്കേസ് കൊണ്ടുവരാനുള്ള അവസരം നാന താമസിയാതെ ഉണ്ടാക്കിക്കൊടുത്തു. ഇത്തവണ ഒന്നാം പ്രതി വിജയശ്രീ ആയിരുന്നു. രണ്ടും മൂന്നും പ്രതികൾ നാന പ്രവർത്തകരും. ഈ കേസ് നേരിട്ട് കോടതിയിൽത്തന്നെ ഫയൽ ചെയ്യുകയായിരുന്നു.

കേസിന് കാരണമായത് 1973 ഡിസംബർ 2-ാം തീയതിയിലെ നാനയിൽ പ്രസിദ്ധീകരിച്ച വിജയശ്രീയുമായുള്ള ഒരു ഇന്റർവ്യൂ ആയിരുന്നു.

അക്കാലത്ത് പ്രേംനസീറിന് മുപ്പതിനായിരം രൂപയും വിജയശ്രീക്ക് അയ്യായിരം രൂപയുമായിരുന്നു ഉദയാ നൽകുന്ന പ്രതിഫലം. ഒരേസമയത്ത് രണ്ടു ചിത്രങ്ങളുടെ ഷൂട്ടിംഗ് പൂർത്തിയാക്കുകയും ചെയ്തിരുന്നു.

ഒരു ചിത്രത്തിന് രണ്ടായിരം രൂപ വെച്ച് കൂടുതൽ നൽകാമെന്ന് ഉദയാ നൽകിയ വാഗ്ദാനത്തിന്റെ അടിസ്ഥാനത്തിലാണ് അവരുടെ ഏതാനും ചിത്രങ്ങളിൽ താൻ അഭിനയിച്ചതെന്നും എന്നാൽ കരാർ പ്രകാരം തനിക്ക് ലഭിക്കേണ്ടിയിരുന്ന പതിനാലായിരം രൂപയിൽ നാലായിരം മാത്രം നൽകിയിട്ട് ബാക്കി പതിനായിരം രൂപയ്ക്ക് കുഞ്ചാക്കോ

യുടെതന്നെ ഉടമസ്ഥതയിലുള്ള എക്സൽ ഗ്ലാസ് ഫാക്ടറിയുടെ ഷെയർ തന്നിൽ അടിച്ചേൽപ്പിക്കുകയാണുണ്ടായതെന്നും അതുകൊണ്ട് ഇനി മേലിൽ ഉദയാ ചിത്രങ്ങളിൽ അഭിനയിക്കുകയില്ലെന്നും വിജയശ്രീ നാനയുടെ പത്രാധിപർ കെ.വി.എസ്. ഇളയതിനോട് പറഞ്ഞു. ഇങ്ങനെ പല ആർട്ടിസ്റ്റുകളുടെയും പ്രതിഫലം അവരുടെ സമ്മതം കൂടാതെ ഷെയർ ആക്കിയിട്ടുണ്ടെന്നും അവർ ആരോപിച്ചു.

തന്റെ അഭിനയപാടവം പ്രകടിപ്പിക്കാനല്ല, മറിച്ച് അവയവഭംഗി പ്രദർശിപ്പിക്കുന്നതിലാണ് ഉദയാ ചിത്രങ്ങൾ താല്പര്യം കാണിക്കുന്നത്. 'പൊന്നാപുരം കോട്ട' എന്ന ചിത്രത്തിന്റെ ഷൂട്ടിംഗ് വേളയിൽ താൻ ഒരു വെള്ളച്ചാട്ടത്തിൽ ടവ്വൽ മാത്രം ചുറ്റി കുളിക്കുന്ന രംഗം ഷൂട്ടു ചെയ്യുമ്പോൾ അബദ്ധത്തിൽ ടവ്വൽ അഴിഞ്ഞുപോയി. ഇതും താനറിയാതെ 'സൂം' ലെൻസ് ഉപയോഗിച്ച് ഷൂട്ട് ചെയ്തു.

ലാബറട്ടറിയിൽ ഇതിന്റെ ഫിലിം കണ്ട ഒരാൾ തന്നോടീ വിവരം പറഞ്ഞു. അത് വെട്ടിമാറ്റണമെന്ന് വളരെ നിർബന്ധിച്ചിട്ടും അവർ കേട്ടില്ല. ഒടുവിൽ സെൻസർ ബോർഡുകാരാണ് അത് മുറിച്ചുകളഞ്ഞതെന്ന് അറിഞ്ഞു. അതുപോലെ പൊന്നാപുരം കോട്ടയിൽ തനിക്ക് ആക്ഷേപകരമായി തോന്നിയിട്ടുള്ള അവയവപ്രദർശനവും ഗതികേടുകൊണ്ട് സംഭവിച്ചതാണ് - അവർ തുറന്നടിച്ചു.

തുടർന്ന് വിജയശ്രീയെ ഈ തീരുമാനത്തിൽനിന്ന് വ്യതിചലിപ്പിക്കുവാൻ പ്രേംനസീർ നടത്തിയ സമ്മർദ്ദങ്ങളും പ്രലോഭനങ്ങളും അവർ വിവരിച്ചു.

''മെരിലാന്റ് ചിത്രങ്ങളിൽ തുടർന്ന് അഭിനയിക്കാതിരിക്കുകയും ഉദയാചിത്രങ്ങളിൽ അഭിനയിക്കുകയും ചെയ്യുകയാണെങ്കിൽ പതിനേഴ് ചിത്രങ്ങളിൽ അഭിനയിക്കാനുള്ള കോൺട്രാക്ട് വാങ്ങിത്തരാമെന്ന് പ്രേംനസീർ പറഞ്ഞു. മെരിലാന്റ് പതിനയ്യായിരം രൂപയാണ് തരുന്നത്. ഉദയാ നൽകിയിരുന്നത് നാലായിരമോ അയ്യായിരമോ മാത്രമാണ്.''

''തമിഴിൽ എം.ജി.ആറും മറ്റും കൂടെ അഭിനയിക്കുന്ന ജൂനിയർ ആർട്ടിസ്റ്റുകൾക്ക് നിർമ്മാതാക്കളിൽനിന്ന് കൂടുതൽ പണം വാങ്ങിക്കൊടുക്കാനാണ് ശ്രമിക്കുക. നസീറാകട്ടെ മറ്റ് ആർട്ടിസ്റ്റുകളുടെ ചെലവിൽ തനിക്ക് കൂടുതൽ പ്രതിഫലം വാങ്ങാൻ ശ്രമിക്കും. ഏഴായിരം രൂപ ഒരു ആർട്ടിസ്റ്റിന് ഒരു പ്രൊഡ്യൂസർ നൽകാമെന്ന് തീരുമാനിച്ചാൽ അവർക്ക് അയ്യായിരം കൊടുത്താലും അഭിനയിച്ചുകൊള്ളുമെന്നും പക്ഷെ തനിക്ക് നാൽപതിനായിരം കിട്ടണമെന്നും നസീർ പറയുന്നതു കേട്ടിട്ടുണ്ട്.''

പി.സുബ്രഹ്മണ്യത്തിന്റെ മെരിലാന്റ് സ്റ്റുഡിയോയിൽ 'യൗവ്വനം' എന്ന ചിത്രത്തിൽ അഭിനയിച്ചശേഷം വിജയശ്രീ മദ്രാസിലേക്ക് തിരികെ പോകുമ്പോൾ തിരുവനന്തപുരം എയർപോർട്ടിൽ വച്ചാണ് പത്രാധിപർ ഈ ഇന്റർവ്യൂ എടുത്തതെന്ന് നാന എഴുതിയിരുന്നു. എന്നാൽ ആ ഇന്റർവ്യൂവിന്റെ കൂടെ പ്രസിദ്ധീകരിച്ച, പത്രാധിപരും വിജയശ്രീയും ഒന്നിച്ചിരിക്കുന്ന ഫോട്ടോ സുബ്രഹ്മണ്യത്തിന്റെ മെരിലാന്റിലെ പർണശാലയിൽ വച്ചെടുത്തതായിരുന്നു.

ഈ ഇന്റർവ്യൂവിന്റെ സമയത്ത് അവിടെ സുബ്രഹ്മണ്യവും സന്നിഹിതനായിരുന്നു. സുബ്രഹ്മണ്യത്തിന്റെ സാന്നിധ്യം മറച്ചുവയ്ക്കുന്നതിനു വേണ്ടിയാണ് എയർപോർട്ടിൽ വച്ചാണ് ഈ ഇന്റർവ്യൂ നടത്തിയതെന്ന് എഴുതിയത്.

എന്നാൽ ഒരബദ്ധം പറ്റി. വാരികയുടെ അതേ ലക്കത്തിൽ തന്നെ

അതിന്റെ പബ്ലിഷർ പി.സുബ്രഹ്മണ്യവുമായി നടത്തിയ ഒരു ഇന്റർവ്യൂ കൂടി പ്രസിദ്ധീകരിച്ചിരുന്നു. അതിൽ അദ്ദേഹം ഇതേ സ്ഥലത്തു സുബ്രഹ്മണ്യത്തിന്റെ കൂടെ ഇരിക്കുന്ന ഒരു ഫോട്ടോ കൂടി പ്രസിദ്ധീകരിച്ചിരുന്നു.

ചിത്രങ്ങൾ രണ്ടും മെരിലാന്റിൽ വച്ചെടുത്തതായിരുന്നു. ഇത് കുഞ്ചാക്കോ ശ്രദ്ധിച്ചില്ലെന്നു തോന്നുന്നു.

വാരികയുടെ രണ്ടാഴ്ച കഴിഞ്ഞുള്ള ലക്കത്തിൽ പ്രസിദ്ധീകരിച്ച ഒരു വായനക്കാരന്റെ കത്തിൽ വിജയശ്രീയോട് സഹതാപവും കുഞ്ചാക്കോയോട് അവജ്ഞയും പ്രകടിപ്പിച്ചിരുന്നു.

ഈ ഇന്റർവ്യൂ വായനക്കാരുടെ ഇടയിലും ചൂടുള്ള ചർച്ചാവിഷയമായി. വാരികയുടെ പ്രചാരം കുതിച്ചുയർന്നു.

ഇതിന്റെ തൊട്ടുപിന്നാലെ വാരികയിൽ 'സിനിമാരംഗത്തെ ഗുണ്ടായിസം' എന്നൊരു എഡിറ്റോറിയലും പ്രസിദ്ധീകരിച്ചു. ആലപ്പുഴയിൽ വിജയശ്രീയുടെ ചിത്രം പ്രദർശിപ്പിക്കുന്ന തിയേറ്ററിൽ വിജയശ്രീയെ സ്ക്രീനിൽ കണ്ടാലുടൻ കൂവാൻ കുറേപ്പേരെ മുമ്പിൽ പിടിച്ചിരുത്തുന്നു എന്നും വാരികയുടെ നേരെയും ചില ഭീഷണികൾ ഉയരുന്നുണ്ടെന്നും അതിൽ പറഞ്ഞിരുന്നു.

*****

വിജയശ്രീയുടെ ഈ ഇന്റർവ്യൂ പ്രസിദ്ധീകരിച്ചതിന്റെ പേരിൽ ഉദയാ പിക്ചേഴ്സ് ആലപ്പുഴ മജിസ്ട്രേട്ട് കോടതിയിൽ ഒരു മാനനഷ്ടക്കേസ് ഫയൽ ചെയ്തു.

ഉദയാ സ്റ്റുഡിയോയിൽ താനിനി അഭിനയിക്കുകയില്ലെന്ന് തീരുമാനിക്കാനുണ്ടായ കാരണങ്ങളെപ്പറ്റി വിജയശ്രീ നൽകിയ വിശദീകരണം തങ്ങൾക്ക് അപമാനകരമാണെന്ന അടിസ്ഥാനത്തിലായിരുന്നു ഈ കേസ്. വാദികളുടെ സാക്ഷിപ്പട്ടികയിൽ പ്രേംനസീർ, ഉമ്മർ തുടങ്ങിയ സിനിമാതാരങ്ങൾ ഉണ്ടെന്നും ഇനിയും പല താരങ്ങളും സാക്ഷികളായി വരാനിടയുണ്ടെന്നും ചില പത്രങ്ങൾ റിപ്പോർട്ട് ചെയ്തു.

കോടതി കേസ് ഡിസംബർ 31-ന് അവധിക്ക് വെച്ചു.

ഈ വാർത്ത നാനയിൽ കൊടുത്തപ്പോൾ പൊന്നാപുരം കോട്ടയേയും സെൻസർ ബോർഡിനെയും കോടതിയിൽ കൊണ്ടുവരുമെന്നൊരു മുന്നറിയിപ്പുകൂടി ചേർത്തിരുന്നു.

ഈ സമയത്ത് പ്രേംനസീർ നാനയ്ക്കെതിരെ ഒരു മാനനഷ്ടക്കേസ് ഫയൽ ചെയ്യുന്നതിനെക്കുറിച്ച് താനുമായി ആലോചിക്കുകയുണ്ടായെന്ന് കവിയൂർ പൊന്നമ്മയുടെ ഭർത്താവ് മണിസ്വാമി എന്നോട് പറഞ്ഞു. പക്ഷെ മണിസ്വാമി എതിർക്കുകയാണുണ്ടായത്. അവർ തമ്മിലുണ്ടായ തർക്കം പിണക്കത്തിൽ കലാശിക്കുകയും ചെയ്തു.

*****

കേസിന്റെ അവധിക്ക് രണ്ടുദിവസം മുമ്പേതന്നെ ആസം ഭായിയും കാസിം സേട്ടുമൊത്ത് ആലപ്പുഴയിലെത്തിയ വിജയശ്രീ കുഞ്ചാക്കോയെ കണ്ട് ക്ഷമ ചോദിക്കുകയും തന്നെ കേസിൽനിന്ന് ഒഴിവാക്കണമെന്ന് അപേക്ഷിക്കുകയും ചെയ്തു. കേസ് പിൻവലിക്കാമെന്ന് കുഞ്ചാക്കോ വാഗ്ദാനം നൽകിയതുമാണ് (ഇതെന്നോട് ആസം ഭായിയാണ് പറഞ്ഞത്).

കുഞ്ചാക്കോയുടെ നിർദ്ദേശപ്രകാരം വിജയശ്രീ മജിസ്ട്രേട്ടിന്റെ മുമ്പിൽ ഹാജരായി ജാമ്യമെടുത്തു.

ഉദയായും വിജയശ്രീയുമായി ഒരു ഒത്തുതീർപ്പിലെത്തുകയും ചെയ്തു. അവർ ചേർന്ന് ആലപ്പുഴ കോടതിയിൽ സമർപ്പിച്ച സംയുക്ത പ്രസ്താവനയിൽ ഇങ്ങനെ പറഞ്ഞു:

"ഇന്ത്യൻ പീനൽകോഡിലെ 500, 501, 502 വകുപ്പുകൾ പ്രകാരം വിജയശ്രീക്കും നാന പബ്ലീഷർക്കും എഡിറ്റർക്കുമെതിരെ ഫയൽ ചെയ്തിരുന്ന പരാതിയിൽനിന്നും വിജയശ്രീയെ ഒഴിവാക്കുന്നു. വിജയശ്രീ ഈ വാരികയോട് അത്തരത്തിലുള്ള യാതൊരു പ്രസ്താവനയും നടത്തിയിട്ടില്ല. തിരുവനന്തപുരം വിമാനത്താവളത്തിൽവെച്ച് പത്രാധിപരെ കണ്ടിട്ടുമില്ല. ഉദയാ നിർമ്മിച്ച ഒരു ചിത്രത്തിലും സെക്സ് പ്രദർശിപ്പിക്കാൻ വിജയശ്രീയെ നിർബന്ധിച്ചിട്ടില്ല. ഗ്ലാസ് ഫാക്ടറിയുടെ ഷെയറും അടിച്ചേൽപ്പിച്ചിട്ടില്ല. പൊന്നാപുരം കോട്ടയിലെ കുളിരംഗത്ത് വസ്ത്രം അഴിഞ്ഞുപോയത് ക്യാമറയിൽ പകർത്തിയെന്നത് വാരികയുടെ ഭാവനാസൃഷ്ടി മാത്രമാണ്. പ്രേംനസീറിനെ താഴ്ത്തിക്കാണിക്കുന്ന പ്രസ്താവനകളും അവർ നടത്തിയിട്ടില്ല.

കേസ് വീണ്ടും ജനുവരി 14-ലേക്ക് അവധിക്ക് വെച്ചു. പക്ഷെ അത് പിൻവലിക്കാമെന്ന് വിജയശ്രീയോട് ചെയ്ത വാഗ്ദാനം ഉദയ പാലിച്ചില്ല. പക്ഷെ താൻ എയർപോർട്ടിൽവച്ച് വാരികയുടെ പത്രാധിപരെ കണ്ടിട്ടില്ലെന്ന് വിജയശ്രീ പറഞ്ഞത് സത്യമായിരുന്നു. ഇതോടെ നാന വെട്ടിലായി.

*****

വിജയശ്രീ ആരെന്തു പറഞ്ഞാലും വിശ്വസിക്കുകയും അനുസരിക്കുകയും ചെയ്യുന്ന ഒരു ശുദ്ധഗതിക്കാരി ആയിരുന്നുവെന്ന് മുമ്പ് പറഞ്ഞിട്ടുണ്ടല്ലോ. അത് മുതലെടുക്കുന്നവരല്ലാതെ അവർക്ക് നേർവഴി പറഞ്ഞുകൊടുക്കാൻ കഴിവുള്ള നല്ല ഉപദേഷ്ടാക്കാളാരും ഉണ്ടായിരുന്നില്ല.

മെരിലാന്റ് സുബ്രഹ്മണ്യവും തിക്കുറിശ്ശിയും മറ്റും ഒരുകാര്യം പറഞ്ഞാൽ അത് നിഷേധിക്കാനുള്ള തന്റേടം അവൾക്കില്ലായിരുന്നു. തിക്കുറിശ്ശിയാണെങ്കിൽ അവളെ 'മോളെ' എന്നാണ് വിളിച്ചിരുന്നതും. (അതേക്കുറിച്ചും ചില കഥകൾ പ്രചരിച്ചിരുന്നു).

'യൗവ്വനം' എന്ന ചിത്രത്തിന്റെ ബാക്കി ജോലികൾ പൂർത്തിയാക്കാൻ വേണ്ടിയാണ് വിജയശ്രീ രണ്ടാനച്ഛനോടൊപ്പം വീണ്ടും മെരിലാന്റിലെത്തിയത്. ഇതറിഞ്ഞ പത്രാധിപർ കെ.വി.എസ്. ഇളയത് വക്കീലിനെയും കൂട്ടി അവിടെയെത്തി.

സുബ്രഹ്മണ്യത്തിന്റെയും തിക്കുറിശ്ശിയുടെയും ഉപദേശപ്രകാരം അവൾ മറ്റൊരു പ്രസ്താവന എഴുതി പത്രാധിപർക്ക് കൊടുത്തു. അപ്പോൾ അവളുടെ കൈവശം സ്വന്തം ലെറ്റർ പാഡ് ഇല്ലായിരുന്നു. പത്രാധിപർ തന്നെ വിജയശ്രീയുടെ ലെറ്റർ ഹെഡ് പ്രിന്റ് ചെയ്ത് കൊണ്ടുവരികയായിരുന്നു.

വക്കീൽ പറഞ്ഞുകൊടുത്ത വാചകങ്ങൾ സുബ്രഹ്മണ്യം തമിഴിലാക്കി വിജയശ്രീയോട് പറഞ്ഞു. അതവൾ തമിഴിൽ എഴുതി ഒപ്പിട്ടു. (മലയാളം എഴുതാനും വായിക്കാനും അവൾക്കറിയില്ലായിരുന്നു. താൻ എയർപോർട്ടിൽ വച്ച് പത്രാധിപരെ കണ്ടതാണെന്നും വാരികയിൽ

എഴുതിയതെല്ലാം സത്യമാണെന്നുമായിരുന്നു അതിന്റെ രത്നച്ചുരുക്കം. ആ പെൺകുട്ടി വീണ്ടും ചതിക്കപ്പെട്ടു. നാനയുടെ നില സുരക്ഷിതമാവുകയും ചെയ്തു.

ഇതെല്ലാം കാരണം വിജയശ്രീ മാനസികമായി തകർന്നു. ചില പത്രങ്ങൾ മത്സരിച്ച് അവളുടെ പൂർവകഥകൾ അച്ചടിച്ച് പ്രചരിപ്പിക്കാനാരംഭിച്ചു. അവളുടെ അഭിമാനം വ്രണപ്പെടുകയായിരുന്നു. അവളുടെ നഗ്നഫോട്ടോകളും പത്രങ്ങൾക്ക് അയച്ചുകൊടുക്കുമെന്ന് ചില ഫോൺ കോളുകൾ വന്നു. അവൾക്ക് പക്വതയുണ്ടായിരുന്നെങ്കിൽ അങ്ങനെ ചെയ്തോളാൻ പറയുമായിരുന്നു. എന്നാൽ ആ മനസ് നീറിപ്പുകയായിരുന്നു.

ഏറ്റവും തിരക്കേറിയ നടിയുടെ പദവിയിലേക്ക് ഉയർന്നുകൊണ്ടിരുന്ന വിജയശ്രീക്ക് അഭിനയിക്കാനുള്ള അവസരം ഇതോടെ പലയിടത്തും നിഷേധിക്കപ്പെട്ടു. ഈ സാഹചര്യത്തിലാണ് അവൾ സുബ്രഹ്മണ്യത്തിന്റെ ചിത്രങ്ങളിൽ അഭിനയിക്കാൻ കരാറുണ്ടാക്കിയത്. ഈ കരാറാണ് അവളുടെ ആത്മഹത്യക്ക് വഴിതെളിച്ചതും.

*****

1973-ൽ പ്രേംനസീറിന് 46 വയസ്സ് തികഞ്ഞു. 'മരുമകൾ' എന്ന ചിത്രത്തിന്റെ തിരക്കഥാകൃത്ത് മുൻഷി പരമുപിള്ള (ഇന്ത്യയുടെ മുൻ വിദേശകാര്യവകുപ്പ് സെക്രട്ടറി ജെ.എൻ.ദീക്ഷിതിന്റെ അച്ഛൻ) ആ ചിത്രത്തിന്റെ നായകസ്ഥാനത്തേക്ക് കണ്ടുപിടിച്ച നസീർ 23 വർഷങ്ങളായി മലയാള സിനിമയിൽ നായകസ്ഥാനത്ത് തുടരുകയായിരുന്നു. അതുകൊണ്ട് ചിലർ അദ്ദേഹത്തെ നിത്യഹരിതനായകൻ എന്നാണ് വിശേഷിപ്പിച്ചിരുന്നതും. അദ്ദേഹം മുന്നൂറോളം ചിത്രങ്ങൾ പൂർത്തിയാക്കിയെന്ന് കൊട്ടിഘോഷിച്ച സമയമായിരുന്നു അത്.

ഇന്നും സിനിമ കാണുന്ന ചിലർ അതിലെ അഭിനേതാക്കൾ സ്വന്തം ജീവിതത്തിലും സിനിമയിലെ കഥാപാത്രങ്ങളെപ്പോലെയാണെന്ന് ധരിച്ചുവച്ചിരിക്കുന്നു. വളരെ വർഷങ്ങളായി നൂറുകണക്കിന് ചിത്രങ്ങളിൽ സൽസ്വഭാവിയും സകലകലാ വല്ലഭനും അഭ്യാസിയും ജനസേവകനുമായി പ്രത്യക്ഷപ്പെടുന്ന ഒരാൾ സുന്ദരനും കൂടിയാണെങ്കിൽ അയാൾക്കും തെറ്റുകൾ പറ്റുമെന്ന് വിശ്വസിക്കാൻ സർവസാധാരണക്കാർക്ക് വിശ്വസിക്കാൻ ബുദ്ധിമുട്ടായിരിക്കും.

അക്കാലത്ത് സിനിമാ പ്രസിദ്ധീകരണങ്ങൾ ലേഖകന്മാർക്ക് ശമ്പളം നൽകിയിരുന്നില്ല. അവർ സിനിമക്കാരുടെ നക്കാപ്പിച്ച വാങ്ങി ജീവിച്ചോണമെന്ന മനോഭാവമായിരുന്നു പത്രം നടത്തുനനവർക്ക്. സിനിമയിൽനിന്ന് ഏറ്റവും കൂടുതൽ ധനം സമ്പാദിച്ചിരുന്ന നസീർ ആണ് ലേഖകന്മാരെ ഏറ്റവും കൂടുതൽ സഹായിച്ചിരുന്നതും. അതുകൊണ്ട് അവരെല്ലാം മത്സരിച്ച് നസീറിനെ വാനോളം പുകഴ്ത്തി അദ്ദേഹത്തിന് ഒരു അമാനുഷ പരിവേഷം തന്നെ നൽകിയിരുന്നു. (നടരാജന് വേറെ നല്ല ശമ്പളം കിട്ടുന്ന ജോലി ഉണ്ടായിരുന്നു. ഞാനാണ് ആദ്യമായി ശമ്പളം ലഭിക്കുന്ന ലേഖകനായി മദ്രാസിലെത്തിയത്.) സ്വന്തം നാടായ ചിറയിൻകീഴിലെ ശാർക്കര ക്ഷേത്രത്തിൽ ആനയെ നടയ്ക്കുവച്ചതോടെ അദ്ദേഹം സർവ്വമതസമ്മതനുമായി.

അതേസമയം പ്രതിഫലത്തിന്റെ മുക്കാൽഭാഗവും ബ്ലാക് മണി ആയിട്ടാണ് വാങ്ങിയിരുന്നത്. അത് കൂടുതൽ സിനിമയിൽ അവസരം

ലഭിക്കുന്ന വിധത്തിൽ ഈ രംഗം നിയന്ത്രിക്കുന്ന വൻകിട വിതരണക്കാർക്ക് പലിശയ്ക്ക് കൊടുക്കുകയായിരുന്നു.

നസീർ തന്നെയാണ് താൻ 300 ചിത്രങ്ങൾ പൂർത്തിയാക്കിയിരിക്കുന്നുവെന്ന് തന്റെ വിശ്വസ്തരായ പത്രലേഖകരോട് പറഞ്ഞത്. അത് സിനിമാരംഗത്ത് വലിയ വാർത്തയാവുകയും ചെയ്തു. ആ സ്ഥിതിക്ക് സിനിമാവാരികകൾക്ക് കൈയും കെട്ടിയിരിക്കാൻ പറ്റുമോ? അവരെല്ലാം നസീർ സ്പെഷ്യൽ ഇറക്കാൻ തീരുമാനിച്ചു.

നസീറിനെ ആദരിക്കാൻ കൂടുതൽ ഉത്സാഹം കാണിച്ചത് സിനിമാ മാസിക ശങ്കരൻനായരാണ്. അവർ വലിയ സുഹൃത്തുക്കളായിരുന്നുവെന്ന് മാത്രമല്ല സിനിമാ മാസിക അവാർഡ് ചടങ്ങിൽ എല്ലാ വർഷവും കൃത്യമായി പങ്കെടുത്ത് കാണികളെ പുളകം കൊള്ളിക്കുന്ന പ്രധാന അതിഥിയും നസീറായിരുന്നു.

തങ്ങൾ മാത്രം മോശമാകരുതല്ലോ എന്നു കരുതി നാനയും ഒരു നസീർ സ്പെഷ്യൽ ഇറക്കാമെന്ന് തീരുമാനിച്ചു. അതിനുവേണ്ട മാറ്ററും ചിത്രങ്ങളും ശേഖരിക്കാൻ എഡിറ്റർ എനിക്ക് നിർദ്ദേശം നൽകുകയും ചെയ്തു.

നാനയേയും വിജയശ്രീയേയും പ്രതികളാക്കി ഉദയാ അപകീർത്തി ക്കേസ് ഫയൽ ചെയ്തിട്ട് അപ്പോൾ ആഴ്ചകൾ പോലുമായിട്ടില്ല. വിജയശ്രീ വാരികയിലൂടെ നസീറിനെയും വിമർശിച്ചതിന്റെ പേരിൽ അദ്ദേഹം ഈ കേസിൽ ഒന്നാം സാക്ഷി സ്ഥാനത്ത് ചേർന്നിരിക്കുകയുമായിരുന്നു. എങ്കിലും അതുവരെ എന്നോട് സൗഹൃദത്തോടെ മാത്രം പെരുമാറിയിട്ടുള്ള നസീറിനെ ഇക്കാര്യത്തിന് സമീപിക്കാൻ (അദ്ദേഹത്തെ ആദരിക്കുന്ന കാര്യമാണല്ലോ) ഈ അവസ്ഥയിലും എനിക്ക് യാതൊരു സങ്കോചവും തോന്നിയില്ല.

1973 ഡിസംബർ 16-ാം തീയതി ഞായറാഴ്ച പുലർച്ചെ ഫോട്ടോഗ്രാഫർ പ്രഭാകരനുമായി ഞാൻ നസീറിന്റെ നുങ്കംപാക്കത്തെ ലേഡി മാധവൻനായർ കോളനിയിലുള്ള മൂന്നാം നമ്പർ വസതിയിലെത്തി. (ഇതിനുമുമ്പ് പലപ്പോഴും ഞാനവിടെ പോയിട്ടുള്ളതാണ്. ഒരിക്കൽ തിരുവനന്തപുരത്തുനിന്ന് എഡിറ്റർ വന്നപ്പോൾ നസീർ ഞങ്ങളെ വിളിച്ച് ഉച്ചഭക്ഷണം തന്നിട്ടുമുണ്ട്.)

നസീർ ഉണർന്നിട്ടില്ലെന്ന് ഭാര്യ കള്ളം പറഞ്ഞു. ഉണരുമ്പോൾ കൊടുക്കാനായി ഒരു കുറിപ്പ് ഏൽപ്പിച്ചിട്ട് ഞങ്ങൾ അവിടെ അനക്സിൽ താമസിച്ചിരുന്ന നസീറിന്റെ ഇളയ സഹോദരൻ പ്രേംനവാസിന്റെ മുറിയിൽ കാത്തിരുന്നു.

എന്നും വെളുപ്പിന് അഞ്ചുമണിക്കേ ഉണരുന്ന ആളാണ് നസീർ. അൽപ്പം വ്യായാമം കഴിയുമ്പോഴേക്ക് മേക്കപ്പ്മാൻ എത്തും. മേക്കപ്പിട്ടാണ് അദ്ദേഹം സാധാരണയായി സ്റ്റുഡിയോയിൽ എത്തുന്നതും.

നസീർ അകത്തേക്ക് ക്ഷണിക്കുന്നതും കാത്ത് ഞാൻ നവാസുമായി സംസാരിച്ചുകൊണ്ടിരിക്കുമ്പോൾ നസീർ പുറത്തുവന്ന് പെട്ടെന്ന് കാറിൽ കയറാൻ ഭാവിക്കുന്നതായി കണ്ടു. ഞാൻ അടുത്തേക്ക് ഓടിച്ചെന്നു. "എന്റെ കുറിപ്പ് കിട്ടിയില്ലേ. നാന താങ്കൾക്കുവേണ്ടി ഒരു സ്പെഷ്യൽ പതിപ്പ് ഇറക്കാൻ തീരുമാനിച്ചിരിക്കുന്നു. അതിന്റെ കവറിലടിക്കാനുള്ള കളർഫോട്ടോ (അന്ന് കളർഫോട്ടോ അപൂർവ്വമാണ്) എടുത്തിട്ട് വേഗം വിട്ടേക്കാം. സംസാരിക്കാൻ പിന്നീട് സ്റ്റുഡിയോയിലേക്ക് വന്നേക്കാം" - ഞാൻ പറഞ്ഞു.

സാധാരണ എന്റെ മുമ്പിൽ പ്രദർശിപ്പിക്കാറുള്ള ഭാവമായിരുന്നില്ല അപ്പോൾ ആ മുഖത്ത് കണ്ടത്. അവിടെ നിഴലിച്ചത് കോപവും പകയുമായിരുന്നു.

''നിങ്ങൾ എന്നെ വിമർശിക്കുന്നവരല്ലേ'' - അദ്ദേഹം ചോദിച്ചു.

''ചിലപ്പോൾ വിമർശിച്ചെന്നുമിരിക്കും. എങ്ങനെ എഴുതണമെന്നു ഞങ്ങളാണ് തീരുമാനിക്കുന്നത്'' - ഞാൻ.

''ഇളയത് സുബ്രഹ്മണ്യം പറഞ്ഞിട്ട് എഴുതുന്നതായിരിക്കും'' - നസീർ.

''ഞാൻ അങ്ങനെ എഴുതാറുണ്ടോ. തലച്ചോർ ആർക്കും പണയം വച്ചിട്ടില്ല'' - ഞാനും വിട്ടില്ല.

കൂടുതൽ ഒന്നും പറയാതെ അദ്ദേഹം വേഗം കാറിൽ കയറി പോയി. അത് വലിയ ഒരു അപമാനമായിട്ട് എനിക്ക് തോന്നുകയും ചെയ്തു.

ഇതെല്ലാം കണ്ട് പകച്ചുനിൽക്കുന്ന പ്രേംനവാസിനോട് യാത്ര പറഞ്ഞിട്ട് നടരാജന്റെ ഓഫീസിലെത്തി. അപ്പോൾ കലാസംവിധായകൻ രാധാകൃഷ്ണനും അവിടെ ഉണ്ടായിരുന്നു. നടന്ന കാര്യങ്ങൾ വിവരിച്ചുകൊണ്ട് അപ്പോൾ തന്നെ എഡിറ്റർക്ക് കത്തെഴുതി പോസ്റ്റ് ചെയ്തു. നസീറിന്റെ സഹകരണമില്ലെങ്കിലും നസീർ സ്പെഷ്യൽ ഇറക്കാമെന്ന് ഞാൻ അഭിപ്രായപ്പെട്ടിരുന്നു. അതിനായി ചിറയിൻകീഴിലെ ശാർക്കര സ്കൂളിൽ നസീറിനോടൊപ്പം മലയാളം ഏഴാം ക്ലാസ് വരെ പഠിച്ച ശോഭനാ പരമേശ്വരൻനായർ മുതലുള്ളവരെ കണ്ടു സംസാരിക്കാനും ആരംഭിച്ചു.

ആ സമയത്ത് നസീർ ശരിക്കും 230 മലയാളചിത്രങ്ങളേ തികച്ചിരുന്നുള്ളു. അതിന്റെ ലിസ്റ്റ് എന്റെ കൈവശമുണ്ടായിരുന്നു. അതിന്റെ കൂടെ 39 തമിഴ് ചിത്രങ്ങളും 6 തെലുങ്ക് ചിത്രങ്ങളും 2 കന്നഡ ചിത്രങ്ങളും കൂട്ടിയാലും 272 ചിത്രങ്ങളേ ആകുമായിരുന്നുള്ളു. ഈ ലിസ്റ്റ് ഞാൻ വാരികയ്ക്ക് അയച്ചു. കൂടാതെ നസീറിനെക്കുറിച്ച് എന്റെ പേരുവച്ച് ഒരു നീണ്ട ലേഖനവും എഴുതിയയച്ചു.

''നസീർ സ്ക്രീനിലേക്കാൾ നന്നായി അഭിനയിക്കുന്നത് ജീവിതത്തിലാണ്. ദിവസം മൂന്നും നാലും ചിത്രങ്ങളിൽ അഭിനയിക്കുന്ന അദ്ദേഹം നല്ലൊരു അധ്വാനിയാണെന്നേ പറയാൻ പറ്റൂ. ലോകത്തിലെ മഹാന്മാരായ നടന്മാരെല്ലാം വിരലിലെണ്ണാൻ മാത്രം ചിത്രങ്ങളിലേ അഭിനയിച്ചിട്ടുള്ളു. ഇത്രയധികം ചിത്രങ്ങളിൽ അഭിനയിച്ചില്ലായിരുന്നെങ്കിൽ നസീർ ഒരുപക്ഷേ കുറച്ചുകൂടി നന്നായി അഭിനയിച്ചേനെ - ഇതായിരുന്നു അതിന്റെ ഉള്ളടക്കം.

എന്റെ ഇതുവരെയുള്ള പത്രപ്രവർത്തനത്തിനിടയിൽ കിട്ടിയ സ്വർണ മെഡലായി ഞാൻ കരുതുന്ന ഗുണ്ടാ ആക്രമണം അന്ന് രാത്രിയിൽ ഉണ്ടായി.

മദ്രാസിൽ ഞാനപ്പോൾ താമസിച്ചിരുന്നത് മാമ്പലത്തെ ഉസ്മാൻ റോഡിലുള്ള 29ാം നമ്പർ ലോഡ്ജിന്റെ മുകളിലത്തെ നിലയിലായിരുന്നു.

അന്നൊരു ഞായറാഴ്ച ആയിരുന്നതുകൊണ്ട് കൂട്ടുകാരെല്ലാം വൈകിട്ട് സിനിമയ്ക്ക് പോയിരിക്കുകയായിരുന്നു.

രാത്രി ഒൻപത് മണിക്ക് ഹരി പോത്തന്റെ ബൻസ് കാർ നിറയെ ഗുണ്ടകൾ താഴെ എത്തി. അതിൽ രണ്ടുപേരാണ് മുകളിൽ വന്ന് വാതിൽക്കൽ മുട്ടിയത്. ഞാൻ വാതിൽ തുറന്ന ഉടനെ അപരിചിതരായ

അവർ മുറിക്കകത്തുകയറി അകത്തുനിന്ന് കുറ്റിയിട്ടു. എനിക്കാദ്യം കാര്യം പിടികിട്ടിയില്ല.

പുളിച്ച തെറി കൊണ്ട് അവരെന്നെ അഭിഷേകം ചെയ്യാനാരംഭിച്ചു. അവർ ഉപയോഗിച്ച ഭാഷയിൽനിന്ന് അവർ തിരുവനന്തപുരത്തുകാരാണെന്നും ഇടയ്ക്കിടെ എടുത്തുപറഞ്ഞ പേരുകളിൽനിന്ന് അവരുടെ പിന്നിൽ നിൽക്കുന്നത് ആരൊക്കെയാണെന്നും എനിക്ക് ഒരു ഏകദേശരൂപം കിട്ടി. അപ്രതീക്ഷിതമായി അതിലൊരാൾ മുഷ്ടിചുരുട്ടി എന്റെ മൂക്കും വായും അടച്ച് ബോക്സിംഗ് മുറയിൽ ഒരിടി പാസാക്കി. വലിയ വേദനയൊന്നും തോന്നിയില്ലെങ്കിലും വായിൽ ഉപ്പുരസം വന്നതുകൊണ്ട് ചുണ്ടുമുറിഞ്ഞിട്ടുണ്ടെന്ന് മനസ്സിലായി.

സിനിമയിലെ നായകനെപ്പോലെയുള്ള ഒരു സ്റ്റണ്ട് വിദഗ്ധനല്ലല്ലോ ഞാൻ; ഒരു വെറും പത്രലേഖനല്ലേ. ആ നിലയ്ക്ക് നിശബ്ദതയാണ് ഏറ്റവും നല്ല പ്രതിരോധതന്ത്രം.

താഴത്തെ നിലയിലുണ്ടായിരുന്ന ഒരു താമസക്കാരൻ മുകളിൽ ഏതോ പടത്തിന്റെ ഷൂട്ടിംഗിന് റിഹേഴ്സൽ നടക്കുകയാണെന്ന് ധരിച്ച് മുകളിലേക്ക് വന്നില്ല.

തിരുവനന്തപുരത്തുവച്ച് അന്നുതന്നെ എഡിറ്ററെയും അടിക്കാൻ ഏർപ്പാട് ചെയ്തിട്ടുണ്ടെന്ന് ഗുണ്ടകൾ വീമ്പിളക്കി.

തൂവാലയിൽ എന്റെ മുഖത്തെ രക്തം ഒപ്പിയെടുത്ത് താഴെ കാത്തുനിൽക്കുന്നവരെ കാണിക്കാൻ കൊണ്ടുപോകുമ്പോൾ ഇനിയും തിരിച്ചുവരുമെന്നൊരു ഭീഷണികൂടി അവർ മുഴക്കി.

എന്റെ ശരീരം തിളയ്ക്കുകയായിരുന്നു. ഒരു നീണ്ട കുളി നടത്തി ഞാൻ ശരീരം തണുപ്പിച്ചു. രണ്ട് ആസ്പ്രോയും വിഴുങ്ങിയിട്ട് ഉറങ്ങാൻ കിടന്നു. നല്ല ഉറക്കമായിരുന്നു.

എന്നെ ആക്രമിച്ചവർ താഴെ കാത്തുനിന്നിരുന്നവരെ രക്തംപുരണ്ട കൈകൾ കാണിച്ചുകൊണ്ട് എന്നെ ഇടിച്ച് ബോധം കെടുത്തി ഇട്ടിരിക്കുകയാണെന്നും എനിക്ക് രണ്ട് പല്ല് നഷ്ടപ്പെട്ടിട്ടുണ്ടെന്നും റിപ്പോർട്ട് ചെയ്തു.

ഹരിപോത്തൻ അപ്പോൾ തന്നെ ഈ വീരവാർത്ത തിരുവനന്തപുരത്തുള്ള ചേട്ടൻ മോഹൻപോത്തനെ വിളിച്ച് അറിയിച്ചു. അയാൾ എഡിറ്ററെ വിളിച്ച് അടുത്ത അടി അദ്ദേഹത്തിനാണെന്ന് മുന്നറിയിപ്പ് നൽകി. പക്ഷെ സംഭവം ഞാൻ നാനയുടെ എഡിറ്ററെ അറിയിച്ചില്ല. എന്റെ ഉറ്റ സുഹൃത്ത് നടരാജനോട് പോലും പറഞ്ഞില്ല. പിറ്റേന്ന് സ്റ്റുഡിയോയിൽ വെച്ച് ജയഭാരതിയാണ് ഈ വാർത്ത വിളംബരം ചെയ്തത്. അതുകേട്ട് നസീറും സന്തോഷിച്ചു. അവിടുന്ന് വിവരമറിഞ്ഞ കലാസംവിധായകൻ രാധാകൃഷ്ണനും ഫോട്ടോഗ്രാഫർ പ്രഭാകരനും എന്നെ കാണാൻ ഓടിവന്നു. പ്രഭാകരനാണ് ഈ വിവരം നാനയുടെ ഓഫീസിൽ അറിയിച്ചത്.

നടരാജൻ മദ്രാസിൽ നല്ല പിടിപാടുള്ള ആളായതുകൊണ്ട് തമിഴ് ഗുണ്ടകളെ സംഘടിപ്പിച്ച് തിരിച്ചടിക്കുമോ എന്ന് അവർക്ക് സംശയമുണ്ടായിരുന്നു. പിറ്റേന്ന് അരുൺ ഹോട്ടലിൽവച്ച് ഒരു ഷൂട്ടിംഗിൽ പങ്കെടുക്കുന്ന നടരാജനെ വിളിച്ച് അനിയൻ എന്ന തിരുവനന്തപുരം ഗുണ്ട തമിഴരെ സംഘടിപ്പിക്കരുതെന്ന് അപേക്ഷിച്ചു. അങ്ങനെയാണ് നടരാജൻ ഈ വിവരം അറിഞ്ഞതുതന്നെ.

ഇനി ആ ലോഡ്ജിൽ താമസിക്കുന്നത് സുരക്ഷിതമല്ലെന്ന് എനിക്ക്

തോന്നി. വാരികയ്ക്ക് എഗ്മൂറിലുണ്ടായിരുന്ന ഓഫീസിൽ ധാരാളം മുറികളുണ്ടായിരുന്നു. മാത്രമല്ല വല്ലപ്പോഴും വരുന്ന കൃഷ്ണസ്വാമി റെഡ്യാർക്ക് താമസിക്കാൻവേണ്ടി ബെഡ്റൂം എയർകണ്ടീഷൻ ചെയ്തിട്ടുമുണ്ടായിരുന്നു. വെറുതെ കിടക്കുന്ന അവിടെ താമസിക്കാൻ അദ്ദേഹം എന്നെ പലപ്പോഴും നിർബന്ധിച്ചിരുന്നതാണ്. ഈ സന്ദർഭത്തിൽ ഞാൻ താമസം അങ്ങോട്ടുമാറ്റി.

*****

രണ്ടുദിവസം കഴിഞ്ഞപ്പോൾ ചുണ്ടിന്റെ വീക്കം മാറി. ഞാൻ പൂർവ്വാധികം ഊർജ്ജസ്വലനായി ഒന്നും സംഭവിക്കാത്ത മട്ടിൽ വീണ്ടും കർമ്മരംഗത്ത് പ്രത്യക്ഷപ്പെട്ടു. ശരിക്കും പത്രപ്രവർത്തനം ആരംഭിച്ചത് ഇനിയായിരുന്നു.

ഷീലയോട് ഈ സംഭവത്തേക്കുറിച്ച് പറഞ്ഞപ്പോൾ നസീറിനും ഗുണ്ടാസംഘമുണ്ടെന്ന് അവർ സൂചിപ്പിച്ചു. ഷീല 'മതിയൊളി' എന്ന തമിഴ് സിനിമാ വാരികയുടെ എഡിറ്റർ ഷൺമുഖത്തോട് പറഞ്ഞ് (ഷീല സംവിധാനം ചെയ്ത യക്ഷഗാനം എന്ന ചിത്രത്തിന്റെ നിർമ്മാതാവ്). മദ്രാസ് ഫിലിം ജെർണലിസ്റ്റ്സ് അസോസിയേഷനിൽ പരാതി കൊടുക്കുകയും ചെയ്തു.

നസീറുമായി ഞാൻ പിണങ്ങിയ സംഭവമറിഞ്ഞ് ആ തക്കം ഉപയോഗിച്ച് ജയഭാരതിയുടെ ഭർത്താവ് ഹരിപോത്തനും നിർമ്മാതാവ് ആർ. എസ്. പ്രഭുവും ചേർന്ന് ആസൂത്രണം ചെയ്തതായിരുന്നു ഈ ആക്രമണം. ഇതിനായി പ്രഭു കൊച്ചിയിൽനിന്ന് മുകുന്ദൻ എന്നൊരു വാടകഗുണ്ടയെ മദ്രാസിൽ കൊണ്ടുവന്നിരുന്നു.

പദ്ധതി ആവിഷ്കരിച്ചത് ദേവരാജൻ എന്ന ഗുണ്ട മാമ്പലത്തു നടത്തിയിരുന്ന വൈദ്യശാലയിൽവച്ചാണ്. ഇയാളാണ് എന്നെ ഇടിച്ചത്. (പിന്നീടിയാൾ പി.ജി.വിശ്വംഭരന്റെ സംവിധാനത്തിൽ 'സത്യവാൻ സാവിത്രി' എന്നൊരു സിനിമ നിർമ്മിച്ചിട്ടുമുണ്ട്) എന്നെ വധിക്കാൻ മുകുന്ദനെ ഇവർ ഒരു കഠാരിയും ഏൽപ്പിച്ചിരുന്നു. മദ്രാസിൽ വർക്ക്ഷോപ്പ് നടത്തിയിരുന്ന തിരുവനന്തപുരത്ത് പേട്ടയിലുള്ള അനിയന്റെ നേതൃത്വത്തിലാണ് ഇവർ പുറപ്പെട്ടത്. എന്റെ മുറിയിൽ കയറിയത് അനിയനാണ്. അടൂർ ഭാസിയുടെ ചേട്ടൻ ചന്ദ്രാജിയും ഇവരോടൊപ്പമുണ്ടായിരുന്നു. മദ്രാസിൽവന്ന് എക്സ്ട്രാ നടനായി മാറിയ കഥാപ്രസംഗകാരൻ കെടാമംഗലം അലിയായിരുന്നു ഡ്രൈവർ.

മണിസ്വാമിയാണ് അനിയന്റെ വീട്ടുനമ്പർ നോക്കാൻ എനിക്ക് കാറും ഡ്രൈവറെയും വിട്ടുതന്നത്. അപ്പോൾ അനിയൻ വീടിന്റെ വരാന്തയിലിരുന്ന് ഒരു കുട്ടിയെ കളിപ്പിക്കുകയായിരുന്നു. അയാൾക്ക് ഒരു അൽസേഷ്യൻ പട്ടിയുമുണ്ട്. ഈ വീടിന്റെ മുകളിലത്തെ നിലയിലാണ് മുമ്പ് പി.ഭാസ്കരൻ താമസിച്ചിരുന്നത്. ഈ സമയത്ത് മാതൃഭൂമി മാർക്കറ്റിംഗ് മാനേജർ ആർ.എം. മനയ്ക്കാലത്ത് താമസിക്കുന്നു. ഇക്കാരണം കൊണ്ട് അനിയന് ധാരാളം വി.ഐ.പി.കളെ പരിചയമുണ്ടായിരുന്നു. അയാൾ ഒരു ജഡ്ജിയുടെ അളിയനാണെന്നും കേട്ടിരുന്നു.

ഞാനും എന്റെ സ്നേഹിതൻ നന്ദകുമാറും മോഹൻ റാവു എന്നൊരു ഗുണ്ടയുടെ സഹായം തേടി. അയാൾ അനിയനെ കൈകാര്യം ചെയ്തോളാമെന്ന് ഏറ്റു. തിരിച്ചടിക്കാൻ ഗുണ്ടകളെ ഏർപ്പാടാക്കാമെന്ന് ഫോട്ടോഗ്രാഫർ പ്രഭാകരനും ഏറ്റു.

പക്ഷെ ഇതൊക്കെ കുറച്ച് ബുദ്ധി ഉപയോഗിച്ച് ചെയ്യേണ്ട കാര്യങ്ങളാണല്ലോ. എതിരാളികൾക്ക് പണവും സ്വാധീനവുമുണ്ട്. എനിക്ക് ഇതൊന്നുമില്ലതാനും. എല്ലാം ഒന്ന് തണുത്തിട്ട് വേണ്ടതുചെയ്യാം, അതോടെ മദ്രാസ് വിടുകയും വേണമെന്ന് ഞാൻ പറഞ്ഞു.

വയലാറിനോട് ഞാനീക്കാര്യം പറഞ്ഞപ്പോൾ അദ്ദേഹം ഉടനെ കവി കണ്ണദാസനെ വിളിച്ച് മുഖ്യമന്ത്രി കരുണാനിധിയെ വിവരം അറിയിക്കാൻ നിർദ്ദേശിച്ചു. അപ്പോൾ അവിടെയുണ്ടായിരുന്ന നോവലിസ്റ്റ് വി. കെ.എൻ. മദ്രാസ് സിറ്റി പോലീസ് കമ്മീഷണർ ഷേണായി തന്റെ സുഹൃത്താണെന്നും താൻ അയാളോടു പറഞ്ഞോളാമെന്നും ഏറ്റു.

കേരളത്തിലെ ചില പത്രങ്ങളിൽ എന്റെ പേരുവച്ചു തന്നെ ഗുണ്ടാ ആക്രമണത്തിന്റെ വാർത്ത വന്നു. നസീറിനെയാണ് അവർ പഴി വച്ചത്.

മലയാളനാട് എഡിറ്റർ എസ്.കെ. നായർ എറണാകുളത്തായിരുന്ന കൃഷ്ണസ്വാമി റെഡ്യാരെ വിളിച്ച് മദ്രാസിൽ പോകരുതെന്ന് ഉപദേശിച്ചു. എങ്കിലും ഡിസംബർ 26-ാം തീയതി വെളുപ്പിന് റെഡ്യാർ തന്റെ സ്നേഹിതൻ ആലങ്കോട് ഖാദറും ഓഡിറ്റർ തങ്കമണിയുമൊത്ത് മദ്രാസിലെത്തി. നസീറാണ് ഗുണ്ടായിസത്തിന്റെ പിന്നിലെന്ന് അവർ തീരുമാനിച്ചു കഴിഞ്ഞിരുന്നു. അന്ന് തമിഴ്നാട്ടിലെ ഹോം സെക്രട്ടറി റെഡ്യാരുടെ സഹപാഠിയായിരുന്നു. അദ്ദേഹത്തിന്റെ അടുത്ത് പരാതി കൊടുത്തു. ക്രിമിനൽ കേസ് ഫയൽ ചെയ്യാനായി ഒരു വക്കീലിനെയും റെഡ്യാർ ഏർപ്പെടുത്തി.

പക്ഷെ ഇതിലൊന്നും എനിക്ക് വിശ്വാസമില്ലായിരുന്നു.

'ഞാൻ മദ്രാസിൽ ഒറ്റയ്ക്ക് കഴിയേണ്ടവനാണ്. ഞാൻ തന്നെ ഇത് കൈകാര്യം ചെയ്തോളാം. എന്നിട്ടേ മദ്രാസ് വിടുകയുള്ളു' എന്നു റെഡ്യാറോട് പറഞ്ഞു.

നാന നസീർ സ്പെഷ്യൽ ഇറക്കിയില്ല. അദ്ദേഹത്തിന്റെ വാർത്തയും ചിത്രങ്ങളും ഇനി നാനയിൽ അടിക്കുകയില്ലെന്ന് തീരുമാനിക്കുകയും ചെയ്തു.

അടുത്ത മാസം മുതൽ എന്റെ ശമ്പളത്തിൽ വർധനവ് പ്രഖ്യാപിച്ചിട്ടാണ് റെഡ്യാർ മടങ്ങിപ്പോയത്. കേരളശബ്ദത്തിൽ എന്റെ പേരു കൂടി ഇംപ്രിന്റിൽ ചേർക്കാൻ നിർദ്ദേശിക്കുകയും ചെയ്തു. ഞാൻ പോലും അറിയാതെ അങ്ങനെ കേരളശബ്ദത്തിൽ എന്റെ പേര് 'മദ്രാസ് സിറ്റി എഡിറ്റർ' എന്ന് അച്ചടിച്ചുതുടങ്ങി. രാഷ്ട്രീയ വാരികയുടെ അഡ്രസ്സുണ്ടെങ്കിൽ എനിക്ക് മദ്രാസിൽ കൂടുതൽ ബലമാകുമല്ലോ എന്നാണ് അദ്ദേഹം വിചാരിച്ചത്. അങ്ങനെ ഞാൻ ആദ്യമായി എഡിറ്റർ സ്ഥാനത്തെത്തി. കേരളത്തിൽ ഏറ്റവും പ്രായം കുറഞ്ഞ എഡിറ്റർ.

*****

300 ചിത്രങ്ങൾ പൂർത്തിയാക്കി എന്നുപറഞ്ഞ് പ്രേംനസീർ നടത്തുന്ന പ്രചരണം പൊളിച്ചുകാണിച്ചുകൊണ്ട് അദ്ദേഹത്തിന്റെ ചിത്രങ്ങളുടെ പൂർണ്ണലിസ്റ്റ് സഹിതം ലേഖനമെഴുതുമ്പോൾ തന്നെ ഞാൻ അദ്ദേഹത്തെക്കുറിച്ച് ഷീല, വിജയശ്രീ, ജയലളിത, കെ.ആർ.വിജയ, കവിയൂർ പൊന്നമ്മ, ടി.ആർ.ഓമന, ഉഷാനന്ദിനി മുതലായ നടികളോടും മധു, ഉമ്മർ, സുധീർ, പി.എൻ.മേനോൻ, രാമുകാര്യാട്ട്, കെ.പി. കൊട്ടാരക്കര, ശോഭനാ പരമേശ്വരൻനായർ മുതലായവരോടും സംസാരിച്ചു തയ്യാറാക്കിയ ലേഖനങ്ങൾ നാനയുടെ പല ലക്കങ്ങളിലായി പ്രസിദ്ധീകരിച്ചുകൊണ്ടിരുന്നു.

വൈക്കം ചന്ദ്രശേഖരൻനായരുടെ ആവശ്യപ്രകാരം പ്രേംനസീറിനെക്കുറിച്ച് ചിത്രകാർത്തിക വാരികയ്ക്ക് ടി.ആർ. ഓമനയുടെ പേരിൽ ഒരു ലേഖനം എഴുതികൊടുക്കാമോ എന്ന് ഓമന എന്നോട് ചോദിച്ചിരുന്നു. നസീറിനെ വാനോളം പുകഴ്ത്തുന്ന ആ ലേഖനം എഴുതിക്കൊടുത്തതും ഞാൻ തന്നെയായിരുന്നു.

സഹപ്രവർത്തകർ നസീറിനെ പുകഴ്ത്തി എഴുതിയ ലേഖനങ്ങൾ പ്രസിദ്ധീകരിച്ചെങ്കിലും എഡിറ്റോറിയലിൽ നാന അദ്ദേഹത്തിന് കനത്ത പ്രഹരങ്ങൾ ഏൽപ്പിച്ചു. 'നസീർ ഫാൻസ് അസോസിയേഷനെ' ഉദ്ദേശിച്ച് കേരളത്തിലെ ചില സിനിമാതാരങ്ങൾ ലക്ഷക്കണക്കിന് രൂപ ചെലവാക്കി അവരുടെ പേരിൽ സംഘടനകൾ ഉണ്ടാക്കുന്നുവെന്നും അതിനായി സ്ഥിരം ശമ്പളത്തിൽ സംഘാടകരെ നിയമിക്കുന്നുവെന്നും ദൈവങ്ങളെക്കൊണ്ടു പൊറുതിമുട്ടിയിരിക്കുന്ന മലയാളികൾ മനുഷ്യദൈവങ്ങളെ വാഴിക്കാനുള്ള ഈ സംരംഭത്തെ പരാജയപ്പെടുത്തണമെന്നുമായിരുന്നു ഒരു എഡിറ്റോറിയലിന്റെ ആഹ്വാനം.

മദ്രാസിലെ സിനിമാക്കാരുടെ ഇടയിലെ പെരിയ സ്വാമിയാണ് എം.എൻ. നമ്പ്യാർ എന്ന വില്ലൻ നടൻ. എല്ലാ വർഷവും അദ്ദേഹത്തിന്റെ നേതൃത്വത്തിൽ കന്നട സിനിമയിലെ രാജ്കുമാറും തമിഴിലെ രജനീകാന്തും ഉൾപ്പെടെ നൂറുകണക്കിന് സിനിമക്കാർ ശബരിമലയ്ക്ക് പോകാറുണ്ട്.

ആ വർഷം നമ്പ്യാരുടെ ശബരിമലസംഘത്തിൽ പ്രേംനസീറിന്റെ അനുജൻ പ്രേംനവാസും ഉണ്ടായിരുന്നു. ഇതിനോട് അനുബന്ധിച്ച് നവാസ് ജയവിജയന്മാരുടെ ഉപദേശം അനുസരിച്ച് ചെമ്പൈ വൈദ്യനാഥ ഭാഗവതരെ മദ്രാസിൽ വരുത്തി ഒരു പാട്ടുകച്ചേരിയും നടത്തി.

ഈ സംഭവം വച്ച് പ്രേംനസീറിനെ ഒന്നു കളിയാക്കാനായി എഡിറ്റർ വാരികയിൽ പ്രേംനവാസിന്റെ ഫുൾപേജ് കളർചിത്രം അടിച്ചു കൊണ്ട് ഒരു മുഖപ്രസംഗം പ്രസിദ്ധീകരിച്ചു. പ്രേംനവാസ് വ്രതാനുഷ്ഠാനങ്ങളോടെ, ഇരുമുടിക്കെട്ടുമായി ശബരിമലയ്ക്ക് തീർത്ഥാടനം നടത്തിയെന്നും, കൂടെ പോകാൻ നസീറും ഉദ്ദേശിച്ചിരുന്നുവെങ്കിലും തിരക്കുള്ള ഷൂട്ടിംഗ് കാരണം താടിവളർത്താൻ പറ്റാത്തതുകൊണ്ടു മാത്രം അതു വേണ്ടെന്നു വച്ചതാണെന്നും എഴുതിവിട്ടു. അക്കൂടെ നസീർ ചിറയിൻകീഴിലെ ശാർക്കരക്ഷേത്രത്തിൽ ഒരു കൊമ്പനാനയെ നടയ്ക്കുവച്ച കാര്യവും ചേർത്തു. ഇതെല്ലാം അനുകരണീയവും പ്രശംസനീയവുമായ മാതൃകകളാണെന്നും ഇത്തരം കാര്യങ്ങൾ രഹസ്യമായി ചെയ്യാതെ കുറേക്കൂടി പ്രചരണാത്മകമാക്കണമെന്ന ഉപദേശവും അതിലുണ്ടായിരുന്നു.

ഇക്കാലത്താണ് പൂനാ ഇൻസ്റ്റിറ്റ്യൂട്ടിൽ നിന്ന് അഭിനയം പഠിച്ച മോഹൻ എന്ന നടൻ മദ്രാസിൽ എത്തുന്നത്. നല്ല ഉയരവും ആകാര വടിവും മുഖശ്രീയുമുള്ള അദ്ദേഹത്തിന്റെ യഥാർത്ഥ പേര് നാരായണ സ്വാമി എന്നായിരുന്നു. ഇൻസ്റ്റിറ്റ്യൂട്ടിലെ പഠനം കഴിഞ്ഞിറങ്ങിയ ഉടനെ ഒരു ഹിന്ദി സിനിമയിൽ അവസരം ലഭിച്ചപ്പോൾ പേര് മോഹൻശർമ്മ എന്നാക്കി മാറ്റി. മദ്രാസിൽ വന്നത് വെറും 'മോഹൻ' എന്ന പേരുമായാണ്.

മോഹൻ മദ്രാസിൽ വന്ന ഉടനെ തന്നെ വലിയ സംവിധായകരുടെ മൂന്ന് ചിത്രങ്ങളിൽ പ്രധാന നടികളുടെ നായകനായി അഭിനയിക്കാനുള്ള അവസരം ലഭിച്ചു. ഈ അവസരങ്ങൾ നഷ്ടപ്പെട്ടത് നസീറിനുമായിരുന്നു.

സേതുമാധവൻ സ്വന്തമായി സംവിധാനം ചെയ്ത് നിർമ്മിച്ച 'ജീവിക്കാൻ മറന്നുപോയ സ്ത്രീ' എന്ന ചിത്രത്തിലെ നായിക ഷീലയും, സേതുമാധവൻ തന്നെ സംവിധാനം ചെയ്ത എം.ഒ. ജോസഫ് നിർമ്മിച്ച ചട്ടക്കാരിയിലെ നായിക ലക്ഷ്മിയും (പിന്നീട് മോഹൻ ലക്ഷ്മിയെ വിവാഹം കഴിച്ചു) രാമു കാര്യാട്ടിന്റെ സംവിധാനത്തിൽ എൻ.പി. അലി നിർമ്മിച്ച നെല്ലിൽ ജയഭാരതിയുമായിരുന്നു മോഹന്റെ നായികമാർ.

ഈ മോഹനെയും അന്ന് വാർത്താപ്രാധാന്യം നേടിയിരുന്ന സുധീർ, രാഘവൻ മുതലായവരെയും നസീറിന് ബദലായി ഉയർത്തിവിടാമെന്ന് നാന വ്യാമോഹിച്ചു. അവർക്ക് അമിതമായ പബ്ലിസിറ്റി കൊടുത്തുതുടങ്ങി. നവാസിന്റെ ശബരിമല യാത്രയെക്കുറിച്ചെഴുതിയ 74 ജനുവരി ആറിലെ ലക്കത്തിൽത്തന്നെ മോഹനെ വളരെ ശ്രദ്ധേയനാക്കുന്ന ഒരു ലേഖനംകൂടി ചേർത്തു. മോഹന്റെ കൂടെ അഭിനയിക്കുമ്പോൾ താൻ ചെറുതായി പോകുന്നതായി ഷീല എന്നോടു പറഞ്ഞതും അതിൽ ഉൾക്കൊള്ളിച്ചിരുന്നു.

മുന്നൂറു ചിത്രങ്ങളിൽ 'ജപ്പാൻ പാവകളെ അനുസ്മരിപ്പിക്കുന്ന നായകന്മാരെ കണ്ടുമടുത്ത പ്രേക്ഷകർക്ക് മോഹൻ ഒരു അത്ഭുതമാണെന്ന് പറയുന്നതോടൊപ്പം അഞ്ഞൂറു ചിത്രങ്ങളിൽ പൊട്ടൻകളി നടത്തുന്നതിലും അഭിമാനം ഒരു ഡസൻ ചിത്രങ്ങളിൽ നന്നായി അഭിനയിക്കുന്നതിലാണെന്ന ഒരു ഉപദേശവും കൊടുത്തു.

ഇതേ ലക്കത്തിൽ തന്നെ നസീർ മുന്നൂറു ചിത്രങ്ങളിൽ അഭിനയിച്ചത് അത്ര വലിയ കാര്യമൊന്നുമല്ലെന്ന മട്ടിൽ ഞാനെഴുതിയ ആറ് വായനക്കാരുടെ കത്തുകളും പ്രസിദ്ധീകരിച്ചിരുന്നു.

ഇതോടെ നസീർ ശരിക്കും അങ്കലാപ്പിലായെന്നുള്ളത് സത്യമാണ്. ഈ സമയത്ത് ചില മലയാള മഞ്ഞപ്പത്രക്കാർ മദ്രാസിലെ 'ഗുഡ്‌ലക്ക്' ലോഡ്ജിൽ വന്ന് താമസിച്ചു. അതിലൊരാൾ നസീർ തങ്ങൾക്ക് 2000 രൂപയും കുഞ്ചാക്കോയെ പരിചയപ്പെടുത്തുന്ന കത്തും കൊടുത്തുവെന്ന് എന്നോടു സമ്മതിച്ചു.

ഈ സമയത്താണ് കുഞ്ചാക്കോയുടെ അനുജൻ അപ്പച്ചനെ വയറ്റിൽ അസുഖമായതിനെത്തുടർന്ന് ആശുപത്രിയിൽ പ്രവേശിപ്പിച്ചത്. അത് കൃഷ്ണസ്വാമി റെഡ്യാർ അയച്ച ഒരു തമിഴ് പയ്യൻ ചോറിൽ വിഷം കലർത്തിയതുകൊണ്ട് സംഭവിച്ചതാണെന്ന് ശങ്കരൻനായർ ചിത്രരമയിൽ എഴുതിവിട്ടു.

ചില മഞ്ഞപ്പത്രങ്ങൾ എനിക്കെതിരെ ഇതിനിടെ പ്രസിദ്ധീകരിച്ച വാർത്തകൾ കണ്ട് എന്റെ വീട്ടിലുള്ളവർ ഭയപ്പെടാതിരിക്കാൻ ഞാൻ നാട്ടിലെത്തി.

1974 ജനുവരി 14 ഉദയാ വിജയശ്രീക്കും നാനയ്ക്കും എതിരെ ഫയൽ ചെയ്ത കേസിന്റെ അവധിദിവസമായിരുന്നു. അന്ന് കോടതിയിൽ ചെന്നാൽ വാരികയുടെ പ്രവർത്തകരെ കാണാമല്ലോ എന്ന് പ്രതീക്ഷിച്ച് ഞാൻ ആലപ്പുഴയിലെത്തി. പക്ഷെ കോടതിയിൽ അവരെ ആരെയും കണ്ടില്ല.

ഇക്കാര്യത്തെക്കുറിച്ച് ഞാൻ ഒരു ഉദ്യോഗസ്ഥനോട് തിരക്കുന്നത് ദൂരെ നിന്ന് കണ്ട ഒരാൾ എന്നെ കൈകാട്ടി വിളിച്ചു. എനിക്ക് തീരെ പരിചയമില്ലാത്ത ആ വ്യക്തി മുണ്ടും വെള്ള ജുബ്ബയുമാണ് ധരിച്ചിരുന്നത്. ഈ വേഷത്തിൽ ഒരു സിനിമാക്കാരനെ പ്രതീക്ഷിക്കാൻ വയ്യല്ലോ.

ഞാൻ അടുത്തേക്ക് ചെന്നപ്പോൾ ഞാനെന്താ അന്വേഷിക്കുന്നതെന്ന് അദ്ദേഹം ചോദിച്ചു.

‘‘ഇന്ന് ഒരു കേസുണ്ടായിരുന്നല്ലോ, വിജയശ്രീയുടെ’’ - ഞാൻ.

‘‘അത് മാറ്റിവച്ചു. നിങ്ങളാരാ’’ - അദ്ദേഹം.

‘‘നിങ്ങളാരാ’’ - ഞാൻ.

‘‘ഞാനാ വാദി, നിങ്ങളോ?’’

ഞാൻ നാനയുടെ മദ്രാസ് ലേഖകൻ’’ -ഞാൻ നീട്ടിയ കൈയിൽ പിടിച്ച് അദ്ദേഹം കുലുക്കി.

ആ മുഖത്ത് പുഞ്ചിരിയായിരുന്നു. കുലീനമായ പെരുമാറ്റവും സൗമ്യമായ സംസാരവും. ഒരു തികഞ്ഞ മാന്യൻ. അത് അപ്പച്ചനായിരുന്നു. കുഞ്ചാക്കോയുടെ അനുജൻ.

‘‘എന്നാൽ പോകട്ടെ’’ - ചിരിച്ചുകൊണ്ടുതന്നെ ഞാൻ നടന്നുനീങ്ങി.

ഇദ്ദേഹം എങ്ങനെ ഇത്തരം ഒരു കേസിന്റെ വാദിയായി എന്ന് ഞാൻ അത്ഭുതപ്പെട്ടു. സെമിനാരിയിൽ പഠിച്ചിറങ്ങിയ ഒരു സാത്വികന്റെ ശാന്തമായ ഭാവവും വർത്തമാനവും എനിക്ക് മതിപ്പും അനുഭാവവുമാണ് അപ്പോൾ തോന്നിച്ചത്.

ആലപ്പുഴ ബോട്ടുജെട്ടിയിൽനിന്ന് ഞാൻ കോട്ടയത്തേക്കുള്ള ബോട്ടിൽ കയറി. ബോട്ട് വിടാറായപ്പോൾ ഒരു മധ്യവയസ്കൻ എന്റെ അരികിൽ വന്നിരുന്നു.

ബോട്ട് നീങ്ങി കുറെകഴിഞ്ഞപ്പോൾ അയാൾ എന്നോട് തമിഴിൽ സംസാരിക്കാൻ ആരംഭിച്ചു. വേമ്പനാട്ട് കായലിനെക്കുറിച്ചും അവിടുത്തെ നെൽകൃഷിയെക്കുറിച്ചുമൊക്കെയാണയാൾ ചോദിച്ചത്.

ഒന്നരമണിക്കൂറോളം ബോട്ടിൽ ഇരിക്കുന്നതിനിടയിൽ ഞങ്ങൾ സൗഹാർദ്ദത്തിലായി. അയാൾ ആരാണെന്നും ആലപ്പുഴയിൽ വന്നത് എന്തിനാണെന്നും ഞാനാരാഞ്ഞു. അങ്ങനെയാണ് എനിക്കാ സ്കൂപ്പ് കിട്ടിയത്.

ഫിലിംസ് ഡിവിഷന്റെ ഒരു ഇൻസ്പെക്ടറായിരുന്നു സുന്ദരം എന്ന ആ തമിഴ്നാട്ടുകാരൻ.

അക്കാലത്ത് ഇന്ത്യയിൽ കളർ ഫിലിം നിർമ്മിച്ചിരുന്നില്ല. വിദേശനിർമ്മിത ‘ഈസ്റ്റുമാൻ’ മുതലായ കമ്പനികളുടെ ഫിലിമിന് കൺട്രോളുമുണ്ടായിരുന്നു. സാധാരണയായി ഒരു മലയാള സിനിമയ്ക്ക് അന്ന് പത്തോ പന്ത്രണ്ടോ പ്രിന്റേ എടുക്കാറുള്ളു. ഉദയാ കുറച്ചു കൂടുതൽ എടുക്കും.

ഉദയായുടെ ‘നീലപ്പൊന്മാൻ’ എന്ന ചിത്രത്തിൽ റഷ്യക്കാർ അഭിനയിക്കുന്നുണ്ട്. അതുകൊണ്ട് റഷ്യയിലേക്ക് അയക്കാൻ വളരെയേറെ പ്രിന്റുകൾ വേണം എന്ന കാരണം പറഞ്ഞ് ഉദയാ നൂറ് പ്രിന്റുകൾ എടുക്കാനുള്ള ഫിലിം കരസ്ഥമാക്കി. പക്ഷെ യഥാർത്ഥത്തിൽ പതിനാറു പ്രിന്റേ എടുത്തുള്ളു. ബാക്കി ഫിലിം അവർ ബ്ലാക്കിൽ മറിച്ചുവിറ്റ് ലക്ഷക്കണക്കിന് രൂപ ലാഭമുണ്ടാക്കി.

ഈ ക്രമക്കേട് ഇയാൾ കണ്ടുപിടിച്ചുവെന്ന് എന്നോട് പറഞ്ഞു. ഞാൻ ആരാണെന്ന കാര്യം അയാളോട് പറഞ്ഞതേയില്ല. ഇക്കാര്യം കാണിച്ച് ഞാൻ എന്റെ ‘സിനിമയ്ക്കുള്ളിലെ സിനിമ’ എന്ന പംക്തിയിലേക്ക് ലേഖനം എഴുതിയയച്ചു. അതൊരു വലിയ സ്കൂപ്പായി.

ഫിലിംസ് ഡിവിഷന്റെ ഇൻസ്പെക്ടറെ മദ്രാസിൽനിന്ന് ആലപ്പുഴയിൽ വിളിച്ചുകൊണ്ടുവന്നത് ഞാനാണെന്ന് കരുതാനുള്ള എല്ലാ സാഹചര്യങ്ങളും ഉണ്ടായിരുന്നല്ലോ. തലേന്ന് അയാൾ ഉദയായിൽ ഇൻസ്പെക്ഷൻ നടത്തി. അപ്പച്ചൻ പിറ്റേന്ന് എന്നെ ആലപ്പുഴയിൽ

വച്ചുതന്നെ കാണുകയും ചെയ്തു. ഞങ്ങൾ രണ്ടാളും ഒരേ ബോട്ടിൽ കയറുകയും ചെയ്തില്ലേ? ഇതിൽപ്പരം സാഹചര്യത്തെളിവുകൾ വേണോ? കുഞ്ചാക്കോ അന്ധാളിച്ചു. ഈ വാർത്ത സിനിമാരംഗത്ത് വലിയ ചർച്ചാവിഷയമാവുകയും ചെയ്തു.

*****

1974 ജനുവരി 14-ന് ആലപ്പുഴയിൽനിന്ന് ബോട്ടിൽ കോട്ടയത്തെത്തിയ ഞാൻ നേരേ പോയത് സിനിമാ മാസിക ഓഫീസിലേക്കാണ്. 'ആസാദ് അനിയൻ' എന്ന പേരിൽ അറിയപ്പെട്ടിരുന്ന ശങ്കരൻനായർക്ക് സിനിമാ മാസിക കൂടാതെ ചിത്രരമ എന്ന വാരികയും ആസാദ് എന്ന പരസ്യകമ്പനിയും ഉണ്ടായിരുന്നു. അക്കാലത്ത് സി.കെ. സോമനായിരുന്നു പ്രസിദ്ധീകരണങ്ങളുടെ എഡിറ്റർ.

മുമ്പ് കേരളശബ്ദത്തിന്റെ തിരുവനന്തപുരം ലേഖകനായിരുന്ന സോമൻ അന്നുമുതൽക്കേ എന്റെ നല്ലൊരു സുഹൃത്തും ഗുണകാംക്ഷിയുമായിരുന്നു. മദ്രാസിൽ നാനയുടെ ചുമതല ഏറ്റെടുക്കാൻ പോകുന്ന സമയത്ത് എനിക്കുവേണ്ട സദുപദേശങ്ങൾ തന്നതും ഇദ്ദേഹമായിരുന്നു.

മലയാളത്തിലെ ആദ്യത്തെ സിനിമാ പ്രസിദ്ധീകരണമെന്ന നിലയ്ക്ക് സിനിമാമാസികയ്ക്ക് നല്ല പ്രചാരവും അതുകൊണ്ടുതന്നെ സിനിമാരംഗത്ത് നല്ല സ്വാധീനവുമായിരുന്നു. ശങ്കരൻനായർ സിനിമാമാസികയുടെ ആഭിമുഖ്യത്തിൽ കോട്ടയത്തുവച്ച് എല്ലാ വർഷവും അവാർഡ് നൽകിയിരുന്നതുകൊണ്ട് സിനിമക്കാർ അദ്ദേഹത്തിന്റെ സേവ പിടിക്കാൻ മത്സരിക്കുകയുമായിരുന്നു.

ഇങ്ങനെ ചലച്ചിത്ര പ്രസിദ്ധീകരണരംഗത്തെ പ്രമുഖനായി ശങ്കരൻനായർ വാഴുന്ന രംഗത്തേക്കാണല്ലോ കൃഷ്ണസ്വാമി റെഡ്യാർ നാനയുമായി എത്തിയത്. അതിന്റെ പെട്ടെന്നുള്ള വളർച്ച ശങ്കരൻനായരെ അസഹിഷ്ണുവാക്കി. സിനിമാ മാസികയുടെ മദ്രാസ് ലേഖകൻ നടരാജന് ആസംഭായിയുടെ ഭീഷണി വന്നപ്പോൾ പിന്തുണ നൽകിയ ആളാണ് ഞാൻ. ആ നിലയ്ക്ക് എനിക്ക് ഒരു പ്രശ്നം വന്നാൽ സിനിമാ മാസികയുടെ പിന്തുണ എനിക്കും പ്രതീക്ഷിക്കാമല്ലോ.

ഇതു മനസ്സിൽ വച്ചുകൊണ്ടാണ് ഞാൻ സിനിമാ മാസികയുടെ ഓഫീസിൽ എത്തിയത്. എന്നാൽ പ്രതീക്ഷിച്ച പ്രതികരണമല്ല ശങ്കരൻനായരിൽ നിന്നുണ്ടായത്. എന്റെ പ്രശ്നങ്ങൾ അദ്ദേഹം നേരത്തെ അറിഞ്ഞിരുന്നു. ഗുണ്ടകളായ മദ്രാസിൽ വർക്ക് ഷോപ്പ് നടത്തുന്ന അനിയനും ആർ.എസ്. പ്രഭുവും ചന്ദ്രാജിയും അടൂർ ഭാസിയോടൊപ്പം ശബരിമലയ്ക്ക് പോകുന്ന വഴി കോട്ടയത്ത് എത്തി. ശങ്കരൻനായരെ കണ്ട് ഈ കാര്യം സംസാരിച്ചിരുന്നു. അതുകേട്ട് അദ്ദേഹം സന്തോഷിക്കുകയാണുണ്ടായത്.

'റെഡ്യാർ എന്തിനാണ് സിനിമാവാരിക തുടങ്ങിയത്' എന്ന് ശങ്കരൻനായർ എന്നോട് ചോദിച്ചു.

എന്നാൽ സി.കെ.സോമൻ എന്റെ പക്ഷത്തായിരുന്നു. ശങ്കരൻനായരുടെ തെറ്റായ നടപടികളെല്ലാം സോമൻ എന്നോട് പറയുകയും ചെയ്തു.

*****

ശങ്കരൻനായർ എതിർപക്ഷം പിടിച്ചു.

കുഞ്ചാക്കോയുടെ ഫുൾപേജ് പരസ്യത്തോടെയാണ് ചിത്രരമ പ്രേംനസീർ സ്പെഷ്യൽ ഇറക്കിയത്.

നസീറിന്റെയും കുഞ്ചാക്കോയുടെയും പിന്തുണയോടെ ജയമാരുതി, ഗീത, തീപ്പന്തം മുതലായ മഞ്ഞപ്രസിദ്ധീകരണങ്ങൾ കൃഷ്ണസ്വാമി റെഡ്ഡ്യാരെയും നാന എഡിറ്റർ കെ.വി.എസ്. ഇളയതിനെയും അതിനികൃഷ്ടമായ രീതിയിൽ ചിത്രീകരിക്കുന്ന ലേഖനപരമ്പരകൾ ആരംഭിക്കുകയും ചെയ്തു. ജനുവരി 17-ാം തീയതിയിലെ ഗീതയിൽ എന്നെക്കുറിച്ചുള്ള ഗുണ്ടാ ആക്രമണവാർത്ത വന്നപ്പോൾ ഞാൻ സ്വന്തം നാട്ടിലുണ്ടായിരുന്നതുകൊണ്ട് അതാരും വിശ്വസിച്ചില്ലെന്നുമാത്രം.

ഇക്കാലത്ത് ന്യൂസ് പ്രിന്റിന് ക്ഷാമം വന്നു. കുങ്കുമത്തിനും കേരളശബ്ദത്തിനും ന്യൂസ് പ്രിന്റ് ക്വോട്ട ഉണ്ടായിരുന്നെങ്കിലും പുതിയ പ്രസിദ്ധീകരണമായതുകൊണ്ട് നാനയ്ക്ക് ക്വോട്ട ഇല്ലായിരുന്നു. ഈ കാരണം പറഞ്ഞ് മാനേജർ എം.എൻ.രാമചന്ദ്രൻനായർ നാനയുടെ മൂന്നുനാലു ലക്കങ്ങൾ അച്ചടിച്ചില്ല. നാന നിന്നുപോയെന്ന് എതിരാളികൾക്ക് പ്രചാരണം നടത്താൻ ഇത് നല്ലൊരവസരമായി. അപ്പോഴാണ് ഞാൻ ശരിക്കും അന്ധാളിച്ചത്.

എന്നാൽ വാശിയേറിയ പോരാളിയായ റെഡ്ഡ്യാർ കുങ്കുമത്തിന്റെയും കേരളശബ്ദത്തിന്റെയും കോപ്പി കുറച്ചുകൊണ്ട് നാന അടിക്കാൻ നിർദ്ദേശിച്ചു.

അക്കാലത്ത് നാനയുടെ ഓഫീസ് തിരുവനന്തപുരത്ത് വിമാനത്താവളത്തിലേക്ക് പോകുന്ന വഴിക്കായിരുന്നു. മൂന്നു വാരികകളുടെയും ജനറൽ മാനേജരായിരുന്ന എം.എൻ. രാമചന്ദ്രൻനായർ കേരളശബ്ദത്തിന്റെ പബ്ലിഷർ കൂടിയായിരുന്നു.

കമ്യൂണിസ്റ്റ് നേതാവും മന്ത്രിയുമായിരുന്ന എം.എൻ. ഗോവിന്ദൻനായരുടെ അനുജനായ രാമചന്ദ്രൻനായർ മുമ്പ് കുളത്തുങ്കൽ പോത്തൻ തിരുവനന്തപുരത്ത് നടത്തിയിരുന്ന സ്വർണ്ണക്കടയിൽ ജോലി നോക്കിയിട്ടുണ്ടായിരുന്നു.

പോത്തൻ പിന്നീട് ബൻസ് കമ്പനിയുടെ ഏജൻസി എടുത്ത് ടി.വി. തോമസിന്റെ സഹായത്തോടെ തിരുവനന്തപുരത്തെ ഏറ്റവും വലിയ സ്വത്തുകാരനായി വളർന്നു. പിന്നീട് ഈ ഏജൻസി നഷ്ടപ്പെടുകയും സ്വത്തുക്കളെല്ലാം ഇൻകംടാക്സുകാർ ജപ്തി ചെയ്യുകയും ചെയ്തതോടെ പോത്തന്റെ മക്കളായ മോഹനും ഹരിയും സിനിമ പിടിക്കാൻ ബൻസ് കാറിൽ മദ്രാസിലെത്തി.

കോടീശ്വരന്മാരായ ഇവരുടെ പിന്തുണയോടെ തിരുവനന്തപുരത്തുകാരായ ചിലർ വർക്ഷോപ്പ് നടത്തുന്ന അനിയന്റെ നേതൃത്വത്തിൽ മദ്രാസിൽ ഒരു മാഫിയാസംഘം തന്നെയുണ്ടാക്കി. മദ്രാസിലെ മലയാള സിനിമാ ഇൻഡസ്ട്രി ഇവരുടെ ചൊൽപ്പടിക്ക് നിന്നോണമെന്നായിരുന്നു ഇവരുടെ മനോഭാവം. അല്ലാത്തവരെ ശാരീരികമായി പോലും ഉപദ്രവിച്ചെന്നുമിരിക്കും. സംവിധായകനാകുന്നതിനു മുമ്പ് മദ്രാസിൽ പത്രപ്രവർത്തനം നടത്തിയിരുന്ന പി.ജി.വിശ്വംഭരനെ ജയഭാരതിയെ വിമർശിച്ചതിന്റെ പേരിൽ ഇവർ മർദ്ദിച്ചതായി ഞാൻ കേട്ടിരുന്നു.

അന്ന് സംവിധാനരംഗത്തു പിച്ചവച്ചു തുടങ്ങിയ ഹരിഹരനും കലാസംവിധാന രംഗത്തെത്തിയ ഭരതനും നടൻ ഉമ്മറുമൊക്കെ ഇവരുടെ ഭീഷണിക്ക് വിധേയരായിട്ടുള്ള കാര്യം പിന്നീട് എന്നോടു പറഞ്ഞു.

നാട്ടിൽ ഭാര്യയും കുട്ടികളും ഉള്ളപ്പോൾ തന്നെ മദ്രാസിൽ മോഹൻ റാണിചന്ദ്രയേയും ഹരി ജയഭാരതിയേയും ഭാര്യമാരാക്കി കൂടെ താമസിപ്പിച്ചു. അനിയൻ നടി കദീജയുടെ ഇഷ്ടക്കാരനുമായി. കൂടുതൽ ശക്തനായ മറ്റൊരു കോടീശ്വരൻ ചെമ്മീൻ ചെറിയാൻ സംരക്ഷകനായി എത്തിയതോടെ റാണി, മോഹനെ തഴഞ്ഞു. ഇതിന്റെ പേരിൽ അനിയൻ തന്റെ വീട്ടിൽ വന്ന് ഭീഷണിപ്പെടുത്തിയിട്ടുള്ള കാര്യം റാണിയും എന്നോടു പറഞ്ഞിട്ടുണ്ട്.

മദ്രാസിലെ പ്രബലരായ സിനിമക്കാരെല്ലാം ശത്രുസംഹാരത്തിന് ഈ ഗുണ്ടാസംഘത്തെ ഇടയ്ക്കിടെ ഉപയോഗിച്ചിരുന്നു.

ഷീല രംഗത്തുനിന്ന് പിന്മാറി നിൽക്കുകയും ശാരദ തെലുങ്കിൽ കൂടുതലായി ശ്രദ്ധിച്ചുതുടങ്ങുകയും ചെയ്തതു കൊണ്ടുണ്ടാക്കിയ അവസരങ്ങൾ കൈവശപ്പെടുത്താൻ ഹരിപോത്തന്റെ പിന്തുണയോടെ ജയഭാരതി ശ്രമിച്ചുകൊണ്ടിരുന്ന കാലമാണിത്.

എന്നാൽ വിജയശ്രീയുടെ വരവ് അവരിൽ ഭയം ജനിപ്പിച്ചു. വിജയശ്രീ, റാണിചന്ദ്ര, ഉഷാനന്ദിനി, ശ്രീവിദ്യ മുതലായ പുതുമുഖങ്ങൾക്കു നാന നൽകിയിരുന്ന പിന്തുണ ഹരിപോത്തന് സഹിച്ചില്ല. ജയഭാരതിയുടെ വരുമാനമത്രയും സ്വന്തം പോലെ കൈകാര്യം ചെയ്തിരുന്ന ഹരി നാനയെ നേരിടാൻ നസീറിനെ ഉപകരണമാക്കുകയായിരുന്നു.

*****

അക്കാലത്ത് മലയാള സിനിമാവ്യവസായത്തെ പ്രതിനിധികരിക്കുന്ന ഏക സംഘടനയായിരുന്നു 'ചലച്ചിത്ര പരിഷത്ത്' അതിന്റെ ആദ്യകാല പ്രസിഡന്റ് അസോസിയേറ്റ് വാസു എന്ന് അറിയപ്പെട്ടിരുന്ന ജയമാരുതി പിക്ചേഴ്സ് ഉടമ ടി.ഇ. വാസുദേവനും സെക്രട്ടറി അദ്ദേഹത്തിന്റെ പ്രൊഡക്ഷൻ മാനേജരും പിന്നീട് നിർമ്മാതാവുമായ മഞ്ഞിലാസ് ഫിലിംസ് ഉടമ എം.ഒ. ജോസഫുമായിരുന്നു. മഞ്ഞിലാസിന്റെ ഓഫീസിൽതന്നെ പരിഷത്തും പ്രവർത്തിച്ചു. പ്രേംനസീർ പരിഷത്തിന്റെ എക്സിക്യൂട്ടീവ് മെമ്പറായിരുന്നു.

പ്രേംനസീറിന്റെ ആവശ്യപ്രകാരം പരിഷത്തിന്റെ ഒരു പ്രത്യേക യോഗം വിളിച്ചുകൂട്ടി. വേണു സംവിധാനം ചെയ്ത 'രാത്രിയിലെ യാത്രക്കാർ' എന്ന ചിത്രത്തിന്റെ സെറ്റിൽവച്ചാണ് നസീർ നാനയ്ക്കെതിരയുള്ള പ്രസംഗം തയ്യാറാക്കിയത്. അവിടുന്ന് മേക്കപ്പ് കഴുകിക്കളയാതെ തന്നെ നസീർ നേരേ പരിഷത്ത് മീറ്റിംഗിന് എത്തുകയായിരുന്നു.

പ്രസിഡന്റ് ടി.ഇ.വാസുദേവസൻ (ഇദ്ദേഹം കൃഷ്ണസ്വാമി റെഡ്യാരുടെ അടുത്ത സുഹൃത്തായിരുന്നു) എത്താത്തതുകൊണ്ട് എം.ഒ. ജോസഫിന്റെ അധ്യക്ഷതയിലാണ് യോഗം ചേർന്നത്.

നസീർ നാനയെ നഖശിഖാന്തം എതിർത്തുകൊണ്ട് പ്രസംഗിച്ചു. പരിഷത്ത് നാനയോട് നിസ്സഹകരിക്കണമെന്ന് ആവശ്യപ്പെടുകയും ചെയ്തു. അങ്ങനെ നാനയെ ഉപരോധിക്കാൻ മെമ്പർമാരോട് ആഹ്വാനം ചെയ്യുന്ന പ്രമേയം പരിഷത്ത് പാസാക്കി. തോപ്പിൽ ഭാസി എഴുതിയ ആ പ്രമേയത്തെ പിന്താങ്ങിയത് ശങ്കരാടി ആയിരുന്നു.

യോഗത്തിൽ പങ്കെടുത്ത പി.ഭാസ്കരനും സേതുമാധവനും അദ്ദേഹത്തിന്റെ അനിയൻ കെ.എസ്.ആർ. മൂത്തിയും എം.ഒ.ജോസഫും നാനയ്ക്കെതിരെ ഒന്നും പറഞ്ഞില്ല എന്ന് ഞാനറിഞ്ഞു. പ്രമേയത്തിന്റെ കോപ്പി നാന ഓഫീസിലുമെത്തി. ആ പ്രമേയത്തെ എതിർത്തുകൊണ്ട്

ഷീല, പി.എ.ബക്കർ, സേതുമാധവൻ, കവിയൂർ പൊന്നമ്മ എന്നിവരിൽനിന്ന് പ്രസ്താവനകൾ വാങ്ങി ഞാൻ വാരികയ്ക്ക് അയക്കുകയും വാരികയിൽ പ്രസിദ്ധീകരിക്കുകയും ചെയ്തു. മാത്രമല്ല, പരിഷത്തിന്റെ പിന്തുണ കൂടാതെ തന്നെ നാനക്ക് ആവശ്യമുള്ളിടത്തോളം മാറ്റർ അയച്ചോളാമെന്ന് ഞാൻ ഏൽക്കുകയും ചെയ്തു.

ശങ്കരൻനായർ പരിഷത്തിനെ പിന്തുണച്ചുകൊണ്ട് ചിത്രരമയിൽ എഴുതി നാനയെ കാലുവാരി.

പരിഷത്തിന്റെ പ്രമേയത്തെക്കുറിച്ചായിരുന്നു 1974 ഫെബ്രുവരി പത്തിലെ കേരളശബ്ദത്തിന്റെ മുഖപ്രസംഗം. ''പത്രവിമർശനത്തിനുള്ള മറുമരുന്ന് ഭീഷണിയോ?'' എന്ന ഹെഡ്ഡിംഗിൽ പ്രസിദ്ധീകരിച്ച മുഖപ്രസംഗത്തിൽ ഇങ്ങന പറഞ്ഞു:-

''ഞങ്ങളുടെ സഹപ്രസിദ്ധീകരണമായ നാന ചലച്ചിത്ര പരിഷത്തിന്റെ കഠിനമായ പ്രതിഷേധത്തിന് ശരവ്യമായിരിക്കുന്നു. സിനിമാരംഗത്തെ ചില പ്രവണതകളെക്കുറിച്ചും ചില താരങ്ങളെക്കുറിച്ചും രൂക്ഷമായ ഭാഷയിൽ വിമർശിച്ചു എന്നതാണ് നാനയ്ക്കെതിരെയുള്ള കേസ്. നാനയെ എല്ലാവിധത്തിലും ബോയ്ക്കോട്ട് ചെയ്യാൻ പരിഷത്ത് സിനിമാ പ്രവർത്തകരെ ആഹ്വാനം ചെയ്തിരിക്കുന്നു. നാനയുടെ ചില പംക്തികൾ മരവിപ്പിക്കണമെന്ന് ഭീഷണിപ്പെടുത്തിയിരിക്കുന്നു.''

കേരളശബ്ദം പരിഷത്തിനെ പ്രതിഷേധം അറിയിക്കുകയും ചെയ്തു.

ഈ എഡിറ്റോറിയൽ പ്രസിദ്ധീകരിക്കുന്നതിനെ കേരളശബ്ദത്തിന്റെ പബ്ലിഷർ ആയ എം.എൻ.രാമചന്ദ്രൻനായർ എതിർത്തെങ്കിലും റെഡ്യാർ അത് വകവച്ചില്ല. ഈ എഡിറ്റോറിയലിന്റെ പേരിൽ അതോടെ രാമചന്ദ്രൻനായർ സ്ഥാപനത്തിൽനിന്ന് രാജിവെച്ചുപോവുകയും ചെയ്തു. ഈ വാശിക്ക് സ്ഥാപനത്തിലെ രഹസ്യങ്ങളെല്ലാം ഒരു ലേഖനമായി എഴുതി അദ്ദേഹം ശങ്കരൻനായർക്ക് അയച്ചു. സി.കെ. സോമൻ പിന്നീട് അതെന്നെ കാണിച്ചിട്ടുമുണ്ട്.

കൃഷ്ണസ്വാമി റെഡ്യാരുടെ 'ഉറ്റ' സുഹൃത്തുക്കളായ ആലങ്കോട് ഖാദറും കൊല്ലംകാരൻ ഖാലിദും ഇതിനിടെ മദ്രാസിൽ വന്ന് ഉടുപ്പി ഹോമിൽ താമസിക്കുന്നുണ്ടായിരുന്നു. അവരെന്നെ മുറിയിൽ വിളിച്ച് പ്രേംനസീറിനെ വിമർശിക്കരുതെന്നും റെഡ്യാരെ എതിർക്കണമെന്നും ഉപദേശിച്ചു. ഞാനീ വിവരം റെഡ്യാരോട് പറയുകയും ചെയ്തു.

ഗുണ്ടാ നേതാവ് അനിയന്റെ അടുപ്പക്കാരിയായ കദീജ അയാളെ ഉപേക്ഷിച്ച് നടൻ സുധീറുമൊത്ത് താമസം ആരംഭിച്ച കാലമായിരുന്നു അത്. കദീജ എന്നോട് അവരുടെ ജീവിതകഥകളെല്ലാം തുറന്നു പറഞ്ഞിട്ടുണ്ടായിരുന്നു. അവരുടെ നിസ്സഹായാവസ്ഥയിൽ അനുകമ്പ തോന്നിയ ഞാൻ അവർക്ക് നല്ല പബ്ലിസിറ്റി നൽകി. അങ്ങനെ എന്നോട് വിശ്വാസവും സ്നേഹവും ഉണ്ടായിരുന്ന കദീജ എന്റെ നേർക്ക് ഗുണ്ടായിസം നടത്തിയതിന് അനിയനോട് വഴക്കിട്ടു. അതു തടയാൻ ശ്രമിച്ച സുധീറിനോടും അവർ ശണ്ഠ കൂടിയത് എന്റെ മുമ്പിൽ വച്ചുതന്നെയാണ്.

വേണു സംവിധാനം ചെയ്ത 'പ്രേതങ്ങളുടെ താഴ്‌വര' എന്ന ചിത്രത്തിന്റെ ഷൂട്ടിംഗ് മദ്രാസിനടുത്ത് എന്നൂരിലെ സാൾട്ട് ലേക്കിന്റെ കരയിലുള്ള ഭൂതബംഗ്ലാവിൽ നടക്കുമ്പോഴാണ് സ്റ്റണ്ട് രംഗങ്ങളിൽ മാത്രം അഭിനയിച്ചിരുന്ന മഞ്ചേരി ചന്ദ്രനെ ഞാൻ പരിചയപ്പെടുന്നത്. ചന്ദ്രനെക്കുറിച്ച് ഞാനൊരു ലേഖനം എഴുതിയതോടെ ഞങ്ങൾ അടുത്ത

സുഹൃത്തുക്കളായിത്തീരുകയും ചെയ്തു. എനിക്കുവേണ്ടി ആരോടു വേണമെങ്കിലും സ്റ്റണ്ട് നടത്താൻ തയ്യാറായി ചന്ദ്രൻ മുന്നോട്ടുവന്നു. (പിന്നീട് ചന്ദ്രൻ സിനിമാനിർമ്മാതാവായി. 'മജീഷ്യൻ മഹേന്ദ്രലാൽ' എന്ന ചിത്രം അദ്ദേഹം നിർമ്മിച്ചതാണ്.)

ഈ സമയത്താണ് നടൻ മധു സ്വന്തമായി സംവിധാനം ചെയ്ത 'മാന്യശ്രീ വിശ്വാമിത്രൻ' എന്ന ചിത്രത്തിന്റെ പ്രിവ്യു ഒരു രാത്രി പത്തുമണി കഴിഞ്ഞ് മാമ്പലത്തെ സുഭാഷിണി പ്രിവ്യൂ തിയേറ്ററിൽ നടത്തിയത്. അതു കാണാൻ ഞാനും നടരാജനോടൊപ്പം പോയിരുന്നു. തദവസരത്തിൽ മധു, നസീർ, ഹരി പോത്തൻ എന്നിവരോടൊപ്പം അനിയനും ഉണ്ടായിരുന്നു.

അവരെല്ലാം അനിയനോട് കാണിക്കുന്ന അടുപ്പം എന്നെ അത്ഭുതപ്പെടുത്തി. ഈ സമയത്ത് അവരുടെ മധ്യത്തിൽ ചെന്നെത്തിയ എന്നെ ക്കണ്ട് അവരും അത്ഭുതപ്പെട്ടിരിക്കണം. എന്റെ വായിൽ പല്ലെല്ലാം ഉണ്ടെന്നും എന്റെ ഷേപ്പിന് വ്യത്യാസമൊന്നും വന്നിട്ടില്ലെന്നും അവർ മനസ്സിലാക്കിക്കൊള്ളട്ടെയെന്ന് ഞാനും വിചാരിച്ചു.

എറണാകുളത്ത് ഐലന്റിലെ മഹാരാജാ ഹോട്ടലിൽ താമസിക്കാനെത്തിയ നസീറിനോട് ചിത്രകാർത്തിക വാരികയുടെ ഉടമയായ സി. ചെറിയാൻ നാനയുമായിട്ടുള്ള പ്രശ്നമെന്താണെന്ന് ചോദിച്ചു. മറുപടിയായി നസീർ അത് അവരുടെ മദ്രാസിലുള്ള ലേഖകൻ ചെയ്യുന്ന പണിയാണ് അവനിട്ട് ഞാൻ വച്ചിട്ടുണ്ട് എന്നു പറഞ്ഞു. ചെറിയാൻ ഇത് കാമുകി റാണിചന്ദ്രയോട് പറഞ്ഞു. റാണി ഓഫീസിൽ വന്ന് എനിക്ക് മുന്നറിയിപ്പ് തരുകയും ചെയ്തു.

ഇതിനിടെ രസകരമായ മറ്റൊരു സംഭവം കൂടി ഉണ്ടായി. കുഞ്ചാക്കോ തന്റെ 'ദുർഗ്ഗ' എന്ന ചിത്രത്തിന്റെ ജോലികൾക്കായി മദ്രാസിലെത്തി. വടപഴനിയിലെ ഒരു പ്രിവ്യൂ തിയേറ്ററിൽ രാത്രി പത്തുമണിക്ക് അദ്ദേഹം ഒരു പ്രിവ്യു നടത്തി. ഓൾഡ് വുഡ്ലാന്റ്സിൽ താമസിക്കുന്ന വയലാറിന് ഫോൺ ചെയ്ത് കുഞ്ചാക്കോ ചിത്രം കാണാൻ ക്ഷണിക്കുമ്പോൾ ഞാനും അവിടെയുണ്ടായിരുന്നു. വയലാർ എന്നെയും നിർബന്ധിച്ച് സിനിമ കാണാൻ കൊണ്ടുപോയി.

വയലാറും ഞാനും മടങ്ങിവന്നത് കുഞ്ചാക്കോയുമൊന്നിച്ച് അദ്ദേഹത്തിന്റെ കാറിലാണ്. കനത്ത മഴ മൂലം റോഡിലെല്ലാം വെള്ളം കെട്ടിക്കിടന്നു. വെള്ളക്കുഴികളിൽ ചാടിയ കാറിന്റെ എൻജിൻ നിന്നുപോയി. ഞങ്ങൾ മൂന്നുപേരും ചേർന്ന് മഴ നനഞ്ഞ് തള്ളിയാണ് കാർ വീണ്ടും സ്റ്റാർട്ട് ചെയ്തത്. ഞങ്ങളെ വുഡ്ലാന്റ്സിൽ കൊണ്ടുവിട്ടിട്ട് കുഞ്ചാക്കോ പോവുകയും ചെയ്തു. ഇത്രയും സമയം ഞാനാരാണെന്ന കാര്യം വയലാർ കുഞ്ചാക്കോയോടു പറഞ്ഞതേയില്ല.

സമയമേറെ വൈകിപ്പോയതുകൊണ്ട് ഞാനുമന്ന് വയലാറിന്റെ മുറിയിലാണ് ഉറങ്ങാൻ കിടന്നത്. പക്ഷെ രാത്രി മുഴുവൻ വയലാർ ആത്മകഥ പറഞ്ഞുകൊണ്ടിരുന്നതു കാരണം എനിക്ക് ഉറങ്ങാനേ കഴിഞ്ഞില്ല.

*****

അതുവരെ മറ്റാരും ചെയ്യാത്തവിധം മൂർച്ചയുള്ള ഭാഷ ഉപയോഗിച്ചാണ് അക്കാലത്ത് ഞാൻ നസീറിനെ വിമർശിച്ചിരുന്നത്. അദ്ദേഹത്തെ 'ഹീറോ' എന്നതിനുപകരം 'സീറോ' എന്ന് ഞാൻ വിളിച്ചു. നസീറിനെ വിമർശിക്കുന്ന ഓരോ ലേഖനം പ്രസിദ്ധീകരിക്കുമ്പോഴും തിരുവനന്തപുരത്തെ ഓഫീസിന് സമീപമുള്ള വള്ളക്കടവ് എന്ന സ്ഥലത്തുനിന്ന് 'നസീർ ഫാൻസ്' എന്ന പേരിൽ കുറേപ്പേർ ജാഥയായി എത്തി നാനക്കെതിരെ മുദ്രാവാക്യം വിളിക്കുമായിരുന്നു. നസീറിന്റെ ആരാധകരുടെ ധാരാളം കത്തുകളും നാനയെ എതിർത്തുകൊണ്ടു വരുമായിരുന്നു.

മദ്രാസിൽനിന്ന് ഞാൻ തോറ്റോടുന്നില്ലെന്നും നാനയുടെ വിമർശനത്തിന് ശക്തി കൂടുന്നതേയുള്ളൂവെന്നും മനസ്സിലാക്കിയ നസീർ എന്നെ വിളിച്ചു കൊണ്ടുചെല്ലണമെന്നും പറഞ്ഞ് മഞ്ചേരി ചന്ദ്രനെ എന്റെ അടുത്തേക്കയച്ചു.

ഇക്കാര്യത്തിന് ചന്ദ്രൻ എന്നെ സമീപിച്ചപ്പോൾ - ''എനിക്ക് അങ്ങേരെ കാണേണ്ട യാതൊരു ആവശ്യവുമില്ല, എന്നെ കാണണമെങ്കിൽ അങ്ങേരാണ് എന്റെ അടുത്ത് വരേണ്ടത്'' എന്നുപറഞ്ഞ് ഞാൻ മടക്കിഅയച്ചു.

അടുത്തതവണ നസീർ കേരളത്തിൽ എത്തിയപ്പോൾ തിരുവനന്തപുരത്തെ ചില പത്രപ്രവർത്തകർ അദ്ദേഹത്തിന്റെ കൂടെ കാറിൽ കയറി ചോദ്യം ചെയ്ത് വിഷമിപ്പിച്ചു. സി.കെ. സോമനും നസീറിനെ ഫോണിൽ വിളിച്ച് കൊല്ലത്തുചെന്നാൽ റെഡ്യാർ വെറുതെ വിടുകയില്ലെന്ന് പേടിപ്പിച്ചു. അതുകൊണ്ട് കൊല്ലത്ത് നസീർ താമസിച്ചത് കോൺഗ്രസ് നേതാവ് എ.എ.റഹീമിന്റെ വീട്ടിലായിരുന്നു.

റെഡ്യാരുടെ ഓഡിറ്റർ തങ്കമണി അയ്യരും മലയാളനാട് എസ്.കെ. നായരും നസീറുമായി ഒത്തുതീർപ്പുണ്ടാക്കാൻ റെഡ്യാരെ സമീപിച്ചെങ്കിലും അദ്ദേഹം വഴങ്ങിയില്ല. കേസിൽ എത്രലക്ഷം ശിക്ഷിച്ചാലും കൊടുക്കാൻ തയ്യാറാണെന്ന് റെഡ്യാർ പറഞ്ഞു.

ഇതിനിടെ തിരുവനന്തപുരം എയർപോർട്ടിലേക്ക് പോകുന്ന വഴി നസീർ ആകസ്മികമായി നാന ഓഫീസിൽ ചെന്നുകയറി. എഡിറ്ററുമായി വളരെസമയം സംസാരിച്ചിരുന്ന നസീർ അവിടെ കൊക്കാകോളയും കുടിച്ചുകൊണ്ടിരിക്കുന്ന ഫോട്ടോയുമായാണ് അടുത്ത ലക്കം വാരിക പുറത്തുവന്നത്. മദ്രാസിൽവച്ച് ഇതുകണ്ട ഗായകൻ യേശുദാസ് ഒരു റിക്കാർഡിംഗ് സ്റ്റുഡിയോയിൽവച്ച് നസീറിനെക്കുറിച്ച് പറഞ്ഞ വാക്കുകൾ ഇവിടെ അടിക്കാൻ കൊള്ളുകയില്ല.

ചലച്ചിത്ര പരിഷത്ത് സെക്രട്ടറി എം.ഒ. ജോസഫ് നസീറിനെ വിളിച്ച് പരിഷത്തിനെ കാലുവാരിയില്ലേ എന്നു ചോദിച്ചു. ശങ്കരാടിയാണെങ്കിൽ നസീറിനെ വിമർശിക്കുന്ന ഒരു ലേഖനമെഴുതി ചിത്രരമയ്ക്ക് അയക്കുകയും ചെയ്തു. (ശങ്കരൻനായർ അത് പ്രസിദ്ധീകരിച്ചില്ല). പിന്നീടൊരിക്കൽ സി.കെ. സോമൻ എന്നെ ആ ലേഖനം കാണിച്ചു. ആലപ്പുഴയിൽനിന്ന് കുഞ്ചാക്കോ നസീറിനെ വിളിച്ച് അസഭ്യവർഷം തന്നെ നടത്തി. ഇതിനിടെ മറ്റൊരു അത്ഭുതം കൂടി നടന്നു:

കുഞ്ചാക്കോയുടെ ദുർഗ്ഗ എന്ന ചിത്രത്തിന് സെൻസർ ബോർഡ് പ്രദർശനാനുമതി നിഷേധിച്ചിരിക്കുന്നു എന്നൊരു ടെലഗ്രാം ഞാനറിയാതെ എന്റെ പേരുവച്ച് നാന ഓഫീസിൽ കിട്ടി. സംശയം തോന്നിയ എഡിറ്റർ മദ്രാസിലുള്ള തോപ്പിൽ ഭാസിയെ വിളിച്ചുചോദിച്ചു. ഭാസി

തന്റെ മകൻ അജയനെ (പെരുന്തച്ചന്റെ സംവിധായകൻ) എന്റെ അടുത്തേക്കയച്ചു വിളിപ്പിച്ചു. ഭാസിയാണ് ഈ വിവരം പറഞ്ഞത്. ശ്രീകുമാരൻ തമ്പിയുടെ വീട്ടിൽനിന്ന് എഡിറ്ററെ ഫോൺ ചെയ്ത് ഇങ്ങനെ ഒരു ടെലഗ്രാം ഞാൻ അടിച്ചിട്ടില്ലെന്ന് അറിയിക്കുകയും ചെയ്തു.

ഇതും ഹരി പോത്തൻ പറ്റിച്ച പണിയായിരുന്നു. ഇങ്ങനെ ഒരു വാർത്ത പ്രസിദ്ധീകരിച്ചാൽ പ്രതികാരം ചെയ്യാൻ അവസരം പാർത്തിരിക്കുന്ന കുഞ്ചാക്കോ നാനയ്ക്കെതിരെ മറ്റൊരു കേസ് കൂടി ഫയൽ ചെയ്യുമായിരുന്നില്ലേ?

പക്ഷെ അതുണ്ടായില്ല.

ഞാൻ പത്രപ്രവർത്തനം ആരംഭിച്ചത് കൽക്കത്തയിലാണ്. അവിടെ പയറ്റിയവർ മറ്റൊരിടത്തും തോൽക്കുകയില്ല. ഇടയ്ക്കിടെ കൽക്കത്തയിൽ പോയാണ് ഞാനെന്റെ മനസ്സിലെ ബാറ്ററി ചാർജ് ചെയ്തിരുന്നത്. അങ്ങനെ വീണ്ടും ഞാൻ കുറച്ചുദിവസം കൽക്കത്തയിൽ പോയി താമസിച്ചു.

ഞാൻ മദ്രാസിൽനിന്ന് ഓടിപ്പോയെന്ന് എതിരാളികൾ പ്രചരിപ്പിച്ചു തുടങ്ങിയപ്പോഴേക്കും മടങ്ങിയെത്തുകയും ചെയ്തു. അതിന്റെ ഒരാഴ്ചക്കുള്ളിലാണ് വിജയശ്രീ അന്തരിച്ചത്.

*****

സിനിമ ഒരു 'ഹിമാനി' പോലെയാണ് അതിന്റെ പത്ത് ശതമാനം മാത്രമേ ജലോപരിതലത്തിൽ കാണാൻ സാധിക്കുകയുള്ളു. തൊണ്ണൂറു ശതമാനവും ജലനിരപ്പിന് അടിയിലായിരിക്കും. അതിലിടിച്ച് എത്രയോ ടൈറ്റാനിക്കുകളാണെന്നോ തകർന്നു സമുദ്രത്തിന്റെ ആഴത്തിലടിയുന്നത്.

സ്ക്രീനിൽ സ്വപ്നലോകത്തെ ഗന്ധർവ്വകുമാരന്മാരും അപ്സരറാണിമാരുമായി തുള്ളിത്തുളുമ്പി വിഹരിക്കുന്നവർ യഥാർത്ഥ ജീവിതത്തിൽ അനുഭവിക്കുന്ന പ്രയാസങ്ങളും ദുരിതങ്ങളും അവരിൽ ചിലരെങ്കിലും നേരിടുന്ന ദുരന്തങ്ങളും നമ്മൾ പ്രേക്ഷകർ അറിയുന്നതേയില്ല.

സിനിമയ്ക്കു പിന്നിലുള്ള ആഴക്കയങ്ങളിൽ മുത്തുകളും പവിഴങ്ങളും മാത്രമല്ല, ചെളിനിറഞ്ഞ കുഴികളുമുണ്ട്. അവിടേക്ക് ടോർച്ചടിക്കാൻ പോയതിന്റെ പേരിൽ എനിക്ക് നേരിടേണ്ടിവന്ന അപകടങ്ങൾ മുമ്പ് സൂചിപ്പിച്ചിരുന്നല്ലോ.

നമ്മുടെ എത്രയോ നടികൾ ആത്മഹത്യ ചെയ്തിരിക്കുന്നു. ഓരോ ആത്മഹത്യക്കു പിന്നിലും ഒരു പച്ചജീവന്റെ പിടച്ചിലുണ്ട്. അതിന്റെ കാരണം അന്വേഷിക്കുന്നത് തെറ്റാണോ?

ഞാനറിഞ്ഞിട്ടുള്ള എല്ലാ കാര്യങ്ങളുംഇവിടെ എഴുതിയിട്ടില്ല. മാനുഷിക പരിഗണനകളും നിയമപ്രശ്നങ്ങളും ജോലിയുടെ സദാചാരവും മുൻനിർത്തി പല കാര്യങ്ങളും വിട്ടുകളഞ്ഞിരിക്കുകയാണ്.

ഇന്ത്യൻ സിനിമയിലെ മെർലിൻ മൺറോ എന്നുവരെ പത്രക്കാർ കൊട്ടിഘോഷിച്ച വിജയശ്രീയുടെ വിധിയും മെർലിൻ മൺറോയെപ്പോലെ തന്നെയായിരുന്നു. മെർലിൻ മൺറോ ഉറക്കഗുളിക കഴിച്ച് ആത്മഹത്യ ചെയ്തു, വിജയശ്രീ വിഷം കഴിച്ചും.

*****

തെക്കൻ തിരുവിതാംകൂറിലെ കരിങ്കുളത്തുകാരിയായിരുന്നു വിജയശ്രീയുടെ അമ്മൂമ്മ കമലമ്മ. തിരുവനന്തപുരത്ത് മോഡൽ സ്കൂളിലെ ലൈബ്രേറിയനായിരുന്നു അവരുടെ ഭർത്താവ് മാധവപ്പണിക്കർ. അവർക്ക് രണ്ട് പുത്രിമാരുണ്ടായിരുന്നു. വിജയകുമാരിയും അരുന്ധതിയും. ഇതിൽ വിജയകുമാരിയുടെ മകളായിരുന്നു വിജയശ്രീ.

നല്ലൊരു നർത്തകിയായിരുന്ന വിജയകുമാരിയെ കൊല്ലത്തെ രാഷ്ട്രീയ നേതാവും പണക്കാരനുമായ വി.എസ്. തങ്ങൾ രണ്ടാം ഭാര്യയാക്കി. പേര് സുബൈദ എന്നാക്കി മാറ്റി. കൊല്ലത്തും തിരുവനന്തപുരത്തും മറ്റു ചില സ്ഥലങ്ങളിലും ഇവർ മാറിമാറി താമസിച്ചിട്ടുണ്ട്.

ഈ ദമ്പതികൾക്ക് മൂന്ന് സന്താനങ്ങൾ ജനിച്ചു. മൂത്ത കുട്ടി മരിച്ചുപോയി. തിരുവനന്തപുരത്തെ പേട്ടയിലുള്ള മുസ്ലീം പള്ളിയിലാണ് ഈ കുട്ടിയെ അടക്കിയത്. രണ്ടാമത്തെ കുട്ടിയാണ് വിജയശ്രീ ആയി മാറിയ നസീമ.

തങ്ങൾ അപകടത്തിൽപ്പെട്ട് ഒരു കാൽ നഷ്ടപ്പെട്ടതുകൊണ്ട് മൊണ്ടിയാണ് നടന്നിരുന്നത്. അതുകൊണ്ട് കൊല്ലത്തുള്ളവർ അദ്ദേഹത്തെ 'മൊണ്ടി തങ്ങൾ' എന്നുവിളിച്ചിരുന്നു.

തങ്ങളും വിജയകുമാരിയും തിരുവനന്തപുരത്ത് താമസിക്കുന്ന കാലത്ത് നാടകനടനായിരുന്ന തിക്കുറിശ്ശി സുകുമാരൻനായർ ഇവരുടെ വീട്ടിലെ നിത്യസന്ദർശകനായിരുന്നു. അദ്ദേഹം നായകനായി അഭിനയിക്കുന്ന ഒരു സിനിമയിൽ വിജയകുമാരിയെ നായികയാക്കാനും ഉദ്ദേശിച്ചിരുന്നതാണ്. വിജയകുമാരി രണ്ടാമത്തെ പെൺകുഞ്ഞിനെ പ്രസവിച്ചുകിടക്കുന്ന സമയത്ത് ആ കുഞ്ഞിനെ കണ്ടിട്ട് അവൾക്ക് അന്നത്തെ പ്രശസ്ത ഹിന്ദി നടി നിമ്മിയുടെ പേരിടണമെന്ന് തിക്കുറിശ്ശി നിർദ്ദേശിച്ചിരുന്നു.

എന്തായാലും തിക്കുറിശ്ശി വിജയശ്രുയെ 'മോളെ' എന്നാണ് വിളിച്ചിരുന്നത്. വിജയകുമാരിയുടെ മൂന്നാമത്തെ പുത്രനാണ് ഷാജി. (ഈ പേര് പിന്നീട് രാജശേഖരൻ എന്നാക്കിക്കളഞ്ഞു.)

സുബൈദ തങ്ങളുടെ ഭാര്യയും രണ്ടു മക്കളുമായി ഇങ്ങനെ കഴിയുമ്പോഴാണ് തങ്ങളുടെ ഡ്രൈവറും ഗുസ്തിക്കാരനുമായ വാസുപിള്ളയുമായി അടുപ്പത്തിലായത്. അതോടെ വാസുപിള്ളയുടെ കൂടെ അവർ കുട്ടികളുമായി മദ്രാസിലേക്ക് ഒളിച്ചോടുകയായിരുന്നു. അതോടെ തങ്ങളുമായുള്ള ആ കുടുംബത്തിന്റെ ബന്ധമറ്റു.

മദ്രാസിലെത്തിയ സുബൈദ വിജയമ്മയായി. നസീമയെ 'സ്നേഹലത' എന്ന പേരിൽ അവിടെ സ്കൂളിൽ ചേർക്കുകയും ചെയ്തു. ഷാജി രാജശേഖരനായി മാറി.

മദ്രാസിൽ വാസുപിള്ളയ്ക്ക് തേയില ബിസിനസ്സായിരുന്നു. സ്നേഹലത വലുതായപ്പോൾ ഗുരു ഗോപിനാഥിന്റെയും ഭൂപാലിന്റെയും കീഴിൽ നൃത്തം അഭ്യസിപ്പിച്ചു.

കർപ്പകം സ്റ്റുഡിയോ ഉടമയും തമിഴിലെ പ്രശസ്ത സംവിധായകനുമായ കെ.എസ്. ഗോപാലകൃഷ്ണനാണ് (മലയാ സംവിധായകനല്ല) തന്റെ 'ശിത്തി' എന്ന തമിഴ് ചിത്രത്തിൽ ആദ്യമായി അഭിനയിക്കാൻ സ്നേഹലതയ്ക്ക് അവസരം നൽകിയത്. അതോടെ അവളുടെ പേര് വിജയശ്രീ എന്നായി (വിജയ, ജയ, ശ്രീ മുതലായവ സിനിമാക്കാരുടെ 'ഭാഗ്യ' പേരുകളാണ്.)

ഗോപാലകൃഷ്ണന്റെ സഹോദരൻ കാശിയുടെ സഹായം കൊണ്ട് വിജയശ്രീക്ക് ചില തമിഴ്-തെലുങ്ക് ചിത്രങ്ങൾക്കുവേണ്ടി നൃത്തം ചെയ്യാൻ അവസരം ലഭിച്ചു. ഇതോടെ പ്രണയത്തിലായ കാശിയും വിജയശ്രീയും തമ്മിൽ മദ്രാസിന് അടുത്തുള്ള കരിമാരിയമ്മൻ കോവിലിൽവച്ച് വിവാഹിതരാവുകയും ചെയ്തു. അമ്പലത്തിലെ രജിസ്റ്ററിൽ വിജയശ്രീ ഒരു നായർ സ്ത്രീയാണെന്നാണ് എഴുതിയത്.

കാശിയുടെ പണം കൊണ്ട് ഈ കുടുംബം മദ്രാസിലെ ആദ്യത്തെ വീട് വാങ്ങി (മരിക്കുമ്പോൾ വിജയശ്രീക്ക് സ്വന്തമായി മൂന്ന് വീടുകൾ ഉണ്ടായിരുന്നു.) താമസിയാതെ വിജയശ്രീ ഹിന്ദി സിനിമയിലും അഭിനയിച്ചു. ദേബ് മുക്കർജിയോടൊപ്പം 'അപരാധി'ലും ശത്രുഘ്നൻ സിൻഹയോടൊപ്പം 'കുന്ദനി'ലും അവൾ നായികയായിരുന്നു. ഇതോടെ കാശിക്ക് സൗന്ദര്യവും ആരോഗ്യവും പോരെന്നു പറഞ്ഞ് അയാളെ വീട്ടിൽ കയറ്റാതെയായി.

കെ.പി.കൊട്ടാരക്കര നിർമ്മിച്ച 'രക്തപുഷ്പം' എന്ന ചിത്രത്തിൽ നായികയായി അഭിനയിച്ചതോടെ വിജയശ്രീ മലയാള സിനിമയിലെ 'സെക്സ് ബോംബായി' മാറി. ഈ ചിത്രം ഹിറ്റായതുകൊണ്ട് മലയാള സിനിമാനിർമ്മാതാക്കൾ അവളുടെ പിന്നാലെ ഓടിക്കൂടി.

അതുവരെ മലയാള സിനിമയിലെ സെക്സ് സിംബലായി വിരാജിച്ചിരുന്ന ഷീല പ്രേംനസീറുമായി തെറ്റിപ്പിരിഞ്ഞതുകൊണ്ട് നസീറിന്റെ മിക്ക സിനിമകളിലും നായികയാകാൻ വിജയശ്രീക്ക് അവസരം ലഭിച്ചു. അവയധികവും സെക്സും സ്റ്റണ്ടും നിറഞ്ഞ ചിത്രങ്ങളായിരുന്നുവെന്ന് മാത്രം.

അതോടെ വിജയശ്രീക്ക് പ്രമുഖ സ്റ്റുഡിയോ ഉടമകളും സിനിമാനിർമ്മാതാക്കളുമായിരുന്ന തിരുവനന്തപുരത്തെ മെരിലാന്റ് സുബ്രഹ്മണ്യത്തിന്റെയും ആലപ്പുഴയിലെ ഉദയാ കുഞ്ചാക്കോയുടെയും ചിത്രങ്ങളിൽ സ്ഥിരം നായികയാകാനുള്ള അവസരങ്ങൾ കിട്ടിത്തുടങ്ങി.

ക്രമേണ വിജയശ്രീ ഈ രണ്ട് പ്രബലന്മാരുടെ കിടമത്സരത്തിന്റെ ബലിയാടായിത്തീരുകയായിരുന്നു.

വിജയശ്രീയുടെ മരണത്തെത്തുടർന്ന് കാസിമിന്റെ ഭാര്യയും വിഷം കഴിച്ചത് പല സംശയങ്ങൾക്കും ഇടനൽകി. ആശുപത്രിയിൽ വച്ച് ആദ്യം അവൾ പോലീസിനോട് പറഞ്ഞത് താൻ മരുന്ന് മാറിക്കഴിച്ചു എന്നാണ്.

തുടർന്ന് ചോദ്യം ചെയ്തപ്പോൾ കുറച്ച് 'റം' കഴിച്ചെന്നും അതിരുന്ന കുപ്പിയിൽ വിഷം കലർത്തിയിരുന്നുവെന്നും പറഞ്ഞു. പോലീസിനോട് ഇങ്ങനെ മാറിമാറി മൊഴി നൽകിയ അവരെ ഉടനെ ഒരു ഭ്രാന്താശുപത്രിയിലേക്ക് മാറ്റുകയായിരുന്നു. വിജയശ്രീയുടെ മരണകാരണം ഇവർ പുറത്തുപറയാതിരിക്കാനും പറഞ്ഞാൽ തന്നെ ആരുമത് വിശ്വസിക്കാതിരിക്കാനും ഇങ്ങനെ ചെയ്തതായിരിക്കണം.

പത്രങ്ങളിൽ വന്ന വാർത്തകളാണ് തന്റെ മകളുടെ മരണകാരണമെന്ന് അവളുടെ അമ്മ ഉച്ചത്തിൽ മുറവിളി കൂട്ടിയത് സ്വന്തം കുറ്റബോധം കൊണ്ടായിരുന്നു.

എന്നെ അന്വേഷിച്ച് പോലീസ് എത്തിയ കാര്യം മുമ്പ് പറഞ്ഞിരുന്നല്ലോ. അവർ തിരുവനന്തപുരത്ത് വച്ച് 'നാന' ഉടമസ്ഥൻ ആർ. കൃഷ്ണസ്വാമി റെഡ്യാരെയും മെരിലാന്റ് സ്റ്റുഡിയോ ഉടമ പി.സുബ്രഹ്മണ്യത്തെയും ചോദ്യം ചെയ്യുകയുണ്ടായി.

കേസ് അന്വേഷിച്ച തമിഴ്നാട് പോലീസ് ക്രൈംബ്രാഞ്ച് സി.ഐ.ഡി. വിഭാഗത്തിലെ ഡി.വൈ.എസ്.പി. പാർത്ഥസാരഥി സമർപ്പിച്ച റിപ്പോർട്ടിലെ പ്രസക്തഭാഗങ്ങൾ ഉദ്ധരിക്കാം: "ഉദയായുടെ മാനനഷ്ട ക്കേസിൽ ഒന്നാംപ്രതി ആയതോടെ വിജയശ്രീ ഭയന്നുപോയി. അവൾക്ക് ഫോണിലൂടെ നിരന്തരം ഭീഷണികൾ വന്നുകൊണ്ടിരുന്നു. ഇതോടെ അമ്മ അവൾക്ക് പലവിധ നിയന്ത്രണങ്ങൾ ഏർപ്പെടുത്തി. ഫോണിൽ സംസാരിക്കാനുള്ള അവസരം പോലും നിഷേധിക്കപ്പെടുകയായിരുന്നു. ഇതിന്റെയെല്ലാം പേരിൽ വിജയശ്രീ അമ്മയുമായി ഇടയ്ക്കിടെ കലഹിക്കാറുണ്ടായിരുന്നു.

സംഭവസ്ഥലം പരിശോധിച്ച പോലീസ് ഓഫീസർ വിജയശ്രീയുടെ മുറിയിൽ വിഷം പുരണ്ട ഒരു ഗ്ലാസും 'പാരത്തിയോൺ' വിഷത്തിന്റെ പകുതി ഒഴിഞ്ഞ ഒരു ടിന്നും കണ്ടെത്തി. (ഗ്ലാസിൽ നനവുണ്ടെന്ന കാരണത്താൽ അതിലെ വിരലടയാളങ്ങൾ എടുത്തില്ല) ഗ്ലാസും ടിന്നും വിജയശ്രീയെ ആശുപത്രിയിൽ കൊണ്ടുപോകാൻ കിടത്തിയ വെൽവെറ്റ് വിരിപ്പും അപ്പോൾ ധരിച്ചിരുന്ന സാരിയും ആമാശയത്തിന്റെ സാമ്പിളുകളും രാസപരിശോധനയ്ക്ക് വിധേയമാക്കിയപ്പോൾ ആമാശയത്തിലും സാരിയിലും പാരത്തിയോണിന്റെ അംശങ്ങൾ കണ്ടു. ഗ്ലാസിലും ടിന്നിലും ഇതേ വിഷം തന്നെയായിരുന്നു.

മുമ്പ് ക്രസന്റ് റോഡിലെ വീട്ടിൽ താമസിച്ചിരുന്നപ്പോൾ അവിടുത്തെ റോസാച്ചെടികളിൽ തളിക്കാൻ വാസുപിള്ള വാങ്ങിവച്ചതായിരുന്നു ആ വിഷം. പുതിയ വീട്ടിലെ കാലിത്തൊഴുത്തിൽ സൂക്ഷിച്ചിരുന്ന ആ ടിൻ കൊതുകുകളെ കൊല്ലാനാണെന്നു പറഞ്ഞ് വിജയശ്രീ കുറേ ദിവസങ്ങൾക്കുമുമ്പ് എടുത്തുകൊണ്ടുപോകുന്നത് കണ്ടുവെന്ന് അവിടുത്തെ വേലക്കാരി മൊഴി നൽകിയിട്ടുണ്ട്.

പോലീസിന്റെ മുമ്പിലെ ചോദ്യം ഇതായിരുന്നു. വിജയശ്രീ ആത്മഹത്യ ചെയ്തതോ, അബദ്ധത്തിൽ വിഷം അവരുടെ ഉള്ളിൽ ചെന്നതോ, അതോ മറ്റാരെങ്കിലും ബലം പ്രയോഗിച്ചോ ചതിച്ചോ വിഷം കുടിപ്പിച്ചതോ?

നല്ല ആരോഗ്യവും കായബലവുമുള്ള വിജയശ്രീ അപ്പോൾ ഏറ്റവും ചുറുചുറുക്കുള്ള പ്രായത്തിലായിരുന്നു. ആരെങ്കിലും ബലം പ്രയോഗിച്ചെങ്കിൽ കണിശമായും ശരീരത്തിൽ മൽപ്പിടുത്തത്തിന്റെ അടയാളങ്ങൾ കാണേണ്ടതാണ്. മാത്രമല്ല സാരിയിലും നിലത്തുമൊക്കെ വിഷത്തിന്റെ അംശങ്ങൾ ഉണ്ടായിരിക്കും.

പക്ഷെ അതൊന്നും കണ്ടില്ല. അവളെ ആരെങ്കിലും അടിച്ച് ബോധം കെടുത്തിയിട്ട് വിഷം കൊടുത്തതാണെങ്കിൽ ശരീരത്തിൽ, പ്രത്യേകിച്ച് കിഡ്നിയിൽ പോസ്റ്റുമോർട്ടം നടത്തിയ ഡോക്ടർ ക്ഷതം കണ്ടുപിടിക്കുമായിരുന്നു. ബോധം കെട്ടു കിടക്കുന്ന ഒരാളെ വിഷം കുടിപ്പിക്കാനുമാവില്ല.

വിജയശ്രീയെ നഴ്സിംഗ് ഹോമിലേക്ക് കൊണ്ടുപോകാൻ ധൃതിയിൽ കാറിൽ കയറ്റുമ്പോൾ ഉണ്ടായ ചില ചില്ലറ പോറലുകൾ മാത്രമേ ആ ശരീരത്തിൽ കണ്ടുള്ളൂ.

തീക്ഷ്ണമായ ഗന്ധവും കടുത്ത ചുവയുമുള്ള പാരത്തിയോൺ വിഷം ചതിച്ച് കുടിപ്പിക്കാനാവില്ല. അബദ്ധത്തിൽ കുടിച്ചതാണെങ്കിൽ നാക്കിൽ തൊടുമ്പോഴേ അത് തുപ്പിക്കളയുമായിരുന്നു. അതിന്റെ അവശിഷ്ടവും തറയിൽ കാണണമായിരുന്നു.

വീട്ടിൽ വാടകയ്ക്ക് താമസിച്ചിരുന്നവർക്ക് വിജയശ്രീയോട് വിരോധം തോന്നേണ്ട കാരണമൊന്നും കാണുന്നില്ല. രണ്ടാനച്ഛൻ ആ സമയത്ത് സുബ്രഹ്മണ്യത്തെ യാത്രയാക്കാൻ റെയിൽവേ സ്റ്റേഷനിലേക്ക് പോയിരുന്നതുകൊണ്ട് അദ്ദേഹത്തെ സംശയിക്കുകയേ വേണ്ട. സ്കൂളിലെ സ്പോർട്സ് ഡേ ആയതുകൊണ്ട് അനുജൻ സുധാകരൻ അന്ന് ആ വീട്ടിലേ ഇല്ലായിരുന്നു. സുബ്രഹ്മണ്യം നൽകിയ ഉച്ചവിരുന്ന് കഴിച്ചിട്ട് വിജയശ്രീ മടങ്ങി എത്തുന്നതിനുമുമ്പ് രാജശേഖരനും പുറത്തുപോയിരുന്നു.

പാരത്തിയോൺ ഉള്ളിൽ ചെന്നാലുടൻ മരണം സംഭവിക്കും. സുബ്രഹ്മണ്യം നൽകിയ ഭക്ഷണം കഴിച്ചിട്ട് അപ്പോൾ മണിക്കൂറുകൾ തന്നെ ആയിരുന്നതുകൊണ്ട് ആ ഭക്ഷണത്തിൽ നിന്ന് വിഷബാധ ഏറ്റിരിക്കുകയില്ല.

വിജയശ്രീയുടെ കാരുണ്യത്തിന് പാത്രമായി ആ വീട്ടിൽ താമസിക്കുനന രണ്ട് വേലക്കാരികളും ഇങ്ങനെ ചെയ്തിരിക്കാൻ യാതൊരു കാരണവും കാണുന്നില്ല.

ഇതെല്ലാം വിരൽ ചൂണ്ടുന്നത് വിജയശ്രീയുടെ അമ്മയുടെ നേരേയാണ്. എന്നാൽ പൊൻമുട്ടയിടുന്ന താറാവിനെ കൊല്ലാൻ മാത്രം ബുദ്ധിശൂന്യയല്ല അവർ. മകളുടെ സ്വത്തെല്ലാം സ്വന്തം പേരിലാക്കാനാണെങ്കിൽ അതിപ്പോൾ തന്നെ അമ്മയുടെയും മകളുടെയും പേരിൽ ഒറ്റയ്ക്കും കൂട്ടായും കിടക്കുകയാണ്.

ഇതെല്ലാം വച്ചുനോക്കുമ്പോൾ യുക്തിക്ക് നിരക്കുന്ന ഒരേ ഒരു സാധ്യത ആത്മഹത്യയുടേതാണ്. പത്തുപേരെ കൊല്ലാൻ മാത്രം വിഷം അവരുടെ ഉള്ളിൽ ചെന്നിരുന്നു. ഒരാൾ മന:പൂർവം കഴിച്ചാലേ ഇത്രയും വിഷം ഉള്ളിലെത്തുകയുള്ളു. ജീവിതത്തിലെ ഏറ്റവും വിഷമകരമായ ഒരു ദശാസന്ധിയിൽ അകപ്പെട്ടുപോയ ആ പാവം പെണ്ണിന് എവിടുന്നോ തന്റേടം കിട്ടിയിരിക്കാം.''

അതറിഞ്ഞ് ആത്മാർത്ഥതയുള്ളവരെല്ലാം കണ്ണീരൊഴുക്കി. ''ഇത് എനിക്ക് സംഭവിക്കേണ്ടതായിരുന്നു'' എന്നാണ് ഷീല പറഞ്ഞത്.

വിജയശ്രീ നാം സ്ക്രീനിൽ കാണുന്നതുപോലെയുള്ള ഒരു 'മദാലസ' ആയിരുന്നോ? അവളുടെ ചൂടും ചൂരും ഒരുപാടു തവണ അനുഭവിച്ചറിഞ്ഞിട്ടുള്ള ആസംഭായി എന്നോട് തുറന്നുപറഞ്ഞത് അവൾ യാതൊരു വികാരങ്ങളുമില്ലാത്ത 'വെറുമൊരു വാഴപ്പിണ്ടി' ആയിരുന്നു എന്നാണ്.

■

മരണമില്ലാത്ത വയലാർ

വയലാർ രാമവർമ്മയെ ഞാനിവിടെ സ്മരിക്കുന്നത് അദ്ദേഹം മലയാള സിനിമയ്ക്ക് കുറേയേറെ നല്ല ഗാനങ്ങൾ എഴുതിയതു കൊണ്ടല്ല. ഏറ്റവും നല്ല ഗാനരചനയ്ക്കുള്ള ദേശീയ പുരസ്കാരം നേടിയതുമല്ല കാരണം. ചുവപ്പുമഷി കൊണ്ട് കുറെ വിപ്ലവഗാനങ്ങളും ഭാവഗീതങ്ങൾ പോലെയുള്ള നാടകഗാനങ്ങളും എഴുതി കേരളീയരുടെ മനസ്സിനെ ഇളക്കിമറിച്ച് ചരിത്രത്തിന്റെ ഗതി ഇടത്തോട്ട് മാറ്റി ഒഴുകുന്നതിൽ പ്രധാന പങ്കുവഹിച്ചതു കൊണ്ടുമല്ല. ഇടതുപക്ഷ രാഷ്ട്രീയപാർട്ടികൾ ചരമദിനാചരണം നടത്തി അദ്ദേഹത്തെ സ്വന്തം തത്വശാസ്ത്രങ്ങളിൽ തളച്ചിടാൻ നോക്കുന്നതും കാര്യമാക്കുന്നില്ല.

രാജവംശത്തിൽ പിറന്ന രാമവർമ്മയെ അടുത്ത സുഹൃത്തുക്കൾ മാത്രമല്ല, കമ്മ്യൂണിസ്റ്റുകാർ പോലും 'തിരുമേനി' എന്നു വിളിക്കുന്നത് കേട്ടിട്ടുണ്ട്. പക്ഷെ ഞാനങ്ങളെ വിളിച്ചിട്ടില്ല. അദ്ദേഹത്തിന് ക്ഷത്രിയാകാരമോ രാജകലയോ ഇല്ലായിരുന്നു, പൂണൂലും ധരിച്ചിരുന്നില്ല.

ആ ചെറിയ മനുഷ്യനെ അറിയാത്തവരാരും കേരളത്തിലില്ല. പിന്നെ ഞാനെന്തിനീ സാഹസത്തിന് ഒരുങ്ങണം?

ബൽസാക്ക് എന്ന ഫ്രഞ്ച് കഥാകാരൻ തന്റെ ശിഷ്യനായ മൊപ്പസാങ്ങിനോട് പറഞ്ഞു - ''ഏതെങ്കിലുമൊരു കുതിരയെക്കുറിച്ചെഴുതാതെ നീ കണ്ട കുതിരയെ കുറിച്ചെഴുതണം''.

ഇവിടെ എഴുതുന്നത് 'ഞാൻ കണ്ട' വയലാറിനെക്കുറിച്ചാണ്.

വൻസമുദ്രങ്ങളിലും പ്രവാഹങ്ങളുണ്ട്. അതുപോലെയാണ് ചരിത്രത്തിന്റെ പ്രവാഹവും. അത് നിശ്ശബ്ദമായി, അനുസ്യൂതമായി, സാവധാനത്തിൽ പ്രവഹിച്ചുകൊണ്ടേയിരിക്കും.

'വയലാർ' എന്ന പേര് കേൾക്കുമ്പോൾ 1946-ൽ അവിടെ നടന്ന

കമ്മ്യൂണിസ്റ്റ് സായുധ വിപ്ലവത്തെക്കുറിച്ചാണ് നാമാദ്യം ഓർമ്മിച്ചു പോകുന്നത്. എന്നാൽ രാമവർമ്മ അതിലൊന്നും പങ്കെടുത്തിട്ടില്ല. അന്ന് അദ്ദേഹത്തിന് അതിനുള്ള പ്രായവും ആയിട്ടില്ലായിരുന്നു.

'വയലാർ ഗർജ്ജിക്കുന്നു' എന്ന കവിത എഴുതിയത് രാമവർമ്മയല്ല, പി. ഭാസ്കരനാണ്.

പിന്നെയും കുറെ വർഷങ്ങൾക്കു ശേഷമാണ് ആദ്യം ഒ.എൻ.വിയും പിന്നീട് രാമവർമ്മയും പടപ്പാട്ടുകൾ എഴുതിത്തുടങ്ങിയത്. അതിനു ശേഷമുള്ള കാര്യങ്ങൾ എല്ലാവർക്കും അറിയാവുന്നതാണല്ലോ?

ഞാനാദ്യമായി കാണുമ്പോൾ അദ്ദേഹം മലയാള സിനിമാരംഗത്തെ അതികായന്മാരിലൊരാളായി വളർന്നുകഴിഞ്ഞിരുന്നു. അക്കാലത്ത് വർഷത്തിൽ നാൽപ്പതോളം മലയാള ചിത്രങ്ങളാണ് നിർമ്മിക്കപ്പെട്ടിരുന്നത്. അതിൽ പകുതി എണ്ണത്തിലെങ്കിലും ഗാനങ്ങൾ എഴുതുന്നത് വയലാറായിരുന്നു. ഒരു ചിത്രത്തിൽ കുറഞ്ഞത് അഞ്ചു പാട്ടെങ്കിലും കാണുകയും ചെയ്യും. (ഇന്നും വ്യത്യസ്തമല്ല) രണ്ടാം സ്ഥാനം ശ്രീകുമാരൻ തമ്പിക്കായിരുന്നു. അക്കാലത്ത് നിർമ്മാണ-സംവിധാന രംഗങ്ങളിലേക്ക് തിരിഞ്ഞിരുന്ന പി.ഭാസ്കരൻ വല്ലപ്പോഴുമേ ഗാനങ്ങൾ എഴുതിയിരുന്നുള്ളൂ. ഇടയ്ക്കിടെ ഒ.എൻ.വിയും 'ബാലമുരളി' എന്ന തൂലികാ നാമത്തിൽ എഴുതിക്കൊണ്ടിരുന്നു.

മിക്കവാറും എല്ലാവർഷവും സംസ്ഥാന അവാർഡ് ലഭിച്ചിരുന്നത് വയലാറിനാണ്. അതുവരെ ഒ.എൻ.വിക്കോ ശ്രീകുമാരൻ തമ്പിക്കോ അത് ലഭിച്ചിരുന്നില്ല.

കവിതകളിലൂടെയും എസ്.എസ്.എൽ.സി.ക്ക് ഉപപാഠപുസ്തകമായി പഠിച്ച 'പുരുഷാന്തരങ്ങളിലൂടെ' എന്ന യാത്രാവിവരണത്തിൽ നിന്നും നാടക-സിനിമാഗാനങ്ങളിലൂടെയും മാത്രം വയലാറിനെ അറിഞ്ഞിരുന്ന എനിക്ക് മദ്രാസിൽ ചെന്ന ഉടനെ അദ്ദേഹത്തെക്കുറിച്ച് ലഭിച്ച ചിത്രം അത്ര സുന്ദരമായിരുന്നില്ല. ചില ചിത്രങ്ങളിൽ ഗാനങ്ങൾ എഴുതിയിട്ടുള്ള ഡോ. പവിത്രൻ വയലാറിന്റെ സ്വകാര്യ ജീവിതത്തെക്കുറിച്ചും അദ്ദേഹം ആദ്യമായി എഴുതിയ സിനിമാഗാനം പാടിയ ഗായികയുമായിട്ടുണ്ടായിരുന്ന അടുപ്പത്തെക്കുറിച്ചുമൊക്കെ പറഞ്ഞിരുന്നത് വിശ്വസിച്ചിരിക്കുകയായിരുന്നു ഞാൻ. അതിനുശേഷം ഉയർന്നുവന്ന ഗാനരചയിതാവ് വയലാറിന്റെ അമിതമായ മദ്യപാനത്തെക്കുറിച്ചും മറ്റും പൊടിപ്പും തൊങ്ങലും വച്ച് പറഞ്ഞതും ഞാൻ വിശ്വസിച്ചു.

മനസ്സിൽ ഇങ്ങനെയെല്ലാമുള്ള ഒരു വികൃതസങ്കല്പവുമായിട്ടാണ് 1973 മെയ് മാസം മൂന്നാം തീയതി സന്ധ്യക്കുശേഷം ഞാനും എഡിറ്റർ കെ.വി.എസ്. ഇളയതും വയലാർ താമസിച്ചിരുന്ന പഴയ വുഡ്ലാന്റ്സ് ഹോട്ടലിൽ ചെല്ലുന്നത്. എന്നാൽ വയലാർ നിമിഷങ്ങൾക്കകം എന്റെ സ്നേഹവും ആദരവും പിടിച്ചുപറ്റി. അപവാദങ്ങൾ പറഞ്ഞ അരസികന്മാരുടെയും അദ്ദേഹത്തിന്റെയും പെരുമാറ്റത്തിലും സമീപനത്തിലും അത്ഭുതകരമായ അന്തരമുണ്ടായിരുന്നു. ഇത്ര പ്രസരിപ്പുള്ള അധികം പേരെ ഞാൻ കണ്ടിട്ടില്ല. വളരെക്കാലത്തെ പരിചയമുള്ള മട്ടിലായിരുന്നു പെരുമാറിയത്.

അഞ്ചടിയലധികം ഉയരമുണ്ടോ എന്നു സംശയം. വിവിധ ഭാവങ്ങൾ പ്രകടിപ്പിക്കാൻ ഉതകാത്ത തടിച്ചുവിങ്ങിയ മുഖം. ചെന്നപാടെ ചോദിച്ചു: ''നമുക്ക് എങ്ങനെയാണ് സംസാരം തുടങ്ങേണ്ടത്. അത് ഗാനാത്മകമാകണോ, കവിതാപരമായിരിക്കണോ?''

ഉ: ''എനിക്ക് ഇവ രണ്ടും തമ്മിൽ വ്യത്യാസമൊന്നുമില്ല. എന്റെ ഗാനങ്ങൾ കവിതകളാണല്ലോ?''

ചോ: ''അതെങ്ങനെ? ഏതോ ഒരു തിരക്കഥാകൃത്ത് എഴുതിയ കഥാസന്ദർഭങ്ങൾക്കനുസരിച്ച് പാടാൻ വേണ്ടി എഴുതുന്ന ഗാനങ്ങളെ കവിതകളെന്ന് വിളിക്കാനൊക്കുമോ?''

ഉ: ''സിനിമയിലെ സന്ദർഭത്തിന് അനുസരിച്ചാണ് എഴുതുന്നതെങ്കിലും എന്റെ ഗാനങ്ങൾ കവിതകളാണ്. പക്ഷേ പഴയ സങ്കല്പങ്ങളിലൂടെ അതിനെ കാണരുതെന്നുമാത്രം. കവിതയുടെ ആധുനിക രൂപമാണ് സിനിമാഗാനങ്ങൾ. കുറഞ്ഞത് എന്റെ ഗാനങ്ങളെങ്കിലും അങ്ങനെയാണെന്നു ഞാൻ അവകാശപ്പെടുന്നു.''

തുടർന്ന് ആ മുഖത്തുനിന്ന് വന്നത് ഒരു സരസ്വതീപ്രവാഹമായിരുന്നു. അത് ടേപ്പ് ചെയ്താൽ എന്നും സൂക്ഷിക്കാവുന്ന ഖണ്ഡകാവ്യമോ ഗദ്യകവിതയോ ആക്കാമായിരുന്നു.

ഞങ്ങൾ രണ്ടുമണിക്കൂറോളം തർക്കിച്ചു. വയലാർ തന്റെ അഭിപ്രായത്തിൽതന്നെ ഉറച്ചുനിന്നു. അത് വാരികയുടെ അടുത്ത ലക്കത്തിന് അന്തസ്സുള്ള ഒരു വിഭവമായി മാറുകയും ചെയ്തു.

വയലാറിനെ കണ്ടതിന്റെ അടുത്ത ദിവസം തന്നെ ഇതേക്കുറിച്ച് ഗാനരചയിതാവായ പി. ഭാസ്കരനോട് ചോദിച്ചു. വയലാർ പറഞ്ഞതിന് നേരേ കടകവിരുദ്ധമായ അഭിപ്രായമാണ് ഭാസ്കരൻ പറഞ്ഞത്. സിനിമാഗാനം വെറും വിൽപ്പനച്ചരക്കാണെന്ന് അദ്ദേഹം തുറന്നുസമ്മതിച്ചു.

നാനയിൽ ചൂടുപിടിച്ച ഒരു ചർച്ച ആരംഭിക്കാൻ ഇതിലധികം വല്ലതും വേണോ? വാരിക ആരംഭിച്ചിട്ട് ആറുമാസമേ ആയിരുന്നുള്ളു. ഇത് താരങ്ങളുടെ സ്തുതി മാത്രമല്ലാതെ അല്പം നിലവാരം കൂടി ഉണ്ടാക്കാൻ പറ്റിയ ചർച്ചയായി. മഹാകവികളായ ജി. ശങ്കരക്കുറുപ്പ്, പി. കുഞ്ഞിരാമൻനായർ, നിരൂപകന്മാരായ പ്രൊഫ. ജോസഫ് മുണ്ടശ്ശേരി, എം.കൃഷ്ണൻനായർ, തിരുനല്ലൂരിനെപ്പോലുള്ള കവികൾ എന്നിവരെ കൂടാതെ തമിഴ്-കന്നട-തെലുങ്ക് സിനിമയിലെ ഗാനരചയിതാക്കളും ഇതിൽ പങ്കെടുത്തു.

ഇതോടെ വയലാറും ഞാനും തമ്മിൽ കൂടുതൽ അടുത്തു. ചില വൈകുന്നേരങ്ങളിൽ എന്റെ യാത്ര വയലാറിന്റെ ഹോട്ടലിലേക്കായി. അദ്ദേഹം എന്നെ 'നീ' എന്നും 'എടാ' എന്നുമൊക്കെ വിളിക്കാൻ സ്വാതന്ത്ര്യമെടുത്തപ്പോൾ ഞാനതിൽ സന്തോഷിച്ചതേയുള്ളു.

അവിടെ എപ്പോഴും തിരക്കായിരിക്കും. ആരാധകരും പാടാൻ ചാൻസ് അന്വേഷിക്കുന്നവരുമായി ആരെങ്കിലും അവിടെ കാണും. ഗായകരെക്കൊണ്ട് 'സാമ്യമകന്നോരുദ്യാനമേ' എന്ന ഗാനം പാടിച്ചിട്ട് വയലാർ കഥകളിമുദ്രകൾ കാണിച്ച് അഭിനയിക്കും. ഗിറ്റാർ പഠിക്കാൻ മദ്രാസിലെത്തിയ ഐസക് തോമസ് കൊട്ടുകാപ്പള്ളി സ്ഥിരമായി അവിടെയെത്തുന്നത് ഞാനോർക്കുന്നു. അദ്ദേഹം പിന്നീട് പൂനാ ഇൻസ്റ്റിറ്റ്യൂട്ടിൽ ചേർന്ന് അഭിനയം പഠിച്ചു. അരവിന്ദന്റെ സഹായിയായി നവോദയയുടെ ബൈബിൾ സീരിയൽ സംവിധാനം ചെയ്തു. ധാരാളം ചിത്രങ്ങൾക്ക് സംഗീതവും നൽകി.

അങ്ങനെയിരിക്കെയാണ് 1973 ജൂൺ 13 ബുധനാഴ്ച ദേശീയ ഫിലിം അവാർഡ് പ്രഖ്യാപിക്കപ്പെട്ടത്. മുൻവർഷത്തെ ഏറ്റവും നല്ല ഗാനത്തിനുള്ള അവാർഡ് വയലാറിനായിരുന്നു. കെ.ടി. മുഹമ്മദ് സംവിധാനം

ചെയ്ത 'അച്ഛനും ബാപ്പയും' എന്ന ചിത്രത്തിലെ 'മനുഷ്യൻ മതങ്ങളെ സൃഷ്ടിച്ചു...'' എന്ന ഗാനം. ആ ചിത്രത്തിന് ദേശീയോദ്ഗ്രഥനത്തിനുള്ള അവാർഡും ലഭിച്ചു.

ആകാശവാണി ദൽഹി നിലയത്തിൽനിന്ന് മാവേലിക്കര രാമചന്ദ്രൻ ആ വാർത്ത വൈകുന്നേരം വായിച്ചു. സ്വയംവരത്തിനായിരുന്നു ഏറ്റവും നല്ല ചിത്രത്തിനുള്ള അവാർഡ്. അതിന്റെ സംവിധായകൻ അടൂർ ഗോപാലകൃഷ്ണനും ക്യാമറാമാൻ മങ്കട രവിവർമ്മയ്ക്കും നടി ശാരദയ്ക്കും അങ്ങനെ നാല് അവാർഡുകൾ. ഗായകൻ യേശുദാസിനും അവാർഡ് കിട്ടി.

എനിക്ക് എന്തെന്നില്ലാത്ത സന്തോഷം തോന്നിയ രാത്രിയായിരുന്നു അത്. മലയാള സിനിമ ഭാരതീയ സിനിമകളുടെ മുമ്പിൽ സ്ഥാനം പിടിച്ചിരിക്കുന്നു. പിറ്റേന്ന് രാവിലെ തന്നെ ഞാൻ വയലാറിന്റെ മുറിയിലെത്തി.

ഹരിപോത്തൻ എനിക്കു മുമ്പേതന്നെ കുപ്പിയുമായി അവിടെ എത്തിയിരുന്നു. അങ്ങനെ രണ്ടുവിധത്തിലുള്ള ലഹരിയിലായിരുന്നു വയലാർ.

എന്നെ കണ്ടപാടേ വയലാർ പറഞ്ഞു: ''നീയിന്ന് എന്റെ കൂടെത്തന്നെ കാണണം. മറ്റെങ്ങും പോയേക്കരുത്''.

ഇതിൽപ്പരം സന്തോഷമുണ്ടോ എനിക്ക്?

അപ്പോഴാണ് 'സവേര' ഹോട്ടലിൽനിന്ന് ഒരു ഫോൺകോൾ. സംഗീതസംവിധായകൻ സലിൽ ചൗധരിയാണ് വിളിച്ചത്, വയലാർ അങ്ങോട്ട് ചെല്ലാൻ. ഒട്ടും വൈകാതെ ഞങ്ങൾ അങ്ങോട്ടുതിരിച്ചു.

അന്ന് മദ്രാസിൽ ടാക്സി കാറിന് മിനിമം ചാർജ് അറുപത് പൈസയേ ഉണ്ടായിരുന്നുള്ളു. സവേരയിലേക്ക് അത്രയ്ക്കുള്ള ദൂരമേ ഉള്ളുതാനും. വയലാർ പത്തുരൂപയുടെ നോട്ടെടുത്ത് ഡ്രൈവർക്ക് കൊടുത്തിട്ട് നടക്കുകയാണ്.

''ബാക്കി വാങ്ങണ്ടേ?'' ഞാൻ ചോദിച്ചു.

'വേണ്ടടാ, അതവൻ ഹോട്ടലിൽ കൊണ്ടുവന്നു തന്നോളും' എന്ന് വയലാർ. ഞാനും തിരിഞ്ഞുനിന്നില്ല.

സലിൽ ചൗധരി സവേരയിൽ കാത്തിരിപ്പുണ്ടായിരുന്നു.

മീഡിയം സൈസിലുള്ള ഒരു ഇരുണ്ട നിറക്കാരൻ.

'മധുമതി' എന്ന ഹിന്ദിച്ചിത്രത്തിലെ 'ആജാരേ പരദേശി' എന്ന ഗാനത്തിന്റെ സംഗീതത്തിന് ദേശീയ ബഹുമതി നേടിയ - ചെമ്മീനിലെ ഗാനങ്ങൾക്ക് ട്യൂൺ നൽകിയ സലിൽ ദാ (ചേട്ടൻ) യും പ്രസിദ്ധ ദക്ഷിണേന്ത്യൻ സംഗീത സംവിധായകൻ (യേശുദാസിന് ആദ്യമായി അവസരം നൽകിയ) എം.ബി. ശ്രീനിവാസനും അവിടെയുണ്ട്.

മൂന്ന് മഹാവൃക്ഷങ്ങളുടെ ഇടയിൽ ഞാനൊരു കുറുന്തോട്ടിയായി.

മൂന്ന് കമ്മ്യൂണിസ്റ്റുകാർ. എം.ബി.എസ്സിന്റെ ഭാര്യാപിതാവിനെ അമൃത്സറിൽ അറസ്റ്റ് ചെയ്തതിൽ പ്രതിഷേധിച്ച് ജാലിയൻവാലാ ബാഗിൽ ചേർന്ന യോഗത്തിലേക്കാണ് ജനറൽ ഡയർ നിറയൊഴിച്ചത്. ശ്രീനിവാസൻ പണ്ട് കമ്മ്യൂണിസ്റ്റ് യോഗങ്ങളിൽ പാടുമായിരുന്നു. ഭാരതമൊട്ടാകെയുള്ള സിനിമാ തൊഴിലാളികളെ സംഘടിപ്പിച്ചത് ഇദ്ദേഹമാണ്.

ശ്രീനിവാസൻ പാടിക്കൊണ്ടിരുന്നു. അദ്ദേഹത്തിന്റെ ഇംഗ്ലീഷ് സംഗീതം പ്രത്യേകിച്ചും ഇമ്പകരമായിരുന്നു.

കുപ്പികൾ കാലിയായിക്കൊണ്ടിരുന്നു.

ബംഗാളിൽ രാഷ്ട്രീയ പ്രശ്നമുണ്ടാകുമ്പോഴൊക്കെ തന്നെ അറസ്റ്റ്

ചെയ്യുമെന്ന് സലിൽദാ പറഞ്ഞു.

വയലാറും വിട്ടില്ല. 'പുന്നപ്ര വയലാർ സമരത്തിൽ പങ്കെടുത്തതിന് (?) കൊലക്കുറ്റം ചുമത്തി എന്നെയും അറസ്റ്റ് ചെയ്തു. കോടതിയിൽ ഞാൻ പറഞ്ഞു: ഞാനാരെയും കൊന്നിട്ടില്ല. കൊല്ലാൻ എനിക്ക് സാധിക്കുകയില്ല.'

പ്രശസ്ത തമിഴ് സിനിമാ സംവിധായകനും മലയാള നടി സുകുമാരിയുടെ ഭർത്താവുമായ ഉത്തരേന്ത്യക്കാരൻ ഭീംസിംഗ് അവിടെയെത്തി.

വയലാർ ഭീംസിങ്ങിനോട് പറഞ്ഞു: ''ഐ മസ്റ്റ് കിൽ സംബഡി ടുഡേ. നോട്ട് സലിൽദാ, നോട്ട് എം.ബി.എസ്., നോട്ട് മധു.''

പിന്നെ അവിടെ ഭീംസിംഗ് മാത്രമേയുള്ളു. അദ്ദേഹം വേഗം സ്ഥലം വിട്ടു.

സന്ധ്യ കഴിഞ്ഞു. തടിച്ച ഒരു മധ്യവയസ്കൻ ഓടിക്കിതച്ച് അവിടെയെത്തി. കേരളീയനാണ്, വയലാറിന് പരിചയമുണ്ട്. ആഗതൻ വയലാറിന്റെ ആരാധകനാണ്, ആലുവായിൽ സ്വർണ്ണക്കട നടത്തുന്ന ചീരൻ. വയലാറിന് അവാർഡ് കിട്ടിയ വാർത്ത പത്രത്തിൽ കണ്ട് അടുത്ത വണ്ടിയിൽ കയറിയതാണ്.

ചീരൻ മുണ്ടിന്റെ മടിയഴിച്ചപ്പോൾ ഞങ്ങൾക്ക് ആകാംക്ഷയായി. അയാൾ ഒരു കടലാസ് പൊതി മടിയിൽ നിന്നെടുത്തു തുറന്നപ്പോൾ വലിയൊരു സ്വർണ്ണമാല. അത് വയലാറിന്റെ കഴുത്തിൽ അണിയിക്കാൻ ഒരുങ്ങുന്നു, വയലാർ തടയുന്നു. ''എനിക്ക് സ്വർണ്ണം വേണ്ട.''

ചെറിയൊരു ഗുസ്തി. വയലാർ സമ്മതിക്കുന്നില്ലെന്നു കണ്ടപ്പോൾ ചീരന് കരച്ചിൽ വന്നു. അവസാനം ഞങ്ങളുടെയെല്ലാം നിർബന്ധത്തിനു വഴങ്ങി വയലാർ കഴുത്ത് നീട്ടിക്കൊടുത്തു. ചീരനു ചിരിയായി.

ചീരൻ എന്റെ അടുത്താണ് വന്നിരുന്നത്. ഞാൻ ചെവിയിൽ ചോദിച്ചു: 'ഇതെത്ര പവനുണ്ട്' ചീരൻ പറഞ്ഞു: 'പതിനാലു പവൻ'.

പുറത്ത് മഴ തകർക്കുന്നു. വയലാറിന്റെ വായിൽനിന്ന് സാഹിത്യവർഷം, ബൈബിളും കൊറാനും കാളിദാസനും അവിടെവന്ന് നൃത്തംവെച്ചു. അതിന്റെ വിസ്മയം എനിക്കിന്നും മറക്കാനാവില്ല.

കുറച്ചുദിവസം കഴിഞ്ഞ് ഞാൻ വയലാറിനോട് ചോദിച്ചു: ''ഈ അവാർഡ് നിരസിക്കാമോ? ബൂർഷ്വാ സർക്കാർ തരുന്നതല്ലേ?''

''അതെങ്ങനെയാടാ, അയ്യായിരം രൂപയില്ലേ'' നേരായ മറുപടി.

''അന്നത്തെ മാല എവിടെ?''

''എടാ അവനെന്നെ പറ്റിച്ചു, അത് ചെമ്പായിരുന്നു.''

ഞാൻ അന്തംവിട്ടു..!

ഒരു സ്വർണ്ണക്കടക്കാരൻ ഇത്രയും ദൂരം വന്ന് പറ്റിച്ചിട്ടു പോകുകയോ?

വയലാർ ചെമ്പ് പുറത്തെടുത്ത രണ്ടാമത്തെ സന്ദർഭം.

ആദ്യത്തേത് വയലാർ സമരത്തിൽ പങ്കെടുത്തെന്ന് പറഞ്ഞത്.

അദ്ദേഹം എന്തിനിങ്ങനെ പറഞ്ഞു എന്ന് എനിക്കിന്നും മനസിലാകുന്നില്ല.

*****

വയലാറിന്റെ സിനിമാ - നാടകഗാനങ്ങളും കവിതകളും ഒരിക്കൽക്കൂടി പരിശോധിക്കാനുള്ള ശ്രമമല്ല ഞാനിവിടെ നടത്തുന്നത്, ഞാൻ കണ്ട വയലാറിനെ ഓർമ്മിച്ചുനോക്കുക മാത്രമാണ്.

അക്കാലത്ത് നാനയുടെ ഓഫീസ് തിരുവനന്തപുരത്തായിരുന്നു. ഞാനതിന്റെ എഡിറ്ററുമായിരുന്നു. 1975 ഒക്ടോബർ 25-ാം തീയതി തിരുവനന്തപുരം മെഡിക്കൽ കോളേജ് ആശുപത്രിയിൽ കിടന്നാണ് അദ്ദേഹം മരിച്ചത്.

അന്ന് തിരുവനന്തപുരത്തുതന്നെ ഞാനുണ്ടായിരുന്നു. എന്നിട്ടും മൃതദേഹം കാണാൻ പോയില്ല. ദു:ഖം തോന്നാഞ്ഞല്ല, മരണം അദ്ദേഹം സ്വയം വരിച്ചതാണെന്ന് നല്ല ബോധ്യമുള്ളതു കൊണ്ടാണ്. അദ്ദേഹത്തിന് നാൽപത്തിയാറു വയസ്സേ ഉണ്ടായിരുന്നുള്ളു.

രാത്രി ഒരു മണിക്കായിരുന്നു മരണം. അതുകൊണ്ട് മനോരമ, മാതൃഭൂമി, കേരളകൗമുദി മുതലായ കേരളത്തിലെ പ്രധാന പത്രങ്ങൾക്കൊന്നും ആ വാർത്ത അച്ചടിക്കാൻ കഴിഞ്ഞില്ല.

എന്നാൽ വയലാറിന്റെ പാർട്ടിയായി കരുതുന്ന ഇന്ത്യൻ കമ്മ്യൂണിസ്റ്റ് പാർട്ടിയുടെ മുഖപത്രമായ 'ജനയുഗ'ത്തിലും അക്കാലത്ത് കൃഷ്ണസ്വാമി റെഡ്യാർ പ്രസിദ്ധീകരിച്ചിരുന്ന 'കേരളദേശം' പത്രത്തിലും മുൻപേജിൽ തന്നെ ധാരാളം ചിത്രങ്ങളോടെ ആ വാർത്ത അച്ചടിച്ചുവന്നു. ഇതെങ്ങനെ സംഭവിച്ചു!

ജനയുഗം വയലാറിന്റെ മരണവാർത്ത നേരത്തെ തന്നെ കമ്പോസ് ചെയ്തുവച്ചിരുന്നു. കേരളദേശം എഡിറ്റർ കൂടെക്കൂടെ മെഡിക്കൽ കോളേജ് ആശുപത്രിയിൽ വിളിച്ച് വയലാറിന്റെ രോഗവിവരം തിരക്കിക്കൊണ്ടുമിരുന്നു. രാത്രി പത്തുമണിയോടെ മരണം കണിശമാണെന്നറിഞ്ഞപ്പോഴേ 11 മണിക്ക് മരിച്ചുവെന്ന് കാണിച്ച് പത്രം അച്ചടിച്ചു. പക്ഷെ ഒരുമണിക്കു ശേഷമേ മരണം സംഭവിച്ചുള്ളു.

പിറ്റേന്നു രാവിലെ പാളയത്തെ വിക്ടോറിയ ടൗൺഹാളിൽ മൃതദേഹം പ്രദർശനത്തിന് വച്ചപ്പോൾ അവിടം മനുഷ്യമഹാസമുദ്രമായി മാറിക്കഴിഞ്ഞിരുന്നു. അദ്ദേഹത്തോട് അസൂയയും വിദ്വേഷവും പുലർത്തയിരുന്ന കവികളും ആ കൂടെയുണ്ടായിരുന്നു. അവരെല്ലാം പത്രപ്രസ്താവനകളും നടത്തി.

ഉച്ചയ്ക്കുശേഷം മൃതദേഹം അദ്ദേഹത്തിന്റെ ജന്മനാടായ വയലാറിലെ ചുടുകാട്ടിൽ പാർട്ടിപരമായ ചടങ്ങുകളോടെയും ഔദ്യോഗകമായ ബഹുമതികളോടെയും സംസ്കരിച്ചു.

മരണത്തിന് രണ്ടുദിവസം മുമ്പ് അന്ന് കുങ്കുമം പത്രാധിപരായിരുന്ന ഉറൂബുമൊത്താണ് ഞാൻ മെഡിക്കൽ കോളേജിൽ പോയി അദ്ദേഹത്തെ കണ്ടത്. മുറിക്കകത്ത് കയറാൻ അനുവാദമില്ലായിരുന്നു. അദ്ദേഹം വെന്റിലേറ്ററിൽ കിടക്കുകയായിരുന്നു. മുറിക്ക് പുറത്ത് വരാന്തയിൽ മലയാറ്റൂർ രാമകൃഷ്ണനും മലയാളനാട് എഡിറ്റർ എസ്.കെ. നായരും ദു:ഖിതരായി നിൽപ്പുണ്ടായിരുന്നു. രണ്ടാഴ്ച മുമ്പ് വയലാറിനെ കോട്ടയത്തുവച്ചു കണ്ട ഉറൂബ് ആണ് പറഞ്ഞത് അന്നേ അദ്ദേഹത്തിന്റെ മുഖം കരിവാളിച്ചിരുന്നുവെന്ന്.

വയലാറിന്റെ അവസാനകാലത്തെ ചില ഗാനങ്ങളിലും ആ കരിവാളിപ്പ് പ്രത്യക്ഷപ്പെട്ടിരുന്നു.

''പോകൂ മരണമേ പോകൂ,
നിന്നേകാന്തതയിൽ വന്നുടുതുണിമാറ്റാൻ

എനിക്ക് മനസ്സില്ല,
എനിക്ക് മരണമില്ല.''

എന്നൊക്കെ അദ്ദേഹം എഴുതിയത് മരണത്തെ മുൻകൂട്ടി കണ്ടതുകൊണ്ടായിരുന്നില്ലേ?

മരിക്കുമ്പോൾ വയലാറിന് യാതൊരു സമ്പാദ്യവും ഉണ്ടായിരുന്നില്ല. അന്ന് സി. അച്യുതമേനോനായിരുന്നു കേരള മുഖ്യമന്ത്രി. അച്യുതമേനോനെ ചെയർമാനാക്കിക്കൊണ്ട് വയലാറിന്റെ ഏറ്റവും അടുത്ത സുഹൃത്തുക്കളായ മലയാറ്റൂർ, എസ്.കെ.നായർ, മദ്രാസിലെ കോൺട്രാക്ടറായ എ.കെ. ഗോപാലൻ മുതലായവർ 50,000 രൂപ വിതമിട്ട് വയലാർ ട്രസ്റ്റ് രൂപീകരിച്ചു.

സർക്കാർ ലവലിൽ തന്നെ നടത്തിയ പിരിവിൽനിന്നും അഞ്ചുലക്ഷത്തിലേറെ രൂപ സ്വരൂപിച്ചു. അതിൽ പകുതിയും അദ്ദേഹത്തിന്റെ കുടുംബത്തിന് നൽകി. രണ്ടുലക്ഷം രൂപ വയലാർ അവാർഡിനുവേണ്ടി ബാങ്കിൽ നിക്ഷേപിക്കുകയും ചെയ്തു. അതിന്റെ പലിശ കൊണ്ടാണ് ഓരോ വർഷവും 'വയലാർ അവാർഡ്' നൽകിവരുന്നത്. ഇനിമുതൽ താൻ നടത്തുന്ന ഓരോ ഗാനമേളയിൽനിന്നും ലഭിക്കുന്ന വരുമാനത്തിന്റെ പത്തുശതമാനം വയലാറിന്റെ കുടുംബത്തിന് നൽകുമെന്ന് പ്രഖ്യാപിച്ച യേശുദാസ് ആ വാഗ്ദാനം നടപ്പാക്കിയതായി അറിവില്ല.

*****

നമ്മുടെയൊക്കെ ജീവിതം ഒരു ഡയറി പോലെയാണ്. അതിലെഴുതാനാഗ്രഹിക്കുന്ന കാര്യങ്ങളല്ല യഥാർത്ഥത്തിൽ എഴുതപ്പെടുന്നത്. എഴുതാനാഗ്രഹിച്ച അദ്ധ്യായങ്ങൾ എഴുതിയ അദ്ധ്യായങ്ങളുമായി ഒത്തുനോക്കുമ്പോഴാണ് അതിലെ ദയനീയാവസ്ഥ മനസ്സിലാകുന്നത്.

വയലാറിന്റെ മനസ്സ് എപ്പോഴും ഉണർന്നു തന്നെയാണിരുന്നത്. അദ്ദേഹത്തെപ്പോലെ വികാരജീവിയായ അധികം പേരെ ഞാനിതുവരെ കണ്ടുമുട്ടിയിട്ടില്ല. ഒരു ജോൺ എബ്രഹാം, ഒരു മാധവിക്കുട്ടി - ജീനിയസ്സുകളുടെ പെരുമാറ്റത്തിൽ എപ്പോഴും ചെറിയൊരു താളപ്പിഴ കാണും. അതു മറ്റുള്ളവരിൽ തെറ്റിദ്ധാരണകൾ ഉണ്ടാക്കിയെന്നു വരും.

എന്നാൽ മറ്റുള്ളവർ ചിന്തിക്കുക മാത്രം ചെയ്യുന്ന കാര്യങ്ങൾ പറയാൻ ധൈര്യം കാണിക്കുന്നവരായിരിക്കണം കവികളും സാഹിത്യകാരന്മാരും. മറ്റുള്ളവർ ചിന്തിക്കാൻ മാത്രം ധൈര്യപ്പെടുന്ന കാര്യങ്ങൾ പുരപ്പുറത്തുകയറി നിന്ന് വിളിച്ചുപറയാൻ ധൈര്യപ്പെടുന്നവർ രക്തസാക്ഷികളോ പ്രവാചകന്മാരോ ആയിത്തീരുന്നു. അതുകൊണ്ടാണ് മേൽപറഞ്ഞവരെ ഞാൻ ജീനിയസ്സുകളായി കണക്കാക്കുന്നതും. നമ്മുടെ സിനിക്കാർ പൊതുവേ സാഹിത്യവാസനയോ വായനാശീലമോ ഉള്ളവരല്ല. അതുകൊണ്ട് അവിടെ ഗാനരചയിതാക്കൾക്കും നല്ല തിരക്കഥാകൃത്തുക്കൾക്കും എന്നും ക്ഷാമമായിരുന്നു.

ഒരു കവി എന്ന നിലയിലും നാടക-സിനിമാ ഗാനരചയിതാവ് എന്ന നിലയിലും നല്ല പേരു സമ്പാദിച്ച ശേഷമാണ് വയലാർ സിനിമാരംഗത്ത് എത്തുന്നത്. ജെ.ഡി. തോട്ടാൻ വയലാറിനെ അന്വേഷിച്ചുപിടിച്ച് തന്റെ 'കൂടപ്പിറപ്പ്' എന്ന ചിത്രത്തിലെ ഗാനരചയിതാവാക്കുകയായിരുന്നു.

തുമ്പീ, തുമ്പീ വാ, വാ-

ഈ തുമ്പത്തണലിൽ വാ, വാ

എന്ന ഈ ഗാനം പാടിയത് ശാന്താ പി. നായരാണ്.

നാഷണൽ അവാർഡ് ലഭിച്ച വയലാറിന്റെ കളർ ട്രാൻസ്പേരൻസി എടുക്കാൻ ഞാൻ ഫോട്ടോഗ്രാഫർ പ്രഭാകരനുമായി അദ്ദേഹത്തിന്റെ ഫ്ളാറ്റിലെത്തിയപ്പോൾ എത്ര സന്തോഷമായിണ്ടന്നുവെന്നോ? അത് വാരികയിൽ മുഖചിത്രമായിതന്നെ അടിച്ചുവരികയും ചെയ്തു. നടീ നടന്മാരുടേതല്ലാതെ ആദ്യമായി അടിച്ച കവർ ചിത്രമാണിത്.

മറ്റുള്ളവരുടെ മുമ്പിൽ ശ്രദ്ധേയരാകുക എന്നൊരു താൽപര്യം എല്ലാവരിലും അന്തർലീനമായി കിടപ്പുണ്ട്. ശ്രദ്ധേയരായാൽ മാത്രം പോരാ അത് നല്ല രീതിയിൽ തന്നെ ആയിരിക്കുകയും വേണം. അക്കാര്യത്തിൽ വയലാറിനും വലിയ താൽപര്യമുണ്ടായിരുന്നു.

വയലാർ പണത്തിന് വലിയ വിലയൊന്നും കൽപിച്ചിരുന്നില്ല. അതറിയാവുന്ന പലരും പണത്തിന് പകരം മദ്യകുപ്പികളാണ് പ്രതിഫലമായി കൊടത്തിരുന്നത്. അതു നിരസിക്കാനുള്ള മനോബലം വയലാറിനും ഇല്ലായിരുന്നു. പി.എൻ. മേനോൻ, എസ്.കെ.നായർ, മലയാറ്റൂർ, മദ്രാസിലെ എ.കെ.ഗോപാലൻ (കമ്യൂണിസ്റ്റ് നേതാവല്ല) മുതലായവർ ഇതിൽ വലിയ പങ്കുവഹിച്ചിട്ടുണ്ട്.

1973-ലെ നല്ല സിനിമാഗാനത്തിനുള്ള സംസ്ഥാന അവാർഡ് ആദ്യമായി ഒ.എൻ.വി. കുറുപ്പിന് ലഭിച്ചപ്പോൾ ഞാൻ വയലാറിനോട് പറഞ്ഞു - ''കണ്ടോ ആമ്പിള്ളേര് അവാർഡ് കൊണ്ടുപോയത്.''

''അവനും ഇരിക്കട്ടെടാ ഒരവാർഡ്. എല്ലാ കൊല്ലവും എനിക്കുതന്നെ കിട്ടിയാൽ മതിയോ?'' - മറുപടി.

കവികൾ പൊതുവെ അസൂയാലുക്കളാണ്. മറ്റു മിക്ക ഗാനരചയിതാക്കൾക്കും വയലാറിനോട് കടുത്ത അസൂയയായിരുന്നു. എന്നാൽ വയലാർ ഒരിക്കലും മറ്റു ഗാനരചയിതാക്കളോട് അസൂയപ്പെടുകയോ അവരെ താഴ്ത്തിക്കെട്ടി സംസാരിക്കുകയോ ചെയ്തിരുന്നില്ല.

വയലാർ ഏറ്റവും അധികം സ്നേഹിക്കുകയും ബഹിമാനിക്കുകയും ചെയ്തിരുന്ന വ്യക്തികളാണ് ടി.വി.തോമസും ജോസഫ് മുണ്ടശ്ശേരിയും. അത് ആരാധനയുടെ വക്കുവരെ എത്തിയിരുന്നു.

അദ്ദേഹം ടി.വി. തോമസുമൊത്ത് നടത്തിയിട്ടുള്ള യാത്രകളിലെ രസകരമായ കഥകൾ ഒരു രാത്രി മുഴുവൻ പറഞ്ഞിട്ടും തീർന്നില്ല. എല്ലാം അൽപം അശ്ലീലം കലർന്ന കഥകളായിരുന്നു. പക്ഷെ അദ്ദേഹം ഒരിക്കലും പച്ചയായി അശ്ലീലം പറഞ്ഞിരുന്നില്ല.

ഞാൻ നാട്ടിൽ പോകുമ്പോൾ വയലാറിലെ വീട്ടിൽചെന്ന് അദ്ദേഹത്തിന്റെ അമ്മയെ കാണണമെന്ന് വയലാർ പറയുമായിരുന്നു. പക്ഷെ അവിടെ പോകാൻ എനിക്ക് കഴിഞ്ഞിട്ടില്ല.

അവിടെ വയലാറിന്റെ അമ്മയും രണ്ടു ഭാര്യമാരും ഉണ്ടായിരുന്നു. ആദ്യത്തെ ഭാര്യ പ്രസവിക്കാത്തതുകൊണ്ട് അവരുടെ അനുജത്തിയെക്കൂടി വിവാഹം കഴിക്കുകയായിരുന്നു. അവർക്ക് കുട്ടികൾ ഉണ്ടാവുകയും ചെയ്തു. രണ്ടാം വിവാഹം നടത്തിയത് ഗുരുവായൂർ ക്ഷേത്രത്തിൽ വച്ചായിരുന്നു. അതിൽ സാക്ഷിയായി താനും പങ്കെടുത്തിട്ടുണ്ടെന്ന് ശങ്കരാടി എന്നോട് പറഞ്ഞിട്ടുണ്ട്.

*****

മദ്രാസിലെ സൗത്ത് ഉസ്മാൻ റോഡിലുള്ള 38-ാം നമ്പർ രണ്ടുനിലക്കെട്ടിടത്തിന്റെ മുകളിലത്തെ നിലയിൽ ആദ്യം ജയഭാരതിയാണ് താമസിച്ചിരുന്നത്. അവർ ഹരിപോത്തന്റെ അശോക് നഗറിലെ വീട്ടിലേക്ക് തമസം മാറ്റിയപ്പോൾ ഈ ഫ്ളാറ്റ് തന്റെ സിനിമാനിർമ്മാണ ഓഫീസായി എസ്.കെ.നായർ എടുത്തു. എസ്.കെ. നിർമ്മാണം നിർത്തി പോയപ്പോൾ അത് വയലാറിന് വിട്ടുകൊടുക്കുകയായിരുന്നു. അതിലെ ബെഡ്റൂം എ.സി. ചെയ്തിരുന്നു.

ആ മുറിയിൽ വയലാറിന്റെ കൂടെ ഞാനും പി.എൻ. മേനോനും ഇരിക്കുമ്പോഴാണ് നടി ഷീല കയറിവന്നത്. മതിയൊളി വാരികയുടെ പത്രാധിപർ ഷൺമുഖം തന്റെ 'യക്ഷഗാനം' എന്ന സിനിമാ സംവിധാനം ചെയ്യാൻ ഷീലയെ ഏൽപ്പിച്ചിരിക്കുകയാണ് (?) എം.എസ്. വിശ്വനാഥനായിരുന്നു സംഗീത സംവിധായകൻ. ഷീലയുടെ പിന്നാലെ ഷൺമുഖവും വിശ്വനാഥനും എത്തി.

വിശ്വനാഥൻ ഹാർമോണിയം മേശയിൽ വച്ച് ഒരു ട്യൂൺ ഉണ്ടാക്കി. ഷൺമുഖം മറ്റൊരു കസേരയിലിരുന്നു. വയലാറിന്റെ വലതുവശത്ത് ഷീലയും ഇടത്ത് ഞാനുമിരുന്നു.

വിശ്വനാഥൻ ഒരു പ്രേതഗാനത്തിന്റെ ട്യൂണാണ് ഇട്ടത്. വയലാർ എഴുതാനാരംഭിച്ചു.

''നിശീഥിനി, നിശീഥിനീ
ഞാനൊരു രാപ്പാടി
പാടാം, പാടാം
പ്രാണനിലുയരും യക്ഷഗാനം''

കവിതയിൽ മാത്രമല്ല ജീവിതത്തിലും ചങ്ങമ്പുഴയെ അനുകരിച്ച കവിയാണ് വയലാർ. മഹാന്മാരുടെ സ്വകാര്യ ജീവിതത്തെക്കുറിച്ച് ഒന്നും എഴുതാൻ പാടില്ലെന്നുണ്ടോ? ഒരാളുടെ ജീവചരിത്രം എഴുതേണ്ടത് അയാളുടെ ശത്രുവായിരിക്കണം എന്നൊരു ചൊല്ലുണ്ട്. ഞാൻ അദ്ദേഹത്തിന്റെ ശത്രുവല്ല, മിത്രമായിരുന്നു. മിത്രത്തിനോടുള്ളതിനേക്കാളധികം ബാധ്യത ഒരു എഴുത്തുകാരന് സമൂഹത്തോടുണ്ട്. അതാണ് ഞാനിവിടെ നിർവഹിക്കുന്നത്.

അനശ്വരരാകുക എന്നുള്ളത് നമുക്കെല്ലാമുള്ള ഒരു സ്വപ്നമാണ്. കാലത്തിന്റെ പാറക്കൂട്ടങ്ങളിലും മണൽത്തീരങ്ങളിലും തഴുകി ഒഴുകി വരുന്നൊരു നദി പോലെ, അത് സ്നേഹത്തിൽനിന്നാണ് ജനിക്കുന്നത്. സംശയത്തിന്റെയും അന്ധകാരത്തിന്റെയും മൂടൽമഞ്ഞിലും കാർമേഘത്തിനു കീഴിലും അത് ഒഴുകിക്കൊണ്ടിരിക്കും, മരണത്തിന്റെ ചുണ്ടുകളിൽ സ്നേഹം മുത്തം വയ്ക്കുന്നതുവരെ.

നാഷണൽ അവാർഡ് വാങ്ങി ഡൽഹിയിൽനിന്ന് മടങ്ങിയെത്തിയ വയലാറിനെ കാണാൻ 1973 ഡിസംബർ 24-ാം തീയതി സന്ധ്യ കഴിഞ്ഞ് ഞാൻ അദ്ദേഹത്തിന്റെ ഫ്ളാറ്റിലെത്തുമ്പോൾ അവിടെ സംവിധായകൻ ജെ.ഡി. തോട്ടാനും എ.കെ.ഗോപാലനും കവിയൂർ പൊന്നമ്മയുടെ ഭർത്താവ് മണിസ്വാമിയും നോവലിസ്റ്റ് വി.കെ.എന്നും ഉണ്ടായിരുന്നു. എല്ലാവരുടെയും കയ്യിൽ ഗ്ലാസുണ്ട്.

എന്നെ കണ്ടപാടെ വയലാർ ചോദിച്ചു - ''എനിക്ക് നാളെ ഒരു സ്വീകരണമുണ്ട്, നീയും വരാമോ?''

''വരാമല്ലോ'' - ഞാൻ

''അതേ, നാളെ വൈകുന്നേരം തലശ്ശേരിയിലാണ്.''

മണിസ്വാമി എന്നെ തടയാൻ ആംഗ്യം കാണിക്കുന്നുണ്ടായിരുന്നു. പക്ഷെ വാക്കു പറഞ്ഞുപോയില്ലേ? പിന്മാറുന്നത് ശരിയല്ല.

''എന്നാലും വരാം'' - ഞാൻ

അദ്ദേഹത്തിന് സന്തോഷമായി. ഫോൺ നമ്പർ 444695ൽ നിന്ന് വയലാറിലേക്ക് ഭാര്യയെ വിളിച്ച് നാളെ തലശ്ശേരിയിലെത്തണമെന്ന് നിർദ്ദേശിക്കുകയാണ്, മാത്രമല്ല അമ്മയെയും കൂടെ കൊണ്ടുചെല്ലണമെന്ന്.

തോട്ടാൻ എതിർത്തു. ''വയസ്സായ അമ്മയല്ലേ, എന്തിനാണ് അവരെയെല്ലാം ബുദ്ധിമുട്ടിക്കുന്നത്?''

''എനിക്ക് കിട്ടുന്ന സ്വീകരണം അവരും കാണട്ടെ-'' വയലാർ.

ഞാൻ പരുങ്ങിനിൽക്കുകയാണ്. ഈ സമയത്ത് കലാസംവിധായകൻ ഭരതനും അവിടെ എത്തി. ഭരതൻ നിൽക്കുകയാണ്, ആ സദസ്സിൽ ഇരിക്കാൻ തന്റേടമില്ല.

''ഭരതന്റെ കൂടെ ലോഡ്ജിൽ ചെന്ന് ഡ്രസ്സ് മാറി വാ, ഒൻപതുമണിക്ക് പോകണം'' - വയലാർ.

മണിസ്വാമി എന്നെ വീണ്ടും തടയാൻ ശ്രമിക്കുന്നു.

വയലാർ എന്നെ അടുക്കളയിലേക്ക് വിളിച്ചുകൊണ്ടുപോയി. ഒരു നടിയെക്കൂടി കൊണ്ടുപോകണമെന്ന് പറയാനാണ്.

''എന്നാൽ, ഞാനില്ല, തനിച്ചങ്ങുപോയാൽ മതി'' - ഞാൻ.

''നിന്റെ കൂടെയല്ലല്ലോ, എന്റെ കൂടെയല്ലേ അവൾ വരുന്നത്.''

''അങ്ങനെ ഒരാളുണ്ടെങ്കിൽ ഞാനില്ല'' -ഞാൻ തറപ്പിച്ചുപറഞ്ഞു.

''എന്നാൽ നീ വരണ്ട, ഞങ്ങൾ പൊയ്ക്കൊള്ളാം''.

''പൊയ്ക്കോ, പക്ഷേ, ഞാനെഴുതും.''

''നീ എഴുതുമോ?''

''കണിശമായും എഴുതും.''

വി.കെ.എൻ തദവസരത്തിൽ ഒരു പ്രാസപ്രയോഗം നടത്തി - ''ക്രിസ്തുമസും തമസ്സും.''

ഞാൻ ഭരതന്റെ ബൈക്കിൽ സ്ഥലംവിട്ടു.

അന്ന് വയലാർ തലശ്ശേരിക്ക് പോയോ, മറ്റേയാളും കൂടെയുണ്ടായിരുന്നോ എന്ന് ഞാൻ പിറ്റേന്ന് മണിസ്വാമിയോട് ചോദിച്ചു.

പോയെന്ന് മണിസ്വാമി പറഞ്ഞു.

എനിക്കുമൊരു വാശി തോന്നി.

വയലാറാണ് കഥാപാത്രമെന്ന് വ്യക്തമാക്കാതെ നാനയിലെ 'സിനിമയ്ക്കുള്ളിലെ സിനിമ' - എന്ന പംക്തിയിലേക്ക് 'ക്രിസ്തുമസും തമസ്സും' എന്നൊരു ലേഖനമയച്ചു. അത് അച്ചടിച്ചുവന്നപ്പോൾ വയലാർ വളരെ അസ്വസ്ഥനായി എന്ന് പിന്നീട് ഞാനറിഞ്ഞു. പക്ഷെ അദ്ദേഹം അതേക്കുറിച്ച് ഒരിക്കലും എന്നോട് ചോദിച്ചിട്ടില്ല, കണ്ടതായേ ഭാവിച്ചിട്ടുമില്ല.

ജനങ്ങളുടെ സ്നേഹാദരങ്ങളും വിശ്വാസവും പിടിച്ചുപറ്റിയ ഒരാൾ അവരുടെ പൊതുസ്വത്തായി മാറുന്നു. സിനിമക്കാരും എഴുത്തുകാരുമൊക്കെ പൊതുസ്വത്താണ്. അവരെ സ്തുതിക്കുന്നതോടൊപ്പം വിമർശിക്കാനുള്ള അവകാശവും നമുക്കുണ്ട്. എല്ലാവരും എന്നോട് യോജിച്ചില്ലെന്ന് വരാം. പക്ഷെ സത്യം പറയാനുള്ള കടപ്പാട് എഴുത്തുകാരനുണ്ട്.

അവാർഡ് വാങ്ങാൻ ഡൽഹിയിൽ പോയപ്പോൾ അനുഭവിച്ച അവഗണനയെപ്പറ്റി 'ഔത്തരാഹാധിപത്യത്തിനെതിരെ' എന്നൊരു ലേഖ

നമെഴുതി വയലാർ ഫോണിൽക്കൂടി എന്നെ വായിച്ചുകേൾപ്പിച്ചു.

പത്രങ്ങളുടെ മൂലയിൽ പ്രത്യക്ഷപ്പെടുന്ന പരാമർശനങ്ങളല്ല ഒരു എഴുത്തുകാരനെ വിലയിരുത്താനുള്ള മാനദണ്ഡം, ജനങ്ങളുടെ മനസ്സിൽ വേരോടിയ മറക്കാത്ത സൃഷ്ടികളാണ്.

"ഈ മനോഹര തീരത്തു തരുമോ
ഇനിയൊരു ജന്മം കൂടി"

എന്ന ഈരടികൾ ജീവിതം വഴുതിപ്പോകുന്ന ഒരു കവിയുടെ രോദനമായിരുന്നില്ലേ? വയലാറിന്റെ ഗാനങ്ങൾ ജീവിക്കുന്നിടത്തോളം കാലം അദ്ദേഹത്തിന് മരണമില്ല.

■

അസംബന്ധ നാടകത്തിലെ താന്തോന്നി കഥാനായകൻ

കേരളത്തിന്റെ സാംസ്കാരികരംഗത്ത് കൊടുങ്കാറ്റ് സൃഷ്ടിക്കാൻ കഴിഞ്ഞ അപൂർവ്വം ചിലരേ നമുക്കുള്ളു - ചങ്ങമ്പുഴ, തോപ്പിൽ ഭാസി, മാധവിക്കുട്ടി, ജോൺ എബ്രഹാം.

ചങ്ങമ്പുഴയുടെ രമണൻ അമ്പത് പതിപ്പുകൾ പുറത്തിറങ്ങിക്കഴിഞ്ഞു. യുവജനോത്സങ്ങളിൽ 'വാഴക്കുല'യാണിന്നും അധികപേരും അവതരിപ്പിക്കുന്നത്. തോപ്പിൽ ഭാസിയുടെ 'നിങ്ങളെന്നെ കമ്മ്യൂണിസ്റ്റാക്കി' എന്ന നാടകം അയ്യായിരത്തിലേറെ സ്റ്റേജുകളിൽ അവതരിപ്പിച്ചത് ലക്ഷക്കണക്കിന് ആളുകൾ കണ്ടിട്ടുണ്ട്. മാധവിക്കുട്ടിയുടെ 'എന്റെ കഥ' മലയാള സാഹിത്യത്തിൽ വന്നുവീണ ആറ്റംബോംബാണല്ലോ.

അപൂർവ്വം പേർ മാത്രം കണ്ട, വളരെ കുറച്ചു സിനിമകൾ മാത്രം നിർമ്മിച്ച ജോൺ എബ്രഹാമിനെ ഇവരുടെ നിരയിൽ പിടിച്ചു നിർത്താനനാകുമോ എന്ന് പലവട്ടം ചിന്തിക്കാതില്ല. എന്നിട്ടും മലയാള സിനിമാരംഗത്ത് ഏറ്റവുമധികം ആരാധകരുള്ള സംവിധായകനായി ജോൺ വളർന്നതെങ്ങനെ?

അദ്ദേഹത്തിന്റെ പിന്നിൽ രാഷ്ട്രീയ പ്രസ്ഥാനങ്ങൾ ഇല്ലായിരുന്നു, മതസംഘടനകളെ ജോൺ വകവച്ചിരുന്നുമില്ല. ബുദ്ധിജീവികളുടെ പിന്തുണയും ജോണിനില്ലായിരുന്നല്ലോ. എന്നിട്ടും ജോൺ ഒരു കൊടുങ്കാറ്റ് പോലെയായിരുന്നു. അദ്ദേഹം ഒരു ഉഷ്ണജലപ്രവാഹമായിരുന്നു, ഏകാംഗ ഗുസ്തിക്കാരനുമായിരുന്നു. ഈ അവധൂതൻ കുറെ സുഹൃത്തുക്കളെയല്ലാതെ മറ്റൊന്നും നേടിയിട്ടുമില്ല.

1977-ലെ ഒരു ഇടവപ്പാതിമഴയത്ത് രാത്രി 11 മണിക്കുശേഷം ജോൺ

ഒരു ഓട്ടോറിക്ഷയിൽ തിരുവനന്തപുരത്ത് ഞാൻ താമസിച്ചിരുന്ന ഗാന്ധി നഗറിലെ വീട്ടിലെത്തി. അന്തരിച്ച ഫിലിം എഡിറ്റർ പി. രാമൻനായരും അക്കാലത്ത് എന്നോടൊപ്പമായിരുന്നു താമസം.

വാടക കൊടുത്ത് ഓട്ടോറിക്ഷ പറഞ്ഞുവിടാൻ ജോൺ എന്നോട് ആവശ്യപ്പെട്ടു. ജോൺ എന്നും അങ്ങനെയാണ്. വെറുംകയ്യോടെയായിരിക്കും ഓട്ടോറിക്ഷ പിടിക്കുന്നത്.

പി.ആർ.നായരെ ചൂണ്ടിക്കൊണ്ട് ജോൺ പറഞ്ഞു: ''എനിക്ക് ചോറു വാങ്ങിത്തന്നിരുന്ന മനുഷ്യനാണീ നിൽക്കുന്നത്, എനിക്ക് വിശക്കുന്നു, ഇപ്പം ചോറ് വേണം.''

''ഇവിടെ ചോറില്ല ജോണേ, ഈ സമയത്ത് എവിടുന്ന് ചോറു കിട്ടും.'' - ഞാൻ.

ജോണിന്റെ ഭാഷയിൽ തെറിവാക്കുകൾ കയറാനാരംഭിച്ചു. എന്റെ നേരേയാണ് പ്രയോഗം. ''എടാ... എനിക്ക് വിശക്കുന്നു എന്നു പറഞ്ഞില്ലേ, ചോറു താടാ....'' ജോണിന് ശരിക്കും വിശക്കുന്നുണ്ടാവണം. സ്നേഹമുള്ളവരോടല്ലേ അരിശപ്പെടാൻ കഴിയു. ഞാനും രാമൻനായരും തമ്മിൽ ആലോചിച്ചു. വഴുതക്കാട്ട് തട്ടുകട കാണും, കുറെ നടക്കണം, കുടയില്ല.

രാമൻനായരെ മാത്രമെ ജോൺ അനുസരിക്കുകയുള്ളു. അവർ ഒന്നിച്ച് പൂനാ ഫിലിം ഇൻസ്റ്റിറ്റ്യൂട്ടിൽ പഠിച്ചവരാണ്. ജോണിനെ എങ്ങനെയെങ്കിലും പിടിച്ചുകൊണ്ടുപോകാൻ ഞാൻ അപേക്ഷിച്ചു. എന്റെ ലുങ്കി തലയ്ക്കു മുകളിൽ മഴ നനയാതെ പൊക്കിപ്പിടിച്ച് നടന്നുപോയ ജോണിനെ ഞാനിന്നും ഓർക്കുന്നു. ആ ലുങ്കി എവിടെ കളഞ്ഞോ!

തട്ടുകടയിൽനിന്ന് ദോശ വാങ്ങിക്കൊടുത്തിട്ട് രാമൻനായർ ജോണിനെ ഒരു ഓട്ടോയിൽ കയറ്റി പാളയത്ത് താമസിക്കുന്ന ആർടിസ്റ്റ് നന്ദകുമാറിന്റെ അടുത്തേക്ക് അയച്ചു. ഓട്ടോച്ചാർജ് നന്ദകുമാർ കൊടുത്തോളും. ജോണിനെ എന്നും ആത്മാർത്ഥമായി സഹായിക്കാനും സഹിക്കാനും സന്മനസ് പ്രദർശിപ്പിച്ച സുഹൃത്താണ് നന്ദകുമാർ.

ജോൺ എന്നും ഇങ്ങനെയായിരുന്നു. കുറെ സ്നേഹിതന്മാരല്ലാതെ യാതൊരു സമ്പാദ്യവുമില്ല. വെറുംകൈയോടെ ഇന്ത്യ മുഴുവൻ ചുറ്റിയടിച്ചുകൊണ്ടിരിക്കും. സിനിമാക്കാരും ചിത്രകാരന്മാരും സാഹിത്യകാരന്മാരുമായി ഭാരതമൊട്ടാകെയുള്ള വലിയൊരു പ്രബുദ്ധ സംഘത്തിലെ സജീവാംഗമായിരുന്നു ജോൺ.

അദ്ദേഹം സംഭാഷണചതുരനാണ്, കഥാകൃത്താണ്, ഗവേഷകനാണ്, ഫിലോസഫരാണ്, നല്ല പ്രാസംഗികനാണ്, ഗായകനാണ്, നർത്തകൻ പോലുമാണ്. ഏതുവിഷയത്തെക്കുറിച്ചു ചോദിച്ചാലും മറുപടി കിട്ടും.

കട്ടിലിൽ കിടന്നല്ല ജോൺ അന്തരിച്ചത്, ഒരു ബഹുനില കെട്ടിടത്തിന്റെ മുകളിൽനിന്നു വീണാണ്. അതേപ്പറ്റി സംശയങ്ങൾ ഉള്ളവരുണ്ടാവാം. എന്നാൽ ജോണിന്റെ അടുത്ത സുഹൃത്ത് സംവിധായകൻ കെ.ജി.ജോർജ് പറഞ്ഞതാണ് ശരിയെന്ന് തോന്നുന്നു - ജോണിനെ സംബന്ധിച്ചിടത്തോളം സ്വാഭാവികമായ മരണമാണിത്.

ജോണിന്റെ ശവമടക്കാൻ സ്വന്തം നാട്ടിലെ പള്ളി അധികാരികൾ തയ്യാറായില്ല, തെമ്മാടിക്കുഴിയിലേ ഇടം ലഭിച്ചുള്ളു. അതും സ്വാഭാവികം മാത്രം, ജോൺ ഒരു ദേവാലയത്തിലും പോകാറില്ലായിരുന്നല്ലോ.

*****

1973 ജനുവരിയിലാണ് ജോണനെ ഞാനാദ്യമായി മദ്രാസിലെ പത്രപ്രവർത്തകനായ നടരാജന്റെ വീട്ടിൽവച്ച് കാണുന്നത്. അക്കാലത്ത് പൂനാ ഫിലിം ഇൻസ്റ്റിറ്റ്യൂട്ടിൽനിന്ന് സിനിമയെക്കുറിച്ച് നല്ല അവഗാഹം നേടിയ കുറെ ചെറുപ്പക്കാർ കോടമ്പാക്കത്തെ ഒരു ലോഡ്ജിൽ താമസിച്ചിരുന്നു. മുഖ്യധാരാ സിനിമക്കാർ ആ ലോഡ്ജിന് 'പൂനാ ഹൗസ്' എന്ന് പേരിടുകയും ചെയ്തു. ആദ്യം ജോൺ ശങ്കരമംഗലവും അസീസും, അവരെ പിന്തുടർന്ന് ജോൺ എബ്രഹാമും ബാലു മഹേന്ദ്രയും നടൻ പ്രഭാകരനും രാമചന്ദ്രബാബുവും എഡിറ്റർ രവിയും അവസാനം കെ.ജി.ജോർജും അവിടെ താമസിച്ചിരുന്നു. കഞ്ചാവ് വലിക്കുന്നവരും വാറ്റുചാരായം കുടിക്കുന്നവരുമാണെന്ന് പറഞ്ഞ് മുഖ്യധാരക്കാർ അവരെ അകറ്റിനിർത്തിയിരിക്കുകയായിരുന്നു.

പി.എൻ മേനോനും രാമു കാര്യാട്ടും മാത്രമേ അവരെ പ്രോത്സാഹിപ്പിക്കുകയും സന്മനസ് കാണിക്കുകയും ചെയ്തുള്ളൂ.

പൂനക്കാരെ കണ്ടാൽ പെട്ടെന്ന് തിരിച്ചറിയാമായിരുന്നു. ഗ്ലാമർ സിനിമയുടെ ഇസ്തിരിക്കിട്ട നാട്യങ്ങളൊന്നും അവർ അനുവർത്തിച്ചിരുന്നില്ല. മുപ്പതോടടുത്ത പ്രായക്കാർ. നീണ്ട മുടിയും ട്രിം ചെയ്യാത്ത താടിയും ജീൻസും അയഞ്ഞ ഷർട്ടുമായിരുന്നു അവരുടെ യൂണിഫോം. ആകപ്പാടെ 'ലോട്ടസ് ഈറ്റേഴ്സി'ന്റെ മട്ടായിരിക്കും.

1967-ൽ പൂനയിൽ നിന്നും വന്ന് ആദ്യമായി മലയാള സിനിമ സംവിധാനം ചെയ്തത് അസീസാണ്. ചിത്രം - അവൾ. അതിന്റെ നിർമ്മാതാവ് സർക്കാർ മുഹമ്മദ് ആത്മഹത്യ ചെയ്യുകയായിരുന്നു. ജോൺ ശങ്കരമംഗലം 1969-ൽ സംവിധാനം ചെയ്ത 'ജന്മഭൂമി' ഒട്ടും ഓടിയില്ല.

1971-ൽ ജോൺ എബ്രഹാം സംവിധാനം ചെയ്ത 'വിദ്യാർത്ഥികളെ ഇതിലേ ഇതിലേ' എന്ന ചിത്രവും വൻപരാജയമായിരുന്നു. ജോൺ ശങ്കരമംഗലം തുടങ്ങിവച്ച, വഹീദാ റഹ്മാൻ നായികയായി അഭിനയിച്ച 'ത്രിസന്ധ്യ'യുടെ സഹസംവിധായകനും ജോൺ എബ്രഹാമായിരുന്നു.

71-ൽ പ്രഭാകരൻ ആദ്യമായി അഭിനയിച്ച 'മാൻപേട' (നായിക ജയഭാരതി) യുടെ മാറ്റിനി കണ്ടിറങ്ങിയവർ ഫസ്റ്റ് ഷോ കാണാൻ കാത്തുനിൽക്കുന്നവരെ തിരിച്ചോടിക്കുകയായിരുന്നു.

അങ്ങനെ തൊട്ടതെല്ലാം പരാജയത്തിൽ കലാശിച്ച് മുഖ്യധാരാ സിനിമക്കാരുടെ പരിഹാസത്തിന് പാത്രമായി അവശരായി കഴിഞ്ഞിരുന്ന ഈ 'പൂനാവാല'കൾക്ക് തല ഉയർത്തി നടക്കാമെന്ന അവസ്ഥയുണ്ടായത് അടൂർ ഗോപാലകൃഷ്ണന്റെ 'സ്വയംവര'ത്തിന് ദേശീയ ബഹുമതികൾ ലഭിച്ചതോടെയാണ്. (ഇവർക്കെല്ലാം ഗോപാലകൃഷ്ണനെ പുച്ഛമായിരുന്നു).

സ്വയംവരം മലയാള സിനിമയിലെ പുതിയൊരു അരുണോദയമായിരുന്നല്ലോ. അത് റിലീസ് ചെയ്യുന്നതിന് മുമ്പായി അടൂർ ഗോപാലകൃഷ്ണൻ മദ്രാസിലെത്തി സൗത്തിന്ത്യൻ ഫിലിം ചേമ്പറിന്റെ തിയേറ്ററിൽ ഒരു പ്രിവ്യൂ നടത്തി. അദ്ദേഹം എം. ഗോവിന്ദനെ ഏൽപ്പിച്ച പാസുകളിലൊന്നുമായി ഞാനും എത്തിയിരുന്നു. സ്വയംവരം കണ്ടതോടെ പൂനാ ഇൻസ്റ്റിറ്റ്യൂട്ടുകാരെ കുറിച്ച് എനിക്ക് വലിയ ഒരു പ്രതീക്ഷ ഉണ്ടാവുകയും ചെയ്തു.

അങ്ങനെയിരിക്കെ ജോണിനെ ആദ്യമായി കാണുമ്പോൾ അദ്ദേഹത്തിന്റെ കൂടെ 'തലതിരിഞ്ഞ' വേറെയും ചിലർ ഉണ്ടായിരുന്നു. 'സംസ്കാര'യുടെ ബാനറിൽ 'ജോസഫ് ഒരു പുരോഹിതൻ' എന്ന (അലസി

പ്പോയ) ചിത്രത്തിന്റെ നിർമ്മാണപ്രവർത്തനങ്ങളിൽ ഏർപ്പെട്ടിരിക്കുകയായിരുന്നു അവർ.

സംസ്ഥാന അവാർഡ് നേടിയ 'ഓളവും തീരവും' എന്ന ചിത്രത്തിന്റെ നിർമ്മാതാവായ പി.എ ബക്കർ എന്ന ഖദർധാരിയായ മുഴുത്താടിക്കാരനായിരുന്നു ഈ ചിത്രത്തിന്റെയും നിർമ്മാതാവ്. ഫ്രഞ്ച് താടിയും കുറ്റിമുടിയും ഉള്ള, മുഷിഞ്ഞ ജീൻസ് ധരിച്ച ജോൺ എബ്രഹാം ഇത് സംവിധാനം ചെയ്യുന്നു. ആദ്യമായി ഒരു സിനിമയുടെ കഥയും സംഭാഷണവും എഴുതുന്ന സക്കറിയക്കും ഫ്രഞ്ചുതാടി ഉണ്ടായിരുന്നു.

താടിയില്ലാത്ത, മുണ്ടുടുക്കുന്ന വയലാർ ഒരു ക്രിസ്തീയ ഗാനം എഴുതിക്കൊടുത്തു.

'ഏലി, ഏലീലമ്മാ, സബത്താനി'

അന്ന് താടിയില്ലാത്ത യേശുദാസ് ആദ്യമായി സംഗീത സംവിധാനം നിർവഹിച്ചിരിക്കുന്നു. റിക്കാർഡ് പ്ലേയറിൽ ഞാനീ പാട്ടു കേട്ടു. തികച്ചും വ്യത്യസ്തം. ഒരു മലയാള സിനിമയിൽ ഇങ്ങനെയുള്ള ഒരു ഗാനം പ്രതീക്ഷിക്കാനേ വയ്യ. അതിന്റെ ഹീബ്രു വാക്കുകൾ എനിക്ക് പിടികിട്ടയതുപോലുമില്ല.

ഇവരൊക്കെ ചേർന്ന് മലയാള സിനിമയിൽ മഹത്തായ എന്തൊക്കെയോ പരിവർത്തനങ്ങൾ സൃഷ്ടിക്കുമെന്ന് ഞാൻ സന്തോഷിച്ചു. അവരെല്ലാമായി ക്രമേണ ഞാൻ സുദൃഢമായ സ്നേഹബന്ധം സ്ഥാപിക്കുകയും ചെയ്തു. മുഖ്യധാരാ സിനിമാക്കാർക്ക് ഇഷ്ടപ്പെടാത്തതും ഇതായിരുന്നു.

'ജോസഫ് ഒരു പുരോഹിതൻ' പുറത്തുവന്നില്ല. സക്കറിയ ഡൽഹിയിലേക്ക് തന്നെ മടങ്ങി. (ജോൺ വിളിക്കുന്നത് 'സൽക്കറിയ' എന്നായിരുന്നു). ബക്കർ ഈ സംരംഭം ഉപേക്ഷിച്ച് കബനീനദിയുടെ പ്രവർത്തനങ്ങളിലേക്ക് തിരിഞ്ഞു.

ജോണിനെ കുറേക്കാലത്തേക്ക് കാണാനേ കഴിഞ്ഞില്ലെങ്കിലും അദ്ദേഹത്തിന്റെ ചില വീരസാഹസിക കഥകൾ ഇടയ്ക്കിടെ കേട്ടിരുന്നു.

അർദ്ധരാത്രി കഴിഞ്ഞ് ജോൺ ലുങ്കിയുടുത്ത് തലയിലൊരു തോർത്തും കെട്ടി മദ്രാസിലെ തെരുവുകളിലൂടെ നടക്കാനിറങ്ങുമായിരുന്നു. അസമയത്ത് വഴിയിൽ കാണുന്നവരെ പോലീസ് ചോദ്യം ചെയ്യുമല്ലോ. സിനിമാടിക്കറ്റിന്റെ മുറി കൈവശമുണ്ടെങ്കിൽ അത് കാണിച്ചു രക്ഷപ്പെടാം. എന്നാൽ പോലീസ് വിളിക്കുന്ന ഉടൻ ജോൺ ഒരൊറ്റ ഓട്ടമാണ്. പുറകേ പോലീസും. അവർ ജോണിനെ ഓടിച്ചിട്ടു പിടിച്ച് ലോക്കപ്പിൽ കൊണ്ടിടും. താനൊരു സിനിമാ സംവിധായകനാണെന്ന് പറഞ്ഞാൽ അവരുണ്ടോ വിശ്വസിക്കുന്നു. പ്രശസ്തരായ സിനിമാക്കാരുടെ പേരു പറയുന്നത് കൊണ്ട് ഇടികിട്ടുകയില്ല. പലപ്പോഴും ചലച്ചിത്ര പരിഷത്ത് പ്രസിഡന്റായിരുന്ന ടി.ഇ.വാസുദേവനാണ് ജോണിനെ ജയിലിൽനിന്ന് പുറത്തുകൊണ്ടുവരുന്നത്.

ജോൺ വീട്ടിൽ വരുമ്പോൾ ഗേറ്റ് തുറന്നുകിടന്നാലും മതിൽ ചാടിയേ അകത്തുവരൂ എന്ന് വാസുദേവൻ പറഞ്ഞിട്ടുണ്ട്.

ജോൺ എത്തുമ്പോൾ വടപഴനിയിലെ കുപ്രസിദ്ധമായ തെരുവിൽ ഉത്സവപ്രതീതിയാണ്. ജോൺ അവിടെ നൃത്തം വയ്ക്കും, കൈയിൽ പണമുണ്ടെങ്കിൽ അതു മുഴുവൻ പാവങ്ങൾക്ക് കൊടുക്കും, ജോൺ

അവരിലൊരാളായി മാറുകയാണ്. ഇതുപോലെ ജനങ്ങളുമായി ഇഴുകിച്ചേർന്ന് ജീവിച്ചിരുന്ന മറ്റൊരു കലാകാരനെയും ഞാൻ കണ്ടെത്തിയിട്ടില്ല.

അക്കാലത്ത് മലയാളസിനിമ എന്ന ഗോളം തിരിയുന്നത് പ്രേംനസീർ എന്ന അച്ചുതണ്ടിന് ചുറ്റുമായിരുന്നു. ഒരു ശത്രുരാജ്യത്തെ ഇല്ലായ്മ ചെയ്യണമെന്ന് ആഗ്രഹിക്കുന്നുവെങ്കിൽ നസീറിനെ അങ്ങോട്ട് നമ്മുടെ അംബാസിഡറായി അയച്ചാൽ മതി. അത്ര നല്ല നയതന്ത്രജ്ഞനായിരുന്നു അദ്ദേഹം. ഒരുദിവസം ജോൺ നസീറിന്റെ വീട്ടിൽ കയറിച്ചെന്നു. നസീറിന്റെ മൂത്ത മകളുടെ മൂന്ന് വയസ്സുള്ള കുട്ടി ഓടിക്കുന്ന മൂന്നുചക്ര സൈക്കിൾ വരാന്തയിൽ കിടക്കുന്നതുകണ്ട് ജോൺ അതിൽ കയറിയിരുന്ന് അവിടെയെല്ലാം ചുറ്റിനടന്നു.

നസീർ ഇറങ്ങിവന്നപ്പോൾ അദ്ദേഹത്തിന്റെ തോളിൽ തട്ടി 'യു ആർ സ്റ്റിൽ യംഗ്' എന്ന് അനുമോദിച്ചു.

നസീർ ചിരിച്ചതേയുള്ളു.

ജോൺ ആഗമനോദ്ദേശ്യം വ്യക്തമാക്കി. ''എന്റെ അടുത്ത പടത്തിൽ നിങ്ങൾ നായകനായി അഭിനയിക്കണം.''

''ആകാമല്ലോ'' നസീർ.

''പ്രതിഫലം ഒന്നും തരില്ല'' - ജോൺ

''വേണ്ട, ഫ്രീയായി അഭിനയിക്കാം'' - നസീർ.

''എന്റെ കയ്യിൽ പണമില്ല. പടം പിടിക്കാനുള്ള പണവും തരണം'' - ജോൺ.

നസീർ ചമ്മി. ജോൺ തുടർന്നു.

''സാരമില്ല. രണ്ടു ഷോട്ടിൽ പ്രത്യക്ഷപ്പെട്ടാൽ മതി. നിങ്ങൾ സി.ഐ.ഡിയാണ്. ആദ്യസീനിൽ നിങ്ങളൊരു മുഖംമൂടി ധരിക്കും. അത് അവസാനത്തെ സീനിലെ ഊരുകയുള്ളു. നിങ്ങൾ ഈ രണ്ട് ഷോട്ടുകളിൽ വന്നാൽ മതി. ബാക്കിയൊക്കെ ഞാൻ ഡ്യൂപ്പിനെ ഇട്ട് എടുത്തോളാം.''

*****

മരിച്ചുപോയ വ്യക്തികളെക്കുറിച്ച് അപ്രിയസത്യങ്ങൾ എഴുതാൻ പാടില്ലെന്നു പറഞ്ഞത് ആരാണ്?

രാഷ്ട്രീയക്കാരും സാഹിത്യകാരന്മാരും കലാകാരന്മാരും പൊതുസ്വത്താണെങ്കിൽ സിനിമക്കാരെയും ആ വിഭാഗത്തിൽ ഉൾപ്പെടുത്തുന്നതിൽ എന്താണ് തെറ്റ്, അവരുടെ നല്ലതും ചീത്തയുമായ എല്ലാ കാര്യങ്ങളും അറിയാനുള്ള അവകാശം പൊതുജനങ്ങൾക്കില്ലേ?

അതുകൊണ്ടാണല്ലോ മഹാത്മാഗാന്ധിയും ഹിറ്റ്ലറും ടോൾസ്റ്റോയിയും ചങ്ങമ്പുഴയും ത്യാഗരാജ ഭാഗവതരും കായംകുളം കൊച്ചുണ്ണിയും മർലിൻ മൺട്രോയും ഒരുപോലെ എഴുത്തുകാർക്ക് വിഷയീഭവിക്കുന്നത്.

ജോൺ എബ്രഹാം ഒരു അപൂർവ്വ വ്യക്തിത്വത്തിന്റെ ഉടമയായിരുന്നതുകൊണ്ടാണ് അദ്ദേഹത്തെക്കുറിച്ച് ഇത്രയും വിശദമായി ഇവിടെ പരാമർശിക്കുന്നത്. സ്വർണം, വജ്രം, പ്ലാറ്റിനം മുതലായവയ്ക്ക് വില കൂടുതൽ ഉണ്ടായത് അവ അപൂർവ്വ വസ്തുക്കളായതു കൊണ്ടാണല്ലോ. ഇരുമ്പും ചെമ്പും മറ്റും അപൂർവ്വ ലോഹങ്ങളാണെങ്കിൽ അവയ്ക്കും കൂടുതൽ വില ഉണ്ടാകുമായിരുന്നു.

1976 ആദ്യമാണെന്ന് തോന്നുന്നു, നെയ്യാർഡാമിൽ വച്ച് കെ.എസ്. യുവിന്റെ സമ്മേളനം നടന്നത്. അതിനോടനുബന്ധിച്ച് ചേർന്ന സിനിമാ സെമിനാറിൽ പങ്കെടുക്കാൻ എത്തിയതായിരുന്നു ജോൺ. സിനിമക്കാരെല്ലാം ഗന്ധർവരൂപികളാണെന്ന് ധരിച്ചുവച്ചിരിക്കുന്നവരാണല്ലോ പൊതുജനം. എന്നാൽ പ്രാകൃതരൂപത്തിൽ പ്രത്യക്ഷപ്പെട്ട ജോണിനെക്കണ്ട് നിരാശപ്പെട്ട് ഒരു യുവതി ചോദിച്ചു: ''അയ്യേ, സിനിക്കാർ ഇങ്ങനെയാണോ ഇരിക്കുന്നത്...!'' അക്കാലത്ത് താടിയും നീണ്ട മുടിയൊന്നുമില്ലാതെ സുന്ദരനായി നടന്നിരുന്ന പി പത്മരാജൻ അടുത്തു നിൽക്കുന്നുണ്ടായിരുന്നു. ജോൺ പത്മരാജനെ ചൂണ്ടിക്കാണിച്ചുകൊണ്ട് ചോദിച്ചു: ''സിനിമക്കാർ എങ്ങനെയിരിക്കണം, ഇവനെപ്പോലെ ഇരുന്നാൽ മതിയോ?'' യുവതി നാണിച്ച് ഓടിപ്പോയി.

നെയ്യാറിൽനിന്ന് മടങ്ങിയ ജോൺ നാന വാരികയുടെ ഓഫീസിലെത്തി. അദ്ദേഹം 'അഗ്രഹാരത്തിൽ കഴുതൈ' എന്ന തമിഴ് ചിത്രത്തിന്റെ പ്രവർത്തനങ്ങളിലായിരുന്നു. അതിന്റെ നിർമ്മാതാവ് ചാർലി ജോണും കൂടെയുണ്ട്. ചിത്രത്തിന്റെ ഓരോ സീനും ജോൺ വിവരിച്ചു. (വെങ്കിട് സ്വാമിനാഥനാണ് തിരക്കഥ എഴുതിയത്). ഇന്ത്യയിൽ മറ്റാരും ഇത്ര ധീരമായൊരു കഥ സിനിമയാക്കിയിട്ടില്ല.

പുരോഹിതവർഗ്ഗം തല്ലിക്കൊന്ന ഒരു പാവം കഴുത ഉയർത്തെഴുന്നേൽക്കുന്നതാണ് കഥ. അതിനെ വളർത്തുന്ന പ്രൊഫസറായി അഭിനയിച്ചത് പ്രസിദ്ധ സംഗീത സംവിധായകൻ എം.ബി. ശ്രീനിവാസനാണ്. ചിത്രം റിലീസായപ്പോൾ തമിഴ്നാട്ടിൽ ബ്രാഹ്മണർ പ്രതിഷേധിച്ചു. മുഖ്യമന്ത്രി എം.ജി.ആർ ഈ ചിത്രം നിരോധിക്കണമെന്ന് പറഞ്ഞു. അതുകൊണ്ട് തിയേറ്ററുകൾ ലഭിച്ചില്ല.

എന്നാൽ ഏറ്റവും നല്ല പ്രാദേശിക ചിത്രത്തിനുള്ള അക്കൊല്ലത്തെ രാഷ്ട്രപതിയുടെ സമ്മാനം 'കഴുതൈ'ക്ക് ലഭിച്ചു. ഇതോടെ കേരളത്തിലെ ഫിലിം സൊസൈറ്റി പ്രവർത്തകരുടെ ആരാധനമൂർത്തിയായി ജോൺ വളരുകയായിരുന്നു.

*****

ആ വർഷത്തെ വിഷുവിന്റെ തലേന്ന് അർദ്ധരാത്രിയിൽ ജോൺ എന്നെ തേടി എന്റെ താമസസ്ഥലത്ത് വന്നു. (പതിവുപോലെ ഓട്ടോച്ചാർജ് കൊടുക്കാൻ എന്നോടു പറയുകയും ചെയ്തു.) ഷവറിന്റെ കീഴിൽനിന്ന് പലതവണ കുളിച്ചപ്പോഴാണ് ജോൺ തണുത്തതും അൽപമെങ്കിലും വെളിവുണ്ടായതും. അന്നുരാത്രി ജോൺ ഉറങ്ങിയതേയില്ല, എന്നെ ഉറക്കിയുമില്ല. അയൽപക്കക്കാർ കേൾക്കെ അത്യുച്ചത്തിൽ ആഫ്രിക്കൻ പാട്ടുകൾ പാടാനാരംഭിച്ചു.

ഞാൻ ജീവിതത്തിൽ ആദ്യമായിട്ടായിരുന്നു ആഫ്രിക്കൻ പാട്ട് കേൾക്കുന്നത്. അസമയമാണ്. അയൽപക്കക്കാരുടെ ഉറക്കം കെടുത്തണ്ട എന്നുകരുതി ജനലുകൾ അടച്ചു. ജോൺ അതെല്ലാം തള്ളിത്തുറക്കുകയും ചെയ്തു. എത്ര പറഞ്ഞിട്ടും പാട്ട് നിർത്തിയില്ല. ഞാൻ ഉറക്കംനടിച്ച് കിടന്നു.

രാവിലെ കുടിക്കാൻ കൊടുത്ത ചായ തട്ടിത്തെറിപ്പിച്ച് ഭിത്തി വൃത്തികേടാക്കിയിട്ടാണ് പോയത്.

ജോൺ പൂനാ ഫിലിം ഇൻസ്റ്റിറ്റ്യൂട്ടിൽ പഠിക്കുന്ന കാലത്ത് പ്രസിദ്ധ ബംഗാളി സിനിമാ സംവിധായകൻ ഋത്വിക് ഘട്ടക് അവിടുത്തെ അധ്യാ

പകനായിരുന്നു. അത്ഭുതപ്രതിഭയുടെ ഉടമയായിരുന്നു അദ്ദേഹം. ജീവിതത്തിൽ യാതൊരു അച്ചടക്കവും പാലിച്ചിരുന്നില്ല. ജോൺ ഉൾപ്പെടെയുള്ള വിദ്യാർത്ഥികൾ അദ്ദേഹത്തെ അനുകരിക്കാനാരംഭിച്ചു.

ജോണിനോടൊപ്പം മറ്റൊരു അപൂർവ്വ പ്രതിഭയായ മണികൗളും അന്നവിടെ വിദ്യാർത്ഥിയായിരുന്നു. മണി ഒരു തിരക്കഥ എഴുതി ഘട്ടക്കിന്റെ കൈയിൽ വായിക്കാനേൽപ്പിച്ചു. അതുവായിച്ച ഘട്ടക് പറഞ്ഞ അഭിപ്രായമെന്താണെന്നോ?

''ഇന്റലചൽ മാസ്റ്റുർബേഷൻ''.

മണി പിന്നീട് 'ആഷാഡ് കാ ഏക് ദിൻ' മുതലായി ഇന്ത്യൻ സിനിമയിലെ ചില ക്ലാസിക്കുകൾ നിർമ്മിച്ചു.

ജോൺ പറയുമായിരുന്നു: 'ഇവിടെ കമ്യൂണിസ്റ്റ് മാനിഫെസ്റ്റോയും ദാസ് ക്യാപ്പിറ്റലും വായിച്ചവർ ഇ.എം.എസും പി. ഗോവിന്ദപ്പിള്ളയും മാത്രമല്ല, ഞാനുമുണ്ട്.'' എങ്ങനെ? മാത്രമല്ല ജോൺ ചില വിപ്ലവഗാനങ്ങൾ ഉണ്ടാക്കുകയും ചെയ്തിരുന്നു.

''പ്രിയപ്പെട്ട നാട്ടുകാരേ,

തൊഴിലാളി സഖാക്കളേ'' എന്ന അഭിസംബോധന ജോൺ ട്യൂൺ നൽകിയപ്പോൾ ഇങ്ങനെയായി.

'പ്രിയപ്പെട്ട നാട്ടുകാരേ തൊഴി
ലാളി സഖാക്കളെ തൊഴി''

കമ്മ്യൂണിസ്റ്റ് മാനിഫെസ്റ്റോയുടെ നൂറാം വാർഷികം പ്രമാണിച്ചുള്ള ഒരു ഗാനവും ജോണിന്റേതായിട്ടുണ്ട്.

'യഹാം ബദലാ' എന്ന ഹിന്ദിപ്പാട്ടിന്റെ ട്യൂണിലാണ്.

''കമ്യൂണിസ്റ്റ് മാനിഫെസ്റ്റോ
പുറത്തിറങ്ങീട്ടാണ്ടു നൂറായി
കമ്മ്യൂണിസ്റ്റു മാ...''

ജോൺ പാടിയാലേ ഈ 'കമ്മ്യൂണിസ്റ്റുമാ' ശരിയാകൂ. ഇതുപാടി നടന്ന് ജോൺ കമ്മ്യൂണിസ്റ്റുകാരെയും ശുണ്ഠി പിടിപ്പിക്കുമായിരുന്നു.

തിരുവനന്തപുരത്ത് സ്വാതിതിരുനാൾ പണികഴിപ്പിച്ച പതിനാറുകെട്ടായ അരുമന അമ്മ വീടിന്റെ പിൻമുറ്റത്ത് അക്കാലത്ത് കാവാലം നാരായണപ്പണിക്കരുടെ 'അവനവൻകടമ്പ' എന്ന നാടകത്തിന്റെ റിഹേഴ്സൽ നടക്കുന്നുണ്ടായിരുന്നു. സിനിമാ സംവിധായകൻ ജി. അരവിന്ദനാണ് ഇത് സംവിധാനം ചെയ്തത്.

അതു കാണാൻ ചില വൈകുന്നേരങ്ങളിൽ ഞാനും പോയിരുന്നു. അന്നത്തെ അമചർ നടന്മാരായിരുന്ന ഭരത് ഗോപി, നെടുമുടി വേണു, ജഗന്നാഥൻ, കൃഷ്ണൻകുട്ടിനായർ (ഇവരെല്ലാം പിന്നീട് സിനിമാതാരങ്ങളായി) ഗോപാലകൃഷ്ണൻ, വസന്ത, കവി കുഞ്ചുപിള്ള, കലാധരൻ, നടരാജൻ മുതലായവരായിരുന്നു അഭിനേതാക്കൾ.

തികച്ചും പുതുമയുള്ള അവതരണം. അവസാനം കൊട്ടും പാട്ടും നൃത്തവും തന്നെ. ഒരുദിവസം എന്റെകൂടെ ജോണും റിഹേഴ്സൽ കാണാൻ വന്നു. കഥാപാത്രങ്ങളോടൊപ്പം ജോണും നൃത്തം വച്ചു. എല്ലാംകഴിഞ്ഞപ്പോൾ കാവാലത്തിനോട് മർമ്മത്തിൽ കൊള്ളുന്ന ഒരു ചോദ്യവും.

''കൊട്ടില്ലാതെ ഈ നാടകം അവതരിപ്പിക്കാമോ?'' ആരും മറുപടി പറഞ്ഞില്ല. കൊട്ടില്ലെങ്കിൽ ഈ നാടകമില്ലതന്നെ.

ഞങ്ങൾ കിഴക്കേകോട്ടയിലേക്ക് നടക്കുമ്പോൾ എന്റെ പരിചയക്കാ

രായ രണ്ട് ബാങ്കു ജീവനക്കാർ എതിരെ വന്നു. അവർ ജോണിനെ പരിചയപ്പെടാൻ ആഗ്രഹം പ്രകടിപ്പിച്ചു.

"ഒ.ഡി. തരാമോ, ലിവർ പണയം തരാം."

ഓവർഡ്രാഫ്റ്റ് എടുത്തു മദ്യപിച്ചാൽ ലിവർ കേടാകുമല്ലോ.

(അവരിലൊരാളായ ചന്ദ്രമോഹൻ പിന്നീട് പി.എ ബക്കറിന്റെ 'ഉണർത്തുപാട്ടിൽ' നായകനായി അഭിനയിച്ചു. ലെനിൻ രാജേന്ദ്രൻ ഇതിന്റെ സഹസംവിധായകനായിരുന്നു. ഈ ചിത്രം പൂർത്തിയായില്ല).

*****

ആ വർഷത്തെ അന്തർദേശീയ ചലച്ചിത്രോത്സവം മദ്രാസിൽവച്ചാണ് നടന്നത്. വിദേശ അതിഥികളുടെ താമസവും സ്റ്റാളുകളുമെല്ലാം ടാജ് ഹോട്ടലിലായിരുന്നു. അവിടെ എത്തിയ എന്നെ ആദ്യം ആകർഷിച്ചത് സ്റ്റെയർകേസിന് കീഴിലുള്ള ജോണിന്റെ സ്റ്റാളാണ്.

അഗ്രഹാരത്തിൽ വധിക്കപ്പെട്ട കഴുതയുടെ തലയോട്ടി, മന്ത്രവാദത്തിന് ഉപയോഗിച്ച കരിഞ്ഞ പന്തങ്ങൾ, പ്രേതത്തെ തറച്ച ഇരുമ്പാണികൾ, ചുറ്റിക - അങ്ങനെ ഒരു മന്ത്രവാദപ്പുരയിൽചെന്ന പ്രതീതി! വലിയ ആൾക്കൂട്ടവും ജോണിന്റെ സ്റ്റാളിന് മുമ്പിലായിരുന്നു.

ഇറ്റലിയിലെ 'പെസാറോ' ഫിലിം ഫെസ്റ്റിവെലിൽ പങ്കെടുക്കാൻ തന്റെ കഴുതയുമായി ജോൺ പോയിരുന്നു. അവിടെയും കൂടുതൽ ആരാധകരെ ആകർഷിച്ചത് ജോൺ ആയിരുന്നു.

*****

അസാധാരണമായ ആശയങ്ങൾ, അതനുസരിച്ച് പ്രവർത്തിക്കാനുള്ള അസാമാന്യമായ ധീരത. ഇതിനെ പല രാജ്യങ്ങളിലും പല കാലങ്ങളിൽ പല പേരുകളിലാണ് വിളിച്ചിരുന്നത്. ജോണിന്റെ കാര്യത്തിൽ നമുക്കിതിനെ 'നട്ടെല്ല്' എന്നോ 'ചങ്കൂറ്റ'മെന്നോ പറയാം.

1959-ലെ വിമോചനസമരകാലത്ത് തിരുവല്ലയിലെ നിരണം ബേബി കുട്ടനാട്ടിൽ ചെയ്ത അതിക്രമങ്ങളെക്കുറിച്ച് ജോൺ ഒരു സിനിമ നിർമ്മിച്ചിട്ടുണ്ട്. 'ചെറിയാച്ചന്റെ ക്രൂരകൃത്യങ്ങൾ'. എന്നാൽ ജന്മിയുടെ ക്രൂരതകൾ കണ്ട് ഭയന്ന് ഒളിച്ചിരിക്കുന്ന ഒരു ഭീരുവായിരുന്നു ഇതിലെ കഥാനായകൻ. ചെറിയാച്ചൻ എന്ന ആ കഥാപാത്രത്തെ അവതരിപ്പിച്ചത് അടൂർ ഭാസിയാണ്.

പോലീസിനെ കണ്ടു ഭയന്ന് ഭാസി തെങ്ങിനുമുകളിൽ കയറി ഒളിച്ചിരിക്കുന്ന ഒരു സീനുണ്ട്. ക്യാമറ റെഡിയാക്കിയിട്ട് ഭാസിയോട് തെങ്ങിൽ കയറാൻ ജോൺ ആവശ്യപ്പെട്ടു. ഭാസി തെങ്ങിനു മുകളിൽ എത്തിയപ്പോഴാണ് കായലിൽക്കൂടി ഒരു താറാവിൻപറ്റം നീന്തിപ്പോകുന്നത് ജോൺ കണ്ടത്. ജോൺ ക്യാമറയുമായി അതിന്റെ പിന്നാലെ പോയി. അതോടെ ഭാസിയുടെ കാര്യം മറന്നു. ഭാസി താൻ താഴെവീഴുമോ എന്ന് ഭയന്നു തെങ്ങിൽ അള്ളിപ്പിടിച്ചിരുന്നു. ഏണി ചാരിയാണ് ഇറക്കിയത്. ജോണിന്റെ 'ക്രൂരകൃത്യങ്ങളുടെ' ഒരുദാഹരണം മാത്രമാണിത്.

'ഭാഷാപോഷിണി'യിൽ ജോൺ നല്ല കഥകൾ എഴുതുമായിരുന്നു. 'ബോധി' എന്നൊരു സാഹിത്യമാസികയിലും പ്രവർത്തിച്ചിരുന്നു.

തെയ്യം എന്ന കലയെക്കുറിച്ച് കേരളത്തിൽ ആദ്യമായി ഒരു ഡോക്യുമെന്ററി ഫിലിം നിർമ്മിച്ചത് ജോൺ ആണ്.

ഇതിനിടെ ഒരിക്കൽക്കൂടി ഡൽഹിയിൽ പോയി മടങ്ങിവന്ന ജോൺ എന്നോടു പ്രഖ്യാപിച്ചു: ''എടോ, ഞാൻ കല്യാണം കഴിക്കാൻ തീരുമാനിച്ചു.'' എനിക്കൊരു അത്ഭുതവാർത്തയായിരുന്നു അത്.

''പെണ്ണ് ആരാണെന്ന് തനിക്ക് പറയാമോ!'' ജോൺ ചോദിച്ചു.

ഞാനെങ്ങനെ പറയും! ജോൺ ഇന്ത്യ മുഴുവൻ കറങ്ങുന്ന ആൾ, അവിടെയൊക്കെ സ്ത്രീകളില്ലേ, അവരിലാരായിരിക്കാം ഈ അസാമാന്യ ധീരവനിത. ഒരു സാധാരണക്കാരിയാകാൻ ഇടയില്ല. ഞാൻ തലപുകഞ്ഞ് ആലോചിച്ചു. പെട്ടെന്ന് ഒരു വെളിപാടുണ്ടായി.

അന്ന് ഡൽഹിയിൽ അവിവാഹിതയായ ഒരു കവയിത്രിയുണ്ട്, അവാർഡ് ജേതാവാണ്. ജോണിന്റെ സാഹിത്യകാരനായ സുഹൃത്തിന്റെ സഹോദരിയുമാണ്.

ആ പേര് ഞാൻ പറഞ്ഞപ്പോൾ അത്ഭുതം ജോണിനായിരുന്നു.

''താനിതെങ്ങനെ അറിഞ്ഞു?''

''തനിക്ക് പറ്റിയ ഒരാളായിരിക്കേണ്ടേ? ഇതെങ്ങനെ വന്നു സംഭവിച്ചു?''

''ഐ ലവ് യൂ എന്ന് അവൾ പറഞ്ഞു''

'ജോൺ എന്തു മറുപടി കൊടുത്തു?'

''തെമ്മാടിത്തരം പറയരുത് എന്നു പറഞ്ഞു''

''അപ്പോൾ അവരുടെ പ്രതികരണം എന്തായിരുന്നു?''

''ഐ റിയലി ലവ് യൂ എന്ന്''

''അപ്പോൾ ജോൺ സമ്മതിച്ചോ?''

''എനിക്ക് ഒരുവർഷത്തെ സമയം വേണം, ഒരുപാട് ചുറ്റിക്കറങ്ങാനുണ്ട്, കുറേക്കൂടി കള്ളുകുടിക്കാനുമുണ്ട്, അതുകഴിയട്ടെ എന്നുപറഞ്ഞു.''

എങ്ങനെ ചിരിക്കാതിരിക്കും! ആ സംഭവം നടന്നില്ല.

ജോണിന് ജീവിതം ഒരു വിദേശഭാഷ പോലെയായിരുന്നു. സ്പെല്ലിംഗ് തെറ്റിച്ചാണ് ജോൺ ആ ഭാഷ ഉപയോഗിച്ചിരുന്നത്. എന്റെ പഴകിയ ഡയറിയുടെ അവസാന പേജുകളിൽ ജോണിന്റെ ഭാഷയിൽത്തന്നെ ഞാനീ പറഞ്ഞുതീർന്നിട്ടില്ലാത്ത കഥകൾ എഴുതിയിട്ടിരുന്നു.

*****

ഈയിടെ കോതമംഗലത്തെ 'സുമംഗല' ഫിലിം സൊസൈറ്റിയുടെ വാർഷികാഘോഷത്തിന്റെ പ്രോഗ്രാം തപാലിൽ ലഭിച്ചു. ആ സൊസൈറ്റിയുടെ 1977-ൽ നടന്ന ഉദ്ഘാടനച്ചടങ്ങിൽ ജോൺ എബ്രഹാമിനൊപ്പം ഞാനും പങ്കെടുത്തത് ഓർത്തുപോയി. ഞങ്ങളെക്കൂടാതെ ഈയിടെ അന്തരിച്ച പി.ആർ. നായർ, സുരേഷ് ബാബു എന്നീ ഫിലിം എഡിറ്റർമാരും കെ.ആർ മോഹനൻ, വി.ആർ. ഗോപിനാഥ് എന്നീ സംവിധായകരും ഉണ്ടായിരുന്നു. ഇവരിൽ പൂനാ ഇൻസ്റ്റിറ്റ്യൂട്ടിൽ പഠിക്കാത്തത് ഞാൻ മാത്രം.

ജോൺ മദ്രാസിൽ നിന്നാണെത്തിച്ചേർന്നത്. മറ്റുള്ളവർ തിരുവനന്തപുരത്തുനിന്നും. കോതമംഗലത്തെ ഒരു ഹോട്ടൽമുറിയിൽ ഞങ്ങൾ സന്ധിച്ചു. അവിടുന്ന് ലഘുഭക്ഷണം കഴിഞ്ഞ് 'ഏതപ്പാ കോതമംഗലം' എന്നു ചോദിച്ചുകൊണ്ട് നടന്ന് യോഗസ്ഥലമായ സ്കൂളിലെത്തി. ഹാൾ നിറയെ ആളുണ്ടായിരുന്നു. അതിലൊരാൾ കഥാകൃത്ത് പായിപ്ര രാധാകൃഷ്ണൻ (പിന്നീട് സാഹിത്യഅക്കാദമി സെക്രട്ടറിയായി) ആയിരു

ന്നുവെന്നോർക്കുന്നു.

ഗ്ലാമർ സിനിമയുടെ നാട്യങ്ങളോ യാതൊരു പരിവേഷങ്ങളോ കൂടാതെ സർവ്വസാധാരണന്മാരായി ഞങ്ങൾ വേദിയിലിരുന്നു. ജോൺ മാത്രം സ്ഥിരം യൂണിഫോമായ നീല ജീൻസും വരയുള്ള അയഞ്ഞ ക്രേപ്പ് കോട്ടൺ ഷർട്ടും ധരിച്ചിരുന്നു.

കീറിയതോ മുഷിഞ്ഞതോ ആയ വേഷത്തിൽ താൻ ചെറുതാവുമെന്നോ വലുതാവുമെന്നോ ജോൺ ബേജാറായിരുന്നില്ല. എവിടെയും ജോൺ ജോണായിത്തന്നെ പ്രത്യക്ഷപ്പെട്ടിരുന്നു. ഉദ്ഘാടകനായ ജോൺ പ്രസംഗം ആരംഭിച്ചു:

''ഒരു കഥ പറയാം. നമ്മുടെ നാട്ടിൽ സിനിമ വന്ന കാലം. ഞങ്ങളുടെ ഗ്രാമത്തിലെ കൊട്ടകയിൽ രണ്ട് അപ്പാപ്പന്മാർ സിനിമ കാണാൻ പോയി. അടുത്തു കാണാനായി മുൻവശത്തുതന്നെ തറയിലാണിരിപ്പ്.

സിനിമ തുടങ്ങി. ഒരു സിംഹം ചാടിവരുന്ന സീനായിരുന്നു. തന്റെ നേരെ വരുന്ന സിംഹത്തെക്കണ്ട് ഒരു അപ്പാപ്പൻ പറഞ്ഞു:

''അയ്യോ സിംഹം. നമുക്ക് പോകാം.''

''എടോ ഇത് സിനിമയാ, സിംഹം പിടിക്കുകയില്ല.''

''സിംഹം പിടിച്ചാലെന്തു ചെയ്യും, ഞാൻ പോകുവാ.''

''തനിക്കിത്ര വിവരമില്ലേ, ഇത് സിനിമയാ.''

''എനിക്ക് വിവരമുണ്ടായിട്ടെന്താ കാര്യം, സിംഹത്തിന് വിവരമുണ്ടോ?''

ഇതുകേട്ട് ഞാനുൾപ്പെടെ എല്ലാവരും ചിരിച്ചുപോയി.

മധുരം പൊഴിക്കുന്ന ഒരു ധിക്കാരിയായിരുന്നു ജോൺ. യുവാക്കളുടെ അടച്ചിട്ട വിചാരവാതിലുകൾ തുറന്നിടുക, തണുത്തുറഞ്ഞ യൗവ്വനത്തെ അക്രമാസക്തവും ഊർജ്ജസ്വലവുമാക്കുക - തർക്കത്തിന്റെയും വാദകോലാഹലത്തിന്റെയും പൊട്ടിച്ചിരിയുടെയും വേദിയായി മാറി അത്. ചർച്ച ജോണിന് ഒരു ഹരമായിരുന്നു, വേദിക്ക് ജോൺ അലങ്കാരവും.

''കഴിഞ്ഞ എഴുപതുവർഷങ്ങളായി നമ്മൾ ഇവിടെ 'വൾഗർ' സിനിമ കണ്ടുകൊണ്ടിരിക്കുകയാണ്. ഈ വൾഗാരിറ്റി നമ്മുടെ പ്രേക്ഷകരെ മയക്കുമരുന്നുപോലെ ബാധിച്ചിരിക്കുകയാണ്. ഇതു മാറ്റിയെടുക്കണം. തെറ്റായ വഴികളിലൂടെ സഞ്ചരിക്കുന്നവർ ശരിയായ പാത കാണുമ്പോൾ അന്തംവിട്ടു നിന്നുപോകും. ഈ പരിഭ്രമം താൽക്കാലികമാണ്.''

സദസ്സിൽനിന്ന് തുടരെത്തുടരെ ചോദ്യങ്ങൾ വന്നു. ''നല്ല സിനിമയും, ചീത്ത സിനിമയും എങ്ങനെ തിരിച്ചറിയാം?''

ചെകുത്താനെക്കുറിച്ച് നല്ല സിനിമ എടുക്കാൻ സാധിക്കുമോ?

ദൈവത്തെക്കുറിച്ചെടുക്കുന്ന സിനിമ ചീത്തയാകുമോ?

ചോദ്യങ്ങളും ഉത്തരങ്ങളുമായി ആ യോഗം ചൂടുപിടിച്ച് കത്തിക്കയറി. യാതൊരു പിരിമുറുക്കവുമില്ലാത്ത, പൊട്ടിച്ചിരിപ്പിക്കുന്ന ചർച്ച. സദസ്യർക്ക് അത് പുതിയൊരു അനുഭവമായി. ജോൺ തുടങ്ങിവച്ചത് ഞാനും സുഹൃത്തുക്കളും ഏറ്റുപിടിച്ചു.

''സിനിക്കാരെല്ലാം പ്രശ്നങ്ങളെ ഗുളികരൂപത്തിൽ കൊടുത്ത് പ്രേക്ഷകരെ ഉറക്കുകയാണ്. അതു പോരാ, അവരെ ഉണർത്തണം. അതിന് ശല്യം ചെയ്യണം. അതിലൂടെ അവരെ 'എന്തുകൊണ്ട്' എന്ന് ചിന്തിപ്പിക്കാൻ പ്രേരിപ്പിക്കണം.''

''അഭ്യസ്തവിദ്യരുടെ കൈകളിലാണിന്ന് ഫിലിം സൊസൈറ്റികൾ

അമർന്നിരിക്കുന്നത്. തെങ്ങുകയറ്റക്കാരനും വിറകുവെട്ടുകാരനും പങ്കാളികളാകുന്ന കാലത്തേ സൊസൈറ്റികൾ കൊണ്ട് ഉദ്ദേശിച്ച ഫലം സിദ്ധിക്കുകയുള്ളു. നല്ല സിനിമകൾ ഗ്രാമത്തിലെത്തിക്കാനും സിനിമാസ്വാദനം ഊട്ടിയെടുക്കാനും സർക്കാർ മുന്നോട്ടുവരണം.'' - ജോൺ പറഞ്ഞു.

യോഗം കഴിഞ്ഞ് ജനങ്ങളുടെ ഇടയിൽക്കൂടെ നടന്ന് അവരുടെ പ്രതികരണമറിഞ്ഞ് ഞങ്ങൾ ഹോട്ടലിലേക്ക് തന്നെ മടങ്ങി.

അന്നുരാത്രി കോതമംഗലത്തുതന്നെ തങ്ങിയിട്ട് പിറ്റേന്നു രാവിലെ സംഘാടകർ സന്തോഷത്തോടെ ഞങ്ങളെ തിരുവനന്തപുരത്തേക്കുള്ള ഒരു ഫാസ്റ്റ് പാസഞ്ചറിൽ കയറ്റിവിട്ടു. ഉച്ചയോടെ കോട്ടയത്തെത്തി വണ്ടി കുറച്ചുസമയം അവിടെ കിടന്നു.

''എടോ, ഒരു പന്ത്രണ്ടുരൂപയിങ്ങെടുക്ക്, ഒരത്യാവശ്യമുണ്ട്.'' ജോൺ പറഞ്ഞു.

ഞാൻ കൃത്യം 12 രൂപ എണ്ണിക്കൊടുത്തു. അതുമായി ജോൺ എങ്ങോട്ടോ പോയി. കുറച്ചുകഴിഞ്ഞ് ഉഷാറായി മടങ്ങിവരികയും ചെയ്തു. വന്നപാടെ എന്നെ ജൂബ ഉയർത്തിക്കാണിച്ചു. ജീൻസിന്റെ മുൻപോക്കറ്റിൽ ഒരു പരന്ന കുപ്പി ഉണ്ടായിരുന്നു.

വണ്ടി കൊട്ടാരക്കരയിലെത്തി. അവിടുത്തെ കാന്റിൻ അന്ന് ബസ് സ്റ്റേഷന്റെ മുകളിലത്തെ നിലയിലായിരുന്നു. ഞങ്ങൾ കാപ്പി കുടിക്കാൻ അങ്ങോട്ടുപോയി. അവിടെ എത്തിയ പാടേ പോക്കറ്റിൽനിന്ന് കുപ്പി എടുത്ത് ജോൺ അടപ്പ് കുടിച്ചുതുറന്ന് അതിലെ ബ്രൗൺ ദ്രാവകം മടുമടെ കുടിക്കാൻ തുടങ്ങി. കാന്റീൻ മാനേജർ 'സാർ വെള്ളം ഒഴിച്ചു കുടിക്കെന്നു പറയുന്നു.' പണ്ട് ജോൺ അധ്യാപകനായിരുന്നപ്പോൾ അയാളെ പഠിപ്പിച്ച കാര്യം ഓർമ്മിപ്പിക്കുന്നു. ജോണുണ്ടോ അതൊക്കെ കേൾക്കുന്നു. വേഗം കുപ്പി കാലിയാക്കി.

ബസ്സിലെ പിൻസീറ്റിൽ ഞങ്ങൾ നിരന്ന് ഇരിക്കുകയാണ്.

ദൂരെനിന്ന് പൂർണ്ണമായി നരച്ച ഒരു പള്ളീലച്ചൻ നടന്നുവരുന്നുണ്ടായിരുന്നു.

''കണ്ടോ, നല്ല ലക്ഷണമുള്ള ഒരച്ചൻ വരുന്നു.'' ജോൺ തല വെളിയിലിട്ട് 'അച്ചോ അച്ചോ' എന്ന് ഉറക്കെ വിളിച്ചു.

ആരോ പരിചയക്കാരാണെന്നു കരുതി അച്ചൻ അടുത്തേക്ക് വരികയും ചെയ്തു. അച്ചന് ഇരിക്കാൻ ഇടംകൊടുത്തിട്ട് ജോൺ ഒരു ചോദ്യം എറിഞ്ഞുവിട്ടു. ''അച്ചോ എത്ര ദൈവമുണ്ട്?''

ഇതെന്തു ചോദ്യം, അച്ചൻ അമ്പരന്നു.

അതിനുപുറകേ മറ്റൊരു ചോദ്യം കൂടി തൊടുത്തുവിട്ടു.

''അച്ചന് നിയോ ക്രിസ്ത്യാനിറ്റി എന്താണെന്നറിയാമോ?''

അബദ്ധത്തിലാണ് ഞങ്ങളുടെ ഇടയിൽ വന്നുപെട്ടതെന്ന് അച്ചന് മനസ്സിലായി.

''എനിക്ക് പോകേണ്ടത് മറ്റേ വണ്ടിയിലാണ്.'' എന്നുപറഞ്ഞ് അച്ചൻ സ്ഥലംവിട്ടു.

തിരുവനന്തപുരത്തെത്തിയപ്പോൾ ജോൺ എങ്ങോ അപ്രത്യക്ഷനായി. ആർട്ടിസ്റ്റ് നന്ദകുമാറിന്റെ അടുത്തേക്കായിരിക്കണം.

*****

ലോകം മുഴുവൻ തണുത്തു മരവിച്ചിരിക്കുകയാണെങ്കിൽ തീപിടിപ്പിച്ച് അതിനെ ചൂടാക്കുക. ലോകം ഒരു കൊടുംകാടാണെങ്കിൽ അത് വെട്ടിത്തെളിച്ച് വീടുകൾ കെട്ടുക. ലോകം കണ്ണീരിന്റെ താഴ്‌വരയാണെങ്കിൽ മഴവില്ല് ഉദിക്കുന്നതുവരെ പൊട്ടിച്ചിരിക്കുക.

''ഞാനെന്റെ മാധ്യമത്തിന്റെ ഹിറ്റ്ലറാണ്'' എന്നു പറയാനുള്ള ആത്മവിശ്വാസം ജോണിൽ മാത്രമേ കണ്ടിട്ടുള്ളു.

ആളുകൾ ചിന്തിക്കുന്നവരാണെന്ന് നിങ്ങൾ അവരെക്കൊണ്ടു വെറുതെ ചിന്തിപ്പിച്ചാൽ അവർ നിങ്ങളെ ഇഷ്ടപ്പെടും. എന്നാൽ ശരിക്കും അവരെക്കൊണ്ടു ചിന്തിപ്പിച്ചാൽ അവർ നിങ്ങളെ വെറുക്കുകയും ചെയ്യും.

നല്ല സിനിമ എന്താണെന്നറിയാവുനനവർ ഇവിടെ ഒരു ന്യൂനപക്ഷം മാത്രമാണ്. മറ്റുള്ളവർ അത് മനസ്സിലായെന്ന് ഭാവിക്കുകയും അതേ സമയത്ത് അത് കാണാതിരിക്കുകയും ചെയ്യുന്നു.

ജോൺ ജീവിച്ചിരുന്നത് 'ഇന്നി'ലായിരുന്നില്ല. 'നാളെ'യിലായിരുന്നു.

അക്കാലത്ത് മലയാള സിനിമയുടെ മുഖച്ഛായ പ്രേംനസീറിന്റേതായിരുന്നു. ചോക്‌ലേറ്റ് മുഖക്കാരനായ നസീറിന് നല്ല നടനുള്ള അവാർഡ് കിട്ടിയപ്പോഴാണ് ജോൺ തന്റെ സിനിമയിൽ ഒരു കഴുതയെ നായകനാക്കാൻ തീരുമാനിച്ചത്.

ഡയറക്ടർ പറയുന്നതുപോലെ ചെയ്യുന്ന ചില മേസ്ത്രിമാരാണ് നടന്മാർക്ക് ഗ്ലാമർ ഉണ്ടാക്കുന്നത്. അവർക്ക് ആ ഗ്ലാമർ ഉണ്ടാകാൻ മേക്കപ്പ്മാനും വസ്ത്രനിർമ്മാണക്കാരനും ക്യാമറാമാനും ഉൾപ്പെടെ എത്ര പേരാണെന്നോ അധ്വാനിക്കുന്നത്. അല്ലെങ്കിൽ അവരൊക്കെ വെറും 'കുള്ള'ന്മാരായിരിക്കും. ഒരു നടൻ നന്നായി അഭിനയിച്ചാൽ അയാളെക്കൊണ്ട് അങ്ങനെ അഭിനയിപ്പിച്ച സംവിധായകനാണ് അവാർഡ് കൊടുക്കേണ്ടതെന്ന് ജോൺ വാദിച്ചു.

എഴുപതുവർഷമായി കച്ചവട സിനിമക്കാർ ജീവിതത്തേക്കാൾ വലിപ്പമുള്ള അഭിനേതാക്കളുടെ ഇമേജ് സൃഷ്ടിച്ച് നമ്മെ മാനസികമായ അടിമത്തത്തിന് വിധേയരാക്കുന്നു.''

1973-ലാണ് ചാർലി കൊടുത്ത പണം കൊണ്ട് ജോൺ 'അഗ്രഹാരത്തിൽ കഴുത' യുടെ ജോലികൾ ആരംഭിച്ചത്. അത് മലയാള സിനിമ ഒരു കുതിച്ചുചാട്ടത്തിന് ഒരുങ്ങിയ വർഷമായിരുന്ല്ലോ. 'സ്വയംവര'ത്തിനും 'നിർമാല്യ'ത്തിനും പ്രസിഡന്റിന്റെ സ്വർണ്ണമെഡൽ ലഭിച്ചിരിക്കുന്നു. അരവിന്ദന്റെ 'ഉത്തരായണ'വും ഭരതന്റെ 'പ്രയാണ'വും പൂർത്തിയാവുന്നു. കെ.പി.കുമാരന്റെ അതിഥിയുടെ എഡിറ്റിംഗ് നടക്കുന്നു. കെ.ജി. ജോർജ് 'സ്വപ്നാടനം' ആരംഭിക്കാൻ പോകുന്നു. പി.എ. ബക്കറും പവിത്രനും ചേർന്ന് 'കബനീനദി ചുവന്നപ്പോൾ' ആരംഭിക്കാനുള്ള ശ്രമത്തിലാണ്.

എന്നാൽ ഈ ധാരയുടെ ഭാഗമായിരുന്ന ജോണിന്റെ കഴുത മാത്രം ഏതാനും ദിവസത്തെ ഷൂട്ടിംഗിനുശേഷം പണം തീർന്നതുകൊണ്ട് മുടങ്ങിപ്പോയി. കേന്ദ്രസർക്കാരിന്റെ ഫിലിം ഫൈനാൻസ് കോർപ്പറേഷന് സമർപ്പിച്ച തിരക്കഥ അവർ മടക്കിഅയച്ചു. നായകനായ കഴുതയും നായികയായ പാവപ്പെട്ട ഊമപ്പെണ്ണും എവിടെയോ പോയി.

മെത്രാപ്പൊലീത്തയെക്കുറിച്ചൊരു ഡോക്യുമെന്ററി എടുക്കാൻ സഹോദരി നൽകിയ പണം കൊണ്ടാണ് ഒന്നരവർഷത്തിനുശേഷം കഴുതയുടെ ഷൂട്ടിംഗ് ജോൺ പുനരാരംഭിച്ചത്.

അതിന് മറ്റൊരു കഴുതയെ ഉപയോഗിച്ചു. ഊമപ്പെണ്ണ് കുറേ വളർന്നു പോയിരുന്നു.

ഒരു ചത്ത കഴുതയുടെ തലയോട്ടിക്കുവേണ്ടി ജോൺ കോടമ്പാക്കത്തെ അലക്കുകാരുടെ കോളനികളിൽ അലഞ്ഞുനടന്നു. ജോണിന് ഭ്രാന്താണെന്ന് അവർ കരുതിയിരിക്കും. രണ്ടാഴ്ച മുമ്പ് ചത്ത ഒരു കഴുതയെ കുഴിച്ചിട്ടിരുന്ന സ്ഥലം ഒരാൾ കാണിച്ചുകൊടുത്തു. തൂമ്പയില്ലായിരുന്നു. ജോണും ഒരു സുഹൃത്തും കൂടി നല്ലവണ്ണം മദ്യപിച്ച് വന്ന് കൈ കൊണ്ടാണ് തലയോട്ടി മാന്തിയെടുത്തത്. നാറ്റം കാരണം ഓട്ടോറിക്ഷക്കാർ നിർത്തിയില്ല. നടന്നാണവർ അണ്ണാനഗറിൽ എത്തിയത്. അവിടുത്തെ പറമ്പിൽ ആ തലയോട്ടി കുഴിച്ചിട്ടു. ഷൂട്ടിംഗ് തുടങ്ങിയപ്പോൾ വീണ്ടും മാന്തിയെടുത്തു.

സിനിമയിൽ ഒരു ചാപിള്ളയെ കാണിക്കാൻ ചേച്ചി ഒരുപാട് നഴ്സുമാരുടെ കാലുപിടിച്ചു. ഒടുക്കം ഒരെണ്ണം സംഘടിപ്പിക്കുക തന്നെ ചെയ്തു. ഒരു പാവപ്പെട്ട ഊമപ്പെണ്ണ് ഗർഭം ധരിച്ചാൽ ആരാണതിൽ പ്രതിഷേധിക്കാൻ? ജോണിന്റെ ചോദ്യത്തിന്റെ ഭീകരമായ ദൃശ്യാവിഷ്കരണമാണ് അവൾ പ്രസവിച്ച ചാപിള്ളയെ ക്ലോസപ്പിലൂടെ കാണുന്നത്.

'അഗ്രഹാരത്തിൽ കഴുത'യ്ക്ക് പ്രസിഡന്റിന്റെ മെഡൽ ലഭിച്ചപ്പോൾ അതൊരു ബ്രാഹ്മണവിരുദ്ധ സിനിമയാണെന്ന് തെറ്റിദ്ധരിച്ച തമിഴകത്തെ ദ്രാവിഡ കഴകക്കാർ അവരുടെ സ്ഥാപകനേതാവായിരുന്ന അന്തരിച്ച പെരിയോർ ഇ.വി. രാമസ്വാമി നായ്ക്കരെക്കുറിച്ച് ഒരു ഡോക്യുമെന്ററി നിർമ്മിക്കാനുള്ള ചുമതല ജോണിനെ ഏൽപ്പിച്ചു.

നായ്ക്കരുടെ നൂറാം ജന്മദിനം. തമിഴ്നാട്ടിലെങ്ങും അതിഗംഭീരമായി ആഘോഷിക്കുന്ന സമയം. മദ്രാസ് നഗരത്തിലെ ഏറ്റവും തിരക്കുള്ള മൗണ്ട് റോഡിൽക്കൂടി ജനസമുദ്രം അലയടിക്കുന്നു. ഒരൊറ്റ വാഹനവും അതുവഴി വിടുന്നില്ല. ജോണിന്റെ ഫിലിം യൂണിറ്റ് വാൻ മാത്രം ജനക്കൂട്ടത്തിനിടയിലൂടെ നീങ്ങുന്നു. പ്രധാന കവലയായ 'തൗസന്റ് ലൈറ്റ്സി'ത്തിയപ്പോൾ ജോൺ വണ്ടിനിർത്തി നടുറോഡിലിറങ്ങി ദ്രാവിഡതാണ്ഡവം ആരംഭിച്ചു.

'ഇതാരെടാ' എന്ന് അത്ഭുതപ്പെട്ട് ജനം നോക്കിനിന്നു. ''തിരക്കേറിയ ഈ മൗണ്ട് റോഡിൽ, അതും വൈകുന്നേരം അഞ്ചുമണിക്ക് നൃത്തം ചെയ്യാൻ ഇനിയൊരിക്കലും ഇങ്ങനെയൊരു അവസരം കിട്ടുകയില്ല'' - ജോൺ ആടിത്തിമിർത്തു.

ജോൺ പറയും - ''നമ്മുടേത് ദ്രാവിഡ സംസ്കാരമാണ്. ആര്യന്മാരെപ്പോലെ നാം അലഞ്ഞുതിരിഞ്ഞ് ഇവിടെ എത്തിയവരല്ല. അതിനെത്രയോ മുമ്പുതന്നെ നാമൊരു ഗോത്രസ്വഭാവം രൂപീകരിച്ചുകഴിഞ്ഞിരുന്നു. ആ ഗോത്രസ്വഭാവമാണ് ഇവിടുത്തെ മനുഷ്യന്റെ ശരിയായ ക്യാരക്ടർ.''

'കഴുത'യ്ക്ക് തമിഴ്നാട് സർക്കാർ നൽകുന്ന ഒരുലക്ഷം രൂപയുടെ സബ്സിഡി ലഭിച്ചില്ല. അത് പ്രദർശിപ്പിക്കാൻ തിയേറ്റർകാരും ധൈര്യപ്പെട്ടില്ല.

ദൽഹി ദൂരദർശൻ അതിതുവരെ പ്രദർശിപ്പിക്കാഞ്ഞത് എന്തുകൊണ്ടാണെന്ന് മനസ്സിലാകുന്നില്ല.

ജീവിച്ചിരിക്കുമ്പോൾ പീഡിപ്പിക്കുകയും മൺമറയുമ്പോൾ, അഥവ കൊന്നുകഴിയുമ്പോൾ, സ്മാരകം പണിയുകയുമാണല്ലോ നമ്മുടെ ധർമ്മം.

*****

1985-ൽ ഇറ്റലിയിലെ പെസാറോ ഫിലിം ഫെസ്റ്റിവലിൽ കഴുത പ്രദർശിപ്പിച്ചപ്പോൾ ജോണിനും ക്ഷണം കിട്ടിയിരുന്നു. അതിന് പാസ്പോർട്ട് മുതൽ ഒരു പുതിയ അണ്ടർവെയർ വരെ സംഘടിപ്പിക്കേണ്ടതുണ്ടായിരുന്നു. സുഹൃത്തുക്കൾ ഓടിനടന്ന് എല്ലാം സംഘടിപ്പിച്ചുകൊടുത്തു.

പെസാറോയിലെ കൊടുംതണുപ്പിൽ മറ്റുള്ളവരെല്ലാം കമ്പിളിയുടുപ്പുകളിൽ രക്ഷ തേടിയപ്പോൾ ജോൺ ഒരു സ്വെറ്റർ പോലുമില്ലാതെ ഒരു ഹാൻഡ്‌ലൂം ജൂബയ്ക്കുമേൽ മറ്റൊന്നുകൂടി ധരിച്ച് ശൈത്യം തടഞ്ഞുനിർത്തി.

കഴുതയുടെ പ്രദർശനശേഷം പ്രസംഗിക്കാനെത്തിയ ലോകപ്രശസ്തരായ ചലച്ചിത്രനിരൂപകരെ മുമ്പിലിരുന്ന ജോൺ കൂവിയിരുത്തി. ചെല്ലാനത്തെ മണൽത്തീരത്തും ഇറ്റലിയിലെ ഫെസ്റ്റിവലിലും ജോൺ ഒരുപോലെ പൊള്ളയായ പ്രശംസകളെ എതിർത്തു തോൽപ്പിച്ചു.

എന്നാൽ ഫെസ്റ്റിവലിൽ പങ്കെടുത്ത മറ്റാരേക്കാളും പ്രശസ്തിയും ജനസമ്മതിയും ജോൺ നേടിയെടുത്തു. ഫിലിം ഫെസ്റ്റിവെലുകളുടെ എണ്ണത്തിൽ പേരുകേട്ട ഇറ്റലിയിൽ ഒരുഡസൻ ഫെസ്റ്റിവെലുകളിലെങ്കിലും പങ്കെടുക്കാൻ ജോണിന് ക്ഷണം കിട്ടുകയും ചെയ്തു.

ഇറ്റലിയിലെ യാത്ര കഴിഞ്ഞ് ജോൺ വീട്ടിലെത്തി. പുതിയ വസ്ത്രങ്ങളും ബാഗും ഷൂസും. പതിവില്ലാതെ ആളാകെ മാറിയിരിക്കുന്നതായി കണ്ട് ചേച്ചി ചോദിച്ചു: ''രാജാ നീ ഇതെല്ലാം പുതിയതു മേടിച്ചതാണോ?''

ജോൺ ചേച്ചിയെ ഓരോന്നു തൊട്ടുകാണിച്ചിട്ട് പറഞ്ഞു:

''ബാഗ് ബീനേടെ (ഫിലിം എഡിറ്റർ). ഷൂസ് വേണുവിന്റെ (ക്യാമറാമാൻ ബീനയുടെ ഭർത്താവ്, കാരൂരിന്റെ കൊച്ചുമകൻ) ഷർട്ട് അഹമ്മദിന്റേതാ, കണ്ണാടി ബർണാടിന്റേത്.''

ചേച്ചി: ''മതി, മതി. നിന്റേതായിട്ട് ഒന്നുമില്ലേ?''

ജോൺ: ''ഇതിനുള്ളിൽ കയറി ഇറ്റലിയിൽ പോയി തിരിച്ചെത്തിയ ഈ ശരീരം എന്റേതാ.''

ഒരു മുന്നറിയിപ്പും കൂടാതെ എപ്പോഴും പ്രതീക്ഷിക്കപ്പെടാവുന്ന ജോണിനുവേണ്ടി ചേച്ചി എന്നും അത്താഴം കരുതിവയ്ക്കാറുണ്ടായിരുന്നു.

ജോണിനെ ഒരിക്കൽ മാത്രമേ 'ജന്റിൽമാൻ' വേഷത്തിൽ ഞാൻ കണ്ടിട്ടുള്ളു. അത് മദ്രാസിൽ ചേച്ചിയുടെ കൂടെ താമസിക്കുമ്പോഴാണ്. ഒരുദിവസം ജോൺ കോടമ്പാക്കത്തുകൂടി കുറേ തടിച്ച പുസ്തകങ്ങളുമായി വരുന്നതുകണ്ടു. ''ഞാൻ അമേരിക്കൻ ലൈബ്രറിയിൽ പോവുകയാണ്.'' ജോൺ പറഞ്ഞു. ജോൺ നന്നാകാൻ ആരംഭിച്ചിരിക്കുന്നല്ലോ എന്നു ഞാൻ ആഹ്ലാദിച്ചു.

ഇടയ്ക്ക് കാര്യവട്ടത്ത് റിസർച്ച് ചെയ്യുന്ന ഒരു യുവതിയുമായി ജോൺ തിരുവനന്തപുരത്ത് ചുറ്റിക്കറങ്ങുന്നതായി സുഹൃത്തുക്കൾ പറഞ്ഞിരുന്നു.

ജോണിന് അഞ്ചുവയസ്സുള്ളപ്പോഴേ അമ്മ മരിച്ചുപോയിരുന്നു. അച്ഛൻ വേറെ വിവാഹം കഴിക്കുകയും ചെയ്തു. ജോണിനെ അരാജകത്വത്തിലേക്ക് നയിച്ചത് ഈ മാനസിക പ്രശ്നമാവാം.

''കുട്ടനാട്ടെ കട്ടപ്പുളവൻ കടിച്ചിട്ടല്ല എന്റെ അപ്പൻ മരിച്ചത്. 'ഹാർട്ട് അറ്റാക്ക്' എന്ന ഇംഗ്ലീഷ് രോഗം കൊണ്ടാണ്' ജോൺ പറയും.

ചേച്ചിയെ ആണ് ജോൺ അമ്മയുടെ സ്ഥാനത്ത് പ്രതിഷ്ഠിച്ചിരുന്നത്. 'അമ്മ' സങ്കല്പം ജോണിന്റെ മനസ്സിൽ നിറഞ്ഞുനിന്നിരുന്നു. ദേവീസങ്കല്പം പണ്ടുകാലം മുതലേ ഇന്ത്യക്കാരന്റെ മനസ്സിൽ വേരൂന്നിയതാണല്ലോ. സത്യജിത് റേ 'ദേവി' എന്ന സിനിമ നിർമ്മിച്ചതും ഇതുവച്ചായിരിക്കാം.

സങ്കടവും സന്തോഷവും വരുമ്പോൾ എല്ലാ മനസ്സിലും അമ്മ ഉയിർക്കുന്നു.

*****

മുറിവ് പറ്റിയ ചിപ്പിയിലാണല്ലോ മുത്തുവിളയുന്നത്. ജോണിന്റെ 'അമ്മ അറിയാൻ' എന്ന ചിത്രത്തിന്റെ നിർമ്മാണചരിത്രം ലോകസിനിമയിലെ തന്നെ അപൂർവ്വമാതൃകയാണ്.

പൊടുന്നനെ ഒരു ദിവസം തിരുവനന്തപുരത്ത് സെക്രട്ടറിയേറ്റിന് സമീപമുള്ള അക്കൗണ്ട് ഓഫീസിന്റെ വൃത്തിയുള്ള ഭിത്തിയിൽ ജോണിന്റെ അമ്മയോടുള്ള പരിദേവനങ്ങൾ എഴുതിവച്ചിരിക്കുന്നതുകണ്ടു.

നല്ല സിനിമയ്ക്കുവേണ്ടി പ്രവർത്തിക്കുന്ന ഒരുകൂട്ടം യുവാക്കളുടെ ശ്രമഫലമായി സാധാരണ ജനങ്ങളിൽ നിന്ന് സ്വരൂപിച്ച പണം മുടക്കിയാണ് ഈ ചിത്രം നിർമ്മിച്ചത്.

എഴുപതുകളിൽ ജോണിനറിയാവുന്ന നാലഞ്ച് നക്സലൈറ്റുകൾ ആത്മഹത്യ ചെയ്തു. അവർ ബുദ്ധിമാന്മാരും വായനാശീലമുള്ളവരുമായിരുന്നു. തലവെട്ടു വിപ്ലവം നടത്തിയ അവർ അവരുടെ അമ്മമാരുടെ അറിവോടെയാണോ ഇതൊക്കെ ചെയ്തത്?

സംഗീതത്തോട് അഭിനിവേശമുള്ള ഒരു വിപ്ലവകാരി ആത്മഹത്യ ചെയ്യുന്നു. അമ്മയോടു പറഞ്ഞ് കൂട്ടുകാരിയുമായി ദേശാടനത്തിനിറങ്ങിയ ഒരു ചെറുപ്പക്കാരൻ ശവം കാണാനിടയായി. മരിച്ച ആളിന്റെ അമ്മയെ കണ്ട് വിവരം പറയാൻ അയാൾ നടത്തുന്ന യാത്രയാണിതിന്റെ ഇതിവൃത്തം.

വീടുവിട്ട മകൻ ഇതെല്ലാം കാണിച്ച് സ്വന്തം അമ്മയ്ക്കെഴുതുന്ന കത്തിന്റെ ദൃശ്യവൽക്കരണമായി സിനിമ മാറുന്നു.

ക്യാമറാമാൻ വേണുവും എഡിറ്റർ ബീനയും സഹസംവിധായകൻ ബാലകൃഷ്ണമേനോനും ഇതിനുവേണ്ടി സഹിച്ച ബുദ്ധിമുട്ടുകൾക്ക് കണക്കില്ല.

''എന്റെ പടം തിയേറ്ററിൽ കാണിക്കാനുള്ളതല്ല, തട്ടുകളിൽ വിൽക്കാൻ വച്ചിരിക്കുന്ന നാരങ്ങയോ ആപ്പിളോ അല്ല. ഞാനൊരു തുണിവിരിച്ച് ജനങ്ങളോട് കാശ് ചോദിക്കും, വിതരണക്കാർക്ക് എന്റെ പടം കൊടുക്കുകയുമില്ല'' ജോൺ പറഞ്ഞു.

അമ്മ അറിയാനായി ജോൺ എഴുതിയ ആദ്യ വാചകങ്ങൾ തന്നെയാവാം അദ്ദേഹത്തിന്റെ അന്ത്യസന്ദേശം - ''ഇവിടെ എല്ലാം കുരുതികളാണമ്മേ, കുരുതികൾ മാത്രം.''

കോഴിക്കോട്ട് പണി നടന്നുകൊണ്ടിരുന്ന ഒരു കെട്ടിടത്തിന്റെ മുകളിൽനിന്നു 'വീണാണ്' ജോൺ മരിച്ചത്. മൃതദേഹം ചേന്നങ്കരിയിലെ വീട്ടിൽ കൊണ്ടുവന്നപ്പോൾ ഞാൻ കാണാൻ പോയില്ല. ദരിദ്രമായ ഈ ഭൂമിയുടെ പ്രീതിക്കായി തന്റെ കലാസൃഷ്ടികളെ ബലി കൊടുത്ത് സാഫല്യശൂന്യമായി ചെറുപ്പത്തിലേ മരിച്ചുപോകുന്ന പ്രവാചകനാ

കാൻ വിധിക്കപ്പെട്ടവനാണ് യഥാർത്ഥ കലാകാരൻ. ജോൺ സ്വയം ബലി കൊടുക്കുകയായിരുന്നില്ലേ?

""dieing is an art

i do it perfectly well" എന്ന് പ്രഖ്യാപിച്ച് സിൽവിയാ പ്ലാത്തും ആത്മഹത്യ ചെയ്തില്ലേ?

■

അഗ്നിസ്നാനം

1966-ലെ ഒരു ദിവസം. കേരളത്തിലെ പ്രഭാത ദിനപ്പത്രങ്ങളിലെല്ലാം മുൻപേജിൽ തന്നെ പ്രാധാന്യത്തോടെ ആ വാർത്ത ചിത്രത്തോടൊപ്പം പ്രസിദ്ധീകരിച്ചിരുന്നു.

''റാണിചന്ദ്ര എന്ന പതിനഞ്ചുകാരി കൊച്ചിയിൽ വച്ചു നടന്ന അഖില കേരള സൗന്ദര്യമത്സരത്തിൽ 'മിസ് കേരള' ആയി തെരഞ്ഞെടുക്കപ്പെട്ടിരിക്കുന്നു''. സാൽവാറും കമ്മീസും ദുപ്പട്ടയും ധരിച്ച ആ സുന്ദരിയുടെ ചിത്രത്തിൽ എല്ലാവരുടെയും കണ്ണുകൾ ഏതാനും നിമിഷം ഉടക്കിനിന്നു. ചില വാരികകൾ അവളുടെ ഫോട്ടോ കവർപേജിൽതന്നെ അച്ചടിക്കുകയും ചെയ്തു. കോളേജു കുമാരന്മാർ അത് വെട്ടിയെടുത്ത് നോട്ട് ബുക്കിനകത്ത് സൂക്ഷിച്ചുവച്ചു.

സൗന്ദര്യം ജന്മനാ ലഭിക്കുന്നതാണ്. അത് കൂടിയ അളവിൽ ലഭിക്കുന്നതു ചിലരുടെ മാത്രം ഉയർച്ചയ്ക്കും അനവധി പേരുടെ നാശത്തിനും വഴിതെളിക്കുന്നു. സിനിമ എന്ന ഗ്ലാമർ ലോകത്ത് കടന്നുപറ്റാനുള്ള പ്രധാന യോഗ്യതയായി കണ്ടുവരുന്നത് ഈ സൗന്ദര്യമാണ്, അഭിനയത്തിന് രണ്ടാംസ്ഥാനമേയുള്ളു.

എന്നെങ്കിലും ഈ 'കേരളസുന്ദരി'യെ കണ്ടുമുട്ടാൻ ഇടവരുമെന്ന് ഞാൻ പ്രതീക്ഷിച്ചിരുന്നതേയില്ല. അതു നടന്നത് ആറേഴുവർഷങ്ങൾക്കു ശേഷമാണെന്നുമാത്രം.

ഇതിനോടകം ചില സിനികളിൽ ചെറിയ വേഷങ്ങളിലൊക്കെ പ്രത്യക്ഷപ്പെട്ടിരുന്ന റാണിചന്ദ്ര 'നാത്തൂൻ' എന്ന ചിത്രത്തിൽ നായികയായി അഭിനയിക്കുന്നു എന്ന് മേക്കപ്പ്മാൻ ദേവസി പറഞ്ഞതുകൊണ്ടാണ് അവരെ ഒന്നു കാണാമെന്നു തോന്നിയത്.

1973 നവംബർ പന്ത്രണ്ടാംതീയതിയായിരുന്നു ആ കൂടിക്കാഴ്ച.

ഒരുവർഷം തികച്ച നാന വാരിക ഇതിനോടകം മദ്രാസിൽ ചർച്ചാവിഷയമായിരുന്നു.

ഞാൻ 441719 എന്ന നമ്പരിൽ വിളിച്ചപ്പോൾ ഫോൺ റാണി തന്നെയാണെടുത്തത്. വളരെ സന്തോഷത്തോടെ അവർ എന്നെ വീട്ടിലേക്കു ക്ഷണിക്കുകയും മാമ്പലത്തെ വീട്ടിലേക്കുള്ള വഴി പറഞ്ഞുതരികയും ചെയ്തു.

ഉടനെ എത്തുന്നുണ്ടെന്ന് അറിയിച്ചിട്ട് ഫോട്ടോഗ്രാഫർ പ്രഭാകരനോടൊപ്പം ഞാൻ തിരിച്ചു. നോർത്ത്ബോഗ് റോഡിലെ ഒന്നാംതെരുവിലുള്ള 3/2 നമ്പർ വീടിന്റെ മുമ്പിൽ ഒരു വെളുത്ത ഫിയറ്റ് കാർ കിടക്കുന്നുണ്ടായിരുന്നു. മുകളിലത്തെ നിലയിലെത്തി ബെല്ലടിച്ച ഉടൻ വാതിൽ തുറന്നത് 'മിസ് കേരള' ആയിരുന്നു.

'ഗുഡ് മോണിംഗ്' എന്ന സ്വാഗതമാണ് എന്നെ ആകർഷിച്ചത്. ഞാൻ അവരെ അതോടെ വിലയിരുത്തിക്കഴിഞ്ഞു. അതിനുമുമ്പോ അതിനു ശേഷമോ മറ്റൊരു സിനിമാനടിയും ഇങ്ങനെ എനിക്ക് സ്വാഗതം പറഞ്ഞിട്ടില്ല. നായികമാരുൾപ്പെടെയുള്ള അധികം പേരും വിദ്യാഭ്യാസരഹിതരായിരുന്നല്ലോ.

ഞാൻ കണ്ട മിക്ക നായികമാരും പത്രക്കാരെത്തിയാലുടൻ, പ്രത്യേകിച്ചും ഫോട്ടോഗ്രാഫർ കൂടെയുണ്ടെങ്കിൽ, വേഗം മേക്കപ്പിടാൻ ഓടുന്നവരായിരുന്നു. എന്നാൽ മുഖത്ത് പൗഡർ പോലും പുരട്ടാതെ വീട്ടിലെ വേഷത്തിൽ തന്നെയായിരുന്നു റാണിയെ കണ്ടത്.

ഞാൻ വിഷയം അവതരിപ്പിച്ചു: ''നമ്മൾ ആദ്യമായിട്ടാണ് തമ്മിൽ കാണുന്നത്. പരസ്പരം യാതൊരു പരിചയവുമില്ല. അതുകൊണ്ട് റാണിയെക്കുറിച്ച് എനിക്ക് യാതൊന്നും അറിഞ്ഞുകൂടാ. എല്ലാം അറിയാനാണ് ഞാൻ വന്നിരിക്കുന്നത്.''

ആദ്യമായി കണ്ട എന്നോട് വളരെക്കാലത്തെ പരിചയമുള്ള മട്ടിൽ റാണി എല്ലാകാര്യങ്ങളും തുറന്നുപറഞ്ഞു എന്നതിലാണ് അത്ഭുതം തോന്നിയത്.

റാണി പറഞ്ഞു: ''എന്റേതായ സകലതും എനിക്ക് നഷ്ടപ്പെട്ടു. വീട്ടുകാരും സ്വന്തക്കാരും ഞങ്ങൾക്കെതിരായി. അച്ഛൻ പോലും എന്നോട് മിണ്ടാറില്ല. എനിക്കിതുവരെ നേടാൻ കഴിഞ്ഞത് കുറെ ചീത്തപ്പേരു മാത്രമാണ്. ഒരു നടിയായ സ്ഥിതിക്ക് എന്റെ ഏറ്റവും വലിയ ആഗ്രഹം നല്ലൊരു നടിയാവുക എന്നതാണ്. നായികയാകണം, നായികയായിത്തന്നെ തുടരണം''.

എന്റെ ജീവിതത്തിൽ ഇനി എനിക്കൊറ്റ ആഗ്രഹമേയുള്ളൂ. എന്റെ അനുജത്തിമാർ എന്നെപ്പോലെ ആകാനിടയാകരുത്. അതിനുവേണ്ടി എന്തു ത്യാഗവും ഞാൻ ചെയ്യും. അവരെ നല്ല നിലയിലെത്തിക്കണം. ആ ലക്ഷ്യത്തിലെത്താൻ സാധിക്കുമെന്ന് എനിക്കിപ്പോൾ ഉറച്ച വിശ്വാസമുണ്ട്. ആ വിശ്വാസമാണ് എന്നെ ജീവിപ്പിക്കാൻ പ്രേരിപ്പിക്കുന്നത്.''

ഇത്രയും ഉള്ളുതുറന്ന്, ആത്മാർത്ഥമായി എന്നോട് മറ്റൊരു നടിയും ഇതിനുമുമ്പ് സംസാരിച്ചിട്ടില്ല. തെറ്റുകുറ്റങ്ങൾ സ്വയം ഏറ്റുപറയുന്നത് നിഷ്കണ്ടളങ്കതയുടെ ലക്ഷണമാണല്ലോ. അതുകൊണ്ടുതന്നെ ഇതൊരു പാവം പെൺകുട്ടിയാണെന്ന് തോന്നി.

ആരെയും ബോധ്യപ്പെടുത്താൻ വേണ്ടിയല്ല അവൾ പുഞ്ചിരിക്കുന്നത്. ചിരിക്കുക എന്നതുകൊണ്ടുതന്നെ അതിന്റെ ലക്ഷ്യം പൂർണ്ണമായിരുന്നു. അതെങ്ങനെയെന്നു നിർവചിക്കാൻ വയ്യ.

മിക്ക യുവതീ-യുവാക്കളെയും പോലെ റാണിചന്ദ്രയും ചെറുപ്പം മുതലേ സിനിമ എന്ന മായാപ്രപഞ്ചത്തെപ്പറ്റി സ്വപ്നം കണ്ടിരുന്നു. ഹൈസ്കൂളിൽ പഠിക്കുമ്പോൾ സംസ്ഥാന സ്കൂൾ യുവജനോത്സവ ത്തിൽ തുടർച്ചയായി മൂന്നുതവണ ഭരതനാട്യത്തിന് ഒന്നാംസമ്മാനം നേടിയിരുന്നു.

ഇങ്ങനെയിരിക്കെയാണ് പൂനാ ഫിലിം ഇൻസ്റ്റിറ്റ്യൂട്ടിൽ നിന്ന് വന്ന സംവിധായകൻ സുകുമാരനും ക്യാമറാമാൻ ലത്തീഫും കൂടി സുവർണാ ഫിലിംസിന്റെ ബാനറിൽ വി.ടി.നന്ദകുമാറിന്റെ 'ദൈവത്തിന്റെ മരണം' എന്ന നോവൽ ചലച്ചിത്രമാക്കാൻ തീരുമാനിച്ചത്.

അതിലേക്ക് ഒരു പുതുമുഖത്തെ നായികയാക്കണമെന്ന് ഉദ്ദേശിച്ച് അവർ നടത്തിയ സൗന്ദര്യമത്സരത്തിലാണ് റാണിക്ക് മിസ് കേരളപട്ടം ലഭിച്ചത്. ഇവരുടെ ചിത്രത്തിലേക്ക് മധുവിനെ നായകനായും റാണിയെ നായികയായും തീരുമാനിച്ചിരുന്നെങ്കിലും ആ ചിത്രത്തിന്റെ ഷൂട്ടിംഗ് നടന്നില്ല.

അതിന്റെ സ്ക്രിപ്റ്റ് റാണിയുടെ കൈവശമുണ്ടായിരുന്നത് ക്യാമ റാമാനും സംവിധായകനുമായ വിൻസന്റ് വാങ്ങിക്കൊണ്ടുപോയി സുപ്രിയയെ (ഈ നടിയും ആത്മഹത്യ ചെയ്തു.) നായികയാക്കി 'തീർത്ഥയാത്ര' എന്ന പേരിൽ സിനിമയാക്കി. റാണിക്ക് അതിൽ ചെ റിയ ഒരു വേഷം പോലും കൊടുത്തില്ല.

റാണി കോളേജിൽ ഡിഗ്രിക്ക് ചേർന്നു. അക്കൂടെ 'മിസ് കേരള ആന്റ് പാർട്ടി' എന്നൊരു ഡാൻസ് ട്രൂപ്പ് രൂപീകരിച്ച് നൃത്തപരിപാടി കളും നടത്തിയിരുന്നു. അങ്ങനെ മദ്രാസിലെ ചില തമിഴ് സിനിമക്കാർ നടത്തിയ ഒരു താരനിശയിൽ നൃത്തം അവതരിപ്പിക്കുമ്പോഴാണ് നടനും നിർമ്മാതാവുമായ പി.എ. തോമസ് തന്റെ അടുത്ത ചിത്രത്തിലേക്ക് ബുക്ക് ചെയ്തത്. അതുകൊണ്ട് റാണി മദ്രാസിൽത്തന്നെ തങ്ങി.

റാണിയുടെ ആദ്യം പുറത്തുവന്ന ചിത്രം സോണി പിക്ചേഴ്സിന്റെ അഞ്ചുസുന്ദരികളായിരുന്നു. അതേത്തുടർന്ന് 'അനാച്ഛാദനം' എന്നൊരു മലയാള ചിത്രവും 'പുറശ്ശീലൈ' എന്ന തമിഴ് ചിത്രവും റിലീസായി.

ഇത്രയും കൊണ്ടുതന്നെ റാണി ഒരു സത്യം കണ്ടെത്തുകയായി രുന്നു - സിനിമയിൽ അഭിനയിക്കാൻ സൗന്ദര്യവും അഭിനയശേഷിയും മാത്രം പോരാ. അബദ്ധത്തിലാണ് നടിയായത്, ഇനി കോളേജിൽ പോകാനും വയ്യല്ലോ.

റാണിയുടെ കുടുംബം തിരുവനന്തപുരത്ത് കുന്നുകുഴിയിലായിരു ന്നു. അമ്മ കാന്തിമതി. അച്ഛൻ ചന്ദ്രൻ ബിസിനസ്സിൽ പൊളിഞ്ഞ ആളാ ണ്. ചേട്ടൻ ഷാജി നേവിയിലായിരുന്നു. അതുകൊണ്ട് ആറേഴു ഇളയ കുട്ടികളുടെ ഭാരം മുഴുവൻ റാണിയുടെ തലയിൽ വന്നുപെട്ടു.

റാണിയുടെ കഴുത്തിൽ പൊക്കിളോളം ഇറക്കമുള്ള ഒരു തടിച്ച സ്വർണ്ണമാല കിടക്കുന്നതുകണ്ടു. അതിന്റെ ലോക്കറ്റിൽ കണ്ട ചിത്രം ആരുടേതാണെന്ന് ഞാൻ ചോദിച്ചു.

ഇത് മോഹൻ പോത്തൻ സമ്മാനിച്ച മാലയാണ്. പത്തു പവനുണ്ട്. ഫോട്ടോയും മോഹന്റേതായിരുന്നു. 'അനാച്ഛാദനം' എന്ന ചിത്രത്തിന്റെ ഷൂട്ടിംഗ് നടക്കുമ്പോഴാണ് റാണി മോഹനെ പരിചയപ്പെട്ടത്.

തിരുവനന്തപുരത്ത് അക്കാലത്തെ കിരീടം വയ്ക്കാത്ത രാജാവാ യിരുന്ന കുളത്തുങ്കൽ പോത്തന്റെ മൂത്ത മകൻ മോഹൻ തന്റെ അനുജൻ ഹരിയുമൊത്ത് 'സുപ്രിയ' എന്ന ബാനറിൽ സിനിമ നിർമ്മിക്കാൻ

ബൻസ് കാറിലാണ് മദ്രാസിൽ എത്തിയത്.

ഹരിപോത്തൻ ജയഭാരതിയുമൊത്തായി അവിടെ താമസം. മോഹൻ റാണിയുടെ സംരക്ഷകനായും മാറി. ജയഭാരതിയെ നായികാസ്ഥാനത്ത് ഉയർത്തിവിടാൻ ഹരി എല്ലാ മാർഗങ്ങളിലൂടെയും ശ്രമിച്ചുവെങ്കിലും മോഹൻ റാണിയെ തന്റെ പിടിയിൽത്തന്നെ തളച്ചിടാനാണ് ശ്രമിച്ചത്. റാണി സിനിമയിൽ അഭിനയിക്കുന്നതു പോയിട്ട് അവൾ നൃത്തപരിപാടികൾക്കു പോകാൻ പോലും മോഹൻ സമ്മതിച്ചിരുന്നില്ല.

അങ്ങനെ റാണിക്ക് മൂന്നുവർഷങ്ങളും അനവധി നല്ല അവസരങ്ങൾ നഷ്ടപ്പെട്ടു. അതോടെ സിനിമാരംഗം റാണിയെ പാടേ മറക്കുകയായിരുന്നു. റാണിയോടൊപ്പം ചെറിയ വേഷങ്ങളിൽ പ്രത്യക്ഷപ്പെട്ടിരുന്ന ജയഭാരതി ഉയരവും സൗന്ദര്യവുമൊക്കെ കുറവായിട്ടുപോലും ഷീല ഉപേക്ഷിച്ച സിംഹാസനം പിടിച്ചടക്കുകയായിരുന്നു.

തിരുവനന്തപുരത്തെ സ്വത്തുക്കൾ ജപ്തി ചെയ്യപ്പെട്ടതോടെ മോഹൻ കടംകൊണ്ട് നിൽക്കക്കള്ളിയില്ലാതെ മദ്രാസ് വിട്ടപ്പോൾ റാണിയാണ് വിഷമത്തിലായത്. കടം കയറി റാണി വലഞ്ഞു. ജെ.ഡി. തോട്ടാനാണ് 'വിവാഹസമ്മാനം' എന്ന ചിത്രത്തിൽ ഒരു ചെറിയ വേഷം നൽകിയത്. 'ചെമ്പരത്തി' എന്ന ചിത്രത്തിൽ പി.എൻ മേനോനും ഒരു ചാൻസ് കൊടുത്തു. അങ്ങനെ അവൾ വീണ്ടും രംഗത്തെത്തി.

നിലനിൽപ്പിനുവേണ്ടി ഇത്ര തന്റേടത്തോടെ പോരാടിയിട്ടുള്ള അധികം നടികളില്ല. ചാൻസുകൾ അവൾ പിടിച്ചുപറ്റുകയായിരുന്നു.

അങ്ങനെ റാണി, കെ.പി. കൊട്ടാരക്കര നിർമ്മിച്ച 'പച്ചനോട്ടുകൾ' എന്ന സിനിമയിൽ വിജയശ്രീയുടെ സഹനടിയായി ഒപ്പത്തിനൊപ്പം പിടിച്ചുനിന്നു. എന്നാൽ നായികപദവി കൈയെത്താത്ത ദൂരത്തിൽത്തന്നെ നിന്നു.

അങ്ങനെ കുടുംബം പുലർത്താനായി റാണി പങ്കപ്പാട് പെടുമ്പോഴാണ് എറണാകുളത്തെ ഒരു വൻവ്യവസായിയും പത്രം ഉടമയുമായിരുന്ന സി. ചെറിയാൻ രക്ഷക്കെത്തിയത്.

''നിങ്ങൾ തമ്മിൽ എങ്ങനെയാണ് പരിചയപ്പെട്ടത്?'' ഞാൻ.

''ഒരു ഹോട്ടലിൽ വെച്ചാണ്'' - റാണി.

''എന്തിനാണ് ഹോട്ടലിൽ പോയത്''- ഞാൻ.

''ഞാൻ ഹോട്ടലുകളിൽ പോകാറുണ്ടായിരുന്നു'' - റാണി.

ഞാൻ ഞെട്ടിപ്പോയി. മിസ് കേരളയ്ക്ക് ജീവിക്കാൻ ഹോട്ടലുകളിൽ കയറിയിറങ്ങേണ്ട അവസ്ഥയോ?

കുറച്ചുനേരത്തേക്ക് ഞാനൊന്നും മിണ്ടിയില്ല.

ഞങ്ങളുടെ സംഭാഷണം ശ്രദ്ധിച്ച് വരാന്തയിൽ അവളുടെ അച്ഛനും അടുക്കളയിൽ അമ്മയും ഇരിപ്പുണ്ട്.

റാണി തുടർന്നു: ''ഇനി നീ മറ്റാരുടെയും കൂടെ പോകണ്ട, നിന്റെ കാര്യങ്ങളെല്ലാം ഞാൻ നോക്കിക്കൊള്ളാം-'' എന്ന് അദ്ദേഹം പറഞ്ഞു. ഈ വീട് വാടകയ്ക്കെടുത്തിരിക്കുന്നത് അദ്ദേഹമാണ്. താഴെക്കിടക്കുന്ന ഫിയറ്റ് കാറും അദ്ദേഹം വാങ്ങിത്തന്നതാണ്.''

അദ്ദേഹത്തിന്റെ ചിത്രകാർത്തിക വാരികയിൽ റാണിയുടെ ആത്മകഥ പ്രസിദ്ധീകരിക്കാമെന്ന് പത്രാധിപർ വൈക്കം ചന്ദ്രശേഖരൻനായർ പറഞ്ഞിട്ടുണ്ടെന്നുകൂടി കേട്ടപ്പോൾ ഞാൻ പരിതപിച്ചു. ''ആരെന്തു പറഞ്ഞാലും വിശ്വസിക്കുന്ന ഒരു പാവം പെണ്ണാണല്ലോ ഇവൾ.''

അദ്ദേഹം പാർട്ണർഷിപ്പിൽ ആരംഭിച്ച ചില ഹോട്ടലുകൾക്കു

പോലും 'റാണി'യുടെ പേരാണിട്ടത്.

ഇത്രയൊക്കെ ആയപ്പോൾ റാണിയുടെ വീട്ടിൽ മോഹൻ പോത്തന് പ്രവേശനം നിഷേധിക്കപ്പെട്ടു. മോഹന്റെ സുഹൃത്തും തിരുവനന്തപുരത്തുകാരനുമായ ഗുണ്ട ഇക്കാര്യത്തിന് വീട്ടിൽവന്ന് റാണിയെ ഭീഷണിപ്പെടുത്തിയിട്ടുണ്ടെന്ന് റാണിയുടെ അമ്മ പറഞ്ഞു.

''അവരെയൊക്കെ നിങ്ങളെന്തിന് ഭയക്കുന്നു'' എന്ന് ഞാൻ ചോദിച്ചപ്പോൾ - ''അവർ വലിയ കേമന്മാരല്ലേ?'' എന്നായിരുന്നു മറുപടി.

റാണി സ്കൂളിൽ പഠിക്കുമ്പോൾ ഒരു നാടകത്തിൽ ചട്ടയും മുണ്ടും ഉടുക്കുന്ന ക്രിസ്ത്യാനിപ്പെണ്ണായി അഭിനയിച്ചിരുന്നു. അക്കാലത്താണ് മുട്ടത്തുവർക്കിയുടെ 'നാത്തൂൻ' എന്ന നോവൽ വായിച്ചതും. അബ്ദുള്ള എന്ന നിർമ്മാതാവ് എഡിറ്റർ നാരായണനെ സംവിധായകനാക്കി ഈ നോവൽ സിനിമയാക്കാൻ തീരുമാനിച്ചു. അവർ റാണിയെ ആണ് നായികസ്ഥാനത്തേക്ക് തെരഞ്ഞെടുത്തത്. ഞങ്ങളുടെ കൂടിക്കാഴ്ചയ്ക്കുള്ള കാര്യവും അതാണല്ലോ.

നായികയായതിന്റെ ഉത്സാഹത്തിലായിരുന്നു അപ്പോൾ റാണി. ഭാവിയെക്കുറിച്ച് അവൾ സ്വപ്നം കാണുന്നു. ചേച്ചി വിവാഹിതയാണ്, അനിയത്തി അമ്പിളി എയർഹോസ്റ്റസുകൾക്കുള്ള ഇന്റർവ്യൂ കഴിഞ്ഞു നിൽക്കുന്നു. മറ്റൊരു അനിയത്തി വെല്ലൂർ മെഡിക്കൽ കോളേജിൽ റേഡിയോളജിക്ക് പഠിക്കുന്നു, ബാക്കി കുട്ടികളും പഠിക്കുന്നു, റാണിക്ക് ഇടയ്ക്കിടെ നൃത്തപരിപാടികൾ കിട്ടുന്നുണ്ട്. അനിയത്തി അമ്പിളിയാണ് കൂടെ നൃത്തം ചെയ്യുന്നത്.

നാന വാരിക മാത്രമായിരുന്നു അക്കാലത്ത് ഓഫ് സെറ്റിൽ കളർചിത്രങ്ങൾ അച്ചടിച്ചിരുന്നത്. അതിനുള്ള ട്രാൻസ്പേരൻസി എടുക്കാൻ പ്രഭാകരൻ ക്യാമറ റെഡിയാക്കി നിൽക്കുന്നു. റാണി കണ്ണെഴുതാനോ പൊട്ടുതൊടാനോ, എന്തിന് മുടിചീകാൻ പോലുമോ ശ്രദ്ധിക്കുന്നില്ലായിരുന്നു.

ഫോട്ടോസെഷൻ എന്റെ 'സംവിധാന'ത്തിലായിരുന്നു. ജനൽകർട്ടൻ ഊരിയെടുത്ത് ലുങ്കിയായി ഉടുക്കാൻ പറഞ്ഞു. അടുക്കളയിൽ താഴെ അരകല്ലിനടുത്ത് കറിക്ക് അരയ്ക്കുന്ന രീതിയിൽ ഇരിക്കാൻ പറഞ്ഞു. തേങ്ങയ്ക്കു പകരം അരിഞ്ഞ കാബേജാണ് അരകല്ലിൽ വെച്ചത്.

അവൾ എല്ലാം അനുസരിച്ചു. ഇതൊക്കെ ചെയ്യാൻ എന്തു സന്തോഷവും ഉത്സാഹവുമായിരുന്നു! പല സാരികളും പല നിറത്തിലുള്ള പാവാടകളും ബെൽബോട്ടം പാന്റുമെല്ലാം അവൾ അണിഞ്ഞു വന്നു. വളരെ സന്തോഷത്തോടെ, നന്ദിയോടെ അവൾ മുറ്റം വരെ ഞങ്ങളെ യാത്രയാക്കി. ഈ കുട്ടിയെ കഴിയുന്നവിധത്തിലെല്ലാം സഹായിക്കണമെന്ന് തീരുമാനിച്ചുകൊണ്ടാണ് ഞാനവിടുന്നിറങ്ങിയത്.

കടലുകളേക്കാളധികം ഞാനിഷ്ടപ്പെടുന്നത് നദികളെയും അരുവികളെയുമാണ്. കടൽ തിരമാലകൾ കൊണ്ട് കരയിൽ ചോദ്യങ്ങൾ എഴുതിക്കൊണ്ടിരിക്കും. ഇവിടെ ഈ കൊച്ചരുവിക്ക് ചോദ്യങ്ങളേയില്ല. ഉത്തരങ്ങൾ മാത്രം പറയുന്നു. അതിന്റെ രണ്ടു കരകളും കാണുകയും ചെയ്യാമല്ലോ?

*****

റാണിചന്ദ്രയെക്കുറിച്ച് ഞാൻ ആദ്യമായി എഴുതിയ ലേഖനം നാന വാരികയുടെ 1973 ഡിസംബർ 2 ലക്കത്തിലാണ് പ്രസിദ്ധീകരിച്ചത്. അത് പ്രസിദ്ധീകരിച്ചുവന്ന ദിവസം തന്നെ വൈകിട്ട് നാലുമണിയോടെ റാണിയുടെ മൂത്ത സഹോദരൻ ഷാജി ഞാൻ താമസിക്കുന്ന ലോഡ്ജിലെത്തി. എന്നെ ഉടനെ വിളിച്ചുകൊണ്ടുചെല്ലാൻ റാണി പറഞ്ഞുവിട്ടിരിക്കുകയാണ്. എത്ര നിർബന്ധിച്ചിട്ടും കാര്യമെന്താണെന്ന് ഷാജി പറഞ്ഞില്ല. എന്നെ കാണണണ്ടമെന്ന് റാണി നിർബന്ധിക്കുന്നുവെന്ന് മാത്രമേ പറഞ്ഞുള്ളു.

വലിയ അകലമില്ല. ഷാജി വന്ന കാറിൽ ഞാൻ അവരുടെ വീട്ടിലെത്തിയപ്പോൾ റാണി അക്ഷമയായി കാത്തുനിൽപ്പുണ്ടായിരുന്നു. അവൾ വല്ലാത്ത അങ്കലാപ്പിലാണെന്ന് തോന്നി.

''കുഴപ്പമായി, മധു എന്തൊക്കെയാ എഴുതിവച്ചിരിക്കുന്നത്? എല്ലാവരും ഫോണിൽ വിളിച്ചുചോദിക്കുന്നു'' - റാണി പരിഭവിച്ചു.

''റാണി പറഞ്ഞ കാര്യങ്ങൾ മാത്രമല്ലേ ഞാനെഴുതിയിട്ടുള്ളു. റാണിക്ക് എത്ര വലിയ പ്രാധാന്യമാ ഞങ്ങൾ തന്നിരിക്കുന്നത്.'' ഞാൻ.

തിരുവനന്തപുരത്തുനിന്ന് മോഹൻ വിളിച്ചു ചീത്ത പറയുന്നു. മദ്രാസിൽനിന്ന് അയാളുടെ ഗുണ്ടകൾ വിളിച്ചു ഭീഷണിപ്പെടുത്തുന്നു. എറണാകുളത്തുനിന്ന് എന്റെ ഫ്രണ്ട് രണ്ടുപ്രാവശ്യം വിളിച്ചുകഴിഞ്ഞു. പലരും അദ്ദേഹത്തെ വിളിച്ചു ചോദിക്കുന്നുവെന്ന്. മധു ഇതെല്ലാം വെറുതെ എഴുതിയതാണെന്ന് ഞാൻ പറഞ്ഞു, അല്ലാതെന്തുപറയാൻ?

ഞാൻ 'അയ്യടാ' എന്നായി. ഞാൻ കാരണം ഈ പാവം പെൺകുട്ടി ക്രൂശിക്കപ്പെടുമോ എന്ന ആശങ്കയും തോന്നാതിരുന്നില്ല.

ഞാനിരിക്കുമ്പോൾ തന്നെ എറണാകുളത്തുനിന്ന് വീണ്ടും ചെറിയാന്റെ വിളി വന്നു. ലേഖനത്തെക്കുറിച്ചുതന്നെയാണ് അവർ സംസാരിക്കുന്നത്. അവളുടെ വെപ്രാളം കണ്ടപ്പോൾ എനിക്കും വിഷമം തോന്നി.

''ഞാൻ കാരണം റാണിക്കെന്തെങ്കിലും ബുദ്ധിമുട്ടുണ്ടായെങ്കിൽ അതിന്റെ പത്തിരട്ടി സഹായം എന്നിൽനിന്നുണ്ടാകും. റാണിയുടെ നല്ലകാലം ഇതോടെ ആരംഭിക്കാൻ പോവുകയാണെന്ന് കരുതിക്കോ.'' ഞാൻ.

വാരികയിൽ ഞാനെഴുതിയത് എല്ലാം നിഷേധിക്കുന്ന ഒരു കുറിപ്പ് ഞാൻ തന്നെ എഴുതിക്കൊടുത്തു. റാണി അതിൽ ഒപ്പിട്ടതേയുള്ളു. അത് പോസ്റ്റു ചെയ്തതുപോലും ഞാനാണ്.

''എന്നെക്കുറിച്ച് മധു എഴുതിയ ലേഖനത്തിൽ എന്റെ ഏതോ കൂട്ടുകാരനെപ്പറ്റി പറഞ്ഞിരിക്കുന്നത് ശരിയല്ല. എനിക്കിപ്പോൾ ധാരാളം ചാൻസുകൾ കിട്ടുന്നുണ്ട്. ധാരാളം നൃത്തപരിപാടികളുമുണ്ട്. അതുകൊണ്ട് കടങ്ങളില്ല. അതാരും വീട്ടിത്തരേണ്ട കാര്യവുമില്ല'' എന്നായിരുന്നു ആ കുറിപ്പ്.

റാണി നായികയായി അഭിനയിക്കുന്ന 'നാത്തൂൻ' എന്ന സിനിയിലെ സ്റ്റില്ലുകളെല്ലാം എന്നെ ഏൽപ്പിക്കാൻ പറഞ്ഞു. ധൈര്യമായിരിക്കാൻ ഉപദേശിക്കുകയും ചെയ്തു.

ഇതോടെ സമാധാനമായെന്നു തോന്നി.

പെട്ടെന്നൊരു നിർബന്ധം, ഞാൻ അവളുടെകൂടെ ഒരു സിനിമ കാണാൻ ചെല്ലണമെന്ന്. ഇത്തരം സന്ദർഭങ്ങളിൽ നിന്നെല്ലാം ഒഴിഞ്ഞുമാറുകയായിരുന്നു എന്റെ പതിവ്.

'മിസ് കേരള' പട്ടം കിട്ടിയ സുന്ദരിയാണ്, സിനിമാനടിയുമാണ്. ആ യുവനായികയുടെ കൂടെ ഞാനിരുന്ന് സിനിമ കാണുന്നത് പരിചയമുള്ള ആരെങ്കിലും കണ്ടുപോയാൽ പിന്നെ കഥകളുടെ ഘോഷയാത്രയായിരിക്കും. ഞാൻ ഒഴിഞ്ഞുമാറാൻ ശ്രമിച്ചു.

പക്ഷെ റാണി വിട്ടില്ല, ''മലയാള സിനിമക്ക് പോകരുതെന്നല്ലേയുള്ളു. ഹിന്ദി സിനിമയ്ക്ക് പോകാം, അമ്മയെക്കൂടി വിളിച്ചാൽ പോരേ?''

ഇനി ഞാനെന്തു പറയാൻ!

റാണി തന്നെ കാർ ഡ്രൈവ് ചെയ്ത് 'തൗസന്റ് ലൈറ്റ്സി'ലെ ആനന്ദ് തിയേറ്ററിലെത്തി. ഞങ്ങളോടൊപ്പം റാണിയുടെ അമ്മയും സഹോദരനും ഉണ്ടായിരുന്നു. അവരെ ഞങ്ങളുടെ ഇടയ്ക്ക് പിടിച്ചിരുത്തി.

ഋഷികേശ് മുഖർജി സംവിധാനം ചെയ്ത 'ഘർ ഘർ കി കഹാനി' ആയിരുന്നു ആ ചിത്രം. സിനിമ കഴിഞ്ഞ് റാണി തന്നെ കാർ ഡ്രൈവ് ചെയ്ത് എന്നെ ലോഡ്ജിൽ കൊണ്ടുവിട്ടു.

*****

നാന വാരികയുടെ ഡിസംബർ 9-ാം ലക്കത്തിന്റെ കവർപേജ് റാണിചന്ദ്രയുടെ മനോഹരമായൊരു ചിത്രമായിരുന്നു. അവൾ 1966-ൽ 'മിസ് കേരള' ആയ സന്ദർഭത്തിൽ ചില വാരികകളുടെ കവർപേജിൽ ഫോട്ടോ വന്നതിനുശേഷം ആദ്യമായാണ് ഇപ്പോൾ വീണ്ടുമൊരു കവർചിത്രം വരുന്നത്. അതേ ലക്കത്തിൽതന്നെ ഞാനെഴുതിയ, എന്നെ നിഷേധിക്കുന്ന റാണിയുടെ കുറിപ്പും ചേർത്തിരുന്നു.

എന്റെ വാഗ്ദാനത്തിന്റെ തുടക്കം ഇവിടെ കുറിക്കുകയായിരുന്നു. ഇത് പലർക്കും ഇഷ്ടപ്പെട്ടില്ല. ഹരിപോത്തൻ എന്റെ നേരെ ഗുണ്ടായിസം ആസൂത്രണം ചെയ്തു. മോഹൻപോത്തൻ തിരുവനന്തപുരത്തെ പ്രസ് ക്ലബ്ബിൽച്ചെന്ന് എന്റെ എഡിറ്ററെ ചീത്ത വിളിച്ചു.

നായ്ക്കൾ കുരയ്ക്കുകയും ചിലപ്പോൾ കടിക്കുകയും ചെയ്യും. കരടികളും കടുവകളും നമ്മളെ കണ്ടാൽ കടിച്ചുകീറും. അവയെ സൃഷ്ടിച്ചിരിക്കുന്നതുതന്നെ അതിനുവേണ്ടിയാണല്ലോ? മദ്രാസിൽ എനിക്ക് ശക്തരായ എതിരാളികൾ ഉണ്ടായി.

എന്നാൽ റാണിക്ക് സന്തോഷത്തിന്റെ നാളുകൾ തിരിച്ചുവരികയായിരുന്നു. അവളുടെ നീലാകാശം തെളിഞ്ഞുവന്നു. അവൾ പീലിവിടർത്തി. വീണ്ടുമവൾ പച്ച പിടിക്കാനാരംഭിച്ചു.

വാരികയുടെ തുടർന്നുള്ള മിക്ക ലക്കങ്ങളിലും ഞാൻ എടുപ്പിച്ചതും റാണിയോടു വാങ്ങിയതുമായ ചിത്രങ്ങൾ പ്രസിദ്ധീകരിച്ചുതുടങ്ങി. അതിൽ പലതും ഫുൾപേജ് കളർച്ചിത്രങ്ങളായിരുന്നു.

അങ്ങനെ റാണിക്ക് ചിറകുമുളച്ചു. അവൾ ഉയരങ്ങൾ തേടാനാരംഭിച്ചു. വീണ്ടുമവൾ നിർമ്മാതാക്കളുടെ ശ്രദ്ധയിൽപ്പെടുകയും ചെയ്തു.

റാണി ഉപനായികയായി അഭിനയിച്ച ചെമ്പരത്തി, പുത്രകാമേഷ്ടി, പച്ചനോട്ടുകൾ എന്നീ ചിത്രങ്ങൾ അവളെ മുൻനിരയിലേക്ക് തള്ളിവിട്ടു. അങ്ങനെ 'നാത്തൂനി'ൽ നായികയായെങ്കിലും ജയഭാരതിയും ഹരിപോത്തനും ചേർന്ന് അവൾക്കുവന്ന അനവധി ചാൻസുകൾ തട്ടിത്തെറിപ്പിച്ചുകൊണ്ടിരുന്നു.

എതിർപ്രചരണം മൂലം 'നാത്തൂൻ' വിതരണമാകാത്തത് റാണിയെ പരിഭ്രാന്തയാക്കി. ആ ചിത്രം പുറത്തുവരുമ്പോൾ അതിനോട് പ്രേക്ഷകർ എങ്ങനെ പ്രതികരിക്കും എന്നായിരുന്നു സദാ അവളുടെ ചിന്ത.

എങ്കിലും അനിയത്തി അമ്പിളിയോടൊപ്പം നൃത്തപരിപാടികളിൽ പങ്കെടുത്ത് സുധീരം പിടിച്ചുനിന്നു.

'നാത്തൂൻ' വൻവിജയമായിരുന്നു. പത്രങ്ങൾ നായിക റാണിചന്ദ്രയെ ശ്ലാഘിച്ചെഴുതി. റാണിക്കിതാ പ്രസിദ്ധിയുടെ കവാടം തുറന്നിരിക്കുന്നു. അവിടെ എപ്പോഴും വിലയ തിരക്കാണ്. ചിലർ 'പുഷ്' എന്നെഴുതിയ കവാടത്തിലൂടെയും ചിലർ 'പുൾ' എന്നെഴുതിയ കവാടത്തിലൂടെയും അകത്ത് പ്രവേശിക്കാൻ ശ്രമിക്കുന്നു. മറ്റൊരു ലേഖനത്തിലൂടെ ഞാൻ റാണിയെ 'പുഷ്' ചെയ്തു.

നാത്തൂൻ വിജയിച്ചതോടെ ധാരാളം നിർമ്മാതാക്കൾ റാണിയെ നായികയോ ഉപനായികയോ ആക്കാൻ തയ്യാറായി മുന്നോട്ടുവന്നു. അങ്ങനെ എം.കെ. വേലന്റെ 'ജീവിക്കാൻ വേണ്ടി', ശ്രീകുമാരൻ തമ്പിയുടെ 'ഭൂഗോളം തിരിയുന്നു', ജെസി ഫിലിംസിന്റെ 'സമരം', നവധാരയുടെ 'കയങ്ങൾ', മെരിലാന്റിന്റെ 'ദേവി കന്യാകുമാരി' എന്നീ ചിത്രങ്ങളിലൊക്കെ പ്രധാന റോളുകൾ തന്നെ ലഭിച്ചു.

ഇവ കൂടാതെ രണ്ട് ഡസൻ ചിത്രങ്ങളിൽ റാണിക്ക് പ്രധാനപ്പെട്ട വേഷങ്ങൾ ലഭിച്ചു. ഇങ്ങനെ റാണി അതിവേഗം മലയാള സിനിമയിലെ തിരക്കുള്ള നടിയായി മാറുകയായിരുന്നു. ഈ സമയത്ത് റാണിചന്ദ്രയ്ക്ക് 'രണ്ടു ഡസൻ പുതിയ ചിത്രങ്ങൾ' എന്ന ഹെഡ്ഡിംഗിൽ ഒരു ലേഖനം കൂടി ഞാൻ എഴുതിവിട്ടു. അവളുടെ കുതിപ്പിന് എന്റെ ഉന്തുകൂടി ഇരിക്കട്ടെ എന്നുകരുതി.

സ്വന്തം മത്സരബുദ്ധി കൊണ്ടാവണം, ഒരു വർഷത്തിനകം തന്നെ റാണഇചന്ദ്ര മലയാള സിനിമയിലെ ഏറ്റവും തിരക്കുള്ള നായികയായി ഉയർന്നുവന്നു. അപ്പോൾ ഉള്ളാൽ സന്തോഷിച്ചത് ഞാനാണ്. റാണിക്ക് സിനിമയിൽ തിരക്കായതോടൊപ്പം കേരളത്തിനകത്തുള്ള നഗരങ്ങളിലും പുറത്തെ വൻനഗരങ്ങളിലെ മലയാളി സംഘടനകളുടെ ആഘോഷങ്ങളിലും ധാരാളം നൃത്തപരിപാടികൾ ലഭിച്ചുതുടങ്ങി. റാണിക്ക് എന്നോടുള്ള അടുപ്പം എങ്ങനെയോ മനസ്സിലാക്കിയിട്ടാവണം വിജയശ്രീയുടെ മരണത്തെ തുടർന്ന് അവളുടെ അമ്മ റാണിയോട് എന്നെക്കുറിച്ച് അന്വേഷിച്ചത്. ഇക്കാലത്ത് എന്റെ വാരിക റാണിചന്ദ്രയോടൊപ്പം പ്രോത്സാഹിപ്പിച്ച ശ്രീവിദ്യ, ലക്ഷ്മി, സുജാത, സുമിത്ര, ഉഷാനന്ദിനി മുതലായ നടികളും പച്ച പിടിച്ചുതുടങ്ങി.

*****

ഒരിക്കൽ ഞാൻ റാണിചന്ദ്രയുടെ വീട്ടിൽ ചെല്ലുമ്പോൾ അവൾ ഗണപതിയെ പ്രാർത്ഥിച്ചുകൊണ്ടിരിക്കുകയായിരുന്നു. അതുകണ്ട ഞാൻ ഒരു കുസൃതി പറഞ്ഞു: "എപ്പോഴും ഗണപതിയെ ഓർത്തുകൊണ്ടിരുന്നാൽ റാണിക്കുണ്ടാകുന്ന കുട്ടികൾക്ക് ഗണപതിയുടെ രൂപമായിപ്പോകും."

ഒരുനിമിഷം റാണിക്ക് ചിന്താക്കുഴപ്പമായി.

ഇക്കാലത്ത് ഞാൻ പ്രേംനസീറിനെ വിമർശിച്ചുകൊണ്ടിരുന്നു. നസീർ എറണാകുളത്ത് ചെന്നപ്പോൾ റാണിയുടെ സ്നേഹിതൻ ഇതേക്കുറിച്ച് ചോദിച്ചു.

"അതാ വാരികയുടെ മദ്രാസ് ലേഖകന്റെ പണിയാണ്. അവനിട്ട് ഞാൻ വച്ചിട്ടുണ്ട്." എന്നായിരുന്നു മറുപടി. റാണിയോട് സന്ദർഭവശാൽ ചെറിയാൻ ഇതു പറഞ്ഞു. എനിക്ക് മുന്നറിയിപ്പ് തരുന്നതിനു

വേണ്ടി റാണി എന്നെ തിരക്കി നടന്നു. അക്കാലത്ത് ഞാൻ ഒരു ലോഡ്ജിൽ തന്നെ അധികം കാലം താമസിക്കാറില്ലായിരുന്നു. അവസാനം എന്നെ കണ്ടുകിട്ടിയപ്പോൾ അവൾക്ക് എന്തൊരാശ്വാസമായിരുന്നുവെന്നോ?

''മധുവിന് വല്ലതും പറ്റിയിരിക്കുമോ എന്ന് ഞാൻ ഭയന്നുപോയി'' - റാണി പറഞ്ഞു.

ആ വർഷത്തെ ഓണമുണ്ണാൻ റാണി എന്നെ മുൻകൂട്ടി വീട്ടിലേക്ക് ക്ഷണിച്ചിരുന്നു. റാണിയെ നിരാശപ്പെടുത്തേണ്ട എന്നുകരുതി ഞാൻ ചെല്ലാമെന്ന് ഏൽക്കുകയും ചെയ്തു. വാർത്തകൾ അന്വേഷിക്കാനല്ലാതെ അത് സൃഷ്ടിക്കാൻ ഞാനൊരുക്കമല്ലായിരുന്നു. അതുകൊണ്ട് റാണിയുടെ വീട്ടിൽ ഓണമുണ്ണാൻ പോയില്ല. ഇത് റാണിയെ ചൊടിപ്പിച്ചുകളഞ്ഞു.

പല്ലാവരത്തെ മലയാളിസമാജക്കാരുടെ ഓണാഘോഷത്തിന് ഒരു സിനിമാതാരത്തെ അയക്കാമെന്ന് ഞാൻ മുൻകൂട്ടി ഏറ്റിരുന്നതാണ്. റാണി പോകാമെന്ന് സമ്മതിച്ചതുമാണ്. പക്ഷെ അതിനുവേണ്ടി ഫോൺ ചെയ്തപ്പോൾ റാണി അമ്മയെ യാത്രയാക്കാൻ റെയിൽവേ സ്റ്റേഷനിൽ പോയിരിക്കുന്നുവെന്ന മറുപടിയാണ് ലഭിച്ചത്. റാണി പകരം വീട്ടിയതാണോ, ഞാനാകെ വിഷമിച്ചു.

ഈ അപകടസന്ധിയിൽ എന്നെ സഹായിക്കാൻ എത്തിയത് അന്ന് മലയാള-തമിഴ് സിനിമകളിൽ നായികയായി അഭിനയിച്ചിരുന്ന ഉഷാനന്ദിനിയാണ്. ഞാൻ പറഞ്ഞ ഉടൻ എന്നോടൊപ്പം ഉഷ ഇറങ്ങിവന്നു.

എന്റെ പക്ഷം വിജയിക്കുമോ പരാജയപ്പെടുമോ എന്ന് ഞാൻ ചിന്തിച്ചിരുന്നില്ല. എനിക്ക് സഹതാപം തോന്നുന്നവരുടെ കൂടെനിന്ന് അവസാനം വരെ ബാറ്റുചെയ്യാൻ ഞാൻ തയ്യാറായിരുന്നു. മഹനീയമെന്നു തോന്നുന്ന കാര്യത്തിനുവേണ്ടി പോരാടുന്നത് മഹത്തായ കാര്യമല്ലേ? അതെന്തിനായിരുന്നുവെന്ന് എനിക്കിപ്പോൾ മറുപടിയില്ല. കാരണം മലയാളസിനിമ അന്നത്തേക്കാൾ ഇപ്പോൾ വഷളായിട്ടേയുള്ളു.

നാന വാരികയുടെ രണ്ടാം വാർഷികത്തിന് ഇറക്കിയ സ്പെഷ്യൽ പതിപ്പിൽ റാണി എഴുതി:

''ഒരു നടിയെന്ന നിലയ്ക്ക് ഞാൻ ഒന്നുമല്ലാതിരുന്ന കാലത്താണ് ഈ വാരികയുടെ ജനനം. ഞാനിന്ന് എന്തോ ആയിരിക്കുന്നു. ഇതിനുള്ള പ്രധാന കാരണം ഈ വാരികയാണെന്ന് എനിക്കറിയാം. അതിലടിച്ച കളർച്ചിത്രങ്ങളും ലേഖനങ്ങളും നിർമ്മാതാക്കളുടെയും സംവിധായകരുടെയും ശ്രദ്ധയാകർഷിച്ചു. അതാണീരംഗത്തെ എന്റെ വിജയത്തിനു കാരണം''.

മദ്രാസിലെ സിനിമാരംഗത്ത് കൃത്യം രണ്ടുവർഷം തികഞ്ഞപ്പോൾ ഞാൻ മടങ്ങിപ്പോയി. മുമ്പ് കൽക്കത്തയിൽ ഞാൻ സംഘടിപ്പിച്ചിരുന്ന കേരള സമാജത്തിൽ റാണിയുടെ നൃത്തം നടത്താൻ ശ്രമിച്ചു. കൽക്കത്തയിൽ വരാൻ റാണിക്കും വലിയ താല്പര്യമായിരുന്നു. ഇതെല്ലാം വച്ച് ഞങ്ങൾ എഴുത്തുകുത്തുകൾ നടത്തിക്കൊണ്ടിരുന്നു.

അടുത്ത ഓണത്തിനുമുമ്പ് ഞാൻ തിരുവനന്തപുരത്തെത്തി. നാന വാരികയുടെ എഡിറ്ററായി ചുമതല ഏറ്റെടുത്തപ്പോൾ ഏറ്റവും സന്തോഷിച്ചത് റാണിചന്ദ്രയും അതുപോലെയുള്ള പുതുമുഖങ്ങളുമായിരുന്നു.

1974-ൽ അതുവരെ മലയാള സിനിമാരംഗം കൈപ്പിടിയിലൊതുക്കി വച്ചിരുന്ന പ്രേംനസീർ, ഉമ്മർ, അടൂർഭാസി, ബഹദൂർ, ജയഭാരതി മുതല

ലായ താരങ്ങൾക്ക് (അന്ന് മെഗാസ്റ്റാറുകളും സൂപ്പർതാരങ്ങളും ഇല്ലായിരുന്നു.) അവസരങ്ങൾ വളരെ കുറഞ്ഞുപോയി. ഈ ഒഴിവിൽ നീണ്ട ഇടവേളയ്ക്കുശേഷം മടങ്ങിവന്ന ഷീല, റാണിചന്ദ്ര, ശ്രീവിദ്യ, ലക്ഷ്മി, വിധുബാല, നന്ദിതാബോസ് മുതലായവർ കടന്നുപറ്റി. ഷീല ആറു ചിത്രങ്ങളിൽ നായികയായിരുന്നു. റാണിചന്ദ്രയുടെ ഒൻപത് ചിത്രങ്ങൾ റിലീസായി.

'നാത്തൂൻ' എന്ന ചിത്രത്തിലൂടെ നായികയായ റാണിചന്ദ്ര ഭൂഗോളം തിരിയുന്നു, സ്വർണ്ണവിഗ്രഹം, കാമിനി, ശാപമോക്ഷം, യൗവ്വനം, പൂന്തേനരുവി, നെല്ല്, ദേവി കന്യാകുമാരി, സപ്തസ്വരങ്ങൾ എന്നീ ചിത്രങ്ങളിലാണ് അഭിനയിച്ചത്.

അന്ന് ഞാൻ താമസിച്ചിരുന്ന രാജധാനി ഹോട്ടലിന്റെ മുറ്റത്ത് രാത്രിയിൽ സ്പോട്ട് ലൈറ്റിന്റെ വെളിച്ചവും ആൾക്കൂട്ടവും കണ്ട് ഇറങ്ങിച്ചെന്നപ്പോൾ രാജീവ്നാഥ് സംവിധാനം ചെയ്യുന്ന 'തണൽ' എന്ന ചിത്രത്തിന്റെ ഷൂട്ടിംഗ് നടക്കുകയായിരുന്നു. റാണിയായിരുന്നു നായിക. എന്നെ കണ്ടതോടെ പരിസരബോധം മറന്ന് അവൾ ഓടിവന്നു, ഞാൻ മടങ്ങിവന്നതിന്റെ സന്തോഷമായിരുന്നു. അതുകണ്ട് ചുറ്റും നിന്നവർ 'ഇവൻ ആരെടാ' എന്ന് അത്ഭുതപ്പെട്ടിരിക്കണം.

ഒരുമാസം കഴിഞ്ഞിരിക്കണം എം.ജി. സോമനെ അന്വേഷിച്ച് ഞാൻ 'താരാ' ഹോട്ടലിൽ ചെന്നപ്പോൾ സോമൻ ആരോടോ ഫോണിൽ സംസാരിച്ചുകൊണ്ടിരിക്കുകയായിരുന്നു. സോമൻ ഫോൺ എന്റെ കയ്യിലേക്ക് തന്നു.

അങ്ങേത്തലയ്ക്കൽ കരമന എൻ.എസ്.എസ്. വനിതാ കോളേജിലെ ആർട്സ് ക്ലബ്ബ് സെക്രട്ടറി സുഗന്ധി ആയിരുന്നു. അവർക്ക് കോളേജിലെ ആർട്സ് ക്ലബ്ബ് ഉദ്ഘാടനത്തിന് ഒരു സിനിമാതാരത്തെ വേണമെന്ന്. ആ കോളേജിൽ വാരികയുടെ റീഡേഴ്സ് ഫോറം ഉണ്ടാക്കാമെന്ന വ്യവസ്ഥയിൽ ഞാനാ ചുമതല ഏറ്റു. എന്റെ ധൈര്യം രണ്ടാഴ്ച കഴിഞ്ഞ് ഡോക്ടർ ബാലകൃഷ്ണന്റെ ചിത്രത്തിൽ അഭിനയിക്കാൻ റാണി തിരുവനന്തപുരത്ത് എത്തുമെന്നുള്ളതായിരുന്നു.

വിമാനത്തിലെത്തിയ റാണി താരാ ഹോട്ടലിൽ എത്തിയപ്പോൾ ഞാൻ അവിടെ ഹാജരായിരുന്നു. ഐ.വി.ശശിയും റാണിയെ കാത്ത് നിൽപ്പുണ്ടായിരുന്നു. ആ സമയത്ത് നിർമ്മാണം നടന്നുകൊണ്ടിരുന്ന, ശശിയുടെ ആദ്യത്തെ ചിത്രം 'ഉത്സവ'ത്തിൽ റാണിയായിരുന്നു നായിക. കലാനിലയം കൃഷ്ണൻനായർ ഉടനെ അത് തിയേറ്ററിൽ എത്തിക്കും. അതുവരെ ഐ.വിയ ശശിയെക്കുറിച്ച് ആർക്കും അറിഞ്ഞുകൂടായിരുന്നു. റാണി എന്റെകൂടെ കാറിൽ കയറിയപ്പോൾ ശശി പരുങ്ങിനിന്നു. ഞാൻ ശശിയേയും കാറിൽ കയറ്റി വഴുതക്കാട്ട് ഷൂട്ടിംഗ് നടക്കുന്ന നടി രാഗിണിയുടെ മണിമാളികയിലെത്തി. അവിടുന്ന് നിർമ്മാതാവ് ഡോക്ടർ ബാലകൃഷ്ണനേയും നായകനടൻ സുധീറിനെയും വിളിച്ച് കാറിൽ കയറ്റി ആഘോഷപൂർവ്വം കോളേജിലെത്തിച്ചേർന്നു. ഡോക്ടർ, സുധീർ, റാണി എന്നിവരോടൊപ്പം കുട്ടികളുടെ നിർബന്ധം കൊണ്ട് ഞാനും, ഞാൻ പിടിച്ചുവലിച്ചതുകൊണ്ട് മാത്രം ശശിയും സ്റ്റേജിൽ ചെന്നിരുന്നു.

ഈ ഇരിക്കുന്ന റാണിചന്ദ്രയേക്കാൾ സുന്ദരികളായ ധാരാളം കുട്ടികളെ ഞാനിവിടെ കാണുന്നുണ്ട്. കഴിവും സൗന്ദര്യവുമുള്ള ധാരാളം പേർ സിനിമാരംഗത്തേക്ക് കടന്നുവരണം'' - ഞാനിങ്ങനെ പറഞ്ഞത്

റാണി എന്നോട് പരിഭവിക്കുകയില്ല എന്ന് ഉറപ്പുള്ളതുകൊണ്ടായിരുന്നു.

പിന്നെയും ചില മാസങ്ങൾ കഴിഞ്ഞ് മെരിലാന്റ് സ്റ്റുഡിയോയിൽ പി. സുബ്രഹ്മണ്യത്തിന്റെ 'അംബ, അംബിക, അംബാലിക' എന്ന ചിത്രത്തിന്റെ ഷൂട്ടിംഗ് നടക്കുമ്പോൾ നടൻ ഇന്ദ്രബാലനുമൊത്ത് ഒരു സന്ധ്യയിൽ ഞാനവിടെ എത്തി. എന്നെ ദൂരേന്നേ കണ്ട് റാണി പാഞ്ഞുവരുന്നതുകണ്ട ഇന്ദ്രബാലൻ ''എന്താടേ ഇത്?'' എന്ന് അത്ഭുതത്തോടെ ചോദിച്ചു.

എന്റെ വാരികയോട് റാണിക്ക് അത്രമാത്രം കടപ്പാടുണ്ടായിരുന്നു. അത് എങ്ങനെ പ്രകടിപ്പിക്കണമെന്ന് നിശ്ചയമില്ലാതെ പരിസരബോധം മറന്ന് പെരുമാറുന്നതായിരുന്നു.

ഈ സന്ദർഭത്തിലാണ് കൃഷ്ണസ്വാമി റെഡ്യാരുടെ 'രാധാസ് സോപ്പി'ന്റെ ഉദ്ഘാടനം തിരുവനന്തപുരത്തെ പ്രിയദർശിനി ഹാളിൽ വച്ച് നടത്തിയത്. സുബ്രഹ്മണ്യം എത്താമെന്ന് നേരത്തേ ഏറ്റിരുന്നു. നടൻ മധുവിനെക്കൊണ്ടുവരാൻ ആൾ പോയി. റാണിയെ കൊണ്ടുവരാമെന്ന് ഞാനും ഏറ്റു. ഡോ. രാജകൃഷ്ണനും അഡ്വ.ജനാർദ്ദനക്കുറുപ്പും സ്റ്റേജിലുണ്ടായിരുന്നു.

സുബ്രഹ്മണ്യത്തിന്റെ കാറിനുപിറകേ മെരിലാന്റിൽനിന്ന് റാണിയെ വേറേ കാറിൽ കയറ്റി ഞാനും പോന്നു.

ഉദ്ഘാടനം കഴിഞ്ഞ് റാണിയെ തിരികെ സ്റ്റുഡിയോയിൽ കൊണ്ടെത്തിക്കേണ്ട ചുമതലയും എനിക്കായിരുന്നു. കാറിൽ കയറിയ ഉടൻ റാണി പറഞ്ഞു:

''എനിക്ക് എം.എൽ.എ ക്വാർട്ടേഴ്സ് വരെ ഒന്നു പോകണം.''

''എന്തിനാ?'' ഞാൻ.

''അവിടെ ഡോക്ടർ മോഹൻദാസ് ഉണ്ട്.''

മഴ പെയ്യുന്നുണ്ടായിരുന്നു.

സുബ്രഹ്മണത്തിന്റെ കാർ വലത്തേക്ക് തിരിച്ചപ്പോൾ അതിനുപിന്നാലെ പുറപ്പെട്ട ഞങ്ങളുടെ കാർ ഇടത്തോട്ട് തിരിച്ച് വിട്ടു.

ഞാൻ പലതും ഓർത്തുപോയി. കഴിഞ്ഞ ഡിസംബറിൽ റാണിക്ക് മദ്രാസിൽ ഒരു നവവത്സരാശംസാ കാർഡ് കിട്ടി. അതിനു പകരം അയക്കുന്ന കാർഡിൽ അഡ്രസ് എങ്ങനെ എഴുതണം എന്ന് റാണിയും അനുജത്തി അമ്പിളിയും തമ്മിൽ തർക്കിച്ചുകൊണ്ടിരിക്കുന്ന സമയത്താണ് ഞാനവിടെ എത്തിയത്.

ഒരു ഡോക്ടർക്കാണ് കാർഡ് അയക്കേണ്ടത്. കവറിൽ പേരിനു മുമ്പായി റാണി 'മിസ്റ്റർ ഡോക്ടർ' എന്നെഴുതി. അതിലേതെങ്കിലുമൊന്ന് മതിയെന്ന് അമ്പിളി പറഞ്ഞു. തർക്കം മൂത്തപ്പോൾ ഞാൻ ഇടപെട്ടു.

''രണ്ടും ഇരിക്കട്ടെ. സിനിമാനടികൾക്ക് ഇത്രയൊക്കെ വിവരമേ ഉള്ളൂ എന്ന് ആർക്കാണ് അറിഞ്ഞുകൂടാത്തത്.''

ഇതുകേട്ട് റാണി 'മിസ്റ്റർ' വെട്ടി.

''എന്നാണ് വിവഹാം?'' ഞാൻ ചോദിച്ചു.

''എനിക്ക് അങ്ങനെയൊന്ന് ഉണ്ടാകുമോ?'' റാണി.

''എന്തുകൊണ്ടില്ല. നിങ്ങൾ കേരള സുന്ദരിയാണ് ചെറുപ്പമാണ്. സിനിമയിൽ ധാരാളം ചാൻസുണ്ട്. ധാരാളം പണം സമ്പാദിക്കുന്നു.'' – ഞാൻ.

''എല്ലാം ശരി തന്നെ. പക്ഷെ എന്റെ ഇളയ കുട്ടികളെ നല്ല നിലയി

ലെത്തിക്കണം'' റാണി ആത്മഗതം പോലെ തുടർന്നു. ''ഡോക്ടർ മോഹൻദാസ് നല്ല മനുഷ്യനാണ്.''

ആ സമയത്ത് ഞാൻ ഡോക്ടറെ ഒരു പ്രാവശ്യമേ കണ്ടിരുന്നുള്ളു. ഉത്തരായണത്തിലെ നായകനാണ്. അതിന്റെ ജോലിക്ക് മദ്രാസിൽ വന്നപ്പോഴാണ് കണ്ടത്. അദ്ദേഹമപ്പോൾ കെ.ജി. ജോർജിന്റെ 'സ്വപ്നാടനം'ത്തിൽ റാണിയുടെ നായകനായി അഭിനയിച്ചുകൊണ്ടിരിക്കുന്നു. മോഹൻദാസ് ഇന്ത്യൻ സിനിമയിലെ ഗ്ലാമർ താരസങ്കല്പത്തെ കശക്കിയെറിഞ്ഞ നടനാണല്ലോ.

''പ്രേമം മനുഷ്യമനസ്സുകളെ ജ്വലിപ്പിക്കുന്നു. അത് മോഹങ്ങളെ ദഹിപ്പിക്കുകയും ചെയ്യും. അപകടം വിതയ്ക്കുന്നതും ഈ തീനാളമാണ്.''

എം.എൽ.എ ക്വാർട്ടേഴ്സിന്റെ ഗേറ്റിന് അല്പം ദൂരെ വണ്ടി നിർത്തി ഞാനിറങ്ങി റിസപ്ഷനിൽ അന്വേഷിച്ചപ്പോൾ ഡോക്ടർ അപ്പോൾ അവിടെയില്ലെന്ന മറുപടിയാണ് കിട്ടിയത്.

കാർ നേരേ മെരിലാന്റിലേക്ക് തന്നെ വിട്ടു.

''ഇത് കാര്യമായിട്ടാണോ റാണി?'' ഞാൻ ചോദിച്ചു.

''അതെ''

''മോഹൻദാസ് കല്യാണം കഴിക്കുമോ?''

''എനിക്ക് വാക്ക് തന്നിട്ടുണ്ട്''

തമ്പാനൂർ വഴി പോകുമ്പോൾ ചില വാരികകൾ വേണമെന്ന് റാണി പറഞ്ഞു. ഓവർബ്രിഡ്ജിലെ സുകുമാർ ബുക് സ്റ്റാളിൽ നിന്ന് ഞാൻ അതെല്ലാം വാങ്ങിക്കൊടുക്കുകയും ചെയ്തു.

റാണിയുടെ വിവാഹകാര്യത്തെക്കുറിച്ച് തന്നെ സംസാരിച്ചുകൊണ്ടാണ് ഞങ്ങൾ മെരിലാന്റിലെത്തിയത്. ഡ്രൈവർ മണിയൻ (അതോ മണികണ്ഠനോ, തിരുവനന്തപുരത്ത് അധികം പേർക്കും ഈ പേരുകളാണ്.) മാത്രം എല്ലാം നിശബ്ദനായി കേട്ടുകൊണ്ടിരുന്നു. സുബ്രഹ്മണ്യം എത്തിയിട്ട് അര മണിക്കൂർ കഴിഞ്ഞാണ് ഞങ്ങൾ സ്റ്റുഡിയോയിൽ എത്തിയതെന്നുമാത്രം.

എല്ലാവരും ഭൂതത്തെക്കുറിച്ച് പറയും. പക്ഷെ അതിനെ കണ്ടവരാരുമില്ല. അതുപോലെയാണ് പ്രേമത്തിന്റെ കാര്യവും - ഞാനോലാചിച്ചു.

ആ ഡിസംബർ 21-ാം തീയതി തുമ്പ സ്പേസ് സെന്ററിലെ 'വികാസ്' എന്ന കലാസംഘടനയുടെ അവാർഡ് നൈറ്റിൽ റാണിയുടെ നൃത്തപരിപാടിയുണ്ടായിരുന്നു. ടി.എൻ. ശേഷനും എസ്.എൽ.പുരം സദാനന്ദനും ഒക്കെ സ്റ്റേജിൽ ഇരുന്നിട്ടും സമ്മാനദാനം നിർവ്വഹിച്ചത് റാണിയായിരുന്നു. പരിപാടി കഴിഞ്ഞ് ഞാൻ ഗ്രീൻ റൂമിലെത്തി റാണിയെ അനുമോദിച്ചു. നൃത്തം നന്നായെന്നു ഞാൻ പറഞ്ഞപ്പോൾ ആ മുഖത്ത് തെളിഞ്ഞ സന്തോഷം ഞാനിന്നും ഓർക്കുന്നു.

*****

തീനാളം ഉയർന്നുയർന്നു പോകുന്തോറും ചാരം തണുത്തുതണുത്തു വരും. റാണിയുടെ ജീവിതവും ഇതുപോലെയായിരുന്നു.

ഒരുദിവസം രാവിലെ നാനയുടെ ഓഫീസിൽ റാണിചന്ദ്രയുടെ അച്ഛൻ കെ.എൻ. ചന്ദ്രൻ എന്നെ അന്വേഷിച്ചുവന്നു.

''സാറെന്നെ ഒന്നു സഹായിക്കണം, റാണി എന്നെ വീട്ടിൽ നിന്നിറക്കിവിട്ടു'' - ചന്ദ്രൻ പറഞ്ഞു.

''എന്താണ് കാരണം?'' ഞാൻ.

''ഒരു പോലീസ് കേസിൽപ്പെട്ടു.''

''കേസെന്താണ്?''

''നോട്ട് ഇരട്ടിക്കൽ, ഷാജിയും ഉണ്ടായിരുന്നു. പോലീസ് വന്നപ്പോൾ ഞങ്ങൾ ഓടി. റാണി കുറച്ചു പണം തന്നാൽ അത് കൊടുത്ത് കേസൊതുക്കാം.''

''അതിന് ഞാനെന്തു ചെയ്യാനാണ്?''

''സാർ പറഞ്ഞാൽ റാണി അനുസരിക്കും.''

''അത് നിങ്ങൾക്കെങ്ങനെ അറിയാം.''

''വീട്ടിൽവച്ച് അവൾ സാറിനെക്കുറിച്ച് പറയുന്നത് ഞാൻ കേൾക്കാറുള്ളതല്ലേ?''

''ഞാൻ റാണിക്കെഴുതാം. നിങ്ങൾ പൊയ്ക്കൊള്ളു.''

''പോകാൻ കയ്യിൽ പണമില്ല.''

നൂറുരൂപ കടംവാങ്ങി ചന്ദ്രന് കൊടുത്തു. അന്നത്തെ നൂറു രൂപയാണെന്നോർക്കണം.

ഞാൻ റാണിക്കെഴുതി. ''അച്ഛനല്ലേ റാണീ, ഇങ്ങനെ ചുറ്റിനടക്കുന്നത് റാണിക്കാണ് അപമാനം.''

വീണ്ടും രണ്ടാഴ്ച കഴിഞ്ഞുകാണും. ഞാൻ വീട്ടിൽ വരുമ്പോൾ ഒരാൾ ചൂലുകൊണ്ട് മുറ്റം തൂക്കുന്നു, റാണിയുടെ അച്ഛനാണ്.

''ഹേ, നിങ്ങൾ എന്താണ് ചെയ്യുന്നത്?'' ഞാൻ തടഞ്ഞു.

''സാറിന്റെ മുറ്റമൊക്കെ വൃത്തികേടായി കിടക്കുന്നു. ഒന്നു തൂത്തിടാമെന്ന് വച്ചു. ഇതിൽ മാനക്കേടൊന്നുമില്ല'' ചന്ദ്രൻ.

''പക്ഷേ എനിക്കിത് മാനക്കേടാണ്, മുറ്റമടിക്കാൻ വേറെ ആളുണ്ട്.'' ഞാൻ ചൂല് വാങ്ങിവച്ചു. ''നിങ്ങൾ മദ്രാസിൽ പോയില്ല?''

''സാർ തന്ന പൈസ കൊടുത്ത് ഞാൻ ഷാജിയെ അയച്ചു. എനിക്കും കൂടി പൈസ തികഞ്ഞില്ല. സാർ ഒന്നുകൂടി സഹായിക്കണം.''

മലയാള സിനിമയിലെ ആ വർഷത്തെ ഏറ്റവും തിരക്കുള്ള നായികനടിയുടെ അച്ഛനാണ് ചോദിക്കുന്നത്.. വെറും നൂറുരൂപ.

ഞാൻ അതും കൊടുത്തു.

അയാൾ മദ്രാസിൽ പോയിക്കാണുമെന്ന് വിശ്വസിക്കുകയും ചെയ്തു.

ഒരാഴ്ച കഴിഞ്ഞ് കൃഷ്ണസ്വാമി റെഡ്യാരെ കാണാൻ കൊല്ലത്ത് പോയപ്പോൾ കാപ്പി കുടിക്കാൻ ഒരു ഹോട്ടലിൽ കയറി. ഞാനിരുന്ന മേശയുടെ നേരേ എതിർവശത്ത് ചന്ദ്രൻ ഇരുന്ന് പൊറോട്ടയും കോഴിക്കറിയും കഴിക്കുന്നു. അയാളെ കണ്ടതായേ ഞാൻ ഭാവിച്ചില്ല. അയാൾ എന്നെയും.

കബളിപ്പിക്കപ്പെട്ടതിന്റെ ക്ഷീണമായിരുന്നു എനിക്ക്. ഒരിക്കലല്ല, രണ്ടുതവണയാണ് പറ്റിയത്.

കെ.ജി. ജോർജ് സംവിധാനം ചെയ്ത 'സ്വപ്നാടനം' എന്ന ചിത്രത്തിന്റെ പ്രിവ്യു 76 മാർച്ച് മാസത്തിൽ തിരുവനന്തപുരത്തെ ശ്രീകുമാർ തിയേറ്ററിൽ നടത്തി. അതിലെ നായിക റാണിചന്ദ്രയെക്കുറിച്ച് ചിത്രത്തിന്റെ നിരൂപണത്തിൽ ഞാനിങ്ങനെ പരാമർശിച്ചു.:

''സ്വപ്നാടനത്തിലൂടെ റാണിചന്ദ്ര മലയാളത്തിലെ ഒന്നാംകിട നടിയായി ഉയർന്നിരിക്കുന്നു. അവരുടെ സംഭാഷണം കടുകു പൊട്ടിക്കുന്നതു പോലെയുണ്ട്. ചലനങ്ങൾ ഇരുത്തംവന്ന നടിയുടേതാണ്. ഇടയ്ക്കിടെ കത്തിജ്വലിക്കുകയും ഇടയ്ക്കിടെ മങ്ങുകയും വീണ്ടും പൊട്ടിത്തെറിക്കുകയും ചെയ്യുന്ന ആ കഥാപാത്രത്തെ റാണി അത്ഭുതകരമായി അവതരിപ്പിച്ചിരിക്കുന്നു. പ്രത്യേകിച്ചും കോപിച്ച് കണ്ണിൽ കണ്ടതെല്ലാം വലിച്ചെറിഞ്ഞ് 'ഇറങ്ങി പൊയ്ക്കോ' എന്ന് ആക്രോശിക്കുന്ന റാണിയുടെ ഉഗ്രഭാവം ആർക്കും മറക്കാനാവില്ല.''

റാണിയുടെ ഈ കഥാപാത്രത്തെക്കുറിച്ച് ഞാൻ അക്കൊല്ലത്തെ സംസ്ഥാന അവാർഡ് കമ്മിറ്റിയിലുണ്ടായിരുന്ന കുങ്കുമം പത്രാധിപർ പി.സി കുട്ടികൃഷ്ണ (ഉറൂബ്) നോട് സൂചിപ്പിക്കുകയും ചെയ്തു. അതെങ്ങനെയാണെങ്കിലും 1975ലെ ഏറ്റവും നല്ല നടിക്കുള്ള സംസ്ഥാന അവാർഡ് റാണിചന്ദ്രയ്ക്കായിരുന്നു.

*****

അവാർഡ് പ്രഖ്യാപനം അറിഞ്ഞ ശേഷമാണ് റാണിചന്ദ്ര നൃത്തപരിപാടികൾക്കായി ദുബായ്ക്ക് പോയത്. കൂടെ അമ്മയും അനിയത്തി അമ്പിളിയും മറ്റൊരനുജത്തിയും ഉണ്ടായിരുന്നു. റേഡിയോളജി പഠിച്ച കുട്ടിക്ക് നേരത്തേതന്നെ അവിടെ ജോലി ലഭിക്കുകയും ചെയ്തിരുന്നു.

ദുബായ്ക്ക് പോകുന്നതിനുമുമ്പ് ഈ യാത്രയുടെ വിവരം കാണിച്ച് റാണി എനിക്കൊരു കത്തയച്ചിരുന്നു. അതിന് മറുപടി എഴുതേണ്ടതായി വന്നില്ല.

ദുബായ് പരിപാടി ഉദ്ദേശിച്ച പോലെ വിജയിച്ചില്ല. മടങ്ങിവരാനുള്ള പണം പോലും വിഷമിച്ചാണ് സംഘടിപ്പിച്ചത്. ബോംബെയിൽ വന്നിറങ്ങിയ അവർ അവിടുന്ന് മദ്രാസിലേക്കുള്ള വിമാനത്തിൽ കയറി. ആ വിമാനം ഉയർന്ന ഉടനെതന്നെ തീപിടിച്ച് പൊട്ടിച്ചിതറി വീണു. റാണി അമ്മയോടും രണ്ട് അനുജത്തിമാരോടുമൊപ്പം വെന്തുമരിച്ചു.

ഓഫീസിൽവച്ച് രാവിലെ ഈ വാർത്ത കേട്ട എന്റെ സപ്തനാഡികളും തളർന്നപോയ പോലെയായി. അസ്തിത്വം തന്നെ നഷ്ടപ്പെട്ട ഞാൻ വീട്ടിലേക്ക് മടങ്ങി.

വഴിക്ക് ഞങ്ങളെ പണ്ട് എം.എൽ.എ ക്വാർട്ടേഴ്സിലേക്ക് കൊണ്ടുപോയ ഡ്രൈവറെ കണ്ടു. ഞാൻ പറഞ്ഞു: ''നമ്മുടെ റാണി മരിച്ചുപോയി.'' അയാൾ ഒന്നും മനസ്സിലാകാത്ത പോലെ നിന്നു.

പൂർണ്ണമായി വിടരാത്ത പുഷ്പം, വായിക്കാത്ത ഒരു പുസ്തകം, ഫലങ്ങൾ പറിച്ചെടുക്കാത്ത വൃക്ഷം, ആരും സഞ്ചരിക്കാത്ത നടപ്പാത, നിശബ്ദമായ ആകാശത്തിന് താഴെ അതിരുകൾ നിഴലായി നിശബ്ദം കാണുന്ന ഒരു പ്രകൃതിദൃശ്യം, പൂട്ടിവയ്ക്കാത്ത സുഗന്ധ ജലധാര, തുറക്കാത്ത സമ്മാനപ്പെട്ടി, നാളെയുടെ കവാടങ്ങൾ അവൾക്കുവേണ്ടി തുറക്കപ്പെട്ടില്ലല്ലോ?

റാണിയുടെ ശവസംസ്കാരത്തിൽ പങ്കെടുക്കാൻ ഡോ. മോഹൻദാസ് മദ്രാസിലെത്തിയിരുന്നു. അടുത്തുനിന്ന അച്ഛൻ ചന്ദ്രൻ ചോദിച്ചു. ''ഇൻഷുറൻസ് എത്ര രൂപ കിട്ടും?''

സംസ്ഥാന അവാർഡ് വാങ്ങാൻ റാണിക്ക് ഭാഗ്യമുണ്ടായില്ല. അത് ഏറ്റുവാങ്ങാൻ പലരും തമ്മിൽ വഴക്കടിച്ചു. അവരത് ആഘോഷിക്കുന്നതുപോലെ തോന്നി.

മലനിരകളിലെ മഞ്ഞുപാളി പോലെ,
നദികളിലെ നുരയും പതയും പോലെ,
ജലസ്രോതസ്സിലെ കുമിളകൾ പോലെ
ജീവിതം ക്ഷണം അവസാനിപ്പിച്ച്
അഗ്നിയിലാഹുതി ചെയ്ത് റാണി പോയി,
എന്നെന്നേക്കുമായി.

■

ആയിരത്തിലൊരുവൻ

1973 നവംബർ 13-ാം തീയതി അതിരാവിലെ ഞാൻ എം.ജി.ആറിന്റെ രാമവാരത്തെ വീട്ടിലെ രഹസ്യഫോണിലേക്ക് വിളിച്ചു. അന്ന് തമിഴ്നാട്ടിലെ സിനിമയിലും രാഷ്ട്രീയത്തിലും സൂപ്പർ താരമായിരുന്നു മലയാളിയായ എം.ജി. രാമചന്ദ്രമേനോൻ.

അദ്ദേഹം അതിരാവിലെ ഉണരുമെന്നും അതിനുശേഷം കുറേസമയം വ്യായാമവും അഭ്യാസവുമൊക്കെയുണ്ടെന്നും എനിക്ക് അറിയാമായിരുന്നു. എങ്കിലും മറ്റാരെങ്കിലുമായിരിക്കും ഫോൺ എടുക്കുന്നത് എന്നേ പ്രതീക്ഷിച്ചുള്ളു.

ഫോൺ എടുത്ത ആൾ അദ്ദേഹത്തിന്റെ സെക്രട്ടറിയോ മറ്റോ ആയിരിക്കുമെന്നു കരുതി മലയാളത്തിലാണ് ചോദിച്ചത്.

''എം.ജി.ആർ ഉണ്ടോ?''

മദ്രാസിൽ ഉള്ളവർ അദ്ദേഹത്തെ ഇങ്ങനെ വിളിക്കാറില്ലായിരുന്നു. അവിടെ എല്ലാവർക്കും അദ്ദേഹം വാധ്യാർ ആണ്.

''ആരാ സംസാരിക്കുന്നത്?'' മറുപടിയും മലയാളത്തിൽത്തന്നെ.

''എം.ജി.ആറിനെ ഒന്നു കാണമായിരുന്നു. തിരുവനന്തപുരത്തു നിന്നും വന്ന പത്രക്കാരാണ്.''

''ഏതു പത്രമാണ്?''

''ഞങ്ങൾക്ക് മൂന്ന് വാരികകളുണ്ട്. സിനിയും രാഷ്ട്രീയവും സാഹിത്യവും..''

''എന്തിനാ കാണുന്നത്?''

''അദ്ദേഹത്തിന്റെ പുതിയ പാർട്ടിയേക്കുറിച്ച് ചോദിക്കാനാ.''

''നിങ്ങൾ എവിടെയാ താമസിക്കുന്നത്?''

''എഗ്മൂറിലെ ഉടുപ്പി ഹോമിൽ, റൂംനമ്പർ 241'' ഫോൺ എം.ജി.ആറിന് കൊടുക്കാമോ?''

''എം.ജി.ആറാണ് സംസാരിക്കുന്നത്.''

ഞാൻ അത്ഭുതസ്തബ്ധനായിപ്പോയി. ഈ വെളുപ്പാൻകാലത്ത് എം.ജി.ആർ തന്നെ ഫോൺ അറ്റന്റ് ചെയ്യുന്നു! മലയാളത്തിൽ മറുപടിയും പറയുന്നു! ഇതൊന്നും ഒട്ടുമേ പ്രതീക്ഷിച്ചതല്ലായിരുന്നു.

''നിങ്ങൾ എത്രപേരുണ്ട്?''

''നാലുപേർ. പ്രൊപ്രൈറ്റർ, എഡിറ്റർ, ലേഖകൻ, ഫോട്ടോഗ്രാഫർ''

''ശരി. ഉച്ചയ്ക്ക് 12 മണിക്ക് ടി. നഗറിലെ പോണ്ടിബസാറിലുള്ള എം.ജി.ആർ പിക്ചേഴ്സിൽ വന്നാൽ മതി. സംസാരിക്കാമല്ലോ.''

എം.ജി.ആർ പറഞ്ഞതുപ്രകാരം കൃത്യം പന്ത്രണ്ടുമണിക്കു തന്നെ കൃഷ്ണസ്വാമി റെഡ്യാർ, കെ.വി.എസ്. ഇളയത്, ഫോട്ടോഗ്രാഫർ പ്രഭാകരൻ എന്നിവരുമായി ഞാൻ എം.ജി.ആർ പിക്ചേഴ്സിലെത്തി.

സന്ദർശകരെ എല്ലാം സംശയത്തോടെ വീക്ഷിക്കുന്ന കുറെ മല്ലന്മാർ വാതുക്കലും മുറ്റത്തിന്റെ മൂലകളിലും നിൽപ്പുണ്ട്. മുറ്റത്ത് ഒരു പള്ളിമുറ്റത്തെപ്പോലെ അനേകം ചെരുപ്പുകൾ കിടക്കുന്നു. അകത്ത് ധാരാളം സന്ദർശകർ ഉണ്ടെന്ന് മനസ്സിലായി.

കൃഷ്ണസ്വാമി റെഡ്യാരെ കണ്ട് ഓഫീസ് മാനേജർ ചാടിയെണീറ്റപ്പോൾ ഞങ്ങൾക്ക് അത്ഭുതമായി. റെഡ്യാരുടെ അമ്മാവൻ കുമാരസ്വാമി റെഡ്യാർ ആലപ്പുഴയിൽ 'രാധാകൃഷ്ണാ ഫിലിംസ് ' എന്ന വിതരണസ്ഥാപനം നടത്തിയിരുന്നു. എം.ജി.ആർ അഭിനയിച്ചതുൾപ്പെടെയുള്ള അനവധി തമിഴ് ചിത്രങ്ങൾ കേരളത്തിൽ വിതരണം നടത്തിയത് ഈ കമ്പനിയാണ്. ഈ മാനേജർ പണ്ട് അതിലെ ജീവനക്കാരനായിരുന്നു. അദ്ദേഹം തന്ന കസേരകളിൽ ഞങ്ങൾ എം.ജി.ആർ വിളിക്കുന്നതും കാത്തിരുന്നു.

മുമ്പ് രണ്ടുപ്രാവശ്യം മാത്രമേ ഞാൻ എം.ജി.ആറിനെ നേരിട്ട് കണ്ടിരുന്നുള്ളു. അന്ന് കണ്ട സിനിമാനടൻ മാത്രമായ എം.ജി.ആറല്ല ഇപ്പോൾ ഇവിടെയുള്ളത്. ഇന്ന് ഇദ്ദേഹം മുഖ്യമന്ത്രി കരുണാനിധിയുടെ കസേരയ്ക്കുതന്നെ ഭീഷണിയായി വളർന്നിരിക്കുന്ന ഒരു രാഷ്ട്രീയ നേതാവുകൂടിയാണ്.

മുകളിൽ റഷ്യയിൽനിന്നു വന്നവരാണ് എം.ജി.ആറുമായി സംസാരിച്ചുകൊണ്ടിരിക്കുന്നത്. അദ്ദേഹത്തിന്റെ സിനിമകൾ റഷ്യയിൽ പ്രദർശിപ്പിക്കുന്നതിനെക്കുറിച്ചോ അടുത്ത രാഷ്ട്രീയ നീക്കങ്ങളോ-

ഏതായാലും ചർച്ച നീണ്ടുപോകുന്നു.!

എന്റെ ചിന്തയിൽ പല രംഗങ്ങൾ തെളിഞ്ഞുവന്നു. എം.ജി.ആർ അഭിനയിച്ച ധാരാളം തമിഴ് ചിത്രങ്ങൾ കണ്ടിട്ടുണ്ട്. സൽസ്വഭാവിയും പാവങ്ങൾക്കുവേണ്ടി അനീതിക്കെതിരെ പടപൊരുതുന്ന പോരാളിയുമായിട്ടാണ് മിക്ക ചിത്രങ്ങളിലും അദ്ദേഹത്തെ കണ്ടിട്ടുള്ളത്. ഇദ്ദേഹത്തിന്റെ നായകന്മാർ സുന്ദരികളുടെ പിന്നാലെ പോവുകയില്ല. സുന്ദരികൾ ഇദ്ദേഹത്തിന്റെ പിന്നാലെയേ പോവുകയുള്ളു. അങ്ങനെ വി.എൻ. ജാനകി മുതൽ ബി. സരോജാദേവി, ജയലളിത, മഞ്ജുള, ലത മുതലായി എത്ര എത്ര നായികമാർ. അവരിലധികവും അദ്ദേഹത്തിന്റെ മക്കളോ ചെറുമക്കളോ ആകാൻ മാത്രം പ്രായമുള്ളവരായിരുന്നു.

എം.ജി.ആർ അഭിനയിച്ച 'ജനോവ' എന്ന ഏക മലയാളചിത്രം കാണാൻ അവസരം ലഭിച്ചിട്ടില്ല.

പാലക്കാട്ടുനിന്ന് സീലോണിൽ കുടിയേറിയ മലയാളി ദമ്പതിമാരുടെ രണ്ടാമത്തെ സന്തതിയായിരുന്നു എം.ജി.രാമചന്ദ്രമേനോൻ. മൂത്ത ആൾ ചക്രപാണി. അവർക്ക് കാര്യമായ സ്കൂൾ വിദ്യാഭ്യാസമൊന്നും ലഭിച്ചില്ല. സഹോദരന്മാർ ഇരുവരും കൗമാരപ്രായത്തിൽ മദ്രാസിൽവന്ന് ആദ്യം തമിഴ് നാടകങ്ങളിലും ക്രമേണ തമിഴ് സിനിമകളിലും അഭിനയിക്കാൻ ആരംഭിച്ചു. അന്നദ്ദേഹം ചലച്ചിത്രനിർമ്മാതാവും 'സത്യ' ഫിലിം സ്റ്റുഡിയോയുടെ ഉടമസ്ഥനുമാണ്. ഈ സ്റ്റുഡിയോയിൽ മലയാള സിനിമകളുടെ ഷൂട്ടിംഗിന് കുറച്ച് വാടകയേ വാങ്ങാറുള്ളു.

ആദ്യഭാര്യ മരിച്ച ശേഷം എം.ജി.ആർ തന്റെ സിനിമയിലെ നായികയും വൈക്കംകാരിയുമായ വി.എൻ. ജാനകിയെ രണ്ടാം ഭാര്യയാക്കി. (അവരുടെ മൃദംഗക്കാരൻ ഭർത്താവ് മദ്രാസിൽ അലഞ്ഞുനടപ്പുണ്ടായിരുന്നു.) തന്റെ ഇളംനായികമാരുമായി ബന്ധപ്പെടുത്തി എം.ജി.ആറിനെപ്പറ്റി മദ്രാസ് സിനിമാരംഗത്ത് ധാരാളം കഥകൾ പ്രചരിച്ചിരുന്നു.

'പെരിയോർ' എന്നും 'തന്തപ്പെരിയോർ' എന്നുമൊക്കെ വിളിച്ചിരുന്ന ഇ.വി. രാമസ്വാമി നായ്ക്കർ തമിഴ്നാട്ടിലെ ബ്രാഹ്മമേൽക്കോയ്മയെ ചെറുക്കാൻ വേണ്ടി ആരംഭിച്ച നിരീശ്വര-യുക്തിവാദ സംഘടനയായ 'ദ്രാവിഡകഴക'ത്തിൽ എം.ജി.ആർ, ശിവാജി ഗണേശൻ, കരുണാനിധി മുതലായ അന്നത്തെ പ്രധാന സിനിമാക്കാരെല്ലാം അംഗങ്ങളായി. പെരിയോരുടെ പ്രഥമ ശിഷ്യനായ അണ്ണാദുരൈ പേരിയോർ വയസ്സുകാലത്തിൽ വീണ്ടും കല്യാണം കഴിച്ചതിൽ പ്രതിഷേധിച്ച് തെറ്റിപ്പിരിഞ്ഞ് 'ദ്രാവിഡ മുന്നേറ്റ കഴകം' എന്ന രാഷ്ട്രീയ പാർട്ടി രൂപീകരിച്ചപ്പോൾ ഇവരെല്ലാം അദ്ദേഹത്തിന്റെ കൂടെച്ചേർന്നു.

ഇക്കണോമിക്സ് എം.എക്കാരനും വാഗ്മിയുമായ സി.എൻ. അണ്ണാദുരൈ താൻ വിളിച്ചുകൂട്ടുന്ന യോഗങ്ങളിൽ ആളെക്കൂട്ടാൻ എം.ജി.ആറിനെയും പ്രാസമൊപ്പിച്ച് തീപ്പൊരി പ്രസംഗം നടത്താൻ കരുണാനിധിയേയും ആണ് പ്രയോജനപ്പെടുത്തിയിരുന്നത്. ഇവർ തന്റെ രണ്ടു കണ്ണുകൾ പോലെയാണെന്ന് അണ്ണാ പറയുമായിരുന്നു.

1965-ൽ ഉത്തരേന്ത്യൻ മേൽക്കോയ്മക്കും ഹിന്ദി അടിച്ചേൽപ്പിക്കുന്നതിനുമെതിരായി ട്രെയിനുകൾ കത്തിച്ച് ധീരതയുടെ പരിവേഷം ആർജിച്ച ദ്രാവിഡ മുന്നേറ്റ കഴകം 1967-ൽ നടന്ന തെരഞ്ഞെടുപ്പിൽ അതുവരെ 'ഏഴൈതോഴൻ' ആയി വിരാജിച്ചിരുന്ന കാമരാജ നാടാരുടെ കോൺഗ്രസ് പാർട്ടിയെ കടപുഴക്കിയെറിഞ്ഞ് തമിഴ്നാട്ടിൽ അധികാരം പിടിച്ചെടുത്തു. അണ്ണാദുരൈ മുഖ്യമന്ത്രിയും കരുണാനിധി മന്ത്രിയുമായി എം.എൽ.എയും പാർട്ടി ട്രഷററുമായ എം.ജി.ആർ രാഷ്ട്രീയരംഗത്തും പ്രധാന ഘടകമായി മാറി.

ഇതിനിടയ്ക്ക് 'രക്തക്കണ്ണീർ' എന്ന നാടകത്തിലൂടെയും സിനിമയിലൂടെയും പ്രസിദ്ധനായ, എം.ജി.ആറിന്റെ ഉറ്റ സ്നേഹിതൻകൂടിയായ എം.ആർ. രാധ എന്തോ വ്യക്തിപരമായ പകപോക്കലിനുവേണ്ടി എം.ജി.ആറിന്റെ നേരേ വെടിവെച്ചു. ചെവിക്ക് തൊട്ടുതാഴെ കഴുത്തിലൂടെ കടന്നുപോയ വെടിയുണ്ട അദ്ദേഹത്തിന്റെ ശബ്ദം അടപ്പിച്ചുകളഞ്ഞു. അന്ന് തമിഴ്നാട്ടിൽ എത്ര പേരാണെന്നോ ദേഹത്ത് മണ്ണെണ്ണ ഒഴിച്ച് കത്തിച്ച് ആത്മഹത്യ ചെയ്തത്.

മുഖ്യമന്ത്രി അണ്ണാദുരൈ ക്യാൻസർ ബാധിച്ച് അമേരിക്കയിൽ വച്ച് നിര്യാതനായപ്പോൾ പകരം മുഖ്യമന്ത്രിസ്ഥാനം ലഭിച്ചത് കരുണാനിധിക്കാണ്. അപ്പോഴും പാർട്ടിമീറ്റിംഗുകളിൽ ആളു കൂടണമെങ്കിൽ എം.

ജി.ആർ എത്തണമായിരുന്നു. ഇത് കരുണാനിധിയിൽ നീരസമുണ്ടാക്കി.

എം.കൃഷ്ണൻനായർ സംവിധാനം ചെയ്ത 'റിക്ഷാക്കാരൻ' എന്ന തമിഴ് ചിത്രത്തിലെ അഭിനയത്തിന് എം.ജി.ആറിന് ഭരത് അവാർഡ് കിട്ടുക കൂടിച്ചെയ്തതോടെ അത് അസൂയയായി മാറുകയും ചെയ്തു. എം.ജി.ആറിന്റെ അത്ഭുതകരമായ ജനസ്വാധീനം ഭാവിയിൽ തനിക്ക് ഭീഷണി ആയേക്കുമോ എന്ന് കരുണാനിധി ഭയന്നുപോയി.

തമിഴ് മക്കൾ സിനിമാനടന്മാരെ ദൈവങ്ങളെപ്പോലെ ആരാധിക്കുന്നു. എന്നാൽ തന്റെ ആദ്യഭാര്യയിലെ മകൻ എം.കെ. മുത്തുവിനെ നായകനാക്കി ഒരു സിനിമ എടുത്താലെന്തെന്ന് കരുണാനിധിക്ക് തോന്നി. ഇത് എം.ജി.ആറിന് രസിച്ചില്ല.

അക്കാലത്ത് എം.ജി.ആർ തന്റെ നായികമാരുമായി കരാറുണ്ടാക്കി അവരെ അയ്യഞ്ചുവർഷത്തേക്ക് കുറഞ്ഞ ശമ്പളത്തിന് വയ്ക്കുകയായിരുന്നു. ഇതിനിടെ മറ്റാരുടെയും ചിത്രങ്ങളിൽ അഭിനയിക്കാൻ അവർക്ക് കഴിഞ്ഞിരുന്നില്ല. ഈ സമയത്ത് കോൺട്രാക്ട് കാലാവധി അവസാനിച്ച മഞ്ജുള എന്ന നായിക എം.ജി.ആറിനെതിരെ അപവാദവുമായി രംഗത്തുവന്നു. ഇത് കരുണാനിധിയുടെ പ്രേരണ കൊണ്ടായിരുന്നു. മഞ്ജുളയെ മുത്തുവിന്റെ നായികയാക്കുകയും ചെയ്തു.

ഇതോടെ എം.ജി.ആർ. കരുണാനിധിക്കെതിരെ അഴിമതി ആരോപണം ഉന്നയിച്ചു. ഇതാണ് യുദ്ധത്തിന്റെ തുടക്കം. അസംബ്ലിയിൽ വച്ച് കരുണാനിധിയുടെ പക്ഷക്കാരനായ മധുരമുത്തു എന്ന എം.എൽ.എ എം.ജി.ആറിനെ കയ്യേറ്റം ചെയ്യുക പോലും ചെയ്തു.

ഞാൻ ആദ്യമായി എം.ജി.ആറിനെ കണ്ടത് കരുണാനിധിയെ പിരിച്ചുവിടണമെന്ന ആവശ്യവുമായി മൗണ്ട് റോഡ് വഴി അദ്ദേഹം ഗിണ്ടിയിലെ രാജ്ഭവനിലേക്ക് തിരമാല അടിച്ചുവരുന്നതു പോലെ ഇരമ്പുന്ന ഒരു ഘോഷയാത്ര നയിച്ചുകൊണ്ടു പോകുന്നതായിട്ടാണ്. സി.പി.ഐ സെക്രട്ടറി കൃഷ്ണസ്വാമിയും ആ വാഹനത്തിൽ ഉണ്ടായിരുന്നു.

ഇതോടെ ഇരിപ്പിടത്തിന് ഇളക്കം തട്ടിത്തുടങ്ങി എന്നു മനസ്സിലാക്കിയ കരുണാനിധി മലയാളിവിരുദ്ധ വികാരം കത്തിച്ചുവിട്ടു. മൗണ്ട് റോഡിൽ കൂടി കടന്നുപോയ ഒരു ഡി.എം.കെ. പ്രകടനത്തിൽ പങ്കെടുത്തവർ മലയാളികളുടെ കടകൾ അടിച്ചുതകർക്കുകയും ചെയ്തു. ഞാൻ ഇതെല്ലാം ആലോചിച്ചുകൊണ്ടിരിക്കുമ്പോൾ കൃഷ്ണസ്വാമി റെഡ്യാർ കാത്തിരിപ്പിൽ അസ്വസ്ഥനാവുകയായിരുന്നു. ആരെയും കാത്തിരുന്നു ശീലമില്ലാത്ത അദ്ദേഹം ഞങ്ങളെ അവിടെ ആക്കിയിട്ട് സ്ഥലംവിട്ടു.

മുകളിൽനിന്ന് റഷ്യക്കാർ ഇനിയും ഇറങ്ങിവന്നിട്ടില്ല. എഡിറ്ററുടെ ക്ഷമയും ക്രമേണ നശിച്ചുതുടങ്ങി.

'പോകരുത്, ഇനി ഇങ്ങനെ ഒരവസരം കിട്ടിയെന്നുവരില്ല. നമ്മളെ വളരെസമയം ഇരുത്തി എന്ന് എഴുതിയാൽ മതിയല്ലോ' ഞാൻ അദ്ദേഹത്തെ തടഞ്ഞു.

എം.ജി.ആർ. പിക്ചേഴ്സിൽ ഇതിനുമുമ്പ് ഞാൻ വന്നിട്ടുണ്ടായിരുന്നു. അഞ്ചാറു മാസങ്ങൾക്കുമുമ്പ് കോട്ടയത്തെ വിതരണക്കാരായ വിമലാ ഫിലിംസ് ഉടമ മാത്യുവിനോടൊപ്പം ഞാനും നടരാജനും ഇവിടെ വന്നത് അദ്ദേഹം ഒന്നരലക്ഷം രൂപ അഡ്വാൻസ് നൽകിയിരുന്ന 'ഉലകംചുറ്റും വാലിബൻ' എന്ന ചിത്രം വൈകുന്നതിനെക്കുറിച്ച് അന്വേഷിക്കാനായിരുന്നു.

അന്ന് എം.ജി.ആറിന് അംഗരക്ഷകരൊന്നുമില്ലായിരുന്നു. ഞങ്ങളെ കണ്ടപാടെ ചിരിച്ചുകൊണ്ട് അടുത്തുവന്നിരുന്ന് കുശലങ്ങൾ ചോദിക്കുകയും ചെയ്തു. രാഷ്ട്രീയ കാരണങ്ങൾ കൊണ്ടാണ് ചിത്രം പൂർത്തിയാക്കാൻ വൈകുന്നതെന്ന് അദ്ദേഹം പറഞ്ഞു.

മാത്യുവിന് അസുഖമാണെന്നും പടം കിട്ടിയാൽ മാത്രമേ അത് മാറുകയുള്ളൂവെന്നും നടരാജൻ തട്ടിവിട്ടത് എം.ജി.ആറിന് വളരെ രസിച്ചു.

തമിഴ്നാട്ടുകാർ എം.ജി.ആറിനെ 'വാധ്യാർ' എന്നാണ് വിളിച്ചിരുന്നത്. സത്യാ സ്റ്റുഡിയോയിലെ ജീവനക്കാർ 'ചിന്നവർ' എന്നും അക്കാലത്ത് സ്റ്റുഡിയോ മാനേജരായിരുന്ന ആർ.എം. വീരപ്പനോട് (പിന്നീട് മന്ത്രി) നടരാജൻ ഈ ചിന്നവരെക്കുറിച്ച് അന്വേഷിക്കുന്നത് ഞാൻ പലപ്പോഴും കേട്ടിട്ടുണ്ട്. എം.ജി.ആറിന്റെ രഹസ്യ ഫോൺനമ്പർ എനിക്ക് തന്നതും നടരാജനായിരുന്നു.

എന്റെ ചിന്തകളെ തടസ്സപ്പെടുത്തിക്കൊണ്ട് എഡിറ്റർ വീണ്ടും പോകാൻ ഏണീറ്റു. ഞാൻ ഉടനെ പിടിച്ചിരുത്തുകയും ചെയ്തു.

ഞാൻ വീണ്ടും ഓർമ്മകൾ തേച്ചുമിനുക്കി. കരുണാനിധിയാണ് മദ്രാസ് നഗരത്തിൽ മനുഷ്യൻ വലിക്കുന്ന റിക്ഷ നിരോധിച്ചത്. തൊഴിലാളികൾക്കെല്ലാം അതിനുപകരം സൈക്കിൾ റിക്ഷ സൗജന്യമായി കൊടുക്കുകയും ചെയ്തു. ഈ സന്ദർഭത്തിൽ എം.ജി.ആർ സ്വന്തം ചിത്രം പ്രിന്റ് ചെയ്ത ബനിയനുകൾ അവർക്ക് സമ്മാനം കൊടുത്തു. അവർ കരുണാനിധി നൽകിയ സൈക്കിളിൽ എം.ജി.ആറിന്റെ പടമുള്ള ബനിയനും ധരിച്ച് നഗരത്തിൽ ചുറ്റിനടന്നു. പോരെ? ഇങ്ങനെയൊക്കെയാണ് തമിഴ്നാട്ടിൽ നേതാക്കന്മാരുണ്ടാകുന്നത്.

'ഉലകംചുറ്റും വാലിബൻ' റിലീസ് ചെയ്യുന്ന സമയത്ത് മദ്രാസ് നഗരസഭ പോസ്റ്റർ ഒട്ടിക്കുന്നതിനുള്ള ടാക്സ് 25 പൈസയിൽനിന്ന് ഒരു രൂപയായി വർധിപ്പിച്ചു. ഇതിൽ പ്രതിഷേധിച്ച് ഒരു പോസ്റ്റർ പോലും ഒട്ടിക്കാതെയാണ് എം.ജി.ആർ ഈ ചിത്രം റിലീസ് ചെയ്തത്. അതിനുപകരം തിരക്കേറിയ 'ജെമിനി സർക്കിളിൽ' തന്റെ 40 അടി ഉയരമുള്ള ഒരു കട്ടൗട്ട് സ്ഥാപിച്ചു. ഈ ചിത്രം പ്രദർശിപ്പിക്കരുതെന്ന് കരുണാനിധി തിയേറ്റർ ഉടമകളെ വിളിച്ചുപറഞ്ഞു. എങ്കിൽ തന്റെ തിയേറ്റർ നൽകുമെന്ന് ശിവാജിഗണേശനും പ്രഖ്യാപിച്ചു. ചിത്രം റിലീസ് ചെയ്ത മൗണ്ട് റോഡിലെ തിയേറ്ററിനു മുമ്പിൽ നീണ്ട ക്യൂ വളരെക്കാലം ഞാൻ കണ്ടിട്ടുണ്ട്. ക്യൂവിൽ നിൽക്കുന്നവരെ പോലീസ് അടിച്ചോടിക്കുന്നതും കാണാനിടയായി. ചിത്രം ജൂബിലികൾ പിന്നിടുകയും ചെയ്തു.

'റിക്ഷാക്കാരൻ' എന്ന ചിത്രത്തിലെ അഭിനയത്തിന് 1971-ൽ എം.ജി.ആറിന് 'ഭരത്' അവാർഡ് ലഭിച്ചത് താൻ ശുപാർശ ചെയ്തിട്ടാണെന്ന് ഈ സമയത്ത് കരുണാനിധി പ്രഖ്യാപിച്ചതിനെ തുടർന്ന് എം.ജി.ആർ ആ ബഹുമതി നിരസിച്ചു. ഇതെല്ലാം അദ്ദേഹത്തിന് ജനങ്ങളുടെ സഹതാപം നേടിക്കൊടുത്തു.

ഇങ്ങനെയിരിക്കെയാണ് എം.ജി.ആറിന് അടൂർ ഗോപാലകൃഷ്ണനോടൊപ്പം താഷ്കെന്റ് ഫിലിം ഫെസ്റ്റിവലിൽ പങ്കെടുക്കാൻ ക്ഷണം ലഭിച്ചത്. ഉലകംചുറ്റും വാലിബനിലെ നായിക ലതയേയും അദ്ദേഹം കൂടെക്കൊണ്ടുപോയി. അതിനെ വിമർശിച്ച് കരുണാനിധിയുടെ അനുയായികൾ ''എം.ജി.ആർ എന്തിന് ലതയെ റഷ്യയിൽ കൊണ്ടുപോയി?''

എന്ന് നഗരത്തിൽ പോസ്റ്റർ ഒട്ടിച്ചു.

ഇങ്ങനെയെല്ലാം സംഘർഷം നിറഞ്ഞ ഒരു സന്ദർഭത്തിലായിരുന്നു ഞങ്ങൾ അദ്ദേഹത്തെ കാണാൻ എത്തിയത്. അംഗരക്ഷകരുടെ ബാഹുല്യത്തിന് കാരണവും അതായിരുന്നു. ഇങ്ങോട്ടുവരുന്ന വണ്ടിയിലായിരിക്കില്ല എം.ജി.ആർ മടങ്ങിപ്പോകുന്നത്.

മുക്കാൽ മണിക്കൂർ കഴിഞ്ഞപ്പോഴാണ് ഞങ്ങളെ മുകളിലേക്ക് ക്ഷണിച്ചത്. അവിടെ ഹാളിൽ ധാരാളം പാർട്ടിപ്രവർത്തകരും പത്രപ്രവർത്തകരും കാത്തിരിപ്പുണ്ടായിരുന്നു. അവരെ എല്ലാം അവഗണിച്ചുകൊണ്ട് ഞങ്ങളെ എം.ജി.ആർ ഇരിക്കുന്ന എ.സി. മുറിയിലേക്ക് ആനയിക്കുകയായിരുന്നു.

എന്നാൽ അദ്ദേഹത്തിന്റെ അടുത്തെത്തിയപ്പോൾ ലഭിച്ച സ്വീകരണം തികച്ചും ഊഷ്മളവും അവിശ്വസനീയവുമായിരുന്നു.

കുതിരയുടെ ജീനി പോലെ കട്ടി ഫ്രെയിമോടുകൂടിയ കൂളിംഗ് ഗ്ലാസ് കണ്ണുകളെ മറച്ചിരിക്കുന്നു. തലയിൽ ഗോപുരം പോലെയുള്ള ഒരു രോമത്തൊപ്പി. ജൂബയുടെ ഇടുങ്ങിയ കഴുത്തുവരെയുള്ള ബട്ടണുകൾ എല്ലാം ഇട്ടിട്ടുണ്ട്. കൈപ്പടം മാത്രം വെളിയിൽ കാണുന്നവിധം ജൂബാകൈ താഴ്ത്തിവച്ചിട്ടുണ്ട്. കറുപ്പും ചുവപ്പും കരകളുള്ള മുണ്ടുടുത്തിരിക്കുന്നു (പാർട്ടികൊടിയുടെ നിറം) വല്ലാത്ത സഹതാപമാണ് തോന്നിയത്.

എം.ജി.ആർ. വലിയൊരു മേശയുടെ അപ്പുറത്തിരിക്കുന്നു. പിന്നിലെ ഭിത്തിയിൽ തലയ്ക്കു മുകളിൽ അണ്ണാദുരൈയുടെ ചില്ലിട്ട ചിത്രം മാലയിട്ടുവച്ചിട്ടുണ്ട്.

ജലദോഷം കൊണ്ടെന്ന പോലെ അടഞ്ഞ ശബ്ദത്തിൽ അദ്ദേഹം ചോദിച്ചു: ''വന്നിട്ട് കുറേനേരമായി അല്ലേ? ക്ഷണിക്കണം.''

''സാരമില്ല. വേഗം തീർത്തേക്കാം.''

''ധൃതിയൊന്നുമില്ല, തിരക്ക് കാര്യമാക്കണ്ട, സംസാരിക്കാം.''

ഞങ്ങളുടെ വാരികകൾ അദ്ദേഹം സസൂക്ഷ്മം മറിച്ചുനോക്കി. ചിലതൊക്കെ വായിക്കുകയും ചെയ്യുന്നു! നടൻ ജനാർദ്ദനന്റെ ചേട്ടൻ വൈക്കം സുകുമാരൻനായരുടെ ഒരു ചിത്രം കണ്ടിട്ട് ചോദിച്ചു: ''വൈക്കം വാസുദേവൻനായർ ഇപ്പോൾ എവിടെയാണ്?'' (അദ്ദേഹത്തിന്റെ ഭാര്യ വി.എം.ജാനകി വൈക്കം വാസുദേവൻനായരുടെ നാടകങ്ങളിൽ അഭിനയിച്ചുണ്ടാകണം.)

തമിഴ് കലർന്ന മലയാള സംസാരം സഹിക്കാം.

ആഫ്രിക്കയിൽവച്ച് താൻ 'രാജു ഇൻ ആഫ്രിക്ക' എന്നൊരു ചിത്രം അവരുടെ പങ്കാളിത്തത്തോടെ നിർമ്മിക്കുന്നുണ്ടെന്ന് അദ്ദേഹം പറഞ്ഞു. കൂടാതെ റഷ്യക്കാരുടെ സഹകരണത്തോടെ 'ഗംഗ മുതൽ ക്രംലിൻ വരെ എന്നൊരു ചിത്രത്തിന്റെ പ്രവർത്തനങ്ങളും ആരംഭിച്ചിട്ടുണ്ട് (ഈ രണ്ട് ചിത്രങ്ങളും നിർമ്മിക്കപ്പെട്ടില്ല.)

താഷ്കെന്റ് ഫിലിം ഫെസ്റ്റിവലിൽ പങ്കെടുത്തതിനെക്കുറിച്ച് പറഞ്ഞ കൂട്ടത്തിൽ ഞാൻ അവിടെ പ്രദർശിപ്പിച്ച 'സ്വയംവരം' കണ്ടോ എന്ന് ചോദിച്ചു.

''സ്വയംവരത്തിന് അവിടെ നല്ല അഭിപ്രായമുണ്ടാക്കാൻ കഴിഞ്ഞില്ല. പലരും അത് മുഴുവൻ കണ്ടുമില്ല. ഇത്തരം ഫെസ്റ്റിവലുകൾക്ക് ഇങ്ങനെയുള്ള ചിത്രങ്ങൾ അയക്കാൻ പാടില്ലാത്തതാണ്. ഇവ വിദേശത്ത് ഇന്ത്യയെക്കുറിച്ച് മോശമായ അഭിപ്രായമുണ്ടാക്കും. ഇവിടെയെല്ലാം

പട്ടിണിയാണെന്ന് അവർ ധരിക്കും. സത്യജിത് റേയുടെ ചിത്രങ്ങളെക്കുറിച്ചും എന്റെ അഭിപ്രായം ഇതുതന്നെയാണ്.''

''ഉലകം ചുറ്റും വാലിബൻ നല്ല ചിത്രമാണോ?'' ഞാൻ ചോദിച്ചു. എഡിറ്റർ എന്നെ വിലക്കി, അങ്ങനെയൊന്നും ചോദിക്കരുതെന്ന്.

''അത് വിജ്ഞാനത്തിന്റെ മഹത്വം വിളിച്ചോതുന്ന ചിത്രമാണ്'' എം.ജി.ആർ പറഞ്ഞു.

ഇലക്ട്രിസിറ്റി ഗുളിക (പകുതി ചുവപ്പ്, പകുതി വെള്ള - പാർട്ടി പതാകയുടെ നിറങ്ങൾ) രൂപത്തിലാക്കി പോക്കറ്റിലിട്ടുകൊണ്ട് ലോകം ചുറ്റി സഞ്ചരിക്കുന്ന ശാസ്ത്രജ്ഞൻ. അദ്ദേഹത്തെ അനുധാവനം ചെയ്യുന്ന ഇന്റർനാഷണൽ മാഫിയ. അതിന്റെ പേരിൽ ടോക്കിയോ, ഹോംഗ്കോങ്, സിംഗപ്പൂർ മുതലായ നഗരങ്ങൾ കാണിക്കുന്നു. അവിടെ സുന്ദരിമാരുമൊത്ത് ആടിപ്പാടി ഉല്ലസിക്കുന്നു. (ഇതേക്കുറിച്ച് എന്തു പറയാൻ!)

കരുണാനിധി അണ്ണാദുരൈയുടെ ആദർശങ്ങളിൽനിന്ന് വ്യതിചലിച്ചതുകൊണ്ടാണ് താൻ എതിർത്ത് പുതിയ പാർട്ടി രൂപീകരിച്ചതെന്ന് പറഞ്ഞപ്പോൾ ഞാൻ ചോദിച്ചു:

''എന്താണ് അങ്ങയുടെ ആദർശം? സോഷ്യലിസമോ, കമ്മ്യൂണിസമോ, ക്യാപ്പിറ്റലിസമോ, അങ്ങനെ എന്തെങ്കിലും....''

''ഇതൊന്നും എനിക്കറിഞ്ഞകൂടാ. അണ്ണാ പറഞ്ഞ കാര്യങ്ങളേ എനിക്കറിയൂ.''

ഉടനെതന്നെ താൻ ''അണ്ണാ പിറന്ന നാട്'' എന്നൊരു ചിത്രം നിർമ്മിക്കുന്നുണ്ടെന്നും കരുണാനിധി ഇതിന്റെ നിർമ്മാതാവിനെ എല്ലാ മാർഗങ്ങളും ഉപയോഗിച്ച് തടയാൻ ശ്രമിക്കുകയാണെന്നും അദ്ദേഹം കൂട്ടിച്ചേർത്തു. കരുണാനിധി ചെയ്യുന്ന ദ്രോഹങ്ങളെപ്പറ്റി അദ്ദേഹം അമർഷത്തോടെ വിശദീകരിച്ചുകൊണ്ടിരുന്നു. ചർച്ച നീണ്ടുപോയി....

ഇത്രയുമായപ്പോൾ മണി ഒന്നേമുക്കാലായി.

ഇടയ്ക്കിടെ ചില പത്രപ്രതിനിധികൾ 'തിരുവചനം' കേൾക്കാനെന്നപോലെ വന്ന് ഓച്ഛാനിച്ചുനിന്നു. എം.ജി.ആർ. ഞങ്ങളുടെ നേരെ 'ഇപ്പോൾ സംസാരിക്കരുത്' എന്ന് ആംഗ്യം കാട്ടി. മലയാളം പറയുന്നതുകേട്ടാൽ അദ്ദേഹം മലയാളിയാണെന്ന് പത്രക്കാർ കൊട്ടിഘോഷിച്ചേക്കും. കരുണാനിധിക്ക് വെട്ടാനുള്ള ആയുധം ലഭിക്കുകയും ചെയ്യും.

ഒരാൾ വന്ന് ഊണ് റെഡിയായെന്നു പറഞ്ഞു.

ഞങ്ങൾ പോകാനൊരുങ്ങി.

''നിങ്ങൾ ഇപ്പോൾ പോകണ്ട. ഇനിയും സംസാരിക്കാം'' അദ്ദേഹം.

''താങ്കൾക്ക് ഉണ്ണണ്ടേ?'' ഞാൻ.

''നിങ്ങൾക്കും വീട്ടിൽനിന്ന് ഊണ് കൊണ്ടുവന്നിട്ടുണ്ട്.''.

അത് മറ്റൊരത്ഭുതം!

രാവിലെ ഫോൺ ചെയ്തപ്പോൾ ഞങ്ങൾ എത്രപേർ ഉണ്ടാകുമെന്ന് ചോദിച്ചത് ഇതിനാണോ? ഞങ്ങളെ ഊട്ടിവിടാൻ വേണ്ടിയാണോ 12 മണിക്ക് ചെല്ലാൻ പറഞ്ഞത്?

എം.ജി.ആർ ഏണീറ്റു. ഉയരം അഞ്ചടി 4 ഇഞ്ചേയുള്ളു. തൊപ്പി ഊരി മേശപ്പുറത്തു വച്ചു. തലയിൽ മുടി തീരെ കുറവ്. മുഖത്തുനിന്നും കൂളിംഗ് ഗ്ലാസ് എടുത്തു. കണ്ണിനു ചുറ്റും കരുവാളിപ്പ്.

കഴുത്തിൽ അനേകം മടക്കുകൾ. നല്ല ശബ്ദം പോലുമില്ലല്ലോ...

പിടലി മുന്നോട്ടുവളഞ്ഞ് കുനിഞ്ഞുള്ള നിൽപ്പ്. തികച്ചും സഹതാ

പാർഹമായ രൂപമായിരുന്നു അത്.

ഞാൻ ഫോട്ടോഗ്രാഫറുടെ കാലിൽ ചവുട്ടി. ക്യാമറ ഫോക്കസ് ചെയ്യുന്ന സമയത്ത് അദ്ദേഹം വേഗം കണ്ണാടി വീണ്ടും മുഖത്തുവച്ചു. തൊപ്പി വയ്ക്കാൻ സമയം കൊടുത്തില്ല, ക്ലിക്ക് ചെയ്തുകഴിഞ്ഞു. ഇഷ്ടപ്പെട്ടു കാണുകയില്ല. എങ്കിലും ചിരിച്ചതേയുള്ളു.

നിര തെറ്റി കറ പിടിച്ച കൊച്ചു പല്ലുകൾ. ഇതല്ലല്ലോ നമ്മൾ സിനിമയിൽ കാണാറുള്ള മനോഹരമായ കൂമ്പളങ്ങാ വിത്തുകൾ.

മുന്നോട്ടു കുനിഞ്ഞ് അദ്ദേഹം നടന്നു. അപ്പോൾ അറുപത്തിയഞ്ച് വയസ്സെങ്കിലും തോന്നും. അതിന്റെ ക്ഷീണവും കാണാനുണ്ട്. ഈ മനുഷ്യനാണല്ലോ ദക്ഷിണേന്ത്യയിൽ ഏറ്റവും വലിയ പ്രതിഫലം വാങ്ങുന്ന നടൻ. എട്ടുലക്ഷം രൂപയാണ് അന്ന് വാങ്ങുന്നത്. രണ്ടു ലക്ഷം ചെക്കായിട്ട്. ബാക്കി ബ്ലാക്കിലും. അത് പാവങ്ങൾക്കുവേണ്ടി ചെലവാക്കുന്നു, രാഷ്ട്രീയത്തിനും. അദ്ദേഹം ഒപ്പിട്ട കാൾഷീറ്റ് കാണിച്ചാൽ 50 ലക്ഷം മുടക്കാൻ എത്ര വിതരണക്കാർ വേണമെങ്കിലുമുണ്ട്. കാൾ ഷീറ്റിനായി നിർമ്മാതാക്കൾ കെഞ്ചിനടക്കുന്നു. തമിഴ് മക്കൾ ചിത്രങ്ങളെ വിജയിപ്പിച്ചുകൊള്ളുമെന്നുറപ്പ്.

ഈ മനുഷ്യന് എങ്ങനെ ഈ 'സ്റ്റാർ പരിവേഷം' വന്നു?

കുറച്ചുകൂടി ഉയരമുണ്ടായിരുന്നെങ്കിൽ,
അൽപം കൂടി അറിവുണ്ടായിരുന്നെങ്കിൽ,
ജനങ്ങൾ ഇത്രയൊക്കെ മതിയല്ലോ.

മേശപ്പുറത്തല്ല ഊണ് വിളമ്പിയത്. തീൻമേശ തന്നെയില്ല. നിലത്ത് പുൽപ്പായ് വിരിച്ച് അതിൽ ഞങ്ങൾ ചമ്രം പടിഞ്ഞിരുന്നു. ഞങ്ങൾക്കിടയിൽ പാർട്ടി പ്രവർത്തകരായ ആർ.എം. വീരപ്പൻ, രാഘവാനന്ദം, സരസ്വതി മുതലായവർ (ഇവരെല്ലാം പിന്നീട് മന്ത്രിമാരായി).

തൂശനിലയിൽ ചോറും പരിപ്പും പപ്പടവും ഉപ്പേരിയും കാളനുമൊക്കെ വിളമ്പി. ഗ്ലാസിൽ പായസവും - തനി കേരളഭക്ഷണം.

ലക്ഷക്കണക്കിന് രൂപ സമ്പാദിക്കുന്ന സൂപ്പർ സ്റ്റാറിന്റെ ഊണേ!

ഭക്ഷണസമയത്തും രാഷ്ട്രീയകാര്യങ്ങൾ സംസാരിച്ചുകൊണ്ടിരുന്നു. ഞാൻ അടുത്തിരുന്നവരോട് ചിലതൊക്കെ ചോദിച്ചിട്ട് അവരൊന്നും മിണ്ടുന്നേയില്ല. എല്ലാം 'തലൈവർ തന്നെ' പറയണം.

ഊണുകഴിഞ്ഞ് വീണ്ടും സംസാരിക്കാനിരുന്നു.

അദ്ദേഹം നല്ല ബുദ്ധിശാലിയാണ്. പക്ഷെ ബുദ്ധിജീവിയല്ല. തമിഴ്നാട് മക്കളെ കൈയിലെടുക്കാനുള്ള വിദ്യകളെല്ലാം വശമുണ്ട്. പാവങ്ങളുടെ ഇടയിലേക്ക് ഇറങ്ങിച്ചെല്ലുക, അവരോടൊപ്പം നിൽക്കുന്ന ഫോട്ടോകൾ എടുത്ത് പത്രങ്ങൾക്ക് നൽകുക. താനൊരു മലയാളിയാണെന്ന കാര്യം ഒളിച്ചുവയ്ക്കുക. (കരുണാനിധി അത് വിളിച്ചുപറയുന്നുണ്ടെങ്കിലും ആരും വിശ്വസിക്കുന്നില്ല.)

ചുവരിൽ വെള്ളമുണ്ടും പുളിയിലക്കര നേര്യതും ധരിച്ച അമ്മയുടെ ഫോട്ടോ വച്ചിട്ടുണ്ട്. വീട്ടിൽ മലയാളം പറഞ്ഞായിരിക്കണം വളർന്നത്. വളരെക്കാലമായി തമിഴ്നാട്ടിലായതു കൊണ്ട് മലയാളം ഇടയ്ക്കിടെ മറക്കുന്നു...

സംഭാഷണം നിർത്താൻ അദ്ദേഹം താല്പര്യം കാണിക്കുന്നില്ല. പുറത്ത് പാർട്ടിക്കാരും പത്രക്കാരും കാത്തുനിൽക്കുന്നു. ഞങ്ങൾ പുറത്തിറങ്ങിയപ്പോൾ മണി മൂന്നരയായി.

പലയിടത്തും കറങ്ങിയ ശേഷം രാത്രി 9 മണിക്ക് ഉടുപ്പി ഹോമിൽ

മടങ്ങിയെത്തി. അവിടെ രാവിലെ കാണാത്ത ചില പ്രത്യേകതകൾ. ഞങ്ങളെ കണ്ട് റിസപ്ഷനിലുള്ളവർ ചാടി ഏണീക്കുന്നു. ലിഫ്റ്റുമാൻ സല്യൂട്ട് തരുന്നു.

കാര്യം മനസ്സിലാകാതെ ഞങ്ങൾ അന്ധാളിച്ചു. ഇവർക്കെന്തുപറ്റി?

എം.ജി.ആർ ഇങ്ങോട്ട് രണ്ടുതവണ ഫോൺ ചെയ്തിരിക്കുന്നു! ഞങ്ങൾ എത്തിയിട്ടുണ്ടോ എന്ന് ചോദിച്ച്.

വീണ്ടും വിളിച്ചപ്പോൾ ഞങ്ങൾക്കുതന്നെ കിട്ടി.

കൃഷ്ണസ്വാമി റെഡ്യാർ തന്നെക്കാണാതെ മടങ്ങിപ്പോയത് അറിഞ്ഞതുകൊണ്ടുള്ള വിളിയാണ്. നാളെ രാജ്കുമാരി തിയേറ്ററിൽ ഒരു ഉദ്ഘാടനത്തിനെത്തും, അവിടെവച്ചു കാണാം. അതുകഴിഞ്ഞ് ബാംഗ്ലൂർക്ക് പോകുന്നു. അവിടുന്ന് രണ്ടുദിവസം കഴിഞ്ഞ് മടങ്ങിയെത്തും, അപ്പോൾ വേണമെങ്കിലും കാണാം, ഇനിയും സംസാരിക്കാം....

''തൽക്കാലം ഇത്രയും മതി. അടുത്ത തവണ വരുമ്പോൾ വീണ്ടും കാണാം.'' - ഞങ്ങൾ.

ഇതെന്തൊരു മനുഷ്യൻ! തമിഴ്നാട്ടിലെ സൂപ്പർമാൻ, തലൈവർ.

പക്ഷെ എന്തൊരെളിമ! എന്തൊരു മര്യാദ!! പ്രേംനസീർ പോലും ഇദ്ദേഹത്തിന് കപ്പം കൊടുക്കണം. ഞങ്ങളുടെ വാരികകളിലെ അടുത്ത രണ്ടുമൂന്ന് ലക്കങ്ങളിൽ എം.ജി.ആർ നിറഞ്ഞുനിന്നു ഒരു അതിമാനുഷ പരിവേഷത്തോടെ. പക്ഷെ പിന്നെ ഞാൻ കാണാനൊന്നും പോയില്ല.

അഞ്ചെട്ടുമാസം കഴിഞ്ഞ് 1974 ഓഗസ്റ്റിൽ സിംഗപ്പൂരിൽനിന്ന് പത്രപ്രവർത്തകനായ വി.കെ.ജി. നായർ അവിടെ ഒരു സ്റ്റാർനൈറ്റ് സംഘടിപ്പിക്കുന്നതിനുവേണ്ടി മദ്രാസിലെത്തി.

എം.ജി.ആർ സിംഗപ്പൂരിൽ ചെന്നപ്പോൾ കൂടെ നടന്ന് സഹായിച്ചത് വി.കെ.ജി. നായരാണ്. മദ്രാസിൽ വന്ന സ്ഥിതിക്ക് എം.ജി.ആറിനെക്കൂടി കണ്ടുകളയാമെന്ന് വിചാരിച്ച് ഞാനും നടരാജനുമായി സത്യാ സ്റ്റുഡിയോയിൽ ചെന്നതാണ്.

സേതുമാധവൻ സംവിധാനം ചെയ്തു നിർമ്മിച്ച എം.ജി.ആറിന്റെ 'നാളെ നമതെ' എന്ന ചിത്രത്തിന്റെ ഷൂട്ടിംഗ് നടക്കുന്നു. എം.ജി.ആർ. മേക്കപ്പ് മുറിയിലായിരുന്നു. മുമ്പ് കണ്ട ആളേ അല്ല. തലനിറയെ ചുരുണ്ട മുടി. കുമ്പളങ്ങാക്കുരു പോലെ വലിയ നിരയൊത്ത പല്ലുകൾ. ശബ്ദം മാത്രം പഴയതുതന്നെ.

ഇത്തവണയും അദ്ദേഹം ഞങ്ങളെ ഉണ്ണാൻ ക്ഷണിച്ചു.

''സമയമില്ല, പലരേയും കാണണം. നാളെ സിലോണിലേക്ക് പോകുന്നു' - വി.കെ.ജി പറഞ്ഞു.

''വി.കെ.ജിയും ഒരു ഉലകംചുറ്റും വാലിബനാ.'' ഞാൻ കൂട്ടിച്ചേർത്തു.

കൃത്രിമപ്പല്ല് കാട്ടി എം.ജി.ആർ മനോഹരമായി ചിരിച്ചു. ഇപ്പോൾ ഒരുവിധം തരക്കേടില്ല എന്നു തോന്നുന്നു.

യാത്ര ചോദിച്ചപ്പോൾ കൈ നീട്ടി. അതിൽ പിടിച്ചപ്പോൾ കല്ലു പോലെ പരുപരുത്തിരിക്കുന്നു. കസർത്തിന്റെ ബലം.

അത് ഞങ്ങളുടെ അവസാനത്തെ കൂടിക്കാഴ്ചയായിരുന്നു. മൂന്നുവർഷം കഴിഞ്ഞ് അദ്ദേഹം തമിഴ്നാട്ടിലെ മുഖ്യമന്ത്രിയായി. അത് വേണ്ടായിരുന്നു എന്ന് എനിക്ക് തോന്നി.

പി.ടി.ചാക്കോയുടെ പ്രതിമ അനാഛാദനം ചെയ്യാൻ കോട്ടയത്ത് വന്നിരുന്നു.

വൈക്കത്ത് പെരിയോരുടെ പ്രതിമയും സ്ഥാപിച്ചു.

അന്ന് ജാനകിയുടെ ഓലപ്പുര കാണാൻ പോയിരുന്നു.

ഭരണത്തിൽ അദ്ദേഹം വിജയമായിരുന്നോ എന്ന് സംശയമുണ്ട്. ജോൺ എബ്രഹാമിന്റെ 'അഗ്രഹാരത്തിൽ കഴുതൈ' എന്ന ചിത്രത്തിന് ദേശീയ ബഹുമതി ലഭിച്ചിട്ടും എം.ജി.ആറിന്റെ അംഗീകാരം ലഭിച്ചില്ല. അദ്ദേഹം അതിനെതിരെ അഭിപ്രായം പറയുകയും ചെയ്തു. ഈ ചിത്രത്തിന് തമിഴ്നാട്ടിൽ തിയേറ്റർ പോലും ലഭിച്ചില്ല.

രണ്ടാം തവണയും എം.ജി.ആർ മുഖ്യമന്ത്രി ആയപ്പോൾ അദ്ദേഹവും അധികാരമോഹിയാണെന്ന് മനസ്സിലായി.

സൗന്ദര്യം കണ്ണുകളെ ആകർഷിച്ചേക്കാം. പക്ഷെ കഴിവാണ് മനസ്സിനെ ആകർഷിക്കുന്നത്. അദ്ദേഹം എന്റെ മനസ്സിൽ മതിപ്പുളവാക്കിയില്ല.

വിഡ്ഢികൾ ആരാധിക്കുന്നു, വിവരമുള്ളവർ അംഗീകരിക്കുക മാത്രം ചെയ്യുന്നു. സൃഷ്ടികളെയാണ് വ്യക്തികളെയല്ല പുകഴ്ത്തുകയോ ഇകഴ്ത്തുകയോ ചെയ്യേണ്ടത്. ചിലർ രാത്രിയിൽ നിന്ദിക്കുന്നതിനെ രാവിലെ അഭിനന്ദിക്കും. അവരുടെ അവസാനത്തെ അഭിപ്രായം ശരിയാകട്ടെ എന്ന് ആശിക്കുകയേ തരമുള്ളു.

വൃക്കകളിൽ രോഗം ബാധിച്ചായിരുന്നു മരണം. മരീനാ ബീച്ചിലെ അദ്ദേഹത്തിന്റെ സമാധി പ്രൗഢിയുടെ കാര്യത്തിൽ രാജ്ഘട്ടിലെ ഗാന്ധിസമാധിയേയും അതിശയിക്കുന്നു!

പക്ഷെ എന്റെ സംശയം മാറിയിട്ടില്ല, ഇന്നും. അദ്ദേഹം നല്ല രാഷ്ട്രീയനേതാവായിരുന്നോ?

എം.ജി.ആർ നല്ല നടനായിരുന്നോ?

നടനായാലും രാഷ്ട്രീയക്കാരനായാലും അദ്ദേഹത്തിന് ജനങ്ങളുടെ മനശാസ്ത്രമറിയാമായിരുന്നു.

■

കത്തിക്കരിഞ്ഞ തീപ്പന്തം

"ഞാനാണ് സുരാസു" - പൗരുഷം മുറ്റിയ ആ സ്വരം കേട്ട് തല ഉയർത്തിനോക്കി.

"സുരാസു എന്നുവച്ചാൽ മദ്യപാനിയും ദൈവനിഷേധിയുമായ ആളെന്നർത്ഥം" - ഞാൻ ആഗതനെ അടിമുടി നോക്കിപ്പോയി.

ഒരു ബിസിനസ് എക്സിക്യൂട്ടീവിന്റെ മട്ടിൽ പാന്റും ഫുൾസ്ലീവ് ഷർട്ടും ബൽറ്റും ഷൂസുമെല്ലാമായി ഒരാൾ നിൽക്കുന്നു. ടൈയും ബ്രീഫ്കേസും കുറവുണ്ട്.

നീണ്ടുമെലിഞ്ഞ ഒരു സുഭഗൻ. ആത്മവിശ്വാസം നിറഞ്ഞ ഭാവം. അതോ നിഷേധിയുടേതോ?

"ദർശനം എന്ന ചിത്രത്തിൽ ഞാനാണ് നായകൻ."

മദർ ഇന്ത്യയുടെ ബാനറിൽ ജോർജ് വി. കൊല്ലനൂർ എന്ന യുവ നിർമ്മാതാവ് പി.എൻ.മേനോന്റെ സംവിധാനത്തിൽ ഇങ്ങനെ ഒരു ചിത്രം നിർമ്മിക്കുന്നതായി എനിക്കറിയാമായിരുന്നു. രാഘവൻ, കൊട്ടാരക്കര ശ്രീധരൻനായർ, ശങ്കരാടി, അടൂർഭാസി മുതലായ പ്രമുഖ നടന്മാരും 'ചെമ്പരത്തി'യിലെ നായിക ശോഭന, പൂനാ ഫിലിം ഇൻസ്റ്റിറ്റ്യൂട്ടിൽ പഠിച്ച 'ജയാഗോപാലൻ' തുടങ്ങിയവരും അഭിനയിക്കുന്നുവെന്നതും അറിയാമായിരുന്നു.

പ്രധാന റോളുകളിൽ പുതുമുഖങ്ങളെ അണിനിരത്തി റോസി, ചെമ്പരത്തി, ഓളവും തീരവും, കുട്ട്യേടത്തി, പണിമുടക്ക്, ചായം മുതലായ ചിത്രങ്ങൾ സംവിധാനം ചെയ്ത് മലയാളസിനിമയുടെ കലാപരമായ കുതിപ്പിൽ നിർണായക സംഭാവന ചെയ്ത ആളാണ് പി.എൻ.മേനോൻ.

അദ്ദേഹം സംവിധാനം ചെയ്യുന്ന പുതിയ ചിത്രത്തിലെ നായകൻ ഇതാ മുമ്പിൽ നിൽക്കുന്നു. താടിവച്ച ഒരു കഥാപാത്രമായിരുന്നു സു

രാസുവിന്റേത്. അദ്ദേഹം ചില സ്റ്റില്ലുകൾ എടുത്തുതന്നു.

''എം.ടി. നിർമ്മാല്യത്തിലെ വെളിച്ചപ്പാടിന്റെ റോൾ എനിക്ക് കരുതിവെച്ചിരുന്നതാണ്. അത് പിന്നെ പി.ജെ. ആന്റണിക്ക് കൊടുത്തു. പകരം എനിക്കും നല്ലൊരു റോൾ തന്നു.''

ഒരു ഭ്രാന്തന്റെ റോൾ. എന്തോ കണ്ടുപേടിച്ച് ഭ്രാന്തനായ ചെറുപ്പക്കാരൻ. വാസം അരയാലിൻചുവട്ടിൽ. ഇയാളെ കണ്ട് നായിക പേടിച്ചോടുന്നു. ആ നടനെ ഞാനന്നേ ശ്രദ്ധിച്ചിരുന്നു.

''നിങ്ങടെ ശരിയായ പേരെന്താണ്?'' ഞാൻ.

''ബാലഗോപാലക്കുറുപ്പ്, എന്റെ 'വിശ്വരൂപം' എന്ന നാടകത്തിന് കേരള സാഹിത്യ അക്കാദമി അവാർഡ് ലഭിച്ചിട്ടുണ്ട്. ഈ നാടകം കണ്ടിട്ടാണ് എം.ടി. എന്നെ സിനിമയിലേക്ക് ക്ഷണിച്ചത്. ഈ നാടകത്തിൽ ഞാൻ സദസ്സിന്റെ നേരേ കാർക്കിച്ചുതുപ്പുന്ന ഒരു രംഗമുണ്ട്. എം.ടി. അതെടുത്ത് നിർമ്മാല്യത്തിലിട്ടു. വെളിച്ചപ്പാട് ദേവിയുടെ മുഖത്ത് തുപ്പുന്നതായിട്ട്.''

ഞാൻ കൗതുകത്തോടെ കേട്ടിരുന്നു - ഈ കക്ഷി കൊള്ളാമല്ലോ!

നാടകസ്റ്റേജിൽ നിൽക്കുന്ന ഒരു കഥാപാത്രത്തിന്റെ മട്ടിൽ ശബ്ദമുയർത്തി സുരാസു പറഞ്ഞു: ''അന്ത്യവിധി കേൾക്കാനായി തിരുസന്നിധിയിൽ എത്തുമ്പോൾ ദൈവം എണീറ്റുവന്ന് സ്വീകരിച്ചില്ലെങ്കിൽ കാർക്കിച്ചു തുപ്പിയിട്ട് ഞാനവിടുന്ന് ഇറങ്ങിപ്പോരും.''

അമ്പടാ! ഞാൻ കാത്തിരുന്നവനിതാ, നട്ടെല്ലുള്ള ഒരു നടൻ!

*****

സുരാസു അഹമ്മദാബാദിലായിരുന്നു ജോലി ചെയ്തിരുന്നത്, എയർഫോഴ്സിൽ. ഭാര്യയും മക്കളും അവിടെത്തന്നെയുണ്ട്.

കമ്മ്യൂണിസ്റ്റുകാരെ രാജ്യദ്രോഹികളായി കരുതിയിരുന്ന കാലം. എ.കെ.ജി. അഹമ്മദാബാദിൽ ഒരു യോഗത്തിൽ പ്രസംഗിക്കാനെത്തി. സുരാസുവും സഹപ്രവർത്തകനായിരുന്ന കാട്ടൂർ ബാലനും അത് കേൾക്കാൻ പോയി. സ്റ്റേജിന് അടുത്തായിരുന്നു നിന്നത്. ആരോ ഫോട്ടോ എടുത്തു. പത്രത്തിൽ അച്ചടിച്ചുവന്നപ്പോൾ അതിൽ സുരാസുവും ബാലനും ഉണ്ടായിരുന്നു.

പ്രതിരോധ സേനയിലെ ഭടന്മാരാണ്. രണ്ടുപേരെയും പുറത്താക്കി.

ബാലൻ പാലക്കാട്ടുവന്ന് നാടകട്രൂപ്പുണ്ടാക്കി. ഷീല അതിൽ അഭിനയിച്ചിരുന്നു.

സുരാസു കോഴിക്കോട്ടെത്തി വിശ്വരൂപം അവതരിപ്പിച്ചു. അങ്ങനെ അവിടെ ശ്രദ്ധേയനാകുകയും ചെയ്തു. നിർമ്മാല്യത്തിൽ ചാൻസ് കിട്ടാനുള്ള കാരണവും ഇതാണ്. സിനിമയുടെ ജോലി പൂർത്തിയാക്കാൻ വേണ്ടിയാണ് മദ്രാസിലെത്തിയത്.

ഇക്കാലത്ത് എഡിറ്റർ രവി കമലഹാസനെ മലയാളത്തിൽ ആദ്യമായി നായനാക്കി. (ആദ്യം റിലീസ് ചെയ്തത് സേതുമാധവന്റെ കന്യാകുമാരി) സംവിധാനം ചെയ്ത് നിർമ്മിച്ച 'അരുത്' എന്ന സിനിമയിലെ ഡിറ്റക്ടീവ് ആയി സുരാസുവിന് പ്രധാന റോൾ തന്നെ ലഭിച്ചു. നമ്മൾ കണ്ടു പരിചയിച്ച 'സി.ഐ.ഡി. നസീർ' സീരീസിനേക്കാൾ തികച്ചും വ്യത്യസ്തമായ ഒരു രീതിയിൽ സുരാസു ഈ കഥാപാത്രത്തെ അവതരിപ്പിക്കുകയും ചെയ്തു.

എന്നാൽ സുരാസു അഭിനയിച്ച മിക്ക ചിത്രങ്ങളും തിയേറ്ററിൽ

എത്തിയില്ല. അതോടെ അദ്ദേഹത്തിന്റെ ജീവിതത്തിന്റെ താളം തെറ്റുകയും ചെയ്തു. ഇക്കാലത്ത് നടനെന്നതിനേക്കാൾ എഴുത്തുകാരനെന്ന നിലയിൽ സുരാസു ശ്രദ്ധിക്കപ്പെട്ടു. കുറെയേറെ തിരക്കഥകൾ അദ്ദേഹം എഴുതി. നടൻ വിജയൻ കഥയെഴുതി ലിസ ബേബി സംവിധാനം ചെയ്ത 'ശംഖുപുഷ്പം' എന്ന ചിത്രം ഇവിടെ എടുത്തുപറയേണ്ടതാണ്. നടൻ സുകുമാരനെ ഒന്നാംനിരയിലേക്ക് ഉയർത്തിവിട്ടത് ഈ ചിത്രമാണെന്ന് പറയുന്നതിലും നല്ലത് സുരാസുവാണെന്ന് പറയുന്നതാണ്. ഈ ചിത്രത്തിന് സുരാസു എഴുതിയ വെടിക്കെട്ട് ഉതിർക്കുന്ന സംഭാഷണം സുകുമാരൻ പറയുന്നതുകേട്ട് ജനങ്ങൾ കയ്യടിച്ചു. ഇതോടെ സുകുമാരന് 'ഡയലോഗ് വീരൻ' എന്ന പേരും ലഭിച്ചു.

ഏതായാലും സുകുമാരൻ സുരാസുവിന് എന്നും ഒരു തുണയായി നിന്നിട്ടുണ്ട്.

തിരക്കഥാകൃത്ത് എന്ന നിലയ്ക്ക് സുരാസുവിന് വളരെ ശ്രദ്ധേയനാകാൻ കഴിയുമായിരുന്നു. അദ്ദേഹം മനസ്സ് വച്ചാൽ.

മഹാന്മാരും മഹാനദികളും ഒരുപോലെയാണ്. അവരുമായി അഭിപ്രായൈക്യത്തിലെത്താനും ഒത്തുചേർന്ന് ജീവിക്കാനും പലർക്കും ബുദ്ധിമുട്ടായിരിക്കും.

സുരാസു അഹമ്മദാബാദിലായിരുന്ന ഭാര്യയുമായി യോജിച്ചുപോയില്ല. അവിടെ ജോലിയുണ്ടായിരുന്ന അവർ അവിടെത്തന്നെ കുട്ടികളുമായി താമസിച്ചു.

സുരാസു ഏകനായി ചുറ്റിനടന്നു. അദ്ദേഹം അലയാത്ത സ്ഥലങ്ങളൊന്നും ഇന്ത്യയിലില്ല. ഉത്തരേന്ത്യയിലെ നഗ്നസന്യാസിമാരുടെ സങ്കേതങ്ങളിൽ അവരേപ്പോലെ ജീവിച്ചിട്ടുണ്ട്.

മലയാള സിനിമാരംഗത്തെ ആദ്യത്തെ കാവിവേഷക്കാരനായിരുന്നു സുരാസു. (രണ്ടാമത്തെ ആൾ എം.ജി. രാധാകൃഷ്ണൻ). കാവി ഒറ്റമുണ്ടും ഒരു പുതപ്പുമായാൽ അദ്ദേഹത്തിന്റെ യൂണിഫോറമായി.

മദ്രാസ് വിട്ട് തിരുവനന്തപുരത്തെത്തിയ സുരാസു തന്റെ കുഞ്ഞമ്മയുടെ മകൻ കെ.ആർ കുറുപ്പിന്റെ കൂടെയായിരുന്നു താമസം. കുറുപ്പ് നടത്തുന്ന 'നൂപുര' നൃത്തവിദ്യാലയത്തിലെ കുട്ടികളെ സുരാസു കുച്ചിപ്പുഡി നൃത്തം പഠിപ്പിച്ചു. മിക്കവാറും ദിവസങ്ങളിൽ ഞങ്ങൾ തമ്മിൽ കാണാറുണ്ടായിരുന്നു. വെള്ളയമ്പലത്തെ വാട്ടർവർക്സ് ഗാർഡനിലെ സിമന്റ് ബഞ്ചിലിരുന്ന് തന്റെ കവിതകൾ എന്നെ വായിച്ചുകേൾപ്പിക്കും. കുറുപ്പും കുടുംബവും സ്ഥലത്തില്ലാത്ത ദിവസങ്ങളിൽ സുരാസു കൂട്ടിന് അവിടെ തങ്ങാൻ എന്നെ നിർബന്ധിക്കുമായിരുന്നു.

സുരാസുവിന്റെ കവിതകൾ അക്കാലത്ത് എസ്.കെ.നായരുടെ 'മലയാളനാട്' വാരികയിൽ പ്രസിദ്ധീകരിച്ചിരുന്നു.

സകലകലാ വല്ലഭനായിരുന്നു സുരാസു. ചൊൽക്കാഴ്ച എന്ന ദൃശ്യ-ശ്രാവ്യ കലാരൂപത്തിന്റെ ഉപജ്ഞാതാവും അദ്ദേഹമാണ്. സ്വന്തം കവിതകൾ സ്റ്റേജിൽ അഭിനയിപ്പിച്ച് അവതരിപ്പിക്കുന്ന രീതിയാണിത്. ഗാനവും അഭിനയവും നൃത്തവും പ്രസംഗവും എല്ലാം കലർത്തി സുരാസു സദസ്സിനെ അത്ഭുതപ്പെടുത്തി.

സ്കൂളുകളിലും കോളേജുകളിലും സുരാസു ഒരു പ്രധാന പ്രാസംഗികനായി മാറി. കൂവുന്നവരെ 'വിഡ്ഢികളെ' എന്ന് അഭിസംബോധന ചെയ്യാനുള്ള ചങ്കൂറ്റവും ഈ റെബലിനുണ്ടായിരുന്നു.

പിന്നീട് സുരാസു പ്രവർത്തനകേന്ദ്രം കോഴിക്കോട്ടേയ്ക്ക് മാറ്റി.

അവിടെ അദ്ദേഹം ജയിലിൽ കഴിയുന്ന നക്സലൈറ്റു തടവുകാരെ വിട്ടയക്കണമെന്ന് ആവശ്യപ്പെട്ടുകൊണ്ട് തിരക്കേറിയ നഗരമധ്യത്തിലെ ഒരു മരച്ചുവട്ടിൽ വായ് മൂടിക്കെട്ടി സ്വയം ബന്ധിതനായി സത്യാഗ്രഹം അനുഷ്ഠിച്ചു. അത് കേരളത്തിലെ പത്രങ്ങൾക്കെല്ലാം വലിയ ഒരു വാർത്തയായിരുന്നു.

പെരുമഴയത്തും സുരാസു അവിടെത്തന്നെയായിരുന്നു. കൂട്ടിന് മഴ നനഞ്ഞ് ഗ്രോ വാസുവും വിശ്വരൂപത്തിൽ അഭിനയിച്ചിരുന്ന ഒരു നടിയും മാത്രം. (ഈ സ്ത്രീയെ സുരാസു പിന്നീട് ഭാര്യയാക്കി.)

പക്ഷെ എങ്ങനെ ജീവിക്കും? വല്ലപ്പോഴും ലഭിക്കുന്ന ചെറിയ വേഷങ്ങൾ കൊണ്ട് സിനിമാഭിനയം ഒതുങ്ങി.

നടൻ സുകുമാരൻ സംസ്ഥാന ഫിലിം ഡെവലപ്പ്മെന്റ് കോർപ്പറേഷൻ ചെയർമാൻ ആയതോടെ സുരാസു തിരുവനന്തപുരത്ത് മടങ്ങിയെത്തി.

സുകുമാരൻ ശാസ്ത്രിനഗറിലെ തന്റെ ഇരുനിലക്കെട്ടിടത്തിന്റെ ടെറസ്സിൽ സുരാസുവിന് ഒരു പർണ്ണശാല നിർമ്മിച്ചുകൊടുത്തു. സുകുമാരൻ നിർമ്മിക്കാൻ പ്ലാനിട്ട സിനിമയ്ക്ക് തിരക്കഥ എഴുതുന്ന ചുമതലയും സുരാസുവിനെ ഏൽപ്പിച്ചു. മല്ലിക സുരാസുവിനെയും ഭാര്യയേയും സ്വന്തം കൂടപ്പിറപ്പുകളെപ്പോലെ സംരക്ഷിച്ചു.

എന്നാൽ മദ്യത്തിന് അടിമയായിക്കഴിഞ്ഞിരുന്ന സുരാസുവിന് തിരക്കഥ എഴുതാനുള്ള മനോനില ഇല്ലായിരുന്നു. സുകുമാരൻ തന്നെയാണ് പൂജപ്പുരയിലെ 'അഭയ' എന്ന ഡീ-അഡിക്ഷൻ കേന്ദ്രത്തിൽ സുരാസുവിനെ ചികിത്സയ്ക്ക് അയച്ചതും.

ഇക്കാലത്ത് ഒരു പുതിയ സംഘടന ഉണ്ടാക്കുന്ന കാര്യം പറഞ്ഞ് സുരാസു എന്നെയും സമീപിച്ചു. ഒറ്റയാന്മാരുടെ ഒരു സംഘടന - 'ഗോത്രം'.

ഒറ്റയാന്മാർ സംഘടന ഉണ്ടാക്കിയാൽ അവർ ഒറ്റയാന്മാരല്ലാതായിപ്പോവുകയില്ലേ എന്ന് ഞാൻ ചോദിച്ചു. എങ്കിലും സുരാസു എനിക്കും അഞ്ചുരൂപയുടെ ഒരു മെമ്പർഷിപ്പ് കാർഡ് നൽകിയിട്ട് പോയി.

കാവിവേഷക്കാരനായ സുരാസുവിന് കാവിനിറത്തിലുള്ള ഒരു തുണിസഞ്ചി ഞാൻ കൊടുത്തു. അതിൽ ഒതുക്കാവുന്ന സ്വത്തേ അദ്ദേഹത്തിന് ഉണ്ടായിരുന്നുള്ളു. ഒന്നോ രണ്ടോ മുണ്ടും തോർത്തും. ചില പഴകിയ കത്തുകൾ. പിന്നെ ചില മേൽവിലാസങ്ങളും ഫോൺ നമ്പരുകളും.

സർക്കാർ അവശകലാകാരന്മാർക്ക് നൽകുന്ന 500 രൂപയുടെ പെൻഷൻ മാത്രമായിരുന്നു സുരാസുവിന്റെ വരുമാനം.

സുകുമാരന്റെ ഉത്സാഹം കൊണ്ടാവണം, അദ്ദേഹത്തിന് കേന്ദ്ര സംഗീത നാടക അക്കാദമിയുടെ ഒരു സ്കോളർഷിപ്പ് ലഭിച്ചത്. മാസം മൂവായിരം രൂപ വച്ച് മൂന്നുവർഷത്തെ പ്രോജക്ടാണ്. ഇതോടെ പാങ്ങോട്ടെ ഒരു വാടകവീട്ടിലേക്ക് താമസം മാറ്റി. ഇക്കാലത്ത് തിരുവനന്തപുരത്ത് നൃത്തപരിപാടികളുമായി എത്തുന്ന വിശ്രുത നർത്തകികളായ ചിത്രാ വിശ്വേശ്വരൻ, പത്മാ സുബ്രഹ്മണ്യം, അലമേർ വല്ലി മുതലായവരുമായി അദ്ദേഹം നൃത്തസംബന്ധമായ സംവാദങ്ങൾ നടത്തി അവരെ വെള്ളം കുടിപ്പിക്കുമായിരുന്നു.

ആകാശവാണിയിൽ സുരാസുവിന്റെ ചില പരിപാടികൾ കേട്ട് ഞാൻ തന്നെ കോരിത്തരിച്ചുപോയിട്ടുണ്ട്.

സുകുമാരനും സുരാസുവുമായി ഒത്തുചേർന്നുപോകാൻ സാധിച്ചില്ല. സുകുമാരനും കൈവിട്ടപ്പോൾ സെക്രട്ടേറിയറ്റിനു മുമ്പിൽ എൻ.ബി.എസിന് മുകളിലുള്ള ഒരു മുറിയിലായി താമസം. ഇക്കാലത്ത് പ്രസിദ്ധ നിരൂപകൻ ഡോ. രാജകൃഷ്ണൻ സംവിധാനം ചെയ്ത ശ്രാദ്ധം എന്ന ചിത്രത്തിൽ അഭിനയിച്ചു. ഡ്യൂപ്പിനെ വച്ചെടുക്കേണ്ട ഒരു സീൻ സ്വയം ചെയ്ത് കൈ ഒടിയുകയും ചെയ്തു. വച്ചുകെട്ടിയ കൈയുമായി രാത്രിയിൽ തട്ടുകടകളിലിരിക്കുന്ന സുരാസുവിനെയും ഞാൻ കണ്ടിട്ടുണ്ട്.

സ്കോളർഷിപ്പിന്റെ കാലാവധി കഴിഞ്ഞതുകൊണ്ടാവണം സുരാസു കോട്ടയത്തെ ഒരു സ്വകാര്യ സ്ഥാപനത്തിൽ സെക്യൂരിറ്റി ജോലിക്ക് ശ്രമിച്ചത്. (എയർഫോഴ്സിലിരുന്ന സർട്ടിഫിക്കറ്റുണ്ടല്ലോ.) ആ ജോലി ശരിയായിക്കാണില്ല. അവിടുന്ന് മടങ്ങിപ്പോകുമ്പോൾ കോട്ടയം റെയിൽവേ സ്റ്റേഷനിൽ കിടന്നായിരുന്നു മരണം; വിശ്വസാഹിത്യകാരനായിരുന്ന ടോൾസ്റ്റോയിയെപ്പോലെ.

ജോൺ എബ്രഹാമിന്റേതുപോലെ ഇതും സ്വാഭാവികമായ മരണമായിരുന്നു.

ഒരു മണ്ടൻ പറഞ്ഞ, ഒന്നും വ്യക്തമാകാത്ത, സംഘർഷാത്മക ഹാസ്യകഥയായിരുന്നു ആ ജീവിതം.

ജീവിച്ചിരിക്കുന്ന കാലത്ത് കലാകാരന്മാരോട് അസൂയപ്പെടുകയും മരിച്ച ശേഷം സ്തുതിക്കാൻ സന്മനസ്സ് കാട്ടുകയും ചെയ്യുന്നവരാണല്ലോ നാം.

കുറേ വർഷമായി സുരാസു മരിച്ചിട്ട്. ഇത് നേരത്തേ എഴുതാൻ കഴിയാത്തതിൽ വിഷമമുണ്ട്. കാലത്തിന്റെ മറവിയിൽ ഈ ദുരന്തകഥ ലയിച്ചുപോകട്ടെ എന്നുകരുതി നിശബ്ദത പാലിച്ചതാണ്.

■

നിഷേധിയുടെ അവസരങ്ങൾ

1973 നവംബറിലെ ഒരു രാത്രി. മദ്രാസിലെ സൗത്തിന്ത്യൻ ഫിലിം ചേമ്പറിന്റെ ജമിനി ജംഗ്ഷനിലുള്ള പ്രിവ്യു തിയേറ്ററിൽ എം.ടി.വാസുദേവൻനായർ ആദ്യമായി സംവിധാനം ചെയ്തു നിർമ്മിച്ച 'നിർമാല്യ'ത്തിന്റെ രണ്ടു പ്രദർശനങ്ങൾ നടത്തി. ഞാൻ രണ്ടും ഒന്നിച്ചിരുന്നു കണ്ടു.

അതിന്റെ മുൻവർഷം ഏതാണ്ടീ സമയത്ത് ഇതേ തിയേറ്ററിൽ അടൂർ ഗോപാലകൃഷ്ണന്റെ 'സ്വയംവരം' പ്രദർശിപ്പിച്ചപ്പോഴും കാണാൻ ഞാനുണ്ടായിരുന്നു. സ്വയംവരത്തിന് ദേശീയതലത്തിൽ ഏറ്റവും നല്ല ചിത്രത്തിന്റേതുൾപ്പെടെ നാല് അവാർഡുകൾ ലഭിച്ചിട്ടും ആ നിലവാരത്തിലുള്ള നിർമ്മാല്യം ഉണ്ടാകാൻ ഒരുവർഷം കൂടി കാത്തിരിക്കേണ്ടിവന്നു.

നിർമ്മാല്യം കണ്ടുകഴിഞ്ഞപ്പോൾ ഞാൻ അടുത്തിരുന്ന പ്രസിദ്ധ സംവിധായകൻ കെ.എസ്. സേതുമാധവനോട് പറഞ്ഞു: "ഇത്തവണ അവാർഡ് നിങ്ങൾക്കില്ല. അത് എം.ടിക്കാണ്." ഇതുകേട്ടപ്പോൾ സേതുമാധവന്റെ മുഖം ചുവന്നത് ആ മങ്ങിയ വെളിച്ചത്തിലും വ്യക്തമായി കണ്ടു.

നിർമ്മാല്യത്തിലെ പ്രധാന കഥാപാത്രം പി.ജെ. ആന്റണി അഭിനയിച്ച വെളിച്ചപ്പാടായിരുന്നു. പൂനാ ഫിലിം ഇൻസ്റ്റിറ്റ്യൂട്ടിൽനിന്ന് അഭിനയം പഠിച്ചുവന്ന രവിമേനോൻ ഉണ്ണി നമ്പൂരിയായും പുതുമുഖം സുമിത്ര നായിക അമ്മിണിയായും അഭിനയിച്ചു. ഇവരുമായി തട്ടിച്ചു നോക്കുമ്പോൾ സുകുമാരന് ലഭിച്ച വെളിച്ചപ്പാടിന്റെ മകൻ അപ്പുവിനുള്ള സ്ഥാനം അത്ര വലുതൊന്നുമായിരുന്നില്ല.

അഭ്യസ്തവിദ്യനായ അപ്പു വളരെക്കാലം ജോലിയൊന്നുമില്ലാതെ

അലഞ്ഞു. പിന്നെ തെമ്മാടിപ്പിള്ളേരുടെ കൂട്ടുകൂടി നടന്നു. കൈയിൽ ചെലവാക്കാൻ പണമില്ലാതെ വന്നപ്പോൾ ഭഗവതിയുടെ പള്ളിവാളും കാൽച്ചിലമ്പും തൂക്കിവിൽക്കാനൊരുങ്ങി.

"വല്യച്ഛൻ തളർവാതം പിടിച്ചുകിടന്നിട്ട് ഭഗവതി സഹായിക്കാത്ത തെന്താണ്?" വെളിച്ചപ്പാടിനോട് ആ പുത്രൻ ചോദിച്ചു.

കുറച്ചു രംഗങ്ങളിലേ പ്രത്യക്ഷപ്പെടുന്നുള്ളൂവെങ്കിലും ആ കഥാപാത്രം പ്രേക്ഷകരുടെ മനസ്സിൽ അസ്വാസ്ഥ്യം സൃഷ്ടിച്ചു.

നമ്മുടെ നാട്ടിലെ സാധാരണ ചെറുപ്പക്കാരുടെ പ്രതിനിധിയാണ് അപ്പു. അതുകൊണ്ട് ഒരു സാധാരണ ചെറുപ്പക്കാരനെപ്പോലെ തോന്നിക്കുന്ന സുകുമാരന് എം.ടി. ആ റോൾ നൽകി.

പ്രിവ്യുവിന്റെ അടുത്ത ദിവസം കോടമ്പാക്കത്തെ അരുണാ ലോഡ്ജിൽ വച്ച് സുകുമാരനെയും രവിമേനോനെയും കണ്ട് വിശദമായി സംസാരിച്ചു.

പൊന്നാനിയിൽ എം.ടിയുടെ വീടിനടുത്താണ് ബന്ധുവായ സുകുമാരന്റെയും വീട്. അച്ഛൻ പോസ്റ്റുമാസ്റ്റർ ആയിരുന്നതുകൊണ്ട് അദ്ദേഹത്തിന്റെ സ്ഥലംമാറ്റത്തിനനുസരിച്ച് പലയിടത്തുമായിട്ടായിരുന്നു വിദ്യാഭ്യാസം. തിരുവനന്തപുരം ലോ കോളേജിലെ നിയമവിദ്യാഭ്യാസം പൂർത്തിയാക്കിയിട്ടില്ല. യൂണിവേഴ്സിറ്റി കോളേജിൽ നിന്ന് 1970-ൽ എം.എ. പാസായ സുകുമാരൻ ആദ്യം കാസർകോട് ഗവൺമെന്റ് കോളേജിലും പിന്നീട് നാഗർകോവിൽ സ്കോട്ടിഷ് ചർച്ച് കോളേജിലും ലക്ചററായി രണ്ടുവർഷം ജോലി നോക്കി. അങ്ങനെയിരിക്കെയാണ് നിർമ്മാല്യത്തിൽ അഭിനയിച്ചത്.

പഠിക്കുന്ന കാലത്തോ അതിനുശേഷമോ ഒരു നാടകത്തിൽപോലും അഭിനയിച്ചിട്ടില്ല എന്നതോ പോകട്ടെ, സ്റ്റേജിൽ കയറുക പോലും ചെയ്തിരുന്നില്ല.

തീക്ഷ്ണമായ കണ്ണുകളും താടിയിലെ മുറിപ്പാടും സുകുമാരനെ പരുക്കൻ മട്ടുകാരനാക്കി. നിർമ്മാല്യം കണ്ടശേഷം ചിലരൊക്കെ ചെറിയ വില്ലൻവേഷങ്ങൾ വാഗ്ദാനം ചെയ്തു. 'സുകുമാരൻ' എന്ന പേര് തനിക്കുമാത്രം സ്വന്തമായിരിക്കട്ടെ എന്നു കരുതിയിട്ടാകണം തിക്കുറിശ്ശി സുകുമാരൻനായർ ഈ പുതുമുഖത്തിന് 'പ്രിയദർശൻ' എന്ന പേര് നിർദ്ദേശിച്ചത്. സുകുമാരൻ ആ പേര് ഉപയോഗിച്ചുതുടങ്ങുകയും ചെയ്തു.

"സിനിമയിൽ അഭിനയിക്കാൻ വേണ്ടി സ്വന്തം പേരു പോലും മാറ്റാൻ തയ്യാറായ താങ്കൾ ഇവിടെ പിടിച്ചുനിൽക്കാൻ വേണ്ടി എന്തും ചെയ്യുമെന്നാണോ വിചാരിക്കേണ്ടത്?" ഞാൻ ചോദിച്ചു.

"ഏതായാലും ഞാനൊരു നടനായിക്കഴിഞ്ഞു. ആ നിലയ്ക്ക് മറ്റുള്ളവരുടെ അഭിപ്രായങ്ങൾ കേട്ടേ പറ്റൂ" - സുകുമാരൻ.

"നല്ല റോളാണോ എന്നതു പ്രശ്നമല്ല അല്ലേ?" ഞാൻ.

"നല്ല റോളുകൾ തരാൻ ആരിരിക്കുന്നു. ഏതുവേഷം കിട്ടിയാലും എന്നെപ്പോലെയുള്ള പുതുമുഖങ്ങൾ സ്വീകരിക്കാൻ തയ്യാറാവണം" - സുകുമാരൻ.

1973-ലെ ഏറ്റവും നല്ല സിനിമയ്ക്കുള്ള പ്രസിഡന്റിന്റെ സ്വർണ്ണമെഡൽ നിർമ്മാല്യം കരസ്ഥമാക്കിയ വാർത്ത അതിരറ്റ ആഹ്ലാദത്തോടെയാണ് മലയാളികൾ ശ്രവിച്ചത്. ഇദംപ്രഥമമായി ഒരു മലയാള നടനായ പി.ജെ.ആന്റണിക്ക് 'ഭരത്' അവാർഡ് ലഭിച്ചതും നമ്മുടെ അഭിമാനം

വർധിപ്പിച്ചു.

നല്ല പ്രാദേശിക ചിത്രത്തിനുള്ള അവാർഡ് പി.എൻ.മേനോൻ സംവിധാനം ചെയ്ത 'ഗായത്രി'ക്കായിരുന്നു. കൂടാതെ യേശുദാസിന് രണ്ടാമതും നല്ല ഗായകനുള്ള സമ്മാനവും കിട്ടി. 'പത്മതീർത്ഥമേ ഉണരൂ' എന്ന ഗാനത്തിന്.

നിർമ്മാല്യത്തെ തുടർന്ന് രവിമേനോന് 'ഭ്രഷ്ടി'ലെ നായകവേഷം ലഭിച്ചു. അതിൽ സുകുമാരനും ചെറിയ ഒരു റോൾ ഉണ്ടായിരുന്നു.

'കേണലും കളക്ടറും' എന്ന ചിത്രത്തിൽ സുകുമാരനെ ഉപനായകനാക്കി. അങ്ങനെ സുകുമാരൻ അപ്രധാന വേഷങ്ങളിലാണ് പ്രത്യക്ഷപ്പെട്ടു തുടങ്ങിയത്.

1973 ഡിസംബർ 9-ലെ വാരികയിൽ നല്ല പ്രാധാന്യം നൽകി സുകുമാരനുമായുള്ള എന്റെ ഇന്റർവ്യൂ പ്രസിദ്ധീകരിച്ചുവന്നു.

ഇക്കാലത്ത് സേതുമാധവന്റെ സംവിധാന സഹായിയായിരുന്ന ഹമീദ് കാക്കശ്ശേരിക്ക് ഒരു ചിത്രം സ്വതന്ത്രമായി സംവിധാനം ചെയ്യാൻ അവസരം ലഭിച്ചു. കോടമ്പാക്കം റെയിൽവേസ്റ്റേഷനടുത്ത് കാക്കശ്ശേരി താമസിക്കുന്ന വീട്ടിൽ ഞാൻ ചെന്നപ്പോൾ അവിടെ സുകുമാരനെയും കണ്ടു. അവരൊന്നിച്ചായിരുന്നു അന്ന് താമസം.

ആ വീട്ടിൽ യാതൊരു ഫർണീച്ചറും ഇല്ലായിരുന്നു. കാക്കശ്ശേരിയും സുകുമാരനും ഉറങ്ങുന്നത് തറയിൽ പുൽപ്പായ് വിരിച്ചായിരുന്നു.

ഇക്കാലത്താണ് ജഗതി ശ്രീകുമാറും മോഹമല്ലികയും തിരുവനന്തപുരത്തെ കോളേജുകളിൽനിന്ന് ഒളിച്ചോടി മദ്രാസിലെത്തിയത്. തിരുവനന്തപുരത്തെ പ്രസിദ്ധമായ കൈനിക്കര തറവാട്ടിലെ അംഗമായ മല്ലികയും ഒരു സാഹിത്യകാരനും തിരക്കഥാകൃത്തും ആകാശവാണി ഉദ്യോഗസ്ഥനുമായ ജഗതി എൻ.കെ. ആചാരിയുടെ മകൻ ശ്രീകുമാറും മദ്രാസിൽ എത്തിയപ്പോൾ തിക്കുറിശ്ശി സുകുമാരൻ നായരുടെ അടുത്താണ് അഭയം തേടിയത്.

പി.ഭാസ്കരന്റെ എഗ്മൂറിലെ പാന്തിയൻ റോഡിലുള്ള 35-ാം നമ്പർ വസതിയിൽവെച്ചാണ് ഞാനവരെ ആദ്യമായിക്കാണുന്നത്. ചുവന്ന സ്ലീവ്‌ലസ് ബ്ലൗസ് ധരിച്ച ആ യുവതിയെ ഞാൻ പ്രത്യേകം ശ്രദ്ധിച്ചു. രണ്ടുപേരും അരിശത്തിലായിരുന്നു. ഭാസ്കരന്റെ ഭാര്യ ഇന്ദിര ഇവരോടഡ് മര്യാദവാക്കുകൾ പറഞ്ഞില്ലത്രെ. ശ്രീമതി ഭാസ്കരൻ എന്നോട് ഭാസ്കരൻ അകത്തുണ്ടെങ്കിലും ഇവരോട് ഇല്ലെന്ന് പറഞ്ഞിരിക്കുകയാണെന്നും അതുകൊണ്ട് അടുത്തദിവസം വരാനും പറഞ്ഞു.

കുപിതരായ ചെറുപ്പക്കാർ തങ്ങൾ ആരാണെന്ന് പറഞ്ഞപ്പോൾ എനിക്കവരോട് ആത്മാർത്ഥമായ സഹതാപമാണ് തോന്നിയത്. കാരണം അവരുടെ രക്ഷകർത്താക്കളെക്കുറിച്ച് ഞാൻ കേട്ടിട്ടുണ്ടായിരുന്നു.

വളരെക്കാലമായിട്ടും സിനിമയിൽ അവസരം ലഭിക്കാത്തതുകൊണ്ട് ശ്രീകുമാർ ഒരു മെഡിക്കൽ റെപ്രസന്റേറ്റീവിന്റെ ജോലി സ്വീകരിച്ച് മല്ലികയെ തിക്കുറിശ്ശിയുടെ വീട്ടിൽ വിട്ടിട്ട് കോയമ്പത്തൂർക്ക് പോയി.

എങ്ങനെയാണെങ്കിലും മല്ലികയ്ക്ക് ധാരാളം ചെറിയ റോളുകൾ കിട്ടിത്തുടങ്ങി. അരവിന്ദന്റെ ഉത്തരായണത്തിലും കെ.ജി. ജോർജിന്റെ സ്വപ്നാടനത്തിലും ശ്രദ്ധേയമായ വേഷങ്ങളായിരുന്നു.

മല്ലികയ്ക്ക് ഭേദപ്പെട്ട വരുമാനം കിട്ടിത്തുടങ്ങിയപ്പോൾ ശ്രീകുമാറും കോയമ്പത്തൂർനിന്ന് മദ്രാസിൽ മടങ്ങിയെത്തി. മല്ലിക-ശ്രീകുമാർ ദമ്പതികൾ വേറൊരു വീട് വാടകയ്ക്കെടുത്ത് താമസം ആരംഭിക്കു

കയും ചെയ്തു. പക്ഷെ മല്ലിക ഷൂട്ടിംഗിന് പോകുമ്പോൾ ശ്രീകുമാർ വീട്ടിൽ വെറുതേ ഇരിക്കേണ്ടതായി വന്നു.

ഇക്കാലത്ത് ഇരുവരും തിക്കുറിശ്ശിയുടെ അടുത്തെത്തി. കൈനോക്കാമോ, തങ്ങൾക്കുണ്ടാകുന്ന കുട്ടിക്ക് എന്തുപേരാണ് ഇടേണ്ടത് എന്നൊക്കെ ചോദിച്ചു.

''ആശാനായർ' - തിക്കുറിശ്ശി പറഞ്ഞു. ''ആശാരിയും നായരും ചേർന്നത്'' - തിക്കുറിശ്ശി.

ഇതിനിടെ ഞാൻ ജോലി തിരുവനന്തപുരത്തേക്ക് മാറ്റി. കൊല്ലത്ത് കൃഷ്ണസ്വാമി റെഡ്യാർ അസുഖമായിരിക്കുന്നു. അദ്ദേഹത്തിന്റെ മകൾ കുമാരി മല്ലികയുടെ ജ്യേഷ്ഠ സഹോദരൻ ഡോക്ടർ വേലായുധൻപിള്ളയുടെ കോളേജ് സുഹൃത്തായിരുന്നു. കൃഷ്ണസ്വാമി റെഡ്യാരെ പരിശോധിക്കാൻ തിരുവനന്തപുരത്തുനിന്ന് വേലായുധൻപിള്ളയെ കൊല്ലത്ത് കൊണ്ടുപോയത് ഞാനാണ്. തികഞ്ഞ മാന്യതയോടെ സംസാരിക്കുകയും പെരുമാറുകയും ചെയ്യുന്ന ആ നല്ല മനുഷ്യനെ എനിക്കും ഇഷ്ടമായി.

കുറച്ചുദിവസത്തിനുശേഷം ഒരു രാത്രി സെക്രട്ടേറിയറ്റിനു മുന്നിലൂടെ നടന്നുവരുന്ന എന്നെ ആരോ വിളിച്ചു. ഒരു ഓട്ടോറിക്ഷയിൽ നടൻ സുധീറും നടി കദീജയും ഇരിക്കുന്നു. കദീജ ആസ്ത്മ കൊണ്ട് ക്ലേശിക്കുന്നു. സ്റ്റാച്യു റോഡിലെ 'ഫാത്തിമ ക്ലിനിക്കിൽ' ഡെറിഫിലിൻ കുത്തിവെയ്ക്കാൻ ചെന്നപ്പോൾ ക്ലിനിക്ക് അടഞ്ഞുകിടക്കുന്നു. ഇനി എവിടെയാണ് പോവുക എന്ന് നിശ്ചയമില്ല.

ഞാനവരെ വഴുതക്കാട്ടുള്ള ഡോ. വേലായുധൻപിള്ളയുടെ വീട്ടിലേക്കാണ് കൊണ്ടുപോയത്. അദ്ദേഹം ഫീസ് വാങ്ങാതെ കദീജയെ കുത്തിവയ്ക്കുകയും ചെയ്തു.

ഡോക്ടറോട് കൂടുതൽ അടുപ്പം കാണിക്കാൻ വേണ്ടി കദീജ മല്ലികയെ പരിചയമുണ്ടെന്നും കൂടെക്കൂടെ കാണാറുണ്ടെന്നുമൊക്കെ പറഞ്ഞു. അത് ശരിയുമായിരുന്നു. പക്ഷെ വേലായുധൻ പിള്ളയുടെ ഭാഗത്തുനിന്ന് യാതൊരു പ്രതികരണവുമുണ്ടായില്ല. തന്റെ സഹോദരിക്ക് സുഖമാണോ എന്നുപോലും അദ്ദേഹം ചോദിച്ചുമില്ല. കുടുംബത്തിന് അപമാനം വരുത്തിവച്ച പെണ്ണാണല്ലോ.

*****

ചെറിയ റോളുകളിലൂടെ സുകുമാരൻ ശ്രദ്ധേയനായിത്തുടങ്ങി. അതോടെ ചില നെടുങ്കൻ പ്രഖ്യാപനങ്ങളും നടത്താനാരംഭിച്ചു - നക്സൽ രീതിയിൽ.

''ഞാനല്ലാതെ കമ്മ്യൂണിസ്റ്റ് മാനിഫെസ്റ്റോ വായിച്ച മറ്റൊരു നടന്റെ പേരുപറയാമോ?''

''ഞാൻ ദാസ് ക്യാപ്പിറ്റൽ മുഴുവൻ വായിച്ചവനാ.'' എന്നൊക്കെയുള്ള വാചകങ്ങൾ അക്കാലത്ത് സിനിമാവാരികകളിൽ പ്രത്യക്ഷപ്പെട്ടിരുന്നു. ചോദ്യം ചെയ്യാൻ മറ്റ് സിനിമാക്കാരാരും ധൈര്യം കാണിച്ചതുമില്ല. അതുകൊണ്ടൊക്കെയാവണം കമ്മ്യൂണിസ്റ്റുകാരനായ കെ.പി.കുമാരൻ താൻ സംവിധാനം ചെയ്യുന്ന 'ലക്ഷ്മീവിജയം' എന്ന ചിത്രത്തിൽ സുകുമാരന് നായകവേഷം തന്നെ വച്ചുനീട്ടിയത്.

ലക്ഷ്മിവിജയം തിരുവനന്തപുരത്തെ ശക്തി (ഇന്നത്തെ കൃപ) തിയേറ്ററിൽ പ്രദർശനമാരംഭിച്ച ദിവസം ഞാനും സുകുമാരനും അടു

ത്തടുത്തിരുന്നാണ് അത് കണ്ടത്.

സിനിമാ കാണുന്നതിനിടയ്ക്ക് സുകുമാരൻ പറഞ്ഞു: ''ആശാനേ, ഈ പടമാണ് എന്റെ ഭാവി തീരുമാനിക്കുന്നത്. ഇത് പൊളിഞ്ഞാൽ ഞാൻ നാടുവിടും. നൈജീരിയയ്ക്ക് പോകാൻ പാസ്പോർട്ട് എടുത്തു വച്ചിട്ടുണ്ട്.''

അക്കാലത്ത് സുകുമാരൻ തിരുവനന്തപുരത്ത് വന്നാൽ താമസിക്കുന്നത് എം.എൽ.എ ക്വാർട്ടേഴ്സിൽ പി.പി.ജോർജ് എം.എൽ.എയുടെ മുറിയിലായിരുന്നു. ഷോ കഴിഞ്ഞ് സുകുമാരൻ എന്നെ അങ്ങോട്ടു കൊണ്ടുപോയി ഒരു രഹസ്യം പറയുകയും ചെയ്തു.

അപ്പോൾ പുതുതായി ആരംഭിച്ചിരിക്കുന്ന, സംസ്ഥാന ചലച്ചിത്ര വികസന കോർപ്പറേഷനിൽ സുകുമാരൻ പി.ആർ.ഒ പോസ്റ്റിലേക്ക് അപേക്ഷിച്ചിരിക്കുന്നു. അത് പി.പി.ജോർജ് ശരിയാക്കി കൊടുക്കാമെന്ന് ഏറ്റിട്ടുമുണ്ട്. മുമ്പ് ചെയർമാൻ പി.ആർ.എസ്. പിള്ളയോട് ഞാൻ ചോദിച്ചപ്പോൾ ഇങ്ങനെ ഒരു പോസ്റ്റേ ഇല്ലെന്ന് മറുപടി കിട്ടിയ കാര്യം ഞാൻ മിണ്ടിയില്ല.

അന്നത്തെ ആഭ്യന്തരമന്ത്രിയുടെ വിശ്വസ്ഥനായിരുന്നു പി.പി.ജോർജ്. അതുകൊണ്ട് സുകുമാരനുവേണ്ടി ഇങ്ങനെ ഒരു പോസ്റ്റ് സൃഷ്ടിച്ചേക്കുമെന്നും ഞാൻ കണക്കുകൂട്ടി.

കാറിൽ എന്നെ കിഴക്കേകോട്ടയിൽ കൊണ്ടുവിടാൻ വരുമ്പോൾ സുകുമാരൻ ലക്ഷ്മിവിജയത്തെക്കുറിച്ച് നല്ലൊരു നിരൂപണം എഴുതണമെന്നും എനിക്ക് പരിചയമുള്ള നിർമ്മാതാക്കളോട് സുകുമാരന്റെ പേര് നിർദ്ദേശിക്കണമെന്നും അഭ്യർത്ഥിച്ചു.

ഏതായാലും ലക്ഷ്മിവിജയത്തിനുശേഷം സുകുമാരന് നല്ല അവസരങ്ങൾ ലഭിച്ചുതുടങ്ങി. അടിയന്തരാവസ്ഥ പിൻവലിച്ചതിനെത്തുടർന്ന് കവിയൂർ പൊന്നമ്മയുടെ ഭർത്താവ് മണിസ്വാമി എടുത്ത 'രാജൻ പറഞ്ഞ കഥ'യിലെ രാജന്റെ റോൾ സുകുമാരനാണ് കൊടുത്തത്. രാജനെ പോലീസുകാർ ഉരുട്ടുന്ന സീനും അതിലുണ്ടായിരുന്നു.

1977-ൽ ഞാൻ മദ്രാസിൽ ചെന്നപ്പോൾ ഐ.വി. ശശി താമസിക്കുന്ന 'മുരളീ മൂവീസി' ന്റെ ഓഫീസിൽ പോയി. അവിടെ നിർമ്മാതാവ് രാമചന്ദ്രൻ, സംവിധായകൻ ഐ.വി.ശശി എന്നിവരോടൊപ്പം സുകുമാരനും താമസിക്കുന്നുണ്ടായിരുന്നു.

''സുകുമാരൻ എന്താ ഇവിടെ താമസിക്കുന്നത്?'' ഞാൻ.

''ഇപ്പോൾ ശശിക്ക് ധാരാളം ചാൻസുകൾ വരുന്നുണ്ട്. കൂടെ താമസിക്കുന്ന ആളായതുകൊണ്ട് എന്നെ അവഗണിക്കാൻ സാധിക്കുകയില്ലല്ലോ.''

സുകുമാരൻ ബിസിനസ് പഠിച്ചുപോയല്ലോ എന്ന് ഞാൻ വിചാരിച്ചു.

''അന്നത്തെ പി.ആർ.ഒ ജോലി എന്തായി?'' ഞാൻ.

''അത് വല്യ രസമായി ആശാനേ, പി.ആർ.ഒ പോസ്റ്റല്ല, ജനറൽ മാനേജരുടെ പോസ്റ്റു തരാമെന്ന് മന്ത്രി പറഞ്ഞു, അദ്ദേഹത്തിന്റെ മകളെ വിവാഹം കഴിക്കാമെങ്കിൽ.''

''അതു കൊള്ളാമല്ലോ, കേൾക്കട്ടെ കഥ'' - ഞാൻ.

''പി.പി. ജോർജ് എന്നെ പെണ്ണു കാണിക്കാൻ മൻമോഹൻ പാലസിൽ വിളിച്ചോണ്ടുപോയി. വളരെക്കാലം കൂടി നല്ലൊരു സദ്യയും കിട്ടി. പെണ്ണ് സുന്ദരിയാണ്. പക്ഷെ കോടതിവിധിയെത്തുടർന്ന് മന്ത്രിക്ക് സ്ഥാനം നഷ്ടപ്പെട്ടു. പിന്നെ ഞാൻ അന്വേഷിക്കാൻ പോയില്ല.''

കമ്മ്യൂണിസ്റ്റ് മാനിഫെസ്റ്റോയിൽ ഇതൊന്നും കണ്ടിട്ടില്ലല്ലോ എന്ന് ഞാനോർത്തു.

മാടമ്പ് കുഞ്ഞുകുട്ടൻ എഴുതിയ 'അശ്വത്ഥാമാവ്' എന്ന ചിത്രത്തിലെ നായകനായി അഭിനയിക്കാമെന്ന് സംവിധായകൻ കെ.ആർ.മോഹന് സുകുമാരൻ വാക്ക് കൊടുത്തിരുന്നതാണ്. എന്നാൽ ആ സമയത്തു തന്നെ ഷൂട്ടിംഗ് തുടങ്ങിയ എം.ടിയുടെ 'ബന്ധന'ത്തിൽ അഭിനയിക്കാൻ സുകുമാരൻ പോയി. അതുകൊണ്ട് മാടമ്പുതന്നെയാണ് സുകുമാരനു വച്ച വേഷം അഭിനയിച്ചത്. അക്കൊല്ലത്തെ സംസ്ഥാന അവാർഡ് അശ്വത്ഥാമാവും ബന്ധനവും വീതിച്ചെടുക്കുകയും ചെയ്തു.

*****

ജഗതി ശ്രീകുമാറിന് ആദ്യത്തെ നാലഞ്ചുവർഷം നിരാശയുടെ കാലമായിരുന്നു. മല്ലികയുടെ വരുമാനം കൊണ്ടാണ് അവരുടെ കുടുംബം കഴിഞ്ഞത്. ശ്രീകുമാരൻ തമ്പി മാത്രം ചെറിയ വേഷങ്ങൾ കൊടുത്തിരുന്നു. ഇതോടെ മല്ലിക ശ്രീകുമാറിനെ തഴഞ്ഞ് ശ്രീകുമാറിന്റെ ഉറ്റ സുഹൃത്തായ സുകുമാരനുമായി അടുപ്പത്തിലായി. ഇത് മനസ്സിലാക്കിയ ശ്രീകുമാർ മല്ലികയെ ഉപേക്ഷിക്കുകയും സുകുമാരനോട് അവരെ ഭാര്യയായി സ്വീകരിക്കാൻ നിർദ്ദേശിക്കുകയുമായിരുന്നു.

സുകുമാരൻ അതിന് സമ്മതിക്കുകയും ചെയ്തു. രണ്ട് ഭയങ്കരന്മാരും ഒരു ഭയങ്കരിയും. ഇതുകേട്ടപ്പോൾ ഞാൻ ഞെട്ടിപ്പോയി! ഒരു സ്നേഹിതന്റെ ഭാര്യയെത്തന്നെ അടിച്ചെടുക്കേണ്ട കാര്യമുണ്ടായിരുന്നോ ഈ സുകുമാരന്.

സിനിമയിൽ അഭിനയിക്കാൻ വേണ്ടി പേരു മാറ്റാൻ തയ്യാറായ സുകുമാരൻ സുഹൃത്തിനോട് ചെയ്ത കൊടുംചതി!

പക്ഷെ മിടുക്കനായ ശ്രീകുമാർ രണ്ടുമാസത്തിനകം സ്വന്തം സമുദായത്തിൽനിന്നുതന്നെ ഒരു പെൺകുട്ടിയെ വിവാഹം കഴിച്ച് മല്ലികയോട് മധുരമായി പ്രതികാരം ചെയ്തു. സുകുമാരനോടൊപ്പം പല ചിത്രങ്ങളിലും അഭിനയിക്കുകയും ചെയ്തു. അവിടുന്നായിരുന്നു ശ്രീകുമാറിന്റെ വളർച്ച. സുകുമാരന്റെ തകർച്ചയും.

1979-ൽ സുകുമാരൻ മല്ലികയെ വിവാഹം കഴിച്ച ശേഷം ഞാൻ കാണാനേ പോയിട്ടില്ല. ജഗതി ശ്രീകുമാറിന്റെ ഭാര്യാസ്ഥാനത്ത് മല്ലികയെ കണ്ടുമുട്ടിയിട്ടുള്ള എനിക്ക് അവരെ സുകുമാരന്റെ ഭാര്യാസ്ഥാനത്ത് കാണാൻ മനസ്സ് വന്നില്ല. കണ്ടുമുട്ടിയാൽ ഞാനല്ല സുകുമാരനായിരിക്കും ചമ്മുന്നത് എന്ന് അറിയാമായിട്ടും.

സുകുമാരന്റെ ഈ നടപടിയെ വിമർശിച്ച് ഞാനെഴുതിയപ്പോൾ നന്ദി പറയാൻ ശ്രീകുമാർ ഓടിയെത്തി. അന്ന് അദ്ദേഹം പറഞ്ഞ മറ്റു കഥകളൊക്കെ എന്റെ മനസ്സിൽത്തന്നെ ഇരിക്കട്ടെ.

തന്നോട് കൊലച്ചതി ചെയ്ത സുകുമാരനോട് യാതൊരു വൈരാഗ്യവും വച്ചുപുലർത്താതെ ശ്രീകുമാർ അദ്ദേഹത്തോടൊപ്പം അനവധി ചിത്രങ്ങളിൽ അഭിനയിക്കാൻ തയ്യാറായതാണ് എനിക്കത്ഭുതം. ഒരു പക്ഷെ തൊഴിലിനോടുള്ള പ്രതിബദ്ധതയായിരിക്കാം ശ്രീകുമാറിന് പ്രധാനം.

'ഏതൊരു മഹാന്റെയും വളർച്ചയ്ക്ക് പിന്നിൽ ഒരു സ്ത്രീയെ കാണാം' എന്നൊരു ചൊല്ലുണ്ട്. തകർച്ചയ്ക്ക് പിന്നിലും സ്ത്രീകൾ ഉണ്ടായിരിക്കുമല്ലോ.

1970-കൾ എം.ജി. സോമന്റെ വർഷമായിരുന്നു. 1976-ലെ ഏറ്റവും നല്ല നടനുള്ള സംസ്ഥാന അവാർഡ് കരസ്ഥമാക്കിയ സോമൻ അവിടുന്നൊരു കുതിപ്പ് നടത്തി ഏറ്റവും തിരക്കുള്ള നടനായി മാറി.

എഴുപതുകൾ സുകുമാരനും ജഗതിക്കുമൊക്കെ നിരാശയുടെ ദശകമായിരുന്നു. എന്നാൽ എൺപതുകൾ സുകുമാരനെയും മുൻനിരയിലെത്തിച്ചു. സുരാസു തിരക്കഥ എഴുതിയ 'ശംഖുപുഷ്പം' ആണ് സുകുമാരനെ ഉയർത്തിവിട്ടതെന്ന് നേരത്തെ സൂചിപ്പിച്ചിട്ടുണ്ടല്ലോ.

മലയാള സിനിമയിൽ ഒരു പ്രത്യേക വിഭാഗത്തിൽ രണ്ടുപേർക്കേ എപ്പോഴും സ്ഥാനമുള്ളു. ഒരു ഗ്ലാമറും ഒരു പ്രാഗത്ഭ്യവും. അങ്ങനെ സത്യൻ-നസീർ, നസീർ-മധു, രാഘവൻ-സുധീർ, സോമൻ-സുകുമാരൻ, മമ്മൂട്ടി-മോഹൻലാൽ എന്നിങ്ങനെ ഇരുവരുടെ ആധിപത്യമാണെന്നും. ഇത് നടികളുടെ കാര്യത്തിലും ഗായകരുടെ കാര്യത്തിലും കൊമേഡിയന്മാരുടെ കാര്യത്തിലും കാണാം.

എൺപതുകളിൽ സോമൻ പൗരുഷവും ഗ്ലാമറും കൊണ്ട് വിജയിച്ചപ്പോൾ സുകുമാരൻ ഒരു സാധാരണ വായാടിയായി അരങ്ങ് തകർത്തു.

സിനിമക്കാർക്ക് സ്തുതി മാത്രം മതി. ചെറിയൊരു വിമർശനം പോലും നേരിടാനുള്ള തന്റേടമുള്ളവർ അപൂർവ്വമാണ്. ചെറുതായൊന്നു വിമർശിച്ചതോടെ അതുവരെ ഞാൻ കൊടുത്ത പ്രോത്സാഹനമെല്ലാം സുകുമാരൻ മറന്നു. പിന്നെ ഞാൻ സുകുമാരനെ അന്വേഷിച്ചില്ല.

നേരിട്ടുകാണാൻ പോയില്ലെങ്കിലും ഞാൻ എഡിറ്റ് ചെയ്തിരുന്ന വാരികയിൽ സുകുമാരനെക്കുറിച്ച് മദ്രാസ് ലേഖകൻ അയക്കുന്ന ഇന്റർവ്യൂകൾ പ്രസിദ്ധീകരിച്ചുകൊണ്ടിരുന്നു.

സിനിമയെക്കുറിച്ചും രാഷ്ട്രീയത്തെക്കുറിച്ചുമെല്ലാം വളരെ ഉന്നതമായ അഭിപ്രായങ്ങളാണ് സുകുമാരൻ പറഞ്ഞിരുന്നത്.

''ഇന്ന് ഭാരതത്തിലുണ്ടാകുന്ന തൊണ്ണൂറ്റിഒൻപത് ശതമാനം ചലച്ചിത്രങ്ങളിലും ഇതിവൃത്തം രാമായണമാണ്. എല്ലാ ചിത്രങ്ങളിലും നായകനായി ഒരു രാമനെയും നായികയായി സീതയേയും വില്ലനായി ഒരു രാവണനേയും കാണാം.''

''നമ്മുടെ സിനിമ എന്നത്തേയും പോലെ ഇന്ന് ഒത്തുതീർപ്പിന് അടിമപ്പെട്ടുകൊണ്ടിരിക്കുന്നു. സെക്സ്- സ്റ്റണ്ട് ചിത്രങ്ങൾ നിർമ്മിക്കുന്നവരായാലും സാമൂഹ്യചിത്രങ്ങൾ നിർമ്മിക്കുന്നവരായാലും ആർട്ട് ഫിലിം നിർമ്മിക്കുന്നവരായാലും അവരുടെ ചിത്രങ്ങളിൽ ഈ ഒത്തുതീർപ്പ് ദർശിക്കാവുന്നതാണ്.''

ഇങ്ങനെയെല്ലാം തന്റേടത്തോടെ ഉള്ള കാര്യങ്ങൾ ആരോടും തുറന്നുപറയുന്ന ദുഃഷ്യം സുകുമാരനുണ്ടെന്ന് മനസ്സിലായപ്പോൾ രംഗത്തുനിന്ന് അദ്ദേഹത്തെ ഒറ്റപ്പെടുത്താൻ അന്നത്തെ പ്രമാണിമാർ ശ്രമമാരംഭിച്ചു. (ഇന്നും കാണുന്ന പ്രവണതയാണിത്) സുകുമാരൻ ഔട്ടായെന്നും പ്രചാരണമുണ്ടായി.

''ഞാൻ കഴുതയെ കഴുതയെന്ന് വിളിക്കും. കുറച്ച് കൂടുതൽ പടങ്ങളിൽ മുഖത്ത് ചായം തേച്ചു കാണിക്കണമെന്നു കരുതി ഞാൻ മാറാൻ തയ്യാറില്ല. ഇവിടെ വ്യക്തിത്വമെന്നോ സ്വാതന്ത്ര്യമെന്നോ പറയുന്ന സാധനം മഷിയിട്ടു നോക്കിയാൽ പോലും കിട്ടില്ല. അഭിനയത്തിലും ജീവിതത്തിലും മറ്റുള്ളവർക്കൊപ്പം താളം ചവിട്ടുന്ന കളിപ്പാവകൾക്കുള്ളതാണ് ഈ ഫീൽഡ്. സ്വന്തം വർഗ്ഗത്തിൽപ്പെട്ട ജീവികളെ തിന്നു ജീവിക്കുന്ന വന്യമൃഗങ്ങളേക്കാൾ കഷ്ടമാണിവരുടെ കാര്യം.''

‘‘ഒരു ശതമാനം കഴിവും തൊണ്ണൂറ്റിഒൻപതു ശതമാനം ഭാഗ്യവുമാണ് സിനിമാരംഗത്ത് ആവശ്യം. ഒരു നടന്റെ സ്വാതന്ത്ര്യം തുലോം പരിമിതമാണ്. അവനെ ചെറിയ കളത്തിനുള്ളിൽ തളച്ചാൽ അവിടെക്കിടന്നു മറിയുകയോ തുള്ളുകയോ ചെയ്യാതെ തരമില്ല. ജീവിതവുമായി നല്ല പഴക്കമുള്ളവർക്കേ നല്ല നടനാകാൻ കഴിയൂ. മുഖത്തിന്റെ സൗന്ദര്യം കൊണ്ട് അഭിനയിച്ചുകളയാമെന്ന് കരുതിയവനല്ല ഞാൻ. പടത്തിന്റെ എണ്ണം പ്രശ്നമല്ല. കപ്പും കവിളും ഉള്ളതിന്റെ പേരിൽ മലയാള സിനിമയെ നശിപ്പിക്കുന്ന സ്യൂഡോ നടന്മാരുണ്ട്. അവർ പടങ്ങൾക്കുവേണ്ടി കടിപിടി കൂട്ടും. അതിനിടയിൽ സ്വന്തമായ വീക്ഷണങ്ങൾ ഉള്ളവർ ഒറ്റപ്പെട്ടു പോവുകയേ ഉള്ളൂ.’’

സുകുമാരൻ ഈ പറഞ്ഞതെല്ലാം പ്രേംനസീറിനെ ഉദ്ദേശിച്ചായിരുന്നുവെന്ന് വ്യക്തം. നസീറിന്റെ ആധിപത്യകാലത്താണല്ലോ സുകുമാരന് മുമ്പോട്ടുവരാൻ കഴിയാതിരുന്നതും. നസീറിനെ ആക്രമിക്കാൻ അക്കാലത്ത് സിനിമാരംഗത്തുള്ള ആരും ധൈര്യം കാണിച്ചിരുന്നില്ല. അക്കാര്യത്തിൽ സുകുമാരൻ ധീരത കാണിച്ചു എന്ന് എടുത്തു പറയേണ്ടതാണ്.

‘‘മലയാള സിനിമയിലെ നായകവേഷം കെട്ടുന്നതുപോലെയുള്ള ഗതികേട് മറ്റെന്തുണ്ട്? ആടാനും പാടാനുമുള്ള കോമാളിവേഷം മാത്രമാണ് ഇവിടുത്തെ നായകപ്പട്ടം. ഞാൻ പണം വാരിക്കൂട്ടാൻ സിനിമാരംഗത്ത് വന്നവനല്ല. ആത്മസംതൃപ്തിക്കുവേണ്ടി മാത്രം നടന്റെ വേഷം കെട്ടിയവനാണ്. കാശിനുവേണ്ടി എന്തു കോലവും കെട്ടാൻ ഞാൻ തയ്യാറില്ല.’’

‘‘ഇന്ന് എന്നെ ഒറ്റപ്പെടുത്തുന്നവർ എന്റെ പിന്നിലാവുമെന്ന് നിങ്ങൾക്ക് കാണാം.’’

ഇങ്ങനെയെല്ലാം പറഞ്ഞ സുകുമാരൻ എൺപതുകളിൽ മുന്നിൽത്തന്നെയെത്തി. നസീറും മറ്റും പിന്തള്ളപ്പെടുകയും ചെയ്തു. എന്നാൽ മുന്നിലെത്താൻ വേണ്ടി സുകുമാരൻ താൻ മുമ്പു പറഞ്ഞ കാര്യങ്ങളെല്ലാം വിഴുങ്ങുകയായിരുന്നു. പലരുടെയും താളത്തിനൊത്തു തുള്ളാൻ തയ്യാറായി.

എത്രയോ സെക്സ്-സ്റ്റണ്ട് ചിത്രങ്ങളിൽ സുകുമാരനെ കണ്ടവരാണ് നമ്മൾ. ഒരു നിർമ്മാല്യത്തിൽ അഭിനയിച്ചു എന്നതാണല്ലോ സുകുമാരനെ ഓർക്കാൻ നമുക്ക് ഇന്നും അവശേഷിക്കുന്നത്.

ജഗതി എൻ.കെ. ആചാരിയെ ‘പപ്പ’ എന്നു വിളിച്ചിരുന്ന മല്ലിക ശ്രീകുമാറിന്റെ ഭാര്യയായിരുന്നപ്പോൾ പറഞ്ഞ ചില വാചകങ്ങൾ ശ്രദ്ധിക്കുക.

‘‘എന്റെ ഭർത്താവ് ശ്രീകുമാർ വിദ്യാസമ്പന്നനായ നടനാണ്. ഇവിടുത്തെ കുശുമ്പും ഏഷണിയും കേട്ട് കലി തുള്ളാൻ മാത്രം സങ്കുചിതബുദ്ധിയല്ല അദ്ദേഹത്തിന്റേത്. പരസ്പരം നല്ലവണ്ണം മനസ്സിലാക്കിയ ശേഷമാണ് ഞങ്ങൾ വിവാഹിതരായത്. ഞങ്ങളെ തമ്മിലകറ്റാൻ ഒരു ശക്തിക്കും സാധ്യമല്ല.’’

‘‘ആവശ്യത്തിന് സെക്സിയായി അഭിനയിക്കാൻ ഞാൻ തയ്യാറാണ്. അല്ലാതെ കന്യാസ്ത്രീകളെപ്പോലെ മൂടിപ്പുതച്ചേ അഭിനയിക്കൂ എന്ന് പറഞ്ഞാൽ ആരെങ്കിലും സിനിമയിൽ വിളിക്കുമോ’’.

വിവാഹശേഷം സുകുമാരൻ ധാരാളം ചിത്രങ്ങളിൽ നായകനായി അഭിനയിക്കുകയും സമ്പാദിച്ച പണമത്രയും ധൂർത്തടിക്കാതെ

ഭൂസ്വത്തും കെട്ടിടങ്ങളുമാക്കി മാറ്റുകയും ചെയ്തു. തിരുവനന്തപുരത്ത് താമസിക്കുന്ന വീട് കൂടാതെ നോവലിസ്റ്റ് വിലാസിനിയുടെ ശ്രീകോവിൽ എന്ന വീട് വാങ്ങിക്കുയും നിലമേൽ എന്ന സ്ഥലത്ത് ഒരു ഷോപ്പിംഗ് കോംപ്ലക്സും അതിനുമുകളിൽ കല്യാണമണ്ഡപവും പണികഴിപ്പിക്കുകയും ചെയ്തു. ഇതെല്ലാം സാധിച്ചത് മല്ലികയുടെ ഭരണനൈപുണ്യം കൊണ്ടുമാത്രമാണ്.

എല്ലാവരും എന്നോട് യോജിക്കുമെന്ന് എനിക്ക് വിശ്വാസമില്ല. പക്ഷെ ഞാൻ കണ്ടതും അറിഞ്ഞതുമായ കാര്യങ്ങളേ ഇവിടെ എഴുതുന്നുള്ളു.

മലയാളസിനിമ കേരളത്തിലേക്ക് വന്നതോടെ സുകുമാരന്റെ കുടുംബം തിരുവനന്തപുരത്തേക്ക് താമസം മാറ്റി.

തൊണ്ണൂറുകൾ സുകുമാരന്റെയും സോമന്റെയും തളർച്ചയുടെ വർഷങ്ങളായിരുന്നു. എല്ലാവർക്കും എല്ലാക്കാലത്തും ചില വേദനകളും ബുദ്ധിമുട്ടുകളും ആവശ്യമാണ്. ഭാരമില്ലെങ്കിൽ കപ്പൽ ആടി ഉലയുമല്ലോ?

ഈ സമയം സുകുമാരൻ പണ്ട് താൻ പകുതിക്കുവച്ചു നിർത്തിക്കളഞ്ഞ നിയമപഠനത്തിന് ഉപയോഗിച്ചു. പണ്ടേ കമ്യൂണിസ്റ്റുകാരനായിരുന്ന അദ്ദേഹം എസ്.എഫ്.ഐ സ്ഥാനാർത്ഥിയായി മത്സരിച്ചു ജയിച്ച് ലോ കോളേജ് യൂണിയന്റെ ചെയർമാനുമായി.

കെ.ജി.ജോർജ്ജിന്റെ സംവിധാനത്തിൽ ഗണേശനെ ആദ്യമായി നായകനാക്കി സുകുമാരൻ 'ഇരകൾ' എന്നൊരു സിനിമ നിർമ്മിച്ചു. അത് സാമ്പത്തികമായി പരാജയപ്പെടുകയായിരുന്നു. അന്ന് കേന്ദ്ര വാർത്താവിതരണ സഹമന്ത്രി ആയിരുന്ന എസ്. കൃഷ്ണകുമാർ സഹായിച്ചതുകൊണ്ട് (മലയാറ്റൂരിന്റെ ശുപാർശപ്രകാരം) മാത്രം ദർഹി ദൂരദർശിനിൽ പ്രദർശിപ്പിച്ച് കടംവീട്ടിയെന്നുമാത്രം.

ഇതിനിടെ മല്ലിക അന്നത്തെ മുഖ്യമന്ത്രി കരുണാകരന്റെ വീട്ടിലെ നിത്യസന്ദർശകയായി. കരുണാകരന്റെ മകൾ അമേരിക്കയിൽ ചികിത്സയ്ക്ക് പോയപ്പോൾ ശുശ്രൂഷിച്ചത് മല്ലികയുടെ ജ്യേഷ്ഠൻ വേലായുധൻപിള്ളയായിരുന്നു. ആ ബന്ധം വച്ച് മല്ലിക കരുണാകരന്റെ ഭാര്യ കല്യാണിക്കുട്ടിയമ്മയുമായി അടുത്തു.

മല്ലിക മഹിളാ കോൺഗ്രസിൽ ചേർന്നു. കേരളത്തിലെ ജയിലുകളുടെ ഉപദേശക സമിതി അംഗമായി. തെരഞ്ഞെടുപ്പുകാലത്ത് കോൺഗ്രസ് പ്രചാരണയോഗങ്ങളിൽ പ്രസംഗിക്കുകയും ചെയ്തിരുന്നു.

കരുണാകരൻ വാഹനാപകടത്തിൽപ്പെട്ട് അമേരിക്കയിൽ ചികിത്സിക്കാൻ പോയപ്പോൾ അദ്ദേഹത്തിനെ ചികിത്സിച്ചതും വേലായുധൻപിള്ളയാണ്. തിരുവനന്തപുരം മെഡിക്കൽ കോളേജിൽ വേലായുധൻപിള്ളയെ നിയമിക്കുമെന്നും വാർത്തയുണ്ടായിരുന്നു.

ഇക്കാലത്ത് സംസ്ഥാന ചലച്ചിത്ര വികസന കോർപ്പറേഷനിൽ ചെയർമാൻസ്ഥാനം ഒഴിവുവന്നു.

നടൻ മധുവിന്റെ പേരാണ് ആ സ്ഥാനത്തേക്ക് പരിഗണിച്ചിരുന്നത്. നടനും സംവിധായകനും നിർമ്മാതാവും സ്റ്റുഡിയോ ഉടമയും എം.എക്കാരനുമായ മധു അതിന് സർവ്വഥാ യോഗ്യനുമാണല്ലോ.

ആന്റണിഗ്രൂപ്പുകാർ നടൻ ജി.കെ. പിള്ളയുടെ പേര് നിർദ്ദേശിച്ചു.

എന്നാൽ മല്ലിക ഒരു അട്ടിമറി നടത്തി സുകുമാരനെ ആ കസേരയിൽ കയറ്റിയിരുത്തി. ഇതിനെതിരെ ആന്റണിഗ്രൂപ്പുകാർ പ്രതിഷേധജാഥകൾ നടത്തി. ധാരാളം കോൺഗ്രസുകാർ കോർപ്പറേഷൻ കസേ

രകൾ സ്വപ്നം കണ്ടുകഴിയുമ്പോൾ മറ്റൊരു സ്ഥാനവും നികത്താതെ ഈ സ്ഥാനത്തുമാത്രം, അതും ഒരു കമ്മ്യൂണിസ്റ്റുകാരനെ കയറ്റിയിരുത്തിയതിൽ അവർ പ്രതിഷേധിച്ചത് സ്വാഭാവികം മാത്രമായിരുന്നു. പണ്ട് പി.ആർ.ഒ ജോലിക്ക് അപേക്ഷിച്ച സ്ഥാപനത്തിന്റെ തലപ്പത്താണ് സുകുമാരൻ കയറിയിരുന്നത്.

സുകുമാരന്റെ കുട്ടികൾ പൂജപ്പുരയിലെ സ്കൂളിലേക്ക് സർക്കാരിന്റെ ബോർഡ് വച്ച കാറിൽ പോകുന്നതും ഞാൻ കണ്ടിരുന്നു.

നിശാഗന്ധി ഓഡിറ്റോറിയത്തിൽ ഒരു വിദേശചിത്രം പ്രദർശിപ്പിക്കുന്ന അവസരത്തിൽ സുകുമാരൻ സ്റ്റേറ്റ് കാറിൽ വന്നിറങ്ങുന്നതും പൂനാ ഫിലിം ഇൻസ്റ്റിറ്റ്യൂട്ടിൽ നിന്ന് സിനിമയെക്കുറിച്ച് പഠിച്ച ഫിലിം ഓഫീസർമാരായ സംവിധായകർ കെ.ആർ മോഹനനും വി.ആർ. ഗോപിനാഥും ഓടിച്ചെന്നു ഡോർ തുറക്കുന്നതും ഞാൻ തൊട്ടടുത്തുനിന്ന് കാണുന്നുണ്ടായിരുന്നു. പക്ഷെ ഞാനങ്ങോട്ടു പോയതേയില്ല.

മല്ലിക പാർത്ഥാസ് ടെക്സ്റ്റൈൽസിൽ മുഖ്യമന്ത്രിയുടെ മകളുമൊത്തിരുന്ന് സാരി തെരഞ്ഞെടുക്കുന്നതും കണ്ടിട്ടുണ്ട്.

എന്നാൽ ഇക്കാലത്ത് സുരാസുവിനെ സഹായിക്കാൻ സുകുമാരനും മല്ലികയും ആത്മാർത്ഥമായി ശ്രമിച്ച കാര്യം ഞാൻ മുമ്പു പറഞ്ഞതുമാണല്ലോ.

ഫിലിം കോർപ്പറേഷൻ ചെയർമാന്റെ ഔന്നത്യം മറന്ന് സുകുമാരൻ അഭിനയിക്കാൻ ചില സന്ദർഭങ്ങൾ നേടിയെടുത്തെങ്കിലും അതൊന്നും തീരെ ശ്രദ്ധ പിടിച്ചുപറ്റിയില്ല.

വിവാഹശേഷം സുകുമാരൻ മല്ലികയെ സിനിമാരംഗവുമായി അടുപ്പിച്ചിരുന്നതേയില്ല. സുകുമാരൻ പങ്കെടുക്കുന്ന ചടങ്ങുകളുടെ സദസ്സിൽ മുൻനിരയിൽതന്നെ മല്ലികയെ കാണാമായിരുന്നു എന്നതൊഴിച്ചാൽ.

നമ്മുടെ ജീവിതത്തിൽ പ്രധാനപ്പെട്ട കാര്യങ്ങളെല്ലാം പെട്ടെന്നാണല്ലോ സംഭവിക്കുന്നത്. സൃഷ്ടി, പ്രേമം, മരണം - വിധിയുടെ സ്പർശത്തിനായി നാം കാത്തിരിക്കുകയാണ്. എന്നാൽ ജീവിതത്തിന്റെ വാതുക്കൽ മരണം തട്ടിവിളിച്ചാൽ ആർക്കാണ് കാത്തുനിൽക്കാൻ സാധിക്കുക.

സുകുമാരൻ പോയി.

സോമൻ പോയി.

സുരാസുവും പോയി.

നിഷേധികളുടെ ഒരു കാലഘട്ടം ഇവിടെ അവസാനിക്കുന്നു. ഇനിയുള്ളത് ഒത്തുതീർപ്പുകാർ മാത്രം.

വില്യം ഷേക്സ്പിയറുടെ ഒരു പ്രയോഗമുണ്ട്.

ചിലർ മഹാന്മാരായി ജനിക്കുന്നു. ചിലർ മഹത്വം പിടിച്ചുപറ്റുന്നു. ഇനിയും ചിലരുടെ മേൽ മഹത്വം അടിച്ചേൽപ്പിക്കപ്പെടുന്നു.

സുകുമാരൻ ഇതിൽ ഏതുവിഭാഗത്തിൽ പെടുന്നുവെന്ന് വായനക്കാർ തന്നെ തീരുമാനിക്കുക.

മല്ലിക ചിൽഡ്രൻസ് ഫിലിം സൊസൈറ്റി ചെയർപേഴ്സനായെന്നു കേട്ടു. കൂടെക്കൂടെ ടിവി പരിപാടികളിലും പ്രത്യക്ഷപ്പെട്ടു തുടങ്ങി.

■

ഒരാത്മാർത്ഥ സുഹൃത്ത്

1973-ൽ എം.ജി. സോമൻ ആദ്യമായി അഭിനയിച്ച 'ഗായത്രി' എന്ന സിനിമ മദ്രാസിലെ എം.വി.എം. സ്റ്റുഡിയോയിലെ പ്രിവ്യു തിയേറ്ററിൽ വെച്ചാണ് ഞാൻ കണ്ടത്.

അടൂർ ഗോപാലകൃഷ്ണന്റെ സ്വയംവരവും എം.ടി. വാസുദേവൻനായരുടെ നിർമ്മാല്യവും വരുന്നതിനുമുമ്പ് മലയാള സിനിമയെ റിയലിസത്തിന്റെ പാതയിൽ ഏറ്റവും മുമ്പിലെത്തിച്ചത് പി.എൻ മേനോനാണല്ലോ?

കച്ചവടസിനിമയുടെ ചില ചേരുവകളൊക്കെയുണ്ടെങ്കിലും കഥക്ക് ചേരുന്ന നടീനടന്മാരെ, അധികവും പുതുമുഖങ്ങൾ - അവതരിപ്പിച്ച് സ്റ്റുഡിയോയുടെ നാലു ചുവരുകൾക്കുള്ളിൽനിന്ന് മലയാള സിനിമയെ വാതിൽപ്പുറങ്ങളിലേക്ക് തുറന്നുവിടാൻ അസാമാന്യ ധൈര്യം കാണിച്ച സംവിധായകനാണ് മേനോൻ.

ആ നിലയ്ക്ക് അദ്ദേഹത്തിന് ധാരാളം ആരാധകരും അതോടൊപ്പം ശത്രുക്കളുമുണ്ടായി. മേനോന്റെ ചിത്രങ്ങൾ ഉയർത്തിവിട്ട വാദകോലാഹലങ്ങളും മത്സരങ്ങളും സ്വയംവരത്തിന്റെയും നിർമ്മാല്യത്തിന്റെയും വരവിന് പാതയൊരുക്കിക്കൊടുത്തു എന്നുപറയുന്നതാണ് ശരി.

മഞ്ഞിലാസിനുവേണ്ടി സേതുമാധവൻ സംവിധാനം ചെയ്ത 'യക്ഷി'യുടെ തിരക്കഥ എഴുതി മലയാറ്റൂർ രാമകൃഷ്ണനും ഈ രംഗത്ത് ശക്തനായി പിടിച്ചുനിൽക്കുന്ന സമയത്താണ് രണ്ടുപേരും ചേർന്ന് 'ഗായത്രി' സൃഷ്ടിച്ചത്.

യാഥാസ്ഥിതികതയുടെ അടിസ്ഥാനശിലകളെ ഇളക്കിമറിക്കുന്ന അതിശക്തമായ ഒരു പ്രമേയമാണ് ഗായത്രി അനാവരണം ചെയ്തത്. അന്ധവിശ്വാസത്തിന്റെയും മാമൂലുകളുടെയും ജീർണിച്ച ചുവരുകൾക്കു

ള്ളിൽ വീർപ്പുമുട്ടി നരകിക്കുന്ന ഒരു പരദേശി ബ്രാഹ്മണന്റെ പുരോഹിത കുടുംബത്തിന്റെ ഒടുങ്ങാത്ത സന്താപങ്ങളുടെ കഥയായിരുന്നു അത്.

അതോടൊപ്പം അഗ്രഹാരത്തിന്റെ ഇരുണ്ട ഇടനാഴികളുപേക്ഷിച്ച് അലക്കുകാരുടെ കോളനിയിലെത്തി കമിതാവിന്റെ ജീവിതഭാരം പങ്കിട്ട് ധന്യയാകുന്ന ഒരു പെൺകുട്ടിയുടെ ദുഃഖാഹ്ലാദങ്ങളും ഗായത്രി വരച്ചുകാട്ടി.

അശോക് കുമാറിന്റെ ക്യാമറ ശുചീന്ദ്രം ക്ഷേത്രത്തിലെ വിലമതിക്കാനാവാത്ത ശില്പഭംഗികൾ പകർത്തിയെടുത്ത് നമ്മെ കാണിച്ചു.

'തിരകൾ തിരകൾ' എന്നു തുടങ്ങുന്ന രാഘവനും ജയഭാരതിയും പങ്കെടുത്ത ഗാനം സ്ലോമോഷനിൽ കാണിച്ചതും അന്ന് പുതുമയായിരുന്നു.

ഈ ചിത്രത്തിൽ നായകനായി രാഘവനും നായികയായി ജയഭാരതിയുമാണ് അഭിനയിച്ചതെങ്കിലും മാമൂലുകൾക്കെതിരെ പൊരുതുന്ന യുവത്വത്തിന്റെ പ്രതീകമായ രാജാമണി എന്ന കഥാപാത്രത്തെ അവതരിപ്പിച്ചത് എം.ജി. സോമനായിരുന്നു.

വയലാറിന്റെ വരികൾക്ക് ദേവരാജൻ നൽകിയ ഈണത്തിൽ ഗായത്രിയിലെ 'പത്മതീർത്ഥമേ ഉണരൂ' എന്ന ഗാനം പാടിയതിന് ആ വർഷത്തെ പ്രസിഡന്റിന്റെ സ്വർണമെഡൽ യേശുദാസിന് ലഭിച്ചു. രണ്ടാമത്തെ നല്ല ചിത്രത്തിനുള്ള സംസ്ഥാന അവാർഡും ഈ ചിത്രം കരസ്ഥമാക്കി.

സിലോൺ റേഡിയോ (ഇലങ്കവാനൊലി) ക്കുവേണ്ടി ഈ സിനിമയുടെ ശബ്ദരേഖ തയ്യാറാക്കിയത് നടരാജനും ഞാനും ചേർന്നാണ്. മൂന്നുമണിക്കൂർ ട്രാക്കിനെ ഒന്നരമണിക്കൂറാക്കി പ്രക്ഷേപണം ചെയ്തപ്പോൾ ഞങ്ങളുടെ പേരുകളും വിദേശ റേഡിയോയിൽക്കൂടി ആദ്യമായി കേട്ടു.

''ശ്രീറാം'' പ്രൊഡക്ഷൻസിന്റെ ബാനറിൽ ശ്രീധരൻ ഇളയിടവും മലയാറ്റൂരും ചേർന്നാണ് ഗായത്രി നിർമ്മിച്ചത്. പെരുമ്പാവൂരിൽ ബസ് സർവീസ് നടത്തിയിരുന്ന ശ്രീധരൻ ഇളയിടം ഇത് നിർമ്മിക്കാൻവേണ്ടി അഞ്ച് ബസ്സുകൾ വിറ്റു. തിരുവനന്തപുരം സിറ്റിയിൽ ഓടുന്ന ബസ്സുകളുടെ കടുംപച്ചനിറം മാറ്റി ഇളം പച്ചനിറമാക്കുന്നതിനു പെയിന്റ് വാങ്ങിയപ്പോൾ കിട്ടിയ കമ്മീഷൻ മലയാറ്റൂരും ചിത്രത്തിൽ മുടക്കി. മലയാറ്റൂർ അന്ന് കെ.എസ്.ആർ.ടി.സി. ചെയർമാനായിരുന്നു.

ചിത്രത്തിന്റെ ലാബ് ജോലികൾക്കായി മലയാറ്റൂരും ഇളയിടവും മദ്രാസിൽവന്ന് നോർത്ത് ഇസ്മാൻ റോഡിൽ വീട് വാടകയ്ക്കെടുത്ത് താമസിക്കുമ്പോൾ ടി.വി.എസ്. കമ്പനി മലയാറ്റൂരിന് വിദേശ നിർമ്മിത കാർ വിട്ടുകൊടുത്തിരുന്നതെന്നും ഞാനറിഞ്ഞു.

പി.എൻ.മേനോന്റെ വീടും മലയാളനാട് എസ്.കെ. നായരുടെ ന്യൂ ഇന്ത്യാ ഫിലിംസിന്റെ ഓഫീസും ഇതിനടുത്തുതന്നെ ആയിരുന്നു. ന്യൂ ഇന്ത്യാ ഫിലിംസിൽ വച്ചാണ് ഞാനാദ്യമായി സോമനെ കാണുന്നത്.

ഒറ്റനോട്ടത്തിൽത്തന്നെ ശ്രദ്ധിക്കപ്പെടുന്ന ഒരു പേഴ്സണാലിറ്റിയുടെ ഉടമയായിരുന്നു സോമൻ. ഒരു പട്ടാളക്കാരന്റെ തലയെടുപ്പുള്ള നിൽപ്പും നടപ്പും ഭാവങ്ങളും സത്യനെ ഓർമ്മിപ്പിച്ചു. ഒരു ശകലം തലക്കനം ഉള്ളപോലെ - ആത്മവിശ്വാസത്തിന്റേതായിരിക്കാം.

പക്ഷെ സോമൻ ഞങ്ങളുടെ തിരുവനന്തപുരത്തെ ഓഫീസിൽ സ്ഥിരം സന്ദർശകനായിരുന്നു. കേരളശബ്ദത്തിന്റെ സബ് എഡിറ്റർ കല്ലട വാസുദേവൻ എഴുതിയ 'രാമരാജ്യം' എന്ന നാടകത്തിൽ അഭിനയിക്കുന്ന അവസരത്തിൽ സോമൻ പത്രം ഓഫീസിൽ രാത്രി തങ്ങുമായിരുന്നു. പത്രക്കടലാസുകൾ നിലത്തു വിരിച്ചാണല്ലോ പത്രം ഓഫീസിലെ ഉറക്കം.

രാമരാജ്യം എന്ന നാടകം തിരുവനന്തപുരത്തെ വി.ജെ.ടി. ഹാളിൽ അവതരിപ്പിക്കുമ്പോൾ അതു കാണാൻ മലയാറ്റൂർ പത്നി കൃഷ്ണവേണിയുമൊന്നിച്ച് എത്തിയിരുന്നു. മലയാറ്റൂർ 'ഗായത്രി'യുടെ തിരക്കഥ എഴുതിക്കൊണ്ടിരിക്കുന്ന സമയമായിരുന്നു. അതിലെ രാജാമണി എന്ന കഥാപാത്രത്തെ അവതരിപ്പിക്കാൻ സോമൻ പറ്റുമെന്ന് കൃഷ്ണവേണിയാണ് മലയാറ്റൂരിനോട് സൂചിപ്പിച്ചത്. പിറ്റേന്നുതന്നെ മലയാറ്റൂർ സോമനുമായി ബന്ധപ്പെടുകയും ഗായത്രിയിൽ അഭിനയിക്കാൻ ക്ഷണിക്കുകയുമായിരുന്നു.

മലയാള സിനിമാരംഗത്തുനിന്ന് സത്യൻ തിരോധാനം ചെയ്തശേഷമുള്ള രണ്ടുവർഷങ്ങൾ. സത്യനുപകരം അതുപോലെ പൗരുഷമുള്ള ഒരു മുഖം കണ്ടുപിടിക്കാനാവാതെ മലയാള സിനിമ നിരാശപ്പെട്ടു നിൽക്കുന്ന സമയമായിരുന്നു അത്. ഈ സമയത്ത് പി.എൻ. മേനോൻ ഒരു വെല്ലുവിളി പോലെ കുറെ പുതുമുഖങ്ങളെ ഈ രംഗത്തേക്ക് കടത്തിവിട്ടു. അങ്ങനെ എടുത്ത സമാന്തര സിനിമകൾ വിജയിക്കുകയും കൂടി ചെയ്തതോടെ മേനോൻ മലയാള സിനിമയുടെ മാറ്റത്തിന്റെ ബുൾഡോസറായി ഖ്യാതി നേടിയെടുത്തു.

എന്നാൽ മേനോനോ അദ്ദേഹം കൊണ്ടുവന്ന പുതുമുഖങ്ങൾക്കോ കച്ചവടസിനിമക്കാരുടെ എതിർപ്പിനെ നേരിട്ട് വിജയം വരിക്കാനായില്ല. തമിഴിലെ രവിചന്ദ്രനും മലയാളിയായ സുധീറും ഒക്കെ സത്യനുപകരം വന്നു നമ്മെ നിരാശപ്പെടുത്തുകയായിരുന്നു.

ഇങ്ങനെയിരിക്കെയാണ് സത്യന്റെ കുറേയേറെ ഗുണങ്ങളുള്ള അതിലും സുന്ദരനുമായ സോമന്റെ അരങ്ങേറ്റം നടന്നത്. ഇതേ സമയത്തു തന്നെ നിർമ്മാല്യത്തിലൂടെ സുകുമാരനും രംഗത്തുവന്നു.

മുമ്പുവന്നവർക്ക് വമ്പിച്ച പ്രചാരണം നൽകി നിരാശപ്പെടേണ്ടി വന്നതുകൊണ്ട് സോമന്റെയും സുകുമാരന്റെയും വരവ് ആരുമത്ര കാര്യമാക്കിയില്ല. വെല്ലുവിളികളും വീമ്പുപറച്ചിലുകളും നിറഞ്ഞ ഈ അന്തരീക്ഷത്തിൽ സോമനും സുകുമാരനും വലിയ ഒച്ചപ്പാടൊന്നും ഉണ്ടാക്കാതെ സാവധാനം നീങ്ങുകയായിരുന്നു.

ഇങ്ങനെയിരിക്കെയാണ് സേതുമാധവൻ സോമനെ ശ്രദ്ധിച്ചത്. നേരത്തേ കണ്ടിരുന്നെങ്കിൽ സത്യന്റെ മരണശേഷം മഞ്ഞിലാസ് നിർമ്മിച്ച 'കലിയുഗ'ത്തിൽ സുധീറിനുപകരം സോമനെ നായകനാക്കുമായിരുന്നു.

ഏതായാലും അദ്ദേഹം സ്വന്തമായി നിർമ്മിച്ച 'ജീവിക്കാൻ മറന്നുപോയ സ്ത്രീ' എന്ന ചിത്രത്തിൽ സോമന് ചെറിയൊരു വേഷം നൽകി ടെസ്റ്റ് ചെയ്തു. സേതുമാധവൻ സംവിധാനം ചെയത് മഞ്ഞിലാസ് നിർമ്മിച്ച ചട്ടക്കാരിയിൽ ഭേദപ്പെട്ട ഒരു വേഷം നൽകുകയും ചെയ്തു. അതു തെറ്റിയുമില്ല. മറ്റെങ്ങുനിന്നും കടമെടുക്കാത്ത അഭിനയവും സംഭാഷണവും സോമനെ ഏറെ ശ്രദ്ധേയനാക്കുകയും ചെയ്തു.

ചട്ടക്കാരി ബോക്സ് ഓഫീസ് ഹിറ്റായതോടെ പ്രസിദ്ധ തമിഴ് സംവി

ധായകൻ കെ. ബാലചന്ദ്രർ സുജാതയെ നായികയാക്കി എടുത്ത 'അവളൊരു തുടർക്കഥ' എന്ന ചിത്രത്തിലേക്കും സോമന് ക്ഷണം ലഭിച്ചു.

കമലാഹാസൻ യുവാവായി അഭിനയം കുറിച്ചതും ഇതിലായിരുന്നു. തമിഴ്നാട്ടിൽ ഈ ചിത്രം സൂപ്പർഹിറ്റായിത്തീർന്നു. ഇതേത്തുടർന്ന് സോമന് ചില തമിഴ് സിനിമകളും ലഭിച്ചു.

സോമൻ അന്ന് കഥാപാത്രത്തിന്റെ വലിപ്പച്ചെറുപ്പത്തെപ്പറ്റി ശ്രദ്ധിച്ചിരുന്നില്ല. കാര്യമായി എന്തെങ്കിലും ചെയ്യാനുണ്ടോ എന്നുമാത്രമേ നോക്കിയിരുന്നുള്ളു. കിട്ടിയ വേഷങ്ങൾ കുറ്റമറ്റതാക്കി നിലനിർത്താൻ സാധിക്കുകയും ചെയ്തിരുന്നു.

ഓരോ കഥാപാത്രത്തെയും അവതരിപ്പിക്കുമ്പോൾ ആ കഥാപാത്രത്തിന്റെ വ്യക്തിത്വം പ്രതിഫലിപ്പിക്കാൻ കഴിഞ്ഞോ എന്നാണ് നോക്കേണ്ടത്. പ്രതിഭയുള്ള സിനിമാനിർമ്മാതാവും സംവിധായകനും ചെയ്യേണ്ടത് കഥാപാത്രങ്ങൾക്ക് യോജിച്ച അഭിനേതാക്കളെ കണ്ടെത്തുകയാണ്. അല്ലാതെ തങ്ങളുടെ മനസ്സിലുള്ള അഭിനേതാക്കൾക്കുവേണ്ടി പാത്രസൃഷ്ടി നടത്തുകയല്ല.

അങ്ങനെ ചെയ്യുന്നതുകൊണ്ടാണ് ഒരു ചിത്രത്തിന്റെ വിജയപരാജയങ്ങളുടെ ഉത്തരവാദിത്വം നടീനടന്മാരുടെ തലയിൽ വരുന്നത്.

നാടകസ്റ്റേജിലെ അഭിനയപരിചയവും അനുഭവങ്ങളും പലർക്കും സിനിമാരംഗത്ത് ഗുണം ചെയ്യാറുണ്ട്. നാടകക്കാരന്റെ മുമ്പിൽ വിവിധ തരക്കാരായ പ്രേക്ഷകർ നിരന്നിരിക്കുമ്പോൾ ചലച്ചിത്രനടൻ കാണുന്നത് ക്യാമറയും ലൈറ്റുകളും ഒരു സംവിധായകനെയും മാത്രമാണെന്ന വ്യത്യാസം മറക്കുകയുമരുത്.

അടൂരിന്റെ സ്വയംവരവും എം.ടിയുടെ നിർമ്മാല്യവും കണ്ടവർ പി. എൻ. മേനോന്റെ ഗായത്രി പൂർണതയുള്ള കലാരൂപമാണെന്നൊന്നും പറയുകയില്ല. ബോബിയെ അനുകരിച്ച് സേതുമാധവൻ ഉണ്ടാക്കിയ ചട്ടക്കാരിയാണെങ്കിൽ സെക്സിനാണ് മുൻതൂക്കം നൽകിയിരുന്നത്.

ഗായത്രിയിൽ സോമന്റെ റോൾ അത്ര വലുതൊന്നുമായിരുന്നില്ല. രാഘവനും ജയഭാരതിയുമായിരുന്നു പ്രധാന വേഷക്കാർ. ഇതിലെ അഭിനയത്തിന് ജയഭാരതിക്ക് ആ വർഷത്തെ നല്ല നടിക്കുള്ള സംസ്ഥാന അവാർഡും ലഭിച്ചു.

സേതുമാധവന്റെ ചട്ടക്കാരിയിൽ മോഹനും ലക്ഷ്മിയുമായിരുന്നു നായക-നായികമാർ. മലയാള സിനിമ കണ്ട ഏറ്റവും നല്ല ഗ്ലാമർ ജോഡികൾ ഇവരായിരുന്നു. രണ്ടാംസ്ഥാനക്കാരനെന്ന നിലയ്ക്ക് സോമനും ശ്രദ്ധിക്കപ്പെടാതിരുന്നില്ല. സേതുമാധവൻ നിർമ്മിച്ച 'നാളെ നമതെ' എന്ന തമിഴ് ചിത്രത്തിലും സോമന് ഒരു നല്ല റോൾ നൽകി.

പ്രേംനസീറും മധുവും ഉമ്മറും മറ്റും തിളങ്ങിനിൽക്കുന്ന കാലമാണ്. അതിനിടയിൽ വന്ന് കസേര പിടിച്ചുപറ്റുക അത്ര എളുപ്പമായിരുന്നില്ല.

കലിയുഗം, ചുക്ക് എന്നീ രണ്ടു ചിത്രങ്ങളിലൂടെ വളരെയേറെ കയ്പുനീരു കുടിച്ചിട്ടാണ് മഞ്ഞിലാസ് ചട്ടക്കാരിയിലൂടെ ഉയിർത്തെഴുന്നേറ്റത്.

സോമൻ ഇതിലൊന്നും താരമായിരുന്നില്ല എന്നതാണ് സത്യം. എന്നാൽ ശ്രദ്ധിക്കപ്പെടുക തന്നെ ചെയ്തു.

ഈ നടന്റെ വളർച്ച പെട്ടെന്നായിരുന്നു. മറ്റു പലർക്കും നേടാനാകാത്ത ഒന്നാണിത്. ഓരോ ചിത്രത്തിലും പ്രേക്ഷകനിൽ ആശ്വാസമു

ണർത്തുന്ന വിധം തന്റെ അഭിനയചാതുരി പ്രകടിപ്പിക്കാനും ജനാംഗീകാരം നേടിയെടുക്കാനും സോമന് കഴിഞ്ഞു. മങ്ങലേറ്റു മാറിപ്പോകുന്ന മറ്റു പലരുടെയും മുമ്പിൽ തിളക്കം കൂടുതലുള്ള താരമാകാൻ അതു കൊണ്ടുതന്നെയാണ് സോമന് കഴിഞ്ഞത്.

കുതന്ത്രങ്ങളുടെയും കാലുവാരലുകളുടെയും ഈ രംഗത്ത് ചുവടുറപ്പിക്കുക എന്നത് വളരെ ശ്രമകരമായ ഒരു ജോലിയാണ്. അക്കാര്യത്തിലും സോമൻ വിജയിച്ചു, അനായാസമായി.

മധ്യകേരളത്തിലെ സുന്ദരമായ തിരുവല്ല പ്രദേശത്തെ തിരുമൂലപുരത്താണ് സോമൻ ജനിച്ചുവളർന്നത്. സ്കൂൾ വിദ്യാഭ്യാസത്തിനു ശേഷം എയർഫോഴ്സിൽ ചേർന്നു. അവിടെ കോർപ്പറൽ (നായിക്) വരെയായി പ്രമോഷൻ ലഭിച്ചെങ്കിലും രാജിവച്ച് നാട്ടിലേക്ക് തന്നെ മടങ്ങിപ്പോരികയായിരുന്നു.

പട്ടാളക്യാമ്പിലെ നാടകങ്ങളിൽ അഭിനയിച്ചിരുന്ന അദ്ദേഹം നാട്ടിൽ വന്നശേഷം കായംകുളത്തെ കേരള ആർട്സ് തിയേറ്റേഴ്സിലെ നടനായി.

വിവാഹിതനും രണ്ടു കുട്ടികളുടെ പിതാവുമായ ശേഷമാണ് സോമൻ സിനിമയിൽ എത്തിയത്.

വലിയ ബഹളങ്ങളൊന്നും കാണിക്കാതെ പ്രചാരണ കോലാഹലങ്ങളിൽനിന്ന് ഒഴിഞ്ഞുനിന്ന്, ചാൻസിനുവേണ്ടി അലഞ്ഞുതിരിയാതെയും കാലുപിടിക്കാതെയും കഴിഞ്ഞ സോമൻ ക്യാമറയ്ക്ക് മുമ്പിലെത്തിയാൽ കഥാപാത്രത്തിന്റെ ഗാത്രത്തിലേക്ക് ആഴ്ന്നിറങ്ങുമായിരുന്നു.

കൂട്ടുകാരുടെ ഇടയിൽ സൊറ പറഞ്ഞിരിക്കാൻ വലിയ ഇഷ്ടമായിരുന്ന സോമൻ അന്തരീക്ഷം ശബ്ദമുഖരിതമാക്കി എല്ലാവരെയും രസിപ്പിക്കുകയും ചെയ്യുമായിരുന്നു.

സത്യന്റെ മരണത്തിനുശേഷം നാലഞ്ചുവർഷം മലയാള സിനിമ പൗരുഷമുള്ള ഒരു നടനെ കാത്തിരുന്നു. പി.എൻ. മേനോനും എം. ടിയും അരവിന്ദനും കെ.ജി. ജോർജും പി.എ ബക്കറും പലരെയും നായകസ്ഥാനത്തേക്ക് പിടിച്ചുയർത്തിയെങ്കിലും കുത്തകക്കാരുടെ എതിർപ്പും കച്ചവട സിനിമാ നിർമ്മാതാക്കളുടെ അവഗണനയും മൂലം അവരെല്ലാം തന്നെ വേണ്ടത്ര ശോഭിക്കാതെ മങ്ങിമങ്ങി കത്തിക്കൊണ്ടിരിക്കുകയായിരുന്നു.

സത്യന്റെ സിംഹാസനം ഒഴിഞ്ഞുതന്നെ കിടക്കുന്നു, അതിലിരിക്കാൻ ആരാണ് അർഹൻ എന്നൊരു ചർച്ച തന്നെ നടന്നുവന്നു.

സത്യൻ മരിക്കുമ്പോൾ പകുതി അഭിനയിച്ചുവച്ചിരുന്ന ചിത്രങ്ങൾ പൂർത്തിയാക്കാൻ വന്ന തമിഴ് നടൻ രവിചന്ദ്രന് ഷീലയുടെ ഭർത്താവാകാനല്ലാതെ മറ്റൊന്നിനും കഴിഞ്ഞില്ല.

സത്യൻ 'അനുഭവങ്ങൾ പാളിച്ചകൾ' എന്ന ചിത്രത്തിൽ ധരിച്ച ജൂബാ ധരിപ്പിച്ച് സുധീറിനെ സേതുമാധവൻ 'കലിയുഗ'ത്തിൽ അവതരിപ്പിച്ചെങ്കിലും ജനം അംഗീകരിച്ചില്ല.

'കന്യാകുമാരി'യിലൂടെ വന്ന കമലഹാസനും 'ചട്ടക്കാരി'യിലൂടെ ശ്രദ്ധേയനായ മോഹനും നല്ല മലയാളം ഡയലോഗ് പറയാൻ വശമില്ലായിരുന്നു. രാഘവനു മാത്രമാണ് കുറേ ചിത്രങ്ങളിൽ നായകനായി ശോഭിക്കാൻ കഴിഞ്ഞത്. അതോടെ എതിർപ്പെല്ലാം രാഘവന്റെ നേരെയായി. സ്വതേ ഒരു പോരാളിയല്ലാത്ത രാഘവൻ ചെറുത്തുനിന്നുമില്ല.

ഈ സമയത്താണ് പലരും സോമനെ സത്യന്റെ സ്ഥാനത്ത് സങ്ക

ല്പിച്ചു തുടങ്ങിയത്. സോമന് സത്യനേക്കാൾ ഉയരവും സൗന്ദര്യവും പൗരുഷവും ഉണ്ടായിരുന്നെങ്കിലും സത്യന്റെ അനായാസമായ അഭിനയ പാടവമില്ലായിരുന്നു. പട്ടാളക്കാരന്റെ മട്ടിൽ ശരീരം അധികം ഇളക്കാതെയുള്ള നടപ്പും ഭാവവുമായിരുന്നു; ചിലമ്പിച്ച ശബ്ദവും.

'എനിക്ക് സത്യന്റെ സിംഹാസനം വേണ്ട, ഞാൻ സ്വന്തം സിംഹാസനം ഉണ്ടാക്കിക്കൊള്ളാം'' - സോമൻ പറഞ്ഞു. പലരും അത് വിശ്വസിക്കുകയും ചെയ്തു.

കെ.ജി.ജോർജ് സംവിധാനം ചെയ്ത 'സ്വപ്നാടനം' എന്ന ചിത്രമായിരുന്നു സോമന്റെ സ്പ്രിംഗ് ബോർഡ്. ഈ ചിത്രത്തിൽ സോമന് ചെറിയൊരു വേഷമേ ഉണ്ടായിരുന്നുള്ളു. നായകൻ ഡോക്ടർ മോഹൻദാസായിരുന്നു. ആ വേഷം സോമൻ ആഗ്രഹിച്ചിരുന്നതാണ്. അത് നടന്നില്ലെങ്കിലും നിരാശയൊന്നും തോന്നിയില്ല. കിട്ടിയ ചെറിയ റോൾ ഭംഗിയാക്കി അവതരിപ്പിക്കുകയും ചെയ്തു.

1965-ൽ 'ഹൂ ഈസ് അഫ്രൈഡ് ഓഫ് വെർജീനിയാ വുൾഫ്' എന്നൊരു ഹോളിവുഡ് ചിത്രം പുറത്തുവന്നു. ഒരു രണ്ടുനില കെട്ടിടത്തിലാണ് കഥയത്രയും നടക്കുന്നത്. താഴത്തെ നിലയിൽ ചുണയില്ലാത്ത ഭർത്താവും അയാളുടെ അസംതൃപ്തയായ ഭാര്യയും.

മുകളിലത്തെ നിലയിൽ സന്തോഷത്തോടെ കഴിയുന്ന യുവമിഥുനങ്ങളും. അസൂയയാണ് വിഷയം.

സ്വപ്നാടനത്തിലെ നായകൻ ഗോപി (ഡോ. മോഹൻദാസ്)യും ഭാര്യ സുമിത്ര (റാണിചന്ദ്ര)യും പട്ടണത്തിലുള്ള സ്നേഹിത റോസി (മല്ലിക) യുടെ ബംഗ്ലാവിന്റെ താഴത്തെ നിലയിൽ താമസിക്കുന്നു. മുകളിൽ റോസിയും സഹോദരൻ മോഹനും (സോമൻ) മാത്രം. തന്റെ ഭാര്യക്ക് തന്നേക്കാൾ സുന്ദരനായ മോഹനുമായി അടുപ്പമുണ്ടോ എന്ന് ഗോപിക്ക് സംശയം. അങ്ങനെ പല മാനസികപ്രശ്നങ്ങൾ. ഇതിലെ സോമന്റെ റോൾ ചെറുതാണെങ്കിലും അത് എല്ലാവർക്കും ഇഷ്ടപ്പെട്ടു.

സ്വപ്നാടനം 1976-ലെ ഏറ്റവും നല്ല ചിത്രത്തിനുള്ള സംസ്ഥാന അവാർഡ് നേടിയതോടെ അതിന്റെ സംവിധായകൻ ജോർജ് മാത്രമല്ല അതിൽ അഭിനയിച്ചവരും ശ്രദ്ധിക്കപ്പെട്ടു. റാണിചന്ദ്രയ്ക്ക് ഏറ്റവും നല്ല നടിക്കുള്ള സംസ്ഥാന അവാർഡ് ലഭിക്കുകയും ചെയ്തു.

എന്നിട്ടും ഈ ചിത്രം വിതരണക്കാരെ കിട്ടാതെ വിഷമിച്ചു. കാർമൽ പിക്ചേഴ്സിന്റെ ജോണിയെ ഈ ചിത്രം കാണിക്കാൻ പേരൂർക്കടയിലെ തിയേറ്ററിൽ ജോർജിനോടൊപ്പം ഞാനും പോയിരുന്നു. പക്ഷെ ജോണിയും വിതരണത്തിന് തയ്യാറായില്ല. അക്കാലത്ത് മസാലചിത്രങ്ങൾ നിർമ്മിച്ചിരുന്ന ക്രോസ്ബൽട്ട് മണിയാണ് അവസാനം ആ സാഹസത്തിന് മുന്നോട്ടുവന്നത്. അത് വിജയിച്ചുമില്ല.

ഇക്കാലത്ത് സോമൻ പറയുമായിരുന്നു: ''ഞാൻ താരമല്ല, നടനുമല്ല. വെറും സോമനാണ്. സോമനിലൂടെ ഞാൻ ചട്ടക്കാരിയിലെ റിച്ചാർഡിനെയും ഗായത്രിയിലെ രാജമണിയേയുമൊക്കെ അവതരിപ്പിച്ചെന്ന് കരുതിയാൽ മതി. ഏതാനും ചിത്രങ്ങളിൽ പ്രത്യക്ഷപ്പെട്ടതുകൊണ്ടുമാത്രം താരമായിക്കഴിഞ്ഞു എന്നർത്ഥമില്ല.''

എഴുപത്തിയാറിൽ നായനാകുമോ എന്ന് ചോദിച്ചവരോട് സോമൻ പറഞ്ഞു: ''വേണ്ട, എനിക്ക് അങ്ങനെ ഒരു കണക്കുകൂട്ടലുമില്ല. വല്ലതും ചെയ്യാൻ പറ്റുന്ന വേഷം കിട്ടണം, വേല ചെയ്യുന്നതിന് ചക്രം കിട്ടണം, കൂട്ടത്തിൽ പെമ്പിറന്നോൾക്കും പിള്ളേർക്കും ചെലവിന് കൊടുക്കണം.''

എന്നാൽ 76-ൽ തന്നെ സോമൻ താരമായി ഉയർന്നു. സ്വപ്നാടനത്തിൽ ജോർജ്ജിന്റെ സഹായിയായി നിന്ന രാജീവ്നാഥ് ആദ്യമായി സംവിധാനം ചെയ്ത 'തണൽ' എന്ന ചിത്രത്തിൽ സോമനെ നായകനാക്കി. റാണിചന്ദ്രയായിരുന്നു നായിക.

തിരുവനന്തപുരത്ത് ഞാൻ താമസിച്ചിരുന്ന രാജധാനി ഹോട്ടലിലായിരുന്നു ഈ സിനിമാസംഘവും താവളമടിച്ചിരുന്നത്. സോമന്റെ ഭാര്യ സുജാതയും കുട്ടികളോടൊപ്പം സോമന്റെ കൂടെ വന്ന് താമസിക്കുന്നുണ്ടായിരുന്നു. സിനിമയിലെ മറ്റു പ്രവർത്തകെല്ലാവരുമായും സുജാത ഇഴുകിച്ചേർന്നിരുന്നു.

സോമന്റെ നാലു വയസ്സുള്ള മകളുമൊന്നിച്ചുള്ള ഒരു ചിത്രം ഞാൻ നാനയുടെ ഫുൾപേജിൽ പ്രസിദ്ധീകരിച്ചു. അതു കണ്ട് രണ്ടു വയസ്സുകാരൻ മകന് നിരാശയായെന്നും അവന്റെ ഒരു ചിത്രം കൂടി പ്രസിദ്ധീകരിക്കണമെന്നും സോമൻ പറഞ്ഞു. അതും ഞാൻ സാധിച്ചുകൊടുത്തു.

എയർഫോഴ്സിലായിരുന്നപ്പോൾ ആരംഭിച്ച മദ്യപാനം സോമൻ ഒരിക്കലും ഉപേക്ഷിച്ചിരുന്നില്ല. എന്നാൽ ലെവൽ തെറ്റിയ രീതിയിൽ ഒരിക്കലും കണ്ടിട്ടുമില്ല.

ഇക്കാലത്ത് എന്റെ ഉത്സാഹത്തിൽ നാന വാരികയുടെ ആഭിമുഖ്യത്തിലുള്ള ഒരു റീഡേഴ്സ് ഫോറം സംഘടിപ്പിച്ചു. അതിന്റെ പല ശാഖകളുടെയും ഉദ്ഘാടനത്തിന് തണലിന്റെ ടീം ഒന്നടങ്കം പങ്കെടുത്തിരുന്നു. ആ യോഗങ്ങളിലൊക്കെ ഞാൻ സോമനെ പരിചയപ്പെടുത്തിയത് ഒരു വില്ലനായിട്ടാണ്. അതുവരെ സോമന് കിട്ടിയതെല്ലാം വില്ലൻ വേഷങ്ങളായിരുന്ല്ലോ. അതു പറയുന്നതിൽ സോമനും പരിഭവമില്ലായിരുന്നു.

സോമന് കുടവയർ വയ്ക്കുന്നു എന്ന് മുന്നറിയിപ്പ് കൊടുക്കുമ്പോൾ അങ്ങനെ തോന്നുന്നത് വയർ വയ്ക്കുന്നതുകൊണ്ടല്ല, മുതുക് അകത്തേക്ക് തള്ളിനിൽക്കുന്നതുകൊണ്ടാണെന്ന് അദ്ദേഹം പറയും.

1976-ലെ സംസ്ഥാന ഫിലിം അവാർഡ് കോട്ടയത്ത് നടക്കുമ്പോൾ നാട്ടകം ഗവൺമെന്റ് കോളേജിലെ വിദ്യാർത്ഥികൾ അഭ്യർത്ഥിച്ചതുപ്രകാരം ഞാൻ സോമൻ ഉൾപ്പെടെയുള്ള ഒരു സംഘത്തെയാണ് കൊണ്ടുപോയത്. സോമനും ധാരാളം ആരാധകർ ഉണ്ടായിത്തുടങ്ങിയെന്ന് മനസ്സിലായി.

ഞാൻ സ്വന്തമായി 'രംഗം' എന്ന സിനിമാപ്രസിദ്ധീകരണം നടത്തിയിരുന്നപ്പോൾ അതിലെ ചോദ്യോത്തരപംക്തി സോമനാണ് കൈകാര്യം ചെയ്തിരുന്നത്. അത് വാരികയ്ക്കും അതോടൊപ്പം സോമനും വലിയ അംഗീകാരമായിരുന്നു. അങ്ങനെ ആത്മാർത്ഥമായ ഒരു സ്നേഹബന്ധം വളർന്നുവന്നു.

ഒരിക്കൽ താരാ ഹോട്ടലിൽവച്ച് സോമനും സംഗീതസംവിധായകൻ എം.ജി.രാധാകൃഷ്ണനും തമ്മിൽ തർക്കം നടന്നു. ആരാണ് യഥാർത്ഥ 'എം.ജി.' എന്ന്. സോമൻ പറഞ്ഞു:

''രണ്ട് എം.ജിയേ ഉള്ളൂ. ഒന്ന്. എം.ജി.രാമചന്ദ്രൻ. മറ്റേത് എം.ജി. സോമൻ, താനാ ലിസ്റ്റിൽ കയറാൻ നോക്കേണ്ട.''

മറ്റുള്ളവരെ പുകഴ്ത്തുന്നതിൽ ആർക്കും അത്ര താല്പര്യമില്ലല്ലോ. അതേസമയം സ്വയം പുകഴ്ത്തുന്നതിൽ ആരും മടികാണിക്കാറുമില്ല. ആദ്യത്തേത് അവർക്ക് അപകടമൊന്നും സൃഷ്ടിക്കുന്നില്ലെങ്കിലും

രണ്ടാമത്തേത് മിക്കപ്പോഴും നാശത്തിലേക്കാണ് നയിക്കുക. എന്നാൽ സോമൻ ഒരിക്കലും ആത്മപ്രശംസ നടത്തിയിരുന്നില്ല.

സോമന് സ്വയം അറിയാമായിരുന്നു. അദ്ദേഹം സ്നേഹബന്ധങ്ങൾ വളരെ ഭദ്രമായി സൂക്ഷിച്ചിരുന്നു. ഷൂട്ടിംഗിനായി എവിടെപ്പോയി താമസിച്ചാലും അവിടെയുള്ള പോലീസ് ഉദ്യോഗസ്ഥന്മാരെ വിളിച്ച് കമ്പനി കൂടുന്നതിൽ വലിയ താല്പര്യമായിരുന്നു.

അദ്ദേഹത്തിന് പരിചയമില്ലാത്ത പോലീസ് ഉദ്യോഗസ്ഥന്മാർ കേരളത്തിൽ അപൂർവ്വമായിരുന്നു. എനിക്ക് ചില പ്രശ്നങ്ങൾ ഉണ്ടായപ്പോൾ സോമൻ ഇവരിൽ ചിലരെ ഉപയോഗിച്ച് എന്നെ സഹായിച്ചിട്ടുണ്ടെന്നു കൂടി പറയട്ടെ.

സോമന്റെ അമ്മയുടെ ഷഷ്ടിപൂർത്തിക്ക് ക്ഷണിക്കപ്പെട്ട ഏക പത്രപ്രവർത്തകൻ ഞാനായിരുന്നു. സിനിമാക്കാരനായിട്ട് കുഞ്ചനും. സോമന് കുഞ്ചനോട് വലിയ സ്നേഹവും താല്പര്യവുമായിരുന്നു. അങ്ങനെ ചില നല്ല ബന്ധങ്ങൾ അദ്ദേഹം എന്നും കാത്തുസൂക്ഷിച്ചിരുന്നു.

1976-ലെ ഏറ്റവും നല്ല നടനുള്ള സംസ്ഥാന അവാർഡ് തണലിലെ അഭിനയത്തിന് സോമന് ലഭിച്ചു. എന്റെ മാഗസിന്റെ അടുത്ത ലക്കത്തിലെ കവർചിത്രം സോമന്റേതായിരുന്നു. അദ്ദേഹത്തിന്റെ സിനിമാജീവിതത്തിൽ ആദ്യമായിട്ടായിരുന്നു ഒരു മാഗസിനിൽ കവർഫോട്ടോ അച്ചടിച്ചത്. ആ കോപ്പികൾ ഞാൻ നേരിട്ട് സുജാതയെ ഏൽപ്പിക്കുകയും ചെയ്തു.

എന്റെ സ്വദേശത്ത് നടന്ന ഒരു പരിപാടിയിൽ പങ്കെടുക്കാൻ എന്റെ ക്ഷണപ്രകാരം സോമൻ ഗുരുവായൂർനിന്ന് സ്വന്തം കാറിൽ എത്തിച്ചേർന്നു. പെട്രോളിന്റെ വില പോലും വാങ്ങിയതുമില്ല. ഞാൻ വിളിക്കുന്നിടത്തെല്ലാം യാതൊരു തടസ്സവും പറയാതെ സോമൻ എത്തും.

അക്കാലത്ത് ഗൾഫിലായിരുന്ന തുറവൂർ ചന്ദ്രൻ എന്ന സാഹിത്യകാരൻ അവിടെ ഒരു സ്റ്റാർ നൈറ്റ് നടത്താൻ എന്നെ സമീപിച്ചു. ഞാൻ പറഞ്ഞയുടനെ യാതൊരു മടിയും കൂടാതെ സോമൻ വരാമെന്നേറ്റു. കുഞ്ചനെക്കൂടെ വിളിക്കണമെന്നും പറഞ്ഞു. എന്നാൽ ഞാനാ പരിപാടി ഏറ്റെടുത്തില്ല. എന്തുകൊണ്ടോ താല്പര്യം തോന്നിയില്ല.

76-ൽ സംസ്ഥാന അവാർഡ് ലഭിച്ചതോടെ സോമൻ മലയാള സിനിമയിലെ ഏറ്റവും തിരക്കുള്ള നടനായി മാറി. അടുത്ത പത്തുവർഷത്തോളം ആ സ്ഥാനത്തുതന്നെ പിടിച്ചുനിൽക്കുകയും ചെയ്തു. ഇക്കാലത്ത് അഡ്വാൻസ് പോലും വാങ്ങാതെ ഞാൻ പറഞ്ഞ പലർക്കും സോമൻ കാൾഷീറ്റ് കൊടുത്തിട്ടുണ്ട്, രണ്ടാമത് ഒരാലോചന കൂടാതെ.

എൺപതുകളിൽ മോഹൻലാൽ അഭിനയരംഗത്തേക്ക് വരുമ്പോൾ സോമന്റെ അസിസ്റ്റന്റിനെപ്പോലെയായിരുന്നു നടപ്പ്. സോമന്റെയും മോഹൻലാലിന്റെയും അമ്മമാർ ഒരേ നാട്ടുകാരായതുകൊണ്ട് അവർ കുടുംബസുഹൃത്തുക്കളെ പോലെയായിരുന്നു.

പലപ്പോഴും സോമന്റെ ഊണ് മോഹൻലാലിന്റെ മുടവൻമുകളിലെ വീട്ടിലായിരുന്നു. ഞാനിടപെട്ട ഒരു ചിത്രത്തിന്റെ കാര്യങ്ങൾ സംസാരിക്കാനായി സോമൻ എന്റെ അടുത്തേക്ക് പലപ്പോഴും പറഞ്ഞുവിട്ടിരുന്നത് മോഹൻലാലിനെയാണ്.

സോമൻ നായകനായി അഭിനയിച്ച മിക്ക ചിത്രത്തിലും ജനാർദ്ദനനായിരുന്നു വില്ലൻ. 79-ൽ ആണെന്നു തോന്നുന്നു - ഉമാ സ്റ്റുഡി

യോയിൽ വച്ച് ചന്ദ്രകുമാറിന്റെ ഒരു ചിത്രത്തിലെ സ്റ്റണ്ട് രംഗം അഭിനയിക്കുമ്പോൾ ജനാർദ്ദനന്റെ ഒരിടി ശരിക്കും സോമന്റെ മൂക്കിൽതന്നെ കൊണ്ടു.

മൂക്കിന്റെ പാലം തകർന്ന സോമൻ തിരുവനന്തപുരം മെഡിക്കൽ കോളേജിൽ കിടക്കുന്നതറിഞ്ഞ് ഞാൻ കാണാൻ പോയിരുന്നു. ആശുപത്രിജീവിതവും സോമന് ഒരു ആഘോഷം പോലെയായിരുന്നു.

മൂക്ക് ചതഞ്ഞ വാർത്ത ഞാൻ എഴുതുമോ എന്ന് സോമന് ഭയം. എഴുതരുതേ എന്ന് എന്നോട് അപേക്ഷിക്കുകയും ചെയ്തു. ചന്ദ്രകുമാറിന്റെ കാറിൽ റെയിൽവേ സ്റ്റേഷനിലെത്തുമ്പോൾ ആ സംവിധായകനെ നിർമ്മാതാക്കൾ വേട്ടയാടുന്നത് ഞാൻ കണ്ടു.

ചന്ദ്രകുമാർ നിർമ്മാതാക്കളിൽനിന്ന് ഓടിരക്ഷപ്പെടുന്നു. അവർ ചന്ദ്രകുമാറുമായി സംസാരിക്കാൻ വേണ്ടി മാത്രം ടിക്കറ്റെടുത്ത് അതേ കമ്പാർട്ടുമെന്റിൽ കയറി വെറുതേ യാത്ര ചെയ്യുന്നു. ഇതാണ് സിനിമാരംഗം. ഇന്ന് ആ സംവിധായകനെ ആര് അന്വേഷിക്കുന്നു?

ക്രമേണ വില്ലൻ റോളുകളിൽനിന്ന് മോഹൻലാലും മമ്മൂട്ടിയും 85 -86 കാലത്ത് അനായാസമായ അഭിനയം കൊണ്ട് നായകസ്ഥാനത്ത് എത്തിച്ചേർന്നു. അത് സോമന്റെയും സുകുമാരന്റെയും അഭിനയജീവിതത്തിൽ നിഴൽ പരത്തുകയും ചെയ്തു. പിന്നീട് മോഹൻലാൽ നായകനായി അഭിനയിച്ച പല ചിത്രങ്ങളിലും സോമൻ ചെറിയ വേഷങ്ങൾ എടുക്കുന്നതും നാം കണ്ടതാണല്ലോ. ക്രമേണ സോമൻ ക്യാരക്ടർ റോളുകളിലേക്ക് ചുരുങ്ങി. സുകുമാരനാണെങ്കിൽ അവസരങ്ങളേ ഇല്ലാതാകുകയും ചെയ്തു.

നായകസ്ഥാനത്തുനിന്ന് നീങ്ങിയിട്ടും നായകന്മാർക്ക് ലഭിക്കുന്ന സൗകര്യങ്ങളും അംഗീകാരവും തനിക്ക് വേണമെന്ന് സോമൻ നിർബന്ധിച്ചിരുന്നു. അതുകൊണ്ടുതന്നെ അനേകം ചാൻസുകൾ നഷ്ടപ്പെട്ടിട്ടുമുണ്ട്.

ഇത്തരത്തിലുള്ള അപമാനം സഹിക്കാൻ വയ്യാതെയാവണം സോമൻ സ്വന്തമായി 'ഭൂമിക' എന്ന ചിത്രം നിർമ്മിക്കാൻ ഒരുങ്ങിയത്. അത് വമ്പിച്ച നഷ്ടത്തിൽ കലാശിക്കുകയും ചെയ്തു.

എന്നാൽ സോമൻ സ്വന്തം നാട്ടിൽ ചില ബിസിനസ്സുകളൊക്കെ ആരംഭിച്ചിരുന്നു. അതൊക്കെ നല്ല നിലയിൽ നടക്കുന്നത് സുജാതയുടെ ഉത്സാഹവും കാര്യപ്രാപ്തിയും കൊണ്ടാണ്.

സ്വന്തം നാട്ടിലെ പല പൊതുപ്രവർത്തനങ്ങളിലും സോമൻ സജീവമായി പങ്കെടുത്തിരുന്നു. ധാരാളം പണം ചെലവാക്കുകയും ചെയ്തിരുന്നു.

മമ്മൂട്ടിയുടെയും മോഹൻലാലിന്റെയും ഉത്സാഹത്തിൽ 'അമ്മ' എന്ന താരസംഘടന രൂപീകരിച്ചപ്പോൾ അതിന്റെ ആദ്യത്തെ പ്രസിഡന്റായി സോമനെയും സെക്രട്ടറിയായി ടി.പി. മാധവനെയുമാണ് തെരഞ്ഞെടുത്തത്. തങ്ങളുടെ പിടിയിൽ നിൽക്കുന്നവരാണെന്ന് കരുതിയായിരിക്കണം. താരസംഘടനയുടെ തലപ്പത്തിരിക്കുന്നത് സൂപ്പർസ്റ്റാറിന്റെ പദവിക്ക് തുല്യമാണെന്ന് സോമനും കരുതിയിരിക്കും. തീരെ ശ്രദ്ധിക്കപ്പെടാതിരിക്കുന്നതിലും നല്ലത് എങ്ങനെയെങ്കിലും ശ്രദ്ധിക്കപ്പെടുന്നതാണല്ലോ. പക്ഷേ ആ സംഘടനയിൽനിന്ന് അവർ രണ്ടുപേരെയും അപമാനിതരായിട്ടാണ് പുറത്താക്കിയത്.

മരണത്തിന് രണ്ടുമാസം മുമ്പ് സോമനെ ഞാൻ ചെങ്ങന്നൂർ റെയി

ൽവേസ്റ്റേഷനിൽ വച്ചാണ് അവസാനമായി കണ്ടത്. ആ മുഖം വല്ലാതെ കരുവാളിച്ചിരിക്കുന്നതായി തോന്നി. എന്നോട് കാത്തുനിൽക്കാൻ പറഞ്ഞിട്ട് സോമൻ ടിക്കറ്റെടുക്കാൻ പോയി. ഞാൻ കാത്തുനിന്നില്ല. സെക്കന്റ് ക്ലാസ് ടിക്കറ്റുമായി നിൽക്കുന്ന എനിക്ക് ഫസ്റ്റ് ക്ലാസിൽ കയറി സോമനോടൊപ്പം യാത്ര ചെയ്യാനാവില്ലല്ലോ. എനിക്ക് സോമനോട് പലതും പറയാനുണ്ടായിരുന്നു. ഒന്നിനും കഴിഞ്ഞില്ല.

സോമൻ മഞ്ഞപ്പിത്തം ബാധിച്ച് ആശുപത്രിയിൽ കിടക്കുന്നുവെന്നറിഞ്ഞു. അത് ഒരു വാർത്തയാക്കരുതെന്ന് സോമൻ ആഗ്രഹിച്ചു. ഒന്നിനും കീഴടങ്ങാൻ കൂട്ടാക്കാതിരുന്ന ആ വൈമാനികൻ ചെറുപ്പം നഷ്ടപ്പെടുന്നതിനു മുമ്പുതന്നെ വിധിക്ക് കീഴടങ്ങുകയായിരുന്നല്ലോ, ബഹളമൊന്നുമുണ്ടാക്കാതെ, തല ഉയർത്തിപ്പിടിച്ചുകൊണ്ടുതന്നെ.

■

ആമസോൺ വനിത

പുരാതന ഗ്രീക്കുചരിത്രത്തിൽ ആമസോൺ എന്ന വർഗ്ഗക്കാരെ സ്ത്രീയോദ്ധാക്കൾ ഭരിക്കുന്ന ഒരു ഗോത്രമായിട്ടാണ് വിവരിച്ചിരിക്കുന്നത്. വില്ലിന്റെ ഞാൺ വലിക്കാനുള്ള സൗകര്യത്തിനുവേണ്ടി അവരുടെ വലത്തെ സ്തനം ഛേദിച്ചുകളയുക പതിവായിരുന്നതായി ഈജിപ്ഷ്യൻ ഇതിഹാസങ്ങളിൽ എഴുതിയിട്ടുണ്ട്. ഇക്കാരണത്താൽ പുരുഷസ്വഭാവമുള്ള സ്ത്രീകളെ പൊതുവായി ഇന്നും 'ആമസോൺ വനിതകൾ' എന്ന് വിളിച്ചുവരുന്നു. അവർ എന്തിനും പോരുന്ന യോദ്ധാക്കളാണ്.

അങ്ങനെയുള്ള ഒരു നടിയെ ഞാൻ മദ്രാസിൽ കണ്ടുമുട്ടി. ആദ്യം കണ്ടപ്പോൾ ഭയന്നുപോയി. പിന്നെ തിരിച്ചറിയാൻ ശ്രമിച്ചു. അവസാനം വളരെയേറെ ഇഷ്ടപ്പെടുകയും ചെയ്തു.

ഖദീജ ഒരു പെരുന്താരം പോയിട്ട് സഹനടി പോലുമായിരുന്നില്ല. വേണമെങ്കിൽ ഒരു ജൂനിയർ ആർട്ടിസ്റ്റ് എന്നുപോലും വിളിക്കാൻ കഴിയും. അങ്ങനെ നിസാരമെന്നു തോന്നുന്ന ഒരു വ്യക്തിക്കുവേണ്ടി എന്തിനിത്രയും സ്ഥലം മെനക്കെടുത്തുന്നുവെന്ന് പലരും ചോദിച്ചേക്കാം, ചോദിച്ചോളൂ. അന്നത്തെ അതിതാരങ്ങളായിരുന്ന ഷീല, ശാരദ, ജയഭാരതി എന്നിവരേക്കാളൊക്കെ എനിക്കിവരോടാണ് പ്രിയം തോന്നിയതെന്നേ മറുപടിയുള്ളൂ.

1973 ജൂലായ് മാസത്തിൽ കോടമ്പാക്കത്തെ പുലിയൂരിലുള്ള കുഗൻ സ്ട്രീറ്റിലെ പതിനഞ്ചാം നമ്പർ വീടിന്റെ താഴത്തെ നിലയിൽ ചെന്നു മുട്ടിയത് അന്ന് പുതുമുഖ നായകനെന്ന നിലയ്ക്ക് വലിയ പ്രസിദ്ധി നേടിയെടുത്ത സുധീറിനെ കാണാൻ വേണ്ടിയായിരുന്നു.

പക്ഷെ വാതിൽ തുറന്നത് ഖദീജ എന്ന നടിയായിരുന്നു. ഒറ്റനോ

ട്ടത്തിൽ അസ്ഡാളിപ്പാണുണ്ടായത്. മലമ്പുഴയിൽ കാനായി കുഞ്ഞിരാമൻ നിർമ്മിച്ചിരിക്കുന്ന പ്രതിമ ഓർമ്മിച്ചുപോയി.

അവർ എന്റെനേരേ വളരെ നിസ്സാരമായിട്ടാണ് നോക്കിയത്. രാവിലെ ഒരുത്തൻ മെനക്കെടുത്താൻ ചെന്നിരിക്കുന്നു എന്ന മട്ടിൽ. മടിച്ചുമടിച്ചാണ് അവർ ചൂണ്ടിക്കാണിച്ച കസേരയിൽ ഇരുന്നത്.

അന്നത്തെ ശരീരപുഷ്ടിയുള്ള എല്ലാ നടികളേക്കാളും ഉയരവും മാംസളതയും. ഉറച്ച പേശികളുള്ള കൈകളിൽ എന്നെ തൂക്കിയെടുത്ത് ഒരേറു കൊടുക്കുമെന്ന മട്ടിൽ കഠോരമായ നോട്ടം, ഒരു സംഹാരരുദ്ര.

എന്റെ ഭയപ്പാട് പുറത്തുകാണിക്കാൻ പറ്റുമോ, പത്രപ്രവർത്തകനായിപ്പോയില്ലേ?

അവർ എനിക്കെതിരെയുള്ള ഒരു കസേരയിൽ കാലിന്മേൽ കാൽ ഉയർത്തിവെച്ച് ഒരിരുപ്പ്. അതൊന്നും ശ്രദ്ധിക്കാത്ത മട്ടിൽ പരമസാധുവായി ഞാനും.

ഉച്ചസ്ഥായിയിലുള്ള ചിലമ്പിച്ച ശബ്ദത്തിൽ അവർ സുധീറിനെ വിളിച്ചു, ജനലുകൾ കിടുങ്ങിയോ?

സത്യന്റെ സിംഹാസനത്തിൽ കയറിയിരിക്കുമെന്ന് നാം പ്രതീക്ഷിച്ച സുധീർ ഒരു കുഞ്ഞാടിനെപ്പോലെ അനുസരണയോടെ അടുത്തുവന്നിരുന്നു. ഇരുപത്തിയഞ്ചു വയസ്സേ കാണൂ. അമൂൽബേബിയെ ഓർമ്മിപ്പിക്കുന്ന മുഖം. ഖദീജയ്ക്ക് നാല്പതു വയസ്സെങ്കിലും തോന്നി. സുധീറിനോട് എന്തുചോദിച്ചാലും തടഞ്ഞുകൊണ്ട് ഖദീജയാണ് മറുപടി പറയുന്നത്.

അവർ പായ്ക്കറ്റ് തുറന്ന് ഒരു സിഗററ്റ് എടുത്ത് ചുണ്ടിൽ വെച്ചു. അടുത്തതായി തീപ്പെട്ടി ഉരയ്ക്കാനാണ് ഭാവം.

'താഴെ ഇട്' - ഞാൻ അലറി. അതൊരു കമാന്റായിരുന്നു. പത്തിവിടർത്തിയ സർപ്പത്തെപ്പോലെ ഖദീജ എന്റെ നേരെ നോക്കി. ഒരു കീരിയെപ്പോലെ കുതിച്ചുചാടാൻ ഞാനും തക്കം നോക്കിയിരുന്നു. ഒരു പോരാട്ടത്തിന് അവർ ഒരുങ്ങിയാലോ.

'വിരട്ടാൻ നോക്കുന്നോ, എന്റെയടുത്ത് ഈ വേഷമെന്നും ഇറക്കേണ്ട. ഇതൊക്കെ കുറേ കണ്ടിട്ടാ വന്നിരിക്കുന്നത്.' ഇങ്ങോട്ട് ആക്രമണം ഉണ്ടാകുന്നതിനുമുമ്പേ ഞാനങ്ങോട്ട് ഒരാക്രമണം നടത്തിനോക്കി, അത് ഫലിക്കുകയും ചെയ്തു. സർപ്പം പത്തിചുരുക്കി. സിഗററ്റ് മേശപ്പുറത്തുന്നെ തിരിച്ചുവച്ചു. പിന്മാറ്റമാണോ?

'ഞാനൊന്നുമറിഞ്ഞില്ലേ' - എന്ന മട്ടിൽ സുധീർ പൊട്ടൻ കളിച്ചു. അപ്പോൾ മലയാള സിനിമയിൽ ഒരു കൊള്ളിയാനായി പലരും പുകഴ്ത്തിയിരുന്ന ഉദയതാരമായിരുന്നു സുധീർ.

തിരുവനന്തപുരം എഞ്ചിനീയറിംഗ് കോളേജിലെ വിദ്യാഭ്യാസം ഉപേക്ഷിച്ച് സിനിമാട്ടോഗ്രാഫി പഠിക്കാൻ മദ്രാസിൽ എത്തിയതാണ്. ക്യാമറാമാനും സംവിധായകനുമായ എ. വിൻസന്റിന്റെ അസിസ്റ്റന്റായി. വിൻസന്റ് താൻ സംവിധാനം ചെയ്ത 'നിഴലാട്ടം' എന്ന ചിത്രത്തിൽ ഒരു ചെറിയ റോളിൽ അഭിനയിപ്പിക്കുകയും ചെയ്തു.

ഈ സമയത്താണ് എസ്.കെ. നായരുടെ 'ചെമ്പരത്തി' എന്ന ചിത്രത്തിലെ വില്ലൻവേഷം ചെയ്യാൻ സംവിധായകൻ പി.എൻ.മേനോൻ സുധീറിനെ തെരഞ്ഞെടുത്തത്. അവർ അതിനുശേഷം നിർമ്മിച്ച 'ചായം' എന്ന ചിത്രത്തിൽ സുധീർ നായകനുമായിരുന്നു. അതോടെ കേരളത്തിലെ പത്രമാധ്യമങ്ങളെല്ലാം സത്യന്റെ സിംഹാസനത്തിലേക്ക്

ഈ നടനെ ഉന്തിത്തള്ളി കയറ്റിയിരുത്താൻ കിണഞ്ഞു ശ്രമിച്ചുകൊണ്ടിരിക്കുകയായിരുന്നു.

ഹിന്ദി സിനിമയിലെ വില്ലൻനടൻ ശത്രുഘ്നൻ സിൻഹയുടെ മുഖച്ഛായ ഉണ്ടായിരുന്നു സുധീറിന്. ചിന്നപ്പത്തേവരുടെ 'ഗായ് ഔർ ഗൗരി' എന്ന ഹിന്ദിസിനിമയിൽ അഭിനയിക്കാൻ ആ സമയത്ത് ശത്രുഘ്നൻ സിൻഹയും ജയഭാദുരിയും (അമിതാഭ് ബച്ചന്റെ ഭാര്യ) മദ്രാസിലെ വാഹിനി സ്റ്റുഡിയോയിൽ എത്തിയിരുന്നു. ഒരു സൈക്കിളിൽ ജയഭാദുരിയെ മുമ്പിലിരുത്തി ശത്രുഘ്നൻ സ്റ്റുഡിയോ കോമ്പൗണ്ടിൽ ചുറ്റിയടിക്കുമ്പോൾ വഴിയിൽ തടഞ്ഞുനിർത്തി ഞാൻ സുധീറിന്റെ ഒരു ഫോട്ടോ കാണിച്ചു. കുറേനേരം അതിൽ സൂക്ഷിച്ചുനോക്കിയിട്ട് സുധീറിന് തന്റെ മുഖച്ഛായ ഉണ്ടെന്ന് അദ്ദേഹം സമ്മതിച്ചു. അത് ജയഭാദുരിയും ശരിവച്ചു - ഇതൊക്കെ ഞാൻ അവിടെയിരുന്ന് ആലോചിച്ചു.

പക്ഷെ ശത്രുഘ്നൻ സിൻഹയ്ക്കുള്ള ആത്മവിശ്വാസമോ പ്രസരിപ്പോ എന്റെ മുമ്പിലിരുന്ന സുധീറിന് ഉള്ളതായി തോന്നിയില്ല. ഉച്ചാരണശുദ്ധിയും പോരാ. ഇവിടെയിതാ തന്റെ അമ്മയുടെ പ്രായമുള്ള ഒരു ജൂനിയർ ആർട്ടിസ്റ്റിന്റെ മുമ്പിൽ വെള്ളത്തിൽ വീണ പൂച്ചയെപ്പോലെ, അനുസരണയോടെ അടങ്ങി ഒതുങ്ങിയിരിക്കുന്നു.

സുധീറിനെ ഇന്റർവ്യൂ ചെയ്യാൻ വന്നിട്ട് ഖദീജയെ ഇന്റർവ്യൂ ചെയ്യേണ്ട ഗതികേട് എനിക്കും.

അതിനുശേഷം ഒരാഴ്ച കഴിഞ്ഞുകാണും മദ്രാസിൽനിന്ന് കുറച്ചകലെ എന്നൂരിലെ കായൽക്കരയിലുള്ള ഒരു ഭൂതബംഗ്ലാവിൽ രാത്രിയിൽ 'പട്ടാഭിഷേകം' എന്ന ചിത്രത്തിന്റെ ഷൂട്ടിംഗ് നടക്കുന്നു. നസീർ നായകൻ. ഉഷാനന്ദിനി, ശ്രീലത, സരസ്വതി എന്നീ മൂന്നുനായികമാർ. കൂടാതെ സഹനടന്മാരായി രാഘവൻ, സുധീർ എന്നിവരും. സ്റ്റണ്ട് നടത്താൻ ഖദീജയും സാധനയും.

അവിടെവച്ച് ഖദീജ എന്നോട് പറഞ്ഞു- ''എന്നെ സ്നേഹിക്കാൻ ആരുമില്ല, ഞാനെന്തു ചെയ്യണം?''

''എന്നെ സ്നേഹിച്ചോ, ഒരു സഹോദരനെപ്പോലെ'' ഞാൻ മറുപടി കൊടുത്തു.

''എന്റെ ആത്മകഥ പ്രസിദ്ധീകരിക്കാമോ - ''ജീവിക്കാൻ മറന്നുപോയ സ്ത്രീ' എന്ന പേരിൽ.''

''എല്ലാം തുറന്നുപറയാമെങ്കിൽ ഞാനെഴുതാം.''

അന്ന് അവിടെവച്ച് ഖദീജ തന്റെ കുറെ ജീവിതരഹസ്യങ്ങൾ പറഞ്ഞു. അതുവച്ചുകൊണ്ട് ഞാനനെന്റെ വാരികയിലെഴുതി.

''ഇന്ത്യൻ എക്സ്പ്രസിന്റെ കോളമിസ്റ്റും പത്രാധിപരുമായിരുന്ന ഫ്രാങ്ക് മൊറെയിസ് ഒരിക്കൽ എഴുതി - ''നമ്മുടെ പാർലമെന്റിൽ ഒരൊറ്റ പുരുഷനേയുള്ളു, അത് പ്രധാനമന്ത്രി ഇന്ദിരാഗാന്ധിയാണ്'' എന്ന്. ഫ്രാങ്ക് മൊറെയിസിനെ കൂട്ടുപിടിച്ച് ഞാൻ ഖദീജയെക്കുറിച്ച് അഭിപ്രായപ്പെട്ടു. ''മലയാള സിനിമാരംഗത്ത് ഒരൊറ്റ പുരുഷനേയുള്ളു. അത് ഖദീജയാണ്.''

''വാക്കുകൾ നിർദ്ദയമായി ഉപയോഗിക്കുകയും അതേസമയം ഹൃദയത്തിൽ ദയയും സ്നേഹവും കാത്തുസൂക്ഷിക്കുകയും ചെയ്യുന്ന സ്ത്രീയാണ് ഖദീജ. കേൾവിക്കാർ എങ്ങനെയുള്ളവരാണെന്നറിയുന്നതിനു മുമ്പേ അവർ മിന്നലാക്രമണം ആരംഭിക്കും. മൂന്നിഞ്ചുനീളമുള്ള നാക്കുകൊണ്ട് ആറടിനീളമുള്ള പുരുഷന്മാരെ അടിച്ചുനിലത്തി

ടും. എന്നാൽ അശക്തതാബോധത്തിന്റെ തുറന്ന പ്രഖ്യാപനമാണ് അവരുടെ നിർദ്ദയമായ വാക്കുകൾ.''

ഖദീജയുടെ സംസാരരീതി ധാരാളം ശത്രുക്കളെ ഉണ്ടാക്കി. ഭയപ്പെടുത്തുന്ന സൗന്ദര്യവും പുരുഷന്റെ പെരുമാറ്റ രീതികളുമുള്ള ഖദീജ ഇവിടെ ഏറ്റവുമധികം തെറ്റിദ്ധരിക്കപ്പെടുന്ന നടിയാണ്.''

ഖദീജയ്ക്ക് നെടുനാളത്തെ അഭിനയപരിശീലനം ലഭിച്ചിരുന്നു. കലാനിലയം കൃഷ്ണൻനായരുടെ നാടകട്രൂപ്പിൽ ചേരുമ്പോൾ വെറും പതിനഞ്ചുവയസ്സേ ഉണ്ടായിരുന്നുള്ളു. നല്ല ഉയരത്തിൽ മെലിഞ്ഞ് ശാലീന സുന്ദരിയായിരുന്ന ഖദീജയെ നാടകങ്ങളിൽ കണ്ടുഭ്രമിച്ച പറവൂർകാരൻ ക്രിസ്ത്യാനി ജോസ് എന്ന ആരാധകൻ അവരെ വിവാഹം കഴിച്ചു. അതോടെ ഖദീജ എന്ന മുസ്ലീം യുവതി മേരി എന്ന ക്രിസ്ത്യാനി കുടുംബിനിയായി പരിവർത്തനം ചെയ്ത് വളരെക്കാലം അഭിനയരംഗത്തുനിന്ന് വിട്ടുനിന്നു. ആ ദാമ്പത്യത്തിൽ ആറു കുട്ടികൾ ജനിച്ചു. പക്ഷെ ദാമ്പത്യജീവിതത്തിലെ ചില ചില്ലറ പ്രശ്നങ്ങൾ വളർന്നുവന്ന് ഭാര്യാഭർത്താക്കന്മാരെ തമ്മിലകറ്റുകയും മേരി വീണ്ടും ഖദീജ എന്ന നടിയായി സിനിമാരംഗത്തേക്ക് എത്തുകയുമായിരുന്നു; എന്തിനും ഒരുങ്ങിത്തന്നെ.

ആദ്യമൊന്നും ശ്രദ്ധേയമായ വേഷങ്ങൾ ലഭിച്ചില്ല. ജീവിതം അതോടെ അഗ്നിപരീക്ഷയായി മാറി.

അക്കാലത്ത് തിരുവനന്തപുരത്തുനിന്ന് മോഹൻപോത്തന്റെ സഹായിയായി മദ്രാസിലെത്തി വർക്ക് ഷോപ്പ് നടത്തിയിരുന്ന ഒരു മുട്ടാളന്റെ കസ്റ്റഡിയിൽ ഖദീജ അകപ്പെട്ടുപോയി. വളരെക്കാലം അയാളോടൊപ്പമായിരുന്നു താമസം. ഈ സാഹസിക ജീവിതമാവണം ഖദീജയെ പുരുഷതുല്യയാക്കി മാറ്റിയത്. കടുത്ത പോരാട്ടങ്ങൾ നടത്തുമ്പോഴും അവർ മനസ്സിൽ സ്ത്രീദൗർബല്യങ്ങൾ സൂക്ഷിച്ചിരുന്നു.

'എനിക്ക് ഒരു പുരുഷനെയും വിശ്വാസമില്ല'' ഖദീജ പറഞ്ഞു. പക്ഷെ അവർ അവശരും അശരണരുമായവരോട് അനുകമ്പ കാട്ടിയിരുന്നു. കഷ്ടപ്പെടുന്നവരെ സ്വയംമറന്നു സഹായിക്കുകയും ചെയ്തിരുന്നു.

തന്റെ ആദ്യഭർത്താവിൽനിന്നും വേർപെട്ടു കഴിയുന്നതിലല്ല, ആറു കുട്ടികളെ ഓർത്ത്, കരയാത്ത ദിവസങ്ങളില്ലായിരുന്നു.

മാതൃവാത്സല്യമായിരിക്കും സുധീറിനോട് അടുക്കാനുള്ള കാരണവും എന്ന് ഞാൻ ഊഹിക്കുന്നു.

സിനിമയിൽ അഭിനയിക്കാൻ സന്ദർഭം കിട്ടുന്നതിനുമുമ്പ് ജീവിക്കാൻ വളരെ കഷ്ടപ്പെട്ടിരുന്ന സുധീറിന് ഖദീജ ഊണും ഉറങ്ങാനുള്ള ഇടവും നൽകുകയായിരുന്നു. സുധീറിന് ചാൻസുകളും വരുമാനവും ലഭിച്ചുതുടങ്ങിയപ്പോൾ ഖദീജയെ കയ്യൊഴിഞ്ഞില്ലെന്നുമാത്രം.

ജീവിതം തകർത്തുല്ലസിച്ചു കഴിഞ്ഞവരാണ് ഇവർ രണ്ടുപേരും. 'പോടാ.' 'പോടി' - എന്നൊക്കെയാണ് അവർ പരസ്പരം വിളിച്ചിരുന്നത്. സുധീർ പോകുന്നിടത്തെല്ലാം ഖജീയും അനുഗമിച്ചിരുന്നു. പാരീസ് കോർണറിലെ ക്രിസ്ത്യൻ പള്ളിയിൽ എല്ലാ ഞായറാഴ്ചയും ഇവർ പ്രാർഥിക്കാൻ പോയിരുന്നതും എനിക്കറിയാം.

തന്റെ ജീവിതം വൃഥാവിലായെന്ന നഷ്ടബോധം ഉള്ളിൽവെച്ചുകൊണ്ട് പുറമേ സംഹാരരുദ്രയായി അവർ അഭിനയിക്കുകയായിരുന്നു. അതേസമയം വീട്ടിൽ ചെല്ലുന്നവരെ സൽക്കരിക്കുന്ന കാര്യത്തിൽ കാണിക്കുന്ന തിടുക്കം ഒരു തറവാട്ടമ്മയുടേതും.

ഖദീജയുടെ കഥകൾ കേൾക്കുന്നതു തന്നെ ഒരു കടുത്ത അനുഭവമായിരുന്നു. വെറും സംസാരമല്ല, ഒന്നാന്തരം അഭിനയമാണ് നടക്കുന്നത്. ഭംഗിയായി പാടാനും അവർക്ക് വശമുണ്ടായിരുന്നു. മറ്റുള്ളവരെ അനുകരിച്ചു സംസാരിക്കാനും കളിയാക്കി അഭിനയിക്കാനും അവർക്കുള്ള പാടവം എന്നെ അത്ഭുതപ്പെടുത്തി.

തനിക്ക് പരിചയമുള്ള ആർക്കെങ്കിലും ഒരാപത്തുവന്നാൽ ഖദീജ സുധീറിനോടൊപ്പം അവിടെ പാഞ്ഞെത്തുമായിരുന്നു. നായികമാരൊന്നും ചെയ്യാത്ത കാര്യമാണത്. തിരുവനന്തപുരത്തുവെച്ച് ആസ്ത്മ കൊണ്ട് കഷ്ടപ്പെടുന്ന ഖദീജയെ ഞാൻ ഡോക്ടറുടെ അടുത്തു കൊണ്ടുപോയ കാര്യം മുമ്പൊരു അധ്യായത്തിൽ എഴുതിയിരുന്നല്ലോ.

നാട്ടിലെ ഒരു പരിപാടിക്ക് സുധീറിനെയും ഖദീജയേയും ക്ഷണിക്കാൻ ചെന്ന ഖദീജ അടുക്കളയിൽ വിളിച്ചുകൊണ്ടുപോയി രഹസ്യമായി പറഞ്ഞു - ''മധുവിനോട് യാത്രാച്ചെലവ് പോലും വാങ്ങിക്കാതെ വരേണ്ടവരാണ് ഞങ്ങൾ. പക്ഷെ കൈയിൽ ഒരു പൈസ പോലുമില്ലാത്ത സ്ഥിതിയാണിപ്പോൾ.''

അങ്ങനെയാണ് അവർ യാത്രാച്ചെലവു പോലും കൈപ്പറ്റിയത്.

അക്കാലത്ത് മലയാളത്തിലെ പ്രധാന പത്രങ്ങളിൽ ഒരു വാർത്ത വന്നു: ''അഭിനയത്തിനിടയിൽ ജീവിതം'' എന്നായിരുന്നു ഹെഡ്ഡിംഗ്. അത് ഖദീജയെക്കുറിച്ചായിരുന്നു.

മലബാറിലെ ഒരു വനപ്രദേശത്ത് ഒരു മലയാള ചിത്രത്തിന്റെ ഷൂട്ടിംഗ് നടക്കുകയായിരുന്നു. കയങ്ങളും ചുഴികളും കുത്തിയൊഴുക്കുമുള്ള ഒരു നദിയുടെ കരയിലായിരുന്നു ഷൂട്ടിംഗ്. അവിടെ ഇടയ്ക്ക് കിട്ടിയ ഒരു ഇടവേളയിൽ ഖദീജ വിശ്രമിക്കുകയായിരുന്നു. ഈ സമയത്ത് പുഴക്കരയിൽ നിന്നൊരു കൂട്ടനിലവിളി ഉയർന്നു. അവിടെ കുളിച്ചുകൊണ്ടിരുന്ന ഒരു കുട്ടി നിലവിട്ട് പുഴയിലൂടെ ഒഴുകിപ്പോകുന്നു. നിസ്സഹായയാ മാതാവും കുളിച്ചുകൊണ്ടിരുന്ന മറ്റുള്ളവരുമാണ് നിലവിളിക്കുന്നത്. ആർക്കും ഒന്നും ചെയ്യാൻ കഴിയുന്നില്ല. എന്നാൽ താൻ മേക്കപ്പിട്ടിരിക്കുയാണെന്ന കാര്യം പോലും ആലോചിക്കാതെ, ഒഴുക്കിന്റെ ശക്തിയെക്കുറിച്ച് ചിന്തിക്കുക പോലും ചെയ്യാതെ ഖദീജ പുഴയിലേക്ക് എടുത്തുചാടുകയും കുട്ടിയെ കരയ്ക്കെത്തിക്കുകയും ചെയ്തു. അക്കൂടെ സ്വയം കുറെ വെള്ളം അകത്താവുകയും ചെയ്തു.

ഖദീജ വ്യക്തിജീവിതത്തിലും അഭിനയജീവിതത്തിലും ഈ ധീരതയും സാഹസികതവും ഉടനീളം പ്രകടിപ്പിച്ചിരുന്നു. എനിക്ക് ഇങ്ങനെയൊന്നും ആകാനൊക്കുന്നില്ലല്ലോ എന്ന് തോന്നിയിട്ടുണ്ട്. അതുകൊണ്ടുതന്നെയാണ് ഞാൻ ബഹുമാനിക്കുകയോ 'ആരാധിക്കുകയോ' ചെയ്യുന്ന ഏകവ്യക്തിയായി ഖദീജ വന്നുനിൽക്കുന്നതും.

■

യാരോ ഒരാൾ

1974-ൽ മദ്രാസിലെ ഹാരിസ് റോഡിലുള്ള ശേഖർ ലോഡ്ജിൽ എന്നെ അന്വേഷിച്ച് മൂന്ന് ചെറുപ്പക്കാരെത്തി. പൂനാ ഫിലിം ഇൻസ്റ്റിറ്റ്യൂട്ടിൽ നിന്ന് സംവിധാനം പഠിച്ച കെ.എൻ. ശശിധരനും എഡിറ്റിംഗ് പഠിച്ച ലോറൻസും അവിടുത്തെ ലോ കോളേജിൽ പഠിച്ച പവിത്രനുമായിരുന്നു അവർ.

ശശി എഴുതിവച്ചിരുന്ന 'സൗരയുഥം' എന്ന തിരക്കഥ നാനയിൽ പ്രസിദ്ധീകരിക്കാമോ എന്ന് അന്വേഷിക്കാൻ വന്നതാണ്. മലയാള സിനിമയിൽ പുതുമയുള്ള എന്തൊക്കെയോ ചെയ്യണമെന്ന അടങ്ങാത്ത മോഹം അവർക്കുണ്ടായിരുന്നു.

പക്ഷെ സിനിമാരംഗത്തെ കപടനാട്യങ്ങളറിയാത്ത ഈ ചെറുപ്പക്കാർക്ക് ആരും അവസരം നൽകിയില്ല. ലോറൻസ് പൂനയിലേക്ക് തന്നെ മടങ്ങിപ്പോയി, ഇൻസ്റ്റിറ്റ്യൂട്ടിൽ അധ്യാപകനായി. കെ.എൻ.ശശിധരൻ 'അക്കരെ' എന്നൊരു നല്ല മലയാള ചിത്രം നിർമ്മിച്ച് സംവിധാനം ചെയ്തു.

പൂനാ ഫിലിം ഇൻസ്റ്റിറ്റ്യൂട്ടിൽ ചേരാൻ പോയ പവിത്രന് അവിടെ അഡ്മിഷൻ ലഭിച്ചില്ല. അതുകൊണ്ട് അടുത്തുതന്നെയുള്ള ലോ കോളേജിലാണ് ചേർന്നത്.

പഠിക്കുന്നത് ലോ കോളേജിലാണെങ്കിലും സമയം ചെലവഴിച്ചിരുന്നത് ഫിലിം ഇൻസ്റ്റിറ്റ്യൂട്ടിലായിരുന്നു. അവിടുത്തെ കൂട്ടുകാർ പവിത്രന് ധാരാളം വിദേശ ക്ലാസിക്കുകൾ കാണാനുള്ള സൗകര്യം ഒരിക്കുക്കൊടുക്കുകയും ചെയ്തു.

നീണ്ട മുടിയും ഊശാൻതാടിയും ഇടുങ്ങിയ കണ്ണുകളുമുള്ള പവിത്രനെ കണ്ടാൽ ഒരു റെഡ് ഇന്ത്യനാണെന്ന് തോന്നും. അതോ മംഗോ

ളിയനോ. ആകപ്പാടെ ഒരു നിഷേധിയുടെ പരിവേഷവും മയമില്ലാത്ത ശബ്ദവുമാണ്.

അക്കാലത്ത് പി.എ. ബക്കർ സ്വന്തമായി സംവിധാനം ചെയ്ത 'കബനീനദി ചുവന്നപ്പോൾ' എന്ന ചിത്രം നിർമ്മിക്കാനുള്ള ശ്രമത്തിലായിരുന്നു. കുറച്ചുകാലം മത്തായി മാഞ്ഞൂരാന്റെ നേതൃത്വത്തിലുള്ള കേരള സോഷ്യലിസ്റ്റ് പാർട്ടി (കെ.എസ്.പി.) യുമായി സഹകരിച്ചിട്ടുള്ളതല്ലാതെ വളരെ ചെറുപ്പത്തിലേ തന്നെ മദ്രാസിലേക്ക് പോയ ബക്കറിന് കേരള രാഷ്ട്രീയവുമായി വലിയ ബന്ധമൊന്നുമില്ലായിരുന്നു.

എങ്കിലും കേരളത്തിലെ നക്സലൈറ്റ് കലാപത്തിന്റെ വാർത്തകൾ അദ്ദേഹത്തെ ആകർഷിച്ചു. അതിനെ അടിസ്ഥാനമാക്കി ഒരു കഥയുണ്ടാക്കി എന്നോട് പറയുകയും ചെയ്തിരുന്നു.

ബക്കർ അതിനുമുമ്പ് നിർമ്മിച്ചിരുന്ന 'ഓളവും തീരവും' എന്ന ചിത്രത്തിലെ നായികയായിരുന്ന ഉഷാനന്ദിനി അക്കാലത്ത് ചില തമിഴ് സിനിമകളിൽ അഭിനയിച്ചുവരികയായിരുന്നു.

ആദ്യപ്രവർത്തനങ്ങൾക്കുള്ള പണം ഉഷയാണ് ബക്കറിന് കൊടുത്തത്. കബനീനദിയിൽ ആദ്യം നായികയായി ഉഷയെ ആണ് തീരുമാനിച്ചിരുന്നത്, സുധീർ നായകനും. മദ്രാസിൽനിന്ന് കുറച്ചകലെയുള്ള ഒരു ഗ്രാമപ്രദേശത്ത് ഷൂട്ടിംഗിന് ഞാനും പോയിരുന്നു.

16 എം.എം. ബ്ലാക്ക് ആൻഡ് വൈറ്റ് ഫിലിമിൽ ഒരു ദിവസമേ ഷൂട്ടിംഗ് നടത്തിയുള്ളു. വിപിൻദാസായിരുന്നു ക്യാമറാമാൻ. അന്നീ ചിത്രത്തിന് ഇട്ടിരുന്ന പേര് 'ചുവന്ന നക്ഷത്രം' എന്നായിരുന്നു.

ഇങ്ങനെയിരിക്കെയാണ് പവിത്രന്റെ വരവ്. ബക്കറിന്റെ ചിത്രം നിർമ്മിക്കാൻ പവിത്രൻ തയ്യാറായി. നായകസ്ഥാനത്തുനിന്ന് സുധീറിനെയും നായികസ്ഥാനത്തുനിന്ന് ഉഷാനന്ദിനിയേയും നീക്കി. ചിത്രത്തിന്റെ പേര് 'കബനീനദി ചുവന്നപ്പോൾ' എന്നാക്കി മാറ്റുകയും ചെയ്തു.

അക്കാലത്ത് കർണാടക സംസ്ഥാനത്ത് ഷൂട്ട് ചെയ്യുന്ന ചിത്രങ്ങൾക്ക് ഒരുലക്ഷം രൂപ സർക്കാർ സബ്സിഡിയായി ലഭിക്കുമായിരുന്നു. അതുദ്ദേശിച്ച് ഷൂട്ടിംഗ് അങ്ങോട്ടുമാറ്റി. ബാംഗ്ലൂരിനടുത്ത് മല്ലേശ്വരത്തെ ഒരു കൊച്ചുവീട്ടിൽ വച്ചായിരുന്നു ഷൂട്ടിംഗ്. അവിടെ റിസർവ് ബാങ്കിൽ ജോലി ചെയ്തിരുന്ന ടി.വി. ചന്ദ്രനെ നായകനും ഏതോ ഓഫീസിൽ ക്ലാർക്കായിരുന്ന കന്നടക്കാരിയെ നായികയുമാക്കി. (ഈ ടി.വി. ചന്ദ്രനാണ് പിന്നീട് പല മലയാള അവാർഡ് ചിത്രങ്ങളും സംവിധാനം ചെയ്തത്.) ദേവരാജൻ സൗജന്യമായി സംഗീത സംവിധാനം നിർവഹിക്കാമെന്നേറ്റു.

ഈ ചിത്രത്തിന്റെ സ്റ്റില്ലുകളും വാർത്തയും എനിക്കയച്ചുതന്നത് ബക്കറല്ല, ഉഷാനന്ദിനിയാണ് എന്നുകൂടി പറയട്ടെ.

കബനീനദിയുടെ പെട്ടിയുമായി ബക്കറും പവിത്രനും തിരുവനന്തപുരത്ത് എത്തിയപ്പോൾ അടിയന്തരാവസ്ഥയായിരുന്നു. ഇടതുപക്ഷ ബുദ്ധിജീവികൾക്കൊപ്പം അന്നത്തെ ആഭ്യന്തരമന്ത്രി കെ. കരുണാകരനെയും ചിത്രം കാണാൻ ക്ഷണിച്ചു.

ശക്തി തിയേറ്ററിൽ പ്രിവ്യു കാണാൻ കരുണാകരൻ വന്നില്ലെങ്കിലും പോലീസുകാരുടെ സെക്യൂരിറ്റിയോടെ അദ്ദേഹത്തിന്റെ ഭാര്യ കല്യാണിക്കുട്ടിയമ്മയും അന്ന് വിദ്യാർത്ഥിയായിരുന്ന മകൻ മുരളീധരനും എത്തിയിരുന്നു.

പോലീസുകാരുടെ ക്രൂരത കാണിക്കുന്ന ചില സീനുകൾ അതിലുണ്ടായിരുന്നു. ചിത്രം അവസാനിക്കുന്നത് പോലീസിന്റെ വെടിയേറ്റ് മരിച്ചുകിടക്കുന്ന നക്സലൈറ്റ് വർഗീസിന്റെ ചിത്രം കാണിച്ചുകൊണ്ടും. അടിയന്തരാവസ്ഥയാണ്. പോലീസ് കുഴപ്പം സൃഷ്ടിക്കാനിടയുണ്ടെന്ന് ഞാൻ ബക്കറിന് സൂചന നൽകി. പക്ഷേ അവർക്ക് യാതൊരു കൂസലുമില്ലായിരുന്നു.

തിരുവനന്തപുരത്ത് കബനീനദി റിലീസ് ചെയ്തത് സെൻട്രൽ തിയേറ്ററിലാണ്. അന്നത്തെ സിറ്റി പോലീസ് അസിസ്റ്റന്റ് കമ്മീഷണർ ഭുവനേന്ദ്രൻനായരുടെ നേതൃത്വത്തിൽ പോലീസുകാർ തിയേറ്ററിൽ ചെന്നു പല നല്ല സീനുകളും മുറിച്ചുകളഞ്ഞു. ഇതിനെ വിമർശിച്ച് എഡിറ്റോറിയൽ എഴുതിയതിന്റെ പേരിൽ ഫോണിൽക്കൂടിയുള്ള ഭീഷണികൾ എനിക്കും വന്നു.

1975-ലെ ഏറ്റവും നല്ല രണ്ടാമത്തെ ചിത്രത്തിനുള്ള സംസ്ഥാന അവാർഡ് കബനീനദിക്ക് ലഭിച്ചു. ഇതോടെ ഇടതുപക്ഷ തീവ്രതയുള്ള ധാരാളം ചെറുപ്പക്കാർ ബക്കറിന്റെ ആരാധകരായി മാറി. മാർക്സിസ്റ്റ് പാർട്ടി അവരുടെ സിനിമാപ്രതിഭയായി ബക്കറെ ദത്തെടുക്കുകയും ചെയ്തു. പവിത്രന് മുടക്കിയ പണമത്രയും നഷ്ടപ്പെട്ടെന്നുമാത്രം.

പിന്നെ കുറേക്കാലത്തേക്ക് പവിത്രനെ കണ്ടില്ല. രണ്ടുമൂന്ന് വർഷം കഴിഞ്ഞ് സ്വന്തമായി നിർമ്മാണവും സംവിധാനവും നിർവഹിച്ച 'യാരോ ഒരാൾ' എന്ന ചിത്രത്തിന്റെ പെട്ടിയുമായി അദ്ദേഹം തിരുവനന്തപുരത്ത് വന്നു. ഫിലിം കോർപ്പറേഷനിലെ സംവിധായകരായ കെ.ആർ. മോഹനും വി.ആർ ഗോപിനാഥും മറ്റുമൊന്നിച്ച് ഞാൻ താമസിച്ചിരുന്ന വെള്ളയമ്പലത്തെ ലോഡ്ജിലാണ് പവിത്രനും വന്നുകൂടിയത്.

ഫിലിം കോർപ്പറേഷന്റെ പ്രിവ്യൂ തിയേറ്ററിൽ വെച്ച് ഈ പടം കണ്ട എനിക്ക് തോന്നിയ ആഹ്ലാദത്തിന് അതിരില്ലായിരുന്നു. ഇത്രയും ധീരമായ ഒരു പരീക്ഷണം മലയാള സിനിമയിൽ അതിനുമുമ്പും ശേഷവും ഉണ്ടായിട്ടില്ല.

മണി കൗളോ കുമാർ സാഹ്നിയോ 'പേഴ്സണൽ' എന്ന് വിളിക്കാവുന്ന ചില ചിത്രങ്ങൾ നിർമ്മിച്ചിട്ടുണ്ടെങ്കിലും പൂർണ്ണമായ അർത്ഥത്തിലുള്ള ഇന്ത്യയിലെ ആദ്യത്തെ പേഴ്സണൽ സിനിമയാണ് പവിത്രന്റെ യാരോ ഒരാൾ.

രാവിലെ ജോലിക്ക് പോകാൻ വേഷം മാറുന്ന ഭാര്യ; എണിക്കാൻ മടിച്ച് അലസനായി കിടക്കുന്ന ഭർത്താവ്.

"എടാ, നീയിന്നും ഓഫീസിൽ പോകുന്നില്ലേ" ഭാര്യ ചോദിക്കുന്നു. ചിത്രം കണ്ടുകൊണ്ടിരുന്നവരെല്ലാം ഞെട്ടിപ്പോയി.

ആദ്യാവസാനം മാനസികപീഡനം നൽകുന്ന ചിത്രമാണിത്. പൂനാ ഫിലിം ഇൻസ്റ്റിറ്റ്യൂട്ടിൽ നിന്ന് സിനിമാട്ടോഗ്രഫി പഠിച്ച മധു അമ്പാട്ട് ആദ്യമായി ക്യാമറ പ്രവർത്തിപ്പിച്ച ചിത്രവുമാണിത്.

നായകൻ ബസ് കാത്ത് വളരെനേരം ബസ് സ്റ്റോപ്പിൽ നിൽക്കുന്നു. മൂന്നു മിനിട്ടിലധികം വരുന്ന ഒരൊറ്റ ഷോട്ടാണിത്. കാണികളെയും ബോറടിപ്പിക്കുക എന്ന ഉദ്ദേശത്തോടെയാണ് ഇതെടുത്തിരിക്കുന്നത്. സംവിധായകൻ അരവിന്ദന്റേതാണ് സംഗീതം - അതോ, സോമില്ലിൽ തടി അറക്കുന്ന ശബ്ദവും.

പാടുപെട്ട് അയാൾ പോകുന്നത് ഒരു മോർച്ചറിയിലെ ശവങ്ങൾ കാണാനാണ്. അവിടെ പെട്ടികളിൽ കിടക്കുന്ന ശവങ്ങളിലൊന്ന് സ്ലോ

മോഷനിൽ ഏണീറ്റ് മാറിക്കൊടുക്കുന്നു. നായകൻ ആ പെട്ടിയിൽ കയറി കിടക്കുകയും ചെയ്യുന്നു.

പോത്തിന്റെ പുറത്തുകയറി കയറുമായി വരുന്ന യമധർമ്മനെ തനിക്കിപ്പോൾ സമയമില്ലെന്നു പറഞ്ഞ് നായകൻ മടക്കി അയക്കുന്ന ഒരു സീനും ഇതിലുണ്ട്.

മറ്റൊരു സീനിൽ നായകൻ വഴിയിൽ കണ്ട ഒരു സുന്ദരിയെ അനുധാവനം ചെയ്യുന്നു. അവൾ ഒരു ജൗളിക്കടയിലേക്ക് ഓടിക്കയറി അവിടെ കണ്ണാടിക്കൂട്ടിൽ പ്രദർശനത്തിന് വച്ചിരിക്കുന്ന ബൊമ്മയായി മാറുകയും ചെയ്യുന്നു.

കുട്ടികൾ ഉണ്ടാകാത്തതിന്റെ ദു:ഖത്തിൽ ഭാര്യ ഉറക്കഗുളിക കഴിച്ച് ആത്മഹത്യയ്ക്കൊരുങ്ങുന്നു. മരണം വളരെ അടുത്തെത്തിക്കഴിഞ്ഞു മാത്രം സ്വന്തം മാറിടത്തിന്റെ കല്ലിപ്പ് അറിഞ്ഞ അവൾ താൻ ഗർഭിണിയാണെന്ന് തിരിച്ചറിയുന്നുമുണ്ട്. മരിച്ചുകൊണ്ടിരിക്കുമ്പോൾ അവൾ കാണുന്ന ദൃശ്യങ്ങൾ മാറിമാറി വരുന്ന കളറിൽ ചിത്രീകരിച്ചിരിക്കുന്നു.

സ്വന്തം പണം മുടക്കി ഇങ്ങനെ ഒരു സിനിമ നിർമ്മിക്കാൻ ധീരത കാണിച്ച പവിത്രൻ എന്റെ മനസ്സിൽ കയറിപ്പറ്റി. ഞാനും പവിത്രനും കൂടിയാണ് ഇതിന്റെ പ്രിന്റ് സംസ്ഥാന അവാർഡിന് സമർപ്പിക്കാനായി ഓട്ടോയിൽ ടാഗോർ തിയേറ്ററിലേക്ക് കൊണ്ടുപോയത്.

1979-ൽ കേരളത്തിൽ നിർമ്മിച്ച ഏറ്റവും നല്ല ചിത്രത്തിനുള്ള സംസ്ഥാന അവാർഡ് ഈ ചിത്രത്തിന് ലഭിച്ചു. അപ്പോൾ പെട്ടി ചുമക്കാൻ കൂടിയ എനിക്കും അഭിമാനമായിരുന്നു.

ഡൽഹിയിൽവച്ച് നടന്ന അന്തർദേശീയ ചലച്ചിത്രോത്സവത്തിലെ ഇന്ത്യൻ പനോരമ വിഭാഗത്തിൽ 'യാരോ ഒരാൾ' കണ്ടവർ പ്രശംസാവാക്കുകൾ ചൊരിഞ്ഞപ്പോൾ പവിത്രന് കരയാനേ കഴിഞ്ഞുള്ളു. ഒന്നും മനസ്സിലാക്കാതെയാണല്ലോ അവരൊക്കെ അഭിപ്രായം പറയുന്നത്. താൻ തന്നെയാണ് ആ സിനിമയിലെ കഥാപാത്രമെന്ന് അവരാരും തിരിച്ചറിയുന്നില്ലല്ലോ...

പവിത്രൻ കബനീനദിയും യാരോ ഒരാളും നിർമ്മിച്ചത് സ്വന്തം പുരയിടം വിറ്റ പൈസ ചെലവാക്കിയാണ്. 'യാരോ ഒരാൾ' ഇനിയും തിയേറ്ററിൽ എത്തിയിട്ടുമില്ല.

ഇതോടെ പവിത്രന്റെ സ്വഭാവത്തിൽ ഒരുതരം അക്രമവാസന ജനിച്ചു. ഇക്കാലത്ത് അദ്ദേഹം മദ്യപിച്ച് പലരുമായും അടിപിടികൂടുകയും ചെയ്തിരുന്നു.

1980-ൽ ഞാൻ തൃശൂരിൽ സാഹിത്യ അക്കാദമിയിൽ എഡിറ്ററായി ജോലി നോക്കുമ്പോൾ പവിത്രൻ ഞാൻ താമസിക്കുന്ന വീട്ടിൽ വന്നു. അന്ന് ഞാനെഴുതിക്കൊണ്ടിരുന്ന 'സിനിമയുടെ ടെക്നിക്ക്' എന്ന പുസ്തകം ഡി.സി. ബുക്സ് പ്രസിദ്ധീകരിച്ചപ്പോൾ അതിന്റെ ഒരു കോപ്പി ഞാൻ പവിത്രന്റെ കണ്ടാണിശ്ശേരിയിലെ വീട്ടിലേക്ക് അയച്ചു കൊടുക്കുകയും ചെയ്തു.

കലാമണ്ഡലം ക്ഷേമാവതി എന്ന നർത്തകിയെക്കുറിച്ച് ഞാൻ പണ്ടേ വളരെയധികം കേട്ടിരുന്നു. ഏണിപ്പടികൾ, നിറമാല മുതലായ ചില ചിത്രങ്ങളിൽ അവർ അഭിനയിച്ചിട്ടുണ്ട്. കോട്ടയത്തെ താരനിശയിലും തിരുവനന്തപുരത്തെ ടാഗോർ തിയേറ്ററിലും മറ്റും അവരുടെ നൃത്തപരിപാടികൾ കണ്ടിരുന്നു. അക്കാലത്ത് കേരളത്തിൽ ഏറ്റവുമധികം അറിയപ്പെടുന്ന നർത്തകിയായിരുന്നു ക്ഷേമാവതി.

തൃശൂർ ഞാനെന്നും ജോലിക്ക് പോകുന്ന വഴിക്കായിരുന്നു ക്ഷേമാവതിയുടെ നൃത്തവിദ്യാലയം. പവിത്രൻ ക്ഷേമാവതിയെ വിവാഹം കഴിക്കുന്നതിന്റെ ക്ഷണക്കുറിപ്പ് എനിക്കും കിട്ടി.

നാലഞ്ചുവർഷങ്ങൾ കൂടി കഴിഞ്ഞാണ് വീണ്ടും പവിത്രനെ കാണുന്നത്. ചിത്രാഞ്ജലിയിൽ പൂർത്തിയായിക്കൊണ്ടിരിക്കുന്ന 'ഉപ്പ്' എന്ന ചിത്രം കാണിക്കാൻ വന്നതാണ്. മുമ്പ് 'അശ്വത്ഥാമാവ്' എന്ന ചിത്രം നിർമ്മിച്ചിരുന്ന ഗൾഫുകാരൻ പി.ടി.കുഞ്ഞുമുഹമ്മദ് ആയിരുന്നു ഉപ്പിന്റെയും നിർമ്മാതാവ്. മാത്രമല്ല പ്രധാന വേഷത്തിൽ അഭിനയിച്ചതും നിർമ്മാതാവ് തന്നെയാണ്.

പവിത്രൻ 'യാരോ ഒരാളിൽ' നിന്ന് 'ഉപ്പി'ലേക്ക് തലകുത്തി വീഴുകയായിരുന്നു എന്നു പറയാതെ വയ്യ. പേഴ്സണൽ സിനിമയിൽ നിന്ന് പോപ്പുലർ സിനിമയിലേക്കുള്ള വീഴ്ച. ഭരതനോ പത്മരാജനോ ഐ. വി. ശശിയോ ചെയ്യേണ്ട ചിത്രമായിരുന്നു അത്.

ഇതേത്തുടർന്ന് പവിത്രൻ 'ഉത്തരം' എന്ന ഫീച്ചർ ഫിലിമും കള്ള് എന്ന ഡോക്യുമെന്ററിയും നിർമ്മിച്ചു. ഓരോന്നും കഴിയുമ്പോൾ അദ്ദേഹം എന്റെ മനസ്സിൽനിന്ന് പടിയിറങ്ങുകയായിരുന്നു.

പിന്നീട് ഒരിക്കലും ഞാൻ പവിത്രനെ കണ്ടിട്ടില്ല. എങ്കിലും വാർത്തകൾ ശ്രദ്ധിച്ചിരുന്നു.

പണ്ട് തിരുവനന്തപുരത്തെ കരമനയിൽ ഒരു ബ്ലാക്ക് ആൻഡ് വൈറ്റ് കളർ ലാബ് നിർമ്മിക്കാൻ ബഹദൂർ എന്ന നടൻ സ്ഥലം വാങ്ങി കെട്ടിടം പണിതിരുന്നു. കെ.എഫ്.സി. നൽകിയ ലോണിന് പലിശ കയറി തിരിച്ചടയ്ക്കേണ്ട തുക ഇരട്ടിയായി. കേരള സർക്കാർ ഇതൊന്ന് ജപ്തി ചെയ്തെങ്കിലെന്ന് ആശിച്ചിരിക്കുകയായിരുന്നു അദ്ദേഹം. ബഹദൂറിന് ഇതിൽനിന്ന് കിട്ടുന്ന മിച്ചം തുക കൊണ്ട് 'മാലിക് ദിനാർ' എന്ന ചിത്രം നിർമ്മിക്കാനുള്ള ശ്രമം നടത്തിവരികയായിരുന്നു പി.എ.ബക്കർ.

ഇക്കാലത്ത് പവിത്രനോടൊപ്പം ബക്കറെ സന്ദർശിക്കാനെത്തിയ തൃശൂർക്കാരൻ ഗിരിജാ വല്ലഭൻ അവിടെവച്ച് ബഹദൂറിനെയും പരിചയപ്പെട്ടു.

ഗിരിജാവല്ലഭനും പവിത്രനും ചേർന്ന് അന്നത്തെ മുഖ്യമന്ത്രി കെ. കരുണാകരനെക്കുറിച്ച് ഒരു ഡോക്യുമെന്ററി ചിത്രം നിർമ്മിക്കാനുള്ള തയ്യാറെടുപ്പ് നടത്തുന്ന സമയമാണ്.

അപ്രതീക്ഷിതമായി ബക്കർ മരണമടഞ്ഞതോടെ ബഹദൂർ ഗിരിജന്റെ 'ദേശ് കി നേതാ' എന്ന ഡോക്യുമെന്ററിയുടെ നിർമ്മാണത്തിൽ പങ്കാളിയായി. നരസിംഹറാവുവിനെ പ്രധാനമന്ത്രിസ്ഥാനത്തെത്തിച്ച ദേശീയ നേതാവാണ് കരുണാകരൻ. അദ്ദേഹത്തെക്കുറിച്ച് ഇംഗ്ലീഷിലും ഹിന്ദിയിലും എടുക്കുന്ന ചിത്രം നരസിംഹറാവു ഡൽഹി ദൂരദർശനിൽ പ്രദർശിപ്പിക്കും, മലയാളം കോപ്പികൾ കേരള സർക്കാരും വാങ്ങിക്കൊള്ളും.

'ദേശ് കി നേതാവി'ന്റെ ഷൂട്ടിംഗ് പവിത്രൻ തകൃതിയായി ആരംഭിച്ചു. മുഖ്യമന്ത്രി പോകുന്നിടത്തെല്ലാം ക്യാമറക്രൂ കാത്തുനിന്നു. ഷൂട്ടിംഗിന് ഡി.ജി.പി മധുസൂദനൻ പോലീസ് വണ്ടികൾ വിട്ടുകൊടുത്തു. മാത്രമല്ല ചിത്രീകരണത്തിനുവേണ്ടി മാത്രം കേരളത്തിലെ പ്രധാന പോലീസ് ഉദ്യോഗസ്ഥരുടെ ഒരു കോൺഫറൻസ് തിരുവനന്തപുരത്ത് വിളിച്ചുകൂട്ടുക പോലും ചെയ്തു.

തൃശൂരും തിരുവനന്തപുരത്തും ഡൽഹിയിലും ഷൂട്ടിംഗ് പുരോഗമിച്ചു.

കേരളത്തിലെ നക്സലൈറ്റ് പ്രസ്ഥാനത്തെ അടിച്ചമർത്തിയ കരുണാകരനെക്കുറിച്ച് പഴയൊരു നക്സലൈറ്റ് അനുഭാവിയായ പവിത്രൻ സിനിമ എടുക്കുന്നതിനെ വിമർശിച്ച കെ.കെ. ചന്ദ്രൻ എന്ന സംവിധായകനെ പവിത്രൻ അടിച്ചുചതച്ചതും ഞാൻ അറിഞ്ഞിരുന്നു.

നിർഭാഗ്യവശാൽ ഈ സമയത്ത് മുഖ്യമന്ത്രിയുടെ കസേര നഷ്ടപ്പെട്ടു. കേന്ദ്ര വ്യവസായമന്ത്രിയായി അദ്ദേഹം ഡൽഹിയിലേക്ക് പോയി. ചിത്രനിർമ്മാണത്തിന് ആവശ്യമായ തുക അവിടുന്ന് വന്നുകൊണ്ടിരുന്നു. ഈ സംരംഭം വർഷങ്ങളോളം നീണ്ടുനിന്നു.

കാട്ടിലെ തടി, തേവരുടെ ആന, പിടിയോ പിടി.

കബനീനദി എന്ന ചിത്രം നിർമ്മിച്ച പവിത്രനാണോ ദേശ് കി നേതാ എടുക്കുന്നതെന്ന് പലരും കുണ്ഠിതപ്പെട്ടു. അടുത്ത പാർലമെന്റ് തെരഞ്ഞെടുപ്പിൽ കരുണാകരൻ മത്സരിച്ച തൃശൂർ മണ്ഡലത്തിൽ പ്രചാരണത്തിന് ഈ ചിത്രം ഉപയോഗിച്ചെങ്കിലും അദ്ദേഹം പരാജയപ്പെടുകയായിരുന്നല്ലോ.

ബഹദൂറിന്റെ പണവും കളഞ്ഞുകുളിച്ചു.

അടൂർ, അരവിന്ദൻ, ജോൺ എബ്രഹാം എന്നിവരുടെ ലിസ്റ്റിൽ നിന്ന് പവിത്രനെ ഞാൻ വെട്ടി. പവിത്രൻ എനിക്ക് ആരോ ഒരാൾ മാത്രമാവുകയും ചെയ്തു.

■

നീലക്കുറിഞ്ഞി

1974 ജൂൺ മാസത്തിലെ ഏതോ ഒരുദിവസം മൗണ്ട് റോഡിലെ സംഗം ഹോട്ടലിൽനിന്ന് ഭക്ഷണം കഴിച്ചിട്ട് ഹാരീസ് റോഡിൽ കൂടി ഞാൻ ശേഖർ ലോഡ്ജിലേക്ക് നടക്കുകയായിരുന്നു. എന്നെ കടന്നുപോയ ഒരു കറുത്ത അംബാസഡർ കാർ റിവേഴ്സിൽ വരുന്നതുകണ്ട് വലതു സൈഡിലേക്ക് ഒതുങ്ങിമാറിയതും അത് എന്റെ തൊട്ടടുത്തു വന്ന് ബ്രേക്കിട്ടതും ഒന്നിച്ചായിരുന്നു.

'സാർ' - തമിഴിൽ ഒരു പുരുഷശബ്ദം. നല്ല പരിചയം. ഉഷാനന്ദിനിയുടെ ഡ്രൈവറാണ്. പിൻസീറ്റിൽ സാരിത്തലപ്പ് കൊണ്ട് തലമൂടിയ ഉഷ ഇരുന്നുചിരിക്കുന്നു.

''നിങ്ങൾ എങ്ങോട്ടാ'' - ഞാൻ

''ഭക്ഷണം കഴിക്കാൻ പോകുന്നു. നിങ്ങളും കാറിൽ കയറ്'' - ഉഷ.

''ഞാനിപ്പോൾ കഴിച്ചിട്ടു വരുവാ.''

''ഞാൻ തനിച്ചല്ലേയുള്ളു, ഒരു കൂട്ടിന് വരൂന്നേ.''

ഒഴിഞ്ഞുമാറാൻ എത്ര ശ്രമിച്ചിട്ടും വിടുന്ന ഭാവമില്ല, തോറ്റു. ഞാനും കാറിൽ കയറി.

1970 ആദ്യപകുതിയിൽ ധാരാളം മലയാളചിത്രങ്ങളിൽ നായികയായി അഭിനയിച്ചിട്ടുള്ള ഉഷ ആ സമയത്ത് അരഡസനോളം തമിഴ്സിനിമകളിൽ ശിവാജി ഗണേശൻ, ജയശങ്കർ, രവിചന്ദ്രനൻ മുതലായവരുടെ നായികയായി അഭിനയിക്കുകയായിരുന്നു.

ഒറ്റനോട്ടത്തിൽത്തന്നെ തമിഴന്മാർക്ക് ഉഷയെ മനസ്സിലാകും (മലയാളികൾക്ക് മനസ്സിലായില്ലെങ്കിലും) എങ്ങനെ ഒരു ഹോട്ടലിൽ ചെന്നു കയറും!

ശാന്തി തിയേറ്ററിനും ബുഹാരി ഹോട്ടലിനുമിടയിൽക്കൂടി ഉള്ളി

ലേക്ക് കയറിയാൽ വലിയൊരു പറമ്പിനു നടുവിൽ ഒരു ചൈനീസ് റെസ്റ്റോറന്റുണ്ട്. കാർ അങ്ങോട്ടുവിടാൻ ഉഷ പറഞ്ഞു.

മുകളിലത്തെ നിലയിലേക്ക് സ്റ്റെയർകേസ് കയറുമ്പോൾ ലോബിയിലിരുന്നവർ തലയുയർത്തി നോക്കുന്നുണ്ടായിരുന്നു.

ഒരു ഫാമിലി റൂമിലെ മേശയ്ക്ക് ഇരുവശത്തുമായി ഞങ്ങൾ ഇരുന്നു. വിശാലമായ ആ മുറിയിൽ ഞങ്ങൾ രണ്ടാളും മാത്രം.

എനിക്ക് ചായ മാത്രം മതിയെന്നു പറഞ്ഞു. ഉഷ 'ചൗ ചൗ' മുതലായ വിഭവങ്ങൾക്ക് ഓർഡർ കൊടുത്തു. അതു മേശപ്പുറത്തെത്താൻ വളരെ സമയം പിടിക്കും.

ഞാൻ ആലോചിച്ചു-

മിക്കവാറും എല്ലാ മലയാള സിനിമാ നടീനടന്മാരെയും എനിക്ക് പരിചയമുണ്ട്. പക്ഷെ ഇത്രയും അടുപ്പം മറ്റാരും എന്നോട് കാണിക്കാറില്ല. നായികമാരുൾപ്പെടെ മറ്റു നടികൾക്കില്ലാത്ത വളരെയേറെ ഗുണങ്ങൾ ഉഷയ്ക്ക് ഉണ്ടായിരുന്നു.

മനോഹരമായ പൂക്കൾ വികസിക്കാത്ത തുളസിച്ചെടിയെ നാം നടുമുറ്റത്തു നടുന്നില്ലേ?

കമർപ്പാണെങ്കിലും ഞാവൽപ്പഴം തിന്നാൻ നമുക്കിഷ്ടമാണല്ലോ.

പന്ത്രണ്ടുവർഷം കൂടുമ്പോൾ മാത്രം പൂക്കുന്ന നീലക്കുറിഞ്ഞിപോലെ ആയിരുന്നു ഉഷാനന്ദിനി. അല്പം ഇരുണ്ട നിറത്തിൽ ആരെയും പെട്ടെന്ന് ആകർഷിക്കാത്ത ഒരു ശാന്തപ്രകൃതക്കാരി.

എന്റെ വീട്ടിലെ സിന്ധിപ്പശുവിന്റെ പേരും നന്ദിനിയെന്നായിരുന്നു. ഇവിടെ ഇതാ നന്ദിനിപ്പശുവിനെപ്പോലെ ശാന്തയായ ഉഷാനന്ദിനി.

കോടമ്പാക്കത്തെ യുണൈറ്റഡ് ഇന്ത്യ കോളനിയിലെ സർക്കുലർ റോഡിലുള്ള 79-ാം നമ്പർ കെട്ടിടത്തിലായിരുന്നു ഉഷ അമ്മയും ഇളയ മൂന്ന് സഹോദരങ്ങളുമായി താമസിച്ചിരുന്നത്. സംസ്ഥാന അവാർഡ് നേടിയ സിനിമാനിർമ്മാതാവ് പി.എ. ബക്കറും അതേ വീട്ടിൽ തന്നെയായിരുന്നു താമസം. ഞാൻ ഇതേക്കുറിച്ച് നടരാജനോട് അന്വേഷിച്ചപ്പോൾ അതിൽ യാതൊരു അരുതായ്മയും ഇല്ലെന്നു നടരാജൻ പറഞ്ഞു.

ബക്കർ സ്വന്തമായി നിർമ്മിച്ച്, പി.എൻ. മേനോൻ സംവിധാനം ചെയ്ത ഏറ്റവും നല്ല ചിത്രത്തിനുള്ള ആദ്യത്തെ സംസ്ഥാന അവാർഡ് നേടിയ 'ഓളവും തീരവും' എന്ന ചിത്രത്തിൽ ഉഷാനന്ദിനി ആയിരുന്നു നായിക. ഈ ചിത്രം വൻ സാമ്പത്തികനഷ്ടത്തിലായതുകൊണ്ട് നിർമ്മാതാവ് ബക്കറും നായിക ഉഷയും ബുദ്ധിമുട്ടിലായി. മുമ്പ് ഉഷ അഭിനയിച്ച 'നഗരമേ നന്ദി', 'മകനേ നിനക്കുവേണ്ടി' മുതലായ ചിത്രങ്ങളും ലാഭകരമായിരുന്നില്ല.

ഇക്കാലത്ത് തമിഴ് സംവിധായകനും കർപ്പകം സ്റ്റുഡിയോ ഉടമയുമായ കെ.എസ്.ഗോപാലകൃഷ്ണൻ ഉഷയുമായി ഒരു കരാറുണ്ടാക്കി - മാസം 500 രൂപ ശമ്പളത്തിൽ ഗോപാലകൃഷ്ണന്റെ ചിത്രങ്ങളിൽ മാത്രം അഭിനയിക്കുക. നടരാജനാണ് ഗോപാലകൃഷ്ണന്റെ അനുജനും വിജയശ്രീയുടെ കാമുകനുമായിരുന്ന കാശിയെ സ്വാധീനിച്ച് ഈ പ്രമാണം എടുത്തു നശിപ്പിച്ചത്.

രണ്ടുമൂന്ന് വർഷത്തെ ദുരിതാനുഭവങ്ങൾക്ക് ശേഷം ചില തമിഴ് നിർമ്മാതാക്കൾ ഉഷയെ ശ്രദ്ധിച്ചു. ശിവാജി ഗണേശൻ, ജയശങ്കർ, രവിചന്ദ്രൻ മുതലായവരുടെ നായികയായി ഗൗരവം, രാജാപ്പാർട്ട്, രങ്ക

ദുരൈ, ഉന്നൈപ്പോലൊരുവൻ, പൊന്നൂഞ്ഞാൽ മുതലായ ചിത്രങ്ങളിൽ നായികയായി. അക്കാലത്ത് തമിഴിൽ മുപ്പതിനായിരം രൂപ വരെ പ്രതിഫലം ലഭിച്ചിരുന്നു. (അന്ന് മലയാളത്തിൽ ഷീലയ്ക്കോ ശാരദയ്ക്കോ അത്രയും ലഭിച്ചിരുന്നില്ല) നല്ല സിനിമയെടുക്കാൻ പോയി ദുരന്തം ഏറ്റുവാങ്ങേണ്ടിവന്ന ബക്കറെ ഉഷ തന്റെ വീട്ടിൽ താമസിക്കാൻ അനുവദിക്കുകയായിരുന്നു. ഒരു മാനേജരുടെ റോളിൽ ബക്കർ പ്രവർത്തിച്ചു. കാറിൽ ഒരേ സീറ്റിലിരുന്ന് അവർ യാത്ര ചെയ്യുന്നത് ഞാൻ കണ്ടിട്ടില്ല.

സിനിമാമാസിക പ്രതിനിധി നടരാജനാണ് എന്നെ ഉഷയ്ക്ക് പരിചയപ്പെടുത്തിക്കൊടുത്തത്. നടരാജൻ സ്വന്തമായി നിർമ്മിച്ച 'പട്ടാഭിഷേകം' എന്ന ചിത്രത്തിൽ ഉഷയായിരുന്നു നായിക. നടരാജൻ ഏല്പിച്ച ഉഷ പത്മാസനത്തിലിരിക്കുന്ന ഒരു ചിത്രം വച്ചുകൊണ്ട് അവരെന്നും വെളുപ്പിന് ഇങ്ങനെ യോഗാഭ്യാസം ചെയ്യാറുണ്ടെന്ന് ഞാനെഴുതി.

നടരാജന്റെ വീട്ടിൽവച്ച് ഉഷയെ ആദ്യമായി കണ്ടപ്പോൾ ഞാൻ അന്വേഷിച്ചത് - ''ഇപ്പോഴും യോഗാഭ്യാസം ചെയ്യാറുണ്ടോ?'' എന്നായിരുന്നു.

''അതു വായിച്ചശേഷം ഞാൻ യോഗാഭ്യാസം ആരംഭിച്ചു. കൂടാതെ ഡാൻസും'' - ഉഷ ശബ്ദമുയർത്താതെ ചിരിച്ചുകൊണ്ട് പറഞ്ഞു. ചിരിച്ചപ്പോൾ ആ കണ്ണുകളിൽ കണ്ട പ്രകാശത്തിൽനിന്ന്, സാവധാനത്തിലുള്ള നടപ്പിൽനിന്ന്, ഹൃദ്യമായ സംഭാഷണത്തിൽനിന്ന് ഞാൻ ഉഷാനന്ദിനിയെ തിരിച്ചറിഞ്ഞു.

തിരുവനന്തപുരത്തെ മണക്കാട്ടുള്ള ഉഷാദേവി പന്ത്രണ്ടാമത്തെ വയസ്സിലാണ് ആദ്യമായൊരു സിനിമ - 'കാബൂളിവാലാ' കാണുന്നത്. സിനിമ കാണാൻ തന്നെ അനുവാദമില്ലാതെ വളർന്ന ആ പെൺകുട്ടി മാതൃഭാഷയിൽ മാത്രമല്ല, അന്യഭാഷകളിലുമുള്ള സിനിമയിൽ നായികയായതിൽ സ്വയം അത്ഭുതപ്പെട്ടു.

ഞങ്ങൾ വിവിധ കോളേജുകളിലാണെങ്കിലും ഒരേകാലത്ത് തിരുവനന്തപുരത്ത് പഠിച്ചവരാണ്. ഉയരമുള്ള ഉഷാദേവിയും പാട്ടുകാരിയായ രാജേശ്വരിയും സംഘാടകയായ റാണി ഫിലിപ്പും ഉറ്റ കൂട്ടുകാരികളായിരുന്നു. ഇവർ മൂന്നാളുംകൂടി അഭിനയിക്കാൻ ചാൻസ് അന്വേഷിച്ച് മെരിലാന്റ് സ്റ്റുഡിയോയിൽ പോയി. ആദ്യകാല മലയാള ചിത്രങ്ങളിൽ നായകസ്ഥാനത്ത് അഭിനയിച്ചിട്ടുള്ള വൈക്കം മണിയുടെ മകളും തമ്മിൽ കൂടുതൽ സുന്ദരിയുമായ രാജേശ്വരിക്കാണ് ക്ഷണം കിട്ടിയത്. (ഇന്ന് ശ്രീകുമാരൻതമ്പിയുടെ ഭാര്യാപദം അലങ്കരിക്കുന്നു.) റാണി ബോംബെയിൽ പോയി സിനിമാ പത്രപ്രവർത്തനം ആരംഭിച്ചു.

തിരുവനന്തപുരത്ത് ചിത്രലേഖാ ഫിലിം സൊസൈറ്റി അടൂർ ഗോപാലകൃഷ്ണന്റെ സംവിധാനത്തിൽ ആദ്യമായി നിർമ്മിച്ച (റിലീസാകാത്ത) കാമുകി എന്ന ചിത്രത്തിൽ ഉഷയ്ക്ക് ഒരു ചാൻസ് ലഭിച്ചു. പൂനാ ഫിലിം ഇൻസ്റ്റിറ്റ്യൂട്ടിൽ നിന്നുമെത്തിയ അസീസ് നിർമ്മിച്ച 'അവൾ' ഉഷയെ നായികയാക്കി. ആ ചിത്രം ഓടിയില്ല. നിർമ്മാതാവ് സർക്കാർ മുഹമ്മദ് ആത്മഹത്യ ചെയ്തു. ആ ചിത്രത്തിന്റെ നിർമ്മാണസഹായിയായി പ്രവർത്തിച്ച ബക്കർ അങ്ങനെ ഉഷയെ പരിചയപ്പെടുകയും താൻ സ്വന്തമായി നിർമ്മിച്ച ഓളവും തീരവും എന്ന ചിത്രത്തിൽ നായികയാക്കുകയുമായിരുന്നു.

അധികകാലവും കോടമ്പാക്കത്താണ് ജീവിച്ചതെങ്കിലും ബക്കർ ഒരിക്കലും കച്ചവടസിനിമയുടെ വക്താവായില്ല. മദ്രാസിൽ വരുന്ന നല്ല

ഇംഗ്ലീഷ് സിനിമകളെല്ലാം ഉഷ ബക്കറുമൊന്നിച്ച് പോയിക്കാണുമായിരുന്നു. ഇതെല്ലാം വച്ചുകൊണ്ട് ഞാൻ ഉഷയെക്കുറിച്ച് ഒരു ലേഖനമെഴുതി. ധാരാളം ചിത്രങ്ങളോടെ അത് പ്രസിദ്ധീകരിച്ചുവരികയും ചെയ്തു. ഒരു വായനക്കാരി ഉഷയെ മലയാളസിനിക്കാർ അവഗണിക്കുന്നതിനെ വിമർശിച്ചുകൊണ്ട് എഴുതിയ കത്തും പ്രസിദ്ധീകരിച്ചു.

ഇതിന് മറുപടിയായി ഉഷ എഴുതിയ ഒരു നീണ്ട കത്തും വാരികയിൽ പ്രസിദ്ധീകരിച്ചു. മലയാള നിർമ്മാതാക്കൾ അവഗണിക്കുന്നതുകൊണ്ടാണ് താൻ തമിഴിലേക്ക് പോയതെന്നും മലയാള സിനിയിലേക്ക് തിരിച്ചുവരാൻ ഒരുക്കമാണെന്നും അതിൽ എഴുതിയിരുന്നു.

താടിക്കാരനായ ബക്കറിന്റെ സുഹൃത്തുക്കളധികവും പൂനാ ഇൻസ്റ്റിറ്റ്യൂട്ടിൽ പഠിച്ചവരും പത്രപ്രവർത്തകരുമായിരുന്നു. ഇവരുമായി പരിചയപ്പെടാൻ ഇടയായത് ഉഷയ്ക്കും നല്ല സിനിമയെക്കുറിച്ച് നല്ല അവബോധം ഉണ്ടാക്കിക്കൊടുത്തു. സഫയർ തിയേറ്റർ കോംപ്ലക്സിലെ 'ബ്ലൂഡയമണ്ട്' എന്ന മിനി തിയേറ്ററിൽ നടക്കുന്ന കണ്ടിന്യൂവസ് ഷോയ്ക്ക് കയറി ബക്കറോടൊപ്പം ഉഷ നല്ല ചിത്രങ്ങൾ പല ആവർത്തി കണ്ടുപഠിക്കുമായിരുന്നു.

ഇക്കാലത്ത് കൃഷ്ണസ്വാമി റെഡ്യാർ മുഖക്കുരു അകറ്റുന്ന 'പിംക്യുവർ' എന്നൊരു ലേപനം ഉണ്ടാക്കിയിരുന്നു. ഉഷയുടെ മുഖത്താണെങ്കിൽ കുറേ മുഖക്കുരുവുമുണ്ട്. നടരാജന്റെ വീട്ടിൽവച്ച് ഒരു കുപ്പി പിംക്യുവർ ഉഷയ്ക്ക് കൊടുത്തു. ഈ മരുന്ന് അവർ സ്ഥിരമായി ഉപയോഗിച്ചുവന്നിരുന്നു.

ഞാൻ നടരാജന്റെ വീട്ടിൽ തങ്ങിയ ഒരുദിവസം രാത്രി നടരാജന് ഉഷയുടെ ഫോൺ. കുറച്ചുകഴിഞ്ഞ് ഒരു മധ്യവയസ്ക കാറിൽ എത്തി. അവരും അന്നവിടെ തങ്ങി. അവർക്ക് അസുഖമാണെന്ന് നടരാജൻ പറഞ്ഞു. അത് ഉഷയുടെ അമ്മയായിരുന്നു. ഭർത്താവിന്റെ ക്രൂരമായ മർദ്ദനത്തിൽനിന്ന് രക്ഷപ്പെട്ടു ഓടിവന്നതായിരുന്നു. അതിന്റെ കഥ നടരാജൻ പറഞ്ഞു.

എക്സ് സർവ്വീസുകാരനായ ഉഷയുടെ അച്ഛന് രണ്ട് ഭാര്യമാരുണ്ടായിരുന്നു. ജ്യേഷ്ഠത്തിയും അനുജത്തിയും. അനുജത്തിയുടെ മൂത്ത സന്താനമാണ് ഉഷ. മൂന്ന് ഇളയ കുട്ടികളുമുണ്ട്. സ്വന്തം അമ്മയും സഹോദരങ്ങളുമായി ഉഷ മദ്രാസിലേക്ക് പോന്നു. അച്ഛൻ ഇടയ്ക്കിടെ മദ്രാസിലുമെത്തി ശല്യം ചെയ്യുന്നു.

സിനിമക്കാരുടെ ഇങ്ങനെയുള്ള കുടുംബപ്രശ്നങ്ങളിലെല്ലാം നടരാജൻ അവർക്ക് സഹായിയായിരുന്നു. പത്രപ്രവർത്തകന് എന്തെല്ലാം ഉത്തരവാദിത്വങ്ങളാണ്!

നടരാജൻ നിർമ്മിക്കുന്ന ചിത്രത്തിന്റെ നിർമ്മാണഘട്ടങ്ങളിലെല്ലാം ഞാനും സഹകരിച്ചിരുന്നു.

ഒരുദിവസം ഉച്ചതിരിഞ്ഞ് നടരാജന് ബക്കറിന്റെ സംഭ്രമകരമായ ഫോൺകോൾ - ഒരു ആരാധകൻ ഉഷയുടെ വീട്ടിൽ ചെന്ന് ബഹളം വയ്ക്കുന്നു. ബക്കറും അയാളുമായി ഗുസ്തി നടന്നു. ഞാനും നടരാജനും ബൈക്കിൽ വേഗം അവിടെ എത്തി അയാളെ പിടിച്ചുകെട്ടി വടപളനി പോലീസ് സ്റ്റേഷനിൽ ഏൽപ്പിച്ചു.

നടരാജനും ഞാനും നൽകിയ പബ്ലിസിറ്റി കൊണ്ട് ഉഷയ്ക്ക് ചില മലയാള ചിത്രങ്ങൾ ലഭിച്ചുതുടങ്ങി.

പി.ജെ. ആന്റണി സംവിധാനം ചെയ്ത പെരിയാർ, ജെ.സിയുടെ

സംവിധാനത്തിൽ ഡി.പി. നായർ നിർമ്മിച്ച 'അശ്വതി'. മോഹനായിരുന്നു ഇതിലെ നായകൻ.

പത്രപ്രവർത്തകനായ എ.സി. സാബുവിന്റെ 'എനിക്ക് നീ മാത്രം', നസീർ നായകനായ 'പാടുന്ന പുഴ', എസ്. ബാബു സംവിധാനം ചെയ്ത് സലാം കാരശ്ശേരി നിർമ്മിച്ച 'ക്രിമിനൽസ്', മകനെ നിനക്കുവേണ്ടി... ഇങ്ങനെ ധാരാളം ചിത്രങ്ങൾ.

*****

കബനീനദി നിർമ്മിക്കാനുള്ള ആദ്യഗഡു പണം ബക്കറിന് നൽകിയത് ഉഷയായിരുന്നു. നായിക ഉഷയും നായകൻ സുധീറുമായി ഷൂട്ടിംഗ് ആരംഭിച്ചപ്പോൾ ഞാനും കൂടി പോയിരുന്നു. ഉച്ചഭക്ഷണത്തിന് ഒരു കൃഷിയിടത്തിലെ വരമ്പിൽ സ്റ്റൗ കത്തിച്ച് ദോശ ചുട്ടത് ഉഷയായിരുന്നു. കദീജ അതെല്ലാവർക്കും വിളമ്പിക്കൊടുത്തു.

അന്ന് മുന്നൂറു ചിത്രങ്ങൾ തികച്ച പ്രേംനസീറിനെക്കുറിച്ച് ഒരു ലേഖനം ഞാൻ ഉഷയോട് ആവശ്യപ്പെട്ടിരുന്നു. ബക്കറിന്റെ കയ്യിൽ അത് എനിക്ക് കൊടുത്തുവിടുമ്പോൾ ഉഷ ഒരു സ്വകാര്യകത്ത് കൂടി ഏൽപ്പിച്ചിരുന്നു.

ഉഷ ഒരു നഴ്സിംഗ് ഹോമിലാണെന്നും ഞാനവിടെ ചെല്ലണമെന്നുമാണ് കത്തിൽ എഴുതിയിരുന്നത്.

കുറേ നല്ല പുസ്തകങ്ങളുമായാണ് ഞാൻ പോയത്. അപ്പോൾ ഉഷ മാത്രമേ ഉണ്ടായിരുന്നുള്ളു. വളരെനേരം പലതും സംസാരിച്ചിരുന്നു. വിഷയം വ്യക്തിപരമായ കാര്യങ്ങളിലേക്കും കടന്നുചെന്നു. ഉഷ നല്ലൊരു വായനക്കാരിയായിരുന്നു. ഞാൻ കൊടുത്ത റഷ്യൻ നോവലിസ്റ്റ് തുർഗിനോവിന്റെ 'ആസ്യ' എന്ന നോവൽ ഉഷയ്ക്ക് വളരെ ഇഷ്ടമായി. അതിലെ നായകനെപ്പോലെ ഒരാളെ ലഭിച്ചാൽ താൻ മണ്ണു ചുമന്ന് ജീവിക്കാൻ തയ്യാറാണെന്നും പറഞ്ഞു.

ഉഷ ഇക്കാലത്ത് തിളങ്ങുന്ന കടുംപച്ചനിറമുള്ള ഒരു കൊച്ചു 'ടൊയോട്ട' കാർ വാങ്ങി. മൗണ്ട് റോഡിൽ പാതിരാത്രിയിൽ തുറന്നുവച്ച് കാറിൽ ഭക്ഷണം സപ്ലൈ ചെയ്യുന്ന ഹോട്ടലുകളുണ്ട്. ബക്കറുമൊന്നിച്ച് ഉഷയുടെ രാത്രിഭക്ഷണം മിക്കവാറും ഇങ്ങനെയായിരുന്നു.

ഇക്കാലത്ത് ഷീലയുടെ സംവിധാനത്തിൽ 'യക്ഷഗാനം' എന്ന സിനിമ നിർമ്മിക്കാൻ തമിഴ് വാരികയായ 'മതിയൊളി'യുടെ എഡിറ്റർ ഷൺമുഖം തീരുമാനിച്ചു. ഷീല അവരുടെ വീട്ടിൽവെച്ച് തന്റെ റോളിന് തുല്യമായ വേറൊരു റോളിലേക്ക് പറ്റിയ ഒരു നടിയെ നിർദ്ദേശിക്കാൻ ആവശ്യപ്പെട്ടു. ഞാൻ ഉഷയുടെ പേര് നിർദ്ദേശിച്ചത് ഷീലയ്ക്ക് ബോധ്യപ്പെടുകയും ചെയ്തു.

അന്നുതന്നെ ഞാൻ ഉഷയെ വിളിച്ച് ഷീലയുമായി നടത്തിയ സംഭാഷണത്തെപ്പറ്റി പറഞ്ഞു. ഷീല വിളിച്ചാൽ സമ്മതിക്കണമെന്നും ഉപദേശിച്ചു.

ഷീല വിളിച്ചു, ഉഷ ക്ഷണം സ്വീകരിക്കുകയും ചെയ്തു. മധുവിന്റെ ജോഡിയായിട്ട് ഉഷ യക്ഷഗാനത്തിൽ അഭിനയിച്ചത് അങ്ങനെയാണ്.

ഞാൻ ഇതെല്ലാം ഓർത്തുകൊണ്ടിരിക്കുമ്പോൾ ഭക്ഷണം വന്നു. ഉഷ അത് കഴിച്ചുകൊണ്ടിരിക്കുമ്പോൾ ഞാൻ ചോദിച്ചു:

''ഉഷയ്ക്ക് എത്ര വയസ്സുണ്ടെന്ന് എനിക്കറിയാം. ഇനി നാലഞ്ചു വർഷം കൂടി ഈ രംഗത്ത് തുടരാൻ സാധിച്ചേക്കും. അതുകഴിഞ്ഞാൽ

എന്തുചെയ്യാനാണ് ഉദ്ദേശിക്കുന്നത്.''

"ആത്മഹത്യ ചെയ്യും'' - മറുപടി പെട്ടെന്നായിരുന്നു. അതുകേട്ട് ഞാൻ അന്ധാളിച്ചുപോയി. അതു കാര്യമായി എടുക്കാത്ത മട്ടിൽ തമാശരൂപത്തിൽ ചോദിച്ചു: "കൊള്ളാമല്ലോ പദ്ധതി, അതിനുള്ള മാർഗ്ഗമെന്താണ്?''

"സ്ലീപ്പിംഗ് പിൽസ് കഴിക്കും''- ഉഷ.

"അതിന്റെ പേരു പറയാമോ? ഡോക്ടറുടെ കുറിപ്പുണ്ടെങ്കിലേ കിട്ടൂ.''

"അതറിഞ്ഞുകൂടാ.'' ഉഷ.

"എങ്കിൽ ഞാൻ പറഞ്ഞുതരാം.'' ഞാൻ ലാഘവമായി പറഞ്ഞു.

കൈകഴുകുമ്പോൾ ഉഷ പറഞ്ഞു: "നമുക്കൊരു സിനിമയ്ക്ക് പോകാം.''

"സമയം കുറെയായില്ലേ, സിനിമ എല്ലായിടത്തും തുടങ്ങിക്കാണും.'' ഞാൻ ഒഴിഞ്ഞുമാറാൻ ശ്രമിച്ചു.

"തുടങ്ങിയാലും സാരമില്ല, ന്യൂ എൽഫിൻസ്റ്റണിൽ 'ഗായത്രി' യാണ്. ഞാനതു കണ്ടിട്ടില്ല. അങ്ങോട്ടുപോകാം.'' ഉഷ നിർബന്ധിച്ചു.

ന്യൂ എൽഫിൽസ്റ്റണിൽ സിനിമ തുടങ്ങിക്കഴിഞ്ഞിരുന്നു. ബാൽക്കണിയിൽ കയറിച്ചെന്ന ഞങ്ങളെ ഇരുട്ടായതുകൊണ്ട് ആരും തിരിച്ചറിഞ്ഞില്ല.

സിനിമ കണ്ടോ എന്ന് സംശയമാണ്. അത്രയും നേരം വ്യക്തിപരമായ കാര്യങ്ങൾ സംസാരിക്കുകയായിരുന്നു. അതിനിടെ സിനിമ ശ്രദ്ധിക്കാൻ മറന്നു എന്നതാണ് സത്യം.

സിനിമ തീരുന്നതിനുമുമ്പ് ഏണീറ്റ് പുറത്തുകടക്കുകയും ചെയ്തു.

എന്നെ ശേഖർ ലോഡ്ജിനു മുമ്പിൽ ഇറക്കിവിട്ടിട്ട് ഉഷയുടെ കാർ പോകുമ്പോൾ അടുത്ത ദിവസത്തിന്റെ ആരംഭമായിരുന്നു.

1974 ഏപ്രിൽ 14-ാം തീയതി ഒരു ഞായറാഴ്ച മാത്രമായിരുന്നില്ല. അന്ന് വിഷുവുമായിരുന്നു. ഇങ്ങനെയുള്ള വിശേഷദിവസങ്ങളിലെല്ലാം ഹോട്ടലിൽ നിന്നാണ് ഊണ്. എങ്ങോട്ടുപോകണമെന്ന് ആലോചിച്ച് എഗ്മൂറിലെ ഓഫീസിൽ ഞാനിരിക്കുകയായിരുന്നു.

പുറത്ത് ടൊയോട്ട കാർ വന്നുനിന്നു. വാതിൽ തുറന്നപ്പോൾ മനോഹരമായ പുഞ്ചിരിയോടെ ഉഷ കയറിവന്നു, ഏകയായി.

ബൈറൺ പാടിയതോർത്തു:

സൗന്ദര്യത്തിന്റെ പ്രകാശം, സ്നേഹത്തിന്റെ പരിശുദ്ധത, ആത്മാർത്ഥമായ മനസ്സ് - ഇതിന്റെയെല്ലാം സംഗീതം തങ്ങിനിൽക്കുന്ന നിശ്വാസം. എല്ലാം ചേർത്തുവച്ച മൃദുലമായ ഹൃദയം. ആ കണ്ണുകളിൽ ഒരു ജീവൻ മുഴുവൻ തുടിച്ചുനിന്നു.

"എന്താ ഉഷേ വിശേഷം?''

"ഇന്ന് വിഷുവാണെന്നറിയില്ലേ, കൈനീട്ടവുമായി ഇറങ്ങിയതാ.''

ഞാൻ കൈനീട്ടി. എന്റെ ഉള്ളംകൈയിൽ ഉഷ ഒരു വെള്ളിനാണയം വച്ചുതന്നു. അങ്ങനെ ആ വിഷുദിനം സഫലമായി.

"ഞാനെന്താണ് തരേണ്ടത്?''

"സന്മനസ്സ്. എനിക്കിപ്പോൾ ധാരാളം ചിത്രങ്ങളുണ്ട്. അത് പറയാൻ കൂടിയാ വന്നത്.''

"ഇനി തമിഴ് സിനിമയിൽ അഭിനയിക്കുന്നില്ലേ?''

"മലയാളത്തിൽ കിട്ടുന്നതിന്റെ നാലിരട്ടി പ്രതിഫലം തമിഴിൽ കിട്ടും. അത് വേണ്ടെന്നു വയ്ക്കുന്നതെങ്ങനെ?''

''തമിഴിൽ കൂടുതൽ പ്രതിഫലം കിട്ടുമെങ്കിലും സ്വന്തം ഭാഷയിൽ അഭിനയിക്കുന്നതിന്റെ സംതൃപ്തി കിട്ടുമോ? മലയാളത്തിൽ താരദാരിദ്ര്യം അനുഭവിപ്പെടുന്ന സന്ദർഭവുമാണ്?''

കടയിൽനിന്ന് പലഹാരങ്ങൾ വാങ്ങി ഞങ്ങൾ ഒന്നിച്ചിരുന്നു കഴിച്ചു. അങ്ങനെ വിഷുനാളിൽ ഒറ്റപ്പെട്ടുപോകാതെ കഴിഞ്ഞു.

കൃഷ്ണസ്വാമി റെഡ്യാരുടെ 'എസ്മാലിയോ പെർഫ്യൂമറി'യിൽ നിർമ്മിച്ചിരുന്ന 'സുഗന്ധ ഉഷ' എന്ന ചന്ദനത്തിരിയുടെ കുറേ സാമ്പിൾ പായ്ക്കറ്റുകൾ എന്നെ ഏൽപ്പിച്ചിരുന്നു. അത് ഞാൻ ഉഷയ്ക്ക് കൊടുത്തു. തടിവയ്ക്കാതിരിക്കാൻ ഞാൻ ഉപയോഗിച്ചിരുന്ന 'റോൾ ട്രിം' എന്ന ഉപകരണവും.

ഞാൻ ആയിടെ കൽക്കത്തയ്ക്ക് പോകുമ്പോൾ അവിടുന്ന് ആൽമണ്ട് ഓയിൽ കൊണ്ടുവരണമെന്ന് ഉഷ ആവശ്യപ്പെട്ടിരുന്നു. അതിന്റെ പ്രത്യേകത എന്തെന്നോ, അതെവിടെ കിട്ടുമെന്നോ എനിക്ക് ഇപ്പോഴും അറിഞ്ഞുകൂടാ. അത് തേച്ചാൽ കൂടുതൽ സൗന്ദര്യമുണ്ടാവുമെന്ന് എവിടെയെങ്കിലും ഉഷ വായിച്ചിരിക്കും.

കൽക്കത്തയിലെ പ്രധാനപ്പെട്ട ന്യൂമാർക്കറ്റ് മുഴുവൻ അരിച്ചുപെറുക്കിയിട്ടും ആൽമണ്ട് ഓയിൽ കിട്ടിയില്ല. പകരം ഒലീവ് ഓയിൽ വാങ്ങിക്കൊണ്ടാണ് ഞാൻ പോന്നത്. അത് കൊടുക്കുകയും ചെയ്തു.

അക്കാലത്ത് തിരക്കേറിയ നായികയായിരുന്നിട്ടും വീട്ടുകാര്യങ്ങളിൽ വളരെയേറെ ശ്രദ്ധ പതിപ്പിച്ചിരുന്ന തനി കുടുംബസ്ത്രീയായിരുന്നു ഉഷ. ജൗളിക്കടകളുടെയും പച്ചക്കറി മാർക്കറ്റുകളുടെയും മുമ്പിൽ അവരുടെ കാർ കിടക്കുന്നത് ഞാൻ കാണാറുണ്ടായിരുന്നു.

കേരളത്തിലേക്കാളധികം താരാരാധനയുള്ള സ്ഥലമാണ് മദ്രാസ്. എന്നിട്ടും ഉഷയ്ക്ക് മാർക്കറ്റിൽ പോകുന്നത് ഒരു വിനോദമായിരുന്നു.

ഒരു പത്രലേഖകൻ എന്ന നിലയ്ക്കും അപ്പുറത്തുനിന്നാണ് ഞാൻ ഈ കാര്യങ്ങൾ കാണാൻ ശ്രമിച്ചത്. പക്ഷേ പറയുന്നതെല്ലാം സത്യമാണ്. ചിന്തയിൽനിന്ന് മഞ്ഞുതുള്ളി പോലെ അടർന്നുവീഴുന്ന മഷിത്തുള്ളികൾ ആയിരങ്ങളെ ആകർഷിച്ചേക്കാവുന്ന കാര്യമായതുകൊണ്ടു മാത്രമാണ് ഞാനിതെല്ലാം തുറന്നെഴുതുന്നത്.

യുണൈറ്റഡ് ഇന്ത്യാ കോളണിയിൽനിന്ന് ഉഷ ഇതിനിടെ അണ്ണാനഗറിലെ വലിയൊരു രണ്ടുനിലക്കെട്ടിടത്തിലേക്ക് താമസം മാറ്റി. അതിന്റെ താഴത്തെ നിലയിൽ ബക്കറിനും ഒരു മുറി അനുവദിച്ചിരുന്നു. അവിടെയിരുന്നുകൊണ്ടാണ് ബക്കർ കബനീനദിയുടെ പ്രവർത്തനങ്ങൾ തുടർന്നത്.

ഇക്കാലത്ത് സിംഗപ്പൂരിൽ സ്റ്റാർനൈറ്റ് നടത്തുന്നതിനുവേണ്ടി അവിടുന്ന് വി.കെ.ജി. നായർ എന്നൊരാൾ മദ്രാസിൽ വന്ന കാര്യം മുമ്പ് എഴുതിയിരുന്നല്ലോ. നടരാജനെയാണ് താരങ്ങളെ സംഘടിപ്പിക്കേണ്ട ചുമതല വി.കെ.ജി. ഏൽപ്പിച്ചത്. നടരാജന് ചില സഹായങ്ങൾ ഞാൻ ചെയ്തു.

നടരാജൻ നിർമ്മിക്കുന്ന ചിത്രത്തിൽ അഭിനയിക്കുന്ന പ്രേംനസീർ, ഉഷാനന്ദിനി, ഭാസി, ബഹദൂർ എന്നിവരെല്ലാം ചെല്ലാമെന്നേറ്റു. ഷീലയും രവിചന്ദ്രനുംകൂടി പോകാൻ ഒരുക്കമായപ്പോൾ നസീർ വലിഞ്ഞുകളഞ്ഞു. മാത്രമല്ല, കുഞ്ചാക്കോയെക്കൊണ്ട് ഭാസിയേയും ബഹദൂറിനെയും തടഞ്ഞുവയ്പ്പിക്കുക കൂടി ചെയ്തു. അതുകൊണ്ട് പകരം റാണിചന്ദ്രയേയും മോഹനെയും ഞാൻ ഏർപ്പാടാക്കിക്കൊടുത്തു.

ഉഷാനന്ദിനി സിംഗപ്പൂരിൽ പോകാൻ ഒരുക്കം തുടങ്ങി.

'സിംഗപ്പൂര് പോകുന്നതിനുമുമ്പ് കാറയയ്ക്കാം. എനിക്ക് ധാരാളം കാര്യങ്ങൾ പറയാനുണ്ട്' - ഉഷ എന്നോട് പറഞ്ഞു.

'കാറൊന്നുമയയ്ക്കേണ്ട, ബസ്സിൽ വന്നോളാം. പെട്രോളിന് വലിയ വിലയല്ലേ?'' ഞാൻ.

''കാർ വെറുതെ എന്തുമാത്രം ഓടുന്നു.'' ഉഷ ആ പറഞ്ഞതിന്റെ അർത്ഥം എനിക്ക് പിടികിട്ടി. ഉഷയുടെ ടൊയോട്ട ബക്കർ സ്വന്തം പോലെ ഉപയോഗിക്കുകയായിരുന്നു.

ബക്കറിന് പാസ്പോർട്ടില്ലാത്തതുകൊണ്ട് സിംഗപ്പൂരിൽ പോകാൻ നടരാജൻ ക്ഷണിച്ചില്ല. അതിന്റെ പേരിൽ ഉഷ പോകുന്നതിനെ ബക്കർ തടഞ്ഞു.

തമിഴ് സിനിമയിൽ നിന്ന് കിട്ടുന്ന വലിയ പ്രതിഫലം ഉഷ എന്തു ചെയ്യുകയാണെന്ന് ഞാനൊരിക്കൽ തിരക്കി.

''ബാങ്കിൽ കുറച്ചുണ്ട്.'

''അതു കളയരുത്. നാട്ടിൽ കുറെ എസ്റ്റേറ്റ് വാങ്ങിയിടണം.'' ഈ ആശയം നല്ലതാണെന്ന് ഉഷ അംഗീകരിക്കുകയും ചെയ്തു.

കഷ്ടപ്പെട്ടുണ്ടാക്കിയ പണം സിനിമയ്ക്ക് മുടക്കി കളയരുതെന്ന് ഞാൻ ഉപദേശിച്ചപ്പോൾ കബനീനദിക്ക് താനാണ് പണം കൊടുത്ത തെന്ന രഹസ്യം ഉഷ പറഞ്ഞു.

ഇതിനിടെ സേതുമാധവന്റെ അനുജൻ കെ.എസ്.ആർ മൂർത്തി, എം.ജി.ആറിനെ നായകനാക്കി 'നാളെ നമതെ' എന്നൊരു തമിഴ് സിനിമ നിർമ്മിക്കാൻ തീരുമാനിച്ചു. സേതുമാധവനാണ് സംവിധായകൻ. നായികയായി അഭിനയിക്കാനുള്ള ക്ഷണം ഉഷയ്ക്കു കിട്ടി. ഉഷ ഇക്കാര്യം അറിയിച്ചപ്പോൾ യാതൊരു കാരണവശാലും ഈ സന്ദർഭം നഷ്ടപ്പെടുത്തരുതെന്ന് ഞാൻ അഭിപ്രായപ്പെട്ടു. ദക്ഷിണേന്ത്യയിലെ എക്കാലത്തേയും ഏറ്റവും വലിയ നടന്റെ നായികയാവുക നിസ്സാര കാര്യമല്ല. ഈ നടൻ അധികം വൈകാതെ തമിഴ്നാട് മുഖ്യമന്ത്രി ആകുമെന്നും ഉറപ്പായിരുന്നു.

'യാദാം കി ബാരാത്' എന്ന ഹിന്ദിച്ചിത്രത്തിന്റെ കഥയാണ് 'നാളെ നമതെ' ആക്കുന്നത്. പൈലറ്റ് തിയേറ്ററിൽ ആ ചിത്രം ഓടിക്കൊണ്ടിരിക്കുന്നു. അതു കാണാൻ കൂടെ ചെല്ലണമെന്ന് എന്നോടും നടരാജനോടും ഉഷ പറഞ്ഞു. പക്ഷെ കെ.എസ്.ആർ. മൂർത്തിയും കൂടെ കാണുമെന്ന് പറഞ്ഞതുകൊണ്ട് ഞങ്ങൾ വലിഞ്ഞു.

അടുത്ത ദിവസം രാത്രി മൗണ്ട് റോജിലെ ബിലാൽ ഹോട്ടലിന്റെ മുമ്പിൽ കാറിലിരുന്നു ഉഷ ഭക്ഷണം കഴിക്കുകയായിരുന്നു. എന്നെ കണ്ടപ്പോൾ അടുത്ത ദിവസം വീട്ടിൽ ചെല്ലണമെന്ന് പറഞ്ഞു.

പിറ്റേന്ന് ഉച്ചയ്ക്ക് ഞാൻ ഉഷയുടെ വീട്ടിലിരിക്കുമ്പോൾ ഒരു ഫോൺ കാൾ വന്നു. അത് അറ്റന്റ് ചെയ്യുന്ന ഉഷയുടെ ശബ്ദം ഉയർന്നുയർന്നു പോകുന്നത് ഞാൻ ശ്രദ്ധിച്ചു. സ്വതേ ശാന്തപ്രകൃതക്കാരിയായ ഉഷ ആരോടോ പൊട്ടിത്തെറിക്കുകയാണ്. ഒരിക്കലും ഉഷയ്ക്ക് ഇത്രമാത്രം തന്റേടം ഞാൻ കണ്ടിട്ടില്ല.

ബാക്കി അരിശം എന്റെ നേരേയായി. ''കിട്ടുന്ന പടത്തിലെല്ലാം അഭിനയിക്കണമെന്ന് നിങ്ങൾ പറയും. ഇവരുടെ ഒക്കെ പടങ്ങളിൽ ഞാനെങ്ങനെ അഭിനയിക്കും?''

''എന്തുപറ്റി, ആരാ വിളിച്ചത്?''

''മൂർത്തി, ഇങ്ങോട്ടു വരട്ടേന്ന്.''

''ഉഷ എന്തുപറഞ്ഞു?''

''വന്നോളൂ എന്ന്. അപ്പോൾ വന്നാലെന്തു തരുമെന്ന് ചോദിച്ചു. ഊണുതരാമെന്ന് പറഞ്ഞു. അതെന്റെ വീട്ടിലുമുണ്ട്. അതിന് അത്രയും ദൂരം വരേണ്ട കാര്യമുണ്ടോ എന്നായി ചോദ്യം? വേറെ ഒന്നുമില്ല, ഇങ്ങോട്ടു വരികയും വേണ്ടെന്നുപറഞ്ഞു.''

''ഉഷ എന്തു മണ്ടത്തരമാ ചെയ്തത്? അയാളോട് ഇങ്ങോട്ടു വരാൻ പറയണമായിരുന്നു. ഞാനിവിടെ ഇരിക്കുന്നത് കണ്ടാൽ അയാൾക്ക് ബോധക്കേട് വരികയില്ലായിരുന്നോ''? ഞാൻ ചോദിച്ചു.

അങ്ങനെ എം.ജി.ആറിന്റെ നായികയാകാനുള്ള അവസരവും ഉഷയ്ക്ക് നഷ്ടമായി. ലത നായികയായി അഭിനയിച്ച ആ ചിത്രം സേതുമാധവന്റെ തകർച്ചയ്ക്ക് വലിയൊരു കാരണമാവുകയും ചെയ്തു.

മറ്റൊരിക്കൽ ഉഷ നടരാജനെ വിളിച്ച് എന്നെ അത്യാവശ്യമായി ഒന്നു കാണണമെന്ന് പറഞ്ഞു. ഞാൻ ചെല്ലുമ്പോൾ അതുവരെ ഉഷ എന്നെ കാത്തിരിക്കുകയായിരുന്നുവെന്നും അല്പം മുമ്പ് അണ്ണാനഗറിൽ തന്നെയുള്ള കോട്ടയം ശാന്തയുടെ വീട്ടിലേക്ക് പോയിരിക്കുകയാണെന്നും ഉഷയുടെ അമ്മ പറഞ്ഞു. ഞാൻ വന്നതറിഞ്ഞ് ഉഷ കാറയച്ച് ശാന്തയുടെ വീട്ടിലേക്ക് ചെല്ലാൻ ആവശ്യപ്പെട്ടു.

ശാന്തയുടെ വീട്ടിൽവെച്ച് ഉഷ പറഞ്ഞ പ്രശ്നം ഇതാണ്- കോട്ടയം ശാന്തയ്ക്ക് സ്വന്തമായി ഒരു ചിത്രം നിർമ്മിക്കാനുള്ള ഉദ്ദേശമുണ്ട്. ഉഷയായിരിക്കും അതിൽ നായിക. ഈ ചിത്രത്തിലേക്ക് അടൂർ ഭാസിയെ ക്ഷണിച്ചപ്പോൾ ഉഷ രാശിയില്ലാത്ത ഒരു നടിയാണെന്നും നായികയാക്കരുതെന്നും ഭാസി പറഞ്ഞിരിക്കുന്നു.

എന്നാൽ ഇതൊന്നും എഴുതരുതെന്നും എഴുതിയാൽ ഉഷയ്ക്ക് കൂടുതൽ ചാൻസുകൾ നഷ്ടപ്പെടുമെന്നും ശാന്ത പറഞ്ഞു. വിജയശ്രീ ആത്മഹത്യ ചെയ്ത സമയമാണ്. ഉഷയ്ക്ക് അങ്ങനെ സംഭവിക്കരുതെ എന്നാണ് ശാന്ത അഭിപ്രായപ്പെട്ടത്.

ഏതായാലും 'സിനിമയ്ക്കുള്ളിലെ സിനിമ' എന്ന പംക്തിയിൽ ഞാനിത് എഴുതുക തന്നെ ചെയ്തു. അതോടെ ഭാസിക്ക് എന്നോട് ആലോഹ്യമായി.

ആ വർഷം സെപ്റ്റംബർ 8-ാം തീയതിയായിരുന്നു പല്ലാവരം മലയാളികളുടെ ഓണാഘോഷം. മോഹനും റാണിചന്ദ്രയും അവിടെ പോകാമെന്ന് എന്നോട് മുൻകൂട്ടി ഏറ്റിരുന്നതാണ്. മോഹന് ഫോൺ ചെയ്തപ്പോൾ ബോംബെയ്ക്ക് പോയിരിക്കുകയാണെന്നറിഞ്ഞു. റാണി ആ സമയത്തുതന്നെ അമ്മയെ യാത്രയാക്കാൻ എഗ്മൂർ സ്റ്റേഷനിലേക്കും പോയിരിക്കുന്നു.

സമാജക്കാരോട് ഞാനെന്തു മറുപടി പറയും?

മുൻകൂട്ടി അറിയിക്കാതെയാണ് ഞാൻ ഉഷയുടെ വീട്ടിലെത്തിയത്. ഉഷ വേഷം മാറി, ഒട്ടും മടികൂടാതെ എന്റെ കൂടെ കാറിൽ കയറി. പല്ലാവരത്ത് ഉഷ ചെയ്ത ഓണപ്രഭാഷണം എല്ലാവർക്കും ഇഷ്ടമായി.

മടങ്ങിവരുന്ന സമയത്ത് ഉഷ തന്റെ കല്യാണക്കാര്യത്തെക്കുറിച്ച് അവ്യക്തമായ ചില സൂചനകൾ തന്നു. അവർ ആരെയോ മനസ്സിൽ കണ്ടുവച്ചിട്ടുണ്ട്. പക്ഷേ ഒരു ആണിനെയും വിശ്വസിക്കാൻ കൊള്ളില്ലെന്ന അഭിപ്രായവും പാസാക്കി.

രാത്രിയിൽ തടാകത്തിൽ പ്രതിഫലിക്കുന്ന നക്ഷത്രങ്ങളെ ആമ്പൽമൊട്ടുകളാണെന്നു കരുതി കൊത്തിനോക്കി നിരാശപ്പെട്ടുപോകുന്ന അരയന്നങ്ങൾ പകൽസമയങ്ങളിൽ യഥാർത്ഥ ആമ്പൽപ്പൂവിനെ നക്ഷത്രമെന്ന് വിചാരിച്ച് അവഗണിക്കാറുണ്ട്. വഞ്ചകരിൽനിന്ന് മോശപ്പെട്ട അനുഭവങ്ങൾ ഉണ്ടാകുന്നതുകൊണ്ടാവണം നല്ലവരെപ്പോലും ലോകം സംശയദൃഷ്ടിയോടെ വീക്ഷിക്കുന്നത്.

അടുത്ത ദിവസവും ഞങ്ങൾ തമ്മിൽ സംസാരിച്ചു. ഉഷയുടെ വീട്ടിൽ മറ്റാരുമുണ്ടായിരുന്നില്ല. അമ്മയേയും കുട്ടികളേയും നാട്ടിലേക്ക് അയച്ചിരിക്കുന്നു.

ഉഷ ഒരു കോളേജ് പ്രേമത്തെക്കുറിച്ചു പറഞ്ഞു. തിരുവനന്തപുരത്ത് യൂണിവേഴ്സിറ്റി കോളേജിൽ പഠിക്കുന്ന കാലത്ത് ഗായകനായ ശിവദാസ് എന്നൊരു സഹപാഠി ഉണ്ടായിരുന്നു. ഒരിക്കലും സിനിമാരംഗത്തേക്ക് പോകരുതെന്ന് ഉഷയെ അയാൾ ഉപദേശിച്ചിരുന്നു.

''ഉഷയ്ക്ക് അയാളെ വീണ്ടും കാണാനാഗ്രഹമുണ്ടോ?'' ഞാൻ ചോദിച്ചു.

''ഉണ്ട്. അരൂരാണ് ശിവദാസിന്റെ വീട്. പഠിത്തം കഴിഞ്ഞ് എയർഫോഴ്സിൽ ചേരുമെന്നാണ് പറഞ്ഞിരുന്നത്. പിന്നീട് വിവരമൊന്നുമില്ല, അയാൾ ഒരു കത്തുപോലും അയച്ചിട്ടുമില്ല.''

അടുത്ത തവണ കേരളത്തിലെത്തിയപ്പോൾ ഞാൻ അരൂരു പോയി ശിവദാസിനെക്കുറിച്ച് വല്ല വിവരവും കിട്ടുമോ എന്ന് അന്വേഷിച്ചു. നിരാശയായിരുന്നു ഫലം.

ഞാൻ ഇത്ര പെട്ടെന്ന് അരൂരു പോകുമെന്ന് ഉഷ പ്രതീക്ഷിച്ചില്ല.

ഈ കാര്യങ്ങളൊക്കെ ബക്കറിൽനിന്ന് ഒളിച്ചുവയ്ക്കാൻ ഉഷ ശ്രമിക്കുന്നുണ്ടെന്ന് തോന്നി. ഉഷയേയും സുധീറിനേയും കബനീനദിയിൽനിന്ന് മാറ്റുകയും ചെയ്തു. എന്നിട്ടും ഉഷ ബക്കറെ പലവിധത്തിൽ സഹായിച്ചുകൊണ്ടിരുന്നു. കബനീനദിയുടെ സ്റ്റിൽസ് എനിക്ക് അയച്ചുതന്നതുപോലും ഉഷയാണെന്ന് മുമ്പ് എഴുതിയിരുന്നല്ലോ.

ഒരു രാത്രിയിൽ ഞാൻ മൗണ്ട് റോഡ് പോസ്റ്റോഫീസിന് എതിർവശത്തുള്ള ബസ് സ്റ്റോപ്പിൽ നിൽക്കുമ്പോൾ അതുവഴി വന്ന ഒരു കറുത്ത അംബാസഡർ കാറിന്റെ മുൻസീറ്റിൽ ഉഷയെ കണ്ടു. കാർ ഡ്രൈവ് ചെയ്യുന്നത് കോട്ടും ടൈയും ധരിച്ച ഒരു എണ്ണക്കറുമ്പനായിരുന്നു. ഉഷ നേഴ്സിംഗ് ഹോമിൽ കിടക്കുമ്പോൾ ഇയാൾ അവിടെ വന്നിരിക്കാറുള്ളത് ഞാൻ ശ്രദ്ധിച്ചിട്ടുള്ളതുമാണ്. ഞാനവരെ കണ്ടുവെന്ന് ഉഷയ്ക്ക് മനസ്സിലായി. ഉഷ എന്നെ ശ്രദ്ധിക്കുന്നത് അദ്ദേഹവും കണ്ടു.

ഞാൻ ഒന്നും അറിയാത്ത പോലെ ആൾക്കൂട്ടത്തിനിടയിൽ അപ്രത്യക്ഷനായി. ഞാനാരാണെന്ന് അദ്ദേഹം ഉഷയോട് തിരക്കി.

''എനിക്ക് ഏറ്റവും വേണ്ടപ്പെട്ട ഒരാൾ'' - എന്നായിരുന്നു ഉഷയുടെ മറുപടി (ഇത് പിന്നീട് പറഞ്ഞതാണ്).

''എന്നിട്ടെന്താ നിൽക്കാതെ പോയത്'' - എന്നുചോദിച്ച് അദ്ദേഹം കാർ നിർത്തി എന്നെ തെരഞ്ഞുനടന്നു.

മറ്റൊരു ദിവസം നാന വാരികയുടെ രണ്ടാംവാർഷിക സ്പെഷ്യലിനു വേണ്ടി ഫോട്ടോ എടുക്കാൻ ചെന്നപ്പോൾ ഞാൻ ചോദിച്ചു: ''ഇനി സ്ലീപ്പിംഗ് പിൽസ് അന്വേഷിക്കണ്ടല്ലോ?''

''നിങ്ങൾ തെറ്റിദ്ധരിച്ചിരിക്കുന്നു, എനിക്ക് ഇനിയും പലതും പറയാനുണ്ട്'' - ഉഷ പറഞ്ഞു.

മദ്രാസ് വിടാൻ ഞാൻ കുറെക്കാലമായി ആലോചിച്ചു കൊണ്ടിരിക്കുകയായിരുന്നു. യാത്ര ചോദിക്കാൻ ചെന്നപ്പോൾ ഉഷ ചോദിച്ചു.

''ഇനി ഞാനെന്റെ കാര്യങ്ങളെല്ലാം ആരോടാണ് പറയുക?''

''ഞാൻ പോയാൽ എന്റെ സ്ഥാനത്ത് എന്നേക്കാൾ മിടുക്കന്മാർ വരും. ഉഷ എന്തായാലും സ്ലീപ്പിംഗ് പിൽസ് അന്വേഷിക്കരുത്.''

യാത്ര പറഞ്ഞിറങ്ങിയ ഞാൻ ഗേറ്റിൽവച്ച് തിരിഞ്ഞുനോക്കുമ്പോൾ ഉഷ രണ്ടു കൈ കൊണ്ടും കണ്ണുകൾ പൊത്തി കരയുകയായിരുന്നു.

*****

അഞ്ചാറുമാസം കഴിഞ്ഞ് ഞാൻ നാന വാരികയുടെ എഡിറ്റർസ്ഥാനം സ്വീകരിക്കാൻ കൽക്കത്തയിൽനിന്ന് കേരളത്തിലേക്ക് മടങ്ങിവരുന്ന വഴിക്ക് മദ്രാസിൽ ഉഷയുടെ വീട്ടിൽ എത്തി. നേരം വെളുത്തുവരുന്നതേ ഉണ്ടായിരുന്നുള്ളൂ.

വളരെ സന്തോഷത്തോടെയാണ് എന്നെ സ്വീകരിച്ച് ഇരുത്തിയതെങ്കിലും ഉഷ പെട്ടെന്ന് എവിടെയോ അപ്രത്യക്ഷയായി.

കുളിച്ചിട്ടാണ് ഉഷ വന്ന് അടുത്തിരുന്നത്.

ഉഷ എന്തോ മറച്ചുവയ്ക്കുന്നതായി തോന്നി. എന്തൊക്കെയോ മാറ്റങ്ങൾ ആ വീട്ടിൽ വന്നിരിക്കുന്നു. അമ്മയും സഹോദരങ്ങളും ബക്കറുമില്ല.

എനിക്കൊരു സംശയം - മുകളിൽ മറ്റാരോ ഇല്ലേ?

ഉണ്ടായിരുന്നു - മാരിയപ്പൻ

ഉഷ ഗ്രാനൈറ്റ് എക്സ്പോർട്ടർ മാരിയപ്പൻ എന്ന എണ്ണക്കറുമ്പന്റെ ഭാര്യയായി.

■

ഉച്ചയ്ക്ക് വിടർന്ന നാലുമണിപ്പൂ

സരസ്വതി എന്നൊരു നടി മലയാള സിനിമയിൽ നായികയായി അഭിനയിച്ചിരുന്നു. ഐൻസ്റ്റൈന്റെ ആപേക്ഷിക സിദ്ധാന്തമനുസരിച്ച് പ്രകാശത്തേക്കാൾ വേഗത്തിലായിരുന്നു അവരുടെ യാത്ര. അങ്ങനെ ഒരു ദിവസം യാത്ര പുറപ്പെട്ട അവർ അതിന്റെ തലേദിവസം തിരിച്ചിടത്തുതന്നെ മടങ്ങിയെത്തി.

എഴുപതുകളുടെ ആരംഭത്തിൽ പല സിനിമകളിലും അഭിനയിച്ചിട്ടുള്ള ഈ നടിയെ ഇന്നാരെങ്കിലും ഓർമ്മിക്കുന്നുണ്ടോ എന്നുതന്നെ സംശയമാണ്. അത് മനസ്സിൽവച്ചുകൊണ്ടാണ് ഈ കുറിപ്പെഴുതുന്നതും.

സരസ്വതിയെ 'അനാഥശില്പങ്ങൾ' എന്ന ചിത്രത്തിൽ നായികയായി കണ്ടപ്പോൾ പലർക്കും പ്രതീക്ഷയുണ്ടായിരുന്നു, തനിമലയാളിയാ ഒരു നായിക കൂടി ജനിക്കുകയാണല്ലോ എന്ന്. എന്നാൽ ആ പ്രതീക്ഷ അസ്ഥാനത്തായി. നായികാപദവിയിൽനിന്ന് സരസ്വതി ആരംഭിച്ച ഈ യാത്ര മുമ്പോട്ടല്ല, പിമ്പോട്ടായിരുന്നു. എന്തിനും തയ്യാറായി കച്ചകെട്ടി ഇറങ്ങാനുള്ള മടിയായിരുന്നു അവരുടെ പരാജയത്തിന് കാരണം.

പെരുമ്പാവൂരിലെ ഒരു അമ്പലവാസി കുടുംബത്തിലാണ് സരസ്വതി ജനിച്ചത്. അച്ഛൻ നാരായണൻനമ്പീശനും അമ്മ തങ്കമണി അമ്മാളും തനി പാരമ്പര്യമട്ടുകാരായിരുന്നു. എങ്കിലും വളരെ ചെറുപ്പത്തിൽത്തന്നെ നൃത്തത്തിലും അഭിനയത്തിലുമൊക്കെ വാസനയുണ്ടായിരുന്ന സരസ്വതി വിദ്യാഭ്യാസകാലത്ത് സ്കൂളിൽ നടക്കുന്ന കലാപരിപാടികളിൽ പങ്കെടുത്ത് തന്റെ വാസനകൾ വികസിപ്പിച്ചെടുത്തു.

സിനിമാഭ്രാന്ത് പിടിപെട്ട് മദിരാശിയിൽ അകപ്പെട്ടുപോയ ആയിര

ങ്ങളിലൊരുത്തിയല്ല സരസ്വതി. സ്കൂൾ വിദ്യാഭ്യാസത്തിനുശേഷം ഗവൺമെന്റ് സ്കോളർഷിപ്പോടുകൂടി കേരള കലാമണ്ഡലത്തിൽ ഭരതനാട്യം പരിശീലിച്ച് പുറത്തിറങ്ങിയ സരസ്വതിയെ ഒരു നല്ല നർത്തകിയായി കാണാനായിരുന്നു അച്ഛന്റെ ആഗ്രഹം. പക്ഷെ വിധിയുടെ ഒഴുക്കിൽപ്പെട്ട് അവൾ സിനിമാനടിയായി മാറുകയായിരുന്നു.

അന്നത്തെ പ്രശസ്ത സിനിമാനടൻ മുത്തയ്യ സ്വന്തമായി നിർമ്മിച്ച 'ചിത്രമേള' എന്ന ചിത്രത്തിലൂടെ തിരശ്ശീലയിലെത്തിയ സരസ്വതിക്ക് അധികം താമസിയാതെ 'അസുരവിത്തിലെ' ഉപനായികയുടെ വേഷവും കിട്ടിയതോടെ സിനിമാരംഗത്ത് തന്നെ ഉറച്ചുനിൽക്കാൻ തീരുമാനമെടുക്കുകയായിരുന്നു. തമിഴ്നടൻ പി.എസ്. വീരപ്പ മലയാളത്തിൽ നിർമ്മിച്ച 'അനാഥശില്പങ്ങൾ' എന്ന സിനിമയിലെ നായികാപദവി കൂടി ലഭിച്ചപ്പോൾ ആ തീരുമാനം ബുദ്ധിപൂർവ്വകമാണെന്ന് പ്രേക്ഷകർക്ക് തോന്നുകയും ചെയ്തു. ഇതോടെ സരസ്വതി വീരപ്പയുടെ പി.എസ്.വി. പിക്ചേഴ്സുമായി ഒരു കരാറിൽ ഏർപ്പെട്ടു - പ്രതിമാസം ആയിരത്തി അഞ്ഞൂറു രൂപ പ്രതിഫലത്തിൽ ആ കമ്പനിയുടെ ചിത്രങ്ങളിലെല്ലാം അഭിനയിച്ചുകൊള്ളാമെന്നും അവരുടെ അനുമതിയോടെ മാത്രമേ മറ്റുള്ളവരുടെ ചിത്രങ്ങൾ സ്വീകരിക്കൂ എന്നും അങ്ങനെ ലഭിക്കുന്ന പ്രതിഫലത്തിന്റെ പകുതി കമ്പനിക്ക് അവകാശപ്പെട്ടതുമാണെന്നായിരുന്നു കരാർ വ്യവസ്ഥകൾ.

ഈ കരാർ അനുസരിച്ച് സരസ്വതി മൂന്ന് തമിഴ് ചിത്രങ്ങളിലും രണ്ട് മലയാള ചിത്രങ്ങളിലും അഭിനയിക്കുകയുണ്ടായി. സരസ്വതി ഇങ്ങനെ കരാറിൽ ഏർപ്പെട്ടിരുന്നതുകൊണ്ട് മറ്റു ചിത്രങ്ങളൊന്നും സ്വീകരിക്കുകയില്ലെന്ന് മലയാള സിനിമാഫീൽഡിൽ പാട്ടായി. ഇതാണ് അവരുടെ വളർച്ചയെ പ്രതികൂലമായി ബാധിച്ച പ്രധാന സംഗതി. കരാറിൽനിന്ന് വിമുക്തമായ ശേഷം കുറെ ചിത്രങ്ങൾ ലഭിക്കുകയും ചെയ്തു.

ഷീലയും ശാരദയും ജയഭാരതിയും വിജയശ്രീയുമൊക്കെ നായികമാരായി തിളങ്ങിനിൽക്കുന്ന കാലഘട്ടമായിരുന്നു ഇത്. ധാരാളം ചിത്രങ്ങൾ നിർമ്മിക്കപ്പെടുന്ന ഹിന്ദിയിലും തമിഴിലുമൊക്കെ ധാരാളം നായികനടിമാരെ ആവശ്യമുണ്ടെങ്കിലും അവയുമായി താരതമ്യപ്പെടുത്തുമ്പോൾ അക്കാലത്ത് വളരെക്കുറച്ചു ചിത്രങ്ങൾ മാത്രം നിർമ്മിക്കപ്പെട്ടിരുന്ന മലയാള സിനിമയിൽ കുറച്ചുപേർ കുത്തകാവകാശം സ്ഥാപിച്ചുവച്ചിരുന്നു.

അതിനും ചില കാരണങ്ങളുണ്ട്. പ്രേംനസീർ ആദ്യം ഷീലയുടെയും, പിന്നെ വിജയശ്രീയുടെയും, അവസാനം ജയഭാരതിയുടെയും സ്പോൺസറായി പ്രവർത്തിച്ചിരുന്നു. അതിലൂടെ സ്വയം ധാരാളം അവസരങ്ങൾ നേടിയെടുക്കാനും ശ്രമിച്ചിരുന്നു. ജയഭാരതിയുടെ സംരക്ഷകനും പ്രയോക്താവുമായി ഹരിപോത്തനും രംഗത്തുണ്ടായിരുന്നു. തന്റെ കൂടെ അഭിനയിക്കാൻ ഇന്ന നടി കൂടിയേ കഴിയൂ എന്ന് ശഠിക്കാൻ അക്കാലത്ത് പ്രേംനസീറിന് സാധിച്ചിരുന്നു. (ഇന്നും സിനിമയിൽ ഈ രീതി നിലനിൽക്കുന്നു.)

ഈ സൂപ്പർതാരങ്ങളുടെ നല്ല ലിസ്റ്റിൽ ഉൾപ്പെടാത്ത ആരെയെങ്കിലും ആവശ്യമായി വന്നാൽ മദ്രാസിൽ തന്നെയുള്ള മലയാളി നടികളെയല്ല, തമിഴിലും തെലുങ്കിലുമൊക്കെയുള്ള നടികളെ വിളിച്ചുവരുത്തുകയായിരുന്നു അന്നത്തെ പതിവ് (ഇന്ന് ഹിന്ദിയിൽ നിന്നാണല്ലോ കൊണ്ടുവരുന്നത്.) അക്കാലത്ത് അധികം മലയാള സിനിമയും മദ്രാ

സിൽ ഷൂട്ടു ചെയ്തിരുന്നതുകൊണ്ട് ഒരു പുതിയ നടിയെ അവതരിപ്പിക്കണമെന്നുണ്ടെങ്കിൽ അന്യഭാഷയിൽ അഭയം തേടാൻ എളുപ്പവുമായിരുന്നു. ഇവരോട് മത്സരിച്ച് രംഗത്തുനിൽക്കാൻ നല്ല തറവാടുകളിൽനിന്നും വരുന്ന മലയാളിനടികൾക്ക് വളരെ വിഷമമാണ്. ഇങ്ങനെയുള്ള ഒരു ദയനീയ വസ്തുതയാണ് എന്നും മലയാളസിനിമയ്ക്ക് അഭിമുഖീകരിക്കേണ്ടി വന്നിട്ടുള്ളത്.

തഴച്ചുവളരുന്ന ചെടികൾക്ക് വെള്ളവും വളവും ചേർക്കാൻ ഓടിക്കൂടുകയാണല്ലോ സിനിമക്കാരുടെ രീതി. സിനിമയുടെ കടുത്ത നീരാളിപ്പിടുത്തത്തിൽ മത്സരിച്ചു വിജയം നേടാൻ ത്രാണിയില്ലാത്ത വെറുമൊരു പാവം പെൺകുട്ടിയായിരുന്നു സരസ്വതി.

ഒരു നായികയ്ക്ക് ആവശ്യമുള്ളതിലധികം സൗന്ദര്യവും അഭിനയ ചാതുരിയും ഉണ്ടായിരുന്ന സരസ്വതി അഭിനയിച്ച ചിത്രങ്ങളിലെല്ലാം താൻ പ്രതിനിധീകരിച്ച കഥാപാത്രങ്ങളെ മികച്ച രീതിയിൽതന്നെ അവതരിപ്പിച്ചുവെങ്കിലും നമ്മുടെ മലയാള സിനിമാരംഗം അവർക്ക് വേണ്ട പ്രോത്സാഹനം നൽകിയില്ല. എങ്കിലും ഭദ്രദീപം, പട്ടാഭിഷേകം, പണിതീരാത്ത വീട്, ആൽമരം മുതലായ ധാരാളം മലയാള ചിത്രങ്ങളിലും അരഡസനോളം തമിഴ്ചിത്രങ്ങളിലും അഭിനയിക്കാൻ സരസ്വതിക്ക് അവസരം ലഭിച്ചു. അമ്പതോളം തമിഴ്നാടകങ്ങളിൽ അഭിനയിച്ച അനുഭവസമ്പത്തുകൂടി ഇതിനോടകം അവർ കൈവശമാക്കിയിരുന്നു.

മലയാളസിനിമ മറ്റു ഭാഷകളെ അപേക്ഷിച്ച് അസൂയാവഹമായി വളർന്നുകൊണ്ടിരിക്കുകയാണെന്നു നാം അവകാശപ്പെടാറുണ്ടെങ്കിലും ഇവിടെ മലയാളികളായ നടികളുടെ ക്ഷാമം പരിഹരിക്കാൻ ആരും ഫലപ്രദമായ ശ്രമങ്ങളൊന്നും ഒരുകാലത്തും നടത്തിയിരുന്നില്ല.

കഥാപാത്രങ്ങളുടെ മാനസികഭാവങ്ങളെയും സൂക്ഷ്മചലനങ്ങളെയും സമർത്ഥമായി പ്രകടിപ്പിക്കാൻ കഴിവുള്ള കലാകാരിയായിരുന്നു സരസ്വതി എന്നുപറഞ്ഞാൽ അതിൽ ഒട്ടും അതിശയോക്തിയില്ല.

ആദ്യമായി 'ചിത്രമേള' എന്ന ചിത്രത്തിനുവേണ്ടി ക്യാമറയെ അഭിമുഖീകരിച്ച സരസ്വതിയെ കഴിവുള്ള ഒരു നടിയായി അംഗീകരിച്ചത് 'വിരുന്നുകാരി'യും 'നാഴികക്കല്ലു' മാണ്. നാഴികക്കല്ലിലെ അഭിനയം കണ്ടിട്ടാണ് വീരപ്പ പുതുമുഖമായിട്ടും സരസ്വതിയെ അനാഥശില്പങ്ങളിൽ നായികയാക്കിയത്.

അനാഥശില്പങ്ങളിൽ രാധ എന്ന കഥാപാത്രത്തിന്റെ വേഷമിട്ടുകൊണ്ട് സരസ്വതി നമ്മുടെ സിനിമയ്ക്ക് വ്യക്തിത്വവും കരുത്തുമുള്ള ഒരു കഥാപാത്രത്തെയാണ് സംഭാവന ചെയ്തത്. ഈ ഒരൊറ്റ ചിത്രം കൊണ്ടുതന്നെ തനിക്ക് മലയാള സിനിമയിലെ അന്നത്തെ നായിക നടിമാരോടൊപ്പം നിൽക്കാൻ കഴിയുമെന്ന് അവർ തെളിയിക്കുകയും ചെയ്തതാണ്.

വീരപ്പ നിർമ്മിച്ച രണ്ടാമത്തെ മലയാളചിത്രമായ 'സുമംഗലി'യിലും സരസ്വതി നായികയായിരുന്നു. ആ ചിത്രത്തിലൂടെ വ്യത്യസ്ത രൂപവും ഭാവവുമുള്ള കഥാപാത്രങ്ങളെ മിഴിവു നൽകി അവതരിപ്പിക്കാൻ തനിക്ക് കഴിയുമെന്ന് അവർ കാണിച്ചുതന്നു.

ഇതിനിടയിൽ ഒരിക്കൽ എം.ജി.ആറിനെ കാണാൻ അദ്ദേഹത്തിന്റെ സത്യാ സ്റ്റുഡിയോയിൽ ചെന്ന സരസ്വതിക്ക് പ്രതീക്ഷിച്ച അനുഭവമല്ല ഉണ്ടായത്. സ്റ്റുഡിയോയിൽ തനിക്കും നായികമാർക്കും മാത്രം പ്രവേശനമുള്ള സ്വകാര്യ മേക്കപ്പ് റൂമിൽവച്ച് എം.ജി.ആർ സരസ്വതിയോട്

അപമര്യാദയായി പെരുമാറിയതായും അവർ അവിടുന്ന് ഇറങ്ങി ഓടി രക്ഷപ്പെട്ടതായും ഞാൻ കേട്ടിരുന്നു.

നടരാജൻ നിർമ്മിച്ച 'പട്ടാഭിഷേകം' എന്ന ചിത്രത്തിലെ തുല്യപ്രാധാന്യമുള്ള മൂന്ന് നായികമാരിലൊരാളായിരുന്നു സരസ്വതി. ഉഷാനന്ദിനി, ശ്രീലത എന്നീ മറ്റു നായികമാരേക്കാൾ സുന്ദരി സരസ്വതിയായിരുന്നു. നല്ല ഉയരവും ഒതുങ്ങിയ ശരീരവും മനോഹരമായ ചിരിയും കൊണ്ട് അവർ ശാരദയേക്കാളും ജയഭാരതിയേക്കാളും ശ്രദ്ധിക്കപ്പെടേണ്ടതായിരുന്നു.

മുറ്റത്ത് ചട്ടിയിൽ വളർത്തുന്ന പൂച്ചെടി ആയിരുന്നില്ല, എവിടുന്നോ മുറ്റത്തിനുവെളിയിൽ വന്നുവീണു മുളച്ച നാലുമണിച്ചെടിയായിരുന്നു സരസ്വതി. മറ്റേതു പൂക്കളെയും വെല്ലുവിളിക്കാൻ മാത്രം ഭംഗിയുള്ള പൂക്കളുണ്ടാകുമെങ്കിലും നാലുമണിപ്പൂക്കൾക്ക് സ്വീകരണമുറിയിൽ സ്ഥാനം ലഭിക്കാറില്ല. അതിന് ആയുസ്സും വളരെ കുറവാണല്ലോ. നെറ്റിയിൽ ചന്ദനവും കുങ്കുമവും തേച്ച് നിഷ്കളങ്കമായ ചിരിയോടെ നിൽക്കുന്ന ഈ ശാലീനസുന്ദരി കവിഭാവനയിലെ തനിനാട്ടിൻപുറത്തുകാരിയെ ഓർമ്മിപ്പിക്കുമായിരുന്നു. ഫാഷൻവേഷങ്ങൾ ധരിച്ച് അവരെ ഞാൻ ഒരിക്കലും കണ്ടിട്ടില്ല. മുഖത്ത് പൗഡർ ഇടുകയോ മുടി ഫാഷനിൽ കെട്ടിവയ്ക്കുകയോ ചെയ്യാതെ തന്നെ അവർക്ക് പ്രത്യേകമൊരു ആകർഷകത്വമുണ്ടായിരുന്നു.

സരസ്വതി വളരെ കഷ്ടപ്പെട്ടാണ് മദ്രാസിൽ കഴിഞ്ഞിരുന്നത്. വയസ്സായ അച്ഛനും അമ്മയ്ക്കും താഴെയുള്ള സഹോദരങ്ങൾക്കും അന്ന് ആകെയുള്ള ശരണമായിരുന്നു അവർ.

ഒരുസമയത്ത് ചെറിയ റോളുകൾ കിട്ടിയാലും അഭിനയിക്കാൻ സരസ്വതി തയ്യാറായിരുന്നു. നൃത്തപരിപാടികൾ നടത്തിയാണ് അവർ ജീവിതം തള്ളിനീക്കിയത്.

ഇതിനിടെ സരസ്വതിക്ക് ഒരു നല്ല അവസരം ലഭിച്ചതും വിതരണക്കാരന്റെ ഇടപെടൽ മൂലം ആ ചാൻസ് നഷ്ടപ്പെട്ടതും എനിക്കറിയാം. നല്ല മലയാളമറിയാവുന്ന ഈ പെൺകുട്ടിയെ ഒരു അനാഥശില്പമാക്കി ആനന്ദിക്കുകയായിരുന്നു മദ്രാസിലെ സിനിമാരംഗം.

കുറ്റിക്കാട്ടിലൊളിഞ്ഞിരിക്കുന്ന അരഡസൻ ചീവീടുകൾ കർണ്ണകഠോരമായ ശബ്ദമുണ്ടാക്കി ആ പ്രദേശം മുഴുവൻ ശബ്ദമുഖരിതമാക്കിയേക്കും. അതേസമയം മരത്തണലിൽ നിശ്ശബ്ദമായി അയവിറക്കി വിശ്രമിക്കുന്ന കന്നുകാലിക്കൂട്ടത്തെ ആരും ശ്രദ്ധിക്കുകയുമില്ല. ശബ്ദമുണ്ടാക്കുന്നവർ മാത്രമേ ഇവിടെ ജീവിക്കുന്നുള്ളൂവെന്ന് നാം തെറ്റിദ്ധരിക്കുകയും ചെയ്യുന്നു.

അഭിനയിച്ച ചിത്രങ്ങളിലെ തന്നെ പ്രതിഫലം വാങ്ങിച്ചെടുക്കുന്ന കാര്യത്തിൽ സരസ്വതി മിടുക്കിയായിരുന്നില്ല. എന്നിട്ടും അവർക്കൊരു ഇൻകംടാക്സ് നോട്ടീസ് വന്നത് ഞാനറിഞ്ഞു. പണ്ടൊരു ചിത്രത്തിൽ നായികയായി അഭിനയിച്ചുപോയതിന്റെ പിഴ. നിയമം ഒരു ചിലന്തിവല പോലെയാണല്ലോ? ഈച്ചയും കൊതുകുമൊക്കെ അതിൽ അകപ്പെട്ടുപോകും. അരണയോ ഓന്തോ വന്നുപെട്ടാൽ വലയും പൊട്ടിച്ചുകൊണ്ട് രക്ഷപ്പെടുകയും ചെയ്യും.

സരസ്വതിക്ക് മദ്രാസിൽ അധികം കൂട്ടുകാരൊന്നുമില്ലായിരുന്നു. കൂട്ടന്വേഷിച്ചോ ചാൻസ് അന്വേഷിച്ചോ അവർ എങ്ങും പോയിരുന്നില്ല. ഇടയ്ക്കിടെ തുല്യദുഃഖിതയായ ഉഷാനന്ദിനി മാത്രം അന്വേഷിച്ച് എത്തു

മായിരുന്നു.

തനിക്കുണ്ടായ ഒരു അനുഭവം സരസ്വതി എന്നോട് പറഞ്ഞു. സരസ്വതി നല്ല റോളുകളിൽ അഭിനയിച്ചു പേരെടുത്തുവരുന്ന സമയം അന്നത്തെ ഒരു പ്രശസ്ത നിർമ്മാതാവ് ഒരു കത്തുമായി സരസ്വതിയുടെ അടുത്തേക്ക് ഒരു സന്ദേശവാഹകനെ അയച്ചു. ആ കത്തിൽ ഇങ്ങനെയാണെഴുതിയിരുന്നത്.

''പ്രിയപ്പെട്ട സരസ്വതി,

നിന്റെ പേര് കേൾക്കുമ്പോൾത്തന്നെ എനിക്ക് നിന്നോട് പ്രത്യേകമൊരു അടുപ്പം തോന്നുന്നു. കാരണം നിന്റെയും എന്റെ ഭാര്യയുടെയും പേര് ഒന്നുതന്നെയാണ്. സരസ്വതി എന്നു കേൾക്കുമ്പോൾ എനിക്കെന്റെ ഭാര്യയെ ആണ് ഓർമ്മ വരുന്നത്. അങ്ങനെ ഒരടുപ്പം എനിക്ക് നിന്നോടും തോന്നുന്നു. നീ എന്നോടും അങ്ങനെ പെരുമാറിയാൽ എന്റെ ചിത്രങ്ങളിലെല്ലാം നിനക്ക് ചാൻസ് തരാം.''

സരസ്വതി ഈ കത്ത് വലിച്ചുകീറി ദൂതന്റെ മുഖത്തേക്ക് വലിച്ചെറിഞ്ഞിട്ട് പറഞ്ഞു: ''അയാളുടെ ചാൻസ് എനിക്ക് വേണ്ടെന്ന് പറഞ്ഞേരെ.''

അടുത്ത ദിവസം നിർമ്മാതാവ് ഫോൺ ചെയ്തു.

''നീ ഇങ്ങനെ പതിവ്രത ചമഞ്ഞിരുന്നാൽ വീട്ടിൽ തന്നെ ഇരിക്കുകയേയുള്ളു.''

ആ നിർമ്മാതാവിന്റെ ചിത്രങ്ങളിലൊന്നും സരസ്വതിക്ക് ചാൻസ് നൽകിയതുമില്ല.

ഇവിടെയെങ്ങും പറ്റിയ മുഖങ്ങളില്ലെന്ന് പറഞ്ഞ് അന്യനാടുകളിൽനിന്ന് മലയാളമറിയാത്ത നായികമാരെ ഇറക്കുമതി ചെയ്യുന്നതിന്റെ രഹസ്യം ഇതൊക്കെയാണ്.

ഇങ്ങനെ എത്ര എത്ര കടമ്പകളിലൂടെയാണെന്നോ ഒരു നടിക്ക് കടന്നുപോകേണ്ടത്.

നല്ല കുടുംബാന്തരീക്ഷത്തിൽനിന്ന് അബദ്ധത്തിൽ സിനിമാരംഗത്തെത്തി കെണിയിൽ അകപ്പെടുന്ന അനവധി മലയാളി പെൺകുട്ടികളുടെ ഒരു പ്രതിനിധിയായതുകൊണ്ടു മാത്രമാണ് സരസ്വതിയെ ഇവിടെ അവതരിപ്പിച്ചത്.

■

നേരത്തേ പുറപ്പെട്ട സഞ്ചാരി

കൊളംബസ് തന്നെ സൂര്യാസ്തമയം കാണിച്ചുകൊടുക്കാൻ ജനങ്ങളോടു ആവശ്യപ്പെട്ടു. ആരോ അത് കാണിച്ചു കൊടുക്കുകയും ചെയ്തു. ആ ദിക്കിലേക്കുതന്നെ കപ്പലോടിച്ച് അദ്ദേഹം അമേരിക്ക കണ്ടുപിടിച്ചു. എന്നാൽ അവർ അദ്ദേഹത്തെ പിടിച്ച് തുറുങ്കിലടയ്ക്കുകയാണ് ചെയ്തത്. അദ്ദേഹം കണ്ടുപിടിച്ച സ്ഥലത്തെ മറ്റാരുടെയോ ഓർമ്മയ്ക്ക് 'അമേരിക്ക' എന്നുവിളിക്കുകയും ചെയ്തു.

പി.എ.ബക്കറും ഇതുപോലെയായിരുന്നു. മലയാള സിനിമയ്ക്ക് പുതിയ സ്വപ്നഭൂമികൾ അന്വേഷിച്ച് ഇറങ്ങിയ ഒരേകാന്ത പഥികൻ. യാത്ര പുറപ്പെട്ടത് കുറച്ചു നേരത്തെ ആയിപ്പോയെന്നുമാത്രം. ബക്കറിന് ഈ യാത്രയിൽ കാത്തുനിൽക്കാൻ മറ്റാരുമില്ലായിരുന്നു.

ഒരു സിനിമാ ക്ലാസിക് നിർമ്മിക്കാനാവശ്യമായ പരിചയമോ ഉന്നത വിദ്യാഭ്യാസമോ ഇല്ലായിരുന്നിട്ടും ആശയപരമായും പ്രവൃത്തിയിലും സമാന്തര സിനിമാപ്രസ്ഥാനക്കാരുടെ മുമ്പിൽ ബക്കർ പതാക വഹിച്ചുനടന്നു.

മദ്രാസിൽ സിനിമാനിർമ്മാതാവ് എന്നുപറയുമ്പോൾ മനസ്സിലെത്തിയിരുന്ന രൂപം സ്വർണ്ണച്ചെയിനും അഞ്ചുവിരലിലും മോതിരവും അണിഞ്ഞ ഒരു കുടവയറന്റേതായിരുന്നു. കേരളത്തിലാണെങ്കിൽ തിരുവനന്തപുരത്തെ മെരിലാന്റ് സുബ്രഹ്മണ്യത്തെയോ ആലപ്പുഴയിലെ ഉദയാ കുഞ്ചാക്കോയെയോ ആകും പെട്ടെന്നോർമ്മിക്കുക. എന്നാൽ വെറുമൊരു സിനിമാ നിർമ്മാതാവ് എന്നല്ല, ആദ്യചിത്രത്തിനു തന്നെ സംസ്ഥാന അവാർഡ് നേടിയ നിർമ്മാതാവ് എന്ന നിലയിൽ ശ്രദ്ധേയനായ ബക്കർ കോടമ്പാക്കത്ത് അനാഥനെപ്പോലെ അലയുന്ന പ്രതിഭാസമായിരുന്നു.

അക്കാലത്ത് പൂനാ ഫിലിം ഇൻസ്റ്റിറ്റ്യൂട്ടിൽനിന്ന് സിനിമാനിർമ്മാണത്തിന്റെ വിവിധ വശങ്ങളെക്കുറിച്ച് പഠിച്ച് ബിരുദം നേടിയ കുറെ ചെറുപ്പക്കാർ മലയാളത്തിൽ നല്ല സിനിമകൾ നിർമ്മിക്കുക എന്ന സ്വപ്നവുമായി രാജവീഥിയിലെ 'പൂനാഹൗസ്' എന്നു വിളിക്കുന്ന ലോഡ്ജിൽ അർദ്ധപ്പട്ടിണിക്കാരായി കഴിഞ്ഞുകൂടിയിരുന്നു. സംവിധായകൻ ജോൺ എബ്രഹാമിന്റെ നേതൃത്വത്തിൽ ക്യാമറാമാന്മാരായ ബാലു മഹേന്ദ്ര, രാമചന്ദ്രബാബു, എഡിറ്റർ രവി, സംവിധായകൻ കെ. ജി.ജോർജ്, നടൻ പ്രഭാകരൻ മുതലായവർ. അവർക്ക് കിട്ടിയ പരിശീലനമൊന്നുമില്ലെങ്കിലും അവരുടെയിടയിൽത്തന്നെ മുണ്ടും ഷർട്ടും ധരിച്ചുനടന്ന താടിക്കാരനായിരുന്നു ബക്കർ. മനസ്സിലായാലും ഇല്ലെങ്കിലും സത്യജിത് റായിയുടെ മിക്ക ബംഗാളീ ചിത്രങ്ങളും ധാരാളം ഇംഗ്ലീഷ് ചിത്രങ്ങളും കണ്ട് ബക്കറും നല്ല സിനിമ എന്തെന്നൊരു ധാരണ ഉണ്ടാക്കിവച്ചിട്ടുണ്ടായിരുന്നു. മാത്രമല്ല മലയാളത്തിലെ നല്ല നോവലുകളൊക്കെ വാങ്ങി വായിക്കുന്ന ശീലവും ബക്കറിനുണ്ടായിരുന്നു.

തൃശൂർക്കാരനായ ബക്കർ രാമു കാര്യാട്ട് സംവിധാനം ചെയ്ത ചെമ്മീൻ എന്ന ചിത്രത്തിന്റെ ഒരു സഹായി ആയിട്ടാണ് സിനിമാരംഗത്ത് എത്തുന്നത്. സിനിമ എന്താണെന്നും നല്ല സിനിമ എങ്ങനെയിരിക്കണമെന്നും കാര്യാട്ടാണ് ബക്കറെ പഠിപ്പിച്ചത്. എന്നാൽ ബിമൽറോയിയുടെ ശൈലിക്കാരനായ കാര്യാട്ടിനേക്കാൾ ആശയത്തിന്റെ കാര്യത്തിൽ ബക്കർ വളരെ മുമ്പിലായിരുന്നുവെന്ന് പറയാതെ വയ്യ.

പൂനാ ഫിലിം ഇൻസ്റ്റിറ്റ്യൂട്ടിൽനിന്ന് സംവിധാനം പഠിച്ചുവന്ന അസീസിന്റെ സംവിധാനത്തിൽ സർക്കാർ മുഹമ്മദ് നിർമ്മിച്ച 'അവൾ' എന്ന ചിത്രത്തിലും ബക്കർ ഒരു നിർമ്മാണസഹായി ആയിട്ടുണ്ടായിരുന്നു. ആ ചിത്രത്തിൽ നായികയായിരുന്ന ഉഷാനന്ദിനിയുമായി ഇക്കാലത്താരംഭിച്ച മാതൃകപരമായ സൗഹൃദബന്ധം രണ്ടുപേരുടെയും ജീവിതത്തിൽ വലിയ സ്വാധീനമാണ് ചെലുത്തിയത്.

നമ്മുടെ ബുദ്ധിയേയും സംസ്കാരത്തേയും കലാബോധത്തെയും അവഹേളിക്കുന്ന കലാഭാസങ്ങളെ, അവ പണം വാരിക്കൂട്ടുന്നു എന്ന ഒറ്റക്കാരണം കൊണ്ട് സിനിമയായി അംഗീകരിക്കാൻ ബക്കർ ഒരുക്കമല്ലായിരുന്നു. കലയെ കച്ചവടച്ചരക്കായി കാണാൻ ഒരുക്കമില്ലാത്ത, വിട്ടുവീഴ്ചയില്ലാത്ത നിലപാടായിരുന്നു ബക്കറിന്റെ വ്യക്തിത്വത്തിന്റെ പ്രത്യേകത. അങ്ങനെ ലഭിച്ച ആവേശവും പ്രചോദനവുമാണ്, പണക്കൊഴുപ്പല്ല, ബക്കറെ 'ഓളവും തീരവും' എന്ന ചിത്രം സ്വന്തമായി നിർമ്മിക്കാൻ പ്രേരിപ്പിച്ചത്. സിംഗപ്പൂരിലുണ്ടായിരുന്ന ജ്യേഷ്ഠൻ അതിന് പണം കൊടുത്തു സഹായിച്ചു.

കല്ലായിയിലെ മരത്തൊഴിലാളികളുടെ ജീവിതത്തെ ആസ്പദമാക്കിയ കഥയ്ക്ക് എം.ടി.വാസുദേവൻനായർ തിരക്കഥ എഴുതി. അക്കാലത്ത് 'റോസി' എന്നൊരൊറ്റ പടംമാത്രം സംവിധാനം ചെയ്തിരുന്ന ചിത്രകാരനായ പി.എൻ മേനോനെയാണ് സംവിധാനം ഏൽപ്പിച്ചത്. അഡയാർ ഫിലിം ഇൻസ്റ്റിറ്റ്യൂട്ടിൽനിന്ന് സിനിമാട്ടോഗ്രഫി പഠിച്ചുവെന്നതല്ലാതെ അന്ന് പ്രശസ്തി ഒന്നും നേടിക്കഴിഞ്ഞിട്ടില്ലാത്ത മങ്കട രവിവർമ്മയായിരുന്നു ഛായാഗ്രാഹകൻ. അങ്ങനെ ഇതിന്റെ പിന്നിൽ പ്രവർത്തിച്ചവരെല്ലാം പിൽക്കാല ജീനിയസ്സുകളായിരുന്നു. നായകൻ മധു അന്ന് സ്റ്റാറായിട്ടില്ലായിരുന്നു. നായിക ഉഷാനന്ദിനി ആണെങ്കിൽ

ഒരു പുതുമുഖവും.

ഇതിന്റെ പിന്നിലെ ചങ്കൂറ്റം ഒന്ന് ആലോചിച്ചുനോക്കുക.

മലയാളസിനിമയെ സ്റ്റുഡിയോ ഫ്ളോറുകളുടെ വെളിയിലേക്ക് ആനയിച്ച റിയലിസ്റ്റിക് ചിത്രമായിരുന്നു ഓളവും തീരവും. ഒരു വീട് വാടകയ്ക്കെടുത്ത് അവിടെ താമസിച്ച് സ്വയം ഭക്ഷണം പാകംചെയ്ത് കഴിച്ച് അവർ ഷൂട്ടിംഗ് പൂർത്തിയാക്കി. സ്റ്റണ്ട് മാസ്റ്റർക്ക് കൊടുക്കാൻ പണമില്ലാത്തതുകൊണ്ട് മധുവിനും ജോസ് പ്രകാശിനും 'ജിൻ' കൊടുത്ത് ചെയ്യിച്ച അടിപിടി പോലും തികച്ചും സ്വാഭാവികമായിരുന്നു. ദേവരാജൻ വളരെക്കുറച്ച് സംഗീതം ഉപയോഗിക്കാൻ ശ്രദ്ധിച്ചു.

ഓളവും തീരവും 1970-ൽ ഏറ്റവും നല്ല മലയാള ചിത്രത്തിനുള്ള സംസ്ഥാന അവാർഡും ഡൽഹി മലയാളി ക്ലബ്ബിന്റെ സമ്മാനവും നേടി മലയാള സിനിമയുടെ ചരിത്രത്തിൽ സ്ഥാനം നേടിയെടുത്തു. എന്നാൽ ചിത്രം നല്ലവണ്ണം ഓടിയിട്ടും നിർമ്മാണത്തിലെ പങ്കുകാരനുമായി ഉണ്ടായ തർക്കങ്ങൾ കാരണം ബക്കറിന് പണമൊന്നും കിട്ടിയില്ല.

കച്ചവടസിനിമയുടെ നേർക്ക് മദ്രാസിൽ ഉയർന്നുവന്ന ഏറ്റവും വലിയ വെല്ലുവിളിയായിരുന്നു ബക്കർ. കുത്തക സിനിമക്കാരെല്ലാം അദ്ദേഹത്തെ പുച്ഛിക്കുകയും ഒറ്റപ്പെടുത്താൻ ശ്രമിക്കുകയും ചെയ്തു. അടൂർ ഭാസിയും മറ്റും ബക്കറെ 'ബഗ്ഗർ' എന്നുവിളിച്ച് കളിയാക്കി.

ഇതോടെ പി.എൻ. മേനോന് സംവിധാനം ചെയ്യാൻ ധാരാളം ചിത്രങ്ങൾ ലഭിച്ചു. പക്ഷെ ബക്കറിന് കഷ്ടപ്പാടുകൾ മാത്രമായി മിച്ചം.

നടൻ ബഹദൂർ ആരംഭിച്ച ഇതിഹാസ് പിക്ചേഴ്സ് എന്ന വിതരണക്കമ്പനിയുടെ ധനസഹായത്തോടെയാണ് ബക്കർ മാൻപേട എന്ന ചിത്രം നിർമ്മിച്ചത്. ഈ ചിത്രത്തിന് തിയേറ്റർ പോലും ലഭിച്ചില്ല.

ഞാൻ ആദ്യമായി കാണുമ്പോൾ ബക്കർ 'സംസ്കാര'യുടെ ബാനറിൽ ജോൺ എബ്രഹാമിന്റെ സംവിധാനത്തിൽ സക്കറിയയുടെ കഥ 'ജോസഫ് ഒരു പുരോഹിതൻ' എന്ന പേരിൽ, സിനിമയാക്കാൻ ശ്രമിക്കുകയായിരുന്നു. വയലാറിന്റെ ഗാനങ്ങൾക്ക് യേശുദാസാണ് സംഗീതം നൽകിയത്. ഒരു പാട്ട് റിക്കാർഡ് ചെയ്ത ശേഷം ഇതിന്റെ പ്രവർത്തനം നിലച്ചു.

ജോൺ 'വിദ്യാർത്ഥികളെ ഇതിലേ ഇതിലേ' എന്നൊരു ചിത്രം സംവിധാനം ചെയ്തു പൊളിഞ്ഞിരിക്കുകയായിരുന്നു.

ഇങ്ങനെയൊക്കെ പരാജിതരായി കഴിഞ്ഞിരുന്ന ഈ സംഘത്തോടായിരുന്നു എനിക്ക് അനുഭാവം. എല്ലാവരും പുച്ഛിച്ചിരുന്ന ഇവരെ അംഗീകരിക്കാനും പ്രോത്സാഹിക്കാനും ഞാൻ തയ്യാറായി.

ബക്കർ സാമ്പത്തികമായി വിഷമിക്കുന്ന ഘട്ടത്തിലാണ് ഉഷാനന്ദിനിക്ക് ധാരാളം തമിഴ് സിനിമകളിൽ നായികവേഷം ലഭിച്ചത്. ഉഷയുടെ നിർലോഭമായ സഹായം ബക്കർക്ക് കിട്ടിയിരുന്നു.

പ്രേംനസീറിനെ ജീർണ്ണിച്ച സിനിമയുടെ പ്രതിനിധിയായിട്ടാണ് ബക്കർ കണ്ടിരുന്നത്. അതുകൊണ്ടുതന്നെ നസീറിനോട് പരമപുച്ഛവുമായിരുന്നു.

മിക്ക ദിവസവും ഞങ്ങൾ ഒന്നിച്ചുകൂടാറുണ്ടായിരുന്നു. അങ്ങനെ ഒരുദിവസം ബക്കർ ഒരു കഥ പറഞ്ഞുകേൾപ്പിച്ചു. തൊഴിലില്ലാത്ത ഒരു ചെറുപ്പക്കാരൻ തീവ്ര വിപ്ലവപ്രസ്ഥാനത്തിൽ ചേരുന്നു. പോലീസിന്റെ കൈകൾകൊണ്ട് മരിക്കുന്നതിനുമുമ്പേ താൻ സ്നേഹിക്കുന്ന പെൺകുട്ടിയെ ഒരുനോക്ക് കാണാനായി അയാൾ നഗരത്തിലെത്തുന്നു-

ഈ കഥ എനിക്ക് ഇഷ്ടമായി.

ഇതിന് ഒരു പേര് നിർദ്ദേശിക്കണമെന്ന് ബക്കർ എന്നോടാവശ്യപ്പെട്ടു. 'ഡോൺ ശാന്തമായി ഒഴുകുന്നു' എന്നും മറ്റുമുള്ള റഷ്യൻ ക്ലാസിക്കുകളുടെ പേരു പോലെയാകണം എന്നും അഭിപ്രായപ്പെട്ടു.

പുൽപ്പള്ളി പോലീസ് സ്റ്റേഷൻ ആക്രമണകാലത്ത് കേരളശബ്ദത്തിൽ വന്ന റിപ്പോർട്ട് ഞാനോർമ്മിച്ചു. 'കബനീനദിയുടെ അസ്വസ്ഥതീരങ്ങളിൽ' എന്നായിരുന്നു അതിന്റെ ഹെഡ്ഡിംഗ്. നക്സലൈറ്റ് വിപ്ലവകാരികൾ ആയുധങ്ങൾ കഴുകിയത് ഈ നദിയിലാണ്. ഞാനീ നദി ഇതുവരെ കണ്ടിട്ടില്ല. ബക്കറാണെങ്കിൽ അങ്ങനെ കേട്ടിട്ടുപോലുമില്ലായിരുന്നു.

എങ്കിലും മിഖായേൽ ഷോളോക്കോവിന്റെ നോബൽസമ്മാനം ലഭിച്ച 'ഡോൺ ശാന്തമായി ഒഴുകുന്നു' എന്ന നോവലിന്റെ പേര് മനസ്സിൽ വച്ചുകൊണ്ട് രണ്ടുപേരുകൾ നിർദ്ദേശിച്ചു. ഒന്ന് - കബനി കരയരുത്, രണ്ട്- കബനീ നദി ചുവന്നപ്പോൾ. എഡ്ഗാർസ്നോ എഴുതിയ ''ചൈനയ്ക്ക് മീതേ ചുവപ്പുതാരം' എന്ന പുസ്തകം ഓർത്തുകൊണ്ട് 'ചുവന്ന നക്ഷത്രം' എന്നൊരു പേരുകൂടി നിർദ്ദേശിച്ചു.

ഇവയിൽ രണ്ടാമത്തെ പേര് ബക്കർ തെരഞ്ഞെടുത്തു.

സത്യജിത് റായി ഷൂട്ടിംഗിനുമുമ്പ് ഓരോ ഷോട്ടും വരച്ചുവയ്ക്കുമായിരുന്നു. ഇതുപോലെ ഷോട്ടുകളെല്ലാം വരച്ചുകൊടുക്കാമെന്ന് ആർടിസ്റ്റ് രാധാകൃഷ്ണൻ ഏറ്റു.

എന്റെ കൈവശമുണ്ടായിരുന്ന 'ചെഗുവേരയുടെ ഡയറി'യും ഞാൻ ബക്കർക്ക് കൊടുത്തു.

ഈ സമയത്ത് പി.എൻ. മേനോൻ സംവിധാനം ചെയ്യുന്ന 'ദർശനം' എന്ന ചിത്രത്തിൽ നായകനായി അഭിനയിക്കുന്ന സുരാസു മദ്രാസിലെത്തി. സാഹിത്യ അക്കാദമി അവാർഡ് നേടിയ വിശ്വരൂപം എന്ന നാടകം എഴുതിയ സുരാസുവിനെ ബക്കർ തിരക്കഥ എഴുതാനേൽപ്പിച്ചു.

പക്ഷെ സുരാസുവിന് അത് എഴുതാൻ കഴിഞ്ഞില്ല.

ഈ കാലത്താണ് വിജയൻ കരോട്ട് 'നെല്ല്' എന്ന ചിത്രത്തിൽ രാമു കാര്യാട്ടിനെ സഹായിക്കാനെത്തുന്നത്. കബനീ നദിയുടെ പൂർണ്ണമായ തിരക്കഥാരൂപം വിജയനാണ് എഴുതിക്കൊടുത്തത്. വി.കെ.എന്നും അതിൽ ചില മാറ്റങ്ങൾ വരുത്തിയിട്ടുണ്ട്.

അക്കാലത്ത് ഞാനും ബക്കറും ഒന്നിച്ച് ധാരാളം നല്ല സിനിമകൾ കാണുമായിരുന്നു. സത്യജിത് റേയുടെ സീമാബദ്ധ, അശനിസങ്കേത് മുതലായ ബംഗാളി ചിത്രങ്ങളും 'വുഡ്സ്റ്റോക്ക്' എന്ന ഇംഗ്ലീഷ് ചിത്രവും മാത്രമല്ല യൂറോപ്യൻ രാജ്യങ്ങളുടെ ഫിലിം ഫെസ്റ്റിവലുകൾക്കും ഒന്നിച്ചുപോയത് ഓർക്കുന്നു.

നല്ല ചിത്രങ്ങൾ ആവർത്തിച്ചുകാണുന്ന സ്വഭാവവും ബക്കറിനുണ്ടായിരുന്നു. അക്കാലത്ത് കച്ചവടസിനിമയെ കഠിനമായി വിമർശിച്ചിരുന്ന നാന വാരികയെ ബഹിഷ്കരിക്കാൻ പ്രേംനസീറിന്റെ പ്രത്യേക താല്പര്യപ്രകാരം ചലച്ചിത്ര പരിഷത്ത് പ്രത്യേക യോഗം ചേർന്ന് പാസാക്കിയ പ്രമേയത്തിനെതിരെ ശക്തിയായി പ്രതിഷേധിക്കാൻ ബക്കറാണ് ആദ്യം മുന്നോട്ടുവന്നത്. പരിഷത്തിനെ വെല്ലുവിളിക്കാൻ അന്ന് ബക്കറിനു മാത്രമേ തന്റേടം ഉണ്ടായിരുന്നുള്ളു. പരിഷത്തിന് പകരമായി ഒരു സമാന്തര സംഘടനയുണ്ടാക്കാൻ ഞങ്ങൾ ആലോചിക്കുകയും ചെയ്തതാണ്.

ഇക്കാലത്ത് യുണൈറ്റഡ് ഇന്ത്യാ കോളനിയിൽനിന്നും അണ്ണാനഗറിലെ വാടകവീട്ടിലേക്ക് താമസം മാറ്റിയ ഉഷാനന്ദിനിയോടൊപ്പം ബക്കറും പോയി.

നാനയുടെ എഗ്മൂറിലെ ഓഫീസിൽ ബക്കർ നിത്യസന്ദർശകനായിരുന്നു.

കബനീനദിയുടെ ഷൂട്ടിംഗ് ആരംഭിക്കാനുള്ള പണം നൽകിയത് ഉഷാനന്ദിനിയായിരുന്നു. ഉഷ തന്നെ ആദ്യം നായികയായി അഭിനയിച്ചു. സുധീറായിരുന്നു നായകൻ. ക്യാമറാമാൻ വിപിൻദാസ്. 16 എം.എം. ബ്ലാക്ക് ആന്റ് വൈറ്റ് ഫിലിമിൽ ഒരു റോളേ ഷൂട്ട് ചെയ്തുള്ളു. ഒരു കാറിൽ കയറുന്ന ആളുകളും ക്യാമറാ യൂണിറ്റും മാത്രമേ അവിടെ പോയുള്ളു. ഉച്ചഭക്ഷണം നായിക ഉൾപ്പെടെയുള്ളവർ ചേർന്ന് പാകം ചെയ്യുകയായിരുന്നു.

ഇങ്ങനെയും സിനിമ നിർമ്മിക്കാമെന്ന് പറഞ്ഞാൽ ഇപ്പോഴത്തെ സിനിമാക്കാർ വിശ്വസിക്കുമോ?

ഒരുദിവസം എന്റെ ഓഫീസിൽ ഞാനും ബക്കറുമായി ഇരിക്കുമ്പോൾ എന്നെ ലക്ഷ്യമാക്കി ഹരിപോത്തന്റെ ഒരു വാടക കൊലയാളി എത്തി. എന്റെ വിമർശനത്തിന് കടുപ്പം കൂടുതലാണെന്ന് അഭിപ്രായമുള്ള ചിലരും അവരുടെ രക്ഷാകർത്താക്കളും ചേർന്ന് കണ്ടുപിടിച്ചതാണ്. പതിനായിരം രൂപയായിരുന്നു കൂലി പറഞ്ഞത്. ഞാനവിടെ ഒറ്റയ്ക്കാണ് താമസമെന്ന് അയാൾ കരുതി.

ഇയാൾ വരുമ്പോൾ ഞാനും ബക്കറും കൂടാതെ ഓഫീസിലെ ക്ലാർക്കും പ്യൂണും ഉണ്ടായിരുന്നു. ഞങ്ങളെ എല്ലാം ഒന്നിച്ചുകണ്ട അയാൾ പരിഭ്രമിച്ചു. തടിതപ്പാൻ എന്തെങ്കിലും പറയണമല്ലോ എന്നു കരുതി അയാൾക്ക് ഒരു ജോലി കൊടുക്കാമോ എന്നു ചോദിച്ചു. അതിനുള്ള സാധ്യതയില്ലെന്നു പറഞ്ഞപ്പോൾ ഇരുപതു രൂപ ചോദിച്ചു. ബാംഗ്ലൂർകാരനാണ്. മടങ്ങിപ്പോകാൻ പണമില്ല. ഞാൻ ആ പണം കൊടുക്കുന്നതു കണ്ട ബക്കർ ഇങ്ങനെ വരുന്നവർക്കൊക്കെ എന്തിന് പണം കൊടുക്കുന്നു എന്ന് ചോദിച്ച് എന്നെ ശകാരിച്ചു.

ഒരുമാസത്തിനുശേഷം അയാൾ വീണ്ടും എത്തി. ഇത്തവണ വന്നത് കൊല്ലാനല്ല, നന്ദി പറയാനായിരുന്നു. അക്കൂടെ മുമ്പ് വന്നതിന്റെ ഉദ്ദേശവും അയാൾ വ്യക്തമാക്കി.

അപ്പോൾ എനിക്ക് തോന്നിയ വികാരം എന്തായിരുന്നുവെന്ന് ഇപ്പോഴും വിവരിക്കാൻ സാധിക്കുന്നില്ല.

എന്നിട്ടും എന്റെ തൊഴിൽ പഴയ പോലെ തുടർന്നു. ഭാഷയിൽ ഒട്ടും വെള്ളം ചേർക്കാതെ.

മദ്രാസിൽ എന്റെ ഏറ്റവും അടുത്ത സുഹൃത്തുക്കളിലൊരാളായിരുന്നു പി.എ.ബക്കർ. അദ്ദേഹം ഒരു കമ്മ്യൂണിസ്റ്റുകാരനായിരുന്നുവെന്ന് എനിക്ക് ഒരിക്കലും തോന്നിയിട്ടില്ല. മത്തായി മാഞ്ഞൂരാന്റെ നേതൃത്വത്തിലുള്ള കേരള സോഷ്യലിസ്റ്റ് പാർട്ടി (കെ.എസ്.പി) യുമായി ചെറുപ്പത്തിൽ അടുപ്പമുണ്ടായിരുന്നുവെന്ന് പറഞ്ഞതോർക്കുന്നുണ്ട്. ജാതി-മത ചിന്തകളൊന്നും തൊട്ടുതേച്ചിട്ടില്ലെങ്കിലും അദ്ദേഹത്തിന് കമ്മ്യൂണിസ്റ്റ് പാർട്ടികളോടോ നക്സലൈറ്റ് പ്രസ്ഥാനത്തിനോടോ യാതൊരു ബന്ധവും ഇല്ലായിരുന്നു.

ബക്കറിന്റെ ഗുരുവായ രാമു കാര്യാട്ട് കമ്മ്യൂണിസ്റ്റ് അനുഭാവിയായിരുന്നു. 1965-ൽ നാട്ടികയിൽ കമ്മ്യൂണിസ്റ്റ് പിന്തുണയോടെ അസം

ബ്ലിയിലേക്ക് മത്സരിച്ച് വിജയിച്ചിട്ടുമുണ്ട്.

കാര്യാട്ട് സംവിധാനം ചെയ്ത 'മിന്നാമിനുങ്ങ്' എന്ന ചിത്രത്തിൽ ബക്കർ സഹസംവിധായകനായിരുന്നു. കാര്യാട്ടിന് ദേശീയ അവാർഡ് ലഭിച്ച ചെമ്മീൻ എന്ന ചിത്രത്തിന്റെ പ്രവർത്തനങ്ങളുമായി ബന്ധപ്പെട്ട് മദ്രാസിലെത്തിയ ബക്കർ അവിടെത്തന്നെ സ്ഥിരമായി കൂടി.

കോടമ്പക്കത്തെ കച്ചവടസിനിമയുടെ ഭാഗമായിരുന്ന ബക്കറിൽ അതിന്റെ യാതൊരുവിധ കളങ്കവും പുരണ്ടിരുന്നില്ല. ധാരാളിത്തക്കാരുടെ സംഘങ്ങളിൽനിന്ന് അകന്നുപോയ അദ്ദേഹം അർധപ്പട്ടിണിക്കാരുമായി സഹവസിച്ചു.

പി.എൻ. മേനോൻ ആദ്യമായി സംവിധാനം ചെയ്ത 'റോസി' എന്ന ചിത്രം ബക്കർ കണ്ടിരുന്നില്ല. 'അവൾ' എന്ന ചിത്രത്തിന്റെ പോസ്റ്റർ ഡിസൈൻ ചെയ്ത മേനോന്റെ നല്ല സിനിമയിലുള്ള താല്പര്യം കണ്ടിട്ടാണ് 'ഓളവും തീരവും' സംവിധാനം ചെയ്യാൻ ഏൽപ്പിച്ചത്. ഫോർമുല ചിത്രങ്ങൾ ഒരിക്കലും എടുക്കുകയില്ലെന്ന വാശിക്കാരായിരുന്നു മേനോനും ബക്കറും. ക്യാമറാമാൻ മങ്കട രവിവർമ്മയ്ക്കുമുണ്ടായിരുന്നു ഈ നിർബന്ധം.

നല്ല ചിത്രത്തിനുള്ള 1970-ലെ സംസ്ഥാന അവാർഡ് ഓളവും തീരത്തിനും ലഭിച്ചപ്പോൾ മങ്കട രവിവർമ്മയ്ക്ക് ഫോട്ടോഗ്രാഫിക്കുള്ള അവാർഡും ലഭിച്ചു.

തന്റെ സിനിമ സാമ്പത്തികനേട്ടമുണ്ടാക്കിയില്ലെങ്കിലും കേരളീയരുടെ ആസ്വാദനക്ഷമതയും കലാബോധവും വളർത്തിയെടുക്കുന്നതിൽ ബക്കർ വലിയ പങ്കുവഹിച്ചു. സിനിമയ്ക്ക് മഹാഭാരതമോ രാമായണമോ ആവശ്യമില്ല. ലഘുവായൊരു കഥ ഭംഗിയായി പറയുന്നതിലാണ് കഴിവിരിക്കുന്നത്. സംവിധായകന്റെ സിനിമ എന്നുപറയാവുന്ന ചിത്രങ്ങൾ കേരളത്തിലെലന്നല്ല ഭാരതത്തിൽത്തന്നെ വിരളമാണ്.

പുതുമുഖങ്ങളെ ഉപയോഗിച്ചാൽ ഇഷ്ടംപോലെ സമയമെടുത്ത് ഷൂട്ട് ചെയ്യാം, വലിയ പ്രതിഫലവും കൊടുക്കേണ്ട. അധികം പ്രിന്റും വേണ്ട. ഇങ്ങനെ എടുക്കുന്ന ചിത്രങ്ങൾക്ക് നഷ്ടം വരികയില്ല. കേരളത്തിന് യോജിച്ചതും ചെലവു കുറഞ്ഞ ചിത്രങ്ങളാണെന്ന് ബക്കർ വിശ്വസിച്ചു.

കബനീനദി ഷൂട്ട് ചെയ്യാൻ പണമില്ലാതെ മുടങ്ങിക്കിടക്കുമ്പോൾ ഞാൻ കൽക്കത്തയിലായിരുന്നു. വിപ്ലവം നടന്ന നക്സൽബാരിയിൽത്തന്നെ പോയി ഷൂട്ട് ചെയ്യാൻ ഞാൻ ബക്കറെ ക്ഷണിച്ചു. കൽക്കത്തയിലെ കേരള സമാജക്കാർ സഹായിക്കാമെന്ന് ഏറ്റിരുന്നതാണ്.

എന്നാൽ പവിത്രൻ ഈ ചിത്രത്തിന് പണം മുടക്കാൻ തയ്യാറായി. അതിനുവേണ്ടി കണ്ടാണിശ്ശേരിയിലെ പറമ്പ് വിൽക്കുകയും ചെയ്തു.

കർണാടക സംസ്ഥാനത്ത് ചിത്രീകരിക്കുന്ന ചിത്രങ്ങൾക്ക് അന്നും സബ്സിഡി ലഭിക്കുമായിരുന്നു. അതുകൊണ്ട് ഷൂട്ടിംഗ് ബാംഗ്ലൂരിനടുത്തുള്ള മല്ലേശ്വരത്തേക്ക് മാറ്റി.

സുന്ദരനായ സുധീറിനെ നായകസ്ഥാനത്തുനിന്ന് നീക്കാൻ പവിത്രൻ നിർദ്ദേശിച്ചു. പകരം ബാങ്ക് ജീവനക്കാരനായ ടി.വി.ചന്ദ്രൻ എന്ന എല്ലിൻകൂടത്തെ വിപ്ലവകാരിയാക്കി അവതരിപ്പിച്ചു. മാർക്സിസ്റ്റ് പാർട്ടിയുടെ 'ചിന്ത' എന്ന മാസികയിലെ ജീവനക്കാരനായിരുന്ന കഷണ്ടി കയറിയ രവീന്ദ്രൻ എന്ന ഊശാന്താടിക്കാരനും ഒരു ശ്രദ്ധേയമായ

റോൾ നൽകി. (എന്റെ കേരളം എന്ന ഏഷ്യാനെറ്റ് സീരിയലിൽ നിങ്ങൾ ഇദ്ദേഹത്തെ കണ്ടു). ഉഷാനന്ദിനിക്ക് വച്ചിരുന്ന റോൾ നൽകിയത് ഒരു കന്നടക്കാരി ക്ലാർക്കിനാണ്.

ഏറ്റവും കുറച്ച് കഥാപാത്രങ്ങളെ വച്ച് നിർമ്മിച്ച കബനീനദി മലയാളത്തിലെ ഏറ്റവും ചെലവുകുറഞ്ഞ ചിത്രങ്ങളിലൊന്നാണ്. 1976-ലെ ഏറ്റവും നല്ല രണ്ടാമത്തെ ചിത്രത്തിനുള്ള സംസ്ഥാന അവാർഡും കബനീനദിക്ക് കിട്ടി.

നക്സലിസത്തെ ന്യായീകരിക്കുന്ന ഒരു ചിത്രം അടിയന്തരാവസ്ഥ ക്കാലത്ത് പുറത്തിറങ്ങിയപ്പോൾ വലിയ ചർച്ചാവിഷയമായി. അതിന്റെ സംവിധായകനെന്ന നിലയ്ക്ക് ബക്കറിന് വിപ്ലവകാരിയുടെ പരിവേഷം ലഭിക്കുകയും ചെയ്തു. ഇതോടെ ധാരാളം ചെറുപ്പക്കാർ അദ്ദേഹത്തെ ആരാധിക്കാൻ മുമ്പോട്ടുവന്നു.

അക്കാലത്ത് സി.പി.ഐക്ക് സിനിമാരംഗത്ത് തോപ്പിൽ ഭാസി, വയലാർ, ദേവരാജൻ, ഒ.എൻ.വി. കുറുപ്പ് മുതലായ സജീവപ്രവർത്തകരും കാര്യാട്ട്, പി. ഭാസ്കരൻ, എസ്.എൽ.പുരം മുതലായ അനുഭാവികളുമുണ്ടായിരുന്നു. എന്നാൽ മാർക്സിസ്റ്റ് പാർട്ടിക്ക് അങ്ങനെ ഒരാൾ ഇല്ലായിരുന്നു. അതുകൊണ്ട് ബക്കറെ അവർ ദത്തെടുത്തു. ശക്തമായ ഒരു പ്രസ്ഥാനത്തിന്റെ പിന്തുണ പ്രതീക്ഷിച്ചാവണം ബക്കർ വഴങ്ങിക്കൊടുക്കുകയും ചെയ്തു.

ഹിന്ദിയിലെ മെഹ്ബൂബ് ഖാനെപ്പോലെ സ്വന്തം ബാനറിനോടൊപ്പം എംബ്ലമായി അരിവാളും ചുറ്റികയും കാണിച്ചിരുന്ന ടി.കെ. ബാലചന്ദ്രനെ ആരും കൂടെക്കൂട്ടിയുമില്ല.

കബനീനദിക്കുശേഷം ബക്കർ ഗ്ലാമർ നടന്മാരോട് കൃത്രിമമായി ഒരു അലർജി കാണിച്ചിരുന്നു. സാറാ തോമസിന്റെ മണിമുഴക്കം എന്ന നോവൽ ബക്കർ സിനിമയാക്കുന്ന സമയത്ത് ഇന്നത്തെ മെഗാസ്റ്റാർ മമ്മൂട്ടി ചാൻസ് ചോദിച്ചുചെന്നിരുന്നു. ബക്കർ മമ്മൂട്ടിയെ തീരെ നിസ്സാരമായിട്ട് മടക്കി അയക്കുകയും ചെയ്തു. 'തനിക്ക് സൗന്ദര്യം കൂടിപ്പോയി, എന്റെ സിനിമയിൽ അഭിനയിക്കാൻ താനല്ല വേണ്ടത്'' എന്നു പറഞ്ഞു.

'മണിമുഴക്കത്തി'ലെ അനാഥബാലനെ അവതരിപ്പിച്ചത് ഇന്നത്തെ ഡബ്ബിംഗ് ആർട്ടിസ്റ്റ് ഹരിയാണ്. ശ്രീനിവാസൻ എന്ന ആന്റീ ഹീറോയുടെ രംഗപ്രവേശവും ഈ ചിത്രത്തിലൂടെയായിരുന്നല്ലോ.

ഒളിമ്പ്യൻ ഫുട്ബോളർ റഹ്മാനായിരുന്നു 'ചുവന്ന വിത്തു' കളിൽ നായകൻ. നാടകനടിയായിരുന്ന ശാന്തകുമാരി നായികയും. ഏറ്റവും നല്ല ചിത്രത്തിനുള്ള സംസ്ഥാന അവാർഡും നായികയ്ക്കുള്ള അവാർഡും ഈ ചിത്രം കരസ്ഥമാക്കി.

ഇങ്ങനെ ബക്കർ അവാർഡുകൾ വാരിക്കൂട്ടുന്ന സംവിധായകനായി വളരുകയായിരുന്നു. സമാന്തരസിനിമയുടെ പ്രതീകവുമായിത്തീർന്നു.

ശ്രീനിവാസൻ നായകനായി അഭിനയിച്ച സംഘഗാനം ഒരു അമചർ സൃഷ്ടിയായിരുന്നു. ചന്ദ്രമോഹൻ എന്ന ബാങ്ക് ജീവനക്കാരൻ അഭിനയിച്ച ഉണർത്തുപാട്ട് പൂർത്തിയായതുമില്ല. ലെനിൻ രാജേന്ദ്രൻ ഇതിന്റെ സഹസംവിധായകനായിരുന്നു എന്ന് എടുത്തുപറയട്ടെ.

മുമ്പ് ശ്രീകുമാരൻതമ്പി, ഐ.വി. ശശി മുതലായവരെ സംവിധാനം പഠിപ്പിച്ച ക്യാമറാമാൻ വിപിൻദാസായിരുന്നു ബക്കറിന്റെയും ശക്തിയുടെ രഹസ്യം. ലെനിൻ രാജേന്ദ്രനും വിപിൻദാസിന്റെ കഴിവുകൾ

ഉപയോഗിച്ച് വളർന്നു. എന്നാൽ ഇവരൊക്കെ പിന്നീട് വിപിൻദാസിനെ സൗകര്യപൂർവ്വം മറന്നുകളഞ്ഞു എന്ന വസ്തുത അവശേഷിക്കുന്നു.

ബക്കർ ഏറ്റവുമധികം എതിർക്കുകയും വിമർശിക്കുകയും ചെയ്തിരുന്നത് പ്രേംനസീറിനെയായിരുന്നു. എന്നാൽ 'ചാരം' എന്ന ചിത്രത്തിൽ ബക്കർ ഇതേ നസീറിനെത്തന്നെ നായകനാക്കിയത് എനിക്ക് തീരെ വിശ്വസിക്കാൻ കഴിഞ്ഞില്ല. ബക്കറിന്റെ ചിത്രത്തിൽ അഭിനയിച്ചാൽ ഒരു അവാർഡ് കിട്ടുമെന്ന് നസീർ പ്രതീക്ഷിച്ചിരിക്കാം. ബോംബെയിലെ ചുവന്ന തെരുവുകളിൽവച്ച് ചിത്രീകരിച്ച ഈ ചിത്രത്തിനുവേണ്ടി അനവധി വേശ്യാലയങ്ങളിലൂടെ ബക്കർ മന:പൂർവ്വം നസീറിനെ കയറ്റിയിറക്കിയതായിരുന്നോ എന്നും സംശയമുണ്ട്.

വലിയ ആശയങ്ങൾ കുത്തിത്തിരുകി നിർമ്മിച്ച ബക്കറിന്റെ ചിത്രങ്ങൾക്കൊന്നും ഒഴുക്കോ പൂർണതയോ ഇല്ലായിരുന്നു. ചിത്രീകരണത്തിൽ അപക്വത തോന്നിയിരുന്നതുകൊണ്ട് ചാപ്പ മുതലായ ചിത്രങ്ങൾ കാണാൻ ഞാൻ മെനക്കെട്ടതുമില്ല. അതിലൊന്നും പുതിയതായി പഠിക്കാനുമില്ലായിരുന്നു.

അതികായനായ സംവിധായകനായി വളർന്നുനിന്ന കാലത്ത് ബക്കറെ ഞാൻ കാണാൻ പോയിട്ടില്ല. അക്കാലത്ത് കേരളത്തിലെ വടക്കൻജില്ലകളിൽ നിന്നുപോലും ബുദ്ധിജീവികൾ ബക്കറെ സന്ദർശിക്കാൻ എത്തുമായിരുന്നു.

വൈകുന്നേരം കുന്നിനുമേലേകൂടി നടന്നുപോകുന്ന പാവം കാലിച്ചെക്കന്റെ നിഴൽ വലിയ കൈയിൽ വലിയ വടിയുമായി നീണ്ടുനീണ്ടു പോകുന്നതുകാണാം. അങ്ങനെ വളർന്നുപോകുന്ന നിഴലിനെ അംഗീകരിക്കാൻ എനിക്ക് തീരെ താല്പര്യം തോന്നിയില്ല. എങ്കിലും ഇങ്ങനെ ഒരു നിഷേധിയുള്ളത് മലയാള സിനിമാരംഗത്തിന്റെ ഒരാവശ്യമായിരുന്നുതാനും.

അമ്പതുവയസ്സിനുശേഷമാണ് ബക്കർ ഒരു ജീവിതസഖിയെ കണ്ടുപിടിക്കുന്നത്. എറണാകുളത്ത് റിസപ്ഷനിസ്റ്റായിരുന്ന, തന്റെ പകുതി പ്രായം മാത്രമുള്ള, അനിത എന്ന ക്രിസ്ത്യാനി പെൺകുട്ടി വീട്ടുകാരറിയാതെ ബക്കറിന്റെ കൂടെ തിരുവനന്തപുരത്തേക്ക് ഓടിപ്പോന്നു. കുറേക്കാലം അവർ പടിഞ്ഞാറേ കോട്ടയിലുള്ള ഒരു ഹോട്ടലിലാണ് താമസിച്ചിരുന്നത്. അവിടെ താമസിച്ചുകൊണ്ട് ശ്രീനാരായണഗുരുവിനെക്കുറിച്ച് ബക്കർ എടുത്ത ചിത്രം പാളിപ്പോയി.

മാർക്സിസ്റ്റു പാർട്ടിയുടെ പിന്തുണ പ്രതീക്ഷിച്ച് സഖാവ് പി.കൃഷ്ണപിള്ളയെക്കുറിച്ച് 'സഖാവ്' എന്ന പേരിൽ ആരംഭിച്ച ചിത്രം ഇ.എം.എസ്. ഉദ്ഘാടനം ചെയ്തിട്ടും പൂർത്തിയാക്കാൻ സാധിച്ചുമില്ല.

ഇതോടെ ബക്കർ പട്ടത്തെ വൃന്ദാവൻ കോളനിയിലുള്ള ഒരു വാടകവീട്ടിലേക്ക് താമസം മാറ്റി. അവിടെ ലെനിന്റെ വലിയൊരു ചിത്രം ഫ്രെയിം ചെയ്തു വയ്ക്കുകയും ചെയ്തു. ധാരാളം മാർക്സിസ്റ്റ് പ്രവർത്തകർ അവിടെ കയറിയിറങ്ങിയിരുന്നു.

ബക്കറിന്റെ താടിയോടൊപ്പം ആരാധകവൃന്ദവും വളർന്നുവന്നു. എന്നാൽ അദ്ദേഹം സാമ്പത്തികമായി ബുദ്ധിമുട്ടുകയായിരുന്നു. തന്റെ സിനിമകൾക്ക് സമ്മാനമായി ലഭിച്ച സ്വർണ്ണമെഡലുകൾ പോലും വിറ്റ് അരി വാങ്ങി എന്ന രഹസ്യം അധികംപേർ അറിഞ്ഞിട്ടില്ല.

ഈ സമയത്ത് അനിതയ്ക്ക് ഡൽഹിയിൽനിന്ന് പ്രസിദ്ധീകരിച്ചിരുന്ന പേട്രിയറ്റ്, ലിങ്ക് എന്നീ പത്രങ്ങളുടെ പരസ്യം പിടിക്കുന്ന ജോലി

കിട്ടി. ഭരണത്തിലിരുന്ന മുസ്ലീം ലീഗ് മന്ത്രിമാർ ബക്കറെ ഓർത്ത് അനിതയ്ക്ക് ധാരാളം പരസ്യം നൽകി സഹായിക്കുകയും ചെയ്തിരുന്നു.

മുസ്ലീം ലീഗ് നേതാക്കന്മാരുടെ സഹായത്തോടെ മാലിക് ദിനാർ എന്ന ഇസ്ലാംമത പ്രചാരകനെക്കുറിച്ച് സിനിമ എടുക്കാൻ ബക്കർ ആലോചിച്ചിരുന്നു. ഡോ. സി.കെ. കരീം സ്ക്രിപ്റ്റ് എഴുതാമെന്നേറ്റു. കേരളത്തിലും അറബിരാജ്യങ്ങളിലും വച്ച് ഷൂട്ട് ചെയ്യുന്ന ഒരു വൻസിനിമയുടെ പദ്ധതി ആയിരുന്നു അത്.

ഈസമയത്ത് ബക്കർ എന്നെ അന്വേഷിക്കുന്നുവെന്ന് എഡിറ്റർ സുരേഷ് ബാബുവാണ് പറഞ്ഞത്. ഞാൻ ചെന്നപ്പോൾ നടൻ ബഹദൂറും അവിടെയുണ്ടായിരുന്നു. ഇടയ്ക്ക് വളരെ സീരിയസായ അസുഖം ബാധിച്ച ബഹദൂറിന് ഹോട്ടലുകളിൽ ഒറ്റയ്ക്ക് താമസിക്കാൻ ഭയമായിരുന്നു. ബക്കറിന്റെ കൂടെയുള്ള താമസം ഇരുകൂട്ടർക്കും പ്രയോജനപ്പെട്ടു. ബഹദൂറിന് വിശ്വസിക്കാവുന്ന ഒരുകൂട്ട്. ബക്കറിന് ബഹദൂറിന്റെ ധനസഹായവും.

മാലിക് ദിനാറിന്റെ പ്രാഥമിക പ്രവർത്തനങ്ങൾക്കുവേണ്ട പണവും ബഹദൂർ കൊടുക്കാമെന്ന് ഏറ്റിരുന്നു. അതൊരു വലിയ ആശയമായി നീണ്ടുനീണ്ടു പോകുമ്പോൾ കബനീനദിയുടെ നിർമ്മാതാവ് പവിത്രൻ ബക്കറെ കാണാൻ എത്തുമായിരുന്നു. കെ.കരുണാകരനെക്കുറിച്ച് ഒരു ഡോക്യുമെന്ററി ചിത്രം നിർമ്മിക്കാനുള്ള ശ്രമം നടത്തുകയായിരുന്നു പവിത്രൻ. ഗബ്രിയേലച്ചനെക്കുറിച്ച് നേരത്തേ എടുത്ത ഒരു ചിത്രം കരുണാകരനെ സ്വാധീനിച്ച് പി.ആർ.ഡിയെക്കൊണ്ട് വാങ്ങിപ്പിക്കാനും ശ്രമിക്കുന്നുണ്ട്.

കേരളകൗമുദിയുടെ സൺഡേ പതിപ്പിലേക്ക് ബഹദൂറിന്റെ ഒരു പംക്തി ആരംഭിക്കാൻ പാൽക്കുളങ്ങര സുകു എന്ന ജേർണലിസ്റ്റ് എന്റെ സഹായം തേടി. ഞാൻ സുകുവുമായി ബക്കറിന്റെ വീട്ടിലെത്തുമ്പോൾ അവിടെ ബഹദൂറിനെക്കൂടാതെ കരുണാകരന്റെ ഡോക്യുമെന്ററി നിർമ്മിക്കുന്ന തൃശൂർക്കാരൻ ഗിരിജാവല്ലഭൻ എന്നയാളും ഉണ്ടായിരുന്നു. ആർക്കും തലയ്ക്ക് വെളിവില്ല. എറണാകുളത്തു പോയിരിക്കുന്ന അനിത രാത്രി പത്തുമണിക്കുശേഷം വേണാട് എക്സ്പ്രസിൽ വരും എന്നറിഞ്ഞു. ബഹദൂറുമായി സംസാരിച്ചിരുന്ന് സന്ധ്യ കഴിഞ്ഞപ്പോൾ ഞാനും സുകുവും മടങ്ങിപ്പോന്നു. പിറ്റേന്ന് ആകാശവാണിയുടെ ഉച്ചയ്ക്കുള്ള പ്രാദേശികവാർത്തയിൽ ബക്കർ മരിച്ചു എന്ന വാർത്തയാണ് കേൾക്കുന്നത്.

ആ ദിവസം രാവിലെ ഒൻപതുമണിക്ക് ഗിരിജൻ വന്ന് ബഹദൂറിനെ വിളിച്ചുകൊണ്ടുപോയി. അവർ പതിനൊന്നു മണിക്ക് മടങ്ങിഎത്തുമ്പോൾ ഫ്ളാറ്റിൽനിന്ന് അനിതയുടെ കരച്ചിൽ ഉയർന്നുകേൾക്കാമായിരുന്നു. ബക്കറിനുവേണ്ടി കരുതിയിരുന്ന കുപ്പി അടുത്ത പറമ്പിലേക്ക് എറിഞ്ഞ ശേഷമാണ് ബഹദൂറും ഗിരിജനും ഫ്ളാറ്റിൽ പ്രവേശിച്ചത്.

മൃതദേഹം മെഡിക്കൽ കോളേജിൽ എംബാം ചെയ്തശേഷം ബക്കറിന്റെ തൃശൂരിലെ വീട്ടിലേക്ക് കൊണ്ടുപോയി. അനിതയും കൂടെപ്പോയിരുന്നു. എന്നാൽ ബക്കറിനോടൊപ്പം ബഹദൂറും ഗിരിജനും മൃതദേഹത്തെ അനുഗമിച്ചില്ല. അവർ മരണവീട്ടിൽ തന്നെ അന്ന് തങ്ങി. പാതിരാത്രി കഴിഞ്ഞിട്ടും അവിടെ ആഘോഷം പോലെ വലിയ ഒച്ചയും ബഹളവും കേൾക്കുന്നു; അതൊരു മരണവീടാണെന്നു പോലും

തോന്നുകയില്ലെന്ന് അയൽപക്കത്തുകാർ അനിതയെ തൃശൂരിൽ വിളിച്ച് അറിയിച്ചു. അനിതയുടെ നിർദ്ദേശപ്രകാരം ഹോസ്റ്റലിൽ താമസിച്ചിരുന്ന അനിയത്തി രാവിലെ എത്തി അകത്തുണ്ടായിരുന്നവരെ പുറത്താക്കി വീടു പൂട്ടി താക്കോലും കൊണ്ടുപോവുകയും ചെയ്തു.

അധികം വൈകാതെ ബഹദൂറും ഗിരിജനും ചേർന്ന് പ്രസ് കോൺഫറൻസ് നടത്തി മുഖ്യമന്ത്രി കെ കരുണാകരനെക്കുറിച്ച് ഡോക്യുമെന്ററി ഫിലിം നിർമ്മിക്കാൻ പോകുന്ന വാർത്ത പ്രഖ്യാപിച്ചു.

അതോടെ അനിത അനാഥയായി. ഒരു ട്രാവൽ ഏജൻസിയിൽ ജോലി കിട്ടിയെങ്കിലും ശമ്പളം വാടകയ്ക്കും ടെലിഫോണിനും തികയുകയില്ലായിരുന്നു. ഒറ്റയ്ക്കായ തന്നെ അഭ്യുദയകാംക്ഷികൾ ശല്യപ്പെടുത്തുന്ന കാര്യം എന്നെ അറിയിച്ചു. ഞാനവർക്ക് സ്വിറ്റ്സർലന്റിലുള്ള എന്റെ ഒരു സ്നേഹിതന്റെ ഫോൺനമ്പർ കൊടുത്തു. ഫോണിലൂടെ അവർ പരിചയക്കാരായി. താമസിയാതെ അനിത സ്വിറ്റ്സർലന്റിലെത്തുകയും ചെയ്തു.

■

സൂപ്പർ നായിക

ഞാൻ കൽക്കത്തയിലായിരിക്കുമ്പോൾ അവിടെവച്ച് പരിചയപ്പെട്ട കെ.കെ. ശ്രീധരക്കൈയ്മൾ എന്നൊരാൾ മദ്രാസിൽ വന്ന് 'പ്രീതി' എന്നൊരു സിനിമ നിർമ്മിച്ചു. കൈമളുടെ ക്ഷണപ്രകാരമാണ് ഞാനും മദ്രാസിലെത്തിയത്. ഒരു പബ്ലിസിറ്റി കമ്പനി ആരംഭിക്കാനുള്ള ശ്രമവുമായി ഞങ്ങൾ ഒന്നിച്ചു താമസിക്കുമ്പോൾ അന്നൊരു സഹസംവിധായകനായിരുന്ന ലിസ ബേബി, ക്യാമറാമാൻ യു. രാജഗോപാൽ, ഗാനരചയിതാവ് ഡോ. പവിത്രൻ, സംഗീതസംവിധായകൻ എ.ടി. ഉമ്മർ, സ്റ്റിൽ ഫോട്ടോഗ്രാഫർ ഡേവിഡ് മുതലായവർ അവിടെ വരുമായിരുന്നു.

പബ്ലിസിറ്റി കമ്പനിയുടെ കാര്യത്തിന് കൊല്ലത്ത് കൃഷ്ണസ്വാമി റെഡ്യാരെ കാണാൻ ഞാൻ ചെന്നത് അദ്ദേഹം ഒരു സിനിമാവാരിക കൂടി ആരംഭിക്കുന്നതിന് കാരണമായി. പുതിയ വാരികയുടെ വാർത്തയുമായി മദ്രാസിൽ തിരിച്ചെത്തിയ എന്നോട് കൈമൾ - ‘‘മധു അതിന്റെ മദ്രാസ് പ്രതിനിധി ആയാൽ ഷീലയെ തിരികെ കൊണ്ടുവരണം.’’ എന്നുപറഞ്ഞു.

ഒരു ചലഞ്ചുപോലെ ഞാനത് സ്വീകരിക്കുകയും ചെയ്തു.

കൈമളുടെ ചിത്രത്തിൽ നായിക ഷീല ആയിരുന്നു. അവർക്ക് അന്ന് ആ ചിത്രം മാത്രമേ ഉണ്ടായിരുന്നുള്ളുതാനും.

ഞാൻ ഷീലയെ അപ്പോൾ നേരിട്ട് കണ്ടിരുന്നില്ല. മലയാള സിനിമാരംഗത്ത് ഒരു വൻ ചതിപ്രയോഗത്തിൽ ഒറ്റപ്പെട്ടുപോയ ഷീലയുടെ കഥ കൈമളാണ് എന്നോട് പറഞ്ഞത്.

ഷീലയുടെ പിതാവ് ആന്റണി ഒരു ആംഗ്ലോ ഇന്ത്യനായിരുന്നു. അമ്മ ഹിന്ദുവും. തൃശൂർക്കാരനായ ആന്റണി സതേൺ റെയിൽവേയിലെ

ഉദ്യോഗാർത്ഥം കോയമ്പത്തൂരിനടുത്തുള്ള പോത്തന്നൂരായിരുന്നു താമസം.

റെയിൽവെ ജീവനക്കാരുടെ റിക്രിയേഷൻ ക്ലബ്ബ് നടത്തിയ ഒരു നാടകത്തിലാണ് ഷീല ആദ്യമായി അഭിനയിച്ചത്. ആദ്യം ലഭിച്ച പ്രതിഫലം നാല്പത് രൂപയാണ്. തുടർന്ന് സി.പി. സ്വാമി സംവിധാനം ചെയ്ത 'ചന്ദ്രഗുപ്തൻ-ചാണക്യൻ' എന്ന നാടകത്തിൽ ചന്ദ്രഗുപ്തന്റെ മകളായി അഭിനയിച്ചു.

പിന്നീട് 200 രൂപയുടെ കരാറിൽ കാട്ടൂർ ബാലൻ എന്നൊരാൾ നടത്തിയിരുന്ന നാകസംഘത്തിലെ സ്ഥിരം നായികയായി.

നല്ല സൗന്ദര്യവും ഉയരവും മാദകത്വവും അഭിനയശേഷിയുമുള്ള ഈ പെൺകുട്ടി 'പോത്തന്നൂർ ഷീല' എന്ന പേരിലാണ് അന്ന് അറിയപ്പെട്ടിരുന്നത്.

1956-ൽ തമിഴ് സിനിമാ-നാടകനടനും പിന്നീട് എം.എൽ.എയുമായ എസ്.എസ്. രാജേന്ദ്രൻ ഷീലയെ കാണാനിടയായി. അദ്ദേഹത്തിന്റെ രണ്ടാംഭാര്യയും നാടകത്തിലെ നായികയുമായ വിജയകുമാരി പ്രസവത്തിന് പോയിരിക്കുകയായിരുന്നു. രാജേന്ദ്രൻ വിജയകുമാരിയുടെ റോൾ ഷീലയ്ക്ക് നൽകി.

പതിനെട്ടോളം വയസ്സ് മാത്രമുണ്ടായിരുന്ന ഷീലയെ അപകീർത്തിപ്പെടുന്ന ഒരു വാർത്ത അക്കാലത്ത് തമിഴിലെ ദിനതന്തി പത്രത്തിൽ പ്രസിദ്ധീകരിച്ചിരുന്നു. അങ്ങനെ അവർ പ്രസിദ്ധി നേടിത്തുടങ്ങി.

രാജേന്ദ്രൻ സിനിമാനടനായതുകൊണ്ട് ഷീലയ്ക്കും സിനിമയിൽ അഭിനയിക്കാനുള്ള മോഹം തളിരിട്ടു. സിനിമാക്കാരുടെ കാർ ഓടിക്കുകയും ഇടയ്ക്കിടെ ചെറിയ വേഷങ്ങൾ അഭിനയിക്കുകയും ചെയ്തിരുന്ന അരവിന്ദാക്ഷൻ എന്ന ഡ്രൈവർ അവരെ സേലത്തെ മോഡേൺ തിയേറ്റേഴ്സിൽ കൊണ്ടുപോയി ഒരു ഫിലിം സ്റ്റുഡിയോ ആദ്യമായി കാണിച്ചുകൊടുത്തു.

കാട്ടൂർ ബാലനോടൊപ്പമാണ് ഷീല മദ്രാസിൽ എത്തുന്നത്. ഒരു കാലത്ത് തമിഴ് സിനിമയിൽ പ്രശസ്ത നായികയായിരുന്ന ടി.ആർ രാജകുമാരിയുടെ സഹോദരനും ചലച്ചിത്രനിർമ്മാതാവുമായ ടി.ആർ രാമണ്ണ ഇക്കാലത്ത് ഷീല മദ്രാസിൽ അഭിനയിച്ച ഒരു നാടകം കാണാനിടയായി.

രാമണ്ണ 'പാശം' എന്ന ചിത്രം ബി. സരോജാദേവി, ദേവിക, എം. ജി.രാമചന്ദ്രൻ മുതലായവരെവച്ച് നിർമ്മിക്കുന്ന സമയമായിരുന്നു. ഷീലയ്ക്കും പാശത്തിൽ ഒരു ചെറിയ റോൾ നൽകി. തമിഴിലും തെലുങ്കിലും നിർമ്മിച്ച പാശത്തിലൂടെ ഷീല എന്ന സിനിമാനടി ജനിക്കുമ്പോൾ അവർക്ക് വയസ്സ് ഇരുപത്. നല്ല മുഖശ്രീയും ആരെയും വശീകരിക്കുന്ന ശരീരഘടനയും.

മദ്രാസിൽ പാശത്തിന്റെ ഷൂട്ടിംഗ് നടക്കുമ്പോൾ അടുത്ത ഫ്ളോറിൽ ഒരു മലയാള ചിത്രത്തിന്റെ ഷൂട്ടിംഗ് നടക്കുന്നുണ്ടായിരുന്നു. ഷൂട്ടിംഗ് കാണാനുള്ള കൊതിമൂലം ഷീല അവിടെയും ചെന്നു.

1954-ൽ 'നീലക്കുയിൽ' എന്ന ചിത്രത്തിലൂടെ സംവിധായകന്റെ വേഷമണിഞ്ഞ പി. ഭാസ്കരൻ അതുകൂടാതെ 56-ൽ 'രാരിച്ചൻ എന്ന പൗരനും' 58-ൽ 'നായരുപിടിച്ച പുലിവാലും' മാത്രമേ അപ്പോൾ സംവിധാനം ചെയ്തിരുന്നുള്ളു. 1962-ൽ ഭാസ്കരൻ സംവിധാനം ചെയ്ത ലൈലാമജ്നുവിന്റെ സെറ്റിലാണ് ഷീല എത്തിയത് എന്നുതോന്നുന്നു.

അങ്ങനെ പി.ഭാസ്കരനുമായി അന്നുണ്ടായ പരിചയം മൂലം 1962-ൽ അദ്ദേഹം സംവിധാനം ചെയ്ത 'ഭാഗ്യജാതകം' എന്ന ചിത്രത്തിൽ നായികയുടെ വേഷം ഷീലയ്ക്ക് ലഭിച്ചു. ആ ചിത്രത്തിലൂടെ മലയാളികളുടെ മനംകവർന്ന ഷീല മലയാളത്തിലെ തിരക്കേറിയ നായികയായി വളരാൻ വലിയ താമസമുണ്ടായില്ല.

ഒട്ടും വൈകാതെ അവർ മലയാള സിനിമയിൽ ഒരു കുതിച്ചുകയറ്റം തന്നെ നടത്തി. അതോടൊപ്പം തമിഴിലും തെലുങ്കിലും നിർമ്മിച്ച ചില ചിത്രങ്ങളിലും അഭിനയിച്ചു. കാമുകിയായും ഭാര്യയായും സഹോദരിയായും അമ്മയായും മുത്തശിയായും ചരിത്രവനിതയായുമൊക്കെ അഭിനയിച്ച് ഷീല മലയാള സിനിമാരംഗത്ത് അതിവേഗം താരപദവി നേടിയെടുത്തു.

കോടമ്പാക്കത്തെ പെരിയാർപാതയിൽ ഒരു രണ്ടുനില കെട്ടിടം വാങ്ങി അവിടെയായിരുന്നു ഷീലയുടെ താമസം. ഓരോ സമയത്തും നായികസ്ഥാനത്തെത്തുന്ന തിരക്കുള്ള നടികളുമായി ഒരു ധാരണ ഉണ്ടാക്കുന്ന രീതി പ്രേംനസീറിനുണ്ടായിരുന്നു. അദ്ദേഹത്തെ നായകനാക്കി ചിത്രമെടുക്കാൻ വരുന്നവരോട് ഈ നടിയെത്തന്നെ തന്റെ നായികയാക്കണമെന്ന് പറയും. അതുപോലെ ഈ നടികളുടെ അടുത്തെത്തുന്നവരോട് നസീറിനെ നായകനാക്കിയാലേ അഭിനയിക്കൂ എന്ന് അവരും ശാഠ്യം പിടിക്കും.

മലയാളസിനിമയിൽ അങ്ങനെ നസീർ-ഷീല ജോഡിയുടെ ഉദയമായി.

1965-ൽ 'ചെമ്മീൻ' എന്ന ചിത്രത്തിൽ ഷീല നായികയായ കറുത്തമ്മയായി അഭിനയിച്ചുകൊണ്ടിരിക്കുമ്പോൾ ഹിന്ദുപത്രത്തിന്റെ ഉടമയും പത്രാധിപരുമായ കസ്തൂരിരങ്കൻ എന്ന കോടീശ്വരൻ അവരെ ഇന്റർവ്യൂ ചെയ്യാൻ എത്തി. ഭാര്യയും കുട്ടികളുമുള്ള അദ്ദേഹം ഷീലയെ അതോടെ സ്വന്തമാക്കി. ഷീലയേക്കാൾ വളരെ കൂടുതൽ പ്രായമുണ്ടായിരുന്ന അദ്ദേഹം ഷീലക്ക് മൈലാപ്പൂരിലെ ബിഷപ്പ്വാലെ അവന്യൂവിൽ 'ലക്ഷ്മി' എന്ന പേരിലുള്ള ആറാം നമ്പർ വീട് വാങ്ങിക്കൊടുത്തു. ആ മൂന്നുനില കെട്ടിടത്തിന്റെ മുമ്പിൽ കസ്തൂരി വാങ്ങിക്കൊടുത്ത വെളുത്ത വിദേശനിർമ്മിത ഇംപാല കാർ രാജകീയമായി കിടന്നു. ഗേറ്റ് സൂക്ഷിക്കാൻ ഗൂർഖയും അൽസേഷ്യൻ പട്ടികളുമുള്ള ആ വീട്ടിൽ ക്രമേണ പ്രേംനസീറും വിശ്രമിക്കാനെത്തിത്തുടങ്ങി. പ്രേംനസീർ ഷീലയെ വിവാഹം കഴിക്കാൻ പോകുന്നു എന്ന ഒരു വാർത്ത ഇക്കാലത്ത് പല പത്രങ്ങളിലും അച്ചടിച്ചുവന്നു. ഇതോടെ കസ്തൂരി മാനഹാനി ഭയന്ന് രംഗത്തുനിന്നും വലിഞ്ഞു.

ഷീല കറുത്തമ്മയായും ഉമ്മാച്ചുവായും കള്ളിച്ചെല്ലമ്മയായും പ്രൊഫസർ ഓമന ജോർജായും അശ്വതിയായും കത്രീനയായും ഒക്കെ അനായാസമായി അഭിനയിച്ച് മലയാള സിനിമയിലെ സൂപ്പർ നായികയായി വളർന്നുവന്നു.

നസീർ തന്നെ വിവാഹം കഴിക്കുമെന്ന് ഷീല വിശ്വസിക്കുകയും ഇക്കാര്യം പലരോടും പറയുകയും ചെയ്തിരുന്നു. ഭാര്യയും ധാരാളം കുട്ടികളുമുള്ള നസീറാകട്ടെ അത് നിഷേധിക്കാനും പോയില്ല.

ആലപ്പുഴയിലെ ഉദയാ സ്റ്റുഡിയോയിൽ കുഞ്ചാക്കോയുടെ ഒരു ചിത്രത്തിന്റെ ഷൂട്ടിംഗ് നടക്കുമ്പോൾ ഉമ്മർ, ജി.കെ.പിള്ള, ജോസ് പ്രകാശ് മുതലായവർ നസീർ അവരെ കല്യാണം കഴിക്കുകയില്ലെന്നു

പറഞ്ഞ് കളിയാക്കി. ഷീല ഓടി നസീറിന്റെ അടുത്തുചെന്ന് ഈ വിവരം പറഞ്ഞു. അവർ പറയുന്നത് ശരിയാണോ എന്ന് ചോദിക്കുകയും ചെയ്തു. പക്ഷേ, നസീർ വ്യക്തമായ മറുപടിയൊന്നും കൊടുത്തില്ല. കുപിതയായ ഷീല നേരേ തന്റെ മുറിയിൽ കയറി കതകടച്ചു. കുറേനേരമായിട്ടും അവരെ കാണാഞ്ഞ് സഹപ്രവർത്തകർ മുറിയിൽ മുട്ടിയിട്ടും അകത്ത് അനക്കമില്ല. വാതിൽ തള്ളിത്തുറന്ന് അകത്തുകയറിയപ്പോൾ ഷീല ബോധമില്ലാതെ കിടക്കുന്ന കാഴ്ചയാണ് കണ്ടത്.

ജി.കെ. പിള്ള അവരെ കോരിയെടുത്ത് കാറിൽ കയറ്റി ആലപ്പുഴയിലെ ശങ്കർറാമിന്റെ ആശുപത്രിയിലെത്തിച്ചു. ഈ വിവരമറിഞ്ഞ് ആലപ്പുഴയിലെ അന്നത്തെ എസ്.പി ആർ.പത്മനാഭൻ ആത്മഹത്യാശ്രമത്തിന് ഷീലയെ അറസ്റ്റ് ചെയ്യാൻ പോലീസുകാരെ അയച്ചു. ഇത് മുൻകൂട്ടി അറിഞ്ഞ കുഞ്ചാക്കോ ഷീലയെ ഒരു കാറിൽ എറണാകുളത്തും അവിടുന്ന് വിമാനത്തിൽ മദ്രാസിലുമെത്തിച്ചു. ഈ വാർത്തകളെല്ലാം ചില പത്രങ്ങൾ പ്രസിദ്ധീകരിച്ചു.

ഈ സംഭവത്തോടെ ഷീലയും പ്രേംനസീറും തമ്മിൽ പിണക്കമായി. മദ്രാസിൽ നസീറിന്റെ വീട്ടിലെത്തിയ ഷീല അദ്ദേഹത്തിന്റെ കാറിനുമുമ്പിൽ എടുത്തുചാടിയ വാർത്തയും പത്രങ്ങളിൽ വന്നതാണ്.

അതുവരെ ചിറയിൻകീഴിൽ താമസിച്ചിരുന്ന നസീറിന്റെ ഭാര്യയും കുട്ടികളും ഇതോടെ മദ്രാസിലെത്തി അദ്ദേഹത്തോടൊപ്പം താമസം തുടങ്ങുകയും ചെയ്തു.

ഇതിനുശേഷം നസീറും ഷീലയും ഒന്നിച്ച് അഭിനയിക്കാറില്ലായിരുന്നു. ജോഡി ഇല്ലാതെയായ നസീർ അഭിനയപാടവമില്ലെങ്കിലും ഷീലയേക്കാൾ മാദകത്വമുള്ള വിജയശ്രീയുമായി ജോഡി ചേരുകയും അവരെ തന്റെ നായികയായി നിർദ്ദേശിക്കാനാരംഭിക്കുകയും ചെയ്തു.

ഷീലയ്ക്കുണ്ടായ അനുഭവം തന്നെ പിന്നീട് വിജയശ്രീക്കും ഉണ്ടായി. അവർ ആത്മഹത്യ ചെയ്തപ്പോൾ ഷീല പറഞ്ഞു:

''എനിക്കും ഇങ്ങനെ സംഭവിക്കേണ്ടതായിരുന്നു.''

നസീറിന്റെ നേതൃത്വത്തിലുള്ള സംഘത്തിലെ സ്ഥിരാംഗങ്ങളായ ഉമ്മർ, ഭാസി, ശങ്കരാടി മുതലായവരൊക്കെ ഷീലയെ പുറത്താക്കുന്നതിൽ പങ്കുവഹിച്ചിട്ടുണ്ട്. ഇക്കാലത്ത് ഷീലയ്ക്ക് ചിത്രങ്ങൾ വളരെ കുറവായിരുന്നു.

സത്യൻ മരിച്ചപ്പോൾ അദ്ദേഹം അഭിനയിച്ച് പൂത്തിയാകാതെയിരുന്ന ചില ചിത്രങ്ങളിൽ സത്യന് പകരമായി അഭിനയിക്കാൻ മലയാളസിനിമയിലെത്തിയതാണ് തമിഴ്നടൻ രവിചന്ദ്രൻ.

ഷീലയും രവിചന്ദ്രനും അഭിനയിക്കുന്ന ഒരു ചിത്രത്തിന്റെ ഷൂട്ടിംഗ് തേക്കടിയിൽ നടക്കുമ്പോൾ അവർ തമ്മിൽ വളരെ അടുത്തു. ഭാര്യയും കുട്ടികളുമുണ്ടായിരുന്ന രവിചന്ദ്രനെ ഷീല മൈലാപ്പൂരിലെ കസ്തൂരിരംഗൻ വാങ്ങിക്കൊടുത്ത വീട്ടിൽ കൊണ്ടുവന്ന് താമസിപ്പിച്ചു. പി. എൻ.മേനോൻ സംവിധാനം ചെയ്ത ന്യൂ ഇന്ത്യാ ഫിലിംസിന്റെ 'ചായം' എന്ന ചിത്രത്തിൽ അഭിനയിക്കുമ്പോൾ ഷീല ഗർഭിണിയായിരുന്നു.

ഷീലയ്ക്ക് ഒരു ആൺകുട്ടി ജനിച്ചു. അവന് മുരളിരാജ് സതീഷ് എന്നു പേരിട്ടത് രവിചന്ദ്രനായിരിക്കണം. രവിചന്ദ്രനും ഷീലയും ചേർന്ന് തമിഴിൽ ''അമ്മാ, അപ്പാ'' എന്ന ഒരു ചിത്രം നിർമ്മിച്ച് ഈ സന്തോഷം ആഘോഷിച്ചു. ഷീല നായികയായി അഭിനയിച്ച ഈ ചിത്രം വലിയ നഷ്ടത്തിൽ കലാശിച്ചു.

ഈ കഥകളെല്ലാം അറിഞ്ഞപ്പോൾ എനിക്ക് ഷീലയോട് വലിയ സഹതാപമാണ് തോന്നിയത്. ഒരു ക്ലിക്കിന്റെ നിസ്സഹകരണം മൂലം ഒറ്റപ്പെട്ടുപോയ കഴിവുറ്റ ഒരു നടിയായിരുന്നല്ലോ അവർ. ചെമ്മീനിലെ കറുത്തമ്മയായും കള്ളിച്ചെല്ലമ്മയായും അഗ്നിപുത്രിയിലെ സിന്ധുവായും പളുങ്കുപാത്രത്തിലെ സരളയായും ശരശയ്യയിലെ സരോജമായും ദേവിയിലെ ശ്രീദേവിയായും അടിമകളിലെ സരസ്വതിയമ്മയായും വാഴ്‌വേ മായത്തിലെ സരളയായും അഭയത്തിലെ സേതുലക്ഷ്മിയായും അനുഭവങ്ങൾ പാളിച്ചകളിലെ ഭവാനിയായും ഒരു പെണ്ണിന്റെ കഥയിലെ ഗായത്രീദേവിയായും പൂജാപുഷ്പത്തിലെ ശാരദയായും അരനാഴികനേരത്തിലെ ശാന്തമ്മയായും അഭിനയിച്ച് മലയാള സിനിമയിൽ സൗന്ദര്യം കൊണ്ടും അഭിനയശേഷി കൊണ്ടും സൂപ്പർനായികയായി വെട്ടിത്തിളങ്ങി കഴിഞ്ഞിരുന്ന ഷീലയെ മലയാളസിനിമയ്ക്ക് ഇനിയും ആവശ്യമുണ്ടെന്ന് എനിക്ക് തോന്നി.

അന്ന് അവർക്ക് ആകെ ഉണ്ടായിരുന്ന പ്രീതി എന്ന ചിത്രത്തിലെ കുറെ നല്ല സ്റ്റില്ലുകൾ കൈമളോടു വാങ്ങി ഞാൻ കുങ്കുമം ഓഫീസിലേക്ക് അയച്ചു. പുതിയ സിനിമാവാരികയായ നാനയുടെ പരസ്യങ്ങളിൽ ഈ സ്റ്റില്ലുകളാണ് പ്രധാനമായും ഉപയോഗിച്ചിരുന്നത്. 1972 നവംബറിലാണ് നാനാവാരിക പ്രസിദ്ധീകരണം ആരംഭിച്ചത്. സ്വാഭാവികമായും ഞാൻ അതിന്റെ മദ്രാസ് ലേഖകനായി പ്രവർത്തനം ആരംഭിക്കുകയും ചെയ്തു.

ഷീലയ്ക്ക് ചിത്രങ്ങളൊന്നും ഇല്ലാത്തതുകൊണ്ട് അവരെ ഒരു സ്റ്റുഡിയോയിലും വച്ച് കാണാനിടയായില്ല. എങ്കിലും തമ്മിൽ നേരിട്ട് കാണാതെ തന്നെ ഞാൻ അവരെക്കുറിച്ച് ഒരു ലേഖനം എഴുതി.

അപ്പോൾ അറിയാനിടയായ ചില ഊഹാപോഹങ്ങൾ വച്ചുകൊണ്ട് 'ഷീല വീണ്ടും വരുന്നു' എന്നും തോമസ് ബർലിയുടെ 'ഇതു മനുഷ്യനോ' എന്ന ചിത്രത്തിൽ കെ.പി. ഉമ്മറോടൊപ്പവും എം.ഒ. ജോസഫ് നിർമ്മിക്കുന്ന 'ചുക്ക്' എന്ന ചിത്രത്തിൽ മധുവിനോടൊപ്പവും ക്രോസ്ബൽറ്റ് മണിയുടെ കാപാലിക എന്ന ചിത്രത്തിലെ ടൈറ്റിൽ റോളിലും ഷീലയാണ് നായികയാകാൻ പോകുന്നതെന്നും പത്മിനിക്കുശേഷം മലയാള സിനിമ കണ്ട ചൈതന്യമാണ് അവരെന്നും എഴുതിയ കൂട്ടത്തിൽ ഷീലയുടെ എതിരാളികളെ വിരട്ടാൻ വേണ്ടി അവർ ആത്മകഥ എഴുതുന്നു എന്നുകൂടി ഞാൻ കൂട്ടിച്ചേർത്തു.

ഈ ലേഖനം നാന വാരികയിൽ പ്രസിദ്ധീകരിച്ചതിനു പുറകെ ഓഫീസിൽ വായനക്കാരുടെ കത്തുകളുടെ പ്രളയമായി. ഷീല തിരിച്ചുവരുന്നതിൽ ആഹ്ലാദം പ്രകടിപ്പിച്ചുകൊണ്ടുവന്ന ആയിരത്തിലധികം കത്തുകളിൽനിന്ന് കുറെയേറെ എണ്ണം എടുത്ത് പത്രാധിപർ വാരികയുടെ നാലുപേജുകൾ നിറയെ പ്രസിദ്ധീകരിച്ച് മഹാസംഭവമാക്കി മാറ്റി.

മികച്ച അഭിനയത്തിലൂടെ എല്ലാ അവാർഡുകൾക്കും അതീതമായി വളർന്ന നടിയാണ് ഷീലയെന്നും മലയാള സിനിമയുടെ വളർച്ചയിൽ അവർക്ക് വലിയ പങ്കാണുള്ളതെന്നുമായിരുന്നു മിക്ക കത്തിന്റെയും സാരം.

ഇങ്ങനെ നേരിട്ടു കാണാതെ തന്നെ ഞാൻ നാന വാരികയിലൂടെ ഷീലയ്ക്കുവേണ്ടി വലിയൊരു ഒച്ചപ്പാട് സൃഷ്ടിച്ചു.

ഇങ്ങനെയിരിക്കെ കുങ്കുമം ഓണം വിശേഷാൽ പ്രതിക്കുവേണ്ടി

മറ്റു പലരുടെയും കൂട്ടത്തിൽ ഷീലയുടെയും ഒരു ലേഖനം അയച്ചു കൊടുക്കണമെന്ന് അതിന്റെ പത്രാധിപർ ഉറൂബ് (പി.സി.കുട്ടികൃഷ്ണൻ) എന്നോടാവശ്യപ്പെട്ടു.

നടരാജന്റെ വീട്ടിൽനിന്ന് ക്യാമറാമാൻ വിപിൻദാസാണ് ഷീലയ്ക്ക് നമ്പർ 71916-ൽ ഡയൽ ചെയ്ത് ഫോൺ എന്റെ കൈയിൽ തന്നത്. അപ്പോൾ ഷീല ജലദോഷമായതുകൊണ്ട് ഫോണിൽ സംസാരിക്കാൻ വിഷമമാണെന്നും പിറ്റേന്ന് വീട്ടിൽ ചെന്നാൽ സൗകര്യമായിരുന്ന് സംസാരിക്കാമെന്നും പറഞ്ഞ് എന്നെ വീട്ടിലേക്ക് ക്ഷണിച്ചു.

ഷീലയുടെ ക്ഷണപ്രകാരം ഞാൻ അടുത്ത ദിവസം തന്നെ അവരുടെ മൈലാപ്പൂരിലെ വീട്ടിൽ ഫോട്ടോഗ്രാഫർ പ്രഭാകരനുമായി എത്തി. പൂച്ചെടികളും തണൽമരങ്ങളും വളർന്നുനിൽക്കുന്ന വിശാലമായ കോമ്പൗണ്ടിൽ അതിമനോഹരമായ മൂന്നുനിലക്കെട്ടിടം.

ഡോർബെൽ അടിച്ചപ്പോൾ മുകളിൽ നിന്നൊരു പയ്യൻ ഇറങ്ങിവന്ന് ഞങ്ങളെ രണ്ടാമത്തെ നിലയിലേക്ക് കൂട്ടിക്കൊണ്ടുപോയി.

കമനീയമായി അലങ്കരിച്ചിരിക്കുന്ന സ്വീകരണമുറി, ഷോക്കേസിൽ നിറയെ അവാർഡുകളും കൗതുകവസ്തുക്കളും. കലാബോധമുള്ള ഒരു വീട്ടമ്മയുടെ കരചലനങ്ങൾ എല്ലായിടത്തും ദർശിച്ചു.

മൂന്നാമത്തെ നിലയിൽനിന്ന് ഷീല ഇറങ്ങിവന്നു. എല്ലാവിധ യോഗ്യതകളും തികഞ്ഞ നായിക.

നൂറുകണക്കിന് സിനിമകളിൽ അഭിനയിച്ച് ചെറുപ്പക്കാരുടെ ഹൃദയമിടിപ്പിന്റെ താളം തെറ്റിക്കുന്ന പ്രിയദർശിനി.

അഞ്ചടി അഞ്ചിഞ്ച് ഉയരം, വെളുത്ത് മാംസളമായ ശരീരം, തിരിഞ്ഞുനടക്കുമ്പോൾ എത്ര ശ്രമിച്ചാലും ശ്രദ്ധിക്കാതിരിക്കാൻ പറ്റാത്ത അമിത നിതംബതാളം.. എത്ര സിനിമകളിൽ ഇവിടേക്കുതന്നെ ക്യാമറ ഫോക്കസ് ചെയ്തിരിക്കുന്നു. സാവധാനത്തിൽ ശ്രദ്ധിച്ചുള്ള നടത്തം.

ആകെക്കൂടി ഒരാനച്ചന്തം. ഏതോ പഴയ കവി പാടിയപോലെ - ''ഉടുരാജമുഖി (നക്ഷത്രങ്ങളുടെ രാജാവായ ചന്ദ്രന്റെ മുഖം) മൃഗരാജകടി (മൃഗരാജാവായ സിംഹത്തിന്റേതുപോലെയുള്ള അരക്കെട്ട്),

ഗജരാജ വിരാജിത മന്ദഗതി'' (ഗജരാജനെപ്പോലെയുള്ള മന്ദമായ ചലനം) - പക്ഷെ ഒരു സംശയാലുവിന്റെ പതിഞ്ഞുള്ള നോട്ടം, വർത്തമാനത്തിൽ കൃത്രിമത്വം നിഴലിക്കുന്നു. അവരുടെ അനുഭവങ്ങൾ അത്തരത്തിലായിരുന്നല്ലോ.

''ഞാൻ താമസിച്ചോ, മോനെ ഉറക്കുകയായിരുന്നു'' - സിനിമയിൽ കേൾക്കുന്ന അതേ സ്വരം.

പരുക്കൻ കൈത്തറിത്തുണി കൊണ്ടുള്ള ലുങ്കിയും ഇറക്കമുള്ള ഫുൾസ്ലീവ് ഷർട്ടുമായിരുന്നു വേഷം. അന്നത്തെ ഒരു പരിഷ്കാരം.

മുഖം റോസയും ലില്ലിയും വിരിഞ്ഞുനിൽക്കുന്ന ഒരു പൂന്തോട്ടം. മധുരിക്കുന്ന മാതളക്കനികൾ വിളഞ്ഞുനിൽക്കുന്ന സ്വർഗ്ഗത്തിലെ ഒരു പഴത്തോട്ടം പോലെ - ആരു വാങ്ങുമിന്നാരുവാങ്ങുമീ ആരാമത്തിന്റെ രോമാഞ്ചം എന്ന മട്ടിൽ മലയാളികളുടെ സ്വപ്നങ്ങളിൽ അസ്വസ്ഥതകൾ സൃഷ്ടിക്കുന്ന മാദകസുന്ദരി.

അവർ അടുത്തുവന്നിരുന്നുകൊണ്ട് പറഞ്ഞു:

''നിങ്ങളുടെ വാരിക ഞാൻ അവസാനപേജു മുതലിങ്ങോട്ടാണ് വായിച്ചുതുടങ്ങുന്നത്. അതിലെ 'സിനിമയ്ക്കുള്ളിലെ സിനിമ' എന്ന പംക്തി മദ്രാസിലെ സിനിമാരംഗത്തുള്ള പലർക്കും പേടിസ്വപ്നമായി

രിക്കുന്നു.''

കുറച്ചു കളർട്രാൻസ്പേരൻസി എടുക്കണമെന്ന് ഫോട്ടോഗ്രാഫർ താല്പര്യം പ്രകടിപ്പിച്ചപ്പോൾ അവർ വേഷം മാറിവരാമെന്ന് പറഞ്ഞ് സന്തോഷഭാവത്തിൽ ഒരുപോക്ക്?

എത്രനേരം കഴിഞ്ഞാണെന്നോ പിന്നെ മടങ്ങിവന്നത്! സ്വന്തം സൗന്ദര്യത്തെക്കുറിച്ച് ഇത്രമാത്രം ചിന്തയുള്ള, ഏറ്റവും ശ്രദ്ധിച്ച് വേഷം ധരിക്കുന്ന, അതിന് ഇത്രയധികം സമയം ചെലവഴിക്കുന്ന മറ്റാരെയും ഞാനതുവരെ കണ്ടിട്ടില്ല.

എന്റെ ക്ഷമയുടെ നെല്ലിപ്പലക ഇളകിത്തുടങ്ങിയപ്പോൾ മുഖത്ത് കനത്തിൽ റോയ് ചായം പൊതിഞ്ഞ് ചുണ്ടിൽ ചുവന്ന ലിപ്സ്റ്റിക് പുരട്ടി, സ്പ്രിംഗ് പോലെ ചുരുട്ടിയ മുടിയുള്ള വിഗ് തലയിൽ ഉറപ്പിച്ച് ഏറ്റവും പുതിയ ഫാഷനിലുള്ള വേഷങ്ങൾ മാറിമാറി ധരിച്ച്, അവർ അത്യുൽസാഹത്തോടെ ക്യാമറയ്ക്കുമുമ്പിൽ ചാരിയും ചാഞ്ഞും ചരിഞ്ഞും തിരിഞ്ഞും മറിഞ്ഞും നിന്നുകൊടുത്തു.

ഡയോജനീസ് പറഞ്ഞ പോലെ ഏതൊരു ശുപാർശക്കത്തിനേക്കാളും വ്യക്തമായി പരിചയപ്പെടുത്തുന്ന ശരീരവടിവും മുഖകാന്തിയും. സൗന്ദര്യം ഒരു ദൈവാനുഗ്രഹമാണെന്ന് അരിസ്റ്റോട്ടിൽ പറഞ്ഞിട്ടുണ്ട്. എന്നാൽ സോക്രട്ടീസിന്റെ നോട്ടത്തിൽ അത് നൈമിഷികമായ ഒരു കലാപമാണ്. തിയോഫ്രേസ്റ്റസ് അതിനെ നിശ്ശബ്ദമായ വഞ്ചന എന്നു വിളിച്ചു. തിയോക്രാറ്റസിന്റെ അഭിപ്രായത്തിൽ ഈ സൗന്ദര്യം നമ്മുടെ മനസമാധാനം തകർക്കുന്ന ഒരു മഹാവികൃതിയാണല്ലോ. ഇവിടെ ഇതിലേതാണ് ശരിയെന്നറിയാതെ ഞാൻ കുഴങ്ങി. ഇവരുടെ മുമ്പിൽ എസ്.എസ്. രാജേന്ദ്രനും കസ്തൂരി രങ്കരാജനും പ്രേംനസീറും രവിചന്ദ്രനും അടിയറവ് പറഞ്ഞതിൽ അത്ഭുതപ്പെടാനില്ല. ക്ഷേത്രച്ചുവരുകളിൽ കൊത്തിവച്ചിരിക്കുന്ന അപ്സരസുകളെ ഞാനോർമ്മിച്ചു. അതോ രക്തം കുടിക്കുന്ന യക്ഷിയേയോ.

ഏതു ചുവടുവെച്ച് എങ്ങനെ നിന്നാലും ഏതു ഭാവം കാണിച്ചാലും ഇത്രയും ഫോട്ടോജീനിക്കായ മറ്റൊരു മുഖവും താനിതിനുമുമ്പ് കണ്ടിട്ടില്ലെന്ന് ഫോട്ടോഗ്രാഫർ എന്നോടു രഹസ്യം പറഞ്ഞു.

ഷീല മടുത്തതുകൊണ്ടല്ല, ഫിലിം തീർന്നതുകൊണ്ടാണ് ഫോട്ടോ എടുപ്പ് അവസാനിപ്പിച്ചത്.

''എനിക്ക് ഒരു ലേഖനം പ്രസിദ്ധീകരിക്കാൻ ആഗ്രഹമുണ്ട്. നിങ്ങൾ അതെഴുതാമോ?'' അവർ ചോദിച്ചു.

''ഷീല വീണ്ടും വരുന്നു' എന്ന പേരിൽ ഞാനെഴുതിയ ലേഖനം വായിച്ചിട്ട് അതിനെ സ്വാഗതം ചെയ്ത് കത്തുകളയച്ചവർക്കുള്ള ഒരു മറുപടി പ്രസിദ്ധീകരിക്കണമെന്നായിരുന്നു അവരുടെ ആഗ്രഹം.

''ഇത്രയേറെ ആരാധകർ എനിക്കുണ്ടെന്നറിഞ്ഞത് ഇപ്പോഴാണ്. ഇനിയും ധാരാളം ചിത്രങ്ങളിൽ അഭിനയിക്കാൻ അവരെനിക്ക് ഉത്സാഹം നൽകിയിരിക്കുന്നു. എന്റെ ജീവിതത്തിനും അഭിനയത്തിനുമൊക്കെ അർത്ഥമുള്ളതായി തോന്നുന്നത് ഇപ്പോഴാണ്. എവിടുന്നെല്ലാം എന്തെല്ലാം എതിർപ്പുകൾ വന്നാലും ഈ രംഗത്ത് പിടിച്ചുണ്ടനിൽക്കാനും കൂടുതൽ ഉത്സാഹത്തോടെ മുമ്പോട്ടുപോകാനും ഞാൻ തീരുമാനിച്ചുകഴിഞ്ഞു. അധികം താമസിയാതെ എന്റെ പുതിയ ചിത്രങ്ങൾ നിങ്ങൾക്കു കാണാം.'' ഇതായിരുന്നു വായനക്കാർക്ക് അവർ നൽകിയ സന്ദേശം.

ഷീലയെക്കൊണ്ട് കൂടുതൽ സംസാരിപ്പിക്കാൻ ഞാൻ മറ്റു ചില വിഷയങ്ങൾ കൂടി ഇട്ടുകൊടുത്തു.

''നിങ്ങൾ എന്തിന് സെക്സ് ചിത്രങ്ങളിൽ അഭിനയിക്കുന്നു.'' ഞാൻ ചോദിച്ചു.

''ഞങ്ങൾ ഇങ്ങനെയൊക്കെ അഭിനയിക്കുന്നത് ഇങ്ങനെ തന്നെ അഭിനയിക്കണമെന്ന് നിർബന്ധമുള്ളതു കൊണ്ടൊന്നുമല്ല. അഭിനയം ഞങ്ങളുടെ ജീവിതമാണ്. ഇന്ന രീതിയിലേ അഭിനയിക്കൂ എന്ന് വാശി പിടിക്കാൻ ഞങ്ങൾക്കാവില്ല. കലയെ വളർത്താനൊന്നുമല്ല, പണത്തിനു വേണ്ടിയാണ് ഞങ്ങൾ അഭിനയിക്കുന്നത്. പ്രൊഡ്യൂസർ ഏതു റോൾ തന്നാലും അഭിനയിക്കും. നല്ലതേത് ചീത്തയേത് എന്ന് തീരുമാനിക്കേണ്ടത് ജനങ്ങളാണ്.

ഷീല സെക്സ് കാണിച്ചു, വിജയശ്രീ തുട കാണിച്ചു, റാണിചന്ദ്ര മാറിടം കാണിച്ചു എന്നൊക്കെ വിമർശിക്കപ്പെടുന്ന ചിത്രങ്ങൾ കാണാൻ പുരുഷന്മാരേക്കാളധികം സ്ത്രീകളാണ് എത്തുന്നത്, അതും കോളേജ് വിദ്യാർത്ഥിനികൾ. കേരളത്തിലെ സ്ത്രീകൾ എന്തിന് ഇത്തരം ചിത്രങ്ങൾ കാണാൻ പോകുന്നു. അവർക്ക് വീട്ടിലിരുന്നുകൂടേ?'' ഷീല ചോദിച്ചു.

ഇങ്ങനെ ചർച്ചയ്ക്ക് ചൂടുപിടിച്ചപ്പോൾ മുകളിൽനിന്ന് രവിചന്ദ്രനും ഇറങ്ങിവന്നു. അന്നത്തെ മിക്ക മലയാളി നായകനടന്മാരേക്കാളും സുന്ദരൻ. ഷീലയോളം പ്രായമുണ്ടോ എന്നൊരു സംശയം തോന്നി. കൈലിയും ഷർട്ടുമായിരുന്നു വേഷം.

സിംഗപ്പൂരിൽ സ്ഥിരതാമസക്കാരായ ഒരു തമിഴ് ബ്രാഹ്മണകുടുംബത്തിലെ അംഗം. മദ്രാസ് മെഡിക്കൽ കോളേജിൽ ചേർന്നു പഠിക്കാൻ ഇന്ത്യയിലെത്തിയതാണ്. എവിടെയോവച്ച് കാണാനിടയായ തമിഴ് സംവിധായകൻ ശ്രീധർ 'കാതലിക്ക നേരമില്ലൈ' എന്ന ചിത്രത്തിൽ നായകനാക്കി. ആ ചിത്രം ഗംഭീരമായി ഓടുകയും ചെയ്തു. അങ്ങനെ തമിഴിലെ തിരക്കുള്ള നടനായി.

1971-ൽ സത്യൻ മരിക്കുമ്പോൾ അദ്ദേഹം പകുതി അഭിനയിച്ചുവച്ചിരുന്ന ചില ചിത്രങ്ങളിൽ സത്യന് പകരക്കാരനായി അഭിനയിക്കാൻ മലയാള സിനിമയിലെത്തിയതാണ് രവിചന്ദ്രൻ.

അത് ഷീല പ്രേംനസീറുമായി പിണങ്ങിയ സന്ദർഭമായിരുന്നു. തനിക്ക് തുണയായി ആരെങ്കിലും വേണമെന്ന് ആഗ്രഹിച്ച സന്ദർഭത്തിലാണ് രവിചന്ദ്രനെ പരിചയപ്പെടുന്നത്. ഭാര്യയും കുട്ടികളുമുള്ള രവിചന്ദ്രൻ ഷീലയുടെ കാന്തിക സൗന്ദര്യത്തിൽ ആകൃഷ്ടനായിപ്പോയി.

രവിചന്ദ്രൻ നല്ലൊരു സുഹൃത്തായിട്ടാണ് എനിക്ക് തോന്നിയത്. കാപട്യവും കൃത്രിമത്വവുമില്ലാത്ത ചിരിയും പെരുമാറ്റവും.

പുതിയ വിവാഹവും ഗർഭവുമൊക്കെയായി കഴിഞ്ഞ ഒരു വർഷം ഷീലയ്ക്ക് മലയാള ചിത്രങ്ങൾ തീരെ ഇല്ലെന്നായി. രവിചന്ദ്രൻ ഒരു മുഴുക്കുടിയനാണെന്നും അയാൾ ഷീലയുടെ ശരീരത്തിൽ സിഗററ്റ് കൊണ്ട് പൊള്ളിക്കുമെന്നും മറ്റും പ്രേംനസീറിന്റെ സംഘത്തിൽപ്പെട്ടവർ അപവാദം പ്രചരിപ്പിച്ചിരുന്നു. ഷീലയുടെ ജീവിതത്തിൽ ദു:ഖമാണെന്ന് പറഞ്ഞ് സന്തോഷിക്കാൻ അവർ പ്രത്യേക താല്പര്യം കാണിച്ചിരുന്നു. അത് കുറെയൊക്കെ ഫലിക്കുകയും ചെയ്തു.

കുശവന് മറ്റു കുശവന്മാരോടും ആശാരിക്ക് ആശാരിമാരോടും ദരി

ദ്രന് മറ്റു ദരിദ്രന്മാരോടും കവിക്ക് വേറെ കവികളോടും അസൂയയാണല്ലോ. അതുപോലെ പ്രേംനസീറിന് രവിചന്ദ്രനോടും അസൂയ തോന്നിയതിൽ അത്ഭുതമില്ല.

മലയാള സിനിമയിൽനിന്ന് അകന്നുനിന്ന സമയത്ത് ഷീലയും രവിചന്ദ്രനും ചേർന്ന് തമിഴിൽ 'മഞ്ചൾകുങ്കുമം' എന്നൊരു ചിത്രം നിർമ്മിച്ചു. അത് വിജയിച്ചോ എന്ന് ഞാൻ അന്വേഷിച്ചു. മുടക്കുമുതൽ തിരിച്ചുകിട്ടിയതേയുള്ളൂവെന്ന് രവിചന്ദ്രൻ. അതുകൊണ്ട് അപ്പോൾ നിർമ്മാണത്തിലിരിക്കുന്ന അമ്മ, അപ്പാ എന്ന ചിത്രത്തിൽ ഷീലയുടെ സ്റ്റണ്ടും സെക്സുമൊക്കെ ധാരാളം തിരുകിക്കയറ്റിയിട്ടുണ്ടെന്ന് അദ്ദേഹം തുറന്നുസമ്മതിച്ചു.

''അല്ലെങ്കിൽത്തന്നെ കേരളീയർ നിങ്ങളെ ഒരു സ്റ്റണ്ടുനടനായിട്ടേ കണ്ടിട്ടുള്ളു. നിങ്ങൾ മലയാളസിനിമ നിർമ്മിക്കാത്തത് എന്തുകൊണ്ടാണ്?'' ഞാൻ ചോദിച്ചു.

''ഞങ്ങൾക്ക് ഒരു മലയാള സിനിമ നിർമ്മിക്കുന്നതിനുള്ള പ്ലാനുണ്ട്. അതിനുവേണ്ടി ധാരാളം കഥകൾ വായിച്ചുനോക്കി. ഒന്നും ഇഷ്ടപ്പെടുന്നില്ല. സ്ത്രീകൾക്ക് പ്രാധാന്യമുള്ള നല്ല നോവലുകൾ ഉണ്ടെങ്കിൽ പറയണം.'' ഷീല ആവശ്യപ്പെട്ടു.

ഞാൻ രവിചന്ദ്രനോട് ചോദിച്ചു. ''നിങ്ങൾ മലയാള സിനിമ കാണാറുണ്ടോ?''

മറുപടി പറഞ്ഞത് ഷീലയാണ്. ''മലയാള സിനിമ പോയിട്ട് ഒരു സിനിമയും രവി കാണാറില്ല. എനിക്കാണെങ്കിൽ എല്ലാ സിനിമയും കാണാൻ ആഗ്രഹമുണ്ട്. പക്ഷെ രവി കൂടെ വരികയില്ല.''

ഞങ്ങളെ ബോധ്യപ്പെടുത്താൻ വേണ്ടി ആണോ എന്നറിയില്ല, ഷീല രവിചന്ദ്രനോട് വളരെ സ്നേഹം ഭാവിച്ചത്. അവർ അദ്ദേഹത്തിന്റെ വായിൽ ഭക്ഷണം വച്ചുകൊടുക്കുക പോലും ചെയ്യുന്നു. കൊഞ്ചുന്നു, കെഞ്ചുന്നു.

മദ്രാസിനടുത്ത് മണപ്പാക്കത്ത് ഷീലയ്ക്ക് അറുപതേക്കർ കൃഷിത്തോട്ടമുണ്ടായിരുന്നു. നെല്ലും വാഴയും കൂടാതെ മാന്തോപ്പും കോഴിവളർത്തലും - ഷീല ഷൂട്ടിംഗ് ഇല്ലാത്തപ്പോൾ അധികം സമയവും അവിടെ ചെലവഴിക്കുന്നു. കുറെ കെട്ടിടങ്ങൾ വാടകയ്ക്ക് കൊടുത്തിട്ടുണ്ട്. ''അമ്മാ അപ്പാ'' എന്ന ചിത്രത്തിലെ ചില സ്റ്റില്ലുകൾ തന്നാണ് എന്നെ വിട്ടത്.

ഈ ഒരൊറ്റ കൂടിക്കാഴ്ച തന്നെ നാലഞ്ചു ലേഖനങ്ങൾ എഴുതാനുള്ള വിഷയങ്ങളായി. വൈകാതെ നാന വാരികയിൽ ഷീലയുടെ മുഖചിത്രങ്ങളും അവരെക്കുറിച്ചുള്ള എന്റെ ലേഖനങ്ങളും ആരംഭിക്കുകയും ചെയ്തു. ഓരോ ലക്കവും പുറത്തുവരുമ്പോൾ അതേക്കുറിച്ച് ഫോണിൽക്കൂടി ഞങ്ങൾ അഭിപ്രായങ്ങൾ കൈമാറിക്കൊണ്ടിരുന്നു.

ക്രമേണ ഷീലയ്ക്ക് എന്നെ നല്ല വിശ്വാസമായി. ഞാൻ ചോദിക്കുന്നതിനെല്ലാം അവർ മടികൂടാതെയുള്ള മറുപടി പറയുമെന്ന നില വന്നു. വിശദമായ ചർച്ചകൾ വേണ്ട സന്ദർഭങ്ങളിൽ എന്നെ വീട്ടിലേക്ക് ക്ഷണിക്കുകയും പതിവായിരുന്നു. അപ്പോഴെല്ലാം എനിക്ക് ഷീലയേക്കാൾ കൂടുതൽ മതിപ്പും ഇഷ്ടവും അടുപ്പവും തോന്നിയത് രവിചന്ദ്രനോടായിരുന്നു എന്നുകൂടി എടുത്തുപറയാൻ മടിയില്ല. പക്ഷെ ഈ ബന്ധം എത്രനാൾ?

നാന വാരിക പ്രസിദ്ധീകരിച്ച ഒരു സത്യൻ സ്പെഷ്യലിനുവേണ്ടി

ലേഖനം തയ്യാറാക്കാൻ ഷീലയെ സമീപിച്ചപ്പോൾ അവർ സത്യനെക്കുറിച്ച് വളരെ നല്ല അഭിപ്രായം പറഞ്ഞെങ്കിലും പ്രേംനസീറിനെ കുറിച്ച് ചില കുത്തുവാക്കുകളും പറയാൻ വിട്ടുപോയില്ല.

''ഞാനും സത്യനും ഒന്നിച്ച് അൻപതോളം ചിത്രങ്ങളിൽ അഭിനയിച്ചിട്ടുണ്ട്. ഏറ്റവും കൂടുതൽ ചിത്രങ്ങളിൽ സത്യന്റെ നായിക ആയതും ഞാനാണ്. എന്റെ ആദ്യചിത്രമായ 'ഭാഗ്യജാതക'ത്തിൽ സത്യനായിരുന്നു നായകൻ. രണ്ടാമതായി അഭിനയിച്ച 'ഡോക്ടർ' എന്ന ചിത്രത്തിലും അദ്ദേഹം തന്നെയായിരുന്നു നായകൻ. ഞങ്ങൾ ഒന്നിച്ച് അഭിനയിച്ച മിക്ക ചിത്രങ്ങളും നല്ല നിലവാരമുള്ളവയായിരുന്നു.

'ചെമ്മീൻ' ആണ് എനിക്ക് എല്ലാം കൊണ്ടും ലോകത്തിന്റെ മുമ്പിൽ തന്നെ അംഗീകാരം നേടിത്തന്നത്. പിന്നീടും ഞങ്ങളുടെ ചിത്രങ്ങൾ ഓരോന്നും ഒന്നിനൊന്നു മെച്ചപ്പെട്ടവയായിരുന്നു.

ഇതേസമയം മറ്റൊരു നടന്റെ കൂടെ നായികയായി ഞാൻ നൂറോളം ചിത്രങ്ങളിൽ പ്രത്യക്ഷപ്പെട്ടിട്ടുണ്ട്. എന്നാൽ ആ ചിത്രങ്ങളിൽ നിലവാരമുള്ളവയെന്ന് അവകാശപ്പെടാവുന്നവ വളരെ കുറച്ചേയുള്ളു.''

അന്നൊരു ബാലനടി മാത്രമായിരുന്ന ഉഷാറാണിയുടെ ആത്മകഥ ഞാനെഴുതി നാനയിൽ തുടർച്ചയായി പ്രസിദ്ധീകരിച്ചു. നായികയോ ഉപനായികയോ എന്തിന് സിനിമയിൽ അന്ന് കാര്യമായിട്ട് യാതൊന്നും ചെയ്തിട്ടില്ലാത്ത ഒരു പതിനാറുവയസ്സുകാരിയായിരുന്നു ഉഷയെങ്കിലും അവരുടെ ആത്മകഥ പ്രസിദ്ധീകരിക്കുന്നുവെന്നു കേട്ടപ്പോൾ സിനിമാരംഗത്ത് വമ്പന്മാരായിരുന്ന പലരും ഞെട്ടിപ്പോയി. തങ്ങളെക്കുറിച്ച് ഒന്നും എഴുതിക്കളയരുതേ എന്ന് ചിലരെല്ലാം വിളിച്ച് അപേക്ഷിച്ചു. എന്നാൽ ഷീല ഉഷയെ വിളിച്ച് പ്രോത്സാഹിപ്പിക്കുകയും എല്ലാം തുറന്ന് എഴുതണമെന്ന് ഉപദേശിക്കുകയുമാണ് ചെയ്തത്.

ഷീല നായികയായി അഭിനയിച്ച ന്യൂ ഇന്ത്യാ ഫിലിംസിന്റെ പി. എൻ. മേനോൻ സംവിധാനം ചെയ്ത, മലയാറ്റൂർ തിരക്കഥ എഴുതിയ 'ചായം' എന്ന ചിത്രം മദ്രാസിലെ 'സുഭാഷിണി' പ്രിവ്യു തിയേറ്ററിൽ അതിന്റെ നിർമ്മാതാവ് എസ്.കെ. നായർ, അടുത്ത സുഹൃത്തുക്കുൾക്കുവേണ്ടി പ്രദർശിപ്പിച്ചപ്പോൾ എന്നെയും ക്ഷണിച്ചിരുന്നു. ഇതു കാണാൻ നോവലിസ്റ്റ് കാക്കനാടനെയും കൊല്ലത്തുനിന്ന് വരുത്തിയിരുന്നു.

പ്രദർശനം കഴിഞ്ഞപ്പോൾ എസ്.കെ. നായർ എന്നോട് ''മധു ഉള്ളതു പറയണം, പടം ഇഷ്ടപ്പെട്ടോ' എന്ന് ചോദിച്ചു.

'സ്വയംവരം പോലെയൊന്നും നന്നായിട്ടില്ല' ഞാൻ പറഞ്ഞു.

'അതിലും നല്ല ചിത്രമാണിത്.' അടുത്തുനിന്ന കാക്കനാടൻ അഭിപ്രായപ്പെട്ടു.

'ഇതുപോലെയുള്ള 'ദി ഡാമ്ഡ്' എന്നൊരു ഇംഗ്ലീഷ് ചിത്രം ഞാൻ കണ്ടിട്ടുണ്ട്. ഇതിലെ മകൻ സ്വന്തം അമ്മയെ ബലാൽക്കാരം ചെയ്യുന്ന സീൻ ആന്റിസെന്റിമെന്റലാണ്, കേരളീയർ സഹിക്കില്ല' - ഞാൻ പറഞ്ഞു.

റേഡിയോ സിലോണിനുവേണ്ടി ചായത്തിന്റെ ശബ്ദരേഖ തയ്യാറാക്കിയത് ഞാനും നടരാജനും ചേർന്നാണ്.

ആ ചിത്രം ഓടിയില്ല.

ഷീലയുടെ വീട്ടിൽ കണ്ട വേലക്കാരൻ പയ്യനെക്കുറിച്ച് ഞാനൊരിക്കൽ ചോദിച്ചു:

''നാട്ടിൽനിന്നു വന്ന ആരാധകൻ പയ്യനാ. ഒരുദിവസം കയറിവന്നു.

എത്രപറഞ്ഞിട്ടും പോകുന്നില്ല. എന്റെ വീട്ടിൽ വേലക്കാരനാക്കിയാലും മതി എന്നുപറഞ്ഞു. അങ്ങനെ ഇവിടെ നിർത്തിയിരിക്കുകയാ. മോനേ നോക്കാൻ ഒരാളായല്ലോ.'' ഷീല പറഞ്ഞു.

ഇങ്ങനെ സിനിമാക്കാരെ അന്വേഷിച്ച് ആരാധകർ എത്തുന്ന പതിവ് എന്നുമുണ്ട്. സ്ക്രീനിൽ കാണുന്നതെല്ലാം വിശ്വസിച്ച് ആ കഥാപാത്രങ്ങളെ നേരിട്ടുകാണാൻ പോകുന്ന പലരും മദ്രാസിലെ ഹോട്ടലുകളിൽ സപ്ലയർമാരായി നിൽക്കുന്നത് ഞാൻ കണ്ടിട്ടുണ്ട്.

തനിക്കും ശാരദയെപ്പോലെ ന്യൂവേവ് ചിത്രങ്ങളിൽ അഭിനയിക്കാൻ താല്പര്യമുണ്ടെന്ന് ഷീല പറഞ്ഞു. സ്ഥിരം ഫോർമുല ചിത്രങ്ങളിൽനിന്ന് തികച്ചും വിഭിന്നമായ ഒരു അവതരണശൈലി അവർക്കുണ്ടല്ലോ. കലാമൂല്യമുള്ള അത്തരം ചിത്രങ്ങൾ കാണാൻ ജനങ്ങൾ തയ്യാറാവുകയും വേണം. നല്ല ചിത്രങ്ങളെ സഹായിക്കാൻ ഗവൺമെന്റിനും ചുമതലയുണ്ടെന്ന് ഷീല അഭിപ്രായപ്പെട്ടു. ഇന്ന് കേരള സർക്കാർ സിനിയമക്ക് വേണ്ടി ചെയ്യുന്ന മിക്ക സഹായപദ്ധതികളും ഷീല അക്കാലത്തേ ആവശ്യപ്പെട്ടതാണ്. ചലച്ചിത്രരംഗത്തുനിന്ന് ടാക്സ് ഇനത്തിൽ വമ്പിച്ച വരുമാനം ഉണ്ടാക്കുന്ന സർക്കാർ സിനിമയുടെ വളർച്ചയ്ക്കുവേണ്ടി യാതൊന്നും ചെയ്യുന്നില്ലെന്ന് അവർ പരാതി പറഞ്ഞു. അക്കാലത്ത് കർണാടക സർക്കാർ അവിടെ വച്ച് ഷൂട്ട് ചെയ്യുന്ന ചിത്രങ്ങൾക്കെല്ലാം സബ്സിഡി നൽകിയിരുന്നു. അതുകൊണ്ട് ധാരാളം മലയാള സിനിമാനിർമ്മാതാക്കൾ അവിടെ ഷൂട്ടിംഗിന് പോയിരുന്നു. ഇതുപോലെ കേരള സർക്കാരും ഇവിടെവച്ച് ഷൂട്ട് ചെയ്യുന്ന ചിത്രങ്ങൾക്ക് സബ്സിഡി നൽകണം. സർക്കാർ കെട്ടിടങ്ങളും വനങ്ങളും ഷൂട്ട് ചെയ്യാൻ അനുവദിക്കുകയും വേണം. സിനിമയ്ക്ക് വിദ്യുച്ഛക്തി ചാർജ് ലഘൂകരിക്കണം.

ഗ്ലാമർ സ്വഭാവമാണ് സിനിമയുടെ അപകടമെന്ന് ഷീല അഭിപ്രായപ്പെട്ടു. ''പുതിയ പല നിർമ്മാതാക്കളും സിനിമ പിടിക്കാൻ വരുന്നതു തന്നെ അതിലെ ഗ്ലാമർ കണ്ടിട്ടാണ്. അവർക്ക് സിനിമാനിർമ്മാണത്തെക്കുറിച്ചോ അതിന്റെ സാങ്കേതിക വശങ്ങളെക്കുറിച്ചോ യാതൊന്നുമറിയില്ല. ആരുടെയെങ്കിലും പ്രലോഭനങ്ങൾക്ക് വഴങ്ങിവരുന്ന ഇവരിൽ പലരും ചിത്രങ്ങൾ പൂർത്തിയാക്കാൻ സാധിക്കാതെ കഷ്ടപ്പെടുന്നതുകാണാം.''

അവശ കലാകാരന്മാരെ സഹായിക്കാൻ സർക്കാർ ഒരു സഹായ നിധി ഏർപ്പെടുത്തണമെന്നും ഷീല നിർദ്ദേശിച്ചു.

ഷീല അന്നു പറഞ്ഞതും ഞാനെഴുതിയതുമായ ഈ നിർദ്ദേശങ്ങൾ എല്ലാംതന്നെ അടുത്ത അഞ്ചാറുവർഷത്തിനുള്ളിൽ കേരള സർക്കാർ നടപ്പാക്കി എന്ന കാര്യവും ഇവിടെ എടുത്തുപറയട്ടെ.

ഷീലയുടെ ഇന്റർവ്യൂകളിലും അല്ലാതെയും നാന വാരിക പ്രേംനസീറിനെ ഇടയ്ക്കിടെ വിമർശിക്കാറുണ്ടായിരുന്നു. ഇന്നെന്ന പോലെ അന്നും താരങ്ങൾക്ക് ആകാശത്തുതന്നെ കഴിയാനായിരുന്നു മോഹം. അവരെ ഭൂമിയിലേക്ക് കൊണ്ടുവരാനുള്ള ശ്രമങ്ങൾ ആരും നടത്തിയിരുന്നില്ല. തനിക്ക് ഷീലയുമായി ഉണ്ടായിരുന്ന ബന്ധങ്ങൾ നിഷേധിച്ചുകൊണ്ട് നസീർ വാരികയ്ക്ക് അയച്ച കത്ത് പ്രസിദ്ധീകരിച്ചു.

അതുകണ്ട ഷീല നസീറിന് ഒരു ഗുണ്ടാസംഘമുണ്ടെന്നും അതുകൊണ്ട് കരുതിയിരിക്കണമെന്നും എന്നെ ഉപദേശിച്ചു.

ചലച്ചിത്ര പരിഷത്ത് നാനയെ ബഹിഷ്കരിക്കാൻ തീരുമാനിച്ചപ്പോൾ

അതിനെതിരെ ആദ്യമായി പ്രതികരിച്ചതും ഷീലയാണ്. എം.ഒ. ജോസഫും സേതുമാധവനും ഇതുപറഞ്ഞ് ഷീലയെ ചോദ്യം ചെയ്തപ്പോൾ ഷീല അവരോട് 'നാനയാണ് എന്നെ തിരികെ കൊണ്ടുവന്നത്' എന്നു പറയാൻ മടിച്ചില്ല.

അടുത്ത തവണ കേരളത്തിൽ പോയപ്പോൾ അവർ വാരികയുടെ ഓഫീസ് സന്ദർശിച്ച് ജനങ്ങളോടു നന്ദി പ്രകടിപ്പിക്കുകയും ചെയ്തു.

ഷീലയുടെ പുത്രൻ മുരളിരാജ് സതീഷിന്റെ ഒന്നാം പിറന്നാളാഘോഷത്തിൽ പങ്കെടുക്കാൻ എന്നെയും ക്ഷണിച്ചിരുന്നു. ഒരു കളിപ്പാട്ടമാണ് ഞാൻ കൊടുത്ത സമ്മാനം. പിന്നീട് ഞാൻ അവിടെ ചെന്നപ്പോൾ ഷോക്കേസിലിരിക്കുന്ന ആ കളിപ്പാട്ടം കാണിച്ചുകൊണ്ട് ഷീല പറഞ്ഞു ''കണ്ടോ മധു തന്നെ കളിപ്പാട്ടം ഞാൻ മുമ്പിൽ തന്നെ വച്ചിട്ടുണ്ട്.''

ഷീല ചെറുകഥകൾ എഴുതാറുണ്ടെന്നും ആത്മകഥ എഴുതാൻ തുടങ്ങിയിട്ടുണ്ടെന്നും ഒക്കെ കേട്ട് അതേക്കുറിച്ച് ചോദിച്ചപ്പോൾ അവർ പറഞ്ഞു: ''എനിക്ക് സിനിമയിൽ അഭിനയിക്കുമ്പോൾ യാതൊരു തയ്യാറെടുപ്പും ആവശ്യമില്ല. എന്നാൽ അതിനേക്കാൾ ബുദ്ധിമുട്ടാണ് കഥ എഴുതാൻ. ഞാൻ 'പത്താമത്തെ ചെക്ക്' എന്നൊരു നോവൽ എഴുതിക്കൊണ്ടിരിക്കുകയാണ്.

കുറച്ചുദിവസം കഴിഞ്ഞ് നടരാജൻ ഷീലയുടെ ലെറ്റർ ഹെഡ്ഡിന്റെ ഒരു ഷീറ്റുമായി വന്നു.

''ഷീലയുടെ നോവൽ പുസ്തകമാകുന്നു. ക്രിട്ടിക് മാസികയുടെ എഡിറ്റർ ടി.എൻ.കൃഷ്ണപിള്ളയാണ് പ്രസാധകൻ. കൃഷ്ണപിള്ളയ്ക്ക് അയക്കാനുള്ള ഒരു കത്ത് എഴുതിക്കൊടുക്കണമെന്ന് ഷീല ആവശ്യപ്പെട്ടിരിക്കുന്നു.'' നടരാജൻ പറഞ്ഞു.

ഷീലയ്ക്കുവേണ്ടി ആ കത്ത് എഴുതിക്കൊടുത്തത് ഞാനാണ്.

ഒരു കത്തെഴുതാൻ പോലും വശമില്ലാത്ത ഷീല എങ്ങനെ നോവലെഴുതും എന്നു ഞാൻ അത്ഭുതപ്പെട്ടു. ആ നോവൽ എഴുതിയത് കൃഷ്ണപിള്ളയാണെന്ന് നടരാജൻ പറഞ്ഞു.

ഈ നോവൽ അച്ചടിച്ചുവന്നപ്പോൾ ഷീല ഒരു കോപ്പി എനിക്കും തന്നു. അതിൽ അവരിട്ട കയ്യൊപ്പ് ഒരു നല്ല ചിത്രം പോലെയിരുന്നു. ആ പുസ്തകം ഞാനിപ്പോഴും സൂക്ഷിക്കുന്നുണ്ട്.

1973-ൽ ഷീലയുടേതായി അഞ്ചുചിത്രങ്ങൾ പുറത്തിറങ്ങി. ചായം, ചുക്ക്, കാപാലിക, ഇതു മനുഷ്യനോ, ശാപമോക്ഷം. കൂടാതെ അപ്പോൾ അഞ്ചാറു പുതിയ ചിത്രങ്ങളിൽ അഭിനയിക്കുന്നുണ്ടായിരുന്നു.

അപ്പോൾഞാൻ കെ.കെ.എസ്. കൈമളോട് ചെയ്ത വാഗ്ദാനം ഓർമ്മിച്ചു.

പുരാതന ഈജിപ്റ്റിലെ റാണി ക്ലിയോപാട്രയെ 'സർപ്പസുന്ദരി' എന്നുവിളിക്കാറുണ്ട്. തന്റെ സൗന്ദര്യവും ബുദ്ധികൂർമ്മതയും ഉപയോഗിച്ച് അവർ റോമാസാമ്രാജ്യം തന്റെ കാൽക്കീഴിലാക്കി. 'ക്ലിയോപാട്ര' എന്ന ഇംഗ്ലീഷ് സിനിമയിൽ ടൈറ്റിൽ റോളിൽ അഭിനയിച്ച എലിസബത്ത് ടെയ്‌ലറും അതേ സ്വഭാവക്കാരിയായിരുന്നു. അവരുടെ എട്ടാമത്തെ വിവാഹവാർത്തയും കേട്ടു.

ഷീലയെ ഇവരിൽ ആരോട് ഉപമിക്കണമെന്നേ എനിക്ക് സംശയമുള്ളു. അവർ ക്ലിയോപാട്രയെപ്പോലെയും എലിസബത്ത് ടെയ്‌ലറേപ്പോലെയും സുന്ദരിയും അവരേക്കാൾ ബുദ്ധിമതിയുമാണല്ലോ? വിവാ

ഹത്തിന്റെ എണ്ണത്തിലും റിക്കാർഡ് സൃഷ്ടിച്ചിട്ടുണ്ട്.

93 മലയാള ചിത്രങ്ങളിൽ പ്രേംനസീറും ഷീലയും ജോഡികളായി അഭിനയിച്ചിട്ടുണ്ട്. ഉദയായുടെ മിക്ക വടക്കൻപാട്ട് ചിത്രങ്ങളും ഇവരുടെ ഗ്ലാമർ കൊണ്ടാണ് ഓടിയിരുന്നത്.

കസവുമുണ്ടും മുലക്കച്ചയും നെറുകയിൽ കെട്ടിയ മുടിയുമായി ഷീല വാളുംപിടിച്ചു നിൽക്കുന്ന കാഴ്ച ആരെയും ഒന്ന് പിടിച്ചുകുലുക്കാതിരിണ്ടക്കില്ല. ഉദയാ സ്റ്റുഡിയോയിൽ വച്ചാണ് അവർ തമ്മിൽ തെറ്റിയതും. അതിനുശേഷം ഉദയാ ചിത്രങ്ങളിൽ ഷീലയ്ക്ക് പകരം നസീറിന്റെ ജോഡിയായി അഭിനയിക്കാൻ വിജയശ്രീയെത്തി. അതേ സ്ററുയഡിയോയിൽ വച്ചുതന്നെ വിജയശ്രീയും നസീറുമായും തെറ്റി.

ഇതോടെ ഉദയായുടെ വടക്കൻപാട്ടുകൾക്ക് പറ്റിയ നായികനടിയില്ലാതായി. ഇവിടെ കുഞ്ചാക്കോയുടെ ബുദ്ധി ഉണർന്ന് പ്രവർത്തിച്ചു. നസീറിന്റെ നായികയായി ഷീലയെ വീണ്ടും കൊണ്ടുവന്നാൽ വളരെ ക്കാലത്തിനുശേഷം അവരെ ഒന്നിച്ചുകാണാനായി ജനം ഇടിച്ചുകയറുമെന്ന് അദ്ദേഹം കണക്കുകൂട്ടി. പക്ഷെ എനിക്കിത് വിശ്വസിക്കാൻ കഴിഞ്ഞില്ല. ഞാൻ ഇതേക്കുറിച്ച് ചോദിച്ചപ്പോൾ ഷീല പറഞ്ഞു: ''എന്റെ അഭിനയജീവിതത്തിൽ വളരെയധികം കടപ്പാടുള്ള വ്യക്തിയാണ് കുഞ്ചാക്കോ. തന്റെ അവസാന ചിത്രമാണ് 'തുമ്പോലാർച്ച' എന്നും അതിൽ നസീറും ഷീലയും ഒന്നിച്ച് അഭിനയിക്കണമെന്നുള്ളത് അവസാന ആഗ്രഹമാണെന്നും കുഞ്ചാക്കോ പറഞ്ഞു. അത് നിരസിക്കുന്നത് ശരിയാണോ എന്ന് നിങ്ങൾ തന്നെ പറയൂ?'' ഷീല ചോദിച്ചു.

''ആവശ്യത്തിന് പണമായി. ഇപ്പോൾ ധാരാളം ചിത്രങ്ങളുണ്ട്. ഷീല ഇന്നയാളിന്റെ കൂടെ അഭിനയിച്ചോണം എന്ന് കേരളീയർക്ക് നിർബന്ധമൊന്നുമില്ല. ഇപ്പോൾ ഭർത്താവും മകനുമായി സന്തോഷമായി ജീവിക്കുന്നു. ഇനിയും ഒരു അപകടത്തിലേക്ക് ചാടണോ?'' ഞാൻ ചോദിച്ചു.

തുമ്പോലാർച്ചയിൽ നസീറിന്റെ നായികയായി ഷീല അഭിനയിക്കുക തന്നെ ചെയ്തു. ആദ്യത്തെ സീൻ ഇങ്ങനെയായിരുന്നു: ''ആരോമൽചേകവരായ പ്രേംനസീറും മുറപ്പെണ്ണ് മികവിൽ മികച്ചേരിവീട്ടിൽ തുമ്പോലാർച്ചയും തൃപ്പംകോട്ട് അപ്പന്റെ തിരുനടയിൽവച്ച് കണ്ടുമുട്ടുന്നു. അവിടെ വച്ച് നിറഞ്ഞ മിഴികളോടെ ഷീല നസീറിനോട് ചോദിച്ചു.

''എത്രനാളത്തെ കാത്തിരിപ്പിനുശേഷമാ അങ്ങയെ ഒന്ന് കണ്ടുമുട്ടുന്നത്.''

സിംഗപ്പൂരിലെ സ്റ്റാർനൈറ്റിൽ പങ്കെടുക്കാൻ ഷീല രവിചന്ദ്രനോടൊപ്പം പോകുന്നുണ്ടെന്നറിഞ്ഞപ്പോൾ പ്രേംനസീർ വലിഞ്ഞുകളഞ്ഞു. മാത്രമല്ല, പോകാനേറ്റിരുന്ന ഭാസി, ബഹദൂർ, തിക്കുറിശ്ശി മുതലായവരെ കുഞ്ചാക്കോയെക്കൊണ്ട് ആലപ്പുഴയിൽ തടഞ്ഞുനിർത്തുകയും ചെയ്തു. എന്നാൽ മധു പോകുക തന്നെ ചെയ്തു. തമിഴിലെ ചില നടന്മാരും ഇവരോടൊപ്പം പോയി.

സിംഗപ്പൂരിൽ നടത്തേണ്ട കലാപരിപാടികളുടെ റിഹേഴ്സൽ ഷീലയുടെ വീട്ടിൽ വച്ചായിരുന്നു നടത്തിയത്. അതു കാണാൻവേണ്ടി ഞാനും നടരാജനും 74 ഓഗസ്റ്റ് 19-ാം തീയതി സന്ധ്യക്ക് അവിടെ ചെന്നു. റിഹേഴ്സൽ അവസാനിപ്പിച്ച് തമിഴ് നടന്മാർ പോയിക്കഴിഞ്ഞ ഉടനെ ആരംഭിച്ച കനത്ത മഴ പാതിരാത്രി വരെ നീണ്ടുനിന്നു. അതുകൊണ്ട് ഞങ്ങൾക്ക് ബൈക്കിൽ മടങ്ങിപ്പോകാൻ സാധിച്ചില്ല.

ഭക്ഷണം കഴിക്കണ്ടേ? ഷീല ഒന്നും കരുതിവെച്ചിരുന്നില്ല. രവിചന്ദ്രൻ ഡ്രൈവറെ ഭക്ഷണം വാങ്ങാൻ പറഞ്ഞുവിട്ടു. അയാൾ മടങ്ങിവന്നപ്പോൾ കൈയിൽ ഭക്ഷണപ്പൊതി മാത്രമല്ല ഒരു കുപ്പിയും ഉണ്ടായിരുന്നു. ഞങ്ങളെ ഒന്ന് സൽക്കരിച്ചുകളയാമെന്നാണ് രവിചന്ദ്രൻ വിചാരിച്ചത്.

ഷീല ഡൈനിംഗ് ടേബിളിൽ കടയിൽനിന്നു കൊണ്ടുവന്ന ഇടിയപ്പവും മുട്ടക്കറിയും വിളമ്പി. കുപ്പി കാലിയാക്കാൻ ഞാനും നടരാജനും സഹകരിക്കാത്തതുകൊണ്ട് രവിചന്ദ്രൻ സ്വയം ആ ജോലി എറ്റെടുത്തു. കുപ്പിയിലെ ദ്രാവകത്തിന്റെ അളവ് കുറഞ്ഞുവരുന്നതനുസരിച്ച് രവിചന്ദ്രൻ വാചാലാനായിക്കൊണ്ടിരുന്നു. ഷീലയെ കണ്ടുമുട്ടിയതും അത് പ്രേമമായി വളർന്ന് വിവാഹത്തിൽ കലാശിച്ചതുമായ കഥകളൊക്കെ രവിചന്ദ്രൻ വിശദീകരിച്ചുതുടങ്ങി.

തടസ്സപ്പെടുത്താൻ ഷീല പല അടവുകളും നോക്കിയിട്ടും അതൊന്നും ഫലിച്ചില്ല.

''എന്തൊക്കെയാ ഇവരോട് പറയുന്നത്. പത്രക്കാരല്ലേ?'' ഷീല ചോദിച്ചു.

''ഇവരോട് എന്തും പറയാം. ഇവർ നമ്മുടെ സുഹൃത്തുക്കളാ.'' രവി ഷീലയെ കാര്യമാക്കി എടുത്തില്ല.

ഷീല ദയനീയമായി പരാജയപ്പെടുന്നത് ഞാൻ ശ്രദ്ധിച്ചു. അതിൽനിന്നു കിട്ടിയ സ്വാതന്ത്ര്യം ഉപയോഗിച്ച് ഞാൻ പ്രേംനസീറിന്റെ കൂടെ ഷീല വീണ്ടും അഭിനയിക്കാനുണ്ടായ സാഹചര്യത്തെക്കുറിച്ച് ചോദിച്ചു. അത് വിശദീകരിക്കാൻ രവിചന്ദ്രന് യാതൊരു മടിയും ഉണ്ടായിരുന്നില്ല.

ഉദയായുടെ 'തുമ്പോലാർച്ച' എന്ന ചിത്രത്തിൽ നായികയായി അഭിനയിക്കാൻ അപ്പച്ചൻ വന്ന് ക്ഷണിച്ചപ്പോൾ നായകൻ ആരാണെന്ന് ഷീല ചോദിച്ചു. നസീറാണെന്ന് അറിഞ്ഞപ്പോൾ ക്ഷണം നിരസിക്കുകയും ചെയ്തതാണ്. അത് സ്വീകരിക്കാൻ രവിചന്ദ്രനാണ് ഉപദേശിച്ചത്.

''നീ ഒരു സിനിമാനടിയാണ്. അഭിനയമാണ് നിന്റെ തൊഴിൽ. ആരാണ് നിന്റെ കൂടെ അഭിനയിക്കുന്നത് എന്ന് ശ്രദ്ധിക്കേണ്ട ആവശ്യമില്ല'' - രവി പറഞ്ഞു.

അപ്പോഴും ഷീല മടികാണിച്ചു. അതുകണ്ട് രവി നിർബന്ധിച്ചു. ''നിനക്ക് നസീറിനോട് അത്ര വലിയ വിരോധവും വാശിയുമാണെങ്കിൽ അയാളേക്കാൾ വലിയ പ്രതിഫലം ചോദിക്ക്.''

അക്കാലത്ത് നസീറിന് അമ്പതിനായിരവും അറുപതിനായിരവുമൊക്കെ പ്രതിഫലം ലഭിച്ചിരുന്നെങ്കിലും ഉദയാ പോലെയുള്ള കമ്പനികൾ അത്ര വലിയ തുകയൊന്നും നൽകിയിരുന്നില്ല. നസീറിന് കൊടുക്കുന്നതിനേക്കാൾ വലിയ പ്രതിഫലം ചോദിച്ചാൽ അപ്പച്ചൻ സമ്മതിക്കാതെ പൊയ്ക്കൊള്ളുമെന്ന് ഷീലയും കരുതി.

അവർ ചോദിച്ചു: ''പ്രേംനസീറിന് എത്ര രൂപയാ കൊടുക്കുന്നത്?''

മുപ്പതിനായിരം രൂപയെന്ന് അപ്പച്ചൻ പറഞ്ഞു.

''എന്നാൽ എനിക്ക് മുപ്പത്തി അയ്യായിരം വേണം'' - ഷീല കർക്കശമായി പറഞ്ഞു. അപ്പച്ചൻ തർക്കിക്കാനേ പോയില്ല. ഉടനെ തന്നെ അഡ്വാൻസായി പതിനായിരം രൂപയുടെ ഒരു ചെക്കെഴുതി കൊടുത്തിട്ട് സ്ഥലംവിട്ടു. ഇനി എന്തുചെയ്യാൻ കഴിയും?

അങ്ങനെയാണ് തുമ്പോലാർച്ച എന്ന ചിത്രത്തിൽ ഷീല നസീറിന്റെ നായികയായി അഭിനയിക്കാൻ സമ്മതിച്ചതെന്ന് രവിചന്ദ്രൻ പറഞ്ഞു.

''ഷീല ഭാനുമതിയെപ്പോലെ നായികയും സംവിധായികയും നിർമ്മാതാവും കഥാകൃത്തും എല്ലാമായി വളരണമെന്നാണെന്റെ ആഗ്രഹം. ഞാൻ യാതൊരു ബുദ്ധിമുട്ടും ഉണ്ടാക്കുകയില്ല. ഞാൻ ധാരാളം തോട്ടം വാങ്ങി ഇട്ടിട്ടുണ്ട്.'' രവി എല്ലാം തുറന്നുപറയുകയായിരുന്നു.

മഴ തോർന്നപ്പോൾ ഞങ്ങൾ യാത്ര പറഞ്ഞു.

ഉദയാ സ്റ്റുഡിയോയിൽ തുമ്പോലാർച്ചയുടെ ഷൂട്ടിംഗ് നടക്കുമ്പോൾ അവിടെ ഷീലയോടൊപ്പം രവിചന്ദ്രനും പോയിരുന്നു. അദ്ദേഹം ഇടയ്ക്കിടെ നസീറിന്റെ അടുത്തുചെന്ന് തോളിൽ തട്ടുകയും കുശലം ചോദിക്കുകയും ഒക്കെച്ചെയ്ത് നസീറിനെ ചമ്മിച്ചുകൊണ്ടിരുന്നു.

സിങ്കപ്പൂരിലെ സ്റ്റാർനൈറ്റ് വിജയമായിരുന്നു. മധുവും ഷീലയും നടരാജനും ചേർന്ന് അവിടെയുള്ള ചില മലയാളികളെയും പങ്കെടുപ്പിച്ചുനാടകം അവതരിപ്പിച്ചു.

രവിചന്ദ്രൻ മലേഷ്യൻ പൗരനായതുകൊണ്ടും അദ്ദേഹത്തിന്റെ അച്ഛനും ജ്യേഷ്ഠനും അവിടെ ഉണ്ടായിരുന്നതുകൊണ്ടും രവിയുടെയും ഷീലയുടെയും അവിടുത്തെ ദിനങ്ങൾ വളരെ തിരക്കുള്ളതായിരുന്നു. ഒരു സൽക്കാരവേളയിൽ സംബന്ധിക്കാനെത്തിയ ആരോ ഷീലയുടെ ദേഹത്തു പിടിച്ചു എന്നുപറഞ്ഞ് രവിചന്ദ്രൻ അയാളുമായി വഴക്കിട്ടെന്നും നടരാജൻ പിന്നീട് എന്നോട് പറയുകയുണ്ടായി.

മലേഷ്യയും സിങ്കപ്പൂരുമൊക്കെ ചുറ്റിനടന്നു കണ്ടപ്പോൾ ഷീലക്ക് അവിടെത്തന്നെ സ്ഥിരമാക്കിയാലോ എന്ന ആലോചനയായി.

രവിചന്ദ്രന് അപ്പോഴും മലേഷ്യൻ പൗരത്വം ഉണ്ടായിരുന്നു. അദ്ദേഹത്തിന്റെ അച്ഛൻ അവിടെ പത്രപ്രവർത്തകനാണ്. ചേട്ടൻ അവിടെ ഉയർന്ന ഉദ്യോഗം വഹിക്കുകയും ചെയ്യുന്നു. രവിചന്ദ്രന്റെ പൗരത്വം കൊണ്ട് ഷീലയ്ക്കും അവിടെ കഴിഞ്ഞുകൂടാം.

ഇതേക്കുറിച്ച് ഞാൻ ചോദിച്ചപ്പോൾ ഷീല പറഞ്ഞു:

''എവിടെ ആയാലെന്താ, ബുദ്ധിമുട്ടൊന്നും കൂടാതെ ജീവിക്കണം. മകൻ മുരളിയുടെ വിദ്യാഭ്യാസത്തിനും വളർച്ചയ്ക്കും പറ്റിയ നല്ല അന്തരീക്ഷവും അവിടെയാണ് ഉള്ളതെന്ന് തോന്നുന്നു.

മകന് 'മുരളിരാജ് സതീഷ്' എന്ന ചങ്ങലപ്പേര് ഇട്ടതിനേക്കുറിച്ച് ചോദിച്ചപ്പോൾ അവർ വിശദീകരിച്ചു:

''മുരളി എന്നു പേരിടാനായിരുന്നു എനിക്കാഗ്രഹം. രാജ് എന്ന പേര് രവി നിർദ്ദേശിച്ചതാണ്. എന്റെ അമ്മയാണ് സതീഷ് എന്ന് പേരിടാൻ നിർബന്ധിച്ചത്. എങ്കിൽ പിന്നെ മൂന്നുപേരും കൂടി ചേർത്ത് ഇട്ടേക്കാമെന്ന് തീരുമാനിക്കുകയായിരുന്നു.

ഏതായാലും അപ്പോൾ അഭിനയിച്ചുകൊണ്ടിരിക്കുന്ന അഞ്ചാറു ചിത്രങ്ങൾ കൂടി പൂർത്തിയാക്കിയ ശേഷമേ ഇന്ത്യ വിടാൻ ഉദ്ദേശിക്കുന്നുള്ളൂ എന്ന് ഷീല പറഞ്ഞു.

രവിചന്ദ്രന്റെ ഉറ്റ സ്നേഹിതനും 'മതിയൊളി' എന്ന പത്രത്തിന്റെ എഡിറ്ററുമായ ഷൺമുഖം നിർമ്മിച്ച 'യക്ഷഗാനം' എന്ന ചിത്രം സംവിധാനം ചെയ്യാൻ ഷീലയെ ചുമതലപ്പെടുത്തി. ശാരദയും വിജയനിർമ്മലയും മലയാളസിനിമകൾ നിർമ്മിച്ചിട്ടുണ്ടെങ്കിലും ആദ്യമായിട്ടാണ് ഒരു സ്ത്രീ മലയാള സിനിമ സംവിധാനം ചെയ്യുന്നത്. കൂടാതെ കഥയും തിരക്കഥയും ഷീലയുടേതു തന്നെയാണെന്നും അവർ അവകാ

ശപ്പെട്ടു.

ഷീല വീട്ടിൽവച്ച് ഷൺമുഖവുമായി യക്ഷഗാനത്തെക്കുറിച്ച് ചർച്ച നടത്തുമ്പോൾ ഞാനും അവിടെയുണ്ടായിരുന്നു.

നമ്മുടെ കഥകളി പോലെ കർണാടക സംസ്ഥാനത്തെ ഒരു ക്ലാസിക്കൽ നൃത്തനാടകമാണ് യക്ഷഗാനം. അല്ലാതെ അതിന് യക്ഷ-ഗന്ധർവ്വന്മാരുമായി ബന്ധമൊന്നുമില്ല. എന്നാൽ ഷീലയുടെ യക്ഷഗാനം ഒരു പ്രേതകഥയായിരുന്നു. ഇതിന്റെ തിരക്കഥ എഴുതാൻ എസ്.എൽ. പുരത്തിനെ ഏൽപ്പിച്ചിരിക്കുകയാണെന്നും പറഞ്ഞു. വയലാർ ഗാനരചന നടത്തണമെന്നും തീരുമാനിച്ചിട്ടുണ്ട്.

ആരൊക്കെയാണ് അഭിനേതാക്കളെന്ന് ഞാൻ അന്വേഷിച്ചപ്പോൾ 'ഉമ്മർ ഏതായാലും വേണം' എന്ന് ഷീല പറഞ്ഞു.

ഷീലയോടൊപ്പം തുല്യമായ ഒരു റോളിൽ അഭിനയിക്കാൻ പറ്റിയ ഒരു നടി ആരാണുള്ളതെന്ന് എന്നോട് ആരാഞ്ഞു. ജയഭാരതിയെ വിളിക്കുന്ന പ്രശ്നമേയില്ല.

അക്കാലത്ത് 'ചട്ടക്കാരി' എന്ന ചിത്രത്തിലൂടെ മലയാളത്തിൽ ശ്രദ്ധ പിടിച്ചുപറ്റിയ ലക്ഷ്മിയെപ്പറ്റി ഞാൻ സൂചിപ്പിച്ചപ്പോൾ

''ലക്ഷ്മിയോ, അവൾക്ക് വലിയ രണ്ട് തുടകളല്ലാതെ എന്തിരിക്കുന്നു?'' എന്നാണ് കിട്ടിയ മറുപടി.

''എങ്കിൽ ഉഷാനന്ദിനി ആയാലോ?'' ഞാൻ ചോദിച്ചു.

''ശരിയാ, ഉഷ ഇതിന് പറ്റിയ ആളാ. ഉഷയെ വിളിക്കാം.'' ഇതുപറയാൻ ഷീലയ്ക്ക് അധികം ആലോചിക്കേണ്ടിവന്നില്ല.

അക്കാലത്ത് ഉഷാനന്ദിനി ധാരാളം തമിഴ് ചിത്രങ്ങളിൽ നായികയായി അഭിനയിച്ചിരുന്നതുകൊണ്ട് ഷൺമുഖത്തിനും ഈ നിർദ്ദേശം സ്വീകാര്യമായി.

അങ്ങനെയാണ് യക്ഷഗാനത്തിൽ ഉഷ മധുവിന്റെ ജോഡിയായി അഭിനയിച്ചത്.

സൗത്ത് ഉസ്മാൻ റോഡിലെ വയലാറിന്റെ ഫ്ളാറ്റിലിരുന്ന് യക്ഷഗാനത്തിന് ഗാനങ്ങൾ ചിട്ടപ്പെടുത്തുമ്പോഴും ഞാനുണ്ടായിരുന്നു. എം. എസ്. വിശ്വനാഥന്റെ ട്യൂണിന് ചേരുംപടി വയലാർ വരികൾ എഴുതുകയായിരുന്നു. വയലാറിനെയും എം.എസിനെയും കൂടാതെ ഷീലയും പി.എൻ. മേനോനും ഷൺമുഖവും ഞാനും അതുകേൾക്കാൻ കാത്തിരുന്നു.

''നിശീഥിനീ'' എന്ന് വയലാർ എഴുതിയപ്പോൾ

''നിശീഥിനി എന്നുവച്ചാലെന്താണെ'' ന്ന് ഷീല ചോദിച്ചത് ഞാനിപ്പോഴും മറന്നിട്ടില്ല.

അങ്ങനെ കഥ, സംഭാഷണം, സംവിധാനം എന്നിവയെല്ലാം ഷീലയുടെ പേരിൽത്തന്നെ പുരോഗമിക്കുകയായിരുന്നു.

അഭിനേതാവാകുക എന്നുവച്ചാൽ സിനിമയുടെ ഭാഗമായി മാറുക എന്നാണർത്ഥം. സംവിധായികയാവുക എന്നുവച്ചാൽ സിനിമ മുഴുവൻ സ്വന്തമാക്കുക എന്നാണല്ലോ?

സിനിമാരംഗത്തുള്ള പലരും കഥ, തിരക്കഥ, സംഭാഷണം, സംവിധാനം എന്നെല്ലാം നീട്ടിയെഴുതുന്നതിന്റെ രഹസ്യം ഇത്രയൊക്കെയേ ഉള്ളൂ. മറ്റു പലരും ചേർന്ന് ചില സർവകലാവല്ലഭന്മാരെ സൃഷ്ടിക്കുകയാണ്.

*****

1974-ൽ കോഴിക്കോട്ടുവച്ച് നടന്ന സംസ്ഥാന ഫിലിം അവാർഡ് നൈറ്റിൽ ഷീലയ്ക്കുണ്ടായ അനുഭവം ദയനീയമായിരുന്നു.

ഒരുവർഷത്തെ വേർപാടിനുശേഷം ഷീല മലയാള സിനിമയിൽ ശക്തമായി തിരിച്ചുവരാനുള്ള ഒരുക്കം നടത്തുന്ന സമയമായിരുന്നു. ഷീലയ്ക്ക് സ്റ്റേജിന്റെ മുൻനിരയിൽ കസേര കൊടുത്തില്ലെന്ന് മാത്ര മല്ല, സാംസ്കാരിക വകുപ്പിലെ ഉദ്യോഗസ്ഥൻ രണ്ടാം നിരയിലിരുന്ന ഷീലയെ അവിടുന്ന് എണീപ്പിച്ച് ഏറ്റവും പുറകിൽ കൊണ്ടുപോയി ഇരുത്തുകയും ചെയ്തു. ഇത് ഷീലയ്ക്ക് വലിയൊരു ആഘാതമായി. അവിടുന്ന് എണീറ്റ് പോകാൻ പോലും തോന്നിയതാണ്. പക്ഷെ ചല ച്ചിത്ര പരിഷത്ത് സംഘടിപ്പിച്ച നാടകത്തിൽ പങ്കെടുക്കാനുള്ളതു കൊണ്ട് ഈ അപമാനം സഹിച്ച് അവിടെത്തന്നെ ഇരുന്നെന്നേയുള്ളു.

''അവാർഡുകൾ വാങ്ങി തഴമ്പിച്ചതാണെന്റെ കൈകൾ.''

തന്റെ അലമാരയിലും ചുവരിലുമൊക്കെ അലങ്കരിച്ചുവച്ചിരിക്കുന്ന ശില്പങ്ങളും സർട്ടിഫിക്കറ്റുകളും ചൂണ്ടിക്കാണിച്ചുകൊണ്ട് അവർ എന്നോട് പറഞ്ഞു.

ഞാൻ പ്രതിനിധീകരിച്ചിരുന്ന നാനയിൽ ആത്മകഥ എഴുതാമെന്നും ഷീല സമ്മതിച്ചു.

''ഞാൻ മലേഷ്യയിൽ സ്ഥിരതാമസമാക്കാൻ ഉദ്ദേശിക്കുന്നു. അതി നുമുമ്പായി എന്നെ സ്നേഹിക്കുകയും ആരാധിക്കുകയും ചെയ്യുന്ന മലയാളികളോട് എന്റെ അനുഭവങ്ങളെല്ലാം തുറന്നുപറയണം. എന്റെ പിന്നാലേ ഈ രംഗത്ത് വരുന്നവർക്കും അതൊരു പാഠമായിരിക്കട്ടെ.''

''അനുഭവിക്കേണ്ടതെല്ലാം അനുഭവിച്ചുകഴിഞ്ഞു. എന്നെ പലരും ചതിക്കുകയും വഞ്ചിക്കുകയും ചെയ്തിട്ടുണ്ട്. ഇനിയെനിക്ക് നേടു വാനും നഷ്ടപ്പെടുവാനുമായി യാതൊന്നും ബാക്കിയില്ല. ആഗ്രഹിച്ച തെല്ലാം കിട്ടുകയും ചെയ്തു. സ്വരം നന്നായിരിക്കുമ്പോൾ പാട്ട് നിർത്താം'' - ഷീല പറഞ്ഞു.

ഈ ലോകത്ത് രണ്ടുവിധം ദു:ഖങ്ങളാണുള്ളത്. ഒന്ന് നമ്മൾ ആഗ്ര ഹിക്കുന്നത് കിട്ടാതിരിക്കുക, മറ്റൊന്ന് ആഗ്രഹിക്കുന്നതു തന്നെ കി ട്ടുക.

ഷീല രണ്ടുവിധത്തിലും ദു:ഖിതയായിരുന്നല്ലോ?

*****

1976-ൽ ഞാൻ നാനയുടെ എഡിറ്റർ സ്ഥാനത്തിരിക്കുമ്പോൾ താമസം സുധീർകുമാർ എന്നൊരു സിനിമാനടന്റെ അപ്പൂ പ്പന്റെ വീടിന്റെ മുകളിലത്തെ നിലയിലായിരുന്നു. ആ നടനാണ് പിന്നീട് മണിയൻപിള്ള രാജുവായി ആൾമാറാട്ടം നടത്തിയത്.

ആയിടയ്ക്ക് പെരുന്താന്നിയിൽ നാന വാരികയുടെ ഓഫീസിനടുത്തു തന്നെയുള്ള ഒരു അമ്മ വീട്ടിൽവച്ച് ശങ്കരൻനായരുടെ സംവിധാനത്തിൽ എൻ.മോഹനന്റെ 'പൂജയ്ക്കെടുക്കാത്ത പൂക്കൾ' എന്ന കഥ സിനിമാ രൂപം കൊള്ളുന്നുണ്ടായിരുന്നു. പ്രേംനസീറിന്റെ അനിയൻ പ്രേംനവാ സും ശോഭനാ പരമേശ്വരൻനായരും ചേർന്ന് നിർമ്മിച്ച ആ ചിത്രത്തിൽ മധു നായകനും ഷീല നായികയുമായിരുന്നു.

ഈ സമയത്ത് ഒരുദിവസം രാവിലെ ഇ.എം.എസ്. നമ്പൂതിരിപ്പാ ടിന്റെ ഇളയ മകൾ രാധയുടെ ഭർത്താവ് സി.കെ. ഗുപ്തൻ ഞാൻ താമസിക്കുന്നിടത്തു വന്നു. സംഗതി നിസ്സാരം.

രാധയ്ക്ക് ഷീലയെ കാണാൻ വലിയ ആഗ്രഹം. അതിന് ഞാൻ സഹായിക്കണം.

അന്ന് ഉച്ചയ്ക്കുശേഷം രാധയേയും ഗുപ്തനേയും ഷൂട്ടിംഗ് നടക്കുന്ന അമ്മവീട്ടിലേക്ക് കൂട്ടിക്കൊണ്ടുപോയി.

ഞാൻ പ്രേംനവാസിനോട് പറഞ്ഞു. ''ഇ.എം.എസ്. നമ്പൂതിരിപ്പാടിന്റെ മകൾ കാണാൻ വന്നിരിക്കുന്നുവെന്ന് ഷീലയോട് ഒന്നു പറഞ്ഞേരെ.''

നവാസ് വേഗം ഷീല ഇരിക്കുന്നിടത്തേക്കു പോയി.

മേക്കപ്പിലാണെന്നുള്ള ഓർമ്മ പോലുമില്ലാതെ ''എവിടെ നമ്പൂതിരിപ്പാടിന്റെ മകൾ?'' എന്നു ചോദിച്ചുകൊണ്ട് ഷീല ഓടിവന്ന് രാധയെ കെട്ടിപ്പിടിച്ച് തന്റെ മുറിയിലേക്ക് കൊണ്ടുപോയി. പോകുന്നവഴിക്ക് ഷീല രാധയോട് ആ രഹസ്യം പറഞ്ഞു: ''എന്റെ അമ്മൂമ്മയും നമ്പൂതിരിയായിരുന്നു.''

*****

അതൊരു വലിയ കഥയാണ്. കേരളത്തിലെ നമ്പൂതിരി സമുദായത്തിൽ ഇടിവെട്ടിയ ഒരു സംഭവം. ഈ നൂറ്റാണ്ടിന്റെ ആരംഭദശകത്തിൽ തൃശൂരിലുള്ള ഒരു നമ്പൂതിരി മനയിൽ ഒരു 'സ്മാർത്തവിചാരം' നടന്നു.

കുറിയേടത്തു മനയ്ക്കലെ സാവിത്രിക്കുട്ടി അന്തർജ്ജനം അതീവ സുന്ദരിയായിരുന്നു. നാട്ടുകാരും വീട്ടുകാരും ആ യുവതിയെ താത്രിക്കുട്ടി എന്നുവിളിച്ചു. അക്കാലത്ത് തോഴിമാരുടെ അകമ്പടിയും മറക്കുടയും കൂടാതെ അന്തർജനങ്ങൾ വീടിനു പുറത്തിറങ്ങാറില്ല. എന്നാൽ ആ നിയമമെല്ലാം തെറ്റിച്ച് താത്രിക്കുട്ടി ഒറ്റയ്ക്ക്, കുട ചൂടാതെ ക്ഷേത്രങ്ങളിലും മറ്റും പോകാൻ അഹങ്കാരം കാണിച്ചു. ആ സുന്ദരിയെ ഒരു നോക്ക് കാണാൻ വേണ്ടി നാട്ടിലെ ചെറുപ്പക്കാർ വഴിയിൽ കാത്തുനിന്നു.

ആഢ്യന്മാർക്കിത് രസിക്കുമോ? മലബാറിലെ നമ്പൂതിരി പ്രമാണിമാർ ചേർന്ന് താത്രിക്കുട്ടിയെ സ്മാർത്തവിചാരം നടത്തി. വ്യഭിചാരശങ്കയുള്ള ബ്രാഹ്മണയുവതിയെ പ്രതിസ്ഥാനത്ത് നിർത്തി സ്മൃതികൾ പഠിച്ച ബ്രാഹ്മണർ നടത്തുന്ന കുറ്റവിചാരണ ആണിത്.

താത്രിക്കുട്ടിയുടെ വശം പറയാൻ അവിടെ ആർക്കും ധൈര്യം ഉണ്ടായില്ല. അവളോട് സംസാരിക്കുകയോ സഹകരിക്കുകയോ ചെയ്യുന്നവർക്കും ഭ്രഷ്ട് ഉണ്ടാകും.

താത്രിക്കുട്ടിക്ക് മാത്രം കുലുക്കമുണ്ടായില്ല. അവർ തന്റെ കാമുകന്മാരുടെയെല്ലാം പേരുകൾ ഉച്ചത്തിൽ വിളിച്ചുപറഞ്ഞു. അവരിലധികം പേരും മുമ്പിലിരുന്ന സ്മാർത്തന്മാർ തന്നെയായിരുന്നു. (എം.ജി.ആറിന്റെ അച്ഛൻ ഗോപാലമേനോന്റെ പേരും പറഞ്ഞെന്നു കേട്ടിട്ടുണ്ട്. അതോടെയാണ് അദ്ദേഹം സിലോണിലേക്ക് പോയത്).

എന്നിട്ടും അവളെ അവർ കുറ്റവാളിയായി പ്രഖ്യാപിച്ച് സ്വന്തം തറവാട്ടിൽനിന്ന് പുറത്താക്കി പടിയടച്ച് പിണ്ഡം വെച്ചു. അവൾ മരിച്ചതായി കണക്കാക്കി മരണാനന്തര കർമ്മങ്ങളെല്ലാം ചെയ്തു. (ഈ കഥ 'ഭ്രഷ്ട്' എന്ന നോവലിലൂടെ മാടമ്പ് കുഞ്ഞുകുട്ടൻ എഴുതിയിട്ടുണ്ട്. സുജാത നായികയായി അഭിനയിച്ച് അത് സിനിമയാകുകയും ചെയ്തു.)

മറക്കുടയും വാലിയക്കാരുമില്ലാതെ സാവിത്രിക്കുട്ടി അന്തർജ്ജനം

തൃശൂർ റെയിൽവേസ്റ്റേഷനിലെ പ്ലാറ്റ്ഫോമിൽ ഒറ്റയ്ക്ക് ട്രെയിൻ വരുന്നത് കാത്തുനിന്നു. ഊരുവിലക്ക് കല്പിക്കപ്പെട്ട സ്ത്രീയാണവൾ. രാജ്യത്താകെ കൊടുങ്കാറ്റിളക്കിക്കൊണ്ട് നടന്ന സ്മാർത്തവിചാരത്തിലെ നായിക. സുന്ദരിയായ ഒരു യുവതി ഏകയായി തീവണ്ടിയിൽ യാത്ര ചെയ്യുമെന്ന് അക്കാലത്ത് ആർക്കും ചിന്തിക്കാൻ കൂടി കഴിയുകയില്ല. ബോംബേയിലേക്കുള്ള ട്രെയിൻ വന്നപ്പോൾ അവൾ അതിൽ കയറി യിരുന്നു; എങ്ങോട്ടു പോകുന്നുവെന്നോ, എന്തിനു പോകുന്നുവെന്നോ യാതൊരു നിശ്ചയവുമില്ലാതെ....

അതേ കമ്പാർട്ടുമെന്റിൽ തോമസ് എന്നൊരു യുവാവും യാത്ര ചെയ്യുന്നുണ്ടായിരുന്നു. ബോംബെയിലെ ഒരു ക്ലിനിക്കിൽ ജോലി ചെയ്യുന്ന ദന്തഡോക്ടർ. വിവാഹലോചന സംബന്ധിച്ച് നാട്ടിൽ വന്നതാണ്. ഒന്നും ഇഷ്ടപ്പെടാത്തതുകൊണ്ട് മടങ്ങിപ്പോവുകയായിരുന്നു.

തോമസ് താത്രിക്കുട്ടിയുമായി സംസാരിച്ച് പരിചയപ്പെട്ടു. അവൾ തന്റെ കഥ മുഴുവൻ തോമസിനോട് പറഞ്ഞു. തന്റെ കൂടെ ജീവിക്കാൻ തയ്യാറുണ്ടോ എന്ന് അദ്ദേഹം ചോദിക്കുകയും അവൾ അതിന് സമ്മതിക്കുകയും ചെയ്തു.

അങ്ങനെ സാവിത്രിക്കുട്ടിയും തോമസിനോടൊപ്പം ബോംബെയ്ക്ക പോയി. ബോംബെയിലെ ഒരു ക്രിസ്ത്യൻ പള്ളിയിൽവച്ച് തോമസ് എന്ന ക്രിസ്ത്യാനിയും സാവിത്രിക്കുട്ടി എന്ന നമ്പൂതിരി സ്ത്രീയും തമ്മിലുള്ള വിവാഹം നടന്നു.

തന്നെ ദ്രോഹിച്ചവരോട് പ്രതികാരം ചെയ്യാൻവേണ്ടി കേരളത്തിലേക്ക് തന്നെ തിരികെ വരാൻ സാവിത്രിക്കുട്ടി ഭർത്താവിനെ നിർബന്ധിച്ചു. നാട്ടിൽ മടങ്ങിവന്ന അവർ തൃശൂരിൽത്തന്നെ താമസമാക്കി. തൃശൂർ ടൗണിന്റെ ഹൃദയഭാഗത്ത് വടക്കുംനാഥ - പാറമേക്കാവ് ക്ഷേത്രങ്ങളുടെ സമീപത്തായിരുന്നു താമസം. ആഢ്യൻ നമ്പൂതിരിമാർ രാവിലെ ക്ഷേത്രദർശനത്തിന് പോകുമ്പോൾ സാവിത്രിക്കുട്ടി ക്രിസ്തീയ വേഷത്തിൽ അവരുടെ മുമ്പിൽക്കൂടി നടക്കും.

അവർക്കുണ്ടായ പെൺകുട്ടിക്ക് 'ഗ്രേസി' എന്ന് പേരിട്ടു. തൃശൂർ തന്നെയുള്ള ആന്റണി എന്ന റെയിൽവേ ഉദ്യോഗസ്ഥൻ ഗ്രേസിയെ വിവാഹം കഴിച്ചു.

സതേൺ റെയിൽവേയിൽ ടിക്കറ്റ് എക്സാമിനറായിരുന്ന ആന്റണി ഉദ്യോഗാർത്ഥം കോയമ്പത്തൂരിനടുത്തുള്ള പോത്തന്നൂരിലെ റെയിൽവേ ക്വാർട്ടേഴ്സിലായിരുന്നു താമസം. അതുകൊണ്ട് ഗ്രേസിയും പോത്തന്നൂർക്ക് പോയി. അവർക്ക് ആദ്യമായി ജനിച്ച പെൺകുട്ടിക്ക് 'ഷാരോൺ' എന്നുപേരിട്ടു. പിന്നീട് ഉണ്ടായത് ഒരാൺകുട്ടിയാണ്.

ഷീല ജനിക്കുന്നതിന്റെ തലേദിവസം റെയിൽവേ ജീവനക്കാരുടെ മക്കളെ പങ്കെടുപ്പിച്ചുകൊണ്ട് ഒരു സൗന്ദര്യമത്സരം നടന്നു. അതിൽ ഷീല എന്നുപേരുള്ള ഒരു കുട്ടിക്കാണ് സമ്മാനം കിട്ടിയത്. അതുകൊണ്ട് ആന്റണി സ്വന്തം കുട്ടിക്കും 'ഷീല' എന്നു പേരിടുകയായിരുന്നു.

പോത്തന്നൂരിൽ ഷീല തമിഴിൽ മീഡിയത്തിൽ ആറാംക്ലാസിൽ പഠിക്കുമ്പോൾ പിതാവിന് ഒലവക്കോട്ടേക്ക് മാറ്റമായി. ഒലവക്കോട്ടെ സ്കൂളിൽ മലയാളം മീഡിയമായിരുന്നു. പ്രൈവറ്റായി വേഗം മലയാളം പഠിച്ചോളാമെന്ന വ്യവസ്ഥയിൽ അവിടെ മൂന്നാം ക്ലാസിലെ ചേരാൻ കഴിഞ്ഞുള്ളു. അതുകൊണ്ട് ക്ലാസിലെ ഏറ്റവും വലിയ കുട്ടിയായിരുന്നു

ഷീല. എന്നുമാത്രമല്ല വളർച്ച എത്തിയ സുന്ദരിയുമായിരുന്നു അവൾ. പതുക്കെ വീണ്ടും ആറാം ക്ലാസിലെത്തിയപ്പോൾ ആന്റണിക്ക് ഊട്ടിയിലേക്ക് ട്രാൻസ്ഫർ! അവിടുന്ന് എറണാകുളത്തേക്കും.

ആ കുടുംബം എറണാകുളത്ത് താമസിക്കുമ്പോൾ ആന്റണിക്ക് പരാലിസിസ് വന്നു. ഒരുവശം തളർന്നുകിടപ്പായി. അതുകൊണ്ട് ആ കുടുംബം കോയമ്പത്തൂർ പോയി ഒരു അമ്മായിയുടെ കൂടെ താമസമാക്കി. അവരുടെ ഭർത്താവ് റെയിൽവേയിൽ എൻജിൻ ഡ്രൈവറായിരുന്നു. ആന്റണിയുടെ ആറുകുട്ടികളും അമ്മായിയുടെ അഞ്ചുകുട്ടികളും ചേർന്നപ്പോൾ പതിനൊന്ന് കുട്ടികളായി ഒരുവീട്ടിൽ.

1960-ൽ കോയമ്പത്തൂരെ റെയിൽവേ ജീവനക്കാരുടെ റിക്രിയേഷൻ ക്ലബ്ബിൽ 'മതിലുകൾ ഇടിയുന്നു' എന്നൊരു നാടകത്തിന്റെ റിഹേഴ്സൽ നടക്കുന്നുണ്ടായിരുന്നു. അതിനടുത്ത് താമസിക്കുന്നതു കൊണ്ട് ഷീല എന്നും റിഹേഴ്സൽ കാണാൻ പോകും. അങ്ങനെ അതിലെ സംഭാഷണം മുഴുവൻ കാണാപ്പാഠമാക്കിയിരുന്നു.

നാടകം അവതരിപ്പിക്കേണ്ട ദിവസം അതിലെ നായിക എൽസി, ബഹദൂറിന്റെ 'ബല്ലാത്ത പഹയൻ' എന്ന നാടകത്തിൽ അഭിനയിക്കാൻ പോയി. ആ റോളിൽ അഭിനയിക്കാൻ ഷീല തയ്യാറായി. അതറിഞ്ഞ അമ്മ ഷീലയെ ശകാരിക്കുകയും കരണത്തടിക്കുകയും ചെയ്തു.

എന്നാൽ ഷീല വീട്ടുകാരറിയാതെ ആ നാടകത്തിൽ അഭിനയിക്കുകയും അതിന് പ്രതിഫലമായി കിട്ടിയ നാല്പതു രൂപ അമ്മയെത്തന്നെ ഏൽപ്പിക്കുകയും ചെയ്തു.

കോയമ്പത്തൂരിനടുത്ത് കാട്ടൂർ എന്ന സ്ഥലത്തെ ഒരു കാർ ഡീലറായിരുന്ന ബാലൻ തന്റെ 'രാഗിണി' എന്ന നാടകത്തിലേക്ക് ഷീലയെ ക്ഷണിച്ചു. 200 രൂപ അഡ്വാൻസും കൊടുത്തു. അതോടെ ആന്റണി മകളെ വീടിനു പുറത്താക്കി. ഗത്യന്തരമില്ലാതെ ഷീല സംവിധായകന്റെ വീട്ടിൽ തന്നെയാണ് അഭയം തേടിയത്.

കോയമ്പത്തൂർ പക്ഷിരാജാ സ്റ്റുഡിയോയിൽ 'ശബരിമല അയ്യപ്പൻ' എന്ന ചിത്രത്തിന്റെ ഷൂട്ടിംഗ് കാണാൻ ഷീല പോയിരുന്നു. കൊട്ടാരക്കര ശ്രീധരൻനായർ വാവരുസ്വാമിയായി അഭിനയിക്കുന്ന സീനുകളാണ് അപ്പോൾ അവിടെ ചിത്രീകരിച്ചിരുന്നത്.

ഷീലയ്ക്ക് പതിനാറു വയസ്സുള്ളപ്പോൾ ആന്റണി മരിച്ചു. അതോടെ ആ കുടുംബം വീണ്ടും പോത്തന്നൂർക്ക് താമസം മാറ്റി. ഇക്കാലത്ത് ട്രിച്ചി ടി.ആർ., വസന്ത്കുമാർ എന്നയാളുടെ 'ചെന്താമരൈ' എന്ന നാടകത്തിൽ നായികയാകാൻ ഷീലയ്ക്ക് അവസരം ലഭിച്ചു. അന്ന് 'പോത്തന്നൂർ ഷീല' എന്നാണ് പേരുവച്ചിരുന്നത്.

ഷീലയുടെ ഉയർച്ചയ്ക്ക് പിന്നിൽ ഏറ്റവുമധികം പ്രയത്നിച്ചത് കാട്ടൂർ ബാലനാണ്. ഇദ്ദേഹം പല മലയാള ചിത്രങ്ങളിലും ചെറിയ വേഷങ്ങളിൽ അഭിനയിച്ചിട്ടുണ്ട്.

അക്കാലത്ത് ഷീല രണ്ടുംമൂന്ന് നാടകങ്ങളിൽ ഓരോരോ റോളുകളിൽ അഭിനയിച്ചിരുന്നു. ദിവസം 50 രൂപയായിരുന്നു പ്രതിഫലം. മിക്ക നാടകത്തിന്റെയും രക്ഷാധികാരികൾ ആ പ്രദേശത്തെ ജന്മിമാരും പഞ്ചസാര മില്ലുകാരുമൊക്കെയായ ചെട്ടിയാന്മാരായിരിക്കും. നാടകം കാണുന്നതിനേക്കാൾ അവർക്ക് താല്പര്യം അതിൽ അഭിനയിക്കുന്ന നടികളോടായിരുന്നു.

1961-ൽ എസ്.എസ്. രാജേന്ദ്രൻ, എം. കരുണാനിധി (ഇന്നത്തെ

തമിഴ്നാട് മുഖ്യമന്ത്രി) എഴുതിയ 'മണിമകുടം' എന്ന നാടകം കോയമ്പത്തൂരിൽ അവതരിപ്പിച്ചപ്പോൾ കാട്ടൂർ ബാലൻ അദ്ദേഹത്തിന് ഷീലയെ പരിചയപ്പെടുത്തി. അദ്ദേഹം പുതിയതായി 'തേൻപാണ്ടി വീരൻ' എന്ന നാടകം അവതരിപ്പിക്കാൻ തയ്യാറെടുക്കുകയായിരുന്നു. ഈ നാടകത്തിലെ നായികയായി ഷീലയെ ബുക്ക് ചെയ്തു. ആദ്യവർഷം ആയിരം രൂപ, രണ്ടാംവർഷം ആയിരത്തഞ്ഞൂറ് രൂപ, മൂന്നാംവർഷം രണ്ടായിരം രൂപ പ്രതിഫലം. ഈ കമ്പനിയിൽ ചേർന്ന് റിഹേഴ്സലിനായി ഷീലയും മദ്രാസിലെത്തി.

റിഹേഴ്സൽ കാണാൻ വരുന്നവരുടെ കൂട്ടത്തിൽ കരുണാനിധിയും ഉണ്ടായിരുന്നു. ഈ നാടകം രണ്ടുമൂന്ന് തവണ അവതരിപ്പിച്ചുകഴിഞ്ഞപ്പോൾ ഫിലിം നിർമ്മാതാവ് ടി.ആർ. രാമണ്ണ ഷീലയെ കാണുകയും തന്റെ സിനിമാക്കമ്പനിയിലേക്ക് ക്ഷണിക്കുകയും ചെയ്തു. അദ്ദേഹത്തിന്റെ 'പാശം' എന്ന തമിഴ് സിനിമയിലും 1962-ൽ 'ഭാഗ്യജാതകം' എന്ന മലയാള സിനിമയിലും അഭിനയിച്ച കാര്യം മുമ്പ് എഴുതിയിരുന്നു.

അടുത്ത പത്തുവർഷത്തിനിടയിൽ നൂറ്റിഅൻപതോളം മലയാള ചിത്രങ്ങളിൽ അഭിനയിച്ച് മലയാള സിനിമയിലെ സൂപ്പർ നായികയും അഭിനയചക്രവർത്തിനിയുമൊക്കെ ആയിത്തീർന്ന ഷീല പ്രേംനസീറുമായി തെറ്റിയതോടെ ഈ രംഗത്തുനിന്ന് ബഹിഷ്കൃതയായിത്തീരുകയായിരുന്നു.

അവർ എങ്ങനെ തിരിച്ചുവന്നുവെന്ന് ഞാനെഴുതിക്കഴിഞ്ഞു.

ഷീല വീണ്ടും പ്രേംനസീറുമൊത്ത് തുമ്പോലാർച്ച, കണ്ണപ്പനുണ്ണി, മല്ലനും മാതേവനും മുതലായ ചിത്രങ്ങളിൽ അഭിനയിക്കാൻ തയ്യാറായി.

ഷീല സംവിധാനം ചെയ്ത യക്ഷഗാനം എന്ന ചിത്രത്തിന്റെ റിലീസിംഗിനോടനുബന്ധിച്ച് രവിചന്ദ്രനുമൊന്നിച്ച് എറണാകുളത്ത് വന്ന് ഒരു പത്രസമ്മേളനം നടത്തുകയും മാതൃഭൂമി, ദേശാഭിമാനി എന്നീ പത്രങ്ങളുടെ ഓഫിസുകൾ സന്ദർശിക്കുകയും ചെയ്തു.

നാനയിൽ യക്ഷഗാനത്തിനുവേണ്ടി എഡിറ്റോറിയൽവരെ എഴുതി.

1977-ലെ ഏറ്റവും നല്ല നടിക്കുള്ള സംസ്ഥാന അവാർഡ് ഷീലയ്ക്കായിരുന്നു. ഇതേത്തുടർന്ന് ജയനുമായി 'ശരപഞ്ജരം' എന്ന ചിത്രത്തിലൂടെ ജോഡി ചേർന്നു.

മുമ്പ് 'കണ്ണും കരളും' എന്ന ചിത്രത്തിൽ കമലഹാസന്റെ അമ്മയായി അഭിനയിച്ചിട്ടുള്ള ഷീല വിഷ്ണുവിജയം, ഈറ്റ മുതലായ ചിത്രങ്ങളിൽ കമലഹാസന്റെ കാമുകി ആയതും നമുക്ക് കാണേണ്ടതായി വന്നു.

ഇക്കാലത്ത് ഷീലയും രവിചന്ദ്രനും തമ്മിൽ തെറ്റി. അവരുടെ വഴക്കുതീർക്കാൻ മധ്യസ്ഥനായി എത്തിയ സിനിമാനിർമ്മാതാവ് ബാബു സേവ്യർ തന്നെ ഷീലയുടെ പുതിയ ഭർത്താവുദ്യോഗം സ്വീകരിച്ചു.

നാലഞ്ചുവർഷത്തിനുശേഷം വീണ്ടും മദ്രാസിൽ ചെല്ലാനിടയായ ഞാൻ ഷീലയുടെ വിശേഷങ്ങൾ എം.ഒ. ജോസഫിനോട് ചോദിച്ചു. ഷീല രവിചന്ദ്രനെ ഉപേക്ഷിച്ചെന്നും മകൻ മുരളി ഊട്ടിയിൽ പഠിക്കുകയാണെന്നും അറിഞ്ഞു. സാന്തോം പള്ളിയിൽവച്ച് ഷീലയും ബാബു സേവ്യറുമായിട്ടുള്ള വിവാഹം നടക്കുമ്പോൾ എം.ഒ. ജോസഫും സാക്ഷിയായി എത്തിയിരുന്നു. ഇതോടെ ഷീല മദ്രാസിലെ കെട്ടിടങ്ങൾ വാടകയ്ക്ക് കൊടുത്തിട്ട് താമസം ഊട്ടിയിലേക്ക് മാറ്റി.

സ്വരം നന്നായിരിക്കുമ്പോൾതന്നെ അവർ പാട്ട് നിർത്തുകയായിരുന്നു.

സൗഭാഗ്യങ്ങൾ വരുമ്പോൾ ചിലർക്ക് ചിറകുകൾ മുളയ്ക്കും. അതോടെ മക്കളുടെ പേരുപോലും മാറ്റിയെന്നിരിക്കും. അങ്ങനെ രവിചന്ദ്രന്റെ മകൻ മുരളിരാജ് സതീഷ് ഒരു സുപ്രഭാതത്തിൽ ജോർജായി മാറി. ജോർജ് സിനിമയിൽ നായകനായപ്പോൾ പേര് വിഷ്ണുവെന്നായി.

ഈ സ്ത്രീയെ എങ്ങനെ വിശ്വസിക്കും?

■

കോവൈ ഭാരതിയുടെ അഹങ്കാരം

ഞാൻ മദ്രാസിലെ സിനിമാരംഗത്തെത്തുമ്പോൾ ഏറ്റവും കൂടുതൽ മലയാളചിത്രങ്ങളിൽ ജയഭാരതിയാണ് നായികയും ഉപനായിയുമായി അഭിനയിച്ചുകൊണ്ടിരുന്നത്.

സത്യന്റെ മരണത്തെത്തുടർന്ന് പ്രേംനസീറും സംഘവും ഷീലയുമായി നിസ്സഹകരണം ആരംഭിച്ചതുകൊണ്ട് ഷീല മലയാള സിനിണ്ടമാരംഗത്തുനിന്ന് തീർത്തും അപ്രത്യക്ഷയാകുകയും തമിഴിൽ സിനിമ നിർമ്മിക്കാനും അഭിനയിക്കാനുമൊക്കെ ശ്രമിച്ചുകൊണ്ടിരിക്കുകയുമായിരുന്നു. ശാരദയാണെങ്കിൽ ഭാരതത്തിലെ ഏറ്റവും നല്ല നടിക്കുള്ള ബഹുമതി രണ്ടുതവണ നേടിക്കഴിഞ്ഞിരുന്നെങ്കിലും മലയാളത്തിൽ ഒരിക്കലും ഏറ്റവും തിരക്കുള്ള നടിയായിരുന്നില്ല. ഈ സാഹചര്യം അനുകൂലമാക്കിയെടുക്കുന്നതിൽ ജയഭാരതിയാണ് വിജയിച്ചത്. അന്നത്തെ അവരുടെ ഭർത്താവ് ഹരി പോത്തൻ അതിനുവേണ്ടി ആത്മാർത്ഥമായ പിന്തുണ നൽകുന്നുമുണ്ടായിരുന്നു.

1972ൽ ഏറ്റവും കൂടുതൽ ചിത്രങ്ങളിൽ അഭിയനിക്കാൻ അവസരം ലഭിച്ച ജയഭാരതിക്ക് മഞ്ഞിലാസിന്റെ 'പുനർജന്മം' എന്ന ചിത്രത്തിലെ അഭിനയത്തിന് സംസ്ഥാന അവാർഡ് ലഭിച്ചു. കോഴിക്കോട് സ്റ്റേഡിയം ഗ്രൗണ്ടിൽ നടന്ന അവാർഡുദാനച്ചടങ്ങിന്റെ സ്റ്റേജിൽ ജയഭാരതിക്ക് മുൻനിരയിൽ ഇരിപ്പിടം കിട്ടിയപ്പോൾ ഷീലയെ രണ്ടാംനിരയിൽ നിന്നും പിടിച്ചെണിപ്പിച്ച് ഏറ്റവും പിറകിൽ കൊണ്ടിരുത്തിയ കാര്യം നേരത്തെ എഴുതിയിരുന്നല്ലോ!

ജയഭാരതി അന്ന് തനിക്ക് കിട്ടിയ അവാർഡ് തുക അവിടെവച്ചു തന്നെ കേരളത്തിലെ രണ്ട് കുഷ്ഠരോഗാശുപത്രികൾക്ക് സംഭാവന നൽകി വാർത്തയും ജനപിന്തുണയും നേടിയെടുത്തു.

73-ൽ ഷീല തിരിച്ചുവരവ് നടത്തിയെങ്കിലും ആ വർഷവും കൂടു തൽ ചിത്രങ്ങൾ ജയഭാരതിക്കു തന്നെയായിരുന്നു.

ആന്ധ്രയിൽനിന്നും വന്ന ശാരദയും കോയമ്പത്തൂർക്കാരിയായ ഷീലയും ആന്ധ്രാക്കാരി ശാരദയും തൃശൂർക്കാരി കെ.ആർ.വിജയയും മറ്റും വലിയ വിദ്യാഭ്യാസയോഗ്യതകളില്ലാത്തവരായിരുന്നു. അല്പം മുഖസ്തുതി പറഞ്ഞാൽ ഇത്തരക്കാരെ സ്വാധീനിക്കാൻ വളരെ എളു പ്പമാണല്ലോ. അവർ വില മതിക്കുന്നത് പണത്തെയാണ്. അതുകൊണ്ട് അവരൊക്കെത്തന്നെ ചില പണക്കാരുടെ കൈവശാവകാശങ്ങളായി മാറി. കെ.ആർ.വിജയ ചിട്ടിക്കമ്പനിക്കാരൻ വേലായുധന്റെ നാലാം ഭാര്യയും ശാരദ തെലുങ്ക് കോമഡി നടൻ ചലത്തിന്റെ രണ്ടാം ഭാര്യ യും ഷീല മാറി മാറി പലരുടെയും ഭാര്യയും ജയഭാരതി ഇളംപ്രായ ത്തിൽ തന്നെ അന്നത്തെ പ്രമുഖ മലയാള സിനിമാനിർമ്മാതാവ് ഹരി പോത്തന്റെ രണ്ടാം ഭാര്യയുമായി മേൽവിലാസം സമ്പാദിച്ചുവച്ചിരി ക്കുകയായിരുന്നു.

എത്ര നല്ല നടികളാണെങ്കിലും ഇവരെയൊക്കെ പോയി ഇന്റർവ്യു ചെയ്യാനും സ്തുതിച്ചെഴുതാനും എനിക്ക് വലിയ ബുദ്ധിമുട്ട് തോന്നി യിരുന്നു. ഈ സാഹചര്യത്തിൽ എനിക്ക് വേണ്ട എല്ലാ സഹായവും നൽകാൻ തയ്യാറായത് സിനിമാമാസിക ലേഖകൻ എ. നടരാജനാണ്.

പി.എ. ബക്കർ നിർമ്മിച്ച റിലീസാകാത്ത 'മാൻപേട' എന്ന ചിത്ര ത്തിലെ ചില സ്റ്റില്ലുകൾ നടരാജൻ തന്നു. അതിലെ നായിക ജയഭാരതി മതിൽ ചാടുന്നു, ഒരു ടയറിനകത്ത് കയറി ഊഞ്ഞാലാടുന്നു. അങ്ങനെ ചിത്രത്തിന്റെ ആദ്യാവസാനം പല വിക്രിയകളും ചെയ്യുന്നു.

മതിൽചാട്ടവും ടയർ കെട്ടിയുള്ള ഊഞ്ഞാലാട്ടവുമൊക്കെ ജയഭാ രതി നിത്യജീവിതത്തിൽ എന്നും ചെയ്യുന്ന വ്യായാമമുറകളാണെന്ന് ഞാൻ തമാശായി എഴുതിയത് അവർക്ക് തീരെ ഇഷ്ടപ്പെട്ടില്ല. ഇത്ര ലളിതമായ ഒരു തമാശ ഉൾക്കൊള്ളാൻ പോലും കഴിവില്ലാത്തവരാ ണല്ലോ കോടിക്കണക്കിന് ജനങ്ങളെ രസിപ്പിക്കാൻ കച്ചകെട്ടിയിറങ്ങി യിരിക്കുന്നതെന്ന് ഞാൻ കുണ്ഠിതപ്പെട്ടു.

നായികക്ക് 'ഹീറോയിൻ' എന്നല്ല 'ഹീറോയിനി' എന്നാണ് ഇവ രൊക്കെ പറഞ്ഞിരുന്നത് എന്നൊർക്കുമ്പോൾ അവരുടെ അറിവിന്റെ ആഴം ഊഹിക്കാമല്ലോ.

അങ്ങനെയിരിക്കെ കോടമ്പാക്കത്ത് ഒരു ആയുർവേദ വൈദ്യശാല ഉദ്ഘാടനം ചെയ്യുമ്പോൾ എടുത്ത ഫോട്ടോ എന്റെ കൈയിൽ വന്നു. പ്രശസ്ത സംഗീതവിദ്വാനും യേശുദാസിന്റെ ഗുരുതുല്യനുമായ ചെമ്പൈ വൈദ്യനാഥ ഭാഗവതരായിരുന്നു വൈദ്യശാലയുടെ ഉദ് ഘാടകൻ. അദ്ദേഹത്തെക്കുറിച്ച് യാതൊന്നും അറിഞ്ഞുകൂടാത്ത ജയ ഭാരതി ആശംസാപ്രാസംഗികയായി അടുത്തിരിക്കുന്നു. അതുവച്ചും ഞാനൊരു കഥയുണ്ടാക്കി.

ഷർട്ടൊന്നുമിടാത്ത കുടവയറനായ വൈദ്യനാഥ ഭാഗവതർ വൈദ്യ ശാല ഉദ്ഘാടനം ചെയ്യുന്നു. ജയഭാരതിക്ക് ആളെ പിടികിട്ടിയില്ല. അവർ ചെമ്പൈയോട് ചോദിക്കുന്നു - "വൈദ്യനാണല്ലേ."

ഇത് പ്രസിദ്ധീകരിച്ചുവന്നപ്പോഴും ജയഭാരതി കുപിതയായെന്ന് പത്രപ്രവർത്തകൻ ടി.എച്ച്. കടമ്പുഴ എന്നോട് പറഞ്ഞു.

ഇങ്ങനെയിരിക്കെയാണ് ഞാൻ സിനിമക്കാർക്കുവേണ്ടി സ്ഥിരമായി ടാക്സി ഓടിക്കുന്ന അരവിന്ദാക്ഷനെ ഇന്റർവ്യു ചെയ്തത്. നടീനട

ന്മാരെ വീട്ടിൽ ചെന്ന് കാറിൽ കയറ്റി ഷൂട്ടിംഗ് സ്ഥലത്ത് എത്തിക്കുന്നതും തിരികെ വീട്ടിൽ കൊണ്ടുവിടുന്നതുമൊക്കെ പി.ടി. ഡ്രൈവർമാരാണ്. ഇവർക്ക് അറിയാത്ത യാതൊരു രഹസ്യങ്ങളും സിനിമാരംഗത്തില്ല.

ഷീലയുടെയും ജയഭാരതിയുടെയുമൊക്കെ ആദ്യകാലകഥകൾ എനിക്ക് പറഞ്ഞുതന്നത് ഈ അരവിന്ദാക്ഷനാണ്.

1952 ജൂണിൽ ഈറോഡിലുള്ള സാറയുടെയും അവിടത്തന്നെ റെയിൽവേ പ്രൊട്ടക്ഷൻ ഫോഴ്സിൽ സബ് ഇൻസ്പെക്ടറായിരുന്ന പി.ജി. ശിവശങ്കരൻനായരുടെയും പുത്രിയായി ജനിച്ച ഭാരതി വലിയ ദാരിദ്ര്യത്തിലാണ് ചെറുപ്രായം ചെലവഴിച്ചത്. കൊല്ലത്ത് തുമ്പ വടക്കയിൽ കുടുംബാംഗമായ അദ്ദേഹം സാറയേയും മകളെയും അവിടെ ഉപേക്ഷിച്ചുപോയി. (ഈ ശിവശങ്കരൻനായരുടെ അനന്തിരവനാണ് സിനിമാനടൻ ജയൻ).

ഇതേത്തുടർന്ന് സാറയെ ബാറ്റാ ഷൂ കമ്പനി ഷോറൂം മാനേജരായിരുന്ന ഒരാൾ ഭാര്യയാക്കുകയും അവർക്ക് വീണ്ടും ഒരു മകനും മകളും ജനിക്കുകയും ചെയ്തു.

കോയമ്പത്തൂർ കേരള കലാലയം നാടകങ്ങളിൽ സ്ഥിരം നായികയായിരുന്ന എൽസി ബഹദൂറിന്റെ നാടകത്തിൽ അഭിനയിക്കാൻ പോയപ്പോൾ പകരം ഷീല നായികയായി എത്തിയത് മുമ്പ് എഴുതിയിരുന്നു. ഷീല എസ്.എസ്. രാജേന്ദ്രന്റെ കൂടെ മദ്രാസിലേക്ക് പോയപ്പോൾ പകരമായി ജയഭാരതി പുളിയകുളത്ത് നിന്നെത്തി. അന്ന് ജയഭാരതിയുടെ പേര് 'കോവൈ ഭാരതി' എന്നായിരുന്നു. (കോവൈ എന്നാൽ കോയമ്പത്തൂർ.)

കാട്ടൂർ ബാലന്റെ 'രാഗിണി' എന്ന നാടകം കോയമ്പത്തൂർ അവതരിപ്പിക്കുമ്പോൾ ബാലന്റെ സ്നേഹിതനായ പി.എൻ.ദേവ് എന്നൊരു സിനിമാ നിർമ്മാതാവ് നാടകം കാണാനെത്തിയിരുന്നു. അയാളുടെ കൂടെയാണ് ഭാരതി മദ്രാസിലേക്ക് പോയത്.

പി.എൻ.ദേവ് തന്നെ ജയഭാരതിയെ വച്ച് ഒരു പടമെടുത്തെങ്കിലും അത് പുറത്തുവന്നില്ല.

അരവിന്ദൻ മദ്രാസിൽ പി.എ. തോമസിന്റെ 'തോമസ് പിക്ചേഴ്സിൽ' ജോലി ചെയ്തുകൊണ്ടിരിക്കുമ്പോൾ ഭാരതിയുടെ അമ്മ വന്ന് അവരുടെ ബുദ്ധിമുട്ടുകൾ പറഞ്ഞു. ആ സമയത്ത് നവജീവൻ ഫിലിംസിന്റെ 'നാടൻപെണ്ണ്' എന്ന ചിത്രം സംവിധാനം ചെയ്തുകൊണ്ടിരുന്ന സേതുമാധവന്റെ അടുത്ത് അരവിന്ദൻ ഭാരതിയെ കൊണ്ടുപോയി. അതിൽ ചെറിയൊരു വേഷം കിട്ടി.

നവജീവൻ ഫിലിംസിന്റെ 'തോക്കുകൾ കഥ പറയുന്നു' എന്ന ചിത്രത്തിൽ സത്യനും ഷീലയുമായിരുന്നു പ്രധാന റോളുകളിൽ അഭിനയിച്ചിരുന്നത്. അതിലെ സഹനടനായ പ്രേംനസീറിന് ഒരു ജോഡിയെ വേണമായിരുന്നു. നിർമ്മാതാവ് എൻ.പി. ജോസഫിനോട് ഭാരതിയുടെ പേര് നിർദ്ദേശിച്ചതും അരവിന്ദനാണ്.

1966-ൽ റിലീസായ ഗണേശ് പിക്ചേഴ്സിന്റെ 'പെൺമക്കൾ' എന്ന ചിത്രമാണ് 'ജയഭാരതി' എന്ന പേരിൽ റിലീസായ ആദ്യത്തെ സിനിമ. കരകാണാക്കടൽ, കാട്ടുകുരങ്ങ് എന്നീ ചിത്രങ്ങളിലാണ് ശ്രദ്ധേയമായ അഭിനയം കാഴ്ച വച്ചത്. മൂലധനം, മാപ്പുസാക്ഷി, മയിലാടുംകുന്ന് എന്നീ ചിത്രങ്ങളിലൂടെ ജയഭാരതി ഒരു നടിയെന്ന നിലയിൽ ബഹുദൂരം മുന്നോട്ടുപോയി.

ഷീലയെപ്പോലെതന്നെ ഏതുതരം റോളും അനായാസമായി കൈകാര്യം ചെയ്യാൻ കഴിയുമെന്നുള്ളതായിരുന്നു ജയഭാരതിയുടെ പ്രത്യേകത.

പേശും ദൈവം, ശുഭദിനം, ചിന്നം ചെറു ഉലകം, അൻപുക്കൊരണ്ണി, പൊർചിലൈ, പുതിയ വാഴ്കൈ തുടങ്ങിയ തമിഴ്ചിത്രങ്ങളിലും ജയഭാരതിക്ക് ഇക്കാലത്ത് അവസരങ്ങൾ ലഭിച്ചു.

ഇങ്ങനെ അഭിനയിക്കാൻ തിരക്ക് കൂടിവന്നപ്പോൾ അവർ സൗത്ത് ഉസ്മാൻ റോഡിലെ 38-ാം നമ്പർ കെട്ടിടത്തിലേക്ക് താമസം മാറ്റി.

അക്കാലത്ത് മലയാള സിനിമയിൽ രണ്ടാംനിര നായകനായി ശ്രദ്ധിക്കപ്പെട്ടുതുടങ്ങിയ വിൻസന്റ് ഇതിനടുത്തായിരുന്നു താമസം.

വിൻസന്റും ജയഭാരതിയും ജോഡിയായി ചില ചിത്രങ്ങളിൽ അഭിനയിക്കാനിടയായി. അക്കാലത്ത് ദക്ഷിണേന്ത്യൻ സിനിമയിൽ താരജോഡി സമ്പ്രദായം ഉണ്ടായിരുന്നു. സത്യൻ-ശാരദ, നസീർ-ഷീല എന്നിങ്ങനെ. ഉയർന്നുവരുന്ന താരങ്ങളായ വിൻസന്റും ജയഭാരതിയും ചേർന്ന് ഒരു ജോഡിയുണ്ടാക്കാൻ ജയഭാരതിയുടെ അമ്മ താല്പര്യം കാണിച്ചു എന്നുമാത്രമല്ല വിൻസന്റിന്റെ ഭക്ഷണവും വിശ്രവുമൊക്കെ ജയഭാരതിയുടെ വീട്ടിലാവുകയും ചെയ്തു.

ഇക്കാലത്താണ് തിരുവനന്തപുരത്ത് നിന്ന് ബൻസ് ലോറിയുടെ വിതരണക്കാരൻ കുളത്തുങ്കൽ പോത്തന്റെ രണ്ടാമത്തെ മകൻ ഹരി പോത്തൻ സിനിമ നിർമ്മിക്കാൻ മദ്രാസിൽ ബൻസ് കാറിലെത്തുന്നത്. ഈ കോടീശ്വരനുമായി പരിചയമായതോടെ ജയഭാരതി വിൻസന്റിനെ തഴഞ്ഞ് താമസം ഹരിപോത്തന്റെ അശോക് നഗറിലെ 1186 സി, എന്ന രണ്ടുനിലക്കെട്ടിടത്തിലേക്ക് മാറ്റി. ഹരി പോത്തൻ ജയഭാരതിയെ മദ്രാസിലെ ഭാര്യയാക്കി.

ഞാൻ ജയഭാരതിയെ ആദ്യമായി കാണുന്ന സമയത്ത് തിക്കുറിശ്ശി സുകുമാരൻനായർ അവരെ നായികയാക്കി മുരളിമൂവിസിന്റെ 'ഉർവ്വശി ഭാരതി' എന്ന ചിത്രം സംവിധാനം ചെയ്തുകൊണ്ടിരിക്കുകയായിരുന്നു. ഇതിനിടയിലാണ് 1973 ജനുവരി മാസത്തിൽ തിക്കുറിശ്ശിക്ക് 'പത്മശ്രീ' കിട്ടിയതായി പ്രഖ്യാപനമുണ്ടായത്. അന്നുരാത്രി ഞാനും നടരാജനും മുരളീ മൂവീസിന്റെ ഓഫീസിലെത്തിയപ്പോൾ അവിടെ മലയാള സിനിമാരംഗത്ത് പ്രവർത്തിക്കുന്ന പ്രഗത്ഭരായ പലരും ഉണ്ടായിരുന്നു. പി. ഭാസ്കരൻ, ആർ.എസ്. പ്രഭു, ശോഭനാ പരമേശ്വരൻനായർ, ലത്തീഫ്, കെ.ജി.ജോർജ്, ഹരി പോത്തന്റെ മാനേജർ കുളത്തൂർ മണികണ്ഠൻനായർ എന്നിവരെ കൂടാതെ കോഴിക്കോട്ടുനിന്നെത്തിയ എം.ടി. വാസുദേവൻ നായരെയും നന്നായി ഓർക്കുന്നു.

ഒന്നുരണ്ടു വർഷങ്ങൾക്കു മുമ്പ് തിക്കുറിശ്ശി ശ്യാമളാ സ്റ്റുഡിയോയിൽ കടമറ്റത്തു കത്തനാരായി അഭിനയിക്കുന്ന സമയം. അദ്ദേഹത്തിന്റെ ശുപാർശപ്രകാരം ജയഭാരതിക്കും ആ ചിത്രത്തിൽ ചെറിയൊരു വേഷം ലഭിച്ചു. അദ്ദേഹം ഷൂട്ടിംഗ് കഴിഞ്ഞ് കാറിൽ മടങ്ങുമ്പോൾ ഗേറ്റിന് വെളിയിൽ ഒരു മരത്തണലിൽ നിന്ന് ആ നടിയും അമ്മയും കരയുന്നത് കണ്ടു. ''എന്താണ് ഇതുവരെയും പോയില്ലേ?'' അദ്ദേഹം ചോദിച്ചു.

അമ്മയാണ് മറുപടി പറഞ്ഞത്: ''ഈ പൊരിയുന്ന വെയിലിൽ എങ്ങനെ നടന്നുപോകാനാണ്. ബസ്സിൽ കയറാൻ പണമില്ല. ചോറു കൊണ്ടുവന്ന പാത്രം കൊടുക്കാൻ പോയ വണ്ടി തിരിച്ചുവന്നിട്ടുവേണം ഞങ്ങൾക്ക് പോകാൻ.''

അദ്ദേഹം പറഞ്ഞു: ''നിങ്ങൾ വിഷമിക്കേണ്ട. ഒരിക്കൽ നിങ്ങളുടെ

മകൾ വലിയൊരു നടിയാകും, കാറും മേടിക്കും. അന്ന് എന്നെയും കയറ്റണം.''

''ഇല്ല സാർ, ഞങ്ങൾ എവിടുന്ന് കാർ വാങ്ങാനാണ്. ഞങ്ങളെ കളിയാക്കല്ലേ.''

ചില വർഷങ്ങൾക്കുശേഷം ഈ എക്സ്ട്രാ നടി തിരക്കുള്ള നായികയായി. അവർ ആദ്യമായി വാങ്ങിയ കാറിൽ തിക്കുറിശ്ശിയെ കയറ്റി വടപഴനി കോവിലിൽ കാർ പൂജിക്കാൻ പോവുകയും ചെയ്തു.

*****

കൽക്കത്തയിൽ ആയിരിക്കുമ്പോൾ ഇംഗ്ലീഷും ബംഗാളിയുമായ ചിത്രങ്ങളെപ്പറ്റി നിരൂപണങ്ങൾ എഴുതുകയും ചില ബംഗാളി ചിത്രങ്ങളുടെ ഷൂട്ടിംഗ് കാണുകയും അവയിലെ അഭിനേതാക്കളെ കണ്ട് സംസാരിക്കുകയും ചെയ്തിരുന്ന ഞാൻ സിനിമ എന്ന കലാരൂപത്തെക്കുറിച്ച് വളരെ ഉയർന്ന സങ്കൽപങ്ങളുമായിട്ടാണ് മദ്രാസിലെത്തിയത്.

അന്നത്തെ ചിത്രങ്ങൾ ഇന്നത്തെ ചിത്രങ്ങളുമായി താരതമ്യപ്പെടുത്തുമ്പോൾ ഭേദമായിരുന്നെങ്കിലും അവയൊക്കെ അപക്വസൃഷ്ടികളായിട്ടേ എനിക്ക് തോന്നിയുള്ളു. അതുകൊണ്ടുതന്നെ അതിന്റെ പിന്നിൽ പ്രവർത്തിക്കുന്നവരോട് എനിക്ക് തോന്നിയ വികാരം സഹതാപത്തിന്റേതായിരുന്നു.

ഇന്നത്തെപ്പോലെ അന്നത്തെയും സിനിമാപ്രസിദ്ധീകരണങ്ങൾ ഇത്തരം സിനിമകളെയും അവയിൽ പ്രവർത്തിക്കുന്നവരെയും അമിതമായി സ്തുതിച്ച് ഹൈഡ്രജൻ ബലൂൺ പോലെ വീർപ്പിച്ച് ആകാശത്തേക്ക് ഉയർത്തിവിടുകയായിരുന്നു. അങ്ങനെ അവർക്ക് ഈ ലോക ജീവിതം തന്നെ അന്യമായിക്കൊണ്ടിരുന്നു.

ഇന്ന് 'സൂപ്പർ', 'മെഗാ' എന്നൊക്കെ വിശേഷിപ്പിക്കുന്നതുപോലെ അന്നത്തെ പത്രങ്ങളും റിപ്പോർട്ടുകളിൽ സത്യൻസാർ, നസീർസാർ, ഭാസ്കരൻമാഷ്, വിൻസന്റ് മാഷ്, സേതുവേട്ടൻ എന്നൊക്കെയാണ് എഴുതിയിരുന്നത്. ഇങ്ങനെയുള്ള ഒരു പൊങ്ങച്ചച്ചന്തയിൽ എങ്ങനെ പ്രവർത്തിക്കാനൊക്കുമെന്ന് എനിക്ക് ആദ്യമേ തന്നെ സംശയമുണ്ടായിരുന്നു.

നേരിൽ കാണുന്നതും വിശ്വസനീയമായ മാർഗ്ഗങ്ങളിൽ കൂടി അറിയുന്നതുമായ കാര്യങ്ങൾ അൽപം ഫലിതം കൂടി ചേർത്ത് ഞാൻ എഴുതിയപ്പോൾ സ്തുതിഗീതങ്ങളും പൂജകബഹുവചനങ്ങളും കേട്ട് തഴമ്പിച്ചവർ അസഹ്യത കാട്ടിത്തുടങ്ങി.

ആയിടയ്ക്ക് ''പത്മശ്രീ'' ബഹുമതി കിട്ടിയ തിക്കുറിശ്ശി സുകുമാരൻനായർക്ക് ആദ്യമായി വിരുണ്ടന്നൊരുക്കിയത് ജയഭാരതിയാണ്. അതിൽ പങ്കെടുക്കാൻ നടരാജനും രാമനാഥൻ എന്ന തമിഴ് ഫോട്ടോഗ്രാഫറുമൊത്ത് ഞാനും പോയിരുന്നു. പി.ഭാസ്കരൻ, പ്രേംനസീർ, കെ.പി.ഉമ്മർ മുതലായവർ ഉണ്ടായിരുന്നുവെന്ന് ഓർക്കുന്നു. ശാരദയും ഷീലയും വിജയശ്രീയുമൊന്നും എത്തിയിരുന്നില്ല. ജയഭാരതിയുടെ അമ്മ സാറയും അനുജത്തിയും ഹരിപോത്തനും ആതിഥേയരായി ഓടിനടക്കുന്നു.

അന്നാണ് ആദ്യമായി ജയഭാരതിയെ നേരിട്ട് കാണുന്നത്. ഷീലയ്ക്കോ ശാരദയ്ക്കോ വിജയശ്രീക്കോ ഉള്ള സൗന്ദര്യമോ തലയെടുപ്പോ ഇല്ല. താരതമ്യേന ഉയരം കുറഞ്ഞ് തടിച്ച ഒരു കോങ്കണ്ണി. സാറയും

കോങ്കണ്ണിയായിരുന്നെങ്കിലും അനിയത്തിയുടെ കണ്ണുകൾക്ക് കുഴപ്പമൊന്നുമില്ലായിരുന്നു. മകൾ സിനിമാനടി ആയതോടെ സാറ പേരുമാറ്റി ശാരദാമ്മ ആയിരിക്കുന്നു. കോവൈ ഭാരതിയുടെ പേര് ജയഭാരതി എന്നും മാറ്റിയിരിക്കുകയാണ്.

ദക്ഷിണേന്ത്യയിലെ നടികൾ സിനിമയിൽ വരുമ്പോൾ സ്വന്തം പേരിന്റെ കൂടെ ശ്രീ, ജയ, വിജയ എന്നൊക്കെ ചേർക്കുന്ന ഒരു പരിഷ്കാരമുണ്ട്. അങ്ങനെ ജയഭാരതി, ജയസുധ, ജയപ്രഭ, ജയകുമാരി, വിജയശ്രീ, വിജയനിർമ്മല, വിജയശാന്തി, വിജയകുമാരി, ശ്രീവിദ്യ, ശ്രീലത, ശ്രീലക്ഷ്മി, ശ്രീപ്രിയ, വാണിശ്രീ മുതലായ പേരുകാരുണ്ടായി.

മലയാള നടികളുടെ കെട്ടുകല്യാണവും പേരിടീൽ കർമ്മവും ഒക്കെ നടത്തേണ്ട ചുമതല തിക്കുറിശ്ശിക്കായിരുന്നു. (അദ്ദേഹം ഇടുന്ന പേരിനൊക്കെ രാശിയുണ്ടത്രെ.)

ഹരിപോത്തനും ജയഭാരതിയും ഒന്നിച്ച് നിൽക്കുമ്പോൾ പടമെടുത്തോണമെന്ന് രാമനാഥനെ പ്രത്യേകം ചട്ടം കെട്ടിയിരുന്നു. ഒരു ഫോൺകോൾ അറ്റന്റ് ചെയ്യാൻ അവരൊന്നിച്ച് ബെഡ്റൂമിൽ കയറിയപ്പോൾ രാമനാഥനും കൂടെ കയറി അവരുടെ പടമെടുത്തു. അയാൾ തമിഴനായതുകൊണ്ട് ഹരിക്ക് സംശയമൊന്നും തോന്നിയില്ല.

നടികളുടെ ദാമ്പത്യജീവിതത്തേക്കുറിച്ച് ഒരു ലേഖനം എഴുതിയപ്പോൾ അതിന്റെ കൂടെ ഞാൻ ഈ ഫോട്ടോയും ചേർത്തു. അതോടെ ഞാൻ ഹരിപോത്തന്റെ നോട്ടപ്പുള്ളിയായി. തിരുവനന്തപുരത്തുനിന്ന് മദ്രാസിലെത്തി ഹരിപോത്തന്റെ ആശ്രിതരായി കഴിയുന്ന ചില ഗുണ്ടകൾ ഉണ്ടായിരുന്നു.

പരിചയമില്ലാത്ത ആരു വന്നുവിളിച്ചാലും ഞാൻ കൂടെ പോവുകയില്ലായിരുന്നു.

ആയിടെ സിനിമാമാസിക ഉടമസ്ഥൻ ശങ്കരൻനായരും എഡിറ്റർ സി.കെ. സോമനും മദ്രാസിൽ വന്നപ്പോൾ ഞാനും ചലച്ചിത്ര പരിഷത്തിന്റെ ഓഫീസിൽ പോയിരുന്നു. അപ്പോൾ അവിടെ ഉണ്ടായിരുന്ന ഹരിപോത്തൻ സോമനെ അടുത്തുവിളിച്ച് ''എന്തിനാണ് മധു ഞങ്ങളെ വിമർശിക്കുന്നതെന്ന് ചോദിക്കണം'' എന്ന് പറഞ്ഞു.

''അത് മധുവിനോട് തന്നെ ചോദിച്ചാൽ മതിയല്ലോ'' എന്ന് സോമൻ മറുപടിയും കൊടുത്തു.

അടുത്ത ദിവസം ശങ്കരൻനായരും സോമനും ജയഭാരതി നായികയായി അഭിനയിക്കുന്ന 'അഴകുള്ള സെലീന' എന്ന ചിത്രത്തിലെ ഒരു ചെറിയ സീനിൽ അഭിനയിക്കുകയും ചെയ്തു. ഈ അവസരത്തിൽ ജയഭാരതി അവരോട് ഹരിയെപ്പറ്റി കുറെ പരാതികൾ പറഞ്ഞു. മറ്റൊരു മലയാള സിനിമാനിർമ്മാതാവിന്റെ കന്നടക്കാരിയായ ഭാര്യയുമായി ഹരിക്ക് ബന്ധമുണ്ടെന്നായിരുന്നു പ്രധാന പരാതി.

നടൻ വിൻസന്റ് ജയഭാരതിയുടെ അനിയത്തിയെ വിവാഹം കഴിക്കാൻ പോകുന്നു എന്നൊരു വാർത്ത ചിത്രരമയിൽ പ്രസിദ്ധീകരിച്ചു. ഇതുകണ്ട് പരിഭ്രമിച്ച വിൻസന്റ് നടരാജന്റെ വീട്ടിൽ ഓടിയെത്തുമ്പോൾ അവിടെ ഞാനുമുണ്ടായിരുന്നു. ഒരു മന്ദബുദ്ധിയുടെ മട്ടായിരുന്നു വിൻസന്റിന്.

എറണാകുളത്ത് മെറ്റൽ ബോക്സ് കമ്പനിയിൽ ജോലി ചെയ്തിരുന്ന വിൻസന്റ് കമ്പനി പൂട്ടിയപ്പോൾ മറ്റൊരു ജോലി തേടി മദ്രാസിലെത്തിയതാണ്.

എങ്ങനെയോ സിനിമാനടനായെന്നു മാത്രം. അഭിനയമറിയുന്നവരുടെ കൂടെ അഭിനയിക്കാൻ ഭയപ്പെട്ടിരുന്ന നസീർ തന്റെ സഹനടനായി വിൻസന്റിനെയാണ് നിർദ്ദേശിച്ചിരുന്നത്. നസീറിന്റെ ഒപ്പം ഇരിക്കാൻ പോലും വിൻസന്റിന് ധൈര്യമില്ലായിരുന്നു. അന്ന് വിൻസന്റ് വീരവാദമായി പറഞ്ഞ മണ്ടത്തരങ്ങളെല്ലാം ഞാനൊരു ഇന്റർവ്യൂ രൂപത്തിൽ എഴുതി.

ദൂരെ എവിടെയെങ്കിലും പോയിട്ട് വൈകിയാണ് മടങ്ങിവരുന്നതെങ്കിൽ ഞാൻ നടരാജന്റെ വീട്ടിൽത്തന്നെ കിടന്നുറങ്ങുമായിരുന്നു. അങ്ങനെയുള്ള ഒരുദിവസം വെളുപ്പിന് ഹരിപോത്തൻ അവിടെ വന്നു. ഞാൻ ഉറക്കം നടിച്ചുകിടന്നതേയുള്ളു.

അപ്പോൾ ഹരിയുടെ കൈയിൽ ഒരു വച്ചുകെട്ടുണ്ടായിരുന്നു. ജയഭാരതി വെട്ടിയതാണ്. പണ്ട് 'മുതലാളി' എന്ന് വിളിച്ചിരുന്ന സാറാമ്മ ഇപ്പോൾ 'എടാ ഹരി' എന്നാണ് വിളിക്കുന്നത്. അങ്ങനെ കുടുംബവഴക്ക് ആരംഭിച്ചിരിക്കുന്നു. അതെല്ലാം നടരാജൻ ചിത്രരമയിൽ എഴുതണമെന്നാണ് ഹരിയുടെ ആവശ്യം.

കൈയിലെ മുറിവുണങ്ങുന്നതുവരെ ഹരി പോത്തൻ ഫുൾസ്ലീവ് ഷർട്ടുമിട്ടാണ് പുറത്തിറങ്ങിയിരുന്നത്. അയാളുടെ നിർബന്ധപ്രകാരം ശങ്കരൻനായർ ചിത്രരമയിൽ ജയഭാരതിയെ വിമർശിക്കുന്ന ലേഖനമെഴുതി. ഡോ.ജോസ് എന്നൊരാൾ നിർമ്മിച്ച 'തൊട്ടാവാടി' എന്ന ചിത്രത്തിന്റെ ഷൂട്ടിംഗ് തിരുവനന്തപുരത്ത് നടക്കുമ്പോൾ ഉണ്ടായ ചില സംഭവങ്ങളാണ് അതിൽ വിവരിച്ചിരുന്നത്.

അങ്ങനെ ഹരിപോത്തനും ജയഭാരതിയും ഒരേവീട്ടിൽത്തന്നെ വഴക്കടിച്ചു താമസിക്കുകയും പൊതുശത്രുക്കൾക്കെതിരെ ഗുണ്ടകളെ അയക്കുകയും ചെയ്തുകൊണ്ടിരുന്നു.

ആയിടെ നാന വാരികയുടെ ഉടമസ്ഥൻ കൃഷ്ണസ്വാമി റെഡ്യാരും എഡിറ്ററും മദ്രാസിൽ വന്നപ്പോൾ ഞങ്ങൾ ഒന്നിച്ച് ചലച്ചിത്ര പരിഷത്ത് ഓഫീസിൽ പോവുകയുണ്ടായി. അവരോടും ഹരിപോത്തൻ ഞാൻ ജയഭാരതിയെ കണ്ടമാനം വിമർശിക്കുന്നതായി പരാതിപ്പെട്ടു. അതെല്ലാം കെട്ടുകൊണ്ടിരുന്ന റെഡ്യാർ മദ്രാസ് വിടുന്നതിനു മുമ്പായി എനിക്ക് ശമ്പളം കൂട്ടിയതായി പ്രഖ്യാപിക്കുകയാണ് ചെയ്തത്.

ഹരിപോത്തന്റെ വീട്ടിലേക്ക് താമസം മാറ്റുമ്പോൾ ജയഭാരതി ഒഴിഞ്ഞ സൗത്ത് ഉസ്മാൻ റോഡിലെ വീട് വാടകയ്ക്കെടുത്തത് മലയാളനാട് വാരികയുടെ എഡിറ്ററും സിനിമാനിർമ്മാതാവുമായിരുന്ന എസ്.കെ.നായരാണ്. അവിടം അദ്ദേഹം ന്യൂ ഇന്ത്യ ഫിലിംസിന്റെ ഓഫീസാക്കി. ഒരുദിവസം ഞാനവിടെ ചെല്ലുമ്പോൾ എനിക്ക് പരിചയമില്ലാത്ത ഒരു സ്ത്രീയെ അവിടെ കണ്ടു. സിനിമാനടിയുടെ മട്ടല്ല. എസ്.കെ. ആകെ വിരണ്ടിരിക്കുന്നു. അതു തന്റെ ഭാര്യ പ്രേമയാണെന്ന് പറഞ്ഞു. എന്നെ ദൂരെ മാറ്റിനിർത്തി ഇങ്ങനെ തുടർന്നു: ''ആരോ കൊല്ലത്തേക്ക് ഫോൺ ചെയ്ത് ഇവളോട് ഞാൻ മദ്രാസിൽ ശോഭന (ചെമ്പരത്തിയിലെ നായിക) യുമായി ഒന്നിച്ചു താമസിക്കുകയാണെന്ന് പറഞ്ഞു. ആദ്യം കിട്ടിയ പ്ലെയിനിൽ വന്നിരിക്കുകയാ.''

ഫോൺ ചെയ്തത് ആരാണെന്നറിയില്ലെങ്കിലും ഇത്തരം കുരുട്ടുവിദ്യകൾ പ്രയോഗിക്കാറുള്ളത് ഹരിപോത്തനാണെന്ന് എസ്.കെ. പറഞ്ഞു.

സേതുമാധവന്റെ അസിസ്റ്റന്റായിരുന്ന ഹമീദ് കാക്കശ്ശേരി സ്വതന്ത്ര മായി സംവിധാനം ചെയ്യുന്ന ഒരു ചിത്രത്തിൽ ജയഭാരതിയായിരുന്നു നായിക. കാക്കശ്ശേരി പറയുന്നതൊന്നും ജയഭാരതി അനുസരിക്കുക യില്ല. അങ്ങനെ അവർ തമ്മിൽ വലിയ വഴക്കായി.

''നീ പെട്ടി എടുത്തോണ്ടു നടന്നവനല്ലേ'' എന്ന് ജയഭാരതി ചോ ദിച്ചു.

''ഞാൻ പെട്ടി എടുത്തോണ്ടു നടന്നപ്പോൾ നീ പോലീസ് സ്റ്റേഷ നുകളിൽ കയറിയിറങ്ങുകയല്ലായിരുന്നോ''- എന്ന് കാക്കശ്ശേരിയും ചോദിച്ചു.

ജയഭാരതി കാക്കശേരിയെ ചെരുപ്പൂരി അടിക്കാനോങ്ങി. ഹരിപോ ത്തന്റെ ഗുണ്ടകളും കാക്കശേരിയെ ലക്ഷ്യമിട്ടു.

ഇതൊക്കെ ഞാൻ 'സിനിമയ്ക്കുള്ളിലെ സിനിമ'യാക്കി.

*****

തിരുവനന്തപുരത്തെ പ്രസ് ക്ലബ്ബിൽ അതിന്റെ സ്ഥാപകൻ ശിവ റാമിന്റെ ചിത്രം പോലെ പ്രാധാന്യം കൽപ്പിച്ച് കുളത്തുങ്കൽ പോത്തൻ എന്ന ധനാഢ്യന്റെ ചിത്രവും അലങ്കരിച്ചുവച്ചിട്ടുണ്ട്. പ്രസ് ക്ലബ്ബിന്റെ കെട്ടിടം പണിയാൻ പോത്തൻ വലിയൊരു തുക സംഭാവന നൽകിയത്രെ. ഇക്കാരണം പറഞ്ഞ് പോത്തന്റെ മക്കൾ കൂടെക്കൂടെ പ്രസ് ക്ലബ്ബിൽ ഭരിക്കാനെത്തുമായിരുന്നു.

1974 മാർച്ച് 30-ാം തീയതിയിലെ 'അലൈ ഓസൈ' എന്ന തമിഴ് പത്രത്തിൽ വന്ന ഒരു വാർത്ത നാന വാരികയുടെ പബ്ലീഷർ എസ്. രാമകൃഷ്ണൻ വിവർത്തനം ചെയ്തു ചേർത്തു. മദ്രാസ് സിറ്റിയിലെ മന്തവല്ലിയിലുള്ള ഒരു വലിയ ലോഡ്ജിൽ പോലീസ് റെയ്ഡ് നടത്തി യെന്നും അവർ അന്വേഷിച്ച മലയാള നായികനടി രക്ഷപ്പെട്ടെന്നും പകരം സഹനടിയെ അറസ്റ്റ് ചെയ്തെന്നുമായിരുന്നു വാർത്ത.

ഇതിന്റെ പേരിൽ ഹരിപോത്തൻ പ്രസ് ക്ലബ്ബിൽ ചെന്ന് നാനയുടെ എഡിറ്ററെ കുറെ ചീത്ത പറഞ്ഞു.

ഇങ്ങനെയിരിക്കെയാണ് വിജയശ്രീ 'അങ്കത്തട്ട്' എന്ന ചിത്രത്തിന്റെ ഷൂട്ടിംഗ് വേളയിൽ പ്രേംനസീറുമായി പിണങ്ങുന്നത്. തങ്ങൾ വിജയ ശ്രീയുടെ കൂടെ അഭിനയിക്കുകയില്ലെന്ന് നസീറും അദ്ദേഹത്തെ പിന്താ ങ്ങിക്കൊണ്ട് കെ.പി.ഉമ്മറും ശങ്കരാടിയും ചിത്രരമയിൽ പ്രസ്താവ നകളിറക്കി. ഇതുകണ്ട് വിജയശ്രീയും താനിനി ഒരിക്കലും നസീറിന്റെ കൂടെ അഭിനയിക്കുകയില്ലെന്ന് പ്രസ്താവിച്ചു. അങ്ങനെ മലയാള സിനിമാരംഗത്ത് വലിയൊരു കോളിളക്കമുണ്ടായി.

ഷീലയെ നസീറും സംഘവും നേരത്തേ തന്നെ ബഹിഷ്കരിച്ചുവ ച്ചിരിക്കുന്നു.

ശാരദ മലയാളംവിട്ട് തെലുങ്കിൽ ചേക്കേറിയിരിക്കുന്നു. ശ്രീവിദ്യ, ലക്ഷ്മി, വിധുബാല മുതലായ പുതുമുഖങ്ങൾ വേരുറപ്പിച്ചിട്ടില്ല.

ജയഭാരതിയല്ലാതെ മറ്റൊരു നായിക ഇല്ലാത്ത അവസ്ഥയുണ്ടായി.

അങ്ങനെ പ്രേംനസീറിന്റെ തണലിൽ ജയഭാരതിയും ജയഭാരതി യുടെ ജോഡി ചേർന്ന് പ്രേംനസീറും കുറേ വർഷങ്ങൾ പിടിച്ചുനിന്നു.

*****

1973-ൽ വയലാർ രാമവർമ്മയ്ക്ക് ഏറ്റവും നല്ല സിനിമാഗാന രചനയ്ക്കുള്ള ദേശീയ അവാർഡ് പ്രഖ്യാപിക്കപ്പെട്ടപ്പോൾ മ്രദാസിലെ മൈലാപ്പൂരിലുള്ള സവേരാ ഹോട്ടലിൽ സലിൽ ചൗധുരിയുടെ മുറിയിൽ വയലാർ, സംഗീത സംവിധായകൻ എം.ബി. ശ്രീനിവാസൻ എന്നിവരോടൊപ്പം ഞാനും ഒത്തുകൂടിയതായി വയലാറിനെക്കുറിച്ചെഴുതിയപ്പോൾ പറഞ്ഞിരുന്നു. അന്നവിടെ സന്ധ്യക്കുശേഷം എത്തി ഞങ്ങളോടു ചേർന്ന മറ്റൊരു വ്യക്തിയാണ് അന്ന് തമിഴ്നാട് പോലിസിലെ എസ്.ഐ ആയിരുന്ന ബാസ്റ്റ്യൻ എന്ന തങ്കശേരിക്കാൻ.

ഒരു സിനിമാസ്വാദകനും സിനിമാക്കാരുടെ ആരാധകനുമായ ബാസ്റ്റ്യൻ അവരുടെ സങ്കേതങ്ങളിലെത്തി വിനോദങ്ങളിൽ പങ്കെടുക്കുമായിരുന്നു. അശോക് നഗറിൽ ഹരിപോത്തൻ ജയഭാരതിയോടൊപ്പം താമസിച്ചിരുന്ന വീട്ടിൽ എത്തിയ അദ്ദേഹം അവിടെ എനിക്കെതിരെ നടന്ന ഒരു ഗൂഢാലോചന ശ്രദ്ധിച്ചിരുന്നു. എന്നെ എങ്ങനെയും മദ്രാസിൽ നിന്നോടിക്കണം എന്നാണ് അവിടെയുണ്ടായ തീരുമാനം.

ബാസ്റ്റ്യനെ ഞാനൊരു ദിവസം സെൻട്രൽ റെയിൽവേ സ്റ്റേഷനിൽവെച്ച് കാണാനിടയായി. വയലാറിന്റെ കൂടെ എന്നെ മുമ്പ് കണ്ട് പരിചയമുള്ളതുകൊണ്ട് അദ്ദേഹം എന്റെ അടുക്കൽ വന്ന് ഹരിപോത്തന്റെ വീട്ടിൽ വച്ച് ഉണ്ടായ ചർച്ചയെക്കുറിച്ച് പറഞ്ഞു. ഞാൻ അല്പം ശ്രദ്ധിച്ചോണമെന്ന് മുന്നറിയിപ്പ് നൽകുകയും ചെയ്തു.

നടൻ ബഹദൂറാണ് മുന്നറിയിപ്പ് തന്ന മറ്റൊരു വ്യക്തി. അദ്ദേഹം നടരാജനോടാണ് ഇത് സൂചിപ്പിച്ചത്. നടി ടി.ആർ.ഓമനയും ഒരിക്കൽ എന്നോടു പറഞ്ഞു. ''നമ്മുടെ കൂട്ടത്തിലുള്ള ഒരു കൊച്ചനായതുകൊണ്ട് പറയുകയാണ്. അവന്മാർ വല്ലാത്തവന്മാരാണ്, അല്പം സൂക്ഷിക്കണം.''

ഇവരെല്ലാം പറഞ്ഞത് ശരിയായിരുന്നു. പക്ഷെ എനിക്ക് മുറിയിൽ തന്നെയിരുന്ന് ഈ ജോലി ചെയ്യാനാവില്ലല്ലോ. അതുകൊണ്ട് ഞാൻ ഊർജ്ജസ്വലനായിത്തന്നെ ഈ രംഗത്ത് പ്രവർത്തിച്ചുവന്നു.

ആ വർഷം ഡിസംബർ 16-ാം തീയതി ഹരിപോത്തന്റെ അരഡസൻ ഗുണ്ടകൾ മാമ്പലത്തെ ഒരു ആയുർവേദ വൈദ്യശാലയിൽവച്ച് ഗൂഢാലോചന നടത്തുമ്പോൾ അവിടെ ചെല്ലാനിടയായ ഫിലിം നാദം വാരികയുടെ എഡിറ്റർ വാസുപിള്ള വർഷങ്ങൾക്കുശേഷം അതിൽ പങ്കെടുത്തവരെക്കുറിച്ച് എന്നോട് പറഞ്ഞു.

അന്ന് ഹരിപോത്തന്റെ ബൻസ് കാറോടിച്ച് ഗുണ്ടകളുമായി ലോഡ്ജിൽ വന്ന മുൻകഥാപ്രസംഗക്കാരനായ കെടാമംഗലം അലിയെ പിന്നീട് ഇന്റർവ്യൂ ചെയ്തും ഞാനിതിന്റെ വിശദവിവരങ്ങൾ ആരാഞ്ഞു.

എന്റെ ചലനങ്ങൾ നിരീക്ഷിക്കാൻ ഈ സംഘം നിയോഗിച്ചിരുന്നത് ജോയിസ് ആനന്ദ് എന്നൊരു പത്രപ്രവർത്തകനെയാണ്. അയാളിൽനിന്ന് എനിക്കും ചില വിവരങ്ങളൊക്കെ കിട്ടിയിരുന്നു. വൈദ്യശാലാ മാനേജർ ദേവരാജന്റെ പേര് തന്നത് ഇയാളാണ്. സുധീറും കദീജയുമൊക്കെ പിന്നീട് ഈ വൈദ്യശാലയിൽനിന്ന് ഇറങ്ങിപ്പോകുന്നത് ഒരു ബസ്സിലിരിക്കുമ്പോൾ ഞാൻ കണ്ടിട്ടുണ്ട്.

ഹരിപോത്തന്റെ ബൻസ് കാറിൽ വയലാർ, തോപ്പിൽ ഭാസി മുതലായ വിപ്ലവകാരികൾ സഞ്ചരിക്കുന്നതും ഞാൻ ദു:ഖത്തോടെ കണ്ടിരുന്നു. ഈ കാർ എന്റെ വാസസ്ഥലത്തിന് ചുറ്റും കറങ്ങുന്നത് കണ്ടിട്ടുണ്ടെന്ന് ഫോട്ടോഗ്രാഫർ ധർമ്മൻ കൊടുങ്ങല്ലൂരും എന്നെ

അറിയിച്ചിട്ടുണ്ടാണ്ടയിരുന്നു.

ഹരിപോത്തന്റെ കുതന്ത്രങ്ങളും ഗുണ്ടായിസവും കൊണ്ട് ജയഭാരതി മലയാള സിനിമാരംഗത്തുനിന്ന് ഷീലയേയും വിജയശ്രീയേയും നിഷ്കാസിതരാക്കി തന്റെ സാമ്രാജ്യം കെട്ടിപ്പടുത്തതിനെക്കുറിച്ച് ഞാൻ എഴുതുന്നത് അവർക്ക് വല്ലാത്ത തലവേദന സൃഷ്ടിച്ചുകൊണ്ടിരുന്നു. അങ്ങനെയിരിക്കെ 1874 ഏപ്രിൽ മാസം 30-ാം തീയതി തിരുവിതാംകൂർ സഹോദരിമാരെന്ന് അറിയപ്പെടുന്ന ലളിത-പത്മിനി-രാഗിണിമാരുടെ കസിൽ സത്യപാൽ അന്തരിച്ച വാർത്തയറിഞ്ഞു. പഴശ്ശിരാജ, കുഞ്ഞാലിമരയ്ക്കാർ മുതലായ ചിത്രങ്ങളിൽ സായിപ്പായി അഭിനയിച്ചിട്ടുള്ള സത്യപാൽ നടി കുമാരി തങ്കവുമൊത്ത് മാമ്പലത്തായിരുന്നു താമസിക്കുന്നത്. ആജാനുബാഹുവും സുന്ദരനുമായ ഇദ്ദേഹം സിനിമാ നിർമ്മാതാക്കൾക്ക് പണം പലിശയ്ക്ക് കൊടുക്കുന്ന ബിസിനസ്സാണ് ചെയ്തിരുന്നത്. അതിന്റെ ഭാഗമായി അല്പം ഗുണ്ടായിസവും നടത്തിയിരുന്നു. ഞാനിദ്ദേഹത്തെ ഒരിക്കൽ കാണുമ്പോൾ തൊണ്ടയിൽ ഓപ്പറേഷൻ നടത്തിയതുകൊണ്ട്, ശബ്ദം അടഞ്ഞുപോയിരുന്നു. ഇദ്ദേഹത്തിന്റെ ചരമവാർത്തയറിഞ്ഞ് നടരാജനുമൊത്ത് രാത്രി പത്തുമണിയോടെ ഞങ്ങൾ അവിടെ എത്തി. സത്യപാലിന്റെ കസിൻ ആയ നടി സുകുമാരി അവിടെ കുടുംബനാഥയെപ്പോലെ കാര്യങ്ങൾക്ക് മേൽനോട്ടം വഹിക്കുന്നതുകണ്ടു.

റോഡരുകിൽ തന്നെയുള്ള വലിയ കോമ്പൗണ്ടിന് നടുവിലുള്ള രണ്ടുനിലക്കെട്ടിടം. മുറ്റത്ത് സിനിമാരംഗത്തെ പല പ്രഗത്ഭരും കൂട്ടം കൂടി നിൽക്കുന്നുണ്ട്.

റോഡിനോടു ചേർന്നുള്ള മതിലിനരികിൽ മുറ്റത്തു നിൽക്കുകയായിരുന്നു ഞാനും നടരാജനും സംവിധായകൻ സേതുമാധവനും. മുറ്റത്ത് കസേരയിട്ട് ചലച്ചിത്ര പരിഷത്ത് പ്രസിഡന്റ് ടി.ഇ. വാസുദേവൻ, വൈസ് പ്രസിഡന്റ് രാമു കാര്യാട്ട്, നടൻ മധു, തിരുമേനി പിക്ചേഴ്സ് ഉടമ കൈമൾ, മൂവിലാന്റ് എന്ന ഇംഗ്ലീഷ് വാരികയുടെ എഡിറ്റർ വാസുദേവൻ മുതലായവർ ഇരിക്കുന്നു.

ഹരിപോത്തൻ എന്റെ അടുത്തുവന്ന് ''നീ ഉടനെ ഇവിടുന്ന് സ്ഥലം വിട്ടോണം'' എന്നുപറഞ്ഞു.

അത് വകവയ്ക്കണ്ട എന്ന് നടരാജൻ പറഞ്ഞു. സേതുമാധവൻ പതുക്കെ മാറിക്കളയുകയും ചെയ്തു.

ഞാൻ ടി.ഇ. വാസുദേവനോട് ചോദിച്ചു:

''ചലച്ചിത്ര പരിഷത്ത് പ്രസിഡന്റിനോടാണ് ഈ പറയുന്നത്. ഇത് ഒരു മരണവീടാണ്. ഞാനിവിടുന്ന് ഉടൻ സ്ഥലംവിട്ടോണമെന്ന് പരിഷത്ത് എക്സിക്യൂട്ടീവ് മെമ്പറായ ഹരിപോത്തൻ പറയുന്നു, ഞാനെന്തു ചെയ്യണം?''

''മധു ഇപ്പോൾ പോകരുത്.'' വാസുദേവൻ ഉപദേശിച്ചു.

ഞാൻ പഴയ സ്ഥലത്തുതന്നെ വന്നുനിന്നു. ഹരിപോത്തന്റെ ഗുണ്ടാസംഘത്തിൽപ്പെട്ട അനിയനാണ് പിന്നെ വന്നത്.

''നീ ഉടനെ പോയില്ലെങ്കിൽ തടിക്ക് കേടാ. വേഗം സ്ഥലംവിട്ടോ'' എന്ന് അന്ത്യശാസനം നൽകി. എന്നെ ലോഡ്ജിൽ വന്ന് ആക്രമിച്ച അനിയനെ എനിക്ക് നേരത്തെ അറിയാമായിരുന്നു.

ഞാൻ പിന്നെയും അവിടെത്തന്നെ നിന്നു. കൂടെ നടരാജനുമുണ്ട്. സമയം കടന്നുപൊയ്ക്കൊണ്ടിരുന്നു. ഇതിനിടെ പുറത്തുപോയ

അനിയൻ ഒരു കാർ നിറയെ ആൾക്കാരുമായി മടങ്ങിയെത്തി. അയാളുടെ വർക്ക് ഷോപ്പിൽ ജോലി ചെയ്യുന്നവരായിരിക്കാം. എന്റെ പിന്നിൽ റോഡിൽ നിൽക്കുന്ന അവർക്ക് അനിയൻ എന്നെ ചൂണ്ടിക്കാണിച്ചു കൊടുക്കുന്നത് ഞാൻ ശ്രദ്ധിച്ചു. ഇത്രയുമായപ്പോൾ ഞാൻ രാമുകാര്യാട്ടിന്റെ അടുത്തുചെന്ന് പറഞ്ഞു: ''ചലച്ചിത്ര പരിഷത്ത് വൈസ് പ്രസിഡന്റിനോടാണ് പറയുന്നത്. എന്നെ കാത്ത് പുറത്ത് ഹരിപോത്തന്റെ ഗുണ്ടകൾ നിൽക്കുന്നു.''

കാര്യാട്ട് പതുക്കെ ഏണീറ്റ് എന്റെ തോളിൽ കയ്യിട്ട് ചേർത്തുപിടിച്ച് ഗേറ്റിലേക്ക് നടന്നു. എന്നെ കാത്തുനിൽക്കുന്ന ഗുണ്ടാകളുടെ നടുവിലൂടെ നടരാജന്റെ കാർ കിടക്കുന്നിടം വരെ നടന്നുവന്ന് എന്നെ ആ കാറിൽ കയറ്റി. എന്റെ പിന്നാലെ നടരാജനും കാറിൽ കയറി സ്റ്റാർട്ട് ചെയ്തു. ഗുണ്ടകൾ അന്തംവിട്ട് നോക്കിനിന്നതേയുള്ളു. ഞങ്ങൾ കാർ ഊടുവഴികളിലൂടെ ഓടിച്ച് എഗ്മൂറിലെ എന്റെ താമസസ്ഥലത്ത് എത്തിച്ചേർന്നു.

ഈ സംഭവം മദ്രാസിലെ മലയാള സിനിമാരംഗത്ത് ഹരിപോത്തന് വലിയ എതിർപ്പുണ്ടാക്കി. ചലച്ചിത്ര പരിഷത്തിന്റെ അടുത്ത മീറ്റിംഗിൽ പ്രസിഡന്റ് ടി.ഇ. വാസുദേവൻ തനിക്ക് ഗുണ്ടാസംഘടനയുടെ പ്രസിഡന്റായിരിക്കാൻ താല്പര്യമില്ലെന്നു പറഞ്ഞ് രാജിവയ്ക്കാൻ ഒരുങ്ങുക പോലും ചെയ്തു.

74 ജൂൺ മാസത്തിൽ കൊടൈക്കനാലിൽ വച്ച് ഹരിപോത്തന്റെ പ്രേംനസീർ നായകനായും ജയഭാരതി നായികയായും അഭിനയിക്കുന്ന 'രാജഹംസം' എന്ന ചിത്രത്തിന്റെ ഷൂട്ടിംഗ് നടക്കുകയായിരുന്നു.

സിംഗപ്പൂരിൽ സഹോദരിയുടെ അടുത്തുപോയ പ്രേംനസീർ മടങ്ങിവരാൻ വൈകിയതുകൊണ്ട് മുൻകൂട്ടി അറിയിക്കാതെ രാഘവനോട് ഷൂട്ടിംഗിന് ചെല്ലാൻ ആവശ്യപ്പെട്ടു. പക്ഷേ രാഘവൻ പോയില്ല.

''അഭിനയം തുടങ്ങിയതേയുള്ളു. അതിനുമുമ്പേ ഗമയായി'' എന്ന് ജയഭാരതിയുടെ അമ്മ സാറ പറഞ്ഞു. രാഘവനുപകരം അഭിനയിക്കാൻ അവർ സുധീറിനെ സമീപിച്ചു. എന്നാൽ സുധീർ നേരേ രാഘവന്റെ അടുത്തുചെന്ന് കാര്യം തിരക്കുകയാണ് ചെയ്തത്. രാഘവന്റെ വിശദീകരണം കേട്ട സുധീറും ക്ഷണം നിരസിച്ചു.

ഈ സമയത്ത് ബേബിയുടെ സംവിധാനത്തിൽ രാഘവൻ നായകനും ശ്രീവിദ്യ നായികയുമായി 'സപ്തസ്വരങ്ങൾ' എന്ന ചിത്രത്തിന്റെ പ്രവർത്തനങ്ങൾ നടക്കുന്നുണ്ടായിരുന്നു. രാഘവന് ബഹദൂറുമൊത്ത് അഭിനയിക്കാനുള്ള സീനുകളുടെ ഷൂട്ടിംഗ് നടക്കുമ്പോൾ ഹരിപോത്തൻ ബഹദൂറിനെ തടഞ്ഞുവച്ച് ഷൂട്ടിംഗ് മുടക്കി.

ഒരുദിവസം ഞാൻ രാഘവന്റെ വീട്ടിലിരിക്കുമ്പോൾ അവിടെ ഹരിപോത്തന്റെ ഡ്രൈവർ കാറുമായി വന്നുപറഞ്ഞു:

''നാളെ നസീർസാറിന്റെ കാൾഷീറ്റുണ്ട്. അതുകൊണ്ട് രാഘവനും വരണം എന്ന് ഹരിസാർ പറഞ്ഞു.''

''നസീർസാറിന്റെ കാൾഷീറ്റുണ്ടെങ്കിൽ വരാനിരിക്കുന്നവനല്ല ഞാൻ. എന്റെ കാൾഷീറ്റ് അനുസരിച്ച് ഞാൻ വരാം'' രാഘവൻ മറുപടി കൊടുത്തു. എന്നിട്ട് എന്നോടു പറഞ്ഞു: ''നാളെ എനിക്ക് വേറേ ഷൂട്ടിംഗ് ഒന്നുമില്ല, വെറുതേ വിട്ടീലിരിക്കും.''

അങ്ങനെ രാഘവനും ഈ സംഘത്തിന്റെ ശത്രുപക്ഷത്തായി.

ജയഭാരതി നൃത്തം പഠിച്ചിട്ടില്ലായിരുന്നു. സിനിമയിൽ നായികയാ

യതുകൊണ്ട് പല രംഗങ്ങളിലും നൃത്തം വയ്ക്കേണ്ടിവരും. മിക്ക നടികളും നൃത്തം പഠിച്ചവരാണ്. അതുകൊണ്ട് തിരക്കിനിടയിലും ജയഭാരതി നൃത്തം പഠിക്കാനാരംഭിച്ചു.

പകുതി പഠിച്ചപ്പോഴേ അരങ്ങേറ്റം നടത്താൻ ധൃതിയായി. കേരളത്തിലെ മഹാക്ഷേത്രങ്ങളിലൊന്നായ ഏറ്റുമാനൂർ ക്ഷേത്രത്തിലെ ആറാട്ടിന് നൃത്തപരിപാടി വച്ചാൽ നല്ല പബ്ലിസിറ്റി ലഭിക്കും. നൃത്തപരിപാടികൾക്കു ബുക്കിംഗ് കിട്ടും. പക്ഷെ ക്രിസ്ത്യാനിയായ ജയഭാരതിക്ക് അമ്പലത്തിന്റെ മതിൽക്കെട്ടിനകത്ത് കയറാൻ അനുവാദം ലഭിക്കുമോ? സാറാമ്മയുടെ മകളും ഹരിപോത്തന്റെ ഭാര്യയുമാണ് ജയഭാരതി എന്ന് ആർക്കാണ് അറിഞ്ഞുകൂടാത്തത്? ഒരിക്കലും നേരിട്ടു കണ്ടിട്ടില്ലാത്ത ശിവശങ്കരൻനായരുടെ മകളാണ് താനെന്ന് സത്യവാങ് മൂലം എഴുതിക്കൊടുത്താണ് അവർ ആ നൃത്തപരിപാടി നേടിയെടുത്തത്.

ദേവസ്വം ഭരണക്കാരുടെയിടയിൽ ഇതേക്കുറിച്ച് തർക്കമുണ്ടായി. 'ജയഭാരതി' എന്ന പേരും 'അജ്ഞാതമായ' ജന്മസ്ഥലവുമാണ് അവർക്കീ പരിപാടി കിട്ടാൻ കാരണമായത്. ഈ നടിയുടെ ആരാധകരായ ദേവസ്വം കമ്മിറ്റിക്കാരിൽ പലരും അവരെ ഒരുനോക്ക് കാണാൻ ആഗ്രഹിച്ചിരുന്നവരായിരുന്നു. മാത്രമല്ല നായികനടിയുടെ പ്രോഗ്രാം കിട്ടുന്നതും വലിയൊരു നേട്ടമല്ലേ?

അങ്ങനെ ജയഭാരതി ഒരിക്കൽക്കൂടി മതം മാറി. ക്രിസ്ത്യാനിയായും ഹിന്ദുവായും മാറിയ ജയഭാരതി പിന്നീട് മുസ്ലീമായ കഥ പിന്നാലെ വിവരിക്കാം.

*****

ഞാൻ മദ്രാസിൽ സിനിമാരംഗത്ത് പത്രപ്രവർത്തനം നടത്തുമ്പോൾ ഗാനരചയിതാവ് ശ്രീകുമാരൻതമ്പിയും എനിക്ക് പലപ്പോഴും വലിയ പിന്തുണ നൽകിയിരുന്നു.

അന്ന് ബംഗാളി കഴിഞ്ഞാൽ ഏറ്റവും നല്ലതെന്ന് നാം അവകാശപ്പെട്ടിരുന്ന മലയാള സിനിമാരംഗത്ത് പ്രവർത്തിച്ചിരുന്നവരിൽ വളരെ കുറച്ചുപേർക്കേ കാര്യമായ വിദ്യാഭ്യാസമുണ്ടായിരുന്നുള്ളു. അതുകൊണ്ടാവണം സേതുമാധവൻ, ശശികുമാർ മുതലായവർ പേരിനൊപ്പം അവരുടെ ബാച്ചിലർ ഡിഗ്രി കൂടി എഴുതിക്കാണിച്ചിരുന്നത്. ഡിഗ്രി ഉള്ളവരായാലും അല്ലെങ്കിലും അവരുടെ ഇടിയിൽ വായനാശീലമുള്ളവരും സ്വന്തമായി എന്തെങ്കിലും എഴുതാൻ കഴിവുള്ളവരും വളരെ കുറവായിരുന്നു. നടന്മാരധികവും മലയാളികളായിരുന്നെങ്കിലും നടികൾ മലയാളം അക്ഷരം വായിക്കാൻ പോയിട്ട് സംസാരിക്കാൻ തന്നെ വശമില്ലാത്തവരായിരുന്നു.

ഈ സാഹചര്യത്തിലാണ് ഞാൻ താരതമ്യേന കൂടുതൽ വിദ്യാഭ്യാസമുള്ള നടരാജനും ശ്രീകുമാരൻതമ്പിയുമായി അടുത്തത്. രണ്ടുപേരും എൻജിനീയർമാരാണ്. പത്രപ്രവർത്കരായിട്ടാണ് അവർ സിനിമാരംഗത്തെത്തുന്നത്.

ശ്രീകുമാരൻതമ്പി ആദ്യം സിനിരമ വാരികയുടെ മദ്രാസ് ലേഖകനായിരുന്നു. പിന്നീടാണ് ഗാനരചനയും തിരക്കഥ എഴുത്തും സംവിധാനവുമൊക്കെ ആരംഭിച്ചത്.

ശ്രീകുമാരൻതമ്പിയെ പരിചയപ്പെടുന്നതിനും വളരെ മുമ്പുതന്നെ ഞാൻ അദ്ദേഹത്തിന്റെ സഹധർമ്മിണി രാജേശ്വരിയെ കണ്ടിട്ടുണ്ട്.

അവർ തിരുവനന്തപുരത്ത് യൂണിവേഴ്സിറ്റി കോളേജിൽ പഠിക്കുന്ന കാലത്ത് സ്റ്റേജിൽ മനോഹരമായി പാടുന്നത് ഞാൻ കേട്ടിട്ടുണ്ട്. ഗാനര ചയിതാവും ഗായികയും എന്ന നിലകളിൽ പരസ്പരപൂരകങ്ങളായ ദമ്പതിമാരായിരുന്നു അവർ.

തമ്പിയുടെ കുട്ടികളുടെ പിറന്നാളുകൾക്ക് അന്യരായി എന്നെയും നടരാജനെയും മാത്രമേ ക്ഷണിച്ചിരുന്നുള്ളു. നടരാജൻ സ്വന്തമായി നിർമ്മിച്ച 'പട്ടാഭിഷേകം' എന്ന ചിത്രത്തിന് ഗാനങ്ങൾ മാത്രമല്ല തിര ക്കഥയും തമ്പിയാണ് എഴുതിയത്. ആ ചിത്രത്തിന്റെ നിർമ്മാണവുമായി ബന്ധപ്പെട്ട് ഞങ്ങൾ കൂടെക്കൂടെ തമ്മിൽ കാണാറുണ്ടായിരുന്നു.

തമ്പി ആദ്യമായി തൃശൂർക്കാരൻ സ്വപ്നാ ഫിലിംസ് ബേബിയു മായി ചേർന്ന് 'ചന്ദ്രകാന്തം' എന്ന ചിത്രം നിർമ്മിച്ചപ്പോൾ എന്റെ നിർദ്ദേ ശപ്രകാരം വിപിൻദാസിനെ ക്യാമറയുടെ ചുമതല ഏൽപ്പിക്കുക പോ ലും ചെയ്തു. ചന്ദ്രകാന്തം സാമ്പത്തികമായി വിജയിച്ചില്ലെന്നു തോ ന്നുന്നു. ഇതേത്തുടർന്ന് അദ്ദേഹം സ്വന്തമായി 'ഭൂഗോളം തിരിയുന്നു' എന്നൊരു ചിത്രം നിർമ്മിച്ചു. തമ്പി തന്നെയാണ് അതിന്റെയും സംവി ധാനം നിർവഹിച്ചത്.

'ഭൂഗോളം തിരിയുന്നു' എന്ന ചിത്രത്തിൽ ജയഭാരതിയായിരുന്നു നായിക. അവരുടെ അന്നത്തെ പ്രതിഫലമായ പന്തീരായിരം രൂപയിൽ രണ്ടായിരം അഡ്വാൻസായി നൽകി. എം.ജി.ആറിന്റെ ഉടമസ്ഥതയി ലുള്ള സത്യാ സ്റ്റുഡിയോവിൽ വച്ച് ഷൂട്ടിംഗ് ആരംഭിക്കുകയായിരുന്നു.

രാവിലെ ഒൻപതുമണി മുതലാണ് ഷൂട്ടിംഗ് തുടങ്ങുന്നത്. പ്രധാന നടനും സഹനടനും ഉപനടന്മാരുമെല്ലാം നേരത്തേ തന്നെ സെറ്റിലെത്തി കാത്തിരുന്നു. എന്നാൽ നായികനടി ജയഭാരതി എത്തിയത് പത്തുമണി കഴിഞ്ഞാണ്.

ഒരു ഇടത്തരം കുടുംബത്തിലെ അംഗമായിട്ടാണ് ജയഭാരതി അഭി നയിക്കേണ്ടത്. അതുകൊണ്ട് പരുക്കൻതുണി കൊണ്ട് അധികം ഞൊറി യില്ലാതെ തയ്ച്ച പാവാടയാണ് അവർക്ക് ഉടുക്കാൻവേണ്ടി വച്ചിരുന്ന ത്. അത് ഉടുത്ത് അഭിനയിച്ചാൽ ഗ്ലാമറിന് കോട്ടം തട്ടുമെന്ന് പറഞ്ഞ് ജയഭാരതി പാവാട സംവിധായകന്റെ നേരേ വലിച്ചെറിഞ്ഞു. ധാരാളം ഞൊറിയുള്ള പാവാട കൊണ്ടുവന്നാലേ താൻ ഉടുക്കൂ എന്ന് ശഠിച്ചു.

ഇനിയിപ്പോൾ അതിനൊക്കെ സമയമെവിടെ? ഇപ്പോഴേ ഷൂട്ടിംഗ് വൈകിയിരിക്കുന്നു. ഇനിയും വൈകാൻ പറ്റില്ല. മാത്രമല്ല ആ കഥാ പാത്രത്തിനുവേണ്ടത് പരുക്കൻതുണി കൊണ്ടുള്ള പാവാടയാണ്. അതു കൊണ്ട് അതുതന്നെ ധരിച്ച് അഭിനയിക്കണമെന്ന് ശ്രീകുമാരൻതമ്പിയും നിർബന്ധം പിടിച്ചു.

ഇതിലും വലിയ സംവിധായകരുടെ ധാരാളം ചിത്രങ്ങളിൽ അഭി നയിച്ച നടിയാണ് താനെന്നും അവരൊക്കെ തന്റെ ഇഷ്ടത്തിനെതിരു പറയാറില്ലെന്നും തന്റെ സ്വന്തം വീട്ടിൽനിന്നും കൂടുതൽ ഞൊറിയുള്ള വിലകൂടിയ പാവാട വരുത്തി ഉടുത്തോളാമെന്നും ഭാരതി ശാഠ്യം പിടി ച്ചു.

ഈ തർക്കം നീണ്ടുനീണ്ടുപോയി. താൻ കൊടുത്ത പാവാട ഉടു ക്കാൻ തയ്യാറാണെങ്കിൽ മാത്രം അഭിനയിച്ചാൽ മതിയെന്നും അതി നൊരുക്കമല്ലെങ്കിൽ ഉടൻ സ്ഥലം വിട്ടോളാനും തമ്പി പറഞ്ഞു.

''ഞാനഭിനയിക്കാം. ചാക്കുടുത്തുകൊണ്ട് വേണമെങ്കിലും അഭി നയിക്കാം.'' പൊട്ടിക്കരഞ്ഞുകൊണ്ട് ജയഭാരതി സമ്മതിച്ചു.

അവരുടെ മൂഡ് തെറ്റിയിരുന്നതുകൊണ്ട് ധാരാളം റീഷോട്ടുകൾ എടുക്കേണ്ടതായിവന്നു. ഫിലിമും അങ്ങനെ പണവും നഷ്ടപ്പെട്ടുകൊണ്ടിരുന്നു.

രാത്രി 9 മണി വരെയാണ് അന്നത്തെ ഷൂട്ടിംഗ് തീരുമാനിച്ചിരുന്നത്. എട്ടായപ്പോൾ ഭാരതി പോകാനൊരുങ്ങി. അവരുടെ വളരെയധികം ഷോട്ടുകൾ വെട്ടിച്ചുരുക്കേണ്ടിവന്നു.

സാധാരണയായി ഷൂട്ടിംഗും അതിനുശേഷം ഡബ്ബിംഗും പൂർത്തിയായ ശേഷമാണ് ബാക്കിയുള്ള പ്രതിഫലം കൊടുക്കുന്നത്. പരിചയമുള്ളവരാണെങ്കിൽ പടം തിയേറ്ററിൽ ഓടിച്ചുകിട്ടുന്ന മുറയ്ക്കായിരിക്കും കടം തീർക്കുന്നത്. എന്നാൽ ജയഭാരതി ഷൂട്ടിംഗ് കഴിഞ്ഞതിന്റെ അടുത്ത ദിവസം തന്നെ തന്റെ പ്രതിഫലത്തിൽ ബാക്കി കിടക്കുന്ന പതിനായിരം രൂപ കൂടി ആവശ്യപ്പെടുകയായിരുന്നു.

ഡബ്ബിംഗ് കൂടി കഴിഞ്ഞിട്ട് പണം കൊടുക്കാമെന്ന് തമ്പി സമ്മതിച്ചു. മാത്രമല്ല അടുത്ത ദിവസങ്ങളിൽത്തന്നെ ഡബ്ബിംഗ് പൂർത്തിയാക്കുകയും ബാക്കി പണം തീർത്തുകൊടുക്കുകയും ചെയ്തു.

ഈ അനുഭവങ്ങളെല്ലാം വച്ചുകൊണ്ട് ശ്രീകുമാരൻതമ്പി പത്രങ്ങളിൽ പ്രസ്താവന നൽകി. ജയഭാരതിക്ക് തന്റെ തൊഴിലിനോട് യാതൊരു ആത്മാർത്ഥയുമില്ലെന്ന് അത് വായിക്കുന്നവർക്ക് തോന്നും.

ഹരിപോത്തൻ ഇതിന്റെ പേരിൽ ശ്രീകുമാരൻ തമ്പിയെ ഫോണിൽ വിളിച്ച് അസഭ്യം പറയുകയും കാൽവെട്ടുമെന്ന് ഭീഷണിപ്പെടുത്തുകയും ചെയ്തു.

മദ്രാസിലെ സിനിമാതാരങ്ങൾ ഏറ്റവും ഭയപ്പെടുന്ന സാധനമാണ് ആസിഡ്. അത് മുഖത്തൊഴിക്കുമെന്ന് പറഞ്ഞാൽ - അവർക്ക് അഭിനയജീവിതം അവസാനിപ്പിക്കേണ്ടിവരുമെന്ന് സാരം. അന്ന് കെട്ടിടങ്ങൾ കോൺട്രാക്ട് എടുത്ത് പണിയുന്ന തമ്പിയുടെ കീഴിൽ ധാരാളം ജോലിക്കാരുണ്ടായിരുന്നു. അവരെ ഉപയോഗിച്ച് ജയഭാരതിയുടെ മുഖത്ത് ആസിഡ് ഒഴിക്കുമെന്നും അതിനുവേണ്ടി ജയിലിൽ കിടക്കാൻ തയ്യാറാണെന്നും തമ്പി പറഞ്ഞു.

ജയഭാരതി പ്രേംനസീറിനെക്കൊണ്ട് ശ്രീകുമാരൻതമ്പിക്കെതിരെ ഒരു പ്രസ്താവന എഴുതിച്ച് മദ്രാസിലെ പത്രക്കാരെ ഏൽപ്പിച്ചു. മാത്രമല്ല മഞ്ഞപ്പത്രങ്ങളിൽ തന്നെയും കുടുംബത്തേയും അവഹേളിക്കുന്ന രീതിയിൽ എഴുതിക്കുമെന്നും തമ്പി ഭയന്നു.

ഈ വിവരങ്ങൾ അറിഞ്ഞ് ഞാൻ തമ്പിയുടെ സാന്തോമിലെ വാടകവീട്ടിലെത്തിയപ്പോൾ തമ്പി ഇല്ലായിരുന്നു. അദ്ദേഹത്തിന്റെ ഭാര്യ രാജേശ്വരിയാണ് സംഭവങ്ങളെല്ലാം പറഞ്ഞത്. അന്നുരാത്രി ശ്രീകുമാരൻതമ്പി എന്റെ താമസസ്ഥലത്ത് വന്നു. തമ്പിക്ക് നേരിടാൻ തന്റേടമുണ്ടെങ്കിൽ ഞാനും കൂടെ നിൽക്കാമെന്ന് പറഞ്ഞു. പൊതുശത്രുവിനെതിരെ ഞങ്ങൾ അവിടെ ഒത്തുചേർന്നു.

ഞാൻ മൂന്നു ലക്കങ്ങളിലായി 'പാവാടത്തർക്കം' സിനിമയ്ക്കുള്ളിലെ സിനിമ എന്ന പംക്തിയിലെഴുതി. ഇതിന്റെ പിന്നാലെ എന്നെ വധിക്കാൻ ഒരു വാടകക്കൊലയാളി വന്ന കാര്യം മുമ്പ് പി.എ.ബക്കറിനെ കുറിച്ച് എഴുതുമ്പോൾ വിവരിച്ചിരുന്നു. അതുകൊണ്ട് അതാവർത്തിക്കുന്നില്ല.

പത്രപ്രവർത്തനം ഒരു അലസജോലിയല്ല എന്ന് അറിഞ്ഞുകൊണ്ടാണ് ഞാനത് തൊഴിലാക്കിയത്. ഭീഷണികളും എതിർപ്പുകളും

അപകടങ്ങളും പത്രപ്രവർത്തകന്റെ കൂടെപ്പിറപ്പുകളാണ്. അതൊക്കെ നേരിടാൻ പ്രോത്സാഹനവും ധൈര്യവും നൽകി കൃഷ്ണസ്വാമി റെഡ്യാർ എന്റെ പിന്നിൽ ഉറച്ചുനിന്നിരുന്നു. അതേസമയത്ത് അദ്ദേഹത്തിന്റെ അനിയൻ തിരുവെങ്കിടം റെഡ്യാർ എന്റെ എതിരാളികൾ ഉൾപ്പെടയുള്ള സിനിമാനിർമ്മാതാക്കൾക്ക് പണം കടംകൊടുക്കുന്ന ബിസിനസ്സ് നടത്തുകയായിരുന്നു. അദ്ദേഹത്തിന്റെ ഈ നടപടി എന്റെ സ്വതന്ത്രമായ പ്രവർത്തനങ്ങൾക്ക് പല പ്രതിബന്ധങ്ങളും സൃഷ്ടിച്ചിരുന്നു. നാന വാരികയുടെ അന്നത്തെ എഡിറ്റർ തിരുവനന്തപുരത്ത് സെക്രട്ടറിയേറ്റിനടുത്തുള്ള സേവിയേഴ്സ് ഹോട്ടലിൽവച്ച് ഹരിപോത്തന്റെ ഗുണ്ടാസംഘത്തിൽപ്പെട്ട ചിലരുമായി മദ്യപിച്ചുവെന്നുകൂടി അറിഞ്ഞപ്പോൾ എനിക്കുണ്ടായ മാനസികത്തകർച്ച അതിഭയങ്കരമായിരുന്നു. ഞാനൊരു ഡോൺ കിക്സോട്ടായി മാറിയോ?

ഏതായാലും ഇക്കാലത്ത് ജയഭാരതിക്ക് ചാൻസുകൾ വളരെ കുറഞ്ഞു. ഷീല മടങ്ങിവന്നു. മാത്രമല്ല വിദ്യാഭ്യാസമുള്ള നടികളുടെ ഒരു ശക്തമായ നിര തന്നെ ഇക്കാലത്ത് രംഗപ്രവേശം നടത്തുകയും ചെയ്തു. ബിരുദധാരിണിയായ വിധുബാലയും കോളേജ് വിദ്യാഭ്യാസം സിദ്ധിച്ച ശ്രീവിദ്യയും ലക്ഷ്മിയും റാണിചന്ദ്രയുമൊക്കെ നായികമാരായി എത്തി ജയഭാരതിയുടെ കുത്തക പൊളിച്ചുകളഞ്ഞു.

1975-ൽ ചെറുപുഷ്പം ഫിലിംസിന്റെ 'അനാവരണം' എന്ന ചിത്രത്തിൽ നായകനായി എം.എ.ക്കാരനായ സത്താർ രംഗപ്രവേശം ചെയ്തപ്പോൾ തിരുവനന്തപുരത്ത് മരയ്ക്കാർ മോട്ടോഴ്സിൽ മാനേജരായിരുന്ന അദ്ദേഹത്തിന്റെ സഹോദരൻ കൊണ്ടുതന്ന ഒരു ബ്ലാക്ക് ആന്റ് വൈറ്റ് ഫോട്ടോ ഞാൻ ഫുൾപേജിൽ തന്നെ പ്രസിദ്ധീകരിച്ചു. പിന്നീട് ജയഭാരതിയും സത്താറുമായുള്ള പ്രേമബന്ധത്തെക്കുറിച്ച് കേട്ട ഞാൻ മെരിലാന്റ് സ്റ്റുഡിയോയിൽ ഷൂട്ടിംഗിന് വന്ന ജയഭാരതിയോട് വിവാഹത്തെക്കുറിച്ച് അന്വേഷിച്ചപ്പോൾ അവർ അത് പാടെ നിഷേധിക്കുകയാണ് ചെയ്തത്. അവർ പറഞ്ഞു: "കല്യാണം ഉടനെയില്ല." അങ്ങനെ തന്നെ ഹെഡ്ഡിംഗ് എഴുതി ഞാനൊരു ഇന്റർവ്യു തയ്യാറാക്കിവച്ചു.

അത് കമ്പോസിംഗിന് പോകുന്നതിനുമുമ്പുതന്നെ സത്താറുമായുള്ള വിവാഹവാർത്ത വന്നു. മരയ്ക്കാർ മോട്ടോഴ്സിൽ വിളിച്ചപ്പോൾ കോവളത്തെ അശോകാഹോട്ടലിൽ വച്ച് ഗംഭീര പാർടി നടക്കുകയാണെന്നും അറിഞ്ഞു. ഞാൻ എഴുതിവച്ചിരുന്ന ഹെഡ്ഡിംഗിന്റെ കൂടെ 'ഇനി' എന്നും കൂടി ചേർത്തു.

സത്താറിനെ വിവാഹം കഴിച്ചപ്പോൾ ജയഭാരതിയുടെ പേരു മാറ്റി 'നസീറ' എന്നാക്കി അവരെ ഇസ്ലാം മതത്തിൽ ചേർത്തു. അവർക്ക് ഉണ്ണി എന്നൊരു മകനുണ്ട്. രണ്ടുമൂന്നു വർഷത്തിനുശേഷം ആ വിവാഹവും അലസിപ്പോയി. നസീറ വീണ്ടും ജയഭാരതിയായി.

■

ജീവിക്കാൻ മറന്നുപോയ സ്ത്രീ

ഒരു വിദ്യാർത്ഥിനി ആയിരിക്കുന്ന കാലത്തേ ശ്രീവിദ്യയെ കണ്ടിട്ടുണ്ടെങ്കിലും അന്ന് അങ്ങനെ ഒരു നടിയുള്ള കാര്യം തന്നെ എനിക്ക് അറിഞ്ഞുകൂടായിരുന്നു.

മദ്രാസിലെ മന്തവല്ലിപ്പാക്കത്ത് സിനിമാനിർമ്മാതാവ് കെ.എൻ.കെ. മേനോന്റെ റാണി അണ്ണാദുരൈ തെരുവിലെ പത്താംനമ്പർ വീട്ടിൽ സന്ധ്യക്കുശേഷം അയ്യപ്പൻപൂജ നടക്കുകയായിരുന്നു. തിരുവനന്തപുരത്തുകാരനായ മേനോൻ, പെൻഷൻ പറ്റിക്കഴിഞ്ഞ് സിദ്ധനായി രൂപപരിണാമം സിദ്ധിച്ച ഡി.എസ്.പി. കൃഷ്ണമേനോന്റെ മൂത്ത പുത്രനായിരുന്നു.

മേനോന്റെ വീട്ടിലെ അയ്യപ്പൻപൂജയ്ക്ക് മദ്രാസിലെ പ്രമുഖരായ പല സിനിമാതാരങ്ങളും എത്തിയിരുന്നു. തമിഴിലെ പ്രസിദ്ധ വില്ലൻ നടൻ എം.എൻ. നമ്പ്യാരാണ് ഗുരുസ്വാമി. ഫാൽക്കെ അവാർഡ് ലഭിച്ച, കന്നട സിനിമയിലെ അന്നത്തെ സൂപ്പർതാരമായിരുന്ന രാജ്കുമാർ ഒരു മുണ്ടുമുടുത്തിരിക്കുന്നത് ഞാനോർക്കുന്നു. പൂജയോടനുബന്ധിച്ച് പി. ലീലയുടെ പാട്ടുകച്ചേരിയുമുണ്ടായിരുന്നു.

ഈ സമയത്ത് തൊട്ടടുത്ത വീടിനുമുമ്പിൽ ഒരു കാർ വന്നു നിൽക്കുകയും അതിൽനിന്ന് ഒരു സുന്ദരിയായി പെൺകുട്ടി സഞ്ചിയും പൊതിക്കെട്ടുകളുമായി ഗേറ്റ് തുറന്ന് ആ വീട്ടിലേക്ക് കയറിപ്പോവുകയും ചെയ്യുന്നത് അവ്യക്തമായി കണ്ടു. നല്ല പ്രസരിപ്പുള്ള ആ പെൺകുട്ടിയെ ഞാൻ ശ്രദ്ധിക്കുന്നതുകണ്ടപ്പോൾ നടരാജൻ പറഞ്ഞു. 'അതാണ് പുതുമുഖ നടി ശ്രീവിദ്യ.' വിൻസന്റ് സംവിധാനം ചെയ്ത ചെണ്ടയിൽ മധുവിന്റെ നായിക ശ്രീവിദ്യയായിരുന്നു.

ചെണ്ടയുടെ പ്രിവ്യൂ കണ്ടപ്പോൾ അതിലെ നായികയെ ഞാൻ കൗതു

കത്തോടെ പ്രത്യേകം ശ്രദ്ധിച്ചു. അക്കാലത്തെ മിക്ക മലയാള നടികളേക്കാളും പ്രസരിപ്പ് ശ്രീവിദ്യക്കുണ്ടെന്ന് എനിക്ക് തോന്നുകയും ചെയ്തു.

അക്കാലത്ത് ഒരു പോസ്റ്റർ ഡിസൈനർ മാത്രമായിരുന്ന ഭരതനാണ് (പിൽക്കാലത്ത് സംവിധായകൻ) ചെണ്ടയുടെയും പോസ്റ്റർ ഡിസൈൻ ചെയ്തത്. കൊടമ്പാക്കം റെയിൽവേ സ്റ്റേഷനടുത്തുള്ള ഒരു പഴയ രണ്ടുനില കെട്ടിടത്തിന്റെ മുകളിലത്തെ നിലയിലായിരുന്നു ഭരതന്റെ പണിപ്പുര. തന്റെ രൂപം ഭരതൻ പെയിന്റു ചെയ്യുന്നതുകാണാൻ എന്നും ശ്രീ വിദ്യ അവിടെ എത്താറുണ്ടെന്ന് മറ്റൊരു ആർട്ടിസ്റ്റായ രാധാകൃഷ്ണൻ എന്നോടു പറഞ്ഞിട്ടുണ്ട്. അലങ്കോലമായ സ്റ്റുഡിയോയിൽ ഭരതൻ വരയ്ക്കുന്നതു നോക്കി എന്നും അവിടെപ്പോയി ഇരിക്കുന്ന ശ്രീവിദ്യക്ക് ഭരതനോട് പ്രേമമാണെന്ന സൂചനയും അതിലുണ്ടായിരുന്നു.

'ചെണ്ട' നല്ലൊരു ചിത്രമായിരുന്നു. കേരളീയ താളമേളങ്ങളോടുകൂടി ഉത്സവങ്ങളും നൃത്തങ്ങളും കഥകളിയും മറ്റും പശ്ചാത്തലമാക്കി പറഞ്ഞ പ്രേമകഥയിലെ നായികയായിരുന്നു ശ്രീവിദ്യ. അവർ ഒരു ചെണ്ട ഉയർത്തിപ്പിടിച്ച് നൃത്തം വയ്ക്കുന്ന അതിമനോഹരമായ പോസ്റ്റർ ശ്രദ്ധിക്കാത്തവരുണ്ടാവില്ല. ഒരു ആർട്ടിസ്റ്റ് എന്ന നിലയിൽ സിനിമാരംഗത്ത് ഭരതന് അംഗീകാരം നേടിക്കൊടുത്തത് ഈ പോസ്റ്റർ ആയിരുന്നു.

ചെണ്ടയിലെ നായികയെ പ്രേക്ഷകർക്കെല്ലാം ഇഷ്ടപ്പെട്ടു. അക്കാലത്ത് നായികാദാരിദ്ര്യം അനുഭവിച്ചിരുന്ന മലയാള സിനിമയ്ക്ക് ലക്ഷണമൊത്ത ഒരു പൂർണ കലാകാരിയെ ലഭിച്ചുവല്ലോ എന്ന് എല്ലാവരും സന്തോഷിച്ചു.

ചെണ്ടയ്ക്കുശേഷം വിൻസന്റ് സംവിധാനം ചെയ്ത 'ധർമ്മയുദ്ധം' എന്ന ചിത്രം നിർമ്മിച്ചത് അന്ന് കവിയൂർ പൊന്നമ്മയുടെ ഭർത്താവായിരുന്ന മണിസ്വാമിയാണ്. വിൻസന്റിന്റെ ശുപാർശപ്രകാരമായിരിക്കണം ധർമ്മയുദ്ധത്തിൽ മണിസ്വാമി ശ്രീവിദ്യയെ നായികയാക്കിയത്.

ആയിടയ്ക്ക് കൃഷ്ണസ്വാമി റെഡ്യാരും കെ.വി.എസ്. ഇളയതും മദ്രാസിൽ വന്നപ്പോൾ മണിസ്വാമി തന്റെ ചിത്രത്തിലെ നായികയെ പരിചയപ്പെടുത്തുന്നതിനുവേണ്ടി ഞങ്ങളെ ശ്രീവിദ്യയുടെ മന്തവല്ലി പാക്കത്തെ വീട്ടിലേക്ക് കൊണ്ടുപോയി.

ദക്ഷിണേന്ത്യയിൽ അക്കാലത്തെ ഏറ്റവും പ്രശസ്തരായ സംഗീതവിദൂഷികളിലൊരാളായിരുന്ന എം.എൽ.വസന്തകുമാരി തന്റെ ഏകമകൾ ശ്രീവിദ്യയുമൊന്നിച്ച് താമസിച്ചിരുന്ന ആ വീടിന്റെ നമ്പർ ഒൻപതോ പതിനൊന്നോ എന്നിപ്പോൾ ഓർമ്മിക്കുന്നില്ല. (പത്ത് കെ.എൻ.കെ. മേനോന്റെ വീടിന്റെ നമ്പരായിരുന്നല്ലോ.)

കർണാടക സംഗീതലോകത്തിലെ മുടിചൂടാ റാണിമാരായിരുന്ന എം.എസ്.സുബ്ബലക്ഷ്മി, ഡി.കെ.പട്ടംബാൾ, കെ.ബി. സുന്ദരാംബാൾ എന്നിവർക്കൊപ്പം പ്രശസ്തിയാർജിച്ച ഗായികയായിരുന്നു വസന്തകുമാരിയും. അവരുടെ സംഗീതം റേഡിയോയിലൂടെ കേട്ടിട്ടില്ലാത്തവർ കുറവായിരുന്നു. അവരുടെ ഭർത്താവ് കൃഷ്ണമൂർത്തി ഒരുകാലത്ത് തമിഴ്-തെലുങ്ക് സിനിമകളിലെ പ്രസിദ്ധ നടനായിരുന്നു.

അക്കാലത്ത് മൈസൂർ രാജാവിന്റെ കൊട്ടാരത്തിലും അതുപോലെ ഉന്നതരായ മിക്കവരുടെയും സദസ്സുകളിലും സംഗീതക്കച്ചേരി നടത്തി

വീരശൃംഘലകളും സ്വർണ്ണമെഡലുകളും വാങ്ങിയിട്ടുള്ള മഹതിയായിരുന്നു വസന്തകുമാരി. വസന്തകുമാരിയുടെ മകളായ വിദ്യയ്ക്ക് ചെറുപ്പത്തിലേതന്നെ സംഗീതത്തോടൊപ്പം നൃത്തത്തിലും താല്പര്യമുണ്ടായിരുന്നു. മകളുടെ കലാവാസനയെ പ്രോത്സാഹിപ്പിക്കുന്നതിനുവേണ്ടി വസന്തകുമാരിയും കൃഷ്ണമൂർത്തിയും വിദ്യയെ നൃത്തം അഭ്യസിപ്പിച്ചുതുടങ്ങുകയും ചെയ്തു.

ഇവരുടെ വീടിനടുത്തായിരുന്നു അക്കാലത്ത് 'തിരുവിതാംകൂർ സഹോദരിമാർ' എന്നു പേരുകേട്ട ലളിത, പത്മിനി, രാഗിണി എന്നിവർ അമ്മ സരസ്വതി അമ്മയോടൊപ്പം താമസിച്ചിരുന്നത്. കൊച്ചുന്നാളിലേ മുതൽ വിദ്യ ഇവരുടെ വീട്ടിൽ തന്നെയാണ് സമയം കഴിച്ചിരുന്നത്. ആ കൊച്ചുകുഞ്ഞിന്റെ നൃത്തത്തിലുള്ള വാസന കണ്ട് അവരും വിദ്യയെ നൃത്തം പഠിപ്പിച്ചു.

വെറും മൂന്നോ നാലോ വയസ്സുള്ളപ്പോഴാണ് വിദ്യ മൂവിക്യാമറയുടെ മുമ്പിൽ പ്രത്യക്ഷപ്പെടുന്നത്. പക്ഷേ അത് സിനിമയ്ക്കുവേണ്ടി ആയിരുന്നില്ല.

ഒരു ഓണക്കാലത്ത് പത്മിനിയും രാഗിണിയും കൂടി അവരുടെ വീട്ടുമുറ്റത്ത് ഓണപ്പൂക്കളമിടുകയായിരുന്നു. കൊച്ചുകുട്ടിയായ വിദ്യയും അവരുടെ അടുക്കലുണ്ടായിരുന്നു. പ്തമിനിയും രാഗിണിയും പൂവിട്ടു തീരും മുമ്പേ ആ കുഞ്ഞ് പൂക്കളം ചവിട്ടിനിരത്തും. ഒന്നുരണ്ടുപ്രാവശ്യം ഇങ്ങനെ ചെയ്തപ്പോൾ പത്മിനി തന്റെ 16 എം.എം. ക്യാമറ എടുത്തുകൊണ്ടുവന്ന് ഈ രംഗം ഫിലിമിൽ പകർത്തി. ഇതായിരുന്നു ക്യാമറയുടെ മുമ്പിലുള്ള വിദ്യയുടെ ആദ്യത്തെ അഭിനയം.

പത്മിനി രാഗിണിമാർ ഷൂട്ടിംഗിനായി സ്റ്റുഡിയോകളിലേക്ക് പോകുമ്പോൾ വിദ്യയേയും കൂടെ കൊണ്ടുപോകുമായിരുന്നു. വിദ്യക്ക് ലളിതയുടെ മുഖച്ഛായ ആണെന്ന് ചിലരൊക്കെ പറഞ്ഞുപരത്താനും ഇത് കാരണമാക്കി. ഏതായാലും അങ്ങനെയാണ് വിദ്യ ആദ്യമായി ക്യാമറയും അഭിനയവും എല്ലാം കാണുന്നത്. ഇവരുടെ നിർബന്ധം കൊണ്ട് അക്കാലത്ത് വിദ്യ 'തിരുവരൂർ ശെൽവർ' എന്നൊരു തമിഴ് ചിത്രത്തിൽ ബാലനടിയായി അരങ്ങേറ്റം കുറിക്കുകയും ചെയ്തു.

ഹൈസ്കൂൾ വിദ്യാഭ്യാസം പൂർത്തിയാക്കുന്നതിനും മുമ്പേ തന്നെ വിദ്യ തിരുവിതാംകൂർ സഹോദരിമാരോടൊപ്പം നൃത്തപരിപാടികൾക്ക് പോയിത്തുടങ്ങി. ഈ സംഘത്തിൽ നടി സുകുമാരി, മുൻകാല നടി അംബിക എന്നിവരും അംഗങ്ങളായിരുന്നു. അവരുടെ ഒരു പ്രധാനപ്പെട്ട നൃത്ത ഇനമായിരുന്നു 'ദശാവതാരം ബാലെ.'

എം.എൽ.വസന്തകുമാരിയുമായുള്ള പരിചയത്തിന്മേലാണ് മെരിലാന്റെ സുബ്രഹ്മണ്യം തന്റെ 'ചട്ടമ്പിക്കവല' എന്ന ചിത്രത്തിൽ സത്യന്റെ നായികയായി അഭിനയിക്കാൻ വിദ്യക്ക് അവസരം നൽകിയത്. അന്നും വിദ്യ ഒരു വിദ്യാർത്ഥിനിയായിരുന്നു.

വിൻസന്റിന്റെ കൈകളിൽ വിദ്യ മലയാള സിനിമയിലെ ശോഭയുറ്റ നായികയായി ഉദിച്ചുയർന്നു. അതോടെ വിദ്യ എന്ന പേര് ശ്രീവിദ്യ എന്നാക്കി മാറ്റുകയും ചെയ്തു.

വളരെ ഹൃദ്യമായ സ്വീകരണമാണ് ഞങ്ങൾക്ക് വസന്തകുമാരിയുടെ വീട്ടിൽ ലഭിച്ചത്. അവരുടെ സ്വീകരണമുറിയിൽ ധാരാളം കലാവസ്തുക്കളും സംഗീതോപകരണങ്ങളും മനോഹരമായി ക്രമീകരിച്ചുവച്ചിരുന്നു. അവയ്ക്കിടയിൽ ഉത്സാഹവതിയായ ശ്രീവിദ്യ എന്ന പെൺകുട്ടി.

അവൾക്ക് നൃത്തവും സംഗീതവും നല്ല വശമുണ്ട്. അവരുടെയത്ര മനോഹരമായ കണ്ണുകൾ മലയാളത്തിലെ മറ്റൊരു നടിക്കുമില്ലെന്നു തോന്നി.

വടക്കൻപാട്ടുകളിൽ കേട്ടുതഴമ്പിച്ച വരികൾ ഓർമ്മ വന്നു.

''കുന്നത്തുവച്ച വിളക്കുപോലെ
ചന്ദനക്കാതൽ കടഞ്ഞപോലെ
പൂന്തിങ്കൾ മാനത്തുദിച്ചപോലെ
വയനാടൻ മഞ്ഞൾ മുറിച്ച പോലെ''

ഹിന്ദിയിലെ സൈരാബാനു, ഹേമമാലിനി, തെലുങ്കിലെ ജയപ്രദ, തമിഴിലെ ബി. സരോജാദേവി, കാഞ്ചന, മലയാളത്തിലെ ഷീല മുതലായവർക്കൊപ്പമോ അതിലും കൂടുതലായോ സുന്ദരിയായിരുന്നു അന്നത്തെ ശ്രീവിദ്യ.

ഫോട്ടോഗ്രാഫറുടെ മുമ്പിൽ ഇത്രയും ഉത്സാഹത്തോടെ, ഇത്ര മനോഹരമായി പോസ് ചെയ്യുന്ന മറ്റൊരു നടിയേയും ഞാൻ കണ്ടിട്ടില്ല. ഏത് ആങ്കിളിൽനിന്നാലും അവർ സുന്ദരിയായിരുന്നു.

ആവശ്യത്തിന് ഉയരം, ഒതുങ്ങിയ അളവൊത്ത ശരീരം. നല്ല നിറം, അവരുടെ സംസാരരീതി വ്യക്തവും മാന്യവും ആഭിജാത്യം തുടിക്കുന്നതുമായിരുന്നു. തികഞ്ഞ അടക്കവും ഒതുക്കവും. പൂത്തിരി കത്തിച്ചപോലെ ചിരിക്കുന്ന അതിമനോഹരമായ കണ്ണുകൾ. തൊണ്ടിപ്പഴം പോലെ തുടുത്ത ചുണ്ടുകൾ...

ഷീല പോലും ശ്രീവിദ്യയോടൊപ്പം സുന്ദരിയായിരുന്നില്ല. ഇതെല്ലാം കൂടാതെ നല്ല വിദ്യാഭ്യാസവും ഇംഗ്ലീഷ് ഭാഷാപരിജ്ഞാനവും. സിനിമയിൽ നായികയാകാൻ ഇതിൽപ്പരം യോഗ്യതയുള്ള ആരാണിവിടെയുള്ളത്.

ഏതാനും ദിവസങ്ങൾക്കുശേഷം ഞാൻ തൊട്ടടുത്തുള്ള കെ.എൻ. കെ മേനോന്റെ വീട്ടിൽ ഫോട്ടോഗ്രാഫറുമായി ചെന്നപ്പോൾ മേനോൻ ശ്രീവിദ്യയെ വിളിച്ച് ഫോട്ടോ എടുക്കാൻ തയ്യാറായി വരാൻ ആവശ്യപ്പെട്ടു. വീട്ടിലിരുന്ന വേഷത്തിൽതന്നെ ഓടിയെത്തിയ വിദ്യയെ കണ്ട് മേനോൻ 'ഇങ്ങനെയാണോ' ഫോട്ടോയ്ക്ക് വേഷം ധരിക്കുന്നത്. കുറച്ചുകൂടി ഗ്ലാമറുള്ള വേഷം ധരിച്ചുകൊണ്ടു വരൂ എന്നുപറഞ്ഞു. ശ്രീവിദ്യ ഓടിപ്പോയി വേറെ വേഷം ധരിച്ചുകൊണ്ടുവന്നു. അവരുടെ വീട്ടിലെ ടെറസ്സിൽവച്ച് ഞങ്ങൾ ധാരാളം ചിത്രങ്ങൾ എടുക്കുകയും ചെയ്തു.

അപ്പോഴെല്ലാം ഞാൻ ശ്രദ്ധിച്ചത് സിനിമാരംഗത്ത് ഉയരണമെന്നുള്ള അവരുടെ ഉത്സാഹമായിരുന്നു. അതേസമയത്തുതന്നെ അനാവശ്യമായ എടുത്തുചാട്ടമില്ലാതെ തികച്ചും അടക്കമൊതുക്കത്തോടെയുള്ള പെരുമാറ്റവും തികച്ചും മാന്യമായ സംസാരരീതികളും.

പൂർണമായി അംഗീകരിക്കാൻ എനിക്ക് തോന്നിയിട്ടുള്ള ഏക മലയാളനടിയാണ് ശ്രീവിദ്യ.

നടൻ മധു ഒരു അഭിനേതാവു മാത്രമല്ല, സിനിമാസംവിധായകനും നിർമ്മാതാവും ഫിലിം സ്റ്റുഡിയോ ഉടമസ്ഥനുമാണ്. ഹിന്ദു എം.എ പാസ്സായ അദ്ദേഹം കുറച്ചുകാലം കോളേജ് അധ്യാപക ജോലി നോക്കി. ഡൽഹിയിലെ നാഷണൽ സ്കൂൾ ഓഫ് ഡ്രാമയിൽനിന്ന് അഭിനയം പഠിച്ചശേഷമാണ് സിനിമാരംഗത്തെത്തുന്നത്.

ദേശീയ അവാർഡ് ലഭിച്ച ചെമ്മീനിലും സ്വയംവരത്തിലും മധു അഭിനയിച്ചു. കെ.എ. അബ്ബാസ് സംവിധാനം ചെയ്ത 'സാത് ഹിന്ദു

സ്ഥാനി' എന്ന ഒരു ഹിന്ദിച്ചിത്രത്തിലും അദ്ദേഹത്തിന് പ്രധാനപ്പെട്ട റോളുണ്ടണ്ടായിരുന്നു.

സി.രാധാകൃഷ്ണന്റെ 'പ്രിയ' എന്ന കഥ സ്വന്തമായി സംവിധാനം ചെയ്തു നിർമ്മിച്ചതോടെ മധു നല്ലൊരു സംവിധായകനെന്നുള്ള അംഗീകാരവും നേടി. രണ്ടാമതായി 'മാന്യശ്രീ വിശ്വാമിത്രൻ' എന്ന ചിത്രം സംവിധാനം ചെയ്തുകൊണ്ടിരിക്കുമ്പോഴാണ് ഞാൻ അദ്ദേഹവുമായി പരിചയപ്പെടുന്നത്.

മധു മൂന്നാമതായി സംവിധാനം ചെയ്ത ചിത്രമാണ് 'തീക്കനൽ'. ചെണ്ട എന്ന ചിത്രത്തിൽ തന്നോടൊപ്പം നായികയായി അഭിനയിച്ച ശ്രീവിദ്യയെ ആണ് തീക്കനലിൽ അദ്ദേഹം നായികയാക്കിയത്.

'സ്റ്റാർ ഓഫ് കൊച്ചിൻ' എന്നൊരു ചിട്ടിക്കമ്പനി നടത്തിയിരുന്ന നാരായണൻനായരുടെ മകനായിരുന്നു ഇതിന്റെ നിർമ്മാതാവ്. സിനിമാനിർമ്മാണത്തിന്റെ ചുമതല ഏൽപ്പിച്ചിരുന്നത് ചിട്ടിക്കമ്പനിയുടെ മദ്രാസ് ബ്രാഞ്ച് നോക്കിയിരുന്ന ജോർജ് എന്ന ചെറുപ്പക്കാരനെയും.

ശിവാജി ഗണേശൻ അഭിനയിച്ച 'വസന്തമാളികൈ' എന്ന തമിഴ് ചിത്രത്തിനുവേണ്ടി വാഹിനി സ്റ്റുഡിയോയിൽ ലക്ഷക്കണക്കിന് രൂപ ചെലവാക്കി നിർമ്മിച്ച അതിമനോഹരമായ സെറ്റ് കടമെടുത്താണ് തീക്കനൽ ഷൂട്ട് ചെയ്തത്.

സുന്ദരനും അവിവാഹിതനുമായ ജോർജ് വലിയ ഒരു പണക്കാരന്റെ മട്ടിൽ വെള്ള ഫിയറ്റ് കാറിൽ സഞ്ചരിച്ചു. സിനിമയിലെ നായിക ശ്രീവിദ്യ ഇയാളാണ് നിർമ്മാതാവെന്ന് തെറ്റിദ്ധരിച്ചു.

ഇക്കാലത്തുതന്നെ കമലഹാസനുമായിട്ടുള്ള പ്രേമവും പുരോഗമിക്കുന്നുണ്ടായിരുന്നു.

കമലഹാസനും ശ്രീവിദ്യയും ഒരേ പ്രായക്കാരും ഒരേ സമുദായക്കാരുമാണ്. മാത്രമല്ല കലാപരമായി അപാര കഴിവുകളുള്ള യുവഹൃദയങ്ങളും. നന്നേ ചെറുപ്പത്തിൽത്തന്നെ നൃത്തവും സംഗീതവും അഭ്യസിച്ചിട്ടുള്ള ഇവർ തമ്മിൽ ഏതുവിധത്തിൽ നോക്കിയാലും നല്ല ചേർച്ചയുണ്ടായിരുന്നു. എന്നാൽ കമലഹാസന്റെ മാതാപിതാക്കൾ ഇതിന് എതിരായിരുന്നു. മാത്രമല്ല കമലഹാസനെ അന്വേഷിച്ച് വീട്ടിലെത്തിയ ശ്രീവിദ്യയെ അവർ അവിടുന്ന് ഒരിക്കൽ ഓടിച്ചുവിടുകയും ചെയ്തു.

ഒരിക്കലും പ്രേമിക്കാതിരിക്കുന്നതിലും നല്ലതാണല്ലോ ഒരിക്കലെങ്കിലും പ്രേമിച്ച് പരാജയപ്പെടുന്നത്. ഒരു കലാകാരിയെന്ന നിലയിൽ മൃദുല ഹൃദയത്തിന് ഉടമയായ ശ്രീവിദ്യയെ വശത്താക്കിയെടുക്കാൻ പലരും ശ്രമിച്ചിരുന്നു. അതുകൊണ്ട് അവർക്ക് 'ഫ്രീവിദ്യ' എന്ന ഓമനപ്പേരും ലഭിച്ചു. പല സിനിമകളുടെയും ഷൂട്ടിംഗിനായി അവർ തിരുവനന്തപുരത്ത് വന്നപ്പോൾ ഞാൻ കണ്ടിരുന്നുവെങ്കിലും ഈ കാര്യങ്ങളെക്കുറിച്ചൊന്നും ഒരിക്കലും ചോദിച്ചില്ല.

ശ്രീവിദ്യയുടെ മനസ്സ് നിറയെ റോസാപുഷ്പങ്ങളായിരുന്നു. - തേൻകിനിയുന്ന റോസാപുഷ്പങ്ങൾ. എല്ലാവർക്കുംവേണ്ടി സ്നേഹത്തിന്റെ തേൻ വിളമ്പി അവർ പാപ്പരാവുകയും ചെയ്തു.

അങ്ങനെ ശ്രീവിദ്യയുടെ മനസ്സിൽ ജോർജ്ജ് കൂടുകൂട്ടി. ഈ ബന്ധത്തിന് ഏറ്റവും വലിയ എതിർപ്പ് പ്രകടിപ്പിച്ചത് മധുവാണ്. മാത്രമല്ല അദ്ദേഹം ജോർജിനെ വിളിച്ച് ഈ ബന്ധത്തിൽ നിന്ന് പിന്മാറണമെന്ന് ഉപദേശിക്കുകയും ചെയ്തു. എന്നാൽ ഇതെല്ലാം കേട്ട പാതി

കേൾക്കാത്ത പാതി ജോർജ് ശ്രീവിദ്യയോടുതന്നെ നേരിട്ടുപറഞ്ഞു കൊടുത്തു.

മധുവിന്റെ ഈ നടപടി ശ്രീവിദ്യയെ സംബന്ധിച്ചിടത്തോളം വലിയ മാനസികാഘാതത്തിന് കാരണമായി. ഇരട്ടി പ്രായമുണ്ടെങ്കിലും തന്റെ ആദ്യത്തെ നായകനാണ് മധു. താനൊരു ഗോഡ് ഫാദറായി കണ്ടിരുന്ന ഇദ്ദേഹത്തിൽനിന്നും ഇങ്ങനെയൊരു സമീപനമല്ല ശ്രീവിദ്യ പ്രതീക്ഷിച്ചത്. ശ്രീവിദ്യ പൊട്ടിത്തെറിക്കുക തന്നെ ചെയ്തു. ഒരു നടിയെന്ന നിലയിൽ തന്നെ കണ്ടെത്തുകയും വളർത്തിയെടുക്കുകയും ചെയ്ത മലയാള സിനിമയിൽ ഇനി അഭിനയിക്കുകയില്ലെന്നും മധുവുമായി ഇനി അഭിനയിക്കുന്ന പ്രശ്നമേ ഇല്ലെന്നും അവർ പത്രക്കാരോട് പ്രസ്താവിച്ചു. ഇതെല്ലാം അച്ചടിച്ചുവന്നതുമാണ്.

പ്രേമം അന്ധമാണല്ലോ. ആ സമയത്ത് സംഭവിക്കുന്ന കൊച്ചു മണ്ടത്തരങ്ങൾ മനസ്സിലാക്കാൻ പ്രേമിക്കുന്നവർക്ക് കഴിഞ്ഞെന്നും വരില്ല. 1975-ൽ റിലീസ് ചെയ്ത തീക്കനൽ വമ്പിച്ച പ്രദർശനവിജയം നേടിയെങ്കിലും എങ്ങനെയോ 'സ്റ്റാർ ഓഫ് കൊച്ചിൻ' എന്ന കമ്പനി പൊളിഞ്ഞുപോയി.

പക്ഷേ ജോർജ് കയറിപ്പിടിച്ചത് പുളിങ്കൊമ്പിൽ തന്നെയായിരുന്നല്ലോ. മധു എത്ര എതിർത്തിട്ടും താൻ ജോലി ചെയ്യുന്ന കമ്പനി പൊളിഞ്ഞിട്ടും ശ്രീവിദ്യയെ സ്വന്തമാക്കാൻ ജോർജിന് കഴിയുകയും ചെയ്തു. പകലിന് ഒരു കണ്ണേയുള്ളു; എന്നാൽ ആയിരം കണ്ണുകളാണ് രാത്രിക്കുള്ളത്. സൂര്യാസ്തമനത്തോടെ ഭൂമിയിലെ പകൽവെളിച്ചം ഇല്ലാതാകുന്നു. മനസ്സിനും ആയിരം കണ്ണുകളുണ്ട്. ഹൃദയത്തിന് ഒരെണ്ണം മാത്രം. ജീവിതത്തിന്റെ തന്നെ വെളിച്ചമാണ് പ്രേമിക്കുന്നവർക്ക് നഷ്ടപ്പെടുന്നത്.

ശ്രീവിദ്യക്ക് ശരിയായ വഴി പറഞ്ഞുകൊടുക്കാൻ ആരുമില്ലായിരുന്നു. അവരെ സമീപിച്ചവർക്കെല്ലാം സ്വാർത്ഥതാല്പര്യവുമായിരുന്നല്ലോ. അതുകൊണ്ട് മധുവിന്റെ ഉപദേശങ്ങൾ പോലും ചെവിക്കൊള്ളാൻ അന്നവർക്ക് കഴിഞ്ഞില്ല.

സാധാരണ പ്രണയനാടകത്തിലെ ഒന്നാംരംഗത്തിൽ സംഭവിക്കുന്നതുപോലെ ശ്രീവിദ്യയും ജോർജും രജിസ്റ്റർ കച്ചേരിയിൽ പോയി വിവാഹിതരായി.

ഇതോടെ എം.എൽ.വസന്തകുമാരി മകളുമായി തെറ്റി. അവർ ശ്രീവിദ്യയെ വീട്ടിൽനിന്ന് ഇറക്കിവിടുകയും ചെയ്തു. നവദമ്പതികൾ വലിയൊരു വാടകവീട്ടിലേക്ക് താമസം മാറ്റി. ഇതോടെ മലയാള സിനിമാരംഗത്ത് നിന്ന് പിന്മാറിയ ശ്രീവിദ്യ തമിഴ് സിനിമകളിൽ അഭിനയിക്കാനാരംഭിച്ചു.

കെ. ബാലചന്ദറിന്റെ 'അപൂർവ്വരാഗങ്ങൾ' എന്ന ചിത്രത്തിലെ അഭിനയത്തിന് ശ്രീവിദ്യക്ക് അക്കൊല്ലത്തെ ഫിലിംഫെയർ അവാർഡും ലഭിച്ചു. ഇതേത്തുടർന്ന് ചില തെലുങ്കുചിത്രങ്ങളിലും ഹിന്ദിച്ചിത്രങ്ങളിൽ പോലും അവസരങ്ങൾ കിട്ടി.

ഇതിനിടയിലൊരിക്കൽ മദ്രാസിലെത്തിയ ഞാൻ ശ്രീവിദ്യയുടെ വീട്ടിൽ ചെന്നപ്പോൾ അവർ ഷൂട്ടിംഗിന് പോയിരിക്കുകയായിരുന്നു. ജോർജും അപ്പോഴവിടെ ഇല്ലായിരുന്നു.

അടുക്കിട്ട മുണ്ടും ചട്ടയും ധരിച്ച ജോർജിന്റെ അമ്മയാണ് വാതിൽ തുറന്നത്.

''മോള് ഷൂട്ടിംഗിന് പോയിരിക്കുകയാ'' എന്ന് ആ സ്ത്രീ പറഞ്ഞു.

ആ അന്തരീക്ഷം എന്തുകൊണ്ടോ എനിക്ക് അരോചകമായിട്ടാണ് തോന്നിയത്.

ആദ്യാവേശത്തിൽ സ്ത്രീ ഒരു പുരുഷനെ സ്നേഹിക്കുന്നു. പിന്നെ അവൾക്ക് വേണ്ടത് ആ സ്നേഹം മാത്രമാണ്. ജോർജ് സ്നേഹിച്ചത് ശ്രീവിദ്യയെ ആണോ അവരുടെ പണത്തെയാണോ എന്ന് സംശയിക്കണം. അക്കാലത്ത് അവർ പൊൻമുട്ടയിടുന്ന താറാവായിരുന്നല്ലോ.

ഇക്കാലത്ത് ധാരാളം ചിത്രങ്ങളിൽ നായികയായിത്തന്നെ അഭിനയിച്ചിരുന്ന ശ്രീവിദ്യയുടെ സമ്പാദ്യമെല്ലാം ജോർജ് സ്വന്തം അക്കൗണ്ടിലേക്ക് മാറ്റുകയായിരുന്നു. ശ്രീവിദ്യയുടെ പണംകൊണ്ട് വാങ്ങിയ വീടുപോലും അയാൾ സ്വന്തം പേരിലാക്കിക്കളഞ്ഞു.

സാമ്പത്തികപ്രശ്നങ്ങൾ ഈ നടിയെ പലതും പഠിപ്പിച്ചു. ബന്ധുക്കൾ ശത്രുക്കളായി മാറി. വസ്തുത മനസ്സിലാക്കാതെ കുറ്റങ്ങൾ മാത്രം കണ്ടുപിടിക്കുന്നതിലായിരുന്നു എല്ലാവർക്കും താല്പര്യം.

ഇക്കാലത്ത് ശ്രീവിദ്യ സഹായത്തിനായി പലരെയും സമീപിച്ചു. കേരളത്തിലെ മന്ത്രിമാർ ഉൾപ്പെടെ പലരും അവരുടെ നിസ്സഹായതയിൽനിന്നും മുതലെടുക്കാൻ ശ്രമിച്ചിട്ടുണ്ട്. അവർ ഓരോരോ കാരണം പറഞ്ഞ് ശ്രീവിദ്യയെ തെക്കുവടക്ക് ഓടിച്ചു.

നിസ്വയും നിരാലംബയുമായ ഈ കലാകാരി ഇത്രയുമൊക്കെ പിടിച്ചുനിന്നതാണത്ഭുതം. തനിക്ക് കിട്ടിയ വിദ്യാഭ്യാസവും വായനാശീലവുമായിരിക്കണം പ്രതിസന്ധികളെ തരണം ചെയ്യാൻ അവർക്ക് ധൈര്യം നൽകിയത്.

പുരുഷൻ അവൻ സ്നേഹിക്കുന്ന വ്യക്തിയെ പലവിധത്തിൽ നശിപ്പിക്കുന്നു. ചിലർ അസൂയ കൊണ്ട്. ചിലർ സ്തുതിവചനങ്ങൾ കൊണ്ട്. ഭീരുവാണെങ്കിൽ ചുംബനം കൊണ്ടും ധീരനാണെങ്കിൽ വാളുകൊണ്ടും. ഇക്കാലത്ത് ഞാൻ എഡിറ്റ് ചെയ്തിരുന്ന പ്രസിദ്ധീകരണത്തിൽ ആർട്ടിസ്റ്റ് കറ്റാനം രവി ശ്രീവിദ്യയുടെ ഒരു കാരിക്കേച്ചർ വരയ്ക്കുകയുണ്ടായി. അതിന്റെ അടിക്കുറിപ്പിൽ ശ്രീവിദ്യക്ക് കുട്ടികളുണ്ടാകാത്തതിനെ കുറിച്ച് ഒരു സൂചനയുണ്ടായിരുന്നു. ഇത് ഒരു കാർട്ടൂണിസ്റ്റിന്റെ ഫലിതമായി കണക്കാക്കാനേയുള്ളൂ. എന്നാൽ ഈ പരാമർശം ശ്രീവിദ്യക്ക് സഹിച്ചില്ല. അവർ പൊട്ടിക്കരഞ്ഞതായി ഞാൻ പിന്നീടറിഞ്ഞു. ഞാനിങ്ങനെ എഴുതിക്കളഞ്ഞല്ലോ എന്ന് പലരോടും അവർ പരാതിപ്പെട്ടു. ആ കുറ്റബോധം എനിക്ക് ഇന്നും ഉണ്ടെന്നുകൂടി തുറന്നുപറഞ്ഞോട്ടെ.

സ്ത്രീ കീഴടക്കാൻ മാത്രമല്ല കീഴടങ്ങാനും ആഗ്രഹിക്കുന്നു. സ്വത്തും പ്രശസ്തിയും പിടിച്ചടക്കാൻ ഓടിനടക്കുമ്പോഴും കീഴടങ്ങാൻ ഒരു അഭയസ്ഥാനം തേടി അലയുകയായിരുന്നു. ആദ്യം മുതലേ തന്റെ മുമ്പിൽ ഒരു രക്ഷിതാവായും ഉപദേശകനായും ഉയർന്നുനിന്ന മധുവിനെത്തന്നെ അഭയംപ്രാപിച്ചു. അവർ വീണ്ടും ഒന്നിച്ച് അഭിനയിക്കാൻ ആരംഭിക്കുകയും ചെയ്തു.

മാനസികപ്രശ്നങ്ങൾ ഉള്ളവർ അമിതമായി ഭക്ഷണം കഴിക്കും. അതുകൊണ്ടോ, നൃത്തപരിപാടികൾ ഉപേക്ഷിച്ചതുകൊണ്ടോ ആയിരിക്കണം ഇക്കാലത്ത് ശ്രീവിദ്യക്ക് അമിതമായി തടവയ്ക്കാൻ ആരംഭിച്ചു. അതുകൊണ്ട് നായികാവേഷങ്ങൾ കിട്ടാതാവുകയും ചെറുപ്രായത്തിൽത്തന്നെ അമ്മവേഷങ്ങൾ സ്വീകരിക്കേണ്ടിതായി വരികയും

ചെയ്തു. മുപ്പതുകാരിയാകുന്നതിനു മുമ്പേതന്നെ നാല്പതുകാരിയുടെ രൂപവും ഭാവവും. എങ്കിലും മനോഹരമായ ആ ചിരിക്കും പ്രകാശിക്കുന്ന കണ്ണുകൾക്കും യാതൊരു മാറ്റവുമുണ്ടായില്ല.

ജീവിതം അവരെ ചിന്തിക്കാൻ പഠിപ്പിച്ചു. വളരെ വൈകിയാണെങ്കിലും അവർ യാഥാർത്ഥ്യങ്ങൾ തിരിച്ചറിഞ്ഞു.

''ഭാര്യാഭർത്താക്കന്മാർ തമ്മിൽ അഡ്ജസ്റ്റ് ചെയ്യാൻ പറ്റുന്നില്ലെങ്കിൽ പിരിയുന്നതാണ് നല്ലത്. എന്റെ വിവാഹം പരാജയപ്പെട്ടതുകൊണ്ട് മറ്റാരും പ്രേമിക്കരുതെന്ന് അഭിപ്രായമില്ല. ആരെങ്കിലും തലയിൽ വച്ചുകൊടുക്കുന്ന ബന്ധം പരാജയപ്പെട്ടാൽ ആരോടാണ് സമാധാനം ചോദിക്കുക?''

ശ്രീവിദ്യ ഒരു ടി.വി ഇന്റർവ്യൂവിൽ ഈയിടെ പറഞ്ഞു:

''എനിക്കിന്ന് തിരിച്ചടിക്കാനുള്ള തന്റേടമുണ്ട്. എന്നെക്കൊണ്ട് ജീവിച്ച് എന്റെ ജീവിതം മുഴുവൻ തുലച്ചവരോട് ഞാൻ സമരം ചെയ്യും. ഇന്ത്യൻ വനിതയ്ക്ക് ഇവിടെ സ്വാതന്ത്ര്യം പുസ്തകത്തിൽ മാത്രമേയുള്ളു. ഇക്കാര്യത്തിൽ ഉത്തരേന്ത്യക്കാർ നമ്മേക്കാൾ വിശാലഹൃദയമുള്ളവരാണ്.

സ്ത്രീകളുടെ കഷ്ടപ്പാടുകൾക്കെല്ലാം കാരണം പുരുഷന്മാരാണെന്ന് സ്ത്രീകൾ പഴി പറയും. പക്ഷെ ഇതിന് സ്ത്രീകൾ തന്നെയാണ് ഉത്തരവാദികൾ. ലോകസുന്ദരിപ്പട്ടം ലഭിക്കുന്നതിലല്ല സ്ത്രീസ്വാതന്ത്ര്യമിരിക്കുന്നത്. ബസ്സിൽ സഞ്ചരിക്കുമ്പോൾ പുരുഷന്മാരിൽ നിന്ന് ശല്യമുണ്ടാകാതിരിക്കുന്നതിലാണ്.

ഇവിടെ എല്ലാവർക്കും അസൂയയാണ്. മറ്റുള്ളവർ നന്നാകുന്നത് ആർക്കും ഇഷ്ടമില്ല. അതുകൊണ്ട് ഇവിടെ സ്ത്രീവിമോചനമൊന്നും നടപ്പില്ല.

സ്ത്രീകൾക്ക് വിദ്യാഭ്യാസമുണ്ടായി എന്നും അവർ പൈലറ്റുമാരായി എന്നും പറഞ്ഞിട്ടുകാര്യമില്ല. മറ്റുള്ളവരെ കാണിക്കാൻ വേണ്ടി ഫോട്ടോ എടുത്തുവയ്ക്കാമെന്നു മാത്രം.

വിവാഹം കഴിക്കാത്ത ഒരു സ്ത്രീക്ക് വീടിനു പുറത്തിറങ്ങാൻ പോലും സ്വാതന്ത്ര്യമില്ല. ആരോപണം തുടങ്ങുന്നത് സ്വന്തം വീട്ടിൽനിന്നു തന്നെയായിരിക്കും. സിനിമക്കാരായാൽ പിന്നെ പറയുകയും വേണ്ട. മദ്രാസിൽ സിനിമക്കാർക്ക് വാടകയ്ക്ക് വീടു കിട്ടുക പോലുമില്ല. വിധവയാണെങ്കിൽ പിന്നെ പറയുകയും വേണ്ട. ഇതിങ്ങനെ തുടർന്നുകൊണ്ടിരിക്കും. നാട്ടിൽ എന്ത് കലാപരിപാടി നടക്കണമെങ്കിലും സിനിമാക്കാർ എത്തണം. ഞങ്ങളെ കല്യാണം കഴിക്കാൻ ആരും തയ്യാറാവുകയുമില്ല.'' ടി.വിയിൽ ഈ അഭിപ്രായങ്ങളെല്ലാം കേട്ടപ്പോൾ ഞാൻ അത്ഭുതപ്പെട്ടുപോയി.

ചെണ്ടയിൽ അഭിനയിക്കാൻ വന്ന ലജ്ജാവതിയായ പെൺകുട്ടിക്ക് ഉണ്ടായിരിക്കുന്ന മാറ്റം കണ്ട് സന്തോഷിക്കുകയും അതോടൊപ്പം ദു:ഖിക്കുകയും ചെയ്തു. ജീവിക്കാൻ മറന്നുപോയ പാവമൊരു സ്ത്രീ!

ജോർജും ശ്രീവിദ്യയും തമ്മിൽ പത്തുവർഷത്തോളം കേസ് നടന്നു. ഇക്കാലത്ത് അമ്മ വസന്തകുമാരി തന്നെയാണ് അവർക്ക് അഭയം നൽകിയത്. എന്നാൽ അമ്മയും അന്തരിച്ചതോടെ ശ്രീവിദ്യ വീണ്ടും ഏകയായി. എങ്കിലും അവർ ധാരാളം ചിത്രങ്ങളിൽ അഭിനയിക്കുന്നുണ്ടായിരുന്നു. ചിലതിൽ പാടുകയും ചെയ്തു. ജോർജുമായുള്ള സ്വത്തുതർക്കത്തിൽ ശ്രീവിദ്യക്ക് അനുകൂലമായ വിധിയുണ്ടായി. അവർ

തമ്മിലുള്ള ബന്ധം പിരിയുകയും വീട് വിട്ടുകിട്ടുകയും ചെയ്തു.

എന്താണ് ഈയിടെയായി അധികം ചിത്രങ്ങളിൽ അഭിനയിക്കാത്തത് എന്നു ചോദിച്ചാൽ ശ്രീവിദ്യയുടെ മറുപടി ഇങ്ങനെയായിരിക്കും.

''എന്ത് അഭിനയിക്കാനാണ്. അമ്മയായി അഭിനയിച്ചു മടുത്തു. എനിക്ക് നായികയായി പലതും ചെയ്യാൻ കഴിയുമെന്ന് കെ.ജി. ജോർജും ഭരതനും മറ്റും മനസ്സിലാക്കിയിരുന്നു. ഇന്നെല്ലാം കോമഡിയാണല്ലോ. അത് നായകപ്രധാനമാണ്. എന്നെപ്പോലെയുള്ള ഒരു നടിക്ക് ഇതിലൊന്നും ഒന്നും ചെയ്യാനില്ല.

ശ്രീവിദ്യ എന്ന നടിയെ മലയാള സിനിമയ്ക്കും കേരളീയർക്കും എഴുതിത്തള്ളാനാവില്ല. മലയാള സിനിമയുടെ കാൽനൂറ്റാണ്ടിൽ ഇത്രയും സജീവമായി സഹകരിച്ച മറ്റധികം നടികൾ നമുക്കില്ലല്ലോ.

■

ആകാശം നിഴലിക്കുന്ന മഞ്ഞുതുള്ളി

സ്വയംവരം എന്ന ചിത്രം റിലീസ് ചെയ്യുന്നതിനു മുമ്പേ ഞാൻ കണ്ടു. പാസ് തന്നത് എം. ഗോവിന്ദൻ. മലയാള ഭാഷയ്ക്കും സാഹിത്യത്തിനും കേസരി ബാലകൃഷ്ണപിള്ളയ്ക്കുശേഷം ഏറ്റവും വലിയ സംഭാവന നൽകിയ സഹൃദയൻ. അദ്ദേഹം അന്ന് മദ്രാസിലെ ഹാരിസ് റോഡിലെ തന്റെ താവളത്തിലിരുന്ന് ആധുനികതയുടെ കൊടുങ്കാറ്റ് അഴിച്ചുവിടുകയായിരുന്നു.

ഗോവിന്ദന്റെ സാഹിത്യസമാജത്തിലേക്ക് എന്നെ കൂട്ടിക്കൊണ്ടുപോയത് ഗാനരചയിതാവ് പവിത്രനാണ്. അക്കാലത്ത് ഗോവിന്ദൻ ഫിലിം സെൻസർ ബോർഡ് മെമ്പറുമായിരുന്നു. ഇക്കാരണത്താലാവണം അടൂർ ഗോപാലകൃഷ്ണൻ സ്വയംവരം എന്ന സിനിമ കാലേക്കൂട്ടിത്തന്നെ ഗോവിന്ദനെ കാണിച്ചത്.

സ്വയംവരത്തിന്റെ പാസ് തന്നിട്ട് ഗോവിന്ദൻ പറഞ്ഞു: ''ഈ സിനിമ ഒന്നു കണ്ടുനോക്കുക വളരെ വ്യത്യസ്തമാണിത്.''

ദക്ഷിണേന്ത്യൻ ഫിലിം ചേമ്പറിന്റെ ഹാളിൽ പ്രിവ്യു കാണാൻ ഞാനുമെത്തി. അടൂർ ഗോപാലകൃഷ്ണൻ എന്ന ചെറുപ്പക്കാരൻ അവിടെ ഉത്സാഹിച്ച് ഓടിനടക്കുന്നതുകണ്ടു. എനിക്കും കിട്ടി ചിത്രത്തിന്റെ സ്റ്റിൽസ്. അന്നും ഗോപാലകൃഷ്ണന് നീണ്ട മുടിയും സൈഡിൽ ഒലിച്ചിറങ്ങുന്ന മീശയുമായിരുന്നു. ഖാദി ജൂബ ധരിച്ചുതുടങ്ങിയിരുന്നില്ല.

മദ്രാസിലെ സിനിമാരംഗത്തുള്ള പലരും അവിടെയുണ്ടായിരുന്നു. സ്വയംവരം എനിക്കൊരു പുത്തൻ അനുഭവമായിരുന്നു. ഇതുപോലെ

യുള്ള ധാരാളം ബംഗാളി സിനിമകൾ കണ്ടിരുന്നെങ്കിലും മലയാള സിനിമയിൽ ഇതൊരു വമ്പിച്ച വ്യതിയാനമായിത്തോന്നി. പച്ചയായ മനുഷ്യജീവിതത്തെ ഇത്രയ്ക്ക് പച്ചയായി സമീപിച്ച മറ്റൊരു സിനിമയും അതുവരെ മലയാളത്തിൽ ഉണ്ടായിട്ടില്ലായിരുന്നു.

അത്യാവശ്യത്തിനുമാത്രം സംസാരിക്കുന്ന കഥാപാത്രങ്ങൾ. അനാവശ്യമായ ശബ്ദകോലാഹലങ്ങളില്ല. പകരം പ്രകൃതിയുടെ ശബ്ദങ്ങൾ മാത്രം അതുവരെ കണ്ടിട്ടില്ലാത്ത ക്യാമറാ ആംഗിളുകൾ. ഒതുക്കമുള്ള എഡിറ്റിംഗ്, യാഥാർത്ഥ്യബോധമുള്ള കലാസംവിധാനം, സ്വാഭാവികമായ അഭിനയം - മൊത്തത്തിൽ കച്ചവട ചട്ടക്കൂടുകൾ തകർക്കുന്ന ആകർഷകമായ സംവിധാനശൈലി.

സ്വപ്നത്തിൽനിന്ന് യാഥാർത്ഥ്യത്തിലേക്കുള്ള യാത്രയാണ് ഇതിവൃത്തം. വീട്ടുകാർ അറിയാതെ ഒളിച്ചോടി നഗരത്തിലെത്തുന്ന യുവമിഥുനങ്ങൾ. അതിന്റെ ദുരന്തം ഭയാനകമായിരുന്നു.

പ്രധാന വേഷങ്ങളിൽ മുഖ്യധാരാ സിനിമയുടെ പ്രതിനിധികളായ മധുവിനെയും ശാരദയേയും അവതരിപ്പിക്കണമായിരുന്നോ എന്ന് സംശയിച്ചു. ഒന്നോ രണ്ടോ ഷോട്ടിലൂടെ അരങ്ങേറ്റം കുറിച്ച ഗോപി (ഭരത്) യെ ഓർമ്മിച്ചുവയ്ക്കാനിടയില്ല.

ചിത്രം കണ്ടുകഴിഞ്ഞപ്പോൾ എന്റെ മനസ്സ് ചിറകുവച്ചു പറന്നു. മദ്രാസിലെ സിനിമക്കാരുടെ മുഖത്ത് എന്തൊക്കെയോ സംശയങ്ങൾ. പി. ഭാസ്കരൻ മാത്രം ഗോപാലകൃഷ്ണനെ അഭിനന്ദിച്ചു. ഒരു ഉത്തമസിനിമ കണ്ട നിർവൃതിയിൽ ഞാൻ ഊണുപോലും വേണ്ടെന്നുവച്ച് എഴുതാനിരുന്നു. എവിടുന്നൊക്കെയോ നല്ല വാക്കുകൾ നിർലോഭമായി പേനത്തുമ്പിലെത്തി. സത്യജിത് റേയ്ക്കും മൃണാൾ സെന്നിനും ഒപ്പം നിർത്താൻ നമുക്കൊരു സംവിധായകൻ ഉണ്ടായിരിക്കുന്നുവെന്ന് ഞാനെഴുതി. ഇതിലെ ചില ഷോട്ടുകൾക്ക് പ്രതിദ്വന്ദി (ബംഗാളി), ഭുവൻഷോം (ഹിന്ദി) എന്നീ ചിത്രങ്ങളുമായി തോന്നിയ സാമ്യവും ഞാൻ മറച്ചുവച്ചില്ല.

നിരൂപണം എഴുതി പൂർത്തിയാക്കിയ ഉടനെ ഞാനത് എം.ഗോവിന്ദന്റെ മുമ്പിൽ കൊണ്ടുവച്ചു. അത് വായിച്ചപ്പോൾ ആ മുഖത്ത് മന്ദഹാസം പടർന്നു.

''ഇങ്ങനെ വേണം നിരൂപണം. നല്ലതും ചീത്തയും പറയണം. ഞാനാദ്യം കണ്ടപ്പോൾ അവസാനരംഗം ഇങ്ങനെയായിരുന്നില്ല. വാതിലിൽ മുട്ടുകേട്ട് ശാരദ പോയി തുറക്കുകയും വില്ലൻ കയറി വരികയുമൊക്കെ ചെയ്യുന്നുണ്ടായിരുന്നു. മുട്ടുകേട്ട് ശാരദ വാതിലിൽ നോക്കുമ്പോൾ ചിത്രം അവസാനിപ്പിച്ച് കുറെ ഫിലിം ബ്ലാങ്കായിട്ടുവിടാൻ ഞാൻ നിർദ്ദേശിച്ചു'' ഗോവിന്ദൻ പറഞ്ഞു.

എന്റെ നിരൂപണം കുങ്കുമത്തിൽ പ്രസിദ്ധീകരിച്ചുവരുന്ന സമയത്തുതന്നെ സി.കെ. സോമൻ ചിത്രരമയിൽ 'സ്വയംവരം' മലയാളത്തിലെ ആദ്യത്തെ സിനിമയാണെന്നും എഴുതി.

പതുക്കെ അടൂർ ഗോപാലകൃഷ്ണനും സ്വയംവരവും ചർച്ചാവിഷയമായി മാറി. സത്യജിത് റേയുടെ പടങ്ങൾക്കുശേഷം ഇന്ത്യയിൽ ഉണ്ടായ മഹത്തായ സൃഷ്ടിയാണ് സ്വയംവരമെന്ന് ലണ്ടനിലെ ഗാർഡിയൻ പത്രം പോലും എഴുതി. അധികം വൈകാതെ ദൽഹി മലയാളി അസോസിയേഷന്റെ സ്വർണമെഡൽ കരസ്ഥമാക്കിക്കൊണ്ട് ഈ ചിത്രം ഇന്ത്യൻ ചലച്ചിത്രവേദിയിൽ മാറ്റത്തിന്റെ പുതിയ ഭാവമാ

ണെന്ന് അംഗീകാരം നേടിയെടുത്തു.

"ഇവിടെ ഒരു യുദ്ധമുണ്ടാകണം. അതിൽ കുറഞ്ഞൊന്നും പോരാ. നാസികൾ പോളണ്ടിനെ നശിപ്പിച്ച ശേഷം അവിടുത്തെ സിനിമയ്ക്ക് കൂടുതൽ ഉണർവ്വുണ്ടായി. ഇന്ത്യൻ സിനിമ നന്നാകണമെങ്കിൽ ഇവിടെയും യുദ്ധമുണ്ടാകണം. പുതിയ കാഴ്ചപ്പാടോടെ അത് പുനർജന്മം കൈക്കൊള്ളണം." ഗോപാലകൃഷ്ണൻ ഇങ്ങനെ പറയുക മാത്രമല്ല ഒറ്റയ്ക്ക് ആ യുദ്ധം ആരംഭിക്കുകയും ചെയ്തു.

എന്നിട്ട് ജയിച്ചോ?

1972ലെ കേരള സംസ്ഥാന അവാർഡ് പ്രഖ്യാപിച്ചപ്പോൾ സ്വയംവരത്തിന് കാര്യമായ അംഗീകാരമൊന്നും ലഭിച്ചില്ല. പൂനാ ഫിലിം ആർക്കൈവ് ഡയറക്ടർ പി.കെ. നായരായിരുന്നു അവാർഡ് കമ്മിറ്റി ചെയർമാൻ. അദ്ദേഹത്തെ കൂടാതെ ഡൽഹിയിലെ പ്രസിദ്ധ ചലച്ചിത്ര നിരൂപകൻ ഹമീദുദ്ദീൻ മുഹമ്മദ് മാത്രമേ സ്വയംവരത്തിന്റെ ഭാഗത്തു നിന്നുള്ളു. മറ്റ് മെമ്പർമാരായ നാടകനടൻ ഒ.മാധവൻ, സംഗീത സംവിധായകൻ എൽ.പി.ആർ. വർമ്മ, നിർമ്മാതാവ് ശോഭനാ പരമേശ്വരൻനായർ, നിർമ്മാതാവ് എസ്. കുമാർ (മെരിലാന്റ്, സുബ്രഹ്മണ്യത്തിന്റെ മകൻ), പത്രപ്രവർത്തകൻ തോപ്പിൽ രവി, സിനിമാ മാസിക പത്രാധിപർ കെ. ശങ്കരൻനായർ എന്നിവരാരും നല്ല സിനിമയുമായി പരിചയമുള്ളവരായിരുന്നില്ല.

കമ്മിറ്റിയിലുണ്ടായിരുന്ന പബ്ലിക് റിലേഷൻസ് ഉദ്യോഗസ്ഥന്മാരായിരുന്ന തോട്ടം രാജശേഖരൻ, നോവലിസ്റ്റ് എൻ.മോഹനൻ എന്നിവർ നല്ല സിനിമയ്ക്കുവേണ്ടി നിൽക്കുന്നവരാണെങ്കിലും അഭിപ്രായം പറഞ്ഞില്ല. നോവലിസ്റ്റ് മാധവിക്കുട്ടിയുടെ അഭിപ്രായം വളരെ വ്യത്യസ്തമായിരുന്നുതാനും.

കച്ചവടസിനിമയുടെ എല്ലാ ലക്ഷണങ്ങളും ഉള്ള സേതുമാധവൻ സംവിധാനം ചെയ്ത പണിതീരാത്ത വീടിനാണ് ഒന്നാം സ്ഥാനം ലഭിച്ചത്. സിംഹഭാഗവും ഊട്ടിയിൽവച്ച് ചിത്രീകരിച്ച ആ കളർച്ചിത്രമാണ് നല്ലതെന്ന് വിധിയെഴുതാൻ ഭൂരിപക്ഷം അംഗങ്ങൾക്ക് യാതൊരു സംശയവും തോന്നിയില്ല. കച്ചവട ഫോർമുലകളിൽനിന്നും വിമുക്തമാകാത്ത പി.എൻ. മേനോന്റെ ചെമ്പരത്തിക്കാണ് രണ്ടാംസ്ഥാനം ലഭിച്ചത്. കേരളത്തിലെ കഥ കേരളത്തിൽ വച്ചുതന്നെ യഥാതഥമായി ബ്ലാക്ക് ആന്റ് വൈറ്റിൽ പകർത്തിയ സ്വയംവരം മനസ്സിലാക്കാനുള്ള സിനിമാവബോധം ഉണ്ടായിരുന്ന പി.കെ.നായരും ഹമീദുദ്ദീൻ മുഹമ്മദും ഭിന്നാഭിപ്രായ കുറിപ്പുകളെഴുതി. അതിന് അവാർഡുകളേക്കാൾ വിലയുമുണ്ടായിരുന്നു.

കുഞ്ചാക്കോയുടെ ആരോമലുണ്ണിക്കാണ് മൂന്നാംസ്ഥാനം ലഭിച്ചത്. കേരളത്തിൽവച്ച് നിർമ്മിച്ച മികച്ച ചിത്രത്തിനുള്ള അവാർഡ് കൊണ്ട് സ്വയംവരത്തെ അവാർഡ് കമ്മിറ്റി അപമാനിച്ചു. എങ്കിലും മങ്കട രവിവർമ്മയ്ക്ക് ബ്ലാക്ക് ആന്റ് വൈറ്റ് ഫോട്ടോഗ്രാഫിക്കുള്ള അവാർഡും ദത്തന് നല്ല കലാസംവിധായകനുള്ള അവാർഡും സ്വയംവരത്തിലൂടെ കിട്ടി.

ഈ അവാർഡ് പ്രഖ്യാപനം മലയാള സിനിമാരംഗത്ത് വലിയ ഒരു കോളിളക്കം സൃഷ്ടിച്ചു. അന്നത്തെ പബ്ലിക് റിലേഷൻസ് ഡയറക്ടറായിരുന്ന ജി. വിവേകാനന്ദനും അവാർഡ് കമ്മിറ്റി മെമ്പർസെക്രട്ടറി എൻ. മോഹനനും കച്ചവടസിനിമാരംഗവുമായി അടുത്ത ബന്ധമുള്ള

വരാണെന്ന് ഹമീദുദ്ദീൻ മുഹമ്മദ് ആരോപിച്ചു. ഇവർ രണ്ടുപേരും സിനിമാക്കഥ എഴുത്തുകാരാണെന്നും ജൂറി റിപ്പോർട്ട് ഏകകണ്ഠമായിരുന്നില്ലെന്നും തന്റെ റിപ്പോർട്ട് വിവേകാനന്ദൻ പൂഴ്ത്തിവെച്ചെന്നും അദ്ദേഹം പറഞ്ഞു.

മുഹമ്മദിനെപ്പോലെയുള്ള ഒരാളെ അവാർഡ് കമ്മിറ്റിയിൽ എടുത്തതിൽ ദു:ഖിച്ചുകൊണ്ട് വിവേകാനന്ദനും മറുപടിപ്രസ്താവന ഇറക്കി.

ഈ സമയത്ത് ജൂറി മെമ്പറായിരുന്ന ശോഭനാ പരമേശ്വരൻനായർ സ്വയംവരത്തെ വിമർശിക്കുന്ന ഒരു പ്രസ്താവന എഴുതി പത്രപ്രവർത്തകൻ കോടമ്പുഴ വഴി എനിക്ക് കൊടുത്തയച്ചു. ഞാനത് വായിച്ചിട്ട് അതിന് എന്റേതായ ഒരു ചുട്ട മറുപടിയും ചേർത്ത് നാന വാരികയ്ക്ക് അയച്ചു. ഇതുരണ്ടും ഒന്നിച്ച് അച്ചടിച്ചുവന്നത് സിനിമാവൃത്തങ്ങളിൽ ചർച്ചാവിഷയമായി. അവരെല്ലാംകൂടി എന്നെ ആർട്ട് സിനിമയുടെ പക്ഷക്കാരനെന്ന് വിധി എഴുതുകയും ചെയ്തു.

'സ്വയംവരം' ആദ്യം കേരളത്തിൽ റിലീസ് ചെയ്തപ്പോൾ പ്രേക്ഷകരിൽനിന്ന് നല്ല സ്വീകരണം ലഭിച്ചില്ല. എന്നാൽ ഇത് ബോംബെയിലെ ആകാശവാണി ഓഡിറ്റോറിയത്തിൽ ഒരാഴ്ച പ്രദർശിപ്പിച്ചുവെന്നു മാത്രമല്ല അവിടെനിന്ന് പ്രസിദ്ധീകരിക്കുന്ന ഇംഗ്ലീഷ് പത്രങ്ങളിലെല്ലാം നല്ല അഭിപ്രായം വരികയും ചെയ്തു.

1973 ജൂലായ് പത്തുമുതൽ മോസ്കോയിൽ നടന്ന അന്താരാഷ്ട്ര ചലച്ചിത്രോത്സവത്തിൽ മത്സരാടിസ്ഥാനത്തിൽ ഇന്ത്യയെ പ്രതിനിധീകരിക്കാൻ സ്വയംവരമാണ് തെരഞ്ഞെടുക്കപ്പെട്ടത്. അതിൽ പങ്കെടുക്കാൻ ഗോപാലകൃഷ്ണനും ക്ഷണം ലഭിച്ചു.

1972ലെ സംസ്ഥാന ഫിലിം അവാർഡ് ദാനം കോഴിക്കോട്ടുവച്ച് നടത്തിയപ്പോൾ സ്വയംവരത്തിന്റെ അവാർഡ് ഗോപാലകൃഷ്ണനും ആരോമലുണ്ണിയുടെ അവാർഡ് കുഞ്ചാക്കോയും നിരസിച്ചു. അവാർഡ് തുക ഫിലിം ഫൈനാൻസ് കോർപ്പറേഷന് അയച്ചുകൊടുക്കാൻ ഗോപാലകൃഷ്ണൻ ആവശ്യപ്പെടുകയും ചെയ്തു.

ഇങ്ങനെയിരിക്കെയാണ് ദേശീയ ഫിലിം അവാർഡ് പ്രഖ്യാപിക്കുന്നത്. 1972ലെ ഏറ്റവും നല്ല ഭാരതീയ ചിത്രത്തിനുള്ള അവാർഡ് സ്വയംവരത്തിന് ലഭിച്ചത് കച്ചവടസിനിമയ്ക്ക് ഏറ്റ കനത്ത അടിയായിരുന്നു. ചെമ്മീനുശേഷം ആദ്യമായിട്ട് ഒരു മലയാള ചിത്രം പ്രസിഡന്റിന്റെ സ്വർണ്ണമെഡൽ നേടി. ഇന്ത്യയിലെ ഏറ്റവും നല്ല സംവിധായകനായി അടൂർ ഗോപാലകൃഷ്ണനെയും ഏറ്റവും നല്ല ക്യാമറാമാനായി മങ്കട രവിവർമ്മയേയും കണ്ടെത്തി. മാത്രമല്ല സ്വയംവരത്തിലെ അഭിനയത്തിന് ശാരദയ്ക്ക് രണ്ടാമതും ഒരു ഉർവശി അവാർഡ് ലഭിക്കുകയും ചെയ്തു.

ആരാണീ അടൂർ ഗോപാലകൃഷ്ണനെന്ന് ഭാരതീയർ അന്വേഷിച്ചു. അടൂരെ കഥകളി പ്രിയന്മാരുടെ തറവാട്ടിൽ ജനിച്ച ഗോപാലകൃഷ്ണൻ വിദ്യാഭ്യാസ കാലത്തുതന്നെ നാടകങ്ങൾ എഴുതി അവതരിപ്പിക്കുമായിരുന്നു. നാഷണൽ സാമ്പിൾ സർവേ ഓഫ് ഇന്ത്യയിൽ ജോലി ലഭിച്ചെങ്കിലും നാഷണൽ സ്കൂൾ ഓഫ് ഡ്രാമയിൽനിന്ന് നാടകരചന പഠിക്കാനായിരുന്നു ആഗ്രഹം. ഹിന്ദി വശമില്ലാത്തതുകൊണ്ട് അത് വേണ്ടെന്നുവച്ചു. അതിനുപകരം സർക്കാർജോലി രാജിവച്ച് പൂനയിലെ നാഷണൽ ഫിലിം ആൻഡ് ടെലിവിഷൻ ഇൻസ്റ്റിറ്റ്യൂട്ടിൽ ചേരുകയാ

യിരുന്നു. അവിടെ മെരിറ്റ് സ്കോളർഷിപ്പോടുകൂടി തിരക്കഥാരചനയും സംവിധാനവും പഠിച്ചു.

പഠിത്തം കഴിഞ്ഞ് മടങ്ങിയെത്തിയപ്പോൾ തനിക്കിഷ്ടപ്പെട്ട രീതിയിലുള്ള സിനിമ എടുക്കാൻ ആവശ്യമായ പണം കണ്ടെത്താൻ കഴിഞ്ഞില്ല.

ഗോപാലകൃഷ്ണൻ കുളത്തൂർ ഭാസ്കരൻനായരുമായി ചേർന്ന് 1965ൽ തിരുവനന്തപുരത്ത് ചിത്രലേഖ എന്ന ഫിലിം സൊസൈറ്റി രൂപീകരിച്ചു. സിനിമാനിർമ്മാണം ലക്ഷ്യമാക്കി ഇന്ത്യയിൽ ആദ്യത്തെ ഫിലിം കോ ഓപ്പറേറ്റീവും സ്ഥാപിച്ചു. അടുത്ത ഏഴു വർഷത്തിനിടയിൽ ചിത്രലേഖയുടെ ബാനറിൽ ഇരുപത് ഡോക്യുമെന്ററി ചിത്രങ്ങൾ നിർമ്മിച്ചു. ഡോക്യുമെന്ററി നിർമ്മാണം മിക്കപ്പോഴും ഒറ്റയ്ക്കുള്ള പ്രവർത്തനമായിരുന്നു. സാമ്പത്തികഞെരുക്കം കാരണം സ്വയം ക്യാമറ പ്രവർത്തിപ്പിക്കുകയും ശബ്ദലേഖനം നടത്തുകയും എഡിറ്റിംഗ് നിർവഹിക്കുകയുമൊക്കെ ചെയ്യേണ്ടതായി വന്നു. മൂലധനത്തിന്റെ കുറവ് കാരണം സാമ്പത്തിക കാര്യങ്ങളിലും പ്ലാനിംഗിലും വളരെ ശ്രദ്ധിച്ചിരുന്നു. അതുകൊണ്ട് സ്വയംവരം നിർമ്മിക്കാൻ വളരെ ചെറിയ ഒരു തുകയേ വേണ്ടിവന്നുള്ളു.

രണ്ടാമതും ഉർവശി അവാർഡ് ലഭിച്ചതിൽ ശാരദയെ അനുമോദിക്കാൻ മദ്രാസിലെ ന്യൂ വുഡ്ലാന്റ്സ് ഹോട്ടലിന്റെ ലോണിൽ ചേർന്ന പത്രക്കാരുടെ യോഗത്തിൽ ഞാനും സംബന്ധിച്ചിരുന്നു. അന്ന് അവിടെയുണ്ടായിരുന്ന ചിത്രലേഖാ സെക്രട്ടറി കുളത്തൂർ ഭാസ്കരൻനായരെ ശാരദ പ്രസംഗിക്കാൻ ക്ഷണിച്ചു. സ്വയംവരം എടുക്കാൻ ഗോപാലകൃഷ്ണനും താനും പണത്തിന് കഷ്ടപ്പെട്ട കാര്യങ്ങൾ അദ്ദേഹം വിവരിക്കുന്നത് തമിഴ്നാട്ടിലെ പത്രപ്രവർത്തകർ അത്ഭുതത്തോടെയാണ് കേട്ടുകൊണ്ടിരുന്നത്. ഭാര്യമാരുടെ ആഭരണങ്ങൾ പോലും വിറ്റാണ് ലാബിൽ കൊടുത്തതെന്ന് അദ്ദേഹം പറഞ്ഞു.

നാഷണൽ അവാർഡ് ലഭിച്ച ശേഷം സ്വയംവരം വീണ്ടും കേരളത്തിലെ തിയേറ്ററുകളിൽ റിലീസ് ചെയ്തു. ഇപ്രാവശ്യം പ്രേക്ഷകർ അതിന് നല്ല സ്വീകരണമാണ് നൽകിയത്. അതുകൊണ്ട് സ്വയംവരം സാമ്പത്തികമായി വിജയം കൈവരിച്ചു.

അടൂർ ഗോപാലകൃഷ്ണനും അദ്ദേഹത്തിന്റെ സ്വയംവരവും അതെടുത്ത ചിത്രലേഖ ഫിലിം സൊസൈറ്റിയും കേരളത്തിൽ ഫിലിം സൊസൈറ്റിപ്രസ്ഥാനം വ്യാപിക്കാനും കുറച്ചു നല്ല സിനിമകൾ ഉണ്ടാകാനും അതുവഴി നല്ല സിനിമയെക്കുറിച്ച് അവബോധമുള്ള ഒരുകൂട്ടം ചെറുപ്പക്കാരെ സൃഷ്ടിക്കാനും വഴിതെളിച്ചു.

അങ്ങനെ രക്തം ഒഴുക്കാതെ ഒരു യുദ്ധം നയിക്കാൻ അടൂർ ഗോപാലകൃഷ്ണന് കഴിഞ്ഞു.

1973. മലയാള സിനിമയുടെ പുഷ്കല വർഷമായിരുന്നു. ഈ വർഷം ഏഴു ദേശീയ അവാർഡുകളും ഒരു പത്മശ്രീയും സമ്പാദിച്ചുകൊണ്ട് മലയാള സിനിമ ചാകര കൊയ്തു. സ്വയംവരത്തിന് നാല് അവാർഡ് ലഭിച്ചു. കൂടാതെ കെ.ടി. മുഹമ്മദിന്റെ 'അച്ഛനും ബാപ്പയും' എന്ന ചിത്രത്തിന് ദേശീയോദ്ഗ്രഥനത്തിനും അതിലെ 'മനുഷ്യൻ മതങ്ങളെ സൃഷ്ടിച്ചു' എന്ന ഗാനം എഴുതിയ വയലാറിനും അത് പാടിയ യേശുദാസിനും ദേശീയാംഗീകാരം ലഭിച്ചു. തിക്കുറിശി സുകുമാരൻനായർക്ക് മലയാള സിനിമയിലെ ആദ്യത്തെ പത്മശ്രീ ലഭിച്ചതും ഈ വർഷമാ

യിരുന്നു.

മലയാള ചലച്ചിത്ര പരിഷത്തിന്റെ ആഭിമുഖ്യത്തിൽ ജൂൺ 15-ാം തീയതി മദ്രാസിലെ ആശാൻ മെമ്മോറിയൽ സ്കൂളിൽവച്ച് അവാർഡ് ജേതാക്കൾക്ക് സ്വീകരണം ഏർപ്പെടുത്തി. എന്നാൽ സ്വർണ്ണമെഡൽ ലഭിച്ച സ്വയംവരത്തിന്റെ പ്രതിനിധികളാരും അവിടെ വന്നില്ല, യേശുദാസും. പകരം സംസ്ഥാന അവാർഡ് ലഭിച്ച സേതുമാധവനെയും മറ്റും സ്റ്റേജിൽ കാണുകയും ചെയ്തു.

പന്തലിനുപകരം ടെന്റായിരുന്നു. യോഗം തുടങ്ങിയ ഉടനെ കാറ്റടിച്ച് അത് നിലംപൊത്തി. അതിനടിയിൽപ്പെട്ട സദസ്യർ പുറത്തുകടക്കാൻ പാടുപെട്ടു.

എനിക്കിതെല്ലാം ഒരു ഹാസ്യലേഖനത്തിനുള്ള വിഭവങ്ങളായിരുന്നു. അത് അച്ചടിച്ചുവന്ന് ഒരാഴ്ച കഴിഞ്ഞപ്പോൾ അടൂർ ഗോപാലകൃഷ്ണന്റെ ഒരു ലോക്കൽ കാൾ. അദ്ദേഹം സ്വയംവരത്തിന്റെ പ്രിന്റ് എടുക്കാനായി മദ്രാസിൽ എത്തിയിരിക്കുകയാണ്. അടുത്ത ദിവസം രാവിലെതന്നെ ഞാൻ അദ്ദേഹം താമസിച്ചിരുന്ന മാമ്പലത്തെ അരുണാ ലോഡ്ജിലെത്തി. അന്നുമുഴുവൻ ഞങ്ങൾ ഒന്നിച്ചാണ് എല്ലായിടത്തും കറങ്ങിയത്.

എ.വി.എം. സ്റ്റുഡിയോയിലെത്തിയപ്പോൾ ഗോപാലകൃഷ്ണനെ കണ്ട് അവിടുത്തെ മാനേജർ സർദാർജിക്കുണ്ടായ സന്തോഷം വിവരിക്കാനാവില്ല. കാൽനൂറ്റാണ്ടായി നൂറുകണക്കിന് ദക്ഷിണേന്ത്യൻ ചിത്രങ്ങൾ നിർമ്മിച്ചിട്ടുള്ള സ്റ്റുഡിയോ ആണ്. അതിലൊന്നിനുപോലും ഒരു ദേശീയാംഗീകാരം ലഭിച്ചിട്ടില്ല. ഇപ്പോൾ അവിടെ പ്രോസസ് ചെയ്ത സ്വയംവരത്തിന് സ്വർണ്ണമെഡൽ തന്നെ ലഭിച്ചിരിക്കുന്നു!

വൈകുന്നേരം ഗോപാലകൃഷ്ണനെ കൊല്ലത്തേക്കുള്ള ട്രെയിനിൽ കയറ്റിവിടാൻ എഗ്മൂർ സ്റ്റേഷനിൽ പോയി. അക്കാലത്ത് ട്രെയിനിൽ തേഡ് ക്ലാസും ഉണ്ടായിരുന്നു. റിസർവേഷൻ കൂപ്പണിൽ തേഡ് ക്ലാസ് ത്രീ ടയർ ബർത്ത് ആണ് ചോദിച്ചിരുന്നത്. അപേക്ഷകന്റെ പേരുകണ്ട് ബുക്കിംഗ് ക്ലാർക്ക് ചാടിയെണീറ്റു. ഗോപാലകൃഷ്ണന് ദേശീയാംഗീകാരം ലഭിച്ച വാർത്ത വെണ്ടയ്ക്കാ വലിപ്പത്തിൽ ഫോട്ടോയോടൊപ്പം എല്ലാ പത്രങ്ങളിലും അടിച്ചുവന്നത് രണ്ടാഴ്ചക്കുമുമ്പായിരുന്നു.

എം.ഗോവിന്ദനും യാത്ര അയയ്ക്കാൻ എത്തിയിരുന്നു. അക്കാലത്ത് യുവതലമുറയിലെ പ്രതിഭാശാലികൾ മദ്രാസിലെത്തിയാൽ നേരേ ഗോവിന്ദനെ പോയി കാണും. അവർ മദ്രാസിൽനിന്ന് മടങ്ങിപ്പോകുമ്പോൾ യാത്ര അയക്കാൻ ഗോവിന്ദൻ എത്തുകയും ചെയ്യും. അയ്യപ്പപ്പണിക്കർ, ജി.ശങ്കരപ്പിള്ള, കടമ്മനിട്ട രാമകൃഷ്ണൻ, ഒ.വി.വിജയൻ, ആനന്ദ്, എം. വി. ദേവൻ, അരവിന്ദൻ മുതലായവരൊക്കെ ഗോവിന്ദന്റെ പരിലാളനം സ്വീകരിച്ചിരുന്നു.

കറുപ്പും ചുവപ്പും പശ്ചാത്തലത്തിൽ സ്വർണമഷിയിൽ പ്രിന്റ് ചെയ്ത ഒരു താലിയുടെ ചിത്രമായിരുന്നു സ്വയംവരത്തിന്റെ പ്രധാന പബ്ലിസിറ്റി മെറ്റീരിയൽ. ബ്രോഷറിൽ പലരുടെയും അഭിപ്രായങ്ങൾ ചേർത്തിരുന്ന കൂട്ടത്തിൽ ഞാനെഴുതിയ ചില വരികളും ഉണ്ടായിരുന്നു.

മദ്രാസിലെ കച്ചവടസിനിമാരംഗത്ത് സ്വയംവരത്തെ അംഗീകരിക്കുന്ന ഒരാളെപ്പോലും ഞാൻ കണ്ടില്ല. പൂനാ ഇൻസ്റ്റിറ്റ്യൂട്ടിൽ പഠിച്ചുവന്ന നല്ല സിനിമ എടുക്കാൻ കാത്തുകഴിയുന്നവർ പോലും വിമർശിക്കുന്നത് ഞാൻ കേട്ടിട്ടുണ്ട്. ഇത്രയും ലളിതമായി ചിത്രമുണ്ടാക്കാൻ

വലിയ കഴിവെന്തിനാണെന്നായിരുന്നു ചോദ്യം. അങ്ങനെയിരിക്കെയാണ് എം.ടി.വാസുദേവൻനായരുടെ നിർമ്മാല്യത്തിന്റെ വരവ്. സ്വയംവരത്തിന്റെയത്ര സാങ്കേതിക പൂർണതയോ ലാളിത്യമോ ഇല്ലെങ്കിലും ഈ ചിത്രത്തിനും കിട്ടി രാഷ്ട്രപതിയുടെ സ്വർണമെഡൽ. പി.ജെ. ആന്റണിക്ക് മലയാളത്തിലെ ആദ്യത്തെ ഭരത് അവാർഡും ലഭിച്ചു.

ഗായത്രിയിലെ 'പത്മതീർത്ഥമേ ഉണരൂ' എന്ന ഗാനം ആലപിച്ചതിന് യേശുദാസിന് രണ്ടാമതും സമ്മാനം. അടുത്ത വർഷം അരവിന്ദൻ 'ഉത്തരായണം' നിർമ്മിച്ചു. അങ്ങനെ മലയാള സിനിമയിൽ നല്ലൊരു മാറ്റം ഉണ്ടായ കാലത്തു മദ്രാസിൽനിന്ന് അവർക്കുവേണ്ടി പൊരുതാൻ സാധിച്ച പത്രപ്രവർത്തകനാണ് ഞാൻ. സ്വാഭാവികമായും കച്ചവടസിനിമയുടെ ശത്രുത നേരിടേണ്ടതായും വന്നു.

ഉത്തരായണം റിലീസ് ചെയ്യുമ്പോഴേക്ക് ഞാൻ നാനയുടെ എഡിറ്റർ സ്ഥാനത്തെത്തിക്കഴിഞ്ഞിരുന്നു. ഒരു പഴുത്ത വരിക്കച്ചക്കയുമായിട്ടാണ് ഞാൻ ചിത്രലേഖാ ഫിലിം സൊസൈറ്റിയിൽ ആദ്യമായി പോയത്. എന്തെങ്കിലും പുതുമ വേണ്ടേ? ചിത്രലേഖ സെക്രട്ടറി കുളത്തൂർ ഭാസ്കരൻനായർ ചക്കപ്പഴം മുറിച്ച് അവിടെ ഉണ്ടായിരുന്നവർക്കെല്ലാം വിതരണം ചെയ്തു.

ഇന്ദിരാഗാന്ധിയുടെ മന്ത്രിസഭയിൽ വാർത്താവിതരണ- പ്രക്ഷേപണ മന്ത്രിയായിരുന്ന ഐ.കെ. ഗുജ്റാൾ ആയിരുന്നു ചിത്രലേഖാ സ്റ്റുഡിയോക്ക് ശിലാസ്ഥാപനം നിർവഹിച്ചത്. തിരുവനന്തപുരം നഗരത്തിന്റെ പ്രാന്തപ്രദേശമായ ആക്കുളത്ത് കായലോടു ചേർന്നുള്ള കുന്നിൽ പ്രസിദ്ധ ആർകിടെക്ട് ലാറി ബേക്കർ സായിപ്പിന്റെ മേൽനോട്ടത്തിൽ പണി നടന്നുകൊണ്ടിരുന്ന സ്റ്റുഡിയോ കോംപ്ലക്സ് കണ്ട് എനിക്ക് തോന്നിയ ആഹ്ലാദം ചില്ലറയൊന്നുമല്ല. കുറഞ്ഞ ചെലവിൽ അതിമനോഹരമായി പണിതുകൊണ്ടിരുന്ന ഈ സ്റ്റുഡിയോ കോംപ്ലക്സിനെക്കുറിച്ച് ഞാനൊരു സചിത്രലേഖനം എഴുതുകയും ചെയ്തു.

ഇതിനുശേഷം പലപ്പോഴും വൈകുന്നേരങ്ങളിൽ ഞാൻ ചിത്രലേഖയിൽ പോകാറുണ്ടായിരുന്നു.

കർക്കിടക മാസമായപ്പോൾ മലയാളനാട് വാരികയുടെ എഡിറ്ററും സിനിമാനിർമ്മാതാവുമായ എസ്.കെ.നായർ കോട്ടയ്ക്കകത്തെ വാസുദേവ വിലാസം ആയുർവേദ നഴ്സിംഗ് ഹോമിൽ പിഴിച്ചിൽ ചികിത്സയ്ക്ക് എത്തിയിരിക്കുന്നതായി അറിഞ്ഞ് ഞാനവിടെ ചെന്നു. അദ്ദേഹം കിടക്കുന്നതിന്റെ തൊട്ടടുത്ത മുറിയിൽ നടൻ മധുവും കിടക്കുന്നുണ്ടായിരുന്നു. മധുവുമായി പലതും സംസാരിക്കുന്നതിനിടയിൽ അദ്ദേഹം നായകനായി അഭിനയിച്ച സ്വയംവരവും പരാമർശവിധേയമായി. അവാർഡ് കിട്ടുന്ന ചിത്രങ്ങളെല്ലാം സ്വയംവരം പോലെ ഇഴഞ്ഞുനീങ്ങുന്നതാണെന്ന ഒരു ധാരണ ജനങ്ങൾക്കുണ്ടായിട്ടുണ്ടെന്നും അതുകൊണ്ട് അത്തരം സിനിമകൾ കാണാൻ അവർ മടിക്കുമെന്നും അദ്ദേഹം പറഞ്ഞു.

എവിടെയെങ്കിലും വിവാദങ്ങൾക്ക് സാധ്യതയുണ്ടോ എന്ന് അന്വേഷിച്ചു നടക്കുന്ന ഞാൻ ഇതെല്ലാം എഴുതി പ്രസിദ്ധീകരിക്കുകയും ചെയ്തു.

ഒരുദിവസം കിഴക്കേകോട്ടയിലെ രണ്ടാംനമ്പർ സിറ്റി ബസ് സ്റ്റോപ്പിൽ നിന്ന് ആക്കുളത്തേക്കുള്ള ബസിൽ കയറുമ്പോൾ ഗോപി (ഭരത്) എന്നോടൊപ്പം ഉണ്ടായിരുന്നു. ഇലക്ട്രിസിറ്റി ബോർഡിൽ യു.ഡി

ക്ലാർക്കായിരുന്ന ഗോപി അമച്വർ നാടകങ്ങളിൽ അഭിനയിച്ചിരുന്നു. അന്ന് സ്വയംവരത്തിൽ ഒന്നോ രണ്ടോ ഷോട്ടുകളിൽ തല കാണിച്ചിട്ടുമുണ്ട്.

കഷണ്ടി കയറിത്തുടങ്ങിയ തലയും ഒട്ടിയ കവിളും സംസാരത്തിൽ കൊഞ്ഞയുമുള്ള ഈ കറുത്തു മെലിഞ്ഞ മനുഷ്യൻ ഒരുകാലത്ത് സിനിമയിൽ താരമാകുമെന്നും ഭരത് അവാർഡ് നേടുമെന്നും സ്വപ്നം കണ്ടിട്ടുപോലുമില്ലായിരുന്നു. സർക്കാർ ഗുമസ്തനായ ഗോപിക്ക് അന്ന് എന്നേപ്പോലെ സിറ്റി ബസിൽ സഞ്ചരിക്കാനേ ശേഷിയുണ്ടായിരുന്നുള്ളു.

ചിത്രലേഖ അടുത്തതായി നിർമ്മിക്കുന്ന 'കൊടിയേറ്റം' എന്ന ചിത്രത്തിൽ പ്രധാന വേഷം തനിക്കാണെന്ന് ഗോപി പറഞ്ഞപ്പോൾ ഗോപാലകൃഷ്ണനെ മനസ്സിലാക്കിയ എനിക്ക് വിശ്വാസക്കുറവൊന്നും തോന്നിയുമില്ല.

ചിത്രലേഖയുടെ മുമ്പിൽ ഗോപിയോടൊപ്പം ബസിൽ നിന്നിറങ്ങി. മധു സ്വയംവരത്തെ വിമർശിച്ച കാര്യം അവിടെ എടുത്തിടുകയും ചെയ്തു. ചിത്രത്തെ വിമർശിക്കുന്നത് അതിലെ നായകൻ തന്നെയാണെന്നോർക്കണം.

''മധു ഇങ്ങനെ പല മണ്ടത്തരങ്ങളും പറയാറുണ്ട്''- ഭാസ്കരൻനായർ തുറന്നടിച്ചു. എനിക്ക് വേണ്ടതും അതായിരുന്നു. സന്ധ്യക്കുശേഷം ചിത്രലേഖയുടെ കാറിൽ ഭാസ്കരൻനായരും ഗോപിയും എന്നെ മസ്കറ്റ് ഹോട്ടലിലെ 'സായാഹ്ന'യിൽ കൊണ്ടുപോയി സൽക്കരിച്ചു. മദ്രാസിലെ സിനിമാരംഗത്തെക്കുറിച്ച് ഗോപി അത്ഭുതം നിറഞ്ഞ ചോദ്യങ്ങൾ ചോദിച്ചുകൊണ്ടിരുന്നു. അന്നത്തെ സൂപ്പർ നായകനായ പ്രേംനസീറിനെക്കുറിച്ച് ഞാൻ പറഞ്ഞതെല്ലാം ഗോപിക്ക് അത്ഭുതകഥകളായിരുന്നു. ഒരുകാലത്ത് താനുമൊരു താരമാകുമെന്നും നസീറിനേക്കാൾ വലിയ അംഗീകാരം ലഭിക്കുമെന്നും ഗോപി അന്ന് സ്വപ്നം പോലും കണ്ടിരുന്നില്ല.

അടൂർ ഗോപാലകൃഷ്ണൻ പ്രസിഡന്റും കുളത്തൂർ ഭാസ്കരൻനായർ സെക്രട്ടറിയുമായുള്ള ചിത്രലേഖ ഫിലിം സൊസൈറ്റി ആ വിധത്തിലുള്ള കേരളത്തിലെ ആദ്യത്തെ സ്ഥാപനമായിരുന്നു. അവർ സൊസൈറ്റി അംഗങ്ങൾക്കുവേണ്ടി ധാരാളം ലോക സിനിമാ ക്ലാസിക്കുകൾ പ്രദർശിപ്പിക്കുകയും ചെയ്തിരുന്നു. ഇതിന്റെ മാതൃകയിൽ കേരളത്തിൽ അങ്ങോളമിങ്ങോളം ധാരാളം ഫിലിം സൊസൈറ്റികൾ ഉണ്ടായി. അതിന്റെ ഫലമായി നല്ല സിനിമ ആസ്വദിക്കാൻ കഴിയുന്ന ഒരുകൂട്ടം ചെറുപ്പക്കാരെ വാർത്തെടുക്കാനും സാധിച്ചു.

അക്കാലത്ത് ചിത്രലേഖയിൽ ഒരു സിനിമാസ്വാദന കോഴ്സ് നടന്നു. അതിലേക്ക് അപേക്ഷ ക്ഷണിച്ചുകൊണ്ടുള്ള ഒരു വാർത്ത പോസ്റ്റിൽവന്നു. ഒരു ചെറിയ കുസൃതി കൂടി ചേർത്തുകൊണ്ടാണ് ഞാനത് പ്രസിദ്ധീകരിച്ചത്. അക്കാലത്ത് അത്യന്താധുനികരെന്ന് നടിക്കുന്ന ഒരുകൂട്ടം ചെറുപ്പക്കാർ താടിയും മുടിയും നീട്ടി ബംഗാളികളെപ്പോലെ തോളിൽ തുണിസഞ്ചിയും തൂക്കി നടന്നിരുന്നു. ഇത് മനസ്സിൽ വച്ചുകൊണ്ട് താടിയും മുടിയുമുള്ള അപേക്ഷകർക്ക് മുൻഗണന ഉണ്ടായിരിക്കുമെന്നുകൂടി ഞാൻ കൂട്ടിച്ചേർത്തു.

ഏതാനും ദിവസത്തിനുശേഷം ചിത്രലേഖ പ്രദർശിപ്പിച്ച സിനിമ കാണാൻ ടാഗോർ തിയേറ്ററിൽ എത്തിയ ഞാൻ മുറ്റത്തെ കൽത്തറ

യിൽ നോവലിസ്റ്റ് (അന്ന് സിനിമാ സംവിധായകനായിട്ടില്ല) പി. പത്മരാജനുമായി സംസാരിച്ചുകൊണ്ടിരിക്കുകയായിരുന്നു. ആ സമയം ഫിലിം പെട്ടിയുമായി വന്ന ചിത്രലേഖയുടെ കാറിൽനിന്ന് ഗോപാലകൃഷ്ണനും ഭാസ്കരൻനായർക്കുമൊപ്പം ഗോപിയും പുറത്തിറങ്ങി. ഗോപിയും ഭാസ്കരൻനായരും എന്നെക്കണ്ട് അടുത്തേക്ക് വന്നു. അപ്രതീക്ഷിതമായി ഗോപി എന്നെയും വാരികയേയും വിമർശിക്കാൻ ആരംഭിച്ചു. ഞാനാദ്യം ചിരിച്ചുകൊണ്ട് കേട്ടതേയുള്ളു. ഗോപാലകൃഷ്ണനെയും ഭാസ്കരൻനായരെയും സന്തോഷിപ്പിക്കാൻ വേണ്ടിയാവണം ഗോപിയുടെ ശകാരത്തിന് മുനയും മൂർച്ചയും കൂടിക്കൂടി വന്നു.

''ഗോപിക്ക് നീണ്ട മുടി പോയിട്ട് തലയിൽ മുടിയേ ഇല്ല. താടിയുമില്ല. പിന്നെ ഗോപി എന്തിന് ചൂടാകണം'' - ഞാൻ ചോദിച്ചു.

ഇടുങ്ങിയ കഴുത്തുള്ള കുപ്പി പോലെയാണ് ഇടുങ്ങിയ മനസ്സുള്ളവർ. അതു തുറന്ന് പുറത്തേക്കു ഒഴിക്കുമ്പോൾ വലിയ ശബ്ദമുണ്ടാക്കുന്നു. അത് കുറേ കേട്ടുകഴിഞ്ഞപ്പോൾ എന്റെ വിധം മാറി.

''എന്റെ മുതലാളിയോടു പറയാം വാരികയ്ക്ക് ഒരു അഡ്വൈസറി കമ്മിറ്റി രൂപീകരിക്കാൻ. അതിൽ നിങ്ങളെ ഒരു മെമ്പറാക്കാനും പറയാം. അതിനുശേഷം മതി ഉപദേശിക്കാൻ വരുന്നത്.''

ഗോപി ഇതോടെ വർത്തമാനം നിർത്തി വലിഞ്ഞുകളഞ്ഞു.

''ഇവരോട് ഇങ്ങനെ പറഞ്ഞാലേ പറ്റൂ. കപട ബുദ്ധിജീവികൾ'' - പത്മരാജൻ എന്നെ അഭിനന്ദിച്ചു.

സിനിമ കഴിഞ്ഞ് ഞാനെന്റെ വളരെ അകലെയുള്ള താമസസ്ഥലത്തേക്ക് നടക്കുകയായിരുന്നു. ടാഗോർ തിയേറ്ററിൽ നിന്ന് ഫിലിം പെട്ടിയുമെടുത്ത് പിന്നാലെ വന്ന കാർ എന്റെ അടുത്ത് ചേർത്തുനിർത്തി. അതിൽ ഗോപാലകൃഷ്ണനും ഗോപിയും ഭാസ്കരൻനായരുമുണ്ടായിരുന്നു. അവരെന്നെ കാറിൽ താമസസ്ഥലത്ത് കൊണ്ടുവിടാമെന്ന് പറഞ്ഞ് ക്ഷണിച്ചു. ഞാനത് നിരസിക്കാൻ എത്ര ശ്രമിച്ചിട്ടും അവർ വിടുന്നില്ല. അന്നു ഗോപി സംസാരിച്ച കാര്യങ്ങളും ഞാൻ എഴുതിവിടുമെന്ന് അവർ സംശയിച്ചുകാണും.

''ഞങ്ങൾക്ക് പിണക്കമൊന്നുമില്ല, കേറിക്കോ'' എന്നുപറഞ്ഞ് അവർ എന്നെ നിർബന്ധിച്ച് കാറിൽ കയറ്റിക്കൊണ്ടുപോയി. മേട്ടുക്കടയുള്ള ഒരു ദരിദ്രവിലാസം ഹോട്ടലിൽ കയറ്റി ദോശയും രസവടയും കഴിപ്പിക്കുകയും ചെയ്തു.

ഇതൊക്കെ എനിക്ക് പരമരസമായി തോന്നി. ആധുനികന്മാരുടെ സഹവാസമായിരുന്നല്ലോ അന്ന് എനിക്കും ഇഷ്ടം.

അങ്ങനെ മനസ്സിൽ ഒരു അനാക്രമണ സന്ധി ഒപ്പിട്ടു.

*****

ഇന്ത്യയിലെ ഏറ്റവും നല്ല ചിത്രത്തിനുള്ള പ്രസിഡന്റിന്റെ സ്വർണ മെഡൽ ഉൾപ്പെടെ നാലു ദേശീയ ബഹുമതികൾ നേടിയ സ്വയംവരം പൂർത്തിയായി നാലു വർഷത്തിനുശേഷമാണ് ചിത്രലേഖയുടെ തന്നെ ബാനറിൽ അടൂർ ഗോപാലകൃഷ്ണന് തന്റെ രണ്ടാമത്തെ ചിത്രമായ കൊടിയേറ്റം ആരംഭിക്കാൻ കഴിഞ്ഞത്.

യാതൊരു ഉത്തരവാദിത്വബോധവും ഇല്ലാതെ ഗ്രാമത്തിൽ ചെണ്ടപ്പുറത്ത് കോൽ വയ്ക്കുന്നിടത്തെല്ലാം ഓടിയെത്തുന്ന ഒരു മണ്ടച്ചാരുടെ കഥയായിരുന്നു കൊടിയേറ്റത്തിന്റേത്. തിരുവനന്തപുരത്തെ വെറുമൊരു

അമച്വർ നടനായിരുന്ന ഗോപിയുടെ രൂപവും ഭാവവുമൊക്കെ അതിന് ചേരുന്നതാണെന്ന് കണ്ടുപിടിച്ചതാണ് ഗോപാലകൃഷ്ണന്റെ ക്രാന്ത ദർശിത്വം. ഗോപാലകൃഷ്ണൻ ആ വേഷം തനിക്ക് വച്ചുനീട്ടിയതാണ് ഗോപി എന്ന നടന്റെ ഭരത് അവാർഡ് വരെയുള്ള നേട്ടങ്ങൾക്ക് കാരണം.

ഈ ചിത്രത്തിൽ പശ്ചാത്തല സംഗീതമേ ഉപയോഗിച്ചിരുന്നില്ല. ബ്ലാക്ക് ആന്റ് വൈറ്റിൽ ക്യാമറ പ്രവർത്തിപ്പിച്ചത് സ്വയംവരത്തിന് ദേശീയാംഗീകാരവും ഓളവും തീരത്തിന് സംസ്ഥാന ബഹുമതിയും നേടിയ മങ്കട രവിവർമ്മയാണ്. ഗോപാലകൃഷ്ണന്റെ ചിത്രങ്ങളെ കുറിച്ച് പറയുമ്പോൾ അദ്ദേഹത്തിന്റെ എല്ലാ ചിത്രങ്ങൾക്കും വേണ്ടി ക്യാമറ പ്രവർത്തിപ്പിച്ച മങ്കട രവിവർമ്മയെക്കുറിച്ച് പരാമർശിക്കാതെ നിവൃത്തിയില്ല. അഡയാർ ഇൻസ്റ്റിറ്റ്യൂട്ടിൽനിന്ന് സിനിമാട്ടോഗ്രഫി പഠിച്ചിറങ്ങിയ രവിവർമ്മ പല വിദേശ ടി.വി. കമ്പനികളുടെയും ദക്ഷിണേന്ത്യയിലെ പ്രതിനിധിയായിരുന്നു.

എം. ഗോവിന്ദന്റെ സൗഹൃദവലയത്തിൽപ്പെട്ട അദ്ദേഹം തിരക്കഥ പൂർണ്ണായും വായിക്കാതെ ഒരു ചിത്രത്തിന്റെയും ചുമതല ഏറ്റെടുക്കുകയില്ലായിരുന്നു. അതുകൊണ്ട് അദ്ദേഹം വളരെക്കുറച്ച് ചിത്രങ്ങൾക്കു വേണ്ടിയേ പ്രവർത്തിച്ചിട്ടുള്ളു. പി.എൻ. മേനോന്റെ ആദ്യകാല ചിത്രങ്ങളും അരവിന്ദന്റെ ഉത്തരായണവും തമിഴിലെ ദിക്കറ്റ പാർവതിയുമൊക്കെ ശ്രദ്ധേയമായതിന് പ്രധാന കാരണക്കാരൻ രവിവർമ്മയാണ്.

തിരുവനന്തപുരത്ത് ഉള്ളൂരിലെ ഒരു ക്ഷേത്രപരിസരത്ത് കൊടിയേറ്റത്തിന്റെ ഷൂട്ടിംഗ് നടക്കുമ്പോൾ അതു കാണാൻ ഞാനും പോയിരുന്നു. ഗോപിയെ കൂടാതെ മുഖ്യധാരാ സിനിമയിൽനിന്നുള്ള തിക്കുറിശ്ശി, കവിയൂർ പൊന്നമ്മ, കെ.പി.എ.സി. ലളിത, കുട്ട്യേടത്തി വിലാസിനി മുതലായവരും അസീസിനെപ്പോലുള്ള ചില അമച്വർ നടന്മാരുമാണ് കൊടിയേറ്റത്തിൽ അഭിനയിച്ചത്.

കൊടിയേറ്റത്തിന്റെ ഷൂട്ടിംഗ് നടക്കുന്നതിനിടയിൽ ഒരുദിവസം നാനയുടെ ഉടമസ്ഥൻ കൃഷ്ണസ്വാമി റെഡ്യാർ കെ.വി.എസ്. ഇളയതുമായി ഷൂട്ടിംഗ് സ്ഥലത്ത് പോയി. ആയിടയ്ക്ക് അദ്ദേഹം നിർമ്മാണം ആരംഭിച്ച രാധാസ് സോപ്പിന്റെ പരസ്യത്തിന് ഉപയോഗിക്കാൻ കവിയൂർ പൊന്നമ്മ സോപ്പും പിടിച്ചുനിൽക്കുന്ന ഒരു ചിത്രമെടുക്കുകയായിരുന്നു ഉദ്ദേശം. ചിത്രലേഖ സെക്രട്ടറി കുളത്തൂർ ഭാസ്കരൻനായർ അവരെ സ്വീകരിക്കുകയും കസേരയിട്ട് കൊടുക്കുകയുമൊക്കെ ചെയ്തെങ്കിലും ഷൂട്ടിംഗിൽ തന്നെ മുഴുകി കഴിഞ്ഞ ഗോപാലകൃഷ്ണൻ അവരെ കണ്ടതായി ഭാവിച്ചില്ല. ഇത് റെഡ്യാർക്ക് വലിയ അപമാനമായി തോന്നി. ഒരു സിനിമാ വാരികയുടെ ഉടമസ്ഥൻ ഷൂട്ടിംഗ് സ്ഥലത്ത് ചെന്നപ്പോൾ ആ ചിത്രത്തിന്റെ സംവിധായകൻ അവരെ വേണ്ടവിധം ശ്രദ്ധിച്ചില്ല എന്നതാണ് കാര്യം. ഞാൻ ഇതൊന്നുമൊട്ട് അറിഞ്ഞിട്ടുമില്ല.

അന്ന് വൈകുന്നേരം റെഡ്യാർ കാറയച്ച് എന്നെ പട്ടത്തെ താരാ ഹോട്ടലിലേക്ക് വിളിപ്പിച്ചു. ഞാനവിടെ ചെല്ലുമ്പോൾ അദ്ദേഹം ഹോട്ടലിന്റെ ലോണിൽ ഇളയതുമായി ഇരിപ്പുണ്ട്.

എന്നെ കണ്ട് റെഡ്യാർ പറഞ്ഞു: ''ആ ഗോപാലകൃഷ്ണൻ മഹാ അഹങ്കാരിയാണ്. വാരികയിൽ അയാളെക്കുറിച്ച് ഇനി ഒന്നും എഴുത

രുത്.'' എന്തോ പ്രശ്നമുണ്ടായിരിക്കുന്നതായി എനിക്ക് തോന്നി. എങ്കിലും ഒന്നും പറഞ്ഞില്ല.

റെഡ്യാർ തുടർന്നു: ''അവരുടെ പടം വരുമ്പോൾ അതിനെ വിമർശിച്ച് എഴുതുകയും വേണം.''

''അതെങ്ങനെ ഒക്കും. പ്രസിഡന്റിന്റെ സ്വർണമെഡലുണ്ട് ഗോപാലകൃഷ്ണന്റെ കൈയിൽ. നമ്മൾ ഇതുവരെ ഇത്തരം സിനിമകളെ പ്രോത്സാഹിപ്പിക്കുകയായിരുന്നു. ഗോപാലകൃഷ്ണനെ കണ്ണുമടച്ച് വിമർശിച്ചാൽ പരിക്ക് പറ്റുന്നത് നമുക്കായിരിക്കും''. എന്റെ മനോഭാവം വ്യക്തമായതു കൊണ്ടാവണം റെഡ്യാർ സംസാരം മറ്റു വിഷയങ്ങളെക്കുറിച്ചാക്കി.

റെഡ്യാർ പറഞ്ഞതിന്റെ കുഴപ്പം അദ്ദേഹത്തിന് പറഞ്ഞുകൊടുക്കാനാണ് എഡിറ്ററായ ഞാൻ ശ്രമിച്ചത്. എന്നാൽ ചീഫ് എഡിറ്ററായ കെ.വി.എസ്. ഇളയത് ശ്രമിച്ചത് ദൈവത്തേക്കാൾ വലിയ ദൈവഭക്തി പ്രദർശിപ്പിക്കാനാണ്. അടുത്തയാഴ്ച തന്നെ അദ്ദേഹം 'ചിത്രലേഖയിൽ അഴിമതി' എന്നൊരു ലേഖനപരമ്പര ആരംഭിച്ചു.

ഞാൻ ദൈവത്തിന്റെ അടുത്തുചെന്നു. അദ്ദേഹത്തോട് എന്റെ നിലപാട് വിശദീകരിച്ചു. ''എനിക്ക് ഗോപാലകൃഷ്ണനോട് വിരോധമൊന്നുമില്ല. ഈ ലേഖനം ഞാനാണെഴുതിയതെന്ന് എല്ലാവരും ധരിക്കും. ഞാനിതുവരെ സ്വീകരിച്ച നയത്തിനെല്ലാം കടകവിരുദ്ധമാണിത്. അതുകൊണ്ട് ഈ ലേഖനം പ്രസിദ്ധീകരിക്കരുത്.''

ഞാൻ പറഞ്ഞത് റെഡ്യാർക്ക് മനസ്സിലായി. ഇളയതിനെ വിളിപ്പിച്ചപ്പോൾ അദ്ദേഹം റെഡ്യാരെ മറ്റെന്തോ പറഞ്ഞ് തെറ്റിദ്ധരിപ്പിച്ചു.

''എങ്കിൽ 'തുടരും' എന്ന് വച്ചിരിക്കുന്നത് എടുത്തുകളയണം'' ഞാൻ പറഞ്ഞു. റെഡ്യാർ അങ്ങനെ നിർദ്ദേശിക്കുകയും ചെയ്തു. എങ്കിലും എനിക്കിത് വല്ലാത്ത മന:പ്രയാസമുണ്ടാക്കി.

ഞാൻ നാനയിൽനിന്ന് പിരിയാനുള്ള പ്രധാന കാരണം ഇതായിരുന്നു. അധികം വൈകാതെ ഞാൻ സ്വന്തമായി നിർമ്മിച്ച 'രംഗം' എന്ന സിനിമാ ദ്വൈവാരികയിൽ ചിത്രലേഖയ്ക്ക് നല്ല പബ്ലിസിറ്റി കൊടുത്തു എന്റെ കുറ്റബോധം തീർക്കുകയും ചെയ്തു.

വഴിപാടുകൾ കഴിക്കാതെയും നല്ലനേരം നോക്കാതെയുമാണ് ഞാൻ രംഗം ആരംഭിച്ചതെങ്കിലും അന്ന് വെളുപ്പിന് ചിത്രലേഖ സെക്രട്ടറി കുളത്തൂർ ഭാസ്കരൻനായർ ഉദിയന്നൂർ ക്ഷേത്രത്തിൽ പോയി എനിക്കുവേണ്ടി വഴിപാട് കഴിക്കുകയും അവിടെ പൂജിച്ച മാലയുമായി വരികയും ചെയ്തു. കൊടിയേറ്റത്തിന്റെ ഒരു കളർപരസ്യം സൗജന്യമായി എന്റെ പ്രസിദ്ധീകരണത്തിന്റെ പുറംകവറിൽ അടിച്ച് ഞാനാ ചിത്രത്തിന് കഴിയുന്ന സഹായം ചെയ്തു.

77 അവസാനത്തോടെ കൊടിയേറ്റം പൂർത്തിയായപ്പോൾ എനിക്ക് മാത്രമായി ചിത്രലേഖയിൽ അതിന്റെ പ്രദർശനം നടത്തുകയും അതിനേക്കുറിച്ച് ഞാൻ വളരെ വിശദമായ ഒരു അവലോകനം പ്രസിദ്ധീകരിക്കുകയും ചെയ്തു.

കൊടിയേറ്റത്തിന് വളരെ കുറച്ച് പ്രിന്റുകളേ എടുത്തുള്ളു. അത് റിലീസ് ചെയ്ത തിരുവനന്തപുരത്തെ അജന്ത തിയേറ്ററിലും കോട്ടയത്തെ ആനന്ദ് തിയേറ്ററിലുമൊക്കെ ഓരോ കൊടിമരം നാട്ടി കൊടി കയറ്റിയിരുന്നു. തിയേറ്ററിന്റെ ഗേറ്റ് ആനയുടെ നെറ്റിപ്പട്ടം വച്ച് അലങ്കരിക്കുകയും ചെയ്തിരുന്നു. കോട്ടയം ആനന്ദിൽ കൊടിയേറ്റം നൂറുദി

വസം ഓടി. സാമ്പത്തികമായി ആ ചിത്രം വിജയം കൈവരിക്കുകയും ചെയ്തു.

കൊടിയേറ്റത്തിൽ അഭിനയിച്ചതോടെ 'കൊടിയേറ്റം ഗോപി' എന്നൊരു നല്ല നടൻ ജനിക്കുകയായിരുന്നു. അക്കൊല്ലത്തെ 'ഭരത്' അവാർഡും ഗോപിക്ക് ലഭിച്ചു. ഇലക്ട്രിസിറ്റി ബോർഡിൽ യു.ഡി. ക്ലാർക്കായിരുന്ന ഗോപിക്ക് ഇതിന്റെ പേരിൽ സർക്കാർ ഒരു പ്രൊമോഷൻ നൽകി സൂപ്രണ്ടാക്കി. പക്ഷെ ഗോപിക്ക് പിന്നെ അങ്ങോട്ടു പോകേണ്ട ആവശ്യമുണ്ടായില്ല. 'ഭരത്' ഗോപിക്ക് ധാരാളം ആരാധകരുണ്ടായി. നക്സൽ അനുഭാവികളായിരുന്ന ഭാഷാ ഇൻസ്റ്റിറ്റ്യൂട്ടിലെ കൊച്ചുനാരായണനും ശ്രീനിവാസനും ചേർന്ന് 'ഞാറ്റടി' എന്നൊരു ചിത്രം സംവിധാനം ചെയ്യാൻ ഗോപിയെ ഏൽപ്പിച്ചു. നടൻ മുരളി ആദ്യമായി അഭിനയിച്ച സിനിമയാണിത്. എന്നാൽ ആ ചിത്രം ഇതുവരെ പുറത്തിറങ്ങിയിട്ടില്ല.

പി.ആർ.നായർ എഡിറ്റ് ചെയ്ത് പൂർത്തിയാക്കിയപ്പോൾ ഞാറ്റടിക്ക് മൂവായിരം അടിയേ നീളമുണ്ടായിരുന്നുള്ളു. സർക്കാർ സബ്സിഡി ലഭിക്കണമെങ്കിൽ എണ്ണായിരം അടിയെങ്കിലും വേണം. പി.ആർ.നായർ മുറിച്ചുകളഞ്ഞ ഫിലിമെല്ലാം ഒട്ടിച്ചുവച്ച് എഡിറ്റർ സുരേഷ് ബാബു അതിന് എണ്ണായിരം അടി ഉണ്ടാക്കിക്കൊടുത്തു. പ്രിന്റെടുത്തപ്പോൾ നന്നായയുമില്ല.

ചിത്രലേഖയുടെ ഭരണത്തെച്ചൊല്ലി അതിന്റെ ചെയർമാൻ ഗോപാലകൃഷ്ണനും സെക്രട്ടറി കുളത്തൂർ ഭാസ്കരൻനായരും തമ്മിൽ തർക്കമായി. ഭാസ്കരൻനായരുടെ പക്ഷം ചേർന്ന് ഗോപി ഗോപാലകൃഷ്ണനെ അടിക്കാൻ പോയതായും ഞാൻ കേട്ടിരുന്നു. ഗോപാലകൃഷ്ണൻ രാജിവച്ചു.

ചിത്രലേഖയിൽനിന്ന് വേറെ ഫീച്ചർ ഫിലിമൊന്നും പുറത്തുവന്നില്ല. കോൺഗ്രസ് നേതാവ് എം.എം. ജേക്കബ് സൊസൈറ്റിയുടെ പ്രസിഡന്റായി. അദ്ദേഹം കേന്ദ്രമന്ത്രിയായിരിക്കുമ്പോഴാണ് കേരള ഫിനാൻഷ്യൽ കോർപ്പറേഷനിൽനിന്ന് ചിത്രലേഖയ്ക്ക് ജപ്തി നോട്ടീസ് വന്നത്. സ്റ്റുഡിയോ കോംപ്ലക്സും പറമ്പും സതേൺ എയർ കമാന്റ് ഏറ്റെടുത്തത് ജേക്കബിന്റെ ഉത്സാഹം കൊണ്ടായിരിക്കണം.

അങ്ങനെ കേരളത്തിലെ ആദ്യത്തെ ഫിലിം സൊസൈറ്റി നിശ്ചലമായി.

ഭരത് ഗോപിയുടെ ഒരു ഇന്റർവ്യൂ പ്രസിദ്ധീകരിക്കാമോ എന്ന് അദ്ദേഹത്തിന്റെ അസിസ്റ്റന്റും ബാങ്ക് ഉദ്യോഗസ്ഥനുമായ കൃഷ്ണകുമാർ എന്നോട് ചോദിക്കുകയും ഞാൻ സമ്മതിക്കുകയും ചെയ്തു. കൃഷ്ണകുമാർ കൊണ്ടുവന്ന ഇന്റർവ്യൂ അച്ചടിക്കുന്നതിനുമുമ്പ് തനിക്ക് കാണണമെന്ന് ഗോപി ആവശ്യപ്പെട്ടു.

''ഗോപി വായിച്ചുനോക്കിക്കോട്ടെ. പക്ഷെ ഇത് മടക്കി കൊണ്ടുവരണ്ട'' - എന്നുപറഞ്ഞ് ഞാനത് തിരിച്ചുകൊടുത്തു. ഇന്റർവ്യൂ പ്രസിദ്ധീകരിച്ചില്ല.

അടൂർ ഗോപാലകൃഷ്ണ്ൻ സംവിധാനം ചെയ്ത മൂന്നാമത്തെ ചിത്രമായ 'എലിപ്പത്തായം' നിർമ്മിച്ചത് ജനറൽ പിക്ചേഴ്സ് രവീന്ദ്രൻ നായരാണ്.

ബ്രിട്ടീഷ് ഫിലിം ഇൻസ്റ്റിറ്റ്യൂട്ടിന്റെ അവാർഡ് സത്യജിത് റേയുടെ അപൂർസൻസാറിന് ലഭിച്ച് ഇരുപത് വർഷത്തിനുശേഷം എലിപ്പത്താ

യത്തിന് ലഭിച്ചു.

കമ്യൂണിസവും ഭൂപരിഷ്കരണവും മൂലം നശിച്ച ഒരു ഇടത്തരം ജന്മിക്ക് ഭ്രാന്ത് പിടിക്കുന്നതാണ് ഇതിന്റെ ഇതിവൃത്തം.

മൂത്ത സഹോദരി മരിച്ചു. ഇളയ സഹോദരി കാമുകന്റെ കൂടെ ഒളിച്ചോടി. സാഹചര്യം അയാളെ എലിപ്പെട്ടിയിലാക്കുന്നു. മങ്കട രവിവർമ്മയുടെ ക്യാമറ ആ നാലുകെട്ടിനെത്തന്നെ മറ്റൊരു കഥാപാത്രമാക്കി മാറ്റുന്നു. കെണിയിലകപ്പെട്ട മനുഷ്യന് ചേരുന്ന സംഗീതവും.

ശാരദയും ജലജയുമാണ് സഹോദരിമാരായി അഭിനയിച്ചത്. കരമന ജനാർദ്ദനൻനായർ പ്രധാന കഥാപാത്രത്തെയും അവതരിപ്പിച്ചു. ഏറ്റവും കുറഞ്ഞ സംഭാഷണവും അംഗചലനങ്ങളും ഭാവപ്രകടനങ്ങളും കൊണ്ട് കരമന മടിയനായി ജീവിച്ചു.

പ്രസിദ്ധ സിനിമാനിരൂപകൻ ചിദാനന്ദദാസ് ഗുപ്ത ഈ ചിത്രം കണ്ടിട്ട് ഗോപാലകൃഷ്ണൻ കവികളുടെ കവിയാണെന്നെഴുതി.

ധാരാളം ബഹുമതികൾ ലഭിച്ച എലിപ്പത്തായത്തിനുശേഷം ഗോപാലകൃഷ്ണന് കൂടുതൽ സൗഭാഗ്യങ്ങൾ തേടി പോകാമായിരുന്നു. എന്നാൽ കൂടുതൽ റിസ്കുള്ള 'മുഖാമുഖം' നിർമ്മിക്കാനാണ് അദ്ദേഹം തുനിഞ്ഞത്.

1981ലാണ് എലിപ്പത്തായം പുറത്തുവന്നത്. അതിൽ ആവശ്യമില്ലാതെ ഫാന്റസി കുത്തിച്ചെലുത്തിയിരിക്കുന്നതായി എനിക്ക് തോന്നി. പിന്നീടൊരിക്കൽ ഗോപാലകൃഷ്ണനെ ഇന്റർവ്യൂ നടത്തിയപ്പോൾ ഞാൻ ചോദിച്ചു: "എലിപ്പത്തായം താങ്കളുടെ ആത്മകഥയല്ലേ? അതിലെ എലി താങ്കൾ തന്നെയല്ലേ?"

ഗോപാലകൃഷ്ണൻ അത് നിഷേധിച്ചില്ല.

*****

മദ്രാസിലെ മുഖ്യധാരാ സിനിമക്കാർ എപ്പോഴും എല്ലാ കാര്യങ്ങളിലും സഹകരിച്ചു പ്രവർത്തിക്കുന്നവരാണ്ടയിരുന്നു. അവർ ഒത്തുകൂടിയിരുന്ന് തിരക്കഥാ ചർച്ച നടത്തുകയും അതനുസരിച്ചുള്ള ഭേദഗതികൾ വരുത്തുകയും ഷൂട്ടിംഗ് സമയത്ത് സഹായിക്കുകയും ചിത്രം പൂർത്തിയായാലുടൻ എല്ലാവരെയും വിളിച്ച് പ്രിവ്യു നടത്തുകയുമൊക്കെ ചെയ്തിരുന്നു. എന്നാൽ ആർട്ടെന്നും സമാന്തരമെന്നുമൊക്കെ വിളിക്കുന്ന സിനിമ എടുക്കുന്നവർ തമ്മിൽ ഇത്തരമൊരു സഹകരണം കണ്ടിട്ടില്ല എന്നുമാത്രമല്ല പരസ്പരം വിമർശിക്കാനും ദുഷ്പ്രചരണം നടത്താനുമാണ് ഉത്സാഹം കാണിച്ചിരുന്നത്.

അന്തർദേശീയ അംഗീകാരം നേടിവരുന്ന ഗോപാലകൃഷ്ണനെ ഇവിടെ ഏതെങ്കിലും ഒരു സിനിമാ സംഘടന വിളിച്ച് ബഹുമാനിച്ചിട്ടുള്ളതായി അറിവില്ല. ഫിലിം സൊസൈറ്റികളെങ്കിലും ഇതിന് തുനിയാത്തതിലാണ് അത്ഭുതം.

'സൂര്യ'യുടെ ചലച്ചിത്രോത്സവത്തിൽ പങ്കെടുക്കാൻ സത്യജിത് റേ തിരുവനന്തപുരത്ത് വന്നപ്പോൾ അടൂർ ഗോപാലകൃഷ്ണന്റെ ആക്കുളത്തെ വീട്ടിലായിരുന്നു താമസിച്ചത്. റേയുടെ പരിപാടികളിലൊക്കെ അദ്ദേഹത്തോടൊപ്പം ഗോപാലകൃഷ്ണനും പങ്കെടുത്തു. ഇതുകണ്ട് അസൂയ തോന്നിയ ഇവിടുത്തെ സമാന്തര സിനിമയുടെ വക്താക്കളെന്ന് നടിക്കുന്ന പലരും ഗോപാലകൃഷ്ണൻ, റേയെ സ്വന്തം പോക്കറ്റിലിട്ടുകൊണ്ട് നടക്കുകയാണെന്ന് വിമർശിക്കുന്നത് ഞാൻ കേട്ടിട്ടുണ്ട്.

എന്നാൽ ബംഗാളി സിനിമയുടെ ജീനിയസ്സുകളായ റേയും മൃണാൾ സെന്നും തപൻ സിൻഹയുമെല്ലാം പരസ്പരം ബഹുമാനിക്കുകയും അനുമോദിക്കുകയും ചെയ്യുന്നവരായിരുന്നു.

അടൂരിന്റെ ഓരോ ചിത്രം പുറത്തുവരുമ്പോഴും മുഖ്യധാരാ സിനിമക്കാരോട് തോളോടുതോൾ ചേർന്ന് ഇവിടുത്തെ ബുദ്ധിജീവികളും വിപ്ലവകാരികളും പ്രതിലോമകാരികളും ഒരുപോലെ അദ്ദേഹത്തെ വിമർശിക്കാനേ തുനിഞ്ഞിട്ടുള്ളു.

മാർക്സിസം പഠിച്ച ലെനിൻ റഷ്യയിലും മാവോ ചൈനയിലും ഹോചിമിൻ വിയറ്റ്നാമിലും കാസ്ട്രോ ക്യൂബയിലും വിപ്ലവത്തിലൂടെയാണ് അധികാരത്തിൽ വന്നത്. എന്നാൽ ഇന്ത്യൻ കമ്യൂണിസ്റ്റുകൾ വിപ്ലവത്തിന് ധൈര്യം കാണിക്കാതെ ജനാധിപത്യത്തിലൂടെ കമ്യൂണിസം കൊണ്ടുവരാമെന്ന് ദിവാസ്വപ്നം കാണുകയായിരുന്നു. വിപ്ലവപ്രസംഗത്തിൽ മാത്രമായിരുന്നു അവർക്ക് താല്പര്യം.

ഇവിടുത്തെ കമ്യൂണിസ്റ്റുകാരേക്കാൾ നന്നായി കമ്യൂണിസം മനസ്സിലാക്കിയിട്ടുള്ള അടൂർ 'മുഖാമുഖം' എന്ന ചിത്രത്തിലൂടെ കേരളത്തിലെ കമ്യൂണിസത്തിന് സംഭവിച്ച അപചയങ്ങളും അതിന്റെ നേതാക്കളുടെ ദൗർബല്യങ്ങളും ധൈര്യത്തോടെ തുറന്നുകാണിച്ചു.

1957ൽ തെരഞ്ഞെടുപ്പിലൂടെ കമ്യൂണിസ്റ്റ് പാർടി കേരളത്തിൽ അധികാരത്തിൽ വന്നതാണ് കുഴപ്പമായത്. 64ൽ അത് രണ്ടായി പിളർന്നതോടെ നാശം പൂർത്തിയാവുകയും ചെയ്തു.

അടൂരിന്റെ വീട്ടിൽ വച്ച് ഒരിണ്ടക്കൽ എന്നോട് അദ്ദേഹം പറഞ്ഞു; ''പാരീസിൽ വച്ച് പലരും എന്നോട് ചോദിച്ചു ഇപ്പോഴും നിങ്ങളുടെ രാജ്യത്ത് കമ്യൂണിസം ഉണ്ടോ എന്ന്?''

അതുതന്നെ ഞാനാ ഇന്റർവ്യൂവിന്റെ ഹെഡ്ഡിംഗ് ആക്കുകയും ചെയ്തു. അടുത്ത ഒരു ദിവസം കലാഭവനിൽ സൂര്യയുടെ സിനിമ കാണാൻ സകുടുംബം എത്തിയ അടൂർ എന്നെയും കാറിൽ കയറ്റി പാളയത്ത് കൊണ്ടുവിട്ടു. വഴിക്ക് ഞാൻ കൊടുത്ത ഹെഡ്ഡിംഗിനെ കുറിച്ച് 'അതുതന്നെ ഹെഡ്ഡിംഗ് ആക്കിയല്ലോ' എന്നു പറഞ്ഞു എന്നല്ലാതെ പരിഭവിക്കുകയൊന്നും ചെയ്തില്ല.

മുഖാമുഖത്തിൽ നായകനായി അഭിനയിച്ചത് ആകാശവാണിയിലൂടെ സുപ്രസിദ്ധനായ ഗംഗാധരൻ നായരാണ്. അദ്ദേഹം അവതരിപ്പിച്ച ശ്രീധരൻ എന്ന ഊർജ്ജസ്വലനായിരുന്ന ട്രേഡ് യൂണിയൻ പ്രവർത്തകൻ (സ. പി.കൃഷ്ണപിള്ളയോട് സാമ്യം) ഒളിവുജീവിതത്തിൽ നിന്ന് പുറത്തുവരുമ്പോൾ തന്റെ സഹപ്രവർത്തകരെല്ലാം സൗഭാഗ്യങ്ങളും അധികാരക്കസേരകളും തേടി പോയിരിക്കുന്നതായി കാണുന്നു. അതോടെ ദോഷൈകദൃക്കായി മാറിയ അദ്ദേഹം മുഴുക്കുടിയനാവുകയും ഉറങ്ങി സമയം കളയുകയും ചെയ്യുന്നു. അവസാനം കൊല ചെയ്യപ്പെടുകയും ചെയ്തു.

ഇടതുപക്ഷ പ്രസ്ഥാനത്തെ പരിഹസിക്കുന്ന ഈ ചിത്രം കണ്ടു കുറ്റബോധം തോന്നിയ മാർക്സിസ്റ്റ് താത്വികൻ പി. ഗോവിന്ദപ്പിള്ളയും മറ്റും അടൂരിനെ ഒരു കമ്യൂണിസ്റ്റ് വിരുദ്ധനായി മുദ്രകുത്തി.

മഹാരാജാവ് ഭരിച്ചിരുന്ന തിരുവിതാംകൂർ പത്തുവർഷത്തിനകം കമ്യൂണിസ്റ്റുകാർ ഭരിക്കുന്ന സംസ്ഥാനമായി മാറിയപ്പോൾ വലിയ ചരിത്രസംഭവമായി. അത് സാമൂഹികവും സാമുദായികവും സാമ്പത്തികവുമായ മാറ്റങ്ങൾ സൃഷ്ടിച്ചു. അത് വ്യക്തിയിലും കുടുംബത്തിലും

ഉണ്ടാക്കിയ പരിവർത്തനമാണ് മുഖാമുഖത്തിന്റെ വിഷയം.

ഏതായാലും നല്ല സിനിമ എടുക്കാൻ ഗോപാലകൃഷ്ണനെ സഹായിക്കാൻ തോന്നിയത് കശുവണ്ടി ഫാക്ടറി മുതലാളിയായ ജനറൽ പിക്ചേഴ്സ് രവിക്ക് മാത്രമാണെന്ന് എടുത്തു പറയേണ്ടതാണ്.

നമ്മുടെ ജനങ്ങളെ ഇത്തരം ചിത്രങ്ങൾ ആകർഷിക്കുകയില്ലല്ലോ. ഭൂരിപക്ഷം പ്രേക്ഷകർക്കും പാടുകയും കൈയടിക്കുകയും വേണം. സ്ത്രീകൾക്ക് വില കുറഞ്ഞ വിനോദമാണ് വേണ്ടത്. കുടുംബസഹിതം കണ്ടാലേ സിനിമ വിജയിക്കൂ. അവാർഡുകൾ നേടുകയും പത്രങ്ങൾ പുകഴ്ത്തുകയും ചെയ്യുന്ന ചിത്രങ്ങൾ കാണാൻ അവർക്ക് ഉത്സാഹമില്ല. അത് തങ്ങൾക്ക് പറ്റിയതല്ലെന്ന് അവർ കരുതുന്നു. എന്നാൽ അങ്ങനെയുള്ളവർക്കുവേണ്ടി ഫിലിം നഷ്ടപ്പെടുത്താൻ അടൂർ ഒരുക്കമായിരുന്നില്ല.

''എനിക്ക് ധാരാളം വിമർശനങ്ങൾ നേരിടേണ്ടിവന്നിട്ടുണ്ട്. എന്നാൽ അതൊക്കെ കലാംശങ്ങൾക്ക് ബാഹ്യമായ കാര്യങ്ങളായിരുന്നു. സൃഷ്ടിപരമായ വിമർശനം എനിക്ക് ഇതുവരെ കിട്ടിയിട്ടില്ല. അതുകൊണ്ട് അതിനൊന്നും മറുപടി പറയാനും പോയില്ല.'' അദ്ദേഹം പറഞ്ഞു.

വൈക്കം മുഹമ്മദ് ബഷീറിന്റെ ആത്മകഥാപരമായ ''മതിലുകൾ'' അടൂർ സിനിമയാക്കിയപ്പോൾ മമ്മൂട്ടിയെ നായകനാക്കുകയും അതിലെ അഭിനയത്തിന് മമ്മൂട്ടിക്ക് ആദ്യത്തെ ദേശീയ അവാർഡ് ലഭിക്കുകയും ചെയ്തു. എങ്കിലും അതൊരു മിസ്കാസ്റ്റായിട്ടാണ് പലർക്കും തോന്നിയത്.

തടവിലാണെങ്കിലും സഹൃദയത്വം മരവിക്കാത്ത ചെറുകഥാകൃത്ത് മതിലിന്നപ്പുറത്തുള്ള വനിതാ തടവുകാരിയുടെ ശബ്ദവുമായി പ്രേമത്തിലാകുന്നു. ഈ നായികയെ സിനിമയിൽ നാമൊരിക്കലും കാണുന്നതേയില്ല. ശബ്ദം കൊണ്ടുമാത്രം ആ ബന്ധം വളർന്നുവന്നു. അവസാനം തമ്മിൽ കണ്ടുമുട്ടാൻ തീരുമാനിച്ചെങ്കിലും അതിനുമുമ്പായി അയാൾ മോചിതനാവുകയാണ്. ആ സ്ത്രീ സത്യമായിരുന്നോ വെറും തോന്നലായിരുന്നോ എന്ന് നിശ്ചയമില്ല. ആ സ്വാതന്ത്ര്യം വേണ്ടായിരുന്നുവെന്നു പോലും തോന്നുന്ന ചിത്രമാണിത്.

സക്കറിയയുടെ കഥയെ ആസ്പദമാക്കി നിർമ്മിച്ച 'വിധേയനി'ലും വളരെക്കാലമായി അടിമയായി ജീവിച്ച ഒരു കുടിയാൻ സ്വതന്ത്രനായെങ്കിലും ആ സ്വാതന്ത്ര്യം വേണ്ടെന്നു വയ്ക്കുകയാണ്. ഇതിൽ അഭിനയിച്ചതിനും കിട്ടി മമ്മൂട്ടിക്ക് രണ്ടാമത്തെ അവാർഡ്. മലയാളത്തിന് ഒരു ഉർവ്വശിയെയും രണ്ട് ഭരത്മാരെയും അദ്ദേഹം നേടിത്തന്നു.

''ജനങ്ങൾ ഇപ്പോഴും എന്നോട് ചോദിക്കുന്നു: ''എന്താണ് നല്ല സിനിമ? എന്റെ തലമുറ മധ്യവയസ്കരായിരിക്കുന്നു. പുതിയ തലമുറയ്ക്ക് താല്പര്യം ടെലിവിഷനിലാണ്. ഞാൻ തുടങ്ങിവച്ച പ്രസ്ഥാനം പുറകോട്ട് പോയിരിക്കുന്നു'' അടൂർ പരിതപിക്കുന്നു.

എന്നാൽ എല്ലാം നഷ്ടപ്പെട്ടെന്ന് പറയാനാവില്ല. വിട്ടുവീഴ്ചക്കു തയ്യാറാകാത്ത അടൂരിന് അടുത്ത ചിത്രമെടുക്കാൻ ഒരുകോടി രൂപ വാഗ്ദാനം വന്നു. (കഥാപുരുഷന് 55 ലക്ഷമേ ചെലവായുള്ളു). എന്നാൽ അദ്ദേഹം അത് നിരസിക്കുകയായിരുന്നു.

''പുതിയൊരു ചിത്രത്തിന്റെ ആശയം ഈ സമയത്ത് മനസ്സിലുണ്ടായിരുന്നില്ല. ആരെങ്കിലും പണം തരാമെന്ന് പറഞ്ഞാലുടനെ ചാടിപ്പുറപ്പെടാൻ ഞാനൊരുക്കമല്ല. എനിക്ക് ലക്ഷ്യങ്ങളില്ല. ഓരോ ചിത്രവും

പുതിയൊരു കണ്ടുപിടിത്തമാണ്. സമൂഹത്തിലെ സാധാരണക്കാരന്റെ വികാരങ്ങളും പ്രാദേശിക പ്രത്യേകതകൾ ഉൾക്കൊള്ളുന്ന മാനസിക ഭാവങ്ങളും മാനുഷിക പരിഗണനകളുമാണ് ഞാൻ അന്വേഷിക്കുന്നത്. എന്റെ ഓരോ ചിത്രവും എന്റെ ആത്മകഥാംശമുള്ളതാണ്. ഞാനൊരിക്കലും പുറകോട്ടു നോക്കാറില്ല. ഭാവിയിലേക്കു മാത്രമേ നോക്കാറുള്ളു.''

72-ൽ നിർമ്മിച്ച സ്വയംവരം മുതൽ അടൂരിന്റെ എല്ലാ ചിത്രങ്ങളും മലയാളത്തിലായിരുന്നു. കേരളത്തിന്റെ മണ്ണിൽ ചുവടുറപ്പിച്ചു നിന്നെങ്കിലും അവയെല്ലാം ലോകം മുഴുവൻ ശ്രദ്ധിക്കപ്പെട്ടു.

തനിക്ക് ഇഷ്ടപ്പെട്ട ചിത്രങ്ങളൊക്കെ ഗോപാലകൃഷ്ണൻ തിയേറ്ററിൽ പോയി ടിക്കറ്റെടുത്തു കാണുമായിരുന്നു. തിരുവനന്തപുരത്തെ ധന്യാ തിയേറ്ററിൽ അരവിന്ദന്റെ 'പോക്കുവെയിൽ' കാണാൻ അദ്ദേഹം എത്തിയപ്പോൾ ഞാനും അവിടെയുണ്ടായിരുന്നു. ആ മുഖത്ത് ഒരു കുസൃതിച്ചിരിയുണ്ടായിരുന്നെങ്കിലും ചിത്രത്തെക്കുറിച്ച് അഭിപ്രായമൊന്നും പറഞ്ഞില്ല.

അതുപോലെ ശ്രീകുമാർ തിയേറ്ററിൽ അരവിന്ദന്റെ 'ചിദംബരം' കാണാൻ ഞാൻ ചെന്നപ്പോഴും അടൂർ ടിക്കറ്റ് എടുക്കാൻ ക്യൂവിൽ നിൽപ്പുണ്ടായിരുന്നു. എന്നെക്കണ്ട് ടിക്കറ്റ് കൂടി അദ്ദേഹം എടുത്തു. അടുത്തടുത്ത സീറ്റുകളിലിരുന്ന് സിനിമ കാണുന്നതിനിടയിൽ പല രംഗങ്ങളെയും ഞാൻ വിമർശിക്കുന്നുണ്ടായിരുന്നെങ്കിലും അടൂർ ചിരിക്കുന്നതല്ലാതെ യാതൊരു അഭിപ്രായവും പറഞ്ഞില്ല.

ഗോപാലകൃഷ്ണന്റെ സൃഷ്ടിയായ 'കൊടിയേറ്റം ഗോപി' പിന്നീട് 'ഭരത്' ഗോപിയായി. അതോടെ വേഷവും ഭാവവും മാറ്റി പ്രേംനസീറോ കമലഹാസനോ ആകാനുള്ള ശ്രമമായി.

ഗോപി ഫിലിം ഫൈനാൻസ് കോർപ്പറേഷന്റെ ധനസഹായത്തോടെ നിർമ്മിച്ച 'യമനം' എന്ന ചിത്രം റിലീസായില്ല. സംസ്ഥാന അവാർഡുകളും ലഭിച്ചില്ല. എന്നാൽ അടൂർ ചെയർമാനായിരുന്ന ദേശീയ അവാർഡ് കമ്മിറ്റി അതിനൊരു പ്രത്യേക അവാർഡ് നൽകി. അതുകൊണ്ട് ദൽഹി ദൂരദർശനിൽ പ്രദർശിപ്പിക്കുകയും സാമ്പത്തികമായി രക്ഷപ്പെടുകയും ചെയ്തു.

എലിപ്പത്തായത്തിലൂടെ ഗോപാലകൃഷ്ണൻ കൊണ്ടുവന്ന കരമന ജനാർദ്ദനൻ നായരും മുഖ്യധാരാ സിനിമയുടെ ഭാഗമായി.

സത്യജിത് റേയ്ക്ക് ശേഷം നമ്മുടെ മനസ്സിനെ പിടിച്ചുലച്ച സംവിധായകനെന്ന് പ്രസിദ്ധ സിനിമാ നിരൂപകൻ ഇക്ബാൽ മസൂദ് വിശേഷിപ്പിച്ച അടൂർ എടുക്കുന്ന ഓരോ സിനിമയും ലോകം പ്രതീക്ഷയോടെ കാത്തിരിക്കുന്നു. ലോകത്തെമ്പാടും അദ്ദേഹം ബഹുമാനിതനായിട്ടുണ്ടല്ലോ. അടൂർ താമസിക്കുന്ന തിരുവനന്തപുരത്ത് തന്നെ അദ്ദേഹത്തിന്റെ ചിത്രങ്ങളുടെ മേള നടന്നിട്ടുണ്ട്. കഥാപുരുഷൻ പെസാറോ, ഡെൻവർ മുതലായി 26 അന്തർദേശീയ മേളകളിൽ പ്രദർശിക്കപ്പെട്ടു. 95ലെ ദേശീയ അവാർഡും ഇതിന് ലഭിച്ചു. 95ൽ ബോംബെയിൽ നടന്ന അന്തർദേശീയ ഫിലിമോത്സവത്തിൽ വച്ച് ഇന്റർനാഷണൽ ഫെഡറേഷൻ ഓഫ് ഫിലിം ക്രിട്ടിക്സ് അവാർഡ് ലഭിച്ചതും അടൂരിനാണ്. പക്ഷേ നാമിത് കണ്ടോ?

സ്വയംവരം മുതൽ 27 വർഷത്തിനിടയിൽ പത്ത് ചിത്രങ്ങൾ മാത്രമേ അടൂർ നിർമ്മിച്ചിട്ടുള്ളു. സ്വയംവരം, കൊടിയേറ്റം, എലിപ്പത്തായം,

മുഖാമുഖം, അനന്തരം, മതിലുകൾ, വിധേയൻ, കഥാപുരുഷൻ, നിഴൽക്കുത്ത്, നാലു പെണ്ണുങ്ങൾ... ഇവയ്ക്കെല്ലാം തന്നെ അന്തർദേശീയ അംഗീകാരങ്ങൾ ലഭിച്ചിട്ടുണ്ട്. എന്നാൽ കേരളത്തിൽ ഇവ വിതരണം ചെയ്യാനോ തിയേറ്റർ നൽകാനോ എല്ലാവരും വിമുഖത കാണിക്കുകയാണ്. അദ്ദേഹത്തിന്റെ ദേശീയ അവാർഡ് നേടിയ പുസ്തകം വാങ്ങാനും ആരുമില്ല.

''എന്നെ എല്ലാവർക്കും വേണം. എന്റെ സിനിമ ആർക്കും വേണ്ട'' - എന്ന് ഗോപാലകൃഷ്ണൻ ദു:ഖത്തോടെ പറയും.

അടൂർ തന്റെ മാധ്യമത്തിന്റെ മാസ്റ്ററാണ്. സ്വന്തമായി കഥയെഴുതും. വിശദമായ തിരക്കഥ തയ്യാറാക്കും. ഡയലോഗ് മാറ്റിപ്പറയാൻ ആരെയും അനുവദിക്കുകയില്ല. ഫോട്ടോഗ്രാഫിയിലും എഡിറ്റിംഗിലും ശബ്ദത്തിലും പൂർണ ശ്രദ്ധയുണ്ട്. ആറുമാസം വരെയാണ് എഡിറ്റിംഗിന് ചെലവഴിക്കുന്നത്. ആരെയും കയറൂരി വിടുകയില്ല. ഏറ്റവും നല്ല ഫിലിം, ക്യാമറ, ലെൻസുകൾ - എന്നാൽ അതെല്ലാം വച്ച് കസർത്തുകൾ കാണിക്കുകയില്ല.

മുൻകൂട്ടി നടീനടന്മാരെ അദ്ദേഹം സ്ക്രിപ്റ്റ് കാണിക്കുകയില്ല. അതവരെ അവർക്ക് തോന്നുന്ന രീതിയിൽ കഥാപാത്രങ്ങളെ വ്യാഖ്യാനിക്കാൻ പ്രേരിപ്പിക്കും. അടൂരിന്റെ ചിത്രങ്ങളുടെ വ്യാഖ്യാതാവ് അദ്ദേഹം മാത്രമാണ്.

പൂന ഇൻസ്റ്റിറ്റ്യൂട്ടിൽ ഋത്വിക് ഘട്ടക് ആയിരുന്നു ഗുരുവെങ്കിലും മാനുഷിക മൂല്യങ്ങളെ ഉയർത്തിക്കാണിക്കുന്നതുകൊണ്ട് അടൂരിനെ സത്യജിത് റേയുമായാണ് പലരും താരതമ്യപ്പെടുത്താറുള്ളത്. ആർട്ടെന്നും സമാന്തരമെന്നുമൊക്കെ സിനിമകളെ വിളിക്കുന്നത് അടൂരിന് ഇഷ്ടമല്ല. അത് സംവിധായകനെ തൊട്ടുകൂടാത്തവനാക്കുന്നു. തന്റെ ഒരു ചിത്രവും നഷ്ടമായിരുന്നില്ല. ദൂരദർശൻ നിർമ്മിച്ച മതിലുകൾ ഏറ്റവും വലിയ വിജയമായി. മുഖാമുഖം തീരെ കുറവും. കഥാപുരുഷനും തൃപ്തികരമായി ഓടിയില്ല.

കാൽ നൂറ്റാണ്ടിനുശേഷവും അടൂർ യുദ്ധം തുടരുകയാണ്. സാമ്പത്തിക സഹായം ലഭിക്കുന്നതിനും സൃഷ്ടികർമ്മത്തിലും പ്രേക്ഷകരെ സൃഷ്ടിക്കുന്നതിലും.

സത്യജിത് റേക്ക് ആദ്യചിത്രമായ പാഥേർ പാഞ്ചാലിക്കുശേഷം ഒന്നിനും തിയേറ്റർ ലഭിക്കാതിരുന്നിട്ടില്ല. അവ കാണാൻ ജനങ്ങൾ തയ്യാറാവുകയും ചെയ്തു. അവസാന ചിത്രങ്ങൾ നിർമ്മിച്ചത് പശ്ചിമബംഗാൾ സർക്കാരാണ്. ഒരുപക്ഷെ റേയെക്കാൾ കൂടുതൽ അന്തർദേശീയ ബഹുമതികൾ നേടിയിട്ടുള്ള അടൂരിനെക്കൊണ്ട് ചിത്രങ്ങൾ എടുപ്പിക്കാൻ കേരള സർക്കാർ എന്തുകൊണ്ട് മുന്നോട്ടുവരുന്നില്ല എന്ന് മനസ്സിലാകുന്നില്ല. അടൂരിനെപ്പോലെ മഹത്തായ സിനിമകൾ മാത്രം നിർമ്മിക്കുന്ന ഒരു പ്രതിഭാശാലിയെ അംഗീകരിക്കാൻ നാം തയ്യാറാകുന്നില്ലെങ്കിൽ അത് കേരളത്തിനാകെ അപമാനമാണ്.

■

കവിയൂരമ്മ

മലയാള സിനിമാരംഗത്ത് ഞാൻ 'ചേച്ചി' എന്ന് വിളിച്ചിരുന്ന രണ്ടു പേരേയുള്ളു - കവിയൂർ പൊന്നമ്മയും ടി.ആർ. ഓമനയും. വളരെ അടുപ്പമുണ്ടായിരുന്നെങ്കിലും കദീജ, മീന, സുകുമാരി മുതലായവരെ അങ്ങനെ വിളിക്കാൻ തോന്നിയിട്ടില്ല.

എന്താണീ രണ്ടുപേർക്കുമുള്ള പ്രത്യേകത? വെറും പരിചയഭാവത്തിനപ്പുറം തികച്ചും ആത്മാർത്ഥത നിഴലിക്കുന്ന സൗഹൃദവും അതിന്റെ പ്രകടമായ പെരുമാറ്റവും ഒന്നു മറച്ചുവയ്ക്കാതെയുള്ള സംസാരവും. ഇതിനെല്ലാം ഉപരിയായി ആർക്കും ബഹുമാനം തോന്നിക്കുന്ന മുഖപ്രസാദവും ശരീരപ്രകൃതവും.

ആദ്യം കണ്ടനാൾ മുതൽ 'പൊന്നമ്മച്ചേച്ചീ' എന്ന് ഞാൻ വിളിച്ചു തുടങ്ങുകയും ചേച്ചിയുടെ അധികാരഭാവത്തിൽ തന്നെ അവർ എന്നോട് പെരുമാറുകയും ചെയ്തു. എന്നെ അറിയാവുന്ന ആരെ കണ്ടാലും എന്റെ ക്ഷേമാന്വേഷണങ്ങൾ നടത്താൻ ഈ രണ്ടു ചേച്ചിമാരും മറക്കാറില്ല. ഇത് എങ്ങനെ സംഭവിച്ചു?

കാളിദാസ കലാകേന്ദ്രത്തിന്റെ 'ഡോക്ടർ' എന്ന നാടകത്തിലെ നായികയുടെ വേഷത്തിലാണ് കവിയൂർ പൊന്നമ്മയെ ആദ്യമായി കാണുന്നത്. അതിനും മുമ്പ് അവർ പി.ജെ. ആന്റണിയുടെ പ്രതിഭാ ആർട്സ് ക്ലബ്ബിന്റെ നാടകങ്ങളിലും നായികയായിരുന്നു.

ഡോക്ടർ നാടകത്തിൽ സ്വയം പാടി അഭിനയിക്കുന്ന ഈ നായികയെ എല്ലാവർക്കും ഇഷ്ടമായി. കെ.പി.എ.സി. നാടകങ്ങളിലെ സുലോചനയോളം ആരാധകരെ സമ്പാദിക്കാൻ കഴിഞ്ഞില്ലെങ്കിലും സുലോചനയെപ്പോലെ പാടുകയും സൗന്ദര്യം കൊണ്ട് സ്റ്റേജ് നിറഞ്ഞുനിൽക്കുകയും ചെയ്ത പൊന്നമ്മയെ ഇന്നും മറക്കാൻ സാധി

ക്കുന്നില്ല. ഈ നാടകത്തിൽ ജെ.സി.വർഗീസ് എന്നൊരു സുന്ദരനായിരുന്നു പൊന്നമ്മയുടെ നായകൻ.

ആദ്യം നടനെന്ന നിലയിൽ സിനിമാരംഗത്ത് എത്തിയത് ജെ.സിയാണ്. ജെ.സി കുറ്റിക്കാട് എന്ന പേരിൽ ധാരാളം കഥകൾ എഴുതിയിരുന്ന അദ്ദേഹം പല ചിത്രങ്ങൾക്കും തിരക്കഥ എഴുതിയിരുന്നു.

മദ്രാസിൽ മാമ്പലത്ത് നോർത്ത് ഉസ്മാൻ റോഡിലെ മുപ്പത്തിഅഞ്ചാം നമ്പർ വീട് പ്രശസ്ത തെലുങ്ക്-തമിഴ് പിന്നണിഗായകൻ ഖണ്ഡശാലയുടേതാണ്. അതിന്റെ മുകളിലെ നിലയിലായിരുന്നു പൊന്നമ്മ താമസിച്ചിരുന്നത്. 1974ൽ ഒരുദിവസം ഞാനവിടെ ചെല്ലുമ്പോൾ അവർ തനിച്ചേ ഉണ്ടായിരുന്നുള്ളു.

സംസാരമധ്യേ ഞാൻ പറഞ്ഞു: ''ഇന്നലെ ഞാൻ ജേസിയെ കണ്ടിരുന്നു.''

''ജേസിയെ കണ്ടോ. എന്നിട്ട് ജേസി എന്തുപറഞ്ഞു?'' ഉത്കണ്ഠയോടെ ഉള്ള ചോദ്യം.

''ഒന്നും പറഞ്ഞില്ല. അതെന്താ അങ്ങനെ ചോദിച്ചത്?''ഞാൻ.

''കള്ളം. ജേസി എല്ലാം പറഞ്ഞുകാണും''

ഞാൻ അത്ഭുതപ്പെട്ടു. ജേസിയുടെ കാര്യം പറഞ്ഞപ്പോൾ എന്തിനിത്ര വേവലാതി. ജേസിയുടെ ആദ്യത്തെ സിനിമയായ 'ശാപമോക്ഷ'ത്തിന്റെ ജോലികൾ നടക്കുകയായിരുന്നു. ന്യൂ വുഡ്‌ലാന്റ്സ് ഹോട്ടലിൽവെച്ച് അതിന്റെ കാര്യങ്ങൾ മാത്രമേ ഞങ്ങൾ സംസാരിച്ചുള്ളു. പൊന്നമ്മ നായികയായി അഭിനയിച്ച 'ഡോക്ടർ' നാടകത്തിൽ ജേസി നായകനായിരുന്നുവെന്ന് അറിയാവുന്നതുകൊണ്ട് മാത്രമാണ് ഞാൻ ജേസിയെ കണ്ടെന്നുപറഞ്ഞത്. പക്ഷെ ജേസിയുടെ കാര്യം വന്നപ്പോൾ പൊന്നമ്മയ്ക്ക് എന്തിനിത്ര വേവലാതി എന്ന് തോന്നിയതുകൊണ്ട് ഞാൻ തിരിച്ചുചോദിച്ചു:

''എന്താ ജേസിയുടെ കാര്യത്തിൽ ഇത്ര താല്പര്യം?''

''ഞങ്ങൾ തമ്മിൽ പ്രേമമായിരുന്നു.''

''അതു കൊള്ളാമല്ലോ. എന്നിട്ടെന്താ കല്യാണം കഴിക്കാത്തത്?''

''കല്യാണം കഴിക്കാൻ ജേസിക്ക് ഇഷ്ടമായിരുന്നു. പക്ഷെ വീട്ടുകാർ സമ്മതിക്കാത്തതുകൊണ്ട് വലിഞ്ഞുകളഞ്ഞു.''

''ഇപ്പോഴും നിങ്ങൾ തമ്മിൽ സ്നേഹമാണോ?''

''അതറിഞ്ഞുകൂടാ, ഞങ്ങളിപ്പോൾ തമ്മിൽ കാണാറില്ല.'' എനിക്ക് വല്ലാതെ തോന്നി.

മണിസ്വാമി പൊന്നമ്മയെ വിവാഹം കഴിച്ചിട്ട് അന്ന് എട്ടുപത്തു വർഷങ്ങളായിരിക്കുന്നു. അവരുടെ മകൾ ബിന്ദുവിനപ്പോൾ ഏഴെട്ടു വയസ്സുണ്ട്. മണിസ്വാമി എന്റെ നല്ലൊരു സുഹൃത്താണ്. അതറിയാവുന്ന പൊന്നമ്മയാണ് പണ്ടത്തെ കാമുകനെക്കുറിച്ച് പറയുന്നത്.

പി.ജെ.ആന്റണിയുടെ പ്രതിഭാ ആർട്സ് ക്ലബ്ബിൽ ശങ്കരാടിയും ഒരു അഭിനേതാവായിരുന്നു. അക്കാലത്ത് ശങ്കരാടിയും തന്നെ വിവാഹം കഴിക്കാൻ ആഗ്രഹിച്ചിരുന്നുവെന്ന് പൊന്നമ്മ അന്ന് എന്നോട് പറഞ്ഞു.

പിന്നെ മണിസ്വാമിയെ പൊന്നമ്മ വിവാഹം കഴിച്ചതെന്തിന്? തിരുവല്ലയ്ക്കടുത്തുള്ള കവിയൂരിൽ പ്രശസ്തരായ രണ്ട് കലാകാരികളുണ്ട്. ആദ്യകാല മലയാള സിനിമകളിൽ പിന്നണി പാടിയിട്ടുള്ള കവിയൂർ രേവമ്മയാണ് ഒരാൾ. ഇവരെ മദ്രാസിലെ ഹോട്ടലുടമയായിരുന്ന പന്തിയിൽ ശ്രീധരൻ എന്നയാൾ വിവാഹം കഴിച്ചു. രേവമ്മ പിന്നീട്

സംഗീതത്തിൽ ഡോക്ടറേറ്റ് എടുക്കുകയും കോളിജിയറ്റ് എഡ്യൂക്കേഷൻ ഡയറക്ടർ വരെയായി റിട്ടയർ ചെയ്യുകയുമായിരുന്നു.

രേവമ്മയാണ് തന്റെ അയൽക്കാരിയായ പൊന്നമ്മയെ സംഗീതം പഠിപ്പിച്ചത്. പ്രാഥമിക വിദ്യാഭ്യാസത്തിനപ്പുറം പോകാത്ത പൊന്നമ്മ സംഗീതത്തിൽ നല്ല പ്രാവീണ്യം നേടി. നല്ല സൗന്ദര്യം കൂടി ഉള്ളതുകൊണ്ട് നാടക നടിയാകാനുള്ള അവസരവും ലഭിച്ചു. അന്ന് കൂടെ അഭിനയിച്ചിരുന്ന പി.ജെ. ആന്റണി, ശങ്കരാടി, ജേസി മുതലായവരൊക്കെ സിനിമയിൽ കയറിയതുകൊണ്ടും കാളിദാസ കലാകേന്ദ്രത്തിന്റെ പിന്നിലുള്ള ഒ.മാധവൻ, വൈക്കം ചന്ദ്രശേഖരൻനായർ, ജി.ദേവരാജൻ മുതലായവരുടെ ഒക്കെ പിന്തുണ കൊണ്ടും പൊന്നമ്മയ്ക്ക് സിനിമാരംഗത്ത് എത്തിച്ചേരാൻ പ്രയാസമുണ്ടായില്ല. ആവശ്യത്തിന് സൗന്ദര്യവും നല്ല ശബ്ദവും ഉണ്ടായിട്ടും പൊന്നമ്മയ്ക്ക് നായികാവേഷങ്ങൾ അധികമായി ലഭിച്ചില്ല. 'ഓടയിൽനിന്ന്' എന്ന ചിത്രത്തിൽ അവർ സത്യന്റെ നായികയായിരുന്നു.

'അമ്പലക്കുളങ്ങരെ കുളിക്കാൻ ചെന്നപ്പോൾ
അയലത്തെ പെണ്ണുങ്ങൾ കളിയാക്കി'

എന്ന ഗാനരംഗം ഇന്നും എല്ലാവരുടെയും മനസ്സിൽ പച്ചപിടിച്ചു നിൽപ്പുണ്ടല്ലോ.

പി.എൻ.മേനോൻ ആദ്യമായി സംവിധാനം ചെയ്ത റോസി എന്ന ചിത്രത്തിൽ പൊന്നമ്മയായിരുന്നു നായിക. മലയാള സിനിമ സമാന്തരപ്രസ്ഥാനം തുടങ്ങിയത് റോസി മുതലാണെന്ന് കരുതുന്നവരുണ്ട്. റോസിയുടെ നിർമ്മാതാവ് എം.കെ. മണി നാടികനടിയുമായി പ്രേമത്തിലാവുകയും അവരെ വിവാഹം കഴിക്കുകയുമായിരുന്നു. പാലക്കാട്ടെ വളരെ സമ്പന്നമായ ഒരു ബ്രാഹ്മകുടുംബത്തിലെ അംഗമായിരുന്നു മണിസ്വാമി. സിനിമയെക്കുറിച്ച് കിട്ടാവുന്ന ഇംഗ്ലീഷ് പുസ്തകങ്ങളെല്ലാം വാങ്ങി വായിച്ചിട്ടുള്ള മണിസ്വാമിക്ക് വീട്ടിൽ വലിയൊരു ലൈബ്രറിയുണ്ടായിരുന്നു.

പൊന്നമ്മ നായികയായി അഭിനയിക്കുകയും സ്വന്തം ഭർത്താവ് നിർമ്മിക്കുകയും ചെയ്ത റോസി സാമ്പത്തികമായി ഒരു പരാജയമായിരുന്നു. ഇത് മണിസ്വാമിക്ക് വലിയൊരു തിരിച്ചടിയായി.

ഒരിക്കൽ മണിസ്വാമി പി.എൻ. മേനോനോട് പറയുന്നത് കേൾക്കാൻ എനിക്കിടയായി. ''കവിയൂർ പൊന്നമ്മയുടെ ഭർത്താവാണെന്ന് പറയുന്നതിൽ ഞാൻ അഭിമാനിക്കുന്നു'' എന്ന്. എന്തോ പ്രശ്നമുള്ളതുകൊണ്ടാണല്ലോ മണിസ്വാമി ഇങ്ങനെ പറയുന്നതെന്ന് എനിക്ക് തോന്നാതിരുന്നില്ല.

പക്ഷെ പൊന്നമ്മ എന്നോട് പറഞ്ഞത് വേറൊരു വിധത്തിലാണ്. ''എനിക്ക് പുസ്തകം വായിക്കുന്നവരെ പുച്ഛമാണ്'' എന്ന്. പുസ്തകങ്ങൾ വായിക്കാറുള്ള എനിക്ക് ഇഷ്ടമാകുന്ന അഭിപ്രായമല്ല പൊന്നമ്മ പറഞ്ഞത്. പൊന്നമ്മയ്ക്ക് ഇതു പറയാനുണ്ടായ കാരണം എന്താണ് – ഞാൻ ആലോചിച്ചു. മണിസ്വാമിയെക്കുറിച്ചാണോ പൊന്നമ്മ പറഞ്ഞത് – ഞാൻ സംശയിച്ചു. എന്റെ സംശയം ശരിയുമായിരുന്നു.

ധാരാളം വായിക്കുന്ന ബിരുദധാരിയായ മണിസ്വാമിക്ക് ഈ ഗുണങ്ങളൊന്നുമില്ലാത്ത പൊന്നമ്മയുമായി അഭിപ്രായവ്യത്യാസം ഉണ്ടാകാം. എന്നാൽ അദ്ദേഹം അങ്ങനെയൊന്നും ഒരിക്കലും പുറത്തുകാണിച്ചിരുന്നില്ല. രാഷ്ട്രീയമായും കലാപരമായും സാഹിത്യപരമായും നല്ല

അറിവുണ്ടായിരുന്ന മണിസ്വാമി ഈ കാര്യങ്ങളിലെല്ലാം തീവ്രപക്ഷത്തായിരുന്നു. അതുകൊണ്ട് ക്ഷോഭത്തോടെയേ എപ്പോഴും സംസാരിക്കാറുള്ളു. എങ്കിലും പൊന്നമ്മയും അവരുടെ ഏകസന്താനമായ ബിന്ദുവും ഒത്തുള്ള കുടുംബജീവിതം വളരെ സന്തോഷകരമായിരുന്നുവെന്നേ എനിക്ക് തോന്നിയുള്ളു.

മണിസ്വാമിയുടെ ലൈബ്രറിയിൽനിന്ന് ഞാൻ ധാരാളം പുസ്തകങ്ങൾ എടുത്തുകൊണ്ടുപോയി വായിച്ചിട്ടുണ്ട്. അതൊക്കെ എന്റെ എഴുത്തിനെ സഹായിച്ചിട്ടുമുണ്ട്. എനിക്ക് മദ്രാസിൽ ഏറ്റവും അധികം വിശ്വസിക്കാൻ തോന്നിയിട്ടുള്ള എന്റെ ഒരു ഗുണകാംക്ഷിയായിരുന്നു മണിസ്വാമി. എത്രനേരം വേണമെങ്കിലും അദ്ദേഹവുമായി സംസാരിച്ചിരിക്കാം. എനിക്ക് പറ്റുന്ന പാളിച്ചകളൊക്കെ അദ്ദേഹം ഒരു അഭ്യുദയകാംക്ഷിയെന്ന നിലയിൽ ചൂണ്ടിക്കാണിച്ചു തന്നിരുന്നു. എനിക്ക് അവിടെ എതിരാളികൾ ഉണ്ടായപ്പോൾ എന്റെ കൂടെ ഉറച്ചുനിന്ന് പലവിധത്തിൽ സഹായിച്ചിട്ടുള്ളതും മണിസ്വാമിയാണ്. അദ്ദേഹത്തെക്കുറിച്ച് സ്വന്തം ഭാര്യ പറഞ്ഞ അഭിപ്രായം എനിക്ക് തീരെ ഇഷ്ടപ്പെട്ടില്ല. എങ്കിലും ഞാൻ തർക്കിക്കാനൊന്നും പോയില്ല. കൂടെ കിടക്കുന്നവർക്കല്ലേ രാപ്പനി അറിയൂ.

ആയിടയ്ക്ക് മണിസ്വാമിക്ക് ഒരു ഓപ്പറേഷൻ ഉണ്ടായിരുന്നു. ഹെർണിയ എന്നാണ് പറഞ്ഞത്. മണിസ്വാമിയുടെ ഈ അസുഖമായിരിക്കണം പൊന്നമ്മയെ അസംതൃപ്തയാക്കിയതെന്ന് ഞാൻ ഊഹിക്കുന്നു. മണിസ്വാമി എപ്പോഴും ക്ഷോഭിക്കുന്നതിന്റെ കാരണവും ഇതായിരിക്കുമെന്ന് എനിക്ക് തോന്നി.

പക്ഷെ രണ്ടുപേരോടും ഞാനിതൊന്നും ചോദിക്കാൻ പോയില്ല. അവരുടേത് ഒരു സംതൃപ്തകുടുംബമായി കാണാൻ ഞാനാഗ്രഹിച്ചു.

ഒരുകാലത്ത് ധാരാളം ആരാധകർ ഉണ്ടായിരുന്ന നോവലിസ്റ്റ് വി. ടി.നന്ദകുമാറാണ് ഈ കുടുംബവുമായി എന്നെ പരിചയപ്പെടുത്തിയത്. നന്ദകുമാർ അക്കാലത്ത് തീർത്ഥയാത്ര, ചെണ്ട, രണ്ടു പെൺകുട്ടികൾ, വീരഭദ്രൻ മുതലായി ധാരാളം ചിത്രങ്ങൾക്ക് തിരക്കഥ എഴുതി സിനിമാരംഗത്ത് സ്വാധീനം ഉണ്ടാക്കിയിരുന്നു. മണിസ്വാമി നിർമ്മിച്ച ധർമ്മയുദ്ധത്തിന്റെ തിരക്കഥാകൃത്തും നന്ദകുമാറായിരുന്നു. ആ ചിത്രം വിജയിക്കണം എന്ന ഉദ്ദേശത്തോടെ ആണ് നന്ദകുമാർ അതിന് പബ്ലിസിറ്റി നടത്തിയത്. അദ്ദേഹം എന്നെ കവിയൂർ പൊന്നമ്മയുടെ വീട്ടിൽ കൊണ്ടുപോയി പൊന്നമ്മയേയും മണിസ്വാമിയേയും പരിചയപ്പെടുത്തുകയായിരുന്നു. വിദ്യാഭാസവും വിവരവുമുള്ള ഒരു നിർമ്മാതാവും സുന്ദരിയെങ്കിലും അമ്മവേഷത്തിൽ അഭിനയിക്കുന്ന നടിയും അവരുടെ ഓമനത്വമുള്ള മകളും.

സിനിമാവാരികകൾ സാധാരണയായി നായികാ നായകന്മാരെയും നിർമ്മാതാക്കളെയും സംവിധായകരെയും ഒക്കെയേ ശ്രദ്ധിക്കാറുണ്ടായിരുന്നുള്ളു. (ഇന്നും അതാണ് സ്ഥിതി). അമ്മത്താരങ്ങളെക്കുറിച്ച് പ്രസിദ്ധീകരണങ്ങളിൽ ആരും അധികമൊന്നും എഴുതിയിരുന്നില്ല. അങ്ങനെ അവഗണിക്കപ്പെട്ടു കിടന്നവരിലൊരാളായിരുന്നു കവിയൂർ പൊന്നമ്മയും.

എന്നാൽ സ്ക്രിപ്റ്റ് മുതൽ സ്ക്രീനിങ്ങ് വരെ സിനിമയിലുള്ള എല്ലാ ഘടകങ്ങളെയും സമഗ്രമായി കണ്ട് എഴുതാൻ ശ്രദ്ധിച്ചിരുന്ന എനിക്ക് കവിയൂർ പൊന്നമ്മയേയും മലയാള സിനിമയിലെ ഒരു താരമായി

കാണാൻ കഴിഞ്ഞു. അവരുടെ കളർചിത്രങ്ങളും ഇന്റർവ്യൂവും മറ്റും ധാരാളമായി എന്റെ വാരികയിൽ അച്ചടിച്ചുവരാനാരംഭിച്ചു. അങ്ങനെ ദൃഢമായ ഒരു സൗഹൃദം വളർന്നുവന്നു.

നാടകവേദിയിൽനിന്ന് നല്ല പരിശീലനം ലഭിച്ചശേഷമാണ് കവിയൂർ പൊന്നമ്മ ചലച്ചിത്രരംഗത്തേക്ക് കടന്നുവന്നത്. കവിയൂർ എൻ.എസ്.എസ്. ഹൈസ്കൂളിൽ ഏഴാം ക്ലാസ് വരെ പഠിച്ച ഇവർ ചെറുപ്പത്തിൽ ആഗ്രഹിച്ചത് നടിയാകാനല്ല. പാട്ടുകാരിയാകാനാണ്.

പി.ജെ.ആന്റണിയുടെ നേതൃത്വത്തിലുള്ള പ്രതിഭ ആർട്സ് ക്ലബ്ബിന്റെ 'മൂലധനം' എന്ന നാടകത്തിലെ അഭിനയമാണ് ഈ കലാകാരിക്ക് ആദ്യമായി അംഗീകാരം നേടിക്കൊടുത്തത്. അതിനുശേഷം കാളിദാസ കലാകേന്ദ്രത്തിന്റെ ഡോക്ടർ, ജനനി, ജന്മഭൂമ മുതലായ അനേകം നാടകങ്ങളിൽ അഭിനയിച്ചു. അൾത്താരയാണ് ഏറ്റവും ഒടുവിൽ അഭിനയിച്ച നാടകം.

മെരിലാന്റ് സ്റ്റുഡിയോ ഉടമസ്ഥൻ പി. സുബ്രഹ്മണ്യം നിർമ്മിച്ച കലയും കാമിനിയും, ആറ്റംബോംബ് എന്നീ ചിത്രങ്ങൾക്കു വേണ്ടിയാണ് പൊന്നമ്മ ആദ്യമായി ക്യാമറയെ അഭിമുഖീകരിച്ചത്. എന്നാൽ ഇത് രണ്ടും ചെറിയ വേഷങ്ങളായിരുന്നു.

ജയമാരുതി പിക്ചേഴ്സിന്റെ ബാനറിൽ ടി.ഇ. വാസുദേവൻ നിർമ്മിച്ച ഭർത്താവ് എന്ന ചിത്രത്തിലൂടെ പൊന്നമ്മ പ്രേക്ഷകരുടെ പ്രത്യേക ശ്രദ്ധ പിടിച്ചുപറ്റി. നിറയുന്ന കണ്ണുകളും വിതുമ്പുന്ന ചുണ്ടുകളും കൊണ്ട് ദു:ഖരംഗങ്ങൾ സൃഷ്ടിക്കാൻ അവർക്കുള്ള കഴിവ് ഈ ചിത്രത്തിലൂടെ പ്രകടമായി. ഇങ്ങനെ മലയാള സിനിമയിലെ മികച്ച സ്വഭാവ നടി എന്ന ബഹുമതി നിഷ്പ്രയാസം നേടിയെടുക്കാൻ പൊന്നമ്മയ്ക്ക് സാധിച്ചു.

ഭർത്താവിനുശേഷം റോസി, കുടുംബിനി, ഓടയിൽനിന്ന് മുതലായ ചിത്രങ്ങളിലും മെച്ചപ്പെട്ട അഭിനയം കാഴ്ചവയ്ക്കാൻ കഴിഞ്ഞ പൊന്നമ്മ പ്രസിദ്ധ ക്യാമറാമാനും സംവിധായകനുമായ എ.വിൻസന്റ് സംവിധാനം ചെയ്ത തീർത്ഥയാത്ര എന്ന ചിത്രത്തിലെ അഭിനയത്തിന് 1972ലെ ഏറ്റവും നല്ല സഹനടിക്കുള്ള അവാർഡ് നേടുകയും ചെയ്തു. ഈ ചിത്രത്തിൽ മാധുരിയോടൊപ്പം അവർ പാടുകയും ചെയ്തിട്ടുണ്ട്.

ഇതിനുശേഷം വിൻസന്റ് സംവിധാനം ചെയ്ത മിക്ക ചിത്രങ്ങളിലും പൊന്നമ്മയ്ക്ക് പ്രധാനപ്പെട്ട റോളുകൾ ഉണ്ടായിരുന്നു. തികഞ്ഞ മാന്യനും പ്രതിഭാശാലിയും സുന്ദരനുമായ വിൻസന്റിനോട് പൊന്നമ്മയ്ക്ക് ആരാധനയും ബഹുമാനവും, അതുകൊണ്ടൊക്കെയുള്ള സ്നേഹവും തോന്നിയതിൽ അത്ഭുതമില്ല. അതേക്കുറിച്ച് സിനിമാരംഗത്ത് പല കഥകളും പ്രചരിച്ചിരുന്നു. അത് മണിസ്വാമിയുടെ ചെവിയിലും എത്തിച്ചേരാതിരുന്നില്ല.

പൊന്നമ്മയ്ക്ക് വിൻസന്റുമായിട്ടുള്ള പ്രേമത്തിന്റെ കഥ പറഞ്ഞത് വി.ടി.നന്ദകുമാറാണ്. അക്കാലത്ത് വിൻസന്റ് മലയാള സിനിമയിലെ ഏറ്റവും തിരക്കുള്ള, നല്ല സിനിമയുടെ സംവിധായകനായിരുന്നു. പൊന്നമ്മയ്ക്ക് മിക്ക ചിത്രങ്ങളുമായും ബന്ധപ്പെട്ട് അദ്ദേഹത്തോട് വളരെ അടുത്ത് ഇടപെടേണ്ടി വരികയും ചെയ്തിരുന്നു.

വിൻസന്റ് സ്വന്തമായി സംവിധാനം ചെയ്ത് നിർമ്മിച്ച 'ചെണ്ട' എന്ന ചിത്രത്തിന്റെ ഷൂട്ടിംഗ് ഷൊർണൂരിൽ നടക്കുന്ന കാലം. പ്രൊഡക്ഷൻ മാനേജർ ആർ.എസ്. പ്രഭു പൊന്നമ്മയ്ക്കും വിൻസന്റിനും മദ്രാസി

ലേക്കുള്ള ട്രെയിനിൽ ഒരേ കൂപ്പയിലാണ് ബർത്ത് റിസർവ് ചെയ്തത്. പൊന്നമ്മയെ കാത്ത് മദ്രാസ് സെൻട്രൽ സ്റ്റേഷനിൽ ഭർത്താവ് മണിസ്വാമി കണ്ടത് ഒരേ കൂപ്പയിൽനിന്ന് പൊന്നമ്മയും വിൻസന്റും ഇറങ്ങിവരുന്നതാണ്. അദ്ദേഹം പ്രഭുവുമായി ശണ്ഠ കൂടി.

ഇതേത്തുടർന്ന് മണിസ്വാമി വിഷം കഴിച്ച് ആത്മഹത്യാശ്രമം നടത്തുകയും ചെയ്തു. അവശനായ അദ്ദേഹത്തെ ആശുപത്രിയിൽ എത്തിച്ചത് പ്രേംനസീറും നന്ദകുമാറും ചേർന്നാണ്. ഈ രഹസ്യങ്ങളൊക്കെ മദ്രാസിൽ അങ്ങാടിപ്പാട്ടായി. അടൂർ ഭാസിയും മറ്റും ഈ കഥയ്ക്ക് പൊടിപ്പും തൊങ്ങലും വച്ച് പ്രചാരം നൽകുകയും ചെയ്തു.

ഒരുനിമിഷത്തെ സംശയം മൂലം വർഷങ്ങൾ കൊണ്ട് വളർത്തിയെടുത്ത പ്രേമം തകരാനാരംഭിച്ചു. വിവാഹശേഷം പുരുഷന് മാറ്റമുണ്ടാകുമെന്ന് സ്ത്രീ പ്രതീക്ഷിക്കുന്നു. പക്ഷെ അയാൾ മാറുന്നില്ല. വിവാഹശേഷവും തന്റെ ഭാര്യ പഴയ പോലെതന്നെ തുടരണമെന്ന് ഭർത്താവ് ആഗ്രഹിക്കുന്നു. പക്ഷെ അവൾക്ക് മാറ്റമുണ്ടാകുന്നു. പുരുഷനും സ്ത്രീയും തമ്മിലുള്ള വ്യത്യാസമാണിത്. പുരുഷൻ സ്ത്രീക്കുവേണ്ടി സമ്പത്തും ബന്ധങ്ങളും ത്യജിക്കാൻ തയ്യാറായെന്നുവരും. എന്നാൽ കൂടുതൽ യാഥാർഥ്യബോധമുള്ള സ്ത്രീ ഇതൊക്കെ മുറുകെപ്പിടിക്കാനാണ് ശ്രമിക്കുന്നത്. വിവാഹജീവിതത്തിന്റെ അടിസ്ഥാന നിയമവും അളവുകോലും ഇതൊക്കെയാണ്. ഈ പരിധിക്കുള്ളിൽ നിന്നുകൊണ്ട് കുറച്ചുമാത്രം ആഗ്രഹിച്ചും അളന്നുചെലവഴിച്ചും മുമ്പോട്ടു നീങ്ങാനേ കഴിയൂ. എല്ലാത്തിനും പരിധി നിശ്ചയിക്കുമ്പോഴാണ് പ്രശ്നമാകുന്നത്. പരിധി നിശ്ചയിച്ചാൽ അത് ലംഘിക്കുമ്പോൾ ഉള്ളിലുള്ള കാട്ടുമൃഗം പുറത്തുചാടും.

തന്റെ ചിത്രങ്ങൾ സാമ്പത്തികമായി പരാജയപ്പെട്ടതു കൊണ്ട് ഒന്നും പ്രവർത്തിക്കാൻ സാധിക്കാത്ത അവസ്ഥയിലായിരുന്നു മണിസ്വാമി. ഒന്നും ചെയ്യാനില്ലാത്ത ഭീകരമായ അവസ്ഥ.

ആവശ്യങ്ങൾ വാതിൽക്കൽ മുട്ടുമ്പോൾ പ്രേമം ജനലിൽക്കൂടി പറന്നുപോകും. ദാമ്പത്യത്തിൽ പങ്കാളിയുടെ ക്രൂരമായ പെരുമാറ്റം ആർക്കും പൊറുക്കാനാവില്ല. ലാളിക്കാൻ ഒരു കുട്ടിയുണ്ടെങ്കിലും പൊന്നമ്മയും മണിസ്വാമിയും തമ്മിലുള്ള നീരസം വളർന്നുവരികയായിരുന്നു. എങ്കിലും പുറത്തുനിന്നും വരുന്ന ആർക്കും മനസ്സിലാകാത്ത വിധം അവർ ഒന്നിച്ചുജീവിക്കുകയും ചെയ്തു. പുസ്തകം വായിക്കുന്നവരെയെല്ലാം പൊന്നമയ്ക്ക് പുച്ഛം തോന്നിയതും ഇതോടെ ആയിരിക്കാം.

എന്തെങ്കിലുമൊക്കെ കാരണങ്ങൾ കണ്ടുപിടിച്ച് ഞാനീ ദമ്പതിമാർക്ക് നല്ല പബ്ലിസിറ്റി നൽകിയിരുന്നു. നാന വാരികയുടെ മിക്കലക്കങ്ങളിലും പൊന്നമ്മയുടെ കളർചിത്രങ്ങൾ തന്നെ അച്ചടിച്ചുവരികയും ചെയ്തിരുന്നു.

നമ്മുടെ ശരീരത്തിലുണ്ടാകുന്ന മുറിവുകൾ കാലക്രമേണ ഉണങ്ങും. എന്നാൽ മനസ്സിലുണ്ടാകുന്ന മുറിവുകൾ എളുപ്പത്തിലൊന്നും ഉണങ്ങുകയില്ലല്ലോ. അതുകൊണ്ടാണോ അദ്ദേഹം മദ്യപിച്ചു തുടങ്ങിയതെന്ന് ഞാൻ സംശയിക്കുന്നു.

മദ്രാസിൽ മണിസ്വാമിയുടെ പ്രധാന കൂട്ടുകാർ പി.എൻ.മേനോൻ, വയലാർ രാമവർമ്മ, എസ്.കെ. നായർ തുടങ്ങി അപൂർവം ചിലർ മാത്രമായിരുന്നു. അവരുമായി നല്ല സിനിമയെക്കുറിച്ചു ക്ഷോഭിച്ച് അദ്ദേഹം

സമയം ചെലവഴിച്ചു.

മണിസ്വാമി രണ്ടാമതായി നിർമ്മിച്ച ധർമ്മയുദ്ധം എന്ന ചിത്രത്തിന്റെ സംവിധായകൻ വിൻസന്റായിരുന്നു. ചില സംസ്ഥാന അവാർഡുകൾ ലഭിച്ചെങ്കിലും ഈ ചിത്രവും സാമ്പത്തികനഷ്ടം ഏറ്റുവാങ്ങുകയായിരുന്നു.

ഇക്കാലത്ത് തിരുവനന്തപുരത്ത് വന്ന മണിസ്വാമി ഒരുദിവസം മുഴുവൻ എന്നോടൊപ്പമാണ് ചെലവഴിച്ചത്. യൂണിവേഴ്സിറ്റി കോ-ഓപ്പറേറ്റീവ് സ്റ്റോറിൽ പോയി ചില പഴയ പുസ്തകങ്ങൾ വാങ്ങുകയും ചെയ്തു.

വളരെക്കാലമായി അദ്ദേഹം കേരളത്തിലെ നക്സലൈറ്റ് പ്രസ്ഥാനങ്ങളെക്കുറിച്ച് ഒരു സിനിമ എടുക്കാൻ തയ്യാറെടുക്കുകയായിരുന്നു. പക്ഷെ അങ്ങനെ ഒരു ചിത്രം നിർമ്മിക്കാൻ പൊന്നമ്മയുടെ സഹായം കൂടിയേ കഴിയൂ. കഥ എന്നോട് പറഞ്ഞിരുന്നു. എം.പി. വീരേന്ദ്രകുമാർ തന്റെ കെട്ടിടങ്ങളും എസ്റ്റേറ്റും ഷൂട്ടിംഗിന് നൽകാമെന്ന് വാഗ്ദാനം ചെയ്തിരുന്നു. അങ്ങനെ സ്വയം സംവിധാനം ചെയ്ത് നിർമ്മിച്ച ചിത്രമാണ് 'രാജൻ പറഞ്ഞ കഥ'. ഇതിന്റെ പിന്നിൽ ഉന്നതമായ ആദർശങ്ങളും സാഹസികതയും ഉണ്ടായിരുന്നെങ്കിലും മണിസ്വാമിക്ക് സംവിധാനം വശമില്ല എന്ന് തെളിയിക്കാൻ മാത്രമേ ഈ ചിത്രം കൊണ്ട് സാധിച്ചുള്ളു.

അക്കാലത്ത് തീവ്രവിപ്ലവ വായാടിത്തവുമായി നടന്ന സുകുമാരനെയാണ് രാജന്റെ വേഷം ഏൽപ്പിച്ചത്. ഈ ചിത്രം കൂടി പരാജയപ്പെട്ടതോടെ മണിസ്വാമിക്ക് ഭാര്യയുടെ വരുമാനം കൊണ്ടുമാത്രം ജീവിക്കേണ്ട ഗതികേടായി.

ഭർത്താവ് വരുമാനമില്ലാതെ വീട്ടിൽ ഇരിക്കേണ്ടി വരികയും ഉല്ലാസവതിയായ ഭാര്യയുടെ വരുമാനം കൊണ്ട് കുടുംബം പുലർത്തേണ്ടി വരികയും ചെയ്യുക, ബന്ധം മുറിയാൻ ഇതിൽപ്പരം എന്തുവേണം?

പി. ഭാസ്കരൻ സ്വന്തമായി സംവിധാനം ചെയ്ത് നിർമ്മിച്ച ശങ്കരാചാര്യർ എന്ന ചിത്രത്തിൽ ആലുവാക്കാരനായ മുരളീ മോഹൻ എന്നൊരു ചെറുപ്പക്കാരനാണ് ടൈറ്റിൽ റോളിൽ അഭിനയിച്ചത്. അമ്മയുടെ റോളായിരുന്നു പൊന്നമ്മയ്ക്ക്. അരങ്ങേറ്റക്കാരനായ ചെറുപ്പക്കാരന് തഴക്കം വന്ന നടിയോടു തോന്നിയ വികാരം ആരാധനയാവാം. പൊന്നമ്മയ്ക്ക് തിരിച്ചുതോന്നിയ വികാരത്തിന് സിനിമാരംഗത്ത് പല തരത്തിലുള്ള വ്യാഖ്യാനങ്ങൾ ഉണ്ടായി.

''സ്ത്രീ വൈരുധ്യങ്ങളുടെ കലവറയാണല്ലോ''.

മണിസ്വാമിക്ക് നിശബ്ദനായിരിക്കാനേ കഴിഞ്ഞുള്ളു. ആ നിശബ്ദതയ്ക്ക് പിന്നിൽ ആത്മാവിന്റെ രോദനമുണ്ടായിരുന്നു. അത് പിന്നീട് പൊട്ടിത്തെറിയായി മാറി.

മണിസ്വാമി മകളുമായി സ്വന്തം നാട്ടിലേക്ക് പോയി, പുസ്തകങ്ങൾ എടുക്കാതെ. മെരിലാന്റിൽ ഷൂട്ടിംഗിന് വന്ന പൊന്നമ്മയെ ഞാൻ ഫോണിൽക്കൂടി ശകാരിച്ചു.

''നിങ്ങൾ കാര്യമറിയാതെയാണ് സംസാരിക്കുന്നത്. ഇങ്ങോട്ടുവന്നാൽ ഞാനെല്ലാം പറയാം'' പൊന്നമ്മ പറഞ്ഞു. പക്ഷെ പിന്നെ കുറേക്കാലത്തേക്ക് ഞാനവരെ കാണാനേ പോയില്ല.

മണിസ്വാമി മരിച്ചുപോയെന്നാണ് പൊന്നമ്മ പത്രക്കാരോട് പറഞ്ഞിരുന്നത്. അദ്ദേഹം ജീവിച്ചിരിക്കുന്നതിനുള്ള തെളിവുകളും കാണാനി

ല്ലായിരുന്നു. പൊന്നമ്മ ഉസ്മാൻ റോഡിലെ വീടുവിട്ട് ബാപ്പൂട്ടി എന്നൊരു യുവാവുമായി മറ്റൊരു വീട്ടിൽ താമസിക്കുകയാണെന്ന് കേട്ടു.

നാലഞ്ചുവർഷത്തിനുശേഷം വീണ്ടും മദ്രാസിൽ ചെല്ലുമ്പോൾ മണിസ്വാമിയുടെ പുസ്തക അലമാരികൾ സ്വീകരണമുറിയിൽത്തന്നെ കണ്ടു. ബാപ്പു എന്റെ മുന്നിലേക്ക് വന്നില്ല. പിരിയാൻനേരം ഞാൻ തിരിഞ്ഞുനോക്കുമ്പോൾ ബാപ്പൂട്ടി ടെറസ്സിൽനിന്ന് എന്നെ ശ്രദ്ധിക്കുന്നുണ്ടായിരുന്നു. ബാപ്പൂട്ടി മരിച്ചുപോയതായി കേട്ടു.

മണിസ്വാമി ഇപ്പോഴും ജീവിച്ചിരിക്കുന്നു.

വർഷങ്ങളായി മണിസ്വാമി ഗുരുവായൂരമ്പലത്തിൽ ഭജനമിരിക്കുകയാണ്. ഞാൻ ഫോട്ടോഗ്രാഫർ ധർമ്മൻ കൊടുങ്ങല്ലൂരിനെ മണിസ്വാമിയെ അന്വേഷിക്കാൻ ചുമതലപ്പെടുത്തി. ധർമ്മൻ എടുത്ത മണിസ്വാമിയുടെ പുതിയ ചിത്രം കണ്ട് ഞെട്ടിപ്പോയി. മണിസ്വാമി ഗുരുവായൂരുണ്ടെന്ന് വി.ടി.നന്ദകുമാർ അറിഞ്ഞതും ധർമ്മൻ പറഞ്ഞിട്ടാണ്. നന്ദകുമാർ മണിസ്വാമിയെ പ്രതീക്ഷിച്ച് വീട്ടിൽ ഭക്ഷണമൊരുക്കി കാത്തിരുന്നെങ്കിലും നന്ദകുമാറിന്റെ വീട്ടിലും അദ്ദേഹം ചെന്നില്ല.

ഏകനായിരിക്കാനായിട്ടല്ല മനുഷ്യൻ സൃഷ്ടിക്കപ്പെട്ടിരിക്കുന്നത്. എന്നാൽ അവൻ ആരുടെ കൂടെ ജീവിക്കണമെന്ന് ആരാണ് തീരുമാനിക്കുന്നത്? കവിയൂർ പൊന്നമ്മയേയും മണിസ്വാമിയേയും രണ്ടായി സങ്കല്പിക്കാൻ എനിക്ക് ഇപ്പോഴും സാധിക്കുന്നില്ല.

■

ഉർവശി ശോഭയുടെ മരണം

ഉർവശി ശോഭ മരിച്ചു!

ആ വാർത്ത മദ്രാസ് നഗരത്തിൽ കൊടുങ്കാറ്റുയർത്തി. വിവര മറിഞ്ഞ് ഓടിയെത്തിയവർ കണ്ടത് അശോക് നഗറിലെ വാടകവീട്ടിലെ ബെഡ് റൂമിൽ നിലത്ത് വിറങ്ങലിച്ചുകിടക്കുന്ന ശോഭയുടെ മൃതശരീരമായിരുന്നു.

കഴുത്തിൽ ഷിഫോൺ സാരിയുടെ കുരുക്ക്. താറുമാറായ കിടക്ക.

ഒറ്റനോട്ടത്തിൽ ഒരു മൽപ്പിടുത്തത്തിന്റെ എല്ലാ ലക്ഷണങ്ങളും കാണാമായിരുന്നു. മുകളിലത്തെ കൊളുത്തിൽ സാരിയുടെ ഒരറ്റം വലിച്ചുകെട്ടിയിരുന്നു. വളരെ പൊക്കമുള്ള മച്ചാണ്.

പതിനെട്ടു വയസ്സ് മാത്രമുള്ള കിളുന്നു പെണ്ണ്. ഉർവശി അവാർഡ് ലഭിച്ചിട്ട് അധികം നാളായിട്ടില്ല.

അപ്പോൾ ഭർത്താവ് (?) ബാലു മഹേന്ദ്ര സ്ഥലത്തില്ലായിരുന്നു (?) വാർത്ത കാട്ടുതീ പോല പടർന്നു. ജനസഞ്ചയം അശോക് നഗറിലേക്ക് ഒഴുകി. സ്ഥലം പോലീസിന്റെ നിയന്ത്രണത്തിലായി.

പ്രേതം ജനറൽ ആശുപത്രിയിലേക്ക് മാറ്റി. ആറുവർഷം മുമ്പ് ആത്മഹത്യ (?) ചെയ്ത വിജയശ്രീയുടെ പ്രേതം കിടന്നതും ഇതേ മോർച്ചറിയിലാണ്.

മുഴുവൻ ജനവും ബാലു മഹേന്ദ്രയെ അന്വേഷിക്കാൻ തുടങ്ങി. എവിടെ കാണാൻ!

ഉന്നതരായ പോലീസ് ഉദ്യോഗസ്ഥരും വമ്പൻ പണക്കാരും ബിസിനസ് രാജാക്കന്മാരുമൊക്കെ അദ്ദേഹത്തിന്റെ സഹായത്തിനെത്തി. പിറ്റേന്ന് ജനറൽ ആശുപത്രി പരിസരം ജനനിബിഡമായി.

പോസ്റ്റുമോർട്ടം നടന്നു.

മൃതദേഹം ഏറ്റുവാങ്ങണം. അമ്മ പ്രേമ ബോധമില്ലാതെ കിടക്കുന്നു. 'അച്ഛൻ' അവശൻ.

പോലീസിന്റെ പ്രത്യേക സംരക്ഷണയിൽ ഭർത്താവായ ബാലുമഹേന്ദ്ര എത്തി. കുളിച്ച് ക്ലീൻ ഷേവുചെയ്ത് ഉന്മേഷവാനായി.

നിർമ്മാതാവ് കെ.പി.കൊട്ടാരക്കരയുടെ അംബാസഡർ വാനിൽ ഭദ്രമായി ബാലുവിനെ ആശുപത്രിയിൽ എത്തിക്കുന്നു. അദ്ദേഹത്തിന് കനത്ത സുരക്ഷാനടപടികൾ ചെയ്തിട്ടുണ്ടായിരുന്നു.

മലയാള ചലച്ചിത്ര നിർമ്മാതാവ് ഹരി പോത്തനായിരുന്നു ബാലുവിന്റെ രക്ഷകനായി രംഗത്ത് നിന്നിരുന്നത്. കൂടാതെ തമിഴ് നിർമ്മാതാവ് ദുരൈയും. ഇദ്ദേഹം സംവിധാനം ചെയ്ത 'പശി' എന്ന ചിത്രത്തിലെ അഭിനയത്തിനാണ് ശോഭയ്ക്ക് 'ഉർവശി' അവാർഡ് ലഭിച്ചത്.

കറുത്ത് പാന്റും കറുത്ത ഷർട്ടും കറുത്ത തൊപ്പിയും ധരിച്ച് എത്തിയ ദുരൈ മരണാനന്തര ചടങ്ങുകളുടെ ചുമതല ഏറ്റെടുത്തു.

മലയാള ചലച്ചിത്രപ്രവർത്തകരിൽ മുൻപന്തിയിൽ നിൽക്കുന്നവരെല്ലാം ജനറൽ ആശുപത്രി പരിസരത്ത് വന്നെത്തിയിട്ടുണ്ട്. പക്ഷെ ആരും ആരോടും ഒരക്ഷരവും ഉരിയാടുന്നില്ല. അതൊരു സ്വാഭാവിക മരണമാണെന്ന മട്ടിലായിരുന്നു അവരുടെയെല്ലാം പെരുമാറ്റം.

ഈ സമയം അശോക് നഗറിലെ തന്നെ കണ്ണൻശാലയിലെ വീട്ടിൽ ശോഭയുടെ അമ്മ പ്രേമ അർധബോധാവസ്ഥയിൽ കിടന്നു തേങ്ങുകയായിരുന്നു. അധികാരം കൊണ്ടും പണശേഷി കൊണ്ടും ശക്തരായ 'ബന്ധുക്കൾ' പ്രേമയ്ക്ക് ധാരാളമുണ്ടായിരുന്നെങ്കിലും അവരാരും ഈ അപകടസമയത്ത് അവരെ തിരിഞ്ഞുനോക്കുക പോലും ചെയ്തില്ല.

മദ്രാസിലെ ആനന്ദ് തിയേറ്റർ ഉടമയും കോടീശ്വരനുമായ ഉമാപതി എന്ന സിനിമാ മുതലാളിയുടെ നേരിട്ടുള്ള നിയന്ത്രണത്തിലായിരുന്നു പിന്നീടുള്ള കാര്യങ്ങൾ.

ആശുപത്രിപരിസരത്ത് ഹരിപോത്തന്റെ നേതൃത്വത്തിൽ ഗൂഢാലോചന നടന്നു. പ്രേതം വിട്ടുകിട്ടിയാൽ വേഗം ചുടുകാട്ടിലെത്തിച്ച് 'സാധനത്തെ' ചുട്ടുചാമ്പലാക്കണം. അവർ അതിനുവേണ്ട ഏർപ്പാടുകൾ ചെയ്യാനാരംഭിച്ചു.

ഉച്ചയോടെ ആശുപത്രിയിൽനിന്ന് കൊണ്ടുവന്ന മൃതശരീരം ആരുടെയോ സന്മനസ്സ് കൊണ്ട് കണ്ണപ്പൻശാലയിലെ പ്രേമയുടെ വീട്ടിൽ കൊണ്ടുവന്ന് അൽപസമയം കിടത്തി. അശോക് നഗർ അക്ഷരാർഥത്തിൽ മനുഷ്യമഹാസമുദ്രമായി മാറി.

ക്ഷോഭാകുലരായ ജനം വിളിച്ചുപറയുന്നുണ്ടായിരുന്നു:

''ശോഭയെ അവൻ കൊന്നു, വിടരുതവനെ.''

ആരുമത് ശ്രദ്ധിക്കുന്നില്ലെന്ന് നടിച്ചു. ജനത്തിനെ ഒതുക്കാൻ നേരത്തെതന്നെ കനത്ത പോലീസ് സന്നാഹം ഏർപ്പെടുത്തിയിരുന്നു.

ഈ സമയത്ത് മൗണ്ട് റോഡിലെ കണ്ണിമേറ സ്റ്റാർ ഹോട്ടലിലെ എയർ കണ്ടീഷൻ മുറിയിൽ ബാലുമഹേന്ദ്രയും അദ്ദേഹത്തിന്റെ രക്ഷകന്മാരും സമ്മേളിച്ച് അനന്തര നടപടികൾ ആസൂത്രണം ചെയ്യുകയായിരുന്നു.

ഹരി പോത്തന്റെ ചെലവിൽ തിരുവനന്തപുരത്ത് നിന്നെത്തിയ സിനിമാവാരിക പത്രാധിപരും ചില പ്രബലരായ മലയാള സിനിമാ നിർമ്മാതാക്കളും അവിടെ കൂടിയിരുന്നു.

ശോഭയുടെ മരണം എങ്ങനെ ആത്മഹത്യയാക്കാം എന്ന് അവർ

തലപുകഞ്ഞ് ആലോചിച്ചു. ബാലുമഹേന്ദ്രക്ക് അതിൽ പങ്കില്ലെന്നും അതിന് കാരണക്കാരി ശോഭയുടെ അമ്മ പ്രേമയാണെന്നും ആക്കി ത്തീർക്കണം. ആ വിധത്തിൽ അവർ വാർത്തകൾ കെട്ടിച്ചമച്ച് പത്രസ്ഥാപനങ്ങളിലെത്തിച്ചു. പണവും പത്രങ്ങളും ഒത്തുകളിച്ചപ്പോൾ വാർത്ത അങ്ങനെ തന്നെ ആകുകയും ചെയ്തു.

വൈകുന്നേരത്തിന് മുമ്പുതന്നെ ശോഭയുടെ മൃതശരീരവുമായുള്ള ആഘോഷയാത്ര ശ്മശാനത്തിലേക്ക് നീങ്ങി. കറുത്ത വസ്ത്രധാരിയായ ദുരൈ സർവ നിയന്ത്രണങ്ങളും ഏറ്റെടുത്ത് മുന്നിൽ നടന്നിരുന്നു. അതുകണ്ടാൽ ഒരു ഫിലിം ഷൂട്ടിംഗിനുവേണ്ടി ഈ മരണപരിപാടി ആസൂത്രണം ചെയ്തത് ദുരൈ എന്ന സംവിധായകനായിരുന്നോ എന്നുപോലും സംശയം തോന്നുമായിരുന്നു.

ശവം ശ്മശാനത്തിലെത്തുന്നതിനു മുമ്പേതന്നെ ഹരിപോത്തന്റെ നേതൃത്വത്തിൽ ചിത ഒരുക്കിയിരുന്നു. ചാണകവരളി അടുക്കി അതിൽ പെട്രോൾ ഒഴിച്ച് അവരവിടെ കാത്തുനിൽപ്പുണ്ടായിരുന്നു.

ഹിന്ദു ആചാരപ്രകാരം അച്ഛനും അമ്മയും ജീവിച്ചിരിക്കുന്ന, പ്രായപൂർത്തിയാകാത്ത ഒരു പെൺകുട്ടിയുടെ ശവം ദഹിപ്പിക്കാൻ പാടുള്ളതല്ല. കുഴിച്ചിടുകയാണ് പതിവ്. അങ്ങനെ ചെയ്താൽ പിന്നീട് കുഴപ്പമുണ്ടായെന്നിരിക്കും. അക്കാര്യമൊന്നും ആരും മിണ്ടിയില്ല. 'ചുമതല'ക്കാരെല്ലാം മദ്യലഹരിയിലായിരുന്നു.

പഴയ ഒരു പ്രൊഡക്ഷൻ മാനേജർ ഗംഗാധരൻ മാത്രം ചാടിവീണു, ദഹിപ്പിക്കാൻ പാടില്ലെന്നു പറഞ്ഞുകൊണ്ട്. അടുത്ത നിമിഷം തന്നെ അയാളുടെ വായ് പൊത്തിപ്പിടിച്ച് അവിടെനിന്നും പൊക്കിമാറ്റി.

''മ.... പെട്രോളൊഴിച്ച് കത്തിക്കെടാ''... ഹരിപോത്തൻ ആജ്ഞാപിച്ചു. നേരത്തെ കരുതിക്കൊണ്ടുവന്ന പെട്രോൾ ടിൻ ആരോ മൃതദേഹത്തിൽ കമഴ്ത്തി കത്തിച്ചു.

അങ്ങനെ ഒരു മലയാളി ഉർവശിയെ നിമിഷത്തിനുള്ളിൽ അഗ്നിനാളങ്ങൾ വിഴുങ്ങി.

'ഹാവൂ രക്ഷപ്പെട്ടു'- ഹരിപോത്തൻ പറയുന്നത് കേൾക്കാമായിരുന്നു.

*****

ആരാണീ ശോഭ?

ആരാണ് ശോഭയുടെ അമ്മ പ്രേമ?

1954-ൽ നിർമ്മിച്ച ചന്ദ്രതാരയുടെ 'നീലക്കുയിൽ' എന്ന ചിത്രത്തിൽ സത്യന്റെ ഭാര്യയായി അഭിനയിച്ചത് പ്രേമയായിരുന്നു. ആദ്യമായി പ്രസിഡന്റിന്റെ ഒരു വെള്ളിമെഡൽ നേടിയെടുത്ത ദക്ഷിണേന്ത്യൻ ചിത്രമാണ് പരീക്കുട്ടി നിർമ്മിച്ച നീലക്കുയിൽ. പി.ഭാസ്കരനും രാമു കാര്യാട്ടും ചേർന്നാണത് സംവിധാനം ചെയ്തത്. വിൻസന്റായിരുന്നു ക്യാമറാമാൻ. ശോഭനാ പരമേശ്വരൻനായർ സ്റ്റിൽ ഫോട്ടോഗ്രാഫറും ആർ.എസ്. പ്രഭു അതിന്റെ പ്രൊഡക്ഷൻ മാനേജരുമായിരുന്നു. ഇവരെല്ലാം തന്നെ പിന്നീട് മലയാളത്തിലെ നല്ല സിനിമയുടെ കരുത്തുറ്റ നിർമ്മാതാക്കളായി വളർന്നുവന്നു.

നീലക്കുയിലിലെ ശ്രീധരൻമാസ്റ്ററുടെ നീണ്ടുമെലിഞ്ഞ ശാലീനസുന്ദരിയായ ഭാര്യയെ നാമിന്നും ഓർക്കുന്നു. പ്രേമ തുടർന്ന് നായരു പിടിച്ച പുലിവാൽ, അവരുണരുന്നു തുടങ്ങിയ അനേകം ചിത്രങ്ങളിൽ

അഭിനയിച്ചിട്ടുണ്ട്.

പാലക്കാട് ജില്ലയിലെ കല്ലിങ്കൽ സ്വദേശിയാണ് പ്രേമ. പക്ഷെ ജനിച്ചതും വളർന്നതും മലേഷ്യയിലെ പെനാങ്കിലാണ്. അച്ഛൻ അവിടെ ഒരു കോൺട്രാക്ടറായിരുന്നു. മലേഷ്യയിൽ തേഡ് ഫോറം വരെ പഠിച്ചിട്ട് നാട്ടിലേക്ക് പോന്ന പ്രേമ കോയമ്പത്തൂരിൽ വച്ച് നൃത്തത്തിന്റെ പ്രാഥമിക ചുവടുകൾ വച്ചു. മദിരാശിയിൽ വച്ച് കൃഷ്ണകുമാർ എന്ന ഗുരുവിന്റെ ശിക്ഷണത്തിൽ നൃത്തവിദഗ്ധയാവുകയും ചെയ്തു.

തന്റെ അച്ഛന്റെ വകയിൽ അമ്മാവനായ പ്രസിദ്ധ സാഹിത്യകാരൻ എസ്.കെ. പൊറ്റക്കാടാണ് പ്രേമ സിനിമാരംഗത്തേക്ക് വരാൻ കാരണക്കാരൻ. ഉറൂബിന്റെ 'നീലക്കുയിൽ' എന്ന കഥ ചലച്ചിത്രമാക്കാൻ തീരുമാനിച്ച ചന്ദ്രതാരാ ഫിലിംസ് ഉടമസ്ഥൻ ടി.കെ.പരീക്കുട്ടി അതിലെ ഉപനായികയെ തേടി (മിസ് കുമാരിയായിരുന്നു നായിക) നടക്കുമ്പോൾ പൊറ്റെക്കാട് സുന്ദരിയായ പ്രേമയെ പരീക്കുട്ടിക്കും ചിത്രത്തിന്റെ സംവിധായകനും ഗാനരചയിതാവുമായ പി.ഭാസ്കരനും പരിചയപ്പെടുത്തിക്കൊടുത്തു. അവർക്ക് ആ കുട്ടിയെ തങ്ങളുടെ പടത്തിലേക്ക് ബുക്ക് ചെയ്യാൻ ഒട്ടും സംശയിക്കേണ്ടിവന്നുമില്ല. നീലക്കുയിലിലെ പ്രേമയുടെ അഭിനയം എല്ലാവരുടെയും ശ്രദ്ധ പിടിച്ചുപറ്റി. ഇതേത്തുടർന്ന് നാൽപതിലധഇകം ചിത്രങ്ങളിൽ അഭിനയിക്കാൻ പ്രേമയ്ക്ക് അവസരം ലഭിച്ചു.

എന്നാൽ മേനോനുമായുള്ള വിവാഹശേഷം പ്രേമ ഈ രംഗത്തുനിന്ന് മാറിനിൽക്കുകയായിരുന്നു. 1970-ൽ ആണ് വീണ്ടും സിനിമയിൽ അഭിനയിക്കാൻ തിരിച്ചെത്തുന്നത്. ആ വരവ് രണ്ടുവിധത്തിൽ ശ്രദ്ധേയമായി. മലയാള സിനിമയിൽ വാത്സല്യപാത്രമായ ബേബി ശോഭ എന്ന സ്വന്തം പുത്രിയായ ബാലതാരത്തെ കൈപിടിച്ചുകൊണ്ടാണ് പ്രേമ തിരിച്ചുവന്നത്.

ഉദ്യോഗസ്ഥ, ആറടി മണ്ണിന്റെ ജന്മി, സിന്ദൂരച്ചെപ്പ്, ഭദ്രദീപം, ഉദയം, വീണ്ടും പ്രഭാതം തുടങ്ങിയ ചിത്രങ്ങളിലൂടെ പ്രേക്ഷകരെ പുളകം കൊള്ളിച്ച ബാലതാരം മുൻനടി പ്രേമയുടെ ഏകപുത്രിയാണെന്ന വിവരം അന്ന് അധികമാരും അറിഞ്ഞിരുന്നില്ല. അന്ന് ശോഭയ്ക്ക് എട്ടു വയസ്സേ ഉണ്ടായിരുന്നുള്ളു.

മദിരാശിയിൽ ബിസിനസ്സുകാരനായിരുന്ന പ്രേമയുടെ ഭർത്താവ് മേനോൻ ബിസിനസ്സിൽ പരാജയപ്പെട്ട് മറ്റ് വരുമാനമൊന്നുമില്ലാതെ വെറുതെ ഇരിക്കേണ്ടിവന്ന സമയത്താണ് പ്രേമയ്ക്കും മകൾക്കും സിനിമ തന്നെ അഭയമായി മാറിയത്.

ചന്ദ്രതാരയുടെ സംവിധായകനും അന്ന് ചെമ്മീനിലൂടെ ദേശീയ അവാർഡ് നേടി മദ്രാസിലെ ഏക സ്വർണമെഡൽ സംവിധായകനുമായി മദ്രാസിൽ വാണരുളുന്ന രാമു കാര്യാട്ടാണ് ഈ കുടുംബത്തിന് പ്രധാന താങ്ങായി നിന്നത്.

അന്നും യുവത്വം പിരിയാൻ മടിച്ചുനിന്നിരുന്ന പ്രേമ മലയാളത്തിലെ നായികമാരായിരുന്ന ശാരദ, ജയഭാരതി മുതലായവരേക്കാൾ സുന്ദരിയായിരുന്നു. നല്ല ഉയരവും ഉറച്ച് അധികം തടിക്കാത്ത ശരീരവും എല്ലാത്തിനുമുപരി നല്ല മുഖകാന്തിയും വെളുത്ത നിറവുമുള്ള പ്രേമയ്ക്ക് ധാരാളം സിനിമാ സുഹൃത്തുക്കളുണ്ടായി. സിനിമയിൽ ചാൻസ് കൊടുക്കാനായിരുന്നില്ല അവർക്ക് താല്പര്യമെന്നുമാത്രം.

എസ്. ജാനകി മലയാളത്തിൽ ആദ്യമായി പാടിയ ഗാനമാണ്

''തളിരിട്ട കിനാക്കൾതൻ

താമരമാല വാങ്ങാൻ
വിളിച്ചിട്ടും വരുന്നില്ലെൻ
വിരുന്നുകാരൻ''

കേൾക്കുന്തോറും ഇമ്പം കൂടിവരുന്ന ഈ ഗാനം ഇന്നും മനസ്സിൽ സൂക്ഷിക്കുന്ന ധാരാളം പേരുണ്ടാവാം. എന്നാൽ ഈ പാട്ട് പാടിക്കൊണ്ട് സ്ക്രീനിൽ പ്രത്യക്ഷപ്പെട്ട പ്രേമയെ അധികമാരും ഓർത്തിരിക്കാനിടയില്ല. രണ്ടാമതും മടങ്ങിയെത്തിയ പ്രേമ രാമുകാര്യാട്ടിന്റെ നെല്ല്, പി. ഭാസ്കരന്റെ വീണ്ടും പ്രഭാതം, കെ.ജി. ജോർജിന്റെ സ്വപ്നാടനം, മനുഷ്യപുത്രൻ, ദൃക്സാക്ഷി മുതലായ ചിത്രങ്ങളിൽ ചെറിയ വേഷങ്ങളിൽ അഭിനയിച്ചു.

സിന്ദൂരച്ചെപ്പിലെ
''മണ്ടച്ചാരേ, മൊട്ടത്തലയാ
കണ്ടം വയ്ക്കാറായല്ലോ
ലാത്തിരി പൂത്തിരി കമ്പിപ്പൂത്തിരി''
എന്ന പാട്ട് നാമിന്നും ഓർക്കുന്നുണ്ടല്ലോ.

ബാലതാരങ്ങളായ ശോഭയും വിജയകുമാറുമാണ്. മിടുമിടുക്കരായ ആ കുട്ടികളെ എല്ലാവർക്കും ഇഷ്ടപ്പെട്ടു.

പി. ഭാസ്കരൻ സംവിധാനം ചെയ്ത വീണ്ടും പ്രഭാതം എന്ന ചിത്രത്തിന്റെ ഷൂട്ടിംഗ് മദ്രാസിൽ നടക്കുന്ന സെറ്റിൽവച്ചാണ് ഞാനാദ്യമായി ഈ കുട്ടിയെ കാണുന്നത്. ശോഭ അന്ന് പോഷകാഹാരക്കുറവ് തോന്നുന്ന മെലിഞ്ഞ കുട്ടിയായിരുന്നു. വിജയകുമാറിന്റെ സ്ഥിതിയും പരിതാപകരമായിരുന്നു. ഞാൻ ഭാസ്കരനോട് അന്വേഷിച്ചപ്പോൾ ആ ബാലൻ പെരുവഴിയിൽ കടത്തിണ്ണയിലാണ് ഉറങ്ങുന്നതെന്ന് പറഞ്ഞു. ഞാനാ ബാലന്റെ ഇന്റർവ്യൂ നടത്തി രണ്ടുപേജിൽ പ്രസിദ്ധീകരിച്ചു. തന്നെ സഹായിക്കുന്നത് പ്രേമയാണെന്ന് വിജയകുമാർ പറഞ്ഞു.

അന്ന് കാര്യാട്ടിന്റെ ആശ്രിതനായി കഴിഞ്ഞ കെ.ജി. ജോർജും നെല്ലിന്റെ ക്യാമറാമാനായിരുന്ന ബാലുമഹേന്ദ്രയും അതിന്റെ നിർമ്മാതാക്കളായ എൻ.പി. അലി, എൻ.പി. അബു മുതലായവരെല്ലാം ഈ കുടുംബത്തിന് സഹായം നൽകിപ്പോന്നു.

ഒരുദിവസം പ്രൊഡക്ഷൻ മാനേജർ ലത്തീഫ് ആ വീട്ടിൽ ചെന്നപ്പോൾ കുറേ വിദേശനിർമ്മിത ഉപകരണങ്ങൾ ഇരിക്കുന്നതു കണ്ടു. അതു തനിക്കൊരാൾ സമ്മാനിച്ചതാണെന്ന് പ്രേമ പറഞ്ഞതായി ലത്തീഫ് പിന്നീട് എന്നോട് പറഞ്ഞിട്ടിട്ടുണ്ട്.

ബിസിനസ്സിൽ തകർന്ന് മദ്യപാനിയായി മാറിയ മേനോൻ എല്ലാത്തിനും മൂകസാക്ഷിയായി കഴിഞ്ഞതേയുള്ളു.

*****

1976ൽ ജി.എസ്. പണിക്കർ സ്വയം സംവിധാനം ചെയ്ത് നിർമ്മിക്കുന്ന 'ഏകാകിനി' എന്ന ചിത്രത്തിലെ നായികയുമായി ഞാൻ എഡിറ്ററായിരുന്ന നാന വാരികയുടെ ഓഫീസിലെത്തി.

ശോഭ!

കൂടെ അവളുടെ അച്ഛൻ മേനോനും ക്യാമറാമാൻ രാമചന്ദ്രബാബുവും ഉണ്ടായിരുന്നു.

''ശോഭയ്ക്ക് എത്ര വയസായി. പതിമൂന്നായോ?'' ഞാൻ ചോദിച്ചു.

''പതിനാലായി'' - ശോഭ അഭിമാനത്തോടെ പറയുമ്പോഴും ആ

മുഖത്ത് കുട്ടിത്തമായിരുന്നു നിഴലിച്ചത്.

മൂന്നുനാലു വർഷങ്ങൾക്കുമുമ്പ് 'വീണ്ടും പ്രഭാതം' എന്ന ചിത്രത്തിന്റെ സെറ്റിൽ ബാലനടിയായി കൊച്ചുടുപ്പുമിട്ട് അഭിനയിച്ച ശോഭയെ ഞാനോർമ്മിച്ചു. ആ കുട്ടിപ്രായത്തിന് ഒട്ടും യോജിക്കാത്ത സാരി വലിച്ചുചുറ്റി ഒരു യുവതിയുടെ വേഷത്തിൽ എന്റെ മുമ്പിലെത്തിയിരിക്കുന്നു. ഒട്ടും വിശ്വസിക്കാനാവാതെ സംശയതൃഷ്ടിയോടെ ഞാനാ കുരുന്നുകുട്ടിയെ സൂക്ഷിച്ചുനോക്കി.

നല്ല ഉയരം വച്ചിട്ടുണ്ടെങ്കിലും പട്ടിണി കിടക്കുന്ന പോലെ മെലിഞ്ഞുണങ്ങിയ ശരീരം.

പണിക്കർ എന്തിന് ഈ കുട്ടിയെ നായികയാക്കുന്നുവെന്ന് ഞാൻ അത്ഭുതപ്പെട്ടു.

അന്ന് എന്റെ സ്ഥാപനത്തിലെ കുങ്കുമം വാരികയുടെ പ്രധാന പത്രാധിപരായിരുന്ന ഉറൂബിന് (പി.സി.കുട്ടികൃഷ്ണൻ) ശോഭയെ കണ്ടപ്പോൾ കൗതുകമായി. താൻ കഥയെഴുതിയ ''നീലക്കുയിലി'ൽ ഉപനായികയായി അഭിനയിച്ച പ്രേമ എന്ന സുന്ദരിയുടെ മകൾ ആണല്ലോ പതിനാലു വർഷത്തിനുശേഷം നായികവേഷം അഭിനയിക്കാൻ തയ്യാറെടുത്ത് മുമ്പിലിരിക്കുന്നത്.

പ്രസിഡന്റിന്റെ സ്വർണമെഡൽ നേടിയ 'നിർമാല്യം' എന്ന ചിത്രത്തിന്റെ ക്യാമറാമാനായിരുന്നു അന്ന് രാമചന്ദ്രബാബു. 'സ്വപ്നാടനം' എന്ന ചിത്രത്തിന്റെ പ്രവർത്തകനെന്ന നിലയ്ക്ക് മദ്രാസിൽവച്ച് ഞാൻ അദ്ദേഹത്തെ പലതവണ കണ്ടിട്ടുണ്ടായിരുന്നു. അദ്ദേഹമാണ് ഏകാകിനിയിലേക്ക് ശോഭയെ നിർദ്ദേശിച്ചത്. നിർമാല്യത്തിലെ നായകനായിരുന്ന രവിമേനോനായിരുന്നു ഏകാകിനിയിലും നായകൻ.

എം.ടി. വാസുദേവൻ നായരുടെ 'കറുത്ത സൂര്യൻ' എന്ന ചെറുകഥയാണ് പണിക്കർ ഏകാകിനിക്ക് തെരഞ്ഞെടുത്തത്. സ്വയം തിരക്കഥ എഴുതാതെ സിനിമയാക്കിയ എം.ടിയുടെ ഏക കഥ. പൂനാ ഫിലിം ഇൻസ്റ്റിറ്റ്യൂട്ടിൽനിന്ന് പാസായ രാമൻനായരാണ് ഏകാകിനിക്ക് തിരക്കഥ എഴുതിയത്. ആ തിരക്കഥ നാന വാരികയിൽ ഖണ്ഡശ: പ്രസിദ്ധീകരിക്കുകയും ചെയ്തു. അക്കാലത്ത് രാമൻനായർ എന്റെ കൂടെയായിരുന്നു താമസം. അതുകൊണ്ട് ഈ ചിത്രത്തിന്റെ ടീമിൽപ്പെട്ടവരെല്ലാം എന്റെ അടുത്ത സുഹൃത്തുക്കളായി മാറി.

പൂനാ ഫിലിം ഇൻസ്റ്റിറ്റ്യൂട്ടിൽ പഠിച്ചുവന്നവരുടെ സിനിമയായിരുന്നു ഏകാകിനി. അതിന്റെ സംവിധായകൻ, തിരക്കഥാകൃത്ത്, ക്യാമറാമാൻ, എഡിറ്റർ, കഥാനായകൻ എന്നിവരെല്ലാം ഇൻസ്റ്റിറ്റ്യൂട്ടുകാരായിരുന്നു.

വെറും തൊണ്ണൂറായിരം രൂപയാണ് ഏകാകിനിക്ക് ചെലവായത്. ചിത്രത്തിലെ സഹനടന്റെ ചിറയിൻകീഴിലുള്ള വീട്ടിലായിരുന്നു എല്ലാവരും താമസിച്ചത്. അദ്ദേഹം തന്നെ സൗജന്യഭക്ഷണവും കാറും നൽകി. ഷൂട്ടിംഗ് പൂർത്തിയാക്കാൻ രണ്ടാഴ്ചയേ വേണ്ടിവന്നുള്ളു.

ഏറ്റവും വലിയ പ്രതിഫലം - രണ്ടായിരം രൂപ ലഭിച്ചത് നായിക ശോഭയ്ക്ക്. ക്യാമറാമാന് ആയിരത്തിഅഞ്ഞൂറ് രൂപയും. മറ്റാർക്കും യാതൊരു പ്രതിഫലവുമില്ല.

ഇത്രയും ചെലവുകുറച്ച് നിർമ്മിച്ച മറ്റൊരു സിനിമയും മലയാളത്തിലുണ്ടായിട്ടില്ല.

ഏകാകിനിയുടെ ഷൂട്ടിംഗ് നടക്കുമ്പോൾ ഞാനതു കാണാൻ പോയിരുന്നു. ഈ സമയത്ത് നാന വാരികയുടെ ആഭിമുഖ്യത്തിലുണ്ടായിരുന്ന

റീഡേഴ്സ് ഫോറം ചിറയിൻകീഴിൽ ഉദ്ഘാടനം ചെയ്യാൻ ശോഭയും രവിമേനോനുമാണെത്തിയത്.

മലയാള സിനിമയിലെ ഏറ്റവും പ്രായം കുറഞ്ഞ നായിക ശോഭയാണെന്ന് എഴുതിയതിനെ ചോദ്യം ചെയ്തുകൊണ്ട് ഉണ്ണിമേരിയും രംഗത്തെത്തി. അവർ രണ്ടുപേരും ഒരേ പ്രായക്കാരായിരുന്നു. ഉണ്ണിമേരി ഗ്രാമർ വേഷങ്ങളിലും ശോഭ അഭിനയശേഷി ആവശ്യമുള്ള റോളുകളിലും ധാരാളമായി പ്രത്യക്ഷപ്പെട്ടു തുടങ്ങുകയും ചെയ്തു.

ഏകാകിനിക്ക് വിതരണക്കാരെ കിട്ടാൻ വളരെ ബുദ്ധിമുട്ടി. അവസാനം അടൂർ ഗോപാലകൃഷ്ണൻ ചെയർമാനായിരുന്ന ചിത്രലേഖയാണ് അത് റിലീസ് ചെയ്യാൻ മുമ്പോട്ടുവന്നത്. പക്ഷെ ആദ്യറൗണ്ടിൽ ആ ചിത്രം ചുരുങ്ങിയ കളക്ഷനേ ഉണ്ടാക്കിയുള്ളു. എങ്കിലും 1976-ലെ പൂർണമായും കേരളത്തിൽ വച്ചുതന്നെ നിർമ്മിച്ച ഏറ്റവും നല്ല മലയാള ചിത്രത്തിനുള്ള അവാർഡ് ഏകാകിനിക്ക് ലഭിച്ചു. (ഒന്നും രണ്ടും സമ്മാനങ്ങൾ സ്വപ്നാടനത്തിനും കബനീനദി ചുവന്നപ്പോഴിനും ലഭിച്ചു). കൂടാതെ സുരേഷ് ബാബുവിന് നല്ല എഡിറ്റർക്കുള്ള അവാർഡും ലഭിച്ചു.

അടുത്ത വർഷം ഞാൻ മദ്രാസിൽ പോയപ്പോൾ ശോഭയുടെ അശോക് നഗറിലെ പഴയ വാടകവീടും സന്ദർശിച്ചു. അന്നാണ് ആദ്യമായിട്ട് പ്രേമയെ കാണുന്നത്. നന്ദിയോടെ അവർ ആഹ്ളാദം പ്രകടിപ്പിച്ചു.

ഒരുവർഷം കഴിഞ്ഞ് വീണ്ടും മദ്രാസിൽ ചെന്ന ഞാൻ കാണുന്നത് ആ കുടുംബം വളരെ വലിയ ഒരു വീട്ടിലേക്ക് താമസം മാറ്റിയതായിട്ടാണ്. മേനോനെ ഇത്തവണ ഉല്ലാസവാനായിക്കണ്ടു. ആ കുടുംബം ദുരിതത്തിൽനിന്ന് കര കയറിയിരിക്കുന്നതുകണ്ട് ഞാനും സന്തോഷിച്ചു.

*****

ഇതിനോടകം 1974-ൽ രാമു കാര്യാട്ട് സംവിധാനം ചെയ്ത 'നെല്ല്' എന്ന ചിത്രത്തിന്റെ കളർ ഫോട്ടോഗ്രാഫിക്കും 75-ൽ ഭരതൻ സംവിധാനം ചെയ്ത 'പ്രയാണം' എന്ന ചിത്രത്തിന്റെ ബ്ലാക്ക് ആൻഡ് വൈറ്റ് ഫോട്ടോഗ്രാഫിക്കും കേരള സംസ്ഥാന അവാർഡുകൾ നേടിയ ബാലു മഹേന്ദ്ര ഇന്ത്യൻ പൗരനായിരുന്നില്ല. അദ്ദേഹം ജനിച്ചതും വളർന്നതുമെല്ലാം സിലോണിൽ (ശ്രീലങ്ക) ആയിരുന്നു.

1969-ൽ പൂനാ ഫിലിം ഇൻസ്റ്റിറ്റ്യൂട്ടിൽനിന്നും സിനിമാറ്റോഗ്രാഫിയിൽ റാങ്ക് നേടി പാസായ ബാലുവിന്റെ സ്വാധീനം ഈ ചിത്രങ്ങളുടെ കലാമേന്മയിൽ വളരെയേറെ ഉണ്ടായിരുന്നു. കുഞ്ചാക്കോയുടെ 'നീലപ്പൊന്മാനി'ൽ പോലും ബാലുവിന്റെ ഫോട്ടോഗ്രാഫി നല്ല നിലവാരം പുലർത്തിയിട്ടുണ്ട്.

ബാലുവിന്റെ യഥാർത്ഥ നാമം ബാലമഹേന്ദ്രൻ എന്നാണ്. അദ്ദേഹത്തിന്റെ മാതാപിതാക്കൾ വളരെക്കാലം മുമ്പേ സിലോണിൽ കുടിയേറിപ്പാർത്ത തമിഴ്നാട്ടുകാരായിരുന്നു.

ബാലു വിവാഹിതനായിരുന്നു. സിലോൺകാരിയായ ഭാര്യയും രണ്ടു കുട്ടികളും അപ്പോൾ അദ്ദേഹത്തോടൊപ്പം മദ്രാസിൽ താമസിക്കുന്നുണ്ടായിരുന്നു.

സിലോണിൽ ജനിച്ച ബാലു തമിഴും സിംഹളവും നന്നായി സംസാ

രിക്കും. ഒരു ബ്രിട്ടീഷ് സ്കൂളിൽ പഠിച്ചതുകൊണ്ട് സായിപ്പിനെപ്പോലെ ഇംഗ്ലീഷും സംസാരിക്കും. അദ്ദേഹം ചെറുപ്പത്തിൽ ഒരു പാട്ടുകാരനുമായിരുന്നു.

ബിരുദം സമ്പാദിച്ച ശേഷം ബാലു സിലോൺ എയർവേയ്സിൽ ജോലി സ്വീകരിച്ചു. ഏരിയൽ ഫോട്ടോഗ്രാഫിയിൽ അദ്ദേഹം വിദഗ്ധനായിരുന്നു. ആ ജോലി രാജിവെച്ചിട്ടാണ് ഇന്ത്യയിൽ വന്ന് പൂനാ ഫിലിം ഇൻസ്റ്റിറ്റ്യൂട്ടിൽ ചേർന്ന് സിനിമാട്ടോഗ്രാഫി പഠിച്ചത്. സിലോൺ ഗവൺമെന്റിന്റെ സ്കോളർഷിപ്പും ലഭിച്ചിരുന്നു.

1969-ൽ ഇൻസ്റ്റിറ്റ്യൂട്ടിൽ നിന്ന് പാസായശേഷം ബാലു സിലോണിലേക്ക് തന്നെ മടങ്ങിപ്പോയി. അവിടെ അദ്ദേഹം ഗവൺമെന്റിനുവേണ്ടി രണ്ട് കളർ ഡോക്യുമെന്ററി ചിത്രങ്ങൾ നിർമ്മിക്കുകയും ചെയ്തിരുന്നു.

ഈ സമയത്താണ് പി. വത്സലയുടെ 'നെല്ല്' എന്ന നോവൽ സിനിമയാക്കാൻ രാമു കാര്യാട്ട് തീരുമാനിച്ചത്. മധു സംവിധാനം ചെയ്ത 'പ്രിയ' എന്ന സിനിമയുടെ നിർമ്മാണ പങ്കാളി എൻ.പി. അലിയായിരുന്നു നെല്ലിന്റെ നിർമ്മാതാവ്. കാര്യാട്ട് പൂനാ ഫിലിം ഇൻസ്റ്റിറ്റ്യൂട്ടിൽ ബാലുവിന്റെ ഡിപ്ലോമ ഫിലിമിന്റെ ജഡ്ജി ആയിരുന്നിട്ടുള്ള ആളാണ്. തന്റെ ഫിലിമിന്റെ ഫോട്ടോഗ്രാഫിയുടെ ചുമതല ഏറ്റെടുക്കാൻ ക്ഷണിച്ചുകൊണ്ട് കാര്യാട്ട് ബാലുവിന് സിലോണിലേക്ക് കത്തയക്കുകയും ബാലു പൂനാ ഫിലിം ആർക്കൈവ് ഡയറക്ടറായിരുന്ന പി.കെ. നായരോട് അഭിപ്രായം ആരാഞ്ഞശേഷം ആ ചുമതല ഏറ്റെടുക്കുകയും ചെയ്തു.

ഇന്ത്യയിലെത്തിയ ബാലു ആദ്യം കരാറിൽ ഏർപ്പെട്ട ചിത്രം 'നെല്ല്' ആണെങ്കിലും അദ്ദേഹത്തിന്റെ ആദ്യം പുറത്തുവന്ന ചിത്രം പി.എൻ. മേനോൻ സംവിധാനം ചെയ്ത ബ്ലാക്ക് ആന്റ് വൈറ്റിലുള്ള 'പണിമുടക്ക്' ആയിരുന്നു. നടൻ മോഹനെ മലയാള സിനിമയിലേക്ക് കൊണ്ടുവന്നതും ബാലുവാണ്. പണിമുടക്കിലൂടെ അഭിനയം ആരംഭിച്ച മോഹൻ നെല്ലിൽ നായകനുമായി.

നെല്ലിന്റെ പ്രിവ്യു മദ്രാസിലെ മൗണ്ട് റോഡിലുള്ള അണ്ണാ തിയേറ്ററിൽ നടത്തിയപ്പോഴാണ് ഞാൻ ആദ്യമായി ബാലു മഹേന്ദ്രയെ കാണുന്നത്. ആദിവാസികളായി മോഹനും ജയഭാരതിയും അഭിനയിച്ച നെല്ല് (ഇതിൽ ലതാ മങ്കേഷ്കർ പാടുന്നുമുണ്ട്) അത്ര ഉന്നത കലാസൃഷ്ടിയായില്ലെങ്കിലും അതിലെ ഫോട്ടോഗ്രാഫി വളരെ മിഴിവുള്ളതായി തോന്നി. അത് ഞാൻ ബാലുവിനോട് നേരിട്ട് പറയുകയും ചെയ്തു.

നെല്ലിനുശേഷം ബാലു മഹേന്ദ്ര ക്യാമറാമായി പ്രവർത്തിച്ച ചിത്രങ്ങളാണ് സേതുമാധവന്റെ ജീവിക്കാൻ മറന്നുപോയ സ്ത്രീ, മഞ്ഞിലാസിന്റെ കലിയുഗം, ചട്ടക്കാരി, ചുവന്ന സന്ധ്യകൾ (ഇതിന്റെ കഥയും ബാലുവിന്റേതായിരുന്നു) മക്കൾ, പൊന്നി, ഭരതന്റെ പ്രയാണം മുതലായവ. ഇവയിൽ മിക്കതിലും നായകൻ മോഹനായിരുന്നു. ബാലു അങ്ങനെ ക്രമേണ മഞ്ഞിലാസിന്റെ അവിഭാജ്യ ഘടകമായി മാറി. അദ്ദേഹം ഉപയോഗിച്ചിരുന്ന മേൽവിലാസം പോലും മഞ്ഞിലാസിന്റേതായിരുന്നു.

ബാലുവിന് തിരക്കഥ എഴുതാനും വശമായിരുന്നു. ഫോട്ടോഗ്രാഫിയിലുള്ള കഴിവ് കൂടുതൽ പ്രകടമായത് ഭരതന്റെ പ്രയാണത്തിലായിരുന്നു.

ഇക്കാലത്ത് പ്രൊഡക്ഷൻ മാനേജരായിരുന്ന അന്തിക്കാട് മണി (നസീറിനുവേണ്ടി ശബ്ദം ഡബ്ബ് ചെയ്യുന്നത് മണിയായിരുന്നു) ഒരു തമിഴ് ചിത്രം സ്വയം സംവിധാനം ചെയ്ത് നിർമ്മിക്കാൻ ഒരുമ്പെട്ടു. മണിക്ക് പ്രേമയുമായി നല്ല അടുപ്പമുണ്ടായിരുന്നതിനാൽ ചിത്രത്തിലെ നായികയായി നിശ്ചയിച്ചത് ശോഭയെ ആണ്.

'വെളിച്ചം വിളക്കേ തേടുകിറത്' എന്ന ആ ചിത്രത്തിന്റെ ക്യാമറാമാൻ ബാലു മഹേന്ദ്രയായിരുന്നു.

പ്രേമയുടെ ശുപാർശപ്രകാരമാണ് ബാലു ആ ചിത്രത്തിന്റെ ക്യാമറാമാനായത്. അസാമാന്യ സൗന്ദര്യത്തിന് ഉടമയായിരുന്ന പ്രേമയുടെ അംഗലാവണ്യത്തിൽ ഫോട്ടോഗ്രാഫറായ ബാലുവിന് പ്രത്യേക കൗതുകം തോന്നിയതുകൊണ്ടാവണം അദ്ദേഹം അവരുടെ വീട്ടിലെ കാര്യസ്ഥനായി കഴിയുകയായിരുന്നു. ആ ബന്ധത്തിന്റെ ഏതോ ഒരു ഘട്ടത്തിൽ ബാലുവിന്റെ ലക്ഷ്യം ശോഭ എന്ന കുരുന്നിലും പതിച്ചു. 'അങ്കിൾ' എന്ന് സ്നേഹബഹുമാനങ്ങളോടെ വിളിച്ചിരുന്ന ശോഭ ബാലുവിന്റെ സ്വാധീനത്തിലായിത്തീർന്നു.

കെ.ജി. ജോർജ് 1979-ൽ സംവിധാനം ചെയ്ത 'ഉൾക്കടൽ' എന്ന ചിത്രത്തിൽ ശോഭയായിരുന്നു നായിക. വേണു നാഗവള്ളി ആദ്യമായി നായകനായും രതീഷ് ആദ്യമായി സഹനടനായും അഭിനയിച്ച ഈ ചിത്രത്തിന്റെ ക്യാമറാമാൻ രാമചന്ദ്രബാബുവായിരുന്നു. ആ ചിത്രം വൻപ്രദർശനവിജയം നേടിയതിന്റെ ഒരു പ്രധാന കാരണം ശോഭയുടെ ഒന്നാന്തരം അഭിനയമായിരുന്നു. അതുപോലെ തന്നെ മോഹൻ സംവിധാനം ചെയ്ത 'ശാലിനി എന്റെ കൂട്ടുകാരി' എന്ന ചിത്രത്തിലും മനോഹരമായ അഭിനയം കാഴ്ചവച്ച് ശോഭ മലയാളത്തിലെ ഏറ്റവും നല്ല നായികമാരുടെ നിരയിൽ കയറിപ്പറ്റി. ഇതേത്തുടർന്ന് തമിഴനായ ദുരൈ നിർമ്മിച്ച 'പശി' എന്ന ചിത്രം ബാലു മഹേന്ദ്ര ശോഭയെ നായികയാക്കി സംവിധാനം ചെയ്തു. ഈ ചിത്രത്തിലെ അഭിനയത്തിന് ശോഭയ്ക്ക് ഭാരതത്തിലെ പരമോന്നത ഉർവശി അവാർഡ് ലഭിക്കുകയും ചെയ്തു. അന്ന് വയസ് വെറും പതിനേഴ്.

ഇതോടെ മകളുടെമേൽ ബാലു അമിതമായ സ്നേഹവായ്പ് കാണിക്കാൻ തുടങ്ങി. ആദ്യമൊന്നും പ്രേമ സംശയിച്ചിരുന്നില്ല. ക്രമേണ തന്നിൽനിന്നും ശോഭ അകന്നുതുടങ്ങിയതോടെയാണ് പ്രേമയ്ക്ക് സംശയങ്ങൾ ആരംഭിച്ചത്. പക്ഷേ എതിർക്കാനായില്ല. എങ്ങനെ എതിർക്കും?

കയ്ച്ചിട്ട് ഇറക്കാനും മധുരിച്ചിട്ട് തുപ്പാനും വയ്യാത്ത നിലയിൽ പ്രേമ എത്തിച്ചേർന്നു. അന്തിക്കാട് മണിയുടെ ചിത്രം മുടങ്ങി. എങ്കിലും ശോഭയും ബാലുവുമായുള്ള ബന്ധം വളർന്നുവലുതായി. 'അങ്കിൾ' എന്നുവിളിച്ച ആളെ കാമുകനായി കാണാൻ ശോഭയ്ക്ക് അത്രയധികം സമയമൊന്നും വേണ്ടിവന്നില്ല. അങ്കിൾ അവളുടെ എല്ലാമായി മാറുകയായിരുന്നു. ശോഭ അഭിനയിക്കണമെങ്കിൽ ബാലുവിന്റെ അനുവാദം വേണം. ബാലുവിനെ ഛായാഗ്രഹണം ഏൽപ്പിക്കുകയും വേണം. ഇതിനിടെ ബാലു സ്വതന്ത്ര സംവിധായകനായും പേരെടുത്തുകഴിഞ്ഞു. മികച്ച സംവിധായകൻ, മികച്ച ഛായാഗ്രാഹകൻ എന്നീ അംഗീകാരങ്ങൾ ബാലു നേടിയെടുത്തു.

സിനിമാവൃത്തങ്ങളിൽ ബാലു-ശോഭ ബന്ധത്തിന്റെ കഥ പടർന്നു കഴിഞ്ഞു. ആരും നിഷേധിക്കാൻ പോയില്ല.

*****

ഒരു പത്രപ്രവർത്തകനെന്ന നിലയിൽ മദിരാശിയിലെ മലയാള സിനിമാരംഗത്ത് പ്രവർത്തനം ആരംഭിച്ച ഞാൻ എന്റെ അനുഭവങ്ങൾ എഴുതാൻ ആരംഭിച്ചപ്പോൾ പലരും നെറ്റിചുളിച്ചു.

പഴയ കാര്യങ്ങളൊക്കെ എന്തിന് വീണ്ടും കുത്തിപ്പൊക്കുന്നു. അന്ന് പലതും സംഭവിച്ചിട്ടുണ്ടാവാം, അതൊക്കെ എഴുതി പരസ്യമാക്കേണ്ട കാര്യമുണ്ടോ, എല്ലാ കാര്യങ്ങളും തുറന്നെഴുതിയാൽ സിനിമാക്കാരേക്കുറിച്ച് സാധാരണ ജനങ്ങൾക്കുള്ള മതിപ്പും ആരാധനയുമൊക്കെ കുറഞ്ഞുപോവുകയില്ലേ, ഇതുകൊണ്ട് എന്താണ് പ്രയോജനം? എന്നൊക്കെ ചോദിച്ചവരുണ്ട്.

എന്നാൽ ഞാൻ നേരിട്ട് കണ്ടതും അനുഭവിച്ചതുമായ കാര്യങ്ങളാണ് എഴുതുന്നത്. സിനിമയായാലും സാഹിത്യമായാലും രാഷ്ട്രീയമായാലും അവിടെ എന്തുനടക്കുന്നു എന്നുള്ളത് അറിയാനുള്ള അവകാശം വായനക്കാർക്കുണ്ട്. അത് അവരെ സത്യസന്ധമായി അറിയിക്കുക എന്ന ഉത്തരവാദിത്വമാണ് പത്രപ്രവർത്തകൻ എന്ന നിലയ്ക്ക് ഞാൻ ഏറ്റെടുത്തത്. എന്നാൽ ശക്തമായ എല്ലാ എതിർപ്പുകളെയും നിസാരമാക്കുന്ന വിധത്തിലുള്ള പിന്തുണയും പ്രോത്സാഹനവുമാണ് വായനക്കാരുടെ ഭാഗത്തുനിന്ന് ലഭിച്ചുകൊണ്ടിരിക്കുന്നത്.

''ഭൂതകാലം മരിച്ചിട്ടില്ല, അത് ഇനിയും ഭൂതകാലമായിട്ടുമില്ല'' - വില്യം ഫോക്നർ പറഞ്ഞു.

എന്നാൽ ഭൂതകാലത്ത് ഞാൻ കണ്ട പല സിനിമാപ്രവർത്തകരും മൺമറഞ്ഞുകഴിഞ്ഞു. വളരെപ്പേർ ഇപ്പോഴും ജീവിച്ചിരിക്കുന്നുമുണ്ട്.

സ്മരണകൾ എഴുതുമ്പോൾ മരിച്ചുപോയവരെ വെറുതേ വിട്ടുകൂടേ എന്ന് ചോദിക്കുന്നവരുണ്ട്. അവർ മരിച്ചുപോയത് ഞാൻ പറഞ്ഞിട്ടല്ലല്ലോ. സത്യം എഴുതുന്നത് ജീവിച്ചിരിക്കുന്നവർക്ക് ഇഷ്ടമാണോ?

അതൊന്നും നോക്കിയിട്ട് കാര്യമില്ല. ഇതൊക്കെ അറിയാൻ വായനക്കാർ ഇഷ്ടപ്പെടുന്നോ എന്നു മാത്രമേ നോക്കേണ്ടതുള്ളൂ.

കീറ്റ്സ് പറഞ്ഞപോലെ സത്യമാണ് സൗന്ദര്യം, സൗന്ദര്യം സത്യവും - നമുക്കിതേ അറിയൂ. അതേ അറിയേണ്ട കാര്യമുള്ളൂ.

ഇന്നും എന്നെ നടുക്കുന്ന ദുരൂഹത നിറഞ്ഞ സത്യമാണത് - ശോഭയുടെ അകാലമൃത്യു. അതെങ്ങനെയായിരുന്നുവെന്ന് അവളുമായി ബന്ധപ്പെട്ട എല്ലാവർക്കുമറിയാം. ഇന്നും പുറത്തുകൊണ്ടുവരാത്ത, എന്നാൽ എല്ലാവർക്കുമറിയാവുന്ന സത്യമായി തന്നെ അത് അവശേഷിക്കുന്നു. 'ആത്മഹത്യ' എന്ന ഓമനപ്പേരിന്റെ മറവിൽ വിലയം പ്രാപിച്ച ഒരു ക്രൂരസത്യം.

മദ്രാസിലെ അശോക് നഗറിലുള്ള കണ്ണപ്പൻ സ്ട്രീറ്റിലെ ഒരു വാടകവീട്ടിൽ വെച്ചായിരുന്നു ശോഭയും ബാലുമഹേന്ദ്രയും തമ്മിലുള്ള ബന്ധം വളർന്നത്. ഏറെ താമസിയാതെ അവരുടെ രഹസ്യവിവാഹം നടന്നു. അതോടെ അവർ പുതിയൊരു വാടകവീട്ടിലേക്ക് താമസം മാറ്റുകയും ചെയ്തു.

ഏക മകൾ തങ്ങളെ വിട്ട് ഒരു വിദേശിയുടെ രണ്ടാം ഭാര്യയായി വേർപിരിഞ്ഞത് പ്രേമയേയും ഭർത്താവിനേയും തളർത്തിക്കളഞ്ഞു. എന്നാൽ ബാലു-ശോഭമാരുടെ വിവാഹവാർത്ത സിനിമാരംഗത്തെ ആരെയും അത്ഭുതപ്പെടുത്തിയില്ല. കാരണം അത് അങ്ങനെയൊക്കെയേ കലാശിക്കൂ എന്ന് എല്ലാവരും ഊഹിച്ചിരുന്നതാണ്. അതിന്റെ അന്ത്യം എങ്ങനെയായിരിക്കുമെന്നും അപ്പോൾ തന്നെ അവർ നിർണയിച്ചിരുന്നു.

പുകവലിക്കുകയോ ലഹരിസാധനങ്ങൾ ഉപയോഗിക്കുകയോ ചെയ്യാത്ത ആളാണ് ബാലുമഹേന്ദ്ര. എങ്കിലും ഉർവശി അവാർഡ് നേടിയ ഒരു ബാലികയെ സ്വന്തം നിയന്ത്രണത്തിലാക്കിയാൽ അതുവച്ച് ഏതെല്ലാം വിധത്തിൽ സിനിമാരംഗത്തെ തന്റെ വരുതിയിൽ നിർത്താനാവുമെന്ന് അദ്ദേഹത്തിന് നല്ലവണ്ണം അറിയാമായിരുന്നു. ഉർവശിപ്പട്ടം ശോഭക്ക് 'മാർക്കറ്റ്' ഉണ്ടാക്കുമെന്ന സത്യം ബാലു മനസ്സിലാക്കി. കുരുന്നുപ്രായക്കാരിയായ ശോഭയ്ക്കുണ്ടോ ഈ ഗുട്ടൻസ് അറിയൂ...

എന്നാൽ ദിവസങ്ങൾ കഴിഞ്ഞതോടെ ആ കുട്ടിക്കും എല്ലാം മനസിലായിത്തുടങ്ങിയിരിക്കണം. അതോടെ അവർ തമ്മിൽ അകന്നുതുടങ്ങുകയും ചെയ്തു. വിവാഹിതനും രണ്ടു കുട്ടികളുടെ പിതാവുമായ ബാലുവിന്റെ വളർച്ചയ്ക്കുള്ള ഉപകരണമായി മാത്രമേ ശോഭയെ അദ്ദേഹം കണക്കാക്കിയുള്ളു. തന്റെ ദയനീയസ്ഥിതി ശോഭ ഇതിനോടകം സിനിമാരംഗത്തെ പലരുമായും സംസാരിക്കുകയും ചെയ്തിരുന്നു. അതുകൊണ്ട് ശോഭയുടെ മരണം ആത്മഹത്യയാണോ എന്ന് അതുകേട്ട എല്ലാവർക്കും സംശയമുണ്ടായിരുന്നു. അതൊരു ആത്മഹത്യയാക്കി മാറ്റാനായിരുന്നു കൂടുതൽ പേർക്കും താല്പര്യവും.

ഉർവശി ബഹുമതി നേടിയ ഒരു മലയാളി നടി സിനിമാക്കാരുടെ കേന്ദ്രത്തിൽവച്ചു തന്നെ പിടഞ്ഞുമരിച്ചപ്പോൾ അതിനെതിരായി മലയാള സിനിമാരംഗത്തുള്ളവരാരും തന്നെ ഒരക്ഷരം മിണ്ടാൻ തയ്യാറായില്ല. വിജയശ്രീയുടെ അകാലമരണം സംഭവിച്ചപ്പോൾ അനുവർത്തിച്ച അതേ നിശ്ശബ്ദതയും നിരുത്തരവാദിത്വവും നിസ്സംഗതയും ആണ് അവരുടെ സംഘടന ഇക്കാര്യത്തിലും അനുവർത്തിച്ചത് എന്നു പറയേണ്ടിയിരിക്കുന്നു.

ഒരു ചടങ്ങെന്ന മട്ടിൽ മാത്രം അന്ന് വൈകുന്നേരം മലയാള ചലച്ചിത്ര പരിഷത്ത് ഓഫീസിൽ ചേർന്ന അനുശോചന ചടങ്ങിൽ പങ്കെടുത്ത് സംസാരിക്കവേ അടൂർ ഭാസി വിങ്ങുന്ന സ്വരത്തിൽ ഇങ്ങനെ പറഞ്ഞു: ''നമ്മൾ എങ്ങനെയെല്ലാം മറക്കാൻ ശ്രമിച്ചാലും സത്യം എന്നെങ്കിലും പുറത്തുവരാതിരിക്കില്ല. ആ നിഷ്കളങ്കയായ പെൺകുട്ടിയുടെ വിയോഗത്തിൽ എനിക്ക് ദു:ഖമുണ്ട്.''

പിന്നെ ആരും ആ രീതിയിൽ സംസാരിച്ചില്ല. എങ്കിലും ശോഭയുടെ 'ആത്മഹത്യ'യിൽ മനംനൊന്തവരായിരുന്നു അവരെല്ലാം.

*****

അക്കാലത്ത് തിരുവനന്തപുരത്തുനിന്നുള്ള ഒരു പ്രസിദ്ധീകരണത്തിൽ ബാലുമഹേന്ദ്രയുടെ 'ഹൃദ്രക്തത്തിൽ മുക്കി എഴുതിയ ആത്മകഥ' പതിനഞ്ചോളം ലക്കങ്ങളിലായി പ്രസിദ്ധീകരിക്കുകയുണ്ടായി. (ബാലുവിനുവേണ്ടി അവരുടെ മദ്രാസ് പ്രതിനിധി ഡോ. പവിത്രനാണ് അതെഴുതിയത്) അദ്ദേഹത്തെ ഒരു പുണ്യവാളനാക്കാൻ ആരെല്ലാം ഏതെല്ലാം വിധത്തിലാണ് പ്രവർത്തിച്ചതെന്ന് നോക്കുക.

എല്ലാം അവസാനിച്ചശേഷം പോലീസിന്റെ തലത്തിൽ ചില അന്വേഷണങ്ങളൊക്കെ നടന്നു. അവർ ബാലു മഹേന്ദ്രയെ ചോദ്യം ചെയ്തു. പക്ഷെ അവർക്കും ഉന്നതങ്ങളിലെ നിർദ്ദേശങ്ങൾ അനുസരിച്ചല്ലേ പ്രവർത്തിക്കാനാവൂ.

ശ്രീലങ്കൻ പൗരനായ ബാലുമഹേന്ദ്രയുടെ ഇന്ത്യൻ പാസ്പോർട്ട്

വ്യാജമായിരുന്നുവെന്ന് കണ്ടെത്തി. അതിൽ അച്ഛന്റെ പേരിന്റെ സ്ഥാനത്ത് ചേർത്തിരുന്നത് സംവിധായകൻ ഭരതന്റെ അച്ഛന്റെ പേരായിരുന്നു. വിലാസം ഭരതന്റെ നാട്ടിലെ വീടിന്റേതും. അന്വേഷണം ആ വഴിക്ക് വന്നപ്പോൾ ഭരതന്റെ അച്ഛൻ ഭയന്നുപോയി. അതോടെ ആ സാധുമനുഷ്യൻ 'ഹൃദയസ്തംഭനം' മൂലം ചരമം പ്രാപിച്ചു.

ആ കേസും അവിടെ തീർന്നു.

ശോഭയുടെ മരണം ക്രമേണ വിസ്മൃതിയിലായി.

പിന്നീട് ഒരു സുഹൃദ് സംഭാഷണത്തിൽ ഹരിപോത്തൻ പറയുകയുണ്ടായി. ''അന്ന് നമ്മൾ അങ്ങനെ കളിച്ചില്ലായിരുന്നെങ്കിൽ ബാലു ജയിലിലായേനെ.'' ആ കളിയിലെ മുഖ്യപങ്കാളികളിൽ പലരും ഇന്ന് ജീവിച്ചിരുപ്പുമില്ല.

'രാരിച്ചൻ എന്ന പൗരൻ' എന്ന സിനിമയിൽ അഭിനയിക്കാൻ എത്തിയ കാലം മുതൽ പ്രേമയുമായി അടുത്തു പരിചയമുള്ള പ്രൊഡക്ഷൻ മാനേജർ പി.എ. ലത്തീഫിനും ആ കുടുംബവുമായും ബാലു മഹേന്ദ്രയുമായും വളരെ അടുപ്പമുണ്ടായിരുന്ന കെ.ജി. ജോർജിനും ഈ രഹസ്യങ്ങളെല്ലാം അറിയാമായിരുന്നു. അങ്ങനെയാണ് രണ്ടുവർഷത്തിനുശേഷം ജോർജിന്റെ സംവിധാനത്തിൽ 'ലേഖയുടെ മരണം ഒരു ഫ്ളാഷ്ബാക്ക്' എന്ന സിനിമയുണ്ടായത്.

ഇന്നസെന്റും ഡേവിഡ് കാച്ചപ്പിള്ളിയുമാണ് ഇത് നിർമ്മിക്കാനുള്ള തന്റേടം കാണിച്ചത്. അശോക് നഗറിൽ തന്നെ താമസിച്ചിരുന്ന അവർക്കും ഈ കഥകളെല്ലാം അറിയാമായിരുന്നല്ലോ.

ഡാൻസ് മാസ്റ്റർ വൈക്കം മൂർത്തിയുടെ മകൾ നളിനിയാണ് ശോഭയുടെ റോളിൽ അഭിനയിച്ചത്. തെലുങ്കുനടിയായ ശുഭ പ്രേമയുടെ റോളിലും പ്രത്യക്ഷപ്പെട്ടു. ഭരത് ഗോപിയാണ് ബാലു മഹേന്ദ്രയെ അവതരിപ്പിച്ചത്.

ആയിടെ മദ്രാസിലെത്തിയ എനിക്കുവേണ്ടി പ്രത്യേകമായി ജോർജ് ഈ ചിത്രം പ്രദർശിപ്പിച്ചു. ഈ കഥ സിനിമയാക്കാൻ തയ്യാറായ ജോർജിന്റെ തന്റേടത്തെ അംഗീകരിച്ചുകൊണ്ട് ഞാൻ നിരൂപണവും എഴുതി.

ഈ സിനിമയുടെ പരസ്യത്തിൽനിന്നുതന്നെ ഇതിന്റെ കഥ എന്താണെന്ന് വ്യക്തമായിരുന്നു.

ഈ ചിത്രം റിലീസ് ചെയ്തപ്പോൾ പ്രേമ ജീവിച്ചിരിപ്പുണ്ടായിരുന്നു. എന്നാൽ അവർ അപ്പോൾ മദ്രാസിലെ തെരുവുകളിൽ ഒരു ഭ്രാന്തിയെപ്പോലെ അലഞ്ഞുനടക്കുകയായിരുന്നു. ശോഭ മരിച്ച് രണ്ടുവർഷത്തിനുശേഷം പ്രേമയും തൂങ്ങിമരിച്ചു. അവരുടെ ഭർത്താവ് മേനോനെക്കുറിച്ച് പിന്നീടാരും യാതൊന്നും പറഞ്ഞുകേട്ടില്ല.

ഇതിനുശേഷം ബാലുമഹേന്ദ്ര മലയാളത്തിൽ സംവിധാനം ചെയ്ത 'യാത്ര' തുടങ്ങിയ ചിത്രങ്ങൾ കലാപരമായും സാമ്പത്തികമായും നല്ല വിജയം നേടിയിട്ടുണ്ട്.

കമലഹാസൻ, ശ്രീദേവി, സിൽക് സ്മിത എന്നിവർ പ്രധാന റോളുകളിൽ അഭിനയിച്ച ബാലുവിന്റെ 'മൂന്നാംപിറ' എന്ന തമിഴ് ചിത്രം ഇവിടെയും അതിന്റെ ഹിന്ദിപതിപ്പ് അവിടെയും ഗംഭീരവിജയമായിരുന്നു. ഈ ചിത്രത്തിലൂടെ സ്മിത ദക്ഷിണേന്ത്യയിലെ മാദകറാണിയായി പരിണമിച്ചു. കമലഹാസനും ശ്രീദേവിയും ഹിന്ദിയിലും ചേക്കേറി. ശ്രീദേവിയാണെങ്കിൽ ഒരു ദശാബ്ദം ഹിന്ദിസിനിമയിൽ ചുവടുറപ്പിച്ച്

നമ്പർ വൺ ആയി അടക്കിവാഴുകയും ചെയ്തത് നമുക്കറിയാം. അങ്ങനെ ബാലുമഹേന്ദ്ര ഇന്ത്യൻ സിനിമയിൽ തന്നെ പ്രമാണിയായി ഉയർന്നുവന്നു. കേന്ദ്ര സർക്കാരിന്റെ ഫിലിം അവാർഡ് കമ്മിറ്റിയുടെ ചെയർമാനുമായിരുന്നു ഒരിക്കൽ. കേരള സർക്കാരിന്റെ ഫിലിം അവാർഡ് കമ്മിറ്റിയുടെ ചെയർമാനായും പ്രവർത്തിച്ചിട്ടുണ്ട്.

ഒരുപാട് കാര്യങ്ങൾ എഴുതാൻ ബാക്കി കിടക്കുന്നു. വായനക്കാരുടെ അഭിപ്രായം അംഗീകരിച്ചുകൊണ്ട് തുടർന്നെഴുതാൻ തന്നെ തീരുമാനിച്ചിരിക്കുകയാണ്. എന്നാൽ സത്യത്തിന്റെ മുഖം പലപ്പോഴും വികൃതമായിരിക്കും. അത് ചായം തേച്ച് സുന്ദരമാക്കേണ്ട ചുമതലയൊന്നും എഴുത്തുകാരനില്ലല്ലോ.

■

ആദ്യം കണ്ട ഷൂട്ടിംഗ്

കൽക്കത്തയിലായിരിക്കുമ്പോൾ സൗണ്ട് ഓഫ് മ്യൂസിക്, ഹൂ ഈസ് അഫ്രൈഡ് ഓഫ് വെർജീനിയാ വുൾഫ്, ദി ബൈബിൾ മുതലായ ഇംഗ്ലീഷ് ചിത്രങ്ങളുടെ നിരൂപണം കേരളശബ്ദത്തിൽ എഴുതിയിരുന്നെങ്കിലും എനിക്ക് ആദ്യം സിനിമയുമായി നേരിട്ട് ബന്ധമൊന്നുമില്ലായിരുന്നു. കേരളശബ്ദത്തിൽ രാഷ്ട്രീയ ലേഖനങ്ങളും കുങ്കുമത്തിൽ യാത്രാവിവരണങ്ങളും കലാസാംസ്കാരിക അവലോകനങ്ങളും സ്ഥിരമായി എഴുതിക്കൊണ്ടിരുന്നു.

അക്കാലത്ത് തിരുവനന്തപുരത്ത് നിന്നാണ് കേരളശബ്ദം പ്രസിദ്ധീകരിച്ചിരുന്നത്. അതുകൊണ്ട് നാട്ടിലെത്തുമ്പോഴൊക്കെ ഞാൻ അവിടെ പോകുമായിരുന്നു. അങ്ങനെ ഒരവസരത്തിൽ അവിടെ സബ് എഡിറ്റർ ആയിരുന്ന കല്ലട വാസുദേവൻ ഒരു നാടകം കാണാൻ ക്ഷണിച്ചു. കെ.ടി. മുഹമ്മദിന്റെ 'സൃഷ്ടി' എന്ന നാടകം കാണാൻ ഞങ്ങൾ വഴുതക്കാട്ടെ ടാഗോർ തിയേറ്ററിൽ പോയി. തിരുവനന്തപുരത്ത് സാഹിത്യ-സാംസ്കാരികരംഗത്തുള്ള പലരും അവിടെ എത്തിയിട്ടുണ്ടായിരുന്നു.

നാടകം കഴിഞ്ഞ് എണീക്കുമ്പോൾ മുമ്പിലിരുന്ന രണ്ടുപേർ വാസുദേവന്റെ അടുത്തേക്ക് വന്നു. സിനിരമ എഡിറ്റർ വിതുര ബേബിയും കഥാകൃത്ത് പത്മരാജനും.

പത്മരാജന്റെ കൗമുദിയിൽ വന്ന ചില ചെറുകഥകളും ആയിടെ കേരളശബ്ദത്തിൽ പ്രസിദ്ധീകരിച്ച രതിനിർവേദം എന്ന നോവലെറ്റും ഞാൻ വായിച്ചിരുന്നു. അതുകൊണ്ട് ആ ചെറുപ്പക്കാരനോട് എനിക്ക് വലിയ താല്പര്യം തോന്നി. കൗമാരപ്രായത്തിലെ ലൈംഗിക വാസനകളെ പുതുമയോടെയും ആകർഷകമായും അവതരിപ്പിക്കുന്ന അതി

മനോഹരമായൊരു നോവലെറ്റാണ് രതിനിർവേദം. കൗമാരപ്രായക്കാരന് അയലത്തെ യുവതിയിൽ തോന്നുന്ന ആസക്തി - തികച്ചും സ്വാഭാവികമായ വിഷയം.

ഞങ്ങൾ നാലുപേരും കൂടി പലതും പറഞ്ഞ് മൂന്നു കിലോമീറ്റർ അകലെയുള്ള തമ്പാനൂർ വരെ നടന്നു. അവിടെ ഓവർബ്രിഡ്ജിനു സമീപമുള്ള അംബിക കഫേയിൽ ചായ കുടിക്കാൻ കയറി.

ബംഗാളി സിനിമയെക്കുറിച്ച് സിനിരമയിൽ എഴുതാമോ എന്ന് ബേബി ചോദിച്ചു. കുറെ ബംഗാളി ചിത്രങ്ങൾ കണ്ടിരുന്നെങ്കിലും അതുവരെ ഒരൊറ്റ സിനിമാഷൂട്ടിംഗ് പോലും കണ്ടിട്ടുള്ളവനായിരുന്നില്ല ഞാൻ. അതുകൊണ്ട് ഉറപ്പൊന്നും നൽകിയില്ല. ശ്രമിച്ചുനോക്കാമെന്നു മാത്രം പറഞ്ഞു.

കൽക്കത്തയിൽ ടൊന്റ്യത് സെഞ്ചറി ഫോക്സ് എന്ന ഹോളിവുഡ് കമ്പനിയുടെ ഓഫീസിൽ എന്റെ സഹപാഠി അനന്തനാരായണൻ ജോലി ചെയ്യുന്നുണ്ടായിരുന്നു. അവരുടെ ഗ്ലോബ് തിയേറ്ററിൽ ഭുവൻഷോം എന്ന ഹിന്ദി ന്യൂവേവ് സിനിമ നടക്കുന്നു. ബംഗാളിയായ മൃണാൾ സെൻ സംവിധാനം ചെയ്ത ഈ ചിത്രത്തിൽ പ്രമുഖ ബംഗാളി സ്റ്റേജ് നടൻ ഉത്പൽദത്ത് ആണ് നായകനായി അഭിനയിക്കുന്നത്.

അനന്തൻ തന്ന പാസ് ഉപയോഗിച്ച് ഭുവൻഷോം കണ്ടപ്പോൾ എനിക്ക് തോന്നിയ അനുഭൂതി പറഞ്ഞറിയിക്കാൻ വയ്യ. അതിന്റെ വിതരണ ഓഫീസിൽ ഞാൻ ചെന്ന് പി.ആർ.ഒ ശൈലേഷ് മുഖർജിയെ കണ്ടു. അദ്ദേഹം തന്ന ഫോട്ടോകളും ചേർത്ത് ഞാൻ ചിത്രത്തിന്റെ ഒരു നിരൂപണം എഴുതി ബേബിക്ക് അയച്ചുകൊടുത്തു. ഇത്രയും ലളിതമായ ഒരു കഥ തികച്ചും സ്വാഭാവികമായി അവതരിപ്പിച്ച ഒരു ഇന്ത്യൻ സിനിമയും ഞാനതുവരെ കണ്ടിട്ടില്ലായിരുന്നു. ഭുവൻഷോം ആ വർഷത്തെ ഏറ്റവും നല്ല സിനിമയ്ക്കുള്ള രാഷ്ട്രപതിയുടെ സ്വർണ മെഡൽ നേടി. ഉത്പൽദത്തിന് ഭരത് അവാർഡും.

ആയിടെ റിലീസായ സത്യജിത് റേയുടെ 'പ്രതിദ്വന്ദ്വി' എന്ന ചിത്രത്തിന്റെയും പി.ആർ.ഒ ശൈലേഷ് മുഖർജിയായിരുന്നു അദ്ദേഹം അതിന്റെ പാസും തന്നു. തുടർന്ന് റേയുടെ തന്നെ ഗൂപിഗായേൻ ബാഘാബായേൻ (ഗോപി പാടി, ബാഘ ചെണ്ട കൊട്ടി), ആരണ്യേർ ദിൻ രാത്രി (കാട്ടിലെ ദിനരാത്രികൾ) മുതലായ ചിത്രങ്ങളും കണ്ടു. ഇവയെക്കുറിച്ചെല്ലാം സിനിരമയിൽ എന്റെ നിരൂപണം വന്നു.

മലയാളത്തിൽ പ്രസിദ്ധീകരിക്കുന്ന ഒരു വാരികയിൽ ബംഗാളി സിനിമകളെക്കുറിച്ച് നിരൂപണങ്ങൾ എഴുതിയ എന്നോട് ശൈലേഷ് മുഖർജിക്ക് വലിയ താല്പര്യമായി. അദ്ദേഹം ബംഗാളി ചിത്രങ്ങളുടെ പാസും സ്റ്റിൽസും തന്ന് എന്നെ പ്രോത്സാഹിപ്പിച്ചു.

ടോളിഗഞ്ചിലെ ഒരു സ്റ്റുഡിയോയിൽ 'എക്കുനി പിഞ്ചർ' എന്ന ചിത്രത്തിന്റെ ഷൂട്ടിംഗ് കാണാൻ അദ്ദേഹം എന്നെ ക്ഷണിച്ചു. ഞാൻ ഒരു ബംഗാളി ഫോട്ടോഗ്രാഫറുമായി അവിടെ എത്തുകയും ചെയ്തു. ചിത്രത്തിന്റെ സംവിധായകൻ സുധീർഘോഷ്, നായകനടൻ ബിശ്വജിത്, നായിക നടി തനൂജ എന്നിവരെയൊക്കെ പരിചയപ്പെടാനും അവരുമായി സംസാരിക്കാനും മുഖർജി എനിക്ക് അവസരം ഉണ്ടാക്കിത്തന്നു. ബംഗാളിലെ അന്നത്തെ സൂപ്പർസ്റ്റാറും ആദ്യത്തെ ഭരത് അവാർഡ് ജേതാവുമായ ഉത്തംകുമാറിന്റെ ഇളയ സഹോദരൻ ബിശ്വജിത് അക്കാലത്ത് ഹിന്ദിസിനിമയിൽ തിരക്കേറിയ നായകനടനായിരുന്നു. അദ്ദേഹം

അഭിനയിച്ച ബീസ് സാൽ ബാദ്, കോഹ്‌ര, പൂനം കീ രാത് മുതലായ ഹിന്ദിച്ചിത്രങ്ങൾ ഞാൻ കോളേജ് ജീവിതകാലത്ത് കണ്ടിട്ടുമുണ്ടായിരുന്നു.

ഹിന്ദിസിനിമയിലെ ആദ്യകാല നായിക ശോഭനാസമർത്ഥിന്റെ മകളും അന്ന് തിരക്കേറിയ നായിക നടിയായിരുന്ന നൂതന്റെ അനുജത്തിയുമായ തനൂജയുടെ ഹിന്ദിച്ചിത്രങ്ങളും കണ്ടിരുന്നു.

അങ്ങനെ ഹിന്ദിസിനിമയിൽ പ്രശസ്തരായ രണ്ടു താരങ്ങളെയാണ് ഞാൻ ആദ്യമായി നേരിട്ടുകണ്ടത്.

ഞാൻ കൊടുത്ത സിനിരമ ബിശ്വജിത് താല്പര്യത്തോടെ മറിച്ചുനോക്കി. വളരെ സൗഹൃദപൂർവം സംസാരിക്കുകയും ചെയ്തു. എന്നാൽ തനൂജ 'ഇതെന്തു ഭാഷ' എന്ന് നിസാരമായി ചോദിക്കുകയാണുണ്ടായത്. അവർ സെറ്റിൽവച്ച് പരസ്യമായി യാതൊരു കൂസലുമില്ലാതെ സിഗററ്റ് ചോദിച്ചുവാങ്ങി വലിക്കുന്നതുകണ്ടപ്പോൾ എനിക്ക് വെറുപ്പാണ് തോന്നിയത്. റീടേക്കുകൾ എടുത്ത സംവിധായകന്റെ നേരേ അവർ തട്ടിക്കയറുന്നതും കണ്ടു. അഹങ്കാരിയായ തനൂജയോട് എനിക്ക് തികഞ്ഞ അവജ്ഞ തോന്നി. എങ്കിലും സിനിരമയക്ക് മാറ്റർ ഉണ്ടാക്കണമല്ലോ!

ഹിന്ദി നല്ല വശമുള്ളതുകൊണ്ട് തനൂജയുമായി കുറേസമയം സംസാരിക്കാൻ കഴിഞ്ഞു. വാരികയിലെ ഉള്ളടക്കങ്ങൾ പറഞ്ഞുകൊടുക്കുകയും ചെയ്തു.

കോളേജ് വിദ്യാഭ്യാസകാലത്ത് ക്ലാസ് കട്ടുചെയ്ത് മാറ്റിനിക്ക് കയറിക്കണ്ടിരുന്ന ഹിന്ദിസിനിമയിലെ ഗ്ലാമർ നായികമാർ ഇങ്ങനെയാണോ? ആദ്യമായി കണ്ട ഹിന്ദിതാരം തന്നെ എന്നിൽ സൃഷ്ടിച്ചത് പുച്ഛവും വെറുപ്പുമാണ്.

തനൂജ പിന്നീട് ഷോമു മുഖർജിയുടെ ഭാര്യയായി. അവർക്കുണ്ടായ പുത്രി കാജൽ ഹിന്ദിസിനിമയിലെ ഒന്നാംകിട നായികയായി അംഗീകാരം പിടിച്ചുപറ്റി. അജയ് ദേവ്ഗണിനെ വിവാഹം കഴിച്ച് അഭിനയം നിർത്തുകയും ചെയ്തു.

ബിശ്വജിത്തും തനൂജയുമായി ഞാൻ നിൽക്കുന്ന ചിത്രങ്ങൾ സഹിതം സിനിരമയിൽ അവരുമായിട്ടുള്ള എന്റെ ഇന്റർവ്യൂകൾ അച്ചടിച്ചുവന്നതോടെ ഒരു ഫിലിം ജേർണലിസ്റ്റ് ജനിക്കുകയായിരുന്നു. ഇതോടെ സ്ഥിരമായി സിനിരമയിൽ സ്വന്തം പേരുവച്ച് ബംഗാളി സിനിമകളെക്കുറിച്ചും 'അമ്മിണിക്കുട്ടി' എന്ന തൂലികാനാമത്തിൽ ഇംഗ്ലീഷ് സിനിമകളെക്കുറിച്ചും ഞാൻ എഴുതിത്തുടങ്ങി.

ഇതിനിടെ കൽക്കത്തയിലെ നാടകരംഗത്ത് സജീവമായി പ്രവർത്തിച്ചിരുന്ന കെ.കെ.എസ്. കൈമൾ ബ്ലിറ്റ്സ് വാരികയുടെ പരസ്യപ്രതിനിധിയായി മദ്രാസിലേക്ക് പോയി. ഞാൻ മദ്രാസ് വഴി പോകുമ്പോഴൊക്കെ അദ്ദേഹത്തെ കാണാറുണ്ടായിരുന്നു. എങ്ങനെയെങ്കിലും മലയാള സിനിമയിൽ അഭിനയിക്കണമെന്ന് ആഗ്രഹിച്ചിരുന്ന കൈമൾ എന്നെ അദ്ദേഹത്തിന്റെ അകന്ന ബന്ധുവായ തമിഴ് നടൻ ബാലാജിയുടെ വീട്ടിലും കൊണ്ടുപോയി.

തമിഴ് സിനിമയിൽ വല്ലപ്പോഴും മാത്രം വില്ലൻ റോളുകളിൽ അഭിനയിച്ചിരുന്ന മലയാളിയായ ബാലാജിക്ക് തമിഴ് ജമീന്ദാർമാരുടെ മട്ടിലുള്ള നടപ്പും സംസാരരീതികളുമായിരുന്നു. തമിഴിലെ ഒരു ചിന്നനടൻ ഇങ്ങനെയാണെങ്കിൽ പെരിയനടന്മാർ എങ്ങനെയായിരിക്കുമെന്നു

ഞാൻ അത്ഭുതപ്പെട്ടു. ഈ ബാലാജിയുടെ മകളാണ് മോഹൻലാലിന്റെ ഭാര്യ സുചിത്ര.

എഴുത്തുകാരനെന്ന നിലയിൽ കൽക്കത്താ മലയാളികളുടെ ഇടയിൽ, പ്രത്യേകിച്ചും മലയാള വാരിക ഏജന്റുമാർക്ക് ഞാൻ സുപരിചിതനായിരുന്നു. അതുകൊണ്ട് അക്കാലത്ത് നാട്ടിൽനിന്ന് വരുന്ന പലരും എന്നെ തേടിയെത്തിയിരുന്നു. അവരിൽ പലരും എന്റെ ആജീവാനന്ത സുഹൃത്തുക്കളാണ്. പിന്നീട് മുഖ്യമന്ത്രിയായ പി.കെ. വാസുദേവൻനായർ, എം.പി ആയ സ്കറിയാ തോമസ്, പോലീസ് ഫോറൻസിക് ഡയറക്ടർ ഡോ. മുരളീകൃഷ്ണ, തിരുവനന്തപുരം റൂറൽ എസ്.പി. ഗോപിനാഥ് ഇങ്ങനെ പലരും.

ഒരുദിവസം വളരെ മുഷിഞ്ഞ വേഷത്തിൽ ഒരാൾ എന്റെ സഹായം തേടിയെത്തി. മഹീന്ദ്ര ആന്റ് മഹീന്ദ്രയിലെ ഡ്രൈവറാണെന്നും റെയിൽവേ സ്റ്റേഷനിൽവച്ച് ബാഗ് നഷ്ടപ്പെട്ടെന്നും മടങ്ങിപ്പോകാൻ പണമില്ലെന്നും അയാൾ പറഞ്ഞു. തമിഴ് നടൻ ബാലാജിയുടെ സഹോദരനാണ് താനെന്നുകൂടി പറഞ്ഞതുകൊണ്ട് ഞാൻ അയാളെ ബാലിഗഞ്ചിലുള്ള കൈമളുടെ സഹോദരന്റെ വീട്ടിലേക്ക് കൊണ്ടുപോയി.

ഇതിനിടെ കെ.കെ.എസ്. കൈമൾ സ്വന്തമായി ഒരു മലയാള ചിത്രത്തിന്റെ പ്രവർത്തനങ്ങൾ ആരംഭിച്ചു. മധു ബോംബെയിൽ പ്രിയ എന്ന സിനിമയുടെ ഷൂട്ടിംഗിന് ചെന്നപ്പോൾ അവിടെവച്ച് പരിചയപ്പെട്ട് അസിസ്റ്റന്റായി കൂടിയ വില്യം തോമസായിരുന്നു സംവിധായകൻ. ഒരു സിനിമ തുടങ്ങാൻ ഇരുപത്തിഅയ്യായിരം രൂപ മതി, ബാക്കി വിതരണക്കാർ കൊടുക്കും എന്ന് അദ്ദേഹം കൈമളെ പറഞ്ഞു വിശ്വസിപ്പിച്ചു. ലോസ്റ്റ് ഇൻ ദി ഡിസേർട്ട് എന്ന ഇംഗ്ലീഷ് ചിത്രത്തിന്റെ കഥ മലയാളീകരിച്ച് പ്രീതിയാക്കി ഷൂട്ടിംഗും ആരംഭിച്ചു. അതുമായി ബന്ധപ്പെട്ടു പ്രവർത്തിച്ചിരുന്ന ക്യാമറാമാൻ യു രാജഗോപാൽ, സഹസംവിധായകൻ ലിസ ബേബി, മേക്കപ് ദേവസി, ഗാനരചയിതാവ് ഡോ. പവിത്രൻ, സംഗീതസംവിധായകൻ എ.ടി. ഉമ്മർ മുതലായവരെയൊക്കെ ഞാൻ മദ്രാസിൽ വെച്ച് പരിചയപ്പെട്ടു.

നായകനായി അഭിനയിക്കുന്ന മധു, നായികനടി ഷീല മുതലായവരെക്കുറിച്ചുള്ള വ്യക്തിപരമായ വിവരങ്ങളൊക്കെ കൈമളിൽനിന്നും ഞാൻ മനസിലാക്കി.

കൈമളുടെ ഉപദേശപ്രകാരമാണ് ഞാൻ കൽക്കത്തയിലെ ബിസിനസ് ഉപേക്ഷിച്ച് മദ്രാസിൽ എത്തിയത്. കൈമളുമായി ചേർന്ന് ഒരു പരസ്യക്കമ്പനി ആരംഭിക്കുകയായിരുന്നു ഉദ്ദേശം.പരസ്യക്കമ്പനിയുടെ കാര്യങ്ങൾ പറയാൻ വേണ്ടിയാണ് ഞാൻ കൊല്ലത്തുപോയി കൃഷ്ണസ്വാമി റെഡ്യാരെ കണ്ടത്, ഒരു സന്ധ്യക്ക് രാധാസ് പ്രിന്റേഴ്സിൽ. കുങ്കുമം പത്രാധിപരായിരുന്ന വൈക്കം ചന്ദ്രശേഖരൻനായരും സകുടുംബം അപ്പോൾ അവിടെ ഉണ്ടായിരുന്നു.

മദ്രാസിൽ എന്നെ കുങ്കുമത്തിന്റെ പരസ്യപ്രതിനിധിയാക്കാമെന്ന് റെഡ്യാർ സമ്മതിച്ചു. വേണമെങ്കിൽ കേരളശബ്ദത്തിന്റെ ഒരു പേജിൽ ഞാൻ സിനിമയെക്കുറിച്ച് സ്ഥിരമായി എഴുതാമെന്നും പറഞ്ഞു. ''എങ്കിൽ നമുക്കൊരു സിനിമാ വാരിക കൂടി തുടങ്ങാം അല്ലേ വൈക്കം'' എന്ന് റെഡ്യാർ ചോദിച്ചു.

''പിന്നെന്താ, തുടങ്ങിക്കളയാം'' വൈക്കം പിന്തുണ നൽകി. ഞാൻ മദ്രാസിലേക്ക് തിരിച്ചുപോയി. റെഡ്യാർ സിനിമാവാരികയുടെ ആശയം

ഗൗരവമായിട്ടെടുത്തു. പല പേരുകളും പരിഗണിച്ചു.

അവസാനം അച്ഛൻ നാഗകൃഷ്ണ റെഡ്യാരുടെയും അമ്മ നാനമ്മ യുടെയും പേരുകളുടെ ആദ്യാക്ഷരങ്ങൾ ചേർത്ത് 'നാന' എന്നുപേരി ട്ടു.

1972 നവംബറിൽ അങ്ങനെ നാനാ വാരിക പ്രസിദ്ധീകരണമാരം ഭിച്ചു. ഞാൻ അതിന്റെ മദ്രാസ് പ്രതിനിധിയുമായി.

ഫ്രഞ്ച് നോവലിസ്റ്റ് എമിലി സോളയുടെ ക്ലാസിക് നോവലായ നാനയുടെ പേരാണ് പുതിയ വാരികയ്ക്ക് സ്വീകരിച്ചതെന്ന്, ആദ്യല ക്കത്തിൽ ഒരു കുറിപ്പ് ചേർത്തിരുന്നു.

ഇതിലൊക്കെ പത്മരാജന് എന്തു സ്ഥാനമാണുള്ളതെന്ന് ചോദി ക്കുന്നവരുണ്ടാകും. ഇവിടെ ഇത്രയുമൊക്കെ വിവരിച്ചത് അന്ന് തിരു വനന്തപുരത്തെ ടാഗോർ തിയേറ്ററിൽ വച്ച് പത്മരാജനെയും വിതുര ബേബിയേയും കാണാൻ ഇടയായില്ലെങ്കിൽ ഞാനൊരിക്കലും ഒരു സിനിമാ പത്രപ്രവർത്തകനാകുമായിരുന്നില്ല എന്ന് സൂചിപ്പിക്കാനാണ്.

ഞാൻ മദ്രാസിൽ പ്രവർത്തിച്ചിരുന്ന കാലത്ത് പത്മരാജനുമായി ചില എഴുത്തുകുത്തുകൾ നടത്തിയിരുന്നു. കുങ്കുമം വാരികയിൽ പ്രസി ദ്ധീകരിച്ച പത്മരാജന്റെ വളരെയേറെ ശ്രദ്ധിക്കപ്പെട്ട 'നക്ഷത്രങ്ങളെ കാവൽ' എന്ന നോവൽ സംവിധായകൻ വിൻസന്റ് വാങ്ങിയിട്ട് വള രെക്കാലമായെന്നും അദ്ദേഹത്തിന് താല്പര്യമില്ലെങ്കിൽ അത് മടക്കി വാങ്ങി മറ്റാരെയെങ്കിലും ഏൽപിക്കണമെന്ന് ആവശ്യപ്പെട്ടു കൊണ്ടുമു ള്ളതായിരുന്നു അതിലൊരു കത്ത്.

ഏതാനും മാസം കഴിഞ്ഞ് കലാസംവിധായകൻ ഭരതൻ സ്വന്തമായി 'പ്രയാണം' എന്ന ചിത്രം സംവിധാനം ചെയ്തപ്പോൾ അതിന്റെ തിര ക്കഥ എഴുതാൻ ഏല്പിച്ചത് പത്മരാജനെയാണ്. ലക്ഷ്മി നായിക യായും കൊട്ടാരക്കര നായകനായും അഭിനയിച്ച പ്രയാണത്തോടുകൂടി തന്നെ പത്മരാജൻ കഴിവുറ്റ ഒരു തിരക്കഥാകൃത്തെന്ന അംഗീകാരം നേടിയെടുത്തു. ബാലു മഹേന്ദ്രയായിരുന്നു ഇതിന്റെ ക്യാമറാമാൻ.

ഭരതൻ പ്രയാണത്തിന്റെ ചില സ്റ്റില്ലുമായി ഞാൻ താമസിക്കുന്ന ലോഡ്ജിൽ വന്നു. അതുകണ്ടപ്പോഴേ ഈ ചിത്രം വളരെ പുതുമകൾ നിറഞ്ഞതായിരിക്കുമെന്ന് എനിക്ക് തോന്നി. അതിന് ആ വർഷത്തെ ചില സംസ്ഥാന അവാർഡുകൾ ലഭിക്കുകയും ചെയ്തു. പത്മരാജൻ അങ്ങനെ മലയാള സിനിമാരംഗത്ത് ചുവടു പതിപ്പിച്ചു.

*****

ബിരുദാനന്തരം ആകാശവാണിയിൽ വാർത്താ വായനക്കാര നായി ജോലി ലഭിച്ച പത്മരാജന് ആദ്യ നിയമനം ലഭിച്ചത് തൃശൂർ നിലയത്തിലായിരുന്നു. അക്കാലത്ത് തൃശൂർ നിലയത്തിൽ ജോലി ചെയ്തിരുന്ന രാധാലക്ഷ്മിയുമായിട്ടുണ്ടായ പരിചയം വളർന്ന് അവർ തമ്മിലുള്ള വിവാഹത്തിൽ കലാശിക്കുകയായിരുന്നു. പാലക്കാട് ജില്ലയിലെ ചിറ്റൂരിലുള്ള അമ്പാട്ട് തറവാട്ടിലെ അംഗമായ രാധാലക്ഷ്മി നടി വിധുബാലയുടെ ബന്ധുവാണ്.

പത്മരാജന്റെ അക്കാലത്തെഴുതിയ മിക്ക കഥകളിലും പ്രമേയം പ്രായം കുറഞ്ഞ നായകന് പ്രായം കൂടിയ നായികയോട് തോന്നുന്ന അനുരാഗമായിരുന്നു. അത് രാധാലക്ഷ്മിക്ക് തന്നെക്കാൾ കൂടുതൽ പ്രായമുള്ളതുകൊണ്ട് തോന്നിയിരുന്ന കോംപ്ലക്സിൽ നിന്ന് രൂപമെ

ടുത്തതു കൊണ്ടാവാം. അതുകൊണ്ടുതന്നെയാവണം, രാധാലക്ഷ്മിയെക്കൊണ്ട് ജോലി രാജിവയ്പ്പിച്ച് പത്മരാജൻ സ്ഥലംമാറ്റം വാങ്ങി തിരുവനന്തപുരത്തുവന്ന് സ്ഥിരതാമസമാക്കിയത്. തന്റെ ഭാര്യയോടൊപ്പം നിൽക്കുന്ന ഫോട്ടോ എടുക്കാൻ അദ്ദേഹം ഒരിക്കലും ഇഷ്ടപ്പെട്ടിരുന്നില്ല. അതിനുള്ള ശ്രമം നടത്തി ഞാനും പരാജയപ്പെട്ടിട്ടുണ്ട്.

പത്മരാജന്റെ ആദ്യ നോവലെറ്റായ 'രതിനിർവേദം' ഭരതൻ സിനിമയാക്കുന്നതിനു മുമ്പേതന്നെ അതിന്റെ ഇംഗ്ലീഷ് മൂലകൃതിയായ 'സമ്മർ ഓഫ് ഫോർട്ടി ടു' മദ്രാസ് സെൻട്രൽ സ്റ്റേഷനിലെ ഹിഗ്ഗിൻ ബോതംസ് ബങ്കിൽനിന്ന് വാങ്ങി ഞാൻ വായിച്ചിരുന്നു. മാത്രമല്ല ആ നോവലിന്റെ സിനിമാരൂപവും കാണാൻ ഇടയായിരുന്നു.

പത്മരാജനുമായി ഞാൻ നല്ല സ്നേഹബന്ധം പുലർത്തിയിരുന്നെങ്കിലും അതൊരിക്കലും ഗാഢമായിരുന്നുവെന്ന് പറയാൻ വയ്യ. കുങ്കുമം വാരികയിൽ അദ്ദേഹം എഴുതിയ 'നക്ഷത്രങ്ങളേ കാവൽ' എന്ന പൂർണ നോവൽ ധാരാളം വായനക്കാരെ ആകർഷിച്ചിരുന്നു. അക്കൊല്ലത്തെ കുങ്കുമം അവാർഡിന്റെ ഫൈനൽ റൗണ്ടുവരെ അത് എത്തുകയും ചെയ്തിരുന്നു. എങ്ങനെയോ ഇതറിഞ്ഞ പത്മരാജൻ പലരോടും തനിക്കാണ് അവാർഡ് കിട്ടാൻ പോകുന്നതെന്ന് പറയുകയും ചെയ്തിരുന്നു. എന്നാൽ അവാർഡ് കിട്ടിയത് പി വത്സലയുടെ 'നെല്ലി' നാണ്. 'നക്ഷത്രങ്ങളേ കാവലി'ന് അക്കൊല്ലത്തെ കേരള സാഹിത്യ അക്കാദമി അവാർഡ് ലഭിച്ചു. ഇങ്ങനെ വലിയൊരു അവാർഡ് ലഭിച്ചതോടെ പത്മരാജൻ മലയാള സാഹിത്യരംഗത്ത് പ്രഗത്ഭരുടെ നിരയിൽ സ്ഥാനം പിടിക്കുകയായിരുന്നു. എന്നാൽ അത്തരത്തിലുള്ള അംഗീകാരങ്ങൾ ഏറ്റെടുക്കാൻ തക്ക പ്രായവും മാനസിക പക്വതയും ആയിരുന്നില്ല. ഒരു എഴുത്തുകാരൻ എന്ന നിലയ്ക്ക് ഞാൻ അദ്ദേഹത്തെ ബഹുമാനിച്ചിരുന്നില്ല എന്നതാണ് സത്യം. അതുകൊണ്ട് അദ്ദേഹം പിന്നീടെഴുതിയ നോവലുകളൊന്നും വായിക്കണമെന്ന് തോന്നിയിരുന്നില്ല.

ഞാൻ മദ്രാസിൽ നിന്ന് തിരുവനന്തപുരത്ത് എത്തിയപ്പോൾ സംഗീത സംവിധായകൻ എം.ജി രാധാകൃഷ്ണനെയും അദ്ദേഹത്തിന്റെ സുഹൃത്തായിരുന്ന ചെറുകഥാകൃത്ത് മഹാദേവൻ തമ്പിയേയും പരിചയപ്പെടാൻ ഇടയായി. തനിനിറം പത്രത്തിൽ ജോലി ചെയ്തിരുന്ന മഹാദേവൻ തമ്പിയാണ് നോവൽ എഴുത്തിൽ പത്മരാജനെ സഹായിച്ചിരുന്നതെന്നും ഞാൻ മനസിലാക്കി.

അതുപോലെ തന്നെ അക്കാലത്ത് കുങ്കുമത്തിൽ പ്രൂഫ് റീഡറായിരുന്ന കോന്നിയൂർ ഭാസും പത്മരാജന്റെ നോവലുകൾ തിരുത്തിയെഴുതാൻ സഹായിച്ചിരുന്നു.

എം.ജി. രാധാകൃഷ്ണനും മഹാദേവൻ തമ്പിയുമൊരുമിച്ച് ഞാനൊരിക്കൽ ന്യൂ തിയേറ്ററിൽ ഏതോ ഒരു ഇംഗ്ലീഷ് സിനിമയുടെ മാറ്റിനിക്ക് പോകാനിടയായി. അവിടെ വച്ചാണ് രാധാകൃഷ്ണൻ തന്റെ സഹപ്രവർത്തകനായ പത്മരാജന്റെ രതിനിർവേദം സിനിമയാകാൻ പോകുന്ന വിവരം പറഞ്ഞത്. അപ്പോൾ അതിന്റെ ഒറിജിനലായ ഇംഗ്ലീഷ് സിനിമ കണ്ട കാര്യം ഞാൻ അവരോട് പറഞ്ഞു.

അക്കൊല്ലം സംഗീതനാടക അക്കാദമി അവാർഡ് ലഭിച്ച ആകാശവാണി ആർട്ടിസ്റ്റ് ടി.പി. രാധാമണിയുടെ വീട്ടിൽ എന്നെ പത്മരാജനാണ് സ്കൂട്ടറിൽ കയറ്റിക്കൊണ്ടുപോയത്. അക്കാലത്ത് ആകാശവാണിയിൽ ജോലി ചെയ്തിരുന്ന ജോൺ സാമുവലിനെ പരിചയപ്പെടുത്തി

തന്നതും പത്മരാജനാണ്. ആകാശവാണിയിലെ അനൗൺസറായിരുന്ന വേണു നാഗവള്ളി താനെഴുതിയ ചെറുകഥകളുമായി ഓഫീസിൽ കൂടെക്കൂടെ വരാറുണ്ടായിരുന്നു. കെ.ജി. ജോർജിന്റെ 'ഉൾക്കടൽ' എന്ന ചിത്രത്തിലെ നായകന്റെ റോളിലേക്ക് വേണുവിനെ നിർദ്ദേശിച്ചതും പത്മരാജനാണ്.

ഇക്കാലത്ത് ഒരു തമാശ ഉണ്ടായി. ആകാശവാണിയിൽ അവസരങ്ങൾ തേടിവരുന്ന ആർട്ടിസ്റ്റുമാരോട് പ്രൊഡ്യൂസറും സ്റ്റേഷൻ ഡയറക്ടറും ചേർന്ന് കൈക്കൂലി വാങ്ങുന്നുവെന്ന് ഒരു ആർട്ടിസ്റ്റ് വിജിലൻസിൽ പരാതി നൽകി. അതിന്റെ പേരിൽ വിജിലൻസുകാർ വഴുതക്കാട്ടുള്ള 'ബോംബെ ഫ്ളാറ്റ്' എന്ന് വിളിക്കുന്ന കെട്ടിടത്തിലെ പ്രൊഡ്യൂസറുടെ താമസസ്ഥലത്ത് പരിശോധനയ്ക്ക്ചെന്നു. അന്ന് വൈകുന്നേരം പത്മരാജൻ ഈ വാർത്ത ആകാശവാണി ബുള്ളറ്റിനിൽ വായിച്ച് ലോകത്തെ അറിയിച്ചു. അതേപ്പറ്റി ഞാൻ ചോദിച്ചപ്പോൾ ഇങ്ങനെയൊരവസരത്തിന് താൻ കാത്തിരിക്കുകയായിരുന്നുവെന്ന മറുപടിയാണ് ലഭിച്ചത്.

കെ. ബാലകൃഷ്ണന്റെ കൗമുദിയിൽ ജോലി ചെയ്തിരുന്ന കവി പഴവിള രമേശൻ പത്മരാജനെ വളരെയധികം സഹായിച്ചിരുന്നു. അതുപോലെ അന്ന് കറന്റ് ബുക്സ് തിരുവനന്തപുരം ബ്രാഞ്ച് മാനേജരായിരുന്ന സോമനും പത്മരാജന്റെ നോവലുകൾ പുസ്തകമാക്കാൻ സഹായിച്ചിരുന്നു.

സിനിമയുമായി ബന്ധപ്പെട്ട പല കാര്യങ്ങൾക്കും പത്മരാജൻ അക്കാലത്ത് സ്കൂട്ടറിൽ എന്റെ താമസസ്ഥലത്ത് വന്നിരുന്നു. ഇക്കാലത്താണ് ഞങ്ങൾ ഒന്നിച്ച് നെയ്യാർ ഡാമിൽ പോയത്. അവിടുത്തെ ഗസ്റ്റ് ഹൗസിൽ ശാന്തമായ അന്തരീക്ഷമാണെന്നും അവിടെ അഞ്ചുരൂപ വാടകയ്ക്ക് മുറി കിട്ടുമെന്നും അടുത്ത നോവൽ അവിടെയിരുന്ന് എഴുതാനുള്ള ഉദ്ദേശമാണെന്നും അദ്ദേഹം പറഞ്ഞു. എന്റെ കൈവശമിരുന്ന ഒരുകെട്ട് പേപ്പറുമെടുത്തു കൊണ്ടാണ് പോയത്. തമ്പാനൂർ ബസ് സ്റ്റാന്റിൽനിന്ന് കെ.എസ്.ആർ.ടി.സി ബസിൽ കയറി ഞങ്ങൾ നെയ്യാർ ഡാമിലെത്തി മുറിയെടുത്തു. ആദ്യദിവസം എഴുത്തൊന്നും നടന്നില്ല. അവിടെയെല്ലാം ചുറ്റിനടന്നു. പിറ്റേന്ന് ഞാൻ മടങ്ങിപ്പോരുകയും ചെയ്തു.

പത്മരാജൻ നെയ്യാർ ഡാമിലിരുന്ന് അങ്ങനെ എഴുതിയ 'ഉദകപ്പോള' എന്ന നോവൽ മലയാളനാട് വാരികയിൽ തുടർച്ചയായി പ്രസിദ്ധീകരിച്ചു. ഈ നോവലാണ് പിന്നീട് 'തൂവാനത്തുമ്പികൾ' എന്ന പേരിൽ സിനിമ ആയത്.

അക്കാലത്ത് ടാഗോർ തിയേറ്ററിന് എതിർവശത്ത് 'നികുഞ്ജം' എന്നൊരു ഹോട്ടൽ ഉണ്ടായിരുന്നു. എഫ്.എ.സി.ടിയിലെ ജോലി കളഞ്ഞുവന്ന കൃഷ്ണൻനായരായിരുന്നു ഈ ഹോട്ടലിന്റെ ഉടമ. അദ്ദേഹത്തോട് കടപ്പാടില്ലാത്ത സാംസ്കാരിക പ്രവർത്തകരും സിനിമാക്കാരും അക്കാലത്ത് തിരുവനന്തപുരത്തില്ലായിരുന്നു.

പ്രശസ്ത ആർട്ടിസ്റ്റ് എം.വി. ദേവനാണ് ഹോട്ടലിന്റെ പ്ലാൻ വരച്ചത്. കുപ്പിവളക്കഷണങ്ങളും പൊട്ടിയ ഗ്ലാസ് കഷണങ്ങളും പതിച്ച് അലങ്കാരം നടത്തിയതും ദേവനാണ്. ഹോട്ടലിന്റെ മുമ്പിൽ കാനായി കുഞ്ഞിരാമൻ രൂപകല്പന ചെയ്ത ഒരു കോൺക്രീറ്റ് തൂണും സ്ഥാപിച്ചിരുന്നു. കലാകാരന്മാരെയും സാഹിത്യകാരന്മാരെയും സൽക്കരിക്കുക കൃഷ്ണൻനായരുടെ വിനോദമായിരുന്നു. എന്നും വൈകുന്നേരം അര

വിന്ദൻ, കാവാലം നാരായണപ്പണിക്കർ, എം.വി ദേവൻ, പി.കെ. ബാല കൃഷ്ണൻ, അയ്യപ്പപ്പണിക്കർ, നെടുമുടി വേണു, ഭരത് ഗോപി, എൻ. എൽ. ബാലകൃഷ്ണൻ, നോവലിസ്റ്റ് സേതു മുതലായവരൊക്കെ അവിടെ വന്നിരുന്നു. പത്മരാജനും ഈ സംഘത്തിൽ അംഗമായി. ടാഗോർ തിയേറ്ററിൽ ചിത്രലേഖയുടെ സിനിമ കാണാൻ പോകുമ്പോൾ ഞാനും അവിടെ തല കാണിച്ചിരുന്നു.

ഈ നികുഞ്ജം ഹോട്ടലിന്റെ മാതൃകയിലാണ് പത്മരാജൻ പൂജപ്പുരയിൽ സ്വന്തം വീട് നിർമ്മിച്ചത്.

രതിനിർവേദത്തിന് തിരക്കഥ തയ്യാറാക്കാൻ പത്മരാജനും ഭരതനും സൗജന്യമായി കൃഷ്ണൻനായർ നികുഞ്ജത്തിൽ ഒരു മുറി നൽകി, ഭക്ഷണവും. ഈ ഒരു മാസക്കാലം കൊണ്ട് ഹോട്ടലിന്റെ പിന്നിലുള്ള മുറ്റം ഭരതൻ ഒരു ക്ഷേത്രമാക്കി മാറ്റി. അവിടെ ഭീമാകാരത്തിലുള്ള കാളിയുടെ ഒരു കറുത്ത നഗ്നരൂപം നിർമ്മിച്ചു. നഗ്നരായ ശിശുക്കൾ ആ ശരീരത്തിൽ പിടിച്ചുകയറുന്നു. ഒരു കാളവണ്ടിയിലെ നുകത്തിന് നടുവിൽ 'ടി' ആകൃതിയിൽ തറച്ചുവച്ചിരുന്ന പിച്ചളത്തകിടാണ് ഇളക്കി എടുത്ത് കാളിയുടെ നെറ്റിയിൽ പതിപ്പിച്ചുവച്ചത്. മുമ്പിൽ ബലിപീഠവും കൽവിളക്കും ഒക്കെ ഉണ്ട്. ക്ഷേത്രാങ്കണത്തിൽ തിരുവനന്തപുരത്തെ ശില്പികളും ചിത്രകാരന്മാരും അത്യന്താധുനിക സാഹിത്യകാരന്മാരും സൃഷ്ടിക്കുള്ള ബലികർമ്മങ്ങൾ നടത്തി.

സർക്കാർ അക്കാദമികൾ നൽകിയതിലും വലിയ സംഭാവന ഇങ്ങനെ കൃഷ്ണൻനായർ കേരളത്തിലെ സാംസ്കാരിക രംഗത്തിന് നൽകിയിട്ടുണ്ട്.

രതിനിർവേദം ഗംഭീര പ്രദർശനവിജയം നേടി. പത്മരാജന്റെ സ്വന്തം അനുഭവങ്ങളും അന്ന് ഭരതന് തന്നേക്കാൾ പ്രായക്കൂടുതലുള്ള കെ. പി.എ.സി. ലളിതയോട് തോന്നിയിരുന്ന അനുരാഗവും സെക്സിലും വയലൻസിലുമൊക്കെ രണ്ടുപേർക്കുമുണ്ടായിരുന്ന സാഹസികാസക്തിയും ആയിരിക്കണം ആ കൗമാര രതിയുടെ ഇതിവൃത്തമായി രൂപപ്പെട്ടത്.

രതിനിർവേദത്തോടെ അതിന്റെ തിരക്കഥാകൃത്തായ പത്മരാജനും സംവിധായകനായ ഭരതനും മലയാളത്തിലെ മധ്യവർത്തി സിനിമയിലെ കരുത്തുറ്റ ജോഡികളായി മാറി. അവരുടെ സിനിമകളിൽ അമിതമായി കണ്ടിരുന്ന സെക്സിന്റെയും വയലൻസിന്റെയും ആശയങ്ങൾ അവരുടെ ജീവിതത്തിൽനിന്നു തന്നെ സ്വീകരിച്ചതായിരുന്നു. ഒരിക്കൽ ഇവർ ബോബൻ കുഞ്ചാക്കോയുമായി സിനിമാ സ്റ്റൈലിൽ നടത്തിയ സ്റ്റണ്ടിന്റെ കഥ പത്മരാജൻ തന്നെയാണ് എന്നോട് പറഞ്ഞത്.

ഇങ്ങനെ പലരുമായി വഴക്കടിക്കുകയും പല ഏടാകൂടങ്ങളിലും ചെന്നുചാടുകയുമൊക്കെ ഇവരുടെ പതിവായിരുന്നു.തകര എന്ന പത്മരാജന്റെ മറ്റൊരു നോവലൈറ്റ് ചതുരംഗം എന്ന രാഷ്ട്രീയ വാരികയിൽ പ്രസിദ്ധീകരിക്കുമ്പോൾ അത് പ്രസിദ്ധീകരണ യോഗ്യമാക്കി എടുക്കാൻ കോന്നിയൂർ ഭാസ് പെട്ട പാട് എനിക്കറിയാം. അത് ഭരതന്റെ സംവിധാനത്തിൽ 'കരിയിലക്കാറ്റു പോലെ' എന്ന സിനിമ ആയപ്പോൾ ഗംഭീര വിജയം നേടി. നെടുമുടി വേണു, പ്രതാപ് പോത്തൻ എന്നിവർ ശ്രദ്ധേയരായത് ഈ ചിത്രത്തിലൂടെയാണ്.

ഇങ്ങനെ മലയാളത്തിലെ ഏറ്റവും തിരക്കുള്ള തിരക്കഥാകൃത്തുക്കളിലൊരാളായി ഉയർന്ന പത്മരാജന്റെ മുഖചിത്രം ആദ്യമായി അച്ച

ടിക്കാൻ തയ്യാറായതും ഞാനാണ്.

പത്മരാജൻ സ്വന്തമായി ആദ്യം സംവിധാനം ചെയ്ത പെരുവഴിയമ്പലം എന്ന ചിത്രം സാമ്പത്തികമായി വിജയിച്ചില്ലെങ്കിലും നല്ല പ്രാദേശിക ചിത്രത്തിനുള്ള ദേശീയ അവാർഡ് നേടി.

അടുത്തതായി ഒരിടത്ത് ഒരു ഫയൽവാൻ എന്ന സിനിമ എടുത്തപ്പോൾ അത് തന്റെ 'ഗോദ' എന്ന കഥ മോഷ്ടിച്ചതാണെന്നു പറഞ്ഞ് നൂറനാട് ഹനീഫ കേസ് കൊടുത്തു. നിർമ്മാതാവ് പ്രേംപ്രകാശ് ഹനീഫയുടെ കാലുപിടിച്ച് അതിൽനിന്ന് പിന്തിരിപ്പിക്കുകയായിരുന്നു. ഈ ചിത്രത്തിന് ഏഷ്യ-പസഫിക് അവാർഡ് ലഭിച്ചിട്ടുണ്ട്.

പത്മരാജൻ ആദ്യമൊക്കെ വേളി യൂത്ത് ഹോസ്റ്റൽ, പിന്നീട് കോവളത്തെ സമുദ്ര ഹോട്ടൽ എന്നിവിടങ്ങളിലിരുന്നാണ് തിരക്കഥ എഴുതിയിരുന്നത്. പിന്നീട് ഇതിനായി ജഗതിയിൽ ഒരു ഫ്ളാറ്റ് തന്നെ വിലയ്ക്ക് വാങ്ങിയിട്ടിരുന്നു.

ചിത്രലേഖ, ചലച്ചിത്ര മുതലായ ഫിലിം സൊസൈറ്റികളുടെ പ്രദർശനങ്ങളിൽ പത്മരാജന്റെ മിക്ക ചിത്രങ്ങളുടെയും ഒറിജിനലുകൾ കാണാൻ സാധിച്ചിരുന്നതുകൊണ്ട് അദ്ദേഹത്തിന്റെ ചിത്രങ്ങൾ കാണാൻ എനിക്ക് വലിയ കൗതുകമൊന്നും തോന്നിയിരുന്നില്ല. ഞാൻ അദ്ദേഹത്തിന്റെ ആരാധകനുമായിരുന്നില്ല.

ഞാൻ എഡിറ്റ് ചെയ്തിരുന്ന വാരികയുടെ ലേഖകൻ ശരത് ചന്ദ്രൻ പത്മരാജനെ ഒരിക്കൽ ഇന്റർവ്യു നടത്തിയപ്പോൾ കോപ്പിയടിച്ച ചിത്രങ്ങളെക്കുറിച്ച് ചോദിച്ചതിന് ലേഖകനെ കണ്ടമാനം തെറിവിളിച്ചു. ആ ഇന്റർവ്യൂ അച്ചടിച്ചതോടെ എന്നോടും പിണക്കമായി.

സിനിമാരംഗത്തുനിന്നും പ്രതീക്ഷിക്കാത്തത്ര പണവും അവാർഡുകളും പ്രശസ്തിയും, ഇതൊക്കെ കൊണ്ടുവന്ന ആരാധകരുടെ തള്ളിക്കയറ്റവും, ചാൻസ് അന്വേഷിച്ചുവരുന്നവരുടെ നീണ്ട ക്യൂവും അവസാനകാലത്ത് പത്മരാജന്റെ താളം തെറ്റിച്ചിരുന്നു.

തന്റെ അവസാന ചിത്രമായ 'ഞാൻ ഗാന്ധർവനി'ലെ നായകൻ നിതീഷ് ഭരദ്വാജുമായി കോഴിക്കോട്ടെ ഒരു ഹോട്ടലിൽ താമസിക്കുമ്പോഴാണ് പത്മരാജൻ അന്തരിച്ചത്.

എന്നും മരണഭീതിയുമായി ജീവിച്ചിരുന്ന ആളാണ് പത്മരാജൻ. അതുകൊണ്ടാവണം ജീവിതം ധൂർത്തടിച്ചത്. രക്തബന്ധത്തിൽപ്പെട്ട പലരും ചെറുപ്പത്തിൽത്തന്നെ അന്തരിച്ചതുകൊണ്ടുണ്ടായ ഭീതിയാണ് ഇതിന് കാരണം. സ്വന്തം കാര്യത്തിലും അതുതന്നെയാണല്ലോ സംഭവിച്ചത്.

സിനിമയിലായാലും സാഹിത്യത്തിലായാലും അംഗീകാരങ്ങൾ പിടിച്ചുപറിച്ചെടുത്ത എന്റെ ഈ സുഹൃത്ത് അങ്ങനെയൊന്നും ആകേണ്ടായിരുന്നു എന്നു ഞാൻ പറയുന്നത് അസൂയ കൊണ്ടല്ല, സ്നേഹം കൊണ്ടുമാത്രമാണ്.

■

ലക്ഷ്മികാന്തൻ കൊലക്കേസ്

1973 മാർച്ച് മാസത്തിലായിരുന്നു ഉഷാറാണിയുടെ വീട്ടിലെ സൽക്കാരം. ഉഷയുടെ അനുജത്തി സന്ധ്യക്ക് ഒരു കുട്ടി ജനിച്ചിരിക്കുന്നു. അതിന്റെ ഇരുപത്തിയെട്ടാണ് ചടങ്ങ്. ചില ചിത്രങ്ങളിലൊക്കെ ബേബി ഉഷ എന്നൊരു ബാലനടി അഭിനയിച്ചുകണ്ടിട്ടുണ്ടെങ്കിലും അവരെക്കുറിച്ച് അധികമൊന്നും എനിക്കന്ന് അറിഞ്ഞുകൂടായിരുന്നു.

എങ്കിലും ക്ഷണം സ്വീകരിച്ച് ഞാനും സിനിമാമാസിക ലേഖകൻ നടരാജനും അശോക് നഗറിലെ ഇരുപത്തിയൊന്നാം അവന്യൂവിലുള്ള ഉഷയുടെ ഇരുപത്തിയൊന്നാം നമ്പർ വീട്ടിലെത്തി.

വലിയ ഇരുമ്പുഗേറ്റിൽ ഗൂർഖ കാവൽ നിൽക്കുന്നു. ഇടതുവശത്ത് ഔട്ട് ഹൗസോടുകൂടിയ ഒറ്റനില കോൺക്രീറ്റ് വീട്. മുമ്പ് തിക്കുറിശി സുകുമാരൻനായരാണ് ഇവിടെ താമസിച്ചിരുന്നത്.

വിശാലമായ മുറ്റത്ത് നിരന്നിരിക്കുന്ന അതിഥികളുടെ കൂട്ടത്തിൽ ഞാനിപ്പോഴും തിക്കുറിശ്ശി, അടൂർഭാസി, ടി.ആർ.ഓമന എന്നിവരെ ഓർക്കുന്നു.

നടരാജൻ പരിചയപ്പെടുത്തിയപ്പോൾ ഉഷ പറഞ്ഞു:

''ഞങ്ങളെപ്പോലെയുള്ളവരെക്കുറിച്ച് നിങ്ങളാരും എഴുതുകയില്ലല്ലോ.''

''എല്ലാം തുറന്നുപറയാമെങ്കിൽ എഴുതാം.''

''എല്ലാം പറഞ്ഞാൽ എഴുതുമോ?''

''പറയാം. എപ്പോഴാണ് കാണുന്നത്?''

''നാളെത്തന്നെ.''

ഒരു കൊച്ചുനടിയുടെ വെല്ലുവിളി സ്വീകരിക്കുമ്പോൾ കൂടുത

ലൊന്നും ആലോചിച്ചിരുന്നില്ല. വലിയ താരങ്ങളെക്കുറിച്ച് ഉള്ളതും ഇല്ലാത്തതുമെല്ലാം വായിക്കുന്നവരാണ് നാം. അവരെ സ്തുതിച്ച് ആകാശത്തിലേക്ക് ഉയർത്തിവിടുന്ന പതിവാണല്ലോ സിനിമാപ്രസിദ്ധീകരണങ്ങൾക്കുള്ളത്. അതുതന്നെ ആവർത്തിക്കേണ്ട കാര്യമില്ല. വായനക്കാർക്ക് പുതിയ അറിവുകൾ ഉണ്ടാകട്ടെ.

പിറ്റേന്ന് ഉച്ചയ്ക്കുശേഷം 445991 എന്ന നമ്പരിൽ വിളിച്ചു. എന്നെ കാത്തിരിക്കുകയാണെന്ന് പറഞ്ഞു.

''ഗൂർഖയോട് ഗേറ്റ് വേഗം തുറക്കാൻ പറയണം. അതിനുമുമ്പിൽ ഞാൻ കാത്തുനിൽക്കുകയില്ല.'' മുന്നറിയിപ്പ് നൽകി.

ഞാൻ ചെന്ന ഉടനെ ഗൂർഖ ഗേറ്റ് തുറക്കുകയും ചെയ്തു. ഉഷ എന്നെ സ്വീകരിച്ചത് വലിയ ആഹ്ലാദത്തോടെയാണ്.

കോൺവെന്റ് സ്കൂളിൽ പഠിക്കുന്ന കുട്ടിയുടെ യൂണിഫോമാണ് വേഷം. സംസാരിക്കുന്നത് ഇംഗ്ലീഷിലും. പതിനാറോ പതിനേഴോ വയസിലധികം തോന്നിയില്ല.

സിനിമാരംഗത്തുനിന്ന് തനിക്കുണ്ടായിട്ടുള്ള കയ്ക്കുന്ന അനുഭവങ്ങളെല്ലാം തുറന്നുപറയാൻ ഉഷ തയ്യാറായി. സഹതാപത്തോടെ ഞാനതൊക്കെ കേൾക്കുകയും ചെയ്തു.

മാതാപിതാക്കൾ വിവാഹമോചനം തേടിയിരിക്കുകയാണ്. അമ്മയും മൂന്ന് പെൺകുട്ടികളും അടങ്ങുന്ന കുടുംബമാണത്. ജയിൽപുള്ളി എന്ന ചിത്രത്തിൽ സത്യന്റെ കൂടെ ബേബി ഉഷ ബാലനടിയായി അഭിനയിച്ചു. തുടർന്ന് പല ചിത്രങ്ങളിലും, അതിനുവേണ്ടി സഹിക്കേണ്ടിവന്ന കഷ്ടപ്പാടുകളും അപമാനങ്ങളും ഉഷ വെട്ടിത്തുറന്നുപറഞ്ഞു.

1971-ൽ ഫസ്റ്റ് ക്ലാസോടെയാണ് ഇംഗ്ലീഷ് മീഡിയത്തിൽ മെട്രിക്കുലേഷൻ പാസായത്.

''മിക്ക നായികമാരും മൂന്നോ നാലോ ക്ലാസുവരെ പഠിച്ചവരോ സ്കൂളിൽ പോയിട്ടുതന്നെ ഇല്ലാത്തവരോ ആണ്. അതുകൊണ്ട് എന്നെപ്പോലെയുള്ളവർ കടന്നുവരുന്നതിനെ അവർ തടയാൻ നോക്കുന്നു. ഇപ്പോൾ മണീസ് ട്യൂട്ടോറിയലിൽ പ്രീ യൂണിവേഴ്സിറ്റിക്ക് പഠിക്കുകയാണ്. ഹിന്ദി പ്രചാരസഭയിൽ പോയി ഹിന്ദിയും പഠിക്കുന്നുണ്ട്.''

അച്ഛനും ആങ്ങളമാരുമില്ലാത്ത മൂന്ന് പെൺകുട്ടികളെ പോറ്റി വളർത്താൻ അമ്മ സഹിച്ച ത്യാഗങ്ങൾ ഉഷ വിവരിച്ചു. അമ്മ അതിൽ ഇടപെട്ടുമില്ല.

''ബാലനടിയായിരുന്നപ്പോൾ എന്നെ 'മോളെ' എന്നു വിളിച്ചിരുന്നവർ ഇന്ന് കണ്ടാൽ ഒഴിഞ്ഞുമാറുന്നു.

എന്റെ അനുജത്തി സന്ധ്യയെ പുള്ളിമാൻ എന്ന ചിത്രത്തിന്റെ നിർമ്മാതാവ് വിവാഹം കഴിച്ചു. അവൾ പ്രസവിക്കുകയും ചെയ്തിരിക്കുന്നു.

ഏറ്റവും ഇളയ കുട്ടി ബേബി രജനി ബാലനടിയായി അഭിനയിക്കുന്നുണ്ട്.''

ഉഷയ്ക്ക് അഗ്നിപുത്രി, അനാഥശില്പങ്ങൾ മുതലായ ഏതാനും മലയാള ചിത്രങ്ങളിൽ അഭിനയിക്കാൻ അവസരം ലഭിച്ചിട്ടുണ്ട്. തമിഴിലാണ് കൂടുതലുമഭിനയിക്കുന്നത്. ജഗ്ഗമ്മ എന്ന ചിത്രത്തിൽ നായികയുമാണ്.

ഓടിക്കളിച്ചു തുള്ളിച്ചാടി നടക്കേണ്ട പ്രായത്തിൽ കുടുംബഭാരം മുഴുവൻ തന്റെ തലയിലാണ്.

ഉഷ വലിയ നടിയൊന്നുമായിരുന്നില്ല. അത്ര സുന്ദരിയാണെന്നും തോന്നിയില്ല. എങ്കിലും എനിക്ക് വല്ലാത്ത സഹതാപം തോന്നി. ജീവിക്കാൻ വേണ്ടി വീറോടെ യുദ്ധത്തിനിറങ്ങിയിരിക്കുന്ന ഒരു നല്ല പോരാളിയായിരുന്നു അവർ. പക്ഷേ പലരും പലവിധത്തിൽ തന്നെ മുതലെടുക്കുന്നുവെന്ന് അവർ ദു:ഖത്തോടെ തുറന്നുപറഞ്ഞു.

മാധവിക്കുട്ടി 'മലയാളനാട്' വാരികയിൽ 'എന്റെ കഥ' എന്ന പേരിൽ ആത്മകഥ എഴുതി കോളിളക്കം സൃഷ്ടിച്ചുകൊണ്ടിരുന്ന സമയമാണത്.

ഉഷാറാണിയുടെ ആത്മകഥ ആരംഭിക്കുന്നതായുള്ള ഒരു അറിയിപ്പ് എഴുതി ഞാൻ പത്രാധിപർക്ക് അയച്ചു. അദ്ദേഹം അത് പ്രസിദ്ധീകരിക്കുകയും ചെയ്തു.

''ഷഷ്ടിപൂർത്തി കഴിഞ്ഞവരാണ് സാധാരണയായി ആത്മകഥ എഴുതാറുള്ളത്. ഉഷാറാണിക്ക് പതിനാറു വയസ് കഴിഞ്ഞിട്ടേയുള്ളു. എന്നാൽ അറുപതുകാരേക്കാൾ കൂടുതൽ അനുഭവങ്ങൾ അവർക്കുണ്ട്. അത് അടുത്ത ലക്കം മുതൽ ആരംഭിക്കുന്നു.''

ഇത് അച്ചടിച്ചുവന്നപ്പോൾ സിനിമാരംഗത്തെ പല പ്രമാണിമാരും ഞെട്ടി. ചിലർ വിളിച്ച് അനുമോദിച്ചു. എല്ലാം തുറന്നെഴുതണമെന്ന് ഷീലയും ടി.ആർ.ഓമനയും പ്രോത്സാഹിപ്പിച്ചു.

ഉഷാറാണിയുടെ ആത്മകഥ അഞ്ചോ ആറോ ലക്കമേ നീണ്ടുനിന്നുള്ളു. എന്നാൽ അതോടെ നാന വാരിക സിനിമാക്കാരുടെയിടയിലും വായനക്കാരുടെയിടയിലും ചർച്ചാവിഷയമായി.

ഈ സമയത്താണ് എനിക്കും ലക്ഷ്മികാന്തന്റെ അനുഭവം ഉണ്ടാകുമെന്ന് പലരും എന്നെ ഭീഷണിപ്പെടുത്തിയത്. ആരാണീ ലക്ഷ്മികാന്തൻ? അയാളെ ആര് എന്തിനു കൊന്നു. ഞാൻ അതേക്കുറിച്ച് അന്വേഷിച്ചു.

* * * * *

ഹിന്ദുനേഷൻ എന്നൊരു തമിഴ് പ്രസിദ്ധീകരണത്തിന്റെ പത്രാധിപരായിരുന്നു വക്കീൽ കൂടിയായ ലക്ഷ്മീകാന്തൻ.

1944 കാലം. മദ്രാസിൽ അന്ന് ബ്രിട്ടീഷ് ഭരണമാണ്. സിനിമാരംഗം അത്രയ്ക്കൊന്നും പുരോഗമിച്ചിട്ടില്ല. മലയാളത്തിലാണെങ്കിൽ സിനിമകളേ ഉണ്ടാകുന്നില്ല. അന്ന് തമിഴ് സിനിമകളാണ് കേരളത്തിലും ഓടിക്കൊണ്ടിരുന്നത്.

തൃശ്ശിനാപ്പള്ളിക്കാരനായ എം.കെ. ത്യാഗരാജ ഭാഗവതരും നാഗർകോവിൽകാരനായ എൻ.എസ്. കൃഷ്ണനുമൊക്കെയായിരുന്നു അന്നത്തെ പ്രസിദ്ധരായ തമിഴ് സിനിമാനടൻമാർ. നായികമാരായി ടി.ആർ. രാജകുമാരി, എം.എസ്.സുബ്ബലക്ഷ്മി, രുഗ്മിണി മുതലായവരും.

സുന്ദരനായ ത്യാഗരാജ ഭാഗവതർ, തിരുനീലകണ്ഠൻ, ചിന്താമണി, ഭക്ത ഹരിദാസ്, ശിവകാമി, അംബികാവതി മുതലായ ചിത്രങ്ങളിൽ നായകനായി അഭിനയിച്ച് ദക്ഷിണേന്ത്യക്കാരുടെ മുഴുവൻ ആരാധനാപാത്രമായി മാറി. ഇതിൽ ചിലത് കളർചിത്രങ്ങളായിരുന്നു.

ഹാസ്യനടനായ എൻ.എസ്. കൃഷ്ണൻ, മേനക, സതി ശീലാവതി, ചൗക്കടി ചന്ദ്രകാന്ത, വസന്തസേന മുതലായ ചിത്രങ്ങളിലൂടെയും പ്രസിദ്ധനായി. ഇന്നത്തെ തമിഴ്-മലയാള നടി ലക്ഷ്മികയുടെ അമ്മ രുഗ്മിണി ആയിരുന്നു മേനകയിലെ നായിക. ടി.കെ. ഷൺമുഖം നായകനും.

വസന്തസേനയിൽ എൻ.എസ്. കൃഷ്ണന്റെ ഹാസ്യജോഡിയായി ടി.എ. മധുരം എന്ന നടി വന്നു. തുടർന്ന് അവർ നൂറുകണക്കിന് ചിത്രങ്ങളിൽ ജോഡിയാവുകയും ഭാര്യാഭർത്താക്കാക്കന്മാരായി ഒന്നിച്ചു താമസിക്കുകയും ചെയ്തു.

രാജപ്പാർട്ടുകാരനായിരുന്ന സുന്ദരനായ ത്യാഗരാജഭാഗവതർ പാടി അഭിനയിച്ചിരുന്നതുകൊണ്ട് അദ്ദേഹത്തിന് എല്ലായിടത്തും ധാരാളം ആരാധകരുണ്ടായി. തൃശ്ശിനാപ്പള്ളിയിലെ വീട്ടിൽ അദ്ദേഹത്തെ ഒരു നോക്ക് കാണാനും എന്ത് ഇംഗിതത്തിന് വഴങ്ങിക്കൊടുക്കാനും തയ്യാറായി ധാരാളം സ്ത്രീകൾ എത്തിക്കൊണ്ടിരുന്നു. അതു മുതലെടുക്കുന്നതിൽ ഭാഗവതരും ലുബ്ധ് കാണിച്ചില്ല.

തൃശ്ശിനാപ്പള്ളിയിൽ നിന്ന് മദ്രാസിലേക്ക് ഭാഗവതർ ട്രെയിനിൽ പോകുമ്പോൾ ഓരോ സ്റ്റേഷനിലും അദ്ദേഹത്തിന്റെ ആരാധകർ തടിച്ചുകൂടുമായിരുന്നു. വണ്ടി എഗ്മൂർ സ്റ്റേഷനിൽ എത്തുമ്പോൾ അവിടെ മനുഷ്യമഹാസമുദ്രം തന്നെ തിരയടിക്കും. അത് നിയന്ത്രിക്കാൻ പലപ്പോഴും കുതിരപ്പട്ടാളമാണ് തയ്യാറെടുത്തു നിന്നിരുന്നത്.

എന്നാൽ ഇതെല്ലാം കണ്ട് ഭാഗവതർ അതിർവിട്ട് അഹങ്കരിച്ചു. അമിതമായി ലഭിച്ച പണവും പ്രസിദ്ധിയുമെല്ലാം അദ്ദേഹം ദുരുപയോഗം ചെയ്യുകയായിരുന്നു.

ഹിന്ദുനേഷൻ പത്രത്തിൽ ത്യാഗരാജ ഭാഗവതരുടെയും എൻ.എസ്. കൃഷ്ണന്റെയുമൊക്കെ നടപടിദൂഷ്യങ്ങളെക്കുറിച്ച് ചിത്രങ്ങൾ സഹിതം വാർത്തകൾ പ്രസിദ്ധീകരിച്ചിരുന്നു. അത് പുറത്തുവരുമ്പോഴേ ഭാഗവതരുടെ ആൾക്കാർ കെട്ടോടെ വാങ്ങി കത്തിച്ചുകളയുകയും ചെയ്യും.

ഈ പത്രം തങ്ങളുടെ നിലനിൽപ്പിനു തന്നെ ഹാനികരമാണെന്ന് ഭാഗവതരും കൃഷ്ണനും കരുതി. കേസിന് പോയാലൊന്നും ഗുണമില്ല. പത്രാധിപരെത്തന്നെ ഇല്ലായ്മ ചെയ്യാൻ എന്താണ് വഴിയെന്ന ആലോചനയായി. സിനിമാതാരങ്ങൾക്ക് പണത്തിനും സ്വാധീനത്തിനും യാതൊരു കുറവുമില്ലല്ലോ.

വടിവേലു എന്നൊരാളിന്റെ റിക്ഷയിലായിരുന്നു വക്കീലായ ലക്ഷ്മീകാന്തൻ എന്നും കോടതിയിൽ പോയിരുന്നത്. ഭാഗവതർ അയാളെ വശത്താക്കി. വഴിയിൽ ഭാഗവതരുടെ ഗുണ്ടകളും കാത്തുനിന്നു. അവരുടെ അടുത്തെത്തിയപ്പോൾ വടിവേലു റിക്ഷ പിന്നിലേക്ക് മറിച്ചുകളഞ്ഞു. ഗുണ്ടകളുടെ കുത്തേറ്റ് ലക്ഷ്മീകാന്തൻ വീഴുകയും ചെയ്തു. അദ്ദേഹത്തെ ആശുപത്രിയിൽ എത്തിച്ചപ്പോൾ ഭാഗവതർ വിഷം കുത്തിവെക്കാൻ ഡോക്ടർമാരെ പ്രേരിപ്പിക്കുക പോലും ചെയ്തു. പ്രേരണകുറ്റം ചുമത്തി ഭാഗവതരെയും എൻ.എസ്. കൃഷ്ണനെയും അറസ്റ്റുചെയ്തു.

പിന്നീട് കേന്ദ്രമന്ത്രിയും ഭാരതീയ വിദ്യാഭവന്റെ അദ്ധ്യക്ഷനുമൊക്കെയായി തീർന്ന കെ.എം.മുൻഷിയായിരുന്നു ഭാഗവതരുടെ വക്കീൽ. കേസ് മൂന്നുനാലു വർഷം നീണ്ടുപോയി. അതുവരെ സമ്പാദിച്ച പണമെല്ലാം ചെലവാക്കേണ്ടിവന്നു. എന്നിട്ടൊന്നും രക്ഷ കിട്ടിയില്ല. എം.കെ. ത്യാഗരാജ ഭാഗവതരെയും എൻ.എസ്. കൃഷ്ണനെയും കോടതി തൂക്കിക്കൊല്ലാൻ വിധിച്ചു.

അവർ നാലുവർഷത്തോളം ജയിലിൽ കിടന്നു. ഇക്കാലമത്രയും അവരെ പുറത്തുവിടണമെന്ന് ജനങ്ങൾ മുറവിളി കൂട്ടിക്കൊണ്ടിരുന്നു.

സി. രാജഗോപാലാചാരി മുഖ്യമന്ത്രിയായപ്പോൾ അവരെ പുറത്തുവിടുകയും ചെയ്തു.

അപ്പോഴേക്കും തമിഴ് സിനിമ രാജാക്കന്മാരുടെ കഥ വിട്ട് സാമൂഹ്യ കഥകൾ സിനിമയാക്കാൻ ആരംഭിച്ചിരുന്നു. എം.ജി. രാമചന്ദ്രൻ, ശിവാജി ഗണേശൻ മുതലായവരൊക്കെ ഇതിനിടെ തമിഴ് സിനിമാരംഗം പിടിച്ചടക്കുകയും ചെയ്തിരുന്നു.

ജയിൽവിമുക്തനായ ഭാഗവതരെ ആരും സിനിമയിൽ അഭിനയിക്കാൻ വിളിച്ചില്ല. ആരും തിരിഞ്ഞുനോക്കാതെയുമായി. കാഴ്ച നഷ്ടപ്പെട്ട അദ്ദേഹം എഗ്മൂർ സ്റ്റേഷനിൽ വന്നിറങ്ങുമ്പോൾ വീണ പിടിക്കാൻ പോലും ആരും തയ്യാറായിരുന്നില്ല. അങ്ങനെ അനാഥനായി മരിക്കുകയും ചെയ്തു. മാമ്പലം എന്ന സ്ഥലം ഇന്ന് ത്യാഗരാജ നഗർ എന്ന് അറിയപ്പെടുന്നു.

കലൈവാണർ എന്ന് വിളിച്ചിരുന്ന എൻ.എസ്. കൃഷ്ണന്റെ വീട്ടിൽ ആശ്രതരായി കഴിഞ്ഞിരുന്ന അണ്ണാദുരൈ, കരുണാനിധി, എം.ജി.ആർ മുതലായവർ സഹായിച്ചതുകൊണ്ട് അദ്ദേഹം വീണ്ടും ചില സിനിമകളിലൊക്കെ അഭിനയിച്ചു. എന്നാൽ മിക്കതും പരാജയപ്പെട്ടു. മാത്രമല്ല തങ്കവേലു, ചന്ദ്രബാബു മുതലായ ഹാസ്യനടന്മാർ രംഗം പിടിച്ചടക്കുകയും ചെയ്തിരുന്നു.

എൻ.എസ്. കൃഷ്ണൻ മുഴുക്കുടിയനായി മാറി. ഭാര്യ മധുരവും അക്കാര്യത്തിൽ പിന്നോട്ടായിരുന്നില്ല. പിന്നീട് അവർ തമ്മിൽ പിരിയുകയും ചെയ്തു.

കൃഷ്ണന്റെ വീട് പലപ്പോഴും ജപ്തി ചെയ്ത് ലേലത്തിൽ വച്ചപ്പോഴൊക്കെ എം.ജി.ആർ. ലേലത്തിൽ പിടിച്ച് മധുരത്തിനെ ഏൽപ്പിക്കുകയായിരുന്നു.

അണ്ണാദുരൈ മുഖ്യമന്ത്രിയായപ്പോൾ എൻ.എസ്. കൃഷ്ണന്റെ ഒരു പ്രതിമ മദ്രാസിൽ സ്ഥാപിച്ചു. ആ ചടങ്ങ് വീക്ഷിക്കാനെത്തിയ മധുരത്തെ ആരും ശ്രദ്ധിച്ചില്ല. ആളൊഴിഞ്ഞപ്പോൾ അവിടെ തനിച്ചായ മധുരത്തെ ഒരു പത്രപ്രവർത്തകനാണ് വീട്ടിലെത്തിച്ചത്.

മദ്രാസിൽ എൻ.എസ്. കൃഷ്ണന്റെ പേരിൽ 'കലൈവാണർ അരങ്ങം' എന്നൊരു ടൗൺഹാളും ഒരു പ്രതിമയും നിർമ്മിച്ചിട്ടുണ്ട്.

ഞാൻ മദ്രാസിൽ പത്രപ്രവർത്തനം നടത്തുമ്പോൾ ഈ കഥകളാണ് പലരും ഓർമ്മിപ്പിച്ചത്. ഇതൊക്കെ തൊഴിലിന്റെ ഭാഗമായേ ഞാനെടുത്തുള്ളു. കുതിരപ്പുറത്തു കയറാൻ ധൈര്യം കാണിക്കുന്നവർ വീഴാനും ഒരുങ്ങിയിരിക്കണമല്ലോ?

■

ലഹരിയിൽ മുങ്ങിപ്പോയ പ്രതിഭകൾ

ദക്ഷിണേന്ത്യയിൽ ജനിച്ച ഏറ്റവും വലിയ ചിന്തകന്മാരിലൊരാളും സാമൂഹ്യവിപ്ലവകാരിയുമായിരുന്നു തമിഴ്നാട്ടിലെ പെരിയവർ ഇ. വി.രാമസ്വാമി നായ്ക്കർ. അദ്ദേഹം ആരംഭിച്ച ദ്രാവിഡ മുന്നേറ്റ പ്രസ്ഥാനം അവിടുത്തെ ബ്രാഹ്മണ മേധാവിത്വത്തെ പിഴുതെറിഞ്ഞിട്ട് അഞ്ച് ദശാബ്ദം പിന്നിട്ടിരിക്കുന്നു. ഒരു തികഞ്ഞ യുക്തിവാദിയായിരുന്ന പെരിയോരുടെ ശിഷ്യന്മാരും അനുയായികളുമായിരുന്നവരാണ് അണ്ണാദുരൈയും എം. കരുണാനിധിയും എം.ജി. രാമചന്ദ്രനും മറ്റും.

പേരിയോരുടെ ദ്രാവിഡ കഴകത്തിൽനിന്ന് അണ്ണാദുരൈയുടെ നേതൃത്വത്തിൽ പിരിഞ്ഞുപോയവർ രൂപീകരിച്ച ദ്രാവിഡ മുന്നേറ്റ കഴകം അധികാരത്തിലേറാൻ ഉപയോഗിച്ചത് സിനിമാദൈവങ്ങളെയാണ്.

മദ്രാസ് നഗരത്തിൽനിന്ന് പതിനഞ്ചു കിലോമീറ്റർ അകലെ ഒരു കരുമാരിയമ്മൻ കോവിലുണ്ട്. സിനിമാക്കാരെല്ലാം രണ്ടാംവിവാഹത്തിന് പോകുന്നത് അവിടെയാണ്. ഭാര്യയും കുട്ടികളുമൊക്കെയുള്ള സിനിമാനിർമ്മാതാക്കളും സംവിധായകരും ശുദ്ധഗതിക്കാരായ നടികളെ ആ ക്ഷേത്രത്തിൽ കൊണ്ടുപോയാണ് മാല ചാർത്തി നിയമസാധുതയില്ലാത്ത ഭാര്യാപദം നൽകുന്നത്. എട്ടും പൊട്ടും തിരിയാത്ത ആ സാധുക്കൾ അത് വിശ്വസിച്ച് ചിന്നവീടുകളിൽ താമസമാരംഭിക്കുകയും ചെയ്യും.

പഴയ വില്ലൻനടൻ എം.എൻ. നമ്പ്യാരുടെ നേതൃത്വത്തിൽ ശബരിമല മണ്ഡലകാലത്ത് നൂറുകണക്കിന് കാറുകളിൽ ഒട്ടുമിക്ക നടന്മാരും ശബരിമലയ്ക്ക് പോകും. താടി വടിക്കാൻ സാധിക്കാത്തതുകൊണ്ട്

അപ്പോൾ അവരുടെ ശരിയായ പ്രായം മനസ്സിലാക്കാൻ പ്രയാസമില്ല. അന്യമതസ്ഥനായ യേശുദാസിനോളം പബ്ലിസിറ്റി മറ്റുള്ളവർക്ക് ലഭിക്കുന്നില്ലെന്നു മാത്രം.

ശങ്കരാടിയുടെ ക്ഷണപ്രകാരം ഒരിക്കൽ അദ്ദേഹം താമസിക്കുന്ന ലോഡ്ജിൽ ചെന്നപ്പോൾ അദ്ദേഹം ഉറങ്ങുന്ന മുറി നിറയെ ദൈവങ്ങളെ ചില്ലിട്ടു വച്ച് പൂജിക്കുന്നതു കണ്ടു. കേരളത്തിലെ ആദ്യകാല കമ്യൂണിസ്റ്റുകളിലൊരാളാണ് താനെന്ന് എപ്പോഴും അവകാശപ്പെടാറുള്ള അദ്ദേഹത്തോട് ഞാനിതേക്കുറിച്ച് ചോദിച്ചപ്പോൾ കമ്യൂണിസ്റ്റുകാരായ മറ്റു ദൈവവിശ്വാസികളുടെ ഒരു ലിസ്റ്റ് തന്നു. വയലാർ രാമവർമ്മ ഗുരുവായൂർ ക്ഷേത്രത്തിൽ പോയാണ് രണ്ടാം വിവാഹം കഴിച്ചതെന്നും താനും അതിന് ഒരു സാക്ഷിയായിരുന്നുവെന്ന് ശങ്കരാടി പറഞ്ഞപ്പോൾ എനിക്ക് വിശ്വസിക്കാൻ പ്രയാസം തോന്നി.

പുന്നപ്ര-വയലാർ സമരം കഴിഞ്ഞ ഉടൻ 'വയലാർ ഗർജ്ജിക്കുന്നു' എന്ന കവിതയിൽ

"ഉയരും ഞാൻ നാടാകെ
പടരും ഞാൻ ഒരു പുത്ത-
നുയിർ നാടിന്നേകിക്കൊ-
ണ്ടുയരും വീണ്ടും"

എന്നെഴുതിയ പി. ഭാസ്കരൻ ജോത്സ്യൻമാരോട് ചോദിക്കാതെ ഒരുകാര്യവും ചെയ്യുകയില്ലായിരുന്നു.

വയലാറിന്റെ കഴുത്തിൽ പൂണൂൽ കണ്ടിട്ടില്ല. എന്നാൽ മരിക്കും വരെ കമ്യൂണിസ്റ്റ് പാർട്ടിയുടെ ശക്തനായ സഹചാരിയായിരുന്ന മലയാറ്റൂർ രാമകൃഷ്ണൻ പൂണൂൽ ഇട്ടിരിക്കുന്നത് ഞാൻ കണ്ടിട്ടുണ്ട്.

മലയാറ്റൂർ തിരക്കഥ എഴുതിയ 'ഗായത്രി' എന്ന ചിത്രത്തിന്റെ പ്രവർത്തനങ്ങൾക്ക് മാമ്പലത്തെ ഉസ്മാൻ റോഡിൽ എടുത്തിരുന്ന ഓഫീസിൽ വച്ചാണ് ഞാനാദ്യമായി മലയാറ്റൂരിനെ കാണുന്നത്. അക്കാലത്ത് മലയാറ്റൂർ കെ.എസ്.ആർ.ടി.സി ചെയർമാനായിരുന്നു. ബസ്സുകളുടെ പ്രധാന ബോഡി നിർമ്മാതാക്കളായ ടി.വി.എസ്. കമ്പനി മദ്രാസിൽ മലയാറ്റൂരിന് ഉപയോഗിക്കാൻ ഒരു ഫോറിൻ കാർ വിട്ടുകൊടുത്തിട്ടുണ്ടായിരുന്നു.

പെരുമ്പാവൂർക്കാരനായ ശ്രീധരൻ ഇളയിടം അവിടെ ഓടിക്കൊണ്ടിരുന്ന തന്റെ അഞ്ച് ബസുകൾ വിറ്റിട്ടാണ് സിനിമയ്ക്ക് പണം മുടക്കിയത്. കെ.എസ്.ആർ.ടി.സിയുടെ കടുംപച്ച നിറത്തിലുള്ള സിറ്റി സർവീസ് ബസുകൾ മഞ്ഞനിറത്തിലാക്കിയതിന് പെയിന്റ് കമ്പനിയിൽ നിന്ന് തനിക്ക് ലഭിച്ച കമ്മീഷൻ മലയാറ്റൂരും മുടക്കി. ശ്രീധരനും രാമകൃഷ്ണനും ചേർന്ന് രൂപീകരിച്ച കമ്പനിക്ക് 'ശ്രീറാം' പ്രൊഡക്ഷൻസ് എന്ന് പേരുമിട്ടു.

പി.എൻ. മേനോനായിരുന്നു ഗായത്രിയുടെ സംവിധായകൻ.

എന്നെ മുമ്പിൽ പിടിച്ചിരുത്തി മലയാറ്റൂർ ഒരു കാർട്ടൂൺ വരച്ചുതന്നു. അതിന് എന്റെ യാതൊരു ഛായയുമില്ലായിരുന്നു എന്നുകൂടി പറയാതെ വയ്യ. ഈ സമയത്ത് ഷർട്ടിട്ടില്ലായിരുന്നതുകൊണ്ട് അദ്ദേഹം പൂണൂൽ ധരിച്ചിരിക്കുന്നത് ഞാൻ വ്യക്തമായി കണ്ടു. കമ്യൂണിസ്റ്റ് സ്ഥാനാർത്ഥിയായി അസംബ്ലിയിലേക്ക് മത്സരിക്കുക പോലും ചെയ്തിട്ടുള്ള ഒരാളിന്റെ ദേഹത്ത് ഞാനത് പ്രതിക്ഷീച്ചിരുന്നതേയില്ല.

ശ്രീധരൻ ഇളയിടവും മലയാറ്റൂർ രാമകൃഷ്ണനും പാർട്ണർമാരാ

യിട്ടാണ് സിനിമ നിർമ്മിക്കുന്നതെന്ന് ഞാനെഴുതി. ഐ.എ.എസ്. ഉദ്യോഗസ്ഥനായിരുന്നു മലയാറ്റൂർ. ഈ വാർത്ത കണ്ട അന്നത്തെ മുഖ്യമന്ത്രി സി.അച്യുതമേനോൻ മലയാറ്റൂരിനെ ഇതിന്റെ പേരിൽ ചോദ്യം ചെയ്തെന്ന് പിന്നീട് ഞാനറിഞ്ഞു.

'ചെമ്പരത്തി'യുടെ വിജയം എസ്.കെ. നായരുടെയും പി.എൻ.മേനോന്റെയും സമനില തെറ്റിച്ചുകളഞ്ഞു. ചെമ്പരത്തി 25 ദിവസം ഓടിയപ്പോൾ എസ്.കെ. നായർ കൊല്ലത്ത് നടന്ന ചടങ്ങിൽവച്ച് പി.എൻ. മേനോന് ഒരു കാർ സമ്മാനിച്ചു. (മാമ്പലത്തെ സ്റ്റേഷൻ റോഡിലെ മേനോന്റെ ഫ്ളാറ്റിന് മുന്നിൽ ആ പഴയ കാർ കിടക്കുന്നത് ഞാൻ കണ്ടിട്ടുണ്ട്. മേനോന്റെ കൈയിൽനിന്ന് താക്കോൽ കളഞ്ഞുപോയെന്ന് പിന്നീടറിഞ്ഞു). അവർ മദ്രാസ് ഇളക്കിമറിക്കുകയായിരുന്നു.

ആ കൊല്ലം കോട്ടയത്തുവച്ചു നടന്ന സിനിമാമാസിക അവാർഡ് വീക്ഷിക്കാൻ ഞാനും എത്തിയിരുന്നു. പി.എൻ. മേനോൻ സമാന്തര സിനിമയുടെ വക്താവായി വെട്ടിത്തിളങ്ങി നിൽക്കുന്നു. എസ്.കെ. നായരുടെ ചെമ്പരത്തിക്കാണ് അവാർഡ്.

മിക്കവാറും എല്ലാ വർഷവും നല്ല നടനുള്ള അവാർഡ് ലഭിക്കുക പ്രേംനസീറിനായിരിക്കും. ടിക്കറ്റ് വിൽക്കണമെങ്കിൽ അദ്ദേഹം എത്തണം. നസീർ ഉള്ളതുകൊണ്ട് ഷീല ഒഴിഞ്ഞുമാറാൻ ശ്രമിച്ചു.

പ്രസംഗസമയത്ത് പി.എൻ. മേനോൻ അല്പം വാചാരനായി പ്രേംനസീറിനെ ഉദ്ദേശിച്ചുകൊണ്ട് പഴയ നായകന്മാർ രംഗം വിടണമെന്നും പുതുമുഖങ്ങൾ അഭിനയിച്ചിട്ടും തന്റെ ചിത്രം വിജയിച്ചുവെന്നും വീമ്പിളക്കി.

നസീറിന്റെ പ്രസംഗം മേനോന്റെ നേരെയുള്ള ഒരു കടന്നാക്രമണമായിരുന്നു.

''മേനോൻ, നിങ്ങൾ പട്ടിയെപ്പോലെ കുരയ്ക്കും, അല്ലെങ്കിൽ വാലാട്ടും. എന്റെ മുഖത്ത് ചായം തേച്ചുകൊണ്ടാണ് നിങ്ങൾ സിനിമാരംഗത്ത് വന്നതെന്ന് മറക്കരുത്'' - നസീറിന്റെ ബാലൻസ് തെറ്റിക്കണ്ട അപൂർവ സന്ദർഭങ്ങളിലൊന്നായിരുന്നു അത്.

സദസ്യർ ചേരിതിരിഞ്ഞു. അവിടെ അടിപിടി നടക്കുമോ എന്നു തന്നെ സംശയം തോന്നി.

എസ്.കെ. നായർ മൈക്കിനടുത്ത് വന്നുപറഞ്ഞു:

''വിഡ്ഢികളോട് ഞങ്ങൾ മറുപടി പറയാറില്ല.''

സദസ് ഇളകിമറിഞ്ഞു. എസ്.കെയും മേനോനും നസീറിനെ അടിക്കണമെന്ന് പറയുന്നത് ഞാൻ കേട്ടു. ഈ വിവരം ഒരു കടലാസിലെഴുതി ഞാൻ നസീറിന്റെ പോക്കറ്റിലിട്ടുകൊടുത്തു. നസീർ വേഗം ഗസ്റ്റ് ഹൗസിലേക്ക് പോകുകയും ചെയ്തു.

''അവാർഡ് ദാനത്തോടനുബന്ധിച്ച് കലാപരിപാടിയില്ലാത്തതിന്റെ കുറവ് നികന്നുകിട്ടി.'' സിനിമാമാസിക എഡിറ്റർ ശങ്കരൻനായർക്ക് സന്തോഷം.

ഇക്കാലത്ത് എസ്.കെ. നായർ നടത്തിയിരുന്ന 'മലയാളനാട്' വാരികയിൽ മാതൃഭൂമിയുടെ ഡൽഹി ബ്യൂറോ ചീഫ് വി.കെ. മാധവൻകുട്ടി ഒരു ചർച്ച തുടങ്ങിവച്ചു. ''സായിബാബ സത്യമോ മിഥ്യയോ?'' പല പ്രമുഖ വ്യക്തികളും ചർച്ചയിൽ പങ്കെടുത്തു. വാരികയ്ക്ക് പ്രചാരം കൂടുകയും ചെയ്തു.

ഈ സമയത്ത് ഡൽഹിയിൽ ഒരു വിമാനം തകർന്നുവീണു. അതി

ലുണ്ടായിരുന്ന കേന്ദ്രമന്ത്രി മോഹൻ കുമാരമംഗലം ഉൾപ്പെടെ പലരും മരിച്ചു. എന്നാൽ ആ വിമാനത്തിലുണ്ടായിരുന്ന വി.കെ. മാധവൻകുട്ടി ഒരു പോറൽ പോലും ഏൽക്കാതെ രക്ഷപ്പെടുകയാണ് ചെയ്തത്.

എസ്.കെയുടെ ശ്രീമതി സായിയുടെ ഭക്തയാണ്.

''അവൾ ബഡ്റൂമിൽ പടംവച്ച് പൂജിക്കുന്നു'' എന്ന് എസ്.കെ. ഒരിക്കൽ എന്നോട് പറഞ്ഞ് ദു:ഖിച്ചു. അതിന്റെ കുറവെല്ലാം മദ്രാസിൽ വന്ന് തീർക്കുകയും ചെയ്തിരുന്നു. അവിടെ ചാൻസിനുവേണ്ടി പുതുമുഖങ്ങൾ ക്യൂ നിൽക്കുകയായിരുന്നല്ലോ.

പുതുമുഖങ്ങളായിരുന്ന രാഘവനെ നായകനും ശോഭനയെ നായികയും സുധീറിനെ വില്ലനുമായി അവതരിപ്പിച്ച 'ചെമ്പരത്തി' ഗംഭീരമായി വിജയിച്ചു. അതേത്തുടർന്ന് സുധീറിനെ നായകനും ഷീലയെ നായികയുമാക്കി എടുത്ത ചായം വിജയിച്ചുമില്ല.

മൂന്നാമത്തെ ചിത്രമായ മഴക്കാറിൽ കനകദുർഗ എന്ന തെലുങ്കു നടിയെ 'ദേവി' എന്ന പേരിട്ട് നായികയാക്കി.

'എന്റെ പുതിയ നായികയെ കാണണ്ടേ, മധു വേഗം വരണം' എസ്.കെ. എനിക്ക് ഫോൺ ചെയ്തു. ഞാൻ ഫോട്ടോഗ്രാഫറുമായി ന്യൂഇന്ത്യ ഫിലിംസിൽ എത്തുമ്പോൾ നായിക അവിടെ ഉണ്ടായിരുന്നു. ഈ നടി സുന്ദരിയാണെന്ന് തോന്നിയില്ല. ഞാനത് എസ്.കെ.യോട് തുറന്നുപറയുകയും ചെയ്തു.

ചില ഫോട്ടോകൾ എടുത്തുകൊണ്ട് ഞാനും ഫോട്ടോഗ്രാഫറും സ്റ്റുഡിയോയിലേക്ക് മടങ്ങിയ പുറകെ നടിയും എത്തി. അവർ ഡാർക്ക് റൂമിൽ കയറിനിന്ന് ഫിലിം ഡവലപ്പ് ചെയ്യുന്നതും പ്രിന്റ് എടുക്കുന്നതുമൊക്കെ കാണുകയും കയ്യോടെ കോപ്പിയും വാങ്ങി പോവുകയും ചെയ്തു. നായികയാകുന്നതിന്റെ തിടുക്കം! മഴക്കാറും പരാജയത്തിൽ കലാശിച്ചു.

ഈ സമയത്ത് തൊഴിൽസമരം മൂലം മലയാളനാട് വാരിക കുറച്ചു കാലം പുറത്തിറക്കാൻ കഴിഞ്ഞില്ല. ഇതുംകൂടി ആയപ്പോൾ പലരും എസ്.കെ.യെ പറഞ്ഞു ഭയപ്പെടുത്തി. സായിബാബയുടെ ശാപം!

എസ്.കെയ്ക്കും സംശയം തുടങ്ങി. വളരെ രഹസ്യമായാണ് അദ്ദേഹം ബാബയെ കാണാൻ പോയത്. പക്ഷെ സംസാരിക്കാനൊന്നും കഴിഞ്ഞില്ല. ഈ വിവരം എന്നോടു പറഞ്ഞത് എസ്.കെയുടെ ആശ്രിതനായിരുന്ന ദിലീപ് എന്ന എക്സ്ട്രാ നടനാണ്. ഞാനിത് സിനിമയ്ക്കുള്ളിലെ സിനിമ എന്ന പംക്തിയിൽ എഴുതുകയും ചെയ്തു. ഒരു കുസൃതിയോടെ. എസ്.കെ.യെ കണ്ട് ബാബ ഭയന്നുപോയെന്ന്. എസ്.കെ. എന്നിട്ടും പരിഭവിച്ചില്ല.

ഇനി മാർവാഡികൾ കടം കൊടുക്കുമോ എന്നേ ഭയന്നുള്ളു. ഒരിക്കൽ ഞാൻ കൊല്ലത്ത് ചെന്നപ്പോൾ എന്നെ നീലാ ഹോട്ടലിലേക്ക് കൂട്ടിക്കൊണ്ടുപോകാൻ അദ്ദേഹം ഇംപാല കാർ തന്നെ അയച്ചു.അടുത്ത വർഷം തിരുവനന്തപുരത്തെ വാസുദേവ വിലാസത്തിൽ പിഴിച്ചിൽ ചികിത്സയ്ക്ക് എത്തിയ എസ്.കെ. യെ കാണാൻ ചെന്നപ്പോൾ മാധവിക്കുട്ടി എഴുതിയ ആത്മകഥയുടെ കയ്യെഴുത്തുപ്രതികൾ തന്നിട്ട് വായിച്ചുനോക്കി അഭിപ്രായം പറയാൻ ആവശ്യപ്പെടുകയുണ്ടായി. അദ്ദേഹം മറ്റൊരു വാരിക കൂടി ആരംഭിക്കാൻ ആലോചിച്ചപ്പോൾ അതിന്റെ എഡിറ്ററർ സ്ഥാനത്തേക്ക് എന്നെ ക്ഷണിക്കുക പോലും ചെയ്തു. മറ്റൊന്നിന്റെ ചുമതല ഏറ്റുപോയിരുന്നതുകൊണ്ട് ഞാനാണ് ഒഴിഞ്ഞുമാറിയത്.

എസ്.കെ. നായർ തിരുവനന്തപുരം മെഡിക്കൽ കോളേജ് ആശുപത്രിയിൽ കിടക്കുമ്പോൾ ഞാൻ കാണാൻ ചെന്നു.

''ഒത്തിരികാലമായി ഞാൻ കുടിക്കാറില്ലായിരുന്നു'' കുറ്റബോധത്തോടെ അദ്ദേഹം പറഞ്ഞു.

ഭേദമായെന്ന് തോന്നിയതാണ്. രോഗം പക്ഷെ രണ്ടാമതും വന്ന് അദ്ദേഹത്തെ കൊണ്ടുപോയി. വയലാർ, തോപ്പിൽ ഭാസി, മലയാറ്റൂർ, എസ്.കെ. നായർ ഇവർ വലിയ സുഹൃത്തുക്കളായിരുന്നു. മലയാള സിനിമയുടെ ചൈതന്യങ്ങളുമായിരുന്നു. എല്ലാവർക്കും വന്ന രോഗം കരൾ വീക്കം.

■

ഹിറ്റ്മേക്കർ

വർഷങ്ങൾക്കു മുമ്പ് ഉത്തർപ്രദേശിലൂടെ ട്രെയിനിൽ സഞ്ചരിക്കുമ്പോൾ പരിചയപ്പെട്ട അന്നാട്ടുകാരനായ ഒരു വിദ്യാസമ്പന്നൻ എന്നോട് ചോദിച്ചു: ''നിങ്ങളുടെ ഭാഷയിൽ ഇറങ്ങുന്ന സിനിമയെല്ലാം അശ്ലീലം കലർന്നതല്ലേ'' എന്ന്.

ഏതു ചിത്രത്തെക്കുറിച്ചാണ് ഈ പറഞ്ഞതെന്ന് തിരക്കിയപ്പോൾ അവിടുത്തെ ചില തിയേറ്ററുകളിൽ 'ഹേർ നൈറ്റ്സ്' എന്നൊരു സിനിമ ഓടുന്നുണ്ടെന്നും അതിൽ ധാരാളം നഗ്നരംഗങ്ങളുണ്ടെന്നും അദ്ദേഹം പറഞ്ഞു.

ഐ.വി. ശശിയുടെ 'അവളുടെ രാവുകൾ' എന്ന ചിത്രത്തിന്റെ ഹിന്ദി ഡബ്ബിംഗ് ആണ് 'ഹെർ നൈറ്റ്സ്' എന്ന് എനിക്കറിയാമായിരുന്നു. അതിന്റെ ഒറിജിനൽ ആയ മലയാളം പതിപ്പിൽ നായിക ബാത്ത്റൂമിൽ കയറി നഗ്നയായി കുളിക്കുന്നതും നായകൻ താക്കോൽ ദ്വാരത്തിലൂടെ അത് ഒളിഞ്ഞുനോക്കി രസിക്കുന്നതും കണ്ടതോർത്തു. കുളി കഴിഞ്ഞ് വെള്ളത്തിൽ ഒട്ടിപ്പിടിച്ച ഒരു ഷർട്ട് മാത്രമിട്ട് പുറത്തുവന്ന നായിക അതുയർത്തി തന്റെ തുട കാണിക്കുന്നുമുണ്ട്. ഈ ഷോട്ടായിരുന്നു ആ ചിത്രത്തിന്റെ പരസ്യപോസ്റ്ററുകളിൽ പ്രധാനമായും പ്രദർശിപ്പിച്ചിരുന്നത്.

ഇത്രയൊക്കെയേ മലയാള പതിപ്പിൽ ഉണ്ടായിരുന്നുള്ളുവെങ്കിലും കേരളത്തിന് വെളിയിൽ പ്രദർശിപ്പിച്ച പ്രിന്റുകളിൽ നഗ്നസീനുകളുടെ കൂടുതൽ ബിറ്റുകൾ ചേർത്തിരുന്നതായി അറിയാൻ കഴിഞ്ഞു. അതു കാണാൻ മറുനാട്ടുകാർ ഇരച്ചുകയറുകയും മലയാള സിനിമകളെല്ലാം ഇത്തരത്തിലുള്ളവയാണെന്ന് തെറ്റിദ്ധരിക്കുകയും ചെയ്തു.

അവളുടെ രാവുകൾ കേരളത്തിലും പുറത്തും വൻപ്രദർശനവിജയം

നേടിയതോടെ മലയാള സിനിമയിൽ 'രാത്രി' ചിത്രങ്ങളുടെ ഒരു തരംഗം തന്നെയുണ്ടായി. അതിന് നേതൃത്വം കൊടുത്തത് ഐ.വി. ശശിയും എൻ. ശങ്കരൻനായരുമായിരുന്നു. ഇവരെ പിന്തുടർന്ന് കെ.എസ്. ഗോപാലകൃഷ്ണനും ചന്ദ്രകുമാറുമൊക്കെ മത്സരിച്ച് മറുനാടുകളിൽ കേരളത്തിന് ചീത്തപ്പേരുണ്ടാക്കിവച്ചു.

''ഈ ചിത്രങ്ങൾ ഞങ്ങൾ കേരളത്തിൽ കാണുമ്പോൾ നഗ്നരംഗങ്ങളൊന്നുമുണ്ടാവില്ല. അതൊക്കെ സെൻസർ ബോർഡ് മുറിച്ചുമാറ്റും. പുറത്തയയ്ക്കുന്ന പ്രിന്റുകളിൽ മാത്രം പിന്നീട് ഇത്തരം ബിറ്റുകൾ കൂട്ടിച്ചേർക്കുന്നതാണ് '' - ഞാൻ അയാളോട് വിശദീകരിച്ചു.

എഴുപതുകളിൽ അടൂർ ഗോപാലകൃഷ്ണനും അരവിന്ദനും എം. ടിയും മലയാള സിനിമയ്ക്ക് നേടിത്തന്ന അഭിമാനം ഇവരൊക്കെക്കൂടി കളഞ്ഞുകുളിക്കുകയായിരുന്നു എന്നതാണ് വാസ്തവം.

മലയാള സിനിമാരംഗം ദർശിച്ച ഏറ്റവും വലിയ രണ്ട് ഹിറ്റ് സംവിധായകരുടെ പേര് ഒന്നുതന്നെയായിരുന്നു - ശശി. ഒരാൾ ശശികുമാർ എന്നറിയപ്പെടുന്ന ജോണും മറ്റേയാൾ ഐ.വി. ശശിയും. ശശികുമാർ ബ്ലാക്ക് ആന്റ് വൈറ്റിലും ഐ.വി. ശശി അധികവും കളറിലുമാണ് ഹിറ്റുകൾ നിർമ്മിച്ചത്.

ഇന്നത്തെ പ്രസിദ്ധ കലാസംവിധായകൻ രാധാകൃഷ്ണനും (ആർ. കെ) ഞാനും ഒരേകാലത്താണ് മദ്രാസിലെത്തിയത്. കേരളശബ്ദത്തിൽ ലേഖകനായിരുന്ന ഞാൻ കൽക്കത്തയിൽനിന്നും നോവലുകൾക്ക് ചിത്രങ്ങൾ വരച്ചിരുന്ന രാധാകൃഷ്ണൻ തിരുവനന്തപുരത്തുനിന്നും മദ്രാസിലെത്തി കണ്ടുമുട്ടുകയായിരുന്നു. അത് ഉറ്റസൗഹൃദമായി വളർന്നു. കോന്നനാടിന്റെ സഹായിയായ ശശി എന്നൊരാൾ എന്നെ പരിചയപ്പെടണമെന്ന് പലപ്പോഴും താല്പര്യം പ്രകടിപ്പിച്ചതായി രാധാകൃഷ്ണനാണ് എന്നോട് പറഞ്ഞത്. എന്നാൽ ഒരു വെറും കലാസംവിധാന സഹായിയെ അന്വേഷിച്ചുചെല്ലേണ്ട ആവശ്യമൊന്നും എനിക്കില്ലായിരുന്നു.

മൗണ്ട് റോഡിൽ മലബാർ മലയാളികൾ നടത്തുന്ന സംഗം ഹോട്ടലിലായിരുന്നു മിക്കവാറും ഞാൻ ഭക്ഷണം കഴിക്കാറ്. ഒരുദിവസം ഞാനവിടെ ഭക്ഷണം കഴിക്കുമ്പോൾ അല്പമകലെ പി.എ. ബക്കർ (അന്നദ്ദേഹം സംവിധായകനായിട്ടില്ല. ഓളവും തീരവും എന്ന ചിത്രത്തിന്റെ നിർമ്മാതാവായിട്ടാണ് അറിയപ്പെട്ടിരുന്നത്.) ഒരു ചെറുപ്പക്കാരനുമായി വന്നിരുന്നു. എന്നെ കണ്ട ബക്കർ അടുത്തേക്കുവന്ന് തന്നോടൊപ്പമുള്ള ചെറുപ്പക്കാരന് എന്നെ ഒന്ന് പരിചയപ്പെടാൻ താല്പര്യമുണ്ടെന്ന് അറിയിച്ചു. ഞാനതിന് സമ്മതം മൂളുകയും ചെയ്തു.

ആ ചെറുപ്പക്കാരൻ അടുത്തേക്കുവന്ന് സ്വയം പരിചയപ്പെടുത്തി. ''നിങ്ങൾ എഴുതുന്നതൊക്കെ വായിക്കാറുണ്ട്. ഒന്നു കാണണമെന്ന് കുറേക്കാലമായി ആഗ്രഹിക്കുന്നു. ഐ.വി. ശശി എന്നാണെന്റെ പേര്.''.

''രാധാകൃഷ്ണൻ പറഞ്ഞിട്ടുണ്ട്. എന്റെ കൂടെ പോരെ. സംസാരിക്കാമല്ലോ'' ഞാൻ പറഞ്ഞു.

ഒരു ഓട്ടോറിക്ഷയിൽ ഞങ്ങൾ പഞ്ചവടി എന്ന എന്റെ താമസസ്ഥലത്തേക്ക് പോയി.

വൈക്കം മുഹമ്മദ് ബഷീറിന്റെ ആത്മകഥാപരമായ ഒരു പുസ്തകത്തിൽ ഐ.വി. ശശി എന്നൊരാളെപ്പറ്റി പരാമർശിച്ചിരിക്കുന്നതായി ഞാനോർമ്മിച്ചു. അത് ഈ ചെറുപ്പക്കാരനാണെങ്കിൽ ആള് നിസ്സാരനാവില്ലല്ലോ!

എന്റെ താമസസ്ഥലത്തിരുന്ന് ശശി തന്റെ കഥ മുഴുവൻ വിസ്തരിച്ചു.

കോഴിക്കോട്ടുകാരനായ ശശി അവിടുത്തെ ക്രിസ്ത്യൻ കോളേജിലെ ബിരുദപഠനം പൂർത്തിയാക്കാതെ യൂണിവേഴ്സൽ ആർട്സ് എന്ന ചിത്രരചനാ സ്ഥാപനത്തിൽ ചേർന്ന് പെയിന്റിംഗ് പഠിച്ചു. അതിനുശേഷം മദ്രാസിലെത്തി പ്രസിദ്ധ കലാസംവിധായകൻ എസ്. കോന്നനാടിന്റെ സഹായി ആയി കുപ്പിവള, തങ്കക്കുടം, ചെമ്മീൻ മുതലായ ചിത്രങ്ങളിൽ സഹകരിച്ചു. 1967-ൽ തിക്കുറിശ്ശി സുകുമാരൻനായർ പ്രതിമ എന്ന ചിത്രം ആരംഭിച്ചപ്പോൾ അതിന്റെ കലാസംവിധാനം ശശിയെ ആണ് ഏൽപ്പിച്ചത്. പക്ഷെ ആ ചിത്രം പുറത്തുവന്നില്ല. ഡോ. ബാലകൃഷ്ണൻ നിർമ്മിച്ച കളിയല്ല കല്യാണമാണ് ശശി സ്വതന്ത്രമായി കലാസംവിധാനം ചെയ്തു പുറത്തുവന്ന ചിത്രം.

ഭാർഗവീനിലയം മുതലായ ചില നല്ല മലയാള ചിത്രങ്ങളിൽ നായികയായി അഭിനയിച്ചിട്ടുള്ള വിജയനിർമ്മല എന്ന സുന്ദരിനടി സ്വന്തമായി നിർമ്മിച്ച കവിത എന്ന ചിത്രത്തിന്റെ സംവിധാനസഹായി ശശിയായിരുന്നു. വിജയനിർമ്മലയുടെ പേരാണ് സംവിധായിക എന്ന് എഴുതിക്കാണിച്ചത്. നിർമ്മാതാക്കളായി അവരുടെ സഹോദരൻ ആനന്ദിന്റെയും ശശിയുടെയും പേരുകളാണ് കണ്ടിരുന്നത് - ഞാനോർമ്മിച്ചു.

ഉമ്മർ നായകനായും വിജയനിർമ്മല നായികയായും നന്നായിട്ട് അഭിനയിച്ചുവെങ്കിലും തഴക്കം വന്ന ഒരു സംവിധായകന്റെ അഭാവത്തിൽ പാളിപ്പോയ ചിത്രമായിരുന്നു കവിത.

ഇതേത്തുടർന്ന് തെലുങ്കിൽ വിജയനിർമ്മല നിർമ്മിച്ച മീന, കവിതയുടെ തെലുങ്ക് രൂപമായ കണ്ണീരിൻ കഥ, അവർ തന്നെ നിർമ്മിച്ച ദേവദാസ് എന്നിവയിലും താൻ പ്രവർത്തിച്ചിട്ടുണ്ടെന്ന് ശശി പറഞ്ഞു.

ഇതിനിടെ ബോംബെയിൽ പോയി സിനിമാട്ടോഗ്രാഫിയും പഠിച്ചു.

മലയാളത്തിലെ അന്നത്തെ തിരക്കുള്ള സംവിധായകനായിരുന്ന എ.ബി. രാജിന്റെ സഹായിയായി ധാരാളം ചിത്രങ്ങളിൽ സഹകരിച്ചു. അദ്ദേഹത്തിന്റെ കളിപ്പാവ, കണ്ണൂർ ഡീലക്സ് എന്നിവയുടെ കലാസംവിധായകൻ ശശിയായിരുന്നു. ആയിടെ പുറത്തിറങ്ങിയ കാറ്റുവിതച്ചവൻ എന്ന ചിത്രത്തിന്റെ കലാസംവിധാനവും സഹസംവിധാനവും താനാണ് നിർവഹിച്ചതെന്നും ശശി പറഞ്ഞു.

നല്ലൊരു സംവിധായകന് അഭിനേതാക്കൾ ഒരു പ്രശ്നമേയല്ല. സ്വന്തം ചിത്രങ്ങളിൽ പുതുമുഖങ്ങൾക്ക് പ്രോത്സാഹനം നൽകുമെന്നും പഴയ നടന്മാർക്ക് പറ്റിയ റോളുണ്ടെങ്കിൽ മാത്രമേ അവരെ ഉപയോഗിക്കുകയുള്ളൂവെന്നും ശശി കൂട്ടിച്ചേർത്തു. സെക്സിനുവേണ്ടിയുള്ള സെക്സും കോമഡിക്കുവേണ്ടിയുള്ള കോമഡിയും ഉണ്ടാകരുതെന്ന് നിർബന്ധമുണ്ടെന്നും അദ്ദേഹം അന്ന് പറഞ്ഞു.

രഘു എന്നൊരാൾ നിർമ്മിക്കുന്ന 'സീമ' എന്നൊരു ചിത്രം സംവിധാനം ചെയ്യാനുള്ള ഒരുക്കത്തിലാണ് താനെന്നും കൂടാതെ സ്വന്തമായി സംഗമം പിക്ചേഴ്സിന്റെ ബാനറിൽ 'കായൽ' എന്നൊരു ചിത്രം നിർമ്മിക്കാൻ ഉദ്ദേശിക്കുന്നുണ്ടെന്നും അതിനുശേഷം 'പൂച്ച' എന്നൊരു ചിത്രമാണ് പ്ലാനിട്ടിരിക്കുന്നതെന്നുമൊക്കെ ശശി അന്നു പറഞ്ഞത് ഞാൻ പൂർണമായി വിശ്വസിച്ചില്ല. ഈ പറഞ്ഞ ചിത്രങ്ങളൊന്നും ഇതുവരെ പുറത്തുവന്നിട്ടുമില്ല.

അന്ന് സിനിമാരംഗത്തെ പ്രധാനികളുടെ ചിത്രങ്ങൾ മാത്രമേ ഞാൻ സ്വന്തം ഫോട്ടോഗ്രാഫറെക്കൊണ്ട് എടുപ്പിച്ചിരുന്നുള്ളു. ശശിയേപ്പോലെയുള്ളവരോട് അവരുടെ കൈവശമുള്ള ഫോട്ടോ കൊണ്ടുവരാൻ നിർദ്ദേശിക്കുകയായിരുന്നു പതിവ്. അടുത്ത ദിവസം തന്നെ ശശി രണ്ട് ചിത്രങ്ങളുമായി വീണ്ടും വന്നു. ഇതെല്ലാം ഉപയോഗിച്ച് അന്ന് ഞാനെഴുതിയ ലേഖനമായിരിക്കണം ശശിയുടെ ജീവിതത്തിൽ ആദ്യമായി അച്ചടിച്ചുവന്നത്. അത് തുടങ്ങുന്നത് ഇങ്ങനെയായിരുന്നു.

''വിപ്ലവം നടത്തിയിട്ടുള്ളവരെല്ലാം ചെറിയ മനുഷ്യരായിരുന്നു. നെപ്പോളിയനും ഹിറ്റ്ലറും ലെനിനും ഹോചിമിനും ഗാന്ധിയും ക്രിസ്തുവുമെല്ലാം ചെറിയ മനുഷ്യരായിരുന്നു. ഇവിടെയിതാ ഐ.വി. ശശി എന്നൊരു ചെറിയ മനുഷ്യൻ വിപ്ലവം നടത്താനെത്തിയിരിക്കുന്നു.''

ഈ സംഭവത്തോടെ ഞാനും ശശിയും അടുത്ത സുഹൃത്തുക്കളായി മാറി.

ഇക്കാലത്ത് ശശിയുടെ സുഹൃത്തായിരുന്ന കോഴിക്കോട്ടുകാരൻ രാമചന്ദ്രൻ എന്ന തിയേറ്റർ ഉടമ സിനിമ പിടിക്കാൻ മദ്രാസിലെത്തി. ഷെരീഫിന്റെ കഥ ശശിയെക്കൊണ്ട് സംവിധാനം ചെയ്യിക്കാനുള്ള ആലോചന നടക്കുന്നതിനിടയ്ക്ക് എങ്ങനെയോ തിക്കുറിശ്ശി സുകുമാരൻ നായർ ഇടയ്ക്കുവന്നു. ശാരദയ്ക്ക് രണ്ടാമതും ഉർവശി ബഹുമതി ലഭിച്ച സമയം. ജയഭാരതിയെ നായികയാക്കി 'ഉർവശി ഭാരതി' എന്നൊരു ചിത്രം നിർമ്മിക്കാമെന്നും അത് താൻ തന്നെ സംവിധാനം ചെയ്യാമെന്നും തിക്കുറിശ്ശി പറഞ്ഞു. ശശിയെ അപേക്ഷിച്ച് വളരെ പ്രശസ്തനായ തിക്കുറിശ്ശിയുടെ നിർദ്ദേശം രാമചന്ദ്രൻ സ്വീകരിക്കുകയും ചെയ്തു. അശോക് നഗറിൽ മുരളീ മൂവീസ് എന്ന നിർമ്മാണ സ്ഥാപനം പ്രവർത്തിച്ചുതുടങ്ങി. തിക്കുറിശിയും അങ്ങോട്ടു താമസം മാറ്റി.

ഈ സമയത്താണ് തിക്കുറിശിക്ക് മലയാളത്തിലാദ്യമായി പത്മശ്രീ ബഹുമതി ലഭിക്കുന്നത്. പുതിയ ബഹുമതിയിൽ സമനില തെറ്റിയ തിക്കുറിശ്ശി പൊടിപൊടിച്ച് ആഘോഷങ്ങളിൽ മുഴുകി. പാവം രാമചന്ദ്രന് നിസഹായനായി നോക്കിനിൽക്കാനേ കഴിഞ്ഞുള്ളു. ഉർവശി ഭാരതി പൂർത്തിയാകാൻ വളരെക്കാലമെടുത്തു. ആ ചിത്രം ഓടിയതുമില്ല. ഇങ്ങനെ തകർച്ചയുടെ വക്കോളമെത്തിയ രാമചന്ദ്രൻ തന്റെ അടുത്ത ചിത്രം സംവിധാനം ചെയ്യാൻ ശശിയെത്തന്നെ ഏല്പിച്ചു. 'ഉത്സവം' ഷെരീഫ് തിരക്കഥ എഴുതി. വിപിൻദാസായിരുന്നു ക്യാമറാമാൻ. സോമൻ, റാണിചന്ദ്ര, ഉമ്മർ മുതലായവർ അഭിനയിച്ചു.

ഉത്സവത്തിന്റെ വാർത്തയും സ്റ്റില്ലുകളുമായി ശശിയും രാമചന്ദ്രനും പലപ്പോഴും എന്റെ താമസസ്ഥലത്ത് വരുമായിരുന്നു. മദ്രാസിലെ പത്രപ്രവർത്തനം മതിയാക്കി കൽക്കത്തയ്ക്ക് മടങ്ങിപ്പോകാൻ മുറി പൂട്ടുന്ന സമയത്തും അവർ സ്റ്റില്ലുമായി എത്തി. ഞാൻ മദ്രാസ് വിടുകയാണെന്നും ഇനിയുള്ള വാർത്തകളും സ്റ്റില്ലുകളും വാരികയുടെ ഓഫീസിലേക്ക് നേരിട്ട് അയച്ചാൽ മതിയെന്നും പറഞ്ഞപ്പോൾ അവരുടെ മുഖത്ത് കണ്ട ഇച്ഛാഭംഗം ഞാനിന്നും ഓർക്കുന്നു. ഞാൻ അവസാനമായി യാത്ര പറഞ്ഞ വ്യക്തിയും ശശിയായിരുന്നു.

ഞാൻ കൽക്കത്തയിലായിരുന്ന കാലത്താണ് ഉത്സവത്തിന്റെ ഷൂട്ടിംഗ് പൂർത്തിയായത്. ആറുമാസത്തിനുശേഷം തിരുവനന്തപുരത്തുവന്ന് വാരികയുടെ എഡിറ്റർസ്ഥാനം ഏറ്റെടുക്കുമ്പോഴേക്കും ചിത്രം പൂർത്തി

യാവുകയും ചെയ്തിരുന്നു. എന്നാൽ ഒരു നവാഗതൻ സംവിധാനം ചെയ്ത ആ ചിത്രം വിതരണത്തിനെടുക്കാൻ പ്രമുഖ വിതരണക്കാരാരും തന്നെ മുന്നോട്ടുവന്നില്ല. അക്കാലത്ത് തനിനിറം പത്രത്തിന്റെ മദ്രാസ് പ്രതിനിധിയായിരുന്ന എൻ.സി. സേനൻ ഇടപെട്ട് കലാനിലയം കൃഷ്ണൻനായരെക്കൊണ്ട് വിതരണം ഏറ്റെടുപ്പിക്കുകയായിരുന്നു. ഐ.വി.ശശിയുടെ ആദ്യചിത്രം വിതരണം ചെയ്തത് തനിനിറം കൃഷ്ണൻനായരാണെന്ന് പറഞ്ഞാൽ ഇന്നാരെങ്കിലും വിശ്വസിക്കുമോ?

■

ആന്റി സിനിമ

മദ്രാസിലെ ജമിനി സ്റ്റുഡിയോ കോമ്പൗണ്ടിലുള്ള 'ഗ്രാഫിക് ആർട്സ്' എന്ന എഡിറ്റിംഗ് ലാബിൽ ജി. അരവിന്ദന്റെ 'ഉത്തരായണം' എന്ന സിനിമയുടെ ജോലികൾ നടക്കുന്നുണ്ടെന്നറിഞ്ഞ് ഒരു വൈകുന്നേരം ഞാനവിടെ എത്തി. തികച്ചും അന്തർമുഖനായ ഒരു അരസന്യാസിയെ ആണ് അവിടെ കണ്ടത്.

താടിയും മുടിയും നീട്ടി വളർത്തിയിരിക്കുന്നു. വിടർന്നു പ്രശാന്തമായ കണ്ണുകൾ. പരുക്കൻ ഖദർ ജുബയും തോളിൽ ഒരു തുണിസഞ്ചിയും. അത് നിറയെ പുസ്തകങ്ങൾ. ഇടയ്ക്കിടെ ഒരു പൈപ്പിൽ പുകയില നിറച്ച് കത്തിച്ചുവലിക്കും. ആരോടും കോപിക്കുകയില്ല. അധികം ചിരിക്കുകയുമില്ല. ക്ലാവ് പിടിച്ച ഒരു പിത്തളമോതിരം കൈവിരലിൽ. കാലിൽ കോൽഹാപ്പൂരി ചെരിപ്പ്.

ആകപ്പാടെ ഒരു ബംഗാളി ആർട്ടിസ്റ്റിന്റെ മട്ട്. അതോ ഒരു മിസ്റ്റിക്കിന്റെയോ?

അറുപതുകളിൽ 'മാതൃഭൂമി' വാരികയിൽ എൻ.വി. കൃഷ്ണവാര്യർ പത്രാധിപരായിരുന്ന കാലത്ത് അരവിന്ദൻ വരച്ചിരുന്ന 'ചെറിയ മനുഷ്യരും വലിയ ലോകവും' എന്ന കാർട്ടൂൺ പരമ്പര കണ്ടിരുന്നു. അഭ്യസ്തവിദ്യനായിട്ടും തൊഴിൽരഹിതനായ രാമുവിന്റെ പ്രശ്നങ്ങളായിരുന്നു അതിലെ വിഷയം. അതിലെ കഥാപാത്രങ്ങൾക്കെല്ലാം വളർച്ചയുണ്ടായിരുന്നു. അവർ ദാർശനിക മട്ടിൽ സംസാരിച്ചിരുന്നു.

ചിന്തകനായ ഒരു കാർട്ടൂണിസ്റ്റിനോടുള്ള ബഹുമാനം ഉള്ളിൽവച്ചുകൊണ്ടാണ് അരവിന്ദനുമായി അടുക്കാൻ ശ്രമിച്ചത്.

മിക്ക വൈകുന്നേരങ്ങളിലും ഞാൻ ഗ്രാഫിക് ആർട്സിൽ എത്തും. അരവിന്ദൻ 'മൂവിയോള'യിൽ ഉത്തരായണത്തിന്റെ ഷോട്ടുകൾ ഇട്ടു

കാണിക്കും. അരവിന്ദന്റെ നിർദ്ദേശം അനുസരിച്ചുമാത്രം തിരിച്ചൊന്നും പറയാതെ നിശബ്ദനായി എ.രമേശൻ എഡിറ്റ് ചെയ്യുന്നു. പൂനാ ഫിലിം ഇൻസ്റ്റിറ്റ്യൂട്ടിൽനിന്ന് സംവിധാനം പഠിച്ച ജി.ആർ.മേനോൻ എപ്പോഴും കൂടെയുണ്ടായിരുന്നു.

ആദ്യമൊക്കെ ക്യാമറാമാൻ മങ്കട രവിവർമ്മ വരുമായിരുന്നു. പിന്നീട് അദ്ദേഹത്തെ കാണാനില്ലായിരുന്നു. അരവിന്ദനും മങ്കടയും തമ്മിൽ അഭിപ്രായവ്യത്യാസം ഉണ്ടായിരുന്നതായി തോന്നി.

എഡിറ്റിംഗ് മുന്നോട്ടുപോകവെ ശബ്ദലേഖകനായ ദേവദാസും എത്തിച്ചേർന്നു. നിർമ്മാതാവ് പട്ടത്തുവിള കരുണാകരനെയോ തിരക്കഥാകൃത്ത് തിക്കോടിയനെയോ അവിടെ കണ്ടിരുന്നില്ല.

1974 ഓഗസ്റ്റിൽ ആരംഭിച്ച എഡിറ്റിംഗ് ആറുമാസത്തോളം നീണ്ടു. വാടക താരതമ്യേന കുറവുള്ള 'എ.വി.സി. ലോഡ്ജിലായിരുന്നു അരവിന്ദനും ജി.ആർ. മേനോനും താമസം. ദേവദാസ് കൂടുതൽ വാടകയുള്ള 'രഞ്ജിത്തി'ലും.

ആരോടും അധികമൊന്നും മിണ്ടുകയില്ലെന്നു പറഞ്ഞുകേൾക്കാറുള്ള അരവിന്ദൻ എന്നോട് ധാരാളം വർത്തമാനം പറയുമായിരുന്നു. കലയും ദർശനവും കലർന്ന വിഷയങ്ങളായിരുന്നുവെന്നു മാത്രം. അങ്ങനെ ഒരു പത്രപ്രവർത്തകനും സിനിമാസംവിധായകനും എന്നതിൽ കവിഞ്ഞ ഒരടുപ്പം ഞങ്ങൾ തമ്മിൽ വളർന്നുവന്നു.

സിനിമയുമായി നേരിട്ട് യാതൊരു ബന്ധവുമില്ലാത്ത അരവിന്ദൻ എങ്ങനെ സിനിമാസംവിധായനായി?

കോട്ടയത്ത് ഒരു ഫിലിം ക്ലബ്ബ് ഉണ്ടാക്കുന്നതിൽ അരവിന്ദനാണ് മുൻകൈ എടുത്തിരുന്നത്. അങ്ങനെ കുറെ നല്ല ചിത്രങ്ങൾ കാണാൻ അവസരം ലഭിച്ചിട്ടുണ്ട്. അയർലണ്ടിലുള്ള ഒരു കസിൻ സിനിമയെപ്പറ്റിയുള്ള ചില ബുക്കുകൾ വാങ്ങി അയച്ചുകൊടുക്കുകയും ചെയ്തു.

കോട്ടയത്തെ ഒരു പ്രമുഖ അഭിഭാഷകനും പണ്ടത്തെ പ്രസിദ്ധ ഹാസ്യസാഹിത്യകാരനുമായ എം.എൻ.ഗോവിന്ദൻനായരുടെ പുത്രൻ അരവിന്ദൻ ബിരുദാനന്തരം നിയമവും പഠിച്ചു. കോഴിക്കോട്ട് റബ്ബർ ബോർഡിന്റെ ഡവലപ്മെന്റ് ഓഫീസറായിരുന്ന കാലത്താണ് മാതൃഭൂമിയിൽ കാർട്ടൂൺ പരമ്പരയാരംഭിച്ചത്. ചെറുകഥാകൃത്ത് പട്ടത്തുവിള കരുണാകരൻ അവിടെ ഒരു വലിയ റബ്ബർ എസ്റ്റേറ്റിൽ മാനേജരായിരുന്നു. നാടകകൃത്തും നോവലിസ്റ്റുമായ തിക്കോടിയൻ ആകാശവാണിയിലെ പ്രൊഡ്യൂസറും.

എൻ.വി. കൃഷ്ണവാര്യർ മാതൃഭൂമിയിൽ നിന്ന് രാജിവെച്ച് കേരള ഭാഷാ ഇൻസ്റ്റിറ്റ്യൂട്ടിന്റെ ഡയറക്ടറായി പോയപ്പോൾ പകരം പത്രാധിപരായ എം.ടി. വാസുദേവൻ നായരുമായി അഭിപ്രായവ്യത്യാസം ഉണ്ടായതിനെ തുടർന്നാണ് അരവിന്ദൻ കാർട്ടൂൺ പരമ്പര നിർത്തിയത്.

ഇക്കാലത്താണ് എം.ടിയുടെ 'നിർമ്മാല്യം' എന്ന സിനിമയ്ക്ക് ദേശീയ അവാർഡ് ലഭിച്ചത്. അതുപോലെയുള്ള ഒരു സിനിമ നിർമ്മിക്കണമെന്ന് പട്ടത്തുവിളയും തിക്കോടിയനും ചേർന്ന് തീരുമാനിച്ചു. പട്ടത്തുവിള രണ്ടുലക്ഷം രൂപ മുടക്കാൻ തയ്യാറായി. തിക്കോടിയൻ തിരക്കഥ രചിച്ചു.

വർഷങ്ങൾക്കു മുമ്പ് കഥയാരംഭിക്കുന്നു. സ്വാതന്ത്ര്യസമര കാലം. ഗാന്ധിജിയുടെ 'ക്വിറ്റ് ഇന്ത്യ' പ്രസ്ഥാനത്തോടനുബന്ധിച്ച് മലബാറിൽ കീഴരിയൂർ ബോംബ് കേസുണ്ടായി. കേരളഗാന്ധി എന്ന് അറിയപ്പെട്ടി

രുന്ന കെ. കേളപ്പന്റെ മകൻ കുഞ്ഞിരാമ കിടാവും ബോംബ് കേസിൽ പ്രതിയായിരുന്നു. ബ്രിട്ടീഷുകാരുടെ ഗതാഗതമാർഗങ്ങളും വാർത്താവിനിമയോപാധികളും നശിപ്പിക്കുകയായിരുന്നു ലക്ഷ്യം.

കുഞ്ഞിരാമ കിടാവ് ഒളിവിൽ ബോംബേയ്ക്ക് പോയി. അവിടെ ഒരു കമ്പനിയിൽ ജോലിക്ക് കയറി. ഇക്കാലത്ത് എൻ.വി.കൃഷ്ണവാര്യരും മറ്റും ചേർന്ന് അണ്ടർഗ്രൗണ്ടിൽ 'സ്വതന്ത്രഭാരതം' എന്നൊരു പത്രം ഇറക്കിയിരുന്നു.

അന്ന് പോലീസ് മർദ്ദനത്തിന് ഇരയായി മരിച്ച ഒരു വിപ്ലവകാരിയുടെ മകനാണ് ഈ ചിത്രത്തിലെ നായകൻ രവി.

വഞ്ചിതരായ ഒരു തലമുറയാണ്. അവർക്ക് ശരിയായ മാർഗദർശിത്വം നൽകാൻ ആരുമില്ല.

പട്ടത്തുവിളയും തിക്കോടിയനും കഥ ചർച്ച ചെയ്യുമ്പോൾ അവിടെ അരവിന്ദനും ഉണ്ടായിരുന്നു. ആരിത് സംവിധാനം ചെയ്യുമെന്ന പ്രശ്നമുണ്ടായി. അരവിന്ദൻ ചെയ്യട്ടെ എന്ന് തിക്കോടിയൻ നിർദ്ദേശിച്ചു.

'ഉത്തരായണം' എന്ന പേര് എങ്ങനെയുണ്ടായി?

രവീന്ദ്രനാഥ ടാഗോർ ബംഗാളിൽ സ്ഥാപിച്ച ശാന്തിനികേതനം എന്ന കലാകേന്ദ്രത്തിൽ പഠിച്ചിരുന്ന ഗായകനും ചിത്രകാരനുമായ രാമചന്ദ്രൻ എന്ന സ്നേഹിതന്റെ കൂടെ കുറേക്കാലം അരവിന്ദനും പോയി താമസിച്ചിട്ടുണ്ട്. അവിടെ ടാഗോർ താമസിച്ചിരുന്ന പ്രധാന കെട്ടിടത്തിന്റെ പേരാണ് 'ഉത്തരായൺ'. അവിടെ വെച്ചാണ് അരവിന്ദൻ ചിത്രരചന പഠിച്ചത്. ഒരുവിധം നന്നായി രവീന്ദ്രസംഗീതവും പാടുമായിരുന്നു. അവിടുന്ന് കിട്ടിയതാണ് താടിയും വേഷവുമൊക്കെ.

മദ്രാസിൽ താമസിച്ചുകൊണ്ട് മലയാള സാഹിത്യത്തിൽ ആധുനികതാ പ്രസ്ഥാനത്തിന് തിരികൊളുത്തി വിട്ട എം. ഗോവിന്ദന്റെ അടുത്ത സഹചാരികളായ പ്രൊഫ. അയ്യപ്പപ്പണിക്കർ, പ്രൊഫ. ജി. കുമാരപിള്ള, പ്രൊഫ. ജി. ശങ്കരപ്പിള്ള, പ്രൊഫ. എം.കെ. സാനു, കടമ്മനിട്ട രാമകൃഷ്ണൻ മുതലായവരുമായി അരവിന്ദന് അടുപ്പമുണ്ടായി.

ഗോവിന്ദന്റെ ഭാര്യാസഹോദരനും മദ്രാസിലെ ചിത്രകലാ വിദ്യാലയത്തിൽ പ്രിൻസിപ്പലുമായിരുന്ന പ്രശസ്ത ചിത്രകാരൻ കെ.സി.എസ്. പണിക്കരും അദ്ദേഹത്തിന്റെ ശിഷ്യന്മാരായ എം.വി. ദേവൻ, എ.എസ്. നായർ, നമ്പൂതിരി മുതലായവരും അരവിന്ദന്റെ സുഹൃത്തുക്കളായി.

ഇവരെക്കൂടാതെ ഒ.വി. വിജയൻ, നോവലിസ്റ്റ് ആനന്ദ്, സംവിധായകൻ അടൂർ ഗോപാലകൃഷ്ണൻ, ക്യാമറാമാൻ മങ്കട രവിവർമ്മ മുതലായവരൊക്കെ ഗോവിന്ദൻ എന്ന സൂര്യനെ ചുറ്റിക്കറങ്ങിക്കൊണ്ടിരുന്നു.

ഇവരെല്ലാം ഗോവിന്ദൻ ഹാരിസ് റോഡിൽ താമസിക്കുന്ന പാർപ്പിടത്തിൽ ഉപദേശം തേടിയെത്തിയിരുന്നു. അക്കാലത്ത് ഗോവിന്ദൻ ദക്ഷിണേന്ത്യൻ ഫിലിം സെൻസർ ബോർഡ് മെമ്പറുമായിരുന്നു.

അടൂർ ഗോപാലകൃഷ്ണന്റെ 'സ്വയംവര'ത്തിൽ പ്രവർത്തിച്ച ക്യാമറാമാൻ മങ്കട രവിവർമ്മയേയും ശബ്ദലേഖകൻ ദേവദാസിനെയും അരവിന്ദൻ തന്റെ കൂടെ കൂട്ടി. പൂനാ ഇൻസ്റ്റിറ്റ്യൂട്ടിൽ പഠിച്ച ജി.ആർ. മേനോൻ സഹസംവിധായകനുമായി. കോട്ടയത്തെ പ്രമുഖ അഭിഭാഷകനായിരുന്ന എം.പി. ഗോവിന്ദമേനോന്റെ പുത്രനാണ് ജി.ആർ. മേനോൻ. (അദ്ദേഹം പിന്നീട് പൂനാ ഇൻസ്റ്റിറ്റ്യൂട്ടിൽ പ്രൊഫസറായി). സ്വയംവരം എഡിറ്റ് ചെയ്ത എ. രമേശനും കലാസംവിധാനത്തിന്

പ്രസിദ്ധ ചിത്രകാരൻ നമ്പൂതിരിയും. സ്വയംവരത്തിന് സംഗീതം നൽകിയ എം.ബി. ശ്രീനിവാസനും കൂടി ആയപ്പോൾ ടീം ശക്തമായി.

ചിത്രത്തിലെ നായകനെ കണ്ടുപിടിച്ചതാണ് വലിയൊരു തമാശ. ഇതിലേക്ക് മലയാള സിനിമയിലെ നായകൻമാരാരും വേണ്ടെന്ന് ആദ്യമേ തീരുമാനിച്ചു. മെഡിക്കൽ കോളേജുകളുടെ കലോത്സവം കാണാൻ പോയത് ആ സ്റ്റേജിൽ നിന്ന് ആരെയെങ്കിലും കണ്ടുപിടിക്കാമെന്ന് ലക്ഷ്യം വെച്ചുകൊണ്ടാണ്. സ്റ്റേജിൽ വന്ന ആരെയും ബോദ്ധ്യപ്പെട്ടില്ല. സദസിലുണ്ടായിരുന്ന ഒരു വിദ്യാർത്ഥിയിൽ ശ്രദ്ധ കേന്ദ്രീകരിച്ചു. കറുകറെ കറുത്ത് മെല്ലിച്ച ഒരു താടിക്കാരൻ - ഡോ. മോഹൻദാസ്. ഇടതുപക്ഷ ചിന്താഗതിക്കാരനാണ്. അങ്ങനെ രവിയെ കണ്ടുപിടിച്ചു. മല്ലികയെ നായികയുമാക്കി.

ഗാന്ധിയനായ മാധവമേനോന്റെ വേഷം നോവലിസ്റ്റും പത്രാധിപരുമായ ഉറൂബ് എന്ന പി.സി. കുട്ടികൃഷ്ണനെ ഏൽപ്പിക്കാനായിരുന്നു ആദ്യം ഉദ്ദേശിച്ചത്. പിന്നീട് നാടകനടൻ പ്രേംജി എന്ന എം.പി.ഭട്ടതിരിപ്പാട് മതിയെന്ന് തീരുമാനിച്ചു. കോഴിക്കോട്ടെ കുഞ്ഞാണ്ടി, ബാലൻ കെ. നായർ, നിലമ്പൂർ ബാലൻ, ഗോവിന്ദന്റെ ശിഷ്യനായിരുന്ന വിജയൻ, ടി.ജി. രവി മുതലായവരും അഭിനയിച്ചു. പ്രൊഫ. ജി. കുമാരപിള്ള എഴുതിയ

''ഹൃദയത്തിൻ രോമാഞ്ചം സ്വരരാഗ ഗംഗയായ്,
തകരുന്ന മണിവീണ മൂകമായി''

എന്ന യേശുദാസ് പാടിയ ഗാനത്തിനുവേണ്ടി അരവിന്ദന്റെ കോട്ടയത്തെ സുഹൃത്തും താടിക്കാരനുമായ രഘു അഭിനയിച്ചു.

ചെഗുവേരയുടെ ഡയറിയാണ് രവിയുടെ മാനിഫെസ്റ്റോ.

''സ്വയം വിമോചിപ്പിക്കാൻ ഒരു ജനതയ്ക്കുള്ള ഒരേയൊരു മാർഗം സായുധ വിപ്ലവമാണ്. പലരും സാഹസികനെന്നു വിളിച്ചേക്കാം ഞാൻ അതാണ്'' ചെഗുവേര എഴുതി.

കഥാന്ത്യത്തിൽ പൊയ്മുഖം തീക്കുണ്ഡത്തിൽ വലിച്ചെറിഞ്ഞിട്ട് രവി കാടുകയറുന്നത് ഒളിപ്പോരിനെ സൂചിപ്പിക്കാനോ എന്ന് വ്യക്തമല്ല.

കഥ തികച്ചും പുരോഗമന സ്വഭാവമുള്ളതാണെങ്കിലും അതിലെ ചില ഷോട്ടുകൾ അസ്വാഭാവികമായിട്ടാണ് തോന്നിയത്. പക്ഷേ ആരും അഭിപ്രായം പറയുന്നത് അരവിന്ദൻ അംഗീകരിച്ചിരുന്നില്ല.

സ്വാതന്ത്ര്യഗാനങ്ങൾ എഴുതിയ ഹിന്ദി കവി സുമിത്രാനന്ദൻ പന്തിന്റെ കോളജ് ക്ലാസുകളിൽ പഠിപ്പിക്കുന്ന

''ഹിമാദ്രി തുംഗ് ശൃംഗ് സേ
പ്രബുദ്ധ ബുദ്ധ ഭാരതി
സ്വയംപ്രഭാ സമുജ്ജ്വലാ
സ്വതന്ത്രതാ പുകാരതി''

എന്ന കവിതയുടെ റേഡിയോയിൽ കേൾക്കുന്ന ട്യൂൺ ആണ് ബാലൻ കെ. നായർ പത്രവിതരണം നടത്തുന്ന സീനിൽ ഉപയോഗിച്ചത് എന്ന് മനസിലായി. മദ്രാസിലെ എ.വി.എം. സ്റ്റുഡിയോയിലെ പ്രിവ്യു തിയേറ്ററിൽ പ്രദർശിപ്പിച്ച പൂർത്തിയായ ഉത്തരായണം കണ്ടിട്ട് ഞാൻ ഇങ്ങനെ എഴുതി:

''എല്ലാവരും സൃഷ്ടിക്കാൻ ആഗ്രഹിക്കുന്നതും അപൂർവം പേർക്കു മാത്രം അതിനു കഴിയുന്നതുമായ പൂർണതയുള്ള ഒരു കലാരൂപത്തെ

നാം 'ക്ലാസിക്' എന്ന് വിളിക്കുന്നു. മലയാളസിനിമയിൽ അങ്ങനെ വിശേഷിപ്പിക്കാവുന്ന ഒരു സൃഷ്ടി ഉണ്ടായിട്ടുണ്ടെന്നു പറയാതെ വയ്യ. മലയാള സിനിമയുടെ പരിണാമ ദശകളിൽ ഏറ്റവും ഉയരത്തിൽ നിൽക്കുന്ന ചിത്രങ്ങളാണ് സ്വയംവരവും നിർമ്മാല്യവും. ബുദ്ധിപരമായി അല്പം കൂടി ഉയർന്ന തലത്തിൽ നിൽക്കുന്ന സിനിമയാണ് ഉത്തരായണം''.

ഞാൻ ചോദിച്ചു: ''അവസാനം നായകൻ എന്താണ് തീരുമാനിക്കുന്നത്?''

അരവിന്ദൻ: ''അത് എനിക്കുതന്നെ അറിയില്ല..''

ഞാൻ: ''അപ്പോൾ കാണികൾക്ക് എന്തു തോന്നും?''

അരവിന്ദൻ: ''പ്രതികരണം വ്യക്തികൾക്ക് വിടുന്നു''

തത്വജ്ഞാനികൾ സാധാരണക്കാരുടെ വിഡ്ഢിച്ചോദ്യങ്ങൾക്ക് മറുപടി പറയാറില്ലല്ലോ. എന്നിട്ടും ഞാൻ ചില വിഡ്ഢിച്ചോദ്യങ്ങൾ ചോദിച്ചു.

''ഇതൊരു ആർട്ട് ഫിലിമാണോ?''

''അറിയില്ല. എനിക്ക് നല്ലതെന്നു തോന്നിയ ഒരു പടമെടുത്തു..''

''ഇത് ജനങ്ങൾ സ്വീകരിക്കുമോ?''

''അത് ഞാൻ ആലോചിച്ചിട്ടേയില്ല. ജനങ്ങളെ വിലയിരുത്താൻ നമുക്ക് അധികാരവുമില്ല.''

ഏതായാലും 1974-ലെ ഏറ്റവും നല്ല ചിത്രത്തിനുള്ള കേരള സംസ്ഥാന അവാർഡ് ഉത്തരായണത്തിന് തന്നെ ലഭിച്ചു. കൂടാതെ ഏറ്റവും നല്ല സംവിധാനത്തിനും ഛായാഗ്രഹണത്തിനും തിരക്കഥയ്ക്കും കലാസംവിധാനത്തിനുമുള്ള അവാർഡുകളും.

അങ്ങനെ അരവിന്ദൻ എന്ന ശക്തനായ സംവിധായകൻ ജനിച്ചു.

* * * *

ആദ്യചിത്രമായ 'ഉത്തരായണം' ബോക്സോഫീസിൽ തകർന്നു വീണതു കൊണ്ട് അരവിന്ദൻ റബ്ബർ ബോർഡിൽ തന്നെ ജോലി കുറെക്കാലം തുടർന്നു. കോഴിക്കോട്ടുനിന്ന് സ്ഥലംമാറ്റം വാങ്ങി തിരുവനന്തപുരത്ത് എത്തിയതോടെ ഞാനും തിരുവനന്തപുരത്തേക്ക് പ്രവർത്തനം മാറ്റി.

ഇക്കാലത്ത് കാവാലം നാരായണപ്പണിക്കരുടെ 'അവനവൻകടമ്പ' എന്നൊരു നാടകത്തിന്റെ പ്രവർത്തനങ്ങൾ നടന്നുവരുന്നുണ്ടായിരുന്നു. ഭരത് ഗോപി, നെടുമുടി വേണു, കൃഷ്ണൻകുട്ടിനായർ, ജഗന്നാഥൻ, കലാധരൻ, കവി കുഞ്ചുപിള്ള, ലളിതാംബിക ഐ.എ.എസിന്റെ സഹോദരൻ നടരാജൻ, ഫോട്ടോഗ്രാഫർ ഗോപാലകൃഷ്ണൻ, അദ്ദേഹത്തിന്റെ ഭാര്യയും നർത്തകിയുമായ വസന്തകോകിലം മുതലായവരായിരുന്നു ഇതിലെ അഭിനേതാക്കൾ.

ഈ നാടകത്തിന്റെ സംവിധാനച്ചുമതല കാവാലം അരവിന്ദനെ ഏല്പിച്ചു. പാട്ടിലൂടെയും നൃത്തത്തിലൂടെയും താളമേളങ്ങളോടെ അവതരിപ്പിക്കുന്ന ഈ തനതുനാടകത്തിന്റെ റിഹേഴ്സൽ നാനാ ഓഫീസിനു തൊട്ടടുത്തുള്ള സ്വാതിതിരുനാൾ നിർമ്മിച്ച ഒരു കൊട്ടാരത്തിന്റെ മുറ്റത്തായിരുന്നു നടന്നിരുന്നത്. സന്ധ്യക്കുശേഷം മിക്ക ദിവസവും ഞാൻ ഈ റിഹേഴ്സൽ കാണാൻ പോകുമായിരുന്നു.

കിഴക്കേകോട്ടയിലെ അട്ടക്കുളങ്ങര ഹൈസ്കൂളിന്റെ മുറ്റത്ത് പടർന്നു

പന്തലിച്ചു കിടക്കുന്ന തണൽവൃക്ഷത്തിന്റെ ചുവട്ടിൽ രാത്രിയിലാണ് നാടകം അവതരിപ്പിച്ചത്. വൃക്ഷത്തിന്റെ മുകളിൽനിന്ന് വൃത്തത്തിൽ വന്നുപതിക്കുന്ന വെളിച്ചമാണ് വേദി. നിലത്ത് വിരിച്ചിരിക്കുന്ന പടുതകളിൽ എം.ആർ.ബി, എം.വി ദേവൻ, പ്രൊഫ. കെ.എസ്. നാരായണ പിള്ള, പ്രൊഫ. ആനന്ദക്കുട്ടൻ, ഡിജിപി എൻ. കൃഷ്ണൻനായർ, പത്മരാജൻ, പ്രൊഫ. ആർ. നരേന്ദ്രപ്രസാദ് മുതലായവരൊക്കെ വട്ടത്തിൽ ഇരുന്നു. അതിനിടയിൽ ഞാനും ഉണ്ടായിരുന്നു.

ഈ നാടകത്തെക്കുറിച്ചുള്ള ആദ്യത്തെ നിരൂപണം പ്രസിദ്ധീകരിച്ചത് കേരളശബ്ദത്തിലാണ്. എഴുതിയത് ഞാനും.

ഉത്തരായണം ഓടിയില്ലെങ്കിലും അരവിന്ദന് പുതിയ തലമുറയിൽപ്പെട്ട ധാരാളം ആരാധകർ ഉണ്ടായി. വിപ്ലവാവേശം കയറിയ ഒരു തലമുറയുടെ കൾട്ട് ഫിഗറായി അരവിന്ദൻ മാറുകയായിരുന്നു. അദ്ദേഹത്തെ അനുകരിച്ച് താടിയും മുടിയും വളർത്തി ഉടഞ്ഞ ഖദർ ജുബ്ബ ധരിച്ച് തോളിൽ തുണിസഞ്ചിയുമായി ടക്കുന്ന ഒരു ബുദ്ധിജീവി സമൂഹം ഇവിടെ വളർന്നുവന്നു.

അവരിൽ ചിലർ 'അരവിന്ദേട്ടൻ' എന്നുവിളിച്ച് എപ്പോഴും അദ്ദേഹത്തിന്റെ പിന്നാലെ നടപ്പുതുടങ്ങി. ഇക്കൂട്ടർക്ക് എന്തുകൊണ്ടോ അടൂർ ഗോപാലകൃഷ്ണനോട് വലിയ എതിർപ്പായിരുന്നു. ഇത്തരം ജാഡക്കാരെ ഗോപാലകൃഷ്ണൻ അടുപ്പിക്കുകയില്ലായിരുന്നു.

അച്ചാണി എന്ന സിനിമ എടുത്തുപോയതുകൊണ്ട് 'അച്ചാണി രവി' എന്ന പേരിൽ സിനിമാരംഗത്ത് അറിയപ്പെട്ടിരുന്ന കൊല്ലത്തെ പ്രമുഖ കശുവണ്ടി വ്യവസായി രവീന്ദ്രനാഥൻനായർ തന്റെ അടുത്ത ചിത്രം സംവിധാനം ചെയ്യാൻ അരവിന്ദനെ ഏല്പിച്ചു. അതിനുള്ള പരിപൂർണ സ്വാതന്ത്ര്യവും അനുവദിച്ചു. റബ്ബർബോർഡിൽ നിന്ന് നീണ്ട അവധിയെടുത്ത അരവിന്ദന് ആ ശമ്പളം രവി തന്നെ കൊടുത്തിരുന്നു. കൂടാതെ ചിത്രം നിർമ്മിക്കുമ്പോൾ അതിന് വേറെ പ്രതിഫലവും.

നല്ല സിനിമ നിർമ്മിക്കാൻ എത്ര പണം ചെലവഴിക്കാനും രവി സന്നദ്ധനായിരുന്നു. സി.എൻ.ശ്രീകണ്ഠൻനായർ മുമ്പ് രാമായണത്തിലെ ഉത്തരകാണ്ഡത്തെ ആസ്പദമാക്കി എഴുതി സ്റ്റേജിൽ അവതരിപ്പിച്ചിരുന്ന 'കാഞ്ചനസീത' ആണ് അരവിന്ദൻ ഇതിന് കണ്ടുപിടിച്ചത്.

സി.എന്റെ നാടകത്തിൽ അമിത വാചാലരായ കഥാപാത്രങ്ങളാണുള്ളത്. എന്നാൽ അരവിന്ദന്റെ കഥാപാത്രങ്ങൾ അത്യാവശ്യത്തിനുപോലും സംസാരിച്ചില്ല. അവർ അരവിന്ദനെപ്പോലെ നിശബ്ദരും മന്ദഗതിക്കാരുമായിരുന്നു.

അടൂർ ഗോപാലകൃഷ്ണന്റെ സ്വയംവരത്തിൽ പ്രവർത്തിച്ച് കഴിവ് തെളിയിച്ചവരെ ആണ് അരവിന്ദൻ ഉത്തരായണത്തിൽ സഹകരിപ്പിച്ചത്. കാഞ്ചനസീതയിൽനിന്ന് മങ്കട രവിവർമ്മയെ ഒഴിവാക്കി. പകരം പൂനാ ഇൻസ്റ്റിറ്റ്യൂട്ടിൽനിന്നും ഫിലിം കോർപ്പറേഷനിൽ ക്യാമറാമാനായി ചേർന്നിരുന്ന ഷാജി എൻ കരുണിനെ ചേർത്തു. സഹസംവിധായകൻ ജി.ആർ. മേനോൻ പൂനായ്ക്ക് തിരിച്ചുപോയതുകൊണ്ട് അവിടുത്തെ പഠിത്തം കഴിഞ്ഞു വന്ന ഐസക് തോമസ് കൊട്ടുകാപ്പള്ളിയെ സഹായിയാക്കി. ദേവദാസ് തന്നെയായിരുന്നു ശബ്ദലേഖകൻ.

ഈ ചിത്രത്തിനുവേണ്ട അഭിനേതാക്കളെ തേടിയുള്ള യാത്ര തന്നെ സാഹസികമായിരുന്നു. ആന്ധ്രയിലെ ഗോദാവരി (അതോ കൃഷ്ണയോ)

നദീതീരത്ത് ശ്രീരാമന്റെ ഗോത്രത്തിൽ പെടുന്നവരെന്ന് അവകാശപ്പെടുന്ന ചില ആദിവാസികൾ താമസിക്കുന്നുണ്ട്. നമ്മുടെ നാട്ടിൽ നാടോടികളായി വന്ന് മയിലെണ്ണ വിൽക്കുന്നവരെപ്പോലെ തോന്നിക്കുന്ന ഇവരിൽനിന്ന് അല്പം തടിമിടുക്കും സൗന്ദര്യവുമുള്ള ആളെപ്പിടിച്ച് ശ്രീരാമനാക്കി. സീതയ്ക്ക് പകരം ഒരു കാഞ്ചനവിഗ്രഹമേയുള്ളു. പോഷകാഹാരക്കുറവ് കൊണ്ട് അശുവായ, മുഖത്ത് വസൂരിക്കലയുള്ള ഒരാളെ ലക്ഷ്മണനാക്കി. മിസ് ഇന്ത്യാ മത്സരത്തിന് യോജിക്കുന്ന ശരീരഘടനയും സൗന്ദര്യവും ഷേവ് ചെയ്ത പുരികവുമുള്ള ഒരു കുച്ചിപ്പുടി നർത്തകിയെ ഊർമ്മിളയാക്കി. അവരുടെ കക്ഷം വടിച്ചിരുന്നു. ബാക്കിയുള്ളവർ അരവിന്ദന്റെ സുഹൃത്തുക്കൾ തന്നെ. കാവാലം നാരായണപ്പണിക്കരുടെ സഹോദരൻ, കലാസംവിധായകൻ (പിന്നീട് സംവിധായകൻ) പത്മകുമാർ ഇങ്ങനെ ചിലർ...

രാമൻ ഉൾപ്പെടെ എല്ലാവരും താടിക്കാരാണ്.

സിനിമയിലെ ഏറ്റവും വലിയ സംഭവം അശ്വമേധയാഗമാണ്. അത് വേട്ടുവന്മാർ എലി പിടിക്കാൻ ചെയ്യുന്ന സന്നാഹങ്ങൾ പോലെയേ തോന്നിയുള്ളു. കുതിരയുമായി സാമ്രാജ്യങ്ങൾ പിടിച്ചടക്കാൻ ഏതാനും ജീവനില്ലാത്തവർ. ലവനും കുശനുമായി രണ്ട് ചാവാലിപ്പിള്ളേർ..

ഇവരാരും ഒന്നും മിണ്ടുന്നില്ല.

യാഗാശ്വത്തെ കണ്ട് തിയേറ്ററിലിരുന്ന ചിലർ വിളിച്ചുപറഞ്ഞു: എടാ കുതിരേ നീയെങ്കിലും ഒന്ന് മിണ്ട്''

ശ്രീരാമനെ താടിക്കാരനായ ഒരു ഗോത്രത്തലവനായി അവതരിപ്പിച്ചത് അതിനു മുമ്പും പിമ്പും ഇന്ത്യയിൽ ആരും ചെയ്യാത്ത അതിധീരമായ പരീക്ഷണമായിരുന്നു. ആ നിലയ്ക്ക് അത് സ്വാഗതാർഹവുമാണ്. എന്നാൽ വെറുമൊരു ഗോത്രത്തിന്റെയാണെങ്കിലും നേതാവിന് കുറച്ചൊക്കെ ഉശിര് വേണ്ടേ?

പ്രകൃതിയാണത്രേ മുഖ്യ കഥാപാത്രം. കൂടെക്കൂടെ കാറ്റടിച്ച് മരച്ചില്ലകൾ ചലിക്കുന്നത് കാണിക്കും.

ശിംശിപാവൃക്ഷം അന്വേഷിച്ച് അരവിന്ദനും ഷാജിയും തിരുവനന്തപുരത്തെ മ്യൂസിയം കോമ്പൗണ്ടിൽ ചുറ്റിനടന്നപ്പോൾ കൂടെ ഞാനും ഉണ്ടായിരുന്നു. അശോകം പോലെ തോന്നിക്കുന്ന അത്തരം ചില വൃക്ഷങ്ങൾ അവിടെ ഇപ്പോഴുമുണ്ട്.

മൃഗശാലാവളപ്പിൽ ജിറാഫുകളുടെ കൂടിന് സമീപം കാണുന്ന കാടും പടലും ഷൂട്ട് ചെയ്തത് ചിത്രത്തിൽ ഉപയോഗിച്ചിട്ടുണ്ട്. (ഇങ്ങനെ ഒരു ഇതിഹാസ സിനിമയുമായി സഹകരിക്കാൻ എനിക്കും കിട്ടി അവസരം).

ഫിലിം കോർപ്പറേഷന്റെ കോട്ടൺഹില്ലിൽ ഉണ്ടായിരുന്ന ആദ്യത്തെ ഓഫീസിൽവെച്ച് ഷാജി എന്നെ കാഞ്ചനസീതയുടെ കുറേ സ്റ്റില്ലുകൾ കാണിച്ചു. രാമൻ സരയൂനദിയിൽ ചാടി ആത്മഹത്യ ചെയ്യാൻ പോകുന്ന ഒരു സ്റ്റിൽ എന്റെ രംഗം മാഗസിന്റെ ബാക്ക് പേജിൽ പരസ്യം പോലെ സൗജന്യമായി ഞാനടിച്ചു.

ഷാജിയുടെ കഴിവാണ് ചിത്രത്തിൽ മുഴച്ചുനിന്നത്. എങ്കിലും ഈ ചിത്രത്തിന്റെ സംവിധാനത്തിന് അരവിന്ദൻ ആ വർഷത്തെ ദേശീയാംഗീകാരം നേടി.

കാഞ്ചനസീതയേക്കാൾ സ്ലോ ആയ മറ്റൊരു ഇന്ത്യൻ സിനിമയേ ഞാൻ കണ്ടിട്ടുള്ളു. മണി കൗളിന്റെ 'ആഷാഢ് കാ ഏക് ദിൻ'. കാ

ളിദാസ നാടകമാണ് വിഷയം.

കാഞ്ചനസീത ദേശീയ അവാർഡ് നേടിയതോടെ അരവിന്ദന് കൂടുതൽ ആരാധകരുണ്ടായി. അരവിന്ദൻ പുതിയൊരു ഗോത്രത്തലവനായി. ആ ഗോത്രത്തിലെ അംഗങ്ങൾ താടിയും മുടിയും കീറിയ കുപ്പായവുമായി സ്വപ്നജീവികളെപ്പോലെ മിണ്ടാട്ടമില്ലാതെ അലഞ്ഞുനടന്നു.

അടുത്ത ചിത്രമായ തമ്പ് ഒരു നാടോടി സർക്കസ് സംഘത്തിന്റെ കഥയായിരുന്നു. അതിനിടെ അടൂർ ഗോപാലകൃഷ്ണന്റെ 'കൊടിയേറ്റ'ത്തിലൂടെ ഭരത് അവാർഡ് നേടിയ ഗോപിയായിരുന്നു ഇതിൽ പ്രധാന നടൻ. ഇതിലൂടെ നെടുമുടി വേണുവും ജലജയും ശ്രീരാമനും അരങ്ങേറ്റം നടത്തി. (വേണുവിന്റെ വീട്ടുപേരുപോലും തമ്പ് എന്നാണ്).

ഫിലിം കോർപ്പറേഷന്റെ വെള്ളയമ്പലത്തെ പ്രിവ്യു തിയേറ്ററിൽ വെച്ച് ഞാൻ തമ്പ് കണ്ടു. അതിലും ഷാജിയുടെ ക്യാമറാവർക്ക് മാത്രമേ മനസ്സിൽ തങ്ങിനിൽക്കുന്നുള്ളു.

കുട്ടികൾക്കു വേണ്ടിയുള്ള ചിത്രമായ കുമ്മാട്ടി ഷൂട്ട് ചെയ്തത് ഐസക് തോമസിന്റെ മലബാറിലെ എസ്റ്റേറ്റിൽ വെച്ചാണ്. ആ ചിത്രം കണ്ടിട്ട് എനിക്ക് മുഴുവൻ മനസ്സിലായില്ല. പിന്നെങ്ങനെ അത് കുട്ടികൾക്ക് മനസ്സിലാകും എന്ന് ഞാൻ വിമർശിച്ചു. അങ്ങനെ അരവിന്ദന് എന്നോട് നീരസമായി. അത് പലരോടും പറയുകയും ചെയ്തു.

പിന്നെ കുറേക്കാലത്തേക്ക് ഞങ്ങൾ തമ്മിൽ കാണാറില്ലായിരുന്നു. 'പോക്കുവെയിൽ' റിലീസ് ചെയ്തശേഷമേ കാണാൻ കഴിഞ്ഞുള്ളു. ഹരിപ്രസാദ് ചൗരസ്യയുടെ ഫ്ളൂട്ട് കച്ചേരി പശ്ചാത്തലമാക്കി ബാലചന്ദ്രൻ ചുള്ളിക്കാടും കൽപന (ആദ്യമായി) യും പ്രധാന വേഷങ്ങളിൽ അഭിനയിച്ചു. ചുള്ളിക്കാടിന്റെ കവിത അവതരിപ്പിക്കാൻ വേണ്ടി മാത്രമെടുത്ത ഒരു ചിത്രം.

എസ്തപ്പാനിൽ സ്വപ്നാടനക്കാരനായ ചിത്രകാരനായി രാജൻ കാക്കനാടൻ അഭിനയിച്ചു. മന:പൂർവം ഫാന്റസി ചേർത്തിരുന്നു.

ഭാരതത്തിൽ നിർമ്മിച്ച ഏറ്റവും നല്ല ചിത്രത്തിനുള്ള ദേശീയാംഗീകാരം ലഭിച്ച ചിദംബരം ഞാൻ തിയേറ്ററിൽ അടൂർ ഗോപാലകൃഷ്ണനും ഒന്നിച്ചിരുന്നാണ് കണ്ടത്. ശ്രീനിവാസൻ നായകനായ ആ ചിത്രത്തിലെ നായിക ദേശീയാംഗീകാരങ്ങൾ നേടിയ സ്മിതാ പാട്ടിലായിരുന്നു. ഗോപിയായിരുന്നു വില്ലൻ. നടൻ മുരളി, നെടുമുടി വേണു എന്നിവരെ ആവശ്യമില്ലാതെ കാണിച്ചു.

ചിദംബരം മനസ്സിനെ ഒട്ടും സ്പർശിച്ചില്ല. അതിനെ എം.ജി.ആറിന്റെ 'മാട്ടുക്കാര വേലനു'മായി ഉപമിച്ചു ഞാനെഴുതി. അത് വായിച്ച് അരവിന്ദന്റെ ആരാധകർ എന്നെ ശത്രുവായി പ്രഖ്യാപിച്ചു.

ഇത്രയൊക്കെ ആയപ്പോൾ അച്ചാണി രവി പിൻവലിഞ്ഞു. തന്റെ അടുത്ത ചിത്രം അടൂർ ഗോപാലകൃഷ്ണനെ ഏല്പിച്ചു.

അരവിന്ദൻ പിന്നീട് മോഹൻലാലിനെ നായകനാക്കി എടുത്ത 'വാസ്തുഹാര' വെറുമൊരു ഡോക്യുമെന്ററി ആയിട്ടേ എനിക്ക് തോന്നിയുള്ളു.

ഒരു ഗ്രാമത്തിൽ വിദ്യുച്ഛക്തി വരുന്ന 'ഒരിടത്ത്' എന്ന സിനിമയിൽ നല്ല ചലനമുണ്ടായിരുന്നു. അല്പം ഹാസ്യം കലർത്തി എടുത്ത ആ ചിത്രം കണ്ടുകൊണ്ടിരിക്കാൻ ബുദ്ധിമുട്ട് തോന്നിയില്ല.

കോഴിക്കോട്ടുവച്ച് അരവിന്ദന്റെ ആരാധകനായിരുന്ന കുഞ്ഞുകൃ

ഷ്ണൻ ദൂരദർശന്റെ തിരുവനന്തപുരം കേന്ദ്രം ഡയറക്ടറായി വന്നപ്പോൾ ദൂരദർശനുവേണ്ടി നാലഞ്ചു സിനിമകൾ നിർമ്മിച്ചു. അതിലൊന്നായിരുന്നു അരവിന്ദന്റെ 'മാറാട്ടം'. കാവാലത്തിന്റെ നാടകസംഘത്തിൽ പെട്ടവരത്രയും ഇതിൽ പങ്കെടുത്തു. ഊർമ്മിളാ ഉണ്ണിയും. പോളിഷ് ഫിലിമായ 'ഇലക്ട്ര' പോലെ ചിത്രത്തിൽ ഉടനീളം കോറിയോഗ്രാഫി സമർത്ഥമായി ഉപയോഗിച്ച ഈ ചിത്രം ഇതുവരെ തിയേറ്ററിൽ എത്തിയിട്ടില്ല.

തമിഴ്നാട്ടിലെ പ്രസിദ്ധ നർത്തകി അലമേർവല്ലിയെക്കുറിച്ച് ഒരു ഡോക്യുമെന്ററി നിർമ്മിച്ചുകൊണ്ടിരിക്കുമ്പോഴായിരുന്നു അരവിന്ദൻ അന്തരിച്ചത്.

അരവിന്ദനെപ്പോലെ വ്യത്യസ്തമായ വിഷയങ്ങൾ സിനിമയ്ക്കുവേണ്ടി സ്വീകരിച്ചിട്ടുള്ള മറ്റൊരു സംവിധായകനും മലയാളത്തിലില്ല. എന്നാൽ അത് പൂർണതയോടെ അവതരിപ്പിക്കാൻ അദ്ദേഹത്തിന് കഴിഞ്ഞില്ല.

സിനിമയ്ക്ക് ചലനസ്വഭാവമില്ലെങ്കിൽ അതിനെ ചലച്ചിത്രം എന്ന് വിളിക്കാനാവില്ലല്ലോ. അരവിന്ദന്റെ സിനിമകളിൽ ആ സ്വഭാവം തീരെ കാണാനില്ല. അരവിന്ദന്റെ സിനിമകളിൽ മനസ്സിൽ തട്ടിയ ഒരു കഥാപാത്രത്തെ ചൂണ്ടിക്കാണിക്കാൻ ആവശ്യപ്പെട്ടാൽ ഞാൻ പരാജിതനാകും. മന:പൂർവം സിനിമയുടെ സ്വഭാവം നഷ്ടപ്പെടുത്തിയാൽ അതിനെ 'ആന്റി സിനിമ' എന്നല്ലേ വിളിക്കാനാവൂ...

■

'മിസ'യും ബഹദൂറും

കുറെ കള്ളക്കടത്തുകാരാണ് മുംബൈയിലെ ഹിന്ദിസിനിമാരംഗത്തെ എല്ലാക്കാലത്തും നിയന്ത്രിച്ചിരുന്നത്. വൻ ഫിലിം സ്റ്റുഡിയോകളും നിർമ്മാതാക്കളും അവിടെ കേന്ദ്രീകരിച്ചിരിക്കുന്നതും നഗരത്തിന്റെ വൈപുല്യവും അവിടെനിന്ന് ഗൾഫ് നാടുകളിലേക്ക് പോകാനും വരാനുമുള്ള സൗകര്യവും കാരണം മുംബൈയിൽ സിനിമാനിർമ്മാണം തകൃതിയായി നടക്കുന്നു.

കള്ളക്കടത്തിലൂടെ വന്നുചേരുന്ന കണക്കിൽ കൊള്ളിക്കാനാവാത്ത കള്ളപ്പണം എളുപ്പം ചെലവഴിക്കാനും വെള്ളപ്പണമാക്കി മാറ്റാനും സിനിമാരംഗം പോലെ എളുപ്പമായ മറ്റൊരു ബിസിനസുമില്ല. ഒരു താരത്തിന് പത്തുകോടി രൂപയാണ് പ്രതിഫലം നിശ്ചയിച്ചിരിക്കുന്നതെങ്കിൽ അതിൽ ഒന്നോ രണ്ടോ കോടി മാത്രമായിരിക്കും ചെക്കായി നൽകുന്നത്. ബാക്കി കള്ളപ്പണമായും നൽകും. അതുകൊണ്ട് താരങ്ങൾ കൊട്ടാരസദൃശ്യമായ വീടുകളും സ്വന്തം സിനിമാ തിയേറ്ററുകളും മറ്റും നിർമ്മിക്കും. കെട്ടിടനിർമ്മാണമാണല്ലോ കള്ളപ്പണം ചെലവഴിക്കാൻ എളുപ്പമുള്ള മറ്റൊരു രംഗം.

സിനിമാ നിർമ്മാതാക്കൾ ആവശ്യമായ കള്ളപ്പണം പലിശയ്ക്ക് വാങ്ങിയിരുന്നത് കള്ളക്കടത്തുകാരിൽ നിന്നാണ്. അങ്ങനെ വരുമ്പോൾ ആ ചിത്രത്തിന്റെ നിർമ്മാണത്തിലും അവർ കൈകടത്തും. സിനിമയുടെ കഥ തന്നെ മിക്കവാറും കള്ളക്കടത്തും അവരുടെ ഗ്യാംഗ് വാറും വെടിയും ബോംബേറും അരുംകൊലപാതകവും രക്തച്ചൊരിച്ചിലും ബലാൽസംഗവും കാറോട്ടവും എന്നുവേണ്ട നാം കണ്ടുകൊണ്ടിരിക്കുന്ന ഹിന്ദിസിനിമയുടെ സ്ഥിരം ചേരുവകളൊക്കെ ആയിരിക്കും. എന്തിന് താരങ്ങളെ നിശ്ചയിക്കുന്നതുപോലും അവരാണ്.

അതുകൊണ്ട് അവരും താരങ്ങളും തമ്മിൽ ഒരു ദൃഢമായ കൂട്ടുകെട്ടുണ്ടാക്കുന്നു. താരങ്ങൾക്ക് ആവശ്യമായ പണം കള്ളക്കടത്തുകാർ നൽകുന്നു. താരങ്ങളുമായുള്ള കൂട്ടുകെട്ടുമൂലം കള്ളക്കടത്തുകാർക്ക് സമൂഹത്തിൽ മാന്യത ലഭിക്കുന്നു. അവരുടെ കൂടെ നിൽക്കുന്ന ഫോട്ടോകൾ പത്രങ്ങളിൽ അച്ചടിച്ചുവരുന്നു. രാഷ്ട്രീയക്കാരും ഒരളവു വരെ ഇങ്ങനെ കള്ളക്കടത്തുകാരുമായി സൗഹൃദം സ്ഥാപിക്കാറുണ്ട്.

മുംബൈയിലെ സിനിമാതാരങ്ങൾ സ്റ്റാർ നൈറ്റെന്നും ഷോപ്പിംഗിനെന്നും പറഞ്ഞ് ആഴ്ചതോറും ഗൾഫ് നാടുകളിലേക്ക് പോകുന്നത് കള്ളക്കടത്തുകാരുടെ ആതിഥ്യം സ്വീകരിച്ചാണ്.

എഴുപതുകളിൽ ഹിന്ദിസിനിമ ഇങ്ങനെ കള്ളക്കടത്തുകാരുടെ പിടിയിലമർന്നു. മുംബൈയിലെ പ്രമുഖ നിർമ്മാതാക്കൾക്കെല്ലാം ഇവരുമായി ബന്ധമുണ്ടായിരുന്നു. 'ബോബി' എന്ന സിനിമയുടെ പൂജാവേളയിൽ രാജ് കപൂർ കള്ളക്കടത്ത് രാജാവ് ഹാജി മസ്താന്റെ കാൽ തൊട്ട് വന്ദിക്കുന്ന ചിത്രങ്ങൾ മിക്ക പത്രങ്ങളിലും പ്രസിദ്ധീകരിച്ചിരുന്നു. ഈ മസ്താൻ തന്നെയാണ് കോൺഗ്രസ് ട്രഷററായിരുന്ന എസ്. കെ. പാട്ടീലിനും പണം കൊടുത്ത് സഹായിച്ചിരുന്നത്.

1974-ൽ ഭാരതീയ റിസർവ് ബാങ്കിന്റെ കരുതൽശേഖരം ആയിരം കോടി രൂപയായിരുന്നെങ്കിൽ മുംബൈയിലെ അധോലോകത്ത് പ്രചരിച്ചിരുന്നത് ആയിരത്തിഅഞ്ഞൂറ് കോടി രൂപയായിരുന്നു. അങ്ങനെ ഒരു സമാന്തര ഭരണം തന്നെ അവിടെ നടമാടിയിരുന്നു. ഈ കുത്തഴിഞ്ഞ സാമ്പത്തിക ക്രമക്കേടുകളെ നിയന്ത്രിക്കാൻ വേണ്ടി അന്നത്തെ പ്രധാനമന്ത്രി ഇന്ദിരാഗാന്ധി മെയിന്റനൻസ് ഓഫ് ഇന്റേണൽ സെക്യൂരിറ്റി ആക്ട് (മിസ) എന്നൊരു നിയമം കൊണ്ടുവന്നു. ഇതനുസരിച്ച് ഹാജി മസ്താൻ, യൂസഫ് പട്ടേൽ, നാരായൺ സഖിയ, രാജബാലി സഖനാനി മുതലായ പ്രമുഖ കള്ളക്കടത്തുകാരെയെല്ലാം തടങ്കലിലാക്കി.

ഇക്കാലത്ത് കേരളത്തിന് ഗൾഫ് നാടുകളുമായി അത്ര വലിയ ബന്ധമൊന്നുമില്ലായിരുന്നതു കൊണ്ട് കള്ളക്കടത്തുകാർ മലയാള സിനിമയിൽ വലിയ സ്വാധീനമൊന്നും ചെലുത്തിയിരുന്നില്ല. താരതമ്യേന ചെറിയ മുതൽമുടക്കും വിപണനസാധ്യതയും മാത്രമാണല്ലോ മലയാള സിനിമയിൽ ഉള്ളത്.

അന്ന് കേരളത്തിൽ ഏറ്റവും പ്രബലരായ കള്ളക്കടത്തുകാർ കെ. എസ്. അബ്ദുള്ള കല്ലട്ര ഹാജി മുതലായവരായിരുന്നു. കെ.എസ്. അബ്ദുള്ള കോഴിക്കോട്ടും അതിനുചുറ്റുമുള്ള പ്രദേശങ്ങളിലുമായി ധാരാളം ആശുപത്രികൾ, വിദ്യാലയങ്ങൾ, ആതുരസ്ഥാപനങ്ങൾ മുതലായവ നടത്തിയിരുന്നു. 1973-ൽ ഷൊർണൂരിൽ നടന്ന സമസ്ത കേരള സാഹിത്യപരിഷത്തിന്റെ മുഴുവൻ ചെലവും വഹിച്ചത് ഇദ്ദേഹമാണ്.

സാഹിത്യകാരന്മാരുടെ വരവുപോക്കുകൾക്ക് ആവശ്യമായ വാഹനങ്ങളും യാത്രച്ചെലവും വിഭവണ്ടസമൃദ്ധമായ സദ്യയും മാത്രമല്ല. അതിൽ പങ്കെടുത്തവർക്കൊക്കെ ഓരോ പണക്കിഴിയും അദ്ദേഹം നൽകി. ആർക്കും എളുപ്പത്തിൽ വിലയ്ക്കെടുക്കാവുന്ന ഒരുകൂട്ടരാണല്ലോ ഇവിടുത്തെ സാഹിത്യകാരന്മാർ. അവർ അബ്ദുള്ളയുടെ അപദാനങ്ങൾ ഗാഥയായി പാടി.

ഇങ്ങനെയൊക്കെ ആണെങ്കിലും മിസ അനുസരിച്ച് അബ്ദുള്ളയും ജയിലിലായി. അതിൽ പ്രതിഷേധിച്ച് കോഴിക്കോട് നഗരം ഹർത്താ

ലാചരിച്ചു. പ്രതിഷേധ ജാഥകൾ നടന്നു. അദ്ദേഹത്തിന്റെ ആശുപത്രിയിലെ നഴ്സുമാർ പൊട്ടിക്കരഞ്ഞു.

ഈ കെ.എസ്. അബ്ദുള്ളയും ഹാസ്യനടൻ ബഹദൂറുമായി ചില ബിസിനസ് ബന്ധങ്ങൾ ഉണ്ടായിരുന്നു. അതേപ്പറ്റി സിനിമാ മാസിക നടരാജൻ എന്നോട് വിശദമായി പറഞ്ഞിട്ടുമുണ്ടായിരുന്നു. എങ്കിലും ഞാൻ അതൊന്നും എഴുതി അദ്ദേഹത്തിന് ഉപദ്രവമൊന്നും ഉണ്ടാക്കിയില്ല. മാത്രമല്ല ബഹദൂർ എന്റെ ഒരു ഗുണകാംക്ഷിയുമായിരുന്നു. സിനിമാരംഗത്തുനിന്ന് എനിക്കെതിരെ ഉണ്ടായേക്കാവുന്ന അപകടങ്ങളെക്കുറിച്ച് ബഹദൂർ നടരാജൻവഴി എനിക്ക് ചില മുന്നറിയിപ്പുകൾ തന്നിരുന്നു.

1974 സെപ്തംബറിൽ ഞാൻ ലേഖകനായിരുന്ന നാന വാരികയുടെ എഡിറ്റർ മദ്രാസിൽ വന്ന് മൈലാപ്പൂരിലെ പുതിയ വുഡ്‌ലാന്റ്സ് ഹോട്ടലിൽ താമസിച്ചു. ഈ സമയത്ത് ഞാൻ നാട്ടിൽ പോയിരിക്കുകയായിരുന്നു. ജയഭാരതിയുമായി ഉണ്ടായ ചില പ്രശ്നങ്ങളെ തുടർന്ന് ഹരിപോത്തന്റെ ഭീഷണി നേരിട്ടുകൊണ്ടിരുന്ന ഗാനരചയിതാവും സംവിധായകനുമായ ശ്രീകുമാരൻതമ്പി ആ കാര്യങ്ങൾ എഡിറ്ററോട് പറയാൻ ഹോട്ടലിലെത്തി.

സംഭാഷണത്തിനിടയിൽ തമ്പിയോട് എഡിറ്റർ മലയാള സിനിമയ്ക്ക് കള്ളക്കടത്തുകാരുമായി ബന്ധമുണ്ടോ എന്ന് ചോദിച്ചു. അപ്പോൾ തമ്പി ബഹദൂറിന് കെ.എസ്. അബ്ദുള്ളയുമായുള്ള ഇടപാടുകൾ വിശദീകരിച്ചുകൊടുത്തു.

പത്രാധിപരും ലേഖകനായ ഞാനുമൊക്കെ രാഷ്ട്രീയ പത്രപ്രവർത്തനത്തിൽ നിന്ന് സിനിമാ പത്രപ്രവർത്തനത്തിലേക്ക് വന്നവരായിരുന്നു. അതുകൊണ്ട് ഞങ്ങൾ സാധാരണ കണ്ടുവരുന്ന മംഗളപത്ര രീതിയിലല്ല സിനിമാരംഗത്തെക്കുറിച്ച് എഴുതിയിരുന്നത്. എന്നാൽ ഇത്തരം കഥകൾ പൊടിപ്പും തൊങ്ങലുമൊക്കെ ചേർത്ത് വലിച്ചുവാരി പരത്തി എഴുതുകയായിരുന്നു എഡിറ്ററുടെ ശൈലി. അങ്ങനെ വാരികയിൽ മലയാള സിനിമയിലെ കള്ളക്കടത്തിനെപ്പറ്റി നാലു ലക്കങ്ങളിലായി അദ്ദേഹം ഒരു പരമ്പര തന്നെ എഴുതി.

ഹാസ്യനടൻ ബഹദൂർ ശുദ്ധഹൃദയനാണ്. അദ്ദേഹത്തിന് ബിസിനസ് അറിഞ്ഞുകൂടാ. അഭിനയിച്ചുണ്ടാക്കുന്ന പണമത്രയും ബിസിനസുകളിൽ നിക്ഷേപിച്ച് നഷ്ടപ്പെടുത്തി കണ്ണീരും കൈയുമായി ജീവിക്കുകയായിരുന്നു അദ്ദേഹത്തിന്റെ രീതി.

ബഹദൂർ ആരംഭിച്ച ചെമ്മീൻ ബിസിനസ് തകർന്നുതരിപ്പണമായി. അതുപോലെ തിരുനന്തപുരത്ത് ആരംഭിച്ച ഫിലിം പ്രോസസിംഗ് സ്റ്റുഡിയോയിലെ ഉപകരണങ്ങൾ തുരുമ്പു പിടിച്ചും നശിച്ചുപോയി. അവസാനം അത് സർക്കാർ ജപ്തി ചെയ്യുകയായിരുന്നു.

ചെമ്മീൻ കച്ചവടം പരാജയപ്പെട്ട് മാനസികമായി തകർന്നിരുന്ന ബഹദൂർ ഒരിക്കൽ ട്രെയിനിൽ യാത്ര ചെയ്യുമ്പോൾ പരിചയപ്പെട്ട ഒരാളാണ് അദ്ദേഹത്തെ കെ.എസ്. അബ്ദുള്ളയ്ക്ക് പരിചയപ്പെടുത്തിക്കൊടുത്തത്. ഒരു സിനിമാ വിതരണക്കമ്പനി ആരംഭിക്കുന്നതിനുവേണ്ട പണം കടം കൊടുക്കാമെന്ന് അബ്ദുള്ള ഏറ്റു.

അങ്ങനെയാണ് ബഹദൂർ സ്വന്തമായി 'ഇതിഹാസ് പിക്ചേഴ്സ്' ആരംഭിച്ചത്. അഞ്ചുലക്ഷം രൂപ കെ.എസ്. അബ്ദുള്ള നൽകി. അന്ന്അതിന് ഇന്നത്തെ അഞ്ചുകോടിയുടെ വിലയുണ്ടായിരുന്നു

എന്നോർക്കണം.

അക്കാലത്ത് മലയാള സിനിമ അടക്കിവാണിരുന്ന ഉന്നതവൃത്തത്തിലെ അംഗമായിരുന്നു ബഹദൂറും. അദ്ദേഹത്തിന് അവിടെ ഉറ്റ ബന്ധങ്ങളുണ്ടായിരുന്നു. അതുകൊണ്ട് ബിസിനസ് തഴച്ചുവളരുമെന്നാണ് അബ്ദുള്ള കരുതിയത്. അബ്ദുള്ള ഇത്ര വലിയ ഒരു സംഖ്യ നൽകുമെന്ന് ബഹദൂർ പോലും പ്രതീക്ഷിച്ചതല്ല.

ഇതിഹാസ് പിക്ചേഴ്സ് ആദ്യം വിതരണത്തിനെടുത്തത് ഗാനരചയിതാവ് യൂസഫലി കേച്ചേരി നിർമ്മിച്ച 'സിന്ദൂരച്ചെപ്പ്' എന്ന ചിത്രമാണ്. മധുവായിരുന്നു ഇതിന്റെ നായക സംവിധായകൻ. ടി.പി. രാധാമണിനായികയും. അന്തരിച്ച ഉർവശി ശോഭയും വിജയകുമാറും ബാലതാരങ്ങളായി അഭിനയിച്ച സിന്ദൂരച്ചെപ്പ് വലിയ നഷ്ടം കൂടാതെ രക്ഷപ്പെട്ടു.

രണ്ടാമതായി പ്രേംനസീറിന്റെ അനുജൻ പ്രേംനവാസിന് 'നീതി' എന്ന ചിത്രം നിർമ്മിക്കാനാവശ്യമായ മുഴുവൻ തുകയും കടം കൊടുത്തു. അതിൽനിന്ന് ഒരുലക്ഷം രൂപ നവാസ് സ്വന്തം പോക്കറ്റിലിട്ടു. ബാക്കി രണ്ടുലക്ഷം കൊണ്ട് നിർമ്മിച്ച ആ ചിത്രം ഇതുവരെ വെളിച്ചം കണ്ടിട്ടേയില്ല.

അക്കാലത്ത് പി.എൻ. മേനോന്റെ സംവിധാനത്തിൽ 'ഓളവും തീരവും' എന്ന ചിത്രം നിർമ്മിച്ച് സംസ്ഥാന അവാർഡ് നേടിയിരുന്ന പി.എ. ബക്കറിന് 'മാൻപേട' എന്നൊരു ചിത്രം നിർമ്മിക്കാനും ബഹദൂർ ധനസഹായം നൽകി. ആ ചിത്രത്തിന്റെ മാറ്റിനി കണ്ട് പുറത്തിറങ്ങുന്നവർ ഫസ്റ്റ് ഷോയ്ക്ക് ടിക്കറ്റെടുക്കാൻ ക്യൂവിൽ നിൽക്കുന്നവരെ തിരിച്ചോടിച്ചു വിടുകയായിരുന്നു.

ഇത്രയുമായപ്പോൾ വിതരണക്കമ്പനിയുടെ പണം മുഴുവൻ വെള്ളത്തിലായി. ഇതിഹാസ് പിക്ചേഴ്സ് പൂട്ടുകയും ചെയ്തു.

ഇതൊക്കെ ഞാൻ മദ്രാസിൽ എത്തുന്നതിന് മുമ്പ് സംഭവിച്ച കാര്യങ്ങളാണ്. പറഞ്ഞുകേട്ട അറിവേ എനിക്കുണ്ടായിരുന്നുള്ളൂ.

ഈ കഥകൾ എഡിറ്ററുടെ പേരുവച്ച് പ്രസിദ്ധീകരിച്ചതുകൊണ്ട് ബഹദൂറും ബക്കറും എന്നെ സംശയിച്ചതേയില്ല. അവരുമായുള്ള എന്റെ സൗഹൃദം തുടർന്നുപോവുകയും ചെയ്തു.

വാരികയിൽ ഈ പരമ്പര പ്രസിദ്ധീകരിച്ചു കൊണ്ടിരുന്ന സമയത്താണ് അരവിന്ദൻ ഉത്തരായണത്തിന്റെ ജോലികൾക്ക് മദ്രാസിലെത്തി എ.വി.സി. ലോഡ്ജിൽ താമസിച്ചത്. ഉത്തരായണത്തിന്റെ കലാസംവിധായകൻ പ്രസിദ്ധ ചിത്രകാരനായ നമ്പൂതിരിയായിരുന്നു. ഇതേ ലോഡ്ജിലിരുന്ന് അദ്ദേഹം ഉത്തരായണത്തിന്റെ ടൈറ്റിൽ കാർഡുകൾ എഴുതുന്നുണ്ടായിരുന്നു. അന്ന് കോഴിക്കോട്ടെ അസിസ്റ്റന്റ് കസ്റ്റംസ് കളക്ടറായിരുന്ന വിജയരാഘവൻ നമ്പൂതിരി ഇദ്ദേഹത്തിന്റെ അനുജനാണ്. അദ്ദേഹവും ജ്യേഷ്ഠന്റെ അതിഥിയായി മദ്രാസിൽ എത്തിയിട്ടുണ്ടായിരുന്നു.

ഒരിക്കൽ ഞാൻ എ.വി.സി. ലോഡ്ജിൽ ചെന്നപ്പോൾ വിജയരാഘവൻ വാരികയിലെ പരമ്പരയെക്കുറിച്ച് ചോദിച്ചു. ആ ചർച്ച മറ്റു പലതിലേക്കും വഴി തെളിച്ചു.

കെ.എസ്. അബ്ദുള്ള മലബാർ കടപ്പുറത്ത് കുമ്പള മുതൽ കാസർകോട് വരെയുള്ള പ്രദേശത്താണ് ബോട്ടുകൾ അടുപ്പിക്കുന്നതെന്നും അവിടെയുള്ള മുക്കുവന്മാർക്ക് ഒരു അമ്പലം പണിയാൻ ധനസഹായം

നൽകി അവരെ മുഴുവൻ തന്റെ പിന്തുണക്കാരാക്കി മാറ്റിയിരിക്കുകയാണെന്നും വിജയരാഘവൻ പറഞ്ഞു.

ജമ്മു പിക്ചേഴ്സിന്റെ ബാനറിൽ മധുവിന്റെ സംവിധാനത്തിൽ 'പ്രിയ' എന്ന ചിത്രം നിർമ്മിക്കുന്നതിൽ ഒരു പങ്കാളിയായിരുന്ന എൻ. പി. അലി 'റേഡിയന്റ് റോഡ്‌വെയ്സ്' എന്നൊരു ലോറി ട്രാൻസ്പോർട്ട് കമ്പനി നടത്തിയിരുന്നു. അദ്ദേഹം സ്വന്തമായി നിർമ്മിച്ച ഹിന്ദിചിത്രം 'നയാ ദിൻ നയീ രാത്' ആയിടെയാണ് റിലീസായത്. തമിഴിൽ ശിവാജി ഗണേശൻ ഒൻപത് റോളുകളിൽ അഭിനയിച്ച 'നവരാത്രി'യുടെ റീമേക്കായിരുന്ന ഈ ചിത്രത്തിൽ സഞ്ജീവ് കുമാറാണ് ശിവാജിയുടെ റോളെടുത്തത്. സുകുമാരിയുടെ ഭർത്താവ് ഭീംസിംഗ് ആയിരുന്നു അതിന്റെ സംവിധായകൻ.

അലി രണ്ടാമത് നിർമ്മിച്ച മലയാള ചിത്രമാണ് രാമു കാര്യാട്ട് സംവിധാനം ചെയ്ത 'നെല്ല്'. ഈ ചിത്രം വൻപ്രദർശനവിജയം നേടിക്കൊണ്ടിരിക്കുന്ന സമയവുമായിരുന്നു അത്.

ഈ വിഷയങ്ങളൊക്കെ ഞങ്ങളുടെ സംസാരത്തിൽ വന്നു. വിജയരാഘവൻ തനിക്ക് കിട്ടിയ വിവരങ്ങളൊക്കെ മദ്രാസിലെ കസ്റ്റംസ് ഉദ്യാഗസ്ഥന്മാർക്ക് കൈമാറി.

കോഴിക്കോട്ട് അളകാപുരി ഹോട്ടലിൽ രാമു കാര്യാട്ടുമൊത്ത് താമസിച്ചിരുന്ന എൻ.പി. അലിയെ അവിടുത്തെ കസ്റ്റംസ് കളക്ടർ വേണുഗോപാൽ വിളിച്ച് ചോദ്യം ചെയ്തു. വിജയരാഘവൻ കാര്യാട്ടിനെയും ചോദ്യം ചെയ്തു.

ബഹദൂറിന് മദ്രാസിലെ കസ്റ്റംസ് ഓഫീസർമാരെയും അഭിമുഖീകരിക്കേണ്ടി വന്നു.

സംഭവങ്ങൾ ഇത്രയൊക്കെ പുരോഗമിച്ചതോടെ മലയാള സിനിമാരംഗത്തുള്ള പലരും അങ്കലാപ്പിലായി. ഇനി ആരാണ് കുടുങ്ങുന്നതെന്ന പരിഭ്രാന്തി പരന്നു. താരങ്ങളുടെ പ്രതിഫലം കുത്തനെ ഇടിഞ്ഞുവീണു.

ഇക്കാലത്ത് എറണാകുളത്തുനിന്ന് വൈക്കം ചന്ദ്രശേഖരൻനായരുടെ പത്രാധിപത്യത്തിൽ സി. ചെറിയാൻ പ്രസിദ്ധീകരിച്ചിരുന്ന 'ചിത്രകാർത്തിക' വാരികയിൽ ബഹദൂർ തന്റെ ആത്മകഥ എഴുതിക്കൊണ്ടിരുന്നു. അത് നിന്നുപോയി.

വളരെ വർഷങ്ങൾക്കുശേഷം ഈ ആത്മകഥയുടെ ബാക്കി ഭാഗം കൂടി എഴുതാൻ സഹായിക്കണമെന്ന് ബഹദൂർ എന്നോട് അഭ്യർത്ഥിച്ചു. എന്നെ ഏതുവിധത്തിൽ സഹായിക്കാനും അദ്ദേഹം ഒരുക്കമായിരുന്നു. പി.എ. ബക്കറിന്റെ തിരുവനന്തപുരത്തെ ഫ്ളാറ്റിൽവച്ച് ബഹദൂർ ഏല്പിച്ച അഡ്വാൻസ് ഞാൻ ഇതുവരെ തിരികെ കൊടുത്തിട്ടുമില്ല. രണ്ടുപേർക്കും ഒത്തുകൂടിയിരുന്ന് സൗകര്യമായി അതെഴുതാൻ ഉള്ള സന്ദർഭവും സാവകാശവും ഒത്തുകിട്ടിയില്ല.

ഇടയ്ക്ക് കാണുമ്പോഴൊക്കെ ബഹദൂർ തന്നെ പണ്ട് കസ്റ്റംസുകാർ പിടിച്ച കാര്യം പരിഭവത്തോടെ പറയാറുണ്ട്. അപ്പോഴൊക്കെ എനിക്ക് കുറ്റബോധം തോന്നാറുമുണ്ട്. ഈ പാവം മനുഷ്യനെ ഞാനായിട്ട് വേദനിപ്പിച്ചല്ലോ എന്ന്. എന്നാൽ ബഹദൂർ ഒരിക്കലും എന്നോട് ശത്രുത കാണിച്ചിട്ടില്ല. മാത്രമല്ല കൂടെക്കൂടെ എന്നെ അന്വേഷിച്ചുവരികയും ചെയ്തിരുന്നു.

ടെക്നീഷ്യൻമാർക്കുവേണ്ടി

സിനിമയിൽ ടെക്നീഷ്യന്മാർക്കുള്ള പങ്കിനെക്കുറിച്ച് പ്രേക്ഷകർക്ക് വലിയ വിവരമൊന്നുമില്ല. സ്ക്രീനിൽ കാണുന്ന മുഖങ്ങളും പേരുകളും മാത്രമേ അവർ ശ്രദ്ധിക്കുന്നുള്ളു. അത് സ്വാഭാവികം മാത്രം. എന്നാൽ സിനിമ നിർമ്മിക്കുന്നവരും അതിന് അവാർഡ് നൽകുന്നവരുമൊക്കെ അതിന്റെ പിന്നിൽ പ്രവർത്തിക്കുന്ന സാങ്കേതിക വിദഗ്ധന്മാരുടെ പങ്കിനെക്കുറിച്ച് നല്ലവണ്ണം മനസിലാക്കിയിരിക്കണം.

ഒരു ടെക്നിക്കൽ ആർട്ടായ സിനിമയുമായി ബന്ധപ്പെട്ട ഏറ്റവും വലിയ വ്യക്തി അതിന്റെ സംവിധായകനാണ്. എന്നാൽ പിന്നീടുള്ള സ്ഥാനങ്ങൾ തിരക്കഥാകൃത്ത്, ക്യാമറാമാൻ, എഡിറ്റർ, സൗണ്ട് റിക്കാർഡിസ്റ്റ്, ലാബ് ടെക്നിഷ്യന്മാർ എന്നിവർക്കുള്ളതാണ്. ഇവരെക്കൂടാതെ സിനിമ നിർമ്മിക്കാൻ വയ്യ.

കാർട്ടൂൺ ചിത്രങ്ങൾ ഉപയോഗിച്ചും മൃഗങ്ങളെ വെച്ചുപോലും ധാരാളം നല്ല സിനിമകൾ ഉണ്ടായിട്ടുള്ള സ്ഥിതിക്ക് കഴിവുള്ള സംവിധായകരെ സംബന്ധിച്ചിടത്തോളം നടീനടന്മാർ ആരായാലും പ്രശ്നമല്ല.

ചില ഇന്ത്യൻ സിനിമകൾ വിദേശങ്ങളിൽ പോലും അംഗീകാരം നേടുമ്പോൾ ഒരുകാര്യം ഓർക്കണം. അതിലൊന്നുപോലും ഫോർമുല ചിത്രങ്ങളായിരുന്നില്ല. ഇവിടെത്തന്നെ ദേശീയാംഗീകാരം നേടുന്ന ചിത്രങ്ങളൊന്നും പാട്ട്, നൃത്തം, സ്റ്റണ്ട്, കോമഡി, അമിത വായാടിത്തം മുതലായ ഫോർമുലകളിൽ അധിഷ്ഠിതമായ സിനിമകളായിരുന്നില്ലല്ലോ. ആ നിലയ്ക്ക് നല്ല സിനിമകളിൽ ഗാനങ്ങൾക്കും ഗായകർക്കും യാതൊരു സ്ഥാനവുമില്ലെന്ന് മനസിലാകും.

സിനിമയുണ്ടാകുന്നത് എഡിറ്ററുടെ ടേബിളിലാണ്. എന്നാൽ അവാർഡ് കമ്മിറ്റിക്കാർ അംഗീകരിക്കാൻ എന്നും വിമുഖത കാണിച്ചു.

1973-ലാണ് കേരള സർക്കാർ ആദ്യമായി നല്ല എഡിറ്റർക്കുള്ള അവാർഡ് ഏർപ്പെടുത്തിയത്. ആ വർഷം സംസ്ഥാന ദേശീയ അവാർഡുകൾ നേടിയ നിർമാല്യം എന്ന ചിത്രം എഡിറ്റ് ചെയ്ത രവിക്കായിരുന്നു അവാർഡ്. അതിനുമുമ്പുതന്നെ സംസ്ഥാന അവാർഡുകൾ ലഭിച്ചിരുന്ന ഓളവും തീരവും, ചെമ്പരത്തി, ഗായത്രി മുതലായ ചിത്രങ്ങൾ എഡിറ്റ് ചെയ്തതും രവിയായിരുന്നു.

1973-ലെ സംസ്ഥാന അവാർഡ് പ്രഖ്യാപിച്ചത് വളരെ വൈകിയാണ്. 1974 ഒക്ടോബർ മാസത്തിൽ ഒരുദിവസം രാവിലെ രവിയും അന്ന് രാമുകാര്യാട്ടിന്റെ സഹായിയായിരുന്ന കെ.ജി. ജോർജും ശേഖർ ലോഡ്ജിൽ വന്നു. ചെമ്പരത്തി, ചായം മുതലായ ചിത്രങ്ങളുമായി ബന്ധപ്പെട്ട് സംവിധായകൻ പി.എൻ. മേനോൻ, നിർമ്മാതാവ് എസ്.കെ. നായർ മുതലായവരോടൊപ്പം രവിയെ പലപ്പോഴും ഞാൻ കണ്ടിട്ടുണ്ടായിരുന്നു. അന്ന് കെ.ജി. ജോർജ് സ്വതന്ത്ര സംവിധായകനായിരുന്നില്ല. ജീൻസും ക്രേപ്പ് ഷർട്ടും ധരിച്ച് താടി വളർത്തിയ ജോർജിനെ കാര്യാട്ടിന്റെ താവളത്തിലും സിറ്റി ബസുകളിലുംവെച്ച് ശ്രദ്ധിച്ചിരുന്നു. രണ്ടുപേരും പൂനാ ഫിലിം ഇൻസ്റ്റിറ്റ്യൂട്ടിൽ നിന്ന് ഡിപ്ലോമ എടുത്തവരായിരുന്നു.

സംസ്ഥാന അവാർഡുകളിൽ ആ വർഷം പുതിയതായി എഡിറ്റർക്കും അവാർഡ് ഏർപ്പെടുത്തിയിരുന്നു - 2000 രൂപ. അതേസമയം നേരത്തെ തന്നെ ഗായകന് 3000 രൂപയുടെ അവാർഡ് കൊടുക്കുന്നുണ്ടായിരുന്നു.

ഗായകന്റെ പിന്നിൽ എഡിറ്ററെ പിടിച്ചുനിർത്തിയതിലുള്ള പ്രതിഷേധം അറിയിക്കാനാണ് രവിയും ജോർജും എത്തിയിരിക്കുന്നത്. അവർ എഴുതിക്കൊണ്ടുവന്ന ഒരു പ്രസ്താവന എന്നെ ഏല്പിച്ചു. അതിന്റെ ചുരുക്കം ഇതായിരുന്നു:

''സിനിമാട്ടോഗ്രാഫിയും എഡിറ്റിംഗും ഇല്ലാതെ സിനിമയുണ്ടാവില്ല. സിനിമയുടെ ക്രിയാത്മകമായ പ്രക്രിയയിൽ ഒരു സംവിധായകന്റെ ഏറ്റവും അടുത്ത പങ്കുകാരാണ് സ്ക്രിപ്റ്റ് റൈറ്ററും സിനിമാട്ടോഗ്രാഫറും എഡിറ്ററും. ഒരു ഗാനരചയിതാവിനെക്കാളും പിന്നണിഗായകരേക്കാളും താഴ്ന്ന സ്ഥാനമാണോ സിനിമയിൽ എഡിറ്റർക്കുള്ളത്?

മുൻവർഷം ദേശീയാംഗീകാരങ്ങൾ നേടിയ 'സ്വയംവര'ത്തിൽ ഒരൊറ്റ ഗാനം പോലും ഇല്ലായിരുന്നു. പലരും ചിത്രങ്ങൾ അവാർഡിന് സമർപ്പിക്കുമ്പോൾ ഗാനങ്ങൾ മുറിച്ചുനീക്കും. ഗാനങ്ങൾ സിനിമയിൽ ഒഴിച്ചുനിർത്താനാവുന്ന ഘടകമാണ്. അതേസമയം സമർത്ഥമായി എഡിറ്റ് ചെയ്യാത്ത ഒരു ചിത്രവും അവാർഡ് നേടുകയില്ല. പ്രഗത്ഭരായ ടെക്നീഷ്യന്മാരുടെ പിന്തുണയില്ലാതെ ഒരു നല്ല സിനിമയും ലോകചരിത്രത്തിൽ ഉണ്ടായിട്ടില്ല. എഡിറ്റിംഗ് എന്ന കലയെ ഗ്രേഡ് താഴ്ത്തി എന്നെക്കൊണ്ട് അംഗീകരിപ്പിച്ച് അവഹേളിപ്പിക്കാൻ അനുവദിക്കുകയില്ല'' രവി സർട്ടിഫിക്കറ്റ് സ്വീകരിക്കുമെന്നും അതോടൊപ്പം നൽകുന്ന കാഷ് അവാർഡ് നിരസിക്കുമെന്നുമായിരുന്നു പ്രസ്താവനയുടെ രത്നച്ചുരുക്കം.

''രണ്ടും നിരസിക്കാമോ?'' ഞാൻ ചോദിച്ചു.

''പാറ്റൻ എന്ന സിനിമയിൽ അഭിനയിച്ച ജോർജ്. സി. സ്കോട്ട് രണ്ടുതവണ ഓസ്കാർ അവാർഡ് നിരസിച്ചിട്ടുണ്ട്. ഗോഡ് ഫാദറിൽ അഭിനയിച്ച മർലിൻ ബ്രാന്റോ മൂന്നുതവണയും. അങ്ങനെ ചെയ്യാൻ

തയ്യാറാണെങ്കിൽ രവിയുടെ ഈ നടപടിക്ക് പത്തിരട്ടി പബ്ലിസിറ്റി ഞാൻ തരാം.''

എന്റെ നിർദ്ദേശം അവർ അംഗീകരിച്ചു. രവി സംസ്ഥാന അവാർഡ് മൊത്തത്തിൽ നിരസിക്കുന്നതായി പ്രസ്താവന മാറ്റി എഴുതിത്തന്നു. അത് നാന വാരികയിൽ മാത്രം വലിയ പ്രാധാന്യത്തോടെ പൂർണമായി പ്രസിദ്ധീകരിക്കുകയും ചെയ്തു. മാത്രമല്ല അതോടൊപ്പം പ്രഗത്ഭ സംവിധായകരെ ചർച്ചയ്ക്ക് ക്ഷണിച്ചുകൊണ്ട് ഒരു എഡിറ്റോറിയലും എഴുതി.

മലയാളസിനിമയിലെ അന്നത്തെ ഏറ്റവും വലിയ നിർമ്മാതാവും സംവിധായകനുമായിരുന്ന പി. സുബ്രഹ്മണ്യം ഒരു സിനിമയുടെ നിർമ്മാണത്തിൽ പ്രഥമ സ്ഥാനം സംവിധായകനും രണ്ടാം സ്ഥാനം ക്യാമറാമാനും മൂന്നാംസ്ഥാനം എഡിറ്റർക്കുമാണെന്നും നടീനടന്മാരും ഗായകരുമൊക്കെ അവർക്ക് പിന്നിലാണെന്നും പ്രഖ്യാപിച്ചു.

അടൂർ ഗോപാലകൃഷ്ണനും രവിയുടെ വികാരത്തോട് പൂർണമായി യോജിച്ചു. എങ്കിലും എഡിറ്റർക്ക് അവാർഡ് നൽകാത്ത കേന്ദ്രസർക്കാരിനേക്കാളും ഭേദം എഡിറ്ററെ അംഗീകരിക്കാൻ തയ്യാറായ സംസ്ഥാന സർക്കാരാണെന്നും പറഞ്ഞു.

സംവിധായകന് തുല്യമായ സ്ഥാനം എഡിറ്റർക്കുണ്ടെന്ന പക്ഷക്കാരനായിരുന്നു സംവിധായകൻ ശങ്കരൻനായർ. അതേസമയം എഡിറ്റർ രവിയെ കാണാൻ ജനം തടിച്ചുകൂടുകയില്ല. ഗായകൻ യേശുദാസിനെ കാണാൻ ജനമെത്തും. ചീപ്പ് പോപ്പുലാരിറ്റിയാണ് സർക്കാരിന്റെയും ലക്ഷ്യം.

സർട്ടിഫിക്കറ്റ് മാത്രം അവാർഡായി നൽകിയാൽ മതി, ക്യാഷ് കൊടുക്കുന്നത് നിർത്തലാക്കണം (ഓസ്കാർ അവാർഡ് അങ്ങനെയാണ്) എന്ന അഭിപ്രായക്കാരനായിരുന്നു മുൻവർഷം ദേശീയാംഗീകാരം നേടിയ ക്യാമറാമാൻ മങ്കട രവിവർമ്മ. പകരം നല്ല ചിത്രത്തിന്റെ യൂണിറ്റിന് മൊത്തമായി മറ്റൊരു ചിത്രം കൂടി നിർമ്മിക്കാനാവശ്യമായ സാമ്പത്തിക സഹായം നൽകുകയാണ് വേണ്ടത്. എങ്കിലേ നല്ല ചിത്രങ്ങൾ വീണ്ടും വീണ്ടും നിർമ്മിക്കാൻ സാധിക്കുകയുള്ളു.

ഈ പ്രശ്നം ചലച്ചിത്ര പരിഷത്ത് ഏറ്റെടുക്കുമെന്ന് അതിന്റെ സെക്രട്ടറി എം.ഒ. ജോസഫ് ഏറ്റു. അങ്ങനെ അതൊരു വലിയ ചർച്ചയാക്കി മാറ്റി. ഏതായാലും നവംബറിൽ നടന്ന അവാർഡ് ചടങ്ങിൽ എഡിറ്റർ രവി ഹാജരായിരുന്നില്ല. അതും പ്രത്യേക വാർത്തയായിരുന്നു.

ഞാൻ രവിയുടെ പക്ഷത്തായിരുന്നു. ടെക്നീഷ്യന്മാർക്ക് അവർ അർഹിക്കുന്ന അംഗീകാരം നൽകാൻ എന്നും ഞാൻ തയ്യാറായിട്ടുമുണ്ട്. പിന്നീട് ഞാൻ നാനയുടെ എഡിറ്ററായിരുന്നപ്പോൾ അടൂർ ഗോപാലകൃഷ്ണൻ, അരവിന്ദൻ, എം.ടി.വാസുദേവൻനായർ, പി.എ. ബക്കർ, പി.എൻ.മേനോൻ മുതലായ സംവിധായകരുടെയും മങ്കട രവിവർമ്മ, എഡിറ്റർ രവി, ബാലു മഹേന്ദ്ര മുതലായ ടെക്നീഷ്യന്മാരുടെയും ഫുൾപേജ് കളർചിത്രങ്ങൾ പ്രസിദ്ധീകരിക്കാൻ മുന്നോട്ടുവരികയും ചെയ്തു. സിനിമ സംവിധായകരുടെ മേൽവിലാസത്തിൽ അറിയപ്പെട്ടു തുടങ്ങിയ കാലമായിരുന്നു അത്. ഇന്നോ?

* * * *

രാജീവ്നാഥിന്റെ 'തണൽ' എന്ന ചിത്രം എഡിറ്റ് ചെയ്തതും രവിയായിരുന്നു. ഈ ചിത്രത്തിന്റെ ഷൂട്ടിംഗ് വേളയിൽ തിരുവനന്തപുരത്തു വച്ചാണ് സ്വപ്ന എന്ന നടിയെ ഞാൻ ആദ്യമായി കാണുന്നത്. പത്തനംതിട്ട ജില്ലയിലെ ഒരു പാവപ്പെട്ട കുടുംബത്തിൽനിന്ന് സിനിമയിലെത്തിയ സ്വപ്നയ്ക്ക് നായികയാകാനുള്ള സൗന്ദര്യമൊക്കെ ഉണ്ടായിരുന്നുവെങ്കിലും റാണിചന്ദ്രയുടെ കൂടെ സഹനടിയായിട്ടാണ് തണലിൽ പ്രത്യക്ഷപ്പെട്ടത്.

തിരുവനന്തപുരം ജില്ലയിലെ കടയ്ക്കൽ എന്ന ഗ്രാമത്തിൽ ജനിച്ച രവി ആദ്യം ബസ് കണ്ടക്ടർ ആയിരുന്നു. ആ ജോലി ഉപേക്ഷിച്ചിട്ടാണ് പൂനാ ഫിലിം ഇൻസിറ്റിറ്റ്യൂട്ടിൽ ചേർന്നത്.

രവി സ്വപ്നയെ വിവാഹം കഴിക്കാൻ തീരുമാനിച്ചപ്പോൾ അദ്ദേഹത്തിന്റെ അടുത്ത സുഹൃത്തുക്കളെല്ലാം അതിന് എതിരായിരുന്നു. കോട്ടയത്തുനിന്ന് എറണാകുളത്തേക്ക് കാറിൽ ഒന്നിച്ച് യാത്ര ചെയ്യുമ്പോഴാണ് രവി എന്നോട് ഈ ആശയം പറഞ്ഞത്. "അങ്ങനെ ചെയ്താൽ ഞാൻ രവിയെ ബഹുമാനിക്കുകയേയുള്ളു". ഞാൻ രവിക്ക് പിന്തുണ നൽകി. അത് രവിയെ സന്തോഷിപ്പിക്കുകയും ചെയ്തു.

ഏതായാലും രവി സ്വപ്നയെത്തന്നെ ജീവിതപങ്കാളിയാക്കി. ഇതോടെ കെ.ജി. ജോർജ് ഉൾപ്പെടെയുള്ള അന്നത്തെ തിരക്കുള്ള പല സംവിധായകരും പിന്നീട് രവിയെ തങ്ങളുടെ ചിത്രങ്ങളിൽ സഹകരിപ്പിക്കാതെയായി.

ഫിലിം മാഗസിനിൽ ലേഖനങ്ങൾ എഴുതിയിരുന്ന ഡോ. ശിവരാജനായിരുന്നു രവിയുടെ ഏറ്റവും അടുത്ത സുഹൃത്ത്. രവി തിരുവനന്തപുരത്ത് വരുമ്പോഴെല്ലാം ശിവരാജൻ കൂടെക്കാണും.

1978 നവംബർ മാസം മൂന്നാംവാരത്തിൽ ഞാൻ തിരുവനന്തപുരം മെഡിക്കൽ കോളേജിനോട് അനുബന്ധിച്ചുള്ള അവിട്ടംതിരുനാൾ ആശുപത്രി സന്ദർശിക്കാനിടയായി. അവിടെ സ്ത്രീകളെ പ്രസവത്തിന് അഡ്മിറ്റ് ചെയ്യുന്ന കൗണ്ടറിൽ ശിവരാജൻ ഒരു ഫോറം പൂരിപ്പിക്കുന്നതു കണ്ടു. അദ്ദേഹത്തിന്റെ അടുത്ത് ഒരു പഴയ ട്രങ്കുപെട്ടി തൂക്കിപ്പിടിച്ച് ഗർഭിണിയായ സ്വപ്നയും നിൽക്കുന്നുണ്ടായിരുന്നു.

രജിസ്റ്ററിൽ എഴുതിയ പേര് ഞാൻ കണ്ടു - സൂസമ്മ. സൂസമ്മയെ പ്രസവത്തിന് അഡ്മിറ്റ് ചെയ്യാൻ രവി ഡോക്ടറായ സ്നേഹിതനെ ചുമതലപ്പെടുത്തിയിരിക്കുകയാണ്. രവി ബോംബെയിൽ സ്വപ്നാടനം എന്ന ചിത്രം നിർമ്മിച്ച മുഹമ്മദ് ബാപ്പുവിന്റെ ഇൻഡോ-അറബ് ചിത്രമായ 'മെക്കാ മെദീന' എഡിറ്റ് ചെയ്തുകൊണ്ടിരിക്കുകയായിരുന്നു. നവംബർ 16-ാം തീയതി കാർത്തിക നക്ഷത്രത്തിൽ സൂസമ്മ ആദ്യത്തെ പെൺകുഞ്ഞിനെ പ്രസവിച്ചു. ആ കുട്ടിക്ക് രവി 'മെദീന' എന്നുപേരിട്ടു. ഹിന്ദുവായ രവി ക്രിസ്ത്യാനിയായ സൂസമ്മ പ്രസവിച്ച തന്റെ മകൾക്ക് മുസ്ലീം പേരിട്ടു. ഇതിൽപ്പരം മതസഹിഷ്ണുതയുണ്ടോ?

മൂന്നുനാലു വർഷങ്ങൾക്കുശേഷം ഞാൻ മദ്രാസിൽ ചെന്നപ്പോൾ ആർ.കെ. ലാബിലെ ശങ്കരൻകുട്ടിയോടൊപ്പം (പിന്നീട് ചലച്ചിത്ര അക്കാദമിയിൽ ക്യൂറേറ്റർ) രവിയുടെ വീട്ടിലും പോയി. അതിനിടെ രവിക്ക് മറ്റൊരു കുട്ടി കൂടി ജനിച്ചിരുന്നു. എന്നാൽ സുഹൃത്തുക്കളുടെ നിസ്സഹകരണം മൂലം രവി സാമ്പത്തികമായി വളരെ ബുദ്ധിമുട്ട് അനുഭവിക്കുകയാണെന്ന് എനിക്ക് മനസിലായി. ജോലിയുള്ള കാലത്തും വളരെ നിസാരമായ പ്രതിഫലമാണ് വാങ്ങിയിരുന്നത്. പലതിനും പ്രതിഫലമേ

ലഭിച്ചിരുന്നുമില്ല.

രാജീവ് നാഥിന്റെ 'കാവേരി' എഡിറ്റ് ചെയ്യാൻ ചിത്രാഞ്ജലി സ്റ്റുഡിയോയിൽ എത്തിയ രവിയെ അവസാനമായി കാണുകയാണെന്ന് അന്ന് കരുതിയില്ല. മലയാളത്തിലെ സമാന്തര സിനിമാപ്രസ്ഥാനത്തിന് ക്ഷീണം സംഭവിച്ചിരിക്കുന്ന സമയമായിരുന്നു. കമേഴ്സ്യൽ സിനിമക്കാർക്ക് രവിയെപ്പോലെയുള്ളവരെ ആവശ്യവുമില്ലായിരുന്നു. ധാരാളം അവാർഡുകൾ നേടിയ ചിത്രങ്ങളിൽ പ്രവർത്തിച്ചെങ്കിലും അതിൽനിന്നും യാതൊരു സമ്പാദ്യവും ഉണ്ടാക്കിവയ്ക്കാൻ രവിക്ക് കഴിഞ്ഞിരുന്നില്ല.

ഡോ. ശിവരാജൻ ഉള്ളതുകൊണ്ടായിരിക്കണം അവസാന കാലത്ത് രോഗബാധിതനായ രവി തിരുവനന്തപുരത്തെത്തിയത്. അപ്പോൾ അദ്ദേഹത്തെ തിരിഞ്ഞുനോക്കാൻ പി.എ. ബക്കറല്ലാതെ അവിടെ ആരുമുണ്ടായിരുന്നില്ല. രവി സഹകരിച്ച ചിത്രങ്ങൾ എടുത്തവരൊക്കെ അതിനിടെ തന്നെ സാമ്പത്തികമായി തകർന്നിരിക്കുന്ന സമയവുമായിരുന്നു.

രവിയുടെ മരണം പത്രമാധ്യമങ്ങൾക്ക് വലിയ വാർത്തയൊന്നുമായിരുന്നില്ല. അദ്ദേഹത്തിന്റെ പഴയ സുഹൃത്തുക്കളാരും ഞെട്ടിയതായിട്ടും കേട്ടില്ല. ആരെങ്കിലും അനുശോചനയോഗം വിളിച്ചുകൂട്ടിയതായും അറിവില്ല.

■

ജയലളിത

ഫിലിം ന്യൂസ്' ആനന്ദൻ വന്നത് തമിഴ് സിനിമയിലെ നായിക നടി ജയലളിതയുടെ ജന്മദിനാഘോഷത്തിന് ക്ഷണിക്കാനായിരുന്നു. എല്ലാ ജന്മദിനത്തിലും സിനിമാ പത്രപ്രവർത്തകർക്ക് മാത്രമായി ജയലളിത വിരുന്ന് നടത്തുന്ന ഒരു പതിവുണ്ട്. അത്തവണ അത് പുനമല്ലി ഹൈറോഡിലെ ദാസപ്രകാശ് ഹോട്ടലിന്റെ റൂഫ് ഗാർഡനിൽ വച്ചായിരുന്നു.

മദ്രാസിലെ സിനിമാ പത്രപ്രവർത്തനരംഗത്ത് ചില പി.ആർ.ഒമാരുണ്ട്. പുതിയ സിനിമയുടെ പബ്ലിസിറ്റി, പ്രിവ്യു മുതലായവയുടെ ചുമതല ഇവരെ ഏല്പിച്ചുകൊടുത്താൽ മതി, വേണ്ടിവന്നാൽ അവാർഡുകൾ വരെ ഇവർ സംഘടിപ്പിക്കും. ഇതിനെല്ലാം ആവശ്യമായ പണം മാത്രം ഏല്പിച്ചാൽ മതി.

അക്കാലത്ത് മദ്രാസിലെ ഏറ്റവും പ്രസിദ്ധായ സിനിമാ പി.ആർ.ഒ ആയിരുന്നു ഫിലിം ന്യൂസ് ആനന്ദൻ. കഴുത്തിടുങ്ങിയ ജൂബ ധരിച്ച് കക്ഷത്ത് എപ്പോഴും ഫയലുമായി ആനന്ദൻ കൂടെക്കൂടെ എത്തും. മദ്രാസിലെ എല്ലാ പത്രപ്രവർത്തകരുടെയും സിനിമാക്കാരുടെയും ഫോൺ നമ്പരും മേൽവിലാസവും ആനന്ദന്റെ ഡയറിയിൽ കാണും. വരുന്നത് മിക്കവാറും ഏതെങ്കിലുമൊരു സിനിമയുടെ പ്രിവ്യൂവിന് ക്ഷണിക്കാനും അതിലെ സ്റ്റില്ലുകൾ തരാനുമായിരിക്കും.

ചിലപ്പോൾ ചില പത്രലേഖകർ തന്നെ ഈ ജോലിയും ചെയ്യും. ശാരദയ്ക്ക് 'സ്വയംവര'ത്തിലെ അഭിനയത്തിന് രണ്ടാമതും ഉർവ്വശി അവാർഡ് ലഭിച്ചപ്പോൾ മൈലാപ്പൂരിലെ ന്യൂ വുഡ്‌ലാന്റ് ഹോട്ടലിന്റെ ലോണിൽ അവരുടെ ചെലവിൽ അനുമോദനസൽക്കാരം സംഘടിപ്പിച്ചത് 'മതിയൊളി' എന്ന പത്രത്തിന്റെ എഡിറ്റർ ഷൺമുഖമായിരുന്നു.

1973 ജൂൺ 2-ാം തീയതി ജയലളിത നടത്തിയ വിരുന്നിൽ പങ്കെടുക്കാൻ സിനിമാമാസിക ലേഖകൻ നടരാജനോടൊപ്പം ഞാനും പോയി. ആതിഥേയത്വം വഹിക്കാൻ ജയലളിത എത്തിയിരുന്നു. അന്നാണ് ഞാനാദ്യമായി അവരെ നേരിട്ടുകാണുന്നത്. വട്ടമുഖവും വെളുത്ത നിറവും ഒത്ത ഉയരവുമുള്ള അവർക്ക് അന്നേ തടിച്ച ശരീരപ്രകൃതിയായിരുന്നു. ഇംഗ്ലീഷ് മീഡിയത്തിൽ മെട്രിക്കുലേഷൻ പാസായിട്ടുള്ള ജയലളിത ഇംഗ്ലീഷ് അനായാസമായി സംസാരിക്കും.

അതിഗംഭീരമായ പാർട്ടി സന്ധ്യക്കുശേഷമായിരുന്നു. ജയലളിത ഓരോരുത്തരുടെയും അടുത്തുവന്ന് പരിചയപ്പെടുകയും കുശലം ചോദിക്കുകയും ചെയ്തു.

എനിക്ക് ഏറ്റവും കൗതുകകരമായി തോന്നിയ കാര്യം ഈ ചടങ്ങിൽവെച്ച് ഫിലിം ഫെയർ മാഗസിന്റെ മദ്രാസിലെ പ്രതിനിധി എസ്. വി. വേണുഗോപാൽ ആ വർഷത്തെ ഏറ്റവും നല്ല നടിക്കുള്ള ഫിലിം ഫെയർ അവാർഡ് ജയലളിതക്കാണെന്ന് പ്രഖ്യാപിച്ചതാണ്. (ഏതു ചിത്രത്തിനാണെന്ന് ഓർക്കുന്നില്ല). അതോടെ അതൊരു അനുമോദന യോഗമായി മാറുകയും ചെയ്തു.

ഇതെന്തു കളി? ഞാൻ അത്ഭുതപ്പെട്ടു..!

ഒരു സിനിമാനടി പത്രക്കാരെ വിളിച്ച് ജന്മദിന സൽക്കാരം നടത്തുന്നു. അവിടെ വന്നിരിക്കുന്ന പത്രപ്രതിനിധി അവരുടെ അവാർഡ് ആ നടിക്കാണെന്ന് പ്രഖ്യാപിക്കുന്നു!

നല്ലൊരു നാടകമാണ് അവിടെ അരങ്ങേറിയത്. ഞാൻ നടരാജനോട് ഇതേക്കുറിച്ചുള്ള സംശയം പ്രകടിപ്പിച്ചു. സിനിമാരംഗത്ത് ഇതൊക്കെ പതിവാണ്.

പ്രസിദ്ധരായ താരങ്ങളും സംവിധായകരുമൊക്കെ അവർക്ക് തോന്നുമ്പോൾ ആരാധകവൃന്ദത്തെയോ പഴയ സഹപാഠികളെയോ പത്രക്കാരെയോ അടുത്തുവിളിച്ച് രഹസ്യമായി പണസഞ്ചി അഴിക്കുന്നു. അതിൽനിന്ന് അവർക്കാവശ്യമുള്ളത് നിർലോഭം വാരിക്കൊടുക്കുന്നു. ആരാധകവൃന്ദം അയാൾക്ക് വമ്പിച്ച പബ്ലിസിറ്റിയോടെ കൊട്ടും കുരവയും താലപ്പൊലിയുമായി അവാർഡുകളും പൊന്നാടകളും നൽകുന്നു.

പൊന്നാട അണിയിക്കാൻ ഒരു മന്ത്രിയെയോ മുനിസിപ്പൽ ചെയർമാനെയോ കിട്ടാൻ ഈ നാട്ടിലുണ്ടോ പഞ്ഞം. താരത്തിന്റെ ഗ്ലാമറിൽ കണ്ണു മങ്ങിയിരിക്കുന്ന ജനം ഇതൊന്നുമറിയാതെ തടിച്ചുകൂടുന്നു. പിറ്റേന്നുമുതൽ പത്രങ്ങളിലും ടിവിയിലുമൊക്കെ ഖണ്ഡശ: വാർത്തകളും ചിത്രങ്ങളും... ആനന്ദം പരമാനന്ദം.

ജയലളിത അങ്ങനെ സംഘടിപ്പിച്ച ഒരു ജന്മദിന സൽക്കാരമായിരുന്നു അത്. പത്രക്കാരുമായി എന്നും ഉറ്റബന്ധം പുലർത്തുന്ന നടിയായിരുന്നു അവർ. തനിക്ക് ഇഷ്ടപ്പെടാത്ത എന്തെങ്കിലും വാർത്ത പത്രത്തിൽ വന്നാൽ ഹാലിളകുന്ന പതിവും അന്ന് അവർക്കില്ലായിരുന്നു. നല്ല ആത്മവിശ്വാസത്തോടെ എല്ലാവരുമായും സൗഹൃദം പുലർത്തുകയും ഒരു ക്ലിക്കിലും പെടാതെ അഭിനയം തുടരുകയും ചെയ്തിരുന്ന അവർ അക്കാലത്ത് തമിഴ് സിനിമകളോടൊപ്പം ധാരാളം തെലുങ്ക് ചിത്രങ്ങളിലും അഭിനയിച്ചിരുന്നു. അക്കാലത്തെ ഏറ്റവും വലിയ പ്രതിഫലവും പറ്റിയിരുന്നു. ഒരുലക്ഷം രൂപ.

അക്കൊല്ലത്തെ ഏറ്റവും നല്ല മലയാള ചിത്രത്തിനുള്ള അവാർഡിന് എം.ഒ. ജോസഫും എസ്.കെ. നായരും തമ്മിലായിരുന്നു കടുത്ത മത്സ

രം. ഫിലിം ഫെയറിന്റെ മദ്രാസിൽ വന്ന കെട്ടുകൾ എം.ഒ. ജോസഫും എറണാകുളത്ത് വന്ന കെട്ടുകൾ എസ്.കെ.നായരും വാങ്ങി ഗ്യാലപ്പ് പോൾ ഫോറങ്ങൾ സ്വയം പൂരിപ്പിച്ച് അയച്ചു. നടരാജനാണ് എസ്. കെ. നായർക്കുവേണ്ടി ഫിലിം ന്യൂസ് ആനന്ദൻ വഴി എസ്.വി. വേണു ഗോപാലിനെ വശത്താക്കിയത്.

ഫിലിംഫെയർ എഡിറ്റർ ബി.കെ. കരഞ്ചിയ 'സ്വയംവര'ത്തിന്റെ പക്ഷത്തായിരുന്നു. വേണുഗോപാലും മറ്റു കമ്മറ്റി മെമ്പർമാരും എസ്. കെ. നായരുടെ 'ചെമ്പരത്തി'ക്ക് കൊടുക്കണമെന്ന് ശഠിച്ചു. അങ്ങനെ 1972-ലെ ഏറ്റവും നല്ല മലയാള ചിത്രത്തിനുള്ള ഫിലിം ഫെയർ അവാർഡ് പി.എൻ. മേനോന്റെ സംവിധാനത്തിൽ എസ്.കെ. നായർ ന്യൂ ഇന്ത്യാ ഫിലിംസിന്റെ ബാനറിൽ നിർമ്മിച്ച ചെമ്പരത്തിക്ക് ലഭിച്ചു. എം.ഒ. ജോസഫിന്റെ പുനർജന്മം പിന്തള്ളപ്പെടുകയും ചെയ്തു.

* * * *

വൈക്കത്തുകാരി വി.എൻ. ജാനകി, അഞ്ജലിദേവി, ഭാനുമതി, ബി. സരോജാദേവി മുതലായവർക്കു ശേഷമാണ് ജയലളിത എം.ജി.ആറിന്റെ നായികയായത്. ജാനകിയെ എം.ജി.ആർ ഭാര്യയാക്കി. മറ്റുള്ളവർക്ക് വെപ്പാട്ടിമാരുടെ സ്ഥാനമായിരുന്നു.

ഇടയ്ക്ക് എം.ജി.ആറുമായി തെറ്റിപ്പിരിഞ്ഞ ജയലളിത തെലുങ്കു സിനിമയിലെ തിരക്കുള്ള നായകനായിരുന്ന ശോഭൻ ബാബുവുമായി ചേർന്ന് ധാരാളം തെലുങ്കുചിത്രങ്ങളിൽ അഭിനയിച്ചുവരികയായിരുന്നു.

മൈനറായ പെൺകുട്ടികളുടെ രക്ഷകർത്താക്കളുമായി കരാറുണ്ടാക്കുകയായിരുന്നു എം.ജി.ആറിന്റെ അന്നത്തെ രീതി. അതനുസരിച്ച് മാസംതോറും ഒരു തുക ശമ്പളമായി നൽകും. തന്റെ ചിത്രമല്ലാതെ മറ്റൊന്നിലും അഭിനയിക്കാൻ പാടില്ല. നായകന്റെ മകളാകാനുള്ള പ്രായം പോലും നായികയ്ക്ക് കാണുകയില്ല. ഇങ്ങനെ ജയലളിതയ്ക്ക് ശേഷം എം.ജി.ആറിന്റെ നായികയായ മഞ്ജുള മേജർ ആയതോടെ എം.ജി. ആറുമായി തെറ്റിപ്പിരിഞ്ഞ് കരുണാനിധിയുടെ ആദ്യഭാര്യയിലെ പുത്രൻ എം.കെ. മുത്തു നായകനായി അഭിനയിച്ച ചിത്രത്തിൽ നായികയായി. എം.ജി.ആറിനെ അധിക്ഷേപിച്ചുകൊണ്ട് ഇക്കാലത്ത് മഞ്ജുള ധാരാളം പത്രപ്രസ്താവനകൾ നടത്തിയിരുന്നു. എം.ജി.ആർ കരുണാനിധിയുമായി തെറ്റിപ്പിരിഞ്ഞ് ആൾ ഇന്ത്യ അണ്ണാ ഡിഎംകെ എന്ന പാർടിയുണ്ടാക്കാനുള്ള പ്രധാന കാരണം ഇതായിരുന്നു.

അക്കാലത്ത് തമിഴിൽ തിരക്കുള്ള നായക നടനായിരുന്ന വിജയകുമാറിനെയാണ് മഞ്ജുള വിവാഹം കഴിച്ചത്. അവരുടെ മകളാണ് ഇപ്പോഴത്തെ നായികനടി പ്രീതി വിജയകുമാർ.

മഞ്ജുള പിരിഞ്ഞതോടെ എം.ജി.ആറിന്റെ സ്ഥിരംനായികസ്ഥാനത്ത് ലത വന്നു. ('പാർവതി' മുതലായ ചില മലയാള ചിത്രങ്ങളിലും ലത അഭിനയിച്ചിട്ടുണ്ട്. ഇവരുടെ സഹോദരനാണ് മുമ്പ് ധാരാളം മലയാളചിത്രങ്ങളിൽ അഭിനയിച്ചിരുന്ന രാജ്കുമാർ.)

മോസ്കോ ഫിലിം ഫെസ്റ്റിവലിൽ പങ്കെടുക്കാൻ എം.ജി.ആർ ലതയുമായി പോയപ്പോൾ അതെന്തിനാണെന്ന് ചോദിച്ചുകൊണ്ട് കരുണാനിധിയുടെ പാർട്ടിക്കാർ മദ്രാസിലെ ചുവരുകളിലെല്ലാം പോസ്റ്റർ ഒട്ടിച്ചതും ഞാനോർക്കുന്നു.

അക്കാലത്ത് എം.ജി.ആറും ജയലളിതയും ചേർന്നുള്ള സിനിമക

ളൊന്നും പുറത്തിറങ്ങിയിരുന്നില്ല. മിക്കവാറും ജയശങ്കറിന്റെ ഇടിപ്പട ങ്ങളിലെ നായികയായിരുന്നു ജയലളിത.

ജയലളിതയും അവർക്കുശേഷം എം.ജി.ആറിന്റെ നായികമാരായി വന്ന മഞ്ജുളയും ലതയും തമ്മിൽ കടുത്ത വൈരാഗ്യമായിരുന്നു. അവർ കൂടെക്കൂടെ ജയലളിതയെ വിമർശിക്കുന്ന പ്രസ്താവനകൾ ഇറക്കുകയും ചെയ്തിരുന്നു. ഒരു സമ്മേളനത്തിൽവെച്ച് ജയലളിത തന്നോട് അപമര്യാദയായി പെരുമാറിയെന്ന് ലത പരാതിപ്പെട്ടു.

ആയിടെ ലതയ്ക്ക് ചില ഹിന്ദിചിത്രങ്ങളിലെ നായികയായി അഭി നയിക്കാൻ അവസരങ്ങൾ ലഭിച്ചതാണ് കാരണം. ജയലളിതയെ സംബ ന്ധിച്ചിടത്തോളം ഹിന്ദിയിൽ കടന്നുപറ്റാനുള്ള ശ്രമം തുടക്കത്തിലേ തന്നെ പരാജയമായിരുന്നു. 'ഹിസത്' എന്നൊരു ഹിന്ദിചിത്രത്തിൽ അവർ അഭിനയിച്ചിട്ടുണ്ട്. പിന്നീട് വർഷങ്ങൾക്കുശേഷം ബി.ആർ. ചോപ്രയിൽ നിന്നൊരു ക്ഷണം ലഭിച്ചു 'ദസ്താൻ' എന്ന ചിത്ര ത്തിലേക്ക്. എന്നാൽ ദിലീപ് കുമാറും ശർമ്മിളാ ടാഗോറും നേരത്തേ തന്നെ ഇതിൽ നായികായാകന്മാരായി തീരുമാനിച്ചിരുന്നു.

ജയലളിത ആ ക്ഷണം സ്വീകരിച്ച് മുംബൈയിൽ എത്തിയപ്പോ ഴാണ് തനിക്ക് വച്ചിരിക്കുന്നത് സഹനടിയുടെ റോൾ പോലുമല്ല, വെറു മൊരു 'വാമ്പ്' വേഷമാണെന്നറിയുന്നത്. അഡ്വാൻസ് മടക്കിക്കൊടു ത്തിട്ട് അടുത്ത വിമാനത്തിൽ തന്നെ അവർ മദ്രാസിലേക്ക് പോന്നു. അതോടെ ഹിന്ദി സ്റ്റാറാകാനുള്ള ജയലളിതയുടെ മോഹവും തകർന്നു.

ഈ സംഭവം വെച്ചുകൊണ്ടാണ് ലത ജയലളിതയെ കളിയാക്കി പ്രസ്താവനകൾ നടത്തിയത്. അതിന് മറുപടിയായി ജയലളിത പറഞ്ഞു:

''ഇത് വല്ലാത്ത ശല്യമായിട്ടുണ്ട്. ലതയ്ക്ക് ഒരുദിവസം പോലും എന്നെക്കുറിച്ച് അപവാദം പറഞ്ഞില്ലെങ്കിൽ ഉറക്കം വരില്ല..''

ശോഭൻബാബു നായകനായി അഭിനയിക്കുന്ന ഒരു ചിത്രത്തിന്റെ ഷൂട്ടിംഗ് ഹൈദരാബാദിൽ നടക്കുകയായിരുന്നു. വാണിശ്രീയായിരുന്നു നായിക. നിർമ്മാതാക്കൾ ശോഭൻബാബുവിന് ഏർപ്പാടാക്കിയ സ്റ്റാർ ഹോട്ടലിലെ മുറിയിൽ അദ്ദേഹം ചെന്നതേയില്ല. ആ സമയത്ത് അവി ടെയെത്തിയ ജയലളിതയുമായി അദ്ദേഹം മറ്റെങ്ങോ താമസിക്കുകയാ ണെന്ന് പത്രങ്ങൾ എഴുതി.

തമിഴിൽ ജയശങ്കറുമായിച്ചേർന്ന് ജയലളിത ടീം ഉണ്ടാക്കിയിരിക്കു കയാണെന്നും ചില പത്രങ്ങളിൽ വാർത്ത വന്നു.

''എനിക്കതിന്റെയൊന്നും ആവശ്യമില്ല. എം.ജി.ആറിനെപ്പോലും വലിച്ചെറിഞ്ഞവളാണ് ഞാൻ. എന്റെ സ്വന്തം കഴിവ് കൊണ്ടാണ് ഞാൻ അഭിനയിക്കുന്നത്. നിർമ്മാതാക്കൾ എന്നെ തേടിവരികയാണ്. അല്ലാതെ ചാൻസ് ചോദിച്ചിട്ട് പിറകേ നടക്കാറില്ല'' അവർ പറഞ്ഞു.

അന്ന് രണ്ടാംനിര നായകന്മാരായിരുന്ന മുത്തുരാമൻ, ശിവകുമാർ എന്നിവരോടൊപ്പം ജയലളിത ധാരാളം ചിത്രങ്ങളിൽ അഭിനയിച്ചി രുന്നു.

ഇതിനിടെ ജയലളിത സ്ലീപ്പിംഗ് പിൽസ് കഴിച്ച് ആത്മഹത്യക്കൊ രുങ്ങി എന്നൊരു വാർത്ത വന്നു. പിന്നീട് പത്രങ്ങൾ അവരെ 'സ്ലീപ്പിംഗ് പിൽസ് നടി' എന്നുവിളിക്കുമായിരുന്നു.

ഇക്കാലത്ത് എം.ജി.ആറിനും ശിവാജി ഗണേശനുമെതിരായി ജയ ലളിത നടത്തിയ ചില പരാമർശങ്ങളും ചലച്ചിത്രരംഗത്ത് കോളിളക്കം

സൃഷ്ടിച്ചു.

73 ഓഗസ്റ്റിൽ ജയലളിത നൃത്ത നാടക ട്രൂപ്പുമായി അമേരിക്കയ്ക്ക് പോയത് ചലച്ചിത്രരംഗത്തോട് വിട പറയുന്നതിന്റെ മുന്നോടിയായിട്ടാണെന്ന് വാർത്തയുണ്ടായി. അതിനുമുമ്പായി ഏറ്റെടുത്ത ചിത്രങ്ങളെല്ലാം പൂർത്തിയാക്കാനുള്ള ശ്രമത്തിലായിരുന്നു അവർ. ''എനിക്ക് ഇനിയും സമ്പാദിച്ചുകൂട്ടേണ്ട കാര്യമില്ല. ഉള്ളതുകൊണ്ട് രംഗം വിടാൻ ഞാനൊരുക്കവുമാണ്'' അവർ പറഞ്ഞു. അതിനുമുന്നോടിയായി തന്റെ കോസ്റ്റ്യൂം ഡിസൈനർ, ഡ്രൈവർ എന്നിവരെ ജയലളിത പിരിച്ചുവിട്ടു. ഗോപാൽ എന്ന മേക്കപ്പ്മാൻ മാത്രമാണ് ജോലിയിൽ തുടർന്നത്.

ജൂലൈ 30ാം തീയതിക്കകം താൻ അഭിനയിക്കേണ്ട ഭാഗങ്ങൾ എടുത്തു തീർക്കണമെന്നുകാണിച്ച് മൂന്ന് നിർമ്മാതാക്കൾക്ക് ജയലളിത വക്കീൽ നോട്ടീസ് അയച്ചു. മുക്തി ഫിലിംസിന്റെ 'അൻപേ തേടി', സൂര്യാ കമ്പൈൻസിന്റെ 'വൈരം', 'അവൻതാൻ മനിതൻ' എന്നിവയായിരുന്നു ചിത്രങ്ങൾ. വൈരത്തിൽ നായകൻ ജയശങ്കറും മറ്റു രണ്ടിലും നായകൻ ശിവാജിയുമായിരുന്നു.

ജയലളിതയുടെ പ്രശസ്ത നടി കൂടിയായിരുന്ന മാതാവ് 'സന്ധ്യ' ഇക്കാലത്ത് അന്തരിച്ചു. ജീവിതത്തിലും അഭിനയത്തിലും തന്റെ വഴികാട്ടിയായിരുന്ന അമ്മയുടെ വേർപാടിനെ തുടർന്ന് സഹോദരൻ സ്വത്തിനെച്ചൊല്ലി കലഹവുമാരംഭിച്ചു.

ജയലളിത ശിവാജിക്കെതിരെ ആഞ്ഞടിച്ചതോടെ അദ്ദേഹത്തിന്റെ നിർമ്മാതാക്കൾ അങ്കലാപ്പിലായി. അവരുടെ വിഷമം മനസിലാക്കിയതുകൊണ്ടുമാത്രം ജയലളിതയോടൊപ്പമുള്ള ഭാഗങ്ങൾ താൻ വേഗം അഭിനയിച്ചുതീർക്കാമെന്ന് ശിവാജി സമ്മതിക്കുകയായിരുന്നു. ഈസമയത്ത് ജയലളിത വിവാഹിതയാകുന്നുവെന്നും അതിനുശേഷം വിദേശത്ത് സ്ഥിരതാമസമാക്കുമെന്നും വാർത്തയുണ്ടായിരുന്നു.

എം.ജി.ആർ സ്വന്തം പാർട്ടിയുണ്ടാക്കിയപ്പോൾ ജയലളിതക്ക് അതിൽ യാതൊരു സ്ഥാനവും ഉണ്ടായിരുന്നില്ല. എം.ജി.ആർ മുഖ്യമന്ത്രി ആയ ശേഷമാണ് പഴയ ബന്ധം പറഞ്ഞ് ജയലളിത വീണ്ടും അദ്ദേഹത്തെ സമീപിച്ചത്. തന്റെ പാർട്ടിയുടെ യോഗങ്ങളിൽ ആൾക്കൂട്ടമുണ്ടാക്കാൻ ഏറ്റവും പറ്റിയ ആൾ ജയലളിതയാണെന്ന് ബുദ്ധിമാനായ എം.ജി.ആറിന് അറിയാമായിരുന്നു.

അതുകൊണ്ട് അവരെ പാർട്ടിയുടെ പ്രചാരണവിഭാഗം സെക്രട്ടറിയാക്കി. അതോടെ ജയലളിതയ്ക്ക് ജനമധ്യത്തിൽ നല്ല പബ്ലിസിറ്റി ലഭിക്കുകയും ചെയ്തു. എം.ജി.ആറിന്റെ അനന്തരാകാശി എന്ന പേരും. എം.ജി.ആറിന്റെ മൃതദേഹത്തിന്റെ തലയ്ക്കൽ നിന്ന ജയലളിതയുടെ ചിത്രങ്ങൾ പത്രങ്ങളിലും ടിവിയിലും പ്രത്യക്ഷപ്പെട്ടു. അന്ന് ശവമഞ്ചത്തിൽ കയറാൻ ശ്രമിച്ച അവരെ ജാനകിയുടെ ബന്ധുക്കൾ ചവിട്ടിപ്പുറത്താക്കിയത് ജനങ്ങളുടെയിടയിൽ ജയലളിത സഹതാപമാക്കി മാറ്റി.

പിന്നീട് അധികാര വടംവലി ജാനകിയും ജയലളിതയും തമ്മിലായി. കോൺഗ്രസ് കാലുവാരി ജാനകിയെ മുഖ്യമന്ത്രിസ്ഥാനത്തുനിന്ന് പുറത്താക്കിയതോടെ ജയലളിതയ്ക്ക് അധികാരക്കസേരയിലേക്ക് വഴി തുറന്നുകിട്ടുകയും ചെയ്തു.

വീഴ്ചകളെ സിമ്പതിയാക്കാനും കുറ്റങ്ങളെ ബഹുമതിയാക്കാനും ഏതു മാർഗം ഉപയോഗിച്ചും ശത്രുക്കളെ നശിപ്പിക്കാനും അവർക്ക് കഴിവുണ്ടല്ലോ.

■

ഗോഡ്മാൻ

എൻ. ടി. രാമറാവുവിനെ പരിചയപ്പെടുത്തിത്തന്നത് ഗായകൻ യേശുദാസാണ്.

1974-ൽ ഒരുദിവസം തിരുവനന്തപുരത്തുനിന്നു വന്ന കെ.വി.എസ്. ഇളയതുമൊത്ത് യേശുദാസിന്റെ അഭിരാമപുരത്തെ വീട്ടിൽ ചെന്നപ്പോൾ അദ്ദേഹം പാട്ടു റിക്കോർഡ് ചെയ്യാൻ ജമിനി സ്റ്റുഡിയോയിലേക്ക് പോയിരിക്കുകയാണെന്നറിഞ്ഞു. അങ്ങനെയാണ് ഞങ്ങൾ ജമിനി സ്റ്റുഡിയോയിൽ ചെന്നത്.

അവിടെ യേശുദാസ് ഒരു തെലുങ്കു ചിത്രത്തിനുവേണ്ടി പാടാനെത്തിയിരിക്കുകയായിരുന്നു. ആ ചിത്രത്തിന്റെ നിർമ്മാണത്തിൽ എൻ.ടി. രാമറാവുവും പങ്കാളിയാണ്.

കാൽനൂറ്റാണ്ടോളമായി തെലുങ്ക് സിനിമയിൽ ദൈവങ്ങളുടെയും മല്ലന്മാരുടെയും റോളുകളിൽ പ്രത്യക്ഷപ്പെട്ടുകൊണ്ടിരുന്ന ആന്ധ്രാക്കാരുടെ കാണപ്പെട്ട ദൈവം ഇതാ കാവിനിറത്തിലുള്ള പരുക്കൻ ഖദർമുണ്ടും ഷർട്ടും ധരിച്ച് ഞങ്ങളുടെ മുമ്പിൽ വെറുംമനുഷ്യനായി ചിരിച്ചുകൊണ്ട് നിൽക്കുന്നു!

ആന്ധ്രയുടെ പല ഭാഗങ്ങളിൽനിന്നും തീർത്ഥാടകരായി തിരുപ്പതിയിലെത്തുന്നവർ അവിടെനിന്ന് വളരെ അകലെയല്ലാത്ത മദ്രാസിലെത്തി എൻ.ടി. രാമറാവുവിന്റെ ദർശനഭാഗ്യം നേടാറുണ്ടായിരുന്നു. അദ്ദേഹത്തിന്റെ മാമ്പലത്തെ വീടിനു മുമ്പിലൂടെ പോകുമ്പോഴൊക്കെ അവിടെ ആന്ധ്രാ രജിസ്ട്രേഷനുള്ള ടൂറിസ്റ്റ് ബസുകൾ കിടക്കുന്നത് കണ്ടിട്ടുണ്ട്.

അക്കാലത്ത് തെലുങ്ക് സിനിമയുടെയും നിർമ്മാണകേന്ദ്രം മദ്രാസായിരുന്നു. തെലുങ്കനായ നാഗിറെഡ്ഡിയെ പോലെയുള്ള വമ്പൻ ദക്ഷി

ണേന്ത്യൻ നിർമ്മാതാക്കളെല്ലാം സ്റ്റുഡിയോ സ്ഥാപിച്ചിരുന്നതും അവിടെയാണ്. മലയാള നടീനടന്മാരെപ്പോലെ തെലുങ്കു കലാകാരന്മാരും അക്കാലത്ത് മദ്രാസിലാണ് സ്ഥിരതാമസമാക്കിയിരുന്നത്.

ദക്ഷിണേന്ത്യൻ സിനിമയിലെ ഏറ്റവും വില കൂടിയ താരങ്ങളായിരുന്നു തമിഴിലെ എം.ജി. രാമചന്ദ്രനും തെലുങ്കിലെ എൻ.ടി. രാമറാവുവും. ഇവർ രണ്ടുപേരെയും നേരിട്ട് പരിചയപ്പെടാൻ ഇട വന്നിട്ടുള്ള എനിക്ക് ഒറ്റനോട്ടത്തിൽത്തന്നെ രണ്ടുപേരും തമ്മിൽ വലിയ വ്യത്യാസം തോന്നിയിരുന്നു.

അന്ന് അറുപത് വയസിലധികം തോന്നിയിരുന്ന എം.ജി.ആർ ആയിരുന്നു കൂടുതൽ ഊർജ്ജസ്വലൻ. താരതമ്യേന വലിപ്പം കുറവുള്ള അദ്ദേഹത്തിന്റെ വേഷത്തിലും പെരുമാറ്റത്തിലും സംസാരത്തിലുമെല്ലാം വല്ലാത്ത കൃത്രിമത്വമാണ് തോന്നിയിട്ടുള്ളത്.

നല്ല ഉയരവും ഒതുങ്ങിയ ശരീരവുമുള്ള രാമറാവുവിന് എം.ജി.ആറിനേക്കാൾ പത്തുവയസ്സെങ്കിലും കുറവ് തോന്നി. അദ്ദേഹത്തിന്റെ പെരുമാറ്റവും സംസാരവുമൊക്കെ കുറേക്കൂടി മന്ദഗതിയിലായിരുന്നു.

എം.ജി.ആർ എപ്പോഴും തൂവെള്ള നിറത്തിലുള്ള മുണ്ടും ജുബ്ബയുമാണ് ധരിച്ചിരുന്നത്. തലയിൽ രോമത്തൊപ്പിയും മുഖത്ത് ഫാന്റത്തിന്റേതു പോലെ കട്ടിയുള്ള ഒരു കൂളിംഗ് ഗ്ലാസും. സ്വന്തം രൂപം പരമാവധി മറച്ചുപിടിക്കാനുള്ള വിഫലശ്രമം പോലെ.

എം.ജി.ആറിനോളം വെളുത്തതല്ലാത്ത രാമറാവു തന്റെ പ്രസന്നമുഖം മൂടിവെച്ചിരുന്നില്ല. എം.ജി.ആർ നിരീശ്വരവാദിയായിരുന്നുവെങ്കിൽ രാമറാവു നെറ്റിയിൽ ഭസ്മക്കുറി വരയ്ക്കുക മാത്രമല്ല ചെവികൾക്കിടയിൽ പൂക്കൽ തിരുകിവയ്ക്കുകയും ചെയ്തിരുന്നു. ആകപ്പാടെ ഒരു സന്യാസിയുടെ പക്വത നിറഞ്ഞ, നല്ല ഇംഗ്ലീഷിലുള്ള സംസാരം.

രാമറാവുവിനെപ്പോലെ ദൈവത്തിന്റെ പ്രതിരൂപമായി ഇങ്ങനെ മാറിയ മറ്റൊരു നടൻ ഇന്ത്യയിലെന്നല്ല ലോകത്തു തന്നെ മറ്റെങ്ങുമില്ലെന്ന് നിസ്സംശയം പറയാം. തെലുങ്കരെ സംബന്ധിച്ചിടത്തോളം അദ്ദേഹം വെറുമൊരു മനുഷ്യനായിരുന്നില്ല. തിരുപ്പതി വെങ്കിടേശ്വരന് തുല്യമായി, വിഷ്ണുവും കൃഷ്ണനുമൊക്കെയായിരുന്നു. അതുകൊണ്ടാണ് അവർ അദ്ദേഹത്തിന്റെ വീട്ടിൽ അനുഗ്രഹം തേടി എത്തിയിരുന്നതും.

ഞങ്ങൾക്ക് അദ്ദേഹത്തെ പരിചയപ്പെടുത്തിയിട്ട് യേശുദാസ് അല്പം മാറി ഞങ്ങളുടെ സംസാരം കേട്ട് ചിരിച്ച്, അതിൽ പങ്കെടുക്കാതെ, നിന്നതേയുള്ളു. യേശുദാസിന് മലയാളികളുടെ ഹൃദയത്തിലുള്ള സ്ഥാനത്തെ പറ്റി ഞങ്ങൾ പറഞ്ഞപ്പോൾ യേശുദാസിനെ മലയാളികളുടെ മാത്രം കുത്തകയാക്കി വയ്ക്കാൻ ശ്രമിക്കേണ്ടെന്നും തെലുങ്കരും യേശുദാസിനെ അത്യധികം ഇഷ്ടപ്പെടുന്നുണ്ടെന്നും റാവു പറഞ്ഞു.

തമിഴിലെ സൂപ്പർതാരങ്ങളായിരുന്ന എം.ജി.ആർ, ശിവാജി ഗണേശൻ മുതലായവരോട് സംസാരിക്കുമ്പോൾ തോന്നിയിരുന്ന പൊങ്ങച്ച നാട്യങ്ങളൊന്നും തെലുങ്കിലെ രാമറാവുവും മറ്റൊരു സൂപ്പർതാരമായ കൃഷ്ണയുമായി സംസാരിക്കുമ്പോൾ എനിക്ക് തോന്നിയില്ല. അവരുടെ എളിമയും അകൃത്രിമത്വവമാണ് എന്നെ ആകർഷിച്ചത്. രാമറാവുവിന്റെ നോട്ടവും ഭാവവും അനാർഭാടലളിതമായിരുന്നു. സിനിമാരംഗത്ത് ഇങ്ങനെയൊരാളെ കണ്ടുമുട്ടുക തന്നെ അപൂർവം.

പൊതുവെ തെന്നിന്ത്യൻ സിനിമാരംഗത്തെപ്പറ്റിയും അതിൽത്തന്നെ

മലയാള സിനിമയെപ്പറ്റി പ്രത്യേകിച്ചും അദ്ദേഹം വളരെ ദീർഘമായി സംസാരിച്ചു. 'സ്വയംവര'ത്തിനും 'നിർമ്മാല്യ'ത്തിനും ദേശീയാംഗീകാരങ്ങൾ ലഭിച്ചിരുന്ന സമയവുമായിരുന്നു അത്.

അവാർഡുകൾ നേടിയവ അടക്കം ഏതാനും ചില മലയാള സിനിമകളേ അദ്ദേഹം കണ്ടിരുന്നുള്ളൂ. എം.ജി.ആർ. സ്വയംവരത്തെക്കുറിച്ച് വളരെ ഭിന്നമായ അഭിപ്രായമാണ് പറഞ്ഞിരുന്നത്. അതേസമയം അക്കാലത്തെ മലയാള സിനിമകളിൽ നിറഞ്ഞുനിന്നിരുന്ന യഥാതഥമായ മനുഷ്യജീവിതവും സമകാലിക പ്രശ്നങ്ങളും തന്നെ വളരെയധികം ആകർഷിച്ചിട്ടുണ്ടെന്നാണ് രാമറാവു പറഞ്ഞത്. ആ നിലയ്ക്ക് നോക്കിയാൽ മലയാള സിനിമയാണ് തെന്നിന്ത്യയിൽ ഏറ്റവും മുന്നിൽ നിൽക്കുന്നതെന്നും അദ്ദേഹം തുറന്നുസമ്മതിച്ചു.

എം.ജി.ആറും ശിവാജി ഗണേശനുമൊക്കെ ഔപചാരിക വിദ്യാഭ്യാസം തീരെ ലഭിക്കാത്തവരായിരുന്നു. അതിന്റെ കുറവുകൾ അവരിൽ കാണാനുമുണ്ടായിരുന്നു. എന്നാൽ ഒരു ബിരുദധാരിയായ രാമറാവു തഹസിൽദാർ ഉദ്യോഗം വലിച്ചെറിഞ്ഞിട്ടാണ് സിനിമയിൽ അഭിനയിക്കാൻ എത്തിയത്.

ഇതൊക്കെ കൊണ്ടായിരിക്കാം അദ്ദേഹത്തിന് മലയാള സിനിമ ആസ്വദിക്കാൻ കഴിഞ്ഞതും. അക്കാലത്തെ മലയാള സിനിമയിൽ പുരോഗമനപരമായ പരീക്ഷണങ്ങൾ നടക്കുമ്പോൾ തെലുങ്കരാകട്ടെ നമ്മുടെ മെരിലാന്റ് സുബ്രഹ്മണ്യത്തെപ്പോലെ യാഥാസ്ഥിതികമായ രീതിയിൽ ഒതുങ്ങിനിൽക്കുകയാണെന്ന് അദ്ദേഹം സമ്മതിച്ചു.

മലയാളത്തിലെപ്പോലെ സാമൂഹ്യബോധവും യാഥാർത്ഥ്യവുമുള്ള ചിത്രങ്ങൾ തെലുങ്കിൽ എടുത്താൽ അവ കാണാൻ ആളുണ്ടാവില്ലെന്ന് അദ്ദേഹം കൂട്ടിച്ചേർത്തു. സാമൂഹ്യചിത്രങ്ങൾ എടുത്താൽ പോലും അവിടെ വിതരണക്കാരെ കിട്ടാൻ വിഷമമാണ്. പുണ്യപുരാണ കഥകളിൽ അവർക്കുള്ള താല്പര്യം അത്ര വലുതാണ്.

തെലുങ്കു സിനിമാരംഗത്തെ വീരാരാധനയെ കുറിച്ചായി പിന്നീട് ഞങ്ങളുടെ സംസാരം. അന്ധമായ വ്യക്തിപൂജയും ആരാധനാ മനോഭാവവും ആരോഗ്യകരമാണോ എന്ന് ഞങ്ങൾ ചോദിച്ചു.

''വീരാരാധനയും വ്യക്തിപൂജയും ചലച്ചിത്ര രംഗത്ത് മാത്രമല്ല കാണുന്നത്. രാഷ്ട്രീയം ഉൾപ്പെടെ ജീവിതത്തിന്റെ മറ്റു തുറകളിലും അതു കാണാം. ചില രാഷ്ട്രീയനേതാക്കൾ വരുമ്പോൾ എന്തു ജനക്കൂട്ടമാണ്. പിന്നെന്തിന് ചലച്ചിത്രരംഗത്തെ മാത്രം ഇതിൽനിന്ന് മാറ്റി നിർത്തണം'' അദ്ദേഹം ചോദിച്ചു.

കേരളത്തിൽ പൊതുവെ ഇത്തരം വ്യക്തിപൂജയും വീരാരാധനയും കുറവാണെന്ന് ഞങ്ങൾ പറഞ്ഞപ്പോൾ അത് തനിക്കും കുറെയൊക്കെ മനസിലായിട്ടുണ്ടെന്ന് റാവു സമ്മതിച്ചു. ഒരുപക്ഷേ കേരളത്തിൽ ഉണ്ടായിട്ടുള്ള വിദ്യാഭ്യാസ പുരോഗതിയുടെ തെളിവായിരിക്കും അതെന്ന് അദ്ദേഹം പറഞ്ഞു.

തമിഴർ എം.ജി.ആറിനോട് കാണിക്കുന്ന ആരാധന അദ്ദേഹം ചൂണ്ടിക്കാണിച്ചു:

''എന്നെ സംബന്ധിച്ചിടത്തോളം കാണികൾ മാത്രമല്ല, നിർമ്മാതാക്കളും സംവിധായകരും സഹനടീനടന്മാരുമൊക്കെ എനിക്ക് നല്ല ആദരവ് നൽകുന്നു. പക്ഷേ അതിനായി ഞാനൊരു ശ്രമവും നടത്തുന്നില്ല. അവർക്ക് പകരമായി ഞാൻ സ്നേഹവും വാത്സല്യവും തിരിച്ചുനൽകു

ന്നുവെന്ന് മാത്രം. അവർ ശുദ്ധഹൃദയരും നിഷ്കളങ്കരുമാണെന്ന് ഞാൻ കരുതുന്നു.

തമിഴിലും തെലുങ്കിലുമൊക്കെയുള്ള ഇത്തരം വ്യക്തികളുമായിട്ടുള്ള ബന്ധം കൊണ്ടാവണം യേശുദാസും ആദ്ധ്യാത്മികവാദിയായി മാറിയതെന്ന് എനിക്ക് തോന്നുന്നു. അദ്ദേഹത്തിന്റെ വാക്കുകളിൽ ഇത് വളരെ കൂടുതലായി കണ്ടുവരുന്നുമുണ്ടല്ലോ?

എം.ജി.ആർ തമിഴ്നാട് രാഷ്ട്രീയത്തിൽ സജീവമായി പങ്കെടുത്തു തുടങ്ങിയ സമയമായിരുന്നു അതെങ്കിലും അക്കാലത്ത് രാമറാവുവിന് രാഷ്ട്രീയത്തിൽ യാതൊരു താല്പര്യവുമില്ലായിരുന്നു. എം.ജി.ആർ കരുണാനിധിയുമായി തെറ്റി സ്വന്തം പാർട്ടി രൂപീകരിച്ചിരുന്നു. രണ്ടുമൂന്നു വർഷത്തിനകം അദ്ദേഹം തമിഴ്നാട് മുഖ്യമന്ത്രിയുമായി. എന്നാൽ വളരെക്കാലം കഴിഞ്ഞാണ് രാമറാവു അതിന് തയ്യാറായത്.

ഇതിനിടെ ആന്ധ്രാപ്രദേശിൽ സഞ്ജീവ റെഡ്ഡി, സഞ്ജീവയ്യ നരസിംഹറാവു, വിജയഭാസ്കര റെഡ്ഡി, ചെന്നറെഡ്ഡി മുതലായ കോൺഗ്രസുകാർ ഭരിച്ച് അവിടം കുളമാക്കുകയായിരുന്നു. അതു കണ്ടിട്ടുള്ള ധാർമ്മികരോഷം കൊണ്ടോ തമിഴ്നാട്ടിൽ എം.ജി.ആറിന് നേടിയെടുക്കാൻ കഴിഞ്ഞ അത്ഭുതാവഹമായ വിജയം കണ്ടിട്ടോ ആവണം രാമറാവു തെലുങ്കുഗൗരവം (അഭിമാനം) മുൻനിർത്തി സ്വന്തമായി തെലുങ്കുദേശം എന്ന പാർട്ടി രൂപീകരിച്ചത്.

രാമോജി റാവുവിന്റെ 'ഈനാട്' എന്ന പത്രത്തിന്റെ പിന്തുണയും അദ്ദേഹത്തിന് ലഭിച്ചു. പുതിയ പാർട്ടി രൂപീകരിച്ചിട്ട് ഒരു വർഷം പോലും തികയുന്നതിനുമുമ്പ് നടന്ന അസംബ്ലി തെരഞ്ഞെടുപ്പിൽ രാമറാവു തന്റെ സിനിമ ഇമേജ് ഉപയോഗിച്ച് എം.ജി.ആറിനെയും നിഷ്പ്രഭനാക്കുന്ന വിധം വമ്പിച്ച വിജയം കരസ്ഥമാക്കി. രാമറാവു ആന്ധ്രാ മുഖ്യമന്ത്രിയായപ്പോൾ അവിടെ ഗവർണർ ശങ്കർദയാൽ ശർമ്മയായിരുന്നു. കാലുമാറ്റം കാരണം രാമറാവുവിനെ ഇടയ്ക്കുവച്ച് പ്രസിഡന്റ് പിരിച്ചുവിട്ടെങ്കിലും അന്ന് കർണാടക മുഖ്യമന്ത്രിയായിരുന്ന രാമകൃഷ്ണ ഹെഗ്ഡെയുടെ സഹായം കൊണ്ട് ഒരു മാസത്തിനുള്ളിൽ രാമറാവു പ്രസിഡന്റിന്റെ മുമ്പിൽ തന്റെ ഭൂരിപക്ഷം തെളിയിച്ച് അധികാരത്തിൽ മടങ്ങിയെത്തി അത്ഭുതം സൃഷ്ടിക്കുക തന്നെ ചെയ്തു.

എന്നാൽ ഭരണത്തിൽ ഉടനീളം രാഷ്ട്രീയത്തിലുള്ള പരിചയക്കുറവ് ദൃശ്യമായിരുന്നു. പ്രതിപക്ഷത്തുനിന്നല്ല സ്വന്തം കുടുംബത്തിൽ തന്നെയുള്ളവരുടെ അധികാരമോഹം കൊണ്ടാണ് അദ്ദേഹം നിലംപതിച്ചത്. രാമറാവു ദൈവമല്ല, വെറും മനുഷ്യനാണെന്ന് അവർക്കാണല്ലോ നല്ല നിശ്ചയമുണ്ടായിരുന്നത്. സ്വന്തം മരുമകൻ തന്നെ അദ്ദേഹത്തെ അട്ടിമറിച്ച് അധികാരം കയ്യടക്കി. രാമറാവു ദൈവമല്ലെന്നും വെറും മനുഷ്യനാണെന്നും ചന്ദ്രബാബു നായിഡു ജനങ്ങൾക്ക് തെളിയിച്ചുകൊടുത്തു. അങ്ങനെ അപമാനിതനായി അദ്ദേഹം തിരോഭവിക്കുകയും ചെയ്തു.

പ്രായാധിക്യം കൊണ്ട് രാമറാവു സിനിമാരംഗത്തുനിന്ന് പിന്മാറിയ സമയത്ത് അദ്ദേഹത്തിന് പകരമായി തെലുങ്ക് പുരാണ ചിത്രങ്ങളിൽ കൃഷ്ണനായും വിഷ്ണുവായും അഭിനയിക്കാൻ എത്തിയത് ഒരു മാഹിക്കാരൻ മുസ്ലീമായിരുന്നു. സി.വി. സലിം എന്നൊരു കളരിപ്പയറ്റുകാരൻ.

താനൊരു മുസ്ലീം ആണെന്നുള്ള കാര്യം മറച്ചുവയ്ക്കാൻ അദ്ദേഹം

'രവികുമാർ' എന്ന് പേര് മാറ്റിയിരുന്നു. മലയാളിയായ ഡാൻസർ തങ്കപ്പൻ (കമലഹാസന്റെ ഗുരു) തമിഴിൽ നിർമ്മിച്ച 'അന്നൈ വേളാങ്കണ്ണി' എന്ന ചിത്രത്തിൽ കുരിശാരോഹണം നടത്തിയ യേശുവായി പ്രത്യക്ഷപ്പെട്ടതും ഈ സലിമാണ്. (ജയലളിതയായിരുന്നു വേളാങ്കണ്ണി മാതാവ്). ഞാൻ കാണുമ്പോൾ കർപ്പകം സ്റ്റുഡിയോ ഉടമ കെ.എസ്. ഗോപാലകൃഷ്ണൻ സാലിഗ്രാമിൽ ഒരു വീട് വാടകയ്ക്കെടുത്ത് സലിമിനെ രഹസ്യമായി താമസിപ്പിച്ചിരിക്കുകയായിരുന്നു.

അദ്ദേഹത്തിന്റെ 'ദശാവതാരം' എന്ന ചിത്രത്തിൽ വിഷ്ണുവായി സലിം അഭിനയിച്ചുകൊണ്ടിരിക്കുമ്പോൾ ഞങ്ങൾ തമ്മിൽ നല്ല സുഹൃദ്ബന്ധമായിരുന്നു. അദ്ദേഹത്തെ മലയാള സിനിമയിൽ കൊണ്ടുവരാൻ ഞാൻ ചില ശ്രമങ്ങൾ നടത്തുകയും ചെയ്തതാണ്. എൻ.ടി. രാമറാവുവിനേക്കാൾ സുന്ദരനായിരുന്ന സലിം മെരിലാന്റ് സുബ്രഹ്മണ്യത്തിന്റെ 'അംബ അംബിക അംബാലി' എന്ന മലയാളം ചിത്രത്തിൽ കൃഷ്ണന്റെ വേഷം കെട്ടിയിട്ടുണ്ട്.

ആന്ധ്രയിൽ സലിമിനും ധാരാളം ആരാധകരുണ്ടായെങ്കിലും ക്രമേണ ഒരു മുസ്ലീമാണെന്ന് മനസിലായപ്പോൾ അവർ അദ്ദേഹത്തെ അവിടുന്ന് ഓടിച്ചുവിടുകയായിരുന്നു.

■

അലസിപ്പോയ വിപ്ലവം

'ചന്ദ്രതാര'യുടെ പരീക്കുട്ടി, 'ജനറൽ പിക്ചേഴ്സി'ന്റെ രവീന്ദ്രനാഥൻ നായർ എന്നിവരെപ്പോലെ മലയാള സിനിമയുടെ വളർച്ചയ്ക്ക് മഹത്തായ സംഭാവനകൾ നൽകിയ മറ്റാരും കേരളത്തിലില്ലെന്ന് നിസംശയം പറയാവുന്നതാണ്.

അൻപതുകളിലും അറുപതുകളുടെ ആദ്യപകുതിയിലും മലയാള സിനിമയുടെ നവോത്ഥാനത്തിന് തുടക്കം കുറിച്ചത് പരീക്കുട്ടിയും എഴുപതുകളിലും എൺപതുകളിലും അതിന്റെ സർഗ്ഗവസന്തം കൊണ്ടുവന്നത് രവിയുമാണ്.

രാമു കാര്യാട്ട്, പി. ഭാസ്കരൻ, എ. വിൻസന്റ്, കെ. രാഘവൻ, ശോഭനാ പരമേശ്വരൻനായർ മുതലായ റൊമാന്റിക് പ്രതിഭകൾ നീലക്കുയിൽ തുടങ്ങി മുടിയനായ പുത്രൻ വരെ അക്കാലത്തെ ഏറ്റവും നല്ല കുറേ ചിത്രങ്ങൾ സൃഷ്ടിച്ചത് പരീക്കുട്ടി അവയ്ക്ക് പണം മുടക്കാൻ മുന്നോട്ടുവന്നതു കൊണ്ടാണ്.

അതുപോലെ രവി എന്ന നിർമ്മാതാവ് റിസ്കെടുക്കാൻ തയ്യാറായില്ലെങ്കിൽ അരവിന്ദന്റെ കാഞ്ചനസീത മുതലുള്ള ചിത്രങ്ങളും അടൂർ ഗോപാലകൃഷ്ണന്റെ എലിപ്പത്തായം മുതലുള്ള പല ചിത്രങ്ങളും ഉണ്ടാവുകയില്ലായിരുന്നു.

ഇവർക്കിടയിൽ മഞ്ഞിലാസിന്റെ എം.ഒ. ജോസഫും സുപ്രിയയുടെ ഹരിപോത്തനും മറ്റും സജീവമായി രംഗത്തുണ്ടായിരുന്നു എന്നതും മറക്കുന്നില്ല. സേതുമാധവൻ, എം.ടി. വാസുദേവൻനായർ, പി.എ. ബക്കർ എന്നിവരുടെയും സാന്നിദ്ധ്യമുണ്ടായിരുന്നുവെങ്കിലും ഒറ്റയ്ക്ക് ആധുനികതയുടെ കാഹളമൂതി ഒരുകാതം മുന്നേ നടന്ന വിപ്ലവ പ്രതിഭയായിരുന്നു പി.എൻ. മേനോൻ.

മാതൃഭൂമി വാരികയുടെ കവർചിത്രമായി അച്ചടിച്ചുവന്ന ചില പെയിന്റിംഗുകളിലൂടെയാണ് പി.എൻ. മേനോനെ ആദ്യമായി ഞാൻ ശ്രദ്ധിക്കുന്നത്. അദ്ദേഹം സംവിധാനം ചെയ്ത റോസി, കുട്ട്യേടത്തി, പണിമുടക്ക്, ഓളവും തീരവും മുതലായ ചിത്രങ്ങൾ കണ്ടതിനുശേഷ മാണ് ഞാൻ മദ്രാസിലെത്തിയതും.

പൂർണമായി റിയലിസ്റ്റിക് എന്ന് വിളിക്കാനാവില്ലെങ്കിലും മേനോന്റെ ചിത്രങ്ങൾ അക്കാലത്തെ രീതി വച്ചുനോക്കിയാൽ പൂർണതയോട് വളരെ അടുത്തുനിന്നിരുന്നു. ആദ്യകാലത്ത് എം.ടിയുടെയും പിന്നീട് മലയാറ്റൂർ, തോപ്പിൽ ഭാസി മുതലായവരുടെയും തിരക്കഥകൾ അദ്ദേ ഹത്തിന് വലിയ പിന്തുണയായിരുന്നുവെന്ന് പറയാം.

അടൂർ ഗോപാലകൃഷ്ണനോ അരവിന്ദനോ പോലും പ്രദർശിപ്പി ച്ചിട്ടില്ലാത്ത ധൈര്യമാണ് പുതുമുഖങ്ങളെ അവതരിപ്പിക്കാൻ മേനോൻ കാണിച്ചിട്ടുള്ളത്. പ്രേംനസീർ മലയാള വ്യവസായ സിനിമയുടെ പര്യാ യമായി വാഴുന്ന കാലത്താണ് മേനോൻ നസീറിനെ തഴഞ്ഞ് പുതുമു ഖങ്ങളെ കൊണ്ടുവന്നിരുന്നത്. റോസിയിലൂടെ കവിയൂർ പൊന്നമ്മ, പി.ജെ. ആന്റണി, മാപ്പുസാക്ഷിയിൽ ബാലൻ കെ. നായർ, കുട്ട്യേട ത്തിയിൽ വിലാസിനി, പണിമുടക്കിൽ മോഹൻ, ഓളവും തീരത്തിൽ ഉഷാനന്ദിനി, ചെമ്പരത്തിയിൽ രാഘവൻ, ശോഭന, ചായത്തിൽ സുധീർ, പി.കെ. എബ്രഹാം, മഴക്കാറിൽ കനകദുർഗ, ദർശനത്തിൽ സുരാസു മുതലായവരെ മേനോൻ കൈപിടിച്ചുയർത്തി. ഇതിനൊന്നും പോയി ല്ലായിരുന്നുവെങ്കിൽ അദ്ദേഹം ഇന്നും മലയാളത്തിലെ ശക്തനായ സംവിധാകനായി നിലനിൽക്കുമായിരുന്നു.

സേതുമാധവൻ, വിൻസന്റ്, പി.ഭാസ്കരൻ, ശശികുമാർ, എ.ബി. രാജ്, എം. കൃഷ്ണൻനായർ, ഹരിഹരൻ, കുഞ്ചാക്കോ, പി. സുബ്ര ഹ്മണ്യം മുതലായവർ മലയാള സിനിമ അടക്കിവാഴുന്ന കാലമായിരുന്നു അത്. പ്രാകൃത തമിഴ്, തെലുങ്ക് സിനിമകളുടെയും അവയുടെ ചുവടു പിടിച്ച വികൃത മലയാള ചിത്രങ്ങളുടെയും ഈറ്റില്ലമായ കോടമ്പാ ക്കത്തു തന്നെയാണ് പി.എൻ.മേനോൻ, പി.എ. ബക്കർ, കെ.ജി. ജോർജ്, ഭരതൻ മുതലായവർ ഉണ്ടായതെന്നോർക്കണം. ഇവർക്കെല്ലാം മുമ്പിൽ പന്തം പിടിച്ചുനടന്ന വഴികാട്ടിയായിരുന്നു മേനോൻ. അതുകൊണ്ടു തന്നെ കോടമ്പാക്കം സിനിമാരംഗത്തുനിന്ന് ശത്രുതയും അവഹേള നവും നിന്ദയും മാത്രമേ മേനോന് ലഭിച്ചിരുന്നുള്ളു. ഇക്കാലത്താണ് എസ്.കെ. നായരുടെയും മലയാറ്റൂർ രാമകൃഷ്ണന്റെയും മറ്റും നേതൃ ത്വത്തിൽ പഠിപ്പും വീറുമുള്ള പ്രതിഭാശാലികളായ ഒരുസംഘം മലയാള സിനിമാരംഗത്ത് എത്തുന്നത്. തങ്ങളുടെ ആശയങ്ങൾ പ്രതിഫലിപ്പി ക്കാൻ അവർ കൂട്ടുപിടിച്ചത് പി.എൻ. മേനോൻ എന്ന സംവിധായക നെയാണ്. ഗ്ലാമറിന്റെ മറുവശത്തു നിൽക്കുന്ന ഒരുപറ്റം അഭിനേതാക്ക ളെയും സാങ്കേതിക വിദഗ്ധന്മാരെയും അവർ രംഗത്തിറക്കി. അവർക്ക് ബഹുദൂരം മുന്നോട്ടുപോകാൻ കഴിഞ്ഞോ എന്നുള്ളത് മറ്റൊരു കാര്യം. അതിന് കഴിഞ്ഞില്ല എങ്കിൽ അത് അവരുടെ ജീവിതരീതി കൊണ്ടു മാത്രമാണ്.

മേനോനെ പിന്തുടർന്ന് സംവിധാനരംഗത്ത് വന്ന എം.ടിയും ഭരതനും ജോർജും പത്മരാജനുമൊക്കെ കച്ചവടസിനിമയിൽ സൗഭാഗ്യം തേടി പ്പോയവരാണ്.

അടൂർ ഗോപാലകൃഷ്ണനും അരവിന്ദനും കോടമ്പാക്കം സിനിമ

യുടെ ഭാഗങ്ങളായിരുന്നില്ല. അവർക്കുവേണ്ട പ്രോത്സാഹനം നൽകാൻ 'സഹൃദയ' കേരളം മടി കാണിക്കുകയും ചെയ്തു.

മലയാറ്റൂർ രാമകൃഷ്ണൻ തിരക്കഥയെഴുതി പി.എൻ. മേനോൻ സംവിധാനം ചെയ്ത എസ്.കെ. നായരുടെ 'ചെമ്പരത്തി' തകർപ്പൻ വിജയം കൈവരിച്ചുനിന്ന കാലത്താണ് ഞാൻ മേനോനെ പരിചയപ്പെടുന്നത്. അന്ന് അദ്ദേഹം മാമ്പലം റെയിൽവേ സ്റ്റേഷനിലേക്കുള്ള വഴിയിൽ ഒരു പഴയ കെട്ടിടത്തിന്റെ മുകളിലത്തെ നിലയിലായിരുന്നു താമസം.

എം.ഒ. ജോസഫിന്റെ ഓഫീസിൽ തന്നെ പ്രവർത്തിച്ചിരുന്ന ചലച്ചിത്ര പരിഷത്തിനെ ചുറ്റിപ്പറ്റി കച്ചവട സിനിമാക്കാർ കറങ്ങുമ്പോൾ അതിന് സമാന്തരമായി എസ്.കെ. നായരുടെ ഉസ്മാൻ റോഡിലെ ന്യൂ ഇന്ത്യാ ഫിലിംസിന്റെ ഓഫീസിനെ കേന്ദ്രീകരിച്ചായിരുന്നു സമാന്തര സിനിമക്കാർ കാഹളം മുഴക്കിയത്. അവിടെ ചായം എന്ന ചിത്രത്തിന്റെ പ്രവർത്തനങ്ങൾ നടക്കുകയായിരുന്നു. അവിടെവച്ചാണ് ഞാൻ മേനോനെ പരിചയപ്പെട്ടത്.

തന്റെ അഭിപ്രായങ്ങൾ വെട്ടിത്തുറന്നു പറയാൻ മേനോൻ യാതൊരു മടിയും കാണിച്ചില്ല.

മേനോൻ പറഞ്ഞു: ''മലയാള സിനിമ വളർന്നിട്ടില്ല, വളർത്താൻ ശ്രമിച്ചിട്ടുള്ളവർക്ക് നേരേ ചെളിവാരി എറിയാനേ ഇവിടെ ആൾക്കാരുണ്ടായുള്ളു. ഇടയ്ക്ക് ഏതെങ്കിലുമൊരു ചിത്രം അബദ്ധത്തിൽ പുറത്തുപോയി അംഗീകാരം നേടിയാൽ ഉടൻ മലയാളസിനിമ വിശ്വസിനിമയ്ക്ക് തുല്യമായിരിക്കുന്നുവെന്ന് ഇക്കൂട്ടർ പുരപ്പുറത്തുനിന്ന് വിളിച്ചുകൂവും. എന്നാൽ ഇവരാരും തന്നെ അതിനെ വളർത്താൻ ശ്രമിച്ചവരല്ല..

സത്യൻ എന്ന നടൻ മരിച്ചതോടെ മഞ്ഞിലാസും സേതുമാധവനും ക്ഷീണിച്ചു. ആ വ്യക്തിയെക്കൊണ്ടാണ് അവർ ഇതുവരെ വിജയിച്ചതെന്ന് ഇതിൽനിന്ന് മനസ്സിലാക്കാമല്ലോ. ബാക്കിയുള്ളവർ പ്രേംനസീർ എന്ന വ്യക്തിയെ വച്ച് ജീവിക്കുന്നവരാണ്...

പക്ഷെ സിനിമയുടെ നട്ടെല്ല് അതിലെ നടീനടന്മാരല്ല. പട്ടിയേയും പൂച്ചയേയും വച്ച് ചിന്നപ്പത്തേവരും മെരിലാന്റ് സുബ്രഹ്മണ്യവും വാൾട്ട് ഡിസ്നിയും എടുത്ത ചിത്രങ്ങൾ ഇവിടെ നൂറുദിവസം ഓടിയിട്ടുണ്ട്. സിനിമ ഓടുന്നത് താരങ്ങളുടെ മുഖം കണ്ടല്ല, സംവിധായകരുടെ ബുദ്ധി കൊണ്ടാണ്.

ഹിന്ദി, തെലുങ്ക്, തമിഴ് സിനിമകൾ അവിടുത്തെ താരങ്ങളുടെ കാലിൽ കെട്ടിപ്പിടിച്ചു കിടക്കുന്നു. ഇവിടെ ബാലനും ജ്ഞാനാംബികയും നീലക്കുയിലും എടുത്തപ്പോൾ താരങ്ങൾ ഉണ്ടായിരുന്നോ? ഒരു നിർമ്മാതാവിനെ രക്ഷിക്കാൻ താരങ്ങളെക്കൊണ്ട് കഴിയുമോ?

നമ്മുടെ നാട്ടിലും താരങ്ങളുണ്ട്. പക്ഷേ പടമോടുന്നത് അവരുടെ കഴിവ് കൊണ്ടാണെന്ന് വന്നാൽ അത് മലയാളസിനിമക്ക് കുറച്ചിലാണ്.

സമാന്തര സിനിമ പൊട്ടുന്നു എന്നുപറയുമ്പോൾ പിന്നിൽ നിന്നൊരു കൂട്ടച്ചിരി കേൾക്കാറുണ്ട്. അതാണ് വളർച്ചയുടെ ആരംഭം. ഒരേ മുഖങ്ങൾ തന്നെ പലതരം വേഷങ്ങൾ കെട്ടിയാടുന്നത് മാറ്റിയെടുത്തില്ലെങ്കിൽ ഇവിടെ സിനിമ നശിക്കുകയേയുള്ളു.

ചെറിയ ചെലവിലേ മലയാള സിനിമ നിർമ്മിക്കാനാവൂ. പണം മാത്രം

മോഹിച്ചുകൊണ്ട് എന്തു ചപ്പും ചവറും കൂക്കുവിളിയും സൃഷ്ടിച്ച് സിനിമയെടുക്കുന്നതാണ് ഇവിടുത്തെ രീതി. ഇവിടെ ഒരുവർഷം അൻപതും അറുപതും ചിത്രങ്ങൾ ഇറങ്ങുന്നു. അതിൽ ഏറ്റവും വൃത്തികെട്ട ചിത്രങ്ങൾക്കാണ് പണം കിട്ടുന്നത്.

പ്രേക്ഷകർക്ക് വേണ്ടത് കിട്ടാത്തപ്പോൾ എന്തെങ്കിലും കാണുകയല്ലാതെ നിവൃത്തിയില്ലല്ലോ. മലയാളികളും തമിഴന്മാരും തെലുങ്കരും തമ്മിൽ എന്തു വ്യത്യാസമിരിക്കുന്നു. ഒരുചിത്രം നൂറുദിവസം ഓടുന്നത് വേശ്യക്ക് പണം കിട്ടുന്നതുപോലെയാണ്. ചിത്രത്തിന് ബോക്സ്ഓഫീസിൽ മാത്രം പോരാ, കലാപരമായും മേന്മയുണ്ടായിരിക്കണം.

മലയാള സിനിമ ചേരി തിരിയണം.

ഒരുകൂട്ടർ സ്റ്റണ്ടും നൃത്തവും പാട്ടും സസ്പെൻസുമായി കഴിയുന്നു. മറ്റൊരു കൂട്ടർ കലയും കച്ചവടവും ഒന്നിച്ചു കൊണ്ടുപോകുന്നവരാണ്. ഇവരെല്ലാം സിനിമയുടെ ശത്രുക്കളാണ്. അവർ കാണിക്കുന്നതാണ് കലയെന്ന് ജനങ്ങൾ തെറ്റിദ്ധരിക്കുന്നു. അല്ലെങ്കിൽ അവരെ അങ്ങനെ ധരിപ്പിക്കുന്നു. ഇവരുടെ പിടിയിൽനിന്ന് സിനിമയെ മോചിപ്പിക്കുക എന്ന ദൗത്യം കുറേ വിഷമം പിടിച്ചതുതന്നെ.

ഞങ്ങളെപ്പോലെയുള്ളവരെ രണ്ടുകൂട്ടർക്കും പേടിയാണ്. പുതുമ കൊണ്ടുവരാൻ ആരെങ്കിലും തയ്യാറാകുമ്പോൾ അവരെ തകർക്കാൻ ശ്രമിക്കുന്നത് സംസ്കാരമുള്ളവർക്ക് ചേർന്നതല്ല. ഓട്ടംതുള്ളലിൽനിന്ന് നാടകത്തിലേക്കും നാം വളർന്നില്ലേ? ഇന്ന് സിനിമയിൽനിന്ന് ടെലിവിഷനിലേക്ക് വളരുന്നില്ലേ...

ഒരിക്കൽ സത്യജിത് റേ പറഞ്ഞു:

''പലതരം ബുദ്ധിമുട്ടുകളും യാതനകളും അനുഭവിച്ചു കഴിഞ്ഞപ്പോൾ കൽക്കത്തയിലെ പകുതി ജനങ്ങൾ എന്റെ കൂടെ വന്നിരിക്കുന്നു. ഇന്ന് എന്റെ ചിത്രങ്ങൾ ആറാഴ്ച ഓടുമെന്നായിട്ടുണ്ട്.''

അല്പം താമസിച്ചാണെങ്കിലും മലയാളത്തിലും ഈ യുദ്ധം വിജയിക്കും. നമ്മുടെ നാട്ടിൽ 70 എംഎമ്മും സിനിമാസ്കോപ്പും വന്നു. എന്നിട്ടും ഇവിടെ കാണിക്കുന്നത് പഴയ ചവിട്ടുനാടകങ്ങൾ തന്നെ. കൂടുതൽ പണം മുടക്കി എടുക്കേണ്ടതല്ല മലയാള സിനിമ. ചെലവ് കൂടുന്തോറും കല മോശമാകും. പണം സമ്പാദിക്കാൻ മാത്രമല്ല സിനിമയെടുക്കേണ്ടത്. അതിൽ കലയും വേണം.

കലാകാരന് ജീവിക്കാൻ ലക്ഷങ്ങൾ വേണ്ട. വിജയിച്ചാലും ഇല്ലെങ്കിലും ഞാനെന്റെ യുദ്ധം തുടർന്നുകൊണ്ടിരിക്കും.''

അക്കാലത്ത് ഇങ്ങനെയൊക്കെ വിളിച്ചുപറയാൻ ഒരു പി.എൻ. മേനോൻ മാത്രമേ ധൈര്യപ്പെട്ടിരുന്നുള്ളു. താൻ ഇതുവരെ ചെയ്തതൊന്നും നല്ല സംവിധാനമല്ലെന്നും അതുകൊണ്ടൊന്നും താൻ സംതൃപ്തനല്ലെന്നും മേനോൻ പറഞ്ഞു.

''ഞാൻ ഇതുവരെ എന്റെ നിർമ്മാതാക്കൾ പറഞ്ഞതനുസരിച്ച് സംവിധാനം ചെയ്യുകയായിരുന്നു. അതുകൊണ്ട് കലയിൽ ഞാനും വെള്ളം ചേർത്തിട്ടുണ്ട്. ആവശ്യമില്ലാത്തിടത്ത് പാട്ടും സ്റ്റണ്ടുമൊക്കെ എന്റെ ചിത്രങ്ങളിലും കടന്നുകൂടിയിട്ടുണ്ട്. മറ്റുള്ളവർക്കുവേണ്ടി ചെയ്യുമ്പോൾ ആഗ്രഹിക്കാത്ത പലതും ചെയ്യേണ്ടതായി വരുന്നു.''

മേനോനെ പിന്തുടർന്ന് അടൂരും അരവിന്ദനും ജോൺ എബ്രഹാമും പി.എ. ബക്കറും ശുദ്ധകല അവതരിപ്പിക്കാൻ മുന്നോട്ടുവന്നെങ്കിലും അവർക്ക് ശക്തമായ ഒരു നേതൃത്വം ഇല്ലാതെ പോയി. അവർ മേനോ

നെപ്പോലെയോ പി.എ. ബക്കറെ പോലെയോ തന്റേടമുള്ള പോരാളികളായിരുന്നില്ലല്ലോ?

എം.ടിയും കെ.ജി. ജോർജുമൊക്കെ കച്ചവടസിനിമയുടെ സഹചാരികളായി മാറിയപ്പോൾ ഒറ്റയ്ക്കൊരു ഗുസ്തി നടത്താൻ ജോൺ എബ്രഹാം പ്രദർശിപ്പിച്ച വാശിയും വീറും സ്വന്തം അച്ചടക്കരാഹിത്യം കൊണ്ട് പരാജയമായി.

അങ്ങനെ സമാന്തര സിനിമ ഇവിടെ അടിയറവ് പറഞ്ഞു. അതിന് ഇനിയും ഒരു ഉണർവുണ്ടാകണമെങ്കിൽ മറ്റൊരു പരീക്കുട്ടിയോ ജനറൽ പിക്ചേഴ്സ് രവിയോ ഉണ്ടാകേണ്ടിയിരിക്കുന്നു.

■

ബിഗ് ഫൈറ്റ്

ദീപസ്തംഭം മഹാശ്ചര്യം, നമുക്കും കിട്ടണം പണം'' എന്നതായിരുന്നു എക്കാലത്തും സിനിമാക്കാരുടെ മനോഭാവം. ഇന്നും അതുതന്നെ തുടരുന്നു. സിനിമാ പത്രപ്രവർത്തകരാണെങ്കിൽ 'മന്ന വേന്ദ്രാ വിളങ്ങുന്നു'' എന്ന മട്ടിൽ സ്തുതിഗീതം എഴുതിക്കൊണ്ടുമിരിക്കും. ഒരുതരം പരസ്പര സഹായസഹകരണം.

സിനിമാപ്രേക്ഷകർക്കോ സിനിമാ പ്രസിദ്ധീകരണങ്ങളുടെ വായനക്കാർക്കോ ഒരിക്കലും ഈ രംഗത്ത് നടക്കുന്ന യാഥാർത്ഥ്യങ്ങൾ മനസ്സിലാക്കാൻ അവസരം ലഭിച്ചിരുന്നില്ല.

അതേസമയം രാഷ്ട്രീയ പത്രപ്രവർത്തനത്തിൽ ചർച്ചകളും വെല്ലുവിളികളും വിലയിരുത്തലുകളും പ്രവചനങ്ങളും കൊണ്ട് എപ്പോഴും വിവാദങ്ങൾ സൃഷ്ടിച്ചുകൊണ്ടിരുന്നാലേ വായനക്കാരെ ആകർഷിക്കാനാവൂ. ആ രംഗത്തുനിന്ന് സിനിമാരംഗത്തെത്തിയ ഞാൻ അതേ രീതിയാണ് ഇവിടെയും പരീക്ഷിച്ചത്.

നാന വാരികയുടെ സർക്കുലേഷൻ വേഗം വർധിക്കാൻ അതുകൊണ്ട് സാധിച്ചെങ്കിലും സിനിമാരംഗത്തുനിന്ന് വലിയ എതിർപ്പുകൾ നേരിടേണ്ടി വരികയും ചെയ്തു. രാഷ്ട്രീയക്കാരെപ്പോലെ മനക്കട്ടി ഉള്ളവരല്ലല്ലോ സിനിമാക്കാർ. ഉള്ള അഭിപ്രായം വെട്ടിത്തുറന്നു പറഞ്ഞാൽ നാളെ അവസരങ്ങൾ നഷ്ടപ്പെടുമോ എന്നായിരുന്നു എല്ലാവർക്കും ഭയം.

അക്കാര്യത്തിൽ പി.എൻ മേനോൻ പ്രദർശിപ്പിച്ചത് അസാമാന്യ ധീരതയാണ്. അദ്ദേഹത്തിന്റെ പിന്നാലെ വന്ന ആരുംതന്നെ അത് ഏറ്റെടുത്തതുമില്ല.

അക്കാലത്ത് ധാരാളം ചിരിപ്പടങ്ങൾ നിർമ്മിക്കുകയും പലതിനും

തിരക്കഥ എഴുതുകയും ചെയ്തിരുന്ന ഡോ. ബാലകൃഷ്ണൻ പി.എൻ. മേനോനെതിരെ രംഗത്തുവന്നു. എം.കൃഷ്ണൻനായരുടെ അസിസ്റ്റന്റായിരുന്ന ഹരിഹരനെ 'ലേഡീസ് ഹോസ്റ്റൽ' എന്ന ചിത്രത്തിലൂടെ സ്വതന്ത്ര സംവിധായകനാക്കിയത് ഇദ്ദേഹമാണ്. ആ ചിത്രത്തിന്റെ വിജയത്തോടെ ഹരിഹരനെ കൊണ്ടുതന്നെ സംവിധാനം ചെയ്യിച്ച് 'കോളേജ് ഗേൾ' എന്ന ചിത്രവും നിർമ്മിച്ചു. ഹരിഹരൻ എന്ന ഹിറ്റ് സംവിധായകൻ ഉണ്ടാകുന്നത് അങ്ങനെയാണ്.

അതുപോലെ ഇന്നത്തെ മറ്റൊരു പ്രമുഖ സംവിധായകനായ സത്യൻ അന്തിക്കാടിനെ കൈപിടിച്ച് ഉയർത്തിക്കൊണ്ടു വന്നതും ഡോ. ബാലകൃഷ്ണനാണ്. തളിരുകൾ, കളിയല്ല കല്യാണം എന്നിവ നിർമ്മിച്ച അദ്ദേഹം അയലത്തെ സുന്ദരി, മധുരപ്പതിനേഴ്, താമരത്തോണി, ലവ് ലറ്റർ, സ്ത്രീസ്വാതന്ത്ര്യം, രഥം, ചന്ദനച്ചോല തുടങ്ങി അനവധി ചിത്രങ്ങൾക്ക് തിരക്കഥ എഴുതുകയും ചെയ്തിരുന്നു. അതിൽ പലതും അദ്ദേഹം തന്നെ സംവിധാനം ചെയ്തു. അങ്ങനെ അന്ന് ഏറ്റവും തിരക്കുള്ള കച്ചവടസിനിമക്കാരനെയാണ് ഞാൻ മേനോന് മറുപടി പറയാൻ ഏല്പിച്ചത്.

ഹരിഹരൻ ആദ്യമായി സംവിധായകനായ ലേഡിസ് ഹോസ്റ്റലിന്റെ നിർമ്മാണസമയത്താണ് ഞാൻ ഡോക്ടറെ പരിചയപ്പെട്ടത്. അദ്ദേഹം ഈ ചിത്രത്തിന്റെ വാർത്തകളും സ്റ്റില്ലുകളുമായി എന്റെ അടുത്തേക്ക് അയച്ചിരുന്നത് സത്യൻ അന്തിക്കാടിനെയാണ്.

അവാർഡ് ചിത്രങ്ങൾ പോലെ തന്നെ മനസിലാകാത്തതാണ് പി. എൻ. മേനോന്റെ വാദഗതികളെന്ന് ഡോ. ബാലകൃഷ്ണൻ പറഞ്ഞു.

"ഞാൻ സിനിമ നിർമ്മിക്കുന്നത് എന്റെ നാട്ടിലെ ജനങ്ങളെ മനസ്സിൽ കണ്ടുകൊണ്ടാണ്. അത് അവർക്ക് മനസിലാവുകയും ആസ്വദിക്കാനും കഴിയണം. പി.എൻ മേനോന്റെ ചിത്രങ്ങൾ കാണുന്നവർ അത് ആസ്വദിക്കുകയല്ല, അവർക്കത് കഠിനാധ്വാനമാണ്. സിനിമ ഒരു വിനോദോപാധിയാണ്. പി.എൻ. മേനോന്റെയും രാമു കാര്യാട്ടിന്റെയും അടൂർ ഗോപാലകൃഷ്ണന്റെയും എം.ടിയുടെയും ചിത്രങ്ങൾക്കു മാത്രമേ കലാമൂല്യമുള്ളൂ എന്നും ഫലിതവും വിനോദവുമൊക്കെയുള്ള ചിത്രങ്ങൾക്ക് ഭ്രഷ്ട് കല്പിക്കണമെന്നുള്ള വാദങ്ങൾ അംഗീകരിച്ചുകൊടുക്കാൻ ഞാൻ തയ്യാറില്ല."

പി.എൻ. മേനോന്റെ 'ചായം' എന്ന ചിത്രത്തെ ഉദ്ദേശിച്ച് ഡോക്ടർ ഇങ്ങനെ പറഞ്ഞു: "മകനെ ചാരായം കുടിപ്പിച്ച് സ്വബോധം നഷ്ടപ്പെടുത്തി അവനെക്കൊണ്ട് സ്വന്തം അമ്മയെ ബലാൽസംഗം ചെയ്യിക്കുന്ന ചിത്രങ്ങളല്ലേ മേനോൻ എടുക്കുന്നത്?"

മദ്രാസ് മെഡിക്കൽ കോളേജിൽ അക്കാലത്ത് എൽ.ഐ.എം എന്നൊരു പരീക്ഷയുണ്ടായിരുന്നു. ഇത് പാസാകുന്നവർക്ക് ആയുർവേദവും അലോപ്പതിയും അറിയാം. പക്ഷേ ഓപ്പറേഷൻ നടത്താൻ പാടില്ല.

ഈ പരീക്ഷ പാസായി വന്ന പല ഡോക്ടർമാരും സിനിമാരംഗത്തേക്ക് കടന്നുവന്ന് ശ്രദ്ധേയരായിട്ടുണ്ട്. ഡോ. ബാലകൃഷ്ണൻ എന്ന നിർമ്മാതാവ്, ഡോ. പവിത്രൻ എന്ന ഗാനരചയിതാവ്, എം. ഗോവിന്ദന്റെ സഹധർമ്മിണിയും കവയിത്രിയുമായ പത്മാവതി, മെഡിമിക്സ് സോപ്പിന്റെ നിർമ്മാതാവ് ഡോ. സിദ്ധൻ എന്നിങ്ങനെയുള്ളവർ എൽ.ഐ. എംകാരാണ്. എഗ്മൂറിൽ അക്കാലത്ത് ഡോ. ബാലകൃഷ്ണൻ 'ശങ്കു

ണ്ണീസ് ക്ലിനിക്' എന്നൊരു വൈദ്യശാല നടത്തിയിരുന്നു.

ഡോ. ബാലകൃഷ്ണന് ചുട്ട മറുപടി കൊടുക്കാൻ ഞാൻ സമീപിച്ചത് രാമു കാര്യാട്ടിനെയാണ്. അക്കാലത്ത് കേരളത്തിന് പുറത്ത് ഏറ്റവുമധികം അറിയപ്പെട്ടിരുന്ന മലയാള സിനിമാ സംവിധായകൻ രാമു കാര്യാട്ടായിരുന്നു. ദക്ഷിണേന്ത്യയിൽ നിന്ന് ആദ്യമായി ഒരു സ്വർണ മെഡൽ നേടിയ വ്യക്തിയും കാര്യാട്ടായിരുന്നു. അദ്ദേഹത്തിന്റെ ചെമ്മീൻ വിദേശങ്ങളിലും പ്രദർശിപ്പിച്ചിരുന്നതുകൊണ്ട് പല വിദേശ ചലച്ചിത്ര ഫെസ്റ്റിവലുകളിലും കാര്യാട്ട് ജൂറി മെമ്പറായി പോകാറുമുണ്ടായിരുന്നു.

നീട്ടിവളർത്തിയ മുടിയും ഫ്രഞ്ച് താടിയും വീതുളി പോലെ കൃതാവുമുള്ള കാര്യാട്ട് ഏറ്റവും പുതിയ ഫാഷനിലുള്ള വേഷം ധരിക്കാൻ പ്രത്യേകം ശ്രദ്ധിച്ചിരുന്നു. അദ്ദേഹത്തിന്റെ നോക്കിലും നടപ്പിലുമെല്ലാം ആത്മവിശ്വാസം തുടിച്ചുനിന്നിരുന്നു.

''സംവിധാനം സൃഷ്ടിപരമായ ഒരു കലയാണ്. അത് കൈകാര്യം ചെയ്യേണ്ടത് സ്വാഭാവികമായും കലാകാരന്മാരും ഈ വിഷയം ശാസ്ത്രീയമായി കൈകാര്യം ചെയ്യാൻ കഴിവുള്ളവരും ദാർശനിക വീക്ഷണമുള്ളവരുമായിരിക്കണം.

സിനിമ അടിസ്ഥാനപരമായി സംവിധായകന്റെ കലയാണ്. അയാൾക്ക് സമൂഹത്തോട് ചുമതലയുണ്ട്. മാനുഷികതയാണ് അതിലെ മൗലിക പ്രാധാന്യമർഹിക്കുന്ന ഘടകം. കഥയെ തത്വചിന്തയുടെ ഉന്നത മണ്ഡലങ്ങളിലേക്ക് ഉയർത്തുകയെന്നുള്ളതാണ് സംവിധായകന്റെ പ്രധാന കർമ്മം. ഇത് നേടുവാൻ എത്രമാത്രം സാധിച്ചുവെന്നതിന്റെ അടിസ്ഥാനത്തിലാണ് ഞാൻ സിനിമയെ വിലയിരുത്തുന്നത്.

കൃത്രിമത്വം ഞാനിഷ്ടപ്പെടുന്നില്ല. സിനിമ ജീവിതം പ്രതിഫലിപ്പിക്കണം. അതുകൊണ്ടുതന്നെ ഞാൻ ജീവിതത്തിൽനിന്ന് ഘനനം ചെയ്തു സിനിമ എടുക്കുന്നു.

കച്ചവടസിനിമയ്ക്ക് ഞാൻ എതിരല്ല. ഞാൻ ചെയ്ത നീലക്കുയിൽ, ചെമ്മീൻ, നെല്ല് മുതലാവയെല്ലാം കച്ചവടസിനിമകളാണ്. എന്നാൽ കച്ചവടത്തിന്റെ പേരിൽ ചില ഫോർമുലകൾ വച്ചുകൊണ്ട് നേരംകൊല്ലികളായ ചിത്രങ്ങൾ പിടിക്കുന്നതിനെയാണ് ഞാനെതിർക്കുന്നത്. സിനിമ വിനോദോപാധി മാത്രമല്ല, ഈ നൂറ്റാണ്ടിലെ ഏറ്റവും ശക്തമായ ബഹുജനമാധ്യമം കൂടിയാണ്. അത് എങ്ങനെ ഉപയോഗിക്കുന്നുവെന്നതാണ് പ്രധാനം. ഇടിക്കും സ്റ്റണ്ടിനും കൊള്ളയ്ക്കും കവർച്ചയ്ക്കും കൊലപാതകത്തിനുമുള്ള വാസനയും താല്പര്യവും ഉണ്ടാക്കാനാണോ ജീവിത വ്യാഖ്യാനത്തിനാണോ?

മലയാള സിനിമ വളർന്നുവെന്ന് ഈ രംഗത്ത് പ്രവർത്തിക്കുന്ന നിർമ്മാതാക്കളും സംവിധായകരും അവകാശപ്പെടാറുണ്ട്. ഒരുവർഷത്തിൽ ഒന്നോ രണ്ടോ നല്ല ചിത്രങ്ങൾ പുറത്തുവരും. അബദ്ധത്തിൽ അതിന് അവാർഡുകളും കിട്ടും. ആ ചിത്രങ്ങളെ മാത്രം വച്ചുകൊണ്ട് മലയാള സിനിമ വളർന്നുവെന്ന് മൊത്തത്തിൽ പറയാൻ നമുക്ക് അവകാശമില്ല. സാഹസികരായ കുറേ ചെറുപ്പക്കാർ ആത്മഹത്യാപരമായ സമീപനം നടത്തിയതുകൊണ്ടു മാത്രമാണ് നമുക്ക് നല്ല ചിത്രങ്ങൾ കിട്ടിയത്. ഈ ചിത്രങ്ങൾ നിർമ്മിക്കുന്നതിന് അവർ കഠിനമായ തപസ്യ നടത്തിയിട്ടുണ്ട്.'' കാര്യാട്ട് അഭിപ്രായപ്പെട്ടു.

അക്കാലത്ത് കച്ചവടചേരുവകളെല്ലാം ചേർത്ത് സിനിമ നിർമ്മിച്ചി

രുന്ന എം.കൃഷ്ണൻനായർ, ശശികുമാർ, എ.ബി.രാജ്, കെ.പി.കൊട്ടാരക്കര, ഹരിഹരൻ മുതലായവർ സ്വന്തം ചിത്രങ്ങൾ കലാമേന്മയുള്ളവയാണെന്ന് ഒരിക്കലും അവകാശപ്പെട്ടിരുന്നില്ല. കൃഷ്ണൻനായർ എഴുപതോളം ചിത്രങ്ങൾ സംവിധാനം ചെയ്തിരുന്നു. അദ്ദേഹത്തെയും കടത്തിവെട്ടി ശശികുമാർ. അവരുടെയൊക്കെ ചിത്രങ്ങളിലെ സ്ഥിരം നായകനായിരുന്നു പ്രേംനസീർ. കുറേ നിർമ്മാതാക്കളെ ധനവാന്മാരാക്കാൻ കഴിഞ്ഞുവെന്നതും പ്രേംനസീറിന് ഗിന്നസ് ബുക്കിൽ സ്ഥലം നേടിക്കൊടുത്തുവെന്നതും ഒഴിച്ചാൽ അക്കാലത്ത് ഇവർക്ക് മലയാള സിനിമയ്ക്ക് ഗുണപരമായ യാതൊരു മേന്മയും നേടിക്കൊടുക്കാൻ കഴിഞ്ഞിരുന്നില്ല. അങ്ങനെ അവർ അവകാശപ്പെടാറുമില്ലായിരുന്നു.

ഡോ. ബാലകൃഷ്ണനെതിരെ ആഞ്ഞടിക്കാൻ പി.എൻ മേനോനും രംഗത്തുവന്നു.

''സിനിമയ്ക്ക് വേണ്ടി കുറേ കഥ എഴുതിയതുകൊണ്ടോ ആ പടം ഓടിയതുകൊണ്ടോ, കുറേ കാശുണ്ടാക്കിയതുകൊണ്ടോ അത് കലയാണെന്ന് ധരിക്കുന്നത് വെറും മൗഢ്യമാണ്. സിനിമ എന്ന മാധ്യമത്തെക്കുറിച്ച് ചുക്കോ ചുണ്ണാമ്പോ എന്ന് അറിയാതെ എന്തെങ്കിലുമൊക്കെ കാട്ടിക്കൂട്ടിയാൽ അത് സിനിമയാവില്ല.

സിനിമാസംവിധായകർ ബസ് കണ്ടക്ടറോ ചെക്കറോ ബ്രോക്കറോ ഒന്നുമല്ല. പടം ഓടിയാൽ നല്ല സംവിധായകനാകുമെന്ന് ഡോ. ബാലകൃഷ്ണൻ ധരിച്ചുവച്ചിരിക്കുന്നു. പടം ഓടിക്കേണ്ടത് സംവിധായകന്റെ ജോലിയല്ല. ലിവിംഗ് ഡെസർട്ട്, ആഫ്രിക്കൻ ലയൺ മുതലാ പ്രശസ്ത ചിത്രങ്ങൾക്ക് കഥയും സംഭാഷണവുമൊന്നുമില്ലായിരുന്നു. ഇതൊന്നുമില്ലെങ്കിലും നല്ല സിനിമയുണ്ടാക്കാം. സംവിധായകനാണ് സിനിമയുടെ സാരഥി. അയാളുടെ കഴിവുകൊണ്ടു മാത്രമേ സിനിമ നന്നാവൂ. ചപ്പുചവറു കഥയെഴുതി, അതോടി എന്ന അഹംഭാവം കൊണ്ട് സംവിധായകരെ കൊച്ചാക്കാൻ ശ്രമിക്കുന്നത് ഡോക്ടറുടെ വിവരക്കേടാണ്.

സംവിധായകരെ ചെറുതായി കാണുന്ന നിർമ്മാതാവിനോ കഥയെഴുത്തുകാരനോ സിനിമയുടെ എ.ബി.സി.ഡി പോലും അറിയില്ലെന്നതാണ് വാസ്തവം. കുറേ ചെറുപ്പക്കാരായ പെണ്ണുങ്ങളെ നഗരാക്കി നിർത്തി ക്ലോസപ്പിൽ കുറേ ഷോട്ടുകൾ എടുത്ത് കാണികളെ പരിഹസിച്ചും ചിരിപ്പിച്ചും സാംസ്കാരികമായി അധ:പതിപ്പിച്ചും കാശുണ്ടാക്കിയെന്നതു കൊണ്ടുമാത്രം ആരും സിനിമയെക്കുറിച്ച് സംസാരിക്കാറായിട്ടില്ല. സിനിമ എന്ന കലയോട് ചെയ്യുന്ന പാതകമാണ് ഇത്തരം അഭിപ്രായങ്ങൾ...'' ഇങ്ങനെ ചർച്ച ശരിക്കും ചൂടുപിടിച്ചുകയറി.

പി.എൻ. മേനോന്റെ ചിത്രങ്ങളിലൊന്നും പ്രേംനസീർ അഭിനയിച്ചിട്ടില്ല. കാര്യാട്ടിന്റെ രണ്ട് ചിത്രങ്ങളിൽ മാത്രമേ അദ്ദേഹത്തിന് വേഷമുണ്ടായിരുന്നുള്ളു. അതുകൊണ്ട് അവരുടെ അഭിപ്രായങ്ങൾ പ്രേംനസീർ എന്ന നടനെയും പ്രതിക്കൂട്ടിൽ കയറ്റുന്നതായിരുന്നു. അതുകൊണ്ട് പി.എൻ മേനോൻ അമിതമായി മദ്യപിക്കുന്ന ആളാണെന്നും ചെമ്പരത്തിയിൽ നായികയായി അഭിനയിച്ച ശോഭന എന്ന ബാലികയെ അദ്ദേഹം കണ്ടമാനം പീഡിപ്പിച്ചുവെന്നും പ്രേംനസീർ ആരോപണം ഉന്നയിച്ചു. ആ ചിത്രത്തിന്റെ നിർമ്മാതാവായ എസ്.കെ. നായർ അതിനെതിരെ രംഗത്തുവന്നു.

പ്രേംനസീറിന്റെ വികാരപരമായും വിചാരപരമായുമുള്ള പാപ്പരത്തമോർത്ത് താൻ ലജ്ജിക്കുന്നുവെന്ന് എസ്.കെ. പ്രസ്താവിച്ചു.

''നസീർ വിവരമില്ലാത്ത രീതിയിൽ സംസാരിക്കരുത്. പ്രത്യേകിച്ചും അദ്ദേഹത്തിന്റെ കൊച്ചുമകളുടെ പ്രായം മാത്രമുള്ള ശോഭനയെപ്പറ്റി. പ്രശസ്തരായ താരങ്ങളെ ഉൾപ്പെടുത്താതെ സിനിമ നിർമ്മിച്ചാലും ഓടുമെന്ന് ചെമ്പരത്തി തെളിയിച്ചിട്ടുണ്ട്. പുതുമുഖങ്ങളെ വെളിച്ചത്ത് കൊണ്ടുവരുന്ന നിർമ്മാതാവാണ് ഞാനെന്ന് അവകാശപ്പെടുന്നില്ല. പക്ഷെ ഒന്നു പറയട്ടെ - ചെമ്പരത്തിയെ വിജയിപ്പിച്ചത് രാഘവനും സുധീറും ശോഭനയുമാണ്.

പി.എൻ. മേനോൻ മലയാള സിനിമാരംഗത്ത് പുതുമയുടെ വാഗ്ദാനമാണ്. നസീർ നൂറുകണക്കിന് ചിത്രങ്ങളിൽ അഭിനയിക്കാൻ കഴിഞ്ഞ ഒരു 'ഭാഗ്യവാൻ' മാത്രമാണ്. അതിനുപകരം ഒരു ചിത്രത്തിലെങ്കിലും ഭംഗിയായി അഭിനയിക്കുകയായിരുന്നു അദ്ദേഹം ചെയ്യേണ്ടിയിരുന്നത്.''

ഇങ്ങനെ ആ ചർച്ച ഉദ്ദേശിച്ചപോലെ ആളിക്കത്തി. മലയാള സിനിമാരംഗം ചേരി തിരിയുമെന്ന ഘട്ടത്തിലെത്തുകയും ചെയ്തു. ഇതിനെല്ലാം കാരണക്കാരനായ ഞാൻ പ്രബലന്മാരുടെ നോട്ടപ്പുള്ളിയായി.

■

ആക്ഷൻ ഹീറോ

നടനും സംവിധായകനുമായ ജേസിയാണ് ജയനെ എന്റെ മുന്നിൽ വിളിച്ചുവരുത്തിയത്. 1974 ജനുവരി രണ്ടാംവാരം ജേസി താനാദ്യമായി സംവിധാനം ചെയ്യുന്ന 'ശാപമോക്ഷം' എന്ന ചിത്രത്തിന്റെ ജോലികൾക്കായി മദ്രാസിലെ ന്യൂവുഡ് ലാന്റ്സ് ഹോട്ടലിൽ താമസിക്കുകയായിരുന്നു. ജേസി എത്തിയ വിവരം എന്നെ അറിയിച്ചത് അടയാർ ഫിലിം ഇൻസ്റ്റിറ്റ്യൂട്ടിൽനിന്ന് സിനിമാട്ടോഗ്രാഫി പഠിച്ച് ശാപമോക്ഷത്തിന്റെ ക്യാമറാമാനായ മോഹൻ ജേക്കബും. വൈക്കം മാളവികയുടെ നാടകങ്ങളിൽ ടി.കെ. ജോൺ, വില്യം ഡിക്രൂസ്, സുബ്രണി മുതലായവരോടൊപ്പം അഭിനയിച്ചിരുന്ന ജേസിയുമായി എനിക്ക് മുമ്പുതന്നെ പരിചയമുണ്ടായിരുന്നു.

ജെ.സി. കുറ്റിക്കാട് എന്ന പേരിൽ ചെറുകഥകൾ എഴുതിയിരുന്ന ജേസി കാളിദാസ കലാകേന്ദ്രത്തിൽ നായകനടനായി ചേർന്നപ്പോൾ ഉപയോഗിച്ചിരുന്നത് ജെ.സി. വർഗീസ് എന്ന പേരായിരുന്നു. സിനിമയിൽ വന്നപ്പോൾ അത് ജേസി എന്നാക്കി ചുരുക്കി. സിനിമയിൽ ജേസിക്ക് അധികവും സഹനടന്റെ റോളായിരുന്നു. ഇടയ്ക്ക് ചില തിരക്കഥകൾ എഴുതുകയും ചെയ്തിരുന്നു.

അന്നേ താടിവച്ചിരുന്ന ജേസി സംസാരിക്കുന്നതും സൗമ്യനായിട്ടാണ്. അഭിനയിക്കാൻ പോയതുകൊണ്ട് അനുഭവിക്കേണ്ടി വന്ന കഷ്ടപ്പാടുകളെല്ലാം തുറന്നുപറഞ്ഞ ജേസി ശാപമോക്ഷം എന്ന സിനിമയോടെ തന്റെയും ശാപമോക്ഷം ഉണ്ടാകുമെന്ന് പ്രതീക്ഷിച്ചു.

ജേസി പറഞ്ഞു: "ഈ ചിത്രത്തിൽ ഒരു പുതുമുഖം അഭിനയിക്കുന്നുണ്ട്. ഒരു സീനിലേ ഉള്ളൂ. അയാളെ വാരികയിലൂടെ ഒന്ന് പരിചയപ്പെടുത്താമോ?"

''പിന്നെന്താ, ആളെവിടെ വിളിക്ക്'' ഞാനേറ്റു. അക്കാലത്തും ധാരാളം പുതുമുഖങ്ങളെ സിനിമാരംഗത്തേക്ക് കൊണ്ടുവരാൻ പരിശ്രമിച്ചിട്ടുള്ള ആളാണ് ഞാൻ.

അടുത്ത മുറിയിൽ താമസിക്കുന്ന ഒരു ചെറുപ്പക്കാരൻ എന്റെ മുന്നിൽ പ്രത്യക്ഷപ്പെട്ടു. ഒറ്റനോട്ടത്തിൽ നായകനാകാനുള്ള സൗന്ദര്യമൊന്നും തോന്നിയില്ല. മുപ്പത്തിയഞ്ചിലധികം വയസ്സ്. നെറ്റിയിൽ നിന്ന് കഷണ്ടികയറി തുടങ്ങിയിട്ടുണ്ട്. അല്പം ഉയർന്ന പല്ലും. ഇയാൾ ക്ലച്ചു പിടിക്കില്ല എന്നാണ് എന്റെ മനസിൽ തോന്നിയത്.

''നിങ്ങളുടെ യഥാർത്ഥ പേരെന്താണ്?'' ഞാൻ ചോദിച്ചു.

''കൃഷ്ണൻനായർ''

''ഇപ്പോൾ സ്ഥിരമായ ജോലി?''

''അത് ബിസിനസാ''

അരിക്ക് കൺട്രോൾ ഉള്ള സമയമായിരുന്നു. തമിഴ്നാട്ടിൽ നിന്ന് കേരളത്തിലേക്ക് അരി കൊണ്ടുവരാൻ വയ്യ. ആന്ധ്രയിൽനിന്ന് അരി കേരളത്തിലേക്ക് കൊണ്ടുവന്ന് വിൽക്കുകയായിരുന്നു ഇയാൾ.

അരിക്കച്ചവടത്തിൽ കുറച്ച് പൈസ ഉണ്ടാക്കിക്കാണും. അത് സിനിമയിൽ കളഞ്ഞുകുളിക്കും. അതോടെ നിഷ്ക്രമിക്കുകയും ചെയ്യും - ഞാൻ കണക്കുകൂട്ടി.

കൊല്ലം സ്വദേശിയായ കൃഷ്ണൻനായർ ആദ്യം നേവിയിൽ കേഡറ്റായിരുന്നു. വീട്ടിൽ എല്ലാവരും ബേബി എന്നു വിളിക്കും. കൊച്ചി നേവൽ ബേസിൽ കഴിഞ്ഞിരുന്ന കാലത്ത് നടൻ ജോസ് പ്രകാശിനെ പരിചയപ്പെട്ടു.

പട്ടാളത്തിൽനിന്നും എയർഫോഴ്സിൽനിന്നുമൊക്കെ പിരിഞ്ഞുവന്ന പലരും സിനിമയിൽ കയറിപ്പറ്റാൻ പ്രത്യേക ഉത്സാഹം കാണിക്കാറുണ്ട്. സത്യൻ, ജോസ് പ്രകാശ്, ജി.കെ. പിള്ള എന്നിവർക്കു പിന്നാലെ സോമൻ, ജനാർദ്ദനൻ മുതലാവരും ഇങ്ങനെ എത്തിയവരാണ്. മറ്റനേകം പേർ കറങ്ങിനടന്ന് കഷ്ടപ്പെടുന്നു.

ജോസ്പ്രകാശ് കൃഷ്ണൻനായരെ തന്റെ സ്നേഹിതനായ ജേസിക്ക് പരിചയപ്പെടുത്തിക്കൊടുത്തു. ജേസി അദ്ദേഹത്തെ 'ജയൻ' ആക്കി ശാപമോക്ഷത്തിലെ ഒരു പാട്ടുസീനിൽ അഭിനയിപ്പിച്ചു; ജയചന്ദ്രന്റെ ശബ്ദത്തിൽ

''കളിയും ചിരിയും മാറി, കൗമാരം വന്നു കേറി'' എന്ന് പാടുന്ന സീനായിരുന്നു.

ജേസി സംവിധാനം ചെയ്ത സിനിമകളിലൊക്കെ ജയന് ചാൻസുണ്ടായിരുന്നു. മാത്രമല്ല അദ്ദേഹവുമായി ബന്ധപ്പെട്ട മറ്റുള്ളവരുടെ ചിത്രങ്ങളിലും ചാൻസ് വാങ്ങിക്കൊടുത്തു. മിക്കതും ചെറിയ വില്ലൻവേഷങ്ങളായിരുന്നു.

ഒരിക്കൽ ജയൻ നിർമ്മാതാവായ ഡോ. ബാലകൃണ്ടഷ്ണനുമൊത്ത് നാന വാരികയുടെ തിരുവനന്തപുരത്തെ ഓഫീസിൽ വന്നപ്പോൾ ഞാൻ ചോദിച്ചു:

''ജയന് ഇപ്പോഴും അരിക്കച്ചവടമുണ്ടോ?''

ഇപ്പോൾ പൊട്ടാസ്യം ക്ലോറേറ്റിന്റെ ബിസിനസാ. അലുവായിലെ ഫാക്ടറികളിൽനിന്ന് ശിവകാശിയിൽ കൊണ്ടുകൊടുക്കും.''

ഇയാൾ ചെയ്യുന്നതെല്ലാം നിയമവിരുദ്ധമായ കാര്യങ്ങളാണല്ലോ എന്ന് ഞാൻ ഓർമ്മിച്ചു.

ജയന്റെ അമ്മാവൻ ശിവശങ്കരൻ നായരുടെ മകളാണ് ജയഭാരതി. (അദ്ദേഹം മരിച്ചുകിടക്കുമ്പോഴാണ് ജയഭാരതി അച്ഛനെ ആദ്യമായി കണ്ടത്). ജയഭാരതി ഹരിപോത്തനുമൊത്ത് മദ്രാസിലെ അശോക് നഗറിൽ താമസിച്ചിരുന്ന വീട്ടിൽ ജയൻ ബന്ധം പറഞ്ഞ് അടുത്തുകൂടി. അങ്ങനെ ജയഭാരതിയുടെ പിന്തുണയും ആദ്യകാലത്തൊക്കെ ജയന് കിട്ടിയിരുന്നു. ഹരിപോത്തന്റെ ചിത്രങ്ങളിൽ ചാൻസും.

ജേസി സംവിധാനം ചെയ്ത ശാപമോക്ഷം, അഗ്നിപുഷ്പം, ജേസിയുടെ സഹായിയായിരുന്ന ചന്ദ്രകുമാറിന്റെ ചിത്രങ്ങൾ, ശങ്കരൻനായർ സംവിധാനം ചെയ്ത മദനോത്സവം, കാവിലമ്മ ഇവയിലൊക്കെ ഇടയ്ക്കിടെ ചെറിയ വേഷങ്ങളിൽ മാത്രം പ്രത്യക്ഷപ്പെട്ടിരുന്ന ജയനെ ഞാനത്ര ശ്രദ്ധിക്കാനൊന്നും പോയില്ല.

ഞാൻ സ്വന്തമായി സിനിമാ പ്രസിദ്ധീകരണം ആരംഭിച്ചപ്പോൾ അവിടെ ആദ്യമായി വന്ന നടൻ ജയനായിരുന്നു. (നടി ഉഷാറാണിയും).

''എന്നെപ്പറ്റി ആദ്യമായി എഴുതിയ താങ്കൾ സ്വന്തമായി ഒരു വാരിക ആരംഭിക്കുമ്പോൾ അന്വേഷിച്ചുവരേണ്ടത് എന്റെ കടമയാണ്'' ജയൻ പറഞ്ഞു. അന്ന് ജയൻ വളരെസമയം സംസാരിച്ചിരുന്നിട്ട് പോയി. പിന്നീട് ഞങ്ങൾ തമ്മിൽ നേരിട്ടു കണ്ടിട്ടില്ല.

പ്രേംനസീറിന് അഭിനയശേഷിയുള്ള കമലഹാസൻ, രാഘവൻ, സോമൻ, സുകുമാരൻ, മധു മുതലായവരോടൊപ്പം അഭിനയിക്കാൻ മടിയായിരുന്നു. താരതമ്യേന കഴിവുകുറഞ്ഞ വിൻസന്റ്, ജയൻ മുതലായവരെയാണ് സ്വന്തം ചിത്രങ്ങളിൽ ഒപ്പം നിൽക്കാൻ അദ്ദേഹം ശുപാർശ ചെയ്തത്.

നസീർ നായകനായി പ്രത്യക്ഷപ്പെട്ടിരുന്ന വടക്കൻപാട്ട് ചിത്രങ്ങളിലും സ്റ്റണ്ട് പടങ്ങളിലുമൊക്കെ ജയനായിരുന്നു അക്കാലത്ത് പ്രതിനായകൻ. നായകനാകുന്നതിനു മുമ്പ് പഞ്ചമി, ജയിക്കാനായ് ജനിച്ചവൻ, കണ്ണപ്പനുണ്ണി, പുഷ്യരാഗം, രാജപരമ്പര, കടത്തനാട്ട് മാക്കം, അടവുകൾ പതിനെട്ട്, അടിമക്കച്ചവടം, ചുവന്ന ചിറകുകൾ, ശുക്രദശ, രതിമന്മഥൻ, പട്ടാളം ജാനകി, മിടുക്കി പൊന്നമ്മ, തച്ചോളി അമ്പു, ആനപ്പാച്ചൻ, ശത്രുസംഹാരം മുതലായി അൻപതോളം ചിത്രങ്ങളിൽ വില്ലൻവേഷമായിരുന്നു. ഈ ചിത്രങ്ങളുടെ പേരിൽ നിന്നുതന്നെ അവയുടെ നിലവാരം മനസ്സിലാക്കാവുന്നതേയുള്ളു.

ഒരുദിവസം സിനിമാ മംഗളം ഓഫീസിൽ ജയാമാത്യു എന്നൊരു ജൂനിയർ ആർട്ടിസ്റ്റ് കയറി വന്നു. അവരെ സിനിമയിൽ അഭിനയിക്കാൻ മദ്രാസിലേക്ക് കൂട്ടിക്കൊണ്ടുപോയത് ജയനാണ്. അവരുടെ വാക്കുകളിൽ തന്നെ ആ കഥ ചുരുക്കിപ്പറയാം:

''കുട്ടിക്കാലത്തു തന്നെ എനിക്കുണ്ടായിരുന്ന നാടകക്കമ്പം സ്കൂളിൽ പഠിക്കുമ്പോൾ എന്നെ നാടകക്കാരിയാക്കി. പഠിപ്പ് നിർത്തി അമച്വർ നാടകങ്ങളിൽ ഞാൻ അഭിനയിച്ചുതുടങ്ങി. ഒരു സിനിമാ ഷൂട്ടിംഗ് കാണുകയെന്നതായിരുന്നു അക്കാലത്തെ ഏറ്റവും വലിയ മോഹം. അങ്ങനെയാണ് ഞാൻ കുമ്പനാട്ടുനിന്നും ആലപ്പുഴയിലെ ഉദായ സ്റ്റുഡിയോയിൽ എത്തിയത്. ഷീലച്ചേച്ചിയേയും ജയഭാരതിയേയും നസീർ സാറിനെയുമൊക്കെ കണ്ടു പരിചയപ്പെട്ടു. എനിക്ക് അഭിനയിക്കാൻ താല്പര്യമുണ്ടെന്ന കാര്യം ഞാനെല്ലാവരോടും പറഞ്ഞു.

അക്കാലത്ത് എനിക്ക് കൊല്ലം ജില്ലയിൽ അമ്മാവന്റെ വീട്ടിൽ കുറ

ച്ചുകാലം താമസിക്കേണ്ടി വന്നു. അമ്മാവന്റെ വീടിനടുത്ത് പ്രശസ്ത നടൻ ജയൻ താമസിക്കുന്നുമുണ്ട്. അമ്മാവനും മറ്റും ആ വീട്ടിൽ ജോലിക്ക് പോകാറുണ്ട്. ഒരുദിവസം സന്ധ്യയാകാറായപ്പോൾ പുഴയിൽ പോയി കുളി കഴിഞ്ഞ് മടങ്ങുകയായിരുന്നു ഞാൻ. വിജനമായ ആ സ്ഥലത്തുവച്ച് ഒരാളുടെ കരവലയത്തിൽ ഞാനകപ്പെട്ടു. ആദ്യമെന്നെ ഭയപ്പെടുത്തി. നന്നായി മദ്യപിച്ചിരുന്ന അയാളെന്നെ ആശ്വസിപ്പിച്ചു. സിനിമയിൽ തെളിഞ്ഞുനിൽക്കുന്ന ആ മനുഷ്യനെ അനുസരിക്കാതിരിക്കാൻ എനിക്കായില്ല. തൊട്ടടുത്ത് ആൾത്താമസമില്ലാതെ കിടക്കുന്ന ഒരു വീട്ടിലേക്കാണദ്ദേഹം എന്നെ നയിച്ചത്. ഒരു പുരുഷന്റെ ചൂടറിഞ്ഞ ആദ്യദിവസം. തെറ്റു ചെയ്യാൻ പ്രേരണ നൽകിയ ആദ്യത്തെ അനുഭവം. പിന്നീട് രഹസ്യസങ്കേതങ്ങളിൽ ഞങ്ങൾ സന്ധിക്കുക പതിവായി. ആരും അറിയാതെയുള്ള ഈ നാടകത്തിൽ എനിക്ക് എതിർപ്പില്ലായിരുന്നുതാനും. എന്നെ അദ്ദേഹം വിവാഹം കഴിക്കുമെന്ന വ്യാമോഹമൊന്നും എനിക്കില്ലായിരുന്നു. സിനിമയിൽ മുഖം കാണിക്കണമെന്ന എന്റെ ഭ്രാന്തൻമോഹം എന്നെ ഊട്ടിയിലേക്ക് നയിച്ചു. അത് ജയനായിരുന്നു. ആദ്യമായി ഒരു സിനിമയിൽ ഒരു പാട്ടുസീനിൽ പ്രത്യക്ഷപ്പെട്ടു. കണ്ണപ്പനുണ്ണി ഇറങ്ങിയിട്ടില്ല. അധികം താമസിയാതെ അദ്ദേഹത്തോടൊപ്പം മദ്രാസിലേക്ക് വണ്ടി കയറുമ്പോൾ ഒരു പെണ്ണ് ഇങ്ങനെയൊന്നും ആയിക്കൂടാ എന്ന തോന്നൽ പോലും എനിക്കുണ്ടായിരുന്നില്ല. എന്നെ ആദ്യമായി വശീകരിച്ച ആ മനുഷ്യനെ പിരിഞ്ഞിരിക്കാൻ എനിക്ക് ആകുമായിരുന്നില്ല. വളരെ രഹസ്യമായിരുന്നു ആ ബന്ധം. സാമ്പത്തികമായി അദ്ദേഹം എന്നെ വളരെയധികം സഹായിച്ചിട്ടുണ്ട്. അദ്ദേഹം ഷൂട്ടിംഗിന് പോകുന്നിടത്തെല്ലാം എന്നെയും കൊണ്ടുപോയി കൂടെ താമസിപ്പിക്കുമായിരുന്നു. ഇത് പല ചിത്രങ്ങളിലും അദ്ദേഹത്തിന്റെ ജോഡിയായി അഭിനയിച്ചിരുന്ന ഷീലയ്ക്ക് ഇഷ്ടമായില്ല. എന്നെ ഇങ്ങനെ കൊണ്ടു നടക്കരുത്. അത് ജയന്റെ ഭാവി നശിപ്പിക്കുമെന്ന് ഷീല ജയനെ ഉപദേശിക്കുകയും ചെയ്തിരുന്നു. എന്റെ പേരു പറഞ്ഞ് അവർ തമ്മിൽ പലപ്പോഴും വഴക്കിടുന്നത് ഞാൻ കണ്ടിട്ടുണ്ട്.''

* * * *

1979-ൽ ഹരിഹരൻ സംവിധാനം ചെയ്ത 'ശരപഞ്ജരം' എന്ന ചിത്രത്തിലൂടെയാണ് ജയൻ മുൻനിരയിൽ സ്ഥാനം പിടിച്ചതെന്ന് പറയാം. ഷീലയായിരുന്നു അതിൽ നായിക. കുതിരക്കാരനായ ജയന്റെ പേശീബലം കണ്ട് ആകൃഷ്ടയാകുന്ന മദാലസയായ നായിക. മലയാളത്തിന്റെ ഗന്ധമില്ലെങ്കിലും ഈ ചിത്രം നന്നായി ഓടി. അതിന്റെ സംവിധായകനായ ഹരിഹരൻ ഭേദപ്പെട്ട സംവിധായകരുടെ നിരയിൽ സ്ഥാനം നേടി.

ശരപഞ്ജരം സൂപ്പർഹിറ്റായി. ജയൻ അതോടെ താരവുമായി. ജയൻ എന്ന നായകന്റെ ഉദയം ഇവിടെനിന്നായിരുന്നു. തുടർന്ന് ഐ.വി. ശശിയുടെ 'അങ്ങാടി' റിലീസായി. മലയാളത്തിലെ എക്കാലത്തെയും വലിയ ഹിറ്റുകളിലൊന്നായ അങ്ങാടിയിൽ പ്രധാന കഥാപാത്രമായ ബാബുവിനെ അവതരിപ്പിച്ചത് ജയനായിരുന്നു. അതോടെ ജയൻ മലയാളത്തിലെ ഒന്നാംകിട നടനായി ഉയർന്നു. പുതിയ വെളിച്ചം, ശക്തി, കാന്തവലയം, കരിമ്പന, കഴുകൻ, ആക്രമണം, ഇടിമുഴക്കം, ആവേശം (ഡബിൾ റോൾ) തീനാളങ്ങൾ, അവനോ അതോ അവളോ, ബൻസ്

വാസു, മീൻ, അങ്കക്കുറി, ഏതോ ഒരു സ്വപ്നം തുടങ്ങി ധാരാളം ഹിറ്റ് ചിത്രങ്ങളിൽ ജയൻ നായകനായി.

പ്രേംനസീറിനോടൊപ്പം ജയൻ അഭിനയിച്ച മിക്ക ചിത്രങ്ങളും ഹിറ്റായിരുന്നു. അവയിൽ ഇരുമ്പഴികൾ, ചന്ദ്രഹാസം എന്നിവ സൂപ്പർഹിറ്റുകളായി.

ലൗ ഇൻ സിങ്കപ്പൂർ, ഇത്തിക്കരപ്പക്കി, പ്രഭു, അന്തപ്പുരം, സർപ്പം, കരിപുരണ്ട ജീവിതങ്ങൾ, ലിസ, തച്ചോളി അമ്പു, മാമാങ്കം, പാലാട്ടു കുഞ്ഞിക്കണ്ണൻ, അറിയപ്പെടാത്ത രഹസ്യം തുടങ്ങിയ ചിത്രങ്ങളിലും അവർ ഒരുമിച്ച് അഭിനയിച്ചു. കുഞ്ചാക്കോയുടെ വടക്കൻപാട്ടുകൾക്ക് പറ്റിയ നടനായിരുന്നു ജയൻ. 'എക്സോർസിസ്റ്റ്' എന്ന ഇംഗ്ലീഷ് സിനിമയെ ആധാരമാക്കി ബേബി സംവിധാനം ചെയ്ത ലിസ എന്ന ചിത്രത്തിലൂടെ ജയൻ ഹൊറർ ചിത്രങ്ങൾക്ക് പുതിയ മാനം നൽകി.

ജയന്റെ കൂടെ ഏറ്റവും കൂടുതൽ ചിത്രങ്ങളിൽ നായികയായി അഭിനയിച്ചത് സീമയായിരുന്നു. ഐ.വി. ശശി, ശശികുമാർ, ബേബി, ശ്രീകുമാരൻതമ്പി, ജോഷി, എ.ബി. രാജ്, അപ്പച്ചൻ തുടങ്ങിയ അക്കാലത്തെ ഒട്ടുമിക്ക കമേഴ്സ്യൽ സംവിധായകരുമായും ജയൻ സഹകരിച്ചു.

ജയന് സ്വാഭാവികാഭിനയം വശമായിരുന്നില്ല. അത്തരം അഭിനയം ആവശ്യപ്പെടുന്ന കഥാപാത്രങ്ങളെ അദ്ദേഹത്തിന് ലഭിച്ചിരുന്നുമില്ല. പക്ഷേ തന്റെ മറ്റു സമകാലികരെയെല്ലാം പിന്തള്ളി ജയൻ കുതിച്ചുയർന്നു.

* * * *

സിനിമയിൽ നാം കാണുന്ന പലതും യഥാർത്ഥത്തിൽ സംഭവിക്കുന്നില്ല. സംഭവിക്കുന്നതായി നമ്മെ ബോധ്യപ്പെടുത്തുകയാണ്. അഭിനേതാക്കളുടെ ശബ്ദം പലപ്പോഴും മറ്റാരോ നൽകുന്നതായിരിക്കും. സ്റ്റണ്ട് രംഗങ്ങളിലെ ഇടി ശരീരത്തിൽ കൊള്ളുന്നില്ല? സ്റ്റണ്ടുവീരന്മാരാണ് ഇടികൊണ്ട് ഓടുന്നത്. അഞ്ചുമിനിട്ടു കാണുന്ന പാട്ടുസീൻ ഷൂട്ട് ചെയ്യാൻ അഞ്ചുദിവസം എടുത്തെന്നിരിക്കും. ഇങ്ങനെ ഗിമിക്കുകളുടെ ഒരു പരമ്പരയാണ് സിനിമ. അതിൽ അഭിനയിക്കുന്നവർക്കുപോലും അതിന്റെ അസാന രൂപമെന്തായിരിക്കുമെന്ന് ഊഹം കാണുകയില്ല.

പ്രധാന നടന്മാർക്കെല്ലാം ഡ്യൂപ്പുകൾ കാണും. ലോംഗ് ഷോട്ടിലും പുറംതിരിഞ്ഞുള്ള രംഗങ്ങളിലും നടന്മാർക്ക് പകരക്കാർ അതേ മേക്കപ്പിലും വേഷത്തിലും അഭിനയിച്ചുകൊള്ളും. മലക്കം മറിയുന്നതും തീയിൽ ചാടുന്നതും കുതിരപ്പുറത്ത് പായുന്നതുമൊക്കെ ഇരായിരിക്കും. എന്നാൽ താൻ പ്രതിനിധീകരിക്കുന്ന നടന്റെ പ്രതിഫലത്തെ അപേക്ഷിച്ച് വളരെ തുച്ഛമായ തുകയേ ഡ്യൂപ്പിന് ലഭിക്കുകയുള്ളൂ.

ഞാൻ ഇത്തരം അറിയപ്പെടാത്ത കലാകാരന്മാരെക്കുറിച്ച് ഇടയ്ക്കിടെ സചിത്രലേഖനങ്ങൾ എഴുതിയിരുന്നു. അത് അച്ചടിച്ചുവരുമ്പോൾ നസീറിനെപ്പോലെ ധാരാളം സ്റ്റണ്ട് രംഗങ്ങളിൽ അഭിനയിക്കുന്നവരുടെ മുഖത്ത് ജാള്യത കണ്ടിട്ടുണ്ട്. ഇനി തങ്ങളെ ഈ പണിക്ക് വിളിക്കാതിരിക്കുമോ എന്ന് ഡ്യൂപ്പുകളും ഭയപ്പെട്ടിരുന്നു. പ്രേംനസീറിന്റെ സ്ഥിരം ഡ്യൂപ്പായിരുന്ന സ്റ്റണ്ട് മാസ്റ്റർ ത്യാഗരാജൻ എന്നോട് ധാരാളം സഹകരിച്ചിട്ടുണ്ട്.

മലയാളം സിനിമയിൽ അഭിനയിക്കുന്ന ചിലരുടെ പേര് ടൈറ്റിലിൽ

പ്രത്യക്ഷപ്പെടുമ്പോൾ തന്നെ കാണികൾ നിശ്ചയിക്കും അതിൽ സ്റ്റണ്ടുണ്ടെന്ന്. ഭീമൻ രഘു, ജോണി, സന്തോഷ്, ബാലൻ കെ നായർ, സ്ഫടികം ജോർജ്, മേഘനാഥൻ മുതലായവരെ ഇതിനുവേണ്ടി മാത്രം ഉഴിഞ്ഞുവെച്ചിരിക്കുകയാണല്ലോ. മേരിലാന്റിന്റെ വനചിത്രങ്ങളിൽ ആനന്ദൻ മുതലായ തമിഴരായിരുന്നു നായകന്മാർ തന്നെ. എന്നാൽ ഉയരക്കുറവും കുടവയറും ഉള്ള സത്യനും മാംസപേശികൾക്ക് ദൃഢതയില്ലാത്ത പ്രേംനസീറും കളരി അഭ്യാസികളായി വരുമ്പോൾ ദയനീയമായി തോന്നുമായിരുന്നു.

ജയൻ വരുന്നതിനുമുമ്പ് വിൻസന്റിനായിരുന്നു ഇത്തരം റോളുകൾ അധികവും നീക്കിവച്ചിരുന്നത്. എന്നാൽ വിൻസന്റ് രംഗത്തുള്ളപ്പോൾ തന്നെ ജയൻ വന്ന് അഭ്യാസിയായി സ്റ്റണ്ട് സിനിമാരംഗത്ത് ആധിപത്യം സ്ഥാപിച്ചു. ആവശ്യത്തിനും അനാവശ്യത്തിനും മസിൽ മുഴപ്പിച്ചുകാണിച്ചിരുന്ന ജയൻ ഡ്യൂപ്പുകളെ ഒഴിവാക്കി സ്റ്റണ്ട് നടത്താനും ഒരുക്കമായിരുന്നു. വ്യായാമം ചെയ്യുന്ന ശരീരവും കനമുള്ള ശബ്ദവും കൊണ്ട് അദ്ദേഹം സ്ക്രീനിൽ പ്രസരിച്ചുനിന്നു. അങ്ങനെ യുവാക്കളുടെ ആരാധനാപാത്രമായി മാറുകയും ചെയ്തു.

ഒരാളുടെ ഏതെങ്കിലുമൊരു ചിത്രം വിജയിച്ചാൽ പിന്നെ സകല നിർമ്മാതാക്കളും അയാളുടെ പിന്നാലെ പോകുന്ന രീതിയാണല്ലോ എന്നും സിനിമയിൽ. ഇരുമ്പഴികൾ, അനുപല്ലവി, അങ്കക്കുറി, അവനോ അതോ അവളോ, സായൂജ്യം, മോചനം, മാമാങ്കം, സർപ്പം, ഒരു രാഗം പല താളം, പ്രഭു, പുതിയ വെളിച്ചം, ആവേശം, സന്ധ്യാരാഗം, കഴുകൻ, പുഷ്യരാഗം, ശിഖരങ്ങൾ, ഇടിമുഴക്കം ഇത്തിക്കരപ്പക്കി, ബൻസ് വാസു കാന്തവലയം, മീൻ, ശക്തി, ചന്ദ്രഹാസം, കരിമ്പന, ചാകര, ദീപം, മൂർഖൻ, നായാട്ട്, മനുഷ്യമൃഗം, അറിയപ്പെടാത്ത രഹസ്യം, തടവറ ഇങ്ങനെ എഴുപതുകളുടെ രണ്ടാം പകുതിയിൽ ജയൻ ജ്വലിച്ചുനിന്നു. ഇക്കാലത്ത് ഞാൻ ജയനുമായി അധികമൊന്നും കണ്ടുമുട്ടിയിരുന്നില്ല.

അന്ന് ജയനുമായി ഇടപഴകേണ്ടിവന്ന കോട്ടയം ശാന്ത സിനിമാമംഗളത്തിലെ തന്റെ 'അഗ്നിപഥങ്ങളിലൂടെ' എന്ന പരമ്പരയിൽ വിട്ടുകളഞ്ഞ ചില ഭാഗങ്ങൾ ഇവിടെ ഉദ്ധരിക്കട്ടെ.

''1979-ൽ ശരപഞ്ജരം എന്ന ചിത്രത്തിന്റെ ഷൂട്ടിംഗ് കൊടൈക്കനാലിൽ നടക്കുകയാണ്. അന്തരിച്ച ജി.പി. ബാലൻ നിർമ്മാതാവും ഹരിഹരൻ അതിന്റെ സംവിധായകനുമായിരുന്നു. നായകൻ ജയനും നായിക ഷീലയും. അവരെക്കൂടാതെ പി.കെ. എബ്രഹാം, ഒടുവിൽ ഉണ്ണികൃഷ്ണൻ, നെല്ലിക്കോട് ഭാസ്കരൻ, ശങ്കർ തുടങ്ങിയവരായിരുന്നു അഭിനേതാക്കൾ.

ജി.പി. ബാലന്റെ അയൽവാസിയായിരുന്ന എനിക്ക് എന്തെങ്കിലും ഒരുവേഷം തരണമെന്ന് അദ്ദേഹത്തിന് നിർബന്ധമുണ്ടായിരുന്നു. ഒരു ഡബ്ബിംഗ് ആർടിസ്റ്റ് എന്നതിനേക്കാളുപരി, ഒരു അഭിനേത്രിയായി എന്നെ കാണാൻ സംവിധായകന് കഴിഞ്ഞില്ല. ഒരു വലിയ നടിയാണെന്ന് പറയാൻ എനിക്കും ധൈര്യമില്ല. ഡബ്ബിംഗ് ഇല്ലാതെ വീട്ടിൽ വെറുതെ ഇരിക്കുമ്പോൾ വല്ലപ്പോഴും ഇങ്ങനെ വീണുകിട്ടുന്ന സന്ദർഭങ്ങൾ വേണ്ടെന്നു വയ്ക്കാനും നിവൃത്തിയില്ലായിരുന്നു. പ്രശ്നം സാമ്പത്തികം തന്നെ.

നായകൻ, നായിക, നിർമ്മാതാവ്, സംവിധായകൻ എന്നിവർക്ക് കാസിനോ ഹോട്ടലിലും എന്നെപ്പോലെയുള്ള സാദാ ആർടിസ്റ്റുകൾക്ക്

സർക്കാർ വക ടിബിയിലുമായിരുന്നു താമസം ഏർപ്പാടാക്കിയിരുന്നത്. വലിയ ഹോട്ടലിൽ തണുപ്പിനെ നേരിടാനുള്ള കമ്പിളിവിരിപ്പും പുതയ്ക്കാൻ കിൽറ്റും ഒക്കെ കിട്ടും. പക്ഷെ ടിബി വാസികൾക്ക് ഇതെല്ലാം സ്പ്നം മാത്രം. കൊടൈക്കനാൽ നല്ല തണുപ്പുള്ള സ്ഥലമാണെന്ന് അറിയാവുന്നതുകൊണ്ട് ഞാനൊരു കാശ്മീർ ഷാളും കിൽറ്റും കരുതിയിരുന്നു. ''അക്കാലത്ത് പ്രസിദ്ധനായിക്കൊണ്ടിരുന്ന ജയനെ ഞാൻ ആദ്യമായി കാണുകയായിരുന്നു. എങ്കിലും എന്റെ സുഹൃത്തായ നടി ബീന അദ്ദേഹത്തെക്കുറിച്ച് പറഞ്ഞ ചില അറിവുകൾ എന്റെ മനസ്സിൽ സൂക്ഷിച്ചിരുന്നു. ഭർത്താക്കന്മാർ വീട്ടിലില്ലാത്തപ്പോൾ ഭാര്യമാരെയും കൊണ്ട് റൈഡിന് പോവുക, മദ്രാസിൽ താൻ താമസിക്കുന്ന പാംഗ്രോവ് ഹോട്ടലിൽ അവർക്ക് വിരുന്ന് നൽകുക ഇതിനൊക്കെ ബീനയേയും ക്ഷണിക്കുമായിരുന്നു.

വലിയ ഒരു തോട്ടത്തിന്റെയും ബംഗ്ലാവിന്റെയും ഉടമസ്ഥനായ മധ്യവയസ്കനായി അഭിനയിക്കുന്ന പി.കെ. എബ്രഹാമിന്റെ ഭാര്യാവേഷമാണ് ഷീലയ്ക്ക്. പ്രായമായ മകളെ അകലെയുള്ള ഹോസ്റ്റലിൽ താമസിപ്പിച്ചു പഠിപ്പിക്കുന്നു. പുതിയതായി വന്ന കുതിരക്കാരൻ ജയൻ എത്തുമ്പോൾ ഷീലയുടെ അടക്കിനിർത്തിയ വികാരങ്ങൾ അണപൊട്ടിയൊഴുകുന്നു. കുതിരയെ തിരുമ്മുന്ന ജയന്റെ മസിലുകൾ ഉരുണ്ടുകളിക്കുന്നത് വീക്ഷിക്കുന്ന നായിക...''

ആരോഗ്യമുള്ള കുതിരക്കാരനിൽ നായിക ആകൃഷ്ടയായില്ലെങ്കിലേ അത്ഭുതമുള്ളു. വീണ വായിച്ചുകൊണ്ടിരിക്കുന്ന (?) അച്ഛന് മരുന്നു കൊടുക്കാൻ അമ്മയെ അന്വേഷിച്ച് ഓടി നടക്കുന്ന മകൾ കാണുന്നത് തന്റെ അമ്മ കുതിരക്കാരനുമായി രമിക്കുന്നതാണ്. അച്ഛൻ മരുന്ന് കിട്ടാതെ മരിച്ചതിന് കാരണക്കാർ അമ്മയും കുതിരക്കാരനുമാണെന്ന് മകൾ ധരിക്കുന്നു. അവളുടെ ട്യൂഷൻടീച്ചറുടെ റോളായിരുന്നു എനിക്ക്.''

ജയനും ഷീലയും സിനിമയിലെ റോൾ തന്നെ ജീവിതത്തിലും അഭിനയിച്ചുതുടങ്ങി - ഇതെല്ലാം ടെക്നീഷ്യന്മാർ തണുപ്പുകൊണ്ട് വിറയ്ക്കുന്ന ചുണ്ടുകളോടെ പറഞ്ഞുപരത്തി.

''കാസിനോയിൽ ആരോ ഏർപ്പാടാക്കിയ പാർട്ടിക്ക് ഞാനും പോയിരുന്നു. അവിടെവച്ച് ഷീലയുടെ ആയ ലീല എന്നോട് പറഞ്ഞു:

''ഈ ഷീലാമ്മയ്ക്ക് ഇതുതന്നെ പണി. അവർക്ക് നാണമില്ലല്ലോ.''

കോസ്റ്റ്യൂമർ നടരാജനാണെങ്കിൽ വെരുകു പോലെ നടന്ന് എല്ലാവരോടും ഇതുപറയുന്നത് ഞാൻ ശ്രദ്ധിക്കാതിരുന്നില്ല. അയാൾ ഡ്രസ്സും കൊണ്ട് എന്റെ മുറിയിൽ വന്നപ്പോൾ എന്നോടും ഇതെല്ലാം തമിഴും മലയാളവും കലർത്തി വിസ്തരിക്കാനാരംഭിച്ചു.

''ശരി നീ പോയി എന്റെ ഡ്രസ് കൊണ്ടുവാ.'' ഞാൻ പറഞ്ഞു.

ശരപഞ്ജരത്തിന്റെ അടുത്ത ലൊക്കേഷൻ ഞാൻ സംഗീതവിദ്വാന് പഠിച്ച മ്യൂസിക് അക്കാദമിയിൽ വച്ചായിരുന്നു. കൊടൈക്കനാലിൽ നടന്ന ജയൻ - ഷീല കഥയൊന്നും ഞാൻ മനസിൽ സൂക്ഷിക്കുകയോ മദ്രാസിലേക്ക് കൊണ്ടുവരികയോ ചെയ്തിരുന്നില്ല.

ആദ്യദിവസത്തെ ഷൂട്ടിംഗ് സമയത്ത് ഷീല കണ്ണുരുട്ടിക്കൊണ്ട് എന്റെ അടുത്തേക്ക് വന്നു. പരുഷമായ ഭാഷയിൽ ''നിങ്ങൾ ഇത്തരക്കാരിയാണെന്ന് ഞാനറിഞ്ഞിരുന്നില്ല. എന്നെയും ജയനെയുംപറ്റി നിങ്ങൾ എന്തൊക്കെയാ പറഞ്ഞത്'' എന്ന് ചോദിച്ചു.

''നിങ്ങളെ എന്നെപ്പോലെ മനസിലാക്കിയിട്ടുള്ള മറ്റാരെങ്കിലുമുണ്ടോ.

നിങ്ങൾ എന്തുചെയ്താലും എനിക്കൊരു ചുക്കുമില്ല. പക്ഷേ ഒരു കാര്യം, എന്റെ അടുത്ത് ഇതൊന്നും വേണ്ട, പോയി വേറെ പണിനോക്ക്''. ഷീല ശ്രമിച്ചത് പരാജയപ്പെട്ടുവെന്ന് തോന്നിയതുകൊണ്ടാവും പിറ്റേന്ന് ജയൻ ഒരു അഴകിയ രാവണന്റെ മട്ടിൽ വന്ന് പറഞ്ഞു:

''ഇങ്ങോട്ടൊന്ന് മാറിനിൽക്ക്. എനിക്കൊരു കാര്യം ചോദിക്കാനുണ്ട്.''

''മാറിനിൽക്കേണ്ട കാര്യമൊന്നുമില്ല. എന്തെങ്കിലും പറയാനുണ്ടെങ്കിൽ ഇവിടെവച്ചു തന്നെയാകാം.''

''നിങ്ങൾ ഷീലയേയും എന്നെയും പറ്റി...''

''നിർത്ത്, നിങ്ങടെ വീട്ടിലെ വേലക്കാരിയൊന്നുമല്ല ഞാൻ. നിങ്ങൾ ഷീലയെ കണ്ടത് ഇന്നലെയാ. ഞാൻ കാണാൻ തുടങ്ങിയിട്ട് പന്തീരാണ്ടായി.''

ബാലേട്ടനും ഹരിഹരനും വെപ്രാളപ്പെട്ട് ഓടിയെത്തി.

''എന്തിനാ ജയൻ ഇതൊക്കെ. ആരെങ്കിലും എന്തെങ്കിലും പറയുന്നത് കേട്ടോണ്ട്... വരൂ ഷോട്ട് എടുക്കട്ടെ..''

ജയൻ പോയെങ്കിലും എന്റെ ഉള്ളിന്റെയുള്ളിൽ എവിടെയോ കറുത്ത പൊട്ടുകളായി ജയനും ഷീലയും നിലനിന്നു.

അധികം താമസിയാതെ കൊല്ലത്തെ തങ്കശേരി കടപ്പുറത്തുവച്ച് ജിയോ കുട്ടപ്പന്റെ 'മീൻ' എന്ന പടം ഷൂട്ട് ചെയ്യുന്നതിനിടയിൽ ഒറ്റയ്ക്ക് മാറി ഒരു കസേരയിലിരുന്ന എന്റെ അടുത്തേക്ക് ജയൻ നടന്നുവരുന്നതു കണ്ട് ഞാൻ എണീറ്റു. എന്റെ രണ്ട് കൈകളും ചേർത്തുപിടിച്ചുകൊണ്ട് ജയൻ പറഞ്ഞു: ''ചേച്ചീ എന്നോട് ക്ഷമിക്കണം, അന്ന് അറിയാതെ ഞാൻ എന്തൊക്കെയോ...''

''ഏയ് സാരമില്ല. ഞാനതൊക്കെ എപ്പോഴേ മറന്നു ജയാ..''

പക്ഷേ അത് ഞാനിന്നും മറന്നിട്ടില്ല.

ഇത് തുറന്നുപറയുമ്പോൾ ജയന്റെ ആരാധകർക്ക് എന്നോട് ദ്വേഷ്യം തോന്നിയേക്കാം. ശരപഞ്ജരം നല്ല സിനിമയായിരുന്നു. വൻവിജയവുമായിരുന്നു.

* * * *

ഒടുവിൽ 1980 നവംബർ 16-ാം തീയതി ചെന്നൈ നഗരിയിൽനിന്നും പത്തിരുപതു കിലോമീറ്റർ അകലെയുള്ള ഷോലാവാരത്ത് വച്ച് മരണം ജയനെ തട്ടിക്കൊണ്ടുപോയി. അവിടെവച്ച് 'കോളിളക്കം' എന്ന ചിത്രത്തിന്റെ ക്ലൈമാക്സ് ഷൂട്ട് ചെയ്യുകയായിരുന്നു.

ബാലൻ കെ നായർ സഞ്ചരിക്കുന്ന ഹെലികോപ്റ്ററിനെ ഒരു ബൈക്കിൽ അനുധാവനം ചെയ്യുന്ന സുകുമാരനും ജയനും. ഹെലികോപ്റ്ററിൽ ബാലൻ കെയെ കൂടാതെ ഡ്രൈവർ മാത്രമേയുള്ളു. അത് താഴ്ന്നു വരുമ്പോൾ സുകുമാരൻ ഓടിക്കുന്ന ബൈക്കിൽ ഏണീറ്റു നിന്ന് ചാടിക്കയറാൻ ശ്രമിക്കുന്ന ജയൻ.

ആ സീൻ കൂടി ചേർത്തുവച്ചാണ് സിനിമ റിലീസ് ചെയ്തത്. ഞാനും പല തവണ അത് ശ്രദ്ധിച്ചിട്ടുണ്ട്. ജയൻ ഹെലികോപ്റ്ററിൽ പിടിച്ചു തൂങ്ങിയപ്പോൾ അത് താഴേക്ക് ഇരുന്നു. ജയൻ അടിയിൽപെട്ട് ചതയുകയും ചെയ്തു. രാവിലെ പത്തരമണി. അന്ന് വൈകിട്ട് ജയൻ അന്ത്യശ്വാസം വലിച്ചു. ആരാധകർ മരവിച്ചിരുന്നു.

ഈ മരണസീൻ കൂടി ചേർത്ത് റിലീസ് ചെയ്തതുകൊണ്ട് കോ

ളിളക്കം സൂപ്പർ ഹിറ്റായി.

ജയന്റെ മരണശേഷം റിലീസ് ചെയ്ത മൂർഖൻ, തടവറ, അഗ്നിശരം, അറിയപ്പെടാത്ത രഹസ്യം, അഭിനയം, മനുഷ്യമൃഗം മുതലായ ചിത്രങ്ങൾ സിമ്പതി മുതലാക്കി ഓടി.

ആറുവർഷങ്ങൾക്കിടയിൽ ജയന്റെ ആകെ 107 ചിത്രങ്ങളാണ് റിലീസ് ചെയ്തിട്ടുള്ളത്.

ജയന്റെ മരണം അംഗീകരിക്കാൻ വിസമ്മതിച്ച് അദ്ദേഹത്തെക്കുറിച്ച് ധാരാളം കെട്ടുകഥകൾ പ്രചരിച്ചിരുന്നു.

■

അടവറിയാത്ത പോരാളികൾ

മലയാളത്തിൽ പുറത്തുവരുന്ന സിനിമകളിൽ തൊണ്ണൂറു ശതമാനവും കലാമൂല്യം തൊട്ടുതേച്ചിട്ടില്ലാത്തവയാണ്. എന്നും അതുതന്നെയായിരുന്നു സ്ഥിതി. സ്റ്റണ്ടും കോമഡിയും സെക്സും പാട്ടും സസ്പെൻസും എല്ലാം ചേർന്ന മസാലപ്പടങ്ങൾ ഇന്ത്യയിലല്ലാതെ മറ്റെങ്ങും കാണുകയില്ല. മലയാളത്തിലും ഈ പ്രവണത വളർന്നുവരുന്നു എന്നത് പരിതാപകരമായ കാര്യമാണ്.

സ്റ്റണ്ടെങ്കിൽ മുഴുവൻ സ്റ്റണ്ടാകട്ടെ, പാട്ടാണെങ്കിൽ ആദ്യാവസാനം പാട്ടാകട്ടെ, കോമഡിയെങ്കിൽ ഉടനീളം കോമഡിയാകട്ടെ, സെക്സ് എങ്കിൽ അത് ശരിയായി കാണിക്കട്ടെ, ആവശ്യക്കാർക്ക് ഇഷ്ടമുള്ളതിന് പോയാൽ മതിയല്ലോ.

അമ്പതുകളിലും അറുപതുകളിലും ബംഗാളിൽ സത്യജിത് റേയും തപൻസിൻഹയും അറുപതുകളിൽ മൃണാൾ സെന്നും അദ്ദേഹത്തിന്റെ കൂട്ടാളികളും നടത്തിയ ധീരമായ പരീക്ഷണങ്ങൾ മലയാളത്തിൽ എത്തിച്ചേരാൻ പിന്നെയും പത്തുപതിനഞ്ച് വർഷങ്ങളെടുത്തു.

അതിന് സുധീരം മുമ്പോട്ടുവന്നത് പി.എൻ. മേനോനാണ്. മേനോന്റെ റോസിയും കുട്ട്യേടത്തിയും ഓളവും തീരവും മലയാള സിനിമയുടെ വളർച്ചയിലെ നാഴികക്കല്ലുകളായി മാറി.

അദ്ദേഹത്തെ വിശ്വസിച്ച് പണം മുടക്കാൻ പി.എ ബക്കറും മണി സ്വാമിയും മുമ്പോട്ടുവന്നു. മങ്കട രവിവർമ്മ, എഡിറ്റർ രവി, അശോക് കുമാർ മുതലായ സാങ്കേതിക വിദഗ്ധർ സഹായികളായി വന്നപ്പോൾ മേനോൻ ശക്തനായി.

പൂനാ ഫിലിം ഇൻസ്റ്റിറ്റ്യൂട്ടുകാർക്ക് ഒരു കുഴപ്പമുണ്ട്. അവർക്ക് പഠിച്ചതിൽനിന്ന് പുറകോട്ടുപോകാൻ വലിയ മടിയാണ്. അവരിലധികം

പേരും കച്ചവടസിനിമയുമായി സന്ധിചെയ്യാൻ തയ്യാറാകാതെ രംഗം വിട്ടുപോയി.

പൂനാ ഫിലിം ഇൻസ്റ്റിറ്റ്യൂട്ടിന്റെ ചരിത്രത്തിൽ ആദ്യമായി മൂന്ന് സ്വർണ്ണ മെഡലുകൾ വാങ്ങിയ സി.ജെ. പൗലോസ് ഒരുവർഷം മദ്രാസിൽ കറങ്ങിയിട്ട് അവസരം ലഭിക്കാതെ തിരിച്ചുപോയി ബോംബെ ടെലിവിഷനിൽ ചേർന്നു. സലിം എന്നൊരു കഴിവുറ്റ നടൻ പുറത്തുവന്നെങ്കിലും മദ്രാസിലേക്ക് പോയില്ല.

* * * *

പി.എൻ. മേനോന്റെ പരിചരണത്തിൽ വളർന്നുവന്ന രാഘവൻ ഡൽഹി സ്കൂൾ ഓഫ് ഡ്രാമയിലെ പരിശീലനം പൂർത്തിയാക്കിയിട്ടാണ് മദ്രാസിലെത്തിയത്. സ്റ്റേജിനെപ്പറ്റിയും മേക്കപ്പിനെപ്പറ്റിയും വസ്ത്രാലങ്കാരങ്ങളെപ്പറ്റിയും ലൈറ്റ് ഇഫക്ടുകളെപ്പറ്റിയും സ്റ്റേജ് പ്രോപ്പർട്ടികളെപ്പറ്റിയും അവഗാഹം നേടി അഭിനയത്തിന്റെ എല്ലാവശങ്ങളും മനസിലാക്കി വന്ന ഈ നടന് സിനിമ എന്ന കലാരൂപത്തെക്കുറിച്ച് തികഞ്ഞ അവജ്ഞയായിരുന്നു.

പക്ഷേ നാടകവുമായി ജീവിക്കുക ബുദ്ധിമുട്ടാണ്. സിനിമയിൽ കയറിയാൽ അധികം ബുദ്ധിമുട്ടാതെ ജീവിക്കാം. അങ്ങനെ മദ്രാസിൽവന്ന രാഘവൻ പ്രസിദ്ധ കന്നഡ സംവിധായകൻ ജി.വി. അയ്യരുടെ സഹായം കൊണ്ട് കായൽക്കരയിൽ എന്ന സിനിമയിൽ ആദ്യമായി അഭിനയിച്ചു. അതിനുപുറകെ സി.ഐ.ഡി നസീറിലും. രാമു കാര്യാട്ടിന്റെ 'അഭയ' ത്തിൽ നായകനായി ഒന്നാന്തരം അഭിനയം കാഴ്ചവച്ച രാഘവനെ ഇനി അവഗണിക്കാനാവില്ലെന്നു വന്നു.

രാഘവന്റെ ആദ്യചിത്രം 'ചെമ്പരത്തി'യാണെന്ന് കരുതുന്നവരുണ്ട്. അതിന്റെ പബ്ലിസിറ്റിയാണ് അതിന് കാരണം. നിർമ്മാതാവ് എസ്.കെ. നായർ പ്രസിദ്ധീകരിച്ചിരുന്ന 'മലയാളനാട്' വാരികയുടെ മുഖചിത്രമായി രാഘവന്റെ ഫോട്ടോ അച്ചടിച്ചുവന്നു. അങ്ങനെ എസ്.കെ. നായരും പി.എൻ. മേനോനും ചേർന്ന് ഞൊടിയിട കൊണ്ട് രാഘവനെ ഉയർത്തിവിട്ടു. പി.എൻ. മേനോന്റെ തന്നെ ഗായത്രിയിലും എം.ബി. പിഷാരടി നിർമ്മിച്ച മോഹത്തിലും നായകൻ രാഘവനായിരുന്നു.

മിക്ക ചിത്രത്തിലും രാഘവന് താടിയും മീശയും വച്ച വേഷങ്ങളായിരുന്നു. ആദ്യം വേദനിച്ചു. പിന്നെ ദു:ഖിച്ചു. പിന്നെ താടി സ്ഥിരമായി. അതിനിടെ ദു:ഖം സ്ഥായീഭാവമാണെന്ന ആരോപണത്തിനിരയായി. അങ്ങനെയിരിക്കെ ഒരിക്കൽ ശാപമോക്ഷം കിട്ടിയതുപോലെ 'പ്രേതങ്ങളുടെ താഴ്‌വര'യിൽ താടിവടിച്ച രാഘവനെയാണ് കണ്ടത്. അവിടം മുതൽ താടിയില്ലാതെ അഭിനയിക്കാൻ അവസരം കിട്ടിത്തുടങ്ങി.

ജീവിതത്തിൽ അഭിനയിക്കാൻ അറിയാത്ത നടനാണ് രാഘവൻ. അതാണ് അദ്ദേഹത്തിന്റെ പരാജയവും. ഈ രംഗത്ത് ഇരുപത്തിനാലു മണിക്കൂറും സെറ്റിലും പുറത്തും അഭിനയിച്ചേ പറ്റൂ. ഇവിടെ കഴിവ് മാത്രം പോരാ മറ്റു പല ഘടകങ്ങളും പ്രത്യേകിച്ച് ശക്തമായ ഗ്രൂപ്പിസം വേണം. രാഘവന് അതില്ലായിരുന്നു. കച്ചവടസിനിമാക്കാർ രാഘവനെ ഒരു ശോകനായകനായി മുദ്രകുത്തി. 'അഭയ'ത്തിൽ ഒരു ശോക കഥാപാത്രത്തെ തന്മയത്വമായി അവതരിപ്പിച്ചതും 'ചെമ്പരത്തി' യിൽ ദിനേശ് എന്ന കാമുകനെ മിഴിവുറ്റതാക്കിയതുമാണ് രാഘവൻ ചെയ്ത തെറ്റ്. പിന്നെപ്പിന്നെ നിർമ്മാതാക്കൾക്ക് രാഘവനെക്കൊണ്ട് കരയിച്ചേ പറ്റൂ

എന്ന നിലയായി. ഒരു ചിത്രത്തിലെങ്കിലും ചിരിച്ച് അഭിനയിക്കാൻ അദ്ദേഹം കൊതിച്ചു.

ഈ കാരണം കൊണ്ടാണ് ചില നായികമാർ അമ്മമാരായി അഭിനയിക്കാൻ വിസമ്മതിക്കുന്നത്. ഒരിക്കൽ അമ്മവേഷം കെട്ടിയാൽ പിന്നെ അമ്മൂമ്മണ്ടയുടെ വരെ വേഷമേ നോക്കേണ്ടു.

അധികം ചിത്രങ്ങൾ കിട്ടണമെന്ന ആഗ്രഹക്കാരനല്ലായിരുന്നു രാഘവൻ. മദ്രാസിൽ വന്ന നാൾ മുതൽ ബസിലാണ് അദ്ദേഹം സഞ്ചരിച്ചിരുന്നത്. അഭിനയത്തിനപ്പുറത്ത് യാതൊരു വീമ്പിളക്കലിലും ചെന്നു ചാടാതെ ശാന്തനായി വിനയാന്വിതനായി, അദ്ദേഹം പറയും - ''ഞാനൊരു പാവമാണ്. വളരെ കഷ്ടപ്പെട്ടാണ് പഠിച്ചതും ജീവിച്ചതുമെല്ലാം.''

* * * *

ഒരു ജില്ലാ ജഡ്ജിയുടെ മകനായ സുധീർ തിരുവനന്തപുരം എഞ്ചിനീയറിംഗ് കോളേജിലെ വിദ്യാഭ്യാസം ഉപേക്ഷിച്ചാണ് സിനിമാജ്വരം പിടിപെട്ട് മദ്രാസിൽ എത്തിയത്. അവിടെ അദ്ദേഹം പ്രസിദ്ധ ക്യാമറാമാനും സംവിധായകനുമായ എ. വിൻസന്റിന്റെ അസിസ്റ്റന്റായി സിനിമാട്ടോഗ്രാഫി പഠിക്കാനാരംഭിച്ചു.

ഈ യുവാവിന് ഒരു നടനുവേണ്ട എല്ലാ ഗുണങ്ങളുമുണ്ടെന്ന് മനസിലാക്കിയ വിൻസന്റ് അദ്ദേഹം അപ്പോൾ സംവിധാനം ചെയ്തുകൊണ്ടിരുന്ന 'നിഴലാട്ടം' എന്ന ചിത്രത്തിൽ പ്രേംനസീറിന്റെ അനുജന്റെ ചെറിയ റോൾ നൽകി. ഇത് കാണാനിടയായ ഒരു തമിഴ് സംവിധായകൻ താൻ അപ്പോൾ ചെയ്തുകൊണ്ടിരുന്ന 'രാമൻ എത്തിനെ രാമനെടി' എന്ന ചിത്രത്തിൽ അഭിനയിക്കാൻ സുധീറിനെ തെരഞ്ഞെടുത്തു. ശിവാജി ഗണേശന്റെ വളർത്തുമകന്റെ റോളായിരുന്നു.

സുധീറിനെ നാം പിന്നീട് കാണുന്നത് 'ചെമ്പരത്തി'യിലെ വില്ലനായിട്ടാണ്. ഇതേത്തുടർന്ന് 'ചായം' എന്ന ചിത്രത്തിൽ പി.എൻ. മേനോൻ നായകനാക്കി. അതിന് ഫിലിം ഫെയർ അവാർഡും ലഭിച്ചു. അതോടുകൂടി സുധീർ തിരക്കുള്ള നടനായി മാറുകയായിരുന്നു.

അക്കാലത്ത് ഹിന്ദിസിനിമയിൽ വില്ലൻവേഷങ്ങൾ കെട്ടി കയ്യടി നേടിയിരുന്ന ശത്രുഘ്നൻ സിൻഹയുടെ മുഖച്ഛായയുണ്ടായിരുന്നു സുധീറിന്. ഇവർ രണ്ടുപേരും സ്ക്രീനിൽ പ്രത്യക്ഷപ്പെട്ടാൽ കാണികൾ ഹർഷാരവം മുഴക്കുമായിരുന്നു.

'ഗായ് ഔർ ഗൗരി' എന്ന ഹിന്ദിസിനിമയുടെ ഷൂട്ടിംഗ് മദ്രാസിലെ വിജയവാഹിനി സ്റ്റുഡിയോയിൽ നടക്കുമ്പോൾ ഞാൻ അതിലെ നായകനായ ശത്രുഘ്നൻ സിൻഹയോട് പറഞ്ഞു.

''താങ്കളെപ്പോലെ തന്നെയിരിക്കുന്ന ഒരു നടനുണ്ട് മലയാള സിനിമയിൽ''

''ആര്.. പടമുണ്ടോ കൈയിൽ?'' ജിജ്ഞാസയോടെ ശത്രു ചോദിച്ചു.

എന്റെ അടുത്തുനിന്ന കോടമ്പുഴ എന്ന പത്രപ്രവർത്തകൻ സുധീറിന്റെ ഒരു പടം സിൻഹയെ കാണിച്ചു. അതുനോക്കിയിട്ട് ചിരിച്ചുകൊണ്ട് അദ്ദേഹം പറഞ്ഞു: ''എനിക്ക് ഇയാളെ ഒന്നുകാണണം.''

ഒരുദിവസം സുധീർ എന്നെ അന്വേഷിച്ചുവന്നു. അദ്ദേഹം ആകെ അസ്വസ്ഥനായിരുന്നു. വന്നപാടെ ക്ഷോഭത്തോടെ പറഞ്ഞു.

''സേതുമാധവൻ എന്നെക്കുറിച്ച് പറഞ്ഞ ആരോപണങ്ങൾക്ക്

എനിക്ക് പറയാനുള്ള മറുപടി പ്രസിദ്ധീകരിക്കണം. ഞാൻ നായകനായി അഭിനയിച്ച 'കലിയുഗം' റിലീസാകുന്നതിനുമുമ്പ് അതിന്റെ സംവിധായകനായ സേതുമാധവൻ എന്റെ അഭിനയം കൊള്ളുകയില്ലെന്ന് പറഞ്ഞു. സത്യന്റെ മീശ എന്റെ മുഖത്ത് ഒട്ടിച്ചുവച്ചത് ഞാനല്ല. അനുഭവങ്ങൾ പാളിച്ചകളിൽ സത്യൻ ധരിച്ച ജൂബ എന്നെക്കൊണ്ടിടീച്ചത് സേതുമാധവനാണ്. കലിയുഗത്തിന്റെ ഷൂട്ടിംഗ് കഴിഞ്ഞപ്പോൾ സേതുമാധവൻ പറഞ്ഞു: ''സുധീർ ഞാൻ പ്രതീക്ഷിച്ചതിലും വളരെ നന്നായി'' എന്ന്. നിർമ്മാതാവ് എം.ഒ. ജോസഫും എന്നെ അനുമോദിച്ചു. എന്നിട്ടിപ്പോൾ പറയുന്നു ഞാൻ സത്യനെ അനുകരിച്ചെന്ന്. സത്യനിൽക്കൂടിയേ അവർ എന്തും കാണുന്നുള്ളു. പടം വിജയിച്ചാൽ സംവിധായകന്റെ കഴിവ് കൊണ്ടാണെന്നു പറയും പരാജയപ്പെട്ടാൽ പുതുമുഖമാണെങ്കിൽ അവന്റെ തലയിൽ ചാരും.''

സുധീർ എന്നും അഭിപ്രായധീരനായിരുന്നു. തനിക്കുനേരെ ആക്രമണങ്ങൾ ഉണ്ടായപ്പോഴൊക്കെ അദ്ദേഹം ഇരട്ടി ശക്തിയിൽ തിരിച്ചടിച്ചിട്ടുണ്ട്.

പൊൻകുന്നം വർക്കിയുടെ ചലനം, അബുവിന്റെ സ്ത്രീധനം, ടി.ഇ. വാസുദേവന്റെ മധുരപ്പതിനേഴ്, കെ.പി. കൊട്ടാരക്കരയുടെ ഹണിമൂൺ, എനിക്ക് നീ മാത്രം, സത്യമേവ ജയതേ, വൃന്ദാവനം, കാർത്തിക വിളക്ക് ഇങ്ങനെ ധാരാളം ചിത്രങ്ങളിൽ സുധീറിന് അവസരം ലഭിച്ചു. വില്ലന് ആരാധകരെ ഉണ്ടാക്കിയത് സുധീറാണ്.

അമിതപ്രശംസ സുധീറിനെ അപകടത്തിൽ കൊണ്ട് ചാടിച്ചു. പലരും എടുക്കാനാവാത്ത ചുമടുകൾ അദ്ദേഹത്തിന്റെ തലയിൽ കയറ്റിവച്ചു. ഒരു പുതുമുഖമെന്ന നിലയിൽ പടിപടിയായിട്ടായിരുന്നു വളർച്ചയെങ്കിൽ കുഴപ്പം സംഭവിക്കുകയില്ലായിരുന്നു.

* * * *

അക്കാലത്തെ പുതുമുഖ നായകന്മാരിൽ സ്റ്റണ്ട് ഹീറോ എന്ന് വിശേഷിപ്പിക്കാറുണ്ടായിരുന്നത് വിൻസന്റിനെ ആയിരുന്നു. സുന്ദരനും ഉരുക്കുപോലത്തെ ശരീരത്തിനുടമയുമായ ഈ ചെറുപ്പക്കാരൻ ഡ്യൂപ്പില്ലാതെ പോലും സ്റ്റണ്ട് നടത്താൻ മടിച്ചിരുന്നില്ല. അന്ന് അമ്പതോളം ചിത്രങ്ങൾ പൂർത്തിയാക്കിയിരുന്ന വിൻസെന്റിന്റെ വീട്ടിലെത്തിയ എന്നോട് അദ്ദേഹം പറഞ്ഞു:

''കുടിക്കാൻ തരാൻപോലും ഇവിടെ ഒന്നുമില്ല. എല്ലാം ഞാൻ തന്നെ ഉണ്ടാക്കണം'' അന്ന് അവിവാഹിതനായിരുന്ന വിൻസന്റിന്റെ വീട്ടിൽ ഒരു വേലക്കാരൻ പോലും ഇല്ലായിരുന്നു. ഭക്ഷണം സ്വയം പാകം ചെയ്യും. സ്വയം വസ്ത്രങ്ങൾ അലക്കുകയും തേയ്ക്കുകയും ചെയ്യും. റേഡിയോ ശ്രവിക്കലും ഉറക്കവുമാണ് വിനോദങ്ങൾ.

''സ്റ്റണ്ട് ചിത്രങ്ങളിൽ അഭിനയിക്കുന്നത് സാമൂഹ്യചിത്രങ്ങളിൽ അഭിനയിക്കുന്നതിനേക്കാൾ ബുദ്ധിമുട്ടാണ്. കളി കാര്യമാകുന്ന ധാരാളം സന്ദർഭങ്ങളുണ്ട്.''

സിനിമയിൽ വലിയ കലയോ ആദർശമോ ഒന്നും ആവശ്യമില്ലെന്ന അഭിപ്രായക്കാരനായിരുന്നു വിൻസന്റ്. ആകസ്മികമായിട്ടാണ് അദ്ദേഹം സിനിമാനടനായത്.

എടവനക്കാട് ഹൈസ്കൂളിൽ നിന്ന് എസ്.എസ്.എൽ.സി പാസായശേഷം മെറ്റൽബോക്സ് കമ്പനിയുടെ കൊച്ചിൻ ബ്രാഞ്ചിൽ ഒരു

തൊഴിലാളിയായി കയറി. അവിടെ സമരം വന്നപ്പോൾ പിരിച്ചുവിട്ടവരുടെ കൂടെ വിൻസന്റുമുണ്ടായിരുന്നു. 1968-ൽ ആയിരുന്നു അത്. വിൻസന്റ് മദ്രാസിലെത്തിയതും അതേ കമ്പനിയുടെ മദ്രാസ് ഡിവിഷനിൽ ജോലി കിട്ടുമെന്ന പ്രതീക്ഷയിലാണ്. പക്ഷേ അത് നടന്നില്ല, പട്ടിണിയിലുമായി.

തൊഴിലാളിയായിരുന്നപ്പോൾ കിട്ടിയ ഉറച്ച ശരീരവും മുഖസൗന്ദര്യവും മാത്രമായിരുന്നു കൈമുതൽ. അങ്ങനെയിരിക്കെ സംവിധായകൻ ശശികുമാറിനെ പരിചയപ്പെടാൻ ഇടയായി. അദ്ദേഹം കെ.പി. കൊട്ടാരക്കരയുടെ 'റെസ്റ്റ് ഹൗസ്' സംവിധാനം ചെയ്തുകൊണ്ടിരിക്കുന്ന സമയമായിരുന്നു. അതിൽ പങ്കെടുത്ത പത്ത് വിദ്യാർത്ഥികളിൽ ഒരാളായി മുഖംകാണിച്ചു. തുടർന്ന് കൊട്ടാരക്കരയുടെ ശിപാർശപ്രകാരം മൂടൽമഞ്ഞ്, ഭീകരനിമിഷങ്ങൾ എന്നീ ചിത്രങ്ങളിലും ചെറിയ റോളുകൾ കിട്ടി.

പി. സുബ്രഹ്മണ്യത്തിന്റെ 'മധുവിധു'വിൽ ആദ്യമായി വിൻസന്റ് നായകനായി. അത് ഡബിൾ റോളുമായിരുന്നു. ആ ചിത്രം വിജയിച്ചു. തുടർന്ന് നീലയുടെ സ്വപ്നങ്ങൾ എന്ന ചിത്രത്തിലും നായകനായി. അങ്ങനെ അദ്ദേഹവും വേരുറപ്പിച്ചു.

ഞാൻ കാണുന്ന സമയത്ത് വിൻസന്റിന്റെ 26 ചിത്രങ്ങൾ റിലീസായിരുന്നു. അഭിനയം പഠിച്ചുവന്നയാളല്ല, സിനിമയിൽ വന്നിട്ട് അഭിനയം പഠിച്ചതാണ്.

സതി, അച്ഛനും ബാപ്പയും, മനുഷ്യപുത്രൻ മുതലായവ വിൻസന്റ് നന്നായി അഭിനയിച്ച ചിത്രങ്ങളാണ്.

രാത്രിവണ്ടി, കണ്ടവരുണ്ടോ, എറണാകുളം ജംഗ്ഷൻ മുതലായ ചിത്രങ്ങളിൽ അഭിനയിച്ചതുകൊണ്ട് അദ്ദേഹത്തെ 'വിൻസ്റ്റണ്ട്' എന്ന് കളിയാക്കി വിളിച്ചിരുന്നു. മനുഷ്യപുത്രൻ, അച്ചാണി, കാലചക്രം, ആരാധിക, പഞ്ചവടി, പത്മവ്യൂഹം എന്നീ ചിത്രങ്ങളിലെ അഭിനയം പ്രശംസനീയമായിരുന്നു. ആയിടെ സാമ്പത്തികവിജയം നേടിയ മിക്ക ചിത്രങ്ങളിലും നായകൻ വിൻസന്റായിരുന്നു.

■

സകലകലാവല്ലഭൻ

ദക്ഷിണേന്ത്യയിൽ എന്നല്ല, ഇന്ത്യയിൽ തന്നെ ഏറ്റവും നല്ല അഭിനേതാവ് ആരെന്ന് ചോദിച്ചാൽ ഞാൻ ഒട്ടും ആലോചിക്കാതെ കണിശമായും പറയുന്ന പേര് കമലഹാസന്റേതായിരിക്കും.

'അരുത്' എന്ന സിനിമയിലെ നായകന്റെ റോൾ നൽകി അന്ന് വെറും ഇരുപത് വയസ്സ് മാത്രമുണ്ടായിരുന്ന കമലഹാസനെ മലയാള സിനിമയിലേക്ക് കൊണ്ടുവന്നത് സംവിധായകൻ കൂടിയായ എഡിറ്റർ രവി ആയിരുന്നു എന്ന കാര്യം എത്രപേർക്ക് അറിയാമെന്ന് സംശയമുണ്ട്. കാരണം ആ ചിത്രം റിലീസാകാൻ വളരെ സമയമെടുത്തു.

കമലിന് ഇതിനിടെ ഇംഗ്ലീഷിൽ വന്ന 'ബ്ലോഹോട്ട് ബ്ലോകോൾഡ്' എന്ന ചിത്രത്തെ അനുകരിച്ച് എം.ടി. വാസുദേവൻനായർ എഴുതിയ തിരക്കഥ വച്ച് സേതുമാധവൻ സംവിധാനം ചെയ്ത ചിത്രകലാകേന്ദ്രത്തിന്റെ 'കന്യാകുമാരി' യിലെ ശങ്കരൻ എന്ന പ്രധാന കഥാപാത്രത്തെ അവതരിപ്പിക്കാൻ അവസരം ലഭിച്ചു.

ബംഗാളിലെ പ്രശസ്ത നടി ചന്ദ്രമാ ഭാദുരിയുടെ മകളും പൂനാ ഫിലിം ഇൻസ്റ്റിറ്റ്യൂട്ടിന്റെ സന്തതിയുമായ റീത്താഭാദുരിയായിരുന്നു നായിക. ഇതേകാലത്തുതന്നെ മെരിലാന്റിന്റെ 'ദേവി കന്യാകുമാരി' എന്നൊരു ചിത്രം കൂടി റിലീസായതുകൊണ്ട് സേതുമാധവന്റെ ചിത്രം പ്രതീക്ഷിച്ചപോലെ വിജയിച്ചില്ലെങ്കിലും ആ ചിത്രത്തിലൂടെ കമലഹാസൻ എന്ന താരത്തിന്റെ ഉദയം കുറിച്ചു.

ഇതേത്തുടർന്ന് സമരിയാസ് ഫിലിംസിനുവേണ്ടി വി.ടി. നന്ദകുമാർ തിരക്കഥ എഴുതി എൻ. ശങ്കരൻനായർ സംവിധാനം ചെയ്ത 'വിഷ്ണുവിജയം' എന്ന ചിത്രത്തിൽ കമൽ അത്യുജ്ജ്വലമായ അഭിനയം കാഴ്ചവച്ചു. പന്ത്രണ്ടു വർഷങ്ങൾക്കുമുമ്പ് മെരിലാന്റിന്റെ 'വാനമ്പാടി'യിൽ

ഷീലയുടെ മകനായി അഭിനയിച്ചിരുന്ന കമൽ, വിഷ്ണുവിജയത്തിൽ ഷീലയുടെ കാമുകനായിരുന്നു. ഇതൊരു മനശാസ്ത്ര കഥയായിരുന്നു.

മദ്ധ്യവയസ്കയായ ഷീലയും തമിഴും മലയാളവും കലർന്ന് സംസാരിക്കുന്ന, ബെൽബോട്ടം പാന്റു ധരിച്ച, കൗമാരച്ഛായയുള്ള കമലും ജോഡികളായപ്പോൾ കാണികൾക്ക് കൗതുകമായി. ചിത്രം ഗംഭീരവിജയം നേടുകയും ചെയ്തു.

ഈ സമയത്താണ് ഞാൻ കമലിനെ അദ്ദേഹത്തിന്റെ വീട്ടിൽച്ചെന്ന് കണ്ടത്. ഭവ്യതയോടെ, എന്നാൽ അത്യുൽസാഹത്തോടെ വായ് പൂട്ടാതെ തമിഴും മലയാളവും കലർത്തി ആ യുവാവ് സംസാരിച്ചുതുടങ്ങി.

തന്റെ കഴിവിനെക്കുറിച്ച് അസാമാന്യമായ ആത്മവിശ്വാസമാണ് ആ ചെറുപ്പക്കാരനിൽ കണ്ടത്. ഇത്ര ഒതുക്കവും വടിവും ദൃഢതയും ഭംഗിയുമുള്ള ശരീരം അന്ന് തെക്കേ ഇന്ത്യയിൽ മറ്റൊരു നായകനടനും ഇല്ലായിരുന്നു. നല്ലൊരു നർത്തകനായ കമൽ ശരീരഭംഗി സൂക്ഷിക്കാൻ എന്നും രാവിലെ രണ്ടുമണിക്കൂറോളം വ്യായാമം നടത്തിയിരുന്നു. അതിനായി വീടിനുപുറകിൽ ഒരു ജിംഖാന തന്നെ സ്ഥാപിച്ചിരുന്നു. പാരലൽ ബാറും ഡംബൽസും വെയിറ്റുകളും എല്ലാമുള്ള അവിടേക്ക് എന്നെ കൂട്ടിക്കൊണ്ടുപോയി കുറെ കസർത്തുകൾ കാണിക്കുകയും ചെയ്തു.

രാമനാഥപുരത്ത് പ്രാക്ടീസ് ചെയ്തിരുന്ന അഡ്വ. ശ്രീനിവാസന്റെ മൂന്നാമത്തെ പുത്രനായ കമലിന്റെ രണ്ട് ജ്യേഷ്ഠന്മാരും വക്കീലന്മാരായിരുന്നു. മൂത്ത ഒരു സഹോദരി ബോംബെയിൽ ജോലി ചെയ്തിരുന്നു. ജ്യേഷ്ഠന്മാരിലൊരാളായ ചാരുഹാസനായിരുന്നു കമലിന്റെ കാൾഷീറ്റ്, പ്രതിഫലം മുതലായ കാര്യങ്ങൾ നോക്കിയിരുന്നത്.

1954-ൽ ജനിച്ച കമലഹാസന് മൂന്ന് വയസ്സുള്ളപ്പോൾ ഇസ്നോഫീലിയ പിടിപെട്ടു. അതുകൊണ്ട് പിതാവ് കമലിനെ തന്റെ സുഹൃത്തായ ഒരു ഡോക്ടറെ കാണിക്കാൻ മദ്രാസിൽ കൊണ്ടുവന്നതാണ്. അന്ന് അവർ പങ്കെടുത്ത ഒരു പാർടിയിൽ പ്രസിദ്ധ തമിഴ് നിർമ്മാതാവും സംവിധായകനുമായ മെയ്യപ്പ ചെട്ടിയാരും പങ്കെടുക്കുകയുണ്ടായി.

കമലിനെ കണ്ട ചെട്ടിയാർ താൻ അടുത്തുതന്നെ നിർമ്മിക്കാൻ പോകുന്ന 'കളത്തൂർ കണ്ണമ്മ' എന്ന ചിത്രത്തിൽ ബാലനടനായി അഭിനയിക്കാൻ ആ കുട്ടിയെ വിടാമോ എന്ന് ചോദിച്ചു. അർദ്ധമനസ്സോടെ പിതാവ് സമ്മതിക്കുകയും ചെയ്തു. 1960-ൽ റിലീസായ ഈ ചിത്രത്തിലെ അഭിനയത്തിന് നല്ല ബാലനടനുള്ള മദ്രാസ് സംസ്ഥാന അവാർഡ് കമലിന് ലഭിച്ചു.

അതിനുശേഷം പത്ത് തമിഴ് ചിത്രങ്ങളിൽ കമൽ ബാലനടനായി അഭിനയിച്ചു. അതിനിടെ സേതുമാധവൻ സംവിധാനം ചെയ്ത 'കണ്ണും കരളും' എന്ന മലയാള ചിത്രത്തിലും പ്രത്യക്ഷപ്പെട്ടു.

ബാല്യം വിട്ടുപോവുകയും യൗവ്വനത്തിൽ എത്തിച്ചേരാതിരിക്കുകയും ചെയ്ത പ്രായത്തിൽ കമലിനെ ചലച്ചിത്രവേദിക്ക് ആവശ്യമില്ലായിരുന്നു. അങ്ങനെ 1963 മുതൽ പത്തുവർഷത്തോളം സിനിമയിൽനിന്ന് വിട്ടുനിന്നു.

ഇക്കാലത്ത് ടി.കെ.എസ്. കമ്പനിയുടെ നാടകങ്ങളിൽ അഭിനയിച്ചുപോന്നു. അതിനിടെ മെട്രിക്കുലേഷൻ പാസായി. കൂട്ടത്തിൽ ഭരതനാട്യവും പഠിച്ചു. 1960ലായിരുന്നു അരങ്ങേറ്റം. ഇക്കാലത്ത്

ബോംബെയിൽ മഹാരാഷ്ട്ര പോലീസിന്റെ ഒരു കലാപരിപാടിയിൽ പങ്കെടുക്കുമ്പോൾ കാൽമുട്ട് ഒടിഞ്ഞതുകൊണ്ട് കലാപരിപാടികളും നിർത്തിവച്ചതാണ്.

അന്ന് കമൽ വെറുമൊരു എലുമ്പനായിരുന്നു. അമ്മ പോലും 'പെൻസിൽ' എന്നാണ് വിളിച്ചു കളിയാക്കിയിരുന്നത്. കമൽ കലാപരിപാടികൾ നിർത്തിവച്ച് മദ്രാസിൽ വന്ന് ബി.എക്ക് ചേരാൻ തീരുമാനിച്ചു. അപ്പോഴാണ് മലയാള സിനിമാരംഗത്തെ തിരക്കുള്ള നൃത്തസംവിധായകൻ തങ്കപ്പൻ മദ്രാസിൽ നടത്തിയിരുന്ന നൃത്തവിദ്യാലയത്തിൽ ടീച്ചറായി ജോലി ലഭിച്ചത്. മൂന്നുവർഷം ആ ജോലി ചെയ്തു.

ഈ സമയത്ത് തമിഴിലെ സമാന്തര സിനിമയുടെ ഉപജ്ഞാതാവായ കെ. ബാലചന്ദർ പ്രമീളയെ നായികയാക്കി സംവിധാനം ചെയ്ത 'അരങ്ങേറ്റം' എന്ന ചിത്രത്തിൽ വില്ലനായി അഭിനയിക്കാൻ അവസരം ലഭിച്ചു. ഈ ചിത്രം ഗംഭീരമായി ഓടിയെന്നു മാത്രമല്ല കമലിന് തമിഴ് പത്രപ്രവർത്തക സംഘടനയുടെ ഏറ്റവും നല്ല വില്ലനുള്ള അവാർഡ് ലഭിക്കുകയും ചെയ്തു. ഇതേത്തുടർന്ന് വില്ലനായിത്തന്നെ നാലു ചിത്രങ്ങളിൽ അഭിനയിക്കേണ്ടിവന്നു.

സുജാത നായികയായി തമിഴിൽ അഭിനയിച്ച 'അവൾ ഒരു തുടർക്കഥ' എന്ന ചിത്രത്തിൽ മോഹഭംഗം വന്ന കാമുകന്റെ റോളിൽ പ്രത്യക്ഷപ്പെട്ട കമൽ മിമിക്രി അവതരിപ്പിചച്ച കയ്യടി വാങ്ങി.

ഇതേത്തുടർന്നാണ് 'അരുത്' എന്ന മലയാളചിത്രത്തിലൽ നായകന്റെ വേഷം തന്നെ ലഭിച്ചത്. ഇതൊരു ഡിറ്റക്ടീവ് കഥയായിരുന്നു.

ഞാൻ കാണുമ്പോൾ 'ഞാൻ നിന്നെ പ്രേമിക്കുന്നു', 'ലൗ ബേർഡ്സ്' തുടങ്ങി അരഡസനോളം മലയാള ചിത്രങ്ങളിൽ കമൽ കരാർ ചെയ്യപ്പെട്ടിരുന്നു. തമിഴിലും ഉണ്ടായിരുന്നു പത്തോളം ചിത്രങ്ങൾ. തമിഴിൽ കൂടുതൽ പ്രതിഫലം കിട്ടുമെങ്കിലും മലയാളത്തിലെ നല്ല ചിത്രങ്ങളിൽ അഭിനയിക്കാനായിരുന്നു അന്ന് താല്പര്യം. പന്ത്രണ്ടുവർഷം മുമ്പ് മെരിലാന്റിന്റെ വാനമ്പാടിയിൽ ഷീലയുടെ മകനായി അഭിനയിച്ച തനിക്ക് ഇപ്പോൾ വിഷ്ണുവിജയത്തിൽ അവരുടെ കാമുകനായി അഭിനയിക്കാൻ കിയുന്നതിൽ അഭിമാനമുണ്ടെന്ന് കമൽ പറഞ്ഞു. ഒരിക്കൽ തന്റെ മകനായി വന്ന കമലിന്റെ കാമുകിയാകാൻ തനിക്ക് വലിയ മനപ്രയാസം തോന്നിയെന്നാണ് ഷീല പിന്നീട് എന്നോട് പറഞ്ഞത്.

കമലിന്റെ അന്നത്തെ സംസാരത്തിലെ എളിമയും കുലീനമായ പെരുമാറ്റവും അഭിപ്രായങ്ങളിലെ ആത്മനിയന്ത്രണവും അദ്ദേഹം നാളെ വലിയൊരു നടനായി തീരുമെന്നതിന്റെ സൂചനയായിരുന്നു.

അക്കാലത്ത് തമിഴിൽ 'മനം പോലെ മംഗല്യം' എന്നൊരു ചിത്രമിറങ്ങി. ആ ചിത്രം മലയാളത്തിൽ നിർമ്മിക്കാൻ സൂര്യാ പിക്ചേഴ്സ് തീരുമാനിച്ചു. ഡബിൾ റോളിലുള്ള നായകവേഷത്തിന് അവർ കമലഹാസനെ നിശ്ചയിച്ചു. അഡ്വാൻസും കൊടുത്തു. അന്ന് 'കന്യാകുമാരി'യിലൂടെ കേരളീയരുടെ ശ്രദ്ധയാകർഷിച്ച പുതുമുഖമായിരുന്നു കമൽ. സൂര്യാ പിക്ചേഴ്സിന്റെ അടുത്ത ചിത്രത്തിലേക്കുള്ള ഓഫറും അവർ നൽകി. പിന്നീട് അവരെപ്പറ്റി യാതൊരു വിവരവുമില്ലായിരുന്നു. കമൽ അവർക്ക് കാൾഷീറ്റും നൽകി കാത്തിരുന്നു.

കന്യാകുമാരിയെത്തുടർന്ന് കമലിന് പല മലയാള ചിത്രങ്ങളിലേക്കും ക്ഷണം ലഭിച്ചുതുടങ്ങിയിരുന്നു. ആ നിലയ്ക്ക് ഈ നടൻ 'മനംപോലെ

മംഗല്യ'ത്തിൽ ഡബിൾ റോളിൽ അഭിനയിച്ചു വിജയിപ്പിച്ചാൽ തന്റെ സിംഹാസനം ഇളകിയാലോ എന്ന് അമ്പതുകാരനായിരുന്ന പ്രേംനസീറിന് ഭയമായി. അദ്ദേഹത്തിന്റെ ഉപജാപസംഘം സജീവമായി.

അഡ്വാൻസ് വാങ്ങിയ കമൽ പുറത്ത്. നസീർ നായകനായി ചിത്രത്തിന്റെ ഷൂട്ടിംഗ് ആരംഭിക്കുകയും ചെയ്തു. അതുപോലെ കമലിന് ഉദയായുടെ 'നീലപ്പൊന്മാനിൽ' അഭിനയിക്കാൻ അയ്യായിരം രൂപ അഡ്വാൻസ് നൽകിയിരുന്നു. (ഈ ചെക്ക് എന്നെ കാണിച്ചു). പിന്നീട് കമലിന് പകരം നസീറിനെ വച്ച് ഷൂട്ടിംഗ് തുടങ്ങി.

കമൽ: ''ഇത്തരം അനുഭവങ്ങൾ എനിക്ക് പണ്ടും ഉണ്ടായിട്ടുണ്ട്. എന്നെ ഒഴിവാക്കണമെന്ന് നിർമ്മാതാക്കൾക്ക് തോന്നിയാൽ പിന്നെ 'എന്നെ വിടരുതേ' എന്ന് ഞാൻ പറയണോ?

ഞാൻ: ''അങ്ങനെ ഒഴിവാക്കപ്പെടുമ്പോൾ കമലിന് അഭിനയിക്കാൻ അറിഞ്ഞുകൂടാത്തതു കൊണ്ട് മാറ്റിയതാണെന്ന് പറയില്ലേ?''

കമൽ: ''അഭിനയിക്കുന്നതിനുമുമ്പ് മാറ്റിയാൽ കുഴപ്പമില്ല. കുറെ അഭിനയിക്കുകയും അതിന്റെ പോസ്റ്റർ ഒട്ടിക്കുകയും ഒക്കെ ചെയ്തിട്ട് ഒഴിവാക്കിയാൽ അപമാനകരമാണ്. ഉദാഹരണത്തിന് 'ഊമൈ മിഴികൾ' എന്ന തമിഴ് ചിത്രത്തിൽ മോഹൻ അഭിനയിക്കുന്നതിന്റെ പോസ്റ്ററുകൾ വരെ ഒട്ടിച്ചിട്ട് അദ്ദേഹത്തെ മാറ്റി. എനിക്ക് ആ അനുഭവം ഉണ്ടായില്ലല്ലോ?''

ഞാൻ: ''നഷ്ടപരിഹാരത്തിന് കേസ് കൊടുത്തുകൂടെ?''

കമൽ: ''കേസ് കൊടുക്കാം. എന്റെ രണ്ട് ചേട്ടന്മാർ വക്കീലന്മാരാണല്ലോ. പക്ഷേ ഞാൻ അതിനൊന്നും പോകുന്നില്ല. മാത്രമല്ല എനിക്ക് പകരം മറ്റൊരാൾ അഭിനയിക്കുന്നുവെന്നറിഞ്ഞാൽ വാങ്ങിയ അഡ്വാൻസ് തിരിച്ചുകൊടുക്കുകയും ചെയ്യും. കാരണം വരുമാനം നോക്കിയല്ല ഞാൻ മലയാള സിനിമയിൽ അഭിനയിക്കുന്നത്. അംഗീകാരത്തിനുവേണ്ടിയാണ്.'' എന്നിട്ടും കമലിന് ആരോടും പരിഭവമില്ലായിരുന്നു. പരാതിയുമില്ല. അദ്ദേഹത്തോട് നെറികേട് കാണിച്ചതായി നമുക്ക് തോന്നുന്ന സംഭവങ്ങൾ പോലും അദ്ദേഹം അത്ര കാര്യമായി എടുത്തില്ല.

ഓരോ പടം കഴിയുമ്പോഴും കമൽ മലയാളത്തിൽ ചുവടുകൾ കൂടുതൽ ഉറപ്പിക്കുകയായിരുന്നു. ഈ സമയത്ത് എട്ട് തമിഴ് ചിത്രങ്ങളിലും അഭിനയിക്കുന്നുണ്ടായിരുന്നു. അതിൽ അഞ്ചിലും നായകനുമായിരുന്നു.

കുറഞ്ഞ ചെലവിൽ, കുറഞ്ഞ സമയം കൊണ്ട്, ലളിതമായ വേഷങ്ങളോടെ നിർമ്മിക്കുന്നതു കൊണ്ടാണ് തമിഴിനേക്കാൾ മലയാള ചിത്രങ്ങൾ നന്നാവുന്നതെന്ന് കമൽ അഭിപ്രായപ്പെട്ടു.

* * * *

തേവരുടെ 'ഗായ് ഔർ ഗൗരി' എന്ന ഹിന്ദിചിത്രത്തിന്റെ ഷൂട്ടിംഗ് വിജയവാഹിനി സ്റ്റുഡിയോയിൽ നടക്കുമ്പോൾ അതിലെ നായകനായ ശത്രുഘ്നൻ സിൻഹയേയും നായിക ജയഭാദുരിയേയും കാണാൻ അടുത്ത ഫ്ളോറിൽ ഒരു തമിഴ് ചിത്രത്തിൽ അഭിനയിച്ചുകൊണ്ടിരുന്ന ജയസുധയും ഉഷാറാണിയും എത്തി. അവരെ ശത്രുവിന് പരിചയപ്പെടുത്തി കൊടുത്തത് ഞാനാണ്.

പ്രസിദ്ധ തമിഴ്, മലയാളം, തെലുങ്ക് നടിയായ വിജയനിർമ്മലയുടെ അനന്തിരവളാണ് ജയസുധ. ഈ സമയത്ത് അവർ അരഡസനോളം

തമിഴ് ചിത്രങ്ങളിൽ അഭിനയിക്കുന്നുണ്ടായിരുന്നു.

ജയസുധയോട് പേര് ചോദിച്ച ശേഷം ശത്രു പറഞ്ഞു:

''യൂ ആർ ഡീപ് ഇൻ മൈ ഹാർട്ട്''

അതുകേട്ട് ജയസുധ നാണിച്ചുനിന്നത് ഇന്നും എന്റെ മനസ്സിലുണ്ട്. 'ശിവതാണ്ഡവം' മുതലായ മലയാള ചിത്രങ്ങളിൽ കമലഹാസന്റെ നായിക ജയസുധയായിരുന്നു. ഇക്കാലത്ത് ശ്രീവിദ്യയും കമലും തമ്മിൽ പ്രേമമായിരുന്നു.

''അവരോടൊത്ത് അഭിനയിക്കുന്നത് നല്ല രസമാണ്. ഞങ്ങൾ പരസ്പരം കളിയാക്കുകയും വിമർശിക്കുകയും ചെയ്യും. ഞങ്ങളുടെ അഭിനയത്തെപ്പറ്റി ഞങ്ങൾ തന്നെ ചെറിയ സിമ്പോസിയം സംഘടിപ്പിക്കും. പക്ഷെ ശ്രീവിദ്യ ദിനംപ്രതി തടിച്ചുവരികയാണ്. അവരുടെ തടി കുറയണമെന്നാണ് എന്റെ ആശ. ഞാനീക്കാര്യം അവരോട് പറയാറുണ്ട്'' കമൽ ഒരിക്കൽ പറഞ്ഞു.

ഒരിക്കൽ കമലഹാസനെ അന്വേഷിച്ച് വീട്ടിൽചെന്ന ശ്രീവിദ്യയെ കമലിന്റെ അമ്മ ആട്ടിഓടിച്ചതായും കേട്ടിട്ടുണ്ട്. പിന്നീട് വിദ്യ ജോർജിന്റെ ഭാര്യയായി.

കമലിന്റെ നൃത്തഗുരുവായ ഡാൻസർ തങ്കപ്പൻ മലയാളത്തിൽ സംവിധാനം ചെയ്ത് സ്വയം നിർമ്മിച്ച 'സമസ്യ'യിൽ അഭിനയിക്കാൻ തിരുവനന്തപുരത്തെ മെരിലാന്റ് സ്റ്റുഡിയോയിലെത്തിയെ കമലിന്റെ കൈ ഒടിഞ്ഞിരിക്കുന്നതു കണ്ടു.

ഒരിടത്ത് അടങ്ങിയിരുന്നിട്ടു വേണ്ടേ? രണ്ടുമൂന്ന് പടികൾ ഒന്നിച്ചു ചാടിക്കയറും. ചെടികൾക്കും വേലികൾക്കും മുകളിൽക്കൂടി ഹൈജമ്പ് ചാടും. മരങ്ങളിൽ പിടിച്ചുകയറും. അങ്ങനെ വീണു ഒടിഞ്ഞ കൈ സ്ലിംഗിൽ ഇട്ടിരിക്കുകയായിരുന്നു.

ശങ്കരൻനായരുടെ 'മദനോത്സവ'ത്തിൽ നായിക ഹിന്ദിനടി സെറീനാ വഹാബ് ആയിരുന്നു. ഇംഗ്ലീഷിലെ 'ലൗസ്റ്റോറി'യുടെ മോഡലിൽ നിർമ്മിച്ച ആ ചിത്രത്തിൽ കമൽ നിറഞ്ഞുനിന്നു. കെ. ബാലചന്ദറിന്റെ 'മന്മഥലീലൈ' എന്ന തമിഴ് ചിത്രത്തിൽ ഒരു പച്ചക്കാമദേവനായി വിലസി. തമിഴിൽ 'പതിനാറ് വയതിനിലെ' എന്ന ചിത്രത്തിൽ 'കോണകം' മാത്രം ധരിച്ച് നടക്കുന്ന മന്ദബുദ്ധിയായി ജീവിച്ചു. ശ്രീദേവിയായിരുന്നു നായിക. മഞ്ഞിലാസിന്റെ പൊന്നിയിലും കമലായിരുന്നു നായകൻ.

ബാലുമഹേന്ദ്ര തമിഴിൽ സംവിധാനം ചെയ്ത 'മൂന്നാംപിറ' കമലിന്റെ അഭിനയജീവിതത്തിലെ നാഴികക്കല്ലായി. ശ്രീദേവിയോടൊത്ത് അദ്ദേഹം ബഫൂണായും കാമുകനായും കുരങ്ങായുമൊക്കെ അത്ഭുതകരമായി തകർത്ത് അഭിനയിച്ചു. ഈ ചിത്രത്തിൽ സിൽക്ക് സ്മിതയോടൊപ്പം ഒന്നാന്തരമൊരു 'താണ്ഡവം' ആടുന്നുമുണ്ട്. ഇതിന്റെ ഹിന്ദി റിമേക്കിലും കമൽ-ശ്രീദേവി ജോഡി തന്നെ അഭിനയിച്ചു. അതോടെ രണ്ടുപേരും ഹിന്ദിയിലും തരംഗം സൃഷ്ടിച്ചു. കമലിന്റെ 'ഏക് ദുജേ കേലിയേ' എന്ന ഹിന്ദിചിത്രവും ഹിറ്റായിരുന്നു.

ഇതിനിടെ കമൽ നല്ലൊരു നർത്തകിയും നടിയുമായ വാണിഗണപതി എന്ന തമിഴ് പെൺകുട്ടിയെ വിവാഹം കഴിച്ചു. വർഷങ്ങളായിട്ടും കുട്ടികൾ ഉണ്ടായില്ല എന്ന കാരണം പറഞ്ഞാണ് പിന്നീട് ഹിന്ദി നടി സരികയെ ഭാര്യയാക്കിയത്. അവർക്ക് കുട്ടികൾ ഉണ്ടെങ്കിലും നിയമപരമായി വിവാഹം നടന്നിരുന്നില്ല.

മൂന്നുതവണ ഏറ്റവും നല്ല നടനുള്ള ദേശീയ ബഹുമതി നേടിയി

ട്ടുള്ള കമൽ അപ്പോഴെല്ലാം മുണ്ടും ജൂബയും ധരിച്ചാണ് അവാർഡ് വേദിയിൽ പ്രത്യക്ഷപ്പെട്ടതെന്നോർക്കുന്നു.

സംഭാഷണം സ്വയം ചെയ്യാതെ മറ്റാരെക്കൊണ്ടെങ്കിലും ഡബ്ബ് ചെയ്യിച്ചിരുന്നെങ്കിൽ കമലിന് കൂടുതൽ മലയാളം ചിത്രങ്ങളിൽ അഭിനയിക്കാൻ കഴിയുമായിരുന്നു. ഇനി ഒരു ജന്മമുണ്ടെങ്കിൽ തനിക്ക് ഒരു മലയാളിയായി ജനിക്കാനാണ് ആഗ്രഹമെന്ന് കമൽ പറയുമായിരുന്നു. ഇന്നും അദ്ദേഹം കേരളത്തോട് പ്രത്യേക മമത പ്രദർശിപ്പിക്കാറുണ്ട്.

■

കാലിടറിയ നായികമാർ

1970കളുടെ ആരംഭത്തിൽ ഷീലയും ശാരദയും മലയാള സിനിമയിൽ നിന്ന് അകന്നുനിന്ന ഒഴിവിൽ കുറേയേറെ പുതുമുഖ നായികമാർ ഈ രംഗത്തേക്ക് കടന്നുവരികയുണ്ടായി. 'സ്വയംവര'ത്തിലെ അഭിനയത്തിന് രണ്ടാമതും ഉർവ്വശി അവാർഡ് നേടിയതോടെ ശാരദയ്ക്ക് മാതൃഭാഷയായ തെലുങ്കിൽ, വളരെ കൂടിയ പ്രതിഫലത്തിൽ ധാരാളം അവസരങ്ങൾ ലഭിച്ചുതുടങ്ങി. അവിടെനിന്നും കിട്ടി മൂന്നാമത് ഒരു ഉർവ്വശി അവാർഡ്.

പ്രേംനസീറുമായി പിണങ്ങി രവിചന്ദ്രന്റെ ഭാര്യയും തുടർന്ന് ഗർഭിണിയുമായ ഷീലയ്ക്ക് വിരലിലെണ്ണാൻ മാത്രം ചിത്രങ്ങളേ ഉണ്ടായിരുന്നുള്ളു. പി.എൻ. മേനോന്റെ 'ചായ'ത്തിൽ അഭിനയിക്കുമ്പോൾ അവർ ഗർഭിണിയായിരുന്നു.

ഈ സന്ദർഭം ഉപയോഗിച്ച് പ്രേംനസീറിന്റെ പിന്തുണയോടെ ജയഭാരതി മുമ്പിലെത്തി. അവരുടെ പിന്നാലെ വിജയശ്രീ, ഉഷാനന്ദിനി, നന്ദിതാബോസ്, സുജാത, റാണിചന്ദ്ര, ശ്രീവിദ്യ, സുമിത്ര, വിധുബാല, ശോഭന (ചെമ്പരത്തി), ശ്രീലേഖ, റീത്താഭാദുരി എന്നിങ്ങനെ കഴിവുറ്റ അനേകം നടികൾ നായികാരംഗത്ത് വൈവിധ്യം പകർന്നു.

മലയാള സിനിമയിൽ ഗുണപരമായ വിപ്ലവം ഏറ്റവും ശക്തമായി തിരയടിച്ചെത്തിയ കാലഘട്ടം ഇതാണെന്ന് പറയാം.

* * * *

എഴുപതിലും എഴുപത്തിഒന്നിലും സിനിമയിൽ കാലുറപ്പിച്ചു തുടങ്ങിയ സുജാത എഴുപത്തിരണ്ടിൽ അരഡസനോളം ചിത്രങ്ങളിൽ സഹനടിയായി. എഴുപത്തിമൂന്നിൽ പല ചിത്രങ്ങളിലും അവർക്ക്

നായികയാകാനും കഴിഞ്ഞു. ശാരദ സ്വന്തമായി നിർമ്മിച്ച 'ഭദ്രദീപം' എന്ന ചിത്രത്തിൽ അഭിനയിച്ച് സുജാത നിരൂപകരുടെ പ്രശംസ പിടിച്ചുപറ്റുകയും ചെയ്തു.

വളരെ കഴിവുള്ള നടിയായിരുന്നുവെങ്കിലും മുൻനിരയിൽ സ്ഥാനം പിടിക്കാൻ അവർക്ക് കഴിഞ്ഞിരുന്നില്ല. അഭിനയശേഷിക്ക് അതീതമായി മറ്റെന്തൊക്കെയോ ആണ് സിനിമയിൽ എന്നും പരിഗണിക്കപ്പെട്ടുപോന്നത്. എങ്കിലും എം.ഒ. ജോസഫ് - സേതുമാധവൻ കൂട്ടുകെട്ട് അവരുടെ മിക്ക ചിത്രങ്ങളിലും സുജാതയ്ക്ക് അവസരം നൽകിയിരുന്നു. അരുടെ 'കലിയുഗം' എന്ന ചിത്രം പരാജയപ്പെട്ടെങ്കിലും അത് സുജാതയെ സംബന്ധിച്ചിടത്തോളം വിജയമായിരുന്നു.

സിലോണിൽ ജനിച്ചുവളർന്ന സുജാതയുടെ അച്ഛനമ്മമാർ തൃപ്പൂണിത്തുറക്കാരായിരുന്നു. മദ്രാസിലെ മന്നാർ റെഡി സ്ട്രീറ്റിലെ വാടകവീട്ടിൽ അവർക്ക് കൂട്ടുണ്ടായിരുന്നത് വികലാംഗനായ മൂത്ത ഒരു സഹോദരൻ ഗോപി മേനോനായിരുന്നു. ഇയാളുടെ അനാവശ്യമായ ഇടപെടലുകളും കൂടുതൽ അവസരങ്ങൾ ലഭിക്കുന്നതിന് പ്രതിബന്ധമായി.

പ്രസാദ് സ്റ്റുഡിയോയിലെ മേക്കപ്പ് റൂമിൽ അടൂർ ഭാസിയെ കാണാൻ ചെന്നപ്പോഴാണ് ഞാൻ അവിടെയുണ്ടായിരുന്ന സുജാതയെ ആദ്യമായി കണ്ടുമുട്ടുന്നത്. നല്ല ഉയരത്തിൽ കൊലുന്നനെയുള്ള ഒരു പെൺകുട്ടി തുട പകുതി പുറത്തുകാണുന്ന ഒരു കൊച്ചുടുപ്പുമിട്ട് കണ്ണാടിക്ക് മുന്നിൽനിന്ന് ഭംഗി നോക്കുന്നു. അല്പം ഉയർന്ന പല്ലുകളുള്ള അവർക്ക് ഇരുണ്ട നിറമായിരുന്നു.

സേതുമാധവന്റെ 'പുനർജന്മം' എന്ന ചിത്രം തമിഴിൽ നിർമ്മിച്ചപ്പോൾ ഗംഭീര വിജയമായി. അങ്ങനെയാണ് അതിലഭിനയിച്ച സുജാത തമിഴ് സിനിമാരംഗത്ത് ശ്രദ്ധിക്കപ്പെട്ടത്. തുടർന്ന് പ്രസിദ്ധ തമിഴ് സംവിധായകൻ കെ. ബാലചന്ദർ സംവിധാനം ചെയ്ത 'അവൾ ഒരു തുടർക്കഥ' എന്ന ചിത്രത്തിൽ നായികയായി അഭിനയിച്ച സുജാത തമിഴ്നാട്ടിൽ ഒരു പുതുതരംഗം തന്നെ സൃഷ്ടിച്ചു.

ഈ ചിത്രം നൂറുദിവസം പിന്നിട്ടു. അതു കാണാൻ ചിത്രാ തിയേറ്ററിൽ ഞാനും പോയിരുന്നു. കമലഹാസൻ ശ്രദ്ധേയനായതും ഇതേ ചിത്രത്തിലൂടെയാണ്. ഇതേത്തുടർന്ന് തമിഴിൽ നാലു ചിത്രങ്ങളിൽ നായികയാകാൻ ക്ഷണം ലഭിച്ചു. ഒരു തമിഴ് ചിത്രത്തിൽ അഭിനയിച്ചാൽ നാലോ അഞ്ചോ മലയാള ചിത്രത്തിന്റെ പ്രതിഫലമാണ് ലഭിക്കുന്നത്. അങ്ങനെ സുജാത സ്റ്റാറായി.

ഇതോടെ സുജാതയെ പ്രശംസിച്ച് എഴുതാൻ തമിഴ് പത്രങ്ങൾ മത്സരമായി.

ഒരുദിവസം മന്നാർ റെഡ്ഡി സ്ട്രീറ്റിലെ അവരുടെ വീട്ടിൽ ഞാൻ ചെല്ലുമ്പോൾ 'തീർത്ഥയാത്ര' എന്ന മലയാള സിനിമയിൽ നായികയായി അഭിനയിച്ച 'സുപ്രിയ' എന്ന തമിഴ് നടിയും അവിടെ ഉണ്ടായിരുന്നു. അവർ രണ്ടുപേരും വലിയ കൂട്ടുകാരായിരുന്നു. ബാത് ടബ്ബിൽ സുപ്രിയയെ മുക്കിക്കൊല്ലുന്ന ഒരു സീൻ തീർത്ഥയാത്രയിൽ കണ്ടത് ഞാനോർമ്മിച്ചു. ഈ പെൺകുട്ടി പിന്നീട് ആത്മഹത്യ ചെയ്തു.

മലയാള സിനിമയെ മറന്നോ എന്ന് ഞാൻ ചോദിച്ചപ്പോൾ മലയാള സിനിമ തന്നെ മറക്കല്ലേ എന്നാണ് പ്രാർത്ഥനയെന്ന് അവർ പറഞ്ഞു. ഏതായാലും നാമവരെ മറക്കുക തന്നെ ചെയ്തു.

അധികകാലം സുജാത തമിഴ് സിനിമയിലും പിടിച്ചുനിന്നില്ല. അമേരിക്കയിലുള്ള ഒരാൾ അവരെ വിവാഹം കഴിച്ചുകൊണ്ടുപോയി. ഏതാനും വർഷങ്ങൾക്കുശേഷം അവർ മടങ്ങിവന്ന് ഒരിക്കൽകൂടി ഭാഗ്യപരീക്ഷണം നടത്തിയെങ്കിലും വിജയിക്കാൻ കഴിഞ്ഞില്ല.

* * * *

ഡോ.ബാലകൃഷ്ണൻ നിർമ്മിച്ച, ഹരിഹരൻ രണ്ടാമതായി സംവിധാനം ചെയ്ത 'കോളേജ് ഗേളി'ൽ നായികയായി വന്ന വിധുബാല ആ സമയത്ത് ശരിക്കും ഒരു കോളേജ് വിദ്യാർത്ഥിനിയായിരുന്നു. അതിനും അഞ്ചെട്ടുവർഷങ്ങൾക്ക് മുമ്പ് 'ജീവിക്കാൻ അനുവദിക്കൂ' എന്ന ചിത്രത്തിൽ പ്രേംനസീറിന്റെ അനുജത്തിയായി അഭിനയിച്ചിരുന്ന ഈ പെൺകുട്ടിക്ക് കോളേജ് ഗേളിൽ നസീറിന്റെ നായികയായി അഭിനയിക്കേണ്ട വിധിയാണുണ്ടായത്.

കോളേജ് പ്രൊഫസറുടെ ജോലി ഉപേക്ഷിച്ച് ജാലവിദ്യാ പ്രകടനവുമായി ഇറങ്ങിയ പ്രസിദ്ധ മജീഷ്യൻ ഭാഗ്യനാഥിന്റെ രണ്ട് മക്കളിൽ ഇളയവളാണ് വിധുബാല. ജ്യേഷ്ഠൻ മധു അമ്പാട്ട് പൂനാ ഫിലിം ഇൻസ്റ്റിറ്റ്യൂട്ടിൽ നിന്ന് സ്വർണമെഡലോടെ സിനിമാട്ടോഗ്രാഫി പഠിച്ച് മദ്രാസിലെത്തിയ സമയവുമായിരുന്നു അത്.

വിധുബാല ജനിച്ചത്. പാലക്കാട് ജില്ലയിലെ ചിറ്റൂർ താലൂക്കിലാണെങ്കിലും വളർന്നത് അച്ഛൻ ജോലി ചെയ്തിരുന്ന തമിഴ്നാട്ടിലെ ഈറോഡിലായിരുന്നു.

അഞ്ചാം വയസ് മുതൽ നൃത്തം അഭ്യസിച്ചു തുടങ്ങിയ വിധുബാല തമിഴ്-മലയാള ഭാഷകളിലായി അരഡസനോളം ചിത്രങ്ങളിൽ ബാലതാരമായി അഭിനയിച്ചിട്ടുണ്ടായിരുന്നു. അതിൽ പെണ്ണുക്ക് തങ്കമനസ് എന്ന തമിഴ് ചിത്രം ഏറെ ശ്രദ്ധിക്കപ്പെടുകയും ചെയ്തിരുന്നു. 'സ്കൂൾ മാസ്റ്റർ' എന്ന മലയാള ചിത്രത്തിൽ അഭിനയിച്ചപ്പോൾ വെറും എട്ടുവയസ്സേ ഉണ്ടായിരുന്നുള്ളു.

മദ്രാസിലെ എസ്.ഐ.ഇ.റ്റി കോളേജിൽ മന:ശാസ്ത്രം ഐച്ഛികമായി എടുത്ത് ബി.എക്ക് പഠിക്കുമ്പോഴാണ് വിധുബാല കോളേജ് ഗേളിൽ അഭിനയിച്ചത്. ഈ ചിത്രം സാമ്പത്തിക വിജയം കൈവരിച്ചതുകൊണ്ട് അശ്വരഥം, നിറമാല, ആശ്രമം, ചക്രവാളം എന്നീ മലയാള ചിത്രങ്ങളിലും ഇരണ്ടുമനം വേണ്ടും, സമർപ്പണം, ഇതയങ്ങൾ, രാശി നല്ല രാശി, അവനെ ചുറ്റി എന്നീ തമിഴ് ചിത്രങ്ങളിലും കരാറായി.

സിനിമയിൽ അഭിനയിക്കുമ്പോഴും വിധുബാല കൂട്ടുകാരികളുമൊത്തെ ബസിലാണ് കോളേജിൽ പോയിരുന്നത്.

ഭാഗ്യനാഥൻ മകൾ സെക്കന്റ് ക്ലാസിൽ ബി.എ പാസായ വിവരം എന്നെ അറിയിച്ചു. അന്ന് വൈകിട്ട് ആ വീട്ടിലെത്തിയ എനിക്ക് വളരെനേരം ഇരുന്ന് ഭാഗ്യനാഥന്റെ മാജിക് അനുഭവങ്ങളും യുക്തിവാദവും കേൾക്കാൻ സാധിച്ചു.

ഭാഗ്യനാഥന്റെ കർശനമായ മേൽനോട്ടത്തിലായിരുന്നു വിധുബാലയുടെ അഭിനയജീവിതം. അമ്മ എല്ലായിടത്തും കൂടെപ്പോയിരുന്നു. മധു അമ്പാട്ട് ക്യാമറ കൈകാര്യം ചെയ്ത ഞാവൽപ്പഴങ്ങൾ, സംസ്ഥാന അവാർഡ് നേടിയ അശ്വത്ഥാമാവ് മുതലായ ചിത്രങ്ങളിൽ സഹോദരി വിധുബാലയായിരുന്നു നായിക.

ശ്രീവിദ്യയും വിധുബാലയും പ്രധാന വേഷങ്ങൾ കൈകാര്യം ചെ

യ്ത മധു സംവിധാനം ചെയ്ത തീക്കനൽ നൂറുദിവസം ഓടി. അപ്പോഴും ഭാഗ്യനാഥന്റെ മാജിക് ഷോയിൽ വിധുബാല പങ്കെടുത്തിരുന്നു. തിരുവനന്തപുരത്തെ സെനറ്റ് ഹാളിൽവെച്ച് അച്ഛൻ മകളെ രണ്ടായി വെട്ടിമുറിക്കുന്ന മാജിക് ഞാൻ കണ്ടിട്ടുണ്ട്. മധു അമ്പാട്ടും ഇന്നത്തെ ക്യാമറാമാൻ വിപിൻ മോഹനുമായിരുന്നു ഭാഗ്യനാഥന് സഹായികൾ.

ഏതോ ചിത്രത്തിന്റെ ഷൂട്ടിംഗിൽ പങ്കെടുക്കാൻ മധുവിന്റെ ഉമാ സ്റ്റുഡിയോയിൽ എത്തിയ വിധുബാലയെ വീണ്ടും കാണുമ്പോൾ അവരുടെ മുറിയിൽ അമ്മയും നടികളായ ടി.ആർ. ഓമനയും സുകുമാരിയും ഉണ്ടായിരുന്നു. അന്നവൾ തന്റെ വിവാഹസ്വപ്നങ്ങൾ അവതരിപ്പിച്ചു.

പിന്നീട് പി.എൻ. മേനോൻ സംവിധാനം ചെയ്ത സതീഷ് സത്യന്റെ 'ടാക്സി കാർ' എന്ന ചിത്രത്തിൽ അഭിനയിക്കാൻ തിരുവനന്തപുരത്തെത്തിയ വിധുബാല പത്മരാജനോടും ഭാര്യ രാധാലക്ഷ്മിയോടുമൊപ്പം (ഇവർ വിധുബാലയുടെ ബന്ധുവാണ്) ഒരു കലാപരിപാടി വീക്ഷിക്കാൻ ടാഗോർ തിയേറ്ററിൽ എത്തിയിരുന്നു.

പരിപാടി കഴിഞ്ഞ് ഹാളിൽനിന്ന് പ്രസിദ്ധ നോവലിസ്റ്റ് ലളിതാംബിക അന്തർജനം മകൻ എൻ. മോഹനനുമൊത്ത് വരുന്നതുകണ്ട് ഞാൻ നിന്നപ്പോൾ ബാൽക്കണിയിൽനിന്ന് മഞ്ഞ പാവാടയും ഇറക്കമുള്ള ബ്ലൗസും ധരിച്ച് വിധുബാല പത്മരാജനോടും ഭാര്യയോടുമൊപ്പം ഇറങ്ങിവരുന്നതുകണ്ടു. വിധുബാലയെ ലളിതാംബിക അന്തർജനത്തിന് പരിചയപ്പെടുത്തിക്കൊടുക്കേണ്ട ജോലിയും എനിക്കായി.

മലയാള സിനിമാരംഗത്ത് തികച്ചും അഭിമാനത്തോടെയും അന്തസ്സോടെയും ജീവിച്ച് മടങ്ങിപ്പോയ വിധുബാല കൊച്ചിയിലെ ഒരു തമ്പുരാന്റെ ഭാര്യയായി ജീവിക്കുന്നു. മധു അമ്പാട്ട് ദേശീയ പുരസ്കാരങ്ങൾ നേടുക മാത്രമല്ല, ഹോളിവുഡ് ചിത്രങ്ങൾക്ക് പോലും ക്യാമറ പ്രവർത്തിപ്പിക്കുകയും ചെയ്തു.

* * * *

എം.ടി. വാസുദേൻനായർ സംവിധാനം ചെയ്ത് ദേശീയ പുരസ്കാരം നേടിയ 'നിർമാല്യം' എന്ന ചിത്രത്തിലെ വെളിച്ചപ്പാടിന്റെ മകൾ അമ്മിണി എന്ന നായികയെ അവതരിപ്പിച്ചു എന്നതുകൊണ്ടു തന്നെ ഇന്ത്യ മുഴുവൻ ശ്രദ്ധിക്കപ്പെട്ട സുമിത്ര വലിയ പ്രതീക്ഷ ഉണർത്തി. ഷീലയ്ക്ക് പകരമായി അതേ മുഖച്ഛായയോടെ വന്നിരിക്കുന്ന നടിയെന്ന് പത്രങ്ങൾ വിശേഷിപ്പിച്ച ഈ പെൺകുട്ടിക്ക് പൊക്കവും വലിപ്പവും വളരെ കുറവായിരുന്നു.

കോടമ്പാക്കത്തുള്ള ട്രസ്റ്റുപുരത്തെ ക്രോസ് സ്ട്രീറ്റിൽ അന്നവർ താമസിച്ചിരുന്ന 315-ാം നമ്പർ വീട്ടിൽ ഞാൻ ചെല്ലുമ്പോൾ അവിടെ സുമിത്രയും മൂത്ത സഹോദരനും മാത്രമേ ഉണ്ടായിരുന്നുള്ളു.

''അച്ഛൻ കൂടെയുണ്ടെങ്കിലേ ഞാൻ പത്രക്കാരോട് സംസാരിക്കുകയുള്ളു. അച്ഛൻ എല്ലാം പറഞ്ഞുതരും.'' സുമിത്ര പറഞ്ഞു.

''എങ്കിൽ അച്ചടിച്ചുവരുന്നത് സുമിത്രയുടെ ഇന്റർവ്യൂ ആയിരിക്കുകയില്ല. അച്ഛന്റെ ഇന്റർവ്യൂ ആയിരിക്കും.''

സുമിത്ര കുഴങ്ങി. സമ്മതത്തിന് കാക്കാതെ ഞാൻ ചോദ്യങ്ങൾ തൊടുത്തുവിട്ടു. ''നിങ്ങൾ എങ്ങനെ സിനിമയിൽ വന്നു?''

''അമ്മാവൻ മദ്രാസിലെ ഷാവാലാസ് കമ്പനിയിൽ ജോലി ചെയ്യുന്നു. അദ്ദേഹത്തെ സന്ദർശിക്കാനാണ് ഞാനും അച്ഛനും മദ്രാസിൽ

വന്നത്. അമ്മാവൻ ഞങ്ങളെ സിനിമാ ഷൂട്ടിംഗ് കാണിക്കാൻ എ.വി. എം. സ്റ്റുഡിയോയിൽ കൊണ്ടുപോയി. അതുകണ്ടപ്പോൾ എനിക്കും സിനിമയിൽ അഭിനയിക്കാൻ ആഗ്രഹമുണ്ടായി. അതുകൊണ്ട് ഞാൻ മദ്രാസിൽ തങ്ങി. സിനിമാരംഗവുമായി ബന്ധമുള്ള മുരുകൻ മാസ്റ്ററുടെ കീഴിൽ നൃത്താഭ്യാസമാരംഭിച്ചു. അദ്ദേഹം നിർമ്മാതാവായ ശോഭനാ പരമേശ്വരൻനായരെ പരിചയപ്പെടുത്തി. അദ്ദേഹം നിർമ്മിച്ച രൂപവാണിയുടെ 'നൃത്തശാല'യിൽ ആദ്യമായി ചെറിയൊരു റോൾ കിട്ടി. 'ചന്ദ്രതാര'യിൽ അദ്ദേഹത്തിന്റെ സഹപ്രവർത്തകരായിരുന്ന രാമു കാര്യാട്ട് നെല്ലിലും ആർ.എസ്. പ്രഭു തീർത്ഥയാത്രയിലും ചെറിയ വേഷങ്ങൾ നൽകി.

എന്നെ ഒന്നു പരീക്ഷിച്ചു നോക്കിക്കളയാമെന്ന് പറഞ്ഞാണ് കുഞ്ചാക്കോ ഒരു കരാറിൽ ഒപ്പുവയ്പ്പിച്ചത്. അതുപ്രകാരം അദ്ദേഹത്തിന്റെ പോസ്റ്റുമാനെ കാണാനില്ല, തേനരുവി, പാവങ്ങൾ പെണ്ണുങ്ങൾ എന്നീ ചിത്രങ്ങളിൽ അവസരം തന്നു. കുഞ്ചാക്കോ സുമിത്ര എന്ന പേര് വിജയകല എന്നു മാറ്റുകയും ചെയ്തതാണ്. സുമിത്ര ഷീലയ്ക്ക് പകരമാകുമെന്ന് കുഞ്ചാക്കോ കരുതി.

തോമസ് ബർലിയുടെ ഇത് മനുഷ്യനോ എന്ന ചിത്രത്തിന് കൊടുത്ത കാൾഷീറ്റ് തെറ്റിച്ചാണ് സുമിത്ര എം.ടിയുടെ നിർമ്മാല്യത്തിൽ അഭിനയിക്കാൻ ഗുരുവായൂർക്ക് പോയത്. നിർമാല്യത്തിന് സ്വർണമെഡൽ ലഭിച്ചതുകൊണ്ട് അവരുടെ പിന്നാലേ ധാരാളം നിർമ്മാതാക്കൾ ഓടിക്കൂടി. അങ്ങനെ മലയാളത്തിൽ സുമിത്രയുടെ ധാരാളം ചിത്രങ്ങളുണ്ടായി.

തൃശൂരിനടുത്തുള്ള പൂങ്കുന്നത്ത് രാഘവൻ നായരുടെയും ജാനകിയമ്മയുടെയും മകളായ സുമിത്ര ഒൻപത് വയസ് വരെയേ കേരളത്തിൽ വളർന്നുള്ളു. അച്ഛന് ആന്ധ്രയിലെ വിശാഖപട്ടണത്ത് കാൽടെക്സ് കമ്പനിയിൽ ജോലിയായിരുന്നതുകൊണ്ട് സുമിത്രയെ അവിടെ കൊണ്ടുപോയി സ്കൂളിൽ ചേർത്തു. അവർക്ക് ഏറ്റവും നന്നായി അറിയാവുന്ന ഭാഷ തെലുങ്കാണ്. സ്കൂളിൽ പഠിക്കുമ്പോൾ നൃത്തവും സംഗീതവും അഭ്യസിച്ചിരുന്നു. പ്രീ യൂണിവേഴ്സിറ്റിക്ക് പഠിക്കുമ്പോഴാണ് മദ്രാസിലേക്ക് പോന്നത്.

''സുമിത്ര തമിഴിലും അഭിനയിക്കുന്നുണ്ടെന്നു കേട്ടല്ലോ'' ഞാൻ.

''ശരിയാണ്. നത്തേനു മുത്തു, ദേവി കരുമാരിയമ്മൻ എന്നീ ചിത്രങ്ങൾ. എസ്.കെ. നായരുടെ അടുത്ത ചിത്രത്തിൽ ചാൻസ് തരാമെന്ന് പറഞ്ഞിട്ടുണ്ട്. പക്ഷേ പി.എൻ. മേനോനെ എനിക്ക് ഭയമാണ്.''

സുമിത്ര വിഷയത്തിൽനിന്ന് വ്യതിചലിച്ചിട്ട് പറഞ്ഞു: ''കേരളസമാജം അവതരിപ്പിക്കുന്ന അഗ്നിവലയം എന്ന നാടകത്തിൽ ഞാൻ അഭിനയിക്കുന്നുണ്ട്. നാടകം കാണാൻ വരണേ...''

അവരെ മലയാള നടൻ രവികുമാർ വിവാഹം കഴിച്ചു. അതോടെ രണ്ടുപേരും മലയാള സിനിമാരംഗത്തുനിന്ന് അകന്നകന്നു പോവുകയായിരുന്നു.

■

യേശുദാസിന്റെ പ്രസക്തി

ബു ദ്ധിയുറയ്ക്കാത്ത സ്കൂൾ വിദ്യാഭ്യാസകാലത്ത് ഞാൻ ഒട്ടു മുക്കാലും മലയാള സിനിമകളും അത്ഭുതങ്ങൾ നിറഞ്ഞ തമിഴ് സിനിമകളും കണ്ട് ആർത്തുചിരിക്കുകയും കരയുകയും, റൊമാന്റിക് ഭാവനകൾ ഉറഞ്ഞുകൂടിയ കോളേജ് ജീവിതകാലത്ത് നൃത്ത സംഗീത പ്രധാനങ്ങളായ ഹിന്ദി കളർചിത്രങ്ങൾ കണ്ട് ജീവിതം ഇങ്ങനെയൊക്കെ ആയിരുന്നെങ്കിലെന്ന് സ്വപ്നം കാണുകയും ചെയ്തിരുന്നു.

അതുകൊണ്ടുതന്നെ അക്കാലത്ത് ഇന്ത്യൻ സിനിമയിലെ അവിഭാജ്യഘടകങ്ങളായ ഗാനങ്ങളെയും അവയുടെ ഗായകരെയും ഇഷ്ടമായിരുന്നു. മുഹമ്മദ് റാഫിയേയും ലതാ മങ്കേഷ്കറെയും ആരാധനയോടെയാണ് കണ്ടിരുന്നതെന്നും സമ്മതിക്കുകയാണ്. മുഹമ്മദ് റാഫി ആയിടെ പാലാ സെന്റ് തോമസ് കോളേജിൽ വന്ന് പാടുന്നത് കേട്ടപ്പോൾ സ്വർഗം കിട്ടിയ പ്രതീതിയായിരുന്നു. അടുത്തുള്ള കാവിൽ പോയി കമുകറയുടെ ഗാനമേളയും അകലെയുള്ള ഏറ്റുമാനൂർ ക്ഷേത്രത്തിലെ ആറാട്ടിന് പോയി ചെമ്പൈ വൈദ്യനാഥ ഭാഗവതരുടെയും ബാലമുരളികൃഷ്ണയുടെയും ശാസ്ത്രീയ സംഗീതക്കച്ചേരികളും കേട്ട് ആനന്ദത്തിൽ ആറാടിയ പശ്ചാത്തലത്തിലേക്കാണ് യേശുദാസിന്റെ വരവ്.

'ഭാർഗവീനിലയ'ത്തിൽ ബാബുരാജിന്റെ സംഗീതത്തിൽ അദ്ദേഹം പാടിയ 'താമസമെന്തേ വരുവാൻ' എന്ന ഗാനം മനസിൽ തേന്മഴ പെയ്യിച്ചു. 'അന്ന' എന്ന ചിത്രത്തിലെ 'കറുത്ത പെണ്ണേ' എന്ന നാടൻപാട്ട് കേട്ട് തരിച്ചിരുന്നിട്ടുണ്ട്.

അപ്പോഴൊക്കെ വേർഡ്സ്വർത്തിന്റെ ഒരു കവിതയാണ് ഓർമ്മയി

ലെത്തിയിരുന്നത്.

''ഓ.. കുക്കൂ! ഷാൽ ഐ കാൾ ദീ ബേർഡ്
ഓർ ബട്ട് എ വാണ്ടറിംഗ് വോയ്സ്?''

ഇക്കാലത്ത് പൈക പള്ളിയിൽ യേശുദാസിന്റെ ഗാനമേളയുണ്ടെന്നറിഞ്ഞ് ബസിൽ അവിടെയെത്തി. വെള്ള പാന്റും വെള്ള ഷർട്ടും വെള്ള ബെൽറ്റും വെള്ള സ്ട്രാപ്പുള്ള വാച്ചും ധരിച്ച് വേദിയിൽ വന്ന ആ ചെറുപ്പകാരനെ കാണുന്നതുതന്നെ കൗതുകമായിരുന്നു. അന്ന് അദ്ദേഹം താടി പോയിട്ട് മീശ പോലും വച്ചിരുന്നില്ല.

'ഇടയകന്യകേ' എന്ന നാടകഗാനം പാടിക്കൊണ്ടായിരുന്നു ഗാനമേള തുടങ്ങിയത്. ഡ്യൂയറ്റ് പാടാൻ കൂട്ടിന് ഇളയ സഹോദരി ജയമ്മ. അന്ന് പാടാൻ സ്വന്തം ഗാനങ്ങൾ വിരലിലെണ്ണാൻ മാത്രമേ ഉണ്ടായിരുന്നുള്ളൂ.

'മാണിക്യവീണയുമായെൻ മനസിന്റെ താമര പൂവിലുണർന്നവളെ' എന്ന ഗാനം കേട്ട് എല്ലാവരും ആനന്ദിച്ചു. സമയം തികയ്ക്കാൻ തമിഴിലെ 'വിശ്വനാഥൻ വേല വേണോ', ഹിന്ദിയിൽ മുഹമ്മദ് റാഫി പാടിയ 'ചാഹൂംഗ മേം തുച്ഛേ സാഞ്ച് സവേരേ' മുതലായ പാട്ടുകളുമാണ് പാടിയത്.

അക്കാലത്ത് കേരളത്തിൽ രണ്ടും മൂന്നും തവണ യേശുദാസിന്റെ ഗാനമേള നടത്താത്ത പള്ളികളില്ലായിരുന്നു. എറണാകുളത്ത് 'കലാഭവൻ' എന്ന സംഗീതവിദ്യാലയം നടത്തിവരുന്ന ആബേലച്ചനാണ് ഇതൊക്കെ സംഘടിപ്പിച്ചിരുന്നതെന്ന് കേട്ടിരുന്നു. അക്കാലത്ത് മലയാള സിനിമയ്ക്ക് വേണ്ടി പിന്നണി പാടിയിരുന്നത് ഹിന്ദുക്കളായ കമുകറ പുരുഷോത്തമനും കെ.പി. ഉദയഭാനുവും മുസ്ലീങ്ങളായ കോഴിക്കോട് അബ്ദുൾ ഖാദറും മെഹബൂബും മറ്റുമായിരുന്നു. കൂടാതെ തമിഴരായ എ.എം. രാജയും പി.ബി. ശ്രീനിവാസനും.

അക്കാലത്ത് കർണാട്ടിക് സംഗീതം പഠിക്കുന്ന ക്രിസ്ത്യാനികൾ അപൂർമായിരുന്നു. അതുകൊണ്ട് കെ.എസ്. ജോർജല്ലാതെ ക്രിസ്ത്യാനിയായ മറ്റൊരു ഗായകനുമില്ലായിരുന്നു. അദ്ദേഹമാണെങ്കിൽ കമ്യൂണിസ്റ്റുകാരുടെ സഹചാരിയും.

ഇതൊക്കെ കൊണ്ട് ക്രിസ്തീയസഭ സുവർണ നാവുള്ള ഈ യുവഗായകനെ ആത്മാർത്ഥമായി പ്രോത്സാഹിപ്പിച്ചു വളർത്തിക്കൊണ്ടുവന്നു.

പി. ഭാസ്കരൻ, വയലാർ രാമവർമ്മ, ഒ.എൻ.വി. കുറുപ്പ് എന്നീ ഗാനരചയിതാക്കളും ബാബുരാജ്, ദേവരാജൻ, ദക്ഷിണാമൂർത്തി എന്നീ സംഗീത സംവിധായകരും സിനിമാ സംഗീതത്തിൽ റൊമാന്റിക് നവോത്ഥാനം സൃഷ്ടിച്ചുകൊണ്ടിരുന്ന കാലഘട്ടമായിരുന്നു അത്. എങ്കിലും ഈ രംഗത്ത് അന്ന് അക്ഷരശുദ്ധിയുള്ള മലയാളത്തിൽ പാടാൻ കഴിവുള്ളവരുടെ അഭാവമുണ്ടായിരുന്നു. അതുകൊണ്ട് മദ്രാസിൽ ചെന്നുപറ്റിയ യേശുദാസിനെ മലയാളസിനിമ രണ്ടുകൈയും നീട്ടി ആശ്ലേഷിച്ചു.

* * * *

ഇന്ത്യൻ സിനിമയിലെ ആദ്യകാല നായികാ നായകന്മാരെല്ലാം സൗന്ദര്യത്തിലും അഭിനയത്തിലും മികവ് കാണിച്ച ഗായകരായിരുന്നു.

ഹിന്ദിയിലെ കെ.എൽ. സൈഗാളും തമിഴിലെ എം.കെ. ത്യാഗരാജ ഭാഗതർ, പി.യു. ചിന്നപ്പ, ടി.ആർ. മഹാലിംഗം മുതലായവരും അങ്ങനെയാണ് നായകന്മാരായത്.

പിന്നീടാണ് പാടാൻ പിന്നണിഗായകർ എത്തുന്നത്. അഭിനയിക്കാൻ ധാരാളം പുതുമുഖങ്ങൾ കടന്നുവന്നതോടെ പുതിയ ശബ്ദങ്ങളും വേണ്ടിവന്നു. അന്ന് ഓരോ നടനും യോജിച്ച ശബ്ദമുള്ളവരായിരുന്നു അവർക്കുവേണ്ടി പാടിയിരുന്നത്. ഹിന്ദിയിൽ രാജ് കപൂറിനുവേണ്ടി മുകേശ്, ഷമ്മി കപൂറിനും ദിലീപ് കുമാറിനും മറ്റും വേണ്ടി മുഹമ്മദ് റാഫി, മനോജ് കുമാറിനുവേണ്ടി മഹേന്ദ്ര കപൂർ എന്നിങ്ങനെ പ്രത്യേകം ഗായകരുണ്ടായിരുന്നു.

തമിഴിൽ ത്യാഗരാജ ഭാഗവതർക്കും ചിന്നപ്പ ഭാഗവതർക്കുശേഷം പ്രശസ്തി നേടിയ എം.ജി. രാമചന്ദ്രനും ശിവാജി ഗണേശനും വേണ്ടി പാടിയിരുന്നത് തിരുച്ചി ലോകനാഥനും ചിദംബരം ജയരാമനുമായിരുന്നു. ഇവരോട് മത്സരിച്ചു മുന്നേറിയവരായിരുന്നു ടി.എം. സൗന്ദരരാജനും ശീർകാഴി ഗോവിന്ദരാജനും. ജമിനി ഗണേശൻ, മുത്തുരാമൻ, കല്യാൺകുമാർ എന്നിവർക്കുവേണ്ടി ഖണ്ഡശാല, പി.ബി. ശ്രീനിവാസൻ, എ.എം. രാജ മുതലായവരും പാടി. എതായാലും ഒരു കാലഘട്ടമെത്തിയപ്പോഴേക്കും എംജിആറിനും ശിവാജി ഗണേശനും യോജിച്ച ശബ്ദം ടി.എം. സൗന്ദരരാജന്റേതായിത്തീർന്നു.

മലയാളത്തിലാണെങ്കിൽ പ്രേംനസീറിനു വേണ്ടി എ.എം. രാജ എന്ന തമിഴൻതന്നെ പാടണമെന്ന് നിർബന്ധമായിരുന്നു. അശരീരി പാടാൻ പി.ബി. ശ്രീനിവാസനും.

പ്രേംനസീറിന്റെ പുഷ്കല കാലത്തായിരുന്നു യേശുദാസിന്റെ വരവ്. തമിഴനായ എ.എം. രാജയേക്കാൾ നസീറിന് അനുയോജ്യൻ മലയാളിയായ യേശുദാസ് തന്നെയാണെന്ന് ആർക്കും സംശയമില്ലായിരുന്നു. അങ്ങനെ ചിത്രങ്ങളുടെ എണ്ണത്തിൽ പ്രേംനസീറിനോടൊപ്പം റിക്കാർഡ് സൃഷ്ടിക്കാൻ കഴിഞ്ഞുവെന്നതാണ് യേശുദാസിന്റെ ഏറ്റവും വലിയ വിജയം. സത്യനും മധുവിനും പിന്നീട് വന്നവർക്കും വേണ്ടി ആ ശബ്ദം അടിച്ചേൽപ്പിക്കുകയായിരുന്നു.

* * * *

ഒരു വ്യക്തി പൊതുജന സമ്മതനായി കഴിഞ്ഞാൽ പിന്നെ അയാൾ ഒരു പൊതുസ്വത്തായി മാറുകയാണ്. അതുകൊണ്ട് പൊതുജന വിധിയെഴുത്തിന് വിധേയനാകുകയും വേണം. അഭിനേതാക്കളെപ്പോലെ പിന്നണിഗായകർക്കും ചില ഘട്ടങ്ങളിൽ ആധിപത്യം ചെലുത്താൻ കഴിയും.

നായകന്റെ സൗന്ദര്യത്തിന് കോട്ടം തട്ടുന്ന അത്ര വേഗത്തിൽ ഗായകന്റെ ശബ്ദത്തിന് ഇടർച്ച വരുന്നില്ല. മുഹമ്മദ് റാഫിയും കിശോർ കുമാറും മരിക്കുന്നതു വരെ പാടി. എൺപത് വയസ് തികഞ്ഞ ലതാ മങ്കേഷ്കർ ഇപ്പോഴും പാടുന്നുണ്ടല്ലോ. ബാലമുരളീകൃഷ്ണയുടെ ശബ്ദത്തിന് ഇന്നും ഇടർച്ചയില്ല. ചെമ്പൈയ്ക്ക് അവസാനകാലം വരെ നല്ല ശബ്ദനിയന്ത്രണമുണ്ടായിരുന്നു.

'ബൊമ്മൈ' ആയിരുന്നു യേശുദാസിന്റെ ആദ്യത്തെ തമിഴ് ചിത്രം. ഇക്കാലത്ത് ശ്രീധറിന്റെ 'കാതലിക്ക നേരമില്ലൈ' എന്ന ചിത്രത്തിലൂടെ അരങ്ങേറ്റം നടത്തിയ (പിന്നീട് ഷീലയുടെ ഭർത്താവ്) രവിചന്ദ്രന് ഒരു

പുതിയ ശബ്ദം വേണ്ടിയിരുന്നു.

ഈ ചിത്രത്തിലെ 'എൻ പറവൈ, ഉന്തൻ പാർവൈ' എന്ന ഗാനം യേശുദാസും പി. സുശീലയും ചേർന്ന് പാടി. അക്കാലത്ത് വളരെ പ്രചാരം നേടിയ പാട്ടായിരുന്നു അത്.

അതുപോലെ തന്നെ മലയാളിയായ ഡാൻസർ തങ്കപ്പൻ തമിഴിൽ സംവിധാനം ചെയ്ത 'അന്നൈ വേളാങ്കണ്ണി'യിൽ യേശുദാസ് സുശീലയോടൊപ്പം പാടിയ 'ഓടും മേഘങ്ങളേ ഒരു ശൊൽ കേളീരോ' എന്ന ഗാനവും ശ്രദ്ധേയമായി.

രാമു കാര്യാട്ട് നിർമ്മിക്കാൻ തീരുമാനിച്ചിട്ട് കൈവിട്ടുപോയ 'കരുമ്പ്' എന്ന തമിഴ് സിനിമയിലെ 'നടന്തായ് വഴി കാവേരി' എന്ന ഗാനവും അത്ര എളുപ്പമൊന്നും സ്മരണയിൽനിന്ന് മാഞ്ഞുപോവുകയില്ല.

കെ. ബാലചന്ദറിന്റെ സുജാത നായികയായി അഭിനയിച്ച 'അവൾ ഒരു തുടർക്കഥൈ' എന്ന ചിത്രത്തിൽ കമലഹാസൻ പാടുന്ന 'ദൈവം തന്ത വീട് വീഥിയിരിക്ക്' എന്ന ഗാനം യേശുദാസിന് തമിഴിലും അസൂയാവഹമായ സ്ഥാനം നേടിക്കൊടുത്തു.

തമിഴർ അദ്ദേഹത്തെ ജേശുദോസ് എന്നാണ് വിളിച്ചിരുന്നത്. സിനിമയിൽ അദ്ദേഹത്തിന്റെ ഗാനങ്ങളുണ്ടോ എന്ന് തമിഴർ അന്വേഷിക്കുന്ന അവസ്ഥ വരെയുണ്ടായി. തിരശീലയിൽ അഭിനേതാക്കളുടെ പേരു വരുമ്പോഴെന്ന പോലെ ഗായകരുടെ പേരു വരുമ്പോഴും കൈയടിക്കുന്നവരാണല്ലോ അവർ.

യേശുദാസിന്റെ ശബ്ദം എംജിആറിനു കൊടുത്താൽ യോജിക്കുമോ എന്ന് പലർക്കും സംശയമുണ്ടായിരുന്നു. 'ഇരുമൈകുറൽ' ആ സംശയം അവസാനിപ്പിച്ചു. അതിൽ യേശുദാസ് സുശീലയോടൊപ്പം പാടിയ 'വഴിയെ കഥയെഴുത് കണ്ണീരിലെഴുതാതെ' എന്ന ഗാനം ഹിറ്റാവുകയും ചെയ്തു. തുടർന്ന് പല എംജിആർ ചിത്രങ്ങളിലും യേശുദാസ് പാടി. ഇക്കാലത്ത് അദ്ദേഹം തനിക്കേറ്റവും ഇഷ്ടപ്പെട്ട സ്ത്രീശബ്ദം പി. സുശീലയുടേതാണെന്ന് ഒരു പ്രഖ്യാപനം നടത്തുകയും ചെയ്തിരുന്നു.

ഒരാൾക്ക് ഒരു കഴിവുണ്ടാവുകയും അതുപയോഗിക്കാൻ സാധിക്കാതെ വരികയും ചെയ്താൽ അയാൾ അതിൽ പരാജയപ്പെടുകയാണ്. കഴിവ് പകുതിയാണ് ഉപയോഗിക്കുന്നതെങ്കിൽ പകുതി പരാജയം സംഭവിക്കുന്നു. ഏതുവിധത്തിലും അത് പൂർണമായി ഉപയോഗിക്കാൻ കഴിഞ്ഞാൽ അത് മഹത്തായ വിജയമായി മാറും. അതിന്റെ സംതൃപ്തി അനുഭവിക്കാൻ അപൂർവം പേർക്കേ സാധിക്കാറുള്ളു. അങ്ങനെ തന്റെ കഴിവ് മുഴുവൻ പ്രകടിപ്പിക്കാൻ അവസരം ലഭിച്ച അപൂർവപ്രതിഭയാണ് യേശുദാസ്.

ഇതിനിടെ ഒരബദ്ധവും പിണഞ്ഞു. 'കായംകുളം കൊച്ചുണ്ണി' എന്ന ചിത്രത്തിലെ 'സുറുമ നല്ല സുറുമ' എന്ന ഗാനം പാടി അഭിനയിക്കാൻ പോയി. ഫലം പരിതാപകരമായിരുന്നു.

തന്റെ ശബ്ദത്തിന് കോട്ടം തട്ടുന്ന യാതൊരു ഭക്ഷണപാനീയങ്ങളും കഴിക്കുകയോ മദ്യപിക്കുകയോ ചെയ്യാതെ നിരന്തര സാധകത്തിലൂടെ അദ്ദേഹം തന്റെ ശബ്ദം നിരന്തരം തേച്ചുമിനുക്കി സൂക്ഷിച്ചു.

ഇങ്ങനെ ദക്ഷിണേന്ത്യൻ സിനിമാരംഗത്ത് ആധിപത്യം സ്ഥാപിച്ച യേശുദാസ് തനിക്ക് ഏണിചാരിത്തന്ന ആബേലച്ചനെയും നിലനിൽപ്പ് ഉണ്ടാക്കിക്കൊടുത്ത ക്രിസ്തീയ സഭയേയും സൗകര്യപൂർവം മറന്നു

കളഞ്ഞു.

മഹാന്മാർ യാതൊരു തെറ്റുകളും പ്രവർത്തിക്കുകയില്ലെന്നാണല്ലോ നമ്മുടെയൊക്കെ വിശ്വാസം. അവരുടെ തെറ്റുകുറ്റങ്ങൾ പോലും നമുക്ക് മാതൃകയായി മാറുന്നു. അതും മഹത്വത്തിന്റെ ഭാഗമായി നാം സ്തുതിക്കും.

പാടാൻ പള്ളികളില്ലെങ്കിലും മലയാളികൾ ഉള്ളയിടങ്ങളിലെല്ലാം ഗാനമേളാ പരിപാടികൾ കിട്ടുമെന്ന നില വന്നു. ഞാൻ കൽക്കത്തയിലായിരിക്കുമ്പോൾ അവിടുത്തെ ഒരു സാമൂഹ്യപ്രവർത്തകയായിരുന്ന അമ്മിണി എസ്. മേനോനായിരുന്നു യേശുദാസിന്റെ ഗാനമേള എല്ലാവർഷവും സംഘടിപ്പിച്ചിരുന്നത്. അത് കേൾക്കാൻ ടിക്കറ്റെടുത്ത് ഞാനും പോയിരുന്നു. ആദ്യം പാടിയിരുന്നത് 'ഇടയകന്യകേ' തന്നെ. ബാക്കി അധികവും ദുക്കടകളും. തന്റെ ഗാനമേളകൾ നടത്താൻ വൻനഗരങ്ങളിലെല്ലാം അദ്ദേഹം സ്ഥിരം ഏജന്റുമാരെ വച്ചിട്ടുണ്ടെന്ന് തോന്നുന്നു.

ഞാൻ മദ്രാസിലുള്ള കാലത്താണ് 1972-ലെ ഏറ്റവും നല്ല പിന്നണി ഗായകനുള്ള ആദ്യത്തെ ദേശീയ ബഹുമതി യേശുദാസിന് ലഭിച്ചത്. പി.എൻ. മേനോൻ സംവിധാനം ചെയ്ത ഗായത്രിയിലെ 'പത്മതീർത്ഥമേ ഉണരൂ' ആയിരുന്നു ഗാനം.

ആ വർഷത്തെ ഏറ്റവും നല്ല ചിത്രത്തിനുള്ള സ്വർണമെഡൽ ലഭിച്ചത് അടൂർ ഗോപാലകൃഷ്ണൻ ആദ്യമായി സംവിധാനം ചെയ്ത സ്വയംവരത്തിനായിരുന്നു.

'സ്വയംവര'ത്തിൽ ഗാനങ്ങളേ ഇല്ലായിരുന്നു. യേശുദാസിന് സിനിമയിൽ ആദ്യമായി അവസരം നൽകിയ എം.ബി. ശ്രീനിവാസനായിരുന്നു സ്വയംവരത്തിന്റെ പശ്ചാത്തല സംഗീതം നൽകിയത്. അദ്ദേഹം തന്നെ പശ്ചാത്തല സംഗീതമൊരുക്കിയ അരവിന്ദന്റെ 'ഉത്തരായണ'ത്തിൽ ഒരു പാട്ടേ ഉണ്ടായിരുന്നുള്ളു. അത് പാടിയത് നായകനല്ല. ഇവയ്ക്കുശേഷം ഗാനങ്ങളില്ലാത്ത ധാരാളം മലയാള ചിത്രങ്ങൾ ഉണ്ടാവുകയും അവയിൽ മിക്കതിനും സംസ്ഥാന അവാർഡുകളും ചിലതിന് ദേശീയ അവാർഡുകളും ലഭിക്കുകയും ചെയ്തു. ഇതേത്തുടർന്ന് ഗാനങ്ങൾ മുറിച്ചുനീക്കിയ ശേഷമാണ് മിക്കവരും അവാർഡുകൾക്ക് സിനിമ സമർപ്പിച്ചുകൊണ്ടിരിക്കുന്നത്.

വെളിമ്പറമ്പിൽ നിൽക്കുന്ന പശു നല്ലൊരു മൃഗമായിരിക്കാം എന്നാൽ കൃഷിസ്ഥലത്ത് കയറിയാൽ നാമതിനെ പുറത്താക്കുമല്ലോ.

ധാരാളം യൂറോപ്യൻ ക്ലാസിക്കുകൾ കണ്ടിട്ടുള്ള എനിക്ക് അതിലൊന്നും തന്നെ കഥാപാത്രങ്ങൾ പാടുന്നതായി കാണാൻ ഇട വന്നിട്ടില്ല. 'സൗണ്ട് ഓഫ് മ്യൂസിക്', 'ദി ജാസ് സിംഗർ' മുതലായ സംഗീതപ്രധാനമായ ചിത്രങ്ങളല്ലെങ്കിൽ ഹോളിവുഡ് ചിത്രങ്ങളിലും ഗാനം കാണുകയില്ല. എന്തിന് നമ്മുടെ ബംഗാളികൾ പോലും അനാവശ്യമായി ഗാനങ്ങൾ ഉപയോഗിക്കാറില്ല.

ഇന്ത്യൻ സിനിമയിൽ പൊതുവേ ഈ ഏർപ്പാട് തുടർന്നുവരുന്നത് നമ്മുടെ സിനിമ വളർന്നിട്ടില്ലെന്നാണ് തെളിയിക്കുന്നത്. അതുകൊണ്ട് മാത്രമാണല്ലോ ഇവിടെ ഗായകരും ഗാനരചയിതാക്കളും നിലനിൽക്കുന്നത്. ഇങ്ങനെയല്ലെങ്കിൽ ഇവരൊക്കെ പള്ളി ക്വയറിലോ അമ്പലത്തിലെ ഭജനകളിലോ നാടകങ്ങളിലോ ഒതുങ്ങിപ്പോകുമായിരുന്നില്ലേ? അത് യേശുദാസിനും അറിയാമായിരിക്കും.

നമ്മുടെ സിനിമ വളർന്നുപോയാൽ, അതു പ്രസരിപ്പിക്കുന്ന വെളി

ച്ചത്തിൽ ഗന്ധർവ്വന്മാർക്കും കിന്നരന്മാർക്കും നിലനിൽക്കാനാവുമോ? ഇങ്ങനെ ചിന്തിച്ചാൽ ഇവിടെ ഈ ഗന്ധർവന്റെ പ്രസക്തി എന്തായിരിക്കും?

* * * *

1973-ൽ ഞാൻ മദ്രാസിൽ സിനിമാരംഗത്ത് പത്രപ്രവർത്തനം ആരംഭിക്കുന്ന കാലത്താണ് സക്കറിയയുടെ തിരക്കഥ വച്ചു കൊണ്ട് ജോൺ എബ്രഹാമിന്റെ സംവിധാനത്തിൽ 'ജോസഫ് ഒരു പുരോഹിതൻ' എന്ന സിനിമ നിർമ്മിക്കാൻ പി.എ. ബക്കർ ശ്രമം ആരംഭിച്ചത്. അതിന്റെ സംഗീത സംവിധാനം ഏല്പിച്ചത് യേശുദാസിനെയാണ്.

''ഏലി, ഏലീലമ്മാ, സബത്താനി''

ഈ പാട്ട് റെക്കാർഡ് ചെയ്തതല്ലാതെ നിർമ്മാണം പിന്നെ മുമ്പോട്ടുപോയില്ല. ബക്കർ എന്നെ ഈ പാട്ട് കേൾപ്പിച്ചിരുന്നു.

എനിക്കൊന്നും മനസിലായില്ല. ഇതെന്തൊരു പാട്ട്! സിനിമയുടെ പേരു പോലെതന്നെ. പക്ഷെ ഇതിന്റെ പിന്നിൽ പ്രവർത്തിച്ചവരെല്ലാം പിന്നീട് സിനിമയിലും സാഹിത്യത്തിലുമൊക്കെ അതികായന്മാരായി വളർന്നുവെന്ന് പറയാതെ വയ്യ.

മദ്രാസിലെ വിവിധ സ്റ്റുഡിയോകളിൽ യേശുദാസും എസ്. ജാനകിയും ജയചന്ദ്രനും ബ്രഹ്മാനന്ദനും സിനിമാഗാനങ്ങൾ പാടുമ്പോൾ ഞാനും സാക്ഷിയായി എത്തിയിട്ടുണ്ട്. അങ്ങനെ അവരെല്ലാമായി എനിക്ക് നല്ല സ്നേഹബന്ധം ഉണ്ടാവുകയും ചെയ്തു.

ആയിടെയാണ് യേശുദാസ് ആദ്യമായി അമേരിക്കൻയാത്ര നടത്തിയത്. അന്ന് അതൊരു വാർത്തയായിരുന്നു. അമേരിക്കയിൽ പോയി ഗാനമേള നടത്തുക! എ.വി.എം. സ്റ്റുഡിയോയിൽ വച്ച് ഒരു രാത്രിയിൽ ശ്രീകുമാരൻതമ്പി എഴുതിയ 'താരകേശ്വരി നീ, തങ്കവിഗ്രഹം നീ' എന്ന ഗാനം റിക്കാർഡ് ചെയ്തു കഴിഞ്ഞിരിക്കുമ്പോൾ ഞാൻ യേശുദാസിനോട് തന്റെ അമേരിക്കൻ യാത്രയെക്കുറിച്ച് ചോദിച്ചു. ഒരു പുതിയ സാമ്രാജ്യം വെട്ടിപ്പിടിച്ച രാജാവിന്റെ സന്തോഷമായിരുന്നു അദ്ദേഹത്തിന് അപ്പോൾ.

പക്ഷേ വാക് ചാതുരിയുള്ള ഒരു സംഭാഷണക്കാരനായി തോന്നിയില്ല. പൗരുഷമോ ചടുലതയോ ഇല്ലാത്ത ഇഴഞ്ഞ കൊച്ചിഭാഷ.

നമ്മുടെ സിനിമയിൽ സ്ത്രൈണ മുഖമുള്ളവരെ നായകന്മാരും പൗരുഷമുള്ളവരെ വില്ലന്മാരും ആക്കുന്ന കാലമായിരുന്നു അത്. അതുപോലെ തന്നെയായിരുന്നു ഗാനരംഗത്തും. ബ്രഹ്മാനന്ദന്റെ പുരുഷസ്വരത്തേക്കാൾ സിനിമാ നിർമ്മാത്കൾക്കിഷ്ടം യേശുദാസിന്റെ അനുനാസികം കലർന്ന മയമുള്ള സ്വരമായിരുന്നു.

ചെമ്മീൻ നിർമ്മിച്ച കാലത്ത് യേശുദാസിന്റെയും മുഹമ്മദ് റാഫിയുടെയും ശബ്ദം സ്ത്രൈണമാണെന്ന് സലീൽ ചൗധുരി പറഞ്ഞത് ചിലരെങ്കിലും ഓർമ്മിക്കുന്നുണ്ടാവണം. അന്ന് അതിനെ എതിർക്കാൻ യേശുദാസിന് ശക്തി പോരായിരുന്നു. എന്നാൽ വർഷങ്ങൾക്കുശേഷം മലയാള സിനിമയിലെ ഏറ്റവും നല്ല സംഗീത സംവിധായകരിലൊരാളായ ജെറി അമൽദേവ് അത് പറഞ്ഞപ്പോൾ യേശുദാസ് കോപിച്ചു. എന്നുമാത്രമല്ല ജെറിയുമായി താനിനി സഹകരിക്കുകയില്ലെന്ന് പ്രഖ്യാപിക്കുകയും ചെയ്തു. പാവം ജെറിക്ക് ഒരബദ്ധം പറ്റിയതാണ്. കോട്ടം തട്ടിയത് ജെറിക്കാണ്. യേശുദാസ് കാരണം രംഗം വിടേണ്ടിവന്ന ഒരു

നല്ല കലാകാരൻ. അങ്ങനെ നോക്കിയാൽ എത്രയെത്ര പേർ. മലയാള സിനിമയിൽ താൻ മാത്രം പാടിയാൽ മതി എന്ന സ്വാർത്ഥത. സൗഹൃദബന്ധങ്ങൾ സ്ഥാപിക്കാൻ ബഹുസമർത്ഥനായ ജയചന്ദ്രൻ മാത്രമേ പകരക്കാരനായി നിന്നുള്ളു. അതിന് വാസനയില്ലാത്ത ബ്രഹ്മാനന്ദൻ എങ്ങുമെത്താതെ പോയി.

അന്ന് കുളത്തൂപ്പുഴ രവി എന്ന പേരിൽ മദ്രാസിൽ പാടാൻ അവസരം അന്വേഷിച്ച് അലഞ്ഞുനടന്നിരുന്ന സംഗീത സംവിധായകൻ രവീന്ദ്രൻ ആണ് മറ്റൊരു കാഷ്വാൽറ്റി. 'തനിക്ക് ദാസപ്പനോളം നന്നായി പാടാൻ സാധിക്കുമോ? താൻ പോടോ. ദാസപ്പനുണ്ട് പാടാൻ'' എന്നു പറഞ്ഞ് രവീന്ദ്രനെ ദേവരാജൻ പോലും ആട്ടി ഓടിച്ചിട്ടുണ്ട്.

സിനിമയിലെ മറ്റു വിഭാഗങ്ങളിലെന്ന പോലെ ഗാനരംഗത്തും ഒരേ സമയം രണ്ടുപേർക്കേ അവസരം ലഭിക്കുകയുള്ളു. യേശുദാസില്ലെങ്കിൽ ജയചന്ദ്രൻ മതി. രണ്ടുപേരുമില്ലെങ്കിൽ മാത്രം ബ്രഹ്മാനന്ദൻ. മറ്റാരും ഇങ്ങോട്ടു പോരണ്ട എന്നായിരുന്നു സംഗീത സംവിധായകരുടെയും നിലപാട്.

അന്ന് യേശുദാസിനും ജാനകിക്കും പ്രതിഫലം നാനൂറ് രൂപയായിരുന്നു. ജയചന്ദ്രന് മുന്നൂറ്, ബ്രഹ്മാനന്ദന് ഇരുനൂറും. അതു റൊക്കമായി കിട്ടും. അതിന് കാരണക്കാരൻ എം.ബി. ശ്രീനിവാസനാണ്. കമ്യൂണിസ്റ്റുകാരനായ അദ്ദേഹം മദ്രാസിലെ മാത്രമല്ല ഇന്ത്യയിലെ തന്നെ സിനിമാ സംഗീതരംഗത്ത് പ്രവർത്തിക്കുന്നവരെ മുഴുവൻ സംഘടിപ്പിച്ച് അവരുടെ ഒരു ട്രേഡ് യൂണിയനുണ്ടാക്കി. അതിന്റെ ആദ്യത്തെ നിബന്ധനയാണ് പാട്ട് റിക്കാർഡ് ചെയ്തുകഴിഞ്ഞാലുടൻ തന്നെ ക്യാഷായി അതിൽ പങ്കെടുത്തവർക്കെല്ലാം പ്രതിഫലം കൊടുക്കണമെന്ന്. പാടുന്നവരായാലും വയലിനിസ്റ്റായാലും ചെണ്ടക്കാരനായാലും ആരായാലും - സംഗീത സംവിധായകനു മാത്രം കടമിടാം.

അങ്ങനെ ഒരു പൈസ പോലും കടമില്ലാതെ ബ്ലാക്ക് മണി ലഭിച്ചിരുന്ന യേശുദാസ് ഒരുദിവസം രണ്ടുംമൂന്നും ഗാനങ്ങൾ പാടുമായിരുന്നു. നിർമ്മാതാവിന്റെ സൗകര്യമനുസരിച്ചല്ല, യേശുദാസിന്റെ സൗകര്യമനുസരിച്ചാണ് ഇവിടെ എന്നും ഗാനറിക്കാർഡിംഗ് നടന്നിട്ടുള്ളത്. അക്കാലത്ത് സിനിമയിലെല്ലാം അഞ്ചും ആറും പാട്ടുകൾ കാണുകയും ചെയ്യും.

ശ്രീകുമാരൻ തമ്പിയും യേശുദാസും ഏതാണ്ട് ഒരേ പ്രായക്കാരാണ്. അവർ മദ്രാസിലെത്തിയതും ഏതാണ്ട് ഒരേ കാലത്താണ്. തമ്പി എഴുതിയ എത്രയോ ഗാനങ്ങൾ യേശുദാസ് പാടിയിരിക്കുന്നു. അങ്ങനെ കുറേ വർഷങ്ങൾക്കുശേഷം തമ്പി സ്വന്തമായി 'ചന്ദ്രകാന്തം' എന്നൊരു സിനിമ സംവിധാനം ചെയ്ത് നിർമ്മിച്ചു.

അതിലെ ഗാനം പാടാൻ യേശുദാസിനെ വിളിച്ചു.

''ആ നിമിഷത്തിന്റെ നിർവൃതിയിൽ ഞാനൊരാവണി തെന്നലായ് മാറി' അത് റിക്കാർഡ് ചെയ്യുമ്പോൾ അവിടെ ഞാനുമുണ്ടായിരുന്നു.

തന്റെ ആദ്യത്തെ ചിത്രത്തിലെ ആദ്യത്തെ ഗാനം പാടാൻ യേശുദാസ് പ്രതിഫലം വാങ്ങിക്കുകയില്ലെന്നാണ് തമ്പി പ്രതീക്ഷിച്ചത്. എങ്കിലും തുക ഒരു കവറിലിട്ട് കൊടുത്തു. യാതൊരു വൈമനസ്യവുമില്ലാതെ 'കൂളായി' അതുവാങ്ങി പോക്കറ്റിലിട്ടുകൊണ്ട് യേശുദാസ് പോവുകയും ചെയ്തു.

ഇക്കാലത്ത് എഗ്മൂറിലെ ഒരു പള്ളിയിൽ യേശുദാസിന്റെ ഗാനമേള ഉണ്ടെന്നുകേട്ട് ഞാൻ അവിടെയും പോയിരുന്നു. പക്ഷേ ആ ഗാനമേള

അലസിപ്പോവുകയാണുണ്ടായത്.

യേശുദാസ് എത്താൻ വളരെ വൈകിയതുകൊണ്ട് ശ്രോതാക്കൾ കാത്തിരുന്ന് അക്ഷമരായി. വേദിയിലെത്തിയ യേശുദാസ് 'ഇടയക നൃകേ' യ്ക്കുശേഷം ആദ്യമായി പാടിയത് 'സ്വരരാഗ രൂപിണീ, സര സ്വതി' എന്ന പാട്ടും. പോരെ? പള്ളിയിൽ ഈ പാട്ട് പാടിയാൽ ആൾക്കാർ കൂവാതിരിക്കുമോ? അവർ കൂവി.

ഇനി കൂവിയാൽ പാടുകയില്ലെന്ന് യേശുദാസ് മുന്നറിയിപ്പ് നൽകി. എന്നിട്ടും അവർ കൂവി. യേശുദാസ് ഏണീറ്റ് പോവുകയും ചെയ്തു.

അക്കാലത്ത് യേശുദാസ് താമസിച്ചിരുന്നത് അഭിരാമപുരത്തെ മൂന്നാംനമ്പർ തെരുവിലുള്ള മുപ്പത്തിനാലാം നമ്പർ വീട്ടിലായിരുന്നു. ഇടയ്ക്കൊരിക്കൽ നാന വാരികയുടെ എഡിറ്റർ മദ്രാസിൽ വന്നപ്പോൾ ഞാൻ യേശുദാസിന്റെ വീട്ടിലെ 73172 എന്ന ഫോൺ നമ്പരിലേക്ക് വിളിച്ച് അദ്ദേഹം അവിടെ കാണുമോ എന്ന് ചോദിച്ചു. താൻ ജമിനി സ്റ്റുഡിയോയിൽ തെലുങ്കു സിനിമയ്ക്കുള്ള പാട്ട് റെക്കാർഡ് ചെയ്യാൻ പോവുകയാണെന്നും അങ്ങോട്ടു ചെന്നാൽ കാണാമെന്നും പറഞ്ഞു. അങ്ങനെ അവിടെ എത്തിയ ഞങ്ങൾ എൻ.ടി. രാമറാവുവുമായി പരി ചയപ്പെട്ട കാര്യം മുമ്പ് ഈ കോളത്തിൽ എഴുതിയിരുന്നല്ലോ.

അന്നൊക്കെ യേശുദാസ് അതിവിനയക്കാരനായിരുന്നു. ഉച്ച കഴി ഞ്ഞ് തന്റെ വീട്ടിലേക്ക് ചെല്ലാൻ അദ്ദേഹം ഞങ്ങളെ ക്ഷണിച്ചു. അത നുസരിച്ച് ഞങ്ങൾ വീട്ടിലെത്തുമ്പോൾ അവിടെ അദ്ദേഹത്തിന്റെ ഭാര്യ പ്രഭയും ഉണ്ടായിരുന്നു.

'ഒരു മഹാന്റെ വളർച്ചയ്ക്ക് പിന്നിൽ ഒരു സ്ത്രീയുണ്ടാവും' എന്ന ചൊല്ല് അന്വർത്ഥമാക്കിയ സ്ത്രീയാണ് പ്രഭ. ഇത്ര സിമ്പിളായി പെരു മാറുന്ന, ഐശ്വര്യം നിറഞ്ഞ മറ്റൊരു സ്ത്രീയെ സിനിമാരംഗത്ത് കണ്ടു മുട്ടാനാവില്ല. അന്ന് അവർക്ക് കുട്ടികൾ ജനിച്ചിരുന്നില്ല.

ആ വീട്ടിൽ സ്റ്റെയർ കെയ്സിന് താഴെ സകല ദൈവങ്ങളുടെയും ചിത്രങ്ങൾ വച്ച് പൂജിക്കുന്നുണ്ടായിരുന്നു. യേശുവും ഗണപതിയും സരസ്വതിയും ഒക്കെയുണ്ട്. അതിന്റെയിടയിൽ ചെമ്പൈയെ കണ്ടതായി ഓർക്കുന്നില്ല.

രാഷ്ട്രീയവും സിനിമയും ഏറ്റവും ആശങ്ക നിറഞ്ഞ രണ്ട് പ്രവൃ ത്തിമണ്ഡലങ്ങളാണ്. 'മാളികമുകളേറിയ മന്നന്റെ തോളിൽ മാറാപ്പു കേറ്റുന്നതും ഭവാൻ' എന്നു പറഞ്ഞപോലെ ഇന്ന് കൊടികുത്തി വാഴു ന്നവൻ നാളെ തെരുവിലോ ജയിലിലോ ഒക്കെ ആയെന്നുവരാം. അതു കൊണ്ട് ഇക്കൂട്ടർക്ക് അമിതമായ ഭക്തിയാണ്. പ്രത്യേകിച്ചും തമിഴ ന്മാർക്ക്. ജാതിമതഭേദമന്യേ എല്ലാ നിർമ്മാതാക്കളും ഗണപതി പൂജ നടത്തിയശേഷമേ ചിത്രത്തിന്റെ ഷൂട്ടിംഗ് ആരംഭിക്കുകയുള്ളു. എല്ലാ വരുടെയും നെറ്റിയിൽ ഭസ്മക്കുറി കാണും. അങ്ങനെയുള്ളവരുടെ ഇടയിൽ ചെന്നുകൂടിയതുകൊണ്ടോ നിലനിൽപ്പിന് വേണ്ടിയോ അതോ ശരിക്കും വിശ്വസിച്ചിട്ടാണോ എന്നറിയില്ല, യേശുദാസും ഭസ്മക്കുറി അണിഞ്ഞുനടന്നത്.

ആ വീടിനു മുമ്പിൽ ഒരു ടെന്നീസ് കോർട്ടുണ്ടായിരുന്നു. യേശുദാ സ് അവിടെ എന്നും ടെന്നീസ് കളിക്കുമായിരുന്നു. അതാണ് അദ്ദേഹ ത്തിന്റെ ആരോഗ്യത്തിന്റെ രഹസ്യം. ടെന്നീസിനോടുള്ള ഈ കമ്പം കൊണ്ടാവണം അദ്ദേഹം മൂത്ത മകനെ ടെന്നീസ് പഠിപ്പിക്കാൻ അമേ രിക്കയിൽ വിട്ടത്.

ഏതായാലും ഞങ്ങളെ അത്ഭുതപ്പെടുത്തുന്ന വിധത്തിലുള്ള ഊഷ്മളമായ ഒരു സ്വീകരണമാണ് ആ ദമ്പതികൾ തന്നത്.

ഇക്കാലത്താണ് അദ്ദേഹത്തിന് ആദ്യത്തെ ദേശീയ അവാർഡ് ലഭിക്കുന്നത് - 'പത്മതീർത്ഥമേ ഉണരൂ' എന്ന ഗാനത്തിന്.

അതോടെ അദ്ദേഹം ദേശീയ തലത്തിൽ ശ്രദ്ധിക്കപ്പെട്ടു. ഹിന്ദിസിനിമയിലെ നല്ല ചിത്രങ്ങളുടെ സംവിധായകനായ ബാസു ചാറ്റർജിയുടെ 'ചിറ്റ് ചോർ' എന്ന ചിത്രത്തിൽ രവീന്ദ്രജയിന്റെ സംഗീതത്തിൽ ആദ്യമായി പാടാൻ അവസരം ലഭിച്ചു.

'ഗോരീ തേരാ ഗാവ് ബഡാ പ്യാരാ' ... ഈ ഗാനം ആ വർഷത്തെ ഹിറ്റായിരുന്നു. ഹിന്ദിയിലെ ആദ്യഗാനം തന്നെ ഹിറ്റാവുക! കൂടുതൽ അവസരങ്ങൾ ലഭിക്കാൻ ഇതിൽപരമെന്തുവേണം. അതോടെ പത്മശ്രീ ബിരുദവും ലഭിച്ചു.

അങ്ങനെ ബോംബെയിലും അദ്ദേഹം തിരക്കുള്ള ഗായകനായി. ആ വർഷങ്ങളിൽ ബോംബെ-മദ്രാസ് റൂട്ടിൽ ഏറ്റവും കൂടുതൽ വിമാനസഞ്ചാരം നടത്തിയിരുന്ന വ്യക്തി യേശുദാസാണ്. അതിന്റെ പേരിൽ അദ്ദേഹത്തിന് ഇന്ത്യൻ എയർലൈൻസിന്റെ സമ്മാനം ലഭിക്കുക പോലും ചെയ്തിട്ടുണ്ട്.

യേശുദാസ് ബോംബെയിലായിരിക്കുമ്പോൾ മദ്രാസിലെ നിർമ്മാതാക്കൾ മറ്റാരെക്കൊണ്ടും പാട്ട് റിക്കോർഡ് ചെയ്യിക്കാതെ അദ്ദേഹത്തിനുവേണ്ടി കാത്തിരുന്നു. ബോംബെയിൽ വിളിച്ചാൽ മദ്രാസിലാണെന്ന് പറയും. മദ്രാസിൽ വിളിച്ചാൽ ബോംബെയിലാണെന്നായിരുന്നും മറുപടി. ചിലപ്പോൾ രണ്ടിടത്തുമായിരിക്കുകയില്ല. പനിയോ ജലദോഷമോ വന്നാൽ ആരെയും അറിയിക്കാതെ തിരുവനന്തപുരത്ത് ജഗതിയിലുള്ള ഭാര്യവീട്ടിൽ വന്ന് വിശ്രമിക്കുകയായിരിക്കും.

പക്ഷേ വിവാഹം കഴിഞ്ഞ് അഞ്ചാറുവർഷം കഴിഞ്ഞാണ് കുട്ടികളുണ്ടായത്. ശബരിമലയിൽ പോയാൽ കുട്ടികളുണ്ടാകുമെന്ന് ആരോ ഉപദേശിച്ചുകാണും. അങ്ങനെ അദ്ദേഹം നടത്തിയ ആദ്യത്തെ ശബരിമലയാത്ര വലിയ വാർത്തയായിരുന്നു. പത്രങ്ങളിൽ അതിന്റെ പടം അടിച്ചുവരികയും ചെയ്തു. ഈയിടെ മാധവിക്കുട്ടി മതം മാറിയപ്പോഴുണ്ടായ പോലെയുള്ള ഒച്ചപ്പാടൊന്നും അന്നുണ്ടായില്ല. ഇതൊടെ യേശുദാസ് താടി നീട്ടാനും ആരംഭിച്ചു. ശബ്ദം നന്നാകാനാണ് മൂകാംബികയിൽ പോയിത്തുടങ്ങിയത്. പിന്നെ ചോറ്റാനിക്കരയിൽ പോയി എന്നു കേട്ടു. ഇതിനെല്ലാം വലിയ പബ്ലിസിറ്റി ഉണ്ടായി. ഗുരുവായൂരമ്പലത്തിൽ കയറാനുള്ള ശ്രമം മാത്രം നടന്നില്ല.

'ഗുരുവായൂരമ്പലനടയിൽ' എന്ന പാട്ട് ഗാനമേളയ്ക്ക് പാടി നടന്നതുമാത്രം മിച്ചം. ചെറുപ്പത്തിൽ ചെമ്പൈയുടെ ശബ്ദം അടഞ്ഞുപോയെന്നും അദ്ദേഹം ഗുരുവായൂരിൽ ഭജനം ഇരുന്നതുകൊണ്ടാണ് അത് തിരിച്ചുകിട്ടിയതെന്നും ഒരു കഥയുണ്ട്.

ഇതിനിടെ ചെമ്പൈയുമായി പരിചയപ്പെട്ട യേശുദാസ് അദ്ദേഹത്തിന്റെ ഉപദേശപ്രകാരമാവണം ഗുരുവായൂർക്ക് പോകാൻ ശ്രമിച്ചത്. പക്ഷെ അവിടെ പ്രേശനം നിഷേധിക്കപ്പെട്ടു. ഈ സംഭവം കേരളത്തിൽ വലിയ വിവാദവിഷയമായി. രണ്ടുഭാഗവും വാദിക്കാൻ ആളുകൾക്ക് ഉത്സാഹമായിരുന്നു.

ഏതായാലും യേശുദാസിനെ ഇത്രയും പ്രസിദ്ധനാക്കിയതിൽ വലിയൊരു പങ്ക് ഈ തീർത്ഥാടനങ്ങൾക്കുണ്ടായിരുന്നു. മേൽപ്പറഞ്ഞ

ക്ഷേത്രങ്ങൾക്ക് ഇന്നത്തെയത്ര വലിയ പ്രാധാന്യമുണ്ടാവുന്നതിന്റെ ഒരു വലിയ കാരണക്കാരൻ യേശുദാസുമാണ്. അദ്ദേഹത്തിന്റെ ഗുരുവായൂർ ഗാനത്തിന്റെ റിക്കാർഡ് ചൂടപ്പം പോലെ വിറ്റുപോയി. മാത്രമോ എത്രയെത്ര ഹിന്ദു ഭക്തിഗാനങ്ങൾ! കേരളത്തിൽ ഇത്രയും അമ്പലങ്ങൾ ഉണ്ടോ എന്നു നാം അറിയുന്നതുതന്നെ യേശുദാസിന്റെ ഭക്തിഗാനങ്ങൾ കേൾക്കുമ്പോഴല്ലേ?

* * * *

1975 ഡിസംബർ മാസം അഞ്ചാം തീയതിയാണ് യേശുദാസ് തിരുവനന്തപുരത്ത് തരംഗനിസരി' എന്ന സംഗീതവിദ്യാലയം ആരംഭിച്ചത്. ഞാൻ നാനയുടെ എഡിറ്ററായിരിക്കുന്ന കാലമായിരുന്നു അത്. വെള്ളയമ്പലത്തുള്ള ആൽത്തറ റോഡിൽ ഒരു പഴയ രണ്ടുനിലക്കെട്ടിടം വിലയ്ക്ക് വാങ്ങി അവിടെ സ്കൂൾ ഉദ്ഘാടനം നടത്തുന്ന ചടങ്ങിന് ഞാനും പോയിരുന്നു.

സ്റ്റേജിൽ അന്നത്തെ മുഖ്യമന്ത്രി സി. അച്യുതമേനോൻ, കൃഷിമന്ത്രി വക്കം പുരുഷോത്തമൻ, വിദ്യാഭ്യാസ ഡയറക്ടർ ആർ. രാമചന്ദ്രൻനായർ, ഐ.ജി. വി.എൻ.രാജൻ മുതലായവരൊക്കെ ഉണ്ടായിരുന്നു. യൂറോപ്യൻ രാജ്യങ്ങളിൽ 'ജാസ്' എന്നൊരുതരം സംഗീതമുണ്ടെന്നും നമ്മുടെ ജയിലുകളിൽ അത് മർദ്ദനമായി പരീക്ഷിക്കാവുന്നതാണെന്നും അച്യുതമേനോൻ പറഞ്ഞത് കൂട്ടച്ചിരിക്കിടയാക്കി.

അതിഥികളെ സ്വീകരിക്കാനും ഇരിപ്പിടം കാണിച്ചുകൊടുക്കാനുമൊക്കെ സജീവമായി നിന്നത് യേശുദാസിന്റെ ഭാര്യ പ്രഭയുടെ ചേച്ചി ശശികലയായിരുന്നു.

അന്ന് വേദിയുടെ വലത്തെ മൂലയ്ക്ക് ജൂബ ധരിച്ച ഒരു കുറ്റിമുടിക്കാരൻ ഇരിപ്പുണ്ടായിരുന്നു. വിശിഷ്ടാതിഥികളെ പരിചയപ്പെടുത്താനെത്തിയ യേശുദാസ് അയാളുടെ പേരുമാത്രം പറഞ്ഞില്ല - എന്റെ ഒരു സുഹൃത്ത്' എന്നുപറഞ്ഞ് ഒഴിഞ്ഞുകളഞ്ഞു. പക്ഷേ ആ സുഹൃത്താണ് അന്നവിടെ പുതിയതായി പണിയാൻ പോകുന്ന കെട്ടിടത്തിനുള്ള തറക്കല്ല് പൂജിച്ചിട്ടത്.

അത് തൃപ്പൂണിത്തുറക്കാരൻ ഒരു നമ്പൂതിരിയായിരുന്നു. അയാൾ ചെറുപ്പത്തിൽ പി.ജെ. ആന്റണിയുടെ നാടകസംഘത്തിലെ മൃദംഗക്കാരനായിരുന്നു. നൃത്തവും പഠിച്ചിട്ടുണ്ട്. അന്നാ സംഘത്തിൽ പിന്നീട് സാംസ്കാരിക വകുപ്പ് മന്ത്രിയായ ടി.കെ. രാമകൃഷ്ണൻ, നടൻ ശങ്കരാടി മുതലായവരൊക്കെ ഉണ്ടായിരുന്നു.

ആ നാടകസംഘം പൊളിഞ്ഞപ്പോൾ നമ്പൂതിരി നൃത്തവിദ്യാലയം നടത്തി. അതു ശരിയാകാത്തതു കൊണ്ട് പാചകക്കാരനായി. നമ്പൂതിരി ആയതുകൊണ്ട് പൂഞ്ഞാർ കൊട്ടാരത്തിലെ സംഗീത വിദുഷിയായ ഒരു തമ്പുരാട്ടിയെ വേളി കഴിക്കാൻ സാധിച്ചു. കുറേക്കാലം ഉത്സവത്തിനും മറ്റും തമ്പുരാട്ടിയുടെ സംഗീതക്കച്ചേരിക്ക് മൃദംഗം വായിച്ചു. അതും കുറഞ്ഞപ്പോൾ നാട്ടിൽനിന്നുമുങ്ങി. കുറെ വർഷങ്ങൾ കഴിഞ്ഞ് മദ്രാസിൽ പൊങ്ങി. അവിടെ ശങ്കരാടിയും കവിയൂർ പൊന്നമ്മയും മറ്റും അഭയം നൽകി. അവർ വഴി പി. ഭാസ്കരൻ, സേതുമാധവൻ മുതലായവരെ പരിചയപ്പെട്ടു. അവർക്കുവേണ്ടി പൂജകളും മന്ത്രവാദങ്ങളും നടത്തി. ഇദ്ദേഹം സ്ക്രിപ്റ്റ് പൂജിച്ചശേഷമേ മദ്രാസിൽ മലയാള സിനിമയുടെ ഷൂട്ടിംഗ് ആരംഭിക്കൂ എന്ന നിലയിലായി.

ഈ നമ്പൂതിരിയാണ് തരംഗനിസരി സ്കൂളിന്റെ ആദ്യത്തെ കല്ലിട്ടത്. അതിനുമുകളിൽ അടുത്ത കല്ലുവയ്ക്കാൻ കുറേ വർഷങ്ങൾ വൈകിയെന്നു മാത്രം.

യേശുദാസ് പ്രസിഡന്റായുള്ള ഭരണസമിതിയിൽ അദ്ദേഹത്തിന്റെ ഭാര്യാസഹോദരൻ എം.എ. കോര, ഡോ. സിദ്ധൻ, കെ. സുധാകരൻ എന്നിവർ അംഗങ്ങളായിരുന്നു.

1976 ഡിസംബർ 11ന് ഈ സ്കൂൾ ഒരു ചാരിറ്റബിൾ സൊസൈറ്റിയായി രജിസ്റ്റർ ചെയ്തു.

അക്കാലത്ത് മുകളിൽ പറഞ്ഞ ജ്യോത്സ്യൻ നമ്പൂതിരിയോട് ചോദിക്കാതെ യേശുദാസ് യാതൊരു കാര്യവും ആരംഭിക്കുകയില്ലായിരുന്നു. ഒരുതരം മാനസികമായ അടിമത്തം. നമ്പൂതിരി അത് പരമാവധി മുതലാക്കുകയും ചെയ്തു. അയാളുടെ കൈയിലെ വാച്ചും മകളുടെ ആഭരണങ്ങളും അങ്ങനെ വിലപിടിപ്പുള്ള പല സാധനങ്ങളും അമേരിക്കയിൽനിന്നും മറ്റും യേശുദാസ് കൊണ്ടുവന്നു കൊടുത്തതാണെന്ന് ഈ നമ്പൂതിരി തന്നെ പിന്നീട് അഹങ്കാരത്തോടെ എന്നോട് പറഞ്ഞിട്ടുണ്ട്.

നമ്പൂതിരിയുടെ ഉപദേശം കേട്ട മദ്രാസിലെ എല്ലാ സിനിമാ നിർമ്മാതാക്കൾക്കും സംവിധായകർക്കും മേൽവിലാസം നഷ്ടപ്പെട്ടു.

തരംഗനിസരി സ്കൂളിൽ ഉദ്ദണ്ഡൻ ചെമ്പൈ വൈദ്യനാഥ ഭാഗവതരുടെ ഒരു വലിയ ഫോട്ടോ മാലയിട്ട് അലങ്കരിച്ചുവച്ചിരുന്നു. എത്ര ആലോചിച്ചിട്ടും അതിന്റെ ആവശ്യം എനിക്ക് അന്ന് മനസിലായില്ല. യേശുദാസ് സ്വാതിതിരുനാൾ അക്കാദമിയിൽ പഠിക്കുമ്പോൾ അവിടുത്തെ പ്രിൻസിപ്പൽ പാവം ശെമ്മാങ്കുടി ശ്രീനിവാസയ്യരായിരുന്നു. പഴയ തിരുവിതാംകൂറിന്റെ ആസ്ഥാന ഗായകൻ. കൊട്ടാരത്തിൽനിന്ന് പെൻഷൻ വാങ്ങുന്നു. കേന്ദ്രസർക്കാരിന്റെ പത്മഭൂഷൺ ബഹുമതിയും നേടി. സ്വാതിതിരുനാൾ അക്കാദമിയിലെ വിദ്യാഭ്യാസ കാലത്ത് അദ്ദേഹമാണ് തന്റെ അരുമശിഷ്യന് സ്വന്തം വീട്ടിൽനിന്ന് ഭക്ഷണം നൽകിയിരുന്നതും താമസിക്കാൻ സ്വന്തം കാർഷെഡ് വിട്ടുകൊടുത്തതുമൊക്കെ. പക്ഷെ അദ്ദേഹത്തിന്റെ ഒരു ഫോട്ടോ പോലും ആ സ്കൂളിൽ കാണാൻ കഴിഞ്ഞില്ല. ആൾവലുപ്പം നോക്കിയാണോ ഗുരുഭക്തി? തമ്മിൽ പ്രസിദ്ധൻ ചെമ്പൈ ആയിരുന്നല്ലോ.

ഇതിനുശേഷം എനിക്ക് ജഗതിയിലെ യേശുദാസിന്റെ വീട്ടിൽ പോകേണ്ടതായി വന്നു. ഒരു രാവിലെ 11 മണിക്ക് ഞാനവിടെ ചെല്ലുമ്പോൾ യേശുദാസ് ഉറങ്ങുകയാണെന്ന് അപ്പോൾ അവിടെയുണ്ടായിരുന്ന പ്രഭയുടെ സഹദോരൻ കോര പറഞ്ഞു. എങ്കിൽ ഉണരുമ്പോൾ കൊടുക്കാൻ ഞാനൊരു കുറിപ്പ് കോരയെ ഏല്പിച്ചു. വീണ്ടും ഒരുമണിക്ക് വരുമെന്നാണ് കുറിപ്പിൽ എഴുതിയിരുന്നത്. കോരയോട് കുശലം പറയാനൊന്നും പോയില്ല. അതിന്റെ ആവശ്യവുമില്ലല്ലോ.

ഒരുമണിക്ക് വീണ്ടും അവിടെ ചെന്നപ്പോൾ പ്രഭയുടെ അച്ഛൻ കുര്യൻ എബ്രഹാമാണ് എന്നെ നേരിട്ടത്. അദ്ദേഹം നെറ്റിയിൽ ഭസ്മം തൊട്ടിരുന്നുവെന്ന് മാത്രമല്ല, കഴുത്തിൽ തടിയനൊരു രുദ്രാക്ഷമാലയും ധരിച്ചിരുന്നു. ഒറ്റനോട്ടത്തിൽ ആ കാഴ്ച എനിക്ക് അരോചകമായിട്ടാണ് തോന്നിയത്. യേശുദാസ് ഈ വീട്ടിലെ ഒരംഗത്തെ വിവാഹം കഴിച്ചതോടെ ഈ കുടുംബം മുഴുവൻ ഹിന്ദുക്കളായി മാറിയോ? അതോ യേശുദാസിനെ അനുകരിക്കുന്നതിൽ അഭിമാനിക്കുന്നോ?

കുര്യൻ എബ്രഹാം ഒരു എസ്റ്റേറ്റ് ഉടമയാണെന്ന് കേട്ടിരുന്നു. ഒരു ധനവാന് യോജിച്ച വലിയ രണ്ടുനില കെട്ടിടമാണത്. മുമ്പിൽ കൊളാപ്സിബിൾ ഗ്രില്ലുമുണ്ട്. ഏതായാലും ഗ്രിൽ മാറ്റി എന്നെ അകത്തു കയറ്റി ഇരുത്തി. ഒരു ശത്രുവിനെ കണ്ട പോലെ എന്നെ ചോദ്യം ചെയ്യാനാരംഭിച്ചു. ഞാൻ പേരും ജോലിയുമൊക്കെ പറഞ്ഞിട്ടും വിചാരണ അവസാനിപ്പിക്കുന്നില്ല. മടുത്തപ്പോൾ ഞാൻ പറഞ്ഞു:

''നിങ്ങളെ കാണാനും നിങ്ങൾക്ക് മറുപടി പറയാനുമല്ല ഞാൻ വന്നിരിക്കുന്നത്. യേശുദാസ് ഉണ്ടെങ്കിൽ കാണാനാണ്.'' എന്റെ ശബ്ദം ഉച്ചത്തിലായിരുന്നത് ആത്മവിശ്വാസമോ അഹങ്കാരമോ കൊണ്ടായിരിക്കാം.

മുകളിൽനിന്ന് പ്രഭ സ്റ്റെയർ കേസ് ഓടിയിറങ്ങിവന്നു.

''ദാസേട്ടൻ വിളിക്കുന്നു'' എന്നുപറഞ്ഞു.

കുര്യൻ എബ്രഹാമിനോട് അനുവാദം ചോദിക്കാതെ ഞാൻ പ്രഭയുടെ പിന്നാലെ മുകളിലത്തെ മുറിയിലെത്തി. അവിടെ യേശുദാസ് ഒരു കട്ടിലിൽ തലയിണകൾ അടുക്കിവച്ച് അനന്തശയനം പോലെ കിടപ്പുണ്ട്. എണീറ്റിരിക്കാതെ തന്നെ അടുത്തുകിടന്ന കസേരയിൽ എന്നോട് ഇരിക്കാൻ പറഞ്ഞു.

ആശ്വാസമായി. മുഖത്ത് ശാന്തതയാണ്. പ്രഭ ചിരിച്ചുകൊണ്ട് കാപ്പി കൊണ്ടുവെച്ചു.

യേശുദാസ് ഒരു ഋഷിയെപ്പോലെ മൂന്നുനാലു രുദ്രാക്ഷമാല അണിഞ്ഞിരുന്നു. ആ മട്ടിൽത്തന്നെ സംസാരിക്കാൻ ആരംഭിക്കുകയും ചെയ്തു.

''ഞാൻ ഒരുപാട് യാത്ര ചെയ്തു. ഒരുപാട് ആൾക്കാരെ കണ്ടു. ധാരാളം അനുഭവങ്ങൾ ഉണ്ടായിക്കഴിഞ്ഞപ്പോൾ ഒരു നിസംഗനായി മാറി. ആര് എന്തുപറഞ്ഞാലും എന്നെ ബാധിക്കുകയില്ല'' ഇങ്ങനെ ഏകപക്ഷീയമായി ആ ഉപദേശം നീണ്ടുനീണ്ടു പോയി. മടുത്തപ്പോൾ ഞാൻ ചോദിച്ചു:

''നിങ്ങൾ പറഞ്ഞതൊക്കെ സമ്മതിക്കുന്നു. പക്ഷേ ഇതൊക്കെ എന്നോട് പറയാനുള്ള കാരണം പിടികിട്ടിയില്ല.''

''അല്ല നിങ്ങളെ കണ്ടപ്പോൾ വെറുതെ പറഞ്ഞെന്നേയുള്ളു.''

യേശുദാസ് പത്താംക്ലാസ് തോറ്റ ആളാണ്. പിന്നെ സംഗീതം മാത്രമേ പഠിച്ചിട്ടുള്ളു. കുറെ ചുറ്റിനടന്നപ്പോൾ കുറച്ച് ഇംഗ്ലീഷും ഹിന്ദിയും ഒക്കെ വശമാക്കിയിട്ടുണ്ടാവും. പുസ്തകങ്ങൾ വായിക്കുന്ന ശീലമുണ്ടെന്ന് ശത്രുക്കൾ പോലും പറഞ്ഞുകേട്ടിട്ടില്ല. പിന്നെ ഇത്ര വലിയ തത്വജ്ഞാനം മനസിലാക്കാനുള്ള കഴിവെവിടുന്ന്...!

''ഈ രുദ്രാക്ഷം അണിയുന്നതെന്തിനാണ്'' ഞാൻ ചോദിച്ചു.

''ഇത് പ്രത്യേക ശക്തിയുള്ളതാണ്. ഇന്ത്യയിൽ കിട്ടുന്ന ഇനമല്ല. ഇതിന് എട്ടുവശങ്ങളുണ്ട്. സിംഗപ്പൂരിൽ ചെന്നപ്പോൾ ഒരാൾ തന്നതാണ്.'' യേശുദാസ് വീണ്ടും എങ്ങുംതൊടാതെ എന്നെ ഉപദേശിക്കുകയാണ്.

''എല്ലാം ശരി തന്നെ. പക്ഷേ ഇതൊക്കെ എന്നോട് പറയാൻ കാരണം?'' ഞാൻ.

''നിങ്ങൾ ആദ്യം വന്നപ്പോൾ എന്റെ അളിയനോട് പെരുമാറിയ രീതിയെപ്പറ്റിയാണ്''

''ഞാൻ ഒന്നും പെരുമാറിയില്ലല്ലോ? നിങ്ങൾക്ക് ഒരു കത്ത് ഏല്പി

ച്ചിട്ട് സ്ഥലംവിട്ടു. വേറെ ഒന്നും പറഞ്ഞില്ല.''

''നിങ്ങളുടെ പെരുമാറ്റം ശരിയായില്ലെന്ന് കോര പറഞ്ഞു.''

ഇത്രയ്ക്കൊന്നും അനുവദിച്ചുകൊടുക്കാൻ പാടില്ല. എന്റെ വിധം മാറി.

''യേശുദാസ്, നിങ്ങൾ വലിയ ഒരു പാട്ടുകാരനാണ്. വളരെ പ്രസിദ്ധനുമാണ്. അതുകൊണ്ടാണല്ലോ നിങ്ങളെ കാണാൻ ഞാൻ വന്നതും. പക്ഷേ നിങ്ങടെ ബന്ധുക്കളുടെ മുമ്പിൽ ഓച്ഛാനിക്കേണ്ട ആവശ്യമൊന്നും എനിക്കില്ല.''

''നിങ്ങൾക്ക് പാടാൻ കഴിവുണ്ടെന്ന് കരുതി എല്ലാ കാര്യങ്ങളും അറിയാമെന്ന് തോന്നുന്നോ? തെങ്ങിൽ കയറാൻ നിങ്ങൾക്ക് കഴിയുമോ? എനിക്കും പറ്റുകയില്ല. അതുപോലെ ഞാൻ ചെയ്യുന്ന പണിയും നിങ്ങൾക്ക് ചെയ്യാൻ സാധിക്കുകയില്ല. നിങ്ങൾ നിങ്ങളുടെ ഫീൽഡിൽ വലുതാണെങ്കിൽ എന്റെ ഫീൽഡിൽ വലിയവനാണെന്ന് കരുതാൻ എനിക്കും അവകാശമുണ്ട്.''

പിന്നെ യേശുദാസ് ഉപദേശം തുടർന്നില്ല.

പക്ഷെ പിന്നെയും ഞങ്ങൾ തമ്മിൽ കണ്ടുമുട്ടിയിട്ടുണ്ട്.

* * * *

1973 ആയപ്പോഴേക്കും യേശുദാസ് ആയിരത്തോളം സിനിമാഗാനങ്ങൾ പാടിക്കഴിഞ്ഞിരുന്നു. കെ.ടി. മുഹമ്മദിന്റെ 'അച്ഛനും ബാപ്പയും' എന്ന ചിത്രത്തിൽ വയലാർ എഴുതി ദേവരാജൻ സംഗീതം നൽകിയ

''മനുഷ്യൻ മതങ്ങളെ സൃഷ്ടിച്ചു
മതങ്ങൾ ദൈവങ്ങളെ സൃഷ്ടിച്ചു''

എന്ന ഗാനം പാടിയതിന് ആദ്യത്തെ ദേശീയ പുരസ്കാരം നേടുകയും ചെയ്തു. അന്ന് എണ്ണത്തിന്റെയും ഗുണത്തിന്റെയും കാര്യത്തിൽ അദ്ദേഹത്തോട് തൊട്ടടുത്തു നിൽക്കാൻ ജയചന്ദ്രനും ബ്രഹ്മാനന്ദനും പി.ബി. ശ്രീനിവാസനും ഉണ്ടായിരുന്നുവെന്നതും മറക്കരുത്. അന്ന് ശ്രദ്ധേയനായ മറ്റൊരു ഗായകനാണ് ജോളി എബ്രഹാം.

യേശുദാസ് ആദ്യമായി സംഗീത സംവിധാനം നിർവഹിച്ച 'ജോസഫ് ഒരു പുരോഹിതൻ' എന്ന ചിത്രം പുറത്തുവന്നിട്ടില്ല. അദ്ദേഹത്തിന്റെ സംഗീതത്തിലൂടെ നാം ആദ്യമായി കേട്ടത് 'അഴകുള്ള സെലീന'യിലെ ഗാനങ്ങളാണ്. ജീസസ്, താളപ്പിഴ എന്നിവയ്ക്കും കൂടി അദ്ദേഹം ഇക്കാലത്ത് സംഗീതം നൽകിയിരുന്നു.

മധുവിന്റെ 'തീക്കനലിന്' ട്യൂണ് നൽകിയതോടെ ആ ദിശയിലേക്കുള്ള സഞ്ചാരം അവസാനിപ്പിക്കുകയാണ് ചെയ്തത്. കാരണം ഈ ചിത്രങ്ങളിലെ ഒരൊറ്റ ഗാനം പോലും ശ്രദ്ധിക്കപ്പെട്ടില്ല എന്നതുതന്നെ. വയലാർ എഴുതി ദേവരാജൻ സംഗീതം നൽകിയ 'ഗായത്രി'യിലെ 'പത്മതീർത്ഥമേ ഉണരൂ' എന്ന ഗാനത്തിന് 73ലെ ദേശീയ അവാർഡും അതിനു പിന്നാലെ പത്മശ്രീ ബഹുമതിയും ലഭിച്ച യേശുദാസിനെ കേരള സർക്കാർ സംഗീത നാടക അക്കാദമി ചെയർമാനാക്കി.

ഇത്ര ചെറിയ പ്രായത്തിൽ മറ്റാരും ഈ സ്ഥാനത്ത് ഇരുന്നിട്ടില്ല. തന്റെ പിതാവ് അഗസ്റ്റ്യൻ ജോസഫിന്റെ വാർദ്ധക്യകാല പെൻഷനുള്ള അപേക്ഷയിൽ ഒപ്പിടേണ്ട ദുര്യോഗം ഉണ്ടായതുകൊണ്ടാണോ ആ സ്ഥാനം വലിച്ചെറിഞ്ഞതെന്ന് നിശ്ചയമില്ല.

ഏതായാലും അതേക്കുറിച്ച് പ്രസ്താവന നടത്താൻ യേശുദാസ് എറണാകുളത്തെ പ്രസ് ക്ലബ്ബിൽ വെച്ച് ഒരു പത്രസമ്മേളനം നടത്തി. കേരള സംഗീത നാടക അക്കാദമിക്ക് ക്രിയാത്മകമായി ഒന്നും ചെയ്യാൻ കഴിയുകയില്ലെന്നും അത് കുറേ ആളുകൾക്ക് ടി.എ വാങ്ങാനുള്ള ഒരു സ്ഥാപനമായി അധ:പതിച്ചിരിക്കുകയാണെന്നും അദ്ദേഹം അവിടെവച്ച് പ്രസ്താവിച്ചു.

യേശുദാസ് ആദ്യമായി സിനിമയിൽ മുഖം കാണിച്ചത് 'കാവ്യമേള' എന്ന ചിത്രത്തിൽ പി. ലീലയോടൊപ്പം 'സ്വപ്നങ്ങൾ സ്വപ്നങ്ങളേ നിങ്ങൾ' എന്ന ഗാനം അവതരിപ്പിക്കുന്നതായിട്ടാണ്. കായംകുളം കൊച്ചുണ്ണിയിൽ മേക്കപ്പിട്ട് അഭിനയിച്ചതിനെക്കുറിച്ച് മുമ്പ് എഴുതിയിരുന്നു. ഇതു രണ്ടും കൂടാതെ ജനറൽ പിക്ചേഴ്സിന്റെ അച്ചാണി എന്ന ചിത്രത്തിൽ 'എന്റെ സ്വപ്നത്തിൻ താമരപ്പൊയ്കയിൽ' എന്ന ഗാനരംഗത്തും അഭിനയിച്ചിട്ടുണ്ടെന്ന് ഓർക്കുന്നു. ഏതായാലും ആ പണി തനിക്കത്ര പറ്റിയതല്ലെന്ന് ബോധോദയമുണ്ടായത് നന്നായി.

യേശുദാസ് സംഗീതസംവിധാനം ആരംഭിച്ചതോടെ ദേവരാജനുമായി അല്പം നീരസത്തിലായി. അതുകൊണ്ടാണ് ദേവരാജൻ അയിരൂർ സദാശിവൻ, ശ്രീകാന്ത്, എസ്.ടി. ശശിധരൻ മുതലായവരെ പരീക്ഷിച്ചുനോക്കാമെന്ന് തീരുമാനിച്ചത്.

ഇതുപോലെ എം.എസ്. വിശ്വനാഥനുമായിട്ടും വഴക്കായി. അതിന് കാരണം എൽ.ആർ. ഈശ്വരി എന്ന ഗായികയായിരുന്നു. പാലക്കാട്ടുകാരൻ എം.എസ്. വിശ്വനാഥൻ അക്കാലത്ത് തമിഴിലെ ഏറ്റവും തിരക്കുള്ള സംഗീത സംവിധായകനായിരുന്നു. അന്നത്തെ മിക്ക തമിഴ്-മലയാള ചിത്രങ്ങളിലും ഒരു മാദകനൃത്തം കാണും. അത് പാടാൻ മെറ്റാലിക് വോയിസുള്ള ഈശ്വരിക്ക് മാത്രമേ കഴിയൂ.

എം.എസ്. വിശ്വനാഥും എൽ.ആർ ഈശ്വരിയുമായിട്ടുള്ള അടുപ്പത്തെക്കുറിച്ച് അക്കാലത്ത് മദ്രാസിൽ ധാരാളം കഥകൾ പ്രചരിച്ചിരുന്നു. യേശുദാസും ഈശ്വരിയും ചേർന്ന് കുറേ ദ്വന്ദ്വഗാനങ്ങൾ പാടിക്കഴിഞ്ഞപ്പോൾ വിശ്വനാഥിന് ചില സംശയങ്ങൾ. അതിന്റെ പേരിൽ വിശ്വനാഥൻ ഉടക്കുകയും പിന്നീടങ്ങോട്ട് സഹകരിക്കാതാവുകയും ചെയ്തു.

സേതുമാധവന്റെ 'പണിതീരാത്ത വീട്' എന്ന ചിത്രത്തിന് സംഗീതം നൽകിയ വിശ്വനാഥൻ അതിലെ വയലാറിന്റെ 'സുപ്രഭാതം' എന്ന ഗാനം പാടാൻ ജയചന്ദ്രനെ ഏല്പിച്ചതിന്റെ പിന്നിൽ ഈ വാശിയുണ്ടായിരുന്നു. ആ ഗാനം പാടിയ ജയചന്ദ്രന് ആ വർഷത്തെ ഏറ്റവും നല്ല ഗായകനുള്ള സംസ്ഥാന അവാർഡ് ലഭിക്കുകയും ചെയ്തല്ലോ. ഈ ചിത്രത്തിൽ വിശ്വനാഥൻ സ്വയം 'കണ്ണുനീർത്തുള്ളിയെ സ്ത്രീയോടുപമിച്ച' എന്ന ഗാനം പാടുകയും ചെയ്തു. ഏതായാലും ഈ വഴക്കിൽ വിജയിച്ചത് വിശ്വനാഥൻ തന്നെയാണ്.

ഈ സംഭവത്തിനുശേഷം വിശ്വനാഥന്റെ അനവധി തമിഴ് ചിത്രങ്ങളിൽ ജയചന്ദ്രന് പാടാൻ സന്ദർഭം ലഭിക്കുകയുണ്ടായി.

ചെമ്പൈ വൈദ്യനാഥ ഭാഗവതർ ജീവിച്ചിരുന്ന കാലത്ത് ഒരുദിവസം യേശുദാസിനെയും കൂട്ടി ഗുരുവായൂർ ക്ഷേത്രത്തിൽ പോകാനൊരുങ്ങിയതാണ്. എന്നാൽ ക്ഷേത്രഭാരവാഹികൾ എതിർത്തതുകൊണ്ട് ക്ഷേത്രത്തിനകത്തേക്ക് പ്രവേശിക്കാൻ കഴിഞ്ഞില്ല. അന്ന് മതിലിന് വെളിയിലിരുന്ന് സംഗീതക്കച്ചേരി നടത്തുകയാണുണ്ടായത്. അതിനുശേഷം ചെമ്പൈ യേശുദാസിനെ അവിടെ അടുത്തുള്ള പാർത്ഥ

സാരഥി ക്ഷേത്രത്തിൽ കൊണ്ടുപോയി. സാക്ഷാർ ഗുരുവായൂരപ്പന്റെ ശക്തി ഈ പാർത്ഥസാരഥി ക്ഷേത്രത്തിലെ വിഗ്രഹത്തിനുമുണ്ടെന്ന് ചെമ്പൈ പറഞ്ഞു വിശ്വസിപ്പിച്ചു.

ഈ സംഭവങ്ങൾ കേരളത്തിൽ വലിയ ഒച്ചപ്പാട് സൃഷ്ടിച്ചു. ഇതേത്തുടർന്ന് വയലാർ 'ഗുരുവായൂരമ്പലനടയിൽ ഒരുദിവസം ഞാൻ പോകും' എന്ന് എഴുതി യേശുദാസിനെക്കൊണ്ടു തന്നെ പാടിച്ച് പ്രതിഷേധം പ്രകടിപ്പിച്ചു.

ഇതിനു പിന്നാലെ കേരള ഹൈക്കോടതി ഹിന്ദുമത വിശ്വാസിയായ യേശുദാസിന് കേരളത്തിലെ ഹിന്ദുക്ഷേത്രങ്ങളിൽ പ്രവേശിക്കാൻ അവകാശമുണ്ടെന്ന് വിധിച്ചു. ഈ സമയത്ത് യേശുദാസ് തിരുവനന്തപുരം പ്രസ് ക്ലബ്ബിൽ പത്രസമ്മേളനം നടത്തി. ഗുരുവായൂർ ക്ഷേത്രത്തിൽ പ്രവേശിക്കുന്നതിന് നിയമപരമായും ധാർമ്മികമായും തനിക്ക് അവകാശമുണ്ടെങ്കിലും ക്ഷേത്രഭാരവാഹികൾ അനുവദിക്കാത്തിടത്തോളം കാലം അതിന് ശ്രമിക്കുന്നില്ലെന്ന് പറഞ്ഞൊഴിഞ്ഞു.

ശബരിമല, തിരുവമ്പാടി തുടങ്ങിയ ക്ഷേത്രങ്ങളിൽ പ്രവേശനം അനുവദിക്കുകയും സംഗീതക്കച്ചേരി നടത്താൻ അവസരം ലഭിക്കുകയും ചെയ്തപ്പോൾ ഗുരുവായൂർ ക്ഷേത്രം മാത്രം അത് നിഷേധിക്കുന്നത് എന്തിനാണെന്ന് തനിക്ക് മനസിലാകുന്നില്ല. ജന്മം കൊണ്ടോ വിശ്വാസം കൊണ്ടോ ഹിന്ദുവായിരിക്കുകയോ ഹിന്ദുമത സിദ്ധാന്തങ്ങൾ അംഗീകരിക്കുകയോ ചെയ്യുന്ന ഏതൊരാളിനും ക്ഷേത്രത്തിൽ പ്രവേശിക്കാമെന്നാണ് കോടതിവിധി. ഹിന്ദുമതത്തിലെ അടിസ്ഥാനപ്രമാണങ്ങളിൽ വിശ്വസിക്കുന്ന ആളാണ് താൻ എന്നും അദ്ദേഹം പ്രഖ്യാപിച്ചു.

വിവാഹം കഴിഞ്ഞ് ഏഴുവർഷങ്ങളോളം കാത്തിരിക്കേണ്ടിന്നു യേശുദാസിന് കുട്ടികളുണ്ടാകാൻ. അമ്പലങ്ങളും ജ്യോത്സ്യന്മാരും കൈനോട്ടക്കാരുമൊക്കെയായി അദ്ദേഹത്തെ അടുപ്പിച്ചതും ഇതായിരിക്കണം.

ഇങ്ങനെയിരിക്കെ 1976ൽ ഒരുദിവസം പാലക്കാട്ടുകാരൻ ടി.എം. ആർ കുട്ടി എന്നൊരു കൈനോട്ടക്കാരൻ ഓഫീസിലെത്തി. അയാളുടെ കൈവശമുണ്ടായിരുന്ന ആൽബത്തിൽ അയാൾ പല രാഷ്ട്രീയ നേതാക്കന്മാരുടെയും മിക്ക സിനിമാതാരങ്ങളുടെയും കൈ നോക്കി ഫലം പറയുന്ന ഫോട്ടോകൾ ഒട്ടിച്ചുവച്ചിരുന്നു. അതിലൊന്ന് യേശുദാസിന്റെ ഫോട്ടോയായിരുന്നു.

ഈ ആൽബം കണ്ടപ്പോൾ എന്റെ മനസിൽ ഒരു കുസൃതി തോന്നി. ഇതുവച്ച് ഒരു പരമ്പര ആരംഭിച്ചുകൂടെ. കുട്ടി അന്ന് താമസിച്ചിരുന്ന തമ്പാനൂർ ഓർബ്രിഡ്ജിനടുത്തുള്ള എം.ജി.എം. ലോഡ്ജിൽ ഞാനെത്തി അയാളുമായി ഒരു രഹസ്യ കരാറുണ്ടാക്കി. അതനുസരിച്ച് അയാളുടെ ആൽബത്തിലെ ചിത്രങ്ങളെല്ലാം എന്നെ ഏല്പിക്കണം. അതിന് പകരമായി അയാൾക്ക് വമ്പിച്ച പബ്ലിസിറ്റി ലഭിക്കുന്നു. അയാളുടെ ബിസിനസ് പൊടിപൊടിക്കുകയും ചെയ്യും.

തമ്പാനൂർ ബസ് സ്റ്റാൻഡിലെ പുസ്തകക്കടയിൽനിന്ന് ഹസ്തരേഖാ ശാസ്ത്രത്തെക്കുറിച്ച് ഗദ്യത്തിലും പദ്യത്തിലുമുള്ള രണ്ട് പുസ്തകങ്ങൾ ഞാൻ വാങ്ങി. കുട്ടിയുടെ പടവും പേരും വച്ച് താരങ്ങളുടെ പ്രവചനം തുടങ്ങുകയും ചെയ്തു. എല്ലാവരുടെയും പൂർവകഥകൾ എനിക്കറിയാമല്ലോ?

അങ്ങനെ യേശുദാസിന്റെ ഊഴമായപ്പോൾ അദ്ദേഹത്തിന്റെ അതുവരെയുള്ള ജീവിതം പരാമർശിച്ച ശേഷം ഇത്രയൊക്കെ സൗഭാഗ്യങ്ങൾ നേടിയിട്ടും അദ്ദേഹം കുട്ടികളുണ്ടാകാത്തതിന്റെ ദു:ഖത്തിലാണെന്നും എന്നാൽ അത് അധികകാലം നീണ്ടുനിൽക്കുകയില്ലെന്നും താമസിയാതെ തന്നെ കുട്ടി ജനിക്കുമെന്നും ഞാൻ സ്വയമൊരു പ്രവചനം തട്ടിവിട്ടു.

എനിക്ക് യാതൊരുവിധ അമാനഷസിദ്ധിയുമില്ലെന്ന് ഏറ്റുപറഞ്ഞു കൊണ്ട് തുടരട്ടെ.. എന്റെ പ്രവചനം ഫലിച്ചു. ഒരുവർഷത്തിനുശേഷം യേശുദാസിന് ആദ്യത്തെ ആൺകുട്ടി ജനിച്ചു. അതിന്റെ ക്രെഡിറ്റ് അവകാശപ്പെട്ടുകൊണ്ട് കുട്ടി വീണ്ടും യേശുദാസിനെ സമീപിച്ചോ എന്ന് ഞാൻ അന്വേഷിച്ചില്ല. ആയിടെ നടന്ന പഞ്ചായത്ത് തെരഞ്ഞെടുപ്പിൽ മത്സരിച്ച കുട്ടി തോറ്റു തുന്നം പാടിയതായി പത്രത്തിൽ കണ്ടിരുന്നു.

ഏതായാലും അയ്യപ്പന്റെ അനുഗ്രഹം കൊണ്ടാണ് തനിക്ക് കുട്ടിയുണ്ടായതെന്ന് യേശുദാസ് പരസ്യപ്രസ്താവന നടത്തി. അതോടെ അദ്ദേഹത്തിന്റെ താടിക്കും മുടിക്കും നീളം വർധിക്കുകയും ചെയ്തു. ഒരു തനിസന്ന്യാസിയുടെ മട്ടുതന്നെ. അദ്ദേഹത്തിന്റെ ആരാധകരും 'മുടിയന്മാരായി' ഭക്തി പ്രകടിപ്പിച്ചു.

1979ൽ ജനിച്ച രണ്ടാമത്തെ കുട്ടിക്ക് അയ്യപ്പദാസ് എന്ന് പേരിട്ടതായി പത്രങ്ങളിൽ വാർത്ത വന്നിരുന്നു. പിന്നെയെന്തിനാണ് ആ കുട്ടിയെ മാമോദീസ മുക്കാൻ പള്ളിയിൽ കൊണ്ടുപോയതെന്ന് പിടികിട്ടിയില്ല. ഏതായാലും യൂണിവേഴ്സിറ്റി കോളേജിന് മുമ്പിലുള്ള പള്ളിയിലെ വികാരിയച്ചൻ ആ കുട്ടിക്ക് മാമോദീസ നിഷേധിച്ചു. അതും പത്രവാർത്തയായി.

അറുപതാം ജന്മദിനത്തിൽ യേശുദാസ് ഭാര്യയും കുട്ടികളുമായി കൊല്ലൂരിലെ മൂകാംബിക ക്ഷേത്രത്തിൽ പോയി ഭജന നടത്തിയെന്ന വാർത്ത കേട്ടപ്പോൾ യാതൊരു അത്ഭുതവും തോന്നിയില്ല. നാം ഇനിയും എന്തെല്ലാം കാണാനിരിക്കുന്നു!

* * * *

1975 ഒക്ടോബറിൽ വയലാർ രാമവർമ്മ അന്തരിച്ചപ്പോൾ അന്നുമുതൽ താൻ നടത്തുന്ന ഗാനമേളകളിൽ നിന്ന് ലഭിക്കുന്ന വരുമാനത്തിന്റെ ഒരുഭാഗം വയലാറിന്റെ അനാഥമായ കുടുംബത്തിന് നൽകുമെന്ന് യേശുദാസ് ഒരു പ്രഖ്യാപനം നടത്തിയിരുന്നു. അതേത്തുടർന്ന് ബോംബെയിലെ ഷൺമുഖാനന്ദ ഹാളിൽവച്ച് വയലാർ ഫണ്ടിലേക്കുള്ള ധനശേഖരണാർത്ഥം ഒരു ഗാനമേള നടത്തുകയും ചെയ്തതാണ്. അന്ന് അദ്ദേഹം അവിടെ വയലാർ എഴുതിയ 32 ഗാനങ്ങളാണ് ആലപിച്ചത്. നാഷണൽ സെന്റർ ഫോർ പെർഫോമിംഗ് ആർട്സ് ഡയറക്ടർ വി.കെ. നാരായണമേനോനായിരുന്നു പ്രധാന അതിഥി. ഈ പരിപാടിയിൽനിന്ന് നാല്പതിനായിരം രൂപ പിരിഞ്ഞു കിട്ടുകയും ചെയ്തിരുന്നു. പക്ഷെ പിന്നീട് അങ്ങനെ ചെയ്തതായി അറിവില്ല.

സ്റ്റുഡിയോ തുടങ്ങിയ ശേഷം അതിന് കാസറ്റ് റൈറ്റ്സ് കൊടുക്കുന്ന ചിത്രങ്ങളിലെ പാട്ടുകൾ മാത്രമേ താൻ പാടുകയുള്ളൂവെന്നൊരു നിബന്ധന കൊണ്ടുവന്നു. യേശുദാസ് അമേരിക്കയിലാണെങ്കിൽ അദ്ദേഹത്തെപ്പോലെ തന്നെ ഗാനഭൂഷണവും മറ്റും പാസായ കഴിവുള്ള മറ്റു

ഗായകരെക്കൊണ്ട് ആ ഗാനത്തിന്റ് ട്രാക്ക് പാടിക്കും. അത് പിന്നെ മാറ്റി ആ ശബ്ദത്തിനുപകരം യേശുദാസിന് സൗകര്യമുള്ളപ്പോൾ അദ്ദേഹത്തിന്റെ ശബ്ദം ചേർത്ത് ഇറക്കുന്ന സിനിമാഗാനങ്ങളാണ് നാം പിന്നീട് കേട്ടവയിലധികവും എന്നുകൂടി ഓർക്കുക. ആ ട്രാക് പാട്ടുകാരെക്കുറിച്ച് നമുക്കൊന്നും അറിഞ്ഞുകൂടാ.

ബോംബെയിൽ ആരൊക്കെയോ യേശുദാസിനെ പീഡിപ്പിക്കുന്നുവെന്ന് അക്കാലത്ത് വാർത്തകൾ പ്രചരിച്ചിരുന്നു. അതെന്തായാലും അദ്ദേഹത്തിന് ഹിന്ദിസിനിമയിൽ വേണ്ടത്ര ശോഭിക്കാൻ കഴിഞ്ഞില്ല. പ്രശ്നം ഭാഷയുടേതാണ്. മന്നാഡേ 'മാനസമൈനേ' എന്നും ലതാ മങ്കേഷ്കർ 'കദളീ ചെങ്കദളീ' എന്നും പാടിയപ്പോൾ നമുക്ക് കല്ലുകടി തോന്നിയില്ലേ? അതുപോലെ യേശുദാസ് ഹിന്ദിഗാനങ്ങൾ മലയാള അക്ഷരത്തിൽ എഴുതി പാടിയപ്പോൾ ഉത്തരേന്ത്യക്കാർക്കും അരോചകമായി തോന്നിയിരിക്കണം.

ഇതിനിടെ പൂനാ ഫിലിം ഇൻസ്റ്റിറ്റ്യൂട്ടിൽനിന്ന് സംഗീതം പഠിച്ച് ഫിലിം ഡവലപ്മെന്റ് കോർപറേഷനിൽ ജോലി നോക്കുന്ന വി.ആർ ഗോപിനാഥിന് യേശുദാസിനെക്കുറിച്ച് ഒരു ഡോക്യുമെന്ററി ഫിലിം നിർമ്മിക്കാൻ മോഹമുദിച്ചു. മുസ്തഫ എന്നൊരാൾ പണം മുടക്കാൻ മുന്നോട്ടുവരികയും ചെയ്തു. കാര്യനിർവഹണത്തിന് അതിരമ്പുഴ ശ്രീനി എന്നൊരാളുണ്ട്. പൂനയിൽനിന്ന് സിനിമാട്ടോഗ്രാഫി പഠിച്ചുവന്ന ദിവാകര മേനോനാണ് ക്യാമറാമാൻ. ശ്രീലതയുടെ ഭർത്താവായിരിക്കുന്ന ആയുർവേദ ഡോക്ടർ ബാബു നമ്പൂതിരിയുമുണ്ടായിരുന്ന ഉത്സാഹക്കാരനായി.

യേശുദാസ് കേരളത്തിൽ വരുന്ന സമയം നോക്കി അദ്ദേഹത്തിന്റെ സൗകര്യം അനുസരിച്ച് അദ്ദേഹം പോകുന്ന പിന്നാലെയെല്ലാം ക്യാമറയുമായി ഈ ചെറുപ്പക്കാർ ഓടിനടന്നു. യേശുദാസിനും ആദ്യമൊക്കെ ഉത്സാഹമായിരുന്നെങ്കിലും പിന്നീട് പിടികൊടുക്കാതെ നടന്നു. അതുകൊണ്ട് ഈ ചിത്രം പൂർത്തിയാക്കാൻ കഴിഞ്ഞില്ല. അതിന് മുടക്കിയ പണമത്രയും വെള്ളത്തിലായി. യേശുദാസ് ഒന്ന് മനസ്സുവച്ചാൽ ഈ ചിത്രം പൂർത്തിയാകുമായിരുന്നു.

കെ.പി.എ.സിയുടെ നാടകങ്ങളിലൂടെ പ്രസിദ്ധനായ ഗായകൻ കെ. എസ്. ജോർജിനെപ്പറ്റി കേൾക്കാത്ത ആരെങ്കിലും ഇവിടെയുണ്ടോ? അക്കാലത്ത് ജോർജിന് യേശുദാസിന് ഇന്നുള്ളപോലെ ആരാധകരുണ്ടായിരുന്നു. അദ്ദേഹം നാടകങ്ങളിൽ പാടുക മാത്രമല്ല, പ്രധാന റോളുകളിൽ അഭിനയിക്കുകയും ചെയ്തിരുന്നു. അന്ന് ജോർജ് പാടിയ 'പൊന്നരിവാളമ്പിളിയില് കണ്ണെറിയുന്നോളെ', 'പാമ്പുകൾക്ക് മാളമുണ്ട്, പറവകൾക്കാകാശമുണ്ട്', 'ബലികുടീരങ്ങളേ' മുതലായ ഗാനങ്ങൾ ഇന്നും രാഷ്ട്രീയ സമ്മേളനമൈതാനങ്ങളിൽ ഇരമ്പാറുണ്ടല്ലോ?

കെ.പി.എ.സിയിൽനിന്ന് പിരിഞ്ഞ ശേഷം ജോർജിന് വലിയ ദാരിദ്ര്യമായിരുന്നു. തിരുവനന്തപുരത്ത് മണക്കാട്ട് രോഗിയായി കിടക്കുന്ന ജോർജിനെ സഹായിക്കാൻ ചില സുഹൃത്തുക്കൾ ചേർന്ന് തിരുവനന്തപുരം വി.ജെ.ടി ഹാളിൽ യേശുദാസിന്റെ ഒരു ഗാനമേള നടത്താൻ തീരുമാനിച്ചു. പാടാമെന്ന് യേശുദാസും ഏറ്റിരുന്നതാണ്. പരിപാടി സൗജന്യമായതുകൊണ്ടോ തുക കുറഞ്ഞുപോയതു കൊണ്ടോ എന്നറിയില്ല യേശുദാസ് പാടാൻ എത്തിച്ചേർന്നില്ല. ഗാനമേള കേൾക്കാൻ ടിക്കറ്റെടുത്ത് എത്തിയ ജനങ്ങൾ വി.ജെ.ടി ഹാളിലെ ഇരിപ്പടങ്ങൾ

തല്ലിത്തകർത്തു. അതിന്റെ നഷ്ടപരിഹാരം കൂടി നൽകേണ്ട ഗതികേടാണ് ജോർജിനുണ്ടായത്.

* * * *

ഒരു പുതിയ ഗാനം എഴുതുമ്പോൾ അതാര് പാടണമെന്നു കൂടി അതിൽ ഈശ്വരൻ കുറിച്ചിടുമെന്ന് യേശുദാസ് പ്രസ്താവിക്കുകയുണ്ടായി. അത് ശരിയാണെന്ന് വിശ്വസിക്കാൻ തയ്യാറാകുന്ന കുറച്ചു പേരെങ്കിലും ഉണ്ടാകുമല്ലോ?

1979-ൽ ഒരുദിവസം രാവിലെ യേശുദാസിനെ ഞാൻ വീണ്ടും പ്രഭയുടെ ജഗതിയിലുള്ള വീട്ടിൽവച്ച് കണ്ടു. എന്നോടൊപ്പം യേശുദാസിനെ അന്തംവിട്ട് ആരാധിക്കുന്ന ഒരു പത്രപ്രവർത്തകനും ഫോട്ടോഗ്രാഫറുമുണ്ടായിരുന്നു. യേശുദാസ് വെള്ളമുണ്ടും വെള്ള ജുബയും ധരിച്ച് പത്രം വായിക്കുകയായിരുന്നു. തുടക്കത്തിൽ സന്തോഷവാനായിരുന്ന അദ്ദേഹത്തിന്റെ കുറെ ചിത്രങ്ങൾ ആദ്യമേ തന്നെ ചെടികൾക്കിടയിലും മറ്റും പിടിച്ചുനിർത്തിയെടുത്തു. എന്റെ കൂടെ ഉണ്ടായിരുന്ന ആളോട് യേശുദാസുമായി സംസാരിച്ചോളാൻ പറഞ്ഞിട്ട് ഞാൻ അതെല്ലാം കേട്ടുകൊണ്ട് അല്പം മാറിയിരുന്നു.

പലതും പറഞ്ഞുവന്ന കൂട്ടത്തിൽ തന്റെ കഴിവ് ദൈവം തന്നതാണെന്നും മറ്റാരോടും യാതൊരു കടപ്പാടുമില്ലെന്നും അദ്ദേഹം പറഞ്ഞു.

ആദ്യം ചാൻസ് നൽകിയ എം.ബി. ശ്രീനിവാസൻ, ബാബുരാജ്, ദേവരാജൻ, ദക്ഷിണാമൂർത്തി മുതലായ സംഗീത സംവിധായകർക്കും വയലാർ, പി. ഭാസ്കരൻ, ഒ.എൻ.വി. മുതലായ ഗാനരചയിതാക്കൾക്കും അദ്ദേഹത്തിന്റെ വളർച്ചയിൽ പങ്കില്ലേ എന്ന് ചോദിച്ചപ്പോൾ അവർക്കൊക്കെ തന്നെ ആവശ്യമായതു കൊണ്ട് തന്റെ അടുത്തു വന്നതാണെന്നും അത് തനിക്ക് കഴിവുള്ളതു കൊണ്ടാണെന്നുമായിരുന്നു മറുപടി.

അതുവരെ മിണ്ടാതിരുന്ന ഞാൻ ചോദിച്ചു: ''ദൈവികമായ കഴിവ് ഉപയോഗിച്ച് പരിപ്പുവട, പക്കവട എന്നൊക്കെ പാടുന്നതും കേട്ടിട്ടുണ്ടല്ലോ.''

''ഇത് ഒരു ബിസിനസാണ്. ഇവിടെ പിടിച്ചുനിൽക്കണമെങ്കിൽ ഇടയ്ക്കിടെ ഇത്തരം പാട്ടുകളും പാടേണ്ടിവരും.'' എനിക്ക് വേണ്ട മറുപടി കിട്ടി.

''അപ്പോൾ ഇത് ഒരു ബിസിനസാണെന്നും സമ്മതിക്കുന്നു അല്ലേ.'' ഞാൻ ചോദിച്ചു. അദ്ദേഹം അത് സമ്മതിക്കുകയും ചെയ്തു.

പിരിയാൻ നേരം ചോദിച്ചു: ''അപ്പോൾ ഇതൊക്കെ എഴുതാമല്ലോ?''

''എഴുതാൻ വേണ്ടിയല്ല ഞാനിതൊക്കെ പറഞ്ഞത്''

''അങ്ങനെ രണ്ടുതരം പറച്ചിലുണ്ടോ? എഴുതാൻ വേണ്ടി ഒന്ന്, എഴുതാതിരിക്കാൻ വേണ്ടി മറ്റൊന്ന്. എഴുതും നിങ്ങൾ പറഞ്ഞതുമാത്രം.''

''അത് അച്ചടിക്കുന്നതിന് മുമ്പ് എന്നെ കാണിക്കണം.''

''അങ്ങനെ ഒരു പതിവില്ല.''

''ഞാൻ കേസ് കൊടുക്കും.''

''നിങ്ങൾ പറഞ്ഞതുമാത്രമേ എഴുതുന്നുള്ളു. കേസ് കൊടുക്കാനുള്ള സ്വാതന്ത്ര്യം നിങ്ങൾക്കുണ്ട്.''

സന്തോഷത്തോടെയായിരുന്നില്ല വിടവാങ്ങൽ. ഈ ഇന്റർവ്യൂ അങ്ങനെതന്നെ ഞാൻ പ്രസിദ്ധീകരിച്ചു.

പാൽപായസത്തിന് നല്ല സ്വാദുണ്ട്. എന്നുവച്ച് ജീവിതകാലം മുഴുവൻ നാലുനേരവും പാൽപായസം തന്നെ കഴിക്കാൻ പറ്റുമോ? അടപ്രഥമൻ, കടലപ്രഥമൻ, പയർപ്രഥമൻ, സേമിയാ പായസം മുതലായവയ്ക്കും നല്ല സ്വാദില്ലേ? മറ്റു കറികൾക്കും പലഹാരങ്ങൾക്കും അതിന്റേതായ രുചിയില്ലേ? അതൊക്കെ നമുക്ക് അപ്രാപ്യമാകുന്നില്ലേ?

മമ്മൂട്ടിക്ക് പത്മശ്രീ ബഹുമതി കിട്ടിയെന്നുവച്ച് എല്ലാ സിനിമയിലും അദ്ദേഹം തന്നെ നായകനായി അഭിനയിച്ചാൽ മതിയോ? തകഴി നല്ല നോവലിസ്റ്റായതുകൊണ്ട് അദ്ദേഹം മാത്രം നോവൽ എഴുതിയാൽ മതിയോ?

കലയെന്ന പൂന്തോട്ടത്തിൽ പല നിറവും പല വാസനയുമുള്ള പൂക്കൾ വിടരണം. അവിടെ പുതിയ കലാകാരന്മാർ കടന്നുവരണം. നൂറുപൂക്കൾ വിരിയുക തന്നെ വേണം.

■

ദു:ഖപുത്രി

ഇണപ്രാവുകൾ എന്ന സിനിമ നിർമ്മിക്കാൻ ഉദയാസ്റ്റുഡിയോ ഉടമ കുഞ്ചാക്കോ തീരുമാനിക്കുന്നത് 1965-ലാണ് മുട്ടത്തുവർക്കിയുടേതായിരുന്നു കഥയും സംഭാഷണവും. റാഹേലിന്റെയും അമ്മിണിയുടെയും റോളുകൾ അഭിനയിക്കാൻ രണ്ട് പെൺകുട്ടികളെ ആവശ്യമുണ്ടായിരുന്നു. റാഹേലിന്റെ റോളിലേക്ക് ഷീലയെ സമീപിച്ചു. എന്നാൽ അവർക്ക് ആ റോൾ അഭിനയിക്കാൻ ഇഷ്ടമില്ലെന്ന് പറഞ്ഞു.

അക്കാലത്ത് ധാരാളം തമിഴ് - മലയാള സിനിമകളിൽ നായികയായി അഭിനയിച്ചിരുന്ന ബി.എസ്.സരോജയോട് കുഞ്ചാക്കോ മദ്രാസിൽ അവർക്ക് പരിചയമുള്ള ഏതെങ്കിലും ഒരു നടിയെ പറയാൻ ആവശ്യപ്പെട്ടു.

അല്പം ആലോചിച്ചശേഷം അവർ പറഞ്ഞു തമിഴ് പടങ്ങളിൽ ശാരദ എന്നൊരു തെലുങ്കുനടി അഭിനയിക്കുന്നുണ്ടെന്ന്. ഇപ്പോൾ 'അരുണ ഗിരിനാഥൻ' എന്നൊരു ചിത്രത്തിൽ അഭിനയിച്ചുകൊണ്ടിരിക്കുകയാണ്. അവരെ നേരിൽക്കണ്ടാൽ നിങ്ങൾക്ക് ഇഷ്ടമായില്ലെന്നു വരും. അതുകൊണ്ട് ആ പടത്തിന്റെ റഷസ് കാണാൻ ഞാൻ ഏർപ്പാട് ചെയ്യാം. അതുകണ്ട ശേഷം തൃപ്തിപ്പെട്ടെങ്കിൽ മാത്രം ശാരദയെ വരുത്തിയാൽ മതി.

കുഞ്ചാക്കോ സമ്മതിച്ചു. അടുത്ത പ്രാവശ്യം മദ്രാസിൽ പോയപ്പോൾ ആ ചിത്രത്തിന്റെ റഷസ് കണ്ടു. അതിൽ കണ്ട ശാരദയെ ഇഷ്ടപ്പെടുകയും ചെയ്തു. അതിനുശേഷമാണ് അവരെ നേരിട്ടുകണ്ടത്.

നേരിട്ടുകണ്ടപ്പോൾ സരോജ പറഞ്ഞത് ശരിയാണെന്ന് തോന്നി. കറുത്തു മെല്ലിച്ച ഒരു പെൺകുട്ടി. റഷസ് കാണുന്നതിനുമുമ്പ് ശാരദയെ കണ്ടിരുന്നെങ്കിൽ കുഞ്ചാക്കോ അവരെ തെരഞ്ഞെടുക്കുകയി

ല്ലായിരുന്നു. ഏതായാലും 'ഇണപ്രാവു'കളിൽ റാഹേലിന്റെ റോൾ അഭിനയിക്കാൻ കുഞ്ചാക്കോ ശാരദയുമായി കരാറുണ്ടാക്കി. 1001 രൂപയുടെ അഡ്വാൻസ് വിറയ്ക്കുന്ന കൈകളോടെയാണ് ശാരദ വാങ്ങിയത്.

അങ്ങനെയാണ് മൂന്ന് ഉർവ്വശി അവാർഡുകൾ നേടിയ പ്രസിദ്ധ തെന്നിന്ത്യൻ താരം ശാരദ ആദ്യമായി മലയാളത്തിൽ അഭിനയിക്കുന്നത്.

ശാരദ ഒരു മലയാളി അല്ലെന്നു പറഞ്ഞാൽ അത് വിശ്വസിക്കാൻ മടിക്കുന്നവരുണ്ടാകും.

ഹോളിവുഡിൽ അറുപതുകളിലെ ഏറ്റവും പ്രശസ്തരായ രണ്ട് നടികളായിരുന്ന എലിസബത്ത് ടെയ്‌ലറും സോഫിയാ ലോറനും. ഇതിൽ ആദ്യത്തെ ആൾ മാദക റോളുകളിലും രണ്ടാമത്തെ ആൾ അഭിനയശേഷിയുള്ള റോളുകളിലും ശോഭിച്ചവരാണ്. മലയാളത്തിൽ ഇങ്ങനെ ഷീല സെക്സിയായും ശാര ദുഃഖപുത്രിയായും ധാരാളം ചിത്രങ്ങളിൽ അഭിനയിച്ച് ഒരു കാലഘട്ടത്തിന്റെ ശക്തരായ പ്രതിനിധികളായി ശോഭിച്ചുവെന്ന് മാത്രമല്ല ഇന്നും നമ്മുടെ മനസ്സിൽ അസ്വസ്ഥതകൾ സൃഷ്ടിക്കുകയും ചെയ്യുന്നു. മലയാള സിനിമയിൽ ഇവരെപ്പോലെ സ്വാധീനം ചെലുത്തിയിട്ടുള്ള മറ്റു നടികളാരുമുണ്ടായിട്ടില്ലെന്ന് ഉറപ്പിച്ചുപറയാൻ സാധിക്കും.

ആന്ധ്രാപ്രദേശത്തെ തെനാലി എന്ന സ്ഥലത്ത് 1945-ൽ സത്യവാണി മുത്തുവിന്റെയും വെങ്കിടേശ്വര റാവുവിന്റെയും പുത്രിയായി ജനിച്ച ശാരദ ഏഴാം ക്ലാസ് വരെയേ പഠിച്ചിട്ടുള്ളു. അഞ്ചാമത്തെ വയസിൽ അച്ഛന്റെ കൂട്ടുകാരുടെ മുന്നിൽ നൃത്തം ചെയ്തുകൊണ്ടാണ് ശാരദ കലാരംഗത്തേക്ക് വന്നത്. ആദ്യമൊക്കെ നാടകങ്ങളിൽ അഭിനയിച്ചു. അവരുടെ പ്രോത്സാഹനവും സഹായവും കൊണ്ടാണ് സിനിമയിൽ ചാൻസ് അന്വേഷിച്ച് മദ്രാസിൽ എത്തിയത്. കുറേക്കാലം ചാൻസ് ഒന്നും ലഭിച്ചില്ല.

ശാരദയ്ക്ക് മുമ്പേതന്നെ മറ്റൊരു തെനാലിക്കാരി മദ്രാസിലെത്തി പിന്നണിഗായിക എന്ന നിലയിൽ രംഗം പിടിച്ചടക്കി കഴിഞ്ഞിരുന്നു- എസ്. ജാനകി, ശാരദ ആദ്യം ജാനകിയുടെ സഹായിയായി അവരുടെ വീട്ടിൽ ആണ് താമസിച്ചത്. തെലുങ്കുനാടകങ്ങളിൽ ഇടയ്ക്കൊക്കെ അഭിനയിച്ചുകൊണ്ടിരുന്ന അവർ മറ്റു ജൂനിയർ ആർട്ടിസ്റ്റുകളെ പോലെ അവസരത്തിനുവേണ്ടി പല നിർമ്മാതാക്കളുടെയും വാതിലുകളിൽ മുട്ടിനടന്നു.

ശാരദ അഭിനയിച്ച 'തിരുപ്പതി' എന്ന തെലുങ്ക് നാടകം ഉദ്ഘാടനം ചെയ്യാനെത്തിയത് ശിവാജി ഗണേശനാണ്. അവിടെവച്ചാണ് ശാരദ തനിക്ക് സിനിമയിൽ അഭിനയിക്കാനുള്ള ആഗ്രഹം അദ്ദേഹത്തെ അറിയിച്ചത്.

മലയാളത്തിലെ അതേ അനുഭവം തന്നെയായിരുന്നു ശാരദയ്ക്ക് തമിഴിലും ഉണ്ടായത്. രാജാമണി പിക്ചേഴ്സിന്റെ 'കുങ്കുമം' എന്ന ചിത്രത്തിലാണ് അവർ തമിഴിൽ ആദ്യമായി അഭിനയിക്കുന്നത്. അതിൽ നായകനായി ശിവാജി ഗണേശനെയാണ് നിശ്ചയിച്ചിരുന്നത്. ഈ ചിത്രത്തിൽ എസ്.എസ്. രാജേന്ദ്രൻ, വിജയകുമാരി തുടങ്ങിയവരും അഭിനയിക്കുന്നുണ്ടായിരുന്നു. കൃഷ്ണൻ-പഞ്ചു ടീമായിരുന്നു സംവിധാനം.

"ഈർക്കിലി പോലെ എല്ലിച്ച ഒരു കറുത്ത സ്ത്രീ - കണ്ടാൽ വി

ശേഷവിധിയായി ഒരാകർഷണീയതയുമില്ല. ഇങ്ങനെയുള്ള ഒരു നടിയെ തെലുങ്കിൽനിന്ന് എന്തിന് തമിഴിലേക്ക് കൊണ്ടുവരണം?'' പലരും ഡയറക്ടർമാരോട് ചോദിച്ചു. ഇതു ശരിയല്ലേ എന്ന് അവർക്കും തോന്നിത്തുടങ്ങി. ഒടുക്കം ശാരദയെ കുങ്കുമത്തിൽ എടുക്കണോ എന്ന പ്രശ്നം നായകനായ ശിവാജി ഗണേശനു തന്നെ വിട്ടു. അദ്ദേഹം തന്റെ അനുജനു കൊടുത്തുവിട്ട ഫോട്ടോയിൽ തമിഴിൽ കുറിച്ചിട്ടിരുന്ന നിർദ്ദേശങ്ങൾ ഇവയാണ്. നെറ്റിക്ക് വീതി കൂട്ടണം. പുരികം നേരേയാക്കണം, മൂക്കിന്റെ അടിഭാഗം ശ്രദ്ധിക്കണം.

1961-ൽ അവർ ആദ്യമായി കുങ്കുമം എന്ന തമിഴ് ചിത്രത്തിൽ നായികയായി അഭിനയിച്ചു. ഈ ചിത്രത്തിൽ ശാരദ ഒരു പരാജയമായിരുന്നു. പിന്നീട് തമിഴിൽ അരുണ ഗിരിനാഥനിൽ കൂടി മാത്രമേ അവർ അഭിനയിച്ചിട്ടുള്ളു. തമിഴിലെ പ്രകടനപ്രധാനമായ അഭിനയത്തേക്കാൾ മലയാളത്തിലെ സൂക്ഷ്മാഭിനയമാണ് ശാരദയ്ക്ക് ചേർന്നതെന്നതാകാം ഇതിന് കാരണം.

ഇണപ്രാവിൽ റാഹേലിന്റെ റോൾ എടുക്കുവാനും അമ്മിണിയുടെ റോളിനുവേണ്ടി നിർബന്ധം പിടിക്കാതിരിക്കാനും ഷീല തയ്യാറായെങ്കിൽ ശാരദ മലയാള ചലച്ചിത്രരംഗത്ത് വരുമായിരുന്നില്ല.

തെലുങ്കരും തമിഴരും ശാരദ എന്ന നടിയെ കണ്ടെത്താൻ തയ്യാറാകാതെ വന്നപ്പോൾ മലയാള സിനിമ അവരുടെ അഭിനയശേഷി കണ്ടെത്തി. അവർക്കിവിടെ നിന്ന് ലഭിക്കാവുന്ന പരമാവധി ധനവും പ്രശസ്തിയും ലഭിച്ചു. തെലുങ്കിനെയും തമിഴിനെയും അപേക്ഷിച്ച് മലയാളത്തിൽ പ്രതിഫലം വളരെ കുറവാണെങ്കിലും ഇവിടെ നിന്നാണ് സംതൃപ്തി ലഭിച്ചത്.

ശാരദയുടെ അഭിനയവും സൗന്ദര്യവും നമ്മെ മടുപ്പിച്ചില്ല. സാന്ധ്യപ്രകാശം പോലെ അത് നമ്മുടെ മനസിനെ തണുപ്പിക്കുന്നു. അവർ അത്യുജ്വലമായ ഭാവാഭിനയം കൊണ്ട് നിരൂപകരുടെ അഭിനന്ദനം നേടിയെടുത്തു.

'തുലാഭാരം' എന്ന ചിത്രത്തിലൂടെ ഉർവശി ആയ ശാരദയ്ക്ക് പ്രശസ്തിയും കൂടുതൽ ആരാധകരും ഉണ്ടായി. അതിലെ അഭിനയം അവരുടെ അഭിനയജീവിതത്തിലെ നാഴികക്കല്ലായിരുന്നു. പല ഭാഷകളിലും ഈ ചിത്രം ഡബ്ബ് ചെയ്തു.

അടൂർ ഗോപാലകൃഷ്ണൻ സംവിധാനം ചെയ്ത 'സ്വയംവരം' എന്ന ചിത്രത്തിൽ മധുവിന്റെ നായികയായി അഭിനയിച്ചതിനാണ് ശാരദയ്ക്ക് വീണ്ടും സ്വർണമെഡൽ ലഭിച്ചത്. സ്വയംവരം ലോകത്ത് പലയിടങ്ങളിലും പ്രദർശിപ്പിച്ചു.

1973-ൽ രണ്ടാമതും ഉർവ്വശി അവാർഡ് ലഭിച്ച ശാരദ മദ്രാസിലെ ന്യൂവുഡ്ലാന്റ്സ് ഹോട്ടലിലെ ലോണിൽവച്ച് ഒരു രാത്രിയിൽ മദ്രാസിലെ പത്രപ്രവർത്തകർക്ക് മാത്രമായി ഒരു വിരുന്ന് നൽകി. അവിടെവച്ചാണ് ഞാൻ ആദ്യമായി അവരെ നേരിട്ടുകാണുന്നത്. തദവസരത്തിൽ അവർ മലയാള സിനിമാരംഗത്തെക്കുറിച്ച് വാനോളം പുകഴ്ത്തി സംസാരിച്ചു. സ്വയംവരം നിർമ്മിച്ച ചിത്രലേഖ ഫിലിം സൊസൈറ്റിയുടെ സെക്രട്ടറി കുളത്തൂർ ഭാസ്കരൻനായരും സ്വയംവരം നിർമ്മിക്കാൻ സഹിച്ച ബുദ്ധിമുട്ടുകൾ വിശദീകരിച്ചു.

യക്ഷി, അടിമകൾ, ഇരുട്ടിന്റെ ആത്മാവ്, മുറപ്പെണ്ണ് മുതലായ ചിത്രങ്ങളിലും ശാരദ അത്ഭുതാവഹമായ അഭിനയം കാഴ്ചവച്ചു.

മാനുഷികവും ഹൃദയാകർഷകവുമായ സ്വയംവരത്തിൽ ശാരദ പ്രകാശം ചൊരിയുന്ന അഭിനയമാണ് കാഴ്ചവച്ചതെന്ന് ലണ്ടനിലെ ഒരു പത്രം എഴുതി.

ശാരദ രണ്ട് മലയാളം ചിത്രങ്ങൾ സ്വന്തമായി നിർമ്മിച്ചിട്ടുണ്ട്. എം. കൃഷ്ണൻനായർ സംവിധാനം ചെയ്ത ഭദ്രദീപവും ഒരുപിടി അരിയും. ഭദ്രദീപത്തിന്റെ സംഗീത സംവിധായകനായി നിശ്ചയിച്ചിരുന്നത് ദേവ രാജനെയാണ്. തനിക്ക് വേണ്ടി പാടുന്നത് തന്റെ നാട്ടുകാരിയായ എസ്. ജാനകി ആയിരിക്കണമെന്ന് ശാരദയ്ക്ക് നിർബന്ധമുണ്ടായിരുന്നു. എന്നാൽ താൻ ട്യൂൺ ചെയ്യുന്ന പാട്ടെല്ലാം മാധുരിയെക്കൊണ്ടു പാടി ക്കണമെന്ന് ദേവരാജനും ശാഠ്യമായിരുന്നു. അവസാനം ദേവരാജനെ മാറ്റി പകരം ബാബുരാജിനെ സംഗീതം ഏൽപിക്കുകയാണുണ്ടായത്.

സിനിമാമാസിക ലേഖകൻ നടരാജനാണ് ഭദ്രദീപത്തിന്റെ തമിഴ്നാ ട്ടിലെ വിതരണാവകാശം വാങ്ങിയത്. ആ ചിത്രം മൗണ്ട് റോഡിലെ ന്യൂ എൽഫിൻസ്റ്റൺ തിയേറ്ററിൽ റിലീസ് ചെയ്യുമ്പോൾ കാണികളെ ആകർഷിക്കാനായി ഒരു കത്ത് ഉണ്ടാക്കി. ശാരദ എഴുതുന്നതുപോലെ യുള്ള ഒരു കത്ത് ഞാനെഴുതിക്കൊടുത്തു. അത് ആർടിസ്റ്റ് രാധാകൃ ഷ്ണൻ സ്വന്തം കൈപ്പടയിൽ എഴുതി ബ്ലൂ ഇങ്കിൽ ഇൻലാന്റിൽ പ്രിന്റ് ചെയ്ത് മദ്രാസിലെ മലയാളികൾക്കെല്ലാം അയച്ചു. അവർ ചിത്രം കാണാൻ ഇരച്ചുകയറുകയും ചെയ്തു.

രണ്ടാമത്തെ ഉർവശി അവാർഡു കൂടി ലഭിച്ചതോടെ ശാരദയ്ക്ക് തെലുങ്കിൽ ധാരാളം അവസരങ്ങൾ ലഭിച്ചുതുടങ്ങി. മലയാളത്തിൽ അഭിനയിക്കുമ്പോൾ കിട്ടുന്നതിന്റെ മൂന്നും നാലും ഇരട്ടി പ്രതിഫലം അവിടെ ലഭിക്കും. അതുകൊണ്ട് ശാരദ ക്രമേണ തെലുങ്കിലേക്ക് മട ങ്ങിപ്പോകാനാരംഭിച്ചു. വർഷത്തിൽ അഞ്ച തെലുങ്കു ചിത്രങ്ങളിലും രണ്ട് മലയാള ചിത്രങ്ങളിലും വീതം അഭിനയിക്കാനായിരുന്നു അവ രുടെ തീരുമാനം. തെലുങ്കിൽ 'ശാരദ' എന്ന പേരിൽ പുറത്തിറങ്ങിയ ചിത്രം അവിടെ 200 ദിവസം ഓടി. ഈ ചിത്രത്തോടെയാണ് അവർ തെലുങ്കിൽ തിരക്കുള്ള നടിയായത്.

ദൽഹിയിൽ വെച്ച് നടന്ന ഒരു ചടങ്ങിൽ മലയാള സിനിമയിൽ അഭിനയിച്ചു രണ്ട് തവണ ഉർവശി അവാർഡ് നേടിയെങ്കിലും താൻ മലയാളത്തിന്റെ മാത്രം നടിയല്ലെന്നും ഇന്ത്യയുടെ മുഴുവൻ നടിയാ ണെന്നും ശാരദ വെട്ടിത്തുറന്നു പറഞ്ഞു.

ഇതേത്തുടർന്ന് തെലുങ്കിലും തമിഴിലും കിട്ടുന്ന പ്രതിഫലം മലയാ ളത്തിലും കിട്ടണമെന്ന് അവർ വാശി പിടിച്ചുതുടങ്ങി.

തുലാഭാരം തെലുങ്കിലും ഹിന്ദിയിലും നിർമ്മിച്ചു. അതിലൊക്കെ ശാരദ തന്നെയായിരുന്നു നായിക. തെലുങ്കിൽ അതുവരെ വിരളമായേ സാമൂഹ്യചിത്രങ്ങൾ പുറത്തുവന്നിരുന്നുള്ളു. അപൂർവമായി വരുന്നവ പരാജയപ്പെടുകയും ചെയ്യും. എന്നാൽ തുലാഭാരം സാമ്പത്തികമാ യും വൻവിജയം കൈവരിച്ചു. അതോടെ തെലുങ്കിൽ അത്തരം ചിത്ര ങ്ങൾ നിർമ്മിക്കുന്ന പ്രവണത വളർന്നുവന്നു. കലാമൂല്യമുള്ള ചിത്ര ങ്ങളിലെല്ലാം ശാരദയെ ബുക്ക് ചെയ്യാനാരംഭിച്ചതു കൊണ്ടാണ് അവർ തെലുങ്കിൽ തിരക്കുള്ള നടിയായത്.

അതുവരെ മഹാലിംഗപുരത്തെ ഒരു വാടകവീട്ടിലാണ് ശാരദ താമ സിച്ചിരുന്നത്. തെലുങ്കിലെ ഹാസ്യനടനായ ചലം ആയിരുന്നു അവ രുടെ ഭർത്താവ്. അവർക്ക് സ്വന്തമായി ഒരു വാഹനം പോലും ഇല്ലാ

യിരുന്നു.

തെലുങ്കിൽ തിരക്കായതോടെ അവർ സ്വന്തം വീടിന്റെ പണിയാരംഭിച്ചു. മദ്രാസിൽ മലയാള താരങ്ങൾക്കുള്ളതിൽ ഏറ്റവും വലിയ വീട് ശാരദയുടേതാണ്.

ശാരദ ഒരുവിധം മലയാളം സംസാരിക്കും. പക്ഷേ സാഹിത്യം പറഞ്ഞാൽ മനസിലാവില്ല. അവർക്കുവേണ്ടി ടി.ആർ.ഓമന എന്ന നടിയാണ് ശബ്ദം നൽകിയിരുന്നത്.

8-9-74ലെ റാണി വാരികയിൽ തനിക്ക് രണ്ടുതവണ ഉർവ്വശിപ്പട്ടം നേടിക്കൊടുത്ത മലയാള നിർമ്മാതാക്കൾ നന്ദിയില്ലാത്തവരാണെന്ന് ശാരദ പറഞ്ഞതായി ഒരു റിപ്പോർട്ട് പ്രസിദ്ധീകരിച്ചു. താൻ മലയാള സിനിമാവേദിക്ക് ഉർവശിപ്പട്ടം നേടിക്കൊടുക്കുകയായിരുന്നു എന്നും അവർ അവകാശപ്പെട്ടു.

ഫിലിമാലയ എന്ന വാരിക ഇത് മറ്റൊരുവിധത്തിലാണ് റിപ്പോർട്ട് ചെയ്തത്. ഒരു പടത്തിൽ അഭിനയിക്കാൻ ശാരദ അമ്പതിനായിരം രൂപ ചോദിക്കുന്നു. ഇത്രയും വലിയ പ്രതിഫലം നൽകാൻ മലയാള നിർമ്മാതാക്കൾക്ക് കഴിവില്ല. ശാരദ ഇപ്പോൾ പതിനഞ്ച് തെലുങ്ക് ചിത്രങ്ങളിൽ അഭിനയിക്കുന്നുണ്ട്. അവർക്ക് എഴുപത്തി അയ്യായിരം വച്ചാണ് പ്രതിഫലം. ഇത്ര വലിയ പ്രതിഫലം വാങ്ങാനുള്ള അവസരം ഉണ്ടാക്കിക്കൊടുത്തത് മലയാള സിനിമയാണ്.

ശാരദയുടെ മറുപടി ഇങ്ങനെയായിരുന്നു: ''മലയാള ചിത്രങ്ങൾ കുറഞ്ഞ ചെലവിൽ എടുക്കുന്നവയാണെന്ന് എനിക്കറിയാം. പ്രതിഫലത്തിന്റെ കാര്യത്തിൽ വിട്ടുവീഴ്ച ചെയ്ത് മലയാളത്തിൽ ഇതുവരെ അഭിനയിച്ചത് ആത്മസംതൃപ്തിക്കു വേണ്ടിയാണ്. ഇന്നാ സ്ഥിതി മാറിയിരിക്കുന്നു. കുറഞ്ഞ പ്രതിഫലത്തിൽ അഭിനയിച്ചിട്ടും എന്റെ സമയത്തിന് അനുസരിച്ച് ചിത്രീകരണം പൂർത്തിയാക്കാത്ത നിർമ്മാതാക്കളെയാണ് ഞാൻ നന്ദികെട്ടവരെന്ന് വിളിച്ചത്.''

ശാരദയെ ഉർവശി പോയിട്ട് വെറും ശാരദയാക്കിയതു തന്നെ മലയാള നിർമ്മാതാക്കളാണെന്ന യാഥാർത്ഥ്യം തലമറന്ന് എണ്ണ തേക്കുന്നതിന് തുല്യമാണെന്ന് കുഞ്ചാക്കോ അഭിപ്രായപ്പെട്ടു.

ഇതിന് മറുപടിയായി ശാരദ, നിലവാരമുള്ള ചിത്രങ്ങൾ എടുക്കുന്ന ആരെങ്കിലുമാണ് ഇങ്ങനെ പറഞ്ഞിരുന്നതെങ്കിൽ തനിക്ക് പ്രയാസം തോന്നുകയില്ലായിരുന്നുവെന്നും കള്ളൻ പൊയ്ക്കഴിഞ്ഞ് ആറുമാസം കഴിഞ്ഞ് കള്ളനെ തേടുന്നതുപോലെയാണിതെന്നും പറഞ്ഞു.

ശാരദ്യ്ക്ക് സ്വാഭാവികമായും പഴയതുപോലെ മലയാളചിത്രങ്ങളിൽ അഭിനയിക്കാൻ സമയം കിട്ടിയില്ല. എന്നിട്ടും അവർ ഇടയ്ക്കിടെ ചില ചിത്രങ്ങളിൽ അഭിനയിച്ചുകൊണ്ടുമിരുന്നു. അടൂർ ഗോപാലകൃഷ്ണനന്റെ 'എലിപ്പത്തായ'ത്തിലും മറ്റും അവർ ഉണ്ടായിരുന്നത് ഓർക്കുക.

തെലുങ്കുസിനിമയിൽ അഭിനയിച്ച് അവർ മൂന്നാമതും ഒരു ഉർവശി അവാർഡ് നേടിയെടുത്തു. അങ്ങനെ തെലുങ്കിലും സ്റ്റാറായി.

ആ സ്റ്റാർ വാല്യുവിന്റെ ബലത്തിൽ തെലുങ്കുദേശം സ്ഥാനാർത്ഥിയായി പാർലമെന്റിലേക്ക് മത്സരിച്ചു ജയിച്ചു. രണ്ടാമത്തെ തവണ പരാജയപ്പെടുകയും ചെയ്തു. ഉണ്ടാക്കിയ പണം കുറെ കളഞ്ഞുകുളിച്ചിരിക്കണം.

■

അവിടെയും ഇവിടെയും

ആദ്യകാലത്ത് മലയാള സിനിമയിൽ അഭിനയിക്കാൻ മലയാളികളായ നടികൾ അധികമൊന്നും മുന്നോട്ടുവന്നിരുന്നില്ല. അതിന്റെ പ്രധാന കാരണം അക്കാലത്ത് ഷൂട്ടിംഗ് അധികവും മദ്രാസിൽ ച്ചായിരുന്നുവെന്നതാണ്. എങ്കിലും ആലപ്പുഴയിൽ ഉദയാ സ്റ്റുഡിയോയും തിരുവനന്തപുരത്ത് മെരിലാന്റ് സ്റ്റുഡിയോയും ഉള്ളതുകൊണ്ടുമാത്രം അപൂർവം ചിലർ ഈ രംഗത്തേക്ക് വന്നുവെന്നും പറയേണ്ടിയിരിക്കുന്നു. ഈ സ്റ്റുഡിയോക്കാരും ഷൂട്ടിംഗിനു ശേഷമുള്ള പ്രോസസിംഗ്, പാട്ട്, റിക്കാർഡിംഗ് പശ്ചാത്തല സംഗീതം, പ്രിന്റിംഗ് മുതലായവ നടത്തിയിരുന്നത് മദ്രാസിലെ സ്റ്റുഡിയോകളിലാണ്. അവിടെ തമിഴ്-തെലുങ്ക് ചിത്രങ്ങളിൽ വലിയ തിരക്കില്ലാത്ത നടികളെ മലയാള സിനിമയിൽ അഭിനയിപ്പിക്കുന്നതായിരുന്നു കൂടുതൽ എളുപ്പമുള്ള കാര്യം. അങ്ങനെ ആദ്യകാലത്ത് കുറേയേറെ മലയാള ചിത്രങ്ങളിൽ നായികയായി പ്രത്യക്ഷപ്പെട്ടിരുന്ന നടിയാണ് ബി.എസ്. സരോജ. അവർ അധികവും തിക്കുറിശ്ശിയുടെ നായികയായിട്ട് ജീവിതനൗക, ഉമ്മ മുതലായ ചിത്രങ്ങളിലാണ് അഭിനയിച്ചത്. മിസ് കുമാരിയും തിരുവിതാംകൂർ സഹോദരിമാരും രംഗത്ത് വന്നതോടെ അവർ നിഷ്ക്രമിച്ചു. എങ്കിലും തെലുങ്കിൽനിന്ന് ശാരദയെ മലയാളസിനിമയിലേക്ക് സംഭാവന ചെയ്തിട്ടാണ് അവർ പോയത്.

വർഷങ്ങൾക്കുമുമ്പ് 'മകളെ ഉൻ സമർത്ത' എന്ന തമിഴ് ചിത്രത്തിന്റെ ഷൂട്ടിംഗ് വേളയിൽ അതിലെ പ്രധാന നടനായിരുന്ന എം.ആർ.രാധ സെറ്റിൽ നിന്നിരുന്ന ഒരു എക്സ്ട്രാ നടിയെ അരികിൽ വിളിച്ചുചോദിച്ചു

"എന്താ പേര്?"

അവൾ ഒരു നാണംകുണുങ്ങിയായിരുന്നു. വളരെ ബുദ്ധിമുട്ടോടു കൂടി അവൾ പറഞ്ഞു: ''ദേവനായകി.''

''ഛെ മോശം. ഈ പേര് സിനിമയ്ക്ക് പറ്റുകയില്ല. പേര് മാറ്റണം. വിജയ, കിജയ - ഇന്തമാതിരി ഏതാവതു പേരു വേണം.''

എം.ആർ രാധയുടെ നിർദ്ദേശം അതായിരുന്നു.

അതനുസരിച്ച് ദേവനായകി കെ.ആർ വിജയയായി. കുടുംബം തൃശൂരാണെങ്കിലും അവർ വളർന്നത് കോയമ്പത്തൂരായിരുന്നു. സിനിമയിൽ അഭിനയിക്കാൻ മദ്രാസിലെത്തിയ അവർ വടപഴനി കോവിലിന്റെ അടുത്തുള്ള ഒരു തെരുവിലെ പൊളിഞ്ഞ വീട്ടിലായിരുന്നു താമസിച്ചിരുന്നത്.

രണ്ടുവർഷങ്ങൾ കഴിഞ്ഞു.

കെ.എസ്. ഗോപാലകൃഷ്ണൻ എന്ന തമിഴ് സംവിധായകൻ തന്റെ സാവിത്രി നായികയായി അഭിനയിക്കുന്ന ഒരു ചിത്രത്തിൽ രണ്ടാം നായികയായി പുതുമുഖങ്ങളെ തിരയുന്ന കാലം. കെ.ആർ. വിജയ ഒരു കുടുംബസുഹൃത്തിന്റെ നിർദ്ദേശപ്രകാരം അദ്ദേഹത്തെ ചെന്നു കണ്ടു. മെല്ലിച്ച്, നല്ല ഉയരവും മനോഹരമായ കണ്ണുകളുമുള്ള സുന്ദരിയായ ഈ പെൺകുട്ടിയെ സംവിധായകന് ഇഷ്ടപ്പെട്ടു. എന്നാൽ അവരുടെ ശബ്ദം കൊള്ളുകയില്ല എന്ന അഭിപ്രായമായിരുന്നു. ഏതായാലും വിവരം പിറകെ അറിയിക്കാമെന്ന സ്ഥിരം മറുപടിയുമായി മടക്കിഅയച്ചു. വളരെ നിരാശയോടെ അദ്ദേഹത്തിന്റെ മുറിയിൽ നിന്നും പുറത്തിറങ്ങാൻ ഭാവിക്കുമ്പോഴേക്കും വീണ്ടും സംവിധായകന്റെ വിളി.

അത് ഭാഗ്യത്തിന്റെ വിളിയായിരുന്നു.

ആദ്യദിവസം തന്നെ തന്റെ എല്ലാ കഴിവുകളും ഉപയോഗിച്ച് വിജയ അഭിനയിച്ചു. അതും അക്കാലത്ത് തമിഴിൽ വളരെ തിരക്കുണ്ടായിരുന്ന ജമിനി ഗണേശനോടൊപ്പം.

അങ്ങനെ കെ.എസ്. ഗോപാലകൃഷ്ണന്റെ 'കർപ്പകം' എന്ന ചിത്രത്തിലൂടെ വിജയ ഒരു താരമായി. കർപ്പകം ഗംഭീരമായി ഓടി. അതിൽനിന്ന് കിട്ടിയ ആദായം വച്ച് ഗോപാലകൃഷ്ണൻ വടപഴനിയിൽ സ്വന്തമായി കർപ്പകം സ്റ്റുഡിയോ സ്ഥാപിച്ചു. അദ്ദേഹം അവിടെ അധികവും പുരാണചിത്രങ്ങളാണ് നിർമ്മിച്ചിരുന്നത്.

കർപ്പകത്തെ തുടർന്ന് വിജയയ്ക്ക് ധാരാളം ചാൻസുകൾ ലഭിച്ചു തുടങ്ങി. സർവർ സുന്ദരം, വർണക്കിളി, ഇദയകമലം, പട്ടണത്തിൽ ഭൂതം, കറുപ്പുപണം, പെണ്ണേ നീ വാഴ്ക, ഇരുമലർകൾ എന്നീ ചിത്രങ്ങൾ വിജയയുടെ താരപദവിക്ക് മാറ്റുകൂട്ടി.

അക്കാലത്തുതന്നെ വിജയ ധാരാളം മലയാള ചിത്രങ്ങളിലും അഭിനയിച്ചുതുടങ്ങി. ആദ്യകിരണങ്ങൾ, ശകുന്തള, അന്വേഷിച്ചു കണ്ടെത്തിയില്ല, ശീലാവതി എന്നീ ചിത്രങ്ങൾ മലയാളത്തിൽ ഒരു പുതിയ നായികയുടെ അരങ്ങേറ്റം കുറിച്ചു. ആയിടയ്ക്കാണ് പഞ്ച് ലോഗ് എന്നൊരു ഹിന്ദിചിത്രത്തിലും അവർ അഭിനയിച്ചത്.

ആദ്യം സ്വിമ്മിംഗ് ഡ്രസിലും മാദകത്വം പ്രദർശിപ്പിച്ചും മാത്രം അഭിനയിച്ചിരുന്ന വിജയ ഐശ്വര്യം നിറഞ്ഞ ഒരു കുടുംബിനിയുടെ ഇമേജ് ഉണ്ടാക്കിയത് അവരുടെ അഭിനയജീവിതത്തിലെ വഴിത്തിരിവായിരുന്നു.

ഭാനുമതിക്കും സാവിത്രിക്കും ശേഷം ശിവാജി ഗണേശന്റെയും എം.ജി. രാമചന്ദ്രന്റെയും നായികയായി അവരോടൊപ്പം നിന്ന് അഭി

നയിച്ചു വിജയിക്കാൻ അവർക്ക് കഴിഞ്ഞു.

എം.ജി.ആറും ശിവാജിയും ഇല്ലാത്ത ഏതെങ്കിലും ചിത്രം തമിഴ്നാട്ടിൽ നൂറുദിവസങ്ങൾ ഓടിയിരുന്നെങ്കിൽ അതു മിക്കവാറും കെ.ആർ. വിജയയുടെ ചിത്രമായിരിക്കും എന്ന നില വന്നു. എം.ജി.ആറിനും ശിവാജിക്കും വേണ്ടി തിരക്കഥകൾ സൃഷ്ടിക്കുന്നതുപോലെ കെ.ആർ. വിജയക്കുവേണ്ടി തിരക്കഥകൾ എഴുതപ്പെട്ടു. തമിഴിലെ വിഗ് വച്ച് അഭിനയിക്കാത്ത ഏക നടിയും വിജയയാണ്. കുടുംബിനിയായി അഭിനയിക്കാൻ വിഗ് ധരിക്കേണ്ട ആവശ്യമില്ലല്ലോ.

മദ്രാസ് നഗരത്തിൽ അകലെനിന്നേ കാണാവുന്ന വിധം തലയുയർത്തി നിൽക്കുന്ന ബഹുനില കെട്ടിടമാണ് തൗസന്റ് ലൈറ്റ്സിലെ സുദർശൻ ചിട്ടി ഫണ്ടിന്റെ ഓഫീസ്. തലശേരിക്കാരനും മലയാളിയുമായ വേലായുധനാണ് ഇതിന്റെ ഉടമസ്ഥൻ. ചിട്ടി മാത്രമല്ല, ഹോട്ടലുകൾ, സിനിമ മുതലായി പലവിധ ബിസിനസുകളുള്ള വേലായുധന് അക്കാലത്ത് സ്വന്തം വിമാനം പോലും ഉണ്ടായിരുന്നു. സ്വന്തം നാട്ടിൽ ഭാര്യയും കുട്ടികളുമുള്ള വേലായുധന് ഇന്ത്യയിലെ മിക്ക നഗരങ്ങളിലും വേറെ ഭാര്യമാരുണ്ട്. ബാംഗ്ലൂർ ബ്രാഞ്ച് നോക്കുന്നത് മുൻകാല തമിഴ് നായികനടി പത്മിനി പ്രിയദർശിനിയാണെന്ന് അവരുടെ അമ്മ തന്നെ എന്നോട് പറഞ്ഞിട്ടുണ്ട്.

ഏതായാലും വേലായുധന്റെ മദ്രാസിലെ രാമൻ സ്ട്രീറ്റിലുള്ള ഇരുപത്തി ഒൻപതാം നമ്പർ വീട്ടിൽ അദ്ദേഹത്തിന്റെ മൂന്നാമത്തെയോ നാലാമത്തെയോ ഭാര്യയായി കെ.ആർ. വിജയ താമസം തുടങ്ങി.

വിജയയുടെ ഭർത്താവെന്ന നിലയ്ക്ക് വേലായുധന് പ്രശസ്തിയും അതിലൂടെ കൂടുതൽ ബിസിനസും ലഭിച്ചു. അതോടെ ചിട്ടിക്കമ്പനി ദക്ഷിണേന്ത്യയിൽ ഒന്നാം സ്ഥാനത്തെത്തി. വലിയ പണക്കാരന്റെ ഭാര്യാപദം വിജയക്കും ലഭിച്ചു.

എഴുപതുകൾ ആയപ്പോൾ വിജയക്ക് അവസരങ്ങൾ കുറഞ്ഞു. ഇക്കാലത്ത് അവരെ ഫീൽഡിൽ ഉറപ്പിച്ചുനിർത്താനായി അവർ അഭിനയിക്കുന്ന ചിത്രങ്ങൾക്ക് വേലായുധൻ പണം കടംകൊടുക്കുമായിരുന്നു. നടികളിൽ ഏറ്റവും വലിയ പ്രതിഫലവും വിജയക്കായിരുന്നു. കെ.ആർ. വിജയ അപൂർവമായിട്ടാണെങ്കിലും ഇപ്പോഴും അഭിനയം തുടരുന്നു.

* * * *

വിജയക്കുശേഷം മലയാള സിനിമയിൽ അഭിനയിക്കാൻ വന്ന മറ്റൊരു തമിഴ് നടിയാണ് രാജ്ശ്രീ. കോളിളക്കം സൃഷ്ടിച്ച അമ്മാളുക്കുട്ടി കൊലക്കേസിനെ ആസ്പദമാക്കി കുഞ്ചാക്കോ നിർമ്മിച്ച ഭാര്യ എന്ന സിനിമയിൽ സത്യന്റെ കാമുകിയായി അഭിനയിക്കാൻ എത്തിയ ഇവരുടെ പേര് കുഞ്ചാക്കോ ചിത്രത്തിലെ കഥാപാത്രത്തിന്റെ പേരുപോലെ 'ഗ്രേസി' എന്നാക്കിമാറ്റി.

ഐ.വി. ശശി നിർമ്മിച്ച് വിജയനിർമല സംവിധാനം ചെയ്ത കവിത എന്ന ചിത്രത്തിന്റെ പ്രിവ്യൂ എ.വി.എം. സ്റ്റുഡിയോയിൽ നടക്കുമ്പോഴാണ് ഞാനിവരെ നേരിട്ട് കാണുന്നത്. പ്രീതി എന്ന ചിത്രത്തിൽ ഇവർ പ്രേംനവാസിന്റെ ജോഡിയായിരുന്നു.

മലയാളത്തിൽ ഇവർക്ക് മാദകറോളുകൾ മാത്രമാണ് ലഭിച്ചത്. എങ്കിലും ധാരാളം തമിഴ് ചിത്രങ്ങളിൽ അഭിനയിച്ച് കോടമ്പാക്കം പാല

ത്തിനടുത്ത് ധാരാളം കടമുറികളുള്ള കെട്ടിടം നിർമ്മിച്ച് വാടകയ്ക്ക് കൊടുത്തിട്ടുണ്ട്.

പുഷ്പവല്ലിക്കും സാവിത്രിക്കും ശേഷം ജമിനി ഗണേശന്റെ ഭാര്യാപദം ഏറ്റെടുത്തിരിക്കുന്നത് രാജ്ശ്രീയാണെന്ന് കേട്ടിരുന്നു.

* * * *

വളരെ മനോഹരമായ വിടർന്ന കണ്ണുകളുള്ള വിജയനിർമ്മല തമിഴ്-തെലുങ്ക് ചലച്ചിത്ര രംഗത്തെ തിരക്കുള്ള നായികയായിരുന്നു. വൈക്കം മുഹമ്മദ് ബഷീറിന്റെ സംവിധാനത്തിൽ ചന്ദ്രതാര പരീക്കുട്ടി 'ഭാർഗവിനിലയം' എന്ന പേരിൽ മലയാളത്തിൽ സിനിമയാക്കിയപ്പോൾ അതിലെ നായികയായി അഭിനയിച്ചത് വിജയനിർമ്മലയാണ്. ഇതേത്തുടർന്ന് അവർ മലയാളത്തിൽ രണ്ട് ഡസനോളം ചിത്രങ്ങളിൽ അഭിനയിച്ചു. ഭാർവീനിലയത്തെ തുടർന്ന് നിശാഗന്ധിയിലും ലഭിച്ചത് പ്രേതത്തിന്റെ റോളാണ്. എങ്കിലും കാറ്റു വിതച്ചവൻ, പുള്ളിമാൻ, കവിത മുതലായ ചിത്രങ്ങളിൽ വ്യത്യസ്തമായ റോളുകൾ ചെയ്തു.

മലയാള സിനിമയിലെ ആദ്യത്തെ സംവിധായികയാണ് വിജയനിർമ്മല. അവർ സംവിധാനം ചെയ്ത 'കവിത' എന്ന ചിത്രത്തിൽ നിർമ്മാതാവായി ഐ.വി. ശശിയുടെ പേരാണ് വച്ചിരുന്നത്. ഇതെങ്ങനെ സംഭവിച്ചു? സംഗതി നേരേ തിരിച്ചാണ്. വിജയനിർമ്മല നിർമ്മിച്ച കവിത ഐ.വി. ശശി സംവിധാനം ചെയ്തു എന്ന് പറയുന്താവും ശരി. ഏതായാലും ആ ചിത്രം പരാജയമായിപ്പോയതു കൊണ്ടാവാം ശശി ഇതിന്റെ കാര്യം എങ്ങും പറയാറില്ല.

ശശി പിന്നീട് മലയാളത്തിലെ ഏറ്റവും തിരക്കുള്ള സംവിധായകനായി മാറിയപ്പോൾ അദ്ദേഹത്തിന്റെ ചിത്രങ്ങളിലൊന്നിലും നാം വിജയനിർമ്മലയെ കണ്ടില്ല. കവിതയ്ക്ക് കഥയും തിരക്കഥയും എഴുതിയ ഷെരിഫ് തന്നെയാണ് ശശിയുടെ ഉത്സവം, അനുഭവം, ആലിംഗനം മുതലായവയ്ക്കും തിരക്കഥ എഴുതിയത്. അതിലൊന്നും വിജയനിർമ്മലയ്ക്ക് പറ്റിയ വേഷം ഇല്ലായിരുന്നോ?

തെലുങ്കിലെ സൂപ്പർ സ്റ്റാറായ കൃഷ്ണയുടെ ഭാര്യയാണ് വിജയനിർമ്മല ഇപ്പോൾ.

* * * *

കാട്ടുതുളസി എന്ന എം. കൃഷ്ണൻനായർ സംവിധാനം ചെയ്ത ചിത്രത്തിലെ കാട്ടുപെണ്ണായി അഭിനയിച്ച് കേരളീയരുടെ കണ്ണു കവർന്ന സുന്ദരിയാണ് നിർമ്മല. വെൺനിറ ആടൈ എന്ന ചിത്രത്തിൽ രവിചന്ദറിനോടൊപ്പം അഭിനയിച്ചതു കൊണ്ട് തമിഴർ അവരെ വെൺനിറ ആടൈ നിർമ്മല എന്നു വിളിക്കുന്നു. നമ്മൾ ഉഷാകുമാരി എന്നും.

കാട്ടുതുളസിയെ തുടർന്ന് മെരിലാന്റിന്റെ മിക്ക ചിത്രങ്ങളിലും അവർ അഭിനയിച്ചിരുന്നു. മിക്കതും മാദകവേഷങ്ങളായിരുന്നുവെന്ന് മാത്രം. ചെങ്കോട്ട റൂട്ടിൽ കാറിൽ സഹോദരനോടൊപ്പം യാത്ര ചെയ്യുമ്പോൾ അവർ ഒരു അപകടത്തിൽപ്പെട്ടു. സഹോദരൻ അപ്പോൾ തന്നെ മരണമടഞ്ഞു. ഉഷാകുമാരി ചെറിയ പരിക്കുകളോടെ രക്ഷപ്പെട്ടെന്നു മാത്രം.

* * * *

അറുപതുകളിൽ എം.ജി.ആറിന്റെ ജ്യേഷ്ഠ സഹോദരൻ എം.ജി. ചക്രപാണി ഒരു ചിത്രം നിർമ്മിക്കാൻ തീരുമാനിച്ചു. മീനവനമ്പൻ - ചക്രപാണിയുടെ മകൻ സുകുമാരനായിരുന്നു നായകൻ. നായിക പ്രമീള എന്ന പുതുമുഖവും. സേലം മോഡേൺ തിയേറ്ററിൽ കുറേ ഭാഗങ്ങൾ ഷൂട്ട് ചെയ്തെങ്കിലും ഈ ചിത്രം പുറത്തുവന്നില്ല.

ആദ്യചിത്രം പുറത്തുവരാത്തതിൽ ആ നടിക്ക് നിരാശയുണ്ടായിരുന്നു. കെ.പി. കൊട്ടാരക്കരയുടെ മലയാള ചിത്രങ്ങളിലാണ് പിന്നീടവർ അഭിനയിച്ചത്. സംഭവാമി യുഗേയിൽ അടൂർ ഭാസിയുടെ ജോഡിയായി ഹാസ്യരംഗത്ത് വന്നു. അങ്ങനെയിരിക്കെ കർപ്പകം സ്റ്റുഡിയോ ഉടമ കെ.എസ്. ഗോപാലകൃഷ്ണൻ ഇവരെ ശ്രദ്ധിച്ചു. 'വാഴൈയടി വാഴൈ' എന്ന ചിത്രത്തിൽ ഒരു വേഷം നൽകി. അതൊരു വൻവിജയമായി.

കെ. ബാലചന്ദ്രറുടെ അരങ്ങേറ്റം എന്ന ചിത്രത്തിൽ വേശ്യയുടെ റോളിൽ മുക്കാലും നഗ്നയായി പ്രത്യക്ഷപ്പെട്ടതോടെ അവർ വളരെ തിരക്കുള്ള നടിയായി മാറി. ചിന്നപ്പാ തേവരുടെ 'ഗോമാതാ എൻ കുലമാതാ' യും കഥാപാത്രത്തിന്റെ പ്രത്യേകത കൊണ്ട് വിജയിച്ചു. തങ്കപ്പതക്കത്തിൽ ശിവാജി ഗണേശന്റെ നായികയാകാനും കഴിഞ്ഞു.

ഒരിക്കൽ ഒരു പ്രൊഡ്യൂസർ പ്രമീളയോടു ചോദിച്ചു: ''ഇങ്ങനെ ശരീരം വണ്ണിച്ചാൽ തുടർന്ന് അഭിനയിക്കേണ്ടേ?''

''എന്തു ചെയ്യാം നിങ്ങളെപ്പോലെയുള്ള നിർമ്മാതാക്കൾക്ക് തഴപ്പായേക്കാൾ ഇഷ്ടം ഫോം മെത്തകളാണല്ലോ'' എന്നായിരുന്നു പ്രമീളയുടെ തിരിച്ചടി.

പ്രമീള പിന്നീട് കന്യാസ്ത്രീ ആകാൻ പോയെന്നും കേട്ടു.

* * * *

ദക്ഷിണേന്ത്യ കണ്ട ഏറ്റവും വലിയ മാദക നർത്തകിയായിരുന്നു ജ്യോതിലക്ഷ്മി. എന്നാൽ അവർ മലയാള സിനിമയിൽ വന്നത് എം.ടി. തിരക്കഥ എഴുതി വിൻസന്റ് സംവിധാനം ചെയ്ത 'മുറപ്പെണ്ണ്' എന്ന ചിത്രത്തിലെ ശാലീനയായിട്ടാണ്. ഇതേത്തുടർന്ന് ഇതേ ടീമിന്റെ 'നഗരമേ നന്ദി' എന്ന ചിത്രത്തിലും ജ്യോതിലക്ഷ്മി അഭിനയിച്ചു.

പിന്നീട് അവരെ കാണുന്നത് തമിഴിലെ തിരക്കുള്ള കാബറെ നർത്തികയായിട്ടാണ്. അവരുടെ അനുജത്തി ജയമാലിനിയും ഇവരെ പിന്തുടർന്ന് മാദകനർത്തകിയായി വന്നു.

സിൽക്ക് സ്മിതയുടെയും അനുരാധയുടെയും വരവോടെയാണ് ജ്യോതിലക്ഷ്മിക്കും ജയമാലിനിക്കും അവസരം കുറഞ്ഞത്.

■

ലക്ഷ്മീമോഹനം

അടൂർ ഗോപാലകൃഷ്ണന്റെ സ്വയംവരം എന്ന ചിത്രത്തിന് 1972ലെ ഏറ്റവും നല്ല ചിത്രത്തിനുള്ള പ്രസിഡന്റിന്റെ സ്വർണമെഡൽ ലഭിച്ചതിനെ തുടർന്ന് മലയാളത്തിൽ നിർമ്മാല്യം, ഉത്തരായണം, അതിഥി, പ്രയാണം മുതലായ സമാന്തര ചിത്രങ്ങൾ ഉണ്ടായി.

എന്നാൽ തമിഴ് ചലച്ചിത്രരംഗം അത്ര വേഗമൊന്നും മാറ്റത്തിന് തയ്യാറാവുകയില്ല. അവർക്ക് ചില ഫോർമുലകളുണ്ട്. അതിൽനിന്ന് വ്യതിചലിച്ചൊരു സിനിമ എടുക്കുക എന്നുവച്ചാൽ വലിയ സാഹസികതയാണ്. അങ്ങനെയുള്ള തമിഴിലും ഇക്കാലത്ത് രണ്ട് നല്ല ചിത്രങ്ങളുണ്ടായി. മലയാളിയായ ബാബു നന്ദൻകോട് സംവിധാനം ചെയ്ത ദാഹവും തെലുങ്കനായ ശിങ്കിതം ശ്രീനിവാസൻ സംവിധാനം ചെയ്ത ദിക്കറ്റ പാർവതിയും.

ദിക്കറ്റ പാർവതി തമിഴ് ചലച്ചിത്രരംഗത്ത് മാറ്റം വരുത്തുമെന്ന് പലരും പ്രതീക്ഷിച്ചതാണ്. ഈ ചിത്രം 73-ൽ ഏറ്റവും നല്ല പ്രാദേശിക സിനിമയ്ക്കുള്ള പ്രസിഡന്റിന്റെ മെഡൽ കരസ്ഥമാക്കുകയുണ്ടായി.

സി. രാജഗോപാലാചാരിയുടെ ഒരു ചെറുകഥയുടെ ചലച്ചിത്രാവിഷ്കാരമായിരുന്നു ദിക്കറ്റ പാർവതി. മങ്കട രവിവർമ്മയായിരുന്നു ഇതിന്റെ ക്യാമറാമാൻ.

മങ്കട എം. ഗോവിന്ദനെ ഏല്പിച്ച പാസുകളിൽ ഒരെണ്ണം ഗോവിന്ദൻ എനിക്കും തന്നു. ഗ്രാമാന്തരീക്ഷത്തിൽ ഒതുങ്ങിനിൽക്കുന്ന ഇതിന്റെ കഥയിൽ ഗ്ലാമർവേഷങ്ങളേ ഇല്ല. ലക്ഷ്മി, ശ്രീകാന്ത് എന്നീ താരങ്ങളും കുറേ പുതുമുഖങ്ങളും ചായം തേക്കാത്ത മുഖങ്ങളുമായി അഭിനയിക്കുന്നു. മദ്യനിരോധനത്തിന്റെ ആവശ്യകതയാണ് പ്രമേയം.

ഇതിൽ നായികയായി അനായാസമായ അഭിനയം കാഴ്ചവച്ച

ലക്ഷ്മിയെ ഞാൻ പ്രത്യേകം ശ്രദ്ധിച്ചു. അവർ അക്കാലത്ത് ധാരാളം തമിഴ് സിനിമകളിൽ അഭിനയിച്ച് പ്രസിദ്ധയായിരുന്നു.

അൻപതുകളിൽ 'ശ്രീവള്ളി' മുതലായ ചിത്രങ്ങളിൽ നായികയായി അഭിനയിച്ച രുഗ്മിണിയുടെ മകളാണ് ലക്ഷ്മിയെന്ന് അറിഞ്ഞു. തമിഴ് - തെലുങ്ക് ചിത്രങ്ങളിലെ നടനും സംവിധായകനുമായ വൈ.വി. റാവുവാണ് പിതാവ്.

കോളേജ് വിദ്യാഭ്യാസം സിദ്ധിച്ചിട്ടുള്ള ലക്ഷ്മിക്ക് ആദ്യം മദ്രാസിലെ ഒരു കമ്പനിയിൽ റിസപ്ഷനിസ്റ്റിന്റെ ജോലിയുണ്ടായിരുന്നു. അതുകൊണ്ട് ഇംഗ്ലീഷും മിക്ക ദക്ഷിണേന്ത്യൻ ഭാഷകളും നല്ല വശമാണ്. ഭാസ്കർ എന്ന ആളെ വിവാഹം കഴിച്ച ലക്ഷ്മിക്ക് ഒരു മകളുമുണ്ട്.

ലക്ഷ്മി സിനിമയിൽ അഭിനയിക്കാനാരംഭിച്ചതോടെ ഭാസ്കറുമായി വഴക്കായി. ജീവനാംശമായിരുന്നു ആദ്യചിത്രം. മല്ലിയം രാജഗോപാലായിരുന്നു അതിന്റെ സംവിധായകൻ. ഇതേത്തുടർന്ന് തമിഴിലും തെലുങ്കിലുമായി അൻപതോളം ചിത്രങ്ങളിൽ അഭിനയിച്ചെങ്കിലും ജയലളിത, മഞ്ജുള, വാണിശ്രീ എന്നിവരെപ്പോലെ മുൻനിരയിലെത്തിയില്ല. ജയശങ്കർ ജയിംസ് ബോണ്ടായി വരുന്ന ചിത്രങ്ങളിലെ സ്ഥിരം ജോഡിയായിരുന്നു ലക്ഷ്മി.

ദിക്കറ്റ പാർവതി കണ്ടിട്ടാവണം ഭരതൻ താനാദ്യമായി സംവിധാനം ചെയ്ത പ്രയാണം എന്ന ചിത്രത്തിൽ ലക്ഷ്മിയെ നായികയാക്കിയത്. പത്മരാജനാണ് ഇതിന് തിരക്കഥ എഴുതിയത്. വൃദ്ധനും രണ്ടാംകെട്ടുകാരനുമായ കൊട്ടാരക്കരയുടെ ഭാര്യയാകേണ്ടിവന്ന യുവതിയുടെ വേഷം. ഭർത്താവിന്റെ മുന്നിൽ മരപ്പാവയായ സാവിത്രി എന്ന വേളിയുടെ സമസ്തഭാവങ്ങളും അവർ ഉജ്ജ്വലമാക്കി. ബാലു മഹേന്ദ്രയുടെ ആദ്യചിത്രമായിരുന്നു ഇത്.

ഇതിനിടെ പി.എൻ. മേനോന്റെ പണിമുടക്ക്, സേതുമാധവന്റെ ജീവിക്കാൻ മറന്നുപോയ സ്ത്രീ എന്നീ ചിത്രങ്ങളിൽ അഭിനയിച്ച മോഹൻ ആയിരുന്നു പ്രയാണത്തിൽ നായകൻ.

മലയാള സിനിമയിൽ നാം കണ്ട ഏറ്റവും സുന്ദരനായ നായകനായിരുന്നു പൂനാ ഫിലിം ഇൻസ്റ്റിറ്റ്യൂട്ടിൽനിന്ന് അഭിനയം പഠിച്ച മോഹൻ.

തെലുങ്കിലും തമിഴിലും ലഭിക്കുന്നതിലും വളരെ കുറഞ്ഞ പ്രതിഫലം വാങ്ങി മലയാള സിനിമയിൽ അഭിനയിക്കാൻ ലക്ഷ്മിയെ പ്രേരിപ്പിച്ചത് നല്ല സിനിമയിൽ അഭിനയിക്കാനുള്ള ആഗ്രഹം മാത്രമാണ്.

പ്രയാണത്തോടുകൂടി മലയാളത്തിൽ ലക്ഷ്മി-മോഹൻ ടീം രംഗത്തുവന്നു. മഞ്ഞിലാസിന്റെ ചട്ടക്കാരിയിലൂടെ അവരുടെ അടുപ്പം പ്രേമമായി മാറുകയും ചെയ്തു. കേരളത്തിലെ സിനിമാ പ്രേമികളുടെ പ്രശംസ ഇത്രയധികം ആർജിക്കാൻ കഴിഞ്ഞ ടീം വേറെ ഉണ്ടായിട്ടില്ല. ഇതോടെ താൻ അഭിനയിക്കുന്ന ചിത്രങ്ങളിലെല്ലാം മോഹൻ ആയിരിക്കണം നായകൻ എന്ന് ലക്ഷ്മി നിർബന്ധിച്ചുതുടങ്ങി. ഇത് തമിഴ് സിനിമാ വാരികകളിൽ വലിയ വാർത്തയായി.

1974 അവസാനം വിജയവാഹിനി സ്റ്റുഡിയോയിൽ ചട്ടക്കാരിയുടെ ഹിന്ദിപ്പതിപ്പായ ജൂലിയുടെ ഷൂട്ടിംഗ് നടക്കുമ്പോഴാണ് ഞാൻ ലക്ഷ്മിയെ നേരിട്ടുകാണുന്നത്. ഒതുങ്ങി വടിവൊത്ത ശരീരം, വെട്ടിത്തുറന്നുള്ള സംസാരം. അത് അഹങ്കാരത്തിന്റെ വക്കിലെത്തി നിൽക്കുന്നു.

"തമിഴ് പത്രങ്ങൾ എന്നെയും മോഹനെയും വച്ച് പലതും എഴുതു

ന്നു. അവർ എന്തെഴുതിയാലും എനിക്കൊന്നുമില്ല.'' ലക്ഷ്മി പറഞ്ഞു.

ഞാൻ ചോദിച്ചു: ''ലക്ഷ്മി മോഹനോടൊത്ത് അണ്ണാ തിയേറ്ററിൽ സത്യജിത് റേ സംവിധാനം ചെയ്ത സീമാബദ്ധ എന്ന ചിത്രം കാണാൻ പോയി എന്നൊരു പത്രം എഴുതിയാൽ തെറ്റുണ്ടോ?''

''ഒരു തെറ്റുമില്ല. ഞങ്ങൾ അവിടെപ്പോയതാണ്. പക്ഷെ ഞങ്ങൾ തോളത്ത് കയ്യിട്ടിരുന്നു എന്നുകൂടി എഴുതരുത്.''

''നിങ്ങൾ ശ്രീവിദ്യയുടെ ചില ചാൻസുകൾ തട്ടിയെടുത്തു എന്ന് എഴുതിയാലോ?''

''ഞാനങ്ങളെ ചെയ്തിട്ടുണ്ടെങ്കിൽ നിങ്ങൾക്കെഴുതാം. കാരണം അത് അധാർമ്മികമാണ്. ഞാനങ്ങളെ ശ്രമിച്ചിട്ടില്ല. എനിക്ക് തമിഴിൽ വളരെ കൂടുതൽ പ്രതിഫലം കിട്ടുമായിരുന്നിട്ടും മലയാളത്തിൽ അഭിനയിക്കുന്നത് നല്ല സിനിമ ആസ്വദിക്കുന്ന ഒരു ജനത അവിടെ ഉള്ളതുകൊണ്ടാണ്. ജീവിക്കാനുള്ള പണം സമ്പാദിച്ചുകഴിഞ്ഞാൽ പിന്നെ സംതൃപ്തി കിട്ടുന്നത് കഴിവുകൾ അംഗീകരിക്കപ്പെടുമ്പോഴാണ്.''

തമിഴ് സിനിമാ വാരികകളായ പേശുംപടം, ബൊമ്മൈ, ഫിലിമാലയ, മതിയൊളി മുതലായവയ്ക്ക് മോഹൻ-ലക്ഷ്മി ബന്ധം നല്ല വിഭവമൊരുക്കി. ലക്ഷ്മിയുടെ ഭർത്താവ് മൂട്ടവിഷം കഴിച്ച് ആത്മഹത്യാശ്രമം നടത്തിയെന്നവർ എഴുതി. ''വില കുറഞ്ഞ പബ്ലിസിറ്റിക്കുവേണ്ടി പല നടന്മാരുമായി തിയേറ്ററുകളിലും ഹോട്ടലുകളിലും ചുറ്റിയടിക്കുന്നു. ഡൽഹി ടെലിവിഷനിൽ കയറിക്കൂടാൻ ശ്രമിക്കുന്നു. ഹിന്ദിചിത്രങ്ങളിൽ അഭിനയിക്കാൻ ശ്രമിക്കുന്നു. അവരുടെ രൂപം ഹിന്ദിക്ക് ചേർന്നതല്ല. അവരവിടെ എന്തുചെയ്യാൻ പോകുന്നു? ഹേമമാലിനിയേയും സീനത് അമനെയും ഔട്ടാക്കാമെന്ന് വിചാരിക്കുന്നോ?''

''ചട്ടക്കാരിയുടെ വിജയം സ്വന്തം കഴിവുകൊണ്ടാണെന്ന് അവർ കരുതുന്നു. പ്രമേയത്തിന്റെ പ്രത്യേകത കൊണ്ടാണ് അല്ലാതെ ലക്ഷ്മിയുടെയും മോഹന്റെയും പ്രേമരംഗങ്ങൾ കൊണ്ടല്ല ചട്ടക്കാരി ഓടിയത്.''

''ഇപ്പോൾ ലക്ഷ്മി ശോഭൻബാബുവിന്റെ കൂടെ കന്നട ചിത്രങ്ങളിൽ അഭിനയിക്കാൻ തുടങ്ങിയിരിക്കുന്നു'' എന്നെല്ലാം അവർ വിമർശിച്ചു.

പക്ഷേ ഈ വിമർശനങ്ങളെ ലക്ഷ്മി പുല്ലു പോലെ നേരിട്ടുവെന്നതാണ് അവരെ കൂടുതൽ ശ്രദ്ധേയയാക്കിയത്.

ആ വർഷം നടന്ന ഫിലിം ഫെയർ അവാർഡിൽ ലക്ഷ്മിക്ക് രണ്ട് അവാർഡുകൾ ലഭിച്ചു. ദിക്കറ്റ പാർവതിക്കും ചട്ടക്കാരിക്കും.

ഒരുദിവസം വെളുപ്പിന് സൂര്യൻ ഉദിക്കുന്നതിനു മുമ്പ് മോഹൻ താമസിച്ചിരുന്ന ദേവനാഥന് റോഡിലെ 9-ബി നമ്പർ വീട്ടിൽച്ചെന്ന് അദ്ദേഹത്തെ ഉണർത്തി ഞാനും ഫോട്ടോഗ്രാഫർ ധർമ്മൻ കൊടുങ്ങല്ലൂരും ചേർന്ന് മെരീന ബീച്ചിൽ കൊണ്ടുപോയി കുറേ കളർചിത്രങ്ങൾ ഉദിക്കുന്ന സൂര്യനെ പശ്ചാത്തലമാക്കി എടുത്തു.

അതിനിടെ നടന്ന സംഭാഷണത്തിൽ മോഹൻ പറഞ്ഞു:

''ഒന്നുരണ്ട് ചിത്രങ്ങളിൽ ഞാനും ലക്ഷ്മിയും ഒന്നിച്ച് അഭിനയിച്ചിട്ടുണ്ടെന്നല്ലാതെ ഞങ്ങൾ തമ്മിൽ മറ്റു ബന്ധങ്ങളൊന്നുമില്ല. ദക്ഷിണേന്ത്യയിലെ എല്ലാ നടികളുടെയും ലിസ്റ്റ് എടുത്തുവച്ച് ആലോചിച്ചിട്ടാണ് എം.ഒ. ജോസഫും സേതുമാധവനും ചട്ടക്കാരിയിൽ ലക്ഷ്മിയെ നായികയാക്കിയത്. വടിവൊത്ത ശരീരഘടനയും സൗന്ദര്യവുമുള്ള ലക്ഷ്മി വിവാഹിതയും ഒരു കുട്ടിയുടെ അമ്മയുമാണെന്ന വിവരം

ഓർമ്മിക്കാതെയാണ് തമിഴ് പത്രങ്ങൾ അവരെക്കുറിച്ച് എഴുതുന്നത്. അതു വായിച്ചിട്ട് ലക്ഷ്മി വളരെനേരം ഇരുന്നുകരഞ്ഞു. എനിക്കീ വാർത്ത യാതൊരു അത്ഭുതവും ഉണ്ടാക്കിയില്ല. ബോംബെ പത്രങ്ങളുടെ രീതി കണ്ടിട്ടുള്ള ആളാണ് ഞാൻ. ഞാനിപ്പോൾ നാലു ഹിന്ദി ച്ചിത്രങ്ങളില് അഭിനയിക്കുന്നുണ്ട്.

''ഞങ്ങൾ നടന്ന് ഗാന്ധിപ്രതിമുടെ സമീപത്ത് എത്തിയപ്പോൾ ഒരു ടെന്നീസ് കളിക്കാരന്റെ വേഷത്തിൽ അതുവഴി നടക്കാനിറങ്ങിയ ജമിനി ഗണേശൻ വിളിച്ചുചോദിച്ചു: ''ഹലോ മോഹൻ, എന്നാണ് വിവാഹം?''

മോഹൻ മറുപടി പറഞ്ഞില്ല. അങ്ങനെ കൂടെ നടക്കാൻ ഒരാൾ കൂടി ആയി. ഗണേശൻ വാചാലനായി. തന്റെ പഴയ പ്രേമകഥകൾ പറഞ്ഞുതുടങ്ങി.

''മോഹൻ, നിങ്ങൾ ചെറുപ്പമാണ്. പ്രേമിച്ചില്ലെങ്കിൽ എന്തു രസം. പക്ഷേ ലക്ഷ്മി ഭർത്താവും കുട്ടിയുമുള്ള സ്ത്രീയാണ്. അവളുടെ പേര് പത്രക്കാർ ഉപയോഗിച്ചത് തെറ്റായിപ്പോയി.''

മോഹൻ: ''പത്രക്കാർക്ക് സെൻസേഷൻ വേണം. ഇതൊന്നും ഞാൻ കാര്യമാക്കുന്നില്ല.''

തമിഴ് പത്രക്കാരോട് മോഹൻ പറഞ്ഞു:

''ഞങ്ങൾ ഒന്നിച്ച് സിനിമയ്ക്ക് പോകും. ഹോട്ടലുകളിൽ പോകും. പത്രങ്ങളിൽ വാർത്ത വരുമെന്ന് പേടിച്ച് ഈ ബന്ധം അവസാനിപ്പിക്കുകയില്ല. ഞങ്ങളുടേത് ആത്മാർത്ഥമായ സുഹൃദ് ബന്ധമാണ്. ലക്ഷ്മി അവരുടെ എല്ലാ പ്രശ്നങ്ങളും എന്നോട് തുറന്നുപറയാറുണ്ട്. ഞാൻ അങ്ങോട്ടും. ഒരു നടനും നടിയും തമ്മിൽ ഇത്തരം ബന്ധങ്ങൾ പാടില്ലെന്നുണ്ടോ?''

ഇതേത്തുടർന്ന് ഭാസ്കറിന്റെ പ്രസ്താവനയും വന്നു.

''ലക്ഷ്മിയെക്കുറിച്ച് എനിക്ക് വിഷമമില്ല. മോഹന്റെ പ്രസ്താവനയാണ് ദു:ഖവും ഞെട്ടലുമുണ്ടാക്കുന്നത്. എന്റെ കുഞ്ഞിനെക്കുറിച്ചു ഞാൻ ദു:ഖിക്കുന്നു. അവളുടെ ഭാവി സുരക്ഷിതമാകണമെങ്കിൽ ആ കുഞ്ഞ് എന്നോടൊപ്പം വളരണം.''

ലക്ഷ്മി പറഞ്ഞു: ''ഞാനും മോഹനും സഹപ്രവർത്തകരാണ്. നല്ല സുഹൃത്തുക്കൾ എന്ന നിലയിലാണ് അടുപ്പം. ബോയ്ഫ്രണ്ടുമാർ പലർക്കുമില്ലേ? വിശാലമനസ്കർ ഇതൊന്നും കാര്യമാക്കാറില്ല.''

ഏതായാലും ലക്ഷ്മിയും മോഹനും ചേർന്ന് അഭിനയിച്ച ധാരാളം ചിത്രങ്ങൾ പുറത്തുവന്നുകൊണ്ടിരുന്നു. ദക്ഷിണേന്ത്യൻ സിനിമാരംഗത്ത് ഇവർ ഏറ്റവും ചേർച്ചയുള്ള കാമുകീ കാമുകന്മാരായി. നല്ല സൗന്ദര്യം, നല്ല അഭിനയം, രണ്ടുപേരും ഹിന്ദിസിനിമയിൽ ഉന്നം വച്ചിരിക്കുന്നണ്ടവർ, മോഹന്റെ നയാ ദിൻ നയീ രാത് റിലീസായിരുന്നു. ലക്ഷ്മിയുടെ ജൂലി ഗംഭീരവിജയമായി. അതോടെ വേറെ ചില ഹിന്ദി ചിത്രങ്ങളിലും അവസരം വന്നിരിക്കുന്നു.

ഏറ്റവും രസകരമായിട്ടുള്ളത് ഹേമമാലിനിയുടെ അമ്മ ജയാചക്രവർത്തി നിർമ്മിക്കുന്ന ഹിന്ദിചിത്രത്തിലെ നായികയായി ലക്ഷ്മിയെ ബുക്ക് ചെയ്തുവെന്നതാണ്. സുനിൽദത്തിന്റെ ചില ചിത്രങ്ങളിലേക്കും ലക്ഷ്മിക്ക് ബുക്കിംഗായി.

സെക്സ് പ്രദർശിപ്പിക്കാനും മടിയില്ലാത്ത ലക്ഷ്മിക്ക് അഭിനയപാടവം കൂടി ഉള്ളതുകൊണ്ട് ഹിന്ദിയിൽ വിജയിക്കേണ്ടതായിരുന്നു. പക്ഷേ ലക്ഷ്മിക്ക് ഇനി മോഹനെ ആവശ്യമാണോ എന്നായിരുന്നു എന്റെ

സംശയം. ഞാനത് മോഹനോട് തന്നെ തുറന്നുപറയുകയും ചെയ്തു. പക്ഷേ ലക്ഷ്മിക്ക് എന്തുകൊണ്ടോ ഹിന്ദിസിനിമയിൽ പിടിച്ചുനിൽക്കാനായില്ല. ശോഭൻ ബാബവുവിന്റെ നായികയായി കന്നടച്ചിത്രങ്ങളിൽ പിന്നീട് അഭിനയിക്കുകയായിരുന്നുവെന്ന് അറിഞ്ഞു.

മോഹൻ എന്തുകൊണ്ടോ സിനിമാരംഗത്ത് പരാജയമായി മാറി. സ്വന്തം ശബ്ദം തന്നെ ഉപയോഗിക്കണമെന്ന് നിർബന്ധം പിടിച്ചതായിരിക്കാം കാരണം. സ്ഫുടമായി നല്ല മലയാളം പറയാൻ ഈ തത്തമംഗലത്തുകാരൻ ബ്രാഹ്മണന് പ്രയാസമായിരുന്നു. വികാരങ്ങൾ പ്രകടിപ്പിക്കേണ്ട അവസരങ്ങളിൽ സുന്ദരമായ ആ മുഖം വികൃതമായിപ്പോവുകയും ചെയ്യും.

ആർട്ട് സിനിമയിൽ അഭിനയിക്കാൻ മലയാളത്തിൽ വന്ന ലക്ഷ്മിയെ ശശികുമാറിന്റെ പിക്നിക്, ശ്രീകുമാരൻ തമ്പിയുടെ ചട്ടമ്പികല്യാണി മുതലായ മൂന്നാംകിട ചിത്രങ്ങളിലാണ് പിന്നെ നാം കണ്ടത്.

വീണ്ടും ഒരിക്കൽക്കൂടി മദ്രാസിലെത്തിയ ഞാൻ മോഹൻ താമസം മാറ്റിയിരിക്കുന്നതായി അദ്ദേഹത്തിന്റെ അച്ഛനിൽനിന്നും മനസിലാക്കി. അതുപറയുമ്പോൾ അദ്ദേഹത്തിന്റെ മുഖത്ത് കടുത്ത വിദ്വേഷം പ്രകടമായിരുന്നു.

മോഹനെ കണ്ടപ്പോൾ തന്നോട് രാമു കാര്യാട്ട് കാണിച്ച ചില അന്യായങ്ങളെ കുറിച്ച് പരാതിപ്പെട്ടു. നെല്ലിൽ നായകനായി അഭിനയിച്ച തനിക്ക് പോസ്റ്ററിലും ടൈറ്റിൽ കാർഡിലും വേണ്ട പ്രാധാന്യം നൽകിയില്ല. പ്രേംനസീറിനെയാണ് വലുതായി കാണിച്ചത്. ഇതൊക്കെ ഞാൻ എഴുതണമെന്ന് പറഞ്ഞു. ഇതൊക്കെ എഴുതിയാൽ മോഹന് സിനിമാരംഗത്ത് കൂടുതൽ ശത്രുക്കളുണ്ടാകുമെന്ന് ഞാൻ ഉപദേശിച്ചു.

ഇതിനുപിന്നാലെ എന്നെ ഫോണിൽ വിളിച്ച് എന്റെ ഉപദേശം ശരിയാണെന്നും താൻ പറഞ്ഞതൊന്നും എഴുതരുതെന്നും അഭ്യർത്ഥിച്ചു.

ഇങ്ങനെ ഞങ്ങൾ തമ്മിൽ അടുത്ത സ്നേഹബന്ധമുണ്ടായിരുന്നു. അതുകൊണ്ടാണ് ലക്ഷ്മിയെ വിശ്വസിക്കരുതെന്ന് ഞാൻ മോഹനെ ഉപദേശിച്ചതും.

ഇടയ്ക്കിടെ ഞങ്ങൾ എഴുത്തുകുത്തുകൾ നടത്തിയിരുന്നു. 77-ലെ സ്റ്റാർനൈറ്റിന് കോട്ടയത്തുവന്ന മോഹൻ അതിന് ഒരുമാസം കഴിഞ്ഞ് എന്റെ ക്ഷണപ്രകാരം പാലായിൽ വന്ന് മറ്റൊരു സ്റ്റാർനൈറ്റിൽ പങ്കെടുക്കുകയും ചെയ്തു. അവിടെവച്ച് അദ്ദേഹം ഞാവൽപ്പഴങ്ങളിൽ താൻ പാടി അഭിനയിച്ച

'കറുകറുത്തൊരു പെണ്ണാണ്' എന്ന പാട്ടുപാടി കാണികളെ ആഹ്ലാദിപ്പിച്ചത് ഞാനിന്നും ഓർക്കുന്നു.

ബോംബെയിൽ സ്ഥിരതാമസമാക്കിയാൽ മോഹൻ ഒരുപക്ഷെ ഹിന്ദിസിനിമയിൽ ശോഭിക്കുമായിരുന്നു. ഇവിടെ അദ്ദേഹം പരാജയമായിപ്പോയി.

മദ്രാസിലെ മാമ്പലത്ത് അദ്ദേഹം ജൗളിക്കട തുടങ്ങിയെന്ന് അറിയാനിടയായി. ചില തമിഴ് സിനിമകളിൽ ചെറിയ വേഷങ്ങളിൽ കാണുകയും ചെയ്തു.

ലക്ഷ്മിയുടെ മകൾ ഐശ്വര്യ മലയാള സിനിമയിലും നായികയായി അമ്മയുടെയും അമ്മൂമ്മയുടെയും അഭിനയപാരമ്പര്യം തുടരുന്നു.

■

മലയാളത്തിന്റെ ഏക ക്ലാസിക് സംവിധായകൻ

മലയാള സിനിമയുമായി ബന്ധപ്പെട്ട മിക്ക വ്യക്തികളെയും നേരിട്ട് പരിചയമുള്ള എനിക്ക് രാമുകാര്യാട്ടിന്റെ മുമ്പിൽ മാത്രമേ അപകർഷതാ ബോധം തോന്നിയിട്ടുള്ളൂ. അദ്ദേഹത്തിന്റെ ശരീരം മാത്രമല്ല മനസും വളരെ വലുതായിരുന്നു. ആ വ്യക്തിയിലെ 'മനുഷ്യത്വം' കണക്കിലെടുത്ത് അദ്ദേഹത്തെ ഞാൻ 'മഹാൻ' എന്നുതന്നെ വിളിക്കട്ടെ.

അപാരമായ ആത്മവിശ്വാസത്തിന് ഉടമയായിരുന്ന അദ്ദേഹം തന്റെ ചിറകിനടിയിൽ ധാരാളം യുവപ്രതിഭകൾക്ക് അഭയം നൽകി. ഒരു ഗോത്രത്തലവന്റെ ആജ്ഞാശക്തിയോടെ അദ്ദേഹം അവരെയൊക്കെ പ്രോത്സാഹിപ്പിച്ചും സംരക്ഷിച്ചും വളർത്തിക്കൊണ്ടുവന്നു.

ചെറുപ്പം മുതലേ ആരംഭിച്ച പരന്ന വായനയും നാടകപ്രസ്ഥാനങ്ങളുമായുള്ള ബന്ധവും അദ്ദേഹത്തിന്റെ മനസിന് ആഴവും പരപ്പും നൽകി. മുണ്ടശേരിയുടെ മകൻ തോമസ് തൃശൂരിൽ നടത്തിയിരുന്ന കറന്റ് ബുക് ഹൗസിൽ ചെന്നിരുന്ന് അവിടെ വരുന്ന സാഹിത്യകാരന്മാരുമായി സൗഹൃദം സ്ഥാപിച്ച കാര്യാട്ട് തന്റെ അവസാന ശിഷ്യനായ വിജയൻ കരോട്ടിനെ വരെ അവിടുന്നാണ് കണ്ടുപിടിച്ചത്.

കേരള സംസ്ഥാന ചലച്ചിത്ര വികസന കോർപ്പറേഷൻ ചെയർമാനായി നമ്മൾ അറിയുന്ന പി.ആർ.എസ്. പിള്ള അൻപതുകളുടെ തുടക്കത്തിൽ 'തിരമാല' എന്ന സിനിമ നിർമ്മിച്ചപ്പോൾ അതിന്റെ മുപ്പതു രൂപ ശമ്പളക്കാരനായ പ്രൊഡക്ഷൻ മാനേജരായിരുന്നു രാമു കാര്യാട്ട്. കറന്റ് ബുക്സിൽ വച്ചായിരിക്കണം ഉറൂബ്, പി. ഭാസ്കരൻ, ശോഭനാ പരമേശ്വരൻനായർ മുതലായ സുഹൃത്തുക്കളെ കണ്ടുപിടിച്ചതും.

ടി.കെ. പരീക്കുട്ടിയുടെ ചന്ദ്രതാരാ പ്രൊഡക്ഷൻസിനു വേണ്ടി ഈ ടീം 'നീലക്കുയിൽ' എന്ന ചിത്രം നിർമ്മിച്ചു. ഉറൂബിന്റെ കഥ, കാര്യാട്ടിന്റെ സംവിധാനം, വിൻസന്റിന്റെ ക്യാമറ, പി. ഭാസ്കാരന്റെ ഗാനങ്ങൾ, കെ. രാഘവന്റെ സംഗീതം, സത്യനും മിസ് കുമാരിയും പ്രധാന റോളുകളിൽ. പി. ഭാസ്കരനും ചെറിയ വേഷം ചെയ്തു. ആ ചിത്രത്തിലെ ബാലനടൻ മാസ്റ്റർ വിപിൻ ഇപ്പോൾ വിപിൻ മോഹൻ എന്ന പേരിൽ പ്രസിദ്ധ ക്യാമറാമാനായി വളർന്നിരിക്കുന്നു. ഈ ചിത്രത്തിന് രാഷ്ട്രപതിയുടെ വെള്ളിമെഡൽ ലഭിച്ചു.

കാര്യാട്ടിന്റെ രണ്ടാമത്തെ ചിത്രമായ 'മിന്നാമിനുങ്ങും', 'മുടുപട'വും വലിയ അത്ഭുതമൊന്നും സൃഷ്ടിച്ചില്ലെങ്കിലും പിന്നീട് നിർമ്മിച്ച 'മുടിയനായ പുത്രൻ' വീണ്ടും അദ്ദേഹത്തിന് പ്രസിഡന്റിന്റെ വെള്ളിമെഡൽ നേടിക്കൊടുത്തു.

എന്നാൽ രാമു കാര്യാട്ട് എന്നൊരു താരം ഉദിച്ചുയർന്നത് 'ചെമ്മീൻ' എന്ന സിനിമയോടെയാണ്. തകഴി ശിവശങ്കരപ്പിള്ള എന്ന നോവലിസ്റ്റിനെ ആഗോളതലത്തിൽ പ്രശസ്തനാക്കിയ ചെമ്മീൻ എന്ന നോവൽ 1965-ൽ കാര്യാട്ടിന്റെ സംവിധാനത്തിൽ സിനിമയായപ്പോൾ അത് ഭാരത്തിൽ നിർമ്മിച്ച ഏറ്റവും നല്ല ചിത്രത്തിനുള്ള രാഷ്ട്രപതിയുടെ സ്വർണ്ണമെഡൽ നേടി.

മലയാളത്തിലെന്നല്ല ദക്ഷിണേന്ത്യയിൽ തന്നെ ആദ്യമായിട്ടാണ് ഇങ്ങനെ ഒരു അംഗീകാരം എത്തുന്നത്. കൊച്ചിക്കാരനായ ബാബു സേട്ട് കൺമണി ഫിലിംസിന്റെ ബാനറിൽ നിർമ്മിച്ച ചെമ്മീൻ അപാര ദൃശ്യപ്പൊലിമയും അതിവിശാലമായ പശ്ചാത്തലവുമുള്ള ഇന്ത്യയുടെ ക്ലാസിക്കായി മാറുകയും കളക്ഷൻ റിക്കാർഡ് സൃഷ്ടിക്കുകയും ചെയ്തു.

ഇതോടെ ദക്ഷിണേന്ത്യയിലെ ഏറ്റവും വലിയ സംവിധായകൻ എന്ന അംഗീകാരം കാര്യാട്ടിന് ലഭിച്ചു. നാടകത്തിലും രാഷ്ട്രീയത്തിലുമൊക്കെ പ്രവർത്തിച്ച പരിചയം അദ്ദേഹത്തെ ഒന്നാന്തരമൊരു സംഘാടകനാക്കി മാറ്റിയിരുന്നു. ബാബുസേട്ടിന് ആവശ്യംപോലെ സ്വത്തുള്ളതുകൊണ്ട് അന്ന് ഇന്ത്യയിൽ ലഭിക്കാവുന്ന ഏറ്റവും കഴിവുള്ള കുറേ കലാകാരന്മാരെ തന്റെ കൂടെ സഹകരിപ്പിക്കാൻ കാര്യാട്ടിന് കഴിഞ്ഞു.

അക്കാലത്ത് ജമിനി സ്റ്റുഡിയോയിലെ ക്യാമറാമാനായിരുന്ന ജർമ്മൻകാരൻ മാർകസ് ബർട്ട്ലിയാണ് ചെമ്മീനിന് ക്യാമറ പ്രവർത്തിപ്പിച്ചത്. അദ്ദേഹത്തിന്റെ സഹായിയായി യു. രാജഗോപാലും ഉണ്ടായിരുന്നു. ബിമൽ റോയിയുടെ ശിഷ്യനും പ്രസിദ്ധ ഹിന്ദി സിനിമാ എഡിറ്ററും സംവിധായകനുമൊക്കെയായ ഋഷികേശ് മുഖർജിയായിരുന്നു എഡിറ്റ് ചെയ്തത്. ആയിടെ 'മധുമതി' എന്ന ചിത്രത്തിലെ 'ആജാരേ പരദേശി' എന്ന ഗാനം ട്യൂൺ ചെയ്ത് രാഷ്ട്രപതിയുടെ സ്വർണ്ണമെഡൽ നേടിയ സലീൽ ചൗധുരി സംഗീത സംവിധാനം നിർവഹിച്ചു. മന്നാഡെ 'മാനസ മൈനേ' എന്ന് പാടി. (ഇവർ മൂന്നുപേരും ബംഗാളികളാണ്).

ഇത്രയും പ്രഗത്ഭർ അണിനിരന്ന ഒരു ചിത്രം സ്വർണ്ണമെഡൽ നേടിയില്ലെങ്കിലേ അത്ഭുതമുള്ളു.

തൃശൂർ ജില്ലയിലെ നാട്ടിക കടപ്പുറത്ത് വെച്ചായിരുന്നു ചിത്രീകരണം. ശരിക്കുമുള്ള മുക്കുവക്കുടിലുകളിൽ വച്ചാണ് ഷൂട്ട് ചെയ്തത്. സത്യനും ഷീലയും പ്രധാന റോളുകളിൽ അഭിനയിച്ചു. കൊട്ടാരക്കര

യും മധുവും അടൂർ സഹോദരിമാരും എസ്.പി. പിള്ളയുമൊക്കെ ഉജ്ജ്വലമായി അഭിനയിച്ചു.

ജീവിതത്തോട് തൊട്ടുരുമ്മി നിൽക്കുന്ന ഏറ്റവും അസംസ്കൃതമായ പശ്ചാത്തലത്തിൽ സമൂഹത്തിലെ അവഗണിക്കപ്പെടുകയും പിന്തള്ളപ്പെടുകയും ചെയ്യപ്പെട്ട ഒരു വിഭാഗത്തിന്റെ ജീവിതം അകൃത്രിമമായി പറഞ്ഞതാണ് ചെമ്മീനിന്റെ വിജയം.

നീണ്ട നാളുകളിലെ ഷൂട്ടിംഗ് പൂർത്തിയായതോടെ കാര്യാട്ട് നാട്ടികക്കാരുടെ പ്രിയങ്കരനായി മാറി. 1965ലെ അസംബ്ലി തെരഞ്ഞെടുപ്പിൽ ഇടതുപക്ഷ സ്വതന്ത്രനായി നാട്ടികയിൽ മത്സരിച്ച കാര്യാട്ട് വമ്പിച്ച ഭൂരിപക്ഷത്തോടെ വിജയിക്കുകയും ചെയ്തു. എന്നാൽ ഒരു കക്ഷിക്കും ഭൂരിപക്ഷം ഇല്ലാത്തതുകൊണ്ട് ആ തെരഞ്ഞെടുപ്പ് ഫലമില്ലാതെ പോയി.

കൺമണി ഫിലിംസ് തന്നെ നിർമ്മിച്ച 'ഏഴു രാത്രികൾ' അഗതികളായ തൊഴിലാളികളെ ചുറ്റിപ്പറ്റിയ കഥയായിരുന്നു. എന്നാൽ അത് പ്രദർശനവിജയം നേടിയില്ല. നോവലിസ്റ്റ് രാജലക്ഷ്മിയുടെ ജീവിതത്തെ ആസ്പദമാക്കി പെരുമ്പടവം ശ്രീധരൻ എഴുതിയ 'അഭയം' എന്ന നോവലാണ് പിന്നീട് സിനിമയാക്കിയത്. സാധാരണ ജനങ്ങൾ അതിലേക്ക് ഇറങ്ങിച്ചെന്നില്ല. രാഘവൻ എന്ന നടന്റെ ഉദയം ഈ ചിത്രത്തിലൂടെയായിരുന്നു.

കാര്യാട്ടിന്റെ എട്ടാമത്തെ ചിത്രമായ 'മായ' കെ. സുരേന്ദ്രന്റെ ഇതേ പേരിലുള്ള നോവലിനെ ആസ്പദമാക്കി എടുത്ത കൊമേഴ്സ്യൽ ചിത്രമായിരുന്നു. ഈ ചിത്രത്തിലെ അഭിനയത്തിന് തിക്കുറിശിക്ക് ഏറ്റവും നല്ല നടനുള്ള സംസ്ഥാന അവാർഡ് ലഭിച്ചു.

ഇക്കാലമത്രയും കാര്യാട്ട് മദ്രാസിൽ കൺമണി ഫിലിംസിന്റെ ഓഫീസിലാണ് താമസിച്ചിരുന്നത്. തൃശൂർക്കാരായ ഒരുപറ്റം കലാകാരന്മാർ അവിടുത്തെ അന്തേവാസികളായിട്ടുണ്ടായിരുന്നു. പിന്നീട് നിർമ്മാതാവും സംവിധായകനുമായി മാറിയ പി.എ. ബക്കർ, പത്രപ്രവർത്തകൻ എ.സി. സാബു, നിർമ്മാതാവായി മാറിയ പി.എ. ലത്തീഫ് എന്നിവർക്കുശേഷം വിജയൻ കരോട്ട്, പൂനാ ഇൻസ്റ്റിറ്റ്യൂട്ടിൽനിന്ന് എത്തിയ കെ.ജി. ജോർജ് എന്നിങ്ങനെ ഒരു ബറ്റാലിയൻ സഹായികൾ അവിടെ താവളമടിച്ചിരുന്നു.

* * * *

ഇങ്ങനെ ഒരു നാട്ടുരാജാവിന്റെ പ്രൗഢിയോടെ കഴിഞ്ഞിരുന്ന കാര്യാട്ട് ഇങ്ങോട്ടുവന്ന് പരിചയപ്പെടുകയായിരുന്നു. എന്നെ അന്വേഷിച്ചുവന്നതല്ല, കേരളത്തിൽ നിന്ന് മദ്രാസിലെത്തി എഗ്മൂറിലെ ഗീതാ ഹോട്ടലിൽ താമസിച്ചിരുന്ന കൃഷ്ണസ്വാമി റെഡ്യാരെയും അദ്ദേഹത്തിന്റെ നാന വാരിക എഡിറ്റ് ചെയ്തിരുന്ന കെ.വി.എസ്. ഇളയതിനെയും കാണാൻ ഹോട്ടലിൽ എത്തിയതാണ്. കൃത്യമായി പറഞ്ഞാൽ 1973 ഏപ്രിൽ 29-ാം തീയതി. അദ്ദേഹത്തോടൊപ്പം പ്രസിദ്ധ സിനിമാ നിർമ്മാതാവ് ശോഭനാ പരമേശ്വരൻനായരും ഉണ്ടായിരുന്നു. അവർ എവിടെയും എപ്പോഴും ഒന്നിച്ചുനടക്കുന്ന ആത്മാർത്ഥ സുഹൃത്തുക്കളായിരുന്നു.

റെഡ്യാർ ചോദിച്ചു: ''നിങ്ങളുടെ ചിത്രങ്ങളിൽ അഭിനയിക്കുന്ന നടികളോട് നിങ്ങൾ ഏതുവിധത്തിലാണ് പെരുമാറുന്നത്?''

കാര്യാട്ട് പറഞ്ഞു: ''ഞാൻ ആരെയും വശംവദരാക്കാറുണ്ട്. എന്നാൽ

ചാൻസ് കൊടുക്കാമെന്നുപറഞ്ഞ് പറ്റിക്കാറില്ല. അവർക്കെല്ലാം ചാൻസ് കൊടുത്തിട്ടുമുണ്ട്.''

അതുപറഞ്ഞപ്പോൾ അദ്ദേഹത്തിന് സങ്കോചമൊന്നുമില്ലായിരുന്നു. എത്ര തുറന്ന കുറ്റസമ്മതം. അതുകേട്ടവർക്കും അസ്വാഭാവികമായി ട്ടൊന്നും തോന്നിയില്ല. എന്നാൽ എനിക്ക് കല്ലുകടിച്ച അനുഭവമാ യിരുന്നു.

ഞാൻ ഒരുനിമിഷം ചിന്തിച്ചുപോയി. എത്ര വലിയ ഒരു മനുഷ്യ നാണ് മുമ്പിലിരിക്കുന്നത്. കേരളത്തിന് വെളിയിൽ ഏറ്റവുമധികം അറി യപ്പെടുന്ന മലയാള സിനിമാസംവിധായകൻ. സത്യജിത് റേയ്ക്കും തപൻ സിൻഹയ്ക്കും മൃണാൾ സെന്നിനുമൊപ്പം പ്രസിഡന്റിന്റെ സ്വർണ മെഡൽ നേടിയ മലയാളത്തിന്റെ അഭിമാനഭാജനം. നാട്ടികക്കാർ ബഹു ഭൂരിപക്ഷത്തോടെ ജയിപ്പിച്ചുവിട്ട നേതാവ്.

അദ്ദേഹം പി. വത്സലയുടെ ആദ്യത്തെ കുങ്കുമം നോവൽ അവാർഡ് നേടിയ നെല്ല് സിനിമയാക്കിക്കൊണ്ടിരിക്കുന്ന സമയമായിരുന്നു അത്. മോഹനും കനകദുർഗയും പ്രധാന റോളുകളിൽ. നസീറും ജയഭാര തിയും മേക്കപ്പില്ലാതെ അഭിനയിക്കുന്നു. ബാലു മഹേന്ദ്രയുടേതാണ് ക്യാമറ.

നീട്ടി വളർത്തിയ മുടിയും അതിഗംഭീരമായ കൃതാവും ബെൽബോട്ടം പാന്റും ചെക്ക് ഷർട്ടുമായി, ആധുനിക ഫാഷൻ അപ്പാടെ അനുകരി ച്ചിരുന്ന അദ്ദേഹം സ്വയംമതിപ്പുള്ള ഒരു വ്യക്തിയാണ്. ഈ ആത്മവി ശ്വാസം അദ്ദേഹത്തിന്റെ ഓരോ വാക്കിലും തെളിഞ്ഞുകാണാം. താൻ സംസാരിക്കുന്ന വിഷയത്തെക്കുറിച്ച് അഗാധ ജ്ഞാനമുള്ളവരിൽ മാത്രം കാണുന്ന അനായാസതയും കാര്യാട്ടിൽ പ്രകടമായിരുന്നു.

അൻപതുകളുടെ ആദ്യം സിനിമാരംഗത്തേക്ക് കടന്നുവന്ന കാര്യാട്ട് സംവിധാനം ക്രിയാത്മകമായ ഒരു കലാരൂപമാണെന്ന് വിശ്വസിച്ചിരു ന്നു. ''സിനിമ ഒരു കലയാണ്. കല കൈകാര്യം ചെയ്യേണ്ടത് സ്വാഭാ വികമായും കലാകാരന്മാരും ദാർശനിക വീക്ഷണമുള്ളവരും ശാസ്ത്രീ യമായി വിഷയങ്ങളെ കൈകാര്യം ചെയ്യാൻ അറിയാവുന്നവരുമായി രിക്കണം.''

''നല്ല സിനിമ സാമ്പത്തികമായി വിജയിക്കുകയില്ല എന്നത് കെട്ടു കഥയാണ്. ചെമ്മീൻ കളക്ട് ചെയ്തതുപോലെ ഒരു സ്റ്റണ്ട് പടമോ ഒരു ഫോർമുല പടമോ കളക്ട് ചെയ്തിട്ടില്ല. നീലക്കുയിലും കളക്ട് ചെയ്ത പടാണ്. സ്ത്രീശരീരത്തിലെ സുന്ദരമായ ഭാഗങ്ങൾ കാണി ക്കുന്നതിനോടോ, സ്ത്രീ പുരുഷ ബന്ധത്തെ യഥാതഥമായി വർണി ക്കുന്നതിനോടോ എനിക്ക് എതിർപ്പില്ല. നേരെമറിച്ച് അത് വേണമെന്നു തന്നെയാണ് എന്റെ അഭിപ്രായം. പക്ഷേ അത് കലാപരമായിരിക്കണം.''

''സെക്സിന്റെ സുഗന്ധം നിലനിർത്തിയാണ് ഞാൻ പ്രേമരംഗങ്ങൾ ചിത്രീകരിക്കാറ്. ഞാനൊരിക്കലും വ്യവസായ സിനിമയുടെ ഭാഗമാ യിട്ടില്ല. മുമ്മൂന്ന് കൊല്ലങ്ങൾ കൂടുമ്പോഴാണ് ഒരു സിനിമ ചെയ്യുന്ന തുതന്നെ. വ്യക്തിപരമായി പറഞ്ഞാൽ പ്രതിജ്ഞാബദ്ധനായ ഒരു സംവിധായകനാണ്. പ്രത്യേക ഉദ്ദേശമില്ലാതെ ഇന്നേവരെ ഒരു പടവും ചെയ്തിട്ടില്ല. പത്തിരുപതു കൊല്ലത്തിനിടയിൽ കഷ്ടിച്ച് ആറോ ഏഴോ ചിത്രങ്ങൾ മാത്രം.''

സിനിമയെപ്പറ്റിയും സിനിമാ നിർമ്മാതാക്കളെപ്പറ്റിയും സർവോപരി സിനിമ കാണുന്നവരെപ്പറ്റിയും അദ്ദേഹത്തിന് വ്യക്തമായ ധാരണക ളുണ്ടായിരുന്നു. അത് തെറ്റാവാം, ശരിയാവാം. നിങ്ങൾ അതുമായി

യോജിച്ചു കൊള്ളണമെന്നില്ല. പക്ഷേ തനിക്ക് പറയാനുള്ളത് അദ്ദേഹം പറയുക തന്നെ ചെയ്യും. തന്റെ അഭിപ്രായം മറ്റുള്ളവരിൽ എന്തു പ്രതികരണമാണ് ഉണ്ടാക്കുക എന്നതിനെപ്പറ്റി അദ്ദേഹം വേവലാതിപ്പെടാറില്ലായിരുന്നു.

കമേഴ്സ്യൽ ചിത്രങ്ങൾക്ക് താൻ എതിരല്ലെന്നും താൻ സംവിധാനം ചെയ്ത നീലക്കുയിൽ, ചെമ്മീൻ മുതലായ ചിത്രങ്ങൾ കമേഴ്സ്യൽ ചിത്രങ്ങളാണെന്നും അദ്ദേഹം പറഞ്ഞു.

''സിനിമ ഒരു വിനോദോപാധി മാത്രമല്ല, ഈ നൂറ്റാണ്ടിലെ ഏറ്റവും ശക്തമായൊരു ബഹുജനമാധ്യമം കൂടിയാണ്. അത് എങ്ങനെ ഉപയോഗിക്കണമെന്നുള്ളതാണ് പ്രശ്നം. ഇടിക്കും സ്റ്റണ്ടിനും കൊള്ളയ്ക്കും കവർച്ചയ്ക്കും മനുഷ്യരിൽ പ്രേരണ ജനിപ്പിക്കുന്നതാണോ അതോ, ജീവിത വ്യാഖ്യാനത്തിനും സാമൂഹ്യപ്രശ്നങ്ങളുടെ പരിഹാരത്തിനുമുള്ളതാണോ എന്നതാണ് ചിന്തിക്കേണ്ടത്.''

''ഇനിയുള്ള ഒരു വിമർശനം ഞങ്ങൾ ജീവിത ദുരിതങ്ങളും കഷ്ടപ്പാടുകളും പട്ടിണിയുമെല്ലാം സിനിമയിലാക്കുന്നുവെന്നതാണ്. അത് വിദേശരാജ്യങ്ങളിൽ ഇന്ത്യക്ക് ആക്ഷേപമുണ്ടാക്കുമത്രെ. ഏതായാലും സത്യജിത് റേയും മൃണാൾ സെന്നും ഞാനുമൊന്നും ഈ വീക്ഷണത്തോട് യോജിക്കുന്നവരല്ല.''

''കമേഴ്സ്യൽ സിനിമയക്ക് അവാർഡ് നൽകുന്നത് അവാർഡിന്റെ സ്പിരിറ്റ് തന്നെ നശിപ്പിക്കുന്ന നടപടിയാണ്. അങ്ങനെയായാൽ അവാർഡ് ഒരു പ്രഹസനമായി മാറും. അവാർഡിന്റെ ഉദ്ദേശം തന്നെ അത് പരാജയപ്പെടുത്തും. കച്ചവടലക്ഷ്യം മാത്രം വെച്ചുകൊണ്ട് നിർമ്മിക്കപ്പെടുന്ന ചിത്രങ്ങൾക്ക് സാമ്പത്തികവിജയം നേടാൻ ബുദ്ധിമുട്ടുണ്ടാകുമെന്നും അതുകൊണ്ട് ആർട് ചിത്രങ്ങൾക്ക് പ്രോത്സാഹനം നൽകണമെന്നുമുള്ള ലക്ഷ്യത്തോടെയാണ് അവാർഡ് രൂപീകൃതമായത്. കച്ചവട സിനിമകൾക്ക് അവാർഡ് നൽകാനാണെങ്കിൽ അവാർഡ് കമ്മിറ്റിയൊന്നും ആവശ്യമില്ല. ഓരോ വർഷവും ഏറ്റവും കൂടുതൽ കളക്ട് ചെയ്യുന്നത് ഏതു പടമാണെന്ന് നോക്കി അവാർഡ് കൊടുത്താൽ മതിയല്ലോ. അത് അറിയാനാണെങ്കിൽ വിനോദ നികുതിയിനത്തിൽ ഖജനാവിലടച്ച സംഖ്യയുടെ കണക്കും സർക്കാരിന് കിട്ടുന്നുണ്ട്.''

അക്കൊല്ലം ദൽഹി ഫിലിം ഫെസ്റ്റിവലിലേക്കുള്ള ചിത്രങ്ങൾ തെരഞ്ഞെടുക്കുന്ന കമ്മിറ്റിയിൽ കാര്യാട്ടും അംഗമായിരുന്നു. എന്നാൽ മേളയിലേക്ക് അദ്ദേഹത്തെ ക്ഷണിച്ചില്ല. അതേപ്പറ്റി പരാതിപ്പെട്ടപ്പോൾ അധികാരികൾ അദ്ദേഹത്തിന് ബാൽക്കണിയിൽ ഒരു സീറ്റ് നൽകി, താമസസൗകര്യം നൽകിയുമില്ല. മൂന്ന് പ്രാവശ്യം സ്വർണമെഡലും രണ്ട് പ്രാവശ്യം ഉർവശി അവാർഡും ഒരു പ്രാവശ്യം ഭരത് അവാർഡും നല്ല സാമൂഹ്യ കഥയ്ക്കും ദേശീയോദ്ഗ്രഥനം സംബന്ധിച്ച കഥയ്ക്കും തിരക്കഥയ്ക്കും മറ്റുമുള്ള അവാർഡുകളും അതിനോടകം നേടിയിരുന്ന മലയാള ചലച്ചിത്രങ്ങളെ ദൽഹിയിലെ ചലച്ചിത്രമേള പൂർണമായി വിസ്മരിച്ചതിൽ അദ്ദേഹത്തിന് അമർഷമുണ്ടായിരുന്നു.

1970ൽ രാമു കാര്യാട്ട് പാർലമെന്റ് തെരഞ്ഞെടുപ്പിൽ മത്സരിച്ചു. മുകുന്ദപുരം മണ്ഡലത്തിൽ അദ്ദേഹത്തിന് കെട്ടിവച്ച തുക പോലും നഷ്ടപ്പെട്ടു.

തെരഞ്ഞെടുപ്പ് സമയത്ത് ചെറുതുരുത്തിയിൽ നസീർ, ഷീല, മധു, പി. ഭാസ്കരൻ മുതലായവരുടെ ഒരു പടത്തിന്റെ ഷൂട്ടിംഗ് നടക്കുണ്ടന്നു

ണ്ടായിരുന്നു. അവരെല്ലാം കാര്യാട്ടിന്റെ തെരഞ്ഞെടുപ്പ് പ്രചാരണയോഗത്തിൽ പ്രസംഗിക്കാനെത്തി. മൂന്നുലക്ഷത്തോളം ജനങ്ങൾ അവരെ കാണാൻ തടിച്ചുകൂടി. പക്ഷെ കാര്യാട്ടിന് ആറായിരത്തോളം വോട്ടേ കിട്ടിയുള്ളു.

* * * *

രാമു കാര്യാട്ടിനെ കുറിച്ച് പറയുമ്പോൾ അദ്ദേഹം കൈപിടിച്ചുയർത്തിയ അനേകം കലാകാരന്മാരെ പരാമർശിക്കേണ്ടി വരും. എന്നാൽ ആ വലിയ മനുഷ്യന്റെ വലിയ മനസിനെ സൂചിപ്പിക്കാൻ വേണ്ടി ചില ചെറിയ ഉദാഹരണങ്ങൾ മാത്രമേ എടുത്തുകാട്ടുന്നുള്ളു.

അമ്പതുകളുടെ ആദ്യത്തിൽ മലയാളത്തിൽ നിർമ്മിച്ച ഒരു റിയലസ്റ്റിക് ചിത്രമായിരുന്നു 'രാരിച്ചൻ എന്ന പൗരൻ'. അതിൽ പതിനാലോ പതിനഞ്ചോ വയസ് മാത്രമുള്ള രാരിച്ചൻ ആയി അഭിനയിച്ച കുട്ടിയാണ് പിന്നീട് പ്രസിദ്ധ പ്രൊഡക്ഷൻ എക്സിക്യൂട്ടീവും നിർമ്മാതാവും ഒക്കെയായ പി.എ. ലത്തീഫ്. ഈ ചിത്രം പരാജയമായിരുന്നു.

അതിൽ അഭിനിച്ച പ്രേമ അഭിനയം തുടർന്നുപോന്നു. അവരുടെ മകൾ ശോഭയ്ക്ക് ഉർവശി അവാർഡ് കിട്ടിയതും തുടർന്ന് ആത്മഹത്യ ചെയ്തതും അത് പ്രേമയുടെയും ആത്മഹത്യയിലേക്ക് നയിച്ചതുമായ കാര്യങ്ങൾ ഞാൻ എഴുതിയിട്ടുള്ളതാണ്.

ലത്തീഫ് കൗമാരത്തിലേക്കു കടന്നതോടെ അഭിനയിക്കാൻ ചാൻസ് കിട്ടുകയില്ലെന്നായി. സ്വന്തം നാടായ ആലപ്പുഴയിലുള്ള ഒരു മ്യൂസിക് ട്രൂപ്പിൽ അംഗമായി ഗാനമേളകൾ അവതരിപ്പിച്ചുപോന്നു. അങ്ങനെയിരിക്കെ വിമോചന സമരം ഉണ്ടായി. അതിനോടനുബന്ധിച്ച് രാജൻ എന്ന ആളുടെ നേതൃത്വത്തിൽ അവതരിപ്പിച്ചിരുന്ന 'ഭഗവാൻ മക്രോണി' എന്ന നാടകത്തിൽ ചേർന്നു. സമരം കഴിഞ്ഞപ്പോൾ നാടകവും നിന്നുപോയി. വളരെ ദുരിതത്തിലായ ലത്തീഫ് എങ്ങനെയോ മദ്രാസിലെ വഴിവാണിഭക്കാരനായി.

ഒരു വൈകുന്നേരം പാരീസ് കോർണറിൽക്കൂടി നടക്കാനിറങ്ങിയ കാര്യാട്ട് വഴിവക്കിൽ ആക്രിക്കച്ചവടം നടത്തുന്ന ലത്തീഫിനെ കണ്ട് ദു:ഖിച്ച് തന്റെ കൂടെ വിളിച്ചുകൊണ്ടുപോയി കൺമണി ഫിലിംസിൽ ഒരു സഹായിയായി പിടിച്ചുനിർത്തി. ആ ബന്ധം തന്റെ മരണം വരെ തുടർന്നുപോരുകയും ചെയ്തു. കാര്യാട്ട് കൺമണി ഫിലിംസിൽ നിന്ന് എൻ.പി. അലിയുടെ ജമ്മു ഫിലിംസിലേക്ക് താമസം മാറ്റിയപ്പോൾ അവിടെയും ലത്തീഫിന് സ്ഥാനമുണ്ടായിരുന്നു.

കാര്യാട്ടിന്റെ സംവിധാനത്തിൽ 'നെല്ല്' എന്ന ചിത്രത്തിന്റെ പ്രവർത്തനങ്ങൾ ആരംഭിച്ചിരിക്കുന്ന കാലം. ഒരു ദിവസം മെലിഞ്ഞു ക്ഷീണിച്ച ഒരു താടിക്കാരൻ ചെറുപ്പക്കാരൻ അവിടെച്ചെന്ന് ലത്തീഫിനോട് തന്റെ ദാരിദ്ര്യത്തെക്കുറിച്ച് പറഞ്ഞു.

''ഞാൻ പൂനാ ഫിലിം ഇൻസ്റ്റിറ്റ്യൂട്ടിൽ നിന്ന് സംവിധാനം പഠിച്ചുവന്നയാളാണ്. ചാൻസൊന്നും കിട്ടിയില്ല. വളരെ ബുദ്ധിമുട്ടാണ്.''

അത് ഇന്നത്തെ പ്രസിദ്ധ സംവിധായകൻ കെ.ജി. ജോർജായിരുന്നു. ലത്തീഫ് ആ ചെറുപ്പക്കാരനെ കാര്യാട്ടിന്റെ മുന്നിൽ കൊണ്ടുപോയി. കാര്യാട്ട് ജോർജിനോടും തന്റെ സഹായിയായി നിന്നോളാൻ പറഞ്ഞു. നെല്ല് പുറത്തിറങ്ങിയപ്പോൾ ടൈറ്റിൽ കാർഡിൽ സഹസംവിധായകന്റെ സ്ഥാനത്ത് ജോർജിന്റെ പേരും വച്ചിരുന്നു.

കാര്യാട്ടിന്റെ സംവിധാനത്തിൽ ജയ്മാരുതി പിക്ചേഴ്സിന്റെ

ബാനറിൽ ടി.ഇ. വാസുദേവൻ 'മായ' എന്ന ചിത്രം നിർമ്മിക്കുന്ന സമയം. അക്കാലത്ത് പ്രധാനപ്പെട്ട സ്ഥിരം നിർമ്മാതാക്കളിൽ പലരും ചിത്രത്തിൽ ജോലി ചെയ്യുന്നവർക്ക് ന്യായമായ പ്രതിഫലം കൊടുക്കാൻ മടിച്ചിരുന്നു. എങ്ങനെയെങ്കിലും സിനിമയിൽ കയറിപ്പറ്റാൻ കൊതിച്ചുനടക്കുന്ന ധാരാളം ചെറുപ്പക്കാരുള്ളപ്പോൾ ജോലിക്കാരെ കിട്ടാൻ വിഷമവുമില്ല. ഇക്കൂട്ടർ പ്രധാന നടീനടന്മാരുടെ പെട്ടിയും ചെരുപ്പും വരെ ചുമക്കേണ്ടവരാണ്. പക്ഷെ പ്രതിഫലം നക്കാപ്പിച്ച മാത്രം. 'മായ'യിൽ തിരുവനന്തപുരത്തുകാരൻ വിജയൻ എന്നൊരു സഹസംവിധായകൻ ഉണ്ടായിരുന്നു.

ഒരുദിവസം സെറ്റിൽ തളർന്നിരിക്കുന്ന വിജയനെക്കണ്ട് അയാൾക്കെന്തുപറ്റിയെന്ന് സംവിധായകൻ കാര്യാട്ട് ചോദിച്ചു.

ഭക്ഷണം കഴിച്ചിട്ട് രണ്ടു ദിവസമായെന്നായിരുന്നു മറുപടി.

ഷൂട്ടിംഗ് നിർത്തിവെയ്ക്കാൻ കാര്യാട്ട് ആജ്ഞാപിച്ചു. തന്റെ കൂടെ ജോലി ചെയ്യുന്നവർക്ക് ന്യായമായ പ്രതിഫലം കൊടുത്തിട്ടുമാത്രമേ ഇനി ഷൂട്ടിംഗ് തുടരൂ എന്ന് പറഞ്ഞിട്ട് കാര്യാട്ട് അവിടുന്നിറങ്ങിപ്പോയി. അതോടെ എല്ലാവർക്കും പ്രതിഫലം ലഭിക്കുകയും ചെയ്തു.

വിജയൻ മദ്രാസ് മടുത്ത് തിരുവനന്തപുരത്ത് വഴുതക്കാട്ട് പലവ്യഞ്ജനക്കട നടത്തി. ധാരാളം പണം സമ്പാദിച്ചു.

പിന്നീട് ഇന്ത്യയിലെ തന്നെ വലിയ ക്യാമറാമാനും സംവിധായകനുമായി വളർന്ന ബാലു മഹേന്ദ്രയേയും സംവിധായകനായി മാറിയ വിജയൻ കരോട്ടിനെയും മറ്റും നെല്ലിലൂടെ കാര്യാട്ട് കൈപിടിച്ച് ഉയർത്തിയിട്ടുണ്ട്. അതുപോലെ അടൂർ ഭാസി എന്ന ഹാസ്യനടന്റെ രംഗപ്രവേശവും കാര്യാട്ടിന്റെ 'മുടിയനായ പുത്രനി'ലൂടെയായിരുന്നു എന്നോർക്കണം.

കാര്യാട്ടിനെ കാണാൻ ജമ്മു ഫിലിംസിന്റെ ഓഫീസിൽ ഞാൻ ചെല്ലുമ്പോൾ അവിടെ അനേകം പേർ ചുറ്റിപ്പറ്റി നിൽക്കുന്നതു കണ്ടു. മുമ്പ് എം.ജി.ആറിന്റെ ഓഫീസിൽ ചെന്നപ്പോൾ മാത്രമേ ഇതുപോലെ വലിയ സിൽബന്ദി സമൂഹത്തെ കാണാൻ ഇടയായിട്ടുള്ളു.

എന്നാൽ എം.ജി.ആറിനെ കാണാനുള്ള തടസങ്ങളൊന്നും കാര്യാട്ടിന്റെ കാര്യത്തിൽ ഇല്ലായിരുന്നു. ഊഷ്മളമായ സ്വീകരണം. എന്തു ചോദ്യവും കേൾക്കാനുള്ള സന്നദ്ധത. ഒന്നും മറച്ചുവയ്ക്കാതെയുള്ള മറുപടി. തികഞ്ഞ മാന്യത.

എനിക്ക് ആ മനുഷ്യനെ നന്നെ പിടിച്ചു. അന്താരാഷ്ട്ര ചലച്ചിത്രോത്സവത്തിൽ നെല്ലിനെ പ്രതിനിധീകരിച്ച് അദ്ദേഹം സോവിയറ്റ് യൂണിയനിലെ താഷ്കെന്റിൽ പോയിട്ട് മടങ്ങിവന്നതേയുണ്ടായിരുന്നുള്ളു.

''മലയാളത്തിൽ ആദ്യമായി സ്വർണമെഡൽ കിട്ടിയത് എന്റെ ചെമ്മീനിനാണ്. അതിനുശേഷം ആർക്കൊക്കെ സ്വർണമെഡൽ കിട്ടിയാലും അതൊന്നും ആരും ഓർക്കുകയില്ല. എനിക്ക് കിട്ടിയ ബഹുമതി വേണ്ട വിധം മുതലാക്കാൻ എനിക്ക് കഴിയുകയും ചെയ്തു.'' കാര്യാട്ട് അവകാശപ്പെട്ടു.

അദ്ദേഹം പറഞ്ഞു: ''മലയാളത്തിലെ ആദ്യത്തെ സിനിമയായ ബാലൻ തന്നെ ഒരു വഴികാട്ടിയായിരുന്നു. തമിഴ് സിനിമ പോലെയോ ഹിന്ദി സിനിമ പോലെയോ ഒരു പുരാണ ചിത്രമല്ല ഇവിടെ ആദ്യം ഉണ്ടായത്. ബാലൻ ഒരു സാമൂഹ്യചിത്രമായിരുന്നു. രണ്ടാമത്തെ ചിത്രത്തിനും സാമൂഹ്യകഥയായിരുന്നു. അന്നുമുതലേ നമ്മുടെ പ്രേക്ഷകർ ഉയർന്ന നിലവാരത്തിലുള്ളവരാണ്. തമിഴ് സംഗീത നാടകങ്ങളുടെ

പിടിയിലമർന്ന് ഭാഗവതന്മാർ പാടിത്തകർത്ത് അഭിനയിച്ചിരുന്ന ഒരു കാലഘട്ടമായിരുന്നു അത്. ആദ്യം തന്നെ മലയാള നാടകം ആ പിടിയിൽനിന്ന് വിമുക്തമായി. വൈക്കം വാസുദേവൻനായരെ പോലെയുള്ളവരാണ് അതിന് കാരണക്കാർ. തിക്കുറിശിയുടെ 'ജീവിതനൗക' യഥാർത്ഥത്തിൽ മലയാള സിനിമയിൽ വഴിത്തിരിവ് സൃഷ്ടിച്ചു. അവിടുന്നിങ്ങോട്ട് നമുക്കുണ്ടായ പുരോഗതി അഭിമാനകരമാണ്. നമ്മുടെ പ്രേക്ഷകരാണ് യഥാർത്ഥത്തിൽ മലയാള സിനിമക്കുണ്ടായ പുരോഗതിക്ക് കാരണക്കാർ.''

കനേഡിയൻ സംവിധായകനായ മക്ലൂഹൻ ഒരിക്കൽ എഴുതി: ''പെൻസിലിന്റെയും കടലാസിന്റെയും നിലയിലേക്ക് സിനിമയും ഇറങ്ങിവരണം.

നിങ്ങൾ ജനങ്ങളുടെ ഇടയിലേക്ക് ഇറങ്ങിച്ചെല്ലൂ. അവരുടെ ഉള്ളിൽനിന്ന് സിനിമയെടുക്കൂ.''

അതുതന്നെയായിരുന്നു കാര്യാട്ടിന്റെയും അഭിപ്രായം.

''ഒരു സിനിമ എടുക്കുമ്പോൾ അതിനെ സ്റ്റുഡിയോയുടെ നാലതിരുകൾക്കുള്ളിൽ തളച്ചിടരുതെന്ന് എനിക്ക് നിർബന്ധമുണ്ടായിരുന്നു. ചെമ്മീനിന്റെ കഥ നടക്കുന്ന കടപ്പുറത്തേക്ക് പോകുവാനും അതിനെ അതിന്റേതായ ചുറ്റുപാടുകളിൽ തന്നെ അവതരിപ്പിക്കാനുമാണ് ഞാൻ ശ്രമിച്ചത്. കൂടുതൽ ഓഥന്റിക്കാകുക എന്നതിലാണ് ഞാൻ ഊന്നൽ കൊടുക്കുന്നത്.''

ആദ്യം മുതൽക്കേ സാധാരണക്കാരന്റെ സംവിധായകനായിരുന്നു കാര്യാട്ട്. അവരുടെ ജീവിതത്തിലെ ചെറിയ സുഖങ്ങളും വലിയ ദു:ഖങ്ങളുമായിരുന്നു അദ്ദേഹം പ്രതിപാദിച്ചത്. സൗന്ദര്യമോ വർണപ്പൊലിമയോ ഇല്ലാത്ത അവരുടെ കഥകൾ അഭ്രപാളികളിൽ പകർത്തിയപ്പോൾ ആ മനുഷ്യാത്മാക്കളുടെ ജീവിതത്തിലേക്ക് അദ്ദേഹം സിനിമയെ കൂട്ടിക്കൊണ്ടു പോകുകയും അതിൽ നമ്മളെയും പങ്കാളികളാക്കുകയും ചെയ്തു.

''വലിയ വിട്ടുവീഴ്ചകൾക്കൊന്നും ഞാനൊരുക്കമല്ല. അതേസമയം ബഹുജനങ്ങളുടെ ഒരു ഇടപാടാണ് സിനിമ എന്ന ബോധവും എനിക്കുണ്ട്. വ്യക്തിപരമായി പറഞ്ഞാൽ ഞാനൊരു കമിറ്റഡ് ഡയറക്ടർ ആണ്. സമൂഹത്തെയും അതിന്റെ ഘടകങ്ങളായ വ്യക്തികളെയും കാണാതിരിക്കാൻ എനിക്ക് വയ്യ.

നീലക്കുയിൽ ആദ്യം വെള്ളിത്തിരയിൽ കണ്ടപ്പോൾ പലരും അത്ഭുതപ്പെട്ടുപോയി. അതിനുശേഷം അതുപോലെ സാമൂഹ്യബോധമുള്ള അനേകം ചിത്രങ്ങൾ പുറത്തിറങ്ങാൻ തുടങ്ങി. അങ്ങനെ മലയാള സിനിമയ്ക്ക് യശസും നിലവാരവും ഉണ്ടായി.'' കാര്യാട്ട് തുടർന്നു.

''പരിമിതമായ മാർക്കറ്റുള്ള കേരളത്തിൽ ചെറിയ ബജറ്റുള്ള ചിത്രങ്ങളാണ് എടുക്കേണ്ടത്. അതു പ്രദർശിപ്പിക്കാൻ ആർട് തിയേറ്ററുകളും ഉണ്ടാകണം.''

ഭദ്രമായ സാമൂഹ്യബോധവും വ്യക്തമായ കാഴ്ചപ്പാചുകളുമുള്ള സംവിധായകരോ നിർമ്മാതാക്കളോ ദുർലഭമായിരിക്കുന്ന മലയാള സിനിമയിൽ രാമു കാര്യാട്ടിനെ പോലുള്ളവർ ഒറ്റപ്പെട്ടുപോകുന്നു. സ്വന്തമായ വീക്ഷണവും ആദർശങ്ങളും ഉള്ളവർ വ്യവസായവുമായി പൊരുത്തപ്പെടുകയോ ഈ വ്യവസായം അവരുമായി പൊരുത്തപ്പെടുകയോ ചെയ്താലല്ലാതെ മലയാള സിനിമയ്ക്ക് അഭിവൃദ്ധി ഉണ്ടാകുമെന്ന് തോന്നുന്നില്ല.

* * * *

കാര്യാട്ടിന്റെ ചുറ്റിലും എപ്പോഴും കണ്ടിരുന്ന ചിലർ മലയാള സിനിമാരംഗത്ത് ചീത്തപ്പേര് സൃഷ്ടിച്ചിരുന്നവരായിരുന്നു. നല്ല സിനിമകൾ എടുത്തിരുന്നവർ തന്നെ വ്യക്തിപരമായി തികഞ്ഞ ദുർവൃത്തരും മദ്യപാനികളും ആഭാസന്മാരുമൊക്കെയായിരുന്നു. കാര്യാട്ടിന്റെ പ്രശസ്തിയും വ്യക്തിത്വവും വച്ച് അവരിൽ പലരും പല തരത്തിൽ മുതലെടുക്കുകയാണെന്ന് ഞാൻ പല സന്ദർഭങ്ങളിലും മനസിലാക്കി. ആ സംഘത്തിൽപ്പെട്ട ചിലർ തന്നെയാണ് മദ്രാസിൽനിന്ന് എന്നെ ഓടിച്ചുവിടാൻ എല്ലാവിധത്തിലുമുള്ള ഹീനമായ അടവുകൾ ഉപയോഗിച്ചിരുന്നതും. ഇതൊന്നും കാര്യാട്ട് അറിഞ്ഞിരിക്കാൻ ഇടയില്ല.

മദ്രാസിലായിരുന്ന കാലത്ത് ഞാൻ ഇടയ്ക്കിടെ താമസസ്ഥലം മാറ്റിക്കൊണ്ടിരുന്നു. പക്ഷെ ഞാൻ എവിടെപ്പോയാലും എന്റെ സങ്കേതം കണ്ടുപിടിക്കാൻ ഈ സംഘം ജോയിസ് ആനന്ദ് എന്ന പത്രപ്രവർത്തകനെ പറഞ്ഞുവിടുമായിരുന്നു. അതിനുപിന്നാലെ ഹരിപോത്തന്റെ ബൻസ് വണ്ടിയും എന്റെ സങ്കേതങ്ങളിൽ എത്തും. ഇവരെല്ലാം അനിയൻ എന്നൊരു ശിങ്കിടിയെ ആണ് ഗുണ്ടായിസത്തിന് ഉപയോഗിച്ചിരുന്നത്. തിരുവനന്തപുരത്തുകാരനായ ഇയാൾ മോഹൻ പോത്തന്റെ കൂടെ മദ്രാസിൽ എത്തിയതാണ്. കോടീശ്വരനായിരുന്ന മോഹന്റെ അനിയൻ ഹരി ഗുണ്ടായിസത്തിന് അനിയനെയാണ് ഉപയോഗിച്ചിരുന്നത്. ഇയാൾക്ക് പിന്നാലെ തമ്പാനൂരിലെ ഒരു അരിഷ്ടനിർമ്മാണക്കാരനും മദ്രാസിലെത്തി. അയാൾ നടത്തിയിരുന്ന ആരോഗ്യപ്രദായനി വൈദ്യശാലയിൽ 'വിപ്ലവാരിഷ്ടം' ലഭിക്കുമായിരുന്നു. തമിഴ്നാട്ടിൽ മദ്യനിരോധനമായിരുന്നതു കൊണ്ട് അരിഷ്ടമെന്ന ലേബലിൽ വിൽക്കുന്ന ഈ മദ്യത്തിന് നല്ല ചെലവായിരുന്നു. സിനിമാരംഗത്തെ മാഫിയാസംഘം ഈ വൈദ്യശാലയിലാണ് എന്നും സമ്മേളിച്ചിരുന്നത്.

അനിയനെക്കുറിച്ച് ഞാൻ പല കഥകളും അറിഞ്ഞിരുന്നു. അയാൾക്ക് ഹരി പോത്തൻ മാമ്പലത്ത് ഒരു വർക്ക്ഷോപ്പ് ഇട്ടുകൊടുത്തിട്ടുണ്ടായിരുന്നു. മിക്ക സിനിമയുടെയും സെറ്റിൽ ഇയാളെ കാണാം. കൊമ്പൻ മീശയും തുറിച്ച കണ്ണുകളുമുള്ള ഒരു തടിമാടൻ.

ഒരുദിവസം സിനിമാക്കാരുടെ ദല്ലാളായ ദിലീപ് എന്നൊരു ചെറുപ്പക്കാരൻ ചന്ദ്ര എന്ന ഒരു പുതുമുഖ നടിയുടെ ഫോട്ടോയുമായി എന്റെ അടുക്കൽ വന്നു. അവരെ വാരികയിലൂടെ ഒന്ന് പരിചയപ്പെടുത്തണം. കൂടുതൽ ചോദിച്ചപ്പോൾ അവൾ സിംഗപ്പൂരിൽനിന്നും വന്ന് മദ്രാസിൽ താമസിക്കുകയാണെന്നും ആ സമയത്ത് അനിയന്റെ സംരക്ഷണയിലാണെന്നും അനിയൻ അവൾക്ക് സിനിമയിൽ ചാൻസ് വാഗ്ദാനം ചെയ്തിട്ടുണ്ടെന്നും ഒക്കെ പറഞ്ഞു.

ഈ അനിയനും ഗാനരചയിതാവ് പി. ഭാസ്കരനും ഒരേ കെട്ടിടത്തിലാണ് താമസിച്ചിരുന്നത്. അനിയൻ താഴത്തെ നിലയിൽ, പി. ഭാസ്കരൻ മുകളിലത്തെ നിലയിൽ. അനിയന് ഒരു അൽസേഷ്യൻ പട്ടിയുണ്ടായിരുന്നു. മുമ്പിൽ തമിഴരുടെ ചേരിയാണ്. പി. ഭാസ്കരൻ എഗ്മൂറിലെ പാന്തിയൻ റോഡിലേക്ക് മാറിയപ്പോൾ മാതൃഭൂമിയുടെ അഡ്വർ ടൈസ്മെന്റ് മാനേജരായിരുന്ന ആർ.എം. മനയ്ക്കലാത്ത് അവിടെ താമസിക്കാനെത്തി. പി. ഭാസ്കരൻ ആയിരിക്കാം അത് ശരിയാക്കിക്കൊടുത്തത്.

ഏതായാലും അനിയന് ഇങ്ങനെ കുറെ പ്രധാന വ്യക്തികളുമായി സൗഹൃദം സ്ഥാപിക്കാൻ കഴിഞ്ഞു. ഫിലിം ചേമ്പറിൽ നിർമ്മാല്യത്തിന്റെ പ്രിവ്യു നടത്തിപ്പോൾ എം.ടി. വാസുദേവൻ നായർ വന്നത് ഇയാളുടെ തോളിൽ കയ്യിട്ടുകൊണ്ടാണ്. കാര്യാട്ടിന്റെ നെല്ലിന്റെ പ്രിവ്യു അണ്ണാ തിയേറ്ററിൽ നടത്തിയപ്പോഴും ഞാനവിടെ ഇയാളെ വി.ഐ.പികളുടെ കൂടെ കണ്ടു. ഇയാളുടെ സംഘത്തിലാണ് സിനിമാമാസിക ശങ്കരൻനായർ ശബരിമലയ്ക്ക് പോയിരുന്നതും. അനിയൻ ഒരു ജഡ്ജിയുടെ അളിയനായിരുന്നു എന്നതും അയാളെ പ്രമാണിയാക്കി.

ലളിത-പത്മിനി-രാഗിണിമാരുടെ കസിനും നടി സുകുമാരിയുടെ ബന്ധുവും ആദ്യകാല നായിക കുമാരി തങ്കത്തിന്റെ ഭർത്താവും നിർമ്മാതാവും നടനും പണം പലിശയ്ക്ക് കൊടുപ്പുകാരനുമൊക്കെയായിരുന്ന സത്യപാലിന് തൊണ്ടയിൽ ക്യാൻസർ വന്ന് ആദ്യത്തെ ഓപ്പറേഷനിൽ ശബ്ദം നഷ്ടപ്പെട്ടു. ആജാനുബാഹുവായ ഒരു മനുഷ്യൻ. സിനിമയിൽ സ്ഥിരം സായിപ്പിന്റെ വേഷമായിരുന്നു.

രണ്ടാമതും ക്യാൻസർ ബാധിച്ചപ്പോൾ രക്ഷ കിട്ടിയില്ല. 74 ഏപ്രിൽ 30ന് സത്യപാൽ അന്തരിച്ചു. ശവശരീരം മാമ്പലത്തെ വീട്ടിൽ കൊണ്ടുവന്നത് വൈകുന്നേരമാണ്. സിനിമാ മാസിക ലേഖകൻ നടരാജനുമൊത്ത് ഞാനവിടെ എത്തി. മിക്ക സിനിമാക്കാരും അവിടെയുണ്ടായിരുന്നു. മുറ്റത്ത് കസേരയിൽ ചലച്ചിത്ര പരിഷത്ത് പ്രസിഡന്റ് ടി.ഇ. വാസുദേവൻ, വൈസ് പ്രസിഡന്റ് രാമു കാര്യാട്ട്, നടൻ മധു മുതലായവർ ഇരിക്കുന്നു. ഞാനും നടരാജനും മതിലിനോട് ചേർന്നുനിൽക്കുന്നു. എന്റെ അടുത്ത് സംവിധായകൻ സേതുമാധവനും ഉണ്ട്.

എവിടെനിന്നോ അനിയൻ എന്റെ അടുത്തുവന്ന് ''നീ ഇവിടുന്ന് ഉടനെ പൊയ്ക്കൊള്ളണം. ഇല്ലെങ്കിൽ തടിക്ക് കേടാ'' എന്നു പറഞ്ഞു. അതുകേട്ട പാടെ സേതുമാധവൻ സ്ഥലംവിട്ടു. നടരാജൻ കൂടെയുള്ളത് എനിക്ക് ധൈര്യമായിരുന്നു. ഞാൻ അവിടെത്തന്നെ നിന്നു. കുറേക്കഴിഞ്ഞ് ഹരിപോത്തൻ വന്ന് 'നിന്നോട് പോകാൻ പറഞ്ഞില്ലേ. നിന്നാൽ വെറുതേ വിടില്ല' എന്നു പറഞ്ഞു.

ഞാൻ പതുക്കെ ടി.ഇ. വാസുദേവന്റെ അടുത്തുചെന്ന് ചെവിയിൽ 'ഞാൻ സംസാരിക്കുന്നത് ചലച്ചിത്ര പരിഷത്ത് പ്രസിഡന്റിനോടാണ്. ഞാനിവിടെ നിൽക്കരുതെന്ന് ഹരിപോത്തൻ പറയുന്നു. എന്തുചെയ്യണം?'' എന്ന് ചോദിച്ചു.

''മധു ഇപ്പോൾ പോകരുത്'' എന്ന് വാസുദേവൻ പറഞ്ഞു.

ഞാൻ പോകുന്നില്ലെന്ന് കണ്ട് അനിയൻ പുറത്തേക്ക് പോയി. അയാളുടെ വർക് ഷോപ്പിലെ കുറെപ്പേരെ കാറിൽ കയറ്റിക്കൊണ്ടുവന്നു എന്റെ പിറകിൽ റോഡിൽ നിർത്തി. അവർക്ക് എന്നെ കാണിച്ചുകൊടുക്കുന്നത് ഞാൻ ശ്രദ്ധിച്ചു.

പുറത്തിറങ്ങിയാൽ അവർ റോഡിലിട്ട് അടിക്കുമെന്ന് തീർച്ച. ടി.ഇ. വാസുദേവൻ അനങ്ങുന്നില്ല. ഞാൻ ഏണീറ്റു. രാമു കാര്യാട്ടിന്റെ അടുത്തുചെന്ന് പറഞ്ഞു: ''വെളിയിൽ അനിയനും ഹരി പോത്തനും ഗുണ്ടകളെ കൊണ്ടുവന്ന് നിർത്തിയിരിക്കുന്നു. ഞാനെന്തു ചെയ്യണം?''

ഇതു കേട്ടുകൊണ്ട് നടൻ മധു തൊട്ടപ്പുറത്ത് അനങ്ങാതെ ഇരിക്കുന്നുണ്ട്. കാര്യാട്ട് കസേരയിൽ നിന്ന് ഏണിറ്റു. എന്റെ തോളിൽ കയ്യിട്ട് ചുറ്റിപ്പിടിച്ചു. എന്നെ ചേർത്തുപിടിച്ചു നടന്നുകൊണ്ട് ഗേറ്റിന് വെളിയിലെത്തി. അനിയനും ഗുണ്ടകളും മിഴിച്ചുനിന്നതേയുള്ളൂ. നടരാജൻ തന്റെ കാറിന്റെ ഡോർ തുറന്നു. ഞങ്ങൾ അതിൽക്കയറി.

കാര്യാട്ട് കൈവീശി യാത്രയയച്ചു. എന്റെ മുന്നിൽ കാര്യാട്ട് അതിമാനുഷനായി മാറി.

ആ സീൻ ഞാൻ ജീവിതത്തിൽ ഒരിക്കലും മറക്കുകയില്ല. സ്വന്തം സ്നേഹിതന്മാരെയും സംഘത്തിൽപ്പെട്ടവരെയും വെല്ലുവിളിച്ചുകൊണ്ടാണ് അദ്ദേഹം ഈ പാവം പത്രപ്രവർത്തകന്റെ ഭാഗത്ത് നിന്നതെന്നോർക്കണം. ചെറുപ്പത്തിൽ താനും ഒരു പത്രപ്രവർത്തകനായിരുന്നു എന്നുള്ളതും വായിക്കുന്ന സ്വഭാവമുള്ളതും അതോ എന്നെ ഇഷ്ടമായതുകൊണ്ടോ - നിശ്ചയമില്ല ആ മനസിന്റെ വലിപ്പം ഞാൻ വീണ്ടും അളന്നിട്ടുണ്ട്.

* * * *

1975-ൽ 'ദ്വീപ്' എന്ന ചിത്രത്തിന്റെ പ്രധാന ഭാഗങ്ങൾ ലക്ഷദ്വീപിൽ പോയി ഷൂട്ട് ചെയ്തശേഷം മടങ്ങിയെത്തിയ കാര്യാട്ട് അതിലെ കുറേ ഇൻഡോർ സീനുകൾ തിരുവനന്തപുരത്തെ മെരിലാന്റ് സ്റ്റുഡിയോവിൽ സെറ്റിട്ട് ചിത്രീകരിച്ചു കൊണ്ടിരിക്കുമ്പോൾ ഞാൻ അവിടെയെത്തി.

അമീനി ദ്വീപിലെ ഒരു മുസ്ലീം പാർപ്പിടം. നിർമ്മാതാവ് എൻ.പി. അബു. ഒരു ദ്വീപുവാസിയുടെ മേക്കപ്പിട്ട് ഇരിപ്പുണ്ട്. നീലക്കുയിൽ മുതലുള്ള കാര്യാട്ടിന്റെ ചിത്രങ്ങളിൽ അഭിനയിക്കുന്ന പ്രേമയുടെ മകൾ ശോഭയാണ് നായിക. സഹനടിയായി മദ്രാസിൽ താമസിച്ചിരുന്ന ബംഗാളി പെൺകുട്ടി റാണിചന്ദയും.

ദ്വീപിനെക്കുറിച്ച് ചോദിച്ചപ്പോൾ കാര്യാട്ട് പറഞ്ഞു:

''ഐലന്റും മെയിൻലാന്റും തമ്മിൽ സൗഹൃദത്തിന്റെ പാലം കെട്ടുന്ന ചിത്രമാണിത്. ദ്വീപിലെ നിഷ്കളങ്കരായ മനുഷ്യരുടെയും കരയിലെ ക്രൂരമുഖമുള്ള മനുഷ്യരുടെയും സൗഹൃദം സൃഷ്ടിക്കുന്ന ചിത്രമാണിത്.''

''ക്ലാസിക്കുകൾ എന്നും സൃഷ്ടിക്കുക ഏത് വലിയ കലാകാരനും സാധ്യമല്ല. എന്റെ ചിത്രങ്ങൾക്ക് വലിയ ക്യാൻവാസുണ്ടാവുക സാധാരണയാണ്. ജീവിതം ഒരു യാത്രയാണല്ലോ. ആ യാത്ര ഒരു ബിന്ദുവിലോ വികാരക്കുമിളയിലോ ഒതുക്കുന്നത് ശരിയല്ല. അതുകൊണ്ട് എന്റെ ചിത്രങ്ങൾക്ക് വലിയൊരു വിഷ്വൽ ഗ്രേറ്റ്നസ് ഉണ്ടെന്ന് പലരും ചൂണ്ടിക്കാട്ടാറുണ്ട്. ഈ കളർഫുൾനെസാണ് ഞാനൊരു ചെലവ് കൂടിയ സംവിധായകനാണെന്ന തെറ്റിദ്ധാരണ പരത്തുന്നത്.

ഇതിനിടെ പൂനാ ഫിലിം ഇൻസ്റ്റിറ്റ്യൂട്ടിൽ നിന്നു പഠിച്ചുവന്ന് 'അവൾ' എന്ന ചിത്രം സംവിധാനം ചെയ്ത അസീസ് എന്നെ ഒരു ഫയൽ കൊണ്ടുവന്ന് കാണിച്ചു.

തുളസി എന്ന നോവലിസ്റ്റ് എഴുതിയ ദ്വീപ് എന്ന കഥ സിനിമയാക്കാൻ അസീസ് തീരുമാനിച്ചതായിരുന്നു. അത് നിർമ്മിക്കാൻ പ്രിയ എന്ന ചിത്രത്തിന്റെ പാർട്ണർ ആയിരുന്ന ബോംബെയിലെ ബിസിനസുകാരൻ എൻ.പി. അബു സമ്മതിക്കുകയും ചെയ്തു. അബുവിന്റെ നിർദ്ദേശപ്രകാരം അസീസ് ലക്ഷദ്വീപ് സന്ദർശിക്കുകയും ചിത്രത്തിന്റെ സ്ക്രിപ്റ്റ് എഴുതിവയ്ക്കുകയും ചെയ്തിരുന്നു.

ഈ സമയത്ത് ബോംബെയിലെത്തിയ കാര്യാട്ട് അബുവിനെ കാണാനിടയായി. അസീസിന് വച്ചിരുന്ന പടം കാര്യാട്ടിന്റേതായി മാറി. അസീസിന്റെ അവസരം കാര്യാട്ട് തട്ടിയെടുത്തുവെന്ന് ഫയൽ വ്യക്തമാക്കുന്നു. കാര്യാട്ടിനെപ്പോലെയുള്ള ഒരാൾ ഒരിക്കലും ഇങ്ങനെ ചെ

യ്തുകൂടാത്തതാണല്ലോ. ഈ ഫയൽ കുറേക്കാലം എന്റെ കൈവശ മുണ്ടായിരുന്നു.

മെരിലാന്റിൽ കാര്യാട്ട് ദ്വീപിന്റെ ഷൂട്ടിംഗ് തുടരുന്ന സമയത്താണ് തുമ്പ റോക്കറ്റ് നിർമ്മാണകേന്ദ്രത്തിലെ കുറേ ചെറുപ്പക്കാർ ചേർന്ന് 'ചലച്ചിത്ര' എന്ന ഫിലിം സൊസൈറ്റി ആരംഭിച്ചത്. അതിന്റെ ഉദ്ഘാ ടനത്തിനെത്തിയ ബംഗാളി സംവിധായകൻ മൃണാൾ സെൻ തന്റെ പുതിയ പടമായ 'മൃഗയ'യുടെ പ്രിന്റും കൊണ്ടുവന്നിരുന്നു. ഈ ചിത്രം മെരിലാന്റിലെ പ്രിവ്യൂ തിയേറ്ററിൽ പ്രദർശിപ്പിച്ചപ്പോൾ കാണാൻ ഞാനും പോയിരുന്നു. ഈ ചിത്രം കണ്ടശേഷം കാര്യാട്ട് പറഞ്ഞു: ''എന്റെ 'നെല്ല്' കണ്ടപ്പോൾ അതുപോലെയുള്ള ഒരു ചിത്രം നിർമ്മി ക്കാൻ മൃണാൾ സെന്നിനും തോന്നി'' നെല്ലിനെക്കാൾ എത്രയോ മനോ ഹരമായ ചിത്രമായിരുന്നു മൃഗയ. അതിന് അക്കൊല്ലത്തെ ഏറ്റവും നല്ല ചിത്രത്തിനുള്ള രാഷ്ട്രപതിയുടെ സ്വർണമെഡൽ ലഭിക്കുകയും ചെയ്തു. മിഥുൻ ചക്രവർത്തിയായിരുന്നു നായകൻ.

കാര്യാട്ട് റിയലിസ്റ്റിക് സിനിമയുടെ വക്താവാണെന്ന് അവകാശ പ്പെടാറുണ്ടെങ്കിലും അദ്ദേഹത്തിന്റെ ചിത്രങ്ങളിൽ ഗാനങ്ങൾക്ക് വലിയ സ്ഥാനമുണ്ടായിരുന്നു. സ്വർണമെഡൽ ലഭിച്ച ചെമ്മീനിലെ ഗാനങ്ങൾ ഇന്നും മലയാളികളുടെ മനസിൽ അലയടിക്കുന്നുണ്ടല്ലോ?

എന്നാൽ 'കടലിലെ ഓളവും കരളിലെ മോഹവും അടങ്ങുകില്ലോ മനേ അടങ്ങുകില്ല'' എന്ന് മന്നാഡേയെക്കൊണ്ട് പാടിക്കേണ്ടിയി രുന്നില്ലെന്ന് തോന്നി. ബംഗാളിയായ സലിൽ ചൗധരിയെ സംഗീതം ഏൽപ്പിച്ചതെന്തിന്? മുമ്പ് 'പൂനം കി രാത്' മുതലായ ഹിന്ദിചിത്രങ്ങൾക്ക് നൽകിയ സംഗീതത്തിന്റെ ആവർത്തനമായിരുന്നു 'ചാകര'യും മറ്റും. ആദ്യം ഈണമിട്ട് അതിന് ചേരുംപടി ഗാനം എഴുതുന്ന ഏർപ്പാട് സലിൽ ചൗധുരിയാണ് ഇവിടെ കൊണ്ടുവന്നത്. അത് മലയാള ഗാനശാഖയ്ക്ക് ഉണ്ടാക്കിയ കോട്ടം ചില്ലറയല്ല. നെല്ലിൽ സലീൽ ചൗധുരി ഇങ്ങനെ നൽകിയ ഈണത്തിന് ചേരുംപടി വയലാർ എഴു തിയ വരികൾ ''ഖദളീ ജെങ്കദളീ'' എന്ന് ലതാ മങ്കേഷ്കർ പാടി നശി പ്പിച്ചതും നാം കണ്ടു. സലിൽ ചൗധുരിയുടെ സഹായി ആണെന്ന് അവകാശപ്പെടുന്ന ശ്യാമും ഈ രീതി തുടർന്നു.

തിരുവനന്തപുരത്തെ ശ്രീകുമാർ തിയേറ്ററിൽ ദ്വീപിന്റെ പ്രിവ്യു കാണാൻ ഞാനും പോയിരുന്നു. അതിൽ രാമചന്ദ്ര ബാബുവിന്റെ ക്യാ മറയല്ലാതെ ഒന്നുംതന്നെ എടുത്തുപറയാനില്ലായിരുന്നു.

ഞാനെഴുതി ''ദക്ഷിണേന്ത്യയിൽ ആദ്യമായി സ്വർണമെഡൽ നേടി യെടുത്ത മലയാള ചലച്ചിത്ര സംവിധായകൻ വീണ്ടുമൊരു പത്തുവർ ഷം കൂടി കഴിഞ്ഞിട്ടും എടുത്തുപറയത്തക്ക മറ്റൊരു നേട്ടവും ഉണ്ടാ ക്കിയിട്ടില്ല. ചെമ്മീനിന് സ്വർണമെഡൽ ലഭിച്ചത് കാര്യാട്ടിനെ സംബ ന്ധിച്ചും മലയാള സിനിമയെ സംബന്ധിച്ചും അപകടമായിപ്പോയി. അല്ലെങ്കിൽ കുറേ നല്ല ചിത്രങ്ങൾ കൂടി സംവിധാനം ചെയ്യാൻ അദ്ദേ ഹത്തിന് കഴിഞ്ഞേനെ. നീലക്കുയിലിൽ നിന്ന് മുടിയനായ പുത്രനി ലേക്കും അവിടുന്ന് ചെമ്മീനിലേക്കുമുള്ള കാര്യാട്ടിന്റെ വളർച്ച പെട്ടെ ന്നാണ്ടയിരുന്നു. പക്ഷേ ചെമ്മീനിന് സ്വർണമെഡൽ ലഭിച്ചത് അദ്ദേഹത്തിന്റെ വളർച്ചയ്ക്ക് തടസമായി. ഇന്ത്യക്ക് വെളിയിൽ പോയി നല്ല സിനിമകൾ കാണാൻ അദ്ദേഹത്തിന് ധാരാളം അവസരങ്ങൾ കൈവന്നിട്ടുണ്ട്. എന്നാൽ ഈ അവസരങ്ങൾ അദ്ദേഹം വേണ്ടവിധ ത്തിൽ വിനിയോഗിച്ചോ എന്ന് സംശയമുണ്ട്.''

മദ്രാസിൽ താമസിക്കുന്ന പ്രശസ്തരായ സിനിമക്കാരിൽ പലരും തിരുവനന്തപുരത്ത് വന്നാൽ കവി പഴവിള രമേശന്റെ വീട്ടിലെ സൽക്കാരം സ്വീകരിക്കാൻ എത്തുമായിരുന്നു. കേരള ഭാഷാ ഇൻസ്റ്റിറ്റ്യൂട്ടിലെ ഉദ്യോഗസ്ഥനായിരുന്ന രമേശൻ ചില ചിത്രങ്ങൾക്ക് ഗാനങ്ങൾ എഴുതിയിട്ടുമുണ്ട്.

തുമ്പ റോക്കറ്റ് സ്റ്റേഷനിലെ ജീവനക്കാർ നടത്തിയിരുന്ന 'സ്പാർക്ക്' എന്ന ഫൈൻ ആർട്സ് സൊസൈറ്റിയുടെ ഭാരവാഹികൾ പല കാര്യങ്ങൾക്കും എന്നെ സമീപിക്കാറുണ്ടായിരുന്നു. അവരുടെ വാർഷികത്തിന് ഒരു സിനിമാക്കാരനെ ഏർപ്പാടാക്കി കൊടുക്കാമോ എന്ന് അവർ എന്നോട് ചോദിച്ചു. ആ സമയത്ത് പഴവിളയുടെ വീട്ടിൽ കാര്യാട്ട് ഉണ്ടെന്നറിഞ്ഞ ഞാൻ അങ്ങോട്ടു ഫോൺ ചെയ്തു. കാര്യാട്ട് ഒട്ടും മടിക്കാതെ ആ ചുമതല ഏറ്റെടുത്തു.

അടുത്ത ദിവസം അദ്ദേഹത്തെ കൂട്ടിക്കൊണ്ടുവരാൻ പഴവിളയുടെ വീട്ടിൽ ഞാനും പോയിരുന്നു. അവിടെ അപ്പോൾ കാര്യാട്ടിനോടൊപ്പം ചില യൂത്ത് കോൺഗ്രസുകാരെ കണ്ടു. കാര്യാട്ട് ആയിടെ കോൺഗ്രസിൽ ചേരാൻ പോകുന്നുവെന്ന് കേട്ടത് ഞാനോർമ്മിച്ചു. അദ്ദേഹം ഖദർ ധരിക്കാനാരംഭിക്കുകയും ചെയ്തിരുന്നു. അന്ന് സെനറ്റ് ഹാളിൽ കാര്യാട്ട് നടത്തിയ പ്രസംഗം ഗംഭീരമായിരുന്നു. പാരീസിൽ വച്ച് താൻ കണ്ട നാടകത്തെക്കുറിച്ചും മറ്റും അദ്ദേഹം അവിടെ വിവരിച്ചു.

* * * *

പത്രപ്രവർത്തകർ ധർമ്മസങ്കടത്തിലാകുന്ന ചില സന്ദർഭങ്ങളുണ്ട്. നമുക്ക് പ്രിയപ്പെട്ടവരെയും ചിലപ്പോൾ വിമർശിക്കേണ്ടിവരും. ഇന്നും എനിക്ക് കുറ്റബോധം തോന്നാറുള്ള ഒരു സംഭവം പറയാം.

ഞാൻ എഡിറ്ററായിരുന്ന നാനയുടെ പ്രധാന പത്രാധിപർ കെ.വി.എസ്. ഇളയത് എന്നോടു പറഞ്ഞു: ''കാര്യാട്ട് ഒരു കുട്ടിപ്പത്രത്തിന് നൽകിയ ഇന്റർവ്യൂവിൽ നമ്മളെ കളിയാക്കിയിരിക്കുന്നു. അതിന് ചുട്ട മറുപടി കൊടുക്കണം.''

ഞാൻ ഒരു നിമിഷം സംശയിച്ചു. കാര്യാട്ടിനെ വിമർശിക്കുന്നത് വ്യക്തിപരമായി ഞാൻ കാണിക്കുന്ന നന്ദികേടല്ലേ? എന്നാൽ പത്രത്തിന്റെ അഭിമാനം കാക്കുകയും വേണം. അതിന് ഞാൻ സ്ഥിരമായി കൈകാര്യം ചെയ്തിരുന്ന 'സിനിമയ്ക്കുള്ളിലെ സിനിമ' എന്ന പംക്തിയാണ് ഉപയോഗിച്ചത്. കുങ്കുമത്തിൽ സബ് എഡിറ്ററായിരുന്ന ജ്യോത്സ്യൻ കൂടിയായ ചെങ്ങന്നൂർ ശങ്കരവാര്യരുടെ സഹായത്തോടെ 'വിധി വിഹിതമേവനും ലംഘ്യമല്ലേതുമേ' എന്നൊരു ഹാസ്യലേഖനം ഞാനെഴുതി.

കാര്യാട്ടിന് വൻനിർമ്മാതാക്കളെയാണ് കിട്ടിയിരുന്നതെങ്കിലും അവരാരും അദ്ദേഹത്തിന് സ്ഥിരമായി ചിത്രങ്ങൾ കൊടുക്കാറില്ലാത്തത് അദ്ദേഹം വലിയ ധാരാളി ആയതുകൊണ്ടാണെന്ന് സമർത്ഥിക്കുന്ന ലേഖനമായിരുന്നു അത്.

അതിനുശേഷം 1977 അവസാനം കോട്ടയത്ത് വച്ചുനടന്ന സംസ്ഥാന അവാർഡ് ചടങ്ങിൽ പങ്കെടുക്കാനെത്തിയ കാര്യാട്ട് അഞ്ജലി ഹോട്ടലിൽ വച്ച് എന്നെക്കണ്ട് ഓടിവന്ന് തോളിൽ കയ്യിട്ടപ്പോൾ ഞാനാണ് ചമ്മിപ്പോയത്.

അക്കൊല്ലം കാര്യാട്ടിന്റെ ശിഷ്യന്മാരാണ് അവാർഡുകൾ വാരിക്കൂട്ടിയത്. ഏറ്റവും നല്ല ചിത്രമായ സ്വപ്നാടനത്തിന്റെ സംവിധായകൻ

കെ.ജി. ജോർജും രണ്ടാമത്തെ നല്ല ചിത്രത്തിന്റെ സംവിധായകൻ പി. എ. ബക്കറും കാര്യാട്ട് കൈപിടിച്ചുയർത്തിയവരായിരുന്നു. അതു കൊണ്ടു തന്നെ കാര്യാട്ട് വലിയ അഭിമാനത്തിലായിരുന്നു. അദ്ദേഹ ത്തിന്റെ നേതൃത്വത്തിൽ ജോർജും ബക്കറും സ്റ്റേഡിയത്തിലേക്ക് പ്രവേശിച്ചു. മലയാള താരങ്ങളുടെ സംഘടനയായിരുന്ന മാൽക്കയുടെ സെക്രട്ടറി സുരാസുവും ഒപ്പമുണ്ട്. എല്ലാവരും ഓവറായി മദ്യപിച്ചിരു ന്നു. സാംസ്കാരിക വകുപ്പിന്റെ കൂടി ചുമതലയുള്ള ആഭ്യന്തരമന്ത്രി കെ. കരുണാകരൻ വരുമ്പോൾ സുരാസു തടഞ്ഞുനിർത്തി. ''നിങ്ങളല്ലേ ഇവിടുത്തെ ചെറുപ്പക്കാരെ കൊല്ലുന്നത്'' എന്ന് ചോദിച്ചു.

അടിയന്തിരാവസ്ഥ നിലവിലുള്ള കാലമാണ്. അമിതാധികാരം കയ്യാ ളുക വഴി കരുണാകരൻ കുപ്രസിദ്ധി നേടിയിരിക്കുന്ന സമയം. സെ ക്യൂരിറ്റിക്ക് നിന്നിരുന്ന പോലീസ് സൂപ്രണ്ട് സുരാസുവിന്റെ കോളറിൽ പിടിച്ചുവലിച്ചു. അയാൾക്കറിയാമോ സുരാസുവിനെ? ഇതു കണ്ടുകൊ ണ്ടുവന്ന കാര്യാട്ട് എസ്.പിയുടെ കൈയ്ക്ക് ആഞ്ഞൊരു തട്ടുകൊടു ത്തിട്ട് സുരാസുവിനെ പിടിച്ചുകൊണ്ടുപോയി. എല്ലാവരും അന്തംവിട്ടു നിന്നു. കാര്യാട്ടിനെ മനസിലായതുകൊണ്ടാവും എസ്.പി. അന്ധാളിച്ചു. കരുണാകരനും മിണ്ടിയില്ല. കാര്യാട്ടാണ് തന്റെ മുമ്പിൽ നിൽക്കുന്നത്.

അതാണ് കാര്യാട്ടിന്റെ വ്യക്തിത്വം.

'കാലുറയ്ക്കാത്ത കലാകാരന്മാർ' എന്ന ഹെഡ്ഡിംഗോടു കൂടിയാണ് പിറ്റേ ദിവസത്തെ പത്രങ്ങൾ ഈ ചടങ്ങ് റിപ്പോർട്ട് ചെയ്തത്.

അടുത്ത വർഷം അവാർഡ് വിതരണം കോഴിക്കോട്ട് വച്ചായിരുന്നു. ചടങ്ങ് കഴിഞ്ഞു ഭാര്യയോടൊപ്പം മടങ്ങുന്ന കാര്യാട്ടിനെ ഞാൻ റെയി ൽവേ സ്റ്റേഷനിൽ വച്ച് കണ്ടപ്പോൾ ചോദിച്ചു ''അടുത്ത ചിത്രം ഏ താണ്?''

''കൂനൂരെ ഹെഗ്ഗഡത്തി''

എനിക്ക് മനസിലായില്ല.

''കന്നട സിനിമയാണ്.''

പക്ഷേ ആ ചിത്രം എടുക്കാൻ കാര്യാട്ടിന് കഴിഞ്ഞില്ല. ഗിരീഷ് കർണാട് ആ പേരിൽ ഒരു കന്നട ചിത്രം നിർമ്മിച്ചു. അതിന് പ്രസി ഡന്റിന്റെ സമ്മാനവും ലഭിച്ചു. ഈ വാർത്ത പത്രത്തിൽ കണ്ടപ്പോൾ ഞാൻ കാര്യാട്ടിന്റെ മുഖമാണ് ഓർമ്മിച്ചത്.

79-ലാണ് കാര്യാട്ട് അന്തരിച്ചത്. അതുകേട്ട ലത്തീഫ് പൊട്ടിക്കര യുന്നത് ഞാൻ കണ്ടു. സിനിമാരംഗത്തെ എത്രയോ പേർ അന്ന് പൊട്ടി ക്കരഞ്ഞിരിക്കും. മലയാള സിനിമയിലെ വടവൃക്ഷമല്ലേ നിലംപതിച്ചത്.

■

സിനിമയ്ക്കുള്ളിലെ സിനിമ

നമ്മൾ സിനിമ കാണുമ്പോൾ ഏതെല്ലാം വിധത്തിലുള്ള വഞ്ചനകൾക്കാണ് വിധേയരാകുന്നതെന്ന് ആലോചിക്കാറുണ്ടോ? സിനിമ തന്നെ മൊത്തത്തിലൊരു വഞ്ചനയാണ്. സൗന്ദര്യമില്ലാത്തവരെ സൗന്ദര്യമുള്ളവരായും യഥാർത്ഥ ജീവിതത്തിൽ തികഞ്ഞ മാന്യന്മാരെ വില്ലന്മാരായും ജീവിതത്തിൽ എല്ലാവിധ വിക്രാസുകളും കാണിക്കുന്നവരെ നായകന്മാരായും നാം തെറ്റിദ്ധരിക്കുകയാണ്. നല്ല ശബ്ദമോ നല്ല മലയാളം പറയാനുള്ള കഴിവോ ഇല്ലാത്തവർ സുന്ദരമായി മലയാളം സംസാരിക്കുന്നു. പാടാനേ വശമില്ലാത്തവരും താളബോധമില്ലാത്തവരും രാഗവിസ്താരം നടത്തുന്നു. മെയ് വഴക്കമില്ലാത്തവർ ആടിത്തകർക്കുന്നു. ഒരൊറ്റ ഇടി ഏൽക്കാൻ ശേഷിയില്ലാത്തവർ ഒറ്റയ്ക്ക് നിന്ന് അനേകം മല്ലന്മാരെ പൊരുതി മലർത്തുന്നു. പണം മുടക്കി ടിക്കറ്റെടുത്ത് തിയേറ്ററിൽ കയറുന്നവർ കയ്യടിച്ച് ആർത്തുവിളിക്കുന്നു. നായികാ നായകന്മാരെ ആരാധിക്കുന്നു. മൺഡ്രങ്ങൾ ഉണ്ടാക്കുന്നു. വില്ലന്മാരെ വെറുക്കുന്നു.

വളരെ തിരക്കുള്ള നായികാ നായകന്മാരെ അവരുടെ ഭാഗങ്ങൾ ഷൂട്ട് ചെയ്യേണ്ട സമയങ്ങളിൽ പലപ്പോഴും കിട്ടുകയില്ല. കിട്ടിയാൽ തന്നെ പല രംഗങ്ങളും അവർക്ക് അഭിനയിക്കാൻ പറ്റാത്തതായിരിക്കും.

ഹോളിവുഡിലെയോ ഹിന്ദിയിലെയോ നായകന്മാരെ ശ്രദ്ധിച്ചാൽ ഒരു കാര്യം വ്യക്തമാകും. അവരിലധികവും ശരീരവടിവുള്ളവരും നല്ല അഭ്യാസികളുമായിരിക്കും. എന്നാൽ മലയാള സിനിമയിൽ ഇതൊന്നും ആരും അത്ര കാര്യമാക്കാറേയില്ല. അതുകൊണ്ടുതന്നെ ഇവിടെ നായികാ നായകന്മാർ കാണിക്കുന്നതായി തോന്നുന്ന യാതൊരത്ഭുതവും യഥാർത്ഥത്തിൽ അവരല്ല കാണിക്കുന്നത്.

ഇത്തരം കാര്യങ്ങൾ തുറന്നെഴുതുക മാത്രമല്ല, ഡ്യൂപ്പായി വരുന്ന വരെ വായനക്കാർക്ക് പരിചയപ്പെടുത്തി കൊടുക്കാനും ഞാൻ തയ്യാറായത് മലയാള സിനിമാരംഗത്ത് എന്നോട് എതിർപ്പുണ്ടാകുന്നതിന് കാരണമായി. പല നായകന്മാരുടെയും താരപരിവേഷത്തിന് ഇടിവ് തട്ടുന്ന കാര്യമാണല്ലോ അത്. ഡ്യൂപ്പുകൾ തന്നെ ഇങ്ങനെ പുറത്തറിയുന്നത് ഭയക്കുന്നു. തങ്ങളെ കുറിച്ചുള്ള വാർത്തകൾ വന്നാൽ പിന്നെ അവരെ വിളിക്കരുതെന്ന് നായകന്മാർ പറയുമോ എന്നാണ് ഭയം.

പത്മിനി, വൈജയന്തിമാല, ജയലളിത, ഷീല മുതലായവർക്ക് പകരം വേഷം കെട്ടിയിരുന്ന സമ്പത് കുമാരി എന്ന ഡ്യൂപ്പിനെ ഞാൻ ആദ്യം പരിചയപ്പെട്ടു. അതുപോലെ പ്രേംനസീറിന്റെ ഡ്യൂപ്പായി അഭിനയിച്ചിരുന്ന ത്യാഗരാജനെയും. നൂറുകണക്കിന് ചിത്രങ്ങളിൽ സ്റ്റണ്ട് രംഗങ്ങളിൽ പ്രത്യക്ഷപ്പെട്ടിട്ടുണ്ടെങ്കിലും ത്യാഗരാജന്റെ ഒരു ഇന്റർവ്യൂ ആദ്യമായി വന്നത് നാന വാരികയിലാണ്. അതോടെ ത്യാഗരാജൻ എന്റെ ആത്മാർത്ഥ സുഹൃത്തായി മാറി. മറ്റു സ്റ്റണ്ടുകാരെയൊക്കെ എനിക്ക് പരിചയപ്പെടുത്തി തരികയും ചെയ്തു.

സ്റ്റണ്ട് രംഗങ്ങളിൽ നായകന്റെ മുഖം ക്ലോസപ്പിൽ കാണിക്കുമ്പോൾ മാത്രമേ ആ നടൻ യഥാർത്ഥത്തിൽ പ്രത്യക്ഷപ്പെടുന്നുള്ളു. ലോംഗ് ഷോട്ടുകളിലും പുറംതിരിഞ്ഞു നിൽക്കുന്ന ക്ലോസപ്പുകളിലും ഡ്യൂപ്പുകളാണ് അഭിനയിച്ചിരുന്നത്. നായകന്റെയും മറ്റും വേഷങ്ങൾ തയ്യാറാക്കുമ്പോൾ അതേ അളവിലും നിറത്തിലുമുള്ള മറ്റൊരു സെറ്റ് വേഷം കൂടി തയ്യാറാക്കി വയ്ക്കും. അതാണ് ഡ്യൂപ്പിനെ അണിയിക്കുന്നത്.

നാടകത്തെ അപേക്ഷിച്ച് നോക്കിയാൽ സിനിമയിലെ അഭിനയം കൃത്രിമമാണ്. ഒരു സീൻ തന്നെ പല ഷോട്ടുകളായി മുറിച്ചുള്ള അഭിനയവും ചിത്രീകരണവുമാണ് സിനിമയിൽ. നായിക നൃത്തം ചെയ്യുമ്പോൾ മറ്റൊരു നർത്തകിയുടെ ചുവടുകൾ കാണിക്കും. വീണ വായിക്കുമ്പോൾ ഏതെങ്കിലുമൊരു വീണ വിദുഷിയുടെ കൈവിരലുകൾ കാണിക്കും. നായകൻ പാടുമ്പോൾ യേശുദാസിന്റെ സ്വരത്തിലൂടെയായിരിക്കും. എന്തിനധികം നായികമാർ സംസാരിക്കുമ്പോൾ നാം കേൾക്കുന്നത് ഡബ്ബിംഗ് ആർട്ടിസ്റ്റുകളുടെ ശബ്ദമായിരിക്കും. നായകൻ ഗുണ്ടകളോട് ഏറ്റുമുട്ടുന്നതായി കാണിക്കുന്ന രംഗങ്ങളിൽ ഗുണ്ടകളായി പ്രത്യക്ഷപ്പെടുന്നവരിൽ അധികവും ഒന്നാന്തരം സ്റ്റണ്ട് വീരന്മാരായിരിക്കും. എന്നാൽ അവർ പരാജയപ്പെടുന്നതായും സ്റ്റണ്ട് വശമില്ലാത്ത നായകൻ വിജയിക്കുന്നതായും നാം കാണുന്നു.

നായകൻ ഉയരമുള്ള കെട്ടിടത്തിൽ നിന്ന് ചാടുന്നതും മരത്തിൽ കയറുന്നതും തൂങ്ങിക്കിടക്കുന്ന കയറിൽ പിടിച്ച് ആടുന്നതും കുതിരപ്പുറത്ത് ചാടിക്കയറി ഓടിക്കുന്നതും കാറോടിക്കുന്നതും നീന്തുന്നതും എല്ലാം പകരക്കാരെ വച്ചാണ് എടുക്കുന്നത്. ഇത്തരം ഷോട്ടുകളധികവും അകലെ നിന്നായിരിക്കും എടുക്കുന്നത്. അതിനെ ലോംഗ് ഷോട്ട് എന്ന് പറയും.

അതിസാഹസിക രംഗങ്ങളിൽ അപകടം പിണയുന്നതത്രയും മേൽപ്പറഞ്ഞ പകരക്കാർക്കായിരിക്കും. ഒരു തമിഴ് ചിത്രത്തിൽ കെ.ആർ. വിജയയെ ഒരു കാറിന്റെ പിന്നിൽ കെട്ടിയിട്ട് ഒരു മലമുകളിലേക്ക് ഓടിച്ചു പോകുന്ന ഒരു രംഗമുണ്ടായിരുന്നു. വിജയക്ക് പകരം ഒരു ജൂനിയർ നടിയായ ട്രീസയെയാണ് കെട്ടിയിട്ടത്. മലമുകളിലെത്തിയപ്പോഴേക്കും നട്ടെല്ല് ഒടിയുകയും ശരീരത്തിലെ തൊലി മുഴുവൻ ഉരഞ്ഞ് നഷ്ടപ്പെട്ട്

അവൾ മൃതപ്രായയായി തീരുകയും ചെയ്തു. ഇടയ്ക്ക് കൂവിവിളിച്ചെങ്കിലും മദ്യപിച്ചിരുന്ന ഡ്രൈവർ കാർ നിർത്താനോ തിരിഞ്ഞുനോക്കാനോ മിനക്കെട്ടില്ല. ആ ചിത്രത്തിൽ അഭിനയിച്ചപ്പോൾ കിട്ടിയ പ്രതിഫലത്തേക്കാളധികം പണം ആശുപത്രിയിൽ കൊടുക്കേണ്ടിവന്നതും ഞാനെഴുതി. മാത്രമല്ല...

നമ്മുടെ നായകന്മാർ അഭിനയിക്കുന്ന ഇന്ന ചിത്രം വരുമ്പോൾ ഇന്ന സീൻ പ്രത്യേകം ശ്രദ്ധിച്ചാൽ പകരക്കാരനെ വ്യക്തമായി കാണാമെന്നുവരെ ഞാൻ മുൻകൂട്ടി അറിയിച്ചിരുന്നു.

പട്ടാഭിഷേകം എന്ന ചിത്രത്തിൽ പ്രേംനസീർ ഗ്ലാസിട്ട ജനലിൽക്കൂടി ചാടുന്ന രംഗം ചിത്രീകരിച്ചതിന് ഞാൻ സാക്ഷിയായിരുന്നു. ഗ്ലാസിൽക്കൂടി സ്ഥിരമായി ചാടാറുണ്ടായിരുന്ന നമശിവായ വാദ്ധ്യാർ എന്ന അഭ്യാസിയെ ഞാൻ അവിടെവച്ച് ഇന്റർവ്യൂ നടത്തുകയും ചെയ്തു. അയാൾക്ക് അന്ന് എഴുപത് വയസോളമായിട്ടുണ്ടായിരുന്നു. സംസാരിക്കാത്ത ചിത്രങ്ങൾ ആരംഭിച്ച കാലം മുതൽ തുടങ്ങിയതാണ് ഇയാളുടെ ചാട്ടം. ഒരുവർഷത്തിൽ പത്തുപന്ത്രണ്ട് അവസരങ്ങൾ കിട്ടുമായിരുന്നു.

ഗ്ലാസിട്ട ജനലിൽക്കൂടി ചാടുന്നതിന് മുമ്പായി ഗ്ലാസ് വജ്രം കൊണ്ട് വരഞ്ഞുവച്ചിരിക്കും. അത് തകർത്തുകൊണ്ട് മറുവശത്ത് എത്തിവീഴുകയാണ്. അപ്പോൾ ശരീരത്തിൽ ചില്ലുകൾ പൊതിഞ്ഞിരിക്കും. അല്പമൊന്ന് തെറ്റിയാൽ ഗ്ലാസ് കഷണം കൊണ്ട് ജീവിതം അവസാനിച്ചെന്ന് വരും. വാദ്ധ്യാരുടെ ശരീരത്തിൽ ഗ്ലാസ് കൊണ്ട് കീറിയ ധാരാളം പാടുകളുണ്ടായിരുന്നു.

ഉലകംചുറ്റും വാലിബൻ എന്ന തമിഴ് ചിത്രത്തിൽ എം.ജി.ആർ ഗ്ലാസിട്ട ജനലിൽക്കൂടി വളരെ ആഴത്തിലുള്ള ഒരു കാട്ടിലേക്ക് തലകുത്തി ചാടുകയും ഒന്നും പറ്റാതെ എണീറ്റുനിന്ന് പുഞ്ചിരിച്ചുകൊണ്ട് നമ്മുടെ നേരെ ടാറ്റാ പറയുകയും അപ്പോൾ ഇന്റർവെൽ ആകുകയും ചെയ്യുന്നു. അതുപോലെ എങ്കൾ തങ്കരാജ എന്ന ചിത്രത്തിൽ ധർമ്മേന്ദ്രയ്ക്ക് പകരമായും ചാടിയത് വാദ്ധ്യാർ ആയിരുന്നു. ഇതെല്ലാം ഞാൻ എഴുതിയപ്പോൾ സിനിമാരംഗത്തെ പ്രമുഖർ എന്നെ സംശയദൃഷ്ടിയോടെ കാണാനാരംഭിച്ചു.

അതുപോലെ ധാരാളം മലയാള ചിത്രങ്ങൾ ദുബായ് വഴി അറബി -ആഫ്രിക്കൻ - സൗത്താഫ്രിക്കൻ രാജ്യങ്ങളിലേക്ക് കള്ളക്കടത്ത് നടത്തുന്നത് ചില ഉദാഹരണങ്ങൾ കാണിച്ച് എഴുതി പരസ്യമാക്കി. പശ്ചിമ ജർമ്മനി, അമേരിക്ക, ഫ്രാൻസ്, സ്വീഡൻ, സ്വിറ്റ്സർലന്റ്, നെതർലാന്റ് തുടങ്ങിയ പാശ്ചാത്യരാജ്യങ്ങളിലും തായ്‌ലന്റ്, കംബോഡിയ മുതലായ ഏഷ്യൻ രാജ്യങ്ങളിലും ഷൂട്ട് ചെയ്യുന്ന കാമകേളികളുടെ ബ്ലൂഫിലിമുകൾ കേരളത്തിലെ ചില വിതരണക്കാർ ഇവിടെ കൊണ്ടുവന്ന് മലയാള ചിത്രങ്ങളുടെ കൂടെ ഒട്ടിച്ചുചേർത്ത് പ്രദർശിപ്പിച്ച് പണമുണ്ടാക്കുന്നുണ്ടെന്നും പറഞ്ഞു. ഇത് നിയമത്തിന്റെ പരിധിയിൽ വരുന്ന കുറ്റമാണെങ്കിലും യാതൊരു നടപടിയും എടുക്കാൻ പറ്റാത്ത മറ്റു ചില സ്മഗ്ളിംഗുകൾ കൂടി ഇവിടെ നടക്കുന്നുണ്ടെന്നും ഞാൻ കണ്ടുപിടിച്ചു. വിദേശികളായ ടൂറിസ്റ്റുകൾ കൊണ്ടുവരുന്ന എൽ.എസ്.ഡിയും ഗ്രാസും പോട്ടും ഇവിടെ നിരോധിച്ചിട്ടുണ്ടെങ്കിലും അവരുടെ വേഷഭൂഷാദികളും സദാചാര രീതിയും നാം അനുകരിക്കുകയാണ് ചെയ്യുന്നത്. നമ്മുടെ സാഹിത്യകാരന്മാർ അവരുടെ

തത്വചിന്തയും കൃതികളും മോഷ്ടിച്ച് മലയാളത്തിൽ പുസ്തകമിറക്കുക മാത്രമല്ല അത് സിനിമയാക്കുക കൂടി ചെയ്യുന്നുണ്ടെന്നും ഞാൻ ചൂണ്ടിക്കാണിച്ചു.

മഹാഭാരതവും രാമായണവും കാളിദാസ കൃതികളും ഒഴിച്ചുള്ള ഭാരതീയ സാഹിത്യത്തിലെ നല്ലൊരു ഭാഗം വിദേശങ്ങളിൽ നിന്ന് ഇറക്കുമതി ചെയ്തതാണ്.

ആ വർഷം പ്രസിഡന്റിന്റെ മെഡൽ നേടിയ കോശിശ് എന്ന ചിത്രത്തിന്റെ കഥ ഒരു ജാപ്പനീസ് നോവലിൽനിന്നും മോഷ്ടിച്ചതായിരുന്നു. ഇതുപോലെ വിദേശ ചിത്രങ്ങളുടെ കഥ മോഷ്ടിച്ചാണ് പല മലയാള ചിത്രങ്ങളും ഉണ്ടാക്കുന്നത്.

മലയാളത്തിൽ അക്കാലത്ത് നിർമ്മിച്ചിരുന്ന വന സാഹസിക ചിത്രങ്ങളിൽ കണ്ടിരുന്ന പല സീനുകളും ഇംഗ്ലീഷ് ചിത്രങ്ങളിൽനിന്നും എടുക്കുന്നതായിരുന്നു. നല്ല ഇംഗ്ലീഷ് ചിത്രങ്ങൾ കണ്ടിട്ട് അതിലെ പല ഭാഗങ്ങളും കൂട്ടിച്ചേർത്ത് കെ.പി. കൊട്ടാരക്കരയും ശശികുമാറും എ.ബി. രാജും മറ്റും സ്വന്തം ലേബൽ ഒട്ടിച്ച് പുറത്തിറക്കിയിരുന്നു. ഇത്തരം ചില കഥകൾ കൊട്ടാരക്കര ഹിന്ദിയിലേക്കും തെലുങ്കിലേക്കും ഒക്കെ വിറ്റ് ലക്ഷക്കണക്കിന് രൂപ സമ്പാദിച്ചിരുന്നു. ഇങ്ങനെ മക്കനാസ് ഗോൾഡ് എന്ന ഹോളിവുഡ് ചിത്രം മലയാളത്തിൽ തിരുവാഭരണമാക്കിയപ്പോൾ അത് ആദ്യം പറഞ്ഞ ചിത്രവുമായി കടപ്പാടുണ്ടെന്ന കാര്യം എഴുതിക്കാണിക്കുക പോലും ചെയ്തില്ല.

കോൺക്വറേഴ്സ് ഓഫ് ദി ഗോൾഡൻ സിറ്റി എന്ന് ഇംഗ്ലീഷ് പേരിട്ട് നിർമ്മിച്ച ഒരു തുർക്കി ചിത്രം എം.ടി. വാസുദേവൻനായർ മലയാളത്തിൽ നഗരമേ നന്ദി എന്ന പേരിൽ തിരക്കഥയെഴുതി ശോഭനാ പരമേശ്വരൻനായർക്ക് കൊടുത്തു. മാത്രമല്ല അത് പുസ്തകമാക്കുക പോലും ചെയ്തു. ബ്ലോ ഹോട്ട് ബ്ലോ കോൾഡ് എന്ന ഹോളിവുഡ് ചിത്രം താനും എം.ടിയും കൂടി രണ്ടുപ്രാവശ്യം തിയേറ്ററിൽ പോയി കണ്ടിട്ടാണ് 'കന്യാകുമാരി'ക്ക് തിരക്കഥ എഴുതിയതെന്ന് സേതുമാധവൻ തന്നെ എന്നോട് പറഞ്ഞിട്ടുണ്ട്. ഇത്തരം കാര്യങ്ങൾ തുറന്ന് എഴുതുമ്പോൾ ഞാൻ കച്ചവട സിനിമാക്കാരെയും സമാന്തര സിനിമക്കാരെയും ഒരുപോലെയാണ് കണ്ടിരുന്നത്. അതുകൊണ്ട് രണ്ട് കൂട്ടരുടെയും അപ്രീതി സമ്പാദിക്കേണ്ടി വന്നു. എന്നാൽ ഞാൻ എഴുതിയ കാര്യങ്ങൾ തെറ്റായിപ്പോയി എന്ന് പറയാൻ അവർക്കാർക്കും ധൈര്യമില്ലായിരുന്നു.

■

ആൻണിപ്പാടിന്റെ സംവിധാനം

മലയാള സിനിമയ്ക്ക് ആദ്യമായി ഒരു ഭരത് അവാർഡ് നേടിത്തന്ന അപൂർവ്വ പ്രതിഭയായിരുന്നു പി.ജെ. ആന്റണി. അദ്ദേഹം ഒരു നടൻ മാത്രമായിരുന്നില്ല, ഗാനരചയിതാവും സംവിധായകനും വിപ്ലവകാരിയുമൊക്കെയായിരുന്നു. കെ.പി.എ.സിയും 'നിങ്ങളെന്നെ കമ്യൂണിസ്റ്റാക്കി' യും അതിലൂടെ തോപ്പിൽ ഭാസിയും ഒ.എൻ.വിയും ദേവരാജനും പിന്നെ വയലാറും ഒക്കെ ഇടതുപക്ഷ പ്രചാരകരായി കടന്നുവരുന്നതിനും വളരെമുമ്പേ തന്നെ കേരളത്തിൽ അങ്ങോളമിങ്ങോളം പി.ജെ. ആന്റണിയും പൊൻകുന്നം ദാമോദരനും എഴുതിയ വിപ്ലവഗാനങ്ങൾ മുഴങ്ങിക്കേട്ടിരുന്നു.

സ്വാതന്ത്ര്യത്തിന് തൊട്ടുള്ള നാളുകളിൽ പി.ജെ. ആന്റണി നടത്തിയിരുന്ന പ്രതിഭാ ആർട്സ് ക്ലബ്ബുമായി സഹകരിച്ചിരുന്നവരാണ് മുൻ സാംസ്കാരിക മന്ത്രി ടി.കെ. രാമകൃഷ്ണൻ, ശങ്കരാടി തുടങ്ങിയവർ. അക്കാലത്ത് പ്രതിഭയുടെ നാടകങ്ങൾ നിരോധിച്ചിരുന്നതുകൊണ്ട് രാജ്യാതിർത്തിയിലൂടെ ഒഴുകുന്ന പെരിയാറ്റിൽ ചങ്ങാടം കെട്ടി അവർ നാടകം അവതരിപ്പിച്ചിട്ടുണ്ട്.

പ്രതിഭാ ആർട്സ് ക്ലബ്ബിലൂടെ പിന്നീട് വളർന്നുവന്നവരാണ് സിനിമയിൽ താരങ്ങളായി വളർന്ന തിലകനും കവിയൂർ പൊന്നമ്മയും മറ്റും.

പി.ജെ. ആന്റണി രണ്ടിടങ്ങഴി, റോസി മുതലായ ചില ചിത്രങ്ങളിൽ നായകനായും അഭിനയിച്ചിട്ടുണ്ട്. എന്നാൽ സത്യനെപ്പോലെയും പ്രേംനസീറിനെപ്പോലെയും ഗ്ലാമറിന്റെ പരിവേഷം ഇല്ലാത്തതുകൊണ്ട് വേണ്ടത്ര ശ്രദ്ധിക്കപ്പെടാതെ പോയതാണ്. എന്നിട്ടും 1973-ൽ എം.ടി. വാസുദേവൻനായർ നിർമ്മാണവും സംവിധാനവും നിർവഹിച്ച 'നിർമാല്യ'ത്തിലെ വെളിച്ചപ്പാടിനെ അവതരിപ്പിച്ച് ആന്റണി മലയാള

സിനിമക്ക് ആദ്യമായി ഒരു ഭരത് ബഹുമതി നേടിത്തന്നു.

ആന്റണിയുടെ ജീവിതകാലം മുഴുവൻ കഷ്ടപ്പാടായിരുന്നു.

താൻ അഭിനയിക്കുന്ന ചിത്രങ്ങൾ കാണാൻ പോലും അദ്ദേഹത്തിന് താല്പര്യമില്ലായിരുന്നു. അതേക്കുറിച്ച് അദ്ദേഹം പറയുന്നതിങ്ങനെയാണ്.

''ഞാനാകെ നാലു പടങ്ങളെ കണ്ടിട്ടുള്ളു. അതിലൊന്ന് എന്റെ ഭാര്യ എന്നെ നിർബന്ധിച്ചു കൊണ്ടുപോയതാണ്. മദ്രാസിൽനിന്ന് ഞാൻ വാങ്ങിക്കൊടുത്ത സാരിയുടുത്ത് പത്രാസ് കാണിക്കണമെന്നായിരുന്നു അവളുടെ ആഗ്രഹം. അവൾക്കുവേണ്ടി ആ സിനിമ കണ്ടു എന്നു പറയുന്നതായിരിക്കും ശരി.''

''പിന്നെ 'നദി' പിടിച്ചുകഴിഞ്ഞ കാലം. ആലപ്പി വിൻസന്റ് വന്നു പറഞ്ഞു. എടോ താനൊരു പടവും കാണാറില്ലല്ലോ. ഇതെങ്കിലും വന്ന് ഒന്നുവന്ന് കാണ്'' - അങ്ങനെ ഭാര്യാസമേതം ആ ചിത്രവും കാണാൻ പോയി. അന്ന് ശാരദ എന്റെ ഭാര്യയുടെ ചെവിയിൽ ഒരു രഹസ്യം പറഞ്ഞു: ഞാൻ കണ്ടമാനം പുകവലിക്കുന്നു. കുടിക്കുന്നു എന്നൊക്കെ.''

ഇക്കാലത്ത് മനുഷ്യന് ഹൃദയം അധികപ്പറ്റാണ്. പക്ഷെ എന്തു ചെയ്യാം? അറുത്തുകളയാൻ ഒക്കുമോ? ഒന്നും ചെയ്യാൻ നിവൃത്തിയില്ലാത്തിടത്താണല്ലോ ഹൃദയം കൊണ്ടുവച്ചിരിക്കുന്നത്.

''ഇവിടെ വലിയവൻ ചെയ്യുന്നതൊക്കെ മഹാകാര്യമായി കരുതി അവരെ താങ്ങിനടക്കുന്ന ശുംഭന്മാരാണധികവും. വലിയ നടൻ എത്ര വഷളായി അഭിനയിച്ചാലും അത് വലിയ അഭിനയമാണ്. വലിയ ഗായകൻ പൊട്ടപ്പാട്ട് പാടിയാലും അത് വലിയ പാട്ടാകും. വലിയ കവി ചവറുകവിത എഴുതിയാൽ അതിന് സ്തുതിഗീതം പാടി നടക്കാൻ ആളുണ്ട്. വ്യക്തിയെ ആണ്, അവന്റെ സൃഷ്ടിയെ അല്ല ഇവിടെ വിലയിരുത്തുന്നത്.''

ഇങ്ങനെ സത്യങ്ങൾ വിളിച്ചുപറയാൻ ധൈര്യം കാണിച്ച ആന്റണിയെ എല്ലാവരും ധിക്കാരിയെന്ന് വിളിച്ചു. ഭരത് അവാർഡ് ലഭിച്ച ആന്റണിക്ക് അന്ന് മുഖ്യമന്ത്രിയായിരുന്ന സി. അച്യുതമേനോന്റെ അദ്ധ്യക്ഷതയിൽ തിരുവനന്തപുരത്തെ ടാഗോർ തിയേറ്ററിൽ വച്ച് സ്വീകരണം നൽകിയപ്പോൾ മറുപടിയായി ആന്റണി പറഞ്ഞു:

''സ്വന്തം കാറും വിമാനവുമൊക്കെയുള്ള പണക്കാർക്ക് അവാർഡുകൾ വലിയ അലങ്കാരമാണെങ്കിലും എന്നെപ്പോലെയുള്ളവർക്ക് ഇത് താങ്ങാൻ കഴിയാത്ത ഒരു ഭാരമാണ്. ദിവസംതോറും നാലും അഞ്ചും സ്വീകരണങ്ങൾക്കുശേഷം രാത്രി വൈകി വീട്ടിൽ ചെല്ലുമ്പോൾ അരി വാങ്ങാൻ കഴിയാത്തതുകൊണ്ട് പട്ടിണിയിൽ തളർന്നുമയങ്ങുന്ന ഭാര്യയേയും കുട്ടികളെയുമാണ് കാണുന്നതെങ്കിൽ ഈ അവാർഡ് ഒരു ഭാരമല്ലാതെ മറ്റെന്താണ്. മുമ്പ് ആറ് അവാർഡുകൾ നിരസിച്ചവനാണ് ഞാൻ. പട്ടിണി കിടക്കുന്നവന് ഭക്ഷണത്തിന് വല്ലതും നൽകാതെ അവാർഡ് നൽകി അപമാനിക്കുന്ന ഈ ഏർപ്പാടിന് ഞാൻ വഴങ്ങുന്നത് മദ്രാസിലും ബോംബെയിലും കൽക്കത്തയിലും മറ്റും ജീവിക്കുന്ന പരസഹസ്രം മലയാളികൾക്ക് കേരളത്തിന്റെ പേരിൽ അഭിമാനം കൊള്ളാൻ ഇത് വക നൽകുമല്ലോ എന്ന് ചിലർ ഉപദേശിച്ചതുകൊണ്ടു മാത്രമാണ്. തമ്പുരാന് മുതുകിൽ പുണ്ണു വന്നാൽ എണ്ണയും കുഴമ്പുമാണ് മരുന്ന്. പുലയന് മുതുകിൽ പുണ്ണു വന്നാൽ തൂമ്പയാണ് ഔഷധം.''

1973-ൽ ഇന്ത്യയിൽ നിർമ്മിച്ച ഏറ്റവും നല്ല ചിത്രമായ നിർമ്മാല്യത്തിന്റെ സംവിധായകനും നിർമ്മാതാവുമായ എം.ടി. വാസുദേവൻ നായരോടൊപ്പം 74 ഒക്ടോബർ 6-ന് ആന്റണി ദൽഹിയിൽ ഭരത് അവാർഡ് വാങ്ങാൻ പോയ കഥ കേരളത്തിൽ വലിയ ഒച്ചപ്പാടുണ്ടാക്കി. ദൽഹിയിലെ ബാദുഷമാർ നമ്മുടെ കലാകാരന്മാരെ തേജോഹത്യ ചെയ്ത് അപമാനിക്കുകയായിരുന്നു. അതേക്കുറിച്ച് മാതൃഭൂമി ഇങ്ങനെ എഴുതി:

''കഴിഞ്ഞ വർഷവും ഈ വർഷവും ദേശീയ അവാർഡ് നേടിയ മലയാള സിനിമയിലെ കലാകാരന്മാർക്ക് ദൽഹിയിൽ കിട്ടിയ സ്വീകരണം ഒട്ടും പ്രോത്സാഹജനകമല്ല. ഹിന്ദിചിത്രങ്ങൾക്ക് ബഹുമതി ലഭിക്കുമ്പോഴും മറ്റു ഭാഷാ ചിത്രങ്ങൾക്ക് ബഹുമതി ലഭിക്കുമ്പോഴും കാണുന്ന പെരുമാറ്റത്തിലെ അന്തരം വളരെ പ്രകടമാണ്. ഒരു സ്കൂൾ വാർഷികച്ചടങ്ങിലെ ജേതാക്കൾക്ക് ഇതിലും ഭേദപ്പെട്ട സ്വീകരണമാണ് ലഭിക്കുന്നത്. ഈ പ്രാവശ്യത്തെ ബഹുമതിദാനം ഏറ്റവും മോശമായ രീതിയിലാണ് നടത്തിയതെന്നുവേണം പറയാൻ.''

ദേശാഭിമാനി ഇങ്ങനെ എഴുതി: ''അവാർഡ് നേടുന്ന കലാകാരന്മാർ അത് സ്വീകരിക്കാൻ ദൽഹിയിലെത്തുമ്പോൾ കേന്ദ്ര ഗവൺമെന്റ് ചെയ്തുകൊടുത്തിരുന്ന സൗകര്യങ്ങൾ ഈ വർഷം പൊടുന്നനെ നിർത്തിക്കളഞ്ഞു. ടെലിഫോൺ സൗകര്യമുള്ള സ്ഥലത്ത് താമസിച്ചുകൊള്ളണമെന്നും അതിന്റെ ചെലവെല്ലാം സ്വയം വഹിച്ചുകൊള്ളണമെന്നുമായിരുന്നു നിർദ്ദേശം. ഓരോ തീവണ്ടിടിക്കറ്റ് മാത്രമാണ് സർക്കാർ നൽകിയത്. വഴിച്ചെലവ് പോലും നൽകിയില്ല.''

രണ്ടുമൂന്നുദിവസം കഴിഞ്ഞ് സിനിരമയുടെ മദ്രാസ് പ്രതിനിധി എ. സി. സാബു എന്നെ ഫോണിൽ വിളിച്ച് പി.ജെ.ആന്റണി ദൽഹിയിൽ നിന്ന് മടങ്ങി എത്തിയിട്ടുണ്ടെന്നും അദ്ദേഹത്തിന് എന്തൊക്കെയോ പരാതികൾ പറയാനുണ്ടെന്നും അറിയിച്ചു.

പക്ഷെ എനിക്ക് അക്കാര്യത്തിൽ യാതൊരു താല്പര്യവും തോന്നിയില്ല. ദൽഹിയിലെ സ്വീകരണം മോശമായിരുന്നെങ്കിൽ അവാർഡ് വാങ്ങാതെ മടങ്ങിപ്പോരാഞ്ഞതെന്താണെന്ന് ഞാൻ ചോദിച്ചു. നിഷേധിയും വിപ്ലവകാരിയുമായ ആന്റണിയിൽനിന്ന് ഞാൻ പ്രതീക്ഷിക്കുന്നത് അതായിരുന്നു.

ആന്റണിക്ക് ഭരത് അവാർഡ് കിട്ടിയ പിറകെ കൊച്ചിയിലെ ബിസിനസുകാരായ ഹസൻ, റഷീദ് എന്നീ രണ്ട് ചെറുപ്പക്കാർ ആന്റണിയെക്കൊണ്ട് ഒരു സിനിമ സംവിധാനം ചെയ്യിക്കാൻ തീരുമാനിച്ചു. കൊച്ചിയിൽ വരുന്ന കപ്പലുകളിലേക്ക് ആവശ്യമായ പ്രൊവിഷനും മറ്റും സപ്ലൈ ചെയ്യുന്നവരായിരുന്നു ഇവർ.

അങ്ങനെ 'പെരിയാർ' എന്ന ചിത്രത്തിന്റെ പ്രവർത്തനങ്ങൾ ആരംഭിച്ചു. കഥ, തിരക്കഥ, സംഭാഷണം, ഗാനങ്ങൾ ഇവയെല്ലാം ആന്റണി തന്നെ എഴുതി. ചിത്രത്തിന്റെ സംവിധാനവും അദ്ദേഹം തന്നെ ഏറ്റെടുത്തു. കുറെ പുതുമുഖങ്ങളെ നായികാനായകന്മാരാക്കി ആലുവാപ്പുഴയുടെ തീരത്തും അജന്താ സ്റ്റുഡിയോയിലും വച്ച് ഷൂട്ടിംഗ് ആരംഭിച്ചു.

നിർമ്മാതാക്കൾക്ക് സിനിമ എന്നാൽ ചുക്കോ ചുണ്ണാമ്പോ എന്ന് അറിയില്ലായിരുന്നു. ആന്റണി തന്നെയായിരുന്നു സർവാധികാരി. ധാരാളം പേർ പങ്കെടുക്കുന്ന ഒരു കുടിസീൻ ചിത്രീകരിക്കാനുണ്ടായിരുന്നു. എല്ലാം റിയലിസ്റ്റിക്കായിരിക്കണമെന്ന് സംവിധായകന് കടുംപിടുത്തം.

അറുനൂറ് കുപ്പി ബിയറും മുന്നൂറുകുപ്പി റമ്മും വരുത്തി. ഇരുനൂറ്റിയമ്പത് കോഴികളെ കൊന്നു കറിവച്ചു. ഉഗ്രൻ കുടിസീൻ ആരംഭിച്ചു. പക്ഷെ ക്യാമറാമാനും ലൈറ്റ് ബോയിസും മുതൽ സംവിധായകനും നടീനടന്മാരും വരെ ഓഫായിപ്പോയി. ഷൂട്ടിംഗ് മാത്രം നടന്നില്ല. ഈ സംഭവം മൂന്നുദിവസം ആവർത്തിച്ചു. ഈ പോക്ക് അത്ര പന്തിയല്ലെന്ന് വിതരണക്കാരൻ നിർമ്മാതാക്കളെ ഉപദേശിച്ചു. ഇങ്ങനെ പോയാൽ ചിത്രം പൂർത്തിയാവില്ല.

എന്നിട്ടും നിർമ്മാതാക്കൾ സംവിധായകനെ കൈയ്യൊഴിഞ്ഞില്ല. രണ്ടരലക്ഷം രൂപ പൊയ്ക്കോട്ടെ എന്നുതന്നെ അവർ തീരുമാനിച്ചു. രണ്ട് ഇഡ്ഡലി വാങ്ങാൻ ആറുമൈൽ അകലെയുള്ള ചായപ്പീടികയിലേക്ക് കാർ വിടാൻ പറയും. അക്കാലത്ത് സൺഗൺ എന്ന ലൈറ്റിന് ആയിരം രൂപയേ വിലയുണ്ടായിരുന്നുള്ളു. പത്തുദിവസത്തെ ഷൂട്ടിംഗിന് സൺഗണ്ണിനു മാത്രം വാടക പതിനായിരം രൂപയായി. രണ്ടാഴ്ച ഷൂട്ടിംഗ് പൊടിപൊടിച്ചു. ഇതിൽ പങ്കുകൊള്ളാൻ കുറെ പത്രപ്രതിനിധികളും ഹോട്ടലുകളിൽ എത്തി താവളമടിച്ചിരുന്നു. അങ്ങനെ ഷൂട്ടിംഗ് പൂർത്തിയാക്കി മുപ്പത്തിഅയ്യായിരമടി ഫിലിമും ചുരുട്ടി മദ്രാസിലെ ന്യൂ ഈറാ ലാബിൽ എത്തി ഡവലപ്പ് ചെയ്തെടുത്തപ്പോൾ ഉപയോഗിക്കാൻ കൊള്ളാവുന്നത് വെറും അയ്യായിരമടിയേ ഉണ്ടായിരുന്നുള്ളു.

''ഞാനെന്തു ചെയ്യാനാ. ഇത്രയുമായപ്പോൾ കഥ തീർന്നുപോയി. ഇനി ഒരു മാർഗമുണ്ട്. മറ്റൊരു കഥ കൂടി ഇതിൽ ഘടിപ്പിക്കാം.'' സംവിധായകൻ പറഞ്ഞു.

ചിത്രത്തിന് ക്ലീൻ സെൻസർ സർട്ടിഫിക്കറ്റ് കിട്ടി. അതിനുശേഷമായിരുന്നു പ്രധാന ഷൂട്ടിംഗ്. കുറെ കോമഡിയും ലൗ സീനുമെല്ലാം ചേർത്ത് പതിനായിരമടി കൂടി ഒട്ടിച്ചുവച്ച് ചിത്രം റിലീസ് ചെയ്തു. പക്ഷെ അതാരും കണ്ടില്ല. അഭിപ്രായവും പറഞ്ഞില്ല.

തിലകൻ ആദ്യം അഭിനയിച്ച ചിത്രമാണ് പെരിയാർ.

നിർമ്മാതാക്കളായ ഹസനും റഷീദിനും അങ്ങനെ രണ്ടരലക്ഷം രൂപയാണ് നഷ്ടമായത്. ഇന്നത്തെ നിലയ്ക്ക് രണ്ടരകോടിക്ക് തുല്യം. ഈ അനുഭവത്തിൽനിന്നും അവർ സിനിമാ നിർമ്മാണമെന്നു വച്ചാൽ എന്താണെന്ന് പഠിച്ചു. ആ അനുഭവസമ്പത്തുമായി അവർ രണ്ടാമത് 'ചഞ്ചല' എന്ന ചിത്രം നിർമ്മിക്കുകയും അതിന്റെ പ്രവർത്തനങ്ങളുമായി മദ്രാസിൽ മാമ്പലത്തെ 'സുധാര' ലോഡ്ജിൽ വന്ന് താമസിക്കുകയും ചെയ്തു. അവരിൽനിന്ന് ഈ കഥകളെല്ലാം കേട്ട ഞാൻ 'സിനിമയ്ക്കുള്ളിലെ സിനിമ' എന്ന പംക്തിയിൽ 'മണ്ണാങ്കട്ടയും കരിയിലയും കൂടി കാശിക്ക് പോയ കഥ' എന്നൊരു ലേഖനമെഴുതി.

ഹസനും റഷീദും പിന്നീട് പങ്ക് പിരിയുകയും ഓരോരുത്തരും മലയാളത്തിലെ പ്രധാനപ്പെട്ട സിനിമാ നിർമ്മാതാക്കളായി വളരുകയും ചെയ്തു. ആരിഫാ ഹസൻ എന്ന പേരുവച്ച് ഹസൻ ഡസൻ കണക്കിന് തട്ടുപൊളിപ്പൻ പടങ്ങൾ നിർമ്മിക്കുകയും ചിലത് സ്വയം സംവിധാനം ചെയ്യുകയുമുണ്ടായി.

'മണ്ടൻമാർ ലണ്ടനിൽ' മുതലായ വൻബജറ്റ് ചിത്രങ്ങൾ നിർമ്മിച്ച റഷീദ് അകാലത്തിൽ ചരമം പ്രാപിച്ചു. അദ്ദേഹത്തിന്റെ പുത്രനാണ് നടൻ റിയാസ് ഖാൻ.

■

ഉർവ്വശി ഭാരതി

കോഴിക്കോട്ടെ 'യൂണിവേഴ്സൽ ആർട്സ്' എന്ന ചിത്രരചനാവിദ്യാലയത്തിൽ നിന്ന് പെയിന്റിംഗ് പഠിച്ച ആളാണ് ഐ.വി. ശശി. മറ്റു മിക്ക ചിത്രകാരന്മാരെയും പോലെ സിനിമയിൽ ആർട് ഡയറക്ടർ ആവുക എന്ന ഉദ്ദേശത്തോടെയാണ് ശശിയും മദ്രാസിലെത്തിയത്. ഏറ്റവും പ്രശസ്തനായിരുന്ന കലാസംവിധായകൻ എസ്. കോന്നനാടിന്റെ സഹായിയായി പ്രവർത്തനമാരംഭിക്കുകയും ചെയ്തു. തിരക്കഥാകൃത്ത് ഷെരിഫ്, ക്യാമറാമാൻ വിപിൻദാസ് എന്നിവരുമൊത്തായിരുന്നു ശശി താമസം.

'ഭാർഗവിനിലയം' മുതലായ ചില മലയാള ചിത്രങ്ങളിൽ നായികയായി അഭിനയിച്ചിട്ടുള്ള വിജയനിർമ്മല എന്ന ആന്ധ്രാക്കാരി 'കവിത' എന്ന മലയാള സിനിമ നിർമ്മിച്ചപ്പോൾ അവരുടെ സഹായിയായിരുന്നു ശശി. ആ ചിത്രം റിലീസ് ചെയ്തപ്പോൾ നിർമ്മാതാവിന്റെ സ്ഥാനത്ത് വച്ചത് ശശിയുടെ പേരായിരുന്നു. വിജയനിർമ്മലയുടെ പേര് സംവിധായിക എന്നും വച്ചു. ഈ ചിത്രം എ.വി.എം. തിയേറ്ററിൽ പ്രിവ്യു ഇട്ടപ്പോൾ ഞാനും കാണാനുണ്ടായിരുന്നു. വിടർന്ന കണ്ണുകളോടുകൂടിയ സുന്ദരിയായ വിജയനിർമ്മലയെ ഞാൻ അന്നാണ് ആദ്യമായി കാണുന്നത്, ശശിയേയും.

ഐ.വി.ശശിയുടെ ബാല്യകാല സുഹൃത്തായിരുന്നു കോഴിക്കോട്ടുകാരനായ രാമചന്ദ്രൻ. മുരളീ ടാക്കീസ്, കൃഷ്ണ ടാക്കീസ് എന്നീ തിയേറ്ററുകളുടെ ഉടമയായ രാമചന്ദ്രൻ തന്റെ സ്നേഹിതനെക്കൊണ്ട് ഒരു സിനിമ സംവിധാനം ചെയ്ത് നിർമ്മിക്കണമെന്ന ഉദ്ദേശത്തോടെയാണ് ശശിയെ തേടി മദ്രാസിലെത്തിയത്. കവിതയുടെ സെറ്റിൽ ചെന്ന രാമചന്ദ്രൻ മലയാള സിനിമയിൽ അതികായനും അക്കാലത്ത് 'മായ'

എന്ന ചിത്രത്തിലെ അഭിനയത്തിന് സംസ്ഥാന അവാർഡ് നേടിയ ആളുമായ തിക്കുറിശി സുകുമാരൻനായരെ പരിചയപ്പെട്ടു.

രാമചന്ദ്രൻ സിനിമ നിർമ്മിക്കാൻ എത്തിയിരിക്കുകയാണെന്ന് അറിഞ്ഞപ്പോൾ തിക്കുറിശി അദ്ദേഹത്തെ ഉറുപ്പടങ്കം പിടിച്ചു. തിക്കുറിശിയെ തടഞ്ഞുനിർത്താനുള്ള ശക്തി ശശിക്കും ഇല്ലായിരുന്നു. തിക്കുറിശിയുടെ കൈവശം ഫ്രാൻസിസ് എന്നൊരാൾ എഴുതിയ ഒരു കഥയുണ്ടായിരുന്നു. ആ കഥ തിക്കുറിശി തന്നെ സംവിധാനം ചെയ്ത് സിനിമയാക്കാമെന്നായിരുന്നു നിർദ്ദേശം. അങ്ങനെയാണ് 'ഉർവശി ഭാരതി' എന്ന ചിത്രം ആരംഭിച്ചത്.

സ്വയംവരത്തിലൂടെ ശാരദ രണ്ടാമതും ഉർവശി അവാർഡ് നേടിയ സമയമായിരുന്നു. ഷീലയ്ക്ക് ഉർവശി അവാർഡ് കിട്ടിയിട്ടില്ല. അവരെ അപേക്ഷിച്ച് അത്ര വലിയ യോഗ്യതകളൊന്നുമില്ലാത്ത ജയഭാരതിയോട് സിനിമയിലൂടെയെങ്കിലും ഉർവശി ആക്കാമെന്ന് തിക്കുറിശി പറഞ്ഞപ്പോൾ ജയഭാരതി സൗജന്യമായി അഭിനയിക്കാൻ തയ്യാറായി. ഉർവശി ഭാരതി എന്ന് പറഞ്ഞു നടക്കാമല്ലോ.

ഗാനങ്ങളും തിക്കുറിശിയുടേതായിരുന്നു.

''മുഖമോ ചന്ദ്രബിംബം
കഥ പറയും നിൻ നിതംബം''

തമിഴത്തിയായ എൽ.ആർ. ഈശ്വരിക്ക് ഇതിന്റെ അർത്ഥം മനസിലാകാത്തതു കൊണ്ട് മടികൂടാതെ പാടി.

തിക്കുറിശ്ശിക്ക് സിനിമയിലുള്ള സ്ഥാനം പരിഗണിച്ച് മറ്റ് ആർടിസ്റ്റുകളും ധാരാളം വിട്ടുവീഴ്ചകൾ ചെയ്തുവെങ്കിലും ഉർവശി ഭാരതിക്ക് രണ്ട് ചിത്രങ്ങൾ നിർമ്മിക്കാനുള്ള ചെലവ് വന്നു.

മറ്റ് ചിത്രങ്ങൾ ഷൂട്ട് ചെയ്യുന്നിടത്തെത്തി അതിന്റെ ഭാഗങ്ങൾ കൂടി ചേർത്ത് വേണമായിരുന്നു ഈ ചിത്രം നിർമ്മിക്കാൻ. അതിന് പല ബുദ്ധിമുട്ടുകളുണ്ട്. എല്ലാ നിർമ്മാതാക്കളും അതിന് സമ്മതിക്കണമെന്നില്ല.

മുരളീ മൂവിസിന്റെ അശോക് നഗറിലെ വാടകവീട്ടിലായിരുന്നു തിക്കുറിശിയും താമസം. ഈ സമയത്ത് ഇടിവെട്ടിയ പോലെ തിക്കുറിശിക്ക് മലയാള സിനിമയിലെ ആദ്യത്തെ പത്മശ്രീ ബഹുമതിയും ലഭിച്ചു. അതറിഞ്ഞ ദിവസം രാത്രിയിൽ ഞാനും നടരാജനും മുരളീ മൂവിസിന്റെ ഓഫീസിൽ ചെല്ലുമ്പോൾ അവിടെ പൊടിപൂരമായിരുന്നു. എം.ടി.വാസുദേവൻ നായർ, പി. ഭാസ്കരൻ, ശോഭനാ പരമേശ്വരൻനായർ, ആർ.എസ്. പ്രഭു മുതലായ പ്രഗത്ഭന്മാരും കെ.ജി. ജോർജിനെപ്പോലുള്ള ട്രെയിനികളും ലത്തീഫ്, കുളത്തൂർ മണികണ്ഠൻനായർ മുതലായ നിർമ്മാണ കാര്യദർശികളും ആടിപ്പാടി തകർക്കുകയാണ്. ഇതിൽ ആരൊക്കെ വസ്ത്രം ധരിച്ചിരുന്നുവെന്ന് ഞാനിപ്പോൾ ഓർക്കുന്നില്ല. പാവം രാമചന്ദ്രൻ മാത്രം അന്തംവിട്ട് ഒരു മൂലയ്ക്ക് ഒതുങ്ങിനിൽപ്പുണ്ട്.

ഇവിടുന്നങ്ങോട്ട് തിക്കുറിശിക്ക് സ്വീകരണങ്ങളുടെ ഘോഷയാത്രയായിരുന്നു. എല്ലാവരും ചേർന്ന് അദ്ദേഹത്തെ മദ്യത്തിൽ കുളിപ്പിച്ചു. കുളിക്കാൻ അദ്ദേഹം തയ്യാറുമായിരുന്നു. ഇതോടെ എന്തും ചെയ്യാൻ തനിക്ക് ലൈസൻസ് കിട്ടിയിരിക്കുകയാണെന്ന് തിക്കുറിശി കരുതി. പത്മശ്രീമാനെ പോയി കണ്ടാൽ തങ്ങൾക്ക് അഭിനയിക്കാൻ ഒരു ചെറിയ ചാൻസെങ്കിലും കിട്ടാതിരിക്കുകയില്ലെന്ന് മോഹിച്ച് പുതുമുഖ നടികൾ അദ്ദേഹത്തിന്റെ മുമ്പിൽ തടിച്ചുകൂടി. വയസുകാലത്ത് അദ്ദേഹം

മദനോത്സവമാടി. ദിവസങ്ങളല്ല, മാസങ്ങൾ തന്നെ ഇങ്ങനെ കടന്നുപോയി. തിക്കുറിശിയെ നിയന്ത്രിക്കാൻ പാവം രാമചന്ദ്രന് സാധിക്കുമോ? രാമചന്ദ്രന്റെ ലക്ഷങ്ങൾ ഒഴുകിപ്പോവുകയായിരുന്നു.

തിക്കുറിശിയുമൊന്നിച്ച് ഒരുവർഷത്തോളം താമസിച്ചതുകൊണ്ട് 'സിനിമക്കുള്ളിലെ സിനിമ' കൾ ഉൾപ്പെടെ എല്ലാം പഠിക്കാൻ കഴിഞ്ഞു എന്നു മാത്രമായിരുന്നു രാമചന്ദ്രന്റെ സമാധാനം. ഇത്തരം പല സീനുകളും സിനിമയിലും ചേർത്തുവെങ്കിലും അത് സാമ്പത്തികമായി വിജയിച്ചില്ല.

ഇക്കാലത്ത് രാമചന്ദ്രനുമായി ഞാൻ വളരെ അടുപ്പത്തിലായി. അതുകൊണ്ടുതന്നെ രാമചന്ദ്രൻ തന്റെ വിഷമങ്ങളെല്ലാം എന്നോട് തുറന്നു പറഞ്ഞിരുന്നു. പുതിയതായി ഈ രംഗത്തേക്ക് വരുന്ന നിർമ്മാതാക്കൾക്ക് മനസിലാകാൻ വേണ്ടി ഞാൻ അതൊക്കെ എഴുതിവിടുകയും ചെയ്തു.

പുതിയതായി ഈ രംഗത്തേക്ക് വരുന്ന നിർമ്മാതാക്കൾ പണമിറക്കുന്നതിനു മുമ്പ് മദ്രാസിൽ വന്ന് കുറേക്കാലം ഏതെങ്കിലുമൊക്കെ ചിത്രങ്ങളുടെ നിർമ്മാണവുമായി സഹകരിച്ച് സിനിമ എന്താണെന്നും അത് എങ്ങനെ രൂപം കൊള്ളുന്നുവെന്നും അതിലെ തട്ടിപ്പുകളും വെട്ടിപ്പുകളും എന്തൊക്കെയാണെന്ന് പഠിച്ചിട്ടേ ഇറങ്ങാവൂ എന്നും ഞാൻ രാമചന്ദ്രനെ ഉദാഹരണമാക്കിക്കൊണ്ട് ചൂണ്ടിക്കാണിച്ചു.

സസ്പെൻസ്-സ്റ്റണ്ട് ചിത്രങ്ങളിൽ കാണുന്നതിലുമധികം കൗശലങ്ങളും വേലത്തരങ്ങളും നിറഞ്ഞതാണ് സിനിമാവൃത്തം. ഇവിടെ ആത്മാർത്ഥതയ്ക്ക് യാതൊരു വിലയുമില്ല. കൂടെ നടക്കുന്നവർ കുതികാൽ വെട്ടാൻ തക്കം പാർത്ത് കഴിയുന്നവരാണ്. കുശലാന്വേഷണങ്ങളെല്ലാം കൊലച്ചതിക്ക് വേണ്ടിയാണ്. മുൻപല്ല് കാട്ടി ചിരിക്കുന്നവർ അണപ്പല്ല് ഇറുമ്മുകയായിരിക്കും. എല്ലാവരും സ്വന്തം കാര്യം നോക്കി പായുന്നതിനിടയിൽ പരിക്ക് പറ്റുന്നത് പലപ്പോഴും പണമിറക്കുന്ന നിർമ്മാതാവിനാണ്.

തിക്കുറിശിയെപ്പോലെ 'സകലകലാവല്ലഭന്മാ'രായി വിലസിയിരുന്നവർ എത്ര യുവതികളെ കണ്ണീരു കുടിപ്പിച്ചിട്ടുണ്ടെന്നോ? മാന്യമായി ജീവിച്ചിരുന്ന എത്ര നിർമ്മാതാക്കളെ വഴിയാധാരമാക്കിയിട്ടുണ്ടെന്നോ? 'അതുല്യ പ്രതിഭാശാലി' കളായി പത്രമാസികകളിൽ എഴുതി വീർപ്പിക്കുന്ന മഹാസംവിധായകരുടെ കബ് ബോർഡിൽ സൂക്ഷിച്ചിരിക്കുന്ന അസ്ഥികൂടങ്ങൾ പുറത്തെടുത്തിട്ടാൽ വായനക്കാർ ഞെട്ടിത്തെറിക്കും.

ഇത്തരം ചില അസ്ഥികൂടങ്ങളെങ്കിലും പ്രദർശിപ്പിക്കാൻ ഞാൻ തയ്യാറായി. അത് മദ്രാസിലെ സിനിമാവൃത്തങ്ങളിൽ കോഴിക്കൂട്ടിൽ കുറുക്കൻ കയറിയ അനുഭവമായി. അതുല്യ പ്രതിഭാശാലികളെല്ലാം എന്നെ നോട്ടപ്പുള്ളിയാക്കി. എനിക്കും അതൊരു രസമായിരുന്നു. ഏറ്റുമുട്ടുന്നെങ്കിൽ അത് ശക്തന്മാരോടു തന്നെ ആകണമല്ലോ!

ഏതായാലും തിക്കുറിശിയിൽ നിന്നു തനിക്ക് കിട്ടിയ എല്ലാ അറിവുകളും മനസ്സിൽ വച്ചുകൊണ്ട് രാമചന്ദ്രൻ തന്റെ അടുത്ത ചിത്രം സംവിധാനം ചെയ്യാൻ ഐ.വി. ശശിയെത്തന്നെ ഏൽപ്പിച്ചു. അങ്ങനെയാണ് 1974ൽ ഐ.വി. ശശി ആദ്യമായി സംവിധായകന്റെ മേലങ്കി അണിയുന്നത്. കലയെ കൊല ചെയ്യാതെ മുടക്കിയ പണം തിരികെ കിട്ടണമെന്നേ അവർ ആഗ്രഹിച്ചുള്ളു.

അങ്ങനെയാണ് 'ഉത്സവം' എന്ന ചിത്രമുണ്ടായത്. ഷെരീഫിന്റേതായിരുന്നു കഥ. ഉപ്പുവെള്ളം കൊണ്ട് ചുറ്റപ്പെട്ട ഒരു ദ്വീപ്. കുടിക്കാൻ ശുദ്ധജലം വേണമെങ്കിൽ അടുത്ത ദ്വീപിൽനിന്ന് കൊണ്ടുവരണം. എന്നാൽ രണ്ടു ദ്വീപുകാരും തമ്മിൽ കലഹമാരംഭിച്ചു. ഈ കഥ ശശി താരതമ്യേന പുതുമുഖങ്ങളായവരെ വച്ച് ഭംഗിയായി അവതരിപ്പിച്ചു. മലയാള സിനിമയിൽ ഞാനിതുവരെ കണ്ടിട്ടുള്ള നല്ല സ്റ്റണ്ടു സീനുകളിലൊന്ന് ഇതിലായിരുന്നു. (മറ്റൊന്ന് ഓളവും തീരവും എന്ന ചിത്രത്തിൽ). കാരണം ഇതിനൊരു സ്റ്റണ്ട് ഡയറക്ടർ ഇല്ലായിരുന്നു. ക്യാമറാമാൻ വിപിൻ ദാസിന്റെ ശക്തമായ പിന്തുണ ശശിക്ക് ഈ ചിത്രത്തിന് ലഭിച്ചു. വിപിൻദാസിന്റെ സാഹസികമായ പല ഷോട്ടുകളും ഇതിൽ കാണാം.

ഈ ചിത്രത്തിന്റെ നിർമ്മാണഘട്ടങ്ങളിൽ ശശിയും രാമചന്ദ്രനും സ്റ്റില്ലുമായി ഞാൻ താമസിക്കുന്ന ശേഖർ ലോഡ്ജിൽ എത്തുമായിരുന്നു. ഞാൻ മദ്രാസ് വിടുന്ന അവസാന ദിവസവും മുറി പൂട്ടുന്ന സമയത്ത് സാക്ഷികളായി ഉണ്ടായിരുന്നത് രാമചന്ദ്രനും ഐ.വി. ശശിയുമാണ്. ഞാൻ കൽക്കത്തയ്ക്ക് മടങ്ങിപ്പോവുകയാണെന്നും ഇനിയുള്ള സ്റ്റില്ലുകളും വാർത്തയും നേരിട്ട് ഓഫീസിലേക്ക് അയച്ചാൽ മതിയെന്നും പറഞ്ഞപ്പോൾ അവരുടെ മുഖത്തു കണ്ട നിരാശ ഞാനിന്നും മറന്നിട്ടില്ല.

ഞാൻ അതേ നാന വാരികയിൽ എഡിറ്ററായി വൈകാതെ മടങ്ങിയെത്തിയപ്പോൾ ഏറ്റവും കൂടുതൽ സന്തോഷിച്ചതും ഐ.വി. ശശി, കെ.ജി.ജോർജ്, ഭരതൻ മുതലായ അന്നത്തെ നവാഗത സംവിധായകരും അവരോടൊപ്പമുള്ള ടെക്നീഷ്യന്മാരുമായിരുന്നു.

വാർത്തകൾ അന്വേഷിച്ച് കഷ്ടപ്പെട്ട് ഓടിനടക്കേണ്ട സ്ഥിതി എനിക്ക് ഒരിക്കലും നേരിടേണ്ടി വന്നിട്ടില്ല. വാർത്തകൾ എന്നെത്തേടി എത്തുമായിരുന്നു. വെള്ളം ചേർക്കാതെയും നിറം പിടിപ്പിക്കാതെയും അതൊക്കെ അവതരിപ്പിക്കുന്നതുകൊണ്ട് നിഷേധിക്കാനോ പ്രതിഷേധിക്കാനോ ആർക്കും സാധിക്കുന്നുമില്ല.

■

ചുഴിയിൽപ്പെട്ട സലാം

കോഴിക്കോടിന് അടുത്ത് മുക്കം എന്ന സ്ഥലത്ത് പഴയ തറവാട്ടുകാരനും എസ്റ്റേറ്റ് ഉടമയുമൊക്കെയായ കോയക്കുട്ടിയുടെ മകനായി ജനിച്ച സലാം ചെറുപ്പം മുതലേ സാഹിത്യത്തിൽ വലിയ കമ്പം കാണിച്ചിരുന്നു. എസ്.എസ്.എൽ.സിക്ക് പഠിക്കുമ്പോൾ അദ്ദേഹം എഴുതിയ 'ഓളെ കാലു ഞാൻ വെട്ടും' എന്ന നാടകം അഖില കേരള സ്കൂൾ യുവജനോത്സവത്തിൽ ഒന്നാം സമ്മാനം നേടി. സലാം തേവര കോളേജിൽ പ്രീഡിഗ്രിക്ക് പഠിക്കുമ്പോൾ എഴുതിയ 'വൈരൂപ്യങ്ങൾക്ക്' നല്ല രചന, സംവിധാനം, അവതരണം, നല്ല നടൻ എന്നിവയ്ക്ക് ഇന്റർകോളീജിയറ്റ് മത്സരത്തിലും സമ്മാനങ്ങൾ ലഭിച്ചു.

തേവരയിൽനിന്ന് ബി.കോം പാസായ സലാം മൂവാറ്റുപുഴ നിർമ്മല കോളേജിൽനിന്ന് 1969-ൽ എം.കോം പാസായി. ഇതേത്തുടർന്ന് മംഗലാപുരത്ത് സി.എ. പഠനവും കോഴിക്കോട്ട് ഓഡിറ്റിംഗും ആരംഭിച്ചു.

ചെറുപ്പം മുതലേ നാടകക്കാരനായ സലാമിന് സിനിമയിൽ അഭിനയിക്കാൻ വലിയ താല്പര്യമായിരുന്നു. കുഞ്ചാക്കോയുടെ 'തേനരുവി' എന്ന ചിത്രത്തിൽ ചെറിയൊരു വേഷത്തിൽ അഭിനയിക്കുകയും ചെയ്തു. അവിടെവച്ച് പ്രേംനസീറുമായി സ്നേഹബന്ധത്തിലായി.

കോഴിക്കോട്ട് വച്ച് പരിചയപ്പെട്ട കലാസംവിധായകൻ ഐ.വി. ശശിയുടെ സംവിധാനത്തിൽ 'ഉർവശി ഭാരതി' നിർമ്മിക്കാൻ ആദ്യം പ്ലാനിട്ടത് സലാമായിരുന്നു.

ഇതിനിടയിൽ പൂനാ ഫിലിം ഇൻസ്റ്റിറ്റ്യൂട്ടിൽ നിന്ന് സംവിധാനം പഠിച്ചുവന്ന തൃപ്രയാർ സുകുമാരൻ ഹസീനാ ഫിലിംസ് ഉടമ ബൽത്തസാർ നിർമ്മിച്ച 'ആ ചിത്രശലഭം പറന്നോട്ടെ' എന്നൊരു ചിത്രം സംവിധാനം ചെയ്തിട്ടിരിക്കുകയായിരുന്നു. അന്ന് ധാരാളം ചിത്രങ്ങളിൽ

ഭീകരനായി അഭിനയിച്ചിരുന്ന തടിയൻ അബ്ബാസാണ് സലാമിനെ സുകുമാരന് പരിചയപ്പെടുത്തിക്കൊടുത്തത്.

പൂനാ ഫിലിം ഇൻസ്റ്റിറ്റ്യൂട്ടിൽ പഠിച്ച അടൂർ ഗോപാലകൃഷ്ണൻ സ്വയംവരം നിർമ്മിച്ച് സ്വർണമെഡൽ നേടിയിരിക്കുന്ന സന്ദർഭം. ഇതോടെ മലയാളസിനിമാരംഗം ഇൻസ്റ്റിറ്റ്യൂട്ടുകാരെ ശ്രദ്ധിക്കാൻ ആരംഭിച്ചിരിക്കുന്നു. നല്ല ചിത്രങ്ങൾ എടുക്കണമെന്ന ആഗ്രഹക്കാരനാണ് സലാം. അദ്ദേഹത്തെ നായകനാക്കി 'ചുഴി' എന്ന ചിത്രം സംവിധാനം ചെയ്യാമെന്ന് സുകുമാരൻ പറഞ്ഞു. പാവം സലാം ആ ചുഴിയിൽ വീണു പോകുകയും ചെയ്തു.

സലാം ഇരുപത്തി അയ്യായിരം രൂപ മുടക്കിയാൽ മതി. ബാക്കി വിതരണക്കാരോട് വാങ്ങിക്കാമെന്ന് സുകുമാരൻ പറഞ്ഞു. എസ്.ജി. ഭാസ്കർ എഴുതിയ ഒരു കഥ അബ്ബാസാണ് സലാമിനോട് പറഞ്ഞത് എൻ.പി. മുഹമ്മദിനെക്കൊണ്ട് അതിന് തിരക്കഥ എഴുതിച്ചു. സലാം തന്നെ സംഭാഷണം എഴുതി.

സലാമിന്റെ കലാപ്രവർത്തനങ്ങൾക്കെല്ലാം പ്രോത്സാഹനം നൽകിയിരുന്ന സഹോദരൻ ഹുസൈന്റെ പേരാണ് നിർമ്മാതാവിന്റെ സ്ഥാനത്ത് വച്ചത്. ബാനർ നവധാര. അന്നത്തെ നിലയ്ക്ക് ഏറ്റവും പുതുമയുള്ളതും സാഹസികവുമായ ഒരു കഥയായിരുന്നു ചുഴിയുടേത്.

എസ്റ്റേറ്റ് ഉടമയായ ഗോവിന്ദൻകുട്ടിയുടെ ഭാര്യയാണ് നായിക. അവരുടെ പുത്രൻ അകാലത്തിൽ അന്തരിച്ചതോടെ ഇരുവരും ദുഃഖം മറക്കാൻ മദ്യപാനം ആരംഭിക്കുന്നു. ഭർത്താവ് തന്നെയാണ് ഭാര്യക്ക് മദ്യം ഒഴിച്ചുകൊടുക്കുന്നത്.

മദ്യപാനിയായ മധ്യവയസ്കയായി അഭിനയിക്കാൻ അന്നത്തെ പ്രമുഖ നടികളായ ഷീലയേയും കെ.ആർ. വിജയയേയും മറ്റും സമീപിച്ചുനോക്കി. അത്തരം റോളുകളിലൊന്നും പ്രത്യക്ഷപ്പെടാൻ അവരാരും ഒരുക്കമായിരുന്നില്ല. ഇക്കാലത്ത് ജമിനി ഗണേശന്റെ ഭാര്യയായിരുന്ന തമിഴ്നടി സാവിത്രി ഗണേശനുമായി തെറ്റിപ്പിരിഞ്ഞ് യഥാർത്ഥ മദ്യപാനിയായി ജീവിക്കുകയായിരുന്നു. നായികയായ എലിസബത്തിന്റെ റോൾ അവതരിപ്പിക്കാൻ സാവിത്രിക്ക് മടിയൊന്നും ഉണ്ടായിരുന്നില്ല. വീനസ് സ്റ്റുഡിയോയിൽ ഷൂട്ടിംഗ് ആരംഭിച്ചു. പ്ലിമത് കാറിൽ വലിയൊരു സംഘം പരിവാരങ്ങളുമായി എത്തുന്ന സാവിത്രി വരുന്ന പാടെ മേക്കപ്പ്മാന്റെ മുറിയിൽ കയറിയിരുന്ന് ഷോട്ട് റെഡിയാകുമ്പോൾ തന്നെ വിളിച്ചാൽ മതിയെന്ന് പറഞ്ഞിട്ട് കൂടിയാരംഭിക്കും.

സാവിത്രി സ്വന്തമായി തമിഴ് സിനിമാ സംവിധാനം ചെയ്തിട്ടുണ്ട്. അവർക്ക് ക്യാമറ ആങ്കിളിനെപ്പറ്റിയും ലൈറ്റിംഗിനെപ്പറ്റിയും ഒക്കെ നല്ല നിശ്ചയമുണ്ട്. പക്ഷെ ഒട്ടുംതന്നെ മലയാളമറിയില്ല.

സാവിത്രി സംവിധായകനെ അനുസരിക്കുകയില്ല. സാവിത്രിക്ക് നിർദ്ദേശങ്ങൾ നൽകാൻ സംവിധായകന് ഭയമാണ്. സഹസംവിധായകൻ ഷാഹുൽ കാരാപ്പുഴയാണ് സംഭാഷണം പറഞ്ഞ് പഠിപ്പിക്കുന്നത്.

ഷോട്ടെടുക്കാൻ താമസിച്ചാൽ സാവിത്രി ചൂടാകും. തന്നെ എന്തിനാണ് വിളിച്ചുവരുത്തിയതെന്ന് ചോദിച്ച് ശാസിക്കും.

ഗോവിന്ദൻകുട്ടിയുടെ എസ്റ്റേറ്റിലെ മാനേജരാണ് ചെറുപ്പക്കാരനായ സലാം. ക്യാമറയുടെ മുമ്പിൽ സാവിത്രിയുടെ കൂടെ അഭിനയിച്ചു തുടങ്ങുമ്പോൾ സലാം വിറയ്ക്കും. ആന്റി ഹീറോയുടെ വേഷമാണ്. മദ്യ

പാനത്തിൽ മുഴുകിക്കഴിയുന്ന എലിസബത്ത് തന്റെ മാനേജരുമായി അടുപ്പത്തിലാകുന്ന കഥയാണ്.

അമ്മയെ മാനേജരിൽ നിന്ന് മോചിപ്പിക്കാനായി മകൾ അയാളുമായി അടുപ്പം ഭാവിക്കുന്നു. സുജാതയാണ് മകളായി അഭിനയിച്ചത്. അവരുടെ അഭിനയം അന്ന് കണ്ടിട്ട് സുജാത പത്മിനിയെപ്പോലെ വളർന്നുവരുമെന്ന് സാവിത്രി പറയുമായിരുന്നു. പിന്നീട് 'അവൾ ഒരു തുടർക്കഥ' എന്ന ചിത്രത്തിൽ നായികയായി അഭിനയിച്ച് സുജാത തമിഴകത്തിന്റെ ഹരമായി മാറുകയും ചെയ്തു. സുജാതയ്ക്ക് സിനിമയിൽ കൂട്ടുകാരിയായി പുഷ്പ എന്നൊരു നടിയും ഉണ്ടായിരുന്നു.

പൂവച്ചൽ ഖാദർ എഴുതിയ

''മധുര മധുരമീ മധുപാനം''

എന്നൊരു ഗാനം ചിത്രത്തിൽ സാവിത്രി കുടിച്ചുകൊണ്ട് അഭിനയിച്ചത് തികച്ചും യഥാർത്ഥമായിട്ടാണ്.

ഒരു പള്ളീലച്ചന്റെ റോളായിരുന്നു കൊട്ടാരക്കര ശ്രീധരൻനായർക്ക്. അദ്ദേഹം എന്നും മൂക്കറ്റം കുടിച്ചുകൊണ്ടാണ് എത്തിയിരുന്നത്. അബ്ബാസായിരുന്നു നായകന്റെ അച്ഛൻ.

തന്റെ അമ്മയും മാനേജരുമായിട്ടുള്ള ലൈംഗിക ബന്ധം മകൾ കാണാനിടയാകുന്ന ഒരു ഷോട്ട് ഏറെക്കുറെ യഥാതഥമായും വളരെ വിശദീകരിച്ചും ഷൂട്ട് ചെയ്തു. ഇതേത്തുടർന്ന് ഈ സംവിധായകനും ക്യാമറാമാനുമാണെങ്കിൽ താനിനി അഭിനയിക്കുകയില്ലെന്ന് സാവിത്രി പറഞ്ഞു.

അമ്മയും മകളും ഒന്നിച്ച് ഗർഭിണികളായി. ഷൂട്ട് ചെയ്ത അമ്പതിനായിരം അടി ഫിലിം എഡിറ്റ് ചെയ്യാനാരംഭിച്ചപ്പോൾ ഷോട്ടുകൾക്ക് തമ്മിൽ പരസ്പരം യാതൊരു ബന്ധവുമില്ല.

എഡിറ്റിംഗ് പൂർത്തിയാക്കിയപ്പോൾ ചിത്രത്തിന് എണ്ണായിരം അടിയേ നീളമുള്ളു. അത് വിതരണക്കാരെ കാണിച്ചു. പടം തങ്ങൾ വിതരണം ചെയ്തോളാമെന്നും ഒന്നേകാൽ ലക്ഷം രൂപ അഡ്വാൻസായി നൽകാമെന്നും പറഞ്ഞിട്ട് അവർ പോയി. പക്ഷെ വിതരണക്കാരൻ സമയത്ത് പണം കൊടുത്തില്ല. സംവിധായകൻ കൈമലർത്തി. തന്റെ അടുത്ത ചിത്രമായ 'ഭ്രഷ്ടി'ന്റെ ഷൂട്ടിംഗിന് പോവുകയും ചെയ്തു.

ഇതേത്തുടർന്ന് സലാമും സുകുമാരനും തമ്മിൽ കേസാണെന്ന് പത്രങ്ങളിൽ വാർത്ത വന്നു. മുടക്കിയ പണമെല്ലാം വെള്ളത്തിലാകുമെന്ന ഘട്ടമായി. സലാമും ഹുസൈനും ആകപ്പാടെ കുഴഞ്ഞു.

സെൻസർ ബോർഡിനെ കാണിച്ചപ്പോൾ ചിത്രം നിരോധിക്കുകയും ചെയ്തു. ഒരേ പുരുഷനിൽനിന്ന് ഒരു അമ്മയും മകളും ഗർഭം ധരിക്കാൻ പാടില്ല എന്നായിരുന്നു അവരുടെ ന്യായം.

സെൻസർ ബോർഡുകാർ മുറിച്ചുകളഞ്ഞ ഭാഗങ്ങൾക്കുപകരമായി വേറെ കുറേ ഷോട്ടുകൾ എടുത്ത് പടം റിവൈസിംഗ് കമ്മിറ്റിക്ക് മുമ്പിൽ പ്രദർശിപ്പിച്ചാണ് സെൻസർ സർടിഫിക്കറ്റ് നേടിയത്.

കോട്ടയത്തെ പ്രസിദ്ധ ബ്ലോക്ക് മേക്കറായിരുന്ന ആന്റണി ആരംഭിച്ച വിതരണക്കമ്പനിയായ ആൻസൺ പിക്ചേഴ്സ് വിതരണം ചെയ്ത ഈ ചിത്രം തിയേറ്ററിൽ ഓടിയില്ല.

വെറും കടുംചായയും ബീഡിയുമായി ജീവിക്കുന്ന സാധുവായ സലാമിനെ അബ്ബാസാണ് കുഴപ്പത്തിൽ കൊണ്ടു ചാടിച്ചത്.

അദ്ദേഹം രണ്ടാമത് കലാസംവിധായകൻ ശ്രീനിയെക്കൊണ്ട് സംവി

ധാനം ചെയ്യിച്ച് നവധാരയുടെ ബാനറിൽ തന്നെ 'പതിനാലാം രാവ്' എന്നൊരു ചിത്രം നിർമ്മിച്ചു. അതും ഓടിയില്ല. പിന്നീട് നിർമ്മിച്ച 'ക്രിമിനൽസും' പരാജയമടഞ്ഞു.

എന്നിട്ടും അഭിനയിക്കാനുള്ള അടങ്ങാത്ത അഭിനിവേശം അദ്ദേഹത്തിന്റെ ജീവിതം തന്നെ താറുമാറാക്കി. അദ്ദേഹം മദ്രാസിൽ തങ്ങി. പി.എ. ബക്കറിന്റെ ചിത്രങ്ങളിൽ സലാമിന് എന്തെങ്കിലുമൊക്കെ റോൾ നൽകുമായിരുന്നു. ഇതിനിടെ ഒരിക്കൽ തിരുവനന്തപുരത്ത് വന്ന സലാം അന്ന് കുങ്കുമത്തിന്റെ എഡിറ്ററായിരുന്ന ഉറൂബിനെ പരിചയപ്പെടുത്തി കൊടുക്കണമെന്ന് എന്നോട് ആവശ്യപ്പെട്ടു. ഉറൂബിന്റെ ഒരു നോവൽ സിനിമയാക്കാനായിരുന്നു ഉദ്ദേശ്യം. പക്ഷേ എന്തുകൊണ്ടോ അത് നടന്നില്ല.

1977ൽ സങ്കല്പയുടെ ബാനറിൽ സന്തോഷ്കുമാർ എന്നൊരാൾ പി. വിജയന്റെ സംവിധാനത്തിൽ നിർമ്മിച്ച ചൂണ്ടക്കാരി എന്ന ചിത്രത്തിന് തിരക്കഥയും സംഭാഷണവും എഴുതുക മാത്രമല്ല അതിൽ നായകനായി അഭിനയിച്ചതും സലാം ആയിരുന്നു. ആ ചിത്രവും തികഞ്ഞ പരാജയമായി.

ഭാഗ്യരാജിന്റെ ആദ്യത്തെ ഭാര്യയായിരുന്ന പ്രവീണയായിരുന്നു ഇതിൽ നായിക. ടി.വി. ചന്ദ്രൻ സംവിധാനം ചെയ്ത 'ഓർമ്മകൾ ഉണ്ടായിരിക്കണം' എന്ന ചിത്രം നിർമ്മിച്ചത് സലാം ആണ്.

നാളുകൾക്കുശേഷം മുക്കം പഞ്ചായത്തിന്റെ പ്രസിഡന്റ് സ്ഥാനത്തെത്തിയ ഹുസൈൻ വളരെ ചെറുപ്പത്തിലേ അന്തരിച്ചു.

നല്ല ചിത്രങ്ങൾ സ്വപ്നം കണ്ടുകൊണ്ട് സിനിമ നിർമ്മിക്കാനും അഭിനയിക്കാനുമൊക്കെയായി വന്ന ഈ അഭ്യസ്തവിദ്യന് സംഭവിച്ച അനുഭവം ആർക്കെങ്കിലും ഗുണപാഠം ആകുന്നെങ്കിൽ ആകട്ടെ എന്നു കരുതി ഇവിടെ എഴുതിയതാണ്.

■

ആദ്യത്തെ സമ്മാനം

നാന സിനിമാവാരിക ആരംഭിക്കുന്നതിനെ കുറിച്ചുള്ള ആശയം ആദ്യമായി മുന്നോട്ടുവച്ചത് ഞാനാണെന്നും 1972 നവംബറിൽ അതാരംഭിച്ചപ്പോൾ അന്ന് മദ്രാസിലായിരുന്ന ഞാൻ തന്നെ സ്വാഭാവികമായി അതിലെ ലേഖകനായെന്നും മുമ്പ് സൂചിപ്പിച്ചിരുന്നു. അക്കാലത്ത് സിനിമാ മാസികയുടെ മദ്രാസ് ലേഖകനായിരുന്ന എ. നടരാജന്റെ കലവറയില്ലാത്ത സ്നേഹ-സഹകരണങ്ങൾ കൊണ്ടാണ് എനിക്ക് വേഗം സിനിമയിലെ പ്രധാനികളുമായി ബന്ധപ്പെടാനും അവരിൽ ചിലരുമായി ഉറ്റസ്നേഹബന്ധം സ്ഥാപിക്കാനും കഴിഞ്ഞത്.

ക്രമേണ സിനിമാതാരങ്ങൾ തിളങ്ങുന്നത് സ്ക്രീനിൽ മാത്രമാണെന്നും അവരിൽ പലരും യഥാർത്ഥ ജീവിതത്തിൽ വെറും കരിക്കട്ടകളാണെന്നും എനിക്ക് മനസിലായിത്തുടങ്ങി. ഇവരിൽനിന്ന് സൗജന്യങ്ങൾ പറ്റുന്ന പത്രപ്രവർത്തകർ വാനോളം പുകഴ്ത്തി അവർക്ക് അമാനുഷിക പരിവേഷം നൽകുകയാണ് ചെയ്യുന്നത്. അതോടെ അവർ സാധാരണ മനുഷ്യരുമായുള്ള സമ്പർക്കം അവസാനിപ്പിക്കുകയും പുതിയ ഭാവങ്ങളും പെരുമാറ്റരീതികളും സ്വീകരിക്കുകയും ചെയ്യുന്നു.

സിനിമാലോകത്തിന് പുറത്തുള്ള കാര്യങ്ങളെക്കുറിച്ച് അജ്ഞരായ ഇവരെക്കുറിച്ച് നടരാജൻ ഹാസ്യം കലർന്ന ധാരാളം കഥകൾ പറയുമായിരുന്നു. നടരാജന്റെ കൈവശം ധാരാളം ചിത്രങ്ങളും സ്റ്റോക്കുണ്ടായിരുന്നു. അതൊക്കെ എനിക്ക് വളരെ ഉപകാരപ്പെട്ടു. ഒരു നല്ല പത്രപ്രവർത്തകന്റെ ചുമതല താൻ കാണുന്നതും വിശ്വസനീയമായി കേൾക്കുന്നതുമായ കാര്യങ്ങൾ വായനക്കാരെ അറിയിക്കുകയാണെന്ന് വിശ്വസിച്ചിരുന്ന ഞാൻ അതിൽ ചിലതൊക്കെ എഴുതിത്തുടങ്ങുകയും ചെയ്തു. സിനിമാക്കാർക്ക് അത് അരോചകമായ അനുഭവമായി. എങ്കിലും ആദ്യത്തെ അഞ്ചാറുമാസം വലിയ പ്രശ്നങ്ങളൊന്നുമില്ലാതെ

കടന്നുപോയി. സിനിമാരംഗം സംശയത്തോടെയാണെങ്കിലും എന്നെ പ്രത്യേകം ശ്രദ്ധിച്ചുതുടങ്ങി.

പ്രശ്നം സൃഷ്ടിച്ചത് കൃഷ്ണസ്വാമി റെഡ്യാരും കെ.വി.എസ്. ഇളയതുമാണ്. നാനയുടെ ഉടമസ്ഥനായ റെഡ്യാർക്ക് കൊല്ലത്ത് ഒരു കാർട്ടൺ ഫാക്ടറി ഉണ്ടായിരുന്നു. അതിനാവശ്യമായ കോറുഗേറ്റഡ് പേപ്പർ വാങ്ങുന്നത് ആന്ധ്രയിൽ ബിർല സ്ഥാപിച്ചിട്ടുള്ള സിർപ്പൂർ പേപ്പർമില്ലിന്റെ മദ്രാസ് ഓഫീസിൽ നിന്നായിരുന്നു. ഇടയ്ക്കിടെ പേപ്പർ ഏർപ്പാട് ചെയ്യാൻ റെഡ്യാർ മദ്രാസിൽ വരും. കൂടെ കൊല്ലത്തെ എല്ലാ പാർട്ടിയിലുംപെട്ട ചില ചോട്ടാ നേതാക്കന്മാരും കാണും. അവർ ഒരാഴ്ചയോളം ഹോട്ടലുകളിൽ അടിപൊളിയായി താമസിച്ച് മടങ്ങിപ്പോകും. നാന തുടങ്ങിയ ശേഷം അതിന്റെ പത്രാധിപർ കെ.വി.എസ്. ഇളയതിനെയും കൊണ്ടുവരാൻ ആരംഭിച്ചു.

അങ്ങനെ 1973 ഏപ്രിൽ അവസാനം റെഡ്യാർ ഇളയതും സുഹൃത്തുക്കളായ ആലങ്കോട് ഖാദർ, കൊല്ലം ഖാലിദ് എന്നിവരുമൊന്നിച്ച് വന്ന് അപ്പോളോ ഹോട്ടലിൽ താമസമാരംഭിച്ചു.

മൗണ്ട് റോഡിലെ ഒരു ലോഡ്ജിൽ താമസിച്ചിരുന്ന ഞാൻ രാവിലെ അപ്പോളോയിലെത്തി ഇളയതിനെയും കൂട്ടി സിനിമക്കാരെ കാണാൻ പോകും. പി. ഭാസ്കരൻ, വയലാർ, രാമു കാര്യാട്ട്, ശോഭനാ പരമേശ്വരൻനായർ, സേതുമാധവൻ, ശശികുമാർ, അടൂർ ഭാസി മുതലായവർ റെഡ്യാരെ പരിചയപ്പെടാൻ ഹോട്ടലിൽ വരികയും ചെയ്തു. എന്നെ മദ്രാസ് പ്രതിനിധിസ്ഥാനത്ത് നിന്ന് നീക്കണമെന്ന് സേതുമാധവനാണ് ആദ്യം ഉപദേശിച്ചത്. എനിക്ക് പകരം അദ്ദേഹത്തിന്റെ ആജ്ഞാനുവർത്തിയായ മനോരമ ലേഖകനെ ശുപാർശയും ചെയ്തു.

അക്കാലത്ത് റെഡ്യാർ കൊല്ലത്ത് ജർമ്മൻകാരനായ സയന്റിസ്റ്റ് ഡോ. ഹോക്സിന്റെ ചുമതലയിൽ 'എസ്മാലിയോ പെർഫ്യൂമറി' എന്നൊരു മരുന്നുനിർമ്മാണശാല നടത്തിയിരുന്നു. കഷണ്ടിക്ക് റെസ്റ്റോ ഹെയർ, മുഖക്കുരുവിന് പിംക്യൂവർ, ആസ്മയ്ക്ക്, ഗ്യാസ് ട്രബിളിന് എന്നിങ്ങനെ സാധാരണ പ്രശ്നങ്ങൾക്കെല്ലാം മരുന്നുണ്ട്. അതിന്റെയെല്ലാം സാമ്പിളുകളും റെഡ്യാർ കൊണ്ടുവന്നിരുന്നു. അതൊക്കെ സിനിമക്കാരിൽ പരീക്ഷിച്ചാൽ നല്ല പബ്ലിസിറ്റി എളുപ്പം ലഭിക്കും, അവരുടെ അഭിപ്രായം വാങ്ങി സ്വന്തം വാരികകളിൽ പ്രസിദ്ധീകരിച്ചാൽ മതിയല്ലോ.

മുഖക്കുരുവിനുള്ള പിംക്യൂവർ മുഖക്കുരുവുള്ള നടികളിൽ പരീക്ഷിക്കണം. അത് വിജയശ്രീക്ക് കൊടുത്തത് ഞാൻ തന്നെയാണ്. ഞാനില്ലാത്ത സമയത്ത് ഇളയത് മുഖക്കുരുവുള്ള ഒരു നടിയെ ഫോണിൽ വിളിച്ചപ്പോൾ നമ്പർ തെറ്റിപ്പോയി. കിട്ടിയത് നിർമ്മാതാവ് ആർ. എസ്. പ്രഭുവിനെ. അവർ തമ്മിൽ ഒന്നും രണ്ടും പറഞ്ഞു തെറ്റി. റെഡ്യാർ ഇതെന്നോടു പറഞ്ഞില്ല.

മെയ് ഒന്നിന് വൈകിട്ട് ക്യാമറാമാൻ വിപിൻദാസുമൊത്ത് ഹോട്ടലിൽ എത്തിയ ഞാൻ കൂടുതൽ സമയം അവിടെ തങ്ങി. രാത്രി ഒൻപതു മണിയായിക്കാണും. ഒരു കാർ നിറയെ ഗുണ്ടകളുമായി ആർ.എസ്. പ്രഭു അവിടെയെത്തി. അടൂർ ഭാസിയുടെ ജ്യേഷ്ഠൻ ചന്ദ്രാജി, നടൻ കെടാമംഗലം അലി മുതലായവർ താഴെ കാറിൽ ഇരുന്നു. പ്രഭു മുറിയിൽ വന്നത് അനിയൻ എന്ന തടിമാടനുമായിട്ടാണ്. അയാളെക്കുറിച്ച് നടരാജൻ എന്നോട് പറഞ്ഞിട്ടുണ്ടായിരുന്നു. സിനിമക്കാരുടെ സ്ഥിരം ഗുണ്ടയാണിയാൾ. മോഹൻ പോത്തനാണ് മദ്രാസിൽ കൊണ്ടുവന്നത്. മാമ്പലത്ത് വർക് ഷോപ്പ് നടത്തുന്നു. ഇടയ്ക്കിടെ ഷൂട്ടിംഗ് സെറ്റുകളിൽ പോകും.

പത്രപ്രവർത്തകനായി മദ്രാസിലെത്തിയ പി.ജി. വിശ്വംഭരൻ ജയഭാരതിയെക്കുറിച്ച് എന്തോ എഴുതിയതിന് അനിയൻ വിശ്വംഭരനെ അടിച്ചിട്ടുണ്ട്. മറ്റെന്തോ കാര്യത്തിന് അന്ന് കലാസംവിധായകനായിരുന്ന ഭരതനെയും മർദ്ദിച്ചിട്ടുണ്ട്. തന്നെയും ഭീഷണിപ്പെടുത്തിയിട്ടുണ്ടെന്ന് ഹരിഹരൻ പിന്നീട് എന്നോട് പറഞ്ഞിട്ടുണ്ട്.

റാണിചന്ദ്ര എന്ന നടി മോഹൻ പോത്തനെ ഉപേക്ഷിച്ച് ചെമ്മീൻ എക്സ്പോർട്ടർ സി. ചെറിയാനെ സ്വീകരിച്ചപ്പോൾ റാണിയുടെ വീട്ടിൽച്ചെന്ന് ഭീഷണിപ്പെടുത്തിയതും ഇയാളാണ്.

ഇളയത് ഫോൺ ഡയൽ ചെയ്തപ്പോൾ നമ്പർ മാറിയപ്പോയതാണെന്ന് റെഡ്യാർ പറഞ്ഞിട്ട് പ്രഭു സമ്മതിക്കാൻ കൂട്ടാക്കിയില്ല.

''എനിക്ക് ഇവിടെ ആരെ വേണമെങ്കിലും വിലയ്ക്ക് വാങ്ങാൻ കഴിയും'' റെഡ്യാർ പറഞ്ഞു.

''പക്ഷേ അതിന് എന്നെ കിട്ടില്ല'' പ്രഭുവിന്റെ മറുപടി.

അനിയൻ മിണ്ടുന്നില്ല. എനിക്ക് കാര്യം പിടികിട്ടിയുമില്ല. റെഡ്യാരെ ഇതുപോലെ ക്ഷോഭിച്ച് ഞാനൊരിക്കലും കണ്ടിട്ടില്ല.

റെഡ്യാരുടെ കൂടെ ഞങ്ങൾ അഞ്ചാറുപേർ ഉള്ളതുകൊണ്ടാണ് അവർ മര്യാദയ്ക്ക് മടങ്ങിപ്പോയത്. അതിനുശേഷം ഞാൻ റെഡ്യാരോട് കാര്യം തിരക്കി. ഫോൺനമ്പർ തെറ്റിയതാണെന്നായിരുന്നു മറുപടി.

''നിങ്ങൾ ഇങ്ങനെ മദ്രാസിൽ വന്ന് കുഴപ്പം സൃഷ്ടിച്ചാൽ ഞാനിനി ഈ ജോലി ചെയ്യുന്നില്ല'' എന്നുപറഞ്ഞ് ഞാൻ പോക്കറ്റിൽ നിന്ന് പേനയെടുത്ത് താഴെ വച്ചു.

''യൂ ആർ റൈറ്റ്. ഇനി ഇതാവർത്തിക്കില്ല'' റെഡ്യാർ കുറ്റം സമ്മതിച്ചു.

പിന്നീടൊരിക്കലും എന്റെ മുമ്പിൽ റെഡ്യാർ ഇതാവർത്തിച്ചിട്ടുമില്ല.

അടുത്ത ദിവസം റെഡ്യാരും ഇളയതുമൊന്നിച്ച് ഞാൻ അന്ന് ചലച്ചിത്ര പരിഷത്ത് പ്രവർത്തിച്ചിരുന്ന മഞ്ഞിലാസ് ഫിലിംസിന്റെ ഓഫീസിൽ പോയി. എം.ഒ. ജോസഫ് സുഖത്തിലല്ല സംസാരിച്ചത്. അപ്പോൾ അവിടെവന്ന ഹരി പോത്തൻ റെഡ്യാരോട് എന്നെക്കുറിച്ച് പരാതി പറഞ്ഞു.

അതോടെ റെഡ്യാർക്ക് എന്നെക്കുറിച്ചുള്ള മതിപ്പ് കൂടിയതേയുള്ളു. ശക്തന്മാരെല്ലാം എതിർക്കുന്ന ഞാൻ അവരുടെ ആരുടെയും പോക്കറ്റിൽ കയറാത്തവനായിരിക്കുമല്ലോ... സിനിമ എന്ന ചെളിക്കുളത്തിലേക്ക് ഞാനെറിഞ്ഞ കൊച്ചുകല്ലുകൾ ഇത്ര വലിയ ഓളങ്ങൾ ഇളക്കിവിടുന്നുണ്ടെന്ന് അപ്പോഴാണ് ഞാൻ മനസ്സിലാക്കുന്നത്. അല്ലെങ്കിൽ അതിൽ വസിക്കുന്ന ചില മാക്കാൻ തവളകൾ ഇത്ര ഒച്ചവയ്ക്കേണ്ട കാര്യമില്ലല്ലോ? ഏതായാലും എന്റെ ശമ്പളം വർദ്ധിപ്പിച്ചിട്ടാണ് റെഡ്യാർ മടങ്ങിപ്പോയത്.

നാട്ടിൽ തിരിച്ചെത്തിയ ഇളയത് സിനിമയ്ക്കുള്ളിലെ സിനിമ എന്ന പംക്തിയിൽ ആർ.എസ്. പ്രഭുവിനെക്കുറിച്ച് ഒരു ലേഖനം പ്രസിദ്ധീകരിച്ചു. അരുൺ ഹോട്ടലിൽ ഒരു ഷൂട്ടിംഗ് നടക്കുമ്പോൾ അടൂർ ഭാസി എന്നോട് അതേക്കുറിച്ച് പ്രതിഷേധിച്ച് സംസാരിച്ചു. ഭാസിക്ക് സിനിമയിൽ ആദ്യമായി അവസരം ഉണ്ടാക്കിക്കൊടുത്ത ആളാണ് പ്രഭു. അവർ തൊട്ടടുത്ത വീടുകളിലാണ് താമസവും. ചന്ദ്രാജി പ്രഭുവിന്റെ ശിങ്കിടിയായതും അങ്ങനെയാണ്.

എന്നാൽ ഇക്കാര്യത്തിൽ പ്രേംനസീറിന് വലിയ സന്തോഷമായിരുന്നു. അദ്ദേഹം എന്നെ വിളിച്ച് ഷേക് ഹാന്റ് തന്നു. അത് ഞാനല്ല

എഴുതിയതെന്ന് പറഞ്ഞപ്പോൾ 'മധുവിന്റെ ശൈലിയല്ല'' എന്ന് നസീർ സമ്മതിച്ചു.

എന്റെ ശൈലി പോലും ശ്രദ്ധിക്കപ്പെടുന്നുണ്ടല്ലോ?

ഇതെല്ലാം കേട്ടുകൊണ്ട് നിന്ന ബഹദൂർ മാത്രം ഒന്നും പറഞ്ഞില്ല. ഇതറിഞ്ഞ സിനിമാ മാസിക ശങ്കരൻനായർ അതിന്റെ എഡിറ്റർ സി. കെ. സോമനോട് റെഡ്യാരെ വിമർശിച്ച് എഴുതണമെന്ന് പറഞ്ഞെങ്കിലും സോമൻ അങ്ങനെ ചെയ്തില്ല. സോമൻ മുമ്പ് റെഡ്ഡ്യാരുടെ കേരളശബ്ദത്തിലും ജോലി ചെയ്തിട്ടുണ്ട്.

ഹോട്ടൽ സംഭവത്തിന് ഒരുമാസം കഴിഞ്ഞ് സെൻട്രൽ റെയിൽവേ സ്റ്റേഷനിൽവച്ച് ചന്ദ്രാജിയോടൊപ്പം പ്രഭുവിനെ കാണാനിടയായി. ചന്ദ്രാജി എന്റെ അടുത്തുവന്ന് 'സൂക്ഷിച്ചോ' എന്നൊരു ഭീഷണിയും മുഴക്കി. അതിനടുത്ത ദിവസം തന്നെ ഞാൻ ചന്ദ്രാജി താമസിച്ചിരുന്ന അടൂർഭാസിയുടെ വീട്ടിലെത്തി അദ്ദേഹത്തിന്റെ ഇന്റർവ്യൂ എടുക്കുകയും അത് നാനയിൽ പ്രസിദ്ധീകരിക്കുകയും ചെയ്തു. ചന്ദ്രാജി ബോംബെയിലെ അധോലോക സഞ്ചാരിയായിരുന്നുവെന്ന് എനിക്ക് മനസ്സിലായി. അയാളുടെ ഭീകരമായ മുഖം ആദ്യമായി അങ്ങനെ നാനയിൽ അച്ചടിച്ചുവന്നത് ഞാൻ കാരണമാണ്. എന്നിട്ടും അയാൾ എന്നും എനിക്കെതിരായിരുന്നു.

ഞാൻ എഴുത്തിന്റെ ശൈലി മാറ്റാനൊന്നും പോയില്ല. എന്നാൽ മൗണ്ട് റോഡിലെ ലോഡ്ജിൽ നിന്ന് സിനിമക്കാരുടെ കേന്ദ്രമായ മാമ്പലത്തെ സത്യാ ലോഡ്ജിലേക്ക് താമസം മാറ്റിയത് അബദ്ധമായി.

സി.കെ. സോമൻ മദ്രാസിൽ വന്നപ്പോൾ അദ്ദേഹത്തോട് ബഹദൂർ അല്പം സൂക്ഷിച്ചുനടക്കാൻ എന്നെ ഉപദേശിക്കണമെന്നും പറഞ്ഞു. പേടിച്ചിരുന്നാൽ നടക്കുന്ന പണിയല്ലല്ലോ പത്രപ്രവർത്തനം. ഞാൻ അതൊന്നും വകവയ്ക്കാനേ പോയില്ല.

ഞാൻ റാണിചന്ദ്രയെ ഇന്റർവ്യൂ ചെയ്തപ്പോൾ അവർ തന്റെ മുൻകാമുകൻ മോഹൻപോത്തൻ, അയാളുടെ അനുജൻ ഹരിപോത്തൻ, അയാളുടെ അന്നത്തെ മദ്രാസിലെ ഭാര്യ ജയഭാരതി മുതലായവരെക്കുറിച്ച് ധാരാളം രഹസ്യങ്ങൾ പറഞ്ഞു. അതിൽ കുറേയെല്ലാം ഞാൻ എഴുതുകയും ചെയ്തു. ഇതു വായിച്ച മോഹൻ പോത്തൻ തിരുവനന്തപുരത്തെ പ്രസ് ക്ലബ്ബിൽ ചെന്ന് കെ.വി.എസ്. ഇളയതിനെ കുറേ ചീത്ത പറഞ്ഞിട്ടുപോയി.

തിരുവനന്തപുരം പ്രസ് ക്ലബ്ബിൽ അതിന്റെ സ്ഥാപകനായ, പ്രശസ്ത പത്രപ്രവർത്തകൻ ശിവറാമിന്റെ ചിത്രത്തോടൊപ്പം പത്രപ്രവർത്തനവുമായി യാതൊരു ബന്ധവുമില്ലാത്ത തിരുവനന്തപുരത്തെ ഒരു മുതലാളിയായിരുന്ന കുളത്തുങ്കൽ പോത്തന്റെ ചിത്രവും അലങ്കരിച്ചുവച്ചിട്ടുണ്ട്. പ്രസ് ക്ലബ്ബ് മന്ദിരം പണിയാൻ അദ്ദേഹം വലിയ തുക സംഭാവന നൽകിയിട്ടുണ്ടത്രെ. ഈ സ്വാതന്ത്ര്യമാണ് പോത്തന്റെ മക്കൾ അവിടെ കയറി പ്രകടിപ്പിച്ചിരുന്നത്. വളരെ വർഷമായി തിരുവനന്തപുരത്തായിരുന്ന ഞാൻ ആ പ്രസ് ക്ലബ്ബിൽ ചേരാത്തതിന്റെ കാരണവും ഇതുതന്നെയാണ്.

റെഡ്യാരുടെ പ്രസിദ്ധീകരണങ്ങളിൽ ജോലി ചെയ്തിരുന്ന മിക്ക പത്രാധിപർമാർക്കും സിനിമാരംഗത്ത് കടന്നുകൂടാൻ താല്പര്യമുണ്ടായിരുന്നു. അത് മനസിലാക്കിയ ആർ.എസ്. പ്രഭു അവരിൽ ചിലരെ വശീകരിച്ച് റെഡ്യാരെ നിഷ്ക്രിയനാക്കാൻ പദ്ധതിയിട്ടു. കേരളശബ്ദം പത്രാധിപർ കെ.എസ്. ചന്ദ്രന്റെ 'ഉമിത്തീ' എന്ന നോവലും സബ് എഡിറ്ററായിരുന്ന കല്ലട വാസുദേവന്റെ 'രാമരാജ്യം' എന്ന

നോവലും സിനിമയാക്കുന്നുവെന്ന് പ്രഭു വാർത്ത പുറത്തുവിട്ടത് അതുകൊണ്ടായിരിക്കണം. വൈക്കം ചന്ദ്രശേഖരൻ നായരാണെങ്കിൽ ഹരിപോത്തന്റെ നഖങ്ങൾ, മാധവിക്കുട്ടി മുതലായ സിനിമകൾക്ക് കഥയെഴുതിയ ആളുമാണ്. പബ്ലിഷർ സിനിമക്കാരെ ആരാധിക്കുന്ന ആളും.

കള്ളൻമാർ കപ്പലിൽ തന്നെ, ആ കപ്പലിൽ ആയിരുന്നു എന്റെയും യാത്ര.

* * * *

1973 ഓഗസ്റ്റ് അവസാനം എ. വിൻസന്റിന്റെ സംവിധാനത്തിൽ കവിയൂർ പൊന്നമ്മയുടെ ഭർത്താവ് മണിസ്വാമി നിർമ്മിച്ച ധർമ്മയുദ്ധത്തിന്റെ സെറ്റിലെത്തിയ എന്നോട് അതിലെ നായകനായി അഭിനയിച്ചുകൊണ്ടിരുന്ന പ്രേംനസീർ വിജയശ്രീയും അങ്കത്തട്ട് എന്ന ചിത്രത്തിന്റെ നിർമ്മാതാവ് ആസംഭായി എന്ന പട്ടാണിയും തമ്മിലുള്ള പ്രേമബന്ധത്തെ കുറിച്ച് ഒരു തികഞ്ഞ അസൂയാലുവിന്റെ മട്ടിൽ വിശദീകരിച്ചു.

അതെല്ലാം സത്യമാണെന്ന് അറിയാവുന്നതുകൊണ്ട് സിനിമയ്ക്കുള്ളിലെ സിനിമ എന്ന പംക്തിയിൽ ഞാൻ എഴുതുകയും ചെയ്തു. ആ ലക്കം പ്രസിദ്ധീകരിച്ചുവന്നപ്പോൾ മരീനാ ബീച്ചിലെ ബോട്ട് ക്ലബ്ബിൽ ഷൂട്ടിംഗിൽ പങ്കെടുത്തുകൊണ്ടിരുന്ന നസീർ അത് എന്നോടുതന്നെ വായിച്ചുകേൾപ്പിക്കാൻ ആവശ്യപ്പെട്ടു. അപ്പോഴാണ് നസീറിന് കണ്ണാടിയില്ലാതെ വായിക്കാൻ പറ്റുകയില്ലെന്ന് ഞാൻ മനസിലാക്കുന്നത്.

ഇക്കാലത്ത് തിരുവനന്തപുരത്തെ മെരിലാന്റ് സ്റ്റുഡിയോയിൽ വച്ച് വിജയശ്രീ താനിനി പ്രേംനസീറിന്റെ കൂടെയോ ഉദയാ ചിത്രങ്ങളിലോ അഭിനയിക്കുകയില്ലെന്ന് നാന എഡിറ്ററോട് പറഞ്ഞു. അത് അച്ചടിച്ചു വന്നപ്പോൾ കുഞ്ചാക്കോ നാനയേയും വിജയശ്രീയേയും പ്രതിഭാഗം ചേർത്ത് ആലപ്പുഴ കോടതിയിൽ അപകീർത്തിക്കേസ് ഫയൽ ചെയ്തു. സാക്ഷിസ്ഥാനത്ത് പ്രേംനസീറിനെയും ചേർത്തു.

ഈ സമയത്ത് പ്രേംനസീർ മുന്നൂറു ചിത്രങ്ങൾ പൂർത്തിയാക്കിയെന്നു പറഞ്ഞ് പലയിടത്തും സ്വീകരണങ്ങളിൽ പങ്കെടുക്കാനാരംഭിച്ചു. ചിത്രരമ മുതലായ വാരികകൾ പ്രത്യേക പതിപ്പിറക്കാൻ പോകുന്നുവെന്നും കേട്ടു. ആ സ്ഥിതിക്ക് നാനയ്ക്കും ഒരു നസീർ പതിപ്പിറക്കണം, മദ്രാസിൽനിന്ന് അതിനുവേണ്ട മാറ്ററുകൾ ഞാൻ അയച്ചുകൊടുക്കണമെന്ന് എഡിറ്റർ എനിക്കെഴുതി.

നസീറുമായി വളരെ അടുപ്പമുള്ള സിനിമാക്കാരെയെല്ലാം കണ്ട് ഞാൻ അവരുടെ ലേഖനങ്ങൾ ശേഖരിച്ചുതുടങ്ങുകയും ചെയ്തു.

ഇതിനിടെ ആർ.എസ്. പ്രഭുവിന്റെ ശശികുമാർ സംവിധാനം ചെയ്ത 'തെക്കൻകാറ്റ്' എന്ന ചിത്രം റിലീസായി. അതിലെ ശാരദയുടെ സ്റ്റണ്ടിനെ പ്രത്യേകം പരാമർശിച്ചുകൊണ്ട് കുങ്കുമത്തിൽ എസ്. രാമകൃഷ്ണനും നാനയിൽ കോന്നിയൂർ ഭാസും കടുത്ത വിമർശനം എഴുതി.

ഡിസംബർ 16-ാം തീയതി അതിരാവിലെ ഫോട്ടോഗ്രാഫർ പ്രഭാകരനുമായി ഞാൻ പ്രേംനസീറിനെ കാണാൻ അദ്ദേഹത്തിന്റെ വീട്ടിൽ എത്തി.

"നിങ്ങൾ എനിക്കെതിരെ എഴുതുന്നവരല്ലേ. പിന്നെ ഞാനെന്തിന് നിങ്ങളോട് സഹകരിക്കണം" എന്ന് നസീർ ചോദിച്ചു

"എന്തെഴുതണമെന്ന് തീരുമാനിക്കുന്നത് ഞങ്ങളാണ്. ആർക്കും തലച്ചോറ് പണയം വച്ചിട്ടില്ല" എന്ന് ഞാനും പറഞ്ഞു.

അങ്ങനെ ഞങ്ങൾ തമ്മിൽ തെറ്റി. ഫോട്ടോ എടുക്കാൻ നിന്നു തരാതെ നസീർ പുറത്തേക്ക് പോവുകയും ചെയ്തു. അപ്പോൾ അവിടെയുണ്ടായിരുന്ന നസീറിന്റെ അനിയൻ പ്രേംനവാസ് ഈ വിവരം പലരോടും പറഞ്ഞിരിക്കണം. ഇതുതന്നെയാണ് നല്ല അവസരമെന്ന് തോന്നിയ ഹരിപോത്തനും ആർ.എസ്. പ്രഭുവും കൂടി മാമ്പലത്തെ ആരോഗ്യപ്രദായിനി വൈദ്യശാലയിൽ വച്ച് എന്നെ മദ്രാസിൽ നിന്ന് ഓടിക്കാൻ ഗൂഢാലോചന നടത്തി. അപ്പോൾ അവിടെയെത്തിയ ഫിലിം നാദം പത്രാധിപർ വാസുപിള്ളയാണ് പിന്നീട് അതിന്റെ വിശദാംശങ്ങൾ എന്നോട് പറഞ്ഞത്. അനിയൻ, ചന്ദ്രാജി, കെടാമംഗലം അലി എന്നിവരെക്കൂടാതെ എറണാകുളത്തുനിന്നും വന്ന മുകുന്ദൻ എന്നൊരു ഗുണ്ടയും അവിടെയുണ്ടായിരുന്നു. അവരെല്ലാം കൂടി ഒരു കാറിൽ മാമ്പലത്ത് ഞാൻ താമസിക്കുന്ന സത്യാ ലോഡ്ജിന്റെ മുമ്പിലെത്തി. അനിയനും അയാൾക്ക് സഹായിയായി വൈദ്യശാലാ മാനേജർ ദേവരാജനും മുകളിലത്തെ നിലയിലുള്ള എന്റെ മുറിയുടെ വാതിലിൽ മുട്ടി. ഞാൻ കതക് തുറന്നയുടൻ അവർ അകത്തുകയറി കുറ്റിയിട്ടു.

തടിയനായ അനിയന് നല്ല ഉറച്ച ശരീരമാണ്. ഉരുണ്ടുമിഴിച്ച ക്രൂരമായ കണ്ണുകൾ, മുകളിലേക്ക് പിരിച്ചുവച്ച കൊമ്പൻ മീശ. തിരുവനന്തപുരത്തെ വൃത്തികെട്ട ഭാഷ.

ദേവരാജന് ഒരു ഭീരുവിന്റെ മുഖവും കുറുക്കന്റെ കണ്ണുകളുമാണ്. വിപ്ലവാരിഷ്ടത്തിന്റെ ഗന്ധം. നാറുന്ന ഭാഷയും. അവർ എന്റെ മുഖത്ത് ഇടിച്ച് പരിക്കേൽപ്പിച്ചിട്ട് കൈകളിൽ എന്റെ രക്തവും പുരട്ടിക്കൊണ്ടാണ് പോയത്. നസീറും ജയഭാരതിയും പിറ്റേന്ന് സ്റ്റുഡിയോ സെറ്റിൽവച്ച് ഈ സന്തോഷവാർത്ത പുറത്തുവിടുകയും ചെയ്തു.

മുഖത്തെ പരിക്ക് ഭേദമാകാൻ ഞാൻ ഒരാഴ്ച എഗ്മൂറിലെ നാന ഓഫീസിൽ പോയി താമസിച്ചു. പഴയ ഷേപ്പ് തിരിച്ചുകിട്ടിയപ്പോൾ പൂർവാധികം ഉത്സാഹത്തോടെ രംഗത്തെത്തുകയും ചെയ്തു.

എഗ്മൂറിലെ ഓഫീസ് കൂടുതൽ സുരക്ഷിതമായിരുന്നു. പകൽ എപ്പോഴും മറ്റാരെങ്കിലുമൊക്കെ കാണും. മുകളിലത്തെ നില ആയതുകൊണ്ട് പെട്ടെന്ന് ആർക്കും വന്നുകയറാനും വയ്യ. എന്നിട്ടും ആയിരം രൂപ പ്രതിഫലം പറഞ്ഞ് ഹരിപോത്തൻ മറ്റൊരു ഗുണ്ടയെ അയച്ചെന്നും എന്റെ കൂടെ പി.എ. ബക്കറെയും മറ്റു ചിലരെയും കണ്ട് അയാൾ മടങ്ങിപ്പോയെന്നും മുമ്പ് എഴുതിയിരുന്നു.

മഞ്ഞപ്പത്രങ്ങളിൽ പണം കൊടുത്ത് നസീറും കുഞ്ചാക്കോയും നാനയുമായി ബന്ധപ്പെട്ടവരെക്കുറിച്ച് അപഖ്യാതി പരത്തിയിട്ടും പ്രയോജനപ്പെട്ടില്ല. അവസാനം നസീർ തന്നെ നേരിട്ട് നാനാ ഓഫീസിൽ എത്തി പരാജയം സമ്മതിക്കുകയായിരുന്നു.

എന്നിട്ടും ഹരി പോത്തന്റെയും പ്രഭുവിന്റെയും കലിപ്പ് അടങ്ങിയില്ല. സത്യപാലിന്റെ മരണവീട്ടിൽവച്ച് ഹരി പോത്തനും അനിയനും എന്നെ വളഞ്ഞുവെന്നും രാമു കാര്യാട്ടാണ് രക്ഷിച്ചതെന്നും എഴുതിയിരുന്നല്ലോ?

■

പരിണാമഗുപ്തി

ഗുണ്ടായിസത്തിന്റെ ഒരു പരമ്പര തന്നെ നേരിടേണ്ടി വന്നിട്ടും ഞാൻ മദ്രാസിൽത്തന്നെ പ്രവർത്തനം തുടർന്നു.

അങ്ങനെ നാനയ്ക്ക് രണ്ടു വയസ്സ് തികഞ്ഞു.

രണ്ടാംപിറന്നാളിന് ഒരു സ്പെഷ്യൽ പതിപ്പിറക്കണമെന്ന് തീരുമാനവുമായി. അതിന്റെ കാര്യത്തിനായിട്ടാണ് പത്രാധിപർ കെ.വി.എസ്. ഇളയത് മദ്രാസിലെത്തിയത്. വന്നപാടേ സിനിമാക്കാരുടെ സങ്കേതമായ മാമ്പലത്തെ അരുണാ ലോഡ്ജിൽ മുറിയെടുത്തു. അത് അത്ര സുരക്ഷിതമല്ലെന്ന് തോന്നിയ ഞാൻ അദ്ദേഹത്തെ നിർബന്ധിച്ച് നുങ്കംപാക്കത്തെ കൂടുതൽ സുരക്ഷിതമായ രഞ്ജിത് ഹോട്ടലിൽ കൊണ്ടാക്കി.

സംവിധായകൻ രാജശേഖരന്റെ കാറിലായിരുന്നു ഞങ്ങളുടെ യാത്ര. സിനിമാരംഗത്ത് പ്രൈവറ്റ് ടാക്സി ഓടിക്കുന്ന തിരുവനന്തപുരംകാരൻ പരമേശ്വരൻ നായരായിരുന്നു ഡ്രൈവർ. അതുകൊണ്ട് ഞങ്ങളുടെ ജോലി തടസമില്ലാതെ പുരോഗമിച്ചു.

ഒരുദിവസം രാത്രി ഒൻപത് മണി കഴിഞ്ഞ് ആരോ ഫോണിൽ ഇളയതിനെ വിളിച്ച് തെറി പറയാനാരംഭിച്ചു. ഉടനെ സ്ഥലംവിട്ടോണമെന്ന് ഭീഷണിയും. അത് ഹരി പോത്തനല്ലാതെ മറ്റാരുമാകാനിടയില്ലെന്ന് പരമേശ്വരൻ അഭിപ്രായപ്പെട്ടു. പരമേശ്വരൻനായർ പേരു പറയാതെ ഹരിയെ തിരിച്ചുവിളിച്ച് ആളെ മനസിലായെന്ന് പറഞ്ഞു. പിറ്റേന്ന് അതേ സമയത്തുതന്നെ അപ്പുറത്ത് ഹരിപോത്തനാണെന്നു തന്നെ പറഞ്ഞുകൊണ്ട് വീണ്ടും കോൾ വന്നു. ഇളയത് എത്രദിവസം മദ്രാസിൽ കാണും, എന്നാണ് മടങ്ങുന്നത്, കാണാൻ വരുന്നില്ലേ' എന്നൊക്കെയായിരുന്നു ചോദ്യം. ആവശ്യമുള്ള വിവരങ്ങളെല്ലാം ശേഖരിച്ച

ശേഷം അയാൾ പിറ്റേന്ന് തിരുവനന്തപുരത്ത് പോവുകയാണെന്ന് പറഞ്ഞ് ഫോൺ വച്ചു. എന്നാൽ അതൊരു ചതിയായിരുന്നു. ഗുണ്ടായിസം ആസൂത്രണം ചെയ്യാനും അതിന്റെ പേരിൽ തന്നെ സംശയിക്കാതിരിക്കാനും വേണ്ടി താൻ തിരുവനന്തപുരത്ത് പോകുന്നുവെന്ന് കള്ളം പറഞ്ഞതാണ്.

അതിനടുത്ത ദിവസം വൈകിട്ട് ഞങ്ങൾ ഹോട്ടലിൽ എത്തിയപ്പോൾ കൗണ്ടറിൽ ഒരു കുറിപ്പ്. അനിയനാണ് എഴുതിയിരിക്കുന്നത്. അയാളും ദേവരാജനും കൂടി ഹോട്ടലിൽ അന്വേഷിച്ചുവന്നുവെന്നും ഒൻപത് മണിക്ക് വീണ്ടും വരുമെന്നുമാണ് കത്തിൽ.

ഇത് കണിശമായും മറ്റൊരു ചതിയാണെന്ന് പരമേശ്വരൻ അഭിപ്രായപ്പെട്ടു. എങ്കിൽ ഞങ്ങളും കരുതിയിരിക്കണമല്ലോ. വണ്ടി വടപഴനിയിലെ സിനിമാ സ്റ്റണ്ടുകാരുടെ കേന്ദ്രത്തിലേക്ക് വിട്ടു. പരമേശ്വരൻ കാർ നിർത്തി എങ്ങോട്ടോ പോയി. കുറേക്കഴിഞ്ഞ് മൂന്ന് തടിയന്മാരുമായി മടങ്ങിയെത്തി. അവരെ ഹോട്ടലിൽ കൊണ്ടുവന്ന് കുളിമുറിയിൽ ഒളിപ്പിച്ചിരുത്തി. ആവശ്യം വന്നാൽ വാതിൽക്കൽ മുട്ടിവിളിക്കാം, എന്നിട്ട് ഇറങ്ങിവന്നാൽ മതിയെന്ന് പറഞ്ഞു. ഫോട്ടോഗ്രാഫർ കൃഷ്ണൻകുട്ടിയോട് ഫിലിം ലോഡ് ചെയ്ത് പടമെടുക്കാൻ റെഡിയായി നിന്നോളാൻ നിർദ്ദേശിച്ചു.

ഹരി പോത്തൻ നിറയെ ഗുണ്ടകളുമായിട്ടാണ് താഴെ എത്തിയത്. അനിയനും ദേവരാജനും മുകളിലത്തെ നിലയിൽ ഞങ്ങൾ താമസിക്കുന്ന മുറി അന്വേഷിച്ചുവന്നു. ഞാനാണ് കതക് തുറന്നത്. അവർ മുറിയിൽ കയറിയ ഉടൻ ഞാൻ അകത്തുനിന്ന് കുറ്റിയിട്ടു. അനിയൻ ഒന്ന് സംശയിച്ചുവെങ്കിലും കസേരയിൽ വന്നിരുന്നു. ഞാൻ അവരെ ഇളയതിന് പരിചയപ്പെടുത്തി. പണ്ട് എന്നെ ഇവരാണ് ആക്രമിച്ചതെന്ന് പറഞ്ഞു. താഴെ കാറിൽ കാത്തിരിക്കുന്നവരുടെ ബലം ഓർത്തിട്ടാവണം അവർ ഭീഷണി ആരംഭിച്ചു. ഇളയത് മദ്രാസിൽ നിൽക്കരുതെന്നാണ് അവരുടെ ആവശ്യം.

ഞാൻ കുളിമുറിയുടെ കതകിൽ മുട്ടി. ആജാനുബാഹുക്കളായ തമിഴ് സ്റ്റണ്ടുകാർ ഇറങ്ങിവന്നു. വന്നപാടെ അനിയനെയും ദേവരാജനെയും കൈകാര്യം ചെയ്യാനാരംഭിച്ചു. കൃഷ്ണൻകുട്ടി അതെല്ലാം ക്ലിക്ക് ചെയ്തുതുടങ്ങി. ഇത് അവരൊട്ടും തന്നെ പ്രതീക്ഷിച്ച കാര്യമല്ല. അവർ പെട്ടെന്ന് മര്യാദക്കാരായി മാറി, എങ്ങനെയെങ്കിലും സ്ഥലംവിടണം. ഞാൻ അനിയനോട് പറഞ്ഞു. ''തന്റെ മീശ ഞാനിപ്പോൾ മുറിച്ചുകളയും. പിന്നെ താനെങ്ങനെ പുറത്തിറങ്ങി നടക്കും?'' ദേവരാജൻ കുറ്റം ചെയ്ത കൊച്ചുകുട്ടിയെപ്പോലെ കണ്ണീരൊഴുക്കി. എന്നിട്ടൊന്നും അവരെ പോകാൻ ഞാൻ സമ്മതിച്ചില്ല.

ഫോണെടുത്ത് ഞാൻ പ്രേംനസീർ ഉൾപ്പെടെയുള്ള പ്രധാന സിനിമക്കാരെയെല്ലാം വിവരം അറിയിച്ചു. ഈ ഗുണ്ടകളെ എന്തുചെയ്യണമെന്ന് അഭിപ്രായം ചോദിക്കുകയും ചെയ്തു.

ശ്രീകുമാരൻ തമ്പിയെ വിളിച്ചപ്പോൾ തമ്പി ''ഞാനങ്ങോട്ടു വരാം'' എന്നു പറഞ്ഞു. എനിക്ക് എപ്പോൾ അപകടമുണ്ടായാലും എന്നോടൊപ്പം ആത്മാർത്ഥമായി ഉറച്ചുനിന്നിട്ടുള്ള ആളാണ് തമ്പി. വന്നത് ഒരു കാർ നിറയെ സുഹൃത്തുക്കളുമായിട്ടാണ്. അപ്പോൾ സംവിധാനം ചെയ്തുകൊണ്ടിരുന്ന തിരുവോണം എന്ന ചിത്രത്തിന്റെ നിർമ്മാതാവ് മോഹൻ, സംഗീത സംവിധായകൻ അർജനൻ എന്നിവരെ ഞാൻ

ഇപ്പോഴും ഓർക്കുന്നു. അങ്ങനെ ഞങ്ങളുടെ ഭാഗത്ത് പത്തുപതിനൊന്നു പേരായി.

അനിയനും ദേവരാജനും തങ്ങളെ മോചിപ്പിക്കണമെന്ന് കേണ പേക്ഷിച്ചു. തമ്പിയുടെ ജാമ്യത്തിലാണ് അവരെ വിട്ടയച്ചത്.

സ്റ്റണ്ടുകാരുടെ പ്രതിഫലം 300 രൂപ ഞാനെന്റെ കയ്യിൽനിന്ന് കൊടുത്തു.

ഈ സംഭവം അടുത്ത ദിവസം തന്നെ സിനിമാരംഗത്ത് വലിയ വാർത്തയായി. കൃത്യം ഒരുവർഷം മുമ്പ് എന്നെ ആക്രമിച്ച ഗുണ്ടകളെ ഞാൻ തിരിച്ചടിച്ചു എന്ന വാർത്ത. അതിനുമുമ്പ് മദ്രാസിലെ മറ്റൊരു പത്രപ്രവർത്തകനും ഈ ധൈര്യം കാണിച്ചിട്ടില്ല. ഇവരുടെ ശല്യം സഹിച്ചിട്ടുള്ളവരൊക്കെ എന്നെ അഭിനന്ദിച്ചു. ഈ വാർത്ത തിരുവനന്തപുരത്ത് അറിഞ്ഞപ്പോൾ എനിക്ക് പി. പത്മരാജനും മറ്റും അയച്ച അഭിനന്ദനകത്ത് ഇപ്പോഴും എന്റെ കൈവശമുണ്ട്.

പിറ്റേന്ന് ഞങ്ങൾ സിനിമക്കാരെ കണ്ടപ്പോഴൊക്കെ അവർക്ക് ചോദിക്കാനുള്ളത് ഇക്കാര്യമായിരുന്നു. ചലച്ചിത്ര പരിഷത്ത് പ്രസിഡന്റ് ടി.ഇ. വാസുദേവന്റെ വീട്ടിൽവച്ച് നിർമ്മാതാവ് ഡോ. ബാലകൃഷ്ണനും സംവിധായകൻ ഹരിഹരനും വളരെ സന്തോഷത്തോടെ സംസാരിച്ചു.

അടുത്ത ദിവസം അനിയനും ദേവരാജനും ചേർന്ന് നുങ്കമ്പാക്കം പോലീസ് സ്റ്റേഷനിൽ ഒരു പരാതി കൊടുത്തു, അവരെ ഞങ്ങൾ ഹോട്ടലിൽ വിളിച്ചുവരുത്തി വാച്ചും മറ്റു തട്ടിപ്പറിച്ചെന്ന്. ആ സമയത്തും എന്നെ സഹായിക്കാൻ എത്തിയത് ശ്രീകുമാരൻ തമ്പിയാണെന്ന് ഇന്നും നന്ദിപൂർവം ഓർമ്മിക്കുന്നു.

ഇളയതും ഫോട്ടോഗ്രാഫർ കൃഷ്ണൻകുട്ടിയും ഫിലിമുമായി മടങ്ങിപ്പോയി. ഞാൻ മദ്രാസിൽ വീണ്ടും ഒറ്റയ്ക്കായി. ശത്രുക്കൾ എന്നെ വച്ചേക്കില്ല എന്ന് ഉറപ്പായിരുന്നു. എങ്കിലും വിശേഷാൽ പ്രതിക്കുവേണ്ടിയുള്ള മാറ്റർ തയ്യാറാക്കാനും ആത്മാർത്ഥതയുള്ളവരോട് യാത്ര പറയാനുമായി കുറച്ചുദിവസം കൂടി അവിടെ തുടർന്നു. വയലാറും ഉഷാനന്ദിനിയും കരഞ്ഞുകൊണ്ടാണ് യാത്രയാക്കിയത്. ബക്കറും മണിസ്വാമിയും സെന്റ് ഓഫ് നടത്തുമെന്ന് പറഞ്ഞു. ഞാൻ ഒഴിഞ്ഞുമാറി.

കൃഷ്ണസ്വാമി റെഡ്യാർക്ക് ഞാൻ രാജിക്കത്തയച്ചു, ഇത്രയുംകാലം എനിക്ക് ധൈര്യം തന്നതിന് നന്ദി രേഖപ്പെടുത്തിക്കൊണ്ട്. നടരാജൻ ഹൗറാ മെയിലിൽ എന്നെ വീണ്ടും കൽക്കത്തയ്ക്ക് മടക്കി അയക്കാൻ സെൻട്രൽ സ്റ്റേഷനിൽ എത്തിയിരുന്നു.

അടുത്ത ആറുമാസത്തിനകം ഞാൻ തിരുവനന്തപുരത്ത് വന്ന് കൃഷ്ണസ്വാമി റെഡ്യാരുടെ അഭ്യർത്ഥനപ്രകാരം നാനയുടെ പത്രാധിപത്യം ഏറ്റെടുക്കുകയും ചെയ്തു.

പിന്നത്തെ യുദ്ധം അവിടെയായിരുന്നു. ഇത് നന്ദികെട്ട ലോകമാണല്ലോ!

അക്കാര്യങ്ങൾ ഇനിയൊരു അവസരമുണ്ടായാൽ തുറന്നെഴുതാം.

■ ■

www.ingramcontent.com/pod-product-compliance
Lightning Source LLC
LaVergne TN
LVHW100624051026
849519LV00001B/95
9789385899058